INSIGHT PUBLICA®

INSIGHT PUBLICA®

Nadakkave, Kozhikode, Kerala
Tel:0495–4020666
www.insightpublica.com
e-mail: insightpublica@gmail.com

Nee Sathyam Njanam Anandam
(Malayalam)
C.R. Omanakuttan

First Edition: December 2017

ISBN 978-93-87398-07-8
Printed and Published by
InsightinPublica Printers & Publishers Pvt Ltd.

നീ സത്യം ജ്ഞാനം ആനന്ദം

സി.ആർ. ഓമനക്കുട്ടൻ

INSIGHT PUBLICA

കോട്ടയത്ത് 1943 ഫെബ്രുവരി 13-ന് ജനിച്ചു.

അച്ഛൻ: സഖാരാഘവൻ, അമ്മ: പെണ്ണമ്മ.

കോട്ടയം നായർസമാജം ഹൈസ്കൂൾ, കൊല്ലം ശ്രീനാരായണാ കോളജ്, കോട്ടയം സി.എം.എസ്. കോളജ്, ചങ്ങനാശ്ശേരി സെന്റ് ബർക്ക്മെൻസ് കോളജ് എന്നിവിടങ്ങളിൽ വിദ്യാഭ്യാസം.

സിനിമാമാസിക, ഗ്രന്ഥാലോകം, പ്രഭാതം എന്നീ പത്രമാസികകളിൽ സബ് എഡിറ്റർ. തുടർന്ന് കേരള സർക്കാരിന്റെ പബ്ലിക് റിലേഷൻസ് വകുപ്പിൽ അസിസ്റ്റന്റ് ഇൻഫർമേഷൻ ഓഫീസർ. 1973 മുതൽ ഇരുപത്തഞ്ചാണ്ട് ഗവൺമെന്റ് കോളജുകളിൽ മലയാളം ലെക്ചറർ. ഇരുപത്തിരണ്ടു വർഷവും എറണാകുളം മഹാരാജാസ് കോളജിൽ. 1998-ൽ റിട്ടയർ ചെയ്തു.

സാഹിത്യപ്രവർത്തക സഹകരണസംഘം ഭരണസമിതി,കേരള സർക്കാർ സാംസ്കാരികവകുപ്പ് ഉപദേശകസമിതി, ചലച്ചിത്ര അവാർഡ് കമ്മിറ്റി, ചലച്ചിത്ര വികസനകോർപ്പറേഷൻ ഡയറക്ടർ ബോർഡ്, മഹാത്മാഗാന്ധി സർവ്വകലാശാലാ പാഠ്യപദ്ധതി പരിഷ്കരണസമിതി, വിശ്വവിജ്ഞാനകോശം പത്രാധിപസമിതി എന്നിവയിൽ അംഗമായിരുന്നിട്ടുണ്ട്.

'ദേശാഭിമാനി' ദിനപ്പത്രത്തിൽ 'അഘശംസി' എന്ന പേരിൽ കോളമിസ്റ്റായിരുന്നു. നൂറ്റമ്പതിലേറെ കൊച്ചുകഥകളെഴുതി. പരിഭാഷകൾ ഉൾപ്പെടെ ഇരുപത് പുസ്തകങ്ങൾ.

പ്രധാനകൃതികൾ: *കാൽപാട്, ഓമനക്കഥകൾ, പകർന്നാട്ടം* (കഥ), *ഈഴശ്ശിവനും വാരിക്കുന്തവും* (സറ്റയർ) *അഭിനവശാകുന്തളം* (പാരഡി), *ശവംതീനികൾ* (ഫീച്ചർ), *ഫാദർ സെർജിയസ്, ഭ്രാന്തന്റെ ഡയറി, കാർമില, തണ്ണീർതണ്ണീർ, ദേവദാസ്* (പരിഭാഷകൾ). *നാണു, കുമാരു* (നോവൽ)

ഭാര്യ: ഹേമലത. മക്കൾ: അമൽനീരദ്, അനുപാഗോപൻ
വിലാസം: 'തിരുനക്കര', ലിസി റോഡ്, എറണാകുളം

സി. ആർ. ഓമനക്കുട്ടൻ

കേരളത്തിന് അറുപത് വർഷം
മലയാളത്തിന് അറുപത് പുസ്തകം

കേരളത്തിന്റെ ഷഷ്ടിപൂർത്തി വേളയിൽ അറുപത് പുസ്തകങ്ങൾ ഞങ്ങൾ പ്രസാധനം ചെയ്യുകയാണ്. കേരളം കേരളമായി ത്തീർന്നതിന്റെ സാംസ്കാരിക ധ്വനികൾ, സമരോത്സുകതയുടെ കാഹ ളങ്ങൾ, ഇനിയും തിരിച്ചു പിടിക്കേണ്ട ജീവിതത്തിന്റെ അർത്ഥസാ ധ്യതകൾ, തിരുത്തി എഴുതേണ്ട പ്രതിലോമ ചിന്തകൾ, സൗന്ദര്യവും സാഹിതീയവും സംഗമിക്കുന്ന സംസ്കൃതിയുടെ മുദ്രകൾ എല്ലാം ഈ അറുപതിൽ സമാഹരിക്കുന്നു.

പ്രതിരോധത്തിന്റെ പത്ത് പുസ്തകങ്ങൾ, പുതിയ നോവൽ ഭാവനയുടെ പത്ത് പുസ്തകങ്ങൾ, സോവിയറ്റ് ഓർമ്മയുടെ പത്ത് പുസ്ത കങ്ങൾ, ഭാഷയുടെയും ജീവിതത്തിന്റെയും പത്ത് പുസ്തകങ്ങൾ, സർഗാ ത്മക സാഹിത്യത്തിന്റെ പത്ത് പുസ്തകങ്ങൾ, നവോത്ഥാനത്തിന്റെ പത്ത് പുസ്തകങ്ങൾ എന്നിങ്ങനെ ആറ് വിഭാഗങ്ങളിലായാണ് അറുപത് പുസ്തകങ്ങൾ പ്രസിദ്ധീകരിക്കുന്നത്.

ഭാഷയുടെയും സാഹിത്യത്തിന്റെയും ജീവിതത്തിന്റെയും സൗന്ദര്യാവിഷ്കാരങ്ങളെ സമാഹരിച്ച് 'ഭാഷയും ജീവിതവു'മെന്ന പത്തു പുസ്തകങ്ങളുടെ ഗണത്തിലാണ് ഓമനക്കുട്ടൻ മാഷിന്റെ ഈ പുസ്തകം ചേർത്തിരിക്കുന്നത്. സാഹിത്യത്തിന്റെയും ജീവിതത്തി ന്റെയും സമസ്ത മണ്ഡലങ്ങളിലൂടെ സഞ്ചരിച്ച അപൂർവ്വം വ്യക്തിത്വങ്ങ ളിൽ ഒരാളാണ് ഓമനക്കുട്ടൻ മാഷ്. അതുകൊണ്ടുതന്നെ അധികം സമാനതകളില്ലാത്തതാണ് മാഷിന്റെ ജീവിതവും സാഹിത്യവും. ഏകമുഖമായ സാഹിത്യ രചനകൾക്കപ്പുറത്ത് സമഗ്രസംഭാവന യാണ് മാഷ് മലയാളത്തിന് സമർപ്പിച്ചത്. ഈ സമഗ്രതയുടെ സമാഹരണമായി ഈ ഗ്രന്ഥം മാറുന്നു. തീവ്രമായ കേരളീയ ഭൂത കാലത്തിന്റെ സ്പന്ദനങ്ങൾ ഈ സ്മരണകളിൽ ജ്വലിച്ചുനിൽക്കുന്നു. ഉത്തമമായ നോവലിന്റെ സൗന്ദര്യാനുഭൂതി പകരുന്ന ഈ പുസ്തകം ആദരവോടെ മലയാളത്തിന് സമർപ്പിക്കട്ടെ. പുസ്തകത്തിന് മനോഹ രമായ അവതാരിക എഴുതിയ മലയാളത്തിന്റെ പ്രിയ എഴുത്തുകാരൻ സുഭാഷ് ചന്ദ്രന് നന്ദിയും സ്നേഹവും.

സുമേഷ് ഇൻസൈറ്റ്

പാഠപുസ്തകം
സുഭാഷ് ചന്ദ്രൻ

Life is not what one lived, but what one remembers and how one remembers it in order to recount it.

—Gabriel García Márquez

'ഗുരുവിന്റെ പുസ്തകത്തിന് ശിഷ്യൻ അവതാരിക എഴുതുന്നതിൽ ഒരു ഗുരുത്വക്കേടില്ലേ'എന്ന് ആദ്യമേ നേരിട്ട് ചോദിച്ചിരുന്നു —ഓമനക്കുട്ടൻ മാഷ് അങ്ങനെയൊരു ഗുരുകല്പന എന്റെ ശിരസ്സിൽ ഇറക്കിവച്ച നിമിഷത്തിൽ. എന്നാൽ അതിനദ്ദേഹം പറഞ്ഞ മറുപടിയിൽ തന്റെ എല്ലാ നന്മകളേയും ഗുരുത്വങ്ങളേയും നേർപ്പിച്ച് ഒളിപ്പിക്കുന്ന ആ പതിവുചിരി ഒരിക്കൽക്കൂടി മിന്നി: "ഓ, നിന്നോടുള്ള സ്നേഹം കൊണ്ടൊന്നുമല്ലെന്നേ! നിന്റെ പേരു കണ്ടാൽ രണ്ടു കോപ്പി കൂടുതൽ വിൽക്കുന്നെങ്കിൽ അങ്ങനെയാട്ടെ, എന്നേ കരുതുന്നുള്ളൂ!"

പേരു കണ്ടാൽ ഉടൻ ആളുകൾ പുസ്തകം വാങ്ങുന്നത് ഒരു സാഹിത്യകാരന്റെ മേന്മയുടെ മാനദണ്ഡമാണെന്ന് ഞാൻ കരുതുന്നില്ല; അദ്ദേഹവും അങ്ങനെ കരുതാൻ വഴിയില്ല. അതാണ് ഉദ്ദേശ്യമെങ്കിൽ കൊട്ടുംവിൽപ്പനയുള്ള ഒട്ടേറെ എഴുത്തുകാർ അദ്ദേഹത്തിന്റെ പരിചയസീമയിൽ എത്രപേരെങ്കിലും വേറേയുമുണ്ടല്ലോ. അപ്പോൾ മാഷിന്റെ ഈ നിശ്ചയത്തിനു പിന്നിൽ മറ്റൊരു സ്വകാര്യലാക്കുള്ള കാര്യം ഉറപ്പാണ്. അതു ഞാൻ ഇങ്ങനെ ഊഹിക്കുന്നു: മുറിമൂക്കന്മാർ പലരും രാജാക്കന്മാരായിവിലസുംമട്ടിൽ ലഘൂകരിക്കപ്പെട്ടുപോയ ഇക്കാലത്ത്, പോയകാലത്തിന്റെ പ്രഭാപൂരിതമായ ജീവിതസന്ദർഭങ്ങളേയും മഹത്വംനിറഞ്ഞ മനുഷ്യാത്മാക്കളേയും കുറിച്ച് തന്റെ ശിഷ്യർക്കുമാത്രമല്ല ശിഷ്യന്മാരുടെ സമകാലികർക്കും ചിലത് പറഞ്ഞുകൊടുക്കാൻ

ഈ വലിയ ഗുരുനാഥൻ കാംക്ഷിക്കുന്നുണ്ടാവണം. അന്ന് മഹാരാജാസിലെ ക്ലാസുമുറിയിൽ എന്നതുപോലെ, സിലബസ്സിലെ പാഠഭാഗങ്ങളെയല്ല ഇവിടേയും അദ്ദേഹം അതിനായി ആശ്രയിക്കുന്നത്. ബാല്യകൗമാരയൗവനങ്ങളിൽ താൻ കണ്ട് അന്തംവിട്ട നൂറുകണക്കിന് വലിയ മനുഷ്യരെ ഓമനക്കുട്ടൻ മാഷ് ഈ പുസ്തകത്തിൽ പുനരാനയിക്കുന്നു. ചൂടും ചൂരുമുള്ള ഓർമകളെ, വെളിച്ചം നിറഞ്ഞ ഭൂതകാലത്തെ, നിഷ്കളങ്കമായ സ്നേഹഭക്തിബഹുമാനങ്ങളോടെ താൻ സാക്ഷ്യം വഹിച്ച എത്രയെങ്കിലും ജീവിതസന്ദർഭങ്ങളെ!

ഓർമക്കുറിപ്പുകളേക്കാൾ ആത്മകഥയെന്ന ഗണത്തിലാണ് ഇതിനെ പെടുത്തേണ്ടതെങ്കിലും ഉത്തമമായ ഒരു നോവൽരചനയുടെ സൗന്ദര്യാനുഭൂതി പകരുന്ന 'നീ സത്യം ജ്ഞാനം ആനന്ദം' എന്ന ഈ ബൃഹദ്കൃതി. ഒരു വട്ടം ഇതുവായിച്ചുതീർക്കുമ്പോൾ, കഴിഞ്ഞുപോയ ആറേഴു ദശകങ്ങളിലെ കേരളത്തിന്റെ സാംസ്കാരികജീവിതം എന്തായിരുന്നെന്ന് നമുക്ക് വെള്ളിടിവെട്ടുംപോലൊരു പുതുബോധ്യം വരുമെന്നുറപ്പ്. നമ്മുടെ സമകാലീനജീവിതത്തിൽ അഭാവത്തിന്റെ സ്വഭാവത്തിൽനിൽക്കുന്ന ഒരു വെളിച്ചം ഈ പുസ്തകത്തിൽനിന്ന് –ഒരുറവയിൽനിന്നെന്ന പോലെ– നമ്മുടെ മനസ്സിലേക്ക് പ്രവഹിക്കും. അറുന്നൂറോളം പുറങ്ങളിൽ അദ്ദേഹം നിർവഹിച്ച ഈ ഗ്രന്ഥരചന അത്യന്തം ഗുരുത്വമുള്ളതാണ്. ഗ്രന്ഥകാരൻ എങ്ങനെയാണോ തനിക്കുചുറ്റും അധികമാരാലും വേണ്ടുംവിധം ശ്രദ്ധിക്കപ്പെടാതെ പോയ ഗുരുത്വം നിറഞ്ഞ ജന്മങ്ങളിലേക്ക് ആകർഷിക്കപ്പെട്ടത് അതേ ആയത്തിൽ ഈ പുസ്തകം വായനക്കാരനേയും ആകർഷിച്ചുടുപ്പിക്കുന്നു. ആ അർഥത്തിൽ മഹത്തായ ആ 'ഗുരുത്വാ'കർഷണമാണ് ഇതിന്റെ കാതൽ.

മുന്തിയ ആനുകാലികങ്ങളിൽ പലപ്പോഴായി മാഷെഴുതിയ ഓർമക്കുറിപ്പുകളെല്ലാം ഇപ്പോഴൊരു ബൃഹദ്സമ്പുടമായി ഇറങ്ങുന്നതിൽ അവ ഒറ്റയ്ക്കൊറ്റയ്ക്ക് നേരത്തേ വായിച്ചിട്ടുള്ളവർക്കുണ്ടാകുന്ന സന്തോഷം എനിക്കൂഹിക്കാം. സ്വതേ ഉഴപ്പനാണെന്ന് സ്വയം പരിഹസിക്കുന്ന മാഷ് എത്രകണ്ട് അങ്ങനെയാണെന്ന് ഞാൻ മനസ്സിലാക്കിയത് അദ്ദേഹത്തിൽനിന്ന് ഒരു ലേഖനം മാതൃഭൂമി വാരാന്തപ്പതിപ്പിനുവേണ്ടി എഴുതിവാങ്ങാൻ ശ്രമിച്ചപ്പോഴാണ്. കോഴിക്കോട്ട് ഏതോ പരിപാടിക്കായി അദ്ദേഹം വന്നപ്പോൾ അളകാപുരിയിൽവച്ചായിരുന്നു ആ വാഗ്ദാനം –തിരുവിഴ ജയശങ്കറിനെക്കുറിച്ച് ഒരു ലേഖനം. നാദസ്വരത്തിന്റെ പരമശിവനായ തിരുവിഴയുമായി തനിക്കുള്ള സ്നേഹോഷ്മളമായ ബന്ധത്തെക്കുറിച്ച് അദ്ദേഹം പറഞ്ഞുകൊണ്ടിരുന്നത് റെക്കോഡു ചെയ്തെടുത്താൽതന്നെ അതൊരു അസ്സൽ രചനയാക്കി

പകർത്തിയെഴുതാനാകുമായിരുന്നു. അന്നത് തോന്നാതെപോയതിൽ ഞാൻ എന്നെത്തന്നെ പഴിച്ചു. എഴുതി അയച്ചുതരാമെന്ന് പറഞ്ഞത് വിശ്വസിച്ച് ഇറങ്ങിപ്പോന്നെങ്കിലും പലവട്ടം ഓർമിപ്പിച്ചിട്ടും ഇന്നും എനിക്കത് അദ്ദേഹം എഴുതിത്തന്നിട്ടില്ല. അപ്പോൾ ഈ വലിയ പുസ്തകത്തിൽ നമ്മൾ വായിക്കുന്ന ഓരോ ഓർമക്കുറിപ്പിനുപിന്നിലും എത്രയെത്ര പത്രാധിപബലങ്ങൾ പ്രവർത്തിച്ചിട്ടുണ്ടാകുമെന്ന് ഊഹിക്കാവുന്നതേയുള്ളൂ. എന്നാൽ എഴുതപ്പെട്ട ഓരോന്നിലും അത് എഴുതപ്പെടേണ്ടതുതന്നെയെന്ന് നമ്മെക്കൊണ്ടുതോന്നിക്കുന്ന ഒരു വെളിച്ചം നിശ്ചയമായും നിറഞ്ഞിരിക്കുന്നു. അദ്ദേഹം എഴുതിവച്ച ഒന്നിനേയും ഉഴപ്പ് എന്ന വ്യാധി ഒട്ടും തീണ്ടിയിട്ടില്ലെന്നു മാത്രമല്ല, ഉറപ്പ് എന്ന ഗുണം —എല്ലറപ്പുതന്നെ— അതിൽ എമ്പാടും തുടിച്ചുനിൽക്കുന്നതും കാണാം. അതെ, എഴുത്തുകാരനാകാൻ വേണ്ടി ജനിക്കുക എന്നൊരു പ്രയോഗമുണ്ടല്ലോ, അത് സർവപ്രകാരത്തിലും യോജിക്കുന്ന ഒരു ജന്മമാണ് ഓമനക്കുട്ടൻമാഷിന്റേതെന്ന് ഈ പുസ്തകം തൊട്ട് ഞാൻ സത്യം ചെയ്യുന്നു.

ദീർഘകാലം കേരളത്തിലെ പ്രശസ്തമായ കലാലയങ്ങളിൽ മലയാളം പ്രൊഫസറായി ജീവിച്ച അദ്ദേഹം എന്നെങ്കിലും ഏതെങ്കിലും പാഠപുസ്തകക്കമ്മിറ്റികളിൽ അംഗമായിരുന്ന് ഏതെങ്കിലും പാഠപുസ്തകനിർമാണത്തിന്റെ ചുക്കാൻ പിടിച്ചിട്ടുണ്ടോ എന്നെനിക്കറിയില്ല. ഒരു ഫോൺവിളിയിൽ തീർക്കാവുന്നതേയുള്ളൂ ഈ സംശയമെങ്കിലും ഞാനതിനു മുതിരുന്നുമില്ല. പൊട്ടിച്ചിരിച്ചുകൊണ്ട് "ഞാനമ്മാതിരി മണ്ടത്തരങ്ങൾക്ക് നിന്നു കൊടുക്കുമെന്ന് സുഭാഷിനു തോന്നുന്നുണ്ടോ" എന്ന മറുപടി ആ മുഴക്കമുള്ള മധുര ശബ്ദത്തിൽ അശരീരിയായി എനിക്കിപ്പോഴേ കേൾക്കാമെന്നതുതന്നെ കാരണം. എന്നാൽ 'നീ സത്യം ജ്ഞാനം ആനന്ദം' എന്ന ഈ പുസ്തകത്തിലൂടെ മാഷ് അറിയാതെ നിർവഹിക്കുന്ന കൃത്യം അതാണ്: മലയാളി തീർച്ചയായും വായിച്ചുപഠിക്കേണ്ടുന്ന ഒരു പാഠപുസ്തകനിർമിതി! അഞ്ചുവയസ്സുതികയും മുമ്പ് താൻ പ്രണയിച്ച അയൽപക്കത്തെ മൂന്ന് സുന്ദരിപ്പെൺകുഞ്ഞുങ്ങളുടെ പേരാണ് സത്യം ജ്ഞാനം ആനന്ദം എന്ന് നമ്മൾ ഈ പുസ്തകത്തിൽ വായിക്കും. എന്നാൽ അതിനു കുറച്ചുകൂടി വലിയ അർഥമുണ്ട്. തനിക്കുചുറ്റും താൻ കണ്ട അസംഖ്യം മനുഷ്യാത്മാക്കളിൽനിന്ന് അദ്ദേഹം ഗ്രഹിച്ച സത്യ, ജ്ഞാന, ആനന്ദങ്ങളുടെ സമ്പൂർണപുനരാഖ്യാനം എന്ന നിലയിലാണ് ഈ ഗ്രന്ഥനാമം അന്വർഥമാകുന്നത്.

തന്റെ സർഗജീവിതത്തെ മാത്രമല്ല, ജീവിതത്തെത്തന്നെയും സമഗ്രമായി സ്വാധീനിച്ച രണ്ടു പ്രതിഭകൾ ചാപ്ലിനും ബഷീറുമാണെന്ന്

ഓമനക്കുട്ടൻമാഷ് നിരീക്ഷിക്കുന്നുണ്ട്. (ചാപ്ലിനും ബഷീറും ഞാനും എന്ന കുറിപ്പ്) പ്രിയസുഹൃത്തും പ്രിയങ്കരനായ കാർട്ടൂണിസ്റ്റുമായ ശങ്കരൻ കുട്ടി വരച്ച ബഷീറിന്റെ ഒരു കാരിക്കേച്ചറും പണ്ടെന്നോ ഏതോ കൊള്ളാവുന്ന മാസികയിൽനിന്നുംചീന്തിയെടുത്ത ചാപ്ലിന്റെ ചിത്രവുമാണ് തന്റെ സ്വീകരണമുറിയിലെ ഭിത്തിയിൽ ഉള്ളത് എന്ന് അദ്ദേഹം പറയുന്നു. സർഗാത്മകസ്വാധീനങ്ങൾ എന്നല്ല, 'ഗുരുകാരണോന്മാർ' എന്നുതന്നെയാണ് ഓമനക്കുട്ടൻമാഷ് ആ രണ്ടു ഇമ്മിണിവല്യ ഒന്നുകളെ വിശേഷിപ്പിക്കുന്നത്. എന്നാൽ അവരെത്തമ്മിൽ ബന്ധിപ്പിക്കുന്ന ഒരു അദൃശ്യചരട് ആ ലേഖനത്തിൽ നമ്മുടെ വായനയിൽ തടയാതിരിക്കില്ല. ചാപ്ലിൻ ചിത്രങ്ങളുടെ സ്വാധീനം ബഷീർക്കൃതികളിൽ മൂന്ന് അത്യുഗ്രൻ ഉദാഹരണങ്ങൾ സഹിതം മാഷ് കണ്ടെത്തുമ്പോൾ അതു ശരിയെന്നു നമുക്കും തോന്നാതിരിക്കില്ല. ഇക്കാര്യം പറഞ്ഞുവച്ചശേഷം മാഷ് കൈ കഴുകുന്നു. അലസശിരോമണിയായ താനിനി അതിന്റെ കാര്യകാരണങ്ങളിലേക്കില്ലെന്നും വേണമെങ്കിൽ മറ്റാരെങ്കിലും അതിൽ റിസർച്ച് ചെയ്താൽ താനതിന് ഗൈഡാകാം എന്നും ഡോക്ടറേറ്റ് ഇല്ലാത്ത ഈ ജീവിതഗവേഷകൻ കേരളത്തിലെ സകല ഗൈഡുകൾക്കിട്ടും ഒന്നു കൊട്ടുന്നു. എന്നാലിത് സ്വന്തം മിടുക്ക് വിളിച്ചുപറയുന്ന —താനാണ് ഏറ്റവും വലിയ അടിക്കാരനെന്ന് ആണ്ടിതന്നെ പറയുന്ന— 'ആണ്ടിത്തരം' ആയിട്ടല്ല, തന്റെ കഴിവില്ലായ്മ വകവച്ചുതരുന്ന എളിമയായിട്ടാണ് വായനക്കാരന് അനുഭവപ്പെടുന്നത്. ബഷീറിൽ അദ്ദേഹം കൗതുകത്തോടെ കണ്ടെത്തുന്ന ചാപ്ലിൻ സ്വാധീനം ഓമനക്കുട്ടൻമാഷിന്റെ എഴുത്തിൽ നാമും കണ്ടെത്തുന്നു. അക്കാലത്ത് ഒരു മഹാസംഭവമായി കരുതിയിരുന്ന ബിരുദദാനച്ചടങ്ങിന്റെ ഓർമക്കുറിപ്പുണ്ട് ഈ പുസ്തകത്തിൽ. സാക്ഷാൽ സർദാർ കെ.എം. പണിക്കരിൽനിന്ന് ബിരുദപത്രം സ്വീകരിച്ചതിനുശേഷം, അത്ര നേരവും തനിക്ക് ചൊറിച്ചിൽ മാത്രം സമ്മാനിച്ച കറുത്ത ഗൗൺ ഊരി മടക്കയാത്രയിൽ കുറ്റിക്കാട്ടിലേക്ക് എറിഞ്ഞു സ്വയം സമാധാനിക്കുന്ന ഓമനയുവാവിൽ തന്റെ രണ്ട് ഗുരുകാരണോന്മാരുടേയും സ്വാധീനംഒറ്റയടിക്ക് കാണാം!

യൗവനാരംഭത്തിൽ പ്രഭാതം പത്രത്തിൽ ജോലിചെയ്ത കാലത്ത് തനിക്കുണ്ടായ ഒരക്കിടി അദ്ദേഹം വിവരിക്കുന്നതു വായിച്ചാൽ ആ ആത്മപരിഹാസസിദ്ധിയുടെ ചാപ്ലിൻ-ബഷീർ സ്വാധീനം കൂടുതൽ തിരിഞ്ഞുകിട്ടും. നബിതിരുമേനിയുടെ വിശുദ്ധകേശം ഹസ്രത്ബാൽ മന്ദിരത്തിൽനിന്നു കാണാതായ വാർത്ത —hair എന്ന വാക്കിനെ heir ആയി തെറ്റിദ്ധരിക്കുകയാൽ— അദ്ദേഹം ഇങ്ങനെ വിവർത്തനം ചെയ്തത്രേ- മുഹമ്മദ് പ്രവാചകന്റെ അനന്തരാവകാശിയെ

കാണാതായിരിക്കുന്നു! പിശക് സമയത്തിന് കണ്ടെത്തി അച്ചുമാറ്റിയതിനാൽ പത്രപ്രവർത്തനചരിത്രത്തിൽ എക്കാലവും ഓർക്കപ്പെട്ടുവാനുള്ള തന്റെ അവസരമാണ് തുലഞ്ഞത് എന്നാണ് അതിനെപ്പറ്റിയുള്ള കമന്റ്! ഇങ്ങനെ ചരിത്രത്തിൽ അടയാളപ്പെടുത്താത്തതെന്ന് അദ്ദേഹം തമാശയായി തള്ളുന്ന ചില കാര്യങ്ങൾപോലും ഒരു പത്രപ്രവർത്തകൻ എന്ന നിലയ്ക്ക് എന്നെ അത്ഭുതപ്പെടുത്തിയവയാണെന്നും പറയട്ടെ. ഗോസ്റ്റ് റൈറ്റിങ് എന്ന വാക്ക് നമ്മൾ പരിചയപ്പെടുന്നതിനും എത്രയോ മുമ്പേ മലയാളത്തിലെ ഒന്നാംകിട നടിയായിരുന്ന മിസ് കുമാരിക്കുവേണ്ടി അവരുടെ ആത്മകഥ എഴുതി ഖണ്ഡശ്ശയായി പ്രസിദ്ധപ്പെടുത്തിയ മുന്തിയ ഒരു ഗോസ്റ്റ് റൈറ്ററാണു താനെന്ന മാഷിന്റെ വെളിപ്പെടുത്തലാണ് അതിലൊന്ന്. എലിസബത്ത് ടെയിലറെക്കുറിച്ച് പതിനാറാം വയസ്സിൽ എഴുതിയ ജീവചരിത്രമാണ് തന്റെ ആദ്യപുസ്തകം എന്ന് മാഷ് ഞങ്ങളുടെ അധ്യാപകനായിരിക്കേ ഒരിക്കലും വെളിപ്പെടുത്തിയിട്ടില്ല എന്നത് മറ്റൊരത്ഭുതം.

'വൈരുദ്ധ്യങ്ങളെ ഏറ്റവും ഭംഗിയായി ചേർത്തുകെട്ടുന്നതാണ് സർഗസാഹിത്യകാരന്റെ മിടുക്ക്' എന്നു പറഞ്ഞത് പ്ലേറ്റോ ആണ്. ഇക്കാര്യം ഓർമക്കുറിപ്പുകൾക്കും ചേരുന്ന ഒന്നാണ് എന്നു തെളിയിക്കുന്ന ഈ പുസ്തകത്തിലെ പല ഭാഗങ്ങളും. ചങ്ങമ്പുഴയുടെയും എം.പി. പോളിന്റേയും കുടുംബാംഗങ്ങളെ, പ്രത്യേകിച്ചും അവരുടെ സഹധർമിണിമാരെ, ഒരേ ദിവസത്തിൽ ചെന്നുകണ്ടത് വിവരിക്കുമ്പോൾ ആ വൈരുധ്യഭംഗി നമ്മെ കരയിച്ചേക്കും. ജീവിതത്തിന്റെ രണ്ടു വിരുദ്ധ ധ്രുവങ്ങളെ ഒരൊറ്റദിവസത്തെ രണ്ടു കാഴ്ച്ചകളായി അവതരിപ്പിക്കുന്നതിൽ എഴുത്തുകാരൻ കാണിക്കുന്ന വൈഭവത്തിന് നാം അന്തരാ സ്തുതി പറഞ്ഞേക്കും. 'മലയാളം കണ്ടിട്ടുള്ള ഏറ്റവും വലിയ നാടകകൃത്ത് ജഗതി എൻ കെ ആചാരിയാണെന്ന് ഞാൻ പറയും' തുടങ്ങിയ പ്രകോപനപരമായ പ്രസ്താവനകൾ നമ്മൾ ഈ പുസ്തകത്തിൽ വായിക്കും. പക്ഷേ തികച്ചും യുക്തിസഹമായ രീതിയിൽ തന്റെ വാദമുഖങ്ങൾ അദ്ദേഹം നിരത്തുമ്പോൾ ആദ്യം അസംബന്ധമെന്നു തോന്നിയത് പിന്നെപ്പിന്നെ മഹാസത്യമായി പരിണമിക്കുന്നത് നാം അറിയുന്നു.

ഒരു നോവലിനോളം വൈചിത്ര്യഭാസുരങ്ങളായ കഥാപാത്രങ്ങളാൽ നിബിഢമായ ഒന്നാണ് ഈ ഗ്രന്ഥമെന്ന് ഞാൻ ആദ്യം സൂചിപ്പിച്ചതിനെ ഒന്നുകൂടി സ്പഷ്ടമാക്കേണ്ടതുണ്ടെന്നു തോന്നുന്നു. ചെമ്മീൻ സിനിമ എടുക്കുംമുമ്പേ ചെമ്പൻകുഞ്ഞായി കൊട്ടാരക്കരയേയും കറുത്തമ്മയായി ഷീലയേയും ഷീലയുടെ കാമുകനായി അഭിനയിക്കാനുള്ള ഗൂഢമോഹം കൊണ്ട് പരീക്കുട്ടിയായി

തന്നെത്തന്നെയും വരച്ചുവച്ച ആർട്ടിസ്റ്റ് ശങ്കരൻകുട്ടി ഈ പുസ്തകത്തിൽ പ്രത്യക്ഷമാകുന്ന ആയിരം മുഴുത്ത കഥാപാത്രങ്ങളിൽ ഒരാൾമാത്രമാണ്. കോളിൻസ് മദാമ്മയുടെ ഘാതകവധമാണ് മലയാളത്തിലെ പ്രഥമ നോവലെന്നു യുക്തിപൂർവം സമർത്ഥിച്ച യുക്തിവാദി ഇടമറുക്, ദേവദാസ് എന്ന എക്കാലത്തേയും വലിയ ഇന്ത്യൻ പ്രണയകഥ എഴുതിയ ശരച്ചന്ദ്ര ചാറ്റർജ്ജി, കോളിളക്കം സൃഷ്ടിച്ച രാജൻസംഭവത്തിലെ യഥാർഥ നായകനായ ഈച്ചരവാരിയർ, 'നിങ്ങൾ ചോറു തന്നു എന്നതുകൊണ്ട് നിങ്ങൾ പറയുന്ന പാട്ട് ഞാൻ പാടില്ലെ'ന്ന് കൊടുംദാരിദ്ര്യത്തിൽ നിന്നുകൊണ്ട് വിളിച്ചു പറയാൻ ധൈര്യംകാട്ടുന്ന ഗായകൻ മെഹ്ബൂബ്, അത്ഭുതകരമായ ശില്പചാതുര്യം പ്രദർശിപ്പിക്കുന്ന നാല് അധ്യായങ്ങളിലൂടെ മാഷ് വരച്ചിടുന്ന ജോൺ എബ്രഹാം, പിന്നെ പ്രേംനസീർ, എസ്.പി. പിള്ള, സത്യൻ, ബഹദൂർ, തിലകൻ, മുത്തയ്യ, തിക്കുറുശ്ശി, കോട്ടയം ചെല്ലപ്പൻ, ഗുരുദത്ത് തുടങ്ങിയ വലിയ സിനിമാനടന്മാർ, ജി. ശങ്കരക്കുറുപ്പ്, വൈലോപ്പിള്ളി, തിരുനെല്ലൂർ, അഭയദേവ്, നാലാങ്കൽ കൃഷ്ണപിള്ള, പി. ഭാസ്കരൻ, ബാലചന്ദ്രൻ ചുള്ളിക്കാട്, വിജയലക്ഷ്മി, എ. അയ്യപ്പൻ, മുല്ലനേഴി തുടങ്ങിയ കവികൾ, തകഴി, പൊറ്റെക്കാട്ട്, ഒ.വി. വിജയൻ, വി.കെ.എൻ, മുട്ടത്തുവർക്കി, താരാശങ്കർ ബാനർജി, ശരച്ചന്ദ്ര ചാറ്റർജി, ബിഭൂതിഭൂഷൺ, ബിമൽ മിത്ര, ബഷീർ, കാരൂർ, സി.ജെ. തോമസ്, സി. അയ്യപ്പൻ, എം. സുകുമാരൻ, വിക്ടർ ലീനസ് തുടങ്ങിയ കഥാകാരന്മാർ, കെ.എൻ. ഭരതൻ, സുകുമാർ അഴീക്കോട്, ജി. കുമാരപിള്ള, എൻ. കൃഷ്ണപിള്ള, കെ.എൻ. എഴുത്തച്ഛൻ, അയ്യപ്പപ്പണിക്കർ, ഒ.എൻ.വി. കുറുപ്പ്, വി. സുന്ദരേശമേനോൻ, കെ.എസ്. രാധാകൃഷ്ണൻ, കിളിമാനൂർ രമാകാന്തൻ, എം. കൃഷ്ണൻനായർ, എം. ലീലാവതി തുടങ്ങിയ അധ്യാപകർ, ഇ.എം.എസ്, കെ.ആർ. ഗൗരി, പി. ഗോവിന്ദപ്പിള്ള, സി.എച്ച്. കണാരൻ. പി.ടി. ചാക്കോ തുടങ്ങിയ ജനനേതാക്കൾ, കുഞ്ചാക്കോ, രാമു കാര്യാട്ട്, വിൻസെന്റ്, വേദാന്തം രാഘവയ്യ, കെ.ജി. ജോർജ്ജ്, അടൂർ, അരവിന്ദൻ മുതലായ സിനിമാസംവിധായകർ, എൻ.എൻ. പിള്ള, പി.ജെ. ആന്റണി, കാലായ്ക്കൽ കുമാരൻ, പ്രശാന്ത് നാരായണൻ, നരേന്ദ്രപ്രസാദ് തുടങ്ങിയ നാടകക്കാർ, കാരക്കുറിച്ചി അരുണാചലം, വീരച്ചാമിപ്പിള്ള, യേശുദാസ്, എം.ജി. രാധാകൃഷ്ണൻ തുടങ്ങിയ സംഗീതജ്ഞന്മാർ... ഇങ്ങനെ എണ്ണിയാൽത്തീരാത്ത വ്യക്തിത്വങ്ങളെ വെറും ഇനിഷ്യലും പേരുമായല്ല, സമ്പൂർണ കഥാപാത്രങ്ങളായിത്തന്നെ ഒരോർമപ്പുസ്തകത്തിൽ അവതരിപ്പിക്കുന്നതിന്റെ പൊരുൾ അതെഴുതിയ ആൾക്ക് അവരോടുണ്ടായിരുന്ന ഹൃദയാദരമല്ലാതെ മറ്റൊന്നുമല്ല. 1940-കൾക്കുമുമ്പ് ഒരു സിനിമയ്ക്ക് ഒരു ലക്ഷം രൂപ പ്രതിഫലം വാങ്ങിയിരുന്ന എം.കെ.

ത്യാഗരാജഭാഗവതർ എന്ന മഹാനടൻ കൊലപാതകക്കുറ്റത്തിന് ജയിലിൽകിടന്ന്, നിർധനനും നിരാധാരനുമായിത്തീർന്ന് പൊട്ടക്കണ്ണനായ ഒരു യാചകരൂപത്തിൽ പ്രേംനസീറിനുമുന്നിൽ പെടുന്ന രംഗം മഹത്തായ ഒരു കവിത വായിക്കുന്ന അതേ അനുഭൂതിയിൽ നമുക്കിതിൽ വായിക്കാം. പുത്രദുഃഖത്താൽ തപ്തനായിത്തീർന്ന പ്രൊ. ഈച്ചരവാരിയരെ, രാജന്റെ അച്ഛനെ, തന്റെ കോഴിക്കോട്ടെ സഹപ്രവർത്തകൻ എന്ന രൂപത്തിൽ ഓർക്കുന്ന ലേഖനം, 'ആണൊരുത്തി ആനി തയ്യിൽ' എന്ന ശീർഷകം മുതൽ അന്ത്യവാചകം വരെ അടിമുടി പുണ്യംനിറഞ്ഞ ഒന്ന്, നാമെല്ലാം മറന്നുതുടങ്ങിയ കഥാപ്രസംഗകൻ സാംബശിവനെ അദ്ദേഹം അർഹിക്കുംമട്ടിൽ വിലയിരുത്തുന്ന മറ്റൊന്ന്, ഗാന്ധിപുത്രൻ ഹരിലാൽഗാന്ധിയുടെ ദൈന്യജീവിതം എടുത്തെഴുതുന്ന കുറേക്കൂടി ആഴമുള്ള ലേഖനം, ഡി.സി. കിഴക്കേമുറിയുടേയും ജഗതി എൻ.കെ. ആചാരിയുടേയും സ്വാമി സത്യാനന്ദയായി പരിണമിച്ച പ്രൊ. രാമചന്ദ്രൻനായരുടേയും അധികമാരും കേട്ടിട്ടിട്ടില്ലാത്ത ജീവിതാഖ്യാനങ്ങൾ... അതെ, തന്റെ ഗുരുഭൂതരും കാരണവന്മാരും സുഹൃത്തുക്കളും ആരാധ്യവ്യക്തികളും തുടങ്ങി ശിഷ്യന്മാരും ശിഷ്യശിഷ്യരും വരെ നീളുന്ന നൂറുകണക്കിന് മുഴുത്ത കഥാപാത്രങ്ങളെ, ഗാന്ധിയെപ്പറ്റി ഐൻസ്റ്റീൻ പെട്ടതിനേക്കാൾ വലിയ അത്ഭുതത്തോടെ, ഇത്തരം മനുഷ്യർ ഇവിടെ ഈ കേരളത്തിൽ ജീവിച്ചിരുന്നെന്നു വിശ്വസിക്കാനാവാതെ നാം ഈ പുസ്തകത്തിൽ പരിചയപ്പെടും.

ഏറ്റവും കുറഞ്ഞ വാക്കുകളിൽ ഏറ്റവും മിഴിവോടെ വ്യക്തിചിത്രങ്ങൾ അവതരിപ്പിക്കുന്നതെങ്ങനെയെന്നു പഠിക്കാൻ ഈ പുസ്തകം മതി. പൊൻകുന്നം വർക്കിയേയും മുട്ടത്തുവർക്കിയേയും നമുക്കറിയാം; രണ്ടുപേരെക്കുറിച്ചും ഓരോ ലേഖനമെഴുതാനുള്ള വക വായിച്ചറിവുള്ള ഏതൊരു മലയാളിയുടേയും പക്കലുണ്ടാവും. എന്നാൽ ഓമനക്കുട്ടൻ മാഷ് ഈ രണ്ടു മനുഷ്യരുടെ രത്നച്ചുരുക്കം നൽകുന്നതു കണ്ടാൽ ഇങ്ങനെയല്ലാതെ ഇവരെ അവതരിപ്പിക്കുക സാധ്യമല്ലെന്നു ഉറപ്പിക്കാം. മനോഹരഗദ്യത്തിന് എത്ര വേണമെങ്കിലും ഉദാഹരണങ്ങൾ എടുത്തുനിരത്താവുന്ന ഈ ബൃഹദ്പുസ്തകത്തിൽനിന്ന് ഞാൻ ഒരു ഖണ്ഡികമാത്രം ഉദ്ധരിക്കട്ടെ:

'ഓൾഡ്മങ്ക് റമ്മായിരുന്നു പൊൻകുന്നം വർക്കിസാർ; നല്ലിളം മധുരക്കള്ള് മുട്ടത്ത് വർക്കിസാറും. റമ്മിന്റെ ലഹരിയിൽ മൂന്ന് പതിറ്റാണ്ട് ഒന്നും ചെയ്യാതെ, ഒരക്ഷരം എഴുതാതെ, പൊൻകുന്നം മയങ്ങിക്കിടന്നു. മധുരക്കള്ളിന്റെ ഇക്കിളിയിൽ മുട്ടത്ത് മുപ്പതുകൊല്ലം എഴുതിക്കൂട്ടി' ('കോട്ടയത്ത് എത്ര വർക്കി' എന്ന ലേഖനം)

വ്യക്തികൾ മാത്രമല്ല, സ്ഥാപനങ്ങളും പ്രസ്ഥാനങ്ങളുമൊക്കെ ഈ പുസ്തകത്തിൽ ചരിത്രപരമായ അവയുടെ സാംഗത്യത്തോടുകൂടി തെഴുത്തുനിൽപ്പുണ്ട്. തന്റെ 'ഓമനത്തത്തെ മുലയൂട്ടിയ' കോട്ടയം സി എമ്മെസ് കോളേജ് അടക്കം താൻ പഠിപ്പിച്ച മൂന്ന് വലിയ കലാലയങ്ങൾ (മൂന്ന് അമ്മമാരുടെ മുലയുണ്ടുവളർന്ന അപ്പൂക്കിളിയാണ് താനെന്ന് മാഷ് പറയുന്നു —കോട്ടയം സി എം എസ്സ് കോളേജ്, കൊല്ലം എസ് എൻ കോളേജ്, ചങ്ങനാശ്ശേരി എസ് ബി കോളേജ് എന്നിവയാണ് അദ്ദേഹത്തിന്റെ കൗസല്യ, കൈകേയി, സുമിത്രകൾ എന്നു വായിച്ച് ഞാൻ സങ്കടത്തോടെ ഞങ്ങളുടെ മഹാരാജാസോ എന്നു മനസ്സിൽ ചോദിച്ചപ്പോഴേക്കും അദ്ദേഹത്തിന്റെ തെര്യപ്പെടുത്തലായി അടുത്തവാചകം —എറണാകുളം മഹാരാജാസ് എന്റെ സീതയാണ്!), കലാനിലയം തുടങ്ങിയ വലിയ നാടകസമിതികൾ, ശ്രീഭ്രതവിലാസം നായർ ഹോട്ടൽ തുടങ്ങിയ ശാപ്പാട്ടുശാലകൾ, താൻ സിനിമകണ്ടുവളർന്ന കോട്ടയത്തേയും എറണാകുളത്തേയും സിനിമാകൊട്ടകകൾ, ഏതു സ്ഥാപനങ്ങളേക്കാളുമധികം തന്നെ ജീവിതം പഠിപ്പിച്ച ചില വീടുകൾ... അവയും ഇതിൽ പെരുകി നിറയുന്നു. സിനിമ, നാടകം,പുസ്തകപ്രസാധനം, അധ്യാപനം, എഴുത്ത്, സംഗീതം, ചിത്രകല, കൊട്ട്, ശില്പകല, പെണ്ണ്, മദ്യം, പണം, ദുഃഖം, അംഗീകാരം, തിരസ്കാരം, നന്ദി, നന്ദികേട്, ചിരി, കണ്ണീര് അങ്ങനെ ഈ പുസ്തകത്തിൽ പരാമർശിക്കപ്പെടാത്ത ഒരു മലയാളിവിഷയവും —അല്ല മനുഷ്യവിഷയവും— ഇല്ല. അതെല്ലാം അതാതിന്റെ ആഴത്തിലും പരപ്പിലും, സൗന്ദര്യത്തിലും തീവ്രതയിലും ഇതിൽ സ്പന്ദിക്കുന്നു. അതുകൊണ്ടുതന്നെ മലയാളികൾ തീർച്ചയായും വായിച്ചിരിക്കേണ്ട ആത്മകഥകളിൽ ഒന്നായും ഈ പുസ്തകം പരിഗണിക്കപ്പെടേണ്ടിയിരിക്കുന്നു.

സിലബസ്സിലെ വരണ്ട പാഠഭാഗങ്ങളെ നിന്ന നിൽപ്പിൽ പഠിപ്പിച്ചു തള്ളുന്ന അധ്യാപകരിൽ ഒരാളായല്ല എന്നെപ്പോലുള്ള ശിഷ്യന്മാർ ഓമനക്കുട്ടൻ മാഷിനെ ഓർത്തുവയ്ക്കുന്നത്. പുസ്തകത്തിനു വെളിയിലുള്ള, ഒരിക്കലും പുസ്തകമാകാൻ ഒരു സാധ്യതയുമില്ലാത്ത നൂറുകണക്കിന് മഹാമനുഷ്യരെ അദ്ദേഹം ഓരോ ക്ലാസിലും നിറഞ്ഞ സ്നേഹാദരങ്ങളോടെ ഞങ്ങൾ കുട്ടികളെ പരിചയപ്പെടുത്തിക്കൊണ്ടേയിരുന്നു. താൻ കടന്നുവന്ന ജീവിതവും താൻ വളർന്നുതഴച്ച കോട്ടയം നഗരവും അദ്ദേഹത്തിന് അത്രമേൽ ഗുരുത്വം നിറഞ്ഞതായി തോന്നുന്നുണ്ടെന്ന് ഞങ്ങൾ ശിഷ്യന്മാർക്ക് തിരിഞ്ഞിരുന്നു. എറണാകുളത്ത് താൻ വച്ച വീടിന് കോട്ടയത്തെ ഒരു മൈതാനത്തിന്റെ പേരിടാനും (തിരുനക്കര) തന്റെ കടിഞ്ഞൂൽ പുത്രന് താൻ

വായിച്ചാസ്വദിച്ച വംഗസാഹിത്യത്തിലെ രണ്ടു മുഴുത്ത ആൺകഥാപാത്രങ്ങളുടെ പേരുകൾ ചേർത്തൊരു പുത്തൻപേര് കണ്ടെത്താനും (അമൽ-നീരദ്) കഴിയുംവിധം ആത്മാർഥമാണ് മാഷിന്റെ ഭൂതകാല സംബന്ധിയായ സ്നേഹാദരങ്ങൾ എന്നും ഞങ്ങൾ മനസ്സിലാക്കുന്നു.

മാഷേ, ആരും വേണ്ടത്ര ആദരവോടെ രേഖപ്പെടുത്താതെ പോയ കുറേ മഹാമനുഷ്യരെ എക്കാലത്തേക്കുമായി കാലത്തിൽ പ്രതിഷ്ഠിക്കുന്ന ഒരു മഹാപരിശ്രമമാണ് ഈ ഗ്രന്ഥമെന്ന് ഞങ്ങൾ തിരിച്ചറിയുന്നു. അതിന്റെ പടിപ്പുര പണിയാൻ എനിക്കുതന്ന ഈ അവസരത്തിലൂടെ എളിയവനായ എന്നേയും ആ മഹാശ്രേണിയുടെ ഇങ്ങേയറ്റത്ത് അങ്ങ് സ്നേഹത്തോടെ ചേർത്തുനിർത്തുകയാണ്. അതുകൊണ്ട് അവതാരികകളിൽ പതിവുള്ളതുപോലെ 'ഈ പുസ്തകം ഇതാ അവതരിപ്പിക്കുന്നു' എന്നു എഴുതിനിർത്താനുള്ള അവിവേകം എനിക്കില്ല. പകരം ആ പാദങ്ങളിൽ ഞാൻ നമസ്കരിക്കുന്നു.

•

ഉള്ളടക്കം

ചാപ്ലിനും ബഷീറും ഞാനും

എന്റെ സ്വീകരണമുറിയിലെ ഭിത്തിയിൽ രണ്ടു ചിത്രങ്ങളുണ്ട്. രണ്ട് ചിത്രങ്ങളേയുള്ളൂ. വെള്ളക്കടലാസിൽ ഒട്ടിച്ച് ചുവന്ന ചരടിട്ട് തൂക്കിയിട്ടിരിക്കുന്നവ: സർ ചാൾസ് സ്പെൻസർ ചാപ്ലിന്റേയും, ശ്രീ വൈക്കം മുഹമ്മദ്ബഷീറിന്റേയും മനോഹരങ്ങളായ രണ്ടു രേഖാചിത്രങ്ങൾ.

ഊരുതെണ്ടിയുടെ വേഷത്തിലുള്ളതാണ് ചാപ്ലിൻ പടം. ബൗളർ തൊപ്പിയും കുറുകിയ മേൽക്കോട്ടും അയഞ്ഞ കാലുറകളും മുഴുത്ത തോൽബൂട്ടുകളും ഊന്നുവടിയുമായി നിൽക്കുന്ന ചാർലി. പണ്ടെന്നോ ഏതോ കൊള്ളാവുന്ന വിദേശമാസികയിൽനിന്ന് ചീന്തിയെടുത്ത താണ് ആ പടം. ചാപ്ലിന്റെ കൈയൊപ്പുമുണ്ടതിൽ.

ബഷീർ പടം ആർട്ടിസ്റ്റ് ശങ്കരൻകുട്ടി വരച്ചതാണ്. ബഷീറിനെമുന്നിലിരുത്തി ഒരു മിനിട്ടുകൊണ്ട് നോക്കിവരച്ചത്. ഒന്നാന്തരമൊരു കാരിക്കേച്ചർ. ബഷീർ ഇതിൽ കൈയൊപ്പുവച്ചു കൊടുത്തിട്ടുണ്ട്. പിന്നീട്, ചില ബഷീർ കൃതികളുടെ പുറംചട്ടകളിൽ ഈ ചിത്രം കടന്നുകൂടുകയുമുണ്ടായി. പടത്തിന്റെ അസ്സൽ ശങ്കരൻകുട്ടിയുടെ കൈയിൽനിന്നും ഇവൻ ഇസ്കിക്കളഞ്ഞു.

വീട്ടിൽ വന്നിട്ടുള്ള പല ചങ്ങാതികളും ചിത്രങ്ങൾ കണ്ടു രസിച്ചിട്ട് എന്നെ കളിയാക്കി ചോദിച്ചിട്ടുണ്ട്: നിന്റെ ഗുരുകാരണോന്മാരാണോ?

ചിരിച്ചിട്ടേയുള്ളൂ.

അതെ, എന്റെ ഗുരുകാരണവന്മാർതന്നെ എന്നു പറയാനുള്ള ധീരതയോ, ശൂരതയോ ഇവനുണ്ടായിട്ടില്ലൊരിക്കലും.

ചാപ്ലിനാര്?

ബഷീറാര്?

ഞാനാര്?

എന്നാൽ,

ചാപ്ലിനും ബഷീറുമായി അടുത്ത ബന്ധമുണ്ടായിപ്പോയിരുന്നില്ലെങ്കിൽ ജീവിതം എന്നേ എനിക്കു ജീവിക്കാൻ കൊള്ളാത്തതായിത്തീർന്നേനെ. ഓർക്കുമ്പോൾ ഒക്കെയേതോ മുജ്ജന്മസുകൃതമായി അനുഭവപ്പെടുന്നു. മനസ്സ് പപ്പും പൂടയും വയ്ക്കുംമുമ്പേ എന്തിന് ചാപ്ലിനിലും ബഷീറിലും ചെന്നുപെട്ടു? വെന്ത്നോവുമ്പോഴും ഉള്ളുതുറന്നു ചിരിക്കാൻ എങ്ങനെ പഠിച്ചു?.

അക്ഷരമറിയുംമുമ്പേ സിനിമ കണ്ടുതുടങ്ങി. വീടിനു തൊട്ടടുത്ത് സിനിമാക്കൊട്ടകയായിരുന്നു — വിജയാ ടാക്കീസ്. 'ആയിരം തലൈവാങ്കി'യും 'ജഗതലപ്രതാപനു'മൊക്കെയായിരുന്നു കൊട്ടക പൊളിച്ചിരുന്നത്. എല്ലാകളിക്കും ഇവന് ഫ്രീ പാസ്സുണ്ട്. ബാൽക്കണിയിൽ രണ്ടു കസേരകളുടെ കൈകളിലായി കുതിരപ്പുറത്തിരുന്ന് 'സിലുമാ' കാണും. തിരശ്ശീലയിൽ കോഴിവാലൻ കിരീടവുമായി ശ്രീചിത്തിരതിരുനാളിന്റെ ചിത്രം കണ്ടിരുന്നതും 'വഞ്ചിഭൂമിപതേ ചിരം...' എന്ന ദേശീയഗാനം കേട്ടിരുന്നതും ഓർമ്മയിൽ തെളിഞ്ഞുനിൽപുണ്ടിപ്പോഴും. തുടർന്ന്. വടിയും കറക്കി തത്തിത്തത്തി കടന്നു വരുന്ന ചാർലിചാപ്ലിന്റെ കൊച്ചുരൂപവും. പൊന്നുതമ്പുരാനെയല്ല, ആ ഊരുതെണ്ടിയെ കാണാനായിരുന്നു ഞാൻ കൊട്ടകയിൽ പോയിരുന്നത് എല്ലാ സന്ധ്യകളിലും.

ചാപ്ലിന്റെ രണ്ടു റീൽ ചിത്രങ്ങൾ ഒത്തിരിയൊത്തിരി കണ്ടു. ആവർത്തിച്ചാവർത്തിച്ചു കണ്ടു. ബി.എ. പരീക്ഷ എഴുതുമ്പോഴേക്ക് മുക്കാൽ പങ്ക് ചാപ്ലിൻ പടങ്ങളും കണ്ടുകഴിഞ്ഞിരുന്നു. കാണരുതെന്ന് ആരും ഒരിക്കലും നിരോധിച്ചില്ല. പക്ഷേ, ബി.എ. ഇംഗ്ലീഷ് പരീക്ഷയുടെ തലേദിവസം, ഞായറാഴ്ച മോണിംഗ്ഷോ 'സിറ്റിലൈറ്റ്സ്' കാണാൻ ചെന്നപ്പോൾ പ്രിൻസിപ്പലും ഇംഗ്ലീഷ് പ്രൊഫസ്സറും ഉണ്ട് തിയേറ്റർ പടിക്കൽ! രണ്ടുംകൂടി ഇവന്റെനേരെ ചാടി: 'പരീക്ഷയുടെ തലേന്നാണോടോ സിനിമ? പോയിരുന്ന് വല്ലോം വായിക്കെടോ!'

അന്ന് ചാപ്ലിൻ കാണാതെ മടങ്ങേണ്ടിവന്നു. അത്തരം നിരോധനാജ്ഞ ജീവിതത്തിൽ രണ്ടാമത്തേതായിരുന്നു, അത്. ആദ്യത്തേത്, 'ശബ്ദങ്ങൾ വായിക്കണ്ട, കേട്ടോ!' എന്ന അച്ഛന്റെ പുസ്തകനിരോധനം.

അക്ഷരങ്ങൾ വേർതിരിയുകയും അക്ഷരക്കൂട്ടങ്ങളിൽ നിറയെ

കഥകൾ ഒളിഞ്ഞിരിക്കുന്നെന്ന് തിരിച്ചറിയുകയും ചെയ്തകാലത്തെ ബഷീർ കൈയിലെത്തി. ആനവാരിയും മുച്ചീട്ടുകളിക്കാരനും, ദിവ്യനും, ന്റുപ്പുപ്പായുമെല്ലാം... ആട്ടും മതിലുമൊന്നും പിറവിയെടുത്തി രുന്നില്ലന്ന്.

ഒരു സന്ധ്യയ്ക്ക്, 'പാവപ്പെട്ടവരുടെ വേശ്യയാണ്' വായിച്ചുകൊണ്ടിരുന്നതെന്ന് തോന്നുന്നു, അച്ഛൻ അടുത്തുവന്നു. പുസ്തകം വാങ്ങി നോക്കിയിട്ട് അച്ഛൻ പറഞ്ഞു: '*ശബ്ദങ്ങൾ* നീ വായിക്കണ്ട, കേട്ടോ!'

ഇന്ന് തിരിഞ്ഞുനോക്കുമ്പോൾ എല്ലാം ഏറെ അദ്ഭുതകരമായനുഭവപ്പെടുന്നു. കൗതുകകരമായിത്തോന്നുന്നു. മുതിർന്നവരുടെ ആരുടേയും ഉപദേശനിർദ്ദേശങ്ങൾ അനുസരിച്ചല്ല ഞാൻ ചാപ്ലിന്റെയും ബഷീറിന്റെയും അടുത്തേക്കു പോയത്. എങ്ങനെയോ അറിയാതൊഴുകിപ്പോകുകയായിരുന്നു. ഞാൻ അവരെ വല്ലാതെ ഇഷ്ടപ്പെട്ടു. അവരെന്നെ നിഷ്കളങ്കമായി ചിരിക്കാൻ പഠിപ്പിച്ചു. ചാർലിയും ബഷീറും എനിക്ക് ഉറ്റ ചങ്ങാതിമാരെപ്പോലെയായി. അവർ എന്റെ അഭ്യുദയകാംക്ഷികളും രക്ഷാകർത്താക്കളുമായി മാറി. അവർ, അവരാണ് എനിക്ക് ജോലി വാങ്ങിത്തന്നത്!

പബ്ലിക്ക് സർവ്വീസ് കമ്മീഷൻ സമക്ഷം രണ്ടുതവണ ഇവൻ ജോലിക്കപേക്ഷ സമർപ്പിക്കുകയുണ്ടായി. പബ്ലിക്ക് റിലേഷൻസിൽ അസിസ്റ്റന്റ് ആപ്പീസർ പണിക്കും സർക്കാർ കോളജുകളിൽ മലയാളം വാധ്യാരുദ്യോഗത്തിനും. ഒന്നാമത്തേതിന് ഒന്നാമനായും രണ്ടാമത്തേതിന് ആറാമനായും കമ്മീഷൻ എന്നെ തിരഞ്ഞെടുത്തു. പഠിച്ചവിഷയങ്ങളിലെ ബിരുദങ്ങളും ചെയ്തതൊഴിലുകളിലുള്ള യോഗ്യതാസർട്ടിഫിക്കറ്റുകളുമൊന്നുമായിരുന്നില്ല എനിക്ക് റാങ്ക് നേടിത്തന്നത്. മറിച്ച് 'കാണരുത്' 'വായിക്കരുത്!' എന്ന നിരോധനാജ്ഞകളും ലംഘിച്ച് മൗലികാഭിരുചികളായി എന്നിൽ നിറഞ്ഞുനിന്ന ചാപ്ലിൻ–ബഷീർ അറിവുകളായിരുന്നു. സമൂഹം അടിച്ചേൽപിച്ച വിദ്യക്കും അഭ്യാസത്തിനുമപ്പുറം തനിത്താൽപര്യംകൊണ്ട് നേടിയെടുത്ത അറിവുകൾ പ്രതിഫലം തന്നു.

ആദ്യത്തെ ഇന്റർവ്യൂവിനായി തലേദിവസമേ തിരുവനന്തപുരത്തെത്തി. നഗരത്തിൽ വണ്ടിയിറങ്ങിയപ്പോഴേ കണ്ടത് യു.എസ്.ഐ.എസ്.[1] നാല് ചാപ്ലിൻ പടങ്ങൾ കാണിക്കുന്നുവെന്ന

1 യുണൈറ്റഡ് സ്റ്റേറ്റ്സ് ഇൻഫർമേഷൻ സർവ്വീസ്. തിരുവനന്തപുരത്ത് യൂണിവേഴ്സിറ്റി കോളജിന് എതിർവശം ഒരു ഓഫീസ് ഉണ്ടായിരുന്നു.

നോട്ടീസ്. സൗജന്യ പ്രദർശനം. ഓടിപ്പോയി രണ്ടുമണിക്കൂർ മതി മറന്നിരുന്ന് വീണ്ടും ചാപ്ലിനെ കണ്ടു. അതിന്റെ ലഹരിയിലാണ് പിറ്റേന്ന് ഇന്റർവ്യൂവിന് ഹാജരായത്. ഭാഗ്യത്തിന് വിഷയ വിദഗ്ധനായി എത്തിയ മാന്യനും തലേന്നാൾ ചാപ്ലിൻ കണ്ടിരുന്നു! അദ്ദേഹം ചാപ്ലിനെപ്പറ്റിത്തന്നെയാണ് എന്നോട് ചോദ്യങ്ങൾ എയ്തത്. അങ്ങോർക്കറിഞ്ഞുകൂടാത്ത പലതും ഇവൻ അപ്പോൾ പറഞ്ഞുകൊടുത്തു. ചാപ്ലിന്റെ 'വുമൺ ഓഫ് പാരീസ്' എന്ന ചിത്രമാണ് ആദ്യത്തെ ആർട്ട്ഫിലിം എന്ന സത്യം അങ്ങോർക്ക് പുതുമയായിരുന്നു. ചാപ്ലിന്റെ മകൻ ചാൾസ്ചാപ്ലിൻ ജൂനിയർ 'മൈ ഫാദർ ചാർലി ചാപ്ലിൻ' എന്നൊരു പുസ്തകം എഴുതിയിട്ടുണ്ടെന്ന് ഇന്റർവ്യൂബോർഡിൽ ആർക്കും അറിഞ്ഞുകൂടായിരുന്നു.

കമ്മീഷൻ എന്നെ ഒന്നാമനായിത്തന്നെ തെരഞ്ഞെടുത്തു. ചാപ്ലിന് സ്തുതി!

വാധ്യാരുദ്യോഗത്തിനുള്ള അഭിമുഖവും ഏതാണ്ടിങ്ങനെതന്നെ സംഭവിച്ചു. 'ഓമനക്കുട്ടൻ ഗോവിന്ദൻ ബലരാമൻ' പോലുംകാണാതറിയാത്ത എന്നോട് ഒരു ശ്ലോകം ചൊല്ലി വ്യാഖ്യാനിക്കാൻ ഇന്റർവ്യൂബോർഡാവശ്യപ്പെട്ടു. ശ്ലോകമറിഞ്ഞുകൂടാ, വേണമെങ്കിൽ ഒരു കഥ പറയാമെന്നായി ഞാൻ. അനുകമ്പതോന്നീട്ടാവാം അതിനനുവാദം കിട്ടി. ഞാൻ ബഷീറിന്റെ 'ഒരു മനുഷ്യൻ' എന്ന കൊച്ചുകഥ വള്ളിപുള്ളി വ്യത്യാസമില്ലാതെ പറഞ്ഞുകേൾപ്പിച്ചു. ആ കഥയുടെ ശിൽപഭംഗികൾ വർണ്ണിക്കുകയും ചെയ്തു.

പറഞ്ഞല്ലോ, ആറാമനായി ഞാൻ തിരഞ്ഞെടുക്കപ്പെട്ടു. ബഷീറിന് നന്ദി.

പിന്നീടും ചാപ്ലിൻ കൃതികൾ എത്രയോ തവണ ശ്രദ്ധയോടെ നോക്കിക്കണ്ടു! ബഷീർ കൃതികൾ നൂറ്റൊന്നാവർത്തിക്കുകയെങ്കിലും ചെയ്തിരിക്കണം. രണ്ടുപേരും ഒരിക്കലും ഇവനെ മടുപ്പിച്ചില്ല. എന്നല്ല, പുത്തൻ കാഴ്ചകൾ കാട്ടിത്തരുകയുമുണ്ടായി. ബഷീറിയൻ സ്വത്വത്തിന്റെ രൂപപ്പെടലിൽ ചാപ്ലിന്റെ ചാർലി എന്ന ഊരുതെണ്ടിയുടെ പ്രചോദനവും പ്രേരണയും ഞാൻ തിരിച്ചറിയുന്നു. സഖിയിലും ദിവ്യനിലും മറ്റും പ്രൊഫ. കൃഷ്ണൻനായരും ഡോ. തരകനുമൊക്കെ കണ്ടുപിടിച്ച ഛായാനുകരണങ്ങളെപ്പോലല്ലിത്. അത്തരമൊന്നും എന്റെ കണ്ണിലോ കൈയിലോ പെട്ടിട്ടില്ല. ഇന്ത്യയിൽ മുഴുവൻ ഊരുതെണ്ടിനടന്ന കാലത്ത്, ബഷീർ ബഷീറായിത്തീരുന്ന നാളുകളിൽ, ചാപ്ലിൻ അദ്ദേഹത്തിന് ഒരു സ്വാധീനശക്തിയായിത്തീർന്നിരുന്നില്ലേ? സൈഗാളിന്റേയും പങ്കജ്മല്ലിക്കിന്റേയും

ഗാനങ്ങളേക്കാളേറെ ചാപ്ലിന്റെ നിശ്ശബ്ദ ചിത്രങ്ങൾ ബഷീറിന്റെ വ്യക്തിത്വത്തിൽ മാച്ചാലും മായാത്ത മുദ്രകൾ പതിപ്പിക്കുകയുണ്ടായിട്ടില്ലേ? ബഷീറിയൻ ഹാസം –കണ്ണീരിൽ കുതിർന്ന തിളങ്ങുന്ന ആ പൂപ്പുഞ്ചിരി– ചാർലിയുടെ ശോകാർദ്രമന്ദഹാസംതന്നെയല്ലേ? അതെ എന്നാകുന്നു എന്റെ അനുഭവം.

ഊരുതെണ്ടിയായ ചാർലിയുടെ നന്മയിലും നിഷ്കളങ്കതയിലും മനമലിഞ്ഞ ജയിലർ ചാർലിയെ സ്വതന്ത്രനാക്കാൻ ശ്രമിക്കുമ്പോൾ –അയൽ നാടിന്റെ അതിർത്തിയിലേക്ക് പൂപറിക്കാൻ പറഞ്ഞയച്ച്, അതിർത്തികടന്ന് സ്വാതന്ത്ര്യത്തിലേക്ക് ഓടിപ്പോകാൻ വഴികാണിച്ചുകൊടുക്കുമ്പോൾ– രാജ്യങ്ങളുടെ അതിർത്തിരേഖയുടെ ഇരുവശവും കാലടികൾ വച്ച് തത്തിത്തത്തി നടന്നു നീങ്ങുന്ന, നല്ലവനായ ആ കൊച്ചു മനുഷ്യൻ.ബഷീറിന്റെ 'മതിലുകളു'ടെ അവസാനം 'Basheer you are free' എന്നു പറയുന്ന ജയിലറോട് 'Why should I be free? Who wants freedom?' എന്നു ചോദിക്കുന്ന ബഷീർ രാജ്യങ്ങൾക്കും ഭാഷകൾക്കും എല്ലാം അതീതനായ ആ ഊരുതെണ്ടിയെ അറിഞ്ഞോ അറിയാതെയോ ഉൾക്കൊള്ളിട്ടുണ്ട്, തീർച്ച..

ചാപ്ലിന്റെ 'പിൽഗ്രിം' എന്ന കൊച്ചു പടം, പോക്കറ്റിലെ ഏകനാണയം ഊർന്നുപോയതറിയാതെ ഹോട്ടലിൽ കയറി ഭക്ഷണം കഴിക്കുന്ന ചാർലിയെ അവതരിപ്പിക്കുന്നു. ബഷീറിന്റെ 'ഒരു മനുഷ്യൻ' എന്ന കൊച്ചുകഥ അയവിറക്കി രസിക്കുമ്പോഴൊക്കെ, ഒപ്പം, ചാപ്ലിന്റെ ആ ഹോട്ടൽ രംഗവും എന്നിൽ ഉണർന്നെത്താറുണ്ട്.

ചാപ്ലിന്റെ ചാർലിയെന്ന ഊരുതെണ്ടി ജീവിതത്തിൽ ഒരൊറ്റത്തവണ മാത്രമേ വാ തുറന്ന് ചില വാക്കുകൾ ഉച്ചരിക്കുന്നുള്ളൂ. ഒരു പാട്ടുപാടാൻ വേണ്ടി. 'മോഡേൺ ടൈംസി'ലെ അത്യുജ്ജ്വലമായ അന്ത്യരംഗത്താണ് ആ മനോഹര ഗാനം. ഒരർത്ഥവുമില്ലാത്ത, എന്നാൽ എല്ലാ അർത്ഥങ്ങളും നിറഞ്ഞുതുളുമ്പുന്ന പാട്ടിന്റെ വരികൾ ഇതാണ്.

Se bella piu satore
Je notre so catore,
Je notre qui cavore,
Je la qui, la qui, la quai!
Le spinash or le Busho,
Cigeretto toto bello,
Ce rakish Spagoletto,
Si lau latu, la tua!

Senora pelafima,
Voulez—vous le taximeter,
La zionta sur le tita,
Tu le tu le tu le wa!

ഈണം തികഞ്ഞ ഈ ഈരടികളുടെ ഒരു പുനർജ്ജന്മമായി 'ന്റുപ്പുപ്പാ...'യിൽ നിസ്സാർ അഹമ്മദിനുവേണ്ടി ബഷീർ പാടുന്ന പാട്ട് ഈയുള്ളവനനുഭവപ്പെടുന്നു:

ഹോ...ഹോ...ഹോ...
ഹുത്തിനി ഹാലിട്ട ലിത്താപ്പോ
സഞ്ചിനി ബാലിക്ക ലുട്ടാപീ
ഹാലിത്ത മാണിക്ക ലിഞ്ചല്ലോ
സങ്കര ബാഹന തുലീപീ
ഹുഞ്ചിനി ഹീലത്ത ഹുത്താലോ
ഹാനത്ത ലാക്കിടി ജിംബാലോ
ഹാ...ഹാ...ഹാ...!
ഹോ...ഹോ...ഹോ...!

ഗൗരവതരമായി കൈകാര്യം ചെയ്യേണ്ട ഒരു വലിയ വിഷയമാണിത്; 'ബഷീർ സാഹിത്യത്തിൽ ചാപ്ലിൻ പടങ്ങളുടെ മുദ്രയും സ്വാധീനവും' ഒരു ഗവേഷണ പ്രബന്ധം തന്നെ തയാറാക്കാവുന്നതാണ്. തൽപരരായുള്ള മലയാളം എമ്മേക്കാർ സിനോപ്സിസുമായെത്തുക; ഗൈഡുചെയ്യാൻ ഇവൻ ഒരുങ്ങിയിരിക്കുന്നു.

●

പരീക്കുട്ടിയും ഗംഗാദത്തനും

അമ്പത്തഞ്ചാണ്ടാകാൻപോകുന്നു-
1964-ൽ കൊല്ലത്തെ ശ്രീനാരായണ കോളജിൽ പോയി ഇംഗ്ലീഷ് എം.എ.യ്ക്കു പഠിക്കാൻ ചേർന്നു, ഞാൻ. കഥയും നാടകവും രാഷ്ട്രീയവും പ്രണയവും ഒക്കെയായി ഒരാണ്ട് കളഞ്ഞു. ഒന്നും പഠിഞ്ഞില്ല. ഹാജർ തികഞ്ഞില്ലെന്നുംപറഞ്ഞ് എന്നെ പരീക്ഷക്കിരുത്തിയതുമില്ല. കോളജിലെ അക്കൊല്ലത്തെ 'ഏറ്റവും നല്ല നടൻ' എന്ന് പ്രിൻസിപ്പൽ ഡോ. എം. ശ്രീനിവാസൻ ഒപ്പിട്ട ഒരു സർട്ടിഫിക്കറ്റുമായി ഞാൻ നേരെ കോട്ടയത്തേക്കുപോന്നു. പിന്നൊരു കൊല്ലം തിരുനക്കരക്കുന്നുമ്പുറത്ത് അലഞ്ഞുനടന്നു...

പകൽ മുഴുവൻ മിക്കവാറും ആർട്ടിസ്റ്റ് ശങ്കരൻകുട്ടിയുടെ കൂടെയായി ഞാൻ. ശങ്കരൻകുട്ടി കാരിക്കേച്ചർ, കാർട്ടൂൺ, ഇലസ്ട്രേഷൻ, ബുക്ക് കവർ എല്ലാം രൂപപ്പെടുത്തുന്നതുംനോക്കി അടുത്ത് കുത്തിയിരിക്കും. വരയുന്നതിനിടയിൽ ഇഷ്ടൻ മുറുക്കുകയും, മുറുക്കി സുഖിക്കുമ്പോൾ ഓരോരോ കൊച്ചു സ്വപ്നങ്ങളും രഹസ്യമോഹങ്ങളും വെളിപ്പെടുത്തുകയും ചെയ്യും. എന്തെന്ത് പദ്ധതികളും പരിപാടികളും! എത്രയെത്ര നാടകങ്ങളും സിനിമകളും ഞങ്ങൾ സൃഷ്ടിച്ചെടുത്തു. ഒത്തിരിയൊത്തിരി കഥകൾ, കഥാപാത്രങ്ങൾ, മുഹൂർത്തങ്ങൾ, അയവിറക്കി ആനന്ദിച്ചു. സാഹിറിനെയും കണ്ണദാസനെയും, രാമവർമ്മയെയും നാണിപ്പിക്കുന്ന പാട്ടുകളെഴുതണം; ബിമൽറോയ്, ഗുരുദത്ത്, രാജ്കപൂർ എന്നിവരെ തോറ്റോടിക്കുന്ന പടങ്ങളെടുക്കണം. ദിലീപ്കുമാർ, ശിവാജിഗണേശൻ എന്ന് ഇന്ത്യാമഹാരാജ്യത്ത് ആകെക്കൂടിയുള്ള രണ്ട് നടന്മാരെതകർത്ത് തരിപ്പണമാക്കുന്നവിധം അഭിനയിച്ചു പൊടിപൊടിക്കണം എന്നെല്ലാം തീരുമാനിച്ചുറപ്പിച്ചു.

അങ്ങനിരിക്കെ പെട്ടെന്നൊരുനാൾ ശങ്കരൻകുട്ടി അപ്രത്യക്ഷൻ.

പത്തിരുപതു ദിവസത്തേക്ക് ഇഷ്ടനെപ്പറ്റി ഒരു വിവരവുമില്ല. കറന്റ് തോമ(സ്) തൃശ്ശൂർക്ക് കാറിലെടുത്തിട്ടോണ്ട് പോയതേഅറിയാവൂ. കറന്റ് പുസ്തകങ്ങൾ അമ്പതറുപതെണ്ണത്തിന് പുറംചട്ട വരയ്ക്കാൻ ഇങ്ങനൊരേർപ്പാട് ഇടയ്ക്കിടെ ഉണ്ടാകാറുണ്ട്.

ഞാൻ ഒറ്റയ്ക്കു പകൽക്കിനാവുകളുമായിക്കൂടി. പക്ഷേ, ഓർക്കാപ്പുറത്ത് ശങ്കരൻകുട്ടി പ്രത്യക്ഷപ്പെട്ടു. മൂന്നാഴ്ചക്കാലത്തെ തോന്ന്യപടിയുള്ള സുഖവാസം കഴിഞ്ഞു മടങ്ങിവരവ്. ആൾ ആകെ അവശൻ. എങ്കിലും ഏറെ സുന്ദരൻ, ആവേശഭരിതൻ, വാചാലൻ. തൃശ്ശൂർ ജീവിതവും വീരപരാക്രമങ്ങളും പലതും വർണ്ണിച്ചു. കറന്റ് തോമ(സ്), ശോഭനാ പരമേശ്വരൻനായർ[1], രാമു കാര്യാട്ട്, വി.കെ.എൻ. എന്നിവരെപ്പറ്റി ഒട്ടേറെ വിചിത്രവിവരണങ്ങൾ...

കറന്റ് തോമയെ വിരട്ടിക്കളഞ്ഞ ഇതിഹാസം വിശദമായി പറഞ്ഞു കേൾപ്പിച്ചു.

തൃശ്ശൂരെത്തിയപ്പോൾ തോമാമുതലാളി ഒരു വലിയ ലോഡ്ജിൽ മുറിയെടുത്തു. ശങ്കരൻകുട്ടിയെ മുറിയിലിട്ടുപൂട്ടി. ഒരു പയ്യനെ പുറത്ത് കാവലിരുത്തി. ഭക്ഷ്യപാനീയങ്ങൾ ജനലിലൂടെ അകത്തു കൊടുക്കും. പുസ്തകപ്പുറം ചട്ടകൾ വരയാൻ കടലാസും ചായക്കൂട്ടുകളും നൽകും. തടവിൽക്കിടന്ന് പത്തിരുപതെണ്ണം വരഞ്ഞിട്ടു.

മൂന്നാം ദിവസമോ നാലാംദിവസമോ രണ്ട് ഭീകരരൂപങ്ങൾ മുറിക്കുമുന്നിൽ അവതരിച്ചു. അവർ പൂട്ട് തല്ലിപ്പൊളിച്ച് ശങ്കരൻകുട്ടിയെയും കൊണ്ടു കടന്നു. ഘടോൽക്കചൻ വത്സലയെ പൊക്കിക്കൊണ്ടുപോയമാതിരി. രാമു കാര്യാട്ടും വി.കെ.എന്നുമായിരുന്നത്രെ ആ തടിമാടൻ രാക്ഷസന്മാർ!

തുടർന്ന് കാലദിശാബോധമില്ലാത്ത രാപകലുകൾ നാട്ടികയിലും തിരുവില്വാമലയിലും മറ്റെവിടെയൊക്കെയോ. ഓർമ്മകേടിന്റേയും ഇരുൾമയുടെയും നീണ്ട ദിനരാത്രങ്ങൾക്കുശേഷം ഒരു സന്ധ്യയ്ക്കു തേക്കിൻകാട്ടുമൈതാനത്ത് ഉണർന്നു കണ്ണുമിഴിച്ചു. എണീറ്റ്, ഒന്നു മുറുക്കി, ആടിയുലഞ്ഞ് നേരെ കറന്റിലേക്ക് നടന്നു. ശങ്കരൻകുട്ടിയുടെ കോലം കണ്ടതും തോമ ഉറഞ്ഞുതുള്ളി. തനി കുന്നംകുളം നസ്രാണിയുടെ ചന്തഭാഷയിൽ തെറിവിളിയായി. അപരിചിതരായ തൃശ്ശൂർക്കാരുടെ മുന്നിൽവച്ച് കണ്ണുപൊട്ടുന്ന ചീത്ത, തന്തയ്ക്കും, തള്ളയ്ക്കും...

ശങ്കരൻകുട്ടിയും വിശ്വരൂപമെടുത്തു. നിനക്കെത്ര കവറ് വേണോടാ? ഈ ശങ്കരൻകുട്ടി മുറുക്കിത്തുപ്പുന്നതും കവറാണെടാ!

---

1 തൃശ്ശൂർ ശോഭനാ സ്റ്റുഡിയോ ഉടമ. 'മുറപ്പെണ്ണ്', 'അസുരവിത്ത്', 'നഗരമേ നന്ദി' തുടങ്ങിയ ചലചിത്രങ്ങളുടെ നിർമ്മാതാവ്

എന്നിട്ട്, അവിടെ ചീന്തിവെച്ചിരുന്ന വെള്ളക്കടലാസുകൾ വലിച്ചെടുത്ത് വായിലെ മുറുക്കാൻ ചാറ് പലപല ഡിസൈനുകളിൽ കടലാസിലേക്ക് തുപ്പി. ഓരോന്നും ഒപ്പിയെടുത്തുണക്കി. ഒന്നിനൊന്ന് വ്യത്യസ്തങ്ങളായ സുന്ദരപ്പുറംചട്ടച്ചിത്രങ്ങൾ!

—ഇന്നാ, കൊണ്ടുപോയി ബ്ലോക്കാക്കി അടിക്കെടാ! വിറ്റുകാശാക്കെടാ!

കറന്റ് മുതലാളി സാക്ഷാൽ മുണ്ടശ്ശേരി മകൻ, മിണ്ടാട്ടം മുട്ടി കേറി ക്കെട്ടിപ്പിടിച്ചുകളഞ്ഞെന്ന് ശങ്കരൻകുട്ടി വീരവാദം മുഴക്കി.കഥ കേട്ട് അദ്ഭുതസ്തബ്ധനായി ഞാൻ ചിത്രകാരനെ നോക്കിനിന്നു.

അപ്പോൾ,

അദ്ദേഹം ഇവനെ വിളിച്ചു: നീ വാ, നമുക്ക് ഒന്നിച്ചിരുന്ന് 'ചെമ്മീൻ' വായിക്കണം.

'ചെമ്മീൻ' നമ്മള് വായിച്ചിട്ടുള്ളതല്ലെ?

ആവശ്യമുണ്ടെടാ, ശങ്കരൻകുട്ടി പറഞ്ഞു.

ആവശ്യം പിന്നീടാണ് തുറന്നുപറഞ്ഞത്. 'ചെമ്മീൻ' രാമു സിനിമയാക്കുന്നു. തൃശ്ശൂർ ഒരു വൈദ്യനാഥയ്യരാണ് നിർമാതാവ്. സലീൽ ചൗധുരി സംഗീതം, ഋഷികേശ് മുഖർജി എഡിറ്റിംഗ്,മാർക്കസ്ബാർട്ലി ക്യാമറ. എല്ലാം ഏർപ്പാടായിക്കഴിഞ്ഞു.പാട്ടെഴുതാൻ വയലാറിനെയും, തിരക്കഥാ സംഭാഷണമെഴുതാൻ എസ്സെൽപുരത്തിനെയും ഏൽപിച്ചുകഴിഞ്ഞു...

ഞങ്ങൾ 'ചെമ്മീൻ' മാറിമാറി ഉറക്കെ വായനയായി. രണ്ടുമൂന്നു വട്ടം വായിച്ചുതീർത്തു. ശ്രദ്ധാപൂർവം, പരീക്ഷ എഴുതാൻപോകുന്ന വിദ്യാർഥികളെപ്പോലെ, അടിവരയിട്ട് ആത്മാർഥതയോടെ.

ഒരാവർത്തി വായിച്ചുതീർത്ത് പുസ്തകം മടക്കുമ്പോൾ ശങ്കരൻകുട്ടി കുറേനേരം ധ്യാനനിരതനായി ഇരുന്നു. അൽപംകഴിഞ്ഞ് ഗംഭീര ഭാവത്തിൽ പ്രഖ്യാപിച്ചു: 'ഇത് ചുമ്മാ പരീക്കുട്ടീടേം കറുത്തമ്മേടേം പൈങ്കിളി പ്രേമകഥയല്ലെടാ! ചെമ്പൻകുഞ്ഞിന്റെ പച്ചപ്പരുക്കൻജീവിതകഥയാടാ തകഴിച്ചേട്ടൻ പടച്ചുവച്ചിരിക്കുന്നെ!'

'ചെമ്മീ'നെപ്പറ്റി സ്രഷ്ടാവായ ശ്രീ തകഴിയോ അല്ലെങ്കിൽ വ്യാഖ്യാതാക്കളായ ഏതെങ്കിലും നിരൂപകരോ അധ്യാപകരോ അന്ന്— അതിനുമുമ്പോ— അങ്ങനെ പറഞ്ഞിട്ടുണ്ടോ എന്നെനിക്കറിഞ്ഞുകൂടാ. കലാകാരനായ ശങ്കരൻകുട്ടിയിൽനിന്നാണ് ഞാനിത് ആദ്യമായി കേൾക്കുന്നത്.

തുടർന്ന് ഗൗരവത്തിൽത്തന്നെ ശങ്കരൻകുട്ടി ചോദിച്ചു: ചെമ്പൻ കുഞ്ഞായി ആര് അഭിനയിക്കണം?

പണം മുടക്കി പടംപിടിക്കുന്ന നിർമാതാവിന്റെയും സംവിധായകന്റെയും വ്യഥ മുഴുവൻ സ്വയം ഏറ്റുവാങ്ങി ഞങ്ങൾ കൊണ്ടുപിടിച്ച ചർച്ചയായി. ചെമ്പൻകുഞ്ഞിന് ജീവൻ നൽകാൻ ഇന്ത്യയിൽ ദിലീപ്കുമാർ മാത്രമേയുള്ളുവെന്ന് ശങ്കരൻകുട്ടി തറപ്പിച്ചുപറഞ്ഞു. ശോകരാജാവായ ദിലീപിനെ ആർത്തിപ്പണ്ടാരമായചെമ്പൻകുഞ്ഞായി പരുവപ്പെടുത്തി താൻ സംവിധാനം ചെയ്തിട്ടു തരാമെന്നും, കാസിമോദോ (നോത്രദാമിലെ കൂനൻ)യുടെവേഷമിട്ട് ആന്തണി ക്വിന്നിനെപ്പോലെ ദിലീപ് അതോടെ അനശ്വരനാകുമെന്നും ശങ്കരൻകുട്ടി ഉറപ്പിച്ചുപറഞ്ഞു.

ഞാൻ എതിർത്തു. ദിലീപിനെ ഇതിന് കിട്ടുകേല! മൂപ്പർക്ക് മുപ്പതുലക്ഷം കൊടുക്കണം. എന്നാലും മുഖം മാത്രമേ പുറത്തുകാണിക്കൂ.

ഞങ്ങൾ ദിലീപിനെ വേണ്ടെന്നുവച്ചു.

പിന്നാരുണ്ട്? പിന്നെ ഗണേശനേയുള്ളൂ! ശങ്കരൻകുട്ടി കട്ടായം പറഞ്ഞു.

വേണ്ട, ഞാനെതിരുപറഞ്ഞു, ഓവറാക്കും!

അത് ഞാൻ നോക്കിക്കോളാം.

കാര്യാട്ടല്ലേ ഡയറക്ഷൻ?

എല്ലാം എന്നെ ഏൽപിച്ചിരിക്കുകയല്ലേടാ!

എന്നാലും വേണ്ട. ചെമ്പൻകുഞ്ഞ് മരയ്ക്കാനാണ്, മലയാളിയാണ്. മലയാളനടൻ തന്നെ മതി.

വീണ്ടും ആലോചനയായി. ഏറെനേരം നിശ്ശബ്ദരായി കുത്തിയിരുന്നാലോചിച്ചു. വേഗം ശങ്കരൻകുട്ടി ചാടിയെണീറ്റ് ഷർട്ടെടുത്തിട്ടു എന്നെ കൂട്ടുവിളിച്ചു: വാ.

വെയിലത്ത് വിയർപ്പൊഴുക്കി നടന്നു. കോട്ടയത്ത് തിരുനക്കരയിൽ സിനിമാമാസിക ആപ്പീസിലെത്തി. അവിടത്തെ ഫോട്ടോ ഫയലുകളെടുത്തു. കൊട്ടാരക്കര ശ്രീധരൻനായരുടെ പലഭാവങ്ങളിലുള്ള കുറേ ഫോട്ടോകൾ ശങ്കരൻകുട്ടി തിരിച്ചുംമറിച്ചും നോക്കി. അവയിൽനിന്നു 'ദേവാലയം' എന്ന സിനിമയിലെ കുറ്റിത്തലമുടിയുമായുള്ള കൊട്ടാരക്കരയുടെ രണ്ടു ചിത്രങ്ങൾ ചോദിച്ചുവാങ്ങി. ആ പടങ്ങളുമായി തിരിച്ചുപോന്നു.

വീട്ടിലെത്തിയതും ശങ്കരൻകുട്ടി ഇന്ത്യനിങ്കും ബ്രഷും എടുത്തു വര തുടങ്ങി.

കൊട്ടാരക്കര ശ്രീധരൻനായരുടെ തല നല്ല മൊട്ടയാക്കി. പുരികങ്ങൾ കുട്ടപുരികങ്ങളാക്കി. മീശ കളഞ്ഞു. കവിളത്ത് ഒരുണ്ടമറുകുണ്ടാക്കി. പല്ലുകൾക്കു വിടവും. ഒരു കളം കുപ്പായവുമണിയിച്ചു.

ശങ്കരൻകുട്ടി ആനന്ദിച്ചു ചിരിച്ചു. പടം പൊക്കിക്കാട്ടി ചോദിച്ചു ഇതല്ലേടാ ചെമ്പൻകുഞ്ഞ്?

വിസ്മയംപൂണ്ട് ഒച്ച പൊന്താതെ ചിത്രത്തെയും ചിത്രകാരനെയും നിറകണ്ണോടെ നോക്കി ഞാൻ ഇരുന്നു.

—ചെമ്പൻകുഞ്ഞ്, ജീവിതത്തെയാകെ ആർത്തിയോടെ വാരിപ്പുണരാൻ വെമ്പൽകാട്ടുന്ന ഭാവഭംഗിയോടെ ഉയിർകൊണ്ടുനിൽക്കുന്ന ചെമ്പൻകുഞ്ഞ്.

—ചെമ്പൻകുഞ്ഞിന് മുഖരേഖകൾ രചിച്ച്, സ്വന്തം സൃഷ്ടിയിൽ തൃപ്തിയനുഭവിച്ച് നിഷ്കളങ്കമായി ചിരിച്ചുകൊണ്ടിരിക്കുന്ന ചിത്രകാരൻ.

ഞങ്ങൾ വീണ്ടും വെയിലത്തോടി. കോട്ടയം തപാലാപ്പീസിലെത്തി. ചെമ്പൻകുഞ്ഞിന്റെ രൂപംപൂണ്ട കൊട്ടരക്കര ശ്രീധരൻനായരുടെ ചിത്രം കൂട്ടിലാക്കി 'രാമു കാര്യാട്ട്'' ഫിലിം ഡയറക്ടർ,നാട്ടിക, തൃശ്ശൂർ' എന്ന വിലാസമെഴുതി പെട്ടിയിലിട്ടു.

മൂന്നാം പക്കം കൃത്യമായി രാമുകാര്യാട്ടിൽനിന്നും മറുപടിയെത്തി: ശങ്കു, ചെമ്പൻകുഞ്ഞ് ശ്രീധരൻനായർ തന്നെ! മറ്റു കഥാപാത്രങ്ങളെ നീ വരച്ചയക്ക്. ആരെ നീ വരച്ചയച്ചാലും അവരെ ഞാൻ കാസ്റ്റ് ചെയ്യും. സ്വന്തം രാമു.

ആ കത്തുകണ്ടപ്പോൾ എന്റെ മനസ്സിൽ നല്ല വിശ്വാസമായി കാര്യാട്ട് ഏതാണ്ടൊക്കെ കാര്യായിട്ട് ശങ്കരൻകുട്ടിയെ ഏൽപിച്ചിട്ടുണ്ടെന്ന്.

ശങ്കരൻകുട്ടി സ്വന്തം ജോലിയെല്ലാം മാറ്റിവെച്ചു. ചെമ്മീൻ പാത്രങ്ങളാവാൻ പറ്റിയ നടീനടന്മാരാരുണ്ട് എന്ന ഒറ്റ വിചാരമേയുള്ളൂ. എന്നോടാണ് വർത്തമാനം മുഴുവൻ. ഞങ്ങൾ തർക്കവുംവഴക്കും ഒച്ചയുമുണ്ടാക്കി. ഒടുവിൽ ഓരോരോ കഥാപാത്രങ്ങളെ ശങ്കരൻകുട്ടി വരച്ചുകാണിക്കുമ്പോൾ ഞാൻ മൊഴിമുട്ടി തലകുനിച്ചിരിക്കും.

സത്യനെ പളനിയായും എസ്.പി.യെ അച്ചകുഞ്ഞായും വരച്ചയച്ചു.

കുരുക്കിക്കെട്ടിയ റവുക്കയും കൈലിയുമായി കറുത്തമ്മയെ വരച്ചു കാണിച്ചപ്പോഴേ ഷീലയെ ഞാൻ സമ്മതിച്ചുള്ളു.

ഷീല സെക്സിയാണ്. എന്നാൽ ഒരു നടിയല്ല. എന്റെ അഭിപ്രായം അതായിരുന്നു. 'പെണ്ണിന്റെ കഥയും' 'കള്ളിച്ചെല്ലമ്മ'യും 'വാഴ്വേമായ'വും 'അനുഭവങ്ങൾ പാളിച്ചകളും' ഒന്നും അന്ന് വന്നിരുന്നില്ലല്ലോ. ഞാൻ പറഞ്ഞു: കറുത്തമ്മയായി ഷീലയേക്കാൾ എത്രയോ നന്നാവും കുമാരിയാണെങ്കിൽ!

കുമാരിയുടെ ഗോസ്റ്റായി കുമാരിയുടെ ആത്മകഥ എഴുതിയ എനിക്ക് അവരോട് ഭയങ്കര ഇഷ്ടമായിരുന്നു. 'നീലക്കുയി'ലും 'രണ്ടിടങ്ങഴി'യും 'മുടിയനായ പുത്ര'നും കുമാരിയുടെ കഴിവ് തെളിയിച്ചിട്ടുമുണ്ടന്ന്.

പക്ഷേ, ശങ്കരൻകുട്ടിയുണ്ടോ ഷീലയെ ഉപേക്ഷിക്കുന്നു? ഷീലയാണ് കറുത്തമ്മയെന്ന് ശങ്കരൻകുട്ടിക്ക് സംശയമേയില്ല. പാവത്തിന് ഷീലയോട് അത്ര പ്രേമമായിരുന്നു. ഷീലയെ കൈലി ഉടുപ്പിച്ച്, ബ്ലൗസിന്റെ തുമ്പുകൾ കൂട്ടിക്കെട്ടി, മാദകമനോഹരിയാക്കി, കറുത്തമ്മയാക്കി.

വരച്ചെടുത്ത പടം കണ്ടപ്പോൾ തനി കറുത്തമ്മ.

ചക്കിയും നല്ലപെണ്ണും അട്ടൂർ സഹോദരികൾ. പാപ്പിക്കുഞ്ഞായി രാജകുമാരി, ശങ്കരൻകുട്ടിക്ക് പരിചയക്കാരാണ് മൂവരും.എല്ലാ പടങ്ങളും രാമു കാര്യാട്ടിനയച്ചു.

മറുപടി വന്നു. —പടങ്ങൾകിട്ടി, എല്ലാം അപ്പടി സ്വീകരിക്കുന്നു എന്ന മട്ടിൽ.

ശങ്കരൻകുട്ടി ഭീകര സന്തോഷത്തള്ളലിൽ 'ചെമ്മീൻ' പിന്നെയും പിന്നെയും വായനയും ധ്യാനവും തന്നെ. ചില കൊച്ചുകഥാപാത്രങ്ങൾ വരെ രൂപഭാവങ്ങളോടെ മനഃപാഠമാക്കുകയാണ്.

അതിനിടയിൽ ഞാനന്വേഷിച്ചു: പരീക്കുട്ടി ആരാ? പ്രേംനസീറോ?

ഹാ! പരീക്കുട്ടിയാക്കാൻ കണ്ട ഒരുത്തൻ! ശങ്കരൻകുട്ടി പുച്ഛിച്ചു ചിരിച്ചു.

വേറെയാര്? ഞാൻ പലവട്ടം ഏറെ ആകാംക്ഷയോടെ ആരാഞ്ഞു. ശങ്കരൻകുട്ടിക്ക് ഒരിളക്കവുമില്ല. പൊടിപ്പുഞ്ചിരിമാത്രം.

അവസാനം, ഒരു സുന്ദരനിമിഷത്തിൽ, പരമരഹസ്യം അദ്ദേഹം

മാർദ്ദവമനോഹരമായി വെളിപ്പെടുത്തി: നീയിപ്പമാരോടുംപറയണ്ട, പരീക്കുട്ടിയായി എന്നെയാണ് രാമു—

ഓ! ഇടിവെട്ട് ഏറ്റപോലെയായി.

അന്നും പിറ്റേന്നും ഞാൻ ബോധരഹിതനായിരുന്നു. കണ്ണും കാതും തെളിഞ്ഞുതുടങ്ങിയപ്പോൾ ശങ്കരൻകുട്ടി എന്റെ മുന്നിൽ ഞെളിഞ്ഞുനിന്ന് പരീക്കുട്ടിയായി ഓരോരോ അഭിനയവിശേഷങ്ങൾ അവതരിപ്പിക്കുകയാണ്. 'മധുമതി'യിലെ ദിലീപ്കുമാറിനെയും 'പ്യാസാ'യിലെ ഗുരുദത്തിനെയും 'ദേവദാസി'ലെ നാഗേശ്വരറാവുവിനെയും താൻ പരീക്കുട്ടിയിലൂടെ മലർത്തിയടിക്കുമെന്ന് എന്നെ ബോദ്ധ്യപ്പെടുത്തുകയാണ്..

ഞാൻ വിശ്വസിച്ചു. തീർത്തും വിശ്വസിച്ചു. രാമുകാര്യാട്ട് ചെമ്മീൻ പടത്തിൽ പരീക്കുട്ടിയായി ശങ്കരൻകുട്ടിയെ അഭിനയിപ്പിക്കാൻപോകുന്നു. എനിക്ക് വല്ലാത്ത അസൂയയും അമർഷവുംസങ്കടവുമൊക്കെ വന്നു. രണ്ടുമൂന്ന് ദിവസം ഉറങ്ങാനായില്ല. രഹസ്യമായി ഞാൻ ഒറ്റക്കിരുന്ന് 'ചെമ്മീൻ' വായിച്ചു വീണ്ടും.

എന്നിട്ട് രണ്ടുംകൽപിച്ച് ശങ്കരൻകുട്ടിയോട് ഞാനാവശ്യപ്പെട്ടു. എനിക്കും അഭിനയിക്കണം. ഒരു റോളെനിക്കും വേണം.!

ശങ്കരൻകുട്ടിക്ക് അതൊട്ടും സുഖിച്ചില്ല. എന്നോട് തട്ടിക്കേറി. അതിന് നിനക്കു പറ്റിയ റോളെവിടെ? കൊട്ടാരക്കരചേട്ടനും സത്യൻമാഷും എസ്.പി.യാശാനും ഞാനുമൊക്കെ അഭിനയിക്കുന്ന കൂട്ടത്തിൽ... നിനക്കെന്തുവേഷാ!

ഒരു കൊച്ചുറോളുണ്ട്, ഞാൻ ഒച്ച നന്നെ മിനുസപ്പെടുത്തി പറഞ്ഞു. എനിക്കതുമതി, ഞാനതു ചെയ്യാം. ഗംഗാദത്തൻ.

ഗംഗാദത്തനോ? ശങ്കരൻകുട്ടിക്കു പിടികിട്ടിയില്ല.

ഞാൻ പറഞ്ഞുകൊടുത്തു. കണ്ടങ്കോരൻവലക്കാരന്റെ മകൻ. പയ്യൻ. അവനുവേണ്ടിയല്ലേ പാപ്പിക്കുഞ്ഞ് ചെമ്പൻകുഞ്ഞിന്റെ പണം മോട്ടിക്കുന്നെ.

ശങ്കരൻകുട്ടി എന്നെ അടിമുടിനോക്കി. എനിക്ക് വയസ്സ് ഇരുപത്തൊന്ന്. മെലിഞ്ഞുതേമ്പിയ ഉടൽ. പൊടിമീശയും നീളൻ മുടിയും കളഞ്ഞാൽ തകഴിയുടെയല്ല സാക്ഷാൽ വേദവ്യാസന്റെ ഗംഗാദത്തനാകാനുള്ള സൗന്ദര്യമുണ്ട്.

എന്റെ സുന്ദരമുഖം നോക്കി ശങ്കരൻകുട്ടി ഒന്ന് മൂളിയിരുത്തി. ഉംം, നീ ഗംഗാദത്തൻ!

കാര്യാട്ട് സമ്മതിക്കുമോ?

ഞാൻ പറയുന്നതിനപ്പുറമൊണ്ടോടാ രാമൂന്?

പിന്നെ, കുറേ നാളത്തേക്ക് ശങ്കരൻകുട്ടിയും ഞാനും ഒരു സ്വപ്ന ലോകത്തായിരുന്നു. കോട്ടയത്തെ തെരുവുകളിലൂടെ പരീക്കുട്ടിയും ഗംഗാദത്തനും സോപ്പുകുമിളകൾമാതിരി പറന്നുനടന്നു.

പഞ്ചമിയുമായി ഗംഗാദത്തന് മൂന്ന് രംഗങ്ങൾ ഞാൻ മനസ്സിൽ കുറിച്ചു. എസ്സെൽപുരത്തോട് പറഞ്ഞാൽ അഞ്ചുരംഗമെങ്കിലും.... അതൊന്നും ശങ്കരൻകുട്ടി കേൾക്കില്ല. ഇഷ്ടൻ ഷീലയുടെ കറുത്തമ്മ യുമായുള്ള പ്രണയരംഗങ്ങൾ എണ്ണം കൂട്ടിക്കൊണ്ടിരിക്കുകയാണ്. ഒരിക്കൽ ആനന്ദനിർവൃതിയോടെ, ഉള്ളൂലിരുപ്പൊന്ന്എന്നോട് വെളി പ്പെടുത്തി. കടപ്പുറത്ത് പരീക്കുട്ടീടേം കറുത്തമ്മേടേം ശവങ്ങൾ വന്ന ടിയുമല്ലോ. മുറുകെപ്പുണർന്ന് പിടിവിടാതെ. അത് ഷൂട്ട്ചെയ്യുമ്പോൾ ഞാൻ രാമൂനിട്ടൊന്നുവയ്ക്കും. ഷീലേം ഞാനും കെട്ടിപ്പിടിച്ച് കിടക്കുമ്പം രാമു സ്റ്റാർട്ട് പറയും. അപ്പോൾ ഞാൻ ഷീലേടെ കക്ഷത്തിൽ ഇക്കി ളിയിടും. ഷീല പുളയും. രാമു കട്ട് കട്ട് പറയും. അങ്ങനെ ആ രംഗം എട്ടുപത്തുതവണ ഞാനെടുപ്പിക്കും!

ദ്രോഹി! ഞാൻ ആ ഭാഗ്യവാനെ ശപിച്ചു....

അങ്ങനെയങ്ങനെ മധുരമനോഹരമനോജ്ഞമായി ദിനങ്ങൾ നീങ്ങുമ്പോൾ, ഒരു പുലർവേളയിൽ പത്രവാർത്ത: തൃശ്ശൂരിലെ വൈദ്യനാഥയ്യർ നിർമിക്കാൻ നിശ്ചയിച്ച 'ചെമ്മീൻ' കൊച്ചിയിലെ ബാബുസേട്ട് നിർമിക്കുന്നു. ഈ ചിത്രത്തിൽ കൊട്ടാരക്കര ശ്രീധരൻ നായർ ചെമ്പൻകുഞ്ഞായും സത്യൻ പളനിയായും ഷീല കറുത്തമ്മ യായും മധു പരീക്കുട്ടിയായും—

മധു പരീക്കുട്ടിയായും—

മധു പരീക്കുട്ടിയായും—

ഓടി ഞാൻ പത്രവുമായി ശങ്കരൻകുട്ടിയുടെ അടുക്കലേക്ക്. ഉറക്ക ത്തിലായിരുന്നു. തൊഴിച്ചെണീപ്പിച്ചു. പത്രം കാട്ടിക്കൊടുത്തു.വാർത്ത വായിച്ചുകേൾപ്പിച്ചുകൊടുത്തു.

ആ നിമിഷം തുടങ്ങിയ രാമുകാര്യാട്ടിനെച്ചൊല്ലിയുള്ള തെറിവിളി രാമു മരിച്ചെന്നറിഞ്ഞനിമിഷം വരെ ശങ്കരൻകുട്ടി തുടർന്നു. വഞ്ചിച്ച വഴിയാധാരമാക്കിയ കാമുകനോടുള്ള ഒടുങ്ങാത്ത പകയായിരുന്നു ശങ്കരൻകുട്ടിക്ക് രാമുകാര്യാട്ടിനോട്.

രാമുകാര്യാട്ട് മരിച്ചെന്നറിഞ്ഞപ്പോൾ പാവം വാവിട്ടുകരഞ്ഞു.

കൊട്ടാരക്കരയും സത്യനും എസ്.പി.യും വയലാറും മരിച്ചതറിഞ്ഞപ്പോഴൊക്കെ പൊട്ടിപ്പൊട്ടിക്കരഞ്ഞു.

ശങ്കരൻകുട്ടിയും മരിച്ചു. നിഷ്കളങ്കൻ. സ്വപ്നജീവി. സ്നേഹത്തിന്റെ നിറകുടം. കലാകാരനായി പിറന്ന് ജീവിച്ച് മരിച്ചു. ദിവാസ്വപ്നങ്ങളുടെ ലഹരിയിൽ വരമായിക്കിട്ടിയ വരയുമായി ജീവിച്ചു മരിച്ചു.

'ചെമ്മീൻ' സിനിമയുടെ കാസ്റ്റിങ്, മേക്കപ്പ് എന്നീ ഇനങ്ങളിൽആ കൊച്ചുമനുഷ്യന്റെ നീണ്ടുനേർത്ത കൈവിരലുകൾക്കൂടി ഉണ്ടായിരുന്നെന്ന് ആരെങ്കിലും അറിയുന്നോ? സാക്ഷിപറയാൻ രാമുവില്ല. ബാബുവിനും മധുവിനും ഷീലയ്ക്കും നിശ്ചയമുണ്ടാവില്ല. ശോഭനാ പരമേശ്വരൻ നായർക്കും എസ്.എൽ.പുരം സദാനന്ദനും[2] ഓർമയുണ്ടാവാം ചിലപ്പോൾ.

അതല്ല കാര്യം: പരീക്കുട്ടിയും ഗഗാദത്തനുമായി ഞങ്ങൾ അഭിനയിച്ചിരുന്നെങ്കിൽ... അതാണ് കാരിയം!

●

2 തിരുവനന്തപുരം അന്താരാഷ്ട്ര ചലച്ചിത്രോത്സവ വേദിയിൽ (1998) ചെമ്മീൻ പ്രദർശിപ്പിച്ചപ്പോൾ ശ്രീ.എസ്.എൽ.പുരം ഇക്കാര്യം അനുസ്മരിക്കുകയുണ്ടായി– ശങ്കരൻകുട്ടി ചെമ്മീൻ കഥാപാത്രങ്ങളെ വരച്ചയച്ചത്.

നബി തിരുമേനിയുടെ വിശുദ്ധകേശം

'പ്രഭാതം' – ഒരുകാലത്ത് തിരുവിതാംകൂറിലെ ഏറെ സ്വാധീനമുണ്ടായിരുന്ന ഭേദപ്പെട്ട ദിനപ്പത്രമായിരുന്നു. കശുവണ്ടി ലോകത്ത് ചക്രവർത്തിയായി വാണരുളിയ സാക്ഷാൽ തങ്ങൾ കുഞ്ഞ്മുസലിയാരുടെ സ്വന്തം പത്രം. തനതായ ഒരന്തസ്സുണ്ടായിരുന്നു അതിന്. മാത്രമല്ല മുസ്ലിം ദേശീയ ദിനപ്പത്രം എന്ന പ്രത്യേക മേൽവിലാസംകൂടി പ്രഭാതത്തിനുണ്ടായി. പിൽക്കാലത്ത് പ്രശസ്തി നേടിയ പല പത്രപ്രവർത്തകരും കച്ചകെട്ടി അഭ്യാസമുറപ്പിച്ചത് പ്രഭാതത്തിന്റെ കളരിമുറ്റത്തായിരുന്നു.

'പ്രഭാത'ത്തിന്റെ നട്ടുച്ചയിൽ, ഒരു തൊഴിലാളിസമരത്തെത്തുടർന്ന്, മുസലിയാർ പത്രം കൈയൊഴിഞ്ഞു.

പിന്നീട് എ.എ. റഹീം[1] സ്വന്തം ഉടമസ്ഥതയിൽ പ്രഭാതം നടത്തിക്കൊണ്ടിരിക്കുമ്പോഴാണ് ചരിത്രപുരുഷൻ, ഞാൻ, പത്രപ്രവർത്തനവേദിയിലേക്ക് നിശ്ശബ്ദനായി ആരോരുമറിയാതെ അരങ്ങേറ്റം നടത്തുന്നത്.

അഞ്ചര പതിറ്റാണ്ട് കഴിയുന്നിപ്പോൾ!

പ്രഭാതം പത്രാധിപശൃംഖലയിലെ ഏറ്റവും ഇളയ സന്തതിയായി ഞാൻ പിറവികൊണ്ട ശുഭദിനം. ഇംഗ്ലീഷ് ഭാഷയിലും സാഹിത്യത്തിലും ബി.എ. ബിരുദമല്ലാതെ ഒരു കോപ്പുമില്ല കൈയിൽ. സത്യത്തിൽ പത്രത്തെപ്പറ്റി, പത്രപ്രവർത്തനത്തെപ്പറ്റി മണ്ണും ചുണ്ണാമ്പും എനിക്കറിഞ്ഞുകൂടാ. എങ്കിലും മലമറിച്ചുകളയാം എന്ന ഭാവത്തിൽ പത്രാധിപന്മാരുടെ കൂടെ 'ഡസ്ക്കി'ൽ കയറി ഞാനും ഞെളിഞ്ഞിരുന്നു.

---

1 മുൻമന്ത്രി, ഗവർണ്ണർ

പത്രാധിപസമിതിയിലെ തലമൂത്ത കാരണവന്മാർ കണ്ണടകൾ ക്കുള്ളിലൂടെ ഒന്നുഴിഞ്ഞുനോക്കി. 'കൊച്ചനേ, നീയും ജീവിതം പാഴാക്കാൻ തീരുമാനിച്ചോ' എന്ന ഭാവമായിരുന്നു ആ നോട്ടത്തിൽ നിറഞ്ഞുനിന്നത്.

ചെറുപ്പക്കാർ രണ്ടുപേർ നിസ്സംഗരായി വെറുതെ നോക്കിയിരുന്നു.

എന്റെ തൊട്ടടുത്തിരുന്ന അബ്ദുൾബാരി[2] അൽപം അനുക മ്പയോടെ എന്നോട് വിവരങ്ങളൊക്കെ ആരാഞ്ഞു. പിന്നീട് അദ്ദേഹം ടെലിപ്രിന്ററിൽനിന്നും കീറിയെടുത്തടുക്കിവെച്ചിരുന്നകുറേ പി.ടി.ഐ. വാർത്താ റിപ്പോർട്ടുകൾ എനിക്കെടുത്തുതന്നു.

'സിങ്കിൾ കോളം വാർത്തകളാക്കി മലയാളത്തിലെഴുത്. എന്നെ കാണിച്ചിട്ട് പ്രസ്സിൽ കൊടുത്താൽമതി. തലക്കെട്ട് ഞാൻ കൊടുത്തോളാം.' ബാരി പറഞ്ഞു.

'എല്ലാം തർജ്ജമചെയ്യണോ?'

'പ്രാധാന്യം നോക്കി ആവശ്യമുള്ളതുമാത്രം മതി.'

മപ്പടിച്ച് ഗോദായിലേക്ക് കയറുന്ന ഫയൽവാനെപ്പോലെ ഞാൻ പേന തുറന്ന് തർജ്ജമ ആരംഭിക്കാൻ തയ്യാറായി——എന്റെ പത്ര പ്രവർത്തനത്തിന്റെ ഔപചാരികമായ ഉദ്ഘാടന ശുഭമുഹൂർത്തം!

ഇംഗ്ലീഷിലുള്ള റിപ്പോർട്ടുകൾ ഓരോന്നും ഞാൻ ഒന്നോടിച്ചുനോ ക്കി. എന്നിട്ട് സ്വന്തം ഔചിത്യമുപയോഗിച്ച് വാർത്താപ്രാധാന്യമു ണ്ടെന്ന് തോന്നിയ ഒരെണ്ണം തെരഞ്ഞെടുത്തു. അവനെ രണ്ടുതവണ ഞാൻ വായിച്ചുനോക്കി.

'The heir of Prophet Mohammed was disappeared from Hazratbal shrine'

ശ്രീനഗറിൽനിന്നും പി.ടി.ഐ.യുടെ ലേഖകൻ അടിച്ചുവിട്ടിരി ക്കുന്നതാണ്. ഞാനാ കൊച്ചുവാചകം തിരിച്ചും മറിച്ചും പലപ്രാവ ശ്യം വായിച്ചു. ഒരെത്തും പിടിയും കിട്ടുന്നില്ല. ഇതെന്തുകുന്തമെന്ന് സ്വയം ശപിച്ചു. ഹസ്രത്ത്ബാലും പ്രവാചകനുംഅങ്ങാടിമരുന്നോ പച്ചമരുന്നോ എന്നുപോലും തിരിച്ചറിയാൻ കഴിയുന്നില്ല. എനിക്ക് ഉഷ്ണിക്കുകയും ദാഹിക്കുകയും ചെയ്തു.

മുറിയുടെ മൂലയിൽ വെച്ചിരുന്ന മൺകൂജയിൽനിന്നും നല്ല തണുത്ത വെള്ളം കുടിച്ചു.

---

2 ബാരി പിന്നീട് റബർ ബോർഡിലെ പബ്ലിക്ക് റിലേഷൻസ് വകുപ്പിലെത്തി.

വീണ്ടും വാർത്ത വായിച്ചുനോക്കി.

എന്നിട്ട് രണ്ടും നിശ്ചയിച്ച് കടലാസെടുത്തു തന്റേടപൂർവം വെച്ചു കാച്ചി

'ശ്രീനഗർ: ഹസ്രത്ത്ബാൽ മന്ദിരത്തിൽനിന്നും മുഹമ്മദ് പ്രവാചകന്റെ അനന്തരാവകാശിയെ കാണാതായിരിക്കുന്നു.'

എന്റെ വെപ്രാളമെല്ലാം ബാരി ശ്രദ്ധിക്കുന്നുണ്ടായിരുന്നു, അതുകൊണ്ട് ഞാനെഴുതിനിറുത്തിയപ്പോൾ അദ്ദേഹം പറഞ്ഞു: 'കാണട്ടെ...'

ഗമയിൽത്തന്നെ ഞാനെഴുതിയത് കാണിച്ചുകൊടുത്തു. ബാരി ഒന്നേ നോക്കിയുള്ളൂ. ചാടിയെണീറ്റു: 'എവിടെ പി.ടി.ഐ. ഷീറ്റെവിടെ?'

അതും എടുത്തുകൊടുത്തു.

വായിച്ചുനോക്കിയതും അദ്ദേഹം ഉറക്കെപ്പറഞ്ഞു 'പടച്ചോനെ! നിന്റെ തർജ്ജമ ഇപ്പോൾ കുഴച്ചേനെയല്ലോ'

ഞാൻ മിഴിച്ചുനോക്കിയിരുന്നു.

ബാരി പി.ടി.ഐ. റിപ്പോർട്ട് എന്റെ കൈയിൽതന്നിട്ട് ഒന്നുകൂടി വായിക്കാൻ പറഞ്ഞു. എന്നിട്ടും എനിക്ക് കണ്ണുതെളിഞ്ഞില്ല.

ബാരി പറഞ്ഞു: 'ഓരോ അക്ഷരോം ശ്രദ്ധിച്ച് സൂക്ഷിച്ച് വായിക്ക്'

ഞാൻ സൂക്ഷിച്ചുവായിച്ചു.

'The hair of Prophet Mohammed was disappeared...'

—hair!

രോമം!! വെറും തലനാര്! പൂട! നേരുപറഞ്ഞാൽ എനിക്കൊന്നും മനസ്സിലായില്ല. എന്റെ തെറ്റ് തിരിച്ചറിയാൻ, പറ്റിയതെറ്റ് വിശ്വസിക്കാൻ, ഒരുതാഴിക. മുഹമ്മദ് പ്രവാചകന്റെ രോമം എവിടെയോ കാത്തുസൂക്ഷിച്ചിരുന്നു!

ബാരി ചാടിപ്പോയി പ്രസ്സ് നിറുത്തിച്ചു. ഫോർമാൻ വന്നു. സംഗതികളാകെ മാറി.

പിറ്റേന്നത്തെ 'പ്രഭാത'ത്തിന്റെ പ്രധാന വാർത്ത അതായിരുന്നു. എട്ടുകോളം തലക്കെട്ടിൽ:

'നബി തിരുമേനിയുടെ വിശുദ്ധകേശം കാണ്മാനില്ല!!'

ഗണപതിക്കുവെച്ചത് കാക്ക കൊണ്ടുപോയെങ്കിലും ഞാൻ കൈവെച്ചതു പൊലിച്ചു. പ്രഭാതത്തിന് പിന്നെ ഒരു മാസത്തിലേറെക്കാലം പ്രധാന വാർത്ത അതായിരുന്നു —പ്രവാചകന്റെ തിരുമുടി!

അരങ്ങേറ്റം അൽപം അവതാളത്തിലായിപ്പോയെങ്കിലും ഒരു വർഷത്തിലധികം ഞാൻ പ്രഭാതത്തിൽ ജോലി ചെയ്തു —പ്രഭാതം അസ്തമിക്കുംവരെ.

ഇന്ന് കൗതുകത്തോടെ, കുസൃതിയോടെ അക്കാര്യം അയവിറക്കിയാനന്ദിക്കുമ്പോൾ ഒരു കുണ്ഠിതം അനുഭവപ്പെടുന്നു. അന്ന് ആ വാർത്താശകലം ഞാൻ തർജ്ജമചെയ്തതുപോലെ തന്നെ പിറ്റേന്ന് പത്രത്തിൽ അച്ചടിച്ചുവന്നിരുന്നെങ്കിൽ..

എങ്കിൽ,

ഒറ്റദിവസംകൊണ്ട് എന്റെ പത്രപ്രവർത്തനം അവസാനിക്കുമായിരുന്നു. എങ്കിലും ആ ഒറ്റ ദിവസത്തെ പ്രവർത്തനംകൊണ്ടുതന്നെ 'ഉറങ്ങിക്കിടക്കുന്നവർ ഒഴുകിപ്പോയി' എന്ന് എഴുതിപ്പിടിപ്പിച്ച മാന്യദേഹത്തോടൊപ്പം ഞാനും അവിസ്മരണീയനായി അനശ്വരനായിത്തീർന്നേനെ; എന്റെ ഓമന നാമധേയം മലയാളപത്രപ്രവർത്തന ചരിത്രത്തിൽ തങ്കലിപികളാൽ രേഖപ്പെടുത്തപ്പെടുകയും ചെയ്തേനെ!! ഇവനതിന് ഭാഗ്യമുണ്ടായില്ല!!!

●

കടിഞ്ഞൂൽ കതിർ തേടിവെളുപ്പിന്

പുലരാ വെളുക്കുന്നതേയുള്ളൂ. ഇരുട്ട് മാഞ്ഞുകഴിഞ്ഞിട്ടില്ല. പുതിയപുലരിക്കു തൊട്ടുമുമ്പുള്ള രണ്ടുംകെട്ട നേരം. തുളച്ചുകേറുന്ന കുളിരുണ്ട്. മൂടിപ്പുതച്ചുറങ്ങാൻ കൊതിതോന്നുമാർക്കും. ഞാനും പുതപ്പിനുള്ളിൽ ചുരുണ്ടുകിടന്നുറങ്ങുകയായിരുന്നു. ഒരു ബോധവുമില്ലാതെ...

ആരോ എന്നെ കുലുക്കിയുണർത്തി. ഞെട്ടിയുണർന്ന്, തെളിയാത്തമനസ്സോടെ, നോക്കിക്കിടന്നു. കട്ടിലിനരികിൽ ഊശാന്താടിക്കാരനായ ഒരു കൊച്ചു മനുഷ്യൻ! മനുഷ്യരൂപത്തിൽ അവതരിച്ച ദൈവമോ? അതല്ല വേഷംമാറി വന്ന ചെകുത്താനോ?

ദൈവവുമല്ല ചെകുത്താനുമല്ല; രണ്ടിനേയും ഒട്ടും കൂട്ടാക്കാത്ത സാക്ഷാൽ ശ്രീ ഇടമറുക് ! നിരീശ്വരനും യുക്തിവാദിയും മിശ്രവിവാഹക്കാരനുമായ, പ്രസംഗകനും എഴുത്തുകാരനും പത്രക്കാരനുമായ ഇടമറുക്.

ഞങ്ങൾ അയൽവാസികളായിരുന്നന്ന്.

അറുപതുകളുടെ പാതിയിൽ ഇടമറുകുകുടുംബം അടുത്തുതാമസിക്കാൻ വന്നപ്പോഴേ എന്റെ വീട്ടുമായി നല്ല അടുപ്പമായി. ഇടമറുകും സഹധർമ്മിണി സോളിയുംകൂടി ദൈവനിഷേധം പ്രസംഗിക്കാനും മിശ്രവിവാഹം നടത്തിക്കൊടുക്കാനും മറ്റും യുക്തിപൂർവം യാത്രപോകുമ്പോൾ കുഞ്ഞുങ്ങൾ രണ്ടും —സനലും ഗീതയും— എന്റെ വീട്ടിലായിരിക്കും പകൽ മുഴുവൻ. ചിലപ്പോൾ രാത്രിയിലും.

ഇടമറുക് 'മനോരമ ഇയർബുക്കി'ന് രൂപംകൊടുക്കുന്ന പണിയിലായിരുന്നു അക്കാലത്ത്. കൂടാതെ ശങ്കരൻനായർ എന്ന അനിയൻ ചേട്ടന്റെ 'സിനിമാമാസിക' ഒരുക്കിയിറക്കുന്ന വേല വേറെയുമുണ്ട്. ഇരുപത്തിനാലുമണിക്കൂറും കഷ്ടപ്പെട്ട് പണിയെടുക്കുകയാണ്

എൺപതു റാത്തൽ ദേഹത്തിനുടമയായയദ്ദേഹം.

ഒരു കൊച്ചു കാറ്റെങ്ങാൻ വന്നുപോയാൽ ഊശാന്താടി മാത്രമല്ല, ഇടമറുകാകെ പറന്നുപോകും. പടച്ചതമ്പുരാൻ അറിഞ്ഞുകൊടുത്ത താണ് ആ ഉടൽവടിവ്!

പതുക്കെ അലസനായി ഞാൻ കട്ടിലിൽ എണീറ്റിരുന്നു. ബ്രാഹമമുഹൂർത്തത്തിലുണർന്നു വല്ലതും വായിക്കുകയും പഠിക്കുകയും ചെയ്യാത്ത ചെറുപ്പക്കാരെ ഇടമറുക് കുറ്റപ്പെടുത്തി. എന്നിട്ട് എന്നോട് മുഖം കഴുകി, ഉടുപ്പിട്ട് കൂടെചെല്ലാൻ ആവശ്യപ്പെട്ടു.

വെളുപ്പാൻകാലത്തെ ഓരോ കോള്!

മനസ്സില്ലാമനസ്സോടെ ഞാൻ ഒരുങ്ങിയിറങ്ങി. വഴിയിൽചെന്ന പ്പോൾ ചോദിച്ചു: എങ്ങോട്ടാ ഈ കൊച്ചുവെളുപ്പിന്?

സീയെമ്മസ് കോളജിലേക്ക്. ഇടമറുക് പറഞ്ഞു. ലൈബ്രേറി യനെ കാണണം. ആളെ അറിയാമോ?

അതിനിത്രേം രാവിലെ...?

അയാളവിടാ കെടപ്പെന്ന് കേട്ടു. ഒട്ടും നേരം കളയാനില്ല!

ഞങ്ങൾ ആഞ്ഞുനടന്നു. തിരുനക്കരക്കുന്ന് കേറിയിറങ്ങി. 'ദേശബന്ധു', 'കേരളഭൂഷണം', 'ദീപിക' പത്രമാപ്പീസുകൾ കടന്ന്, അണ്ണാൻകുന്നിലേക്ക് —സി.എം.എസ്. കോളജ് കാമ്പസിലേക്ക്— വച്ചുപിടിച്ചു.

കിഴക്കേമാനത്ത് ചില ചെങ്കതിരുകൾ ചിതറിവീണു. വെള്ളകീ റുംമുമ്പ് കാണാറാവുന്ന ചുവപ്പുകിരണങ്ങൾ...

സീയെമ്മെസ്സിൽ നാലാണ്ടുമുഴുവൻ സകലതും അഭ്യസിച്ച് ബിയേക്കാരനായി പുറത്തിറങ്ങിയതേയുള്ളു ഞാൻ. സീയെമ്മെസ്സ് എന്ന് തികച്ചും കേക്കണ്ട, 'സി' എന്നു കേട്ടാൽമതി, ഞാൻ വികാരം കൊള്ളും പുളകം പൂശും.

—ഓടക്കുഴലൂതി ഇളകിയാടുന്ന ചൂളമരച്ചില്ലകളിൽ പറന്നുകളിക്കു ന്ന പച്ചപ്പനന്തത്തകൾ, നിറഞ്ഞ പച്ചപ്പുൽത്തകിടിയിൽ പിച്ചവെച്ചു നടക്കുന്ന കവളങ്കാളിക്കിളികൾ.

—ദാവണിയിട്ട കൂട്ടുകാരി സുന്ദരികളുടെ തിളക്കമാർന്ന കണ്ണുക ളിൽ തുളുമ്പിനിന്ന സൗഹൃദങ്ങളുടെ നനവുകൾ.

—ചങ്ങാതികൾക്കൊപ്പം കൂവിയാർത്തൊച്ചവെച്ച കളിതമാശ

കളുടെ കോലാഹലംകൊണ്ട കുരുത്തക്കേടുകൾ, ഒരിക്കലും ഒടുങ്ങാത്ത ഓളങ്ങളുടെ ഒഴുക്കുകൾ.

—പണിതീരാസ്റ്റേഡിയത്തിലെ ഉച്ചമയക്കക്കിനാവുകളിൽ കടന്നു വന്ന ഒരു നൂറ് പ്രണയമുഹൂർത്തരോമാഞ്ചങ്ങൾ.

ആ കാമ്പസാണ് എന്റെ ഓമനത്തത്തിന് മുലയൂട്ടിയത്.

പടിഞ്ഞാറൻ പള്ളികളിലേതിലോ പ്രഭാതകുർബാനയുടെ മണിനാദം ഉയർന്നു. കിഴക്കൻകുന്നുകളിൽ എതിരൊലികൾ ഉണർന്നു. ഞാൻ ആകെ ഉല്ലാസഭരിതനായി. വാചാലനായി. എന്നേക്കാൾ എത്രയോ കാര്യങ്ങൾ ചിട്ടയായി പഠിച്ചുവെച്ചിരിക്കുന്ന, ഓർമ്മയിൽ മൂർച്ചയോടെ സക്ഷിക്കുന്ന, ഇടമറുകിനോടാണ് എന്റെ വാചകമടി! ഒന്നും തനിക്കറിയില്ലെന്ന ഭാവത്തിൽ നിശ്ശബ്ദനായി എല്ലാം കേട്ടുകൊണ്ട് അദ്ദേഹം നടന്നു.

ഞാൻ എന്നോട്തന്നെയെന്നപോലെ നീട്ടിപ്പരത്തിപ്പറഞ്ഞു:ഒരിംഗ്ലീഷ് ഗ്രാമവസതിയുടെ ചിത്രംമാതിരി കുന്നമ്പുറത്ത്അമർന്നുപടർന്നു കിടക്കുന്ന നീളൻ കെട്ടിടത്തിലാണ് പ്രിൻസിപ്പലിന്റെ ബംഗ്ലാവ്, കോളജ് ചാപ്പൽ, കോളിൻസ് ലൈബ്രറി, പി.എം.ചാക്കോ ഹാൾ, ഗ്രേറ്റ് ഹാൾ —പിന്നെ ഞങ്ങളുടെ ഇംഗ്ലീഷ് ബി.എ., എം.എ.ക്ലാസ് മുറികളും. കോട്ടയത്തെ തലമുറകൾ ഈ വരാന്തകളിൽ വളർന്നു വലുതായി.

ബെയ്ലിയും കോളിൻസും ആസ്കിത്തും മുതൽ ബാഗ്ഷോയും മിസ് എലിയറ്റും വരെയുള്ള സമർപ്പിതചേതസ്സുകളായമിഷനറിമാർ ഇവിടെ മനുഷ്യരെ സൃഷ്ടിച്ചു. ടി.ആർ. സുബ്രഹ്മണ്യയ്യരും, സി.ഐ.രാമൻനായരും മുതൽ നൈനാൻ കോശിയുംഅയ്യപ്പപ്പണിക്കരുംവരെയുള്ള പ്രതിഭാശാലികളായ അധ്യാപകന്മാർ പുത്തൻ സാഹിത്യവിചാരത്തിന്റെ പുതിയ വിത്തുകൾ വിതച്ചു.

പണ്ടത്തെക്കാലത്തെ പ്രിൻസിപ്പൽ സായ്പായിരുന്ന റവറന്റ്ഫാദർ റിച്ചാർഡ് കോളിൻസ്. മലയാളം പഠിച്ച് മലയാളവ്യാകരണഗ്രന്ഥം രചിച്ച വെള്ളക്കാരൻ പാതിരി. കോളജ് ചരിത്രത്തിലെ അവിസ്മരണീയ പ്രിൻസിപ്പൽ. അദ്ദേഹത്തിന്റെ ഓർമ്മ നിലനിർത്തുന്നതിനാണ് കോളജ് ലൈബ്രറിക്ക് കോളിൻസ് ലൈബ്രറി എന്ന് പേരിട്ടിരിക്കുന്നത്.

അറുപത്തിനാലറുപത്തഞ്ചിൽ കോളിൻസ് ലൈബ്രറിക്ക് പ്രത്യേക കെട്ടിടമില്ല. ചാപ്പലിനപ്പുറം രണ്ടുമൂന്ന് വലിയ മുറികളിൽ ആയിരക്കണക്കിന് മികച്ച ഗ്രന്ഥങ്ങൾ. ലൈബ്രേറിയനല്ലാതെ

ഒറ്റക്കുഞ്ഞിന് ആ മുറികളിൽ പ്രവേശനമില്ല. ലൈബ്രേറിയനാകട്ടെ നിധികാക്കുന്ന ഭൂതമായി രാപകൽ അവിടെ കാവൽകിടക്കുകയാണ്.!

ലൈബ്രേറിയൻ ആളെങ്ങനെ? ഇടമറുക് ആരാഞ്ഞു.

കേമൻ! തടിയൻ! ആരോടും മിണ്ടില്ല. തീർത്തും മൗനി. കോളജിൽ ചേരുന്ന ഓരോ വിദ്യാർഥിക്കും കോളിൻസ് ലൈബ്രറിയുടെ അച്ചടിച്ച കാറ്റലോഗും പുസ്തകമെടുക്കാനുള്ള സ്ലിപ്പും തരും. കാറ്റലോഗ്നോക്കി മൂന്ന് പുസ്തകങ്ങളുടെ നമ്പരും പേരും എഴുതിക്കൊടുത്താൽ 'ഇല്ല' എന്ന ഒരു വാക്കേ ലൈബ്രേറിയൻ ഉച്ചരിക്കൂ. അല്ലെങ്കിൽ ഒന്ന് മൂളുകപോലും ചെയ്യാതെ പുസ്തകം എടുത്തുനീട്ടും. പുസ്തകം തിരിച്ചുകൊടുക്കുമ്പോൾ ഓരോ താളും പരിശോധിക്കും. കേടുപാടുകൾ കണ്ടാൽ ഫൈനടിക്കും.

ഒറ്റമുണ്ടും മുഴുകൈയൻ ഷർട്ടും കഴുത്തുചുറ്റി നേര്യതുമാണ്വേഷം. കല്യാണം കഴിച്ചിട്ടില്ല. കോട്ടയത്ത് ജനിച്ചുവളർന്ന് കോട്ടയത്തുമാത്രം ജീവിച്ചയാളിന്റെപേര് —ജോൺ ഒ ഹിൻഡ്.

'ഇംഗ്ലീഷിൽ കഥയും നോവലുമൊക്കെ എഴുതുന്ന ജോൺ ഒ ഹിൻഡ്?' ഇടമറുക് ചോദിച്ചു.

'അതേ, ഇലസ്ട്രേറ്റഡ് വീക്ക്ലിയിലും, കാരവാനിലും ഇംപ്രിന്റിലുമൊക്കെ എഴുതാറുണ്ട്. 'ട്രബിൾഡ് വാട്ടേഴ്സ്', 'ദ ബുദ്ധ' തുടങ്ങിയ നോവലുകളും കുറേ കഥകളും ഒന്നാംതരം രചനകളാണ്. ആഖ്യാനശൈലി മുൽക്ക്രാജിന്റെയും നാരായണന്റെയും ഒപ്പം നിലവാരമുള്ളത്.'

'ഓമനക്കുട്ടൻ വായിച്ചിട്ടുണ്ടോ?'

'ഇല്ല. എന്റെ കൂട്ടുകാരൻ മാണി ജേക്കബ്[1] വായിച്ചിട്ടുണ്ട്! ഞാൻ വലിയ വായനക്കാരനൊന്നുമല്ലെന്ന് അറിയാമല്ലോ.'

ഇടമറുക് ചിരിച്ചു. എന്നിട്ട് ചോദിച്ചു: 'കോളേജ് മാഗസിന്റെ പഴയ ലക്കങ്ങൾ ലൈബ്രറിയിൽ കാണുമോ?'

'കാണും. ജോൺ ഒ ഹിൻഡിന്റെ കൈയിൽ കാണും.'

സീയെമ്മസ് കോളജ് മാഗസിന്റെ പേരാകുന്നു 'വിദ്യാസംഗ്രഹം'. മലയാളത്തിലെ ആദ്യകാല ആനുകാലിക

1 ഡോ. മാണി ജേക്കബ്. തുമ്പ സെന്റ് സേവ്യേഴ്സ് കോളേജിൽ ഇംഗ്ലീഷ് അദ്ധ്യാപകനായിരുന്നു. 'കേരള കൗമുദി' പത്രാധിപ സമിതിയംഗവും. ഇപ്പോൾ ആൾ ഇന്ത്യ അസോസിയേഷൻ ഫോർ ക്രിസ്റ്റിയൻ ഹയർ എഡ്യൂക്കേഷന്റെ (AIACHE) ജനറൽ സെക്രട്ടറി. ഡെൽഹിയിൽ.

പ്രസിദ്ധീകരണങ്ങളിലൊന്ന്. ഇക്കൊല്ലം —1964-നൂറാണ്ടായി വിദ്യാസംഗ്രഹത്തിന്. ഇപ്പോൾ ശതാബ്ദിപ്പതിപ്പ് പുറത്തുവന്നിട്ടുണ്ട്. നല്ലൊരു വിശേഷാൽപ്രതി തന്നെയാണത്.

വെട്ടം വീണുകഴിഞ്ഞു. ചുറ്റുപാടും അനക്കംവെച്ചുതുടങ്ങി.

ഞങ്ങൾ കോളജിലെത്തി. കോളജിന് ബോർഡും ഗേറ്റും മതിലു മൊന്നുമില്ല. നേരെ ലൈബ്രറിയിലേക്ക് ചെന്നു. അവിടെ ഒറ്റമുണ്ടും ബനിയനുമായി ജോൺ ഒ ഹിൻഡ് എന്തോ കുത്തിക്കുറിച്ചുകൊ ണ്ടിരിക്കുന്നു.

ഭാഗ്യം, ജോൺ ഒ ഹിൻഡിന് എന്നെ ഓർമ്മയുണ്ട്. എന്റെ പേരും അദ്ദേഹത്തിനറിയാം.

ഇടമറുകും ജോൺ ഒ ഹിൻഡും സംസാരിച്ചു. 'വിദ്യാസംഗ്രഹ'ത്തി ന്റെ ഒന്നാം ലക്കം ലൈബ്രറിയിലുണ്ടോ എന്നാണ് ഇടമറുകിന് അറിയേണ്ടത്.

ഉണ്ട്. പഴയ ലക്കങ്ങളൊക്കെ നമ്പറിട്ട് അടുക്കിവച്ചിട്ടുണ്ട്. എന്നാൽ ഒന്നും പുറത്തേക്ക് കൊണ്ടുപോകാൻതരില്ല. വേണേൽ, ജോൺ ഒ ഹിൻഡ് പറഞ്ഞു, എന്റടുത്തിരുന്ന് നോക്കാം!.

ഇടമറുക് നോക്കി. വിശദമായി നോക്കി. എന്നിട്ടാവശ്യപ്പെട്ടു. ഇതിന്റെ ചില പേജുകൾ ഫോട്ടോ എടുത്തോട്ടെ? അനുവദിക്കുമോ? എങ്കിൽ ഞാൻ ക്യാമറയുമായി വരാം.

ജോൺ ഒ ഹിൻഡ് സമ്മതിച്ചു: ഒരു വിരോധവുമില്ല. സന്തോഷ മേയുള്ളൂ.

സന്തോഷത്തോടെ തന്നെ ഇടമറുകും ഞാനും തിരിച്ചുപോന്നു. അപ്പോൾ ഇടമറുക് പറഞ്ഞു: 'വിദ്യാസംഗ്രഹം ശതാബ്ദിപ്പതിപ്പിൽ പ്രൊഫ. പി.സി.ജോസഫ് ഒരു കൊച്ചു ലേഖനമെഴുതിയിട്ടുണ്ട് കോളിൻസിനെപ്പറ്റി.'

'ഉവ്വ്, ഞാൻ വായിച്ചു. പി.സി.ജോസഫ് സാർ,' ഞാൻ പറഞ്ഞു: 'ഞങ്ങളുടെ പ്രിയപ്പെട്ട പ്രിൻസിപ്പലാണ്. ഞങ്ങൾ, അദ്ദേഹത്തി ന്റെ കുഞ്ഞുങ്ങൾ, നിറഞ്ഞ ഇഷ്ടത്തോടെ, 'ഔതച്ചൻ'എന്നാണ് വിളിക്കുക. ഔതച്ചനും അതാണിഷ്ടം.'

ഇഷ്ടത്തോടെ ഇടമറുക് അപ്പോൾ വെളിപ്പെടുത്തി: കോളിൻസ് ലേഖനത്തിന്റെ അവസാനവാചകം ഇങ്ങനെയാണ്. "Mrs Collins wrote a novel in English. The Slayer Slain which was translated into Malayalam and publishsed in Vidya Sangraham in 1864."

ഇതിലെന്തോന്നിത്ര വല്യ കാര്യം? ഇടമറുക് പറഞ്ഞതിലെ പൊരുൾ പിടികിട്ടാതെ ഞാൻ ഇളംവെയിലിന്റെ ചൂട് ആസ്വദിച്ചു.

കിഴക്ക് വട്ടമൊത്ത ചുവപ്പ് സൂര്യൻ ഉദിച്ചുപൊന്തിയിരിക്കുന്നു.

പകലിന്റെ ആരവങ്ങൾ ആരംഭിക്കുകയായി.

ഇടമറുക് പറഞ്ഞു: 'ഇന്ദുലേഖ'യ്ക്ക് ഇരുപത്തഞ്ചാണ്ടുമുമ്പ് 'കുന്ദലത'ക്കും 'ആൾമാറാട്ട'ത്തിനും 'പരിഷ്കാരപ്പാതി'ക്കുംഒക്കെ മുൻപ്. മലയാളത്തിലെ ആദ്യത്തെ നോവലാണ്''ഘാതക വധം'. ആദ്യത്തെ നോവലിസ്റ്റ് മിസ്സിസ് കോളിൻസ്.

ഓ, അങ്ങനാണോ? ആട്ടെ! മണ്ടനായ ഞാൻ ഇടമറുകിന്റെ വാക്കുകളിൽ ഉമ്മിണി ബല്യ അദ്ഭുതമൊന്നും കണ്ടില്ല. വെളുപ്പാങ്കാലത്ത് ഇടമറുകിന്റെകൂടെ ഏതോ ഘാതകനെത്തപ്പിപ്പോയതിന്റെ നിറവുതോന്നി. അയൽക്കാരന് കൂട്ടുപോയത് ഗംഭീര വധാന്വേഷണത്തിനായിരുന്നെന്ന് ആകെയൊരു ഗമയും...

പക്ഷേ...

ഒരുമാസം കഴിഞ്ഞ് 'ഘാതകവധം പ്രഥമ മലയാളനോവൽ' എന്ന ഇടമറുകിന്റെ ഗവേഷണ പ്രബന്ധം മാതൃഭൂമി ആഴ്ചപ്പതിപ്പിൽ അച്ചടിച്ചുവന്നതു കണ്ടപ്പോൾ ഞാൻ സ്വയം മറന്ന് ഉറക്കെ ഒരാത്മഗതം കാച്ചി. എടാ ദൈവമെ! നീ ഇടമറുകിന് അറിഞ്ഞുകൊടുത്ത ബുദ്ധിയിലും യുക്തിയിലും ഒരു കഴഞ്ച് എനിക്കുതന്നില്ലല്ലോ! തന്നിരുന്നേൽ... എങ്കിൽ 'ഘാതകവധം' ഇടമറുകിനുമുമ്പേ ഞാൻ കണ്ടുപിടിച്ചു കസ്റ്റഡിയിലെടുക്കില്ലായിരുന്നോ! കോളിൻസ് മദാമ്മയേയും!

●

ദേവി മേരി ഗൗരി

ഇടവപ്പാതിക്കാലം. രാവിലെ മഴ ഉണ്ടായിരുന്നില്ല. ഉച്ചകഴിഞ്ഞപ്പോൾ മാനം കറുത്തിരുണ്ടുതുടങ്ങി.

മദ്ധ്യാഹ്നം ഇരുണ്ടുമൂകമായി.

താറിട്ട പാതയിൽ എപ്പോഴോ ചാറിയ മഴത്തുള്ളികൾ മുത്തുമണികളായി തുള്ളിക്കളിച്ചു. ഓരോ മുത്തും ഞെരിച്ചുടച്ചു ഞങ്ങളുടെ കാർ വടക്കോട്ടുപാഞ്ഞു.

പുലർച്ചെ മുതൽ കൊച്ചിനഗരത്തിൽ പല തെരുവുകളുംവീടുകളും പരതുകയായിരുന്ന ഞങ്ങൾ. സർവ്വശ്രീ അഭയദേവ്, വെട്ടൂർ, പുളൂർ, ഹമീദ്, ഡോ.ബഷീർ എന്നിവരും ഞാനും.സാഹിത്യപ്രവർത്തക സഹകരണസംഘത്തിന്റെ ഭരണസമിതിയിലേക്കുള്ള തിരഞ്ഞെടുപ്പിൽ സ്ഥാനാർഥികളാണെല്ലാവരും.

ഒന്നിച്ചൊരുമിച്ച് പന്ത്രണ്ടുപേരുടെ ഒരു പാനലായിട്ടാണ് മത്സരിക്കുന്നത്. സർവ്വശ്രീ പവനൻ, പന്മന, മണ്ണുമ്മൂട്, ശ്രീമന്ദിരം, ശ്രീനി, ശ്രീദേവി എന്നിവരാണ് പാനലിലെ മറ്റാറുപേർ. അവർ തൃശ്ശൂരും തിരുവനന്തപുരത്തും കോട്ടയത്തുമൊക്കെ വോട്ട് അരിച്ചുപെറുക്കുന്നുണ്ട്. ഒന്നിച്ചുനിന്ന് ഒന്നിച്ചു ജയിക്കാനുള്ള തത്രപ്പാട്. വലിയ വാശിയിലാണ് വോട്ടുപിടുത്തം.

പോരെങ്കിൽ, ഒരു ജനാധിപത്യ രീതിയിലും ആരും പരീക്ഷിക്കാത്ത പുത്തൻ ഇലക്ഷൻ തന്ത്രം മഹാസൂത്രശാലിയായ സി.പി. ശ്രീധരൻ എടുത്തു പ്രയോഗിച്ചിരിക്കുകയാണ്. പന്ത്രണ്ടുപേരുടെ പാനൽ പ്രഖ്യാപിച്ച് ഞങ്ങളുടെ നല്ല പ്രവർത്തനംനല്ല ഉഷാറിലായപ്പോൾ സി.പി. ശ്രീധരൻ സ്വന്തം പാനൽപ്രഖ്യാപിച്ചു. അദ്ദേഹത്തിന്റെ പന്ത്രണ്ടുപേരിൽ ഒമ്പതും ഞങ്ങളിൽപെട്ടവർതന്നെ.

കാരുണ്യപൂർവ്വം നീക്കംചെയ്തു തൈക്കാട്ടൂരിനെയും ശ്രീദേവിയേയും ഓമനക്കുട്ടനേയും. പകരം ശ്രീധരനും സരസ്വതിയും രാഹുലനും. ജാതിപ്രദേശലിംഗസംവരണങ്ങളൊക്കെ പാലിച്ചുകൊണ്ടുള്ള മാറ്റ പ്രഖ്യാപനം.ആപാനലിന്റെ നേതാവ് താനാണെന്നും സർ സി.പി. പ്രസ്താവനയിറക്കി.

സംഘം തിരഞ്ഞെടുപ്പിന് ഒരു പാർലിമെന്റ് മണ്ഡലത്തിലെ വോട്ടുപിടുത്തത്തേക്കാൾ മുഴുത്ത പണിയെടുക്കണം. കേരളം മുഴുവൻ — ഭാരതം ഒട്ടാകെ — അല്ലേ നിയോജകമണ്ഡലം? വോട്ടെണ്ണം അഞ്ഞൂറിൽ താഴെയാണെങ്കിലും ഓരോ വോട്ടും ഇന്ത്യാമഹാരാജ്യ മാകെ ചിതറിക്കിടക്കുന്നു.

കൊച്ചി നഗരത്തിലും ചുറ്റുപാടുമായി പത്തുപതു വോട്ടുകളുണ്ട്. കഴിയുന്നത്ര വോട്ടർമാരെ നേരിൽ കാണുക, കൈയോടെ വോട്ടു റപ്പിക്കുക — അതിനാണ് കാറിലുള്ള ഞങ്ങളുടെ പരക്കംപാച്ചിൽ. രാവിലെ ആറുമണിക്ക് തുടങ്ങിയ ഓട്ടമാണ്.

പോലീസ് ഓഫീസറായ ഹമീദാണ് കാറും ചോറും തന്നത്.

വൈകുന്നേരം നാലുമണിയായി. ദേശീയപാതയിൽ കൊച്ചി നഗരത്തിന്റെ വടക്കുദിക്കുനോക്കി കാർ പാഞ്ഞു.

കലൂർ പാലാരിവട്ടം കഴിഞ്ഞ് ഇടപ്പള്ളിക്ക് കാറോടി. മഹാ കവിചങ്ങമ്പുഴയുടെ വീട്ടിലേക്ക്. കവിയുടെ മനസ്വിനി ശ്രീദേവി വോട്ടറാണ്. പഴയകാലസംഘാംഗം.

വോട്ടുചെയ്യാൻ അവർ കോട്ടയത്തിനു വരുമോ? ഈ യാത്ര പാഴ്ച്ചെലവാണെന്ന സംശയം ആരോ ഉന്നയിച്ചു.

വരും, ഞാൻ പറഞ്ഞു. കഴിഞ്ഞപ്രാവശ്യം ശ്രീദേവിയമ്മ വന്ന തോർമ്മയുണ്ട്.

ആരും പിന്നൊന്നും പറഞ്ഞില്ല, വോട്ടുചെയ്യാൻ വരുമെന്നുറപ്പു ള്ള ഒറ്റവോട്ടറേയും ചുമ്മാവിടരുത്. വോട്ടൊന്നും നഷ്ടപ്പെടുത്തരുത്, ഡോ.ബഷീർ പറഞ്ഞു. കാറിലുള്ളവരാരും —വെട്ടൂർസാർ പോലും— അക്കാര്യത്തിൽ എതിർപ്പുള്ളവരല്ല.

ദേശീയപാതയിൽനിന്ന് ചങ്ങമ്പുഴപാർക്കുചുറ്റി കാർ ഇടത്തോട്ടു തിരിഞ്ഞു. ചോലമരങ്ങൾ ചില്ലവീശിനിൽക്കുന്ന കുളിർമ്മയിലൂടെ ചങ്ങമ്പുഴയുടെ വീട്ടുമുന്നിലെത്തി. വഴിയോരത്തു മൂന്നാല് പീടികമു റികൾ . പിന്നിൽ കൊച്ചുവീട്. വീടിന്റെ മുൻഭാഗം ഇ.എസ്.ഐ. ഡിസ്പെൻസറിക്കു വാടകക്കുകൊടുത്തിരിക്കുന്നു.

കാറിൽനിന്ന് ഞങ്ങളിറങ്ങി.

വീട്ടുവളപ്പിലേക്ക് നടന്നു.

തൊടിയിലാകെ കാടും പടലും.

ശ്രീദേവി ചങ്ങമ്പുഴയുണ്ട് വീടിന്റെ പിൻഭാഗത്ത് അടുക്കളവാതിൽപ്പടിയിൽ കാലും നീട്ടിയിരിക്കുന്നു. അവരുടെ വലതുകാൽ പ്ലാസ്റ്ററിട്ട് പൊതിഞ്ഞിരിക്കുകയാണ്.

ഞങ്ങൾ നടന്നടുത്തപ്പോഴും ശ്രീദേവി എണീക്കാനാവാതെ അങ്ങനിരുന്നു. വെള്ളമുണ്ടും മഞ്ഞബ്ലൗസും തോർത്തുമാണ് വേഷം. കഴുത്തിലോ കൈയിലോ ആഭരണങ്ങളൊന്നുമില്ല.

മുഖത്ത് വിഷാദസൗന്ദര്യം നിറഞ്ഞുനിന്നു. നിസ്സംഗഭാവം.

അഞ്ചാറതിഥികൾ അപ്രതീക്ഷിതമായി കടന്നുചെന്നിട്ടും ഒരു ചിരിപോലുമില്ലാതെ അനങ്ങാതിരുന്ന് അവർ പറഞ്ഞു: കുളിമുറിയിൽവീണു, കാലെല്ലുപൊട്ടി.

ഞങ്ങൾ മുറ്റത്തുതന്നെ നിന്നു. ഓരോരുത്തരെയായി പരിചയപ്പെടുത്തി. സംഘം സ്ഥാനാർഥികളാണെന്നറിയിച്ചു. പന്ത്രണ്ടുപേരുടെ പട്ടിക ഏൽപിച്ചു. വോട്ടുചോദിച്ചു.

നിർവികാരയായി ഒക്കെ കേട്ടിരുന്നിട്ട് അവർ പറഞ്ഞു: ഞാൻ വരില്ല. കഴിഞ്ഞതവണ വന്നു. അന്നെനിക്ക് കൂട്ടുവന്നത് എന്റെ മകൾ അജിതയുടെ മകൻ മധു. ഇന്നവനില്ല. ഇത്തവണ ഞാൻ വരില്ല.

ചങ്ങമ്പുഴയുടെ ഒരു ദൗഹിത്രൻ പതിനെട്ട് തികയുംമുമ്പ് ആത്മഹത്യചെയ്ത വാർത്ത ഞങ്ങൾ അറിഞ്ഞിരുന്നു. ആരും ഒന്നും മിണ്ടാതെ നിന്നു.

പെട്ടെന്ന് അപ്പുറത്തെങ്ങോനിന്ന് ചങ്ങമ്പുഴയുടെ മകൾ ഓടിവന്നു. അഴിഞ്ഞ മുടിയും അലസമായുടുത്ത സാരിയും. കണ്ണുകൾ തിളങ്ങി. വന്നപാടെ പുളളരിന്റെ കൈകൾ കടന്നുപിടിച്ചു പൊട്ടിച്ചിരിച്ചു. അയ്യോ! ആരാ ഇത്! എന്റെ പ്രിയപ്പെട്ട നോവലിസ്റ്റല്ലേ! ഞാനാരാന്നറിയോ? മഹാകവി ചങ്ങമ്പുഴയുടെ മകൾ അജിത...

ഞങ്ങൾ ചുമ്മാ ചിരിച്ചു.

പുളളരിന്റെ കൈവിടാതെ ഒരു കൊച്ചുകുട്ടിയെപ്പോലെ അജിത കൊഞ്ചി: 'ഒരാനപ്പക എനിക്കു തര്വോ? ഫ്രീയായിട്ട്...ട

ചിരിച്ചവർ വല്ലാതെ നിന്നു. ശ്രീദേവി മകൾ കാണാതെ അവൾക്കു

നല്ല സുഖമില്ലെന്ന് ആംഗ്യംകാട്ടി.

അജിത ഉത്സാഹത്തോടെ പറഞ്ഞു: 'ചേട്ടൻ എഴുത്തുനിറുത്തി. അച്ഛന്റെ പാരമ്പര്യം ആരെങ്കിലും നിലനിർത്തണ്ടേ? ഞാൻ എഴുതാൻ തുടങ്ങിയിരിക്കുകാ. മംഗളത്തിലും മനോരാജ്യത്തിലും ഞാനെഴുതിയത് വായിച്ചോ? വായിച്ചോ?'

പെട്ടെന്ന്, ജനലിലൂടെ മുറിക്കുള്ളിലേക്ക് വിരൽചൂണ്ടി അജിത തേങ്ങി. ദാ, ആ ഫാനിലാ അവൻ കെട്ടിത്തൂങ്ങിയേ. പതിനേഴ വയസ്സും അഞ്ചുമാസോം ഇരുപത് ദെവസോമായിരുന്ന പ്രായം....

ഞങ്ങൾ തരിച്ചുനിന്നുപോയി

വികാരഭരിതനായ പുളുർ ആത്മഗതമെന്നോണം പറഞ്ഞു: അപ്പൂപ്പന്റെ കൂട്ടുകാരന്റെ ആത്മാവെങ്ങാനും ആവേശിച്ചതാവും.

ഹമീദ് പുളുരിന്റെ കൈപിടിച്ച് ഞെരിച്ചു.

നിശ്ശബ്ദരായി ഞങ്ങൾ യാത്രപറഞ്ഞിറങ്ങി.

'ആനപ്പക'തരണേ എന്നോർമ്മിപ്പിച്ചുകൊണ്ട് അജിത[1] പടിവാതിലോളം വന്നു. അവിടെ എങ്ങോനോക്കിനിന്നു.

കാറിൽക്കയറിക്കഴിഞ്ഞ് ഡോ.ബഷീറും ഞാനും വരെ പുളുരിന്റെ ചപ്ലാച്ചിക്ക് ചീത്തപറഞ്ഞു. പാവം പുളുർ കുറേയേറെഏത്തമിട്ടു.

ഏറെനേരം പിന്നാരുമൊന്നും മിണ്ടിയില്ല. എല്ലാവരുടെ ഉള്ളിലും ചങ്ങമ്പുഴക്കുടുംബം നൊമ്പരത്തോടെ നിറഞ്ഞുനിന്നു.

കാർ ഇടപ്പള്ളിയിൽ നിന്നും പടിഞ്ഞാട്ടുപോയി. ചേരനല്ലൂർ കടത്തിലേക്ക് കടത്തുകടന്ന്. വരാപ്പുഴയ്ക്കുപോകാൻ.

കായലിൽ സായാഹ്നസൂര്യൻ നിറംചാലിച്ചുകലക്കി. മഴ പൊടിഞ്ഞു. കാറ്റിൽ തണുപ്പിരച്ചുകേറി.

വളരെ പഴക്കമുള്ളതാണ് വാരാപ്പുഴപ്പള്ളി. പോർത്തുഗീസ് ശിൽപഭംഗി തികഞ്ഞ ആരാധനാലയം.

ഗ്രാമീണശാന്തി നിറഞ്ഞുനിന്നെങ്ങും.

പോൾസാറിന്റെ വീട്ടിലേക്ക് ഞങ്ങൾ നടന്നു. അധികദൂരമില്ല. പഴയ മതിൽക്കെട്ടിനുള്ളിൽ പഴയ മാളികവീട്.

മുറ്റത്ത് നിറവും മണവുമുള്ള പൂക്കളുടെ ചെടികൾ ചട്ടികളിൽ.

1 പിന്നീട് അജിതയും കുടുംബവും കൂട്ട ആത്മഹത്യ ചെയ്തു.

ചാവടി മുറിയിൽ മിസ്സിസ് പോളും രണ്ടുമൂന്ന് മാലാഖക്കുഞ്ഞുങ്ങളും ടെലിവിഷനിൽ പടം കണ്ടുകൊണ്ടിരിക്കുന്നു. ഓർക്കാപ്പുറത്തുകടന്നുവന്ന അഞ്ചാറാൾക്കാരെ കണ്ടു കുട്ടികൾപടം നിറുത്തി അകത്തേക്കുപോയി.

വരൂ, ഇരിക്കൂ. മിസ്സിസ് പോളും ക്ഷണിച്ചു.

ഞങ്ങൾ കയറിയിരുന്നു.

മിസ്സിസ് പോളും നിശ്ശബ്ദയായി നിന്നു. ശുദ്ധശുഭ്രമായ സാരിയും ബ്ലൗസും. കഴുത്തിൽ സ്വർണമാല. കുലീനതയുടെ പ്രൗഢസൗന്ദര്യം മുഖത്തുതുളുമ്പി.

ചാവടിമുറിയിൽ ഉരുളൻ തലയണവെച്ച ഊഞ്ഞാൽക്കട്ടിൽ. ചുറ്റും പഴമയുടെ പാരമ്പര്യം വിളിച്ചോതുന്ന ഇരിപ്പിടങ്ങൾ.

ആരെങ്കിലും എന്തെങ്കിലും പറഞ്ഞുതുടങ്ങുന്നതിനുമുമ്പെ അവിടെയോടിയെത്തി പോൾസാറിന്റെ മകൾ, മിസ്സിസ് റോസിതോമസ്. വന്നതും ഊഞ്ഞാൽക്കട്ടിലിൽ ചാരിയിരുന്നു. കുലുങ്ങിച്ചിരിച്ച് വാതോരാതെ വർത്തമാനമായി.

ഇതപ്പൻ ജനിച്ച വീടാ. നൂറുവർഷം കഴിഞ്ഞു. അമ്മച്ചീം നാത്തൂനും പിള്ളേരുമാ ഇവിടെ താമസം. ഞാനപ്പുറം പുതിയവീടുവച്ചു. തോമസില്ല. ഒറ്റക്കാ താമസം. മക്കളാരുമില്ലിവിടെ. മകനെ പെണ്ണുകെട്ടി താമസിപ്പിച്ചിട്ടുവേണം എനിക്കൊന്ന് ചാടിപ്പോകാൻ. ലോകമൊന്നു കാണാൻ...

കണ്ടില്ലേ, ഇവിടുത്തെ ആണുങ്ങളൊക്കെ ഭിത്തിയിലാ! എല്ലാം അമ്പതുവയസ്സിനു മുമ്പേ ചെയ്യേണ്ടതുചെയ്തു പോയി...

ഭിത്തിയിൽ ചില്ലിട്ടുവച്ചിരിക്കുന്ന മൂന്ന് പടങ്ങൾ റോസി ചൂണ്ടിക്കാട്ടി. എം.പി.പോൾ, സി.ജെ.തോമസ്, ബാബു പോൾ[2]

ഒരിട ഒന്ന് മൂകമായി.

ഹമീദ് ചോദിച്ചു: റോസിക്ക് ഇവരെയൊക്കെ മനസ്സിലായോ?

ഹമീദും റോസിയും മുമ്പൊരിക്കൽ സംഘം ഭരണസമിതിയിൽഒന്നിച്ചുണ്ടായിരുന്നു.

റോസി വീണ്ടും കുലുങ്ങിച്ചിരിച്ചു. ഊങ്ഹും! എനിക്കാരേം

2 പ്രൊഫ. എം.പി. പോളിന്റെ പുത്രൻ. ഇംഗ്ലീഷ് ലക്ചർ ആയിരുന്നു. വിദേശത്തുനിന്നും മടങ്ങിവരുമ്പോൾ വിമാനത്തിൽവച്ച ഹൃദയസ്തംഭനംമൂലം നിര്യാതനായി.

അറിഞ്ഞുകൂടാ! വെട്ടൂരിനേം, പുളൂരിനേം, ബഷീറിനേം ഒന്നുമെനിക്കറിഞ്ഞുകൂടാ!

പിന്നെ ഈ അഭയദേവാണെങ്കിൽ എന്റെ കാമുകനായിരുന്നു!! നിങ്ങൾക്കറിയാമോ?

ദേവ്സാർ ചിരിച്ചു. ആ കഥ വിവരിച്ചു: 1945-ൽ പു.ക.സാ. സമ്മേളനത്തിന്, ചങ്ങമ്പുഴ അധ്യക്ഷനായ കോട്ടയം സമ്മേളനത്തിന്, കേശവദേവിന്റെ 'നാടകകൃത്ത്' നാടകം അരങ്ങേറി. കേശവദേവും ഗോമതിദേവുമായിരുന്നു നായകനും നായികയും. പി.റ്റി. ചാക്കോ ആയിരുന്നു വില്ലൻ. നാടകത്തിൽ ഒരിളക്ക ക്കാരിപ്പെണ്ണിന്റെ — കോമളാംഗി എന്നാ പെണ്ണിന്റെ പേര്— റോളായിരുന്നു റോസിക്ക്. കോമളാംഗിയുടെ കാമുകന്റെ വേഷം എനിക്കും.

ഊഞ്ഞാൽക്കട്ടിലിൽ ഇരുന്നാടിക്കൊണ്ട് റോസി ചിരിച്ചു. നാടകം ഞാൻ കലക്കി. അപ്പനിഷ്ടമായി. ഞാൻ രംഗത്തുവന്നപ്പോഴാ തോമ്മാ എന്നെ നോട്ടമിട്ടതെന്നാ പറയാറ്!

മിസ്സിസ് പോളും പുഞ്ചിരിച്ചു.

എല്ലാവരും ചിരിച്ചുതകർത്തു.

അപ്പോൾ ചായ വന്നു. കേക്കും ബിസ്കറ്റും.

മധുരം കഴിച്ചു ചായ കുടിക്കുമ്പോൾ ഞങ്ങൾ സംഘം തിരഞ്ഞെടുപ്പുകാര്യം പറഞ്ഞു. പന്ത്രണ്ടുപേരുടെ പട്ടിക ഏൽപിച്ചു. റോസിയുടേയും അമ്മച്ചിയുടേയും വോട്ട് ചോദിച്ചു.

മിസ്സിസ് പോളും ശാന്തസുന്ദരമായി മന്ദഹസിച്ചു. വോട്ടുചോദിച്ച് ആരോ എനിക്ക് കത്തെഴുതിയിരിക്കുന്നു. മിസ്സിസ് സരസ്വതിപോൾ എന്ന്. എന്റെ പേര് മേരി എന്നാ. അത് സരസ്വതി എന്നാക്കിയതാരാണോ?

റോസി ചാടിയെണീറ്റ് അമ്മച്ചിയെ കെട്ടിപ്പിടിച്ചു. കവിളത്ത് ഉമ്മ വെച്ചു. എന്റമ്മച്ചിയെക്കണ്ടാൽ സരസ്വതിയാണെന്നല്ലേ തോന്നൂ!

ഞാൻ വോട്ടുചെയ്യുന്നുണ്ട്. മിസ്സിസ് പോൾ പറഞ്ഞു: അമ്മിണിക്കുട്ടി മത്സരിക്കുന്നുണ്ടല്ലോ?

ഞങ്ങളൊക്കെ ചമ്മി. അമ്മിണിക്കുട്ടി കാത്തൂർസാറിന്റെ മകൾ സരസ്വതിയാണ്. പുളൂരിനും, ഹമീദിനും, ബഷീറിനും പെട്ടെന്ന് അത് പിടികിട്ടിയില്ല.

ഞാൻ പറഞ്ഞു: അമ്മിണിക്കുട്ടി ഞങ്ങളുടെ പാനലിലല്ല!

അമ്മിണിക്കുട്ടിക്ക് ഞങ്ങൾ വോട്ടുചെയ്യും. റോസി പറഞ്ഞു: കാത്രരിന്റെ മകൾക്ക് പോളിന്റെ ഭാര്യയും മകളും വോട്ടു ചെയ്യണ്ടേ? നല്ല കൂത്ത്!

ഒടുവിൽ ഞങ്ങൾ പറഞ്ഞു: ഞങ്ങൾ പന്ത്രണ്ടുപേരിൽ ആരെങ്കിലും ഒരാളെ ഒഴിവാക്കിക്കോ. പക്ഷേ, ബാക്കി പതിനൊന്നുവോട്ടും...

ഞങ്ങളിറങ്ങി. മിസ്സിസ് പോൾ അങ്ങനെ പുഞ്ചിരിതൂവി നിന്നു. റോസിതോമസ് ഗേറ്റുവരെ വന്നു കുലുങ്ങിച്ചിരിച്ച് യാത്രയാക്കി.

വഴിയിറങ്ങിയപ്പോൾ ചങ്ങമ്പുഴയുടേയും എം.പി.പോളി ന്റെയും മുഖഭംഗികൾ അയവിറക്കി ഞാൻ പറഞ്ഞു: ഇതാ നായരും നസ്രാണീം തമ്മിലുള്ള വ്യത്യാസം!

ഇവനെപ്പോഴും ഈ ജാതിവിചാരമാ, വെട്ടൂർസാർ എന്നെ വഴക്കു പറഞ്ഞു.

മേലിൽ നീ ജാതി പറയരുത്. അടികൊള്ളും. ഡോ.ബഷീർ എന്റെനേരെ കൈയോങ്ങി.

ജാതി ചോദിക്കില്ല, പറയില്ല, വിചാരിക്കില്ല. പണ്ടേ ഞങ്ങടെ സ്വാമി പറഞ്ഞിട്ടുള്ളതാ. ഞാൻ പറഞ്ഞു: മാറ്റിപ്പറയാം. ഇതാ കവിയും നിരൂപകനും തമ്മിലുള്ള വ്യത്യാസം.

വികാരജീവിയായ കവിയും, വിചാരശീലനായ നിരൂപകനും എല്ലാവരിലും നിറഞ്ഞുനിന്നു. പിന്നെ ആരും മിണ്ടിയില്ല.

കടത്തുകടന്ന് കാറിൽ കയറുമ്പോൾ സന്ധ്യകഴിഞ്ഞു. മഴ തുടങ്ങി. വഴിവിളക്കുകൾ തെളിഞ്ഞു.

കാറോടി.

ആരോ പറഞ്ഞു. ഇന്നിത്രേം വോട്ടു മതി. നിറുത്താം. ജയിക്കാനു ള്ള വോട്ടായില്ലേ?

ഒരിടത്തുകൂടി പോണം. ഞാൻ പറഞ്ഞു. വോട്ടു കിട്ടില്ല. വോട്ടുചെ യ്യാൻ വരില്ല എന്നാലും ഇന്നവിടെക്കൂടിപ്പോകണം.

എവിടെ? തീരെ സുഖിക്കാതെ പുതൂർ ചോദിച്ചു.

മിസ്സിസ് കേസരിയുടെ അടുക്കൽ. ബാലകൃഷ്ണപിള്ളസാറിന്റെ ഭാര്യ ഗൗരിയമ്മയുടെ അടുക്കൽ.

ആരും ഒരെതിരുപറഞ്ഞില്ല.

കാർ ചങ്ങമ്പുഴ പാർക്കിനരികിൽ ദേശീയപാതയിലെത്തി. വീണ്ടും വടക്കോട്ടു തിരിഞ്ഞു. ഇടപ്പള്ളി ടോളിലെത്തി കിഴക്കോട്ട്പോയി തൃക്കാക്കര ക്ഷേത്രത്തിനു സമീപം അനിയത്തിയുടെ വീട്ടിലാണ് ഗൗരിയമ്മയുടെ താമസം.

കുന്നുംചരിവിൽ ഒരു നല്ല ബംഗ്ലാവ്.

പടികൾകേറി ഞങ്ങൾ ചെന്നു.

അത്താഴനേരത്ത് ആറുപേർ. ഗൃഹനാഥൻ അമ്പരന്നു. പരിചയപ്പെടുത്തിയപ്പോൾ അദ്ദേഹം ഞങ്ങളെ തിണ്ണയിൽ സ്വീകരിച്ചിരുത്തി. കേസരിയുടെ ഷഡ്ഡകൻ (co-brother). അദ്ദേഹത്തിന് എന്നെയൊഴിച്ച് എല്ലാവരേയും വായിച്ച പരിചയമുണ്ട്.

അകത്തുനിന്ന് ഗൗരിയമ്മ ഇറങ്ങിവന്നു. മെലിഞ്ഞുണങ്ങിയ ദേഹം. ശുവെള്ള റവുക്കയും മുണ്ടും നേര്യതും. ഐശ്വര്യത്തിന്റെ മഹാസൗന്ദര്യം മുഖത്തിന് പരിവേഷം നൽകി.

കൈകോർത്ത് മൗനംപൂണ്ട് നിന്നു.

ഞങ്ങളെല്ലാവരും എണീറ്റു. ആദരവോടെ പറഞ്ഞു. അമ്മ പുറത്തൊന്നും പോവില്ലെന്നറിയാം. ഞങ്ങൾ വന്നത് വോട്ടുചോദിക്കാനല്ല. ഒന്നു കണ്ടുപോകാനാണ്. അമ്മയെക്കാണുന്നത് ഞങ്ങൾക്ക് ബാലകൃഷ്ണപിള്ള സാറിനെ കാണുന്നതുപോലെയാണ്.

കേസരിയുടെ പേരു കേട്ടതും ഗൗരിയമ്മ കണ്ണടച്ചു കൈകൂപ്പി.

'തനിക്കു പിറന്ന ഒരേയൊരു മകൾക്ക് താൻ നൽകിയ ആദ്യചുംബനം അവളുടെ മൃതദേഹത്തിലായിരുന്നു' എന്നു പറഞ്ഞ കേസരി എ. ബാലകൃഷ്ണപിള്ള, അദ്ദേഹത്തിന്റെ സഹധർമ്മിണി, ഇതാ ഭർത്തൃനാമം കേട്ടു ഭക്തിപരവശയാകുന്നു....

പിന്നൊന്നും പറയാൻ ആരും ഒരുങ്ങിയില്ല. ഏതോ ഒരു മായികാവസ്ഥയിലായിപ്പോയി എല്ലാവരും. പാവനമായ അന്തരീക്ഷംപിറന്നു.

തൃക്കാക്കര അമ്പലത്തിൽ ഒരു മണിനാദം ഉയർന്നു. അനുരണനങ്ങൾ ഒഴുകിവന്നു.

യാത്രചോദിക്കാതെ ഇറങ്ങിപ്പോന്നു.

ഒരു കുസൃതിപറയാൻ ഞാൻപോലും ധൈര്യപ്പെട്ടില്ല.

കാർ തെക്കോട്ട് നഗരത്തിലേക്ക് ഓടി.

മലയാളം കണ്ട മൂന്ന് മഹാപ്രതിഭകൾ.

അവരുടെ സുന്ദരികളായ ജീവിതസഖികൾ.

കാറ്റും കോളും നിറഞ്ഞ ആ വലിയ ജീവിതങ്ങൾ.

ജീനിയസ്സുകളായ കവിയുടെയും നിരൂപകരുടേയും സഖികളായി ജീവിതം മുഴുവൻ വ്യഥയും വേദനയും ഏറ്റുവാങ്ങിയ മൂന്ന് ചൈതന്യവതികൾ. സ്വന്തം ജീവിതങ്ങളുടെ ബാലൻസ് ഷീറ്റിൽ ലാഭനഷ്ടക്കോളങ്ങളിൽ എന്താണ് എഴുതിച്ചേർക്കപ്പെട്ടിരിക്കുന്നത്?

രാത്രിമുഴുവൻ അതിസുന്ദരികളായ ആ അമ്മമാർ മനസ്സിൽ നിറഞ്ഞുനിന്നു.

എത്രയോ വൈകിയാണ് ഉറക്കം വന്നത്! എന്തൊക്കേയോ സങ്കടങ്ങളും അതിനൊക്കെ മേലെ ഒരു സംതൃപ്തിയും ഉള്ളിലുണർന്ന്കിടന്നു.

ദേവി മേരി ഗൗരി — സത്യം സുന്ദരം ശിവം!

ഒരാഴ്ചകഴിഞ്ഞ് സംഘം തിരഞ്ഞെടുപ്പ് നടന്നു. ഞങ്ങൾ പന്ത്രണ്ടു പേരിൽ വെട്ടൂർ, ശ്രീനി, ശ്രീദേവി എന്നിവർ തോറ്റു. മറ്റൊമ്പതുപേരും ജയിച്ചു. സി.പി. ശ്രീധരൻ, ഇ.വാസു, ബി.സരസ്വതി എന്നിവരും തിരഞ്ഞെടുക്കപ്പെട്ടു.

ജയിച്ചവരിൽ ഓമനക്കുട്ടനൊഴികെ മറ്റെല്ലാവരും താൻ നേതൃത്വം കൊടുത്ത പാനലിൽപ്പെട്ടവരാണെന്നും, തന്റെ പിന്തുണ കൊണ്ടാണ് അവരൊക്കെ രക്ഷപ്പെട്ടതെന്നും ശ്രീധരൻ പത്രക്കുറിപ്പിറക്കി.

ഡയറക്ടർ ബോർഡിന്റെ ആദ്യയോഗത്തിൽ അമ്മിണിക്കുട്ടി എന്ന കാര്യർമകൾ സരസ്വതിയോട് ഞാൻ പരമരഹസ്യമായി ചോദിച്ചു: സംഘത്തിലംഗങ്ങളായ അമ്പതോളം സുന്ദരികളിൽ ഏറ്റവും സുന്ദരി ആരെന്നു പറയാമോ?

അതിനി ഞാനോ മറ്റോ ആണോ, കർത്താവേ! എന്ന മട്ടിൽ അമ്മിണിക്കുട്ടിസരസ്വതി ഒച്ചതാഴ്ത്തിച്ചോദിച്ചു, ആരാ?

അത്ര സുഖിക്കേണ്ട എന്നുള്ളിൽ പറഞ്ഞ് ഞാനറിയിച്ചു: മിസ്സിസ് എം.പി. പോൾ.

●

ബാലാകല്യാണ വൈഭോഗമേ...

മരക്കൊമ്പത്തെവിടെയോ മറഞ്ഞിരുന്ന് ഇണക്കുയിലുകൾ 'കൂഹൂ കൂഹൂ' എന്ന് നീട്ടിപ്പാടി. കോകിലഗീതത്തിന്റെ പ്രണയാർദ്രമധുരം മഹാരാജാസിന്റെ നാലുകെട്ടിലും നടുമുറ്റത്തുമാകെ തുളുമ്പിനിറഞ്ഞു.

നൂറുക്കണക്കിനു നല്ല പാമ്പുകൾ ഇഴഞ്ഞുപുളയുന്നതും, ആയിരം തരം ചിത്രശലഭങ്ങൾ പറന്നുപാറുന്നതും കാക്കത്തൊള്ളായിരം കിളികൾ രാഗവിസ്താരമാലപിക്കുന്നതും വിശാലനഗരത്തിലിന്ന് മഹാരാജാസ് കാമ്പസിൽമാത്രം.

ഉഷസ്സന്ധ്യയിലും സായംസന്ധ്യയിലും ചങ്ങാതികളാരുമില്ലാതെ ഏകാന്തകാമുകനായി നാലുകെട്ടിൻതിണ്ണയിൽ കുത്തിയിരുന്ന് നൊമ്പരംകൊള്ളുമ്പോൾ കിളിയൊച്ചകളുടെ രാഗമാലിക രോമാഞ്ചംപകരും.

വെണ്ണിലാ രാവുകളിൽ നടുമുറ്റത്തെ പുൽത്തകിടിയിൽ പറന്നിറങ്ങുന്ന രാപ്പാടികളുടെ സമകാലികകവിതകൾ ആരേയുംപ്രേമഗായകരാക്കും.

മച്ചുമുകളിൽ മാടപ്രാവുകൾ കുറുകുന്നത് പകൽനേരത്ത്. അതിന് മരംകൊത്തികൾ താളമിട്ടുകൊടുക്കുന്നതു കേൾക്കാം. അഗ്നിശിഖാപുഷ്പങ്ങൾക്കിടയിൽ പഞ്ചവർണ്ണപ്പൈങ്കിളി രാമസീതാകഥ മനംമറന്ന് പാടുന്നുണ്ടാവുമപ്പോൾ.

കരിയിലക്കിളികൾ ചിലച്ചുനടക്കും.
ഉപ്പനും ഓലഞ്ഞാലിയും കുരുവിയും നത്തും പരുന്തും...
കടക്കണ്ണെറിയുന്ന സുന്ദരിക്കാക്കകളും...
കണ്ടികുലുക്കിപ്പക്കികളും...
ചൂളമിട്ടു ചെത്തുന്ന പൊന്മാനുകളും...

'ഇവിടെ ലക്ചർചെയ്യും നാളുകളിലാണോ നീലകണ്ഠൻ മാഷ്ക്ക് പക്ഷി പ്രേമം പിടികൂടിയത്?' ഞാൻ ചോദിച്ചു.

'ഏത് നീലകണ്ഠൻമാസ്റ്റർ?' തുറവൂർ വിശ്വംഭരൻ എട്ടരക്കട്ടക്ക് തിരിച്ചുചോദിച്ചു.

നമ്മുടെ ഇന്ദുചൂഡൻ.

ആവാം, തോമസ് മാത്യു സ്വരഗൗരവംകൊണ്ട് പറഞ്ഞു. 'പക്ഷികളുടെ ദന്തഗോപുരമല്ലോ ഇവിടം! പക്ഷേ, വസന്തത്തിലല്ലേ കിളികൾ പാടാറുള്ളൂ?' ഞാൻ ഉദ്ധരണി ചിഹ്നങ്ങളിൽ ഒരു ചോദ്യമിട്ടു. അതിന് അതേമട്ടിൽ കെ.ജി.ശങ്കരപ്പിള്ള ഉത്തരം തന്നു: 'ഗ്രീഷ്മത്തിൽ കിളികൾ പാടാറില്ലല്ലോ!'

വിശ്വംഭരൻ ഒന്ന് തറപ്പിച്ചു മൂളി: 'ഉം൦൦.'

വൈലോപ്പിള്ളിവക തേൻ തുള്ളികളായിരുന്നു വസന്തവും ഗ്രീഷ്മവും.

സന്ദർഭം മഹാരാജാസ് കോളജിന്റെ ശതാബ്ദിയാഘോഷത്തോടനുബന്ധിച്ചു നടന്ന കവിസമ്മേളനം. ജി.ശങ്കരക്കുറുപ്പായിരുന്നു അധ്യക്ഷൻ. വൈലോപ്പിള്ളി ശ്രീധരമേനോൻ ഉദ്ഘാടകനും. പി.ഭാസ്കരൻ, വിഷ്ണുനാരായണൻ നമ്പൂതിരി, സുഗതകുമാരി, സച്ചിദാനന്ദൻ തുടങ്ങി ബാലചന്ദ്രൻ ചുള്ളിക്കാട്, വിജയലക്ഷ്മി വരെ ഒട്ടേറെ കവികൾ പങ്കുകൊണ്ട സമ്മേളനം.

മഹാരാജാസിലെ മലയാളം വകുപ്പ് തലവൻ പ്രൊഫസ്സർഎം. കൃഷ്ണൻനായർ സ്വാഗതമാശംസിച്ചു പ്രസംഗിച്ചു. തനതുശൈലിയിൽ ഹൃദ്യമായ സ്വാഗതം. ജീയേയും ശ്രീയേയുംമഹാകവികളെന്ന് അദ്ദേഹം വിശേഷിപ്പിച്ചു.

വൈലോപ്പിള്ളിക്ക് പ്രിയമായില്ല. ഉദ്ഘാടന പ്രസംഗത്തിൽ ഭാവതരളിതനായി സ്ത്രൈണഭംഗിയിൽ അദ്ദേഹം പരിഭവപ്പെട്ടു. എന്നെയാരും ഇപ്പോൾ മഹാകവിയാക്കേണ്ട. മഹാകവിപ്പട്ടമൊക്കെ ഇവിടെ മറ്റുചിലർക്കാണ് ചേരുക.! മഹാകവിയുടെ പുഷ്പകിരീടവുമായിട്ടല്ല ഞാൻ എന്റെ അമ്മയുടെ മടിത്തട്ടിലേക്ക് വരുന്നത്. പാദുകങ്ങളൊക്കെ അഴിച്ചുവച്ച് നഗ്നപാദനായിനമ്രശിരസ്കനായാണ് ഞാൻ ഈ അമ്മയുടെയടുക്കൽ വരിക...

കവി കൗമാരസ്മൃതികളിൽ സ്വപ്നാടകനായി: ഞങ്ങളൊക്കെ ഇവിടെ പഠിക്കുമ്പോൾ മഹാകവി കുറ്റിപ്പുറത്ത് കേശവൻനായരായിരുന്നു ഞങ്ങളുടെ മലയാളം പ്രൊഫസ്സർ. ഞങ്ങൾകുറേ

കവിപ്പിള്ളാരുണ്ടായിരുന്നു. ഞങ്ങളുടെ പൊട്ടക്കവിതകളൊക്കെ കുറ്റിപ്പുറം തിരുത്തിത്തരും.... കുറ്റിപ്പുറത്തിന്റെ കാലത്ത് ഞങ്ങൾ ചില കവികളൊക്കെ ഇവിടെ ഉണ്ടായിവന്നു. ചങ്ങമ്പുഴയും, ഞാനും ഭാസ്കരനും മറ്റും.

കുറ്റിപ്പുറത്തിന്റെ കാലം കഴിഞ്ഞു. പിന്നെ, ശങ്കരക്കുറുപ്പിന്റെ കാലമായി. അന്നിവിടെ കവികളൊന്നുമുണ്ടായില്ല! കുറെ നിരൂപക രുണ്ടായി. വിജയനും അച്യുതനും ലീലാവതിയുമൊക്കെ.

എന്നിട്ട് വൈലോപ്പിള്ളി കൂർത്ത് മൂർത്ത ഒരു വിഷമുള്ള നീട്ടി: അല്ലെങ്കിൽ അതെന്തിനാ പറയുന്നേ? വസന്തത്തിലല്ലേ കിളികൾ പാടാറുള്ളു! ഗ്രീഷ്മത്തിൽ കിളികൾ പാടാറില്ലല്ലോ!

ജി. ആകെ ചുകന്നുതുടുത്ത് വികാരഭരിതനായി ഇരുന്നു. അധ്യക്ഷ പ്രസംഗത്തിൽ, വാക്കിന്റെ കുലംകുത്തിപ്പാച്ചിലിൽ, വൈലോപ്പിള്ളി ക്ക് ജി. മറുപടി ഒന്നും പറഞ്ഞില്ല.

മറുപടി പറഞ്ഞത് ഡോ.ലീലാവതി. ടീച്ചർ ദീർഘമായി കൃതജ്ഞ താപ്രസംഗംചെയ്തു പറഞ്ഞു. കുറുപ്പുമാഷല്ല, മഹാകവികാളിദാസനാ യിരുന്നു മലയാളം പ്രൊഫസ്സറെങ്കിലും ഞങ്ങളെ –വിജയനേയും അച്യുതനേയും എന്നെയുമെല്ലാം– കവികളാക്കുകസാദ്ധ്യമല്ല. ഞങ്ങളുടെ ജനുസ്സൊന്നു വേറെ...

കൃഷ്ണൻനായർസാറിന്റെയും വൈലോപ്പിള്ളിമാഷ്ടെയും ലീലാവതി ടീച്ചറിന്റെയും അന്നത്തെ പ്രസംഗങ്ങൾ സ്റ്റാഫ്റൂമിൽ ഞാൻ മിമിക്രി ചെയ്തിട്ടുണ്ട് പലവട്ടം. അതുകൊണ്ടാണ് വസന്തത്തിലെ കിളികളെപ്പ റ്റി ഞാൻ പറഞ്ഞപ്പോഴേ ശങ്കരപ്പിള്ളഗ്രീഷ്മം ചേർത്തുപൂരിപ്പിച്ചത്...

ഞാൻ പിടിവിട്ടില്ല. ആകാംക്ഷാഭാവം അഭിനയിച്ച് ഒരു ചോദ്യംകൂടി ഇട്ടുകൊടുത്തു: അപ്പോൾ ഏതു ഋതുക്കളാണ് എം. കൃഷ്ണൻ നായർ, എം. ലീലാവതി, എം.കെ.സാനു, എം. തോമസ് മാത്യു എന്നീ നിരൂപകരുടെ കാലങ്ങൾ?

വസന്തത്തിനും ഗ്രീഷ്മത്തിനും ശേഷം യഥാക്രമം വർഷം, ശരത്, ഹേമന്തം, ശിശിരം! വിശ്വംഭരൻ താടി തടവി തറപ്പിച്ചുപറഞ്ഞു.

തോമസ്മാത്യു ചിരിച്ചു.

അല്ല, ഞാൻ പറഞ്ഞു: മഴക്കാലമായിരുന്നു. 'എം.' എന്നല്ലേ എല്ലാ ത്തിന്റേയും ഇനീഷ്യൽ? 'എം'ഫോർ മഴ!

പുറത്ത് മഴ ചാറുന്നുണ്ടായിരുന്നു. ചാറൽ വകവെക്കാതെ തുളച്ചി റങ്ങുന്ന നോട്ടവുമായി ഒരു കവി അപ്പോൾ, മഴയിലൂടെ വരാന്തയിൽ

വന്നു കയറി. ബാലാ. ശ്രീജിത്ത് ബാലചന്ദ്രൻ ചുള്ളിക്കാട്.

അതു കണ്ട് ഞാൻ പ്രഖ്യാപിച്ചു. മഴയത്തും കിളികൾ പാടാറുണ്ട്.

ബാലൻ സ്റ്റാഫ്റൂമിൽ കടന്നുവന്നു. രൂക്ഷമായൊന്നുനോക്കി. കനസ്വരത്തിൽ എല്ലാവരോടും കുശലം പറഞ്ഞു. പിന്നെഎന്നോട് രഹസ്യമായി അറിയിച്ചു. ഒരു കാര്യം പറയാനുണ്ട്.

മഞ്ഞും മഴയും വെയിലുമൊന്നും കൂട്ടാക്കാതെ തോന്നുംപടിഅവതരിക്കുന്ന കവികളെ പേടിക്കണം. ഞാനൊരാശങ്കയോടെ ആരാഞ്ഞു: തലപോകുന്ന കോളുവല്ലതുമാണോ? എങ്കിൽ നേരമിരിട്ടീട്ടുപോരേ?

അതല്ലസാറേ! വരാന്തയിലിറക്കിക്കൊണ്ടുവന്ന് പരമ രഹസ്യം എന്റെ ചെവിയിലോതി. എനിക്കൊന്ന് കല്യാണം കഴിക്കണം...

പോക്രിത്തരം പറയരുത്, മഴക്കുളിരിലും ഞാൻ ചൂടായി. ഞങ്ങളുടെ ഒരു നല്ല പെങ്കൊച്ചിനെ നീ വളച്ചെടുത്തു. അഞ്ചാറുവർഷമായി പ്രണയത്തിലായിട്ട്. എന്നിട്ടിപ്പോവേറെ കല്യാണംകഴിക്കണോന്നോ? തട്ടിക്കളേം നിന്നെ! ചുള്ളിക്കാടല്ല കൊട്ടുങ്കാടായാലും...

അയ്യോ! വിജിയെത്തന്നെയാണ് സാറേ! ബാലന്റെ തീക്ഷ്ണതയൊക്കെ കൊഴിഞ്ഞുവീണു. മോഡേൺ പോയറ്റ് പെട്ടെന്ന് റൊമാന്റിക് റിയലിസ്റ്റായി.

നാലഞ്ചാണ്ടായി ബാലചന്ദ്രനും വിജയലക്ഷ്മിയും മഹാരാജാസിൽ നിന്നും ഏട്ടുകെട്ടിപ്പോയിട്ട്. ബാലൻ ഇംഗ്ലീഷ് ബി.എ.ക്കും വിജി മലയാളം എം.എ.ക്കും. അന്നേ രണ്ടുപേരും അറിയപ്പെടുന്ന കവികളായിക്കഴിഞ്ഞിരുന്നു.

കവികൾ ഇരുവരും പ്രണയത്തിൽ വീണുകിടക്കുകയാണെന്ന് എന്നെപ്പോലുള്ള അധ്യാപകാപസർപ്പങ്ങൾ കണ്ടുപിടിച്ചിരുന്നു.

കാക്ക കരഞ്ഞുപോകുന്ന ഒരു പോക്കുവെയിൽപേക്കോലമായിരുന്നു കാമുകൻ അന്ന്! ഇപ്പോൾ ശകലം ഇറച്ചിയൊക്കെ വെച്ച് ഒരു പുരുഷരൂപമായിട്ടുണ്ട്.

ഞാൻ ബാലനോട് പറഞ്ഞു: കല്യാണം കഴിക്കുന്നത് ഒരു നല്ല കാര്യമാണ്. ഏതായാലും അതങ്ങ് നടത്തണം. ഗുരുവായൂരപ്പന്റെയോ കൊടുങ്ങല്ലൂരമ്മയുടേയോ അതല്ല ചുള്ളിക്കാട്ടെ ചുടലഭദ്രകാളിയുടേയോ തിരുമുന്നിൽവച്ച്...

അവിടൊന്നും വേണ്ട.

എന്നാൽ, നായർഭൃത്യസംഘം ശ്രീനാധപയോഗം ഇടമറുക്

അല്ലേൽ പവനൻ യുക്തിക്കൂട്ടം... 'എവിടെവെച്ചുവേണം?' ഞാൻ ചോദിച്ചു: 'ഇവിടൊക്കെ കല്യാണങ്ങൾ നടത്തി നല്ല എക്സ്പീരിയൻസുണ്ടെനിക്ക്. കല്യാണം കഴിപ്പിക്കാൻ പോയി മുക്തകണ്ഠം പ്രാക്കും തെറീം കേട്ടിട്ടുണ്ട്. ആപാദചൂഡം അടിതടേം അഭ്യാസോം ഏറ്റിട്ടുമുണ്ട്.'

'രജിസ്ട്രാഫീസിൽ മതി.'

ബാലൻ പറഞ്ഞു: 'വേറൊന്നും വേണ്ട.'

അവിടേം അഞ്ചാറെണ്ണം നടത്തി പഴക്കോം പരിചയോമുണ്ട്. ഒരു ചെറിയ പോസുകൊടുത്ത് ഞാൻ പറഞ്ഞു. ഓടിപ്പിടിച്ചുചെന്ന് ഉടനടി രജിസ്റ്റർചെയ്യുന്നത് കല്യാണമല്ല. അതിന് നിയമസാധുതയുമില്ല. ഇന്ത്യൻ മാര്യേജ് ആക്ടനുസരിച്ചുതന്നെ വിവാഹം രജിസ്റ്ററാക്കണം.

എന്നിട്ട് ഞാൻ ചോദിച്ചു: 'ഡോക്ടറെ ഒന്ന് കൺസൾട്ടു ചെയ്യണ്ടേ?'

കവി വീണ്ടും വിനീതനായി. അയ്യോ സാറെ! അത്തരം ഒരു സൂക്കേടും എനിക്കില്ല!

ഞാൻ ചിരിച്ചു. ഡോക്ടർ കെ.എസ്. രാധാകൃഷ്ണന്റെ കാര്യമാ ഞാൻ പറഞ്ഞത്.

മഹാരാജാസിൽ പഠിക്കുമ്പോഴേ ബുദ്ധിജീവിയും ദാർശനികനുമാണ് രാധാകൃഷ്ണൻ. ലക്ചററും ഡോക്ടറുമായപ്പോൾ ബുദ്ധിയും ദർശനവും ഏറെ കൂടിയിട്ടുണ്ട്. ബാലന്റെ ചിരകാല സുഹൃത്തുമാണ് രാധ.

ഉച്ചകഴിഞ്ഞുള്ള എന്റെ എം.എ. ക്ലാസ് ഞാൻ ഫ്രീ വിട്ടു. കല്യാണം വന്ന് തലേക്കേറിയിരിക്കുമ്പോഴാ ഒരു രാമരാജാബഹദൂർ!

ഫിലോസഫി വകുപ്പിൽ ചെന്ന് രാധാകൃഷ്ണനെ പൊക്കി. സംസാരം തുടങ്ങിയപ്പോൾ എനിക്കു മനസ്സിലായി, ബാലനും രാധയും തമ്മിൽ ഒരു ഗൂഢാലോചന നടന്നുകഴിഞ്ഞിരിക്കുന്നു. അതു കഴിഞ്ഞിട്ടാണ് ബാലൻ എന്റടുത്തേക്കുവന്നത്...

പൊടിമഴ കാര്യമാക്കാതെ ഞങ്ങൾ മൂവരും കൂടി മഹാരാജാസിൽ നിന്നിറങ്ങി. ഭാരതീയ വിവാഹനിയമമനുസരിച്ച് ഒരു വിവാഹം രജിസ്റ്റർ ചെയ്യുന്നതിന്റെ ഗുണഗണങ്ങൾ വഴിനീളെ ചർച്ചചെയ്തു.

കേരളക്കരയിൽ സംഭവിക്കുന്ന സകലകല്യാണങ്ങളും രജിസ്റ്റർ ചെയ്യണമെന്നും, കല്യാണമൊന്നിന് നൂറുരൂപയെങ്കിലും സർക്കാർ ഫീസീടാക്കണമെന്നും എന്നാൽ ബജറ്റ് കമ്മി സാരമായി

നികത്താനാവുമെന്നും ഞാൻ ധനമന്ത്രിയാകുമ്പോൾ രജിസ്റ്റർ കല്യാണം കർശനമാക്കുമെന്നും വിശദമാക്കി.

എന്റെ ഉഗ്രനാശയത്തോട് പതിവുപോലെ രാധാകൃഷ്ണൻ യോജിച്ചില്ല. എതിരുപറഞ്ഞു. വ്യക്തിജീവിതങ്ങൾ സർവ്വതന്ത്ര സ്വതന്ത്രമാകണമെന്നും, വിവാഹബന്ധങ്ങളിലും മറ്റും സർക്കാർ ഇടപെടൽ ഫാസിസ്റ്റ് രീതിയാണെന്നും ഭാരതത്തിൽ ഗാന്ധിജി വിഭാവനംചെയ്ത രാമരാജ്യം സൃഷ്ടിക്കണമെന്നും അദ്ദേഹം പ്രസംഗിച്ചു.

ഞങ്ങൾ എറണാകുളം സൗത്ത് ജംങ്ഷനിലുള്ള സബ്രജിസ്ട്രാർ ആപ്പീസിലെത്തി.

ഉച്ചനേരം.

കൊച്ചിനഗരം മുഴുവൻ മുറിച്ച് വിൽക്കുകയും വാങ്ങുകയും ചെയ്യുന്ന കോലാഹലമാണ് ആഫീസിൽ. തിണ്ണയിൽ നിറയെ കക്ഷികളും ബ്രോക്കർമാരും ആധാരമെഴുത്തുകാരും സാക്ഷികളും. നിന്നുതിരിയാനിടമില്ല. ഉത്സവമേളം.

തിക്കും തിരക്കും കണ്ടിട്ടാവാം ബാലൻ സംശയിച്ചു. അല്ലെങ്കിൽ ഇത്രയും പാടുപെട്ട് കല്യാണം കഴിക്കണോ?

പോക്രിത്തരം പറയരുത്, ഞാൻ പറഞ്ഞു.

രാധാകൃഷ്ണൻ ഇക്കാര്യത്തിൽ എന്നോട് യോജിച്ചു. വാക്കുമാറിയാൽ, മാറ്റിയാൽ യുവകവിക്കല്ല ഏത് വൃദ്ധകവിക്കായാലും അടി കൊടുക്കുമെന്ന് പ്രസ്താവിച്ചു.

തുടർന്ന് ഞങ്ങൾ ആഫീസിൽ തള്ളിക്കയറി. സാക്ഷാൽ സബ് രജിസ്ട്രാരെത്തന്നെ നേരിൽകണ്ടു സങ്കടം ബോധിപ്പിച്ചു. ഞങ്ങൾക്കൊരു കല്യാണം കഴിക്കണം...

മധ്യവയസ്കയായ, വലിയ തെറ്റില്ലാത്ത ഒരമ്മായിരൂപമാണ് സബ് രജിസ്ട്രാർ. അമ്മായി തുറിച്ചുനോക്കി. പിന്നൊന്നു പുഞ്ചിരിതൂവി. എന്നോടും രാധയോടുമായി ചോദിച്ചു. നിങ്ങൾക്കു രണ്ടിനുമാണോ കല്യാണം കഴിക്കേണ്ടത്?

അയ്യേ! അല്ല. ഇവനാണ് വരൻ..

വധു എവിടെ?

വധു ഇല്ല...

ങേ! പിന്നെങ്ങനാ? അമ്മായി സുന്ദരി അർഥംവച്ച് ചിരിച്ചു

ഇപ്പോൾ കൊണ്ടുവന്നിട്ടില്ലെന്നേയുള്ളൂ. വേണേൽ ഉടൻ വരുത്താം. ബാലൻ പറഞ്ഞു.

വേണേലോ? ആർക്കുവേണേൽ....? എനിക്ക് വേറെ പണിയുണ്ടെന്നമട്ടിൽ അമ്മായി പറഞ്ഞു. വിവാഹം വേണ്ട സ്ത്രീപുരുഷന്മാർ ഒന്നിച്ച് നേരിട്ട് അപേക്ഷതരണം. രണ്ടു സാക്ഷികൾവേണം. മൂന്നുരൂപ ഫീസ് കെട്ടണം...

ഞങ്ങൾ തിണ്ണയിലേക്ക് പിൻവാങ്ങി.

രാധാകൃഷ്ണൻ പറഞ്ഞു: വേഗം പോയി വിജിയെ കൂട്ടിക്കൊണ്ടു വാടാ!

നാളെയോ മറ്റന്നാളോ പോരെ?

ചീത്തപറഞ്ഞോടിച്ചു. ചെറുക്കൻ പെണ്ണിനെക്കൂട്ടാൻ ആട്ടോയിൽ പറന്നു. ആഫീസ് പടിക്കൽ രാധയും ഞാനും കാത്തുനിൽപായി. നിന്നു മടുത്തപ്പോൾ ആര്യഭവനിൽപോയി കാപ്പികുടിച്ചു. ഞാൻ മുറുക്കി സുഖിച്ചു.

നേരമേറെയായിട്ടും വധൂവരന്മാരുടെ വരവില്ല. കവികളല്ലേ? വല്ല വ്യവസ്ഥയോ വെള്ളിയാഴ്ചയോ ഉണ്ടോ? മുങ്ങിക്കളഞ്ഞോ?

ഇല്ല. അപ്പോൾ ഇണക്കുയിലുകൾ പറന്നെത്തി.

ആഫീസിൽ മൂന്നുരൂപ അടച്ചു. അപേക്ഷാഫോറം വാങ്ങി. പെണ്ണിന്റേയും ചെറുക്കന്റേയും കോളങ്ങൾ പൂരിപ്പിച്ചു. ഇരുവരും ഒപ്പുവച്ചു. സാക്ഷികളായി ഓമനക്കുട്ടനും രാധാകൃഷ്ണനും ഒപ്പിട്ടു.

സബ് രജിസ്ട്രാർ അമ്മായി അടിമുടി ഞങ്ങളെ വീക്ഷിച്ചു. പൂരിപ്പിച്ച അപേക്ഷ പരിശോധിച്ചു. പിന്നെ ഉത്തരവായി. നോട്ടീസ് ബോർഡിൽ അറിയിപ്പിടും. പെണ്ണിന്റെ നാട്ടിൽ –മുളന്തുരുത്തി, അല്ലേ?– സബ് രജിസ്ട്രാർ ആപ്പീസിലും അറിയിപ്പിടും.

അതെന്തിനാ?

വല്ലവർക്കും എതിർപ്പോ പരാതിയോ ഉണ്ടെങ്കിലോ?

അവന്മാരെ ഞങ്ങളേറ്റു!

അമ്മായി മിഴിച്ചുനോക്കി. എന്നിട്ടറിയിച്ചു. ഒരു മാസം കഴിഞ്ഞ്,മൂന്ന് മാസത്തിനുള്ളിൽ രജിസ്റ്റർ ചെയ്യണം. മൂന്ന് സാക്ഷികൾ വേണം.

തലകുലുക്കി സമ്മതിച്ച് ഇറങ്ങിപ്പോന്നു.

ബാലനും വിജിയും ഒന്നിച്ചിറങ്ങി.

രാധാകൃഷ്ണനും ഞാനും നല്ല ഹരത്തിൽ 'കല്യാണശമയൽ ശാതം കായ്കറികളും പ്രമാദം.... ഹ...ഹ....ഹ!....ഹ....ഹ....ഹ' എന്ന് പാടിയില്ല.

ഒരു മാസത്തിനുള്ളിൽ രണ്ടുമൂന്നുതവണ ഒറ്റയ്ക്കും പെട്ടയ്ക്കും രഹസ്യമായിച്ചെന്ന് രജിസ്ട്രാർ ആഫീസിലെ നോട്ടീസ് നോക്കി ആനന്ദം കൊണ്ടു.

ദിവസങ്ങൾ അസ്തമിച്ചുദിച്ചു. മറ്റു തമാശകൾക്കിടയിൽ കല്യാണക്കാര്യം മറന്നു. ഒരുനാളുഷസ്സിലുണർന്നപ്പോൾ ഓർമ്മവന്നു. രാധാകൃഷ്ണനോട് ചോദിച്ചു: ബാലനെവിടെ?

ബാലനെവിടെ?

ചാരന്മാരെയും ദൂതന്മാരെയും വിട്ടു.

കവി കവിതചൊല്ലി നടക്കുകയാണെന്ന്, സിനിമയിൽ അഭിനയംകൊട്ടുക്കാൻ പോയിരിക്കുകയാണെന്ന്, എങ്ങാണ്ടൊക്കെപ്പോയി അലറി പ്രസംഗിക്കുന്നുണ്ടെന്ന്, ആവശ്യത്തിലേറെ തെറിപിടിക്കുന്നുണ്ടെന്ന്.

അവസാനം പ്രത്യക്ഷപ്പെട്ടു.

കല്യാണപ്പയ്യൻ തീരെ തണുപ്പിലാണ്. ചോദിക്കുന്നു. എന്തായിത്രധൃതി?

പോക്രിത്തരം പറയുന്നോ? ഞാൻ വീണ്ടും ബാലനോട് ചൂടായി. അപേക്ഷം കൊടുത്ത്, ബാക്കിയുള്ളവരെ സാക്ഷികളാക്കി,എന്നിട്ടിപ്പോ..

ഞങ്ങൾ രജിസ്ട്രാഫീസിൽ ചെന്നു.

സബ് രജിസ്ട്രാരെ സന്ധിച്ചു. അമ്മായിക്ക് വലിയ അദ്ഭുതവുംപരിഹാസവും. അവർ അന്ധാളിച്ചു. ആഫീസിലുള്ളവരെ വിളിച്ചുകൂട്ടി. ദാ കല്യാണത്തിന് അപേക്ഷ തന്നിട്ട്പോയ പാർട്ടി. അപേക്ഷതന്നിട്ട് നാലുമാസമായി. അന്വേഷിച്ചുവന്നിരുക്കുകാ!

എന്താ മാഡം? ഞങ്ങൾ ചോദിച്ചു.

കാലാവധി കഴിഞ്ഞു. ഇനി കല്യാണം നടത്തണോന്ന് വാശിയൊണ്ടേൽ ആദ്യം മുതൽ തുടങ്ങാം.

ആദ്യം മുതൽ തുടങ്ങി. വിജിയെ കൊണ്ടുവന്നു. മൂന്നുരൂപ ഒടുക്കി.

അപേക്ഷപൂരിപ്പിച്ചു. സാക്ഷികൾ റെഡി. ഒപ്പുവെച്ചു. അപേക്ഷ അമ്മായിക്ക് സമർപ്പിച്ച് പോന്നു.

ഒരു മാസം തികഞ്ഞനാൾമുതൽ എന്നും രാവിലെ കല്യാണക്കാര്യം ഓർത്തു. ദിവസവും ബാലന് റിമൈൻഡർ പോകും. കല്യാണം നിന്റെ കല്യാണം...

മഴമാറി മാനം തെളിഞ്ഞപ്പോൾ, ബാലൻ മഹാരാജാസിൽ വന്നു. വന്നപാടെ പറഞ്ഞു. കല്യാണം ഇന്നായേക്കാം സാറെ.

രാധാകൃഷ്ണനും വന്നു.

ഞാൻ പറഞ്ഞു: പെണ്ണും ചെറുക്കനും മൂന്ന് സാക്ഷികളും വേണം. ബാലൻ പറഞ്ഞു: ബെന്നിവരും, സുധടീച്ചർ വരും, വക്കീൽ ചുപ്പു വരും.

എം.വി. ബെന്നി കോളജിൽത്തന്നെയുണ്ട്.

സുധാബാലചന്ദ്രൻ തെരേസാസിലെ മലയാളം ലെക്ചറർ. അഡ്വക്കറ്റ് സുബ്ബലക്ഷ്മിയുടെ വീടും ആഫിസും സൗത്ത് ജങ്ഷനിൽ ത്തന്നെയാണ്.

അബദ്ധത്തിൽ ഇവരാരും എത്തിയില്ലേലോ? ഞാൻ പറഞ്ഞു: വധുപക്ഷത്ത് ഒരു മാന്യ മഹിളക്കൂടിയിരിക്കട്ടെ.

സ്റ്റാഫ്റൂമിൽ അപ്പോൾ ശ്രീമതി ശർമ്മിഷ്ഠ ക്ലാസ്സിൽ പോകാനുള്ള ഒരുക്കത്തിൽ അങ്ങനിരിക്കുന്നു. എന്റെ സഹപാഠിയും വീക്ഷണം എഡിറ്ററുമായ ടി.കെ. ഗോപിയുടെ ധർമ്മപത്നി.

ഞാൻ ശർമ്മിഷ്ഠാവിനോട് ചോദിച്ചു ഒരു കല്യാണത്തിനു വരുന്നോ?

ആരും വിളിച്ചിട്ടില്ലല്ലോ

ഈ കല്യാണത്തിന് വിളി ഇല്ല. കാഷ്വൽ ലീവെടുത്ത് വരുക. വധുമാതാവിന്റെ റോളിൽ അഭിനയിക്കാം! വാ രജിസ്ട്രാഫീസിലേക്ക്...

രാധാകൃഷ്ണനും ഞാനും കാഷ്വൽ ലീവെഴുതിക്കൊടുത്തു.ശർമ്മിഷ്ഠയെക്കൊണ്ടും കൊടുപ്പിച്ചു. ഡ്യൂട്ടിയിലിരുന്നുകൊണ്ട് കല്യാണത്തിന് സാക്ഷിനിൽക്കാൻ പറ്റുമോ?

വധു ഇപ്പോൾ ചുപ്പൂന്റെ വീട്ടിലുണ്ട്. അവിടെപ്പോയി രജിസ്ട്രാഫീസിലെത്തുക.

ശർമ്മിഷ്ഠയെ ആട്ടോയിലയച്ചിട്ട് ഞങ്ങൾ വരനും കൂട്ടരും ആഞ്ഞു നടന്നു.

രജിസ്ട്രാർ ആഫീസിൽ വരനും വരിയും ബന്ധുക്കളുമായി ഏഴുപേർ. സുധ ടീച്ചർ വന്നില്ല. ലീവുകിട്ടിക്കാണില്ല. അമ്മായിക്ക്ഞങ്ങളെ കണ്ടതും ആശ്വാസമായി. ഓ, ഇത്തവണ മറന്നില്ലല്ലേ?

ഇല്ല മാഡം!

അവർ വേഗം പെണ്ണിനേയും ചെറുക്കനേയും കൊണ്ട് എന്തോ പ്രതിജ്ഞകളൊക്കെ ചൊല്ലിച്ചു. അതിൽ ഒന്നിനോട്മാത്രം എനിക്ക് കൊച്ചു സംശയം തോന്നി. ഞങ്ങൾ ബുദ്ധിഭ്രമംഇല്ലാത്തവരും തിരിച്ചറിവുള്ള സ്ഥിരബുദ്ധികളുമാണെന്ന് ബാലനും വിജിയും ആണയിട്ടപ്പോൾ ഞാൻ ഒച്ചതാഴ്ത്തി പ്പറഞ്ഞു:ഇക്കാര്യത്തിൽ സാക്ഷ്യം പറയാൻ എനിക്കൽപം ബുദ്ധിമുട്ടുണ്ട്.

പെണ്ണും ചെറുക്കനും രജിസ്റ്ററിൽ ഒപ്പുവച്ചു.

പതിനെട്ടുരൂപയോ മറ്റോ അമ്മായി ഫീസ് വാങ്ങി.

സാക്ഷികൾ:

ഒന്നാമൻ ഓമനക്കുട്ടൻ.
രണ്ടാമൻ ശർമ്മിഷ്ഠ.
മൂന്നാമൻ രാധാകൃഷ്ണൻ.
കല്യാണം ശുഭമംഗളം.

ബെന്നിക്ക് ഒരൽപം സദ്ബുദ്ധിതോന്നി. ഓടിപ്പോയി മൂന്നാലു കിലോ ലഡ്ഡു വാങ്ങിവന്നു. ആഫീസിലും തിണ്ണയിലുമൊക്കെ വിതരണം ചെയ്തു.

ആഫീസ് വിട്ട് വഴിയിലെത്തിയപ്പോൾ ഞാൻ പറഞ്ഞു: സദ്യ വേണം! ഖുശിയായിട്ട് ഒരു കല്യാണം നടത്തിയിട്ട്...

കല്യാണപ്പാർട്ടി ഉത്സാഹഭരിതരായി നടന്നു. ദ്വാരകാഹോട്ടലിൽ താലിശാപ്പാടിനിരുന്നു.

മൃഷ്ടാന്നഭക്ഷണം.

അടപ്രഥമനും ഉണ്ടായിരുന്നു.

മധുരം നുകർന്ന് നവദമ്പതികൾ അടക്കം പറഞ്ഞു.

ഞങ്ങളാരാഞ്ഞു: ഉംംം?

ബാലൻ പറഞ്ഞു: ഡേകെയറിൽ ചെന്ന് അപ്പുനെ വിളിക്കേണ്ട

നേരമായെന്ന് വിജി പറയുകാരുന്നു!

അപ്പു കവികളുടെ മോൻ. ഡേകെയറിലാണ് പകൽ മുഴവൻ അവൻ...

സ്നേഹിച്ച്, ഒന്നിച്ച്, ഒരുമിച്ച് അങ്ങനങ്ങ് ജീവിച്ചാൽപ്പോരെ എന്നായിരുന്നു നാലഞ്ചുവർഷമായി കവികളുടെ വിചാരം. അത് നടപ്പിലാക്കിയിരുന്നു അവർ. ചുപ്പുവും ബെന്നിയും രാധാകൃഷ്ണനുമൊക്കെക്കൂടിയാണ് കല്യാണമെന്ന നിയമവ്യവസ്ഥയിലേക്ക് അവരെ പറഞ്ഞുസമ്മതിപ്പിച്ചത്. അതുകൊണ്ട് ഏതായാലും പ്രതിഭാശാലികളായ കവിദമ്പതികളുടെ വിവാഹരേഖയിൽ ഞാൻ ഒന്നാം സാക്ഷിയായി. ഭാഗ്യം. സന്തോഷം.

ബാലനേയും വിജിയേയും ഞങ്ങൾ ആഹ്ലാദത്തോടെ ഒരു ആട്ടോറിക്ഷയിൽ കയറ്റി അയച്ചു.

ചുപ്പു വക്കീലാപ്പിസിലേക്കുപോയി.

സാക്ഷിസംഘം ബെന്നിയോടൊപ്പം കോളജിലേക്ക് നടന്നു.

മഹാരാജാസിൽ മലയാളം സ്റ്റാഫ് റൂമിൽ തോമസ് മാത്യുവും,തുറവൂർ വിശ്വംഭരനും, കെ.ജി. ശങ്കരപ്പിള്ളയും ഗൗരവ ഭാവത്തിൽഞങ്ങളെ നോക്കി.

തോമസ്സാത്യു ചോദിച്ചു: കാഷ്വൽലീവുമെടുത്ത് ഇവിടത്തന്നെ കറങ്ങി നടക്കുകയാണോ?

കൂട്ടിലായ രണ്ട് കിളികളെ പൂട്ടിട്ടു പൂട്ടി, ഞാൻ പറഞ്ഞു: എല്ലാ ഋതുക്കളിലും ചുമ്മാ മനംതുറന്ന് കിളികൾ പാടട്ടെ!

മരക്കൊമ്പത്തെവിടോ മറഞ്ഞിരുന്നു ഇണക്കുയിലുകൾ നീട്ടിപ്പാടി; *കു ഹൂ...കു ഹൂ....*

നാലുകെട്ടിലും നടുമുറ്റത്തും പാട്ടൊഴുകിപ്പരന്നു.

●

ദേവദാസ്—
കണ്ണും കരളും നിറയെ

ഇന്നലെ ടെലിവിഷനിൽ 'ദേവദാസ്' സിനിമ കണ്ടു. പി.സി. ബറുവ സംവിധാനംചെയ്ത കെ.എൽ സൈഗൾ ദേവദാസായഭിനയിച്ച ഹിന്ദിച്ചിത്രം. കറുപ്പിലും വെളുപ്പിലും പടം തുടങ്ങിയപ്പോഴേ എന്റെ ഭാര്യയും മകളും മുഖംവീർപ്പിച്ചെണീറ്റുപോയി, കിടന്നുറങ്ങി. ഞാൻ ഒറ്റയ്ക്ക് കുത്തിപ്പിടിച്ചിരുന്ന് പടം കണ്ടു. പാട്ടുകേട്ടു.

ശരച്ചന്ദ്രചാറ്റർജിയേയും പ്രമദേഷ്ചന്ദ്ര ബറുവയേയും കുന്ദൻലാൽ സൈഗളിനേയുമുണ്ടോ എന്റെ ഭാര്യക്കും മകൾക്കും പരിചയം?

ദാദാ ഫാൽക്കേയാണ് ഭാരതീയ ചലച്ചിത്രത്തിന്റെ പിതാവെങ്കിലും വളർത്തച്ഛന്മാരിൽ ഒരാളത്രെ ബറുവ. ലണ്ടനിൽ പോയി സിനിമ എന്ന പുതിയ കല ശാസ്ത്രീയമായി പഠിച്ചുവന്നബറുവ ശരച്ചന്ദ്രന്റെ പ്രശസ്ത പ്രണയകഥ 'ദേവദാസ്' സിനിമയാക്കി. ബംഗാളിയിലും ഹിന്ദിയിലും. ബംഗാളിയിൽ ദേവദാസായി ബറുവതന്നെ അഭിനയിച്ചു. ഹിന്ദിപ്പതിപ്പിൽ സൈഗളും. (അറംപറ്റിയെന്നു പറയണം, രണ്ടുപേരും ദേവദാസിനെപ്പോലെമദ്യപിച്ചു മരിച്ചു.)

സൈഗൾ ദേവദാസായത് ധാരാളം പാട്ടുകൾ പാടിക്കൊണ്ട്. പ്രേമിക്കുമ്പോഴും നിരാശനായി മദ്യപിച്ച് മതിമറക്കുമ്പോഴും ഒടുവിൽ ജീർണ്ണിച്ച് ദ്രവിച്ച് മരിക്കുമ്പോഴും ദേവദാസ് പാട്ടുപാടി! സ്വർഗ്ഗീയ സൈഗളിന്റെ ആ അമരഗാനങ്ങൾ ആസ്വാദകമനസ്സുകളിൽ തേന്മഴപെയ്യുന്നു ഇന്നും...

സൈഗളിന്റെ ദേവദാസിനെ കൊട്ടകയിൽ കാണാനൊത്തിട്ടില്ല എനിക്ക്. പള്ളിക്കൂടത്തിപ്പോക്ക് തുടങ്ങുംമുമ്പെ കൊട്ടകപ്പോക്ക് തുടങ്ങിയവനാണ് ഞാൻ. മൂന്നാല് വയസ്സിലേ പിടികൂടിസിനിമാഭ്രാന്ത്. അരനൂറ്റാണ്ട് കഴിഞ്ഞിട്ടും ഭ്രാന്ത് ഒട്ടും മാറിയിട്ടില്ല!

എന്തുമാത്രം സിനിമകണ്ടു!! ആണ്ടിൽ കുറഞ്ഞത് ഇരുന്നൂറ്എന്ന് കണക്കാക്കിയാൽത്തന്നെ പതിനായിരത്തിലേറെ! ഇംഗ്ലീഷും, ഹിന്ദിയും, ബംഗാളിയും, തമിഴും, മലയാളവും....

ഇംഗ്ലീഷിൽ ഏറ്റവുംതവണ ആവർത്തിച്ചുകണ്ടത് ചാപ്ലിനെത്തന്നെ. 'ട്രാംപി'നെ കാക്കത്തൊള്ളായിരം പ്രാവശ്യം കണ്ടു.'കിഡ്സും' 'മോഡേൺ ടൈംസും' 'ഗോൾഡ് റഷും, 'സിറ്റിലൈറ്റ്സും' 'ഡിക്റ്റേറ്ററും' കണ്ടതിനു കണക്കില്ല.

ഹിന്ദിപ്പടങ്ങളിൽ 'മധുമതി'യാണ് കണക്കില്ലാതെ കണ്ടത്. സലീൽചൗധരിയുടെ സംഗീതം മാത്രമല്ല, ദിലീപും, പ്രാണും, വൈജയന്തിയും കോരിത്തരിപ്പിച്ചു. മധുമതി കഴിഞ്ഞാൽ ഏറ്റവുംതവണ കണ്ടത് 'മദർ ഇന്ത്യ,' പിന്നെ 'ആവാരാ', 'പ്യാസാ', 'ദോബീഗാസമീൻ', 'ദോ ആംഖേ ബാരഹ് ഹാഥ്' 'മുഗൾ-എ-അസം' 'സാഹിബ് ബീബി ഔർ ഗുലാം', 'ബൈജു ബാവര', 'ചൽതികാ നാം ഗാഡി.' രാജും നർഗീസും ഗുരുദത്തും, വഹീദയും, ശാന്താറാമും, സന്ധ്യയും, കിശോറും, മധുബാലയും, റാഫിയും, ലതയും, വസന്ത് ദേസായിയും, ഹേമന്ത് കുമാറും, രവിയും, രാധുകാർമാക്കറും, ഫർദൂൻ ഇറാനിയും, മൂർത്തിയും—എല്ലാം മനസ്സിൽ കേറി നിറഞ്ഞു. ഇപ്പോഴും ചിലപ്പോൾ സത്യജിത് റേ, ഋത്വിക്ക് ഘട്ടക്ക് തുടങ്ങിയവരേക്കാൾ എനിക്ക് ഇഷ്ടപ്പെട്ട ഭാരതീയ ചലച്ചിത്രസംവിധായകർ ഗുരുദത്ത്, രാജ്കപൂർ, ബിമൽറോയ്, ശാന്താറാം, മെഹ്ബൂബ്ഖാൻ എന്നിവരാണെന്ന് പറയുമ്പോൾ എന്റെ മകൻ ഉൾപ്പെടേയുള്ള നവ ചലച്ചിത്രപണ്ഡിതന്മാർ കളിയാക്കിച്ചിരിക്കും. മണ്ടൻ, പഴഞ്ചൻ, കാൽപനികൻ എന്ന് മുദ്രകുത്തി പരിഹസിക്കും (തുഞ്ചനും കുഞ്ചനും കുമാരുവുമാണ് പ്രിയപ്പെട്ട മലയാളകവികൾ! രാമൻപിള്ളയാണ്പ്രിയങ്കരനായ മലയാളം നോവലിസ്റ്റ് എന്ന് പറയുമ്പോൾ ഉത്തരാധുനിക ബുദ്ധിജീവികൾ എന്റെ ബുദ്ധിയില്ലായ്മയേയുംപൂർവ്വാധുനികതയേയും പുച്ഛിക്കുന്നു: സാരമില്ല.)

തമിഴ്പ്പേശ്ശും പടങ്ങളുടെ കാര്യത്തിൽ, പക്ഷേ, ഞാൻ ഒരു പണ്ഡിതരാകുന്നു. എം.കെ. ത്യാഗരാജഭാഗവതരും എം.ജി. രാമചന്ദ്രനും കമൽഹാസനും നടിച്ച മുഴുവൻ പടങ്ങളും പാർത്ത് ഇന്റും ഉയിരോടെ വാഴറവൻ നാൻ ഒരുവൻ മട്ടും താൻ...

ഏറ്റവും കൂടുതൽ തവണ കണ്ട തമിഴ്ചിത്രം വേദാന്തം രാഘവയ്യ സംവിധാനം ചെയ്തു, നാഗേശ്വരറാവു അഭിനയിച്ച 'ദേവദാസ്' തന്നെ. നാൽപതാണ്ട് നീണ്ട കാലയളവിൽ ഒരു നാൽപതു തവണയെങ്കിലും കണ്ടിട്ടുണ്ട് ആ പടം. രങ്കറാവു, എം.എൻ.നമ്പ്യാർ, സി.എസ്.ആർ.,

സാവിത്രി, ലളിത എന്നീ നടീനടന്മാരെയെല്ലാം വല്ലാണ്ടിഷ്ടമായി അതോടെ. ഘണ്ടശാല പാടിയ പാട്ടുകൾ ഗർദ്ദഭഗായകനായ ഞാൻപോലും ഉറക്കെപ്പാടും: ഉലകേ മായം! വാഴ്വേമായം! നിലയേതും നാം കാണും സുഖമേ മായം! കാണും സുഖമേ മായം...

ദേവദാസിൽ നമ്മുടെ വിൻസെന്റിന്റെ ക്യാമറ കറുപ്പിലും വെളുപ്പിലുമെഴുതിയ കവിത അതിന്റെ മുഴുവൻ വൃത്താലങ്കാര ങ്ങളോടും കാണാപ്പാഠമാണ്. നമ്മുടെ നമ്പ്യാരുടേയും ലളിതയുടേയും അഭിനയജീവിതങ്ങളിലെ മികച്ച പാത്രാവിഷ്കാരങ്ങളും ദേവദാസിലേത്.

നാഗേശ്വരറാവുവിന്റെ ദേവദാസും നമ്പ്യാരുടെ ചുനിലാലും (തമിഴ് പടത്തിൽ പേര് വേറെ) സാവിത്രിയുടെ പാർവതിയും ലളിതയുടെ ചന്ദ്രമുഖിയും ഉള്ളിൽ കരിങ്കൽ വിഗ്രഹങ്ങളായി നിറഞ്ഞു. അതു കൊണ്ടാവാം ബിമൽറോയിയുടെ ഹിന്ദിചിത്രം —ദിലീപ് കുമാറും മോത്തിലാലും സുചിത്രാസെന്നും വൈജയന്തിമാലയും ദേവദാസ് പാത്രങ്ങളെ അത്യുജ്ജ്വലമായി അതരിപ്പിച്ചപ്പോഴും— എനിക്കത്ര സുഖിക്കാതെ പോയത്. തീർച്ചയായും റോയിയുടെ ദേവദാസ് തന്നെ ചലച്ചിത്രകലാസൃഷ്ടി എന്ന നിലയിൽ ഏറെ മികച്ചത്. തർക്കമില്ല, എന്നിട്ടും...

തെലുങ്കിൽ കൃഷ്ണായും ഭാര്യ നിർമ്മല (‘ഭാർഗ്ഗവീനിലയ’ത്തിലെ ഭാർഗ്ഗവിക്കുട്ടി)യും ചേർന്ന് നിർമ്മിച്ചഭിനയിച്ച ദേവദാസ് കാണാൻ ഭാഗ്യമുണ്ടായില്ല. സങ്കടമില്ല. സംഭവം ബോറാണെന്നാണറിവ്, പക്ഷേ, മലയാളം ദേവദാസ്, എന്റമ്മോ! കണ്ടു. ക്രോസ്ബെൽറ്റ് മണി സംവിധാനിച്ച, വേണുനാഗവള്ളി അഭിനയം കൊടുത്ത ചലനചിത്രം. ആ പടം പടച്ചവന്മാരെ ഓടിച്ചിട്ടടിക്കണമെന്ന് കൊതിച്ചുപോയി, നേര്!

(ഋത്വിക്ഘട്ടക് കഥയെഴുതി, ബിമൽറോയ് സംവിധാനം ചെയ്ത ‘മധുമതി’ മലയാളത്തിൽ ‘വനദേവത’ എന്നപേരിൽ പടം പിടിച്ച യൂസഫലിക്കായേം, താരാശങ്കറിന്റെ ‘ഏഴുചുവട്’ എന്ന മനോഹര നോവൽ ‘സ്നേഹദീപമേ മിഴിതുറക്കൂ’ എന്നുപറഞ്ഞ് മലയാളത്തിൽ പടം പൊഴിച്ച ഭാസ്കരേട്ടനേം ആദരപൂർവം ഇടിക്കണമെന്നും കൊതിച്ചിട്ടുണ്ട്.!

‘ദോ ബീഗാ സമീൻ’ ‘കിടപ്പാട’മാക്കിയ കുഞ്ചാക്കോ മുതലാളിയോടോ, ‘കൌണ്ട് ഓഫ് മോണ്ടിക്രിസ്റ്റോ’ ‘പടയോട്ട’മാക്കിയ അനിയൻ അപ്പച്ചൻ മുതലാളിയോടോ ഒരു പകയുമില്ലതാനും!

പക്ഷേ, ബഷീറിന്റെ ‘ബാല്യകാലസഖി’യെ പപ്പടമാക്കിയ ശശികുമാറച്ചായനോട് കുടിപ്പക ഉണ്ട്! ചത്താലും തീരില്ലത്...

ശരച്ചന്ദ്രകഥകൾ പലതും പലവട്ടം പല ഭാരതീയഭാഷകളിൽസിനിമയായി. ചിലതൊക്കെയേ കാണാനൊത്തിട്ടുള്ളൂ. അശോക്കുമാറും മീനാകുമാരിയും അഭിനയിച്ച 'പരിണീത'യും നാഗേശ്വരറാവുവും ഭാനുമതിയും അഭിനയിച്ച് 'സ്വാമി'യുമൊക്കെ ഓർമ്മയിൽ പച്ചപിടിച്ചുനിൽപ്പുണ്ട്. മധ്യവർഗജീവിതങ്ങളിലെനിഷ്കളങ്ക സ്നേഹബന്ധങ്ങൾ, നഷ്ടപ്രേമങ്ങളുടെ തീവ്രദുഃഖവ്യഥകൾ, അവഗണിക്കപ്പെടുന്ന സ്ത്രീത്വത്തിന്റെ ഊഷ്മളദീർഘനിശ്വാസങ്ങൾ...

ഓടയിൽ വീണുപോയ നന്മയുടെ, ഭക്തിയുടെ, ഭംഗിയുടെ ഏഴഴകാർന്ന അപൂർവകഥാപാത്രങ്ങൾ, അത്യസാധാരണ സുന്ദരങ്ങളായ കഥാമുഹൂർത്തങ്ങൾ...

മനുഷ്യകഥാനുഗാനങ്ങൾ.

സ്നേഹഗാഥകൾ, ഗീതകൾ.

ഇവിടെ ഇന്ത്യയിൽ, ഇരുപതാം നൂറ്റാണ്ടിന്റെ തുടക്കത്തിൽ 'പെണ്ണെഴുത്തി'ന്റെയും 'ദലിതെഴുത്തി'ന്റെയും ബ്രഹ്മപിതാവായിഅവതരിച്ച ആണത്തമാകുന്നു ശരച്ചന്ദ്ര ചട്ടോപാധ്യായൻ.

ഇന്ത്യയിലെഴുതപ്പെട്ട പ്രണയകഥകളിൽ ഏറ്റവും ആർദ്രമനോഹരം 'ദേവദാസ്' ആകുന്നു—എനിക്ക്.

അങ്ങനെ ശരച്ചന്ദ്രൻ ഏറെ പ്രിയങ്കരനായ കഥാകാരനായി. മലയാളത്തിൽ തർജ്ജമചെയ്തു കിട്ടിയ ശരച്ചന്ദ്രകൃതികൾ മുഴുവൻ ശേഖരിച്ചു സ്വന്തമാക്കി. ആർ. നാരായണപ്പണിക്കർ, ആർ.സി. ശർമ്മ, കെ.വി.എം., കാന്ത്രൂർ നാരായണൻ, കെ. സുരേന്ദ്രൻ, ടി.സി. ഭാസ്കരൻ മൂസ്സ്, എൻ.വി. കൃഷ്ണവാരിയർ തുടങ്ങിയവരുടെയൊക്കെ ശരച്ചന്ദ്രപരിഭാഷകൾവായിച്ചുകൂട്ടി: സതീശ്ചന്ദ്രൻ, സരയൂദേവി, ഭൈരവി, വല്യേട്ടത്തി, ചന്ദ്രനാഥൻ, കാശിനാഥൻ, ശ്രീകാന്തൻ, ദേവദാസൻ, ഗ്രാമസമാജം, പ്രേമസാഗരം, വൈകുണ്ഠന്റെ മരണപത്രം, പരിണീത, (പരിണീത, അവൾ വിവാഹിതയായിരുന്നു, ശേഖരൻ, ലളിത എന്നിങ്ങനെ നാല് തർജ്ജമകളുണ്ട് മലയാളത്തിൽ...) ഒക്കെ കൗമാരവായനയെ ഹരംകൊള്ളിച്ചു. പിന്നീട് ഗൃഹദാഹം,ദത്താ, സവ്യസാചി, അരക്ഷണീയ, കിശു, സുമതി, എന്റെ ഭർത്താവ്, ഹേമലത... എല്ലാം വായിച്ചു. വരണ്ട തർജ്ജമകൾ.മലയാളത്തിൽ ശരച്ചന്ദ്രനുണ്ടായ ഭാഗ്യം വലുതാണ്, അതിലുംവലുതാണ് അദ്ദേഹത്തിനുണ്ടായ ദൗർഭാഗ്യം. മറ്റേതൊരുഇന്ത്യനെഴുത്തുകാരന്റെ കൃതികളേക്കാളും കൂടുതൽ ശരച്ചന്ദ്രകൃതികൾ മലയാളത്തിൽ വന്നു. ഭാഗ്യം. പക്ഷേ, ശരച്ചന്ദ്രസാഹിതിയുടെ സംഗീതം മുഴുവൻ ചോർന്നൊലിച്ച

ഊഷരഭാഷകളായിപ്പോയി എല്ലാം തന്നെ. ബംഗാളിയിൽനിന്ന് നേരിട്ട് തർജ്ജമകളുണ്ടായില്ല. രവിവർമ്മയും സത്യാർഥിയും നിലീനയുംശരച്ചന്ദ്രനെ ശ്രദ്ധിച്ചതേയില്ല. ഹിന്ദിയിൽനിന്നും ഇംഗ്ലീഷിൽനിന്നും കച്ചവടക്കാർക്കുവേണ്ടി ശരച്ചന്ദ്രനെ മൊഴിമാറ്റം ചെയ്ത് തരികയായിരുന്നല്ലോ മലയാളത്തിലുണ്ടായത്...

(വിഷ്ണുപ്രഭാകർ എഴുതിയ ശരച്ചന്ദ്രന്റെ മഹനീയ ജീവചരിത്രം 'ആവാരാ മസീഹാ' പതിറ്റാണ്ടുകൾ കഴിഞ്ഞ് മലയാളത്തിൽ വന്നു. നാഷനൽ ബുക്ക്ട്രസ്റ്റിന്റെ കാരുണ്യം! വാങ്ങിവായിച്ചു. പരിഭാഷകനെ ഉുക്കിക്കൊല്ലണമെന്ന് വിധിയെഴുതി.അന്വേഷിച്ചപ്പോൾ ആൾ മരിച്ചുപോയെന്ന്! സങ്കടം അന്ന് എൻ.ബി.ടി. ചെയർമാനായ അഴീക്കോട് സാറിനോട് പറഞ്ഞുതീർത്തു.)

കൃഷ്ണവാരിയരുടേയും ഭാസ്കരൻ മൂസ്സിന്റേയും ദേവദാസതർജ്ജമകൾ ബഷീറിന്റെ 'ബാല്യകാലസഖി'യെക്കാൾ കൂടുതൽതവണ വായിച്ച ഞാൻ വികാരഭരിതനായിട്ടുണ്ട്.

ബഷീറാണ് പ്രിയപ്പെട്ടവൻ, ഒരു സംശയവുമില്ല. എന്നിട്ടും ബഷീറിനേക്കാൾ ശരച്ചന്ദ്രനോട് ഉമ്മിണിവലിയ പ്രിയം ഉണ്ടായിപ്പോയി. മജീദ്സുഹ്റമാരോട് എന്നതിലേറെ ദേവദാസ്പാർവതി ചന്ദ്രമുഖികളോട് കൂടുതൽ ഇഷ്ടം.

ബഷീർ ഡിയറർ, ശരച്ചന്ദ്രൻ മോർ ഡിയറർ!

ശരച്ചന്ദ്രന്റേയും ബഷിറിന്റേയും രചനകളിൽ മികച്ചവയല്ല 'ദേവദാസും' 'ബാല്യകാലസഖി'യും. അവരുടെ തന്നെ രണ്ടാംകിട കൃതികൾ. 'ന്റുപ്പപ്പാ...' യുടേയും 'പാത്തുമ്മാ...'യുടേയും'മതിലുകളു'ടേയും താഴെയല്ലേ ബാല്യകാലസഖിയുടെ നില? ശരച്ചന്ദ്രരചനകളിൽ 'ശ്രീകാന്തി'ന്റെയും 'ചാരിത്രഹീൻ' ന്റേയും 'പഥേർ ദാബി'യുടേയും ഒപ്പമെത്തില്ല ദേവദാസ്.

1917-ൽ 42 വയസ്സുള്ളപ്പോഴാണ് ശരച്ചന്ദ്രൻ ദേവദാസെഴുതിയത്. ബർമ്മയിലും സിലോണിലുമൊക്കെ പല പണിചെയ്തുംതെണ്ടിത്തിരിഞ്ഞും, സന്യാസിയായലഞ്ഞും, കുടിച്ചുകൂത്താടിയും ജീവിച്ചശേഷം കൽക്കത്തയിൽ വാസം തുടങ്ങിയപ്പോൾ. 1944-ൽ 36 വയസ്സുള്ളപ്പോൾ ബഷീർ ബാല്യകാലസഖിയെഴുതി,വടക്കെ ഇന്ത്യ മുഴുവൻ തെണ്ടിത്തിരിഞ്ഞ് സന്യാസിയായലഞ്ഞ് പല പണിയെടുത്ത് കുടിച്ചുകൂത്താടി ജീവിച്ചശേഷം തിരിച്ച് കൊച്ചിയിൽവന്ന് താമസമാരംഭിച്ചപ്പോൾ. സ്രഷ്ടാക്കളുടെജിവിതങ്ങൾക്കെന്നപോലെ സൃഷ്ടികളായ ദുരന്തപ്രണയകഥകൾ –'ദേവദാസ്'' 'ബാല്യകാലസഖി'– തമ്മിലും

നല്ല സമാന്തരസാദൃശ്യങ്ങളുണ്ട്. ഒന്നിച്ചെടുത്തുവച്ച് വായിച്ചപ്പോഴൊക്കെ എനിക്കങ്ങനെ അനുഭവപ്പെട്ടിട്ടുണ്ട്. (നൂട്ട് ഹാംസന്റെ 'വിക്ടോറിയ'യും ബഷീറിന്റെ 'ബാല്യകാലസഖിയും' ഒന്നിച്ച് വായിച്ചപ്പോൾ അങ്ങനൊട്ട് തോന്നിയിട്ടില്ലതാനും!) മുമ്പുതന്നെ വന്ന ദേവദാസ്ഇംഗ്ലീഷ് പരിഭാഷ ബഷീർ വായിച്ചിട്ടില്ലേ എന്നും തോന്നി. ബാല്യകാലസഖി ആദ്യം ഇംഗ്ലീഷിലെഴുതിത്തുടങ്ങി എന്നുകൂടി അറിയുമ്പോൾ... തോന്നലുറക്കുന്നു...

1938-ൽ ശരച്ചന്ദ്രൻ ജീവിച്ചിരിക്കുമ്പോൾത്തന്നെ ബറുവ 'ദേവദാസ്'' ചലച്ചിത്രമാക്കി. സൈഗൾ അഭിനയിച്ച ഹിന്ദിപ്പതിപ്പ് ഇന്ത്യയിലെങ്ങും വിജയകരമായി പ്രദർശിപ്പിച്ചു. സൈഗൾപടം ബഷീർ കാണാതിരുന്നിട്ടുണ്ടാവില്ല.

'ദേവദാസി'ലും 'ബാല്യകാലസഖി'യിലും ആദ്യത്തെ നാലധ്യായങ്ങളിൽ നായികാനായകന്മാരുടെ ബാല്യകാലകേളീവിനോദങ്ങളുടെ സുന്ദര വർണ്ണനകളാണ്. കുട്ടികളുടെ കുസൃതികളും സ്കൂൾപഠനവും കളിതമാശകളും ഹൃദയാവർജ്ജകമായി പ്രസാദമധുരമായി അവതരിപ്പിക്കുന്നു കഥാകാരന്മാർ. ദേവദാസും മജീദും കുബേരപുത്രന്മാരാണ്. ദേവദാസ്കണക്കുകൂട്ടാൻ മിടുക്കൻ. മജീദ് മണ്ടൻ. ഒന്നും ഒന്നും കൂട്ടിയാൽഉമ്മിണിവല്യ ഒന്നാണെന്നേ മജീദിന് അറിയൂ. എന്നാൽ ദേവദാസിന് രണ്ടുറുപ്പികയെ മൂന്നുകൊണ്ട് ഹരിച്ചാൽ ഉത്തരം പത്തണ എട്ടു പൈസ ആണെന്നറിയാം. മജീദ് സ്വപ്നജീവിയാണ്. ദേവദാസ് എടുത്തുചാട്ടക്കാരനും. അവരുടെ സഖികൾ —സുഹറായും പാർവതിയും— കോമളഭംഗികളുടെ ഓമനത്തമാർന്ന പൂമൊട്ടുകളും.

ഏഴുവയസ്സുള്ള സുഹറയും ഒൻപതുവസ്സുള്ള മജീദും ബാല്യം വിട്ട് കൗമാരത്തിലേക്ക് വളരുന്നത് പരസ്പരം തിരിച്ചറിവോടെ. കാതുകുത്തു കല്യാണവും മാർക്ക കല്യാണവും പുതുമയുടെ നിറപ്പകിട്ടോടെ ബഷീർ മനോഹരമാക്കുന്നുണ്ട്. മജീദിന്റെ വലതുകാലിലെ പരു സുഹറ ചുംബിച്ചു പൊട്ടിക്കുന്നതും രോമാഞ്ചജനകമാണ്. എന്നാൽ ഈ കോരിത്തരിപ്പ് ഏഴധ്യായങ്ങളോടെ അവസാനിക്കുന്നു. തുടർന്നുള്ള അഞ്ചധ്യായങ്ങളിൽ കഥയുടെ കടിഞ്ഞാൺ ബഷീറിന്റെ കൈയിൽ നിന്നുംപിടിവിട്ട് പൊട്ടിപ്പോയതുപോലെയാണനുഭവം... 'ഒരു നാളുഷസ്സിലുണർന്നില്ല' എന്ന ആശാന്റെ ആഖ്യാനവേഗം ബഷീറിനെകടന്നാക്രമിച്ചോ? ബാപ്പ പാപ്പരായതും മജീദ് സൈക്കിൾ മറിഞ്ഞ്ഒറ്റക്കാലനായതും സുഹറാ മരിച്ചതുമെല്ലാം ബ്രേക്ക് പൊട്ടിയസൈക്കിൾ കുത്തനെ ഇറക്കമിറങ്ങുന്ന സ്പീഡിലാണ് ബഷീർ ഓടിച്ചുപോകുന്നത്.

സുഹറായുടെ വിവാഹജീവിതവും മജീദിന്റെ പ്രവാസജീവിതവും ഇരുളിലാണ്. നാഭിക്കുതൊഴികൊണ്ടു, പല്ലുപോയി, പുറത്തായിരുന്നപ്പോൾ നാലുനാൾ പട്ടിണികിടന്നു —ഇത്രയുമേസുഹറായുടെ ദാമ്പത്യത്തെപ്പറ്റി സൂചിപ്പിക്കുന്നുള്ളൂ. മജീദ് വീടും നാടും—സുഹറായേയും—വിട്ടുപോയത് ബാപ്പാ ഒന്ന് വഴക്കുപറഞ്ഞതിന്റെ പേരിൽ! ഒരു ഭ്രാന്തനെപ്പോലെ ഏഴോ പത്തോ കൊല്ലക്കാലം സഞ്ചരിച്ചു. ഒടുവിൽ തിരിച്ചുവന്നപ്പോൾ, ബാപ്പാ പാപ്പർ! ബുദ്ധിമാനായ ബാപ്പാ പാലം പണിക്ക് സർക്കാരിനുള്ള ഹർജിയാണെന്ന് ധരിച്ച് കടപ്പത്രത്തിൽ ഒപ്പിട്ടുകൊടുത്തത്രെ! പിന്നീട്, മജിദിന്റെ കാൽ മുറിച്ചുകളയേണ്ടിവന്ന സൈക്കിളപകടവും—വല്ലാതെ കൃത്രിമമായി തോന്നിയിട്ടുള്ള കഥാസന്ധികളാണിതെല്ലാം.

മജീദും സുഹറായുമല്ലാതെ പേരും മുഖരേഖയുമുള്ള മനുഷ്യരാരും ബാല്യകാലസഖിയിൽ ഇല്ല. 'അറുവത്തേയ്', 'അമന്റെ ഉമ്മാടെ ശെടി!' എന്നീ ബാപ്പയുടെ തിരുവചനങ്ങൾ ഇടക്കിടക്ക് ഞാൻ അയവിറക്കി രസിക്കാറുണ്ട്. മറ്റൊരു കഥാപാത്രവും ഓർമ്മയിലെത്താറില്ല. മുതിർന്ന മജീദ് സുഹറാമാർക്ക് 'പ്രേമലേഖന'ത്തിലെ കേശവൻനായർ സാറാമ്മകൾക്കുള്ള പൊലിമപോലും കിട്ടുന്നുമില്ല.

രണ്ടാം പാതിയുടെ ദാരുണമുഖം ബഷീർ വരഞ്ഞിരിക്കുന്നത് ഒന്നരണ്ടിടങ്ങളിൽ കലയുടെ അനശ്വരസ്പർശത്തോടെ. ഉണക്കവെറ്റിലയിൽ ചുണ്ണാമ്പ്പൊടിച്ചിട്ട് ഇത്തിരി പൊകലഞെട്ടിന്ഇരക്കുന്ന ബാപ്പയുടെ ചിത്രം പലപ്പോഴും പിന്തുടർന്നുവരുംഓർമ്മകളിൽ. അതുപോലെ മജീദിന്റെയും സുഹറായുടെയുംപുനർസമാഗമവേളയിലെ സുഹറയുടെ കോലവും കരൾ പിളർക്കും. കവിളുകൾ ഒട്ടി കൈവിരലുകളുടെ ഏപ്പുകൾ മുഴച്ച്,നഖങ്ങൾ തേഞ്ഞ്, ആകെ വിളർത്ത്, കാതുകളിലെ കറുപ്പുനൂലുകൾ മുടികൊണ്ട് മറഞ്ഞ്... അങ്ങനെ...

'ബാല്യകാലസഖി' വീണ്ടും വീണ്ടും വായിക്കുമ്പോൾ ആദ്യത്തെ ഏഴധ്യായങ്ങളെ ഞാൻ സാദാ സ്പീഡിലേ വായിക്കാറുള്ളൂ. ബാക്കി അഞ്ചധ്യായങ്ങൾ ഓവർസ്പീഡിൽ ഓടിച്ചുവിടും!

പക്ഷേ, 'ദേവദാസ്'എത്രാമത്തെ തവണ വായിക്കുമ്പോഴും വേഗവായന സാധ്യമാകാറില്ല എനിക്ക്. ദേവദാസിലെ ആദ്യപാതിയിലെ എട്ടധ്യായങ്ങളും രണ്ടാംപാതിയിലെ എട്ടധ്യായങ്ങളും ത്രാസിന്റെ ഇരുതട്ടുകൾ മാതിരി നേർക്കുനേർ നിൽക്കുന്നവ.ദേവദാസ് പാർവതിമാരുടെ ബാല്യകാല സ്നേഹവും കൗമാര പ്രേമവും അത്യാകർഷകമായി ചിത്രീകരിക്കപ്പെടുന്നു ആദ്യഭാഗത്ത്. രണ്ടാം ഭാഗത്ത് ഹൃദയസ്പർശിയായ ദുരന്താനുഭവങ്ങളുടെ അനുഭാവാർദ്രാഖ്യാനവും

നായികാനായകന്മാരുടെ വിയോഗാനന്തരജീവിതങ്ങളുടെ ആവിഷ്കരണത്തിൽ ശരച്ചന്ദ്രൻ മഹാനായ കഥാകാരനായിത്തീരുകയാണ്...

ദേവദാസിന്റേയും പാർവതിയുടേയും ജീവിതപരിണാമങ്ങളുടെ ദുഃഖകഥ സമഗ്രഭാവഭംഗികളോടെ സൃഷ്ടിക്കപ്പെട്ടുന്നരണ്ടാം പാതിയാണ് 'ദേവദാസി'നെ അവിസ്മരണീയമാക്കുന്നത്.പാർവതിയുടെ ദാമ്പത്യത്തിലെ അപൂർവതകൾക്ക്, നിറപ്പകർച്ചകൾക്ക് സത്യത്തിന്റെ പൊൻതിളക്കമുണ്ട്. ദേവദാസിന്റെ പതനദുഃഖത്തിന്, ശ്യാമവർണത്തിന് കടുംചോരത്തിളക്കവും.ചന്ദ്രമുഖി എന്ന ഉദാത്ത പാത്രസൃഷ്ടിയിലൂടെ, ഇവിടെ മനുഷ്യസ്നേഹത്തിന്റെ മഹനീയവേദിയിൽ ശരച്ചന്ദ്രൻ സ്വന്തം ഇരിപ്പിടമൊരുക്കുന്നു –ദസ്തയേവിസ്കിക്കും ലോറൻസിനുമൊപ്പം.

മറ്റേതൊരു പ്രണയകഥയ്ക്കുമപ്പുറം 'ദേവദാസി'നെ മനുഷ്യമഹാകഥയുടെ ഉന്നതവിതാനങ്ങളിലേത്തിക്കുന്നത് ചന്ദ്രമുഖിയാണ്. അവൾ ദാസിയാണ്, വേശ്യയാണ്. ദേവദാസിനോടുണ്ടാകുന്ന വിശുദ്ധമായ അനുരാഗം അവളെ ഒരു പ്രേമസന്യാസിനിയായി പരിവർത്തനപ്പെടുത്തുന്നു. ഇത്തരമൊരു പരിവർത്തനകഥശരത്ബാബുവിനുമാത്രമേ പറയാൻ കഴിയൂ. യഥാർഥത്തിൽഃദേവദാസ്പാർവതിമാരുടെ അപക്വപ്രേമകഥയല്ല, ദേവദാസ് ചന്ദ്രമുഖിമാരുടെ അപൂർവാനുരാഗകഥയാണ് ശരച്ചന്ദ്രന്റെ 'ദേവദാസ്'. മനുഷ്യസ്നേഹത്തിന്റെ ജീവചൈതന്യത്തിന്റെ ഗൗരീശങ്കരശൃംഗം കീഴടക്കുന്നു ശരച്ചന്ദ്രൻ, ചന്ദ്രമുഖിയോടുള്ളദേവദാസിന്റെ പ്രേമാർദ്രതയിൽ.

ചുനിലാൽ, ധർമ്മദാസ്, മനോരമ, നാരായണമുഖർജി, ഭുവനമോഹനചൗധുരി, മഹേന്ദ്രൻ, യശോദ, ജലദബാല തുടങ്ങി പേരില്ലാത്ത കാളവണ്ടിക്കാരൻ വരെ രൂപഭാവപ്പൊരുത്തം തികഞ്ഞ എത്ര കഥാപാത്രങ്ങൾ. സ്നേഹത്തിന്റേയും നന്മയുടേയും മനുഷ്യരൂപങ്ങളായി ഓരോരുത്തരും തെളിഞ്ഞുതിളങ്ങുന്നു.

ബഷീർ സുഹറയുടെ ദാരുണചിത്രം വരഞ്ഞിട്ടിരിക്കുന്നതുപോലെ, നിരാശനും പരാജിതനുമായ മദ്യപനായ ദേവദാസിന്റെ ഭീകരരൂപം ശരച്ചന്ദ്രൻ ഞെട്ടിക്കുന്ന ഓർമ്മയായി നൽകുന്നുണ്ട്. അവന്റേ സ്വർണംപോലുള്ള ശരീരം തീരെ മാറിയിരിക്കുന്നു. ആ രൂപവും തേജസ്സും ഇപ്പോഴില്ല. കാണുമ്പോൾ വേറെ ആരോ ആണെന്നു തോന്നും. തലമുടി ചെമ്പിച്ച് നിവർന്നു നിൽക്കുന്നു. കണ്ണുകൾ കുണ്ടിലായിരിക്കുന്നു. മൂക്ക് നീണ്ട് വെറുപ്പുതോന്നിക്കത്തക്കവണ്ണം ഉന്തിനിൽക്കുന്നു....

അച്ഛന്റെ മരണമറിഞ്ഞെത്തുന്ന ദേവദാസിന്റെ രൂപം ശരച്ചന്ദ്രൻ വർണ്ണിക്കുന്നു. അവന്റെ കണ്ണിൽ വെള്ളം നിറഞ്ഞില്ല. കണ്ണുകൾ

ശാന്തമായും ഗംഭീരമായുമിരുന്നു. ചുവന്നു കലങ്ങിയ കണ്ണുകൾകൊണ്ട് മേൽപോട്ടുനോക്കി അവൻ നിലത്തിരുന്നു. ആ സ്ഥിതിയിൽ അവനെ കണ്ടാൽ ആരും ഭയപ്പെട്ടുപോകും. പുരികത്തിന്റെ അടുത്തുള്ള ഞരമ്പുകൾ തടിച്ചിരുന്നു. പരുത്തരോമങ്ങൾ തലയിൽ ഉയർന്നു നിൽക്കുന്നു. ദേഹത്തിൽ ആകെ ഒരു കരുവാളിപ്പു ബാധിച്ചിരിക്കുന്നു...

സ്നേഹഗായകനായി, സ്ത്രീഹൃദയവക്താവായി, മനുഷ്യസ്നേഹത്തിന്റെ മഹാപ്രവാചകനായി ശരച്ചന്ദ്രന്റെ ആരാധകർ അദ്ദേഹത്തെ വാഴ്ത്തുന്നു. ഞാനും ഉണ്ട് അക്കൂടെ. ദേവദാസിന്റെഅന്ത്യയാത്രാരംഗം വികാരോജ്ജ്വലമാണ്. പുനഃസമാഗമാവസരത്തിൽ പാർവതിക്കു നൽകിയവാക്ക് – മരിക്കുംമുമ്പൊരിക്കൽ അവളുടെ ആതിഥ്യം സ്വീകരിക്കാനെത്താമെന്ന വാഗ്ദാനം– പാലിക്കാൻ പോകുകയാണ് ദേവദാസ്. കാറ്റുംകോളുംകൊണ്ട കാളരാത്രി. തോരാത്തമഴയിൽ ചേറിന്റേയും ചെളിയുടേയും കുണ്ടുകുഴികളായിത്തീർന്ന നാട്ടുവഴി. കാളവണ്ടിയിൽ ചോര ഛർദ്ദിച്ച്, മരണം മുന്നിൽ കണ്ടുകിടക്കുന്ന ദേവദാസിന്റെ മനസ്സിൽഒരു നിമിഷം പാർവതിയുടെ മുഖം തെളിഞ്ഞുവന്നു. അടുത്തനിമിഷം ആ മുഖം മാഞ്ഞ് അമ്മയുടെ മുഖം തെളിയുകയായി.പെട്ടെന്ന് അമ്മയുടെ മുഖത്തിന്റെ സ്ഥാനത്ത് ചന്ദ്രമുഖിയുടെമുഖം പ്രത്യക്ഷമായി. ആ മുഖം മായാതെ ഏറെനേരം തിളങ്ങിനിന്നു.

അന്ത്യവേളയിൽ ബാല്യകാലസഖിയുടെ ഓർമക്കുമേൽ, മാതൃസ്മരണക്കുമപ്പുറം, ആ ദാസീമുഖം....

ശരച്ചന്ദ്രൻ എന്റെ ഓർമയിൽ, ആദരവിൽ ഉജ്ജ്വലനക്ഷത്രമാകുന്നത് ഇത്തരം അപൂർവ്വമനോഹരമായ സ്നേഹാർദ്രതയാലാകുന്നു. ദേവദാസിന്റെ ദാരുണകഥ പറഞ്ഞുതീർന്നിട്ടും ഉൽകൃഷ്ടമനുഷ്യസ്നേഹത്തിന്റെ ഉടമയായ ശരച്ചന്ദ്രൻ വായനക്കാരന്റെ മുന്നിൽ നേരിട്ട് കടന്നുവന്ന് അനുകമ്പയോടെ അപേക്ഷിക്കുന്നു: ദേവദാസിനെപ്പോലുള്ള ഭാഗ്യംകെട്ട മനുഷ്യരെ കാണുമ്പോൾ ഇങ്ങനെ പറയുവിൻ: 'മരിക്കുന്നതിനുമുമ്പ് സ്നേഹപൂർവമായ സ്പർശനം, ദയാപൂർവമായ ഒരു നോട്ടം– ഇതൊക്കെ അനുഭവിക്കാനിടവരണേ!'

സിനിമകണ്ടും നോവൽവായിച്ചും ഒരു ദേവദാസാകണമെന്നായിരുന്നു എന്റെ മോഹം. പ്രേമിച്ചപ്പോഴും പരാജയപ്പെട്ടപ്പോഴുംമദനനോ ദിവാകരനോ രമണനോ മജീദോ പരീക്കുട്ടിയോആകാനല്ല ദേവദാസാകാനായിരുന്നു കൊതി. പക്ഷേ, ജമീന്ദാർ നാരായണമുഖർജിയുടെ സമ്പന്നസന്തതിയായിരുന്നില്ലല്ലോ പാവം ഞാൻ!!

●

വീണപൂവേ, നിനക്കുവേണ്ടി

ഇന്നലെ, കളി ഇരമ്പി. സീനിയർ ടീം മൂന്നുതവണ ജയിച്ചു. ജൂനിയർ ടീം മൂന്നുതവണയും തോറ്റമണ്ടി. ചീട്ടുകളിയാണ്. അമ്പത്താറ്. ഹിന്ദി, ചരിത്രം, തത്ത്വശാസ്ത്രം വകുപ്പ് തലവന്മാരായ പ്രൊഫ. ഈച്ചരവാരിയർ, പ്രൊഫ. വേലായുധൻനായർ, പ്രൊഫ. സുന്ദരേശമേനോൻ എന്നിവരാണ് സീനിയർ ടീം. മലയാളം, ഹിന്ദി, അറബിക് ലക്ചറർമാരായ സുഗതൻ, വാസുദേവൻ നായർ, മുഹമ്മദ് എന്നിവർ ജൂനിയർ ടീമും. ഇരു കൂട്ടരും എന്നെ കൂട്ടാറില്ല. കണക്കുകൂട്ടി, ഓർമ്മവെച്ചു ജയിക്കാനായി കളിക്കാൻ എനിക്കറിഞ്ഞുകൂടാ. ചീട്ടുകളിയിൽ മുച്ചീട്ട്, പരീല്, പന്നിമലത്ത് തുടങ്ങിയ പ്രോലിറ്റേറിയൻ നാടൻ കലാരൂപങ്ങളേ എനിക്കു വശമുള്ളൂ. ബ്രിഡ്ജ്, പോക്കർ, റമ്മി തുടങ്ങിയ ക്യാപ്പിറ്റലിസ്റ്റ് യൂറോപ്യൻ കലാരീതികൾ തീരെ നിശ്ചയമില്ല.

മീഞ്ചന്തയിൽ മരക്കാത്ത് അപ്പുവിന്റെ മൂന്നുനില കെട്ടിടത്തിലാണ് ഞങ്ങൾ കോളജ് വാധ്യാന്മാരുടെ വാസം. ഇരട്ടമുറി ഒന്നേയുള്ളൂ. ഈച്ചരവാര്യരും ഞാനുമാണ് കൂട്ടുതാമസം. രണ്ടുമേശയും രണ്ടു കസേരയുമുള്ളതുകൊണ്ട് ആ മുറിയിലാണ് സന്ധ്യകളിൽ ചീട്ടുകളി മഹോത്സവം... ആകെ ആർപ്പും ആരവവും ചീട്ടേറും ചീത്തവിളിയും. രാത്രി പത്തുമണിവരെ മാമാങ്കം തുടരും.

ഈച്ചരവേലായുധസുന്ദരേശന്മാർ ഉഗ്രന്മാരാണ്. അപാര ഓർമ്മശക്തി. കൃത്യമായ, ബുദ്ധിയായ കളി. സുഗതവാസുദേവമുഹമ്മദുകൾ തോറ്റു തുന്നംപാടി അന്യോന്യം ചീത്തവിളിച്ചോളും. ഒന്നുരണ്ടു പ്രവശ്യം മുഹമ്മദില്ലാതെവന്നപ്പോൾ എന്നെ കളിക്കാനിരുത്തി. തുടർന്ന് സുഗതനും വാസുദേവൻനായരും ചേർന്ന് എന്റെ

ചീട്ടുകളിയാശാന്മാരുടെ തന്തക്ക് പറയുകയും എന്നെ നിഷ്ഠൂരം മർദ്ദിക്കുകയുമുണ്ടായി. പിന്നെ ഞാൻ അമ്പത്താറുകളിച്ചിട്ടില്ല,കളിപ്പിച്ചിട്ടില്ല. വൃദ്ധന്മാരും മന്ദബുദ്ധികളും ചീട്ട് കശക്കിത്തുടങ്ങുമ്പോഴേ മാനാഞ്ചിറയ്ക്ക് വണ്ടികേറും. ക്രൗണിലോ കോറണേഷനിലോ സിനിമയാണ് സായാഹ്നവിനോദം എനിക്ക്.

ഇന്നലെ പടം കണ്ടുവന്നപ്പോൾ സുഗതന്റെ അമ്പത്താറ്നോസ് ഈച്ചരവാരിയർസാർ പൊട്ടിച്ച കൈയിൽ കൊട്ടുത്തിരിക്കുകയാണ്. സുഗതൻ തെറിപറയുന്നത് മുഴുവൻ വാസുവിനേയും മമ്മതിനേയും. കളിയും വിളിയുമൊന്നും ഞാൻ കാണുകയോ കേൾക്കുകയോ ചെയ്തിരുന്നില്ല. എന്നാലും ഞാനും രണ്ടിനേയും ചുമ്മാ ചീത്തവിളിച്ചു! അങ്ങനെ, സുഭിക്ഷമായി കിടന്നുറങ്ങി.

പാതിരാ കഴിഞ്ഞപ്പോൾ വാരിയർസാർ ഉറക്കത്തിൽ തേങ്ങിക്കരഞ്ഞു. ഞാൻ ഉണർന്നു. എണീറ്റ്സാറിനെ തൊട്ടുവിളിച്ചു. കരച്ചിലടങ്ങി. അദ്ദേഹം തിരിഞ്ഞുകിടന്നുറങ്ങി.

ഇത് ചിലരാത്രികളിൽ പതിവാണ്.

ഞാൻ സഹമുറിയനായി സ്വീകരിക്കപ്പെട്ടതുതന്നെ ഈ വ്യവസ്ഥയിലാണ്. രാത്രിയിൽ ഉറക്കത്തിൽ ഏങ്ങലടിച്ചുകരഞ്ഞാൽ ഒന്നു തട്ടിവിളിക്കണം. അപ്പോൾ തിരിഞ്ഞുകിടന്നുറങ്ങിക്കോളും...

രാവിലെ ഞങ്ങൾ കുളിച്ചൊരുങ്ങി കോളജിലേക്കു പുറപ്പെടാൻ തുടങ്ങുമ്പോൾ രാജൻ കയറിവന്നു. ഈച്ചരവാരിയർ സാറിന്റെ മകനാണ്. ചാത്തമംഗലത്ത് റീജയണൽ എൻജിനീയറിംഗ് കോളജിൽ വിദ്യാർഥി. ആർട്സ്ക്ലബ്ബ് സെക്രട്ടറി. ഗായകൻ.

ക്ലാസില്ലേ? പാട്ടുപാടി ഒഴപ്പിനടക്കുകയാണോ? വല്ലതും വായിക്കുകയും പഠിക്കുകയും ചെയ്യുന്നുണ്ടോ? അവസാന സെമസ്റ്ററാണ്. ശ്രദ്ധിക്കണം... എന്നൊക്കെ വാരിയർസാർ മകനെ ഉപദേശിച്ചു

ഞാൻ ചിരിച്ചു. രാജനോട് പറഞ്ഞു: ഭയങ്കര ഒഴപ്പാണച്ഛൻ! ചീത്തക്കൂട്ടുകെട്ട്! രാത്രിമുഴുവൻ അമ്പത്താറ്!

രാജൻ ചിരിച്ചു.

ഞാൻ പറഞ്ഞു: സാർ അടുത്ത വർഷം പെൻഷൻനാകുകല്ലേ ,അതാ ഇത്ര ഗൗരവമായ ഉപദേശം. സാരമില്ല. രാജൻ പാട്ടുപാടാതിരിക്കണ്ട.

അപ്പോൾ എന്നെ രാജൻ ക്ഷണിച്ചു: ഞങ്ങളുടെ ക്ലബ്ബിന്റെ സമാപനയോഗത്തിനു വന്ന് ഒന്ന് പ്രസംഗിക്കാമോ?

ഞാനോ?

ങ്.

എനിക്ക് ഇംഗ്ലീഷറിഞ്ഞുകൂടാ.

മലയാളത്തിൽ മതി.

മലയാളവും അറിഞ്ഞുകൂടാ. ഞാൻ നേരുപറഞ്ഞു: പ്രൊഫസ്സർ ഈച്ചരവാരിയരെ വിളിച്ചോണ്ട് പോ. വോ അച്ഛി ഹിന്ദീ മേ ബോലേഗാ!

സാറും രാജനും പൊട്ടിച്ചിരിച്ചു. ഞാനും. ആ ചിരികൾക്കിടയിലേക്ക് അടുത്ത അതിഥി കടന്നുവന്നു.—ബോസ്.

സഖാവ് സുഭാഷ് ചന്ദ്രബോസ്.

ചീകിയൊതുക്കിയ കറുത്തുമിനുത്ത നീളൻമുടി. ലേശം ചാരനിറം കൊണ്ട് തിളങ്ങുന്ന കണ്ണുകൾ. സ്റ്റൈലൻ സുന്ദരൻ മീശ. തൂവെള്ള ഷർട്ടും മുണ്ടുമാണ് വേഷം. കൈയിൽ ചാർമിനാർ സിഗരറ്റ്കൂടും തീപ്പെട്ടിയും.

എന്റെ സ്നേഹിതനും സഖാവും നേതാവുമാകുന്നു ബോസ്. അറുപത്തിനാലിൽ കൊല്ലം ശ്രീനാരായണ കോളജിൽ തുടങ്ങിയ സൗഹൃദം. ഞാൻ ഇംഗ്ലീഷ് എം.എ. വിദ്യാർഥിയായിരുന്നു അന്ന്. ബോസ് ഇംഗ്ലീഷ് ബി.എ.ക്ലാസിലും. കമ്മ്യൂണിസ്റ്റ് പാർട്ടി പിളരുകയും എസ്.എഫ്. രണ്ടാവുകയും ചെയ്ത ചരിത്രസന്ധിയിൽ ഞങ്ങൾ കടുത്ത ഇടത്തന്മാരായി. ആർജ്ജവത്തിന്റെയും ആത്മാർഥതയുടെയും ആവേശത്തിന്റെയും ആൾരൂപമായിരുന്നു ബോസ്. ഒന്നാംതരം സംഘാടകൻ. കെ.എസ്.എഫിന്റെ ഒന്നാമത്തെ സംസ്ഥാന സെക്രട്ടറിയായിത്തീർന്നു. കേരളമാകെ ഓടിനടന്ന് ബോസ് സംഘടനക്ക് അടിത്തറപാകി. പക്ഷേ, ഒരു ദിവസം സ. അഴീക്കോടൻ രാഘവൻ വിളിച്ച് ബോസിനോട് പറഞ്ഞു. ബോസിന്റെപോക്ക് ശരിയല്ല. സംസ്ഥാനസെക്രട്ടറിയുടെ ചുമതലയെല്ലാം ഉടനെ ഫിലിപ്പിനെ ഏൽപിച്ചിട്ട്മാറിനിൽക്കുക.

ബോസ് മാറി.

ഫിലിപ്പ് എം.പ്രസാദ് കെ.എസ്.എഫിന്റെ സെക്രട്ടറിയായി.

ബോസ് പത്രപ്രവർത്തനം പഠിക്കാനാണെന്നും പറഞ്ഞ് കൽക്കട്ടക്കുപോയി. കൽക്കട്ടയിൽ നിൽക്കാതെ നേരെ നക്സൽബാഡിലേക്കുപോയി. പാന്റ്സും സ്ലാക്കുമണിഞ്ഞ്, ചാർമിനാർസിഗരറ്റും

പുകച്ച്, നക്സൽ ബാഡിയിലൂടെ നടന്ന ബോസിനോട് അവിടത്തെ ഗ്രാമീണരായ വിപ്ലവകാരികൾ പറഞ്ഞു: ഇവിടെ വിപ്ലവം നടത്താൻ പുറത്തുനിന്നാരും വേണ്ട. അത് ഞങ്ങൾ ചെയ്തോളാം. നിങ്ങൾ ഞങ്ങളെ ഒന്നും പഠിപ്പിക്കാൻ വരണ്ട. ഇവിടുന്ന് ഒന്നും പഠിക്കുകയും വേണ്ട. നിങ്ങൾക്ക് വിപ്ലവം നടത്തണേൽ അത് സ്വന്തം ഗ്രാമത്തിൽ പോയി അവിടെ ആയിക്കോളൂ.

ബോസ് ഇങ്ങ് മടങ്ങിപ്പോന്നു.

ഇവിടെ അന്ന്, കുന്നിക്കൽ നാരായണനും കുടുംബവും, കെ. വേണുവും കൂട്ടുകാരും, കെ.എൻ.രാമചന്ദ്രനും ശിഷ്യന്മാരും വെള്ളി വെളിച്ചത്തിൽ കലി തുള്ളിക്കളിക്കാൻ ചുട്ടി കുത്തും കാലം. ബോസ് അവരോടൊക്കെ മാറിമാറി ബന്ധപ്പെട്ടെന്ന് തോന്നുന്നു. ഒന്നിനോടും ഒട്ടിച്ചേരാതെ ഒറ്റയാനായി നിന്നു. തിരുവനന്തപുരത്ത് രാമനിലയ ത്തിൽ താമസമായി. 'സ്ട്രീറ്റ്' എന്ന പേരിൽ ഒരു രാഷ്ട്രീയ മാസികയും തുടങ്ങി...

സ്ട്രീറ്റ് പത്രാധിപർ, എന്റെ ചങ്ങാതി എന്ന് ബോസിനെ ഞാൻ ഈച്ചരവാരിയർ സാറിനും രാജനും പരിചയപ്പെടുത്തി. ബോസും രാജനും കൈകൊടുത്തു ചിരിച്ചു.

സഖാവിനെന്താ കോഴിക്കോട്ട് പരിപാടി? ഞാനാരാഞ്ഞു.

അതിന് വ്യക്തമായ മറുപടി ഉണ്ടായില്ല.

ഇയാൾ ഇന്ന് ഫ്രീയാണോ? ബോസ് ചോദിച്ചു: എന്റെകൂടെ കൂടുന്നോ?

ഫ്രീയല്ല! ആണേലും സഖാവിന്റെകൂടെ ഞാനില്ല!

ചിലരെ കാണാനുണ്ടെന്നും അതു കഴിഞ്ഞ് വൈകുന്നേരം എൻ.ബി.എസ്സിൽവെച്ച് വീണ്ടും കാണാമെന്നും ബോസ് പറഞ്ഞു. ഞാൻ സമ്മതിച്ചു.

ഞങ്ങൾ മുറിപൂട്ടിയിറങ്ങി. ബോസിനേയും രാജനേയുംമീഞ്ചന്ത ബസ്സ്റ്റോപ്പിൽ നിറുത്തി വാരിയർസാറും ഞാനുംകോളജിലേക്കു നടന്നു. കോളജ് ഗേറ്റിലെത്തി ഞാൻ ഒന്ന് തിരിഞ്ഞുനോക്കി. ബോസും രാജനും ചിരപരിചിതരെപ്പോലെ ചിരിച്ചുല്ലസിച്ചു വർത്ത മാനം പറഞ്ഞു നിൽക്കുന്നു. (അവർ മുമ്പേതന്നെ പരിചയക്കാരായി രുന്നോ? അവരൊന്നിച്ചാണോ രാവിലെ വന്നത്? ഈ ചോദ്യങ്ങൾ പിന്നീട് പലപ്പോഴും ഞാൻ സ്വയം ചോദിച്ചിട്ടുണ്ട്.)

വൈകുന്നേരം അളകാപുരി ഹോട്ടലിന്റെ താഴെ എൻ.ബി.

എസ്സിൽ എത്തി. ബോസ് എൻബിയെസ് മാനേജർ ശ്രീധരനുമായിസംസാരിച്ചിരിപ്പുണ്ട്.

കണ്ടോ കാണേണ്ടവരേയൊക്കെ? ഞാൻ ചോദിച്ചു.

ബോസ് പറഞ്ഞു കുന്നിക്കലിന്റെ പിടിയിലായിപ്പോയി പകൽ മുഴുവൻ. കക്ഷി ചൈനീസ് വിപ്ലവം മുഴുവൻ എന്നെ പഠിപ്പിച്ചു. ഈഗോയുടെ ആശാൻ, നോർമലല്ല! മൂപ്പരുടെ ഭാര്യ മന്ദാകിനി, സ്വൽപം സെൻസിബിളാണ്.

അജിതയോ? ഞാൻ പൊടിപ്പുഞ്ചിരിയോടെ അന്വേഷിച്ചു.

ഞാൻ കണ്ടില്ല. ബോസ് നിസ്സംഗനായി പറഞ്ഞു. തുടർന്നു: കുന്നിക്കൽ കുശാലായ ഊണുതന്നു, പക്ഷേ പൊടിയനണ്ണനെ കാണാനൊത്തില്ല. ഫോൺചെയ്തു, സന്ധ്യക്കിതിലേ വരും.

അപ്പോൾ മുണ്ട് മാടിക്കുത്തി കക്ഷത്തിലിറുക്കിപ്പിടിച്ച കൊച്ചു ബാഗുമായി എസ്.കെ. കയറിവന്നു. പൊറ്റെക്കാട്ട്. പിന്നാലെ നീണ്ടു നിവർന്ന് ചടുലഭാവത്തോടെ കുസൃതിച്ചിരിയുമായി തിക്കോടിയനും.

ബോസും ഞാനും ഒതുങ്ങിനിന്നു.

ശ്രീധരൻ ഞങ്ങളെയും, പൊറ്റെക്കാട്ടിനും തിക്കോടിയനുമൊപ്പം അളകാപുരിയിലേക്ക് ചായക്ക് കൂട്ടിക്കൊണ്ടുപോയി.

ഹോട്ടലങ്കണത്തിൽ ഒരു മേശക്കുചുറ്റും ഞങ്ങൾ ഇരുന്നു. ബോസ് സ്ട്രോംഗ് ചായയും ഞാൻ കാപ്പിയും കഴിച്ചു.

പൊറ്റെക്കാട്ടും തിക്കോടിയനും ഒത്തിരി ഗുണ്ടുകൾ പൊട്ടിച്ചു. സന്ധ്യ വർണാഭമായി, സംഗീതസുരഭിലമായി. റാഫിയുടെ പാട്ടുകൾ ഒഴുകിപ്പരന്നു.

ഫ്രഞ്ചുതാടിമീശയും രുദ്രാക്ഷമാലയും ഉടയാത്ത വെളുത്തജുബ്ബയും ദോത്തിയുമണിഞ്ഞ് പട്ടത്തുവിള കരുണാകരൻ നടന്നടുത്തു.

പൊടിയനണ്ണൻ എന്നുരുവിട്ട് ബോസ് എണീറ്റു.

ബോസ് പറഞ്ഞ പൊടിയൻ ഇതാണെന്ന്, പട്ടത്തുവിളയാണെന്ന് ഞാൻ ഓർത്തില്ല.

പട്ടത്തുവിള ബോസുമായി അടുത്തമേശക്കരികിൽ പോയിരുന്നു. അവർ ഏറെനേരം സംസാരിച്ചു. കൊല്ലത്തുകാർ, ബന്ധുക്കൾ, ഇടയ്ക്ക് പട്ടത്തുവിള രണ്ടോമൂന്നോ അതോ നാലോഅഞ്ചോ നൂറുരൂപ ബോസിന് കൈമാറുന്നത് ഞാൻ ഒളിഞ്ഞുനോക്കി.

യാത്രപറഞ്ഞിറങ്ങുമ്പോൾ ബോസ് എന്നെ പട്ടത്തുവിളക്ക് പരിചയപ്പെടുത്തി.

പട്ടത്തുവിള ചോദിച്ചു: കോട്ടയത്തല്ലേ വീട്? അരവിന്ദന്റെ അയൽവാസി...?

അതെ, അയൽവിന്ദൻ! ഞാൻ പറഞ്ഞു.

പട്ടത്തുവിള ചിരിച്ചു. അരവിന്ദൻ പറഞ്ഞിട്ടുണ്ട്.

ബോസും ഞാനും ഇമ്പീരിയലിൽപോയി പൊറോട്ടയും മട്ടനമടിച്ചു. ഞാൻ കാശുകൊടുക്കാൻ ബോസ് സമ്മതിച്ചില്ല. നൂറുരൂപ ഉയർത്തിക്കാട്ടി നല്ല ബ്രിട്ടീഷ്നോട്ട്. പിയേഴ്സ് ലിസ്ലിയിൽ അടിച്ചതാ! സ്ട്രീറ്റിൽ കഥകൊടുത്തതിന് പ്രതിഫലം

ഓ, സ്ട്രീറ്റിലങ്ങനാണോ? കഥാകൃത്ത് പത്രാധിപർക്ക് പണം തരിക?

ഇയാൾ ഒരു കഥ താ. സൗജന്യമായി അച്ചടിക്കാം...

രസിച്ചുസുഖിച്ച് ഉത്സാഹത്തോടെ ഞങ്ങൾ സിനിമയ്ക്കുപോയി.

കൊല്ലം എസ്.എം.പി.യിൽ തമിഴ് പടങ്ങൾ ഒന്നിച്ചുകണ്ട ഓർമ്മയിൽ ഞാൻപറഞ്ഞു. ഇവിടെ രാധയിൽ 'വിടാകണ്ടൻ കൊടാകണ്ടൻ' കളിക്കുന്നുണ്ട്. രാമറാവുവും കാന്താറാവുവും. നല്ല സുന്ദരൻ വാൾപയറ്റ്. അതു കണ്ടാലോ?

ഇയാൾടെ ഒടുക്കത്തെ ഒരു തമിഴ് പ്രേമം! കാരണമെനിക്കറിയാം.

ഞാൻ മിണ്ടിയില്ല.

ബോസ് പറഞ്ഞു: ക്രൗണിൽ 'കോൺക്വറേഴ്സ് ഓഫ് ദി ഗോൾഡൻ സിറ്റി.' നമ്മുടെ എം.ടി.യെ 'നഗരമേ നന്ദി' എഴുതാൻപ്രേരിപ്പിച്ച പടം. അതുകാണാം.

പോയിക്കണ്ടു. നഗരവ്യാമോഹങ്ങളിൽ തകർന്നടിയുന്ന ഒരു ഗ്രാമീണ കുടുംബത്തിന്റെ ഹൃദയസ്പർശിയായ ദുരന്തകഥ.

പടം കണ്ട് പാതിരാവിൽ മിഠായിത്തെരുവിലൂടെ നടന്നു. പൈനാപ്പിൾ ജ്യൂസ് കുടിച്ചു.

ബോസ് ഒച്ച താഴ്ത്തി ശാന്തഭാവത്തിൽ പറഞ്ഞു: ഇയാൾ ആ പട്ടത്തിക്കൊച്ചിനെ കൈവെടിഞ്ഞത് ഒട്ടും ശരിയായില്ല.

ഞാൻ മൂകനായി. ഞാൻ... ഞാൻ....

ജോലിയും കൂലിയുമില്ലാത്ത എനിക്ക് എന്തുചെയ്യാൻ കഴിയുമായിരുന്നു?

ഞാൻ ഇടറി: സഖാവേ, ഞാൻ...

വേണ്ട. ഇയാൾ കരയണ്ട.! ബോസ് പറഞ്ഞു. ഞാൻ കണ്ണൂർക്ക് പോകുന്നു. കെ.പി.ആറിനെ ഒന്നുകാണണം. എന്നിട്ട് തിരുവനന്തപുരത്തിന്.

ഞാൻ ചിരിക്കാൻ ശ്രമിച്ചു. സഖാവ് ബോൾഷെവിക് പാർട്ടിയിൽ ചേരുകയും പിരിയുകയും ചെയ്തതല്ലേ?

മഹാമണ്ടനാണ് കാർന്നോർ!

കെ.പി. ആറിനെപ്പറ്റി ബോസ് പറഞ്ഞു. പക്ഷേ, പരമനല്ലവൻ. ശുദ്ധൻ. എന്നെ വലിയ ഇഷ്ടമാണ്. ഭീകരസ്നേഹം പോയൊന്നു കണ്ടേക്കാം.

ഞങ്ങൾ ബസ്സ്റ്റാൻഡിലേക്ക് നടന്നു. അപ്പോൾ ബോസ് വളരെ സീരിയസായി ചില കാര്യങ്ങൾ പറഞ്ഞു. അതൊക്കെ മഹാ തമാശകളായി ഞാൻ സ്വീകരിച്ചു.

—ഇ.എം.എസ്. തികഞ്ഞ ചരിത്രബോധമുള്ള വ്യക്തി. സ്വന്തം ചരിത്രപ്രാധാന്യവും തിരുമേനിക്ക് തിരിച്ചറിയാം. കേരളത്തിൽ കമ്മ്യൂണിസവും പാർട്ടിയും നമ്പൂതിരിപ്പാടായിരുന്നെന്ന് നാളെ ചരിത്രകാരൻ രേഖപ്പെടുത്തണം. അതിന് തന്റെകാലത്തോടെ ഇവിടെ കമ്യൂണിസം ഇല്ലാതാക്കാനുള്ള പരിപാടിയാണ് അദ്ദേഹം നടപ്പിലാക്കിക്കൊണ്ടിരിക്കുന്നത്.

—കെ. വേണു ഒരു പാവത്താൻ. ആവശ്യമില്ലാത്തതൊക്കെ വായിച്ചുകൂട്ടി. ഒന്നും ഒട്ടു ദഹിച്ചിട്ടുമില്ല. പുസ്തകയറിവ് എല്ലാം നടപ്പിൽ വരുത്താമെന്ന പകൽസ്വപ്നവുമായി ചാടിപ്പുറപ്പെട്ടിരിക്കുകയാണ്. ഒത്തിരി ആലോചിച്ച് കാളക്കൊമ്പിൽ കഴുത്തുവച്ച റൊമാന്റിക്.

—കെ.എൻ. രാമചന്ദ്രൻ ഡിഫൻസിൽ പത്തയ്യായിരം രൂപ ശമ്പളം വാങ്ങിയിരുന്ന എൻജിനിയർ. അതും കളഞ്ഞ് വിപ്ലവം ഉണ്ടാക്കാൻ വന്ന അയാൾ ഇന്ത്യാഗവൺമെന്റിന്റെ സ്പൈ ആണ്. സൂക്ഷിച്ച് ഇടപെടണം. ആൾ ഉഗ്രബുദ്ധിജീവിയാണ്.

ഞാൻ ചിരിച്ചുകുഴഞ്ഞു.

ബോസ് തീർത്തും വളരെ ഗൗരവത്തിലായിരുന്നു.

ബോസ് എന്നെ ചോദ്യം ചെയ്തു. ഇയാൾക്ക് കെ.എൻ. കുറേ

പുസ്തകങ്ങൾ കൊണ്ടുതന്നിട്ടുണ്ട്, ഇല്ലേ?

എങ്ങനറിഞ്ഞു?

സൂക്ഷിച്ചോണം!

ഞാൻ പറഞ്ഞു: രണ്ടു പുസ്തകം. കുറേ ചൈനീസ് ലിറ്ററേച്ചർ മാസികയും. അതിൽനിന്ന് നാലഞ്ച് ലൂഷുൻ കഥകൾ ഞാൻ തർജ്ജമചെയ്തുവച്ചിട്ടുണ്ട്.

കണ്ണൂർ ബസ്സിൽ യാത്രയാകുമ്പോൾ ബോസ് പറഞ്ഞു: ഒന്നോ രണ്ടോ കഥ ഇയാൾ സ്ട്രീറ്റിനയക്ക്.

ആട്ടോയിൽ ഞാൻ മീഞ്ചന്തക്ക് പോയി....

ബോസിന്റെ വരവും പോക്കും വർത്തമാനവും അടുത്ത ദിവസങ്ങളിലും എന്നിൽ നിറഞ്ഞുനിന്നു. 'മദ്യശാലയിൽ' എന്ന ലൂഷുൻ കഥ പകർത്തി ഞാൻ സ്ട്രീറ്റിനയച്ചു. പ്രസ്ഥാനത്തിൽ ഒന്നിച്ച് പ്രവർത്തിച്ചിരുന്ന രണ്ടു പഴയ സഖാക്കൾ വർഷങ്ങൾക്കുശേഷം പഴയൊരു മദ്യശാലയിൽ യാദൃച്ഛികമായി കണ്ടുമുട്ടുന്ന കഥ. അതിൽ ലൂഷുൻ പറയുന്ന ഒരുദാഹരണം എന്നെ വല്ലാതാകർഷിച്ചിരുന്നു. മദ്യശാലയിലെ എച്ചിൽത്തരികളിൽ കൂട്ടം കൂടിയിരിക്കുന്ന ഈച്ചകൾ ഏതേലും ഒച്ചകേട്ട് പേടിച്ചു പറന്നകന്ന് കുറേനേരം വട്ടംചുറ്റികറങ്ങിയശേഷം പഴയസ്ഥാനത്തുതന്നെ വന്നുചേരുന്ന കാഴ്ചയെപ്പറ്റി.

'മദ്യശാലയിൽ' സ്ട്രീറ്റിലടിച്ചുവന്നു.

ലൂഷുന്റെ മറ്റൊരു കഥ കൂടി —ഭ്രാന്തന്റെ ഡയറി'യോ 'നവവത്സര ബലി'യോ ഏതോ— ഞാൻ ബോസിനയച്ചു. പത്രാധിപർക്ക്, പക്ഷേ, അതച്ചടിക്കേണ്ടിവന്നില്ല.

ബോസ് അറസ്റ്റിലായി, ജയിലിലായി.

അടിയന്തരാവസ്ഥ വീരതാണ്ഡവം ആരംഭിച്ചതായിരുന്നു.

അധികാരത്തിന്റെ കാവൽപ്പട്ടികൾ ബോസിന്റെ സ്റ്റൈലൻ സുന്ദരൻ മീശ പിഴുതുകളഞ്ഞതേയുള്ളു. എന്നാൽ പ്രൊഫസ്സർഈച്ചരവാരിയരുടെ മകൻ രാജനെ എൻജിനീയറിങ് കോളജിൽനിന്ന് പിടിച്ചോണ്ടുപോയി മണിക്കൂറുകൾക്കുള്ളിൽ തല്ലിക്കൊന്നു. മൃതദേഹം പെട്രോളൊഴിച്ച് കത്തിച്ച് കക്കയം കയത്തിൽ താഴ്ത്തി...

പതിനാറടിയന്തരം പത്തൊമ്പത് മാസം നീണ്ടു.

മൊറാർജി ദേശായിയുടെ ജനതാദൾ സർക്കാർ അടിയന്തരാവസ്ഥ

പിൻവലിച്ചതിന്റെ പിറ്റേന്ന് പ്രൊഫസ്സർ ഈച്ചരവാരിയർകേരളാ ഹൈക്കോടതിയിൽ കേസ് കൊടുത്തു –പോലീസ് പിടിച്ചുകൊണ്ടുപോയ മകനെ വിട്ടുകിട്ടാൻവേണ്ടി. രാജൻ സംഭവമെന്തെന്ന് ആർക്കും ഒരു പിടിയുമുണ്ടായിരുന്നില്ല. 'ദേശാഭിമാനി' മാനേജർ സഖാവ് കണ്ണൻനായരും പത്രാധിപർ സഖാവ് പി. ഗോവിന്ദപ്പിള്ളയും ആവശ്യപ്പെട്ടതനുസരിച്ച് രാജൻ സംഭവം ഒരു തുടർ ഫീച്ചറായി ഞാൻ എഴുതി. 'ശവംതീനികൾ' എന്ന പേരിൽ ദേശാഭിമാനിയിൽ പത്തിരുപതു ദിവസം അതു പ്രസിദ്ധീകരിച്ചു. പത്രമൊന്നിന് പത്തുരൂപവരെ അന്ന് ദേശാഭിമാനിക്ക് വിലയേറി....

ജയിലിൽനിന്നിറങ്ങിയ ബോസ് എന്നെ തേടി വന്നു. വളരെ പരുഷമായി വഴക്കുപറഞ്ഞു. ഇയാൾ ഒരു രക്തസാക്ഷിയെ ഒറ്റുകൊടുത്തു. ചോരവിറ്റുകാശുവാങ്ങി. മാർക്സിസ്റ്റ് പാർട്ടിയുടെ കൂലിക്കുഴലൂത്ത്കാരനാണോ ഇയാൾ?

എല്ലാം ഞാൻ നിശ്ശബ്ദം കേട്ടു.

ഒടുവിൽ പറഞ്ഞു: രാജൻസംഭവം നാട്ടുകാരറിഞ്ഞത് ഞാനെഴുതിയിട്ടല്ലേ? സ.കണ്ണൻനായർ നിർബ്ബന്ധിച്ച് കുറേ പണം തന്നു. 'ശവംതീനികൾ' പുസ്തകമാക്കിയ ചിന്ത പബ്ലിഷേഴ്സും ശകലം കാശുതന്നു. രണ്ടിന്റേയും നേർപാതി ഞാൻ രാജൻകേസ് ഫണ്ടിന് നൽകി. വാരിയർ സാർ സാക്ഷി.

ബോസ് പിന്നൊന്നും പറഞ്ഞില്ല. ഉടൻ യാത്രയായി.

അധികം താമസിയാതെ ഞാൻ തിരുവനന്തപുരത്തുചെന്നു. പതിവുപോലെ രാമനിലയത്തിൽ ബോസിന്റെ മുറിയിൽ ഹാജരായി. ഈറനിരുട്ടുമുറിയിൽ വെള്ളവേഷത്തിൽ ചാർമിനാറും പുകച്ച് സഖാവ് ഇരിക്കുന്നു. മേൽച്ചുണ്ടിൽ വലതുവശത്ത് രോമമില്ലാത്ത വിടവ് കണ്ടു. എന്തൊക്കെയോ പറഞ്ഞ് ഞങ്ങൾ രസിച്ചു. സന്ധ്യയ്ക്ക് കിഴക്കേകോട്ട വരെ നടന്നു. പദ്മതീർഥക്കരയിൽ മേത്തൻ മണിയടിക്കുന്നത് കണ്ടാനന്ദിച്ചു.

ശ്രീ പദ്മനാഭയിൽ എം.ജി.ആറിന്റെ 'ഗുലേബക്കാവലി' ഓടുന്നുണ്ടായിരുന്നു. കയറിക്കണ്ടു. എം.ജി.ആറിന്റെ വാൾപയറ്റും കുതിരയോട്ടവും പുലിയുമായുള്ള പിടുത്തവും ഞങ്ങളെ ഒത്തിരി ആനന്ദിപ്പിച്ചു.

പടം കഴിഞ്ഞ് പാളയത്തേക്ക് തിരിച്ചുനടന്നു. കണ്ണിമേറാ മാർക്കറ്റിനു മുന്നിലെ തട്ടുകടയിൽനിന്ന് ദോശതിന്നു. എന്നിട്ട് രക്തസാക്ഷിസ്തൂപത്തിന്റെ ചുവട്ടിലെത്തി കൊട്ടംകൈ കുത്തിക്കിടന്നു.

നിശബ്ദരായിരുന്നു ഞങ്ങൾ.

ആകാശത്ത് വിളറിയ ചന്ദ്രൻ. മിന്നിപ്പൊലിയുന്ന നക്ഷത്രങ്ങൾ. എവിടെയോ ഏതോ ക്ലോക്കിൽ രണ്ടുമണി അടിച്ചു.

ബോസ് പറഞ്ഞു: അമ്പലത്തിലും പള്ളികളിലും നിറവെട്ടം... ഞാൻ ശ്രദ്ധിച്ചു. നേരാണ്. പാളയത്തെ ചർച്ചിലും മോസ്കിലും ക്ഷേത്രത്തിലും ലൈറ്റുകൾ ജ്വലിച്ചുനിൽക്കുന്നു. അന്ധകാരം ഇവിടെ ഈ രക്തസാക്ഷിസ്തൂപത്തിൽമാത്രം.

ബ്രാഹ്മമുഹൂർത്തത്തിൽ അമ്പലമണി മുഴങ്ങുംവരെ ഞങ്ങൾ അവിടെ കിടന്നു. ഉറങ്ങാതെ ഉണർന്ന്. ഒരായിരം ഓർമ്മകൾ അയവിറക്കിക്കൊണ്ട്.

പിന്നെ സാവധാനം രാമനിലയത്തിലേക്കുപോയി ഒരു കട്ടിലിൽ ഒന്നിച്ച് കിടക്കുമ്പോൾ ഞാൻ പറഞ്ഞു: ഞാൻ അഞ്ചരയ്ക്ക്എണീക്കും.

ബോസ് പറഞ്ഞു: ഇയാൾ എണീക്കുകയോ പോവുകയോ എന്തും ചെയ്തോ. എന്നെ വിളിച്ച് ശല്യപ്പെടുത്തരുത്. ഞാൻ പത്തര പതിനൊന്നുവരെ ഉറങ്ങും.

ആറുമണിക്ക് ഞാൻ ഇറങ്ങിപ്പോന്നു. കുന്നുകുഴിയിൽ രണ്ടുകൂട്ടുകാരുടെ വീട്ടിൽപോയി. എട്ടുമണിക്ക് തിരിച്ചെത്തി. അപ്പോൾ രാമനിലയത്തിലെ അന്തേവാസികൾ പടിക്കൽ കൂട്ടംകൂടി നിൽക്കുന്നു. 'യുഗരശ്മി' പത്രാധിപർ മുരളി, നടൻ മുരളി, കവി അയ്യപ്പൻ തുടങ്ങി പത്തിരുപതു യുവാക്കൾ. എല്ലാവരും ക്ഷുഭിതർ.

അൽപം മുമ്പ് പോലീസുവാൻ ഉറങ്ങിക്കിടന്ന ബോസിനെ കസറ്റഡിയിലെടുത്തുകൊണ്ടുപോയത്രെ. കാരണം, ഉച്ചയ്ക്ക് പ്രധാനമന്ത്രി മൊറാർജിദേശായി തിരുവനന്തപുരത്ത് വിമാനമിറങ്ങുന്നു.!

ഭരണക്കാരല്ലേ മാറുന്നുള്ളൂ. ഭരണം മാറുന്നില്ലല്ലോ.

അൽപമേറെനേരം ഞാൻ അവിടെ ചുറ്റിപ്പറ്റിനിന്നു. എന്നിട്ട് തമ്പാന്നൂർ പോയി കോട്ടയത്തിന് വണ്ടികേറി.

പിന്നെ ഞാൻ ബോസിനെ കണ്ടിട്ടില്ല. ഒരിക്കലും കണ്ടില്ല.

അടുത്ത ഓണക്കാലത്തിന്റെ ആഹ്ലാദത്തിമർക്കലുകൾക്കിടയിൽ ആ കുഞ്ഞുവാർത്ത കേരളകൗമുദിയിൽ കണ്ടു ഒറ്റവരി വാർത്ത. സുഭാഷ് ചന്ദ്രബോസ് തിരുവോണനാളിൽ സ്വന്തം വീട്ടിലെ കിണറ്റിൽ മരിച്ചുകിടക്കുന്നതായി കാണപ്പെട്ടു.

മരവിച്ചിരുന്നു.

ഒരു നെടുവീർപ്പുപോലും... ഇല്ല, ഒന്നിനുമാവാതെ അനങ്ങാതിരുന്നു. കൊല്ലത്തുപോയില്ല. പെരിനാട്ട് ആ വീട്ടിൽ പോയില്ല.

തിരുവനന്തപുരത്ത് രാമനിലയത്തിന് മുന്നിലൂടെ നടക്കുമ്പോൾ അങ്ങോട്ട് നോക്കിയില്ല; മുഖം തിരിച്ചുനടന്നു.

ഒരിക്കൽ,

ഒരിക്കൽ,

ജഗതിയിൽനിന്നും വഴുതക്കാട്ടേക്ക് ആരുടെയോക്കുടെ വർത്തമാനം പറഞ്ഞ് ചിരിച്ചൊച്ചവെച്ച് പോവുകയായിരുന്നു. മുമ്പേ ഓഫീസ് കഴിഞ്ഞുപോകുന്ന രണ്ട് യുവതികളിൽ ഒരുവൾതിരിഞ്ഞുനിന്നു. അവൾ ചോദിച്ചു: ഓമനക്കുട്ടനല്ലേ?

ഓമനത്തമൊക്കെ പോയി. ഞാൻ ചിരിച്ചു: പക്ഷേ, എനിക്ക് മനസ്സിലായില്ലല്ലോ

അവൾ പറഞ്ഞു: കൊല്ലത്ത് എസ്സെനിൽ പഠിക്കുമ്പോൾ ഞാൻ വിമൻസിലുണ്ടായിരുന്നു.

ഞാൻ ചമ്മി. എന്റെ വീരസാഹസപ്രേമരഹസ്യങ്ങളെല്ലാം അറിയുന്ന ഒരുവൾ! ഞാൻ നാണിച്ചുനിന്നു.

പെട്ടെന്ന് ശബ്ദമിടറി അവൾ ചോദിച്ചു: ബോസ്സണ്ണനെപ്പറ്റി അറിഞ്ഞല്ലോ, ഓണത്തിന് കിണറ്റിൽ...

അവൾ തേങ്ങിയോ? ആകെ ഒന്ന് വിറച്ചോ?

ഞാൻ ഞെട്ടി. മേലാകെ മിന്നൽപിണർ പതിഞ്ഞമാതിരി ആളിക്കത്തി. ഇവൾ.... ഇവൾ, അന്ന്, കൊല്ലത്ത് ശാരദാമഠത്തിലെ പഞ്ചാരമണലിൽ ബോസിന്നരികിൽ തലകുമ്പിട്ട് ശാഠ്യംപിടിച്ചുനിന്നവളല്ലേ?

ബോധപൂർവം ബോസ് തട്ടിയെറിഞ്ഞ രാഗാരാധനകൾ ഇവളുടേതല്ലായിരുന്നോ?

ഒന്നും മിണ്ടാതെ അതിവേഗം ആ നിറകണ്ണുകളിൽനിന്ന് ഞാൻ ഓടിയകന്നു. ദൂരേക്ക്. ദൂരേ ദൂരേക്ക്.

പതിറ്റാണ്ടുകഴിഞ്ഞ്, കൊല്ലത്ത് ഒരു കല്യാണത്തിനുപോയി. ഡോക്ടർ പി.കെ. സുകുമാരന്റെ മകൻ സന്തോഷും കോട്ടയം ചെല്ലപ്പന്റെ മകൾ ഷീലയും വിവാഹിതരാവുന്നു. കല്യാണപ്പന്തലിൽ എന്നെക്കണ്ട് ശ്രീ. തിരുനല്ലൂർ കരുണാകരൻ ചോദിച്ചു: എങ്ങനെ

ഇവിടെ?

എന്റെ കസിനല്ലേ കല്യാണപ്പെണ്ണ്.

തിരുനല്ലൂർസാർ അടുത്തൊരു റസ്റ്റോറന്റിൽ കൊണ്ടുപോയി സർബത്ത് വാങ്ങിത്തന്നു. എന്നെ വീട്ടിലേക്ക് ക്ഷണിച്ചു.പെരിനാട്ട് വന്നിട്ടില്ലല്ലോ?

ഉണ്ട് സാർ, വന്നിട്ടുണ്ട്. ബോസ് എന്നെ കൂട്ടിക്കൊണ്ടുവന്നിട്ടുണ്ട്. എന്റെ കൂട്ടുകാരിയുണ്ടായിരുന്നു കൂടെ. ബോസിന്റെസഹോദരി, സാറിന്റെ ഭാര്യ, ഞങ്ങളെ സ്വീകരിച്ചു സത്കരിച്ചു.സാറവിടെയുണ്ടായിരുന്നു പക്ഷേ, സാറിന്റടുത്തേക്ക് വരാൻ പേടിയും നാണവുമായിരുന്നു എനിക്ക്.

തിരുനല്ലൂർസാർ എന്നെ അൽപനേരം നോക്കിയിരുന്നു.

ബോസിന്റെ അന്ത്യത്തെപ്പറ്റി ഞാൻ സാറിനോടന്വേഷിച്ചു.

ആത്മഹത്യയായിരുന്നോ?

കൊലപാതകമായിരുന്നോ?

അപകടമരണമായിരുന്നൊ?

ആ ദിവസത്തെ സാർ അനുസ്മരിച്ചു. ഭാര്യയോടും മക്കളോടുംമരണവാർത്തയറിയിക്കാതെ അവരെയും കൊണ്ട് തിരുവനന്തപുരത്തു നിന്നും കൊല്ലംവരെ ചെയ്ത കാർയാത്രയെപ്പറ്റി പറയുമ്പോൾ വീർപ്പുമുട്ടി. വിതുമ്പി, വിമ്മിട്ടപ്പെട്ട് പറഞ്ഞു: അയാൾ എനിക്ക് അളിയനോ അനിയനോ അല്ലായിരുന്നു, മകനായിരുന്നു...

തിരുനല്ലൂർസാറിന്റെ കണ്ണുകൾ നിറഞ്ഞൊഴുകി. അദ്ദേഹം കരഞ്ഞു.

ഞാനും കരഞ്ഞു.

ഞാനും കരഞ്ഞു.

ബോസ്, സഖാവേ, നിനക്കുവേണ്ടി ഞാൻ കരഞ്ഞു.

●

ജോൺ: ഒരു സുവിശേഷം
1. ഉണ്ണിയീശോ

1955

ഒരു ഏപ്രിൽ പ്രഭാതം.

ഇളം വെയിലിന് നല്ല തിളക്കവും കുളിർത്തെന്നലിന് നല്ല ഇളക്കവുമുണ്ടായിരുന്നു. കോട്ടയത്തെ രാമവർമ്മ യൂണിയൻക്ലബ്ബിലെ കർപ്പൂരത്തൈമാവിൽ നിറയെ പച്ചച്ച ഉണ്ണിമാങ്ങകൾ.

ടെന്നീസ്കോർട്ടിൽ അമ്പിസ്വാമിയുടെ കോച്ചിങ്ക്ലാസ്. കോളജ് വിദ്യാർഥികൾക്കുവേണ്ടിയുള്ളതാണ്. ദിവസവും രാവിലെ ആറു മണിമുതൽ ഒമ്പതുമണിവരെ കളി പഠിപ്പിക്കൽ.

ഞാൻ നായർസമാജം സ്കൂളിലെ ഏഴാംതരം കുട്ടിയാണ്. പത്ത് വയസ്സ് കഴിഞ്ഞിരുന്നു. എന്നും കളി പഠിപ്പിക്കുന്നത് ചെന്ന് കണ്ടു നിൽക്കും.

അരവിന്ദനും ശബരിയും സേതുവും രാമാനുജനു മൊക്കെയാണ് കോച്ചിങ്ക്ലാസിൽ എത്തിയിരുന്നത്. യുവസുന്ദരന്മാരായ കോളജ് കുമാരന്മാർ...

ചീകിയൊതുക്കിയ ചുരുണ്ട് തിളങ്ങുന്ന മുടിയും നേരിയ സുന്ദരൻ മീശയുമായി മെല്ലിച്ചുനീണ്ട അരവിന്ദൻ, കറുത്തുമിനുത്ത നീളൻ മുടിയും കൊച്ചുമീശയുമായി പൊക്കം കുറഞ്ഞ ശബരി. സാധാരണ സുന്ദരമായ മുഖരേഖകളുമായി വെട്ടിയൊതുക്കിയ ചുരുളൻമുടിയുള്ള സേതു. അൽപം ഇരുനിറമെങ്കിലും വട്ടമുഖവും കരുത്തൻ ദേഹവുമായി രാമാനുജം.

എല്ലാവരും വെളുത്ത പാന്റ്സും വെളുത്ത കോളർബനിയനും

വെളുത്ത കാൻവാസ് ഷൂസുകളും അണിഞ്ഞിരുന്നു. കൈയിൽ ടെന്നീസ് റാക്കറ്റുകൾ അവർ അമ്പിസ്വാമി ചൊല്ലിക്കൊടുക്കുന്നതനുസരിച്ച് പന്തടിച്ചുകളിച്ചു. എന്റെ ചേട്ടന്മാരും എനിക്ക് ഹീറോകളുമായിരുന്നു ഈ സുന്ദരന്മാർ കൊച്ചുനാൾതൊട്ടേ.

അവരുടെ കൂട്ടത്തിൽ ഇരുണ്ട നിറവും അപൂർവ മനോഹര മുഖരേഖകളുമായി രാജൻ എന്ന ജോൺ. ക്രോപ്പുചെയ്ത് വകഞ്ഞു ചീകിയ മുടിയും സ്റ്റൈലൻകുഞ്ഞുമീശയും വെള്ള പാന്റ്സും, കോളർ ബനിയനും ക്യാൻവാസ് ഷൂസും ടെന്നീസ് റാക്കറ്റുമായി...കർപ്പൂരമാവിന്റെ ചാഞ്ഞകൊമ്പത്തുകേറിയിരുന്ന് മധുര സ്നിഗ്ധമായ കനത്ത സ്വരത്തിൽ പാടുന്നു.!

ഞാൻ മാഞ്ചോട്ടിൽനിന്ന് ആ പാട്ടുകൾകേട്ടു. ഉള്ളിൻറു ള്ളിൽനിന്നും ഒഴുകിയെത്തുന്ന അത്യാകർഷകങ്ങളായ മനോഹരശീലുകൾ:

സോജാ രാജകുമാരീ സോജാ...
എങ്ങനെ നീ മറക്കും കുയിലേ...
യേ ദുനിയാ കെ രഖ് വാലേ...

കോർട്ടിൽനിന്നും അമ്പിസ്വാമി ഉറക്കെ വിളിച്ചു: രാജാ, നീ കളിക്കാൻ വന്നതാണോ? അതോ ഇതൊഴപ്പാൻ വന്നതാണോ?

പാട്ടുകാരൻ പന്തടിക്കാൻ ഇറങ്ങിപ്പോയി.

മറ്റു ഹീറോകളേക്കാൾ എനിക്ക് ജോണിനെ ഇഷ്ടമായി. ആ രൂപം, ആ വേഷം, ആ ഗാനം. ഏറെനാൾ ആ ദൃശ്യം ഒരു ഉണ്ണിയീശോച്ചിത്രംപോലെ എന്റെ മനസ്സിൽ നിറഞ്ഞുനിന്നു.

●

2. ഈശോമിശിഹ

1965

ഒരു ആഗസ്റ്റ് പൂർവ്വാഹ്നം.

ആകാശം ആകെ മൂടിക്കെട്ടി കറുത്തുനിൽക്കുകയായിരുന്നു.

എപ്പോൾ വേണമെങ്കിലും മഴ കോരിച്ചൊരിയാം. ചെറിയ ചൂളം വിളിയോടെ തണുപ്പൻ കാറ്റ് വീശിയടിക്കുന്നുണ്ടായിരുന്നു. കോട്ടയത്തെ ബസ്റ്റേറ്റാട്ടലിന്റെ ഹാളിൽ കാപ്പിക്കപ്പുകളുമായി പുകയൂതി കുത്തിയിരിക്കുന്ന സ്ഥിരം കമ്പനികൾ.

ഞാൻ സി.എം.എസ്. കോളജിൽപഠിച്ച് ബിരുദം നേടി സുന്ദരനായി പട്ടണപ്രവേശം ചെയ്തിരിക്കുന്നു. സാഹിത്യവും

സിനിമയും രാഷ്ട്രീയവുമൊക്കെ സംസാരിച്ചു തുടങ്ങിയിരി

ക്കുന്നു. തൊട്ടടുത്ത മേശക്കുചുറ്റും പതിവുസംഘം. ദീപികയിലെ ജോസ്, സീയെമ്മെസ്സിലെ ജോൺസാർ, മാത്യുസാർ, കോട്ടയം ഗവണ്മെന്റ് കോളജിലെ ജോസഫ്സാർ എന്നീ നാൽവർ.

ജോസഫ്സാർ ഗവണ്മെന്റ് കോളജിൽ അധ്യാപകനാകും മുമ്പ് സി.എം.എസ്സിലായിരുന്നു. അങ്ങനെ അരവിന്ദനേയും ജോണിനേയും (കടമ്മനിട്ടയേയും) ഒക്കെ പഠിപ്പിച്ചിട്ടുണ്ട്, ഇന്റർമീഡിയറ്റിന്..

മഴ വിളിച്ചറിയിക്കുന്ന ഒരുഗ്രൻ ഇടിവെട്ടി പുറത്ത്.

ഒപ്പം...

ബെസ്റ്റോട്ടലിനുള്ളിൽ ആ രൂപം അവതരിച്ചു. നീല ജീൻസും കടും ചുവപ്പ് ജുബ്ബയുമായിരുന്നുവേഷം. നീട്ടിവളർത്തി തോളറ്റമെത്തിയ മുടി. ചെമ്പിച്ച മീശയും താടിയും. പുകപിടിച്ചിരുണ്ട ചുണ്ടും പല്ലും.

മുഴങ്ങുന്ന പരുക്കൻ സ്വരം.

ഞാൻ തിരിച്ചറിഞ്ഞു.: ജോൺ, എന്റെ പഴയ ഉണ്ണിയീശോ. ഇതാ ഈശോമിശിഹായായി മടങ്ങിവന്നിരിക്കുന്നു. രൂപത്തേക്കാൾ പരുഷമായ സ്വരം കേട്ട് ഹോട്ടലിനുള്ളിലുണ്ടായിരുന്നവർ ഞെട്ടിത്തരിച്ച്നോക്കിയിരുന്നു. സകലരും ജോണിനെമാത്രമാണ് കണ്ടത്. കേട്ടത്. റിട്ടേൺ ഓഫ് ദ നേറ്റീവ്! എന്നോ മറ്റോ ജോൺ പ്രഖ്യാപിച്ചെന്ന് തോന്നുന്നു. എന്നിട്ട് നേരെ ജോസഫ് സാറിന്റെ അടുത്തെത്തി. കൈക്കൂപ്പി, ഉറക്കെ അത്യാഹ്ലാദത്തോടെ വെളിപ്പെടുത്തി: 'സർ, യു ആർ ദ ഫസ്റ്റ് പേഴ്സൺ ഹു കോൾഡ് മി ബാസ്റ്റാർഡ്.... വിച്ച് അയാം!'

ജോസഫ്സാർ ആകെ വിയർത്തുപോയി. അദ്ദേഹം ചുറ്റും പറ്റും നോക്കാതെ ധൃതിയിൽ പറഞ്ഞു: ജോണിരിക്ക്!

ജോണിരുന്നില്ല. പണ്ട് ഇന്റർമീഡിയറ്റ് ക്ലാസിൽ കാട്ടിയ ഏതോ കുസൃതിയും അതിനു 'ബാസ്റ്റാർഡ് ഗറ്റൗട്ട്' എന്ന ജോസഫ്സാറിന്റെ ശകാരവും അയവിറക്കി രസിച്ചുകൊണ്ട് ജോസഫ്സാറിനോട് തികഞ്ഞ സ്നേഹാദരങ്ങളോടെ വീണ്ടും ഉറക്കെ പരുക്കൻസ്വരത്തിൽ ആഹ്ലാദപൂർവ്വം ആവർത്തിക്കുകയാണ്: 'സർ, യു ആർ ദ ഫസ്റ്റ് പേഴ്സൻ ഹു കോൾഡ്മി

ബാസ്റ്റാർഡ്.... വിച്ച് അയാം!'

●

3. മുടിയൻ പുത്രൻ

1975

ഒരു ഒക്ടോബർ മധ്യാഹ്നം.

പുറത്ത് ചുട്ടുപൊള്ളുന്ന വെയിൽ. ഒരു കുഞ്ഞിക്കാറ്റുപോലുമില്ലെങ്ങും. കോട്ടയത്തെ അഞ്ജലി ഹോട്ടലിലെ ശീതീകരിച്ച സുഖമുറിയിൽ മിസ് മേരിസേറ്റനുമായി സംസാരിച്ചിരിക്കുകയാണ് സേതുവും ഞാനും.

കോട്ടയത്ത് അന്ന് രൂപംകൊണ്ട സുബർണ്ണരേഖാ ഫിലിം സൊസൈറ്റിയുടെ ഉദ്ഘാടനത്തിന് വന്നതാണ് മിസ് മേരി സേറ്റൻ. ലോകപ്രശസ്ത ചലച്ചിത്രനിരൂപക. വി.കെ.കൃഷ്ണമേനോന്റെയും ഇന്ദിരാഗാന്ധിയുടെയുമൊക്കെ ഉറ്റ കൂട്ടുകാരി. സത്യജിത്റേയുടെ ജീവചരിത്രകാരി. ലണ്ടനിൽനിന്നും മികച്ച ചലച്ചിത്രമാസികകൾ എഡിറ്റ് ചെയ്ത പ്രഗൽഭ.

സുബർണ്ണരേഖയുടെ പ്രസിഡന്റ് പ്രൊഫസർ കെ.ജെ. ജോസഫ് ആയിരുന്നു. സെക്രട്ടറി ഞാനും.

ഞാനിപ്പോൾ കോട്ടയം ഗവണ്മെന്റ് കോളജിൽ മലയാളം ലെക്ചറർ. മേരി സേറ്റൻ തിരുവനന്തപുരത്ത് വന്നു. ചിത്രലേഖാ ഫിലിം സൊസൈറ്റി —അടൂരും കുളത്തൂരും— മദാമ്മക്ക് ഗംഭീരസ്വീകരണം നൽകി. പക്ഷേ പത്രക്കാരുമായി സംസാരിച്ചപ്പോഴും ഒന്നുരണ്ടു യോഗങ്ങളിൽ പ്രസംഗിച്ചപ്പോഴും മദാമ്മ അടൂരിനെപ്പറ്റി പ്രത്യേകിച്ചൊന്നും പറഞ്ഞില്ല, ജോണിനെ പുകഴ്ത്തുകയും ചെയ്തു.

പിറ്റേന്നുതന്നെ മദാമ്മയെ അടൂരും കൂട്ടരും തിരുവനന്തപുരത്തുനിന്നും പായ്ക്ക്ചെയ്തു. കോട്ടയത്ത് സുബർണ്ണരേഖയുടെ ഉദ്ഘാടനകർമ്മത്തിന് അവരെ കിട്ടിയതങ്ങനെയാണ്.

ഹോട്ടൽ മുറിയിൽ മിസ് സേറ്റൻ ഇന്ത്യൻ സിനിമയിലെ പുതുതലമുറയെപ്പറ്റി, മലയാളചലച്ചിത്രത്തനിമയെപ്പറ്റി, ഉത്സാഹത്തോടെ പറഞ്ഞുകൊണ്ടിരിക്കുന്നതിനിടയിലേക്ക്—മുറിയുടെവാതിൽ ഇടിച്ചു തുറന്ന് ജോൺ പ്രത്യക്ഷപ്പെട്ടു.

ചവുണ്ടുനാറിയ ജുബ്ബയും ജീൻസും. കത്തിതിളങ്ങുന്ന കണ്ണുകൾ, ചാരായത്തിന്റെ മട്ടുപ്പിക്കുന്ന നാറ്റം. ഏതോ ഓടയിൽനിന്നും എണീറ്റുവന്ന മട്ടിൽ.

ഹലോ! മേറീ! ഹൗ ആർ യൂ? ജോൺ മദാമ്മയെ കെട്ടിപ്പിടിച്ച് കവിളിൽ ചുംബിച്ചു. എന്നിട്ട് പരുക്കൻ സ്വരത്തിൽ കുശലങ്ങളായി.

'അഗ്രഹാരത്തിലെ കഴുതയെ' ഇന്ത്യൻസിനിമയിലെ ഏറ്റവും ഉദാത്ത സംഭവവും സാഫല്യവുമായി വാഴ്ത്തിക്കൊണ്ടിരുന്ന മേരിസേറ്റൻ നിശ്ശബ്ദയായി. അവർ വാത്സല്യത്തോടെ ജോണിനെ നോക്കി പുഞ്ചിരിതൂകി ഇരുന്നു.

ജോണിനെ ഞങ്ങൾ ബലാൽക്കാരമായി പിടിച്ചിറക്കിക്കൊണ്ടുപോന്നു. അടുത്ത ചാരായക്കടയിൽനിന്നും വീണ്ടും വാങ്ങിക്കൊടുത്തു. എന്നിട്ട്, അബോധാവസ്ഥയിൽ ബെസ്റ്റോട്ടലിലെ വിഴപ്പുകെട്ടുകൾക്കുമേൽ കൊണ്ടു തള്ളി. (ശവംമാതിരിമലർന്ന് മരവിച്ചുകിടക്കുന്ന ജോണിനെ നോക്കി അപ്പോൾ കുര്യച്ചൻ സങ്കടത്തോടെ പറഞ്ഞു: ഇവനെ നമുക്കങ്ങ് തട്ടിക്കളഞ്ഞാലോ!)

തിരിച്ച് ഹോട്ടൽമുറിയിലെത്തിയപ്പോൾ മിസ് മേരി സേറ്റൻ ഞങ്ങളോട് പറഞ്ഞു.

—റേയുടെ വക്താവായാണ് മിക്കവരും എന്നെ കാണുന്നത്. റേയ്ക്കുവേണ്ടി കുറേയേറെ കാര്യങ്ങൾ ഞാൻ ചെയ്തിട്ടുണ്ട്. റേയുടെ അന്താരാഷ്ട്ര പ്രശസ്തിക്ക് ഞാനും കാരണക്കാരിയാണ്, അതു നേര്.

—റേ തീർച്ചയായും ഗ്രേറ്റർതന്നെ. എന്നാൽ ഇന്ത്യൻ സിനിമയെ സംബന്ധിച്ചേടത്തോളം ഋത്വിക്ക് ആണ് മോർ ഗ്രേറ്റർ. പുത്തൻ ഭാരതീയ ചലച്ചിത്രകലക്ക് ഋത്വിക്ക് ആയിരിക്കും മാതൃകയും മാർഗദർശിയും.

—ഋത്വിക്കിന്റെ യഥാർഥ അനന്തരാവകാശി, ഒരുപക്ഷേ, നിങ്ങളുടെ ഈ മുടിയൻ പുത്രനാണ്. സംശയമില്ല.

ഒന്നുമുരിയാടാനില്ലാതെ ഞങ്ങൾ നൊമ്പരത്തോടെ കേട്ടിരുന്നു.

•

കറുത്ത മാലാഖ

1985

ഒരു ഡിസംബർ സന്ധ്യ.

ചുവന്ന സൂര്യൻ കൊച്ചിക്കായലിൽ മുങ്ങിമറയാൻ ഇനിയും നേരമുണ്ട്. പടിഞ്ഞാറൻ മാനം ഒരമൂർത്ത ചിത്രംപോലെ വർണശബളം. ഫോർട്ടുകൊച്ചിയിലെ ഇടുങ്ങിയ തിരക്കേറിയ തെരുവിൽ വഴിപോക്കർ ഹരംകൊണ്ട് കൂടിനിൽക്കുന്നു.ആൾക്കൂട്ടത്തിനിടയിൽ കാഴ്ചകണ്ട് ഞാനും.

ഞാൻ എറണാകുളം മഹാരാജാസ് കോളജിൽ ഇപ്പോൾ പ്രൊഫസർ.

'അമ്മ അറിയാൻ' ചിത്രീകരണം ഫോർട്ട്കൊച്ചിയിലും മട്ടാഞ്ചേരിയിലും നടക്കുന്നുവെന്നറിഞ്ഞിട്ട് നാലഞ്ചുനാളായി.

വേണു സ്വന്തമായി ഒളിപ്പതിവ് ചെയ്യുന്നു. വേണുവിനെക്കൊണ്ട് ജോൺ എന്തുചെയ്യിക്കുന്നുവെന്ന് കണ്ടറിയാൻ കൊതിതോന്നി.

ഉച്ചതിരിഞ്ഞ് കൊച്ചിയിലെത്തി. വേവിക്കുന്ന വെയിലത്ത് ചുമട്ടുകാരുടേയും മീൻപിടുത്തക്കാരുടേയും കൂട്ടം. കൂട്ടത്തിൽ ഷൂട്ടിങ്ങ് കണ്ടുനിന്നു. നല്ല രസമുള്ളകാഴ്ച.

രണ്ടു കൈത്തലങ്ങളും ഇടത്തേ തോളിൽ അമർത്തിപ്പിടിച്ച് തെരുവിലൂടെ അതിവേഗം ഓടി ഒരു മതിലിൽ വലതുതോളിടിച്ചു ജോൺ വീഴുന്നു. ക്യാമറകൊണ്ടുചെയ്യേണ്ട പണി വേണുവിനെ പഠിപ്പിക്കുകയാണ് ഡയറക്ടർ.

തുടർന്ന്,

ഇടതുതോളിൽ ക്യാമറയും ചുമ്മി വേണു ഓടുന്നു; പടമെടുക്കുന്നു.

പടമെടുത്തുകൊണ്ട് വലതുതോൾ മതിലിലിടിച്ച് വീഴുന്നു, ഒരുവിധം ക്യാമറ രക്ഷിച്ചുകൊണ്ട്.

ജോണിന്റെ മനസ്സിലെ ഏതോ ദൃശ്യഭംഗികൾ, സ്വപ്നവർണ്ണങ്ങൾ, അഭ്രത്തിൽ പകർത്തുന്നതിന്റെ പങ്കപ്പാട്!

പിന്നീട്,

വേറേതോ രംഗങ്ങൾ പടമാക്കുകയായി. ജോയിമാത്യു നടൻ. അയാൾ തെരുവിലൂടെ പാഞ്ഞോടുന്നു. പുറകെ ക്യാമറയുമായി വേണു ഓടുന്നു. ഒപ്പം ജോണും കുതിച്ചുപായുന്നു.

—റെഡി

—സ്റ്റാർട്ട്

—കട്ട്.

ജോയി ഓടി. വേണു ഓടി. ജോണും ഓടി.... തെക്കോട്ട്.

ആ കുതിച്ചോട്ടത്തിനിടയിൽ, ആൾക്കൂട്ടത്തിന്റെ അരികിലെവിടെയോ നിന്ന എന്നെ ജോൺ ഒരു നോക്കു കണ്ടു. എനിക്കുമാത്രമായി കണ്ണിറുക്കി നിഷ്കളങ്കമായി ചിരിച്ചു. 'നിൽക്ക്!' എന്ന് കൈവിരൽ കാട്ടി ജോൺ ഓടിപ്പോയി, തെരുവിന്റെ തെക്കെ തിരിവ് താണ്ടി അദൃശ്യതയിൽ മറഞ്ഞു.

ഏറെ നേരം ആ തെരുവോരത്ത് ഞാൻ കാത്തുനിന്നു. ആൾക്കൂട്ടം ഒന്നൊന്നായി പിരിഞ്ഞുപോയിട്ടും ഞാൻ കാത്തുനിന്നു.

സൂര്യൻ കടലിൽ മുങ്ങിത്താണു മറഞ്ഞു. തെരുവ് ഇരുളിലാണ്ടു. ഒട്ടും വൈകാതെ ജോൺ ഒരു കറുത്ത മാലാഖയെപ്പോലെ എന്റടുത്തേക്കിറങ്ങിവരുമെന്ന ആശയോടെ ഞാൻ പിന്നേയും കാത്തുനിന്നു.

ഓടിപ്പോയ ജോൺ മടങ്ങിവന്നില്ല.

ജോണിനെ പിന്നെ ഞാൻ കണ്ടതേയില്ല.

ബസ്സിൽക്കയറി എറണാകുളത്തേക്കു പോരുമ്പോൾ പിന്നോട്ട് ചാഞ്ഞമർന്ന് ഞാൻ കണ്ണുകളടച്ചു. പതുക്കെ മയക്കത്തിലാണ്ടു.

●

ചോറും പാട്ടുംവർഷങ്ങൾക്കു മുൻപാണ്...

മാസത്തിലെ അവസാന ഞായറാഴ്ച.

അൽപശമ്പളക്കാരായ ഞങ്ങളാരും വീട്ടിൽപോയില്ല. ലോഡ്ജിൽ തന്നെ തങ്ങി. മെസ്സിന്റെ കലവറയും ഒഴിഞ്ഞ കീശയായിരുന്നു. രാവിലെ ഉപ്പുമാവും പഴവും, ഉച്ചക്ക് ചോറും രസവും കൂർക്കത്തോരനും, വൈകിട്ട് ചപ്പാത്തിയും ഉള്ളിസലാഡും എന്ന സിമ്പിൾ മെനു കുക്ക് തങ്കപ്പനെ ഏൽപിച്ചിട്ട് ഞങ്ങൾ ചീട്ടുകളി തുടങ്ങി. അമ്പത്താറ്.

അതങ്ങനാണ്. ആദ്യത്താഴ്ച ഫുള്ളിന് പത്തുരൂപ നിരക്കിൽറമ്മി. രണ്ടാമത്തെയാഴ്ച ഫുള്ളിന് വെറും രണ്ടുരൂപ. നാലാമത്തെയാഴ്ച അമ്പത്താറാണ് കളി. തോൽക്കുന്നവൻ കാതിൽ കുണുക്കുതൂക്കിയാൽ മതി!

ഇരുഭാഗവും ഇരുവട്ടവും തോറ്റ് കുണുക്കുംതൂക്കി വാശിയിൽ കളിതുടരുന്നതിനകത്തേക്കാണ് അയാൾ കടന്നുവന്നത്. വൃദ്ധനെന്ന് തോന്നുന്ന ഒരു മധ്യവയസ്കൻ. മുഷിഞ്ഞ് ചുളുങ്ങിയമുണ്ടും ഷർട്ടുമാണ് വേഷം. ഉലഞ്ഞ ചെമ്പൻമുടിയും മയക്കമാർന്ന ക്ഷീണിച്ച കണ്ണുകളും. ആൾ ആകെ അവശൻ. മദ്യപിച്ചിട്ടുമുണ്ടോ?

ഇത്തരം അതിഥികളിൽ സാധാരണയായി കാണാവുന്ന അതിവിനയമൊന്നും ആ മുഖത്ത് കണ്ടില്ല. നല്ല കനത്ത സ്വരത്തിൽ അയാൾ പറഞ്ഞു: ചോറുതന്നാൽ പകരം പാട്ടുപാടാം.!

അശേഷം യാചനയുടെ ഭാവമുണ്ടായിരുന്നില്ല ആ സ്വരത്തിൽ. ഞങ്ങൾ ഒച്ചയും വിളിയും നിർത്തി വന്നയാളെ നോക്കി. അയാൾ ആവർത്തിച്ചു: ചോറുതന്നാൽ പകരം പാട്ടുപാടാം.!

ഇപ്പോഴാണ് അയാൾ പറഞ്ഞതെന്തെന്ന് ഞങ്ങൾ അറിഞ്ഞത്. ഞങ്ങൾക്ക് കൗതുകമായി. കുക്ക് തങ്കപ്പനോട് ചോറ് വിളമ്പാൻ പറഞ്ഞു. അയാളെ ഞങ്ങൾക്കൊപ്പമിരുത്തി ഊട്ടി.

പാവം. ചോറുണ്ടിട്ട് ദിവസങ്ങളായി എന്ന് തോന്നി. രസവും കൂർക്കത്തോരനും മാങ്ങാ അച്ചാറും കൂട്ടി അയാൾ മൂക്ക്മുട്ടെ ഉണ്ടു.

ഇനി, നിറവയറിൽ പാടാൻ പറ്റ്വോ? ഞങ്ങൾ ചോദിച്ചു.

അതിന് മറുപടി ഉണ്ടായില്ല.

തറയിൽ പടിഞ്ഞിരുന്ന് അയാൾ പതുക്കെ പാടിത്തുടങ്ങി.

—പാഹിതായേ പാർവ്വതി പരമേശ്വരീ ലളിതേ...

ഞങ്ങൾ വേഗം നിശ്ശബ്ദരായിപ്പോയി. ഈ മനുഷ്യനിൽനിന്നോ— ഈ മനോഹരാലാപം!

പാട്ടു തീരും വരെ ആരും അനങ്ങിയില്ല.

പാടിത്തീർന്നപ്പോൾ ആരോ ആവശ്യപ്പെട്ടു. കീർത്തനമല്ലാതെ സിനിമാപ്പാട്ടുകളൊന്നുമില്ലേ കൈയിൽ?

അയാൾ മറുപടി പറഞ്ഞില്ല. പാടിത്തുടങ്ങുകയാണുണ്ടായത്. പ്രസിദ്ധങ്ങളായ നാലഞ്ചു പഴയ പാട്ടുകൾ:

—വരൂ നായികേ വാനിൽ വരൂ ഗായികേ..
—അകാലേ ആരും കൈവിടും..
—മാനെന്നും വിളിക്കില്ല...
—മയിലെന്നും വിളിക്കില്ല...
—ചെന്താമരപ്പൂന്തേനുണ്ട വണ്ടേ—നീ..
ചാണകമുരുട്ടുന്നതും ഞമ്മള് കണ്ടു..
—നീയല്ലാണ്ടാരുണ്ടെന്നുടെ
പ്രണയപ്പുഴയിൽ ചിറകെട്ടാൻ...
(ഞാമ്പളർത്തിയ ഖൽബിലെ മോഹം
പോത്തുപോലെ വളർന്നല്ലോ
ഞാന്നുലപോലെ മെലിഞ്ഞല്ലോ!)

ഹരംകൊള്ളിക്കുന്ന സുന്ദരഗാനങ്ങൾ.

ആഹ്ലാദം അലതല്ലിത്തകർത്തു ഞങ്ങളുടെ മുറിയിലാകെ.

ഉഗ്രൻ, തകർപ്പൻ, കലക്കൻ. ഞങ്ങൾ ഓരോരുത്തരും പറഞ്ഞു. എന്നിട്ട് ചോദിച്ചു. പക്ഷേ, ഈ തമാശപ്പാട്ടുകളേ അറിയ്യോ?

അന്നത്തെ ചില ഗംഭീരഗാനങ്ങൾ പാടാൻ ആ പാട്ടുകാരനോട് ഞങ്ങൾ നിർദ്ദേശിച്ചു.

—എങ്ങനെ നീ മറക്കും കുയിലേ...
—ആത്മവിദ്യാലയമേ...
—താമസമെന്തേ വരുവാൻ...

അപ്പോൾ,

തീരെ നിസ്സംഗനായി ആ ഗായകൻ പ്രഖ്യാപിച്ചു. അബ്ദുൾ ഖാദറിന്റേയും പുരുഷോത്തമന്റേമൊന്നും പാട്ടുകൾ ഞാൻ പാടില്ല.

എന്നിട്ട് അയാൾ പാടിത്തുടങ്ങി:

കാത്തുസൂക്ഷിച്ചൊരു കസ്തൂരി മാമ്പഴം
കാക്ക കൊത്തിപ്പോകും...
കാക്കച്ചികൊത്തിപ്പോകും....

ഞങ്ങൾക്ക് ആ നാടൻശീലുകൾ ഇഷ്ടപ്പെടാഞ്ഞിട്ടല്ല. അയാളുടെ തോന്ന്യാസം സഹിക്കാഞ്ഞ് ഞങ്ങൾ ഉത്തരവിട്ടു: നിറുത്ത്!

അയാൾ നിറുത്തിയില്ല, പാട്ട് തുടർന്നു.

—കാക്കിക്കുറുക്കിയ മോഹത്തിൻ പാല്
പൂച്ചകുടിച്ചുപോകും..
നട്ടു നനച്ചു വളർത്തിയ പൂച്ചെടി
മുട്ടനാടെത്തിത്തിന്നും....

നിറുത്താൻ! ഞങ്ങൾ വീണ്ടും പറഞ്ഞു

അയാൾ ഒട്ടും കുസിയില്ല. പാടി മുഴമിച്ചിട്ട് സാവധാനം നിർവ്വികാരനായി കനത്ത സ്വരത്തിൽ അറിയിച്ചു: നിങ്ങൾ ചോറുതന്നെന്നുവച്ച് നിങ്ങൾ പാട്ടുനിറുത്താൻ പറഞ്ഞാൽ ഞാൻ നിറുത്തില്ല! നിങ്ങൾ ചോറുതന്നതിന് നിങ്ങൾ പറയുന്ന പാട്ട് ഞാനൊട്ട് പാടുകേമില്ല.!

ഞങ്ങൾ കോപംകൊണ്ട് കണ്ണുംകാതുമറ്റവരായി, എന്തൊക്കെയോ വിളിച്ചുപറഞ്ഞു.

അതിനെല്ലാംകൂടി അയാൾ സ്വസ്ഥമായി ഒറ്റവാക്യത്തിൽ ഉത്തരമോതി. ഞാൻ എന്റെ പാട്ടുകളേ പാടൂ. അതിനേ ആത്മാവുണ്ടാകൂ...

ഞങ്ങളിൽ ആർക്കോ അല്പം തിരിച്ചറിവുണ്ടായി. എന്നാ പ്പിന്നെ താൻ മെഹ്ബൂബിന്റെ പാട്ടുകൾ പാടുന്നതോ?

പ്രശാന്തസുന്ദരഭാവത്തിൽ സ്വരലയത്തോടെ അയാൾ ശബ്ദം താഴ്ത്തി പറഞ്ഞു: ഞാൻ മെഹ്ബൂബ് ആയതുകൊണ്ട്..

ഞങ്ങളുടെ മുഴുവൻ മുഖമടച്ചുള്ള അടിയായിരുന്നത്. നിമിഷങ്ങൾ ഏറെ വേണ്ടിവന്നു ഞങ്ങൾക്ക് നാഡിമിടിപ്പ് വീണ്ടുകിട്ടാൻ.

അതിനുശേഷം,

ഇക്കാലമത്രയും, ആ ഒരു ഞായറാഴ്ചയിലെ ആ ഒരനുഭവംഞാൻ മറക്കുകയുണ്ടായില്ല. എന്നുമാത്രമല്ല, സംഗീതസാഹിത്യങ്ങളെപ്പറ്റിയും കലാകാരന്മാരുടെ പ്രതിബദ്ധതയെപ്പറ്റിയും ഒക്കെ സംസാരിക്കുമ്പോഴും —ഞാനെന്റെ ഒരു കൊച്ചുകഥ എഴുതാൻ ശ്രമിക്കുമ്പോഴും— മെഹ്ബൂബ്ഭായിയുടെ ആ വാക്കുകൾ ഉള്ളിന്റെയുള്ളിൽ മുഴങ്ങിയുയരാറുണ്ട്!

'നിങ്ങൾ ചോറുതന്നതുകൊണ്ട് നിങ്ങൾ പറയുന്നപാട്ട് ഞാൻ പാടില്ല! ഞാനെന്റെ സ്വന്തം പാട്ടുകളേ പാടൂ, അതിനേ ആത്മാവുണ്ടാവൂ!'

●

എന്റെ രാധേ ഉറക്കമായോ?

അഞ്ചരപതിറ്റാണ്ട് മുമ്പ്. ഇരുപത്തൊന്നാം വയസ്സിന്റെ മധുര നാളുകളിലൊന്നിലാണ് അമ്പലപ്പുഴ പാൽപ്പായസത്തിന്റെ മധുരം ആദ്യമായി നുകർന്നത്. ശ്രീകൃഷ്ണസ്വാമിയുടെ മനോഹര മുഖം നേരിൽ കണ്ടതും അന്ന്.

കൂട്ടുകാരിയുടെ കല്യാണത്തിന് പോയതാണ്. ചടങ്ങുകൾ പുലർച്ചെ ആറുമണിക്ക്. അതുകൊണ്ട് തലേന്നേ പെണ്ണിന്റെ വീട്ടിലെത്തി.

രാവിലെ പത്തുമണിക്ക് കോട്ടയത്തുനിന്നും പുഞ്ചിരി ബോട്ടിൽ കയറി ആലപ്പുഴയ്ക്ക്. വയസ്കര തോട്ടിലൂടെ, കൊടൂരാറ്റിലൂടെ, വേമ്പനാട്ടു കായലിലൂടെ യാത്ര ഇളക്കംകൊണ്ടു. ഓളത്തിരകളിൽ എതിരെ വന്ന കൊച്ചു വള്ളങ്ങൾ കുതിച്ചുതുള്ളി. വരമ്പത്ത് ചൂണ്ടയിടുന്ന കുട്ടികൾ, വട്ടം വല വീശുന്ന മുതിർന്നവർ, തെങ്ങുകളിലേക്ക് നടന്നുകേറിപ്പോകുന്ന ചെത്തുകാർ, ചിത്തിര റാണി പാടശേഖരങ്ങളിൽ കൊയ്യുന്ന, മെതിക്കുന്ന പുലയിപ്പെങ്കിടാങ്ങൾ...

ഒരു മണിക്ക് ഒത്തിരി മുമ്പേ ആലപ്പുഴ ജെട്ടിയിലിറങ്ങി. ജെട്ടി ബുക്ക് സ്റ്റാളിൽ ഒളിഞ്ഞുനോക്കി. ‘അഞ്ച് ചീത്തക്കഥകൾ’ ഉണ്ടോ എന്നാണ് നോട്ടം. ഇല്ല!

പടി കേറി, റോഡ് കടന്ന്, കൃഷ്ണഭവൻ പോറ്റി ഹോട്ടലിലേക്കു പോയി. ഊണിന് പന്ത്രണ്ടണ കൊടുത്ത് ചീട്ടെടുക്കുമ്പോൾ കണ്ടു — ചൂരൽ കെട്ടിയ ചാരുകസേരയിലൊന്നിൽ കളംകളം പരുക്കൻ ജുബ്ബയിട്ട് കൈലിയുടുത്ത് ചടഞ്ഞിരിക്കുന്നു. സുഗതൻസാർ!

ഉണ്ടിറങ്ങിവന്നപ്പോൾ സാറിനെ കസേരയിൽ കണ്ടില്ല. തെരുവിൽ റിക്ഷാക്കാരുടെ ഇടയിൽ നിൽക്കുന്നു. ഒരുത്തനെ ചീത്ത വിളിക്കുന്നതും അയാളുൾപ്പെടെ റിക്ഷാപപ്പുമാർ ഉറക്കെച്ചിരിക്കുന്നതും

കേട്ടു. (കമ്മ്യൂണിസ്റ്റ് പാർട്ടി പിളരുന്നത് പിന്നെയും രണ്ടു വർഷം കഴിഞ്ഞാണല്ലോ!)

മുല്ലയ്ക്കൽ നിന്നും ഒരു കുഞ്ഞു ബസ് കിട്ടി. അമ്പലപ്പുഴക്കവലയി ലിറങ്ങി. പടിഞ്ഞാറ് കടൽ ഉരുണ്ടുകളിക്കുന്നു. കാറ്റിൽ കുളിരില്ല. ചെറുചൂടാണ്. കിഴക്ക് ദൂരെ ക്ഷേത്രം കാണാം. കവലയിൽ കടക ബോളങ്ങളധികമില്ല. വഴിവാണിഭവുമില്ല. ഒരു വരി പീടികകകൾ. തട്ടിയിട്ട ഒന്നിനു മുന്നിൽ ചെറിയ കറുത്ത പലക. പലകയിൽ വെളുത്ത അക്ഷരങ്ങൾ. തകഴി ശിവശങ്കരപ്പിള്ള വക്കീൽ.

ഇത് തുറക്കുമോ? ഞാനാരോടോ ചോദിച്ചു.

ചേട്ടൻ വക്കീൽപണി നിർത്തീട്ട് വർഷങ്ങളായില്ലേ? 'എന്റെ വക്കീൽ ജീവിതം' എന്ന തകഴിയുടെ ഓർമ്മപ്പുസ്തകം ഞാൻ ഓർത്തു. ആ പുസ്തകത്തിന് ശങ്കരൻകുട്ടി വരച്ച പുറംചട്ടയും. ഒറ്റമുണ്ടിനും മുറിക്കൈയൻ കുപ്പായത്തിനുംമേൽ കറുത്ത ഗൗണിട്ട തകഴി ശിവ ശങ്കരപ്പിള്ള.

കിഴക്കോട്ടു നടന്നു. അമ്പലത്തിനരികിൽ വലിയ ലോഡ്ജും ഹോട്ടലും മറ്റുമില്ല. ഒരു കൊച്ചു ചായപ്പീടികയും രണ്ടു മൂന്നു മുറുക്കാൻ കടകളും. അമ്പലപ്പുഴ സഹോദരന്മാർ. ശങ്കരനാരായണപ്പണിക്കർ, ഗോപാലകൃഷ്ണപ്പണിക്കർ എന്നിവർ നാദസ്വരപ്രതിഭകൾ. ഇളയയാൾ നൃത്തപ്രതിഭയായ രാമുണ്ണിപ്പണിക്കരും.

മൂത്തയാൾ ശങ്കരനാരാണപ്പണിക്കരുടെ ഇളയമകൾ മൈഥിലിയാണ് നാളത്തെ വധു. എന്റെ സി.എം.എസ്. കോളജ് കൂട്ടുകാരി...

നാലുമണിയായിട്ടില്ല. ഇത്ര നേരത്തേ കല്യാണവീട്ടിൽ ചെന്നു കേറണോ? ഞാൻ കിഴക്കോട്ടു തന്നെ നടന്നു. പച്ചപ്പാടങ്ങൾക്ക് അതിരുകളായി ഇളകിയാടുന്ന തെങ്ങുകൾ.

ചുമ്മാ നടന്നു.

ചെന്നുകേറിയത് കരുമാടിക്കുട്ടന്റെ തിരുസന്നിധിയിൽ. എണ്ണ തുളുമ്പി നനഞ്ഞ കൽവിളക്കുകൾ. ആൽചോട്ടിൽ ഞാനിരുന്നു.

കപിലവസ്തുവിലെ രാജകുമാരൻ കറുത്തു കരുവാളിച്ച് കല്ലച്ചിരി ക്കുന്ന കരുമാടിയിൽ.

ബ്രാഹ്മണ ഹിന്ദുക്കൾ കടലിൽ വലിച്ചെറിഞ്ഞ ശ്രീബുദ്ധ വിഗ്രഹം. ആലിലകളിൽ പിറന്ന കാറ്റ് പാളങ്ങളിൽ ഓളങ്ങളുണ്ടാക്കി ഒഴുകി. 'അനുപമ കൃപാനിധിയഖിലബാന്ധവൻ ശാക്യജിനദേവൻ

ധർമ്മരശ്മി ചൊരിയും നാളിൽ' എന്ന കുമാരുവിന്റെ വഞ്ചിപ്പാട്ട് ഉള്ളിൽ നിറഞ്ഞു.

ബോധിത്തണലിൽ ഞാൻ മയങ്ങി.

ഉണർന്നപ്പോൾ ഇളം സന്ധ്യ.

തിരിച്ച നടന്നു. കിഴക്കെ ഗോപുരത്തിലെത്തിയതും അമ്പലമണി ചിലച്ചു. ദീപാരാധന. ഞാൻ ശ്രീകൃഷ്ണസ്വാമിയെ വലംവച്ചു. കൂത്തമ്പ ലംകണ്ടു, നാടകശാല കണ്ടു. കുഞ്ചൻ പാടിത്തുള്ളിയ ഗോപുര നട കണ്ടു.

മതിൽക്കെട്ടിനുള്ളിൽ കള്ളക്കൃഷ്ണന്റെ കൺമുന്നിൽ നിറഞ്ഞകുള ത്തിൽ പതിനാറായിരത്തെട്ട് താമരപ്പൂക്കൾ. പൂക്കളത്തിൽ മുങ്ങാം കുഴിയിട്ട് നീരാടിക്കളിക്കുന്ന കാക്കത്തൊള്ളായിരം കരിമീനുകളും. വധൂഗൃഹം പഴയ എട്ടുകെട്ടോ പതിനാറുകെട്ടോ ആണ്. വീതിയേറിയ വരാന്തകൾ.

വീടിനു മൂന്നുചുറ്റും പന്തൽ. ദീപാലങ്കാരസമൃദ്ധം. വെളിച്ച ത്തിൽ കുളിച്ചുനിന്ന എന്നെ കൂട്ടുകാരി കണ്ടു. ഇറങ്ങി വന്നു സ്വീകരിച്ചു. സഹോദരൻ ഹരിയെ എന്നെ ഏല്പിച്ചു. ഹരി വടക്കേപന്തലിലെ പന്തിയിൽ സദ്യയ്ക്കിരുത്തി. വയറുനിറയെ ഉണ്ടു. പുറകേ ഇളംതൂശനില യിൽ വിളമ്പിയ രണ്ടു തവി പാൽപ്പായസവും.

അമ്പലപ്പുഴക്കൃഷ്ണന് നേദിച്ച പായസം. ഹരി തെക്കേ വരാന്തയിൽ പുൽപ്പാ വിരിച്ച് അതിലിരുത്തി. മുറ്റം നിറയെ മുതിർന്നവരുടെ കളി തമാശകോലാഹലങ്ങൾ. വെടിവെട്ടം. ഓരോരുത്തരെയായി ഞാൻ തിരിച്ചറിഞ്ഞു. ആരാധനയോടെ നിശ്ശബ്ദനായി നോക്കിയിരുന്നു. തിരുവിഴാ രാഘവപ്പണിക്കർ, കുടമാളൂർ കരുണാകരൻ നായർ, ചെങ്ങാരപ്പിള്ളി നാരായണൻ പോറ്റി, തകഴി ശിവശങ്കരപ്പിള്ള, എൻ. ശ്രീകണ്ഠൻ നായർ, വയലാർ രാമവർമ്മ, എൽ.പി. ആർ വർമ്മ, കമുകറ പുരുഷോത്തമൻ, ദക്ഷിണാമൂർത്തി....

രാമുണ്ണി ഓടിനടന്ന് സുഖസൗകര്യങ്ങൾ അന്വേഷിക്കുന്നു.

ഇതൊന്നും പോരെടാ! തകഴി പറഞ്ഞു. പോരാ പോരാന്ന് പോറ്റിയും വർമ്മാരും ഒത്തുവിളിച്ചു.

എന്റെ പായിൽ എന്നോടൊപ്പം ഇരുന്ന സുന്ദരൻ ചെറുപ്പ ക്കാരൻ – എന്നെക്കാൾ രണ്ടുമൂന്നു വയസ്സ് മൂപ്പു കാണും – ആത്മഗതമെ ന്നോണം പറഞ്ഞു: 'കാർന്നോമ്മാര് നല്ല കണ്ടീഷനിലാ!'

അതിനിടയിലേക്കാണ് സർവ്വാഭരണഭൂഷിതനായി തിക്കുറിശ്ശി

സുകുമാരൻനായരുടെ രംഗപ്രവേശം.

ആഹ്ലാദാരവം ഉയർന്നുപൊന്തി.

ചെങ്ങാരപ്പിള്ളി ചോദിച്ചു: കരുവാറ്റാ വഴി വരുന്നോ?

രാമവർമ്മ പറഞ്ഞു: വേണ്ട, വേണ്ട. വയലാർവഴി പോകാം.

ഏതുവഴിക്കോ അവരെല്ലാം ഒന്നിച്ചിറങ്ങി. യാത്രയാക്കാൻ രാമുണ്ണിയും.

ഒച്ചപ്പാടൊന്നു കുറഞ്ഞപ്പോൾ പന്തലിലെ കട്ടിലിൽ കാൽനീട്ടി കിടക്കുന്ന ആളെ ചൂണ്ടി യുവസുന്ദരനോട് ഞാൻ അന്വേഷിച്ചു: അതാരാ?

അത്... കാരക്കുറിച്ചി അരുണാചലം! 'ശിങ്കാരവേലനേ തേവാ....' യുവസുന്ദരൻ മൂളി. എന്നിട്ട് ചോദിച്ചു: ആരാ? എനിക്ക് മനസ്സിലായി ല്ലല്ലോ.

ഞാൻ പറഞ്ഞു: ഓമനക്കുട്ടൻ. കോട്ടയത്ത് വീട്. സി.എം.എസ്. കേളേജിൽ മൈഥിലീടെ–

മല്ലീടെ....?

ക്ലാസ്മേറ്റ്. ബോയ് ഫ്രണ്ട്!

യുവസുന്ദരൻ എന്റെ കൈ കടന്നുപിടിച്ചു. സ്വയം പരിചയ പ്പെടുത്തി. എം.ജി. രാധാകൃഷ്ണൻ. പാട്ടും, പാട്ടിനീണമിട്ടും.

ഓമനക്കുട്ടീടെ ചേട്ടൻ?

അവളകത്തുണ്ട്. വിളിക്കാം.

ഞാൻ പറഞ്ഞു: വേണ്ട, പാതിരയായി.

ഞങ്ങൾ പുൽപ്പായിലേക്ക് ചാഞ്ഞു. പലതും പറഞ്ഞു കിടന്നു. വാസുദേവൻ, യേശുദാസൻ, രവീന്ദ്രൻ, മോഹനചന്ദ്രൻ, രാമചന്ദ്രൻ എന്നീ ഗായകരെപ്പറ്റി അടുപ്പത്തോടെ ഇഷ്ടത്തോടെ എന്നോട് പറഞ്ഞു.

കണ്ണുകളിൽ ഉറക്കം വരവായി.

പെട്ടെന്ന്! പടിവാതിൽക്കൽ കുഞ്ഞുബഹളം. ആരോ രണ്ടുമൂന്നു കാറുകളിൽ വന്നിറങ്ങുകയാണ്.

ഡേയ് ശങ്കരാ! ഗോപാൽകൃഷ്ണാ! വിളി മുഴങ്ങി.

അമ്പലപ്പുഴ ബ്രദേഴ്സ് തോൾ കവിണികൾ അരയിൽക്കെട്ടി ഓടിയെത്തി. കാരക്കുറിച്ചിയും തിരുവിഴായുമെല്ലാം ചാടിയെണീറ്റു ചെന്നു.

വീരച്ചാമിപ്പിള്ള!

നാദസ്വരലോകത്തെ മുടിചൂടാമന്നൻ. അമ്പലപ്പുഴ സഹോദരൻ മാരുടെ ഗുരുനാഥൻ.

ഇഡ്ഡലി ഇരിക്കാഡാ? വൃദ്ധക്കരുമാടിക്കുട്ടൻ ചോദിച്ചു.

രാത്രി രണ്ടു മണിക്ക്! ആവിപൊന്തും ഇഡ്ഡലി ഇരുപതെണ്ണംഉടൻ ശിഷ്യന്മാർ വിളമ്പി. മുഴുവൻ ശാപ്പിട്ട് ഏമ്പക്കമിട്ട് വീരച്ചാമി പറഞ്ഞു. ശുങ്കണം! കാലൈയിലേ തിരുമണത്തുക്കു നാൻ വാശിക്കിറേൻ!

പുലർച്ചെ അഞ്ചരമണിക്ക് അമ്പലപ്പുഴ കൃഷ്ണനുമുന്നിൽ വീരച്ചാമി പ്പിള്ളയുടെ നാദസ്വരം മുഴങ്ങി. സ്വർഗ്ഗീയനാദഗംഗ.

ശങ്കരനാരായണപ്പണിക്കർ മകളെയും കൂട്ടി വന്നു. ഗുരുവിന് ദക്ഷിണ നൽകി. ഒരു നിമിഷം കുഴൽ വായിൽനിന്നെടുത്ത് വീരാച്ചാമി അനുഗ്രഹിച്ചു: നൻറായി വറും!

എന്നിട്ട് ചോദിച്ചു: എങ്കേഡാ അന്ത രാമുണ്ണി? അവനെ കാണലയെ!

ഞങ്ങൾ കല്യാണം കഴിഞ്ഞ് വേർപിരിഞ്ഞു. യാത്രാമൊഴി ഒന്നുകൂടാതെ ഞങ്ങൾ പിരിഞ്ഞു.

പിന്നെ കാണുന്നത് മുപ്പതാണ്ടിനുശേഷം.

തിരുവനന്തപുരത്ത് കേരള സംസ്ഥാന ചലച്ചിത്രോത്സവ വേദി. ഞാൻ ചലച്ചിത്ര വികസന കോർപ്പറേഷന്റെ ഭരണസമിതിയംഗം എന്റെ പഴയ യുവ സുന്ദരൻ. ഷഷ്ടിയിലും സുന്ദരനായി നിൽക്കുന്നു.

ശുദ്ധ ശുഭ്ര ജുബ്ബ.

കറുത്ത കരയൻ കസവുവേഷ്ടി.

ഞാൻ നോക്കിനിന്നു. അപ്പോൾ വന്നു. പൂവച്ചൽ ഖാദർ! പാന്റ്സിലും സ്ലാക്കിലുമാണ് ഗാനകൃത്ത്. നല്ലവൻ. നേരിട്ടു കാണുന്നതു വല്ലപ്പോഴും മാത്രം.

ഖാദർ എന്നെയും കൊണ്ട് രാധാകൃഷ്ണന്റെ അരികിലേക്ക് നടന്നു. ഔപചാരികമായി പരിചയപ്പെടുത്തി. രാധാകൃഷ്ണൻ കൈകൂപ്പി. ആ കൈകൾ കവർന്ന് ഞാൻ പറഞ്ഞു. ഒരു രാത്രി ഒന്നിച്ച് ഒരു പായിൽ

കഴിഞ്ഞവരാണ് നമ്മൾ!.

അദ്ദേഹം അത്ഭുതപ്പെട്ടു. അമ്പലപ്പുഴയിലെ വിവാഹം ഞാനോർമ്മിപ്പിച്ചു. രാധാകൃഷ്ണൻ പുഞ്ചിരിതൂകി.

മല്ലീടെ ബോയ്ഫ്രണ്ട്?

ഞാൻ തിരുത്തി. ക്ലാസ്മേറ്റ്.

ആ കുട്ടിയെ എനിക്ക് വലിയ ഇഷ്ടമായിരുന്നു. രാധാകൃഷ്ണൻ പറഞ്ഞു. എനിക്കും! ഞാൻ ചിരിച്ചു.

നല്ല നിറഞ്ഞ ചിരിയോടെ പിരിഞ്ഞു. തിരുവനന്തപുരത്ത് ചെല്ലുമ്പോൾ കണ്ടെങ്കിലായി. നല്ല ചിരിയോടെ പരിചയം കാട്ടാം. കൂട്ടുകൂടിയില്ലെങ്കിലും....

എം.ജി രാധാകൃഷ്ണന്റെ മരണമറിയുന്നത് അങ്ങ് വിദൂരത്ത് വിദേശത്തുവച്ച്. അമേരിക്കയിൽ ലാസ് വെഗാസിൽ വച്ച്.

എം.ജി.ശ്രീകുമാറിന്റെ ഗാനമേളയ്ക്ക് തലേന്ന് മരണവാർത്ത എത്തി.

ഏഴാച്ചേരി രാമചന്ദ്രനും ശിഹാബുദ്ദീൻ പൊയ്ത്തുംകടവും ഞാനും മൂകരായി മുറിയിലിരുന്നു. വിദേശമലയാളികൾ ചിലർ ദുഃഖമകറ്റാൻ ഞങ്ങൾക്ക് കൂട്ട് വന്നു. അവർ പകർന്നു തന്ന രണ്ട് വിസ്കി ഞാൻ ഒന്നിച്ചു വിഴുങ്ങി. വെറും തണുത്ത സോഡ മാത്രം കുടിക്കുന്ന രാമചന്ദ്രനോടും ശിഹാബിനോടും ഞാനാവശ്യപ്പെട്ടു. ആ പാട്ടൊന്ന് പാട്–

ഏതു പാട്ട്?

പൂവച്ചൽ ഖാദറിന്റെ പാട്ട്–

ജയദേവകവിയുടെ
ഗീതികൾ കേട്ടെന്റെ
രാധേ ഉറക്കമായോ?

ഏഴാച്ചേരിപാടി. പൊയ്ത്തുംകടവും പാടി.

അല്പം ലഹരിയിൽ എന്റെ ഉള്ളിലും പാട്ട് നിറഞ്ഞു.

എന്റെ രാധേ ഉറക്കമായോ?

●

അക്ഷരത്തിൽ നൃത്തംവച്ച സി.ജെ.

ഇ.എം.എസ് നമ്പൂതിരിപ്പാടിനെ ആദ്യമായി കാണുമ്പോൾ ഒപ്പം സി.ജെ. തോമസ് ഉണ്ടായിരുന്നു എന്ന ഓർമ്മ ഇപ്പോൾ കൗതുകമുണർത്തുന്നു. സി.ജെ.യെയും ഞാൻ ആദ്യമായി കാണുകയായിരുന്നു.

1957 ഒക്ടോബർ 3 മുതൽ 7 വരെ തിരുനക്കര മൈതാനത്ത് ചേർന്ന സമസ്ത കേരള സാഹിത്യപരിഷത്തിന്റെ ഇരുപത്താറാം സമ്മേളനം മഹോത്സവമായി. പരിഷത്തിന് ആതിഥേയത്വമരുളിയത് സാഹിത്യപ്രവർത്തക സഹകരണസംഘം. വിവിധ സമ്മേളനങ്ങൾ, വ്യത്യസ്ത കലാപരിപാടികൾ അഞ്ച് രാപകലുകൾക്ക് നിറക്കൂട്ട് ചാർത്തി.

മലബാർ രാമൻനായരുടെ ഓട്ടൻതുള്ളൽ. കലാമണ്ഡലം കൃഷ്ണൻ നായരും കുടമാളൂർ കരുണാകരൻനായരും കുറിച്ചി കുഞ്ഞൻപണിക്കരും മറ്റും പങ്കെടുത്ത കഥകളി. പിന്നെ കൂത്ത്, കൂടിയാട്ടം, മാർഗ്ഗംകളി, കോൽക്കളി, ഗുരു ഗോപിനാഥിന്റെ കേരളനടനം, ലളിത — പത്മിനി രാഗിണിമാരുടെ രാമായണം ബാലെ.

സത്യനും കുമാരിയും കാലാക്കൽ കുമാരനും ശങ്കുണ്ണിമേനോനും അഭിനയിച്ച പൊൻകുന്നം വർക്കിയുടെ 'ഞാനൊരധികപ്പറ്റാണ്' നാടകം. സുകുമാരൻനായരും പട്ടം സരസ്വതിയമ്മയും ജഗതി എൻ.കെ.ആചാരിയും മറ്റും അഭിനയിച്ച വീരരാഘവൻനായരുടെ 'ഉലവലും ഉമ്പയും' നാടകം. എല്ലാംകണ്ടതിന്റെ അവ്യക്തമായ ഓർമ്മ അരനൂറ്റാണ്ട് കഴിഞ്ഞിട്ടുംമനസ്സിലുണ്ട്.

മഹാകവി വള്ളത്തോൾ ആയിരുന്നു പരിഷത് സമ്മേളനാദ്ധ്യക്ഷൻ. മഹാകവിയെ ആദ്യമായും അവസാനമായും ഞാൻ കണ്ടത്

അന്ന്.

ഹുമയൂൺ കബീർ, മാമാ വരേർക്കർ തുടങ്ങി ദേവ്, തകഴി, ബഷീർ, പൊറ്റക്കാട്ട്, ഉറൂബ് തുടങ്ങിയവർ. പനമ്പിള്ളി ഗോവിന്ദ മേനോൻ, ജോസഫ് മുണ്ടശ്ശേരി എന്നിവരുടെ ഉജ്ജ്വലസാഹിത്യ പ്രഭാഷണങ്ങൾ. കെ. ബാലകൃഷ്ണൻ, വയലാർരാമവർമ്മ പോലുള്ള 'യുവാ'ക്കളുടെ പ്രതിഭാ പ്രസംഗങ്ങൾഎല്ലാം കണ്ടുകേട്ടു നടന്നു. ഒന്നും മുഴുക്കെ ദഹിച്ചില്ല —ഫോർത്ത്ഫോംകാരൻ, പതിനാലുകാരൻ, അരക്കാച്ചട്ടക്കാരൻ ഞാൻ.

സമ്മേളനത്തോടനുബന്ധിച്ച് സംഘടിപ്പിച്ച പ്രദർശനം ഉദ്ഘാടനം ചെയ്യുവാനാണ് മുഖ്യമന്ത്രി ഇ.എം.എസ്. വന്നത്. കേരളത്തിന്റെ പ്രഥമ മുഖ്യ ഭരണാധികാരി. സകലരും അത്ഭുതാദ രങ്ങളോടെ നോക്കി നിന്നു. കോട്ടയത്തിന്റെ മരുമകനാണെങ്കിലും പലരും ഇ.എം.എസ്സിനെ ആദ്യമായി കാണുകയായിരുന്നു. വള്ളി ച്ചെരുപ്പും ഒറ്റമുണ്ടും അരക്കൈയൻ കളർഷർട്ടുമായി ഒരു കൊച്ചുമനു ഷ്യൻ. മുടമ്പല്ലുകൾ കാട്ടി വാതുറന്നു ചിരിച്ചു. കെ.എം. ചെറിയാൻ, സി.കെ മാണി, കാരൂർ നീലകണ്ഠപ്പിള്ള, ഡി.സി. കിഴക്കെ മുറി എന്നീ സമ്മേളനഭാരവാഹികൾ പൂച്ചെണ്ട് നൽകി മുഖ്യമന്ത്രിയെ സ്വീകരിച്ചു. അവർക്കൊപ്പമുണ്ടായിരുന്നു നീണ്ടുമെലിഞ്ഞ സി.ജെ.

സി.ജെയുടെ കൈകവർന്ന് സ്നേഹം പങ്കിട്ട്, ഇ.എം.എസ്. വേദിയിലേക്ക് നടന്നുകയറി. കമ്മ്യൂണിസ്റ്റ് പാർട്ടിയിൽ നിന്നും പിണങ്ങിപ്പിരിഞ്ഞു നിന്ന മുൻ കമ്മ്യൂണിസ്റ്റായിരുന്നല്ലോ സി.ജെ. പഴയ നേതാവും സഖാവും ആൾക്കൂട്ടത്തിൽ ഒന്നായി ഒന്നിച്ചു നീങ്ങി. (ഇ.എം.എസ്സിനെപ്പറ്റി മലയാളത്തിലെഴുതപ്പെട്ട ഏറ്റവും മനോഹ രമായ തൂലികാചിത്രം സി.ജെ. തോമസ് രചിച്ചതാണല്ലോ. ഏറെ വർഷങ്ങൾക്കുശേഷമാണ് എനിക്ക് അത് വായിക്കാനായത്.)

പ്രദർശനം ഉദ്ഘാടനം ചെയ്തു് സഖാവ് ഇ.എം.എസ്. ചെയ്തപ്ര സംഗം ആ പരിഷത് സമ്മേളനത്തിലെ മികച്ച സാഹിത്യപ്രഭാഷ ണങ്ങളിലൊന്നായി — മുഴുത്ത വിക്ക് ഉണ്ടായിരുന്നെങ്കിലും!

ആ സാഹിത്യപരിഷത് സമ്മേളനത്തോടു ചേർന്നുണ്ടായ പ്രദർ ശനം തനിമ കൊണ്ടും ഭാവന കൊണ്ടും തീർത്തും വ്യത്യസ്തമായി. ഡി.സി. കിഴക്കെ മുറി ആയിരുന്നു പ്രദർശനത്തിന്റെ ചുമതലക്കാരൻ. പ്രദർശനം ഒരുക്കുന്നതിന് മാസങ്ങൾ രാപകൽ അദ്ധ്വാനിച്ചത് സി.ജെ. തോമസും ജേക്കബ് ഫിലിപ്പും.

കേരളത്തിലെ മുഴുവൻ എഴുത്തുകാരുടെയും ഒരേ രീതിയിലും

വലിപ്പത്തിലുമുള്ള സുന്ദരഫോട്ടോകൾ ജേക്കബ് ഫിലിപ്പ് എടുത്തു. സി.ജെ അവ ക്രമീകരിച്ച് കാഴ്ചയാക്കി. കൂടാതെ എല്ലാ എഴുത്തുകാരുടെയും കൈപ്പട നിശ്ചിതവലിപ്പത്തിൽ നിരത്തി. അപൂർവ്വശേഖരമായി അത്. ഓരോരുത്തരുടെയും കൈയക്ഷരം എത്ര വ്യത്യസ്തം. സുന്ദരം. വള്ളിപുള്ളികളുടെ വാർന്നുവീണ വടിവുകൾ വ്യക്തിത്വങ്ങളിലേക്ക് വെളിച്ചം വീശി. എസ്.കെ പൊറ്റെക്കാട്ടിന്റെയും ഒ.എൻ.വി.യുടേയും കെ. ബാലകൃഷ്ണന്റെയും മനോഹരങ്ങളായ കൈയെഴുത്തുകൾ. ഒപ്പം വായിച്ചെടുക്കാൻ പാടുപെടുന്ന ഇ.എം.എസ്സിന്റെയും സുകുമാർ അഴീക്കോടിന്റെയും കൈക്കുററപ്പാടുകൾ....

അതുവരെ പുറത്തുവന്ന സംഘംപുസ്തകങ്ങളും പ്രദർശന ത്തിന് നിരത്തി.

ഒരു പുസ്തകം എങ്ങനെ ഉണ്ടാകുന്നു എന്നും പ്രദർശി പ്പിക്കപ്പെട്ടു. ഇന്ത്യാ പ്രസ്സിന്റെ ഒരു ഭാഗം തന്നെ തിരുനക്കര മൈതാനത്ത്. കൈയെഴുത്തു പ്രതികൾ നോക്കി അച്ചുനിരത്തുകാർ അക്കപ്പെട്ടിയിൽ നിന്നും അക്ഷരം പെറുക്കി പുസ്തകത്താളൊരുക്കുന്നതും പ്രൂഫ് വായിച്ച് തെറ്റു തിരുത്തി യന്ത്രത്തിൽ മുദ്രണം ചെയ്യുന്നതും അടിച്ചുകിട്ടുന്ന ഫോറം തുന്നിക്കെട്ടി (പുറംചട്ടയിട്ട്) കട്ടിങ് മെഷീനിൽ മുറിച്ച് പുതുപുസ്തകം പിറക്കുന്നതും നടന്നു കാണാം.

പ്രദർശനത്തിന്റെ ശില്പി സി.ജെ. ആണെന്നത്രെ അന്നും ഇന്നും എന്റെ ധാരണ.

ആ അഞ്ചു ദിവസവും ഫോട്ടോകളും കൈപ്പടകളും പുസ്തകമുണ്ടാക്കലും നോക്കിക്കണ്ടു. എന്നും മുഴുനേരവും സി.ജെയെയും കണ്ടു. ബോട്ട് ഹൗസ് റസ്റ്റോറന്റിൽ നിന്നും കാപ്പി കഴിച്ചിറങ്ങിവരുന്ന ഡീസിയുടെയും സീജെയുടെയും ജേക്കബ് ഫിലിപ്പിന്റെയും അരികിലേക്ക് എന്നെ എന്റെ അച്ഛൻ കൂട്ടിക്കൊണ്ടുപോയി പരിചയപ്പെടുത്തുകയും ചെയ്തു.

കോട്ടയം പട്ടണം സി.ജെയ്ക്കു അന്യദേശമായിരുന്നില്ല. ഇന്റർമീഡിയറ്റിനു പഠിക്കാൻ കൂത്താട്ടുകുളത്തുനിന്നും വന്നത് സി.എം.എസ്. കോളജിലേക്കാണ്. ളോഹ ഇട്ട ശെമ്മാശൻ. സി.എം.എസ് കാലത്തുതന്നെ ളോഹ വലിച്ചുകീറിയെറിഞ്ഞു. ബി.എ.യ്ക്കും ബി.എല്ലിനും മറ്റും പഠിക്കാൻ പോയത് രാജനഗരിയിൽ, തിരുവനന്തപുരത്ത് നല്ല കമ്മ്യൂണിസ്റ്റുമായി അപ്പോഴേക്ക്.

1945-ൽ കോട്ടയത്ത് ചേർന്ന പുരോഗമന സാഹിത്യസമ്മേളനത്തിൽ സി.ജെയുടെ നിശ്ശബ്ദമായ നിറഞ്ഞ പങ്കാളിത്തം ഉണ്ടായി.

ഹരീന്ദ്രനാഥചതോപാദ്ധ്യായ നേതൃത്വം നൽകിയ സമ്മേളനം. ചങ്ങമ്പുഴ കൃഷ്ണപിള്ളയുടെ പ്രശസ്തമായ അദ്ധ്യക്ഷപ്രസംഗം. (സാഹിത്യചിന്തകൾ)

സംഗീതനാടകഭ്രസ്തിയെ പരിഹസിക്കുന്ന 'നാടകകൃത്ത്' എന്ന കേശവദേവിന്റെ നാടകവും പു.സാ. സമ്മേളനത്തിന് അരങ്ങേറി. ദേവും ഗോമതീദേവും ആയിരുന്നു നായികാനായകന്മാർ. പ്രതിനായകൻ സാക്ഷാൽ പി.റ്റി.ചാക്കോയും.യുവകാമുകീ–കാമുകന്മാരായി അഭിനയിച്ചത് പതിനാറു കാരിയായ റോസി പോളും അഭയദേവും. എം.പി. പോളിന്റെ ട്യൂട്ടോറിയൽ കോളജ് അന്ന് കോട്ടയത്ത്. അവിടെയായിരുന്നു നാടകറിഹേഴ്സൽ. റിഹേഴ്സൽ മുറിക്കു ചുറ്റും സി.ജെ. ചുറ്റിപ്പറ്റി നടന്നിരുന്നെന്നും, നാടകത്തിൽ കോമളാംഗി എന്ന തെറിച്ച പെണ്ണിനെ അവതരിപ്പിച്ച തന്നെ 'തോമ്മാ' അന്നേ കണ്ണുവെച്ചിരുന്നെന്നും റോസി തോമസ് ഒരിക്കൽ പറയുകയുണ്ടായി.

സി.ജെ.യുടെ പ്രണയജീവിതവും സർഗ്ഗകാലവും ആരംഭിക്കുന്നതും അക്കാലം മുതൽ. എം.പി. പോൾസിൽ അദ്ധ്യാപകനായി. 'അവൻ വീണ്ടും വരുന്നു', '1128 -ൽ ക്രൈം 27', 'ആ മനുഷ്യൻ നീ തന്നെ' നാടകങ്ങളും 'ഉയരുന്ന യവനിക' പ്രബന്ധവും ജനിക്കുന്നതും അപ്പോൾ. കോട്ടയം വൈ എം സി.എ.യിൽ ബഷീറിനും ഡീസിക്കുമൊപ്പം താമസം. ('കേരളഭൂഷണം' പത്രാധിപർ കെ.സി. സഖറിയയും സഹപത്രാധിപർ കെ.ആർ രാമകൃഷ്ണനും ഫോർമാൻ ശാസ്ത്രി യുമൊക്കെതന്നെ 'ക്രൈമി'ലെ കഥാപാത്രങ്ങൾ.)

'ഡെമോക്രാറ്റ്' വാരികയുടെ പ്രവർത്തനത്തിൽ കൂട്ടുചേർന്നു. 1945 ൽ തുടങ്ങിവെച്ച നാഷനൽ ബുക്ക്സ്റ്റാളിലും സാഹിത്യപ്രവർത്തക സഹകരണ സംഘത്തിലും സി.ജെ. അണിയറപ്രവർത്തകനായി. സംഘത്തിൽനിന്നും ആദ്യപുസ്തകം 49-ൽ പ്രസിദ്ധീകരിക്കപ്പെട്ടു. 'തകഴിയുടെ കഥകൾ' 50-ൽ രണ്ടാം പുസ്തകമായി സി.ജെയുടെ അവൻ വീണ്ടുംവരുന്നു. തുടർന്ന് സംഘംപുസ്തകങ്ങളുടെ നിലയ്ക്കാത്ത പ്രവാഹം.

സംഘം പുസ്തകങ്ങൾ മലയാള ഗ്രന്ഥപ്രസാധനചരിത്രത്തിൽ പുതിയ അദ്ധ്യായം കുറിച്ചു. പുറംചട്ടയിൽ, ബ്ലർബിൽ, ടൈറ്റിൽ പേജിൽ ഐക്യരൂപം വന്നു. വിപ്ലവകരമായ മാറ്റം മലയാളപുസ്തകങ്ങൾ കൈവരിച്ചു. വെള്ളമേനിക്കടലാസിൽ തെറ്റില്ലാത്ത അച്ചടിയും ത്രിവർണ്ണ പുറംചട്ടയും ഒക്കെ സി.ജെയുടെ ഭാവനയിലും പ്രതിഭയിലും പിറന്നത്.

സംഘം പുസ്തകങ്ങൾക്ക് ആകർഷകമായ അടയാളമുദ്ര

—എംബ്ലം— അക്ഷരങ്ങൾ ഹംസരൂപംകൊണ്ടു. സി.ജെ. വരഞ്ഞത്.

1950 മുതൽ ഒരു പതിറ്റാണ്ട് നൂറിലധികം പുസ്തകപുറംചട്ടകൾ സി.ജെ. വരഞ്ഞു. അപൂർവതയും മനോഹാരിതയുംപൂണ്ട പുറംചട്ടകൾ. രണ്ടു നിറങ്ങൾകൊണ്ട് മൂവർണ്ണഭംഗി നൽകി സി.ജെ. തന്റെ കവർ ഡിസൈനുകൾക്ക്. അക്ഷരങ്ങളെ നൃത്തംചെയ്യിച്ച ചിത്രകാരൻ. മലയാളം ലിപിയെ എങ്ങനെയെല്ലാം വളച്ചൊടിച്ചുതിരിക്കാമെന്ന് സി.ജെ. പരീക്ഷിച്ചു. ഒന്നൊന്നിന് ഒറ്റപ്പെട്ട പുറംചട്ടകൾ.

ആൾരൂപവരകളോ ചിത്രങ്ങളോ സി.ജെ. കവറിൽ നൽകിയില്ല. അക്ഷരങ്ങളിലുള്ള അഭ്യാസം മാത്രം. മലയാളത്തിൽ പുതുമ വിതറിയ കലാവിന്യാസം. ആ പുറംചട്ടകളൊക്കെ ഇന്ന് നമുക്ക് നഷ്ടമായിക്കഴിഞ്ഞു. എങ്കിലും അവയിൽ മിക്കതും ഓർമ്മയിൽ തെളിഞ്ഞു വിളങ്ങുന്നു.

കാരൂരിന്റെ 'മീൻകാരി' മത്സ്യരൂപാക്ഷരങ്ങളിൽ. തകഴിയുടെ 'രണ്ടിടങ്ങഴി,' കൃഷ്ണപിള്ളയുടെ 'കന്യക', കൈനിക്കരയുടെ 'കാൽവരിയിലെ കല്പപാദപം,' പള്ളിപ്പാടിന്റെ 'നമ്മുടെ സാഹിത്യകാരന്മാർ,' ബഷീറിന്റെ 'വിഡ്ഢികളുടെ സ്വർഗ്ഗം,' വർക്കിയുടെ 'തിരുമുൽക്കാഴ്ച' —സി.ജെ.യുടെ കലാപ്രതിഭയുടെ സ്പർശം പുരണ്ട പുസ്തകപ്പുറംചട്ടകൾ!

പെൻസിൽകൊണ്ടു വരഞ്ഞ പുറംചട്ടകൾ നിറം കൂട്ടാതെയാണ് സി.ജെ. നൽകിയിരുന്നത്. ബ്ലോക്കിൽ കൊത്തി അടിക്കുകയായിരുന്നല്ലോ അന്നത്തെ പതിവ്. ഏത് നിറങ്ങൾ ചേർക്കണോ അവ കുറിച്ചുകൊടുക്കും. —അതായിരുന്നു സി.ജെയുടെ എളുപ്പവിദ്യ.

പാർട്ടിയിൽനിന്നും പുറത്തുപോയ സി.ജെ. സാഹിത്യ ത്തിലും ചിത്രരചനയിലും ആശ്വാസം കൊണ്ടു. കമ്മ്യൂണി സത്തിൽ വിശ്വസിച്ച ആത്മാർത്ഥതയോടെതന്നെ പാർട്ടിക്കെതിരെ പോരാടി. 'വിഷവൃക്ഷം'പോലെ മോശം നാടകമെഴുതി.

1960-ൽ വെല്ലൂർ ആശുപത്രിയിൽ അന്തരിച്ചു. അവിടെ പള്ളി സെമിത്തേരിയിൽ മൃതദേഹമടക്കി. ('85-ൽ ആ ശ്മശാനത്തിലെ പച്ചമണ്ണു തൊട്ട് ഞാൻ നമിച്ചു.')

സി.ജെ.ക്കുശേഷം മൂന്നു പതിറ്റാണ്ട് സംഘം പുസ്തകങ്ങൾക്ക്പുറംചട്ടവരഞ്ഞത് ആർട്ടിസ്റ്റ് ശങ്കരൻകുട്ടി. സംഘത്തിനുംമറ്റു പ്രസാധകർക്കുമായി ആയിരക്കണക്കിനു കവർ ഡിസൈനുകൾക്ക് ശങ്കരൻകുട്ടി രൂപം കൊടുത്തു. ഏതാണ്ട് പതിനായിരത്തോളം പുസ്തക പുറംചട്ടകൾ ഓരോ പുറംചട്ട വരയുമ്പോഴുംശങ്കരൻകുട്ടിക്കുമുന്നിൽ സി.ജെ. കവറുകൾ ഉണ്ടായിരുന്നു.

സി.ജെയെ കടന്നുപോകണമെങ്കിൽ മറ്റൊരു പാത കണ്ടെത്തണമെന്ന് ആ കലാകാരൻ അറിഞ്ഞു. അക്ഷരങ്ങളിലെ നൃത്തം വേണ്ടെന്നു വച്ചു. അരയന്ന മുദ്ര വൃത്തതാളഭംഗിയിൽ പുതുതായി. പുറംചട്ടയിൽ ചിത്രങ്ങൾ ഉണ്ടായി. നിറപ്പകിട്ടേറി. അക്ഷരങ്ങൾ ഉരുട്ടി അളവ് തിട്ടപ്പെടുത്തി കൃത്യമാക്കി. മലയാള ലിപി ശങ്കരൻകുട്ടിയുടെ വിരലുകളിൽ പുതുതാരുണ്യവും കരുത്തും സൗന്ദര്യവും നേടി. സി.ജെയുടെ പുസ്തകപ്പുറം ചട്ടകളെ, പക്ഷേ, തോല്പിക്കാനായില്ലെന്ന് ആ ചിത്രകാരൻ പലപ്പോഴും പരിതപിച്ചു.

നഷ്ടമാകുന്ന പ്രതിഭാവിലാസങ്ങൾ, അവ സംരക്ഷിക്കാൻ കഴിയില്ലേ ?

●

ചെരുപ്പുതീറ്റ കണ്ട് കരഞ്ഞവൻ

അന്ന്, അയ്യപ്പന് പത്തൊൻപത് വയസ്സ്, എനിക്ക് ഇരുപത്തഞ്ചും. പരുക്കൻ ജീവിതത്തിന്റെ തുടക്കപ്പെട്ടിയിൽ ഒന്നിച്ച് ചവുട്ടിനില്ക്കുകയായിരുന്നു ഞങ്ങൾ. രണ്ട് നല്ല സുന്ദരൻ ചെറുപ്പക്കാർ. സ്നേഹം പകുത്ത് പങ്കുവെച്ച് ഞങ്ങൾ ഇഷ്ടക്കാരായി. കൂട്ടുകാരായി.

1968 ഒക്ടോബറിലെ ഒരു പനിനീർമഴപ്പകലിലാണ് ആദ്യമായി കാണുന്നത്. ഞാൻ അല്പം നനഞ്ഞീറനായിരുന്നു. മുടിയുംമുഖവും തുടയ്ക്കാൻ വൃത്തിയായി മടക്കി മടിക്കുത്തിൽ തൂക്കിയ ഭംഗിയുള്ള കർച്ചീഫ് അയ്യപ്പൻ എടുത്തുതന്നു.

അയ്യപ്പൻ 'നവയുഗം' പ്രസ് മാനേജർ.

ഞാൻ 'ഗ്രന്ഥാലോകം' പത്രാധിപസഹായി

കേരള ഗ്രന്ഥശാലാസംഘത്തിന്റെ മുഖപത്രമാണ് ഗ്രന്ഥാലോകം. കേരളത്തിലെ മുഴുവൻ വായനശാലകളിലുമെത്തുന്ന, മേശപ്പുറത്ത് ഒരു മാസം നീളം കിടന്നുറങ്ങുന്ന മാസിക. പി.എൻ പണിക്കർ മുഖ്യപത്രാധിപർ. പണിക്കർസാറിനുവേണ്ടി എഴുത്തുകാർക്കെഴുതുക, ലേഖനങ്ങൾ വരുത്തുക, അച്ചടിക്കാൻ കൊണ്ടുകൊടുക്കുക, പ്രൂഫ് വായിച്ച് തിരുത്തുക, പിന്നെ പണിക്കർ സാറിന്റെ സ്നേഹശകാരങ്ങളും വാത്സല്യോപദേശങ്ങളും ചിരിച്ച് കേൾക്കുക —ഇത്രയുമാണ് എന്റെ പണി. രാവിലെ സംഘംആപ്പീസിൽച്ചെന്ന് ഒപ്പുവച്ച് പണിക്കർസാറിനെ തൊഴുത് നവയുഗത്തിലേക്കോട്ടം. അവിടെ അയ്യപ്പൻ ഉണ്ടല്ലോ.

മാനേജർകസേരയിൽ അയ്യപ്പൻ. ചുറ്റും അഞ്ചാറ് 'അക്കൻ'മാർ. കൈയെഴുത്തു കടലാസുകൾ കീറിപ്പങ്കിട്ടു കൊടുത്തിട്ടു അയ്യപ്പൻ വരും. ഒരു നാണംകുണുങ്ങിപ്പയ്യന്റെ മൃദുചലനങ്ങളോടെ. ഞാൻ കൗതുകത്തോടെയോ കൊതിയോടെയോ ആണ് നോക്കിക്കാണുക.

ഏറെ ശ്രദ്ധയോടെയാണ് നീണ്ടു ചുരുണ്ടു കറുത്തു മിന്നുന്ന മുടി അയ്യപ്പൻ ചീകിയൊതുക്കി വയ്ക്കുന്നത്. നേർത്ത പൂരികങ്ങൾ. ശകലം ലജ്ജ തിളങ്ങുന്ന കണ്ണുകൾ. പൊടിമീശ കറുത്തു തുടങ്ങിയിട്ടേയുള്ളൂ. പെൺകുട്ടികളുടേതുമാതിരി ചുവന്ന ചുണ്ടുകളിൽ കുസൃതി തുളുമ്പും.

വേഷത്തിൽ വലിയ സൗന്ദര്യബോധം അന്നേയുണ്ട് അയ്യപ്പന്. എനിക്ക് അസൂയ തോന്നിയിരുന്നു. വിലപിടിച്ച ഷർട്ടുകളാണ്അണി യുക. സുന്ദരൻ കോളർഷർട്ടുകൾ. വെണ്മയ്ക്ക്, കട്ടംനിറത്തിന് വല്ലാത്ത അഴകുണ്ടാകും. നീളൻ കൈകൾ മടക്കിത്തെറുത്തുവയ്ക്കുന്നതിനുമുണ്ട് ഒരു കല. നെയ്യാറ്റിൻകര ദോത്തികൾ പറഞ്ഞു നെയ്യിച്ചതാണോ? ഞാൻ ചോദിച്ചിട്ടുണ്ട് —നാണം തുവും മറുപടിയായി.

മുണ്ട് മടക്കിക്കെട്ടില്ല ഒരിക്കലും. ബാറ്റയുടെ പുതുമോഡൽ ചെരുപ്പാണ് കാലുകളിൽ. സ്റ്റൈലൻ ചപ്പൽസ്.

ഇതിലൊന്നും ശ്രദ്ധിക്കാൻ കഴിയാത്ത ഞാൻ അത്ഭുതപ്പെട്ടും. ഏതോ സമ്പന്നകുടുംബത്തിൽപ്പിറന്ന ഭാഗ്യവാൻ എന്ന് കണക്കാക്കും.

അയ്യപ്പന്റെ ആഹാരശീലങ്ങളും സവിശേഷമാംവിധം വ്യത്യസ്തം. ഏഴെട്ടു മാസം മൂന്നുനേരവും ഞാനും കൂട്ടുകൂടിയിരുന്നല്ലോ.

ബ്രേക്ക്ഫാസ്റ്റ് കോഫീഹൗസിൽ നിന്ന്. ബ്രഡ്ഡും ബുൾസ്ഐയും. കാപ്പിയും ചായയും കഴിക്കില്ല. പാൽ. പാൽ മാത്രം. ഉച്ചയൂണ് റെയിൽ വേസ്റ്റേഷനിലെ സസ്യാഹാരശാലയിൽ. തൈരും പായസവും സഹിതം കുശാലായ ശാപ്പാട്. വൈകീട്ട് ഓവർ ബ്രിഡ്ജിനപ്പുറം ഗുജറാത്തി കഫെയിൽ പൂരിയും കറിയും.ഞാൻ ആറ് പൂരി തിന്നു മ്പോൾ അയ്യപ്പൻ എട്ടു പൂരി തിന്നും. മസാലച്ചായയും കുടിക്കും.

സസ്യഭുക്കായ പട്ടർപയൽ ആണ് അയ്യപ്പൻ എന്നു ഞാൻ കരുതി.

അപ്പോഴറിഞ്ഞു, രാത്രി പത്തുമണിക്ക് ചപ്പാത്തിയും മീൻകറിയും നിർബന്ധമാണെന്ന്, കേത്തലിന്റെ കഫെയിൽപ്പോയി കോഴിയും തട്ടും. ഇതൊക്കെ 1968 അവസാനവും 69 ആരംഭവുമായുള്ള എന്റെ അനുഭവങ്ങൾ. അയ്യപ്പൻ കാര്യമായി കവിതയെഴുത്ത് തുടങ്ങുന്ന തേയുള്ളൂ.

'വിവേകോദയം' മാസികയ്ക്ക് കവിത അയയ്ക്കും. കേശവൻ വൈദ്യർ നൂറുരൂപ പ്രതിഫലം നൽകും. അയ്യപ്പൻ കവിത അയച്ചില്ലെങ്കിലും വൈദ്യർ നൂറു രൂപ അയയ്ക്കും. മാസശമ്പളം പോലെ അതറിഞ്ഞ് ഞാനും വിവേകോദയത്തിന് രണ്ട് കഥ അയച്ചു. അച്ചടിച്ചു വന്നു. നൂറു

രൂപ വീതം പ്രതിഫലവും കിട്ടി. പക്ഷേ എല്ലാ മാസവും വൈദ്യർ എനിക്ക് കാശ് തന്നില്ല.

അയ്യപ്പൻ എന്നെ കളിയാക്കി. ഞാൻ അയ്യപ്പനെക്കൊണ്ട് 'ഗ്രന്ഥാലോക'ത്തിൽ പുസ്തകാഭിപ്രായം എഴുതിച്ചു.പണിക്കരുസാറുമായി ഗുസ്തി പിടിച്ചു പത്തു രൂപ പ്രതിഫലവുംകൊടുപ്പിച്ചു. ഗ്രന്ഥശാലാസംഘത്തിന്റെ മുഖപത്രത്തിന് എഴുത്തുകാർ ഫ്രീയായി എഴുതണമെന്നാകുന്നു പണിക്കർസാറിന്റെ പക്ഷം!

പുസ്തകാഭിപ്രായമെഴുതുന്നവർക്ക് നമ്മൾ പുസ്തകം ചുമ്മാ കൊടുക്കുന്നില്ലേ? അതുപോരേ?

മാസംതോറും വിലപിടിച്ച പുസ്തകങ്ങൾ അഞ്ചാറെണ്ണംഞാൻ അയ്യപ്പനെടുത്തു കൊടുത്തു. അഭിപ്രായം എഴുതിക്കിട്ടാൻ നിർബന്ധിച്ചുമില്ല. പത്തു രൂപ ഒത്താൽ ഞങ്ങൾ സിനിമയ്ക്കു പോകും. ഒരു രൂപയേയുള്ളൂ വലിയ ടിക്കറ്റിന്. ശ്രീകുമാറിലും ന്യൂവിലും സെൻട്രലിലുമൊക്കെ സെക്കൻഡ്ഷോ കണ്ടു കറങ്ങി.

ന്യൂ തിയേറ്ററിൽ 'പ്യാസാ' കണ്ടു വന്ന പാതിരാവിൽ അരിസ്റ്റോ ജങ്ഷനിലൂടെ, ചെങ്കൽച്ചൂളയിലൂടെ, സെക്രട്ടറിയറ്റ്നടയിലൂടെ, യൂണിവേഴ്സിറ്റി കോളജ് കവാടത്തിലേക്ക് നടക്കുമ്പോൾ അയ്യപ്പൻ ആർദ്രസ്വരത്തിൽ റാഫിപ്പാട്ടുകൾ പാടി.

പിന്നെ, 'തുമ്പപ്പൂ പെയ്യണ' കമുകറപ്പാട്ട് പാടി.

ആ രാത്രിയാണ് അയ്യപ്പൻ കോളജിനെതിരെ പള്ളി ക്കരികിൽ അശോകയിലാണ് താമസമെന്ന് ഞാൻ മനസ്സിലാക്കിയത്. യൂണിവേഴ്സിറ്റി കോളജിനെതിരെ സി.എസ്.ഐപള്ളിയോടു ചേർന്ന് അശോക. ഓടിട്ട നീളൻ രണ്ടുനില കെട്ടിടം. അശോകയുടെ താഴത്തെ നിലയിൽത്തന്നെയായിരുന്നില്ലേമംഗളോദയത്തിന്റെ തിരുവനന്തപുരം ശാഖ? അതിനു പിന്നിലായോ മറ്റോ യു.എസ്. ഇൻഫർമേഷൻ സർവ്വീസുമുണ്ടായിരുന്നു.

വി.ജെ.ടി ഹാളിനപ്പുറം, കണ്ണിമോറാ മാർക്കറ്റിനിപ്പുറം, രാമനിലയം ലോഡ്ജ്. ഇ.എൻ. മുരളീധരൻനായരും സുഭാഷ്ചന്ദ്രബോസും മുരളിയും കെ.എൻ.ഷാജിയും അവിടെ എത്തിയിരുന്നില്ല അന്ന്. 'യുഗരശ്മി', സ്ട്രീറ്റ്, 'സംക്രമണം' മാസികകൾ പിറക്കാനിരിക്കുന്നതേയുള്ളൂ.

'അക്ഷരം' അയ്യപ്പന്റെ മനസ്സിലുണ്ട് അന്നേ.

പ്രൂഫ് വായനയ്ക്കിടയിൽ 'ഗ്രന്ഥാലോക'ത്തിന്റെ ലേ—ഔട്ട് ഞങ്ങൾ

മാറ്റി. ലേഖനങ്ങളുടെ തുടക്കത്തിനും ഒടുക്കത്തിനും ഐക്യരൂപം വരുത്തി. ഗ്രന്ഥശാലാവാർത്തകളും പണിക്കരുസാറിന്റെ ആഹ്വാനങ്ങളും മാസികയിൽ നിന്നു വിടുർത്തി സപ്ലിമെന്റാക്കി. ഗ്രന്ഥാലോകം ഒറ്റപ്പെട്ട സാഹിത്യ മാസികയായി മാറി. ഏറെക്കാലം, വർഷങ്ങൾ അയ്യപ്പനും ഞാനും കൂടി സൃഷ്ടിച്ചലേ—ഔട്ടിലും ഭംഗിയിലുമാണ് ഗ്രന്ഥാലോകമിറങ്ങിയത്.

ആയിടയ്ക്കാണോ അതോ പിന്നീടോ ഹസ്സൻ മരയ്ക്കാർഹാളിൽ 'ഗോദോയെ കാത്ത്' കാണാൻ പോയി. ഒരു മണവാളച്ചെക്കനെപ്പോലെ സുന്ദരനായി അണിഞ്ഞൊരുങ്ങി അയ്യപ്പൻ വന്നു. ഗ്യാസ് ഹൗസ് ജങ്ഷനിൽ എ.കെ.ജി. സെന്റർ ഉയർന്നിട്ടില്ല.അവിടെയുള്ള ഏകസ്ഥാപനം റോട്ടറിക്ലബ്ബിന്റെ ഹസ്സൻ മരയ്ക്കാർഹാൾ.

കടമ്മനിട്ട രാമകൃഷ്ണൻ മൊഴിമാറ്റം ചെയ്ത ബക്കറ്റിന്റെ നാടകം, അടൂർ ഗോപാലകൃഷ്ണൻ സംവിധാനം ചെയ്തത് അരങ്ങേറുന്നു. എബ്രഹാം ജോസഫും വേണുക്കുട്ടൻനായരും മറ്റും അഭിനേതാക്കൾ.

നാടകം കണ്ട് 'അശോക'യിലെത്തി അയ്യപ്പനും ഞാനുംഏറെ തർക്കിച്ചു. ഗോദോ നാടകത്തിനോട് എനിക്ക് എതിർപ്പായിരുന്നു. എന്തോ എന്റെ നാടകബോധത്തിന് ഗോദോ രുചിച്ചില്ല. അയ്യപ്പൻ പക്ഷേ, കടമ്മനിട്ടയെയും അടൂരിനെയും നടന്മാരെയും വിലയിരുത്തി സംസാരിച്ചു. പുതുമയെ ഉൾക്കൊള്ളാനാവാത്ത വിവരം കെട്ടവൻ എന്ന് എന്നെ പരിഹസിച്ചു.

പത്താം ക്ലാസ്സുകാരൻ എം.എക്കാരനെ തീരെകൊച്ചാക്കിക്കളഞ്ഞു. ബക്കറിനെയും സാർത്രെയും ഓക്ടോ വിയോപാസിനെയും താരാ ശങ്കറിനെയും ഘട്ടക്കിനെയും കുറിച്ച് അയ്യപ്പൻ എന്നെ പഠിപ്പിച്ചു.

അയ്യപ്പൻ എന്നെക്കാൾ മൂത്തവൻ എന്ന് ഞാൻ തിരിച്ചറിഞ്ഞു. കാവ്യബോധത്തിൽ ഭാവുകത്വത്തിൽ പ്രയോഗരീതിയിൽ ഞാൻ ഇളയവൻ. അയ്യപ്പനോടുള്ള എന്റെ ഇഷ്ടത്തിന്കട്ടി കൂടി. എന്റെ രണ്ടാമത്തെ കഥക്കൂട്ടത്തിന്റെ മുഖക്കുറിപ്പായി അയ്യപ്പന്റെ കവിത എടുത്തു ചേർത്തു —നാല്പത്തൊന്നാണ്ട് മുൻപ്.

'നവയുഗം' പ്രസ്സ് സി.പി.ഐയുടെ ഉടമസ്ഥതയിലായിരുന്നു. തമ്പാനൂരിൽ രണ്ടു നിലയിൽ ചെറുതല്ലാത്ത കെട്ടിടം. സ്വന്തം നവയുഗം വാരിക മുകളിൽ. പ്രസ് താഴെ. പാർട്ടി പ്രസ്സും കെട്ടിടവും വിൽക്കാൻ ഒരുങ്ങുന്നു.

വർഗീസ് വൈദ്യൻ പ്രസ്സും കെട്ടിടവും വാങ്ങിയേക്കുമെന്ന്

അയ്യപ്പൻ പറഞ്ഞു. പാർട്ടിയുടെ സംസ്ഥാനകമ്മറ്റി ആപ്പീസ് 'നവയുഗ'ത്തിനു പിന്നിൽ റോഡിനപ്പുറമുണ്ട്. എം. എന്നും പി.കെ. വിയും എസ്. കുമാരനുമൊക്കെ വന്നു പോകുന്നു. ഞങ്ങൾ കാഴ്ച കണ്ട് ചുറ്റിപ്പറ്റി നിന്നു. അപ്പോൾ ഇസ്കസ് സെക്രട്ടറി സഖാവ് ശർമ്മാജി ഞങ്ങളെ അരികിൽ വിളിച്ചു.

ശർമ്മാജി ചോദിച്ചു: 'നിങ്ങളിലാരാ നല്ല പ്രൂഫ് റീഡർ?'

ഞാൻ പറഞ്ഞു: 'രണ്ടുപേരും കൊള്ളാം. പക്ഷേ, അയ്യപ്പനാ കൂടുതൽ മിടുക്കൻ!'

ലെനിൻ കൃതികൾ സമ്പൂർണ്ണം പാർട്ടി പ്രസിദ്ധപ്പെടുത്തുന്നു. തെറ്റില്ലാതെ പുസ്തകം വരണം. പ്രൂഫ് ശ്രദ്ധിക്കണം.

ആര് പ്രൂഫ് വായിച്ചോ? ഞാൻ തിരുവനന്തപുരം വാസം കഴിഞ്ഞു പോന്നു. അയ്യപ്പൻ ലെനിൻകൃതികൾ മുഴുവൻ വായിച്ചോ? ഇല്ലെന്നു തോന്നുന്നു.

മോസ്കോയിൽ ചികിത്സയ്ക്കുപോയി വേഗം തിരിച്ചെത്തിയ സുഗതൻ സാർ അന്ന് പാർട്ടിയാപ്പീസിൽ വിശ്രമിക്കുന്നുണ്ട്.

സഖാവ് ആർ. സുഗതൻ.

ഞങ്ങൾ സാറിനെ കാണാൻ മുറിയിൽ ചെന്നു.

ഒറ്റക്കൈലിമുണ്ടിൽ വൃദ്ധസിംഹം. അവശൻ. കുറ്റിത്തലമുടി നരച്ചു ഞങ്ങി വരണ്ട്. മുഖം ക്ഷൗരക്കത്തി കണ്ടിട്ട് ദിവസങ്ങൾ.

മാംസളമായ മാറും വയറും ചുക്കിച്ചുളിഞ്ഞ്.

പീള കെട്ടിയ കണ്ണുകൾ ഞങ്ങളിൽ തുളച്ചിറങ്ങി.

സാറിനെയൊന്ന് ചുമ്മാ കാണാൻ വന്നതാ, ഞങ്ങളിലാരോ പറഞ്ഞു.

തെറിവാക്കായിരുന്നു മറുപടി.

പിന്നെ, 'എവിടേലും ഇരിക്കെടാ' എന്ന് പറഞ്ഞു.

ഏറെ നേരം ആരും മിണ്ടിയില്ല.

ഒടുവിൽ ചോദിച്ചു: 'റഷ്യേൽ പോയിട്ട് എങ്ങനെ? കുറവുണ്ടോ'
'ഓ! കഴുവേർടമോമ്മാര് കൊണ്ടുപോയേലും കൂടുതലാ!'

ഞങ്ങൾ ചിരിച്ചു. പിന്നീട് ചോദിച്ചു. 'ഞങ്ങൾ സാറിന്റെ ആത്മകഥ എഴുതട്ടെ?'

ശകലം കഴിഞ്ഞ് ചീത്തവാക്കൊന്നും പറയാതെ സുഗതൻസാറ് ആരാഞ്ഞു

'എന്റെ ആത്മകഥ നിങ്ങൾ എഴുതും?'

'അതെ. രണ്ടുപേരും കൂടി'

'ഏതവന്മാർക്കാടാ എന്റെ കഥ വയിക്കാഞ്ഞിട്ട് സോക്കേട്?'

ഞങ്ങൾ മിണ്ടിയില്ല.

സാർ അന്വേഷിച്ചു: 'എന്റെ ആത്മകഥ എഴുതീട്ട് നിനക്കൊക്കെ എന്നാ ഗൊണം?'

'ഞങ്ങൾക്ക് ശകലം കാശൊണ്ടാക്കാം.'

'ഓ...'

അപ്പോൾ സുഗതൻസാറിനെ നോക്കാൻ പാർട്ടി ഏല്പിച്ചപയ്യൻ ഒരു തേക്കിലപ്പൊതിയുമായി വന്നു. സാർ പൊതി വാങ്ങിഅഴിച്ചു. ചൂട്ട രണ്ട് കപ്പക്കഷ്ണം. ആവി പൊങ്ങുന്നു.

കപ്പ ഇടിച്ചുപൊട്ടിച്ച് ചൂടു പോകാൻ കാത്തു—

സാർ പറഞ്ഞു: 'കാശൊണ്ടാക്കാൻ പണി ഞാൻ പറഞ്ഞു തരാം. രണ്ടും നല്ല സുന്ദരക്കുട്ടപ്പന്മാരാണല്ലോ. രാവിലേം വൈകുന്നേരോം വഴുതക്കാട് ജംഗ്ഷനിൽ പോയി നിൽക്കണം. കോളജിപ്പോണ സുന്ദരിക്കോതകളൊണ്ട്. കാശൊള്ള വീട്ടിലെ പെമ്പിള്ളേര്. പ്രേമാന്നു പറഞ്ഞ് മിണമിണത്ത് പൊറകേ നടന്നാപ്പോരാ — ഗർഭോണ്ടാക്ക്ണം. എന്നാലേ തന്തമാര് കിർക്കൻകവിക്കും പൊട്ട ക്കഥാകൃത്തിനും പെണ്ണിനെ തരൂ—'

'കാശൊള്ള വീട്ടിലെ കൊച്ചിനെ എങ്ങനാ തിരിച്ചറിയുന്നത് സാറെ?'

'എല്ലാം ഒരുപോലിരിക്കും'

'അത് ഞാൻ പറഞ്ഞുതരാ'മെന്നു പറഞ്ഞ് സുഗതൻ സാർ എട്ടുപ ത്ത് കമ്മ്യൂണിസ്റ്റ് നേതാക്കളുടെ പേരുകൾ വെളിപ്പെടുത്തി.

'അവന്റേലെല്ലാം പൂത്ത കാശൊണ്ടെടാ!'

ചൂടുപോയ കപ്പക്കഷണം പൊട്ടിച്ച് നീട്ടി. വേണ്ടെന്നു പറഞ്ഞ പ്പോൾ ചീത്തവിളിച്ചു. 'കപ്പ തിന്നേവ്ലാടാ കഴുവർട മക്കളേ! കള്ളും കപ്പോം ചാളേം ഒണ്ടാരുന്നകൊണ്ടാ ഇവിടെ മനുഷേൻ ചാകാതെ

കെടന്നെ!'

കപ്പ ചവച്ചിറക്കി ഇറങ്ങിപ്പോരുമ്പോൾ അയ്യപ്പനും ഞാനും അന്യോന്യം ഒന്നും മിണ്ടിയില്ല. തൊണ്ടയിൽ കണ്ണീര് തടാകമായി.

അന്ന് അയ്യപ്പൻ ആത്മകഥ പറഞ്ഞു. അച്ഛനമ്മമാരുടെ മരണക്കഥ. അനാഥബാല്യം. ദരിദ്രകൗമാരം.

അയ്യപ്പൻ സ്വന്തം പ്രണയകഥ പറഞ്ഞു.

ഞാൻ എന്റെ പ്രണയകഥയും പറഞ്ഞു.

ഞങ്ങൾ ചിരിച്ചു. കണ്ണീരൊഴുക്കി. നൊമ്പരക്കണ്ണീർ.

ആ രാത്രിയിൽത്തന്നെയാണോ, അതോ അടുത്ത രാത്രിയിലൊന്നിലോ, യു.എസ്.ഐ.എസ് കാർ മംഗളോദയത്തിനു പിന്നിൽ പ്രദർശിപ്പിച്ച 'ഗോൾഡ് റഷും' 'കിഡ്ഡും' ഞങ്ങൾ കണ്ടത്. ഊരുതെണ്ടിക്കോമാളിയെ കണ്ടു ചിരിച്ചില്ല. വിശപ്പകറ്റാൻ ഷൂ പുഴുങ്ങിത്തിന്നുന്ന ചാർലിയെ ഓർത്ത് അയ്യപ്പൻ തേങ്ങി.

കുപ്പത്തൊട്ടിയിലെ കുട്ടിയെ ഓർത്തോർത്ത് ഏങ്ങിയേങ്ങിക്കരഞ്ഞു.

അശോകയിലെ കൊച്ചുകട്ടിലിൽ അയ്യപ്പനെ കെട്ടിപ്പിടിച്ച് തഴുകിത്തലോടി ആശ്വസിപ്പിച്ച് കരച്ചിൽ നിർത്താൻ പണിപ്പെട്ട് ഞാൻ കിടന്നു.

വെളുപ്പിന് പള്ളിമണി മുഴങ്ങുമ്പോഴും ഞങ്ങൾ ഉറങ്ങിയില്ല. ഉറക്കം വന്നില്ല...

●

പ്രണയത്തെ അഗാധമാക്കിയ ഗൗരി

മഹാകവി ചങ്ങമ്പുഴ കൃഷ്ണപിള്ളയുടെ നൂറാം പിറന്നാളാണ് 2010 ഒക്ടോബർ 11 ന്.

ചങ്ങമ്പുഴയ്ക്ക് വയസ്സ് 99!

ഇടപ്പള്ളി ചങ്ങമ്പുഴ സ്മാരകഗ്രന്ഥശാല ചങ്ങമ്പുഴ പാർക്കിൽ ഒരു വർഷം നീളുന്ന ആഘോഷം ആസൂത്രണം ചെയ്തിരിക്കുന്നു. ജന്മശതാബ്ദിയുടെ ഉദ്ഘാടനം പതിനൊന്നാം തീയതി മുഖ്യമന്ത്രി വി.എസ്. അച്യുതാനന്ദൻ നിർവ്വഹിക്കും.

ഏഴാം തീയതി മുതലേ ആഘോഷപരിപാടികൾ തുടങ്ങുന്നു. പ്രാരംഭസമ്മേളനത്തിലെ മുഖ്യാതിഥി സഖാവ്. കെ.ആർ. ഗൗരിയമ്മ.

ചങ്ങമ്പുഴയുടെ സഹപാഠിയാണ് ഗൗരിയമ്മ. എറണാകുളം മഹാരാജാസ് കോളജിൽ ഇന്റർമീഡിയറ്റ് ക്ലാസ്സിൽ 1936 -ൽ

മഹാരാജാസിൽ വിദ്യാർത്ഥിയായി കഴിയും നാളുകളിലാണ് ചങ്ങമ്പുഴ 'രമണൻ' എഴുതുന്നത്. ഇരുപത്തഞ്ചാം വയസ്സിൽ.

ഗൗരിയമ്മയ്ക്ക് അന്ന് പതിനേഴ്—പതിനെട്ട് പ്രായം. രമണൻ വരികൾ കൂട്ടുകാരൊത്ത് ചൊല്ലിനടക്കും കാലം. അക്കാലത്തെപ്പറ്റി മഹാരാജാസ് കോളജിന്റെ ശതാബ്ദിസമ്മേളനങ്ങളിലൊന്നിൽ ഗൗരിയമ്മ അനുസ്മരിച്ച് സംസാരിച്ചു. 1976-ൽ വേദിക്ക് തൊട്ടുമുന്നിൽ നിറവോടെ ആ വാക്കുകൾ കേട്ടിരുന്നു ഞങ്ങളൊക്കെ.

കോളജ് ജീവിതം ആനന്ദത്തോടെ അയവിറക്കി ഗൗരിയമ്മ പറഞ്ഞു—

മഹാകവി കുറ്റിപ്പുറത്ത് കേശവൻനായരായിരുന്നു

മഹാരാജാസിലെ മലയാളം പ്രൊഫസ്സർ ചങ്ങമ്പുഴയുടെയും വൈലോപ്പിള്ളിയുടെയും പി. ഭാസ്കരന്റെയും ഒക്കെ അദ്ധ്യാപകൻ. ഇന്റർമീഡിയറ്റ് മലയാളം ക്ലാസ്സിൽ നൂറിലേറെ വിദ്യാർത്ഥികളുണ്ടാവും. ലാങ്ഗ്വേജ്ഹാൾ നിറഞ്ഞുതുളുമ്പും. കുറ്റിപ്പുറത്തിന്റെ കാവ്യാത്മകമായ കവിതാക്ലാസ്സുകൾ മനോഹരങ്ങളായിരുന്നു.

ഒരു ദിവസം മലയാളകവിതയെപ്പറ്റിയായിരുന്നു പ്രഭാഷണം. കാല്പനിക കവിതയെപ്പറ്റി, ആശാൻ ഉള്ളൂർ വള്ളത്തോൾ മഹാകവികളെപ്പറ്റി, തുടർന്ന് ഇടപ്പള്ളിക്കവികളെപ്പറ്റി പ്രസംഗം തുടർന്നു. ഇടപ്പള്ളി രാഘവൻ പിള്ളയെപ്പറ്റിയും ചങ്ങമ്പുഴ കൃഷ്ണപിള്ളയെപ്പറ്റിയും സ്നേഹവാത്സല്യത്തോടെ സംസാ രിച്ചു.

ഇടപ്പള്ളിയുടെ ആത്മഹത്യയെക്കുറിച്ച് വികാരഭരിതനായി.

'രമണൻ' പുറത്തുവന്ന്, മലയാള സമൂഹത്തെയാകെ പ്രകമ്പനം കൊള്ളിച്ച നേരം. കുറ്റിപ്പുറത്ത് തന്റെ ശിഷ്യരോട് രമണകാവ്യത്തെ സ്തുതിച്ചു പറഞ്ഞു. കവിയായ ചങ്ങമ്പുഴയെ വാതോരാതെ വാഴ്ത്തി. എന്നിട്ട് കുറ്റിപ്പുറത്ത് കുട്ടികളോട് ചോദിച്ചു: നിങ്ങളാരെങ്കിലും ചങ്ങമ്പുഴയെ കണ്ടിട്ടുണ്ടോ?

ആരും കണ്ടിട്ടില്ല!

ആർക്കും അറിയില്ല!

കുറ്റിപ്പുറത്ത് ക്ലാസ്സിലെ ഒരു പിൻബഞ്ചുകാരനോട് ആവശ്യപ്പെട്ടു. എടോ കൃഷ്ണപ്പിള്ളേ, ഒന്നെണീറ്റുനിൽക്ക്–

പിൻബെഞ്ചിൽ ചെറിയൊരു ഷാളും പുതച്ചിരുന്ന ഇരുനിറക്കാരനായ മെലിഞ്ഞുനേർത്ത ചെറുപ്പക്കാരൻ എണീറ്റുനിന്നു.

കുറ്റിപ്പുറത്ത് പറഞ്ഞു: ഇതാണ് രമണൻ എഴുതിയ ചങ്ങമ്പുഴ കൃഷ്ണപ്പിള്ള! നിങ്ങളുടെ സഹപാഠി —വികസിച്ച മിഴികളോടെ ഉറ്റുനോക്കി ഇരുന്നു. ഗൗരിയമ്മയും മറ്റുള്ളവരും.

തങ്ങളുടെ ക്ലാസ്മേറ്റ് 'രമണൻ' രചിച്ച കവി, ചങ്ങമ്പുഴ കൃഷ്ണപിള്ള... ഗൗരിയമ്മ വെളിപ്പെടുത്തിയപ്പോൾ വേദിയിൽ അടുത്തിരുന്ന പ്രൊഫസർ എം. കെ. സാനു വർദ്ധിച്ച കൗതുകത്തോടെ ആരാഞ്ഞു. ചങ്ങമ്പുഴ സുന്ദരനായിരുന്നോ ഗൗരിയമ്മേ?

ഗൗരിയമ്മയ്ക്ക് സുഖിച്ചില്ലെന്ന് തോന്നി, സാനുമാഷിന്റെ നേരെ തിരിഞ്ഞ് ഏറെ ഗൗരവം കൊണ്ടു: എടോ, സാനൂ. നിങ്ങളാണങ്ങടെ വിചാരമെന്താ, സൗന്ദര്യത്തെപ്പറ്റി? ഒരു തരം അഴകൊഴമ്പന്മാരല്ലേ

നിങ്ങക്കൊക്കെ സുന്ദരന്മാർ?

എന്നിട്ട് ഗൗരിയമ്മ തറപ്പിച്ച് പറഞ്ഞു. കൃഷ്ണപിള്ള ശരിക്കും സുന്ദരൻ തന്നെ ആയിരുന്നു!

പുരുഷസൗന്ദര്യത്തിന്റെ ഗംഭീരരൂപമായ ടി.വി. തോമസിനെ അപ്പോൾ ഞാനോർത്തു.

അപൂർവ്വോജ്ജ്വലമായ പ്രണയകഥയിലെ നായികാനായക ന്മാർ.

പ്രണയത്തെ അഗാധമാക്കിയ ഗൗരി!

വർഗീസ് വൈദ്യന്റെ മകൻ എഴുതി, നാഗവള്ളി കുറുപ്പിന്റെ മകൻ സംവിധാനം ചെയ്ത 'ലാൽസലാം' എന്ന സങ്കൽപ സിനിമകണ്ടോ എന്ന് പിൽക്കാലത്ത് —ടി.വിയുടെ മരണാനന്തരം— ആരോ ഗൗരിയമ്മയോട് ചോദിച്ചു.

കണ്ടു!

ടി.വി യായി അഭിനയിക്കുന്ന മുരളി എങ്ങനുണ്ട്?

ഒരു വാലിന്റെ കുറവുണ്ട്!

തോമസിന്റെ ഭാര്യ എന്ന പദവിയിൽ എന്നും അഹങ്കരിച്ചു. ആനന്ദിച്ചു. കോട്ടയത്ത്, സഖാവ് ടി.കെ. രാമകൃഷ്ണന് വോട്ട് ചോദിച്ച് ചെയ്ത പ്രസംഗങ്ങൾ നല്ല തമാശയായി. ചോവന് വോട്ട് ചോദിക്കാൻ ചോത്തി വന്നിരിക്കുന്നെന്നാ കോഗ്രസുകാര് പറയുന്നെ. മാപ്പിളയെ കെട്ടിയ ഞാൻ എങ്ങനാ ചോത്തിയാവുന്നെ! പെമ്പിളേച്ചി അല്ലേ ഞാൻ! തോമസിന്റെ കെട്ടിയോൾ!

എന്നാൽ കളത്തിൽ രാമന്റെ മകളായ എന്നെ ആരേലും ചോത്തീ എന്നു വിളിച്ചാൽ പിണങ്ങാൻ പറ്റുമോ?

ടി.കെ. ക്കു വേണ്ടി ക്രിസ്ത്യാനിയുടെയും ഈഴവന്റെയും വോട്ടുപിടിച്ച ഗൗരിയമ്മ...

1970–ലോ മറ്റോ ആണ്. ഞങ്ങൾ കോട്ടയത്തെ ചോപ്രകൾ (ചോവപ്രമാണികൾ) അന്ധകാരനഴിയിലേക്ക് കല്യാണപാർട്ടിയായി ചെന്നത്. ഗൗരിയമ്മയുടെ തറവാട്ടുവീട്ടിലേക്ക്. എന്റെ മച്ചുനന്മാർ ഇരട്ടകൾ ഗൗരിയമ്മയുടെ സഹോദരപുത്രികളെ വിവാഹം കഴിച്ചു. സതീശരതീശന്മാർ ബന്ധുരാംഗീമംഗളാംഗികളെ ഭാര്യമാരാക്കി.

കോടിമത കടവിൽനിന്നും നാല് പ്ലഷർബോട്ടുകളിലാണ്

ഞങ്ങൾ അന്ധകാരനഴിക്ക് പോയത്. രണ്ടു പെണ്ണുങ്ങളെ കൊണ്ടു വരാൻ നൂറോളം പേർ!

കനാലിൽ വെള്ളം കുറവായിരുന്നു. ബോട്ടുകൾ കുത്തിയതോട്ടിൽ നിറുത്തിയിട്ടു. വരമ്പത്തൂടെ ജാഥയായി പോയി തിരിച്ചറിയാനാവാത്ത വരന്മാരുടെ ഡബിൾറോൾ കണ്ട് ചേർത്തലക്കാർ കൗതുകം പൂണ്ടു.

വലിയ പുരയിടത്തിൽ വലിയ വീടിനു ചുറ്റും നാല് പന്തൽ. ഗൗരിയമ്മ ഉണ്ട് മുറ്റത്ത്. ചെറുക്കൻ(മാർ) പാർട്ടി ചെന്നതും ഗൗരിയമ്മ ആരാഞ്ഞു: ആരാ സതീശൻ?

സതീശൻ മുന്നോട്ടു കേറിനിന്നു

ഉം, നിന്റെ പെണ്ണ് ബന്ധുരാംഗി. മാലയിടീൽ കിഴക്കേ പന്തലിൽ. ഇവിടെ പൂജേം പൂജാരീം ഒന്നുമില്ല. പെണ്ണും ചെറുക്കനും അങ്ങോട്ടു മിങ്ങോട്ടും മാലയിടും! താലികൊണ്ടുവന്നിട്ടുണ്ടേൽ അത് കെട്ടാം. മാലയിടലും കെട്ടും ഞൊടിയിടയിൽ കഴിഞ്ഞു. ഗൗരിയമ്മ ഉത്തരവായി:

രതീശൻ പടിഞ്ഞാറേ പന്തലിൽ വാ. നിന്റെ പെണ്ണ് മംഗളാഗി... അതും കഴിഞ്ഞു. ഗൗരിയമ്മ സദ്യയ്ക്കൊന്നുമിരിക്കാതെ തിരുവനന്തപുരത്തേക്ക് പോയി. പാർട്ടി സംസ്ഥാനകമ്മറ്റിയിൽ പങ്കെടുക്കാൻ.

ചോപ്രാകൾ ഉണർന്നു. ഇങ്ങനാണോ കല്യാണം? ഇതെന്ത് ഏർപ്പാട്?

അത് അവർ പോകുംമുമ്പ് ചോദിച്ചൂടായിരുന്നോ?

സദ്യയുണ്ട്, ബോട്ടുകളിൽ പാട്ടുംപാടി ഞങ്ങൾ തിരിച്ചുപോന്നു.

വാശിക്ക് വധൂടിമണികളുടെ പേരുകളുടെ അറ്റങ്ങളിലുള്ള 'അംഗി'കൾ വെട്ടിക്കളഞ്ഞു.

ചേർത്തല സ്റ്റൈൽ കോട്ടയത്ത് വേണ്ട!

അന്ധകാരനഴിയിലേക്ക് പിന്നീടൊന്നു പോകാൻ സമയംകിട്ടിയില്ല. മാതുലപുത്രന്മാരും പത്നികളും പല തവണ വിളിച്ചതാണ്. ഓർമ്മയിൽ ആ കൊച്ചുൾക്കടൽ അലകളിളക്കി കിടന്നു.

ഗൗരിയമ്മയെ ഇന്റർവ്യൂ ചെയ്യാൻ അപ്പുക്കുട്ടൻ വള്ളിക്കുന്ന് പോയപ്പോൾ ഞാനും കൂട്ടുപോയി. ആലപ്പുഴയിലെ വീട്ടിൽ മൂന്നുമൂന്നര മണിക്കൂറ് ഓർമ്മയുടെ അലകൾ ഇളകി. ഏതാണ്ട് എഴുപത് വർഷത്തെ അനുഭവങ്ങൾ. ഓർമ്മത്തെറ്റില്ലാതെ, കൃത്യമായി

തുടർച്ചയായി....

യാത്രപറഞ്ഞിറങ്ങുംമുൻപെ ചായയും കേക്കും തന്നു. ഊണു കഴിച്ചു പോകാമെന്ന് വളരെ ഗൗരവത്തിൽ പറഞ്ഞു. ഞങ്ങൾക്ക് ധൃതിയുണ്ടെന്നു പറഞ്ഞിറങ്ങി. ടി.വി. യുടെയും ഗൗരിയമ്മയുടെയും പഴയ കല്യാണഫോട്ടോ വലുതാക്കി ചട്ടമിട്ടുവച്ചിരിക്കുന്നതിന്റെ കീഴെ സെറ്റിയിൽ കാൽകയറ്റി ചമ്രം പടിഞ്ഞിരുന്ന ഗൗരിയമ്മയിൽ നിന്നും ആർദ്രമായ ആത്മഗതം ഉയർന്നു. ങാ വല്യ അന്തസ്സാണേ പോ!

ഏതോ ചെറിയ ഹോട്ടലിൽ നിന്നും റേഡിയോപ്പാട്ട് ഒഴുകിവന്നു. ചങ്ങമ്പുഴയുടെ 'രമണനി'ലെ വരികൾ. രാഘവൻമാഷ് ഈണമിട്ട് ഉദയഭാനു പാടുന്ന പാട്ട്..

●

ആത്മസൗന്ദര്യത്തിന്റെ മുഖഭംഗി

ചെറുകഥാസാഹിത്യത്തിലെ ശ്രദ്ധേയമായ ഉപശാഖ ആകുന്നു കൊച്ചു കഥ. ഒ.വി. വിജയന്റെയും മാധവിക്കുട്ടിയുടെയും കുഞ്ഞബ്ദുള്ളയുടെയും വി.കെ. എന്നിന്റെയും സക്കറിയയുടെയും കൊച്ചുകഥകൾ എനിക്ക് ഏറെ ഇഷ്ടമാണ്. പക്ഷേ, ഭയങ്കരമായി ഇഷ്ടം ബഷീറിന്റെ ഉഗ്രൻ കൊച്ചുകഥകളോടാണ് – 'നീതിന്യായം', 'ചട്ടുകാലി', 'പോലീസുകാരന്റെ മകൻ', 'പെൺ മീശ' തുടങ്ങിയ കഥകളോട്. ബഷീറിന്റെ 'ഒരു മനുഷ്യൻ' എന്ന കൊച്ചു കഥയാണ് മലയാളകഥകളിൽ ഒന്നാമത്തേത് ('കനിഷ്ഠികാധിഷ്ഠിതം') എന്ന് ഞാൻ ഉറച്ചു വിശ്വസിക്കുന്നു.

'ഒരു മനുഷ്യൻ' കഴിഞ്ഞാൽ രണ്ടാമത്തേതായി ഞാൻ കണക്കാക്കുന്ന കൊച്ചുകഥ തകഴിയുടെ 'കൊച്ചുട്ടിച്ചേച്ചി'യാണ്. അപൂർവ്വമനോഹരമായ ഒരു തകഴികഥയാണത് തകഴിയുടെ കഥാപ്പുസ്തകങ്ങളിലൊന്നും കൊച്ചുട്ടിച്ചേച്ചി ഇല്ല. ആ കഥഅച്ചടിച്ചുവന്നത് ആർട്ടിസ്റ്റ് ശങ്കരൻകുട്ടി പത്രാധിപരുംപ്രസാധകനുമായി പുറത്തിറക്കിയ 'വൃത്തം' മാസികയിൽ.

'വൃത്തം' ഒരു സംഭവമായിരുന്നു. വരപ്പുപണികളൊക്കെ മാറ്റിവെച്ച് ആർട്ടിസ്റ്റ് അങ്ങ് എഡിറ്ററായി. കൃഷ്ണവാരിയരെയുംബാലകൃഷ്ണനെയും കാമ്പിശ്ശേരിയെയും വൈക്കത്തെയുംഒക്കെ കടന്നുകേറുക എന്നതായിരുന്നു പരിപാടി. അതിന്തിരുവനന്തപുരം മുതൽ കോഴിക്കോട് വരെ സഞ്ചരിച്ച് സകല സാഹിത്യകോടാലികളുമായി രാപകൽ കൂട്ടുകൂടി. പഴയ മദ്രാസിലേക്കും വണ്ടികേറി. ആത്മസുഹൃത്ത് പട്ടം സദനു മായി ചുറ്റി. സിനിമാക്കാരോടൊക്കെ നാലും അഞ്ചും തവണ ആയുഷ്ക്കാലവരിസംഖ്യ പിരിച്ചു. ഒടുവിൽ, സിനിമക്കാർ മുൻവാതിൽ താഴിട്ടു പൂട്ടി അകത്ത് മിണ്ടാട്ടമില്ലാതൊളിച്ചു.

എൻ.പി. ചെല്ലപ്പൻനായരും വൈക്കം ചന്ദ്രശേഖരൻ നായരും തിക്കുറിശ്ശി സുകുമാരൻനായരും ലേഖനങ്ങൾ നൽകി.തകഴിയും പാറപ്പുറത്തും കഥകൾ കൊടുത്തു. അരവിന്ദനും മലയാറ്റൂരും സ്റ്റൈലൻ കാരിക്കേച്ചറുകൾ സമ്മാനിച്ചു. പി. ഭാസ്കരനും വയലാറും കവിതകളും ദാനം ചെയ്തു.

ഷീലയുടെ വശ്യമനോഹരമായ മുഖചിത്രവുമായി 'വൃത്തം' പുറത്തുവന്നു. ഒരു ലക്കമേ ഇറങ്ങിയുള്ളൂ. എന്നാലെന്ത്, ശങ്കരൻകുട്ടിയുടെ അമ്മയ്ക്ക് തിരുവനന്തപുരത്തുണ്ടായിരുന്ന അഞ്ച് സെന്റ് സ്ഥലം വിറ്റു!

വൃത്തത്തിന് കഥ വാങ്ങാൻ ശങ്കരൻകുട്ടി ഒന്നിലേറെ പ്രാവശ്യം തകഴിക്കു പോയി. ഒരു പ്രാവശ്യം ഞാനും കൂട്ടുപോയി. കഥാകൃത്തിന് സമൃദ്ധമായി മുറുക്കാൻ വാങ്ങി ദക്ഷിണയായി സമർപ്പിച്ചു. സംഘടിതമായി മുറുക്കിത്തുപ്പി വെറു കൈയായി മടങ്ങി.

ഞാനടുത്താഴ്ച കോട്ടയത്ത് വരുന്നൊണ്ടെടാ; അന്നേരം കഥ തരാമെടാ! എന്നുറപ്പ് പറഞ്ഞു.

അടുത്താഴ്ച കോട്ടയത്തു വരുന്നത് ഫോട്ടോ എടുക്കാനാണ്. പുസ്തകത്തിന് പുറംചട്ടയാക്കാനുള്ള ഫോട്ടോ.

സാഹിത്യപ്രവർത്തക സഹകരണസംഘം ദേവ്, കാരൂർ,വർക്കി, അന്തർജ്ജനം, പൊറ്റെക്കാട്ട്, തകഴി ആദിയായവരുടെ 'തെരഞ്ഞെടുത്ത കഥകൾ' പ്രസിദ്ധപ്പെടുത്തുന്ന കാലം. ദീർഘമായ ഒന്നാന്തരം അവതാരികകളും കഥാകൃത്തുക്കളുടെ പ്രസാദമധുരമായ ഫോട്ടോപ്പുറംചട്ടകളും 'തെരഞ്ഞെടുത്ത കഥകൾ'ക്ക് രൂപഭംഗി പകർന്നു.

(എന്റെ കഥകളെല്ലാം ഞാൻ തന്നെ തെരഞ്ഞെടുത്തതാണെന്നും, ഇനി ആരും തെരഞ്ഞെടുക്കണ്ടെന്നും, ഒരുത്തനും പുതുതായി അവതരിപ്പിക്കണ്ടെന്നും വൈക്കം മുഹമ്മദ് ബഷീർ അറിയിച്ചു! ബഷീർ ആ പരമ്പരയിൽ ഉൾപ്പെട്ടില്ല.)

കോട്ടയത്തുണ്ടായിരുന്ന സ്റ്റിൽ ഫോട്ടോഗ്രാഫർ കുഞ്ഞുണ്ണിയാണ് ആ ഫോട്ടോകളെല്ലാം എടുത്തത്. ഫോട്ടോഷൂട്ട് മുഴുവൻ ഡയറക്റ്റുചെയ്തത് ആർട്ടിസ്റ്റ് ശങ്കരൻകുട്ടി.

കഥാകൃത്തുക്കളുടെ ആത്മസൗന്ദര്യമാകെ ആ ഫോട്ടോകളിൽ തുളുമ്പി നിന്നു.

ദേവ് കാരൂർ വർക്കി തകഴികൾ എത്ര ഫോട്ടോജെനിക് ആണെന്ന് അദ്ഭുതപ്പെട്ടുപോകും. കുഞ്ഞുണ്ണിയും ശങ്കരൻകുട്ടിയും എന്തുപാടുപെട്ടു ആ പടങ്ങൾക്കുവേണ്ടി!

രണ്ടു മൂന്നു പ്രാവശ്യം ഞാനും പോയി. 'ബീറ്റാൾ' സ്റ്റുഡിയോയിൽ പടമെടുപ്പ് കാണാൻ.

സ്വന്തം മുഖസൗന്ദര്യം കണ്ട് ഉള്ളുനിറഞ്ഞ് തകഴിച്ചേട്ടൻ കുഞ്ഞുണ്ണിക്കും ശങ്കരൻകുട്ടിക്കും നൂറ് മില്ലി ചാരായത്തിന് മൂന്നു രൂപ വീതം ചുമ്മാ എടുത്തുകൊടുക്കുന്നത് ഞാൻ കണ്ടു! അവർ രണ്ടും പെട്ടെന്ന് തിരുനക്കരച്ചന്തയിലെ ചാരായക്കടയിലേക്ക് മുങ്ങി.

വെളുത്ത അരക്കയ്യൻ പരുക്കൻ ഷർട്ടിനുമേൽ ഒറ്റമുണ്ട് മടക്കിക്കുത്തി കാരണവർ നടന്നു. സെൻട്രൽ ജംങ്ഷനിൽ ഹോട്ടൽ ലക്ഷ്മീനിവാസുണ്ട്. മുകൾനിലയിൽ ലോഡ്ജും. അവിടെ ഒരു കുടുസ്സുമുറിയിലാണ് ഇന്നലെ വന്നുകൂടിയത്. മുറിയുടെ വരാന്തയിൽ നിന്നാൽ കളരിക്കൽബസാർ കാണാം. നാഷണൽ ബുക്ക് സ്റ്റാളും.

മുറി തുറന്നകത്തു കേറും മുൻപ് എന്നോട് ചോദിച്ചു. ബോട്ട്ഹൗസ് ലോഡ്ജ് ഇപ്പഴില്ലല്ലോ?

ലോഡ്ജും റസ്റ്റോറന്റും പൂട്ടി മത്തായിപ്പോറ്റി പോയി.

മത്തായിപ്പോറ്റി! നിനക്കറിയാവോ?

ഞാൻ പറഞ്ഞു. കണ്ടിട്ടില്ല. പട്ടണത്തിലെ ഏറ്റവും നല്ല ബ്രാഹ്മണ ഹോട്ടൽ നടത്തിയ നസ്രാണിയെ മത്തായിപ്പോറ്റി എന്നു സ്നേഹിച്ച കോട്ടയംകാർ....

തകഴിച്ചേട്ടൻ മുറിയിൽ കയറി. ഷർട്ടൂരി ഒറ്റമുണ്ട് മാത്രമായി കട്ടിലിൽ ഇരുന്നു. പതുക്കെ തന്നോടുതന്നെ എന്നപോലെ പറഞ്ഞു. ബോട്ടൗസ് ലോഡ്ജിൽ താമസിച്ചാ 'ചെമ്മീൻ' എഴുതിയെ. ഒരാഴ്ച. ആ ഡീസി എന്നെ തടവിലിട്ടെഴുതിച്ചു!

ശങ്കരൻകുട്ടി വന്നു. വാ നിറയെ മുറുക്കാൻ. ഒരു പൊതി മുറുക്കാൻ തകഴിച്ചേട്ടനു മുന്നിൽ നിക്ഷേപിച്ചു. അഞ്ചാറ് താൾ വെള്ളക്കടലാസും ഒരു ഡോട്ട് പേനയും.

ഒന്നും ശ്രദ്ധിക്കാത്ത മാതിരി തകഴി പറഞ്ഞു: നിനക്കുള്ള കഥ നാളെ ഞാൻ ശങ്കരമംഗലത്തു ചെന്നിട്ട് –

ശങ്കരൻകുട്ടി വരാന്തയിലിറങ്ങി. നീട്ടിത്തുപ്പി. എന്നിട്ട് ഒച്ചവെച്ചു. ശങ്കരമംഗലത്തും പോണില്ല, ഒരിടത്തും പോണില്ല. ഈ മുറിക്കകത്തിട്ടു പൂട്ടും ഞാൻ....

നീയെന്നെ ബ്ലാക്ക് മെയിൽ ചെയ്യുകാണോ?

ബാലൻ ആയിരം രൂപ അയച്ചിട്ട് കഥ കൊടുത്തിട്ടില്ല.

ശങ്കരൻകുട്ടി പറഞ്ഞു: ചേട്ടനെഴുതണ്ട. പറഞ്ഞാമതി. ഇവനെഴുതിക്കൊള്ളും.

പറഞ്ഞുകൊടുത്തെഴുതിക്കാൻ എനിക്കറിഞ്ഞുകൂടെടാ!

തകഴിയുടെ കഥ എഴുതാൻ കൊതിച്ച ഞാൻ തീർത്തും നിരാശനായി ചമ്മി ഇരുന്നു.

ഒട്ടും പ്രതീക്ഷിച്ചില്ല. ശങ്കരൻകുട്ടി ഒരൊറ്റ കരച്ചിൽ. ചങ്കത്തടിച്ച് നിലവിളി

തകഴിച്ചേട്ടൻ ചിരിച്ചു. കടലാസും പേനയും ഉത്തുമാറ്റി. മേശവലിപ്പു തുറന്നു രണ്ട് ചുവന്ന നോട്ടീസ് കടലാസും ഒരു മുറിപ്പെൻസിലുമെടുത്തു. അതുവെച്ച് എഴുതാൻ തുടങ്ങി.

ശങ്കരൻകുട്ടിയെ പിടിച്ചെണീപ്പിച്ച് ഞാൻ വരാന്തയിലേക്ക് പോന്നു.

പത്തോ പതിനഞ്ചോ മിനിട്ട് കഴിഞ്ഞിരിക്കും. അകത്തുനിന്നും വിളി വന്നു. എടാ ശങ്കൂ....

ഞങ്ങളുടെ നേരെ ആ ചുവന്ന കടലാസുകഷണങ്ങൾ നീട്ടി. കുനുകുനെ പെൻസിൽകൊണ്ട് എഴുതിയിട്ടുണ്ട്. യാത്രപോലും പറയാതെ ശങ്കരൻകുട്ടി ഇറങ്ങിയോടി. ഒപ്പം ഞാനും ആട്ടോറിക്ഷയിൽ വീട്ടിലേക്ക് പോയി.

ആ കഥ നല്ല കടലാസ്സിൽ വൃത്തിയായി മഷിപ്പേനകൊണ്ട് ഞാൻ പകർത്തിയെഴുതി.

കൊച്ചൂട്ടിച്ചേച്ചി.

കൗമാരം കടന്ന ഒരാൺകുട്ടിക്ക് പ്രായം കഴിഞ്ഞുനിൽക്കുന്ന യുവതിയോട് ഉണ്ടായ മധ്യാഹ്നബന്ധം. മാറ് മറയ്ക്കാതെ, ഒറ്റമുണ്ട് അകന്നുമാറി, മലർന്നു കിടക്കുന്ന കൊച്ചൂട്ടിച്ചേച്ചി—

ശങ്കരൻകുട്ടി മാദകചിത്രം ഒന്നു വരഞ്ഞു.

'വൃത്തം'മാസികയിൽ രണ്ട് താൾ നിറഞ്ഞുകിടന്നു ആ ചിത്രം.

അവിവാഹിതയായി ജീവിച്ചു മരിച്ച കൊച്ചൂട്ടിച്ചേച്ചിയുടെ കുഴിമാടത്തിനടുത്തുനിന്ന് വളർന്നു വലുതായ ചെറുക്കന്റെ ഓർമ്മയാണ് കഥ...

അന്ന്, കോളജ്കുമാരനായിരുന്നു ഞാൻ. വളർന്നു, വലുതായി. കോളജിൽ വാദ്ധ്യാരായി. സാഹിത്യപ്രവർത്തക സഹകരണ സംഘം ഭരണസമിതിയംഗമായി.

തകഴി ശിവശങ്കരപ്പിള്ളയെ എത്രയോ തവണ കണ്ടു. നിറഞ്ഞ വാത്സല്യം തന്നു അദ്ദേഹം എനിക്ക്. മുറുക്കാൻ പൊതിയിൽ നിന്നും കീറുവെറ്റയും രണ്ടു തരി പാക്കും നുള്ളുപോകലയും തരും. എന്തൊരു നിറവോടെയാണ് ഞാൻ ആ മുറുക്കാൻ ആസ്വദിച്ചിരുന്നത്!

ഒരിക്കൽ കള്ളദേഷ്യം നടിച്ച് എന്നോട് പറഞ്ഞു. എടായെടാ, നീ കൊള്ളും! നീ നല്ല തല്ലുകൊള്ളും! നീയെന്താ ഞങ്ങടെ സ്വാമിയെപ്പറ്റി എഴുതിവച്ചിരിക്കുന്നെ!

മങ്കൊമ്പിൽ സ്വാമിയെപ്പറ്റി —എൻ. കൃഷ്ണയ്യരെപ്പറ്റി— ഞാനെവിടോ എഴുതിയത് അദ്ദേഹം വായിച്ചിരിക്കുന്നു. ഓർത്തുവെച്ചിരിക്കുന്നു...

ഞാൻ ഒത്തിരി സന്തോഷിച്ചു. മറ്റൊരിക്കൽ ശങ്കരൻകുട്ടിക്കും എനിക്കും 'ആനന്ദമന്ദിര'ത്തിൽ നിന്നും സ്പെഷ്യൽമീൽസ് വാങ്ങിത്തന്നു. പണം കൊടുക്കാൻ സമ്മതിച്ചില്ല. 'കാത്ത തഴ വിറ്റ കാശാടാ!' എന്നു പറഞ്ഞ് മുറുക്കാൻപൊതിയുടെ അടിയിൽ നിന്നും പഴഞ്ചൻ നൂറുരൂപ നോട്ടെടുത്തു കൊടുത്തു.

തകഴിയെ ഞാൻ മുഴുവനായും വായിച്ചിട്ടുണ്ട്. ഇപ്പോഴും ഇടയ്ക്കിടെ വായിക്കുന്നു. മലയാളസമൂഹത്തെയാണ് ഞാൻ വായിക്കുന്നത് എന്ന് ഞാൻ തിരിച്ചറിയുന്നു.

'കൊച്ചുട്ടിച്ചേച്ചി' ആയാലും

'കയർ' ആയാലും...

●

ഓട്ടുപുലാക്കലും വടക്കേക്കൂട്ടാലയും

മുട്ടത്ത് കുടുംബാംഗങ്ങളാണ് എം.കെ. മാധവൻനായരും എൻ. രാജേഷ്കുമാറും സി.ആർ. ഓമനക്കുട്ടനും. വർക്കിസാറിന്റെ മക്കൾ ഒരാളൊഴികെ മറ്റെല്ലാവരും അങ്ങമേരിക്കാവിലാകുന്നു. പകരം ഞങ്ങളെ കുടുംബത്തിലേക്ക് മാർഗ്ഗം കൂട്ടിച്ചേർത്തു പ്രൊഫ. സെബാസ്റ്റ്യനും ഡോ. മാത്യുമുട്ടത്തും കൂടി. മുട്ടത്ത് വർക്കി ഫൗണ്ടേഷന്റെ പ്രസിഡണ്ടും സെക്രട്ടറിയുമാണ് എസ്തപ്പാനും മാത്തുക്കുട്ടിയും – വർക്കിസാറിന്റെ ജാമാതാവും ഭ്രാതൃപുത്രനും!

ഇരുപതു സംവത്സരങ്ങൾ തികഞ്ഞു മുട്ടത്ത് വർക്കി സ്വർഗ്ഗസ്ഥനായിട്ട്. പതിനെട്ട് വർഷമായി മുട്ടത്ത് വർക്കി അവാർഡ് മേൽത്തരം സാഹിത്യപ്രതിഭകൾക്ക് ദാനം ചെയ്തു തുടങ്ങിയിട്ടും.

കൃത്യവും സത്യവും സൂക്ഷ്മവുമാണ് ഈ പുരസ്കാരം. ഏപ്രിൽ 28—ന് അവാർഡിതനെ പ്രഖ്യാപിച്ചിരിക്കും; മേയ് 28ന് സമർപ്പിച്ചിരിക്കുകയും ചെയ്യും. കള്ളമില്ല, കപടമില്ല.

33, 333 – കയും പട്ടയവും കോപ്പും സമ്മാനമായിട്ടുണ്ട്!

കേമന്മാരായ പ്രമാണിമാരൊക്കെ സമ്മാനം സന്തോഷപുരസ്സരം കൈപ്പറ്റി എടുത്തുകൊടുത്തവരും കൈനീട്ടി വാങ്ങിയവരും മുട്ടത്ത് വർക്കിയെ കണ്ടിട്ടില്ല, കേട്ടിട്ടില്ല, തൊട്ടുതീണ്ടിയിട്ടില്ല, അനുഭവിച്ചറിഞ്ഞിട്ടില്ല എന്നുറക്കെ വിളിച്ചു ചൊല്ലി കോൾമയിർകൊണ്ടു. വീരശൂരപരാക്രമികൾ!

അവാർഡ് പ്രഖ്യാപിക്കുന്ന പത്രസമ്മേളനത്തിൽ മാധവനായർ സാർ മുടങ്ങാതെ ഉണ്ടാവും. സമർപ്പണ സമ്മേളനത്തിൽ പ്രശസ്തി പത്രപാരായണം രാജേഷ്കുമാർ വകയാണ്. മൂന്ന് പ്രാവശ്യം

അനുസ്മരണപ്രഭാഷണം നടത്തിയത് ഞാൻ.

എനിക്ക് വർക്കിസാറിനോട് അടുപ്പവും ആദരവും ഏറെയുള്ളതു കൊണ്ട് അനുസ്മരണം നന്നായി. എന്റെ സംസാരം കൊള്ളാവുന്നതായി.

കോഴിക്കോട് ടൗൺഹാളിലായിരുന്നു എൻ.പി. മുഹമ്മദിന് സമ്മാനം കൊടുത്ത ചടങ്ങ്.

എൻ.പി. അല്പസ്വല്പം നർമ്മത്തോടെ മുട്ടത്ത് വർക്കിയെ ഒന്നോർത്തെടുത്തു. നിക്കാഹ് കഴിഞ്ഞ് ബീവിയെ കൂട്ടിക്കൊണ്ടു വന്ന കിസ. പെണ്ണുവീട്ടുകാർ ഒരു കൊച്ചു കാൽപെട്ടി കൊടുത്തുവിട്ടും. പെണ്ണിന്റെ തുണി മണിയും കൈക്കണ്ണാടിയും അത്തറുകുപ്പിയും മറ്റുമാണ് കാൽപെട്ടിയിൽ. സ്വകാര്യരഹസ്യസമ്പാദ്യം. പുതുമോടി കഴിഞ്ഞപ്പോൾ പുയ്യാപ്ല കണ്ടു പിടിച്ചു. മണവാട്ടിയുടെ പെട്ടിയിൽ രണ്ട് നിധികളുണ്ടെന്ന്. മുട്ടത്ത് വർക്കിയുടെ 'പാടാത്ത പൈങ്കിളി'യും 'പട്ടുതുവാല'യും

തലശ്ശേരിയിലെ ഒരു മാപ്പിളപ്പെണ്ണിന്റെ തുണിപ്പെട്ടിയിലും മുട്ടത്ത് വർക്കി ഉണ്ടായിരുന്നെന്ന് എൻ.പി. പറഞ്ഞു. ഭംഗ്യന്തരേണ അദ്ദേഹം സൂചിപ്പിച്ചത് അന്തഃപുരകന്യകകളുടെ വായനാസാമഗ്രിയാണ് വർക്കിക്കൃതികളെന്ന്...

ഇരിഞ്ഞാലക്കുടയിൽ വെച്ച് ആനന്ദിന് അവാർഡ് നൽകിയതായിരുന്നു ഉഗ്രൻ പരിപാടി. വലിയ ആൾക്കൂട്ടമൊന്നും ഉണ്ടായില്ല. ആകെ നൂറോ നൂറ്റമ്പതോ പേർ. കൂടിയാട്ടചക്രവർത്തി അമ്മന്നൂർ മാധവചാക്യാർ അവാർഡ് ദാതാവ്.

അമ്മന്നൂർ നിഷ്കളങ്കഭാവത്തിൽ പറഞ്ഞു: 'ശ്രീമാൻ മുട്ടത്തുവർക്കിയുടെ നാമധേയത്തിലുള്ള പുരസ്കാരം നൽകുവാൻഎനിക്ക് സന്തോഷമില്ലാതില്ല. ഈ മുട്ടത്ത് വർക്കിയെ എനിക്ക് പരിചയമില്ല. അദ്ദേഹം ഒരു നോവലിസ്റ്റാണത്രെ. എനിക്ക് വിരോധം ഇല്ല. ഞാൻ നോവൽ വായിക്കാറില്ല. വായിക്കേണ്ട ആവശ്യമില്ല. എന്റെ തൊഴിലിനു വേണ്ട രണ്ടു ഗ്രന്ഥങ്ങൾ ഞാൻ നോക്കീട്ടുണ്ട്. ഹൃദിസ്ഥമാക്കീട്ടുണ്ട്. അതുമതി!'

ചാക്യാർ നിസ്സംഗം തുടർന്നു: ഇന്ന് ഈ സമ്മാനം നേടുന്നത് ഇരിഞ്ഞാലക്കുടക്കാരനായ ഒരു സച്ചിദാനന്ദനാണ്. അദ്ദേഹവും നോവലിസ്റ്റാണെന്നു പറയുന്നു. എനിക്ക് വിരോധ മില്ല. ഞാൻ നോവൽ വായിക്കാറില്ല. വായിക്കേണ്ട ആവശ്യ മില്ല. എന്റെ തൊഴിലിന് രണ്ടു ഗ്രന്ഥങ്ങൾ നോക്കീട്ടുണ്ട്. ഹൃദിസ്ഥമാക്കീട്ടുണ്ട്. അതു മതി!

ആനന്ദ് അഞ്ചാറ് വാക്യം ഉരുവിട്ടു. അതിൽ 'മു' 'മുട്ട' 'മുട്ടൻ' 'മുട്ടി' 'വർക്കത്ത്'' എന്നീ വാക്കുകൾ വരാതിരിക്കാൻ പ്രത്യേകം ശ്രദ്ധിച്ചു. 33,333 രൂപ സ്വന്തം ആവശ്യത്തിന് ഉപയോഗിക്കില്ലെന്ന് ഉറപ്പിച്ചു പറഞ്ഞു. സൽകൃത്യത്തിന് സംഭാവന ചെയ്യും!

ചെയ്യൂ. ആനയെ പടംപിടിക്കാൻ സംഭാവന ചെയ്യൂ...

ഇക്കഴിഞ്ഞ മുട്ടത്ത് വർക്കി അവാർഡ് ശ്രീ. എൻ.എസ്. മാധവന് ആയിരുന്നു. കിഴക്കേമുറി ഇടത്തിൽ വെച്ച്. സമ്മാനം എടുത്തുകൊടുത്തത് ശ്രീ. ടി. പത്മനാഭൻ. രണ്ടുപേരും ഇദംപ്രഥമമായാണ് നേരെ നേരെ കാണുന്നതെന്ന് ഇരുവരും വെളിപ്പെടുത്തി.

താൻ സ്വന്തം ചെലവിൽ ബീഹാറിലൊക്കെ ചെന്നിട്ടുണ്ടെങ്കിലും മാധവനെ കണ്ടിട്ടില്ലെന്ന് പത്മനാഭൻ പറഞ്ഞു.

താൻ സർക്കാർ ചെലവിൽ കണ്ണൂര് വന്നിട്ടുണ്ടെങ്കിലും പത്മനാഭനെ കണ്ടിട്ടില്ലെന്ന് മാധവനും പറഞ്ഞു.

ഒരേ കാലത്ത് ഒരേ നാട്ടിൽ ജീവിച്ച് ചെറുകഥകൾ പടയ്ക്കുന്ന രണ്ടു മാന്യന്മാർ അന്യോന്യം കണ്ടിട്ടില്ലെന്നത് ശ്രീ. തോമസ് ജേക്കബിന് വിശ്വസിക്കാനായില്ല.

ഒരേ സമയത്ത് ഒരേ നഗരത്തിൽ ജീവിച്ച് ചോരകുടിയൻകഥകൾ ഉണ്ടാക്കിയ 'ഡ്രാക്കുള' പിതാവ് ബ്രാം സ്റ്റോക്കറും 'കാർമിലാ' പിതാവ് ഷെരിഡൻ ലി ഫാനുവും പരസ്പരം കണ്ടിട്ടില്ലെന്ന് ഞാനോർത്തു. ആശാനും വള്ളത്തോളും തമ്മിലും സഞ്ജയനും ചങ്ങമ്പുഴയും തമ്മിലും കണ്ടിട്ടില്ലെന്നുമോർത്തു.

എന്തിന്, കെ.പി. അപ്പനും സച്ചിദാനന്ദനും തമ്മിൽ കണ്ടിട്ടില്ലെല്ലോ. അപ്പനും ആനന്ദും തമ്മിൽ കണ്ടുമുട്ടിയതായും അറിവില്ല.

ചില മനുഷ്യരുടെ കാലവും വാഴ്വും വേറെവേറെയാണ്, അടുത്തടുത്തു കഴിയുമ്പോഴും ദൂരെദൂരെയാണ്. തിരിയാലോക രഹസ്യമാർക്കുമേ!

പത്മരാജനെ ഞാൻ പലതവണ കണ്ടിട്ടുണ്ട്. പക്ഷേ, ഒരു കൂടിച്ചേരൽ കൂട്ടംകൂടൽ ഉണ്ടായിട്ടില്ല. കാണുന്നവരെ മിക്കവരെയും തോട്ടിയിട്ടു പിടിച്ച് ചങ്ങാത്തമുണ്ടാക്കുന്ന എനിക്കതെന്തുപറ്റി? അദ്ഭുതം തോന്നുന്നിപ്പോൾ.

ഒന്നിച്ചു കൂടിക്കഴിഞ്ഞവരിൽ രണ്ടു ഗ്രൂപ്പ് ഉണ്ടായി. ഞങ്ങളുടെ യൗവന തീക്ഷ്ണതയിൽ. ഓട്ടുപുലാക്കൽ ഗ്രൂപ്പും വടക്കേക്കുട്ടാലഗ്രൂപ്പും.

ഓട്ടുപുലാക്കൽ വേലുക്കുട്ടി വിജയനും വടക്കേക്കുട്ടാല നാരായണൻ കുട്ടിയുമായി ഇരുഗ്രൂപ്പുകളുടെയും ദൈവങ്ങൾ. ഭയങ്കര ഭക്തിയായിരുന്നു ദൈവങ്ങളോട്.

ഒ.വി. വിജയന്റെ 'ഖസാക്കിന്റെ ഇതിഹാസ'മായിരുന്നു വേദപുസ്തകം. ഇതിഹാസനായകൻ രവി ആദർശപുരുഷനായി. വിജയവാക്യങ്ങൾ കാണാപ്പാഠം എല്ലാവർക്കും.

അപ്പുക്കിളികളായി തുമ്പിപിടിച്ചു നടന്നു. ഖസാക്കിനു മുൻപുതന്നെ 'യുദ്ധത്തിന്റെ അവസാന'വും മറ്റു കഥകളും ഞാൻ ആവർത്തിച്ചു വായിക്കുകയുണ്ടായി. 'മങ്കട', 'ഇരിങ്ങാലക്കുട', 'ചെമ്മീൻ' തുടങ്ങിയ കൊച്ചുകഥകളും അങ്ങിഷ്ടപ്പെട്ടു.

വിജയൻ എന്തൊരു വീറോടെയാണ് മനസ്സ് നിറയെ നിറഞ്ഞു തുളുമ്പിയത്.

ഒരു പുതിയ യുഗാരംഭം.

വിജയന്റെ രചനകൾ ഒന്നിനു പുറകെ ഒന്നായി വന്നതെല്ലാം പുതുതലമുറ നെഞ്ചിലേറ്റുവാങ്ങി. 'ധർമ്മപുരാണം' ഞാൻ കാര്യമായെടുത്തില്ല. എന്നാൽ 'ഗുരുസാഗരം', 'മധുരംഗായതി', 'തലമുറകൾ' എന്നീ നോവലുകളും 'കടൽതീരത്ത്', 'കാറ്റ് പറഞ്ഞ കഥ' തുടങ്ങിയ കഥകളും ഏറെ പ്രിയങ്കരമായി.

ഒ.വി. വിജയന്റെ കാർട്ടൂണുകളിലൂടെ ഇംഗ്ലീഷിലും മലയാളത്തിലുമുള്ള ആ ഒഴുകുന്ന കയ്യൊപ്പും ഓർമ്മയിൽ നാഴികക്കല്ലുകളായി.

പക്ഷേ ഒരിക്കൽ, ഒരിക്കൽ മാത്രമേ ഞാൻ അദ്ദേഹത്തെ കണ്ടിട്ടുള്ളൂ. അല്പം അകലെനിന്ന്. ഒന്നും മിണ്ടിയില്ല.

വിജയനെ വല്ലാണ്ടിഷ്ടപ്പെട്ടപ്പോഴും ഞാൻ വടക്കേഗ്രൂപ്പിലായിരുന്നു. ഗ്രൂപ്പിലെ പ്രമാണി.

വി.കെ. എൻ. ഉള്ളിൽ വിഗ്രഹമായി പ്രതിഷ്ഠിക്കപ്പെട്ടു.

പയ്യൻകഥ വരുന്നതും കാത്തിരുന്നു. കൊച്ചുകഥകൾ മാതൃകാരചനകളായി ബുദ്ധിയിൽ ഉഴുതുമറി സംഭവിക്കുകയായി രുന്നു. വിസ്മയത്തോടെ ഓരോ വി.കെ.എൻ വാക്കും പലവുരു വിളിച്ചുകൂവി. ഒരെഴുത്തുകാരനും എന്നെ ഇത്ര പ്രകമ്പനംകൊള്ളിച്ചിരുന്നില്ല. ശരിയായ ജനീയസിനെ ഞാൻ തിരിച്ചറിഞ്ഞു.

'അസുരവാണി'യും 'ആരോഹണ'വും കഴിഞ്ഞ് 'പിതാ മഹൻ'

എത്തിയപ്പോൾ —തുടർന്ന്, 'ജനറൽ ചാത്തൻസ്', 'പെൺപട', 'മഞ്ചൽ' 'കുടിനീര്' 'സിൻഡിക്കേറ്റ്' ഒക്കെ വന്നപ്പോൾ— ഞാൻ തുളുമ്പിയൊഴുകി

സെക്രട്ടറി സഖാവ് കൃഷ്ണൻകുട്ടിനായരും സഖാവ് ചാത്തൻസും— ആധുനിക കേരള രാഷ്ട്രീയ ചരിത്രത്തിലെ അവതാരങ്ങളാണ്. എനിക്ക് സംശയമില്ല.

അറംപറ്റിയമാതിരി നമുക്ക് ചുറ്റും സംഭവിച്ച കമ്മ്യൂണിസ്റ്റ് ചരിത്രം എന്നേ വി.കെ. എൻ സൃഷ്ടിച്ചതാണ്!

അപ്പൻസാറല്ലാതെ വേറാരും വി.കെ. എന്നിനെ തിരിച്ചറിഞ്ഞില്ലേ? എന്തുകൊണ്ട് മികച്ച വി.കെ.എൻ പഠനങ്ങൾ ഉണ്ടായില്ല? നിരൂപകശ്രേഷ്ഠനകങ്ങൾക്ക് വടക്കേക്കൂട്ടാല നാരായണൻ കുട്ടിയെ മനസ്സിലായില്ലേ?

വി.കെ.എൻ. സമക്ഷം ഞാനും പോയി സാഷ്ടാംഗം നമസ്കരിച്ചില്ല. ഒരു നോക്കൊന്നു കാണാൻ കഴിഞ്ഞില്ല. തിരുവില്വാമലവരെ പോകാമായിരുന്നു, ആ കാൽ തൊട്ടു വണങ്ങാമായിരുന്നു.

ഇപ്പശ്ചാത്താപമേ പ്രായശ്ചിത്തം.

●

ശരദിന്ദുമലർദീപനാളം നീട്ടി

ശ്രീ. കെ.ജി. ജോർജിനെ ഏതാണ്ടൻപതാണ്ടത്തെ കണ്ടുപരിചയമുണ്ടെനിക്ക്.

1960-കളുടെ ആദ്യപാതി. കോട്ടയത്തെ രണ്ട് സിനിമാതിയേറ്ററുകളിൽ —'സ്റ്റാറി'ലും 'രാജമഹാളി'ലും— ഞായറാഴ്ചതോറും മോർണിങ്ഷോ ഉണ്ടാവും. ഒന്നാന്തരം ഇംഗ്ലീഷ്പടങ്ങൾ. എം.ജി. എം., കൊളംബിയ, പാരമൗണ്ട്, യൂണിവേഴ്സൽ തുടങ്ങിയ വമ്പൻകമ്പനികൾ നിർമ്മിച്ച ഉൽകൃഷ്ടകൃതികൾ.ഒമ്പതണ അഥവാ അമ്പത്തഞ്ച് നയാപൈസ മതിയായിരുന്നു പടം കാണാൻ. ('അവതാറും' '2012' ഉം ഒക്കെ കാണാൻ നൂറ്റി അമ്പത്തഞ്ച് രൂപ വേണം ഇന്ന്.)

എല്ലാ ഞായറാഴ്ചയും തിരുവല്ലയിൽ നിന്നും ബസ് കേറി മോർണിങ്ഷോ കാണാൻ വരും കെ.ജി. ജോർജ് എന്ന കോളജ് കുമാരൻ. ഇരുനിറത്തിൽ മെലിഞ്ഞുനീണ്ട സുന്ദരൻ. മനോ ഹരമായ മുഖരേഖകൾ.

നിശ്ശബ്ദനായിരുന്നു തികഞ്ഞ ശ്രദ്ധയോടെ സിനിമാ നോട്ടീസ്വായിച്ചു പഠിക്കുന്നതും അതിൽ കൂടുതൽ ഏകാഗ്രമായ അർപ്പണഭാവത്തോടെ ചിത്രം കാണുന്നതും കൗതുകത്തോടെ കണ്ടറിഞ്ഞു. എന്നാൽ അന്നൊന്നും ഒന്നും മിണ്ടുകയോ പറയുകയോ ഉണ്ടായിട്ടില്ല.

പിന്നെ,

എഴുപതുകളുടെ ആദ്യത്തിലെപ്പോഴോ ആണ് ആളെ തിരിച്ചറിഞ്ഞത്. ബെസ്റ്റോട്ടൽ വരാന്തയിൽ ചൂരൽക്കസേരകളിൽ ചടഞ്ഞുകൂടി കുത്തിയിരുന്നവരുടെയടുത്തേക്ക് തെന്നിത്തെറിച്ചു വന്ന ജോൺ എബ്രഹാം കെട്ടിപ്പിടിച്ചു കൂടെ കൊണ്ടുവന്ന സുഹൃത്തിനെ പരിചയപ്പെടുത്തി. 'കെ.ജി ജോർജ് പൂനയിൽ പോയി ജ്ഞാനസ്നാനം ചെയ്ത രണ്ടാമത്തെ തിരുവല്ലാ ക്രിസ്ത്യാനി. എന്റെ പിന്നാലെ വന്നവൻ.

എന്റെ ചെരുപ്പിന്റെ വാറഴിക്കാനുള്ള യോഗ്യത ഇവനില്ല!'

'ചെരുപ്പില്ലാത്ത ജോൺ ബാപ്റ്റിസ്റ്റ്!' എന്നോ മറ്റോ ജോർജ്ജുംപറഞ്ഞു. എന്നാണ് എന്റെ മങ്ങിയ ഓർമ്മ— ആ രണ്ട് സ്വരങ്ങളുംനല്ല കട്ടിയുള്ളതായിരുന്നു. പരുപരുത്ത ആൺ ശബ്ദങ്ങൾ. പൂനയിൽ പോയി ജ്ഞാനസ്നാനം ചെയ്ത് വന്നവർക്കെല്ലാം പെൺകുരൽ ആയിരുന്നല്ലോ. മന്ദ്രമധുരങ്ങളായ സ്ത്രീസ്വനങ്ങൾ. അവയിൽ നിന്നും വേറിട്ടുനിന്ന ജോണിയുടെയും ജോർജിന്റെയും ആഴമേറിയ ആൺ ശബ്ദങ്ങൾ.

മലയാളസിനിമയിലെ സ്ത്രൈണ ഭംഗികൾക്കിടയിലെ പൗരുഷ ശക്തികളായി അവർ മാറി. പെണ്ണഴകുകൾക്കിടയിലെ ആൺകരുത്തുകൾ...

1968 മുതൽ 71 വരെയാണ് കെ.ജി. ജോർജ് പൂനയിൽ പടം പഠിച്ചത്. തുടർന്ന് നേരെ ചെന്നൈയിലെത്തി. രാമു കാര്യാട്ടിന്റെ കൂടെക്കൂടി. ജോൺ എബ്രഹാം, ബാലു മഹേന്ദ്ര, രാമചന്ദ്രബാബു എന്നീ ഇൻസ്റ്റിറ്റ്യൂട്ട് സന്തതികളോടൊപ്പം പണിയേതുമില്ലാതെ നാളുകൾ. കെ. സുരേന്ദ്രന്റെ നോവൽ 'മായ' രാമു സിനിമയാക്കുന്നു. ടി.ഇ. വാസുദേവനാണ് നിർമ്മാണം. അച്ചടക്കവും കൃത്യതയുമെല്ലാം തികഞ്ഞ വാസുദേവന്റെ നിർമ്മാണശൈലി. കഴിവുള്ളവനെ കണ്ടെത്തി കാര്യം നടത്തുന്ന രാമുവിന്റെ രീതി. കെ.ജി. ജോർജ് ആ കൂട്ടത്തിൽ ചേർന്നു. ബാലു മഹേന്ദ്ര ഛായാഗ്രാഹകൻ.

അത് കഴിഞ്ഞപ്പോൾ വത്സലയുടെ നോവൽ 'നെല്ല്' സിനിമയാക്കി രാമു കാര്യാട്ട്. നെല്ല് അത്ര മികച്ച ചിത്രമൊന്നും ആയില്ല. പക്ഷേ രാമു എന്ന നല്ല മനുഷ്യന്റെ വിശാലഗാംഭീര്യമാർന്ന കാഴ്ചപ്പാട്, സിനിമയ്ക്ക് അന്യമായിക്കൊണ്ടിരിക്കുന്ന മനുഷ്യത്വം—അതുൾക്കൊണ്ടു ജോർജ്ജും മറ്റും.

'മായ'യിലും 'നെല്ലി'ലും രാമു എന്ന സംവിധായകന്റെ കൂട്ടാളിയായി ജോർജ്. എം.ടി. 'നിർമ്മാല്യം' ചെയ്യുമ്പോൾ രാമചന്ദ്രബാബുവും ആസാദും മറ്റുമായി അവിടെയും ചെന്നുപെട്ടു. കാലം മാറുകയായിരുന്നു മലയാള ചലച്ചിത്രത്തിലും. 1974 കെ.ജി. ജോർജ് ആദ്യചിത്രമായ 'സ്വപ്നാടനം' പൂർത്തിയാക്കി.

സൈക്കോ എന്ന തൂലികാനാമത്തിൽ എഴുതിയിരുന്ന ഇ. അഹമ്മദ് പറഞ്ഞ കഥ. മുഹമ്മദ് ബാപ്പു പണമിറക്കി. ജോർജ്ജിന്റെതന്നെ തിരക്കഥ. ഡോ. മോഹൻദാസ്, ഐസക് തോമസ്, റാണിചന്ദ്ര, മല്ലിക തുടങ്ങിയവർ അഭിനേതാക്കൾ. ദേശീയവും

പ്രാദേശീയവുമായ കുറെ അവാർഡുകൾ കിട്ടി ആ പ്രഥമചിത്രത്തിന്.

ശ്രദ്ധിക്കപ്പെട്ടു. നഷ്ടമില്ലാതെ കച്ചവടവും കിട്ടി. പക്ഷേ, അത് കൈയിൽ കിട്ടിയ നാലഞ്ച് പടങ്ങൾ ധൃതിയിൽ ചെയ്യിറക്കാൻ പ്രേരണയായി. വ്യാമോഹം മണ്ണ് എന്നിങ്ങനെ ഇന്നാരും ഓർക്കാത്ത ചില ചിത്രങ്ങൾ. കെ.ജി. ജോർജ് എന്ന ചലച്ചിത്രസംവിധായകൻ കടന്നുവരുന്നതേയുണ്ടായിരുന്നുള്ളൂ. ഒരു പൈങ്കിളിക്കഥയിൽ നിന്നും പഞ്ചവർണ്ണപ്പൈങ്കിളിയെ പറിച്ചെടുത്തു അദ്ദേഹം. 'ഉൾക്കടൽ'എന്ന എക്കാലത്തെയും സുന്ദരചിത്രം. ശോഭയുടെയും ജലജയുടെയും ശാലീന മനോഹരങ്ങളായ കഥാപാത്രങ്ങൾ.വേണുനാഗവള്ളിയും രതീഷും യുവതീയുവാക്കളുടെ സ്വപ്നഹരമായി മാറി. അതാദ്യമായി ഒരു സിനിമ പുതുതലമുറയുടെ എക്കാലത്തെയും ഓർക്കുന്ന കാല്പനികദൃശ്യഭംഗി ആയിത്തീർന്നു.

കെ.ജി. ജോർജിന്റെ ഭാര്യയും പാപ്പുക്കുട്ടി ഭാഗവതരുടെ പുത്രിയുമായ സെൽമ പാടിയ പാട്ട് അനശ്വരപ്രണയഗാനമായി പ്രതിഷ്ഠിതമായി.

'ശരദിന്ദു മലർദീപനാളം നീട്ടി
സുരഭിലയാമങ്ങൾ ശ്രുതി മീട്ടി....'

ആ വരികൾ മൂളാത്തവരില്ല. വല്ലാത്ത ഒരു മാസ്മരികത തന്റെ സൃഷ്ടിയിൽ പകർന്നുവെച്ചു ശ്രീ. കെ.ജി. ജോർജ്.

മലയാളത്തിലുണ്ടായ ഏറ്റവും നല്ല ഭാവാർദ്രമധുരമായ ചലച്ചിത്രമേത്? ഒരു സംശയവുമില്ല, 'ഉൾക്കടൽ'

പ്രേമത്തിന്റെ ഒരു ഗ്രാമ്യഹരായ നർമ്മസ്പർശത്തിൽ സമ്മാനിച്ചു അടുത്ത ചിത്രത്തിൽ. പി.ജെ. ആന്റണിയുടെ 'മൂന്നു പെണ്ണുങ്ങളും കുറെ നാട്ടുകാരും' എന്ന നാടകമാണ്.'കോലങ്ങൾ' എന്ന പേരിൽ സിനിമയാക്കിയത്. കറുത്ത ചിരിയാണ് കോലങ്ങൾ നിഷ്കളങ്കമായി സമ്മാനിച്ചത്. തിലകന്റെ കള്ളുചാക്കോ എന്ന കഥാപാത്രമാണ് നാടകത്തിൽ ആന്റണി ചെയ്തത്.

'മേള' പുറത്തുവന്നതും ആയിടയ്ക്ക്. രഘു എന്ന രണ്ടരയടി പൊക്കമുള്ള ബഫൂൺ നായകനായ ചിത്രം. മമ്മൂട്ടിയും മേളയിലുണ്ട്. കോമാളിയായ കുള്ളന്റെ ഉള്ളുനിറഞ്ഞ സ്നേഹം കണ്ണീരിൽ കുതിരുന്ന മനുഷ്യകഥ. മേളയിൽ അല്പം സർക്കസ് പശ്ചാത്തലമുണ്ട്. അടുത്ത ചിത്രത്തിൽ മുഴുവൻ നാടകരംഗമായി. 'യവനിക' അപൂർവ്വോജ്ജ്വലമായ മലയാള ചിത്രമാണ്. ഒരു പക്ഷേ, ഞാൻ ഏറ്റവുമേറെത്തവണ കണ്ണുപൂട്ടാതിരുന്നു കണ്ട മലയാളപടം 'യവനിക'ആവാം.

ചെത്തിച്ചിന്തേരിട്ട ഒന്നാംന്തരം തിരക്കഥ. ഒരിക്കലും സംഭവിച്ചിട്ടില്ലാത്ത വിധം കാസ്റ്റിങ്. ഭരത് ഗോപി, തിലകൻ, നെടുമുടി വേണു, ജഗതി ശ്രീകുമാർ, വേണു നാഗവള്ളി, ജലജ, അശോകൻ, സർവ്വോപരി മമ്മൂട്ടി —യവനികയിൽ എല്ലാവരും 'ജീവിക്കുക'യായിരുന്നു.

കെ.ജി. ജോർജിന്റെ മാസ്റ്റർപീസ് ഇന്ത്യൻ സിനിമയിൽത്തന്നെ അനന്വയമാണ്. 'ഭരതമുനി ഒരു കളംവരച്ചു' എന്ന നാടകാവതരണ ഗാനത്തിന്റെ ചിത്രീകരണം മാത്രം മതി കെ.ജി. ജോർജ് എന്ന പ്രതിഭയെ തിരിച്ചറിയാൻ.

യവനികയിലൂടെ മലയാളം കണ്ട ഏറ്റവും വലിയ ഫിലിംമേക്കറായി മാറി അദ്ദേഹം. അതുറപ്പിക്കുന്നതാണ് തുടർന്നുണ്ടായ പടങ്ങൾ 'ഇരകൾ' 'ലേഖയുടെ മരണം ഒരു ഫ്ളാഷ് ബാക്ക്'', 'ആദാമിന്റെ വാരിയെല്ല്'' എന്നിവ.

ആദാമും ഇരകളും ലേഖയുമെല്ലാം കെ.ജി. ജോർജിന്റെ ഇരുത്തം വന്ന സൃഷ്ടിവൈഭവത്തിന് ഉദാഹരണങ്ങൾ, ലേഖയുടെ മരണത്തിൽ പ്രസിഡന്റിന്റെ കൈയിൽ നിന്നും അവാർഡ് വാങ്ങുന്ന രംഗം എത്ര സൂക്ഷ്മതയോടെ പുനർസൃഷ്ടിച്ചിരിക്കുന്നു! ആദാമിന്റെ വാരിയെല്ലിലെ അന്ത്യരംഗംഎത്ര അർത്ഥവത്താണ്, എന്തെന്തു വ്യാഖ്യാനഭേദങ്ങളൊരുക്കുന്ന സർഗ്ഗസാമർത്ഥ്യമാണ്.

തീരെ ആഴംകുറഞ്ഞ ഹാസ്യഭാവനയിൽ നിന്നും എത്ര ഉദാത്തമായ ഒരു സറ്റയർഫിലിം കെ.ജി. ജോർജ് ഒരുക്കിയെടുത്തു 'പഞ്ചവടിപ്പാല'ത്തിൽ

പഞ്ചവടിപ്പാലവും പലതവണ കണ്ട് ഞാൻ പൊട്ടിച്ചിരിച്ചുപോയിട്ടുണ്ട്.

ഒരിക്കലും തന്നെത്തന്നെ ആവർത്തിക്കാത്ത ജോർജ്, ഒന്നിനൊന്നു വ്യത്യസ്തമായ പ്രമേയങ്ങൾ ഒന്നാന്തരം ദൃശ്യ കലയാക്കിത്തീർത്ത ജോർജ് ഇന്ന് ജീവിച്ചിരിക്കുന്ന മലയാളം ഫിലിംമേക്കേഴ്സിൽ ഒന്നാമൻ—

കെ.ജി. ജോർജിന് പടം ചെയ്യാൻ കഴിയാത്ത അവസ്ഥയാണ് മലയാള സിനിമയുടെ പ്രതിസന്ധി. അവാർഡ് കിട്ടലാണ് കേമമൊന്നും അവാർഡ് കിട്ടിയ പടമോ പുസ്തകമോ ആണ് കെങ്കേമമെന്നും മണ്ടനായ മലയാളി തെറ്റിദ്ധരിച്ചിരിക്കുമ്പോൾ കെ.ജി. ജോർജിന് ഇടമുണ്ടോ? അറിയാതെ തേങ്ങിപ്പോവുന്നു.

●

ആണൊരുത്തി, ആനി തയ്യിൽ

ആകെക്കൂടെ നാലോ അഞ്ചോ തവണയേ നേരിൽ കണ്ടിട്ടുള്ളൂ. തൊട്ടടുത്തുനിന്നുതന്നെയാണ് കണ്ടത്. എന്നാൽ ഒരിക്കൽ മാത്രമേ അന്യോന്യം സംസാരിക്കുകയുണ്ടായുള്ളൂ. രൂപവും ശബ്ദവും ഒട്ടും സുന്ദരവുമായിത്തോന്നിയില്ല എനിക്ക്. പുരുഷന്റെ സ്വരവും ഭാവഹാവങ്ങളുമാണേറെ. സ്ത്രൈണ ഭംഗി അല്പസ്വല്പം മാത്രം.

ഞാൻ കാണുമ്പോൾ അറുപതിനുമേൽ ഉണ്ടാവും പ്രായം. അപ്പോഴും നല്ല ഗോതമ്പുനിറമുണ്ട്. പൊക്കം നാലരയടിക്കുമേൽ. നര വീണു തുടങ്ങിയ മുടി കുഞ്ഞുപന്തുമാതിരി തലയ്ക്കു പിന്നിൽ. കൃത്രിമമായ മോടിപിടിപ്പിക്കലൊന്നുമില്ല മുഖത്ത്. കണ്ണെഴുത്തോ പൊട്ടുകുത്തോ ഒന്നുമില്ല.

ശുദ്ധശുഭ്രമായ സാരിയും ബ്ലൗസ്സും. അത് ഖദർ ആയിരുന്നില്ല എന്നാണോർമ്മ.

നടപ്പിലും ഇരിപ്പിലുമൊക്കെ ആരെയും കൂസാത്ത പ്രകൃതം. അടുത്തുനിൽക്കുന്ന ആണുങ്ങൾ ഹെഡ്മിസ്ട്രസ്സിന്റെ മുന്നിൽ പരുങ്ങി നില്ക്കുന്ന ആമ്പിള്ളേരെപ്പോലെ. ഒരു തരം അകൽച്ച എല്ലാവർക്കും.

ആനി തയ്യിലിനെ കാണുംമുമ്പേ ഞാൻ സരസ്വതിയമ്മയെയും ലളിതാംബിക അന്തർജ്ജനത്തെയും ബാലാമണിയമ്മയെയും കാണുക ഉണ്ടായിട്ടുണ്ട്. മാദകഭംഗിയായും മാതൃശ്രേഷ്ഠതയായും ആത്മീയസൗന്ദര്യമായും മൂവരെയും തിരിച്ചറിഞ്ഞു. പിന്നീട് മാധവിക്കുട്ടിയെയും രാജലക്ഷ്മിയെയും സുഗതകുമാരിയെയും വേറെ വേറെ തിരിച്ചറിയുമ്പോഴും (രാജലക്ഷ്മിയെ കണ്ടിട്ടേയില്ല) പെണ്ണഴകിന്റെ പരിവേഷം ചാർത്തിയിരുന്നതിലെല്ലാം. പക്ഷേ, ആനി തയ്യിൽ അങ്ങനൊരാർദ്രതയായില്ല കണ്ടപ്പോഴും കേട്ടപ്പോഴും.

വായന കൗമാരമേറുമ്പോൾ ആനി തയ്യിലാണ് കൈയിലേക്ക്

ദൂമായെ എടുത്തുതന്നത്. അലക്സാന്ദ്രെ ദൂമായെ.

'ത്രീ മസ്കറ്റിയേഴ്സ്' എന്ന വീരാഖ്യായികയുടെ നേർ തർജ്ജമ: 'മൂന്നു പോരാളികൾ.'

ഭാവനയെ ആവേശംകൊള്ളിച്ച പോരാളികൾ. കുതിരമേൽ പറന്നു പാഞ്ഞത് ഞാൻ കൂടി. വാൾപയറ്റും ഏറ്റു മുട്ട ലുമെല്ലാം എന്റെ കൂടി പങ്കാളിത്തത്തിൽ. 'എന്തൊരു സ്പീഡ്' ആയിരുന്നു! ദൂമ എന്ന കഥപറച്ചിലുകാരൻ ആശ്ചര്യം കൊള്ളിച്ചു.അത്ഭുതപ്പെടുത്തി. ഇപ്പോഴും എനിക്കിഷ്ടമാണ് അലക്സാന്ദ്രെ ദൂമായെ. ആ ആഖ്യാനശക്തി വേറെ ആർക്കുണ്ട്? കഥ തുടങ്ങിയാൽ ഒടുങ്ങുംവരെ കണ്ണുചിമ്മാനൊക്കുമോ? വായിച്ചുതുടങ്ങിയാൽ തീരുംവരെ പുസ്തകം താഴെ വയ്ക്കാനൊക്കുമോ?

ദൂമായ്ക്കല്ലാതെ മറ്റേതെഴുത്തുകാരനു കഴിയും വായന ക്കാരനെയും കൊണ്ട് ഇങ്ങനെ കുതിരപ്പുറത്ത് പാഞ്ഞുപോവാൻ?

ത്രീമസ്കറ്റിയേഴ്സ് പല പ്രാവശ്യം ഞാൻ സിനിമയായി കണ്ടിട്ടുണ്ട്. കണ്ണുപറിക്കാതിരുന്നു കണ്ടിട്ടുണ്ട്. തമിഴിലും മറ്റും വന്ന അഡാപ്റ്റേഷനുകളും കണ്ടു.

സി.വി. രാമൻപിള്ള മുതൽ പള്ളത്ത് രാമൻ വരെ ഞാൻ വായിച്ചത് ആനി തയ്യിലിനുശേഷം. ഇപ്പോഴും നേരംകിട്ടുമ്പോൾ മൂന്നു പോരാളികൾ ഞാനെടുത്തു വായിച്ചു തുടങ്ങും. നേരംപോക്കിനാണ് തുടക്കം. പക്ഷേ ഒടുക്കം ചെന്നേ നില്ക്കാറുള്ളൂ!

ആനി തയ്യിൽ മലയാളമാക്കിയ 'കൗണ്ട് ഓഫ് മോണ്ടി ക്രിസ്റ്റോ'യും പോയ അമ്പതാണ്ടായി ഇടയ്ക്കിടയ്ക്ക് എടുത്തു വായിക്കാറുണ്ട് ഞാൻ. മോണ്ടി ക്രിസ്റ്റോയും ദൂമായുടെ ആഖ്യാനകലയ്ക്ക് ഒന്നാം ഉദാഹരണം.

പാവവും നല്ലവനുമായ ഒരു ചെറുപ്പക്കാരൻ കൂട്ടുകാരാൽവഞ്ചിക്കപ്പെട്ട്, സകല പീഡനങ്ങളും ഏറ്റുവാങ്ങി, ഭാഗ്യത്തിരിച്ചിലിൽ കരുത്തനും ശേഷിയുള്ളവനുമായി മടങ്ങിവന്ന്, ഒന്നൊന്നായി പക പോക്കുന്നത് എക്കാലത്തേയും ഉജ്ജ്വലമായ പ്രതികാരകഥയാണ്, പ്രണയേതിഹാസമാണ്. 'ദൈവനീതിക്കു ദാക്ഷിണ്യമില്ല' എന്നു വിളിച്ചോതുന്ന മഹാമനുഷ്യകഥയാണ്.

'മോണ്ടി ക്രിസ്റ്റോ' ചലച്ചിത്രമായി വന്നതെല്ലാം ഞാൻ കാണുകയുണ്ടായി. മലയാളത്തിൽ 'പടയോട്ട'മായി വന്നപ്പോഴും ഏറെ ഇഷ്ടപ്പെട്ടു. പ്രേംനസീർ ഒന്നാന്തരമായി അഭിനയിച്ചു, മോണ്ടിക്രിസ്റ്റോ

വേഷത്തിൽ. വടക്കൻപാട്ട് പശ്ചാത്തലത്തിൽ, അറക്കൽ ബീവി പരാമർശവും തുന്നിച്ചേർത്ത്, മോണ്ടി ക്രിസ്റ്റോയെ മലയാളിയാക്കിയത് ജീജോയുടെ വിജയം.

മൂന്നുപോരാളികൾ, മോണ്ടിക്രിസ്റ്റോ ഇവയ്ക്കൊപ്പം അന്നാകരിനീന, യുദ്ധവും സമാധാനവും എന്നീ സംഗ്രഹവിവർത്തനങ്ങളുമുണ്ട്. ആനി തയ്യിലിന്റേതായി. അവരുടെ ഭാഷ അവരെപ്പോലെത്തന്നെ അത്ര ആകർഷകമല്ല. വരണ്ട ശൈലി ഒട്ടും കാവ്യഗുണമുള്ളതല്ല. ഒന്നു ചെത്തിമിനുക്കി ചിന്തേരിട്ടാൽ മൂന്നു പോരാളികളും മോണ്ടിക്രിസ്റ്റോയുമൊക്കെ എത്ര ആകർഷകമായേനെ.

തർജ്ജമ സത്യസന്ധമാണ് ആനി തയ്യലിന്റേത്. വാക്കിനു വാക്ക് കൃത്യമായ പരിഭാഷ. പക്ഷേ, സാഹിത്യസത്ത ചോർന്നു പോകുന്നു. ആ കുറവുകളൊക്കെ ചൂണ്ടിക്കാട്ടാം നമുക്ക്. പക്ഷേ, എന്റെയും എന്റെ പുറകേയുമുള്ള തലമുറകളെയും ആനി തയ്യിലിന്റെ മൊഴിമാറ്റങ്ങൾ ആവേശഭരിതരാക്കി —നേര്.

അഞ്ചാറ് തർജ്ജമകൾ മാത്രമല്ല അവരുടെ സംഭാവന മലയാളത്തിൽ അറുപതോളം കൃതികളുണ്ട് ആനി തയ്യിലിന്റേത്. പരിഭാഷകൾ, കഥകൾ, നോവലുകൾ, യാത്രാവിവരണങ്ങൾ തുടങ്ങി ആത്മകഥ വരെ.

ബൈബിൾ കഥകൾ ഏറെ വായിക്കപ്പെട്ടു. വിശുദ്ധനാടുകളിലൂടെ ചെയ്ത യാത്രകളുടെ വിവരണങ്ങളും നന്നായി വായിക്കപ്പെട്ടു. ബൈബിളിലെ സ്ത്രീകളെപ്പറ്റി പുനരാഖ്യാനം നടത്തി.

'കൊച്ചമ്മിണി' 'മോളെന്റെ മോൻ നിന്റെ' എന്നീ നോവലു കൾ മലയാളനോവലിന്റെ നവോത്ഥാനകാലത്ത് ശ്രദ്ധിക്കപ്പെട്ടു. പിന്നീട് അവയൊക്കെ വഴിയോരത്തേക്ക് ഒതുക്കപ്പെട്ടു. പുറമ്പോക്കിലേക്ക് വലിച്ചെറിയപ്പെടുന്ന എഴുത്തുകാർ ഒത്തിരിയുണ്ട്. അക്കൂട്ടത്തിലാണോ പെട്ടുക ആനി തയ്യിലും?

'ഇടങ്ങഴിയിലെ കുരിശ്' ആനിയുടെ ആത്മകഥയാണ്. മലയാളത്തിൽ ഒരു സ്ത്രീ സ്വന്തം കൈകൊണ്ടെഴുതിയ ആണത്തമാർന്ന ആത്മകഥ.

ജീവിതത്തിലും അർഹിക്കാത്ത ആഘാതങ്ങൾ അവർക്കുണ്ടായി. കൊച്ചിയിലും തിരു-കൊച്ചിയിലും നിയമസഭാംഗമായി. പ്രാക്ടീസുള്ള അഭിഭാഷകയായി. കോൺഗ്രസ്സിന്റെ ഉന്നത കമ്മിറ്റികളിൽ ഏറെനാൾ അംഗമായിരുന്നു. എന്നിട്ടും രാജ്യസഭയിലേക്ക് ഔദ്യോഗിക സ്ഥാനാർത്ഥിയായി മത്സരിച്ചപ്പോൾകൂടെ നിന്നവർ കാലുവാരി.

സ്വതന്ത്ര സ്ഥാനാർത്ഥിയായ ഒരു വ്യാപാരി രാജ്യസഭയിലേക്ക് തെരഞ്ഞെടുക്കപ്പെട്ടു.

സംസ്ഥാനത്തെ കോൺഗ്രസ്സ് പാർട്ടിയെ ഒരു നിർഗ്ഗുണനും ഒരു ദുർഗ്ഗുണനും കൂടിയാണ് നയിക്കുന്നതെന്ന് ആനി തയ്യിൽ വെട്ടിത്തുറന്നു പറഞ്ഞു. ആന്റണിയെയും കരുണാകരനെയുമാണ് അവർ ഉന്നംവെച്ചത്.

(നിർഗ്ഗുണ ദുർഗ്ഗുണന്മാരെ 'സൈലന്റ്' എന്നും 'വയലന്റ്' എന്നും വിശേഷിപ്പിച്ചു പിന്നീട് ലോനപ്പൻ നമ്പാടൻ).

ഏതായാലും ഒടുവിൽ ദേശീയ ന്യൂനപക്ഷ കമ്മീഷനംഗമായി അവർ.

കോൺഗ്രസ്സിലെ കെ.ആർ. ഗൗരി ആയിരുന്നു ആനി തയ്യിൽ. ആൺ കരുത്ത് കൈയാണ്ടു തങ്ങളുടെ പാർട്ടികളിൽ രണ്ടുപേരും. ഗൗരിയമ്മയുടെ തൻപോരിമ ഇ.എം.എസ്. ഉൾപ്പെടെ പല പുരുഷൻമാർക്കും ദഹിച്ചില്ല. ആനിയമ്മയുടെ ആണത്തം പനമ്പിള്ളി ഉൾപ്പെടെയുള്ള രാക്ഷസന്മാർക്കും ദഹിച്ചില്ല.

അഭിഭാഷകരായിരുന്നു ആനി തയ്യിലും ഭർത്താവും. കുട്ടികളില്ല മരണപത്രമെഴുതിവച്ചില്ല തയ്യിൽ ദമ്പതികൾ.

ആനി തയ്യിലിന്റെ പുസ്തകങ്ങൾ അവകാശികളില്ലാതെ അനാഥം. മൂന്നു പോരാളികളും മോണ്ടി ക്രിസ്റ്റോയും ഒന്നും കുമാരീകുമാരൻമാർ വായിക്കുന്നില്ല.

●

അനായാസേനാ മരണം

എന്റെ ആദ്യത്തെ മരണം എനിക്ക് അഞ്ചോ ആറോ വയസ്സുള്ളപ്പോൾ. അച്ഛനമ്മമാരുടെ കൂടെയല്ല, അമ്മൂമ്മയ്ക്കും അപ്പച്ചിക്കുമൊപ്പമായിരുന്നു എന്റെ ജീവിതം. വയസ്കരക്കുന്നിന്റെ കിഴക്ക് കുളങ്ങരത്തറവാട്ടിൽ മൂന്നാല് മച്ചുനക്കുടുംബങ്ങളിൽ ഒന്നായി അച്ഛനും അമ്മയും കഴിഞ്ഞു. പടിഞ്ഞാറ്, നക്കരക്കുന്നിന്റെ തെക്കേച്ചെരിവിൽ ചെങ്ങഴശ്ശേരിൽ വീട്ടിൽ ഓമനക്കുട്ടനായി ഞാൻ വളർന്നു.

തൊട്ടടുത്ത് തട്ടാൻമാരുടെ വീട്, രാമസ്വാമി ആചാരിയും പൊന്നമ്മാളും ഏഴു മക്കളും. നടരാജൻ, ദ്വരസ്വാമി, വിശ്വനാഥൻ, മഹാദേവൻ ആൺമക്കൾ. അമ്മിണി, സീതാലക്ഷ്മി, ജ്ഞാനാംബാൾ പെൺമക്കൾ. സീതയായിരുന്നു എന്റെ കളി കൂട്ടുകാരി.

ഞങ്ങൾ പല്ലാങ്കുഴി കളിച്ചു

'അത്തളപിത്തളതവളാച്ചി' ചൊല്ലി.

കണ്ണെഴുതിത്തന്ന്, പൊട്ടുകുത്തിത്തന്ന്, സീത എന്നെ ഓമനയാക്കി.

സിക്സ്ത് ഫോം കഴിഞ്ഞപ്പോഴേ സീതയെ കെട്ടിച്ചയച്ചു. ഞാൻ ഫോർത്ഫോമിലപ്പോൾ...

രാമസ്വാമി ആചാരി പുത്രന്മാരെ സ്വർണ്ണപ്പണി പഠിപ്പിച്ചു. നടേശാണ്ണനും കോളജിൽ പോയ ദ്വരയും വിശ്വനുമൊക്കെ നല്ല പൊൻപണിക്കാരായി.

നല്ല തട്ടാനാകണമെന്നായിരുന്നു നാലാം വയസ്സു മുതൽ എന്റെ ജീവിതാഭിലാഷം.!

അടകല്ലിനും നെരിപ്പോടിനുമരികിൽ ഞാനും ഇരിപ്പു പിടിച്ചു. കുഴലും കൊടിയലും ചുറ്റിയലും കൊണ്ട് പെരുമാറുന്നതു കണ്ടുപഠിച്ചു.

അപ്പനും മക്കളും കൂടി രാപകൽ തറയിലമർന്നിരുന്ന് പണി ചെയ്തു. കൊലുസും അരഞ്ഞാണവും തളവളകളും മാലയും താലിയും കാതിപ്പൂവും മോതിരവും ഉണ്ടാക്കി.

'ഓമനത്തട്ടാൻ' എന്ന് അയല്ക്കാർ എനിക്ക് വിളിപ്പേരിട്ടു. എനിക്കങ്ങിഷ്ടമായി.

ഒരു സന്ധ്യ.

പൊൻപണ്ടം പുളിവെള്ളത്തിൽ കഴുകിത്തുടച്ച് മിനുസപ്പെടുത്തുന്നതും അത് തിളക്കം കൊള്ളുന്നതും കണ്ട് ആ തിണ്ണയിൽ ചടഞ്ഞിരുന്നു ഞാൻ.

അപ്പോൾ വഴിയിൽ വലിയവായിലേ ഉള്ള നിലവിളി ഉയർന്നു. നെഞ്ചത്തറഞ്ഞ് കരഞ്ഞോടിവന്ന ആൾ എന്റെ വീട്ടുമുറ്റത്ത് കമഴ്ന്നടിച്ച വീണു. തോർത്തുമുണ്ട് മാത്രമാണ് വേഷം. തലയിലും മേത്തും നിറയെ എണ്ണ വാരി പൂശിയിട്ടുണ്ട്.

പൂഴിയിൽ കിടന്ന് അമറിക്കരയുന്നു.

ഞങ്ങൾ ചുറ്റും നിന്നു.

നടേശണ്ണൻ മടിയിലേക്ക് മലർത്തി. എന്റെ അച്ഛനായിരുന്നത്!

അമ്മൂമ്മയും അപ്പച്ചിയും ഒച്ചവെച്ച് പൊട്ടിക്കരഞ്ഞു. ആരൊക്കെയോ ഓടിപ്പാഞ്ഞുവന്നു.

'മോനേ.. ഓമനേ... എന്റെ മോനേ....' എന്നാണ് അച്ഛന്റെ വീർപ്പുമുട്ടിയുള്ള വിളി.

'ദാ ഓമന' എന്നു പറഞ്ഞ് എന്നെ മുന്നിലേക്കു നീക്കിനിറുത്തി.

'ഓമനയല്ലിത്. അവൻ കിണറ്റിൽ വീണു... മരിച്ച' അച്ഛൻ ചങ്കത്തടിച്ചു.

ഒടുവിൽ ആരോ മുഖത്ത് ഒരു മൊന്ത വെള്ളമെറിഞ്ഞു. കുലുക്കിയുണർത്തി.

ഏതാണ്ട് ബോധം വന്നപ്പോൾ എന്നെ കെട്ടിപ്പിടിച്ച് ഉമ്മ തന്നു. എന്നിട്ട് പറഞ്ഞു ഇവനേം കൊണ്ടങ്ങോട്ടു പോ! അവിടുന്നെല്ലാരും ഓടിവരുന്നുണ്ട്, വയറും വലിച്ചോണ്ടവളും!

അമ്മ പൂർണ്ണഗർഭിണിയാണന്ന്.

എന്റെ രണ്ടാമത്തെ പെങ്ങൾ വയറ്റിൽ.

നടേശണ്ണൻ എന്നെയും ചുമന്നോടി. വഴിമദ്ധ്യേ കരഞ്ഞു കുഴഞ്ഞ് മറ്റുള്ളവരുടെ കൈകളിൽ താങ്ങി അമ്മയും മറ്റും.

ഞാൻ കിണറ്റിൽ വീണില്ല. മരിച്ചില്ല. ഇതാ ജീവനോടെയുണ്ട് എന്നു പറഞ്ഞിട്ട് ആരെങ്കിലും സമ്മതിക്കണ്ടെ?

എന്റെ ഓമനയല്ല! വേറെയാരെയോ കാണിച്ച് പറ്റിക്കുകാ! അമ്മ ഏങ്ങലടിച്ച് നിലത്ത് തളർന്നിരുന്നു.

പിന്നെങ്ങനോ, എന്റെ മരണം സംഭവിച്ചിട്ടില്ലെന്ന് അമ്മയ്ക്കും എല്ലാവർക്കും മനസ്സിലായി. കരച്ചിൽ ആശ്വാസച്ചിരിയായി.

മരിക്കാത്തവനെ എഴുന്നള്ളിച്ച് ജാഥയായി വീട്ടിലേക്ക് പോന്നു.

അച്ഛൻ കുളിച്ച മുണ്ടുടുത്തു.

കൂടിയവർ തമാശ പറഞ്ഞുനിന്നു.

ചിലർ 'കിണറ്റുക്കുട്ടൻ' എന്നു വിളിച്ച് എന്നെ കളിയാക്കി. രംഗം മാറി ട്രാജഡി കഴിഞ്ഞ് കോമഡി.

അതിനിടയിലേക്ക്,

അച്ഛന്റെ മൂന്ന് മച്ചുനന്മാർ കാറിൽ വന്നിറങ്ങി. എന്റെ മൂത്ത അമ്മാവനും. സ്ഥലത്തെ പ്രധാന മദ്യപാനികളാണ് നാലും. ചാരായ ഷാപ്പിൽ വച്ചാണ് മരണവാർത്ത അറിഞ്ഞത്. അല്പം മദ്യം ബോധം തെളിയിക്കുമല്ലോ. ഇത് സ്വല്പം കൂടുതലായി മൂക്കുമുട്ടെ!

അപമൃത്യുവാണേൽ പോസ്റ്റ്മോർട്ടം ഓപ്പറേഷനുണ്ടാകുമെന്നും, ഓമനയുടെ ബോഡി ജില്ലാ ആശുപത്രിയിലായിരിക്കുമെന്നും ബുദ്ധിമാന്മാർ നിശ്ചയിച്ചു. ഉടൻ ടാക്സി പിടിച്ച് ആശുപത്രിക്ക് വിട്ടു. അവിടെ എന്റെ ബോഡി കാണാതെ പാഞ്ഞുവന്നിരിക്കുകയാണ്.

എന്നെ ജീവനോടെ കണ്ടപ്പോൾ കാർന്നോന്മാർ ക്ഷുഭിതരായി. ഏത് കഴുവേർടമോനാ ഈ തന്തല്ലാഴിക പറഞ്ഞെ?

അച്ഛൻ അറിയിച്ചു. ഞാൻ കുളിക്കാൻ എണ്ണതേച്ചു നിൽക്കുകാരുന്നു. അപ്പഴാ ഒരുത്തൻ സൈക്കിളിൽ വന്നു പറഞ്ഞത്. 'നമ്മടെ ഓമന കിണറ്റിൽ വീണു മരിച്ചു. ഇവിടെ വന്നറിയിക്കാൻ വിട്ടതാണെന്നെ.' എന്നിട്ട് സൈക്കിളിൽ കേറി അവൻ പറന്നു—

ആശുപത്രിയിൽ പോയി വന്നവരിലൊരാൾ പറഞ്ഞു. ഞങ്ങൾ ആശുപത്രിയിൽ ചെന്ന് കിണറ്റിൽ വീണ് ചത്ത പിള്ളേരെ വല്ലതിനേം കൊണ്ടു വന്നിട്ടുണ്ടോന്നന്വേഷിച്ചു. അവര് ഒരെണ്ണം

കാണിച്ചു. ഒരു പെങ്കൊച്ചിനെ. നമ്മടെ ആങ്കൊച്ചല്ലേ.ഞങ്ങൾ വേഗം ഇങ്ങോട്ടു വിട്ടു...

അയ്യോ! നമ്മടെ പെമ്പിള്ളേര് വല്ലോമുണ്ടോ ഓമനേന്ന് പേരായിട്ട്...

പെട്ടെന്ന്, കണ്ടുപിടിച്ചു. ചെല്ലപ്പന്റെ മകൾ. മച്ചുനന്മാരുടെ മച്ചുനന്റെ മകൾ. എന്റെ അച്ഛന്റെയും അമ്മയുടെയും കസിൻസിന്റെ മകൾ. അഞ്ചു വയസ്സുള്ള കുട്ടി. 'ഓമന' എന്ന് പേര്.

സ്വന്തം സഹോദരന്റെയും സഹോദരിയുടെയും കുഞ്ഞിന്റെ മൃതദേഹമാണ് ബോധവാന്മാർ കണ്ടിട്ടുവന്നത്. ഓർമ്മ ആണായ ഞാനായിരുന്നല്ലോ.

കോമഡി വീണ്ടും ട്രാജഡി.

അങ്ങനെ, എന്റെ ആദ്യമരണം ഒരു ട്രാജിക്കോമഡിയായി. അതോർത്തോർത്ത് ഞാൻ രസിക്കാറുണ്ട്. സ്വന്തം മരണം നേരിൽ കണ്ടതിന്റെ സുഖം. കൊച്ചുനാളിൽ മനസ്സിൽ പതിഞ്ഞ സംഭവം ഒരിക്കലും മറന്നില്ല.

എന്റെ ആത്മകഥ തുടങ്ങുന്നത് എന്റെ മരണത്തോടെയാകുന്നു.

പിന്നെയും നാൽപത്–നാൽപത്തഞ്ച് വർഷം കഴിഞ്ഞാണ് രണ്ടാമത്തെ മരണം. പേര് വരുത്തിയ വിനയാണ് ആദ്യമരണത്തിനു പിന്നിൽ. രണ്ടാമത്തേതിനു കാരണം മുറുക്കിത്തുപ്പി നടക്കുന്ന ദുശ്ശീലവും.

മഹാരാജാസ് കോളജിൽ മലയാളം ലക്ചറർ ആയി കഴിയും കാലം. മലയാളം ഹിന്ദി സംസ്കൃതം അദ്ധ്യാപകരാണങ്ങൾ ഒന്നിച്ച് ഒരു മുറിയിലാണ് പൊറുതി. തോമസ് മാത്യൂ, സുഗതൻ, വിശ്വംഭരൻ, ബോസ്, ഓമനക്കുട്ടൻ മലയാളത്താന്മാർ, കൃഷ്ണൻ നമ്പ്യാർ, കൃഷ്ണപിള്ള, ബാലകൃഷ്ണപൈ, ജലീൽ, ഋഷികേശൻതമ്പി, രവീന്ദ്രനാഥൻ നായർ ഹിന്ദിഗോസായികൾ. രാമകർത്താ, ഗോപാലകൃഷ്ണൻ, തോമസ്, രാമകുമാരൻതമ്പുരാൻ ശുദ്ധദേവഭാഷികൾ.

സസ്യഭുക്കുകളായ സദാചാരികൾ!!

ദുർഗ്ഗുണന്മാർ രണ്ടുപേരുണ്ട്. രവീന്ദ്രനാഥനും ഞാനും. മുഴുവൻ നേരവും പൊതിയഴിച്ചുവെച്ച് നാലുംകൂട്ടി മുറുക്കും. വരാന്തയിലിറങ്ങി നിന്ന് നീട്ടിത്തുപ്പും.

മുറുക്കുകാരായ രണ്ട് അമ്മാവിമാരുടെ കൂടെക്കൂടി മുറുക്കും.

(ശിപ്പകാർ, ശിപായികൾ, തോട്ടക്കാര് തുടങ്ങിയവരെയൊക്കെ മഹാരാജാസ് കുട്ടികൾ 'അമ്മാവൻ' 'അമ്മാവി' എന്നാണ് വിളിക്കുക.)

നല്ലവരിൽ നല്ലവൻ രവീന്ദ്രനാഥൻ. കാഴ്ചയിൽ സുന്ദരൻ. മികച്ച അദ്ധ്യാപകൻ. ഹിന്ദി അറിയാത്ത എനിക്ക് 'മധുമതി'യിലെയും 'പ്യാസാ'യിലെയും 'ആവാര'ത്തിലെയും 'മദർ ഇന്ത്യ'യിലെയും 'ഝനക് ഝനകി'ലെയും 'മുഗൾ എ അസ'ത്തിലെയും പാട്ടുകൾ മനോഹരമായി പരിഭാഷപ്പെടുത്തിത്തന്നു.

56 കളിയിൽ ഭ്രാന്തൻ. രണ്ടുതവണകൂടെയിരുന്ന് മണ്ടക്കളി കളിച്ച എന്റെ തന്തയ്ക്കു പറഞ്ഞു. പ്രായശ്ചിത്തമായി കോഫീഹൗസിൽനിന്നും മട്ടൻഓംലറ്റ് വാങ്ങിത്തന്നു.

ജലീലും രവിയും കർത്തായും കൃഷ്ണപിള്ളയും സുഗതനും ഞാനും പരമരഹസ്യമായി തണ്ടൂർ റസ്റ്റോറന്റിൽ പോയി നാനും ബട്ടൂരയും ചിക്കനും കഴിച്ചു.

ഡിസംബർ 22-നാണ് ക്രിസ്മസ് അവധിയുടെ തുടക്കം. 21-ന പിരിയുമ്പോൾ രവി പറഞ്ഞു. നാളെ ശമ്പളം കിട്ടുമല്ലോ. ഉച്ചയ്ക്ക് തണ്ടൂരിൽ ഭക്ഷണം—

21-ന് രാവിലെ കോളജ് ഗേറ്റ് കടന്നുചെല്ലുമ്പോൾ അമ്മാവിമാരും അമ്മാവൻമാരും ചില അദ്ധ്യാപകരും പലവിദ്യാർത്ഥികളും എന്നെ തുറിച്ചു നോക്കുന്നു. ഞാൻ പൊള്ളച്ചിരി ചിരിച്ച് നീങ്ങുമ്പോൾ ചട്ടയും മുണ്ടും കവിണിയും ധരിക്കുന്ന അമ്മാവി കരഞ്ഞുകൊണ്ടു വന്ന് എന്റെ കൈകൾ കവർന്നെടുത്തു. ഏങ്ങിയേങ്ങിക്കരഞ്ഞു.

ഞാൻ ചിരിച്ചു. ചോദിച്ചു: എന്താ മുറുക്കാൻ തീർന്നോ?

അവർ പൊട്ടിപ്പോയി: മാഷാ മരിച്ചതെന്നാ എല്ലാവരും കരുതിയെ!

മരിച്ചോ? ഞാനോ?

ഡിപ്പാർട്ട്മെന്റിലേക്ക് വേഗം ചെന്നു. ജലീലും സുഗതനും കെട്ടിപ്പിടിച്ചുനിന്നു കരയുന്നു. രാമകർത്തായും കൃഷ്ണപിള്ളയും സ്തംഭിച്ചിരിക്കുന്നു.

ആരോ ശബ്ദം താഴ്ത്തി പറഞ്ഞു. രവീന്ദ്രനാഥൻമാഷ് ഇന്നലെ രാത്രീൽ... ഹൃദയസ്തംഭനം...

എന്നെ ആരോ പിടിച്ചിരുത്തി.

അടുത്തതവണ ഒരമ്മാവൻ പറഞ്ഞു: എപ്പോഴും മുറുക്കുന്ന മാഷാണ്

മരിച്ചതെന്നു പറഞ്ഞപ്പോ എല്ലാരും വിചാരിച്ചെ—ഓമനക്കുട്ടമ്മാഷ് മരിച്ചെന്ന്—

എന്റെ രണ്ടാമത്തെ മരണം. ആ സമയത്ത് ഒന്നു പുഞ്ചിരിക്കാൻ പോലും ആയില്ല. ഞാൻ കരയുകയായിരുന്നു. അടക്കാനാവാതെ കരയുകയായിരുന്നു.

എന്റെ തൊട്ടരുകിൽ മുതിർന്ന പുരുഷന്മാർ ഓർക്കാപ്പുറത്ത് യാത്ര പറയാതെ പോയ ക്ലട്ടുകാരനുവേണ്ടി കരയുകയായിരുന്നു— ജലീലും സുഗതനും രാമനും കൃഷ്ണനമെല്ലാം.

പിന്നെയും,

പലപ്രാവശ്യം മരണം വന്നു. ഞാനാണ് മരിച്ചതെന്ന് ആരും തെറ്റായി ധരിച്ചില്ല. പക്ഷേ, ഞാൻ... ഞാൻ വിചാരിച്ചില്ലേ ഞാനാണ് മരിക്കുന്നതെന്ന്. ശങ്കരൻകുട്ടി മകൻ ഹരിശങ്കറിന്റെ മടിയിലേക്ക് കുഴഞ്ഞുവീണു മരിക്കുമ്പോൾ, അരവിന്ദൻ ഭാര്യ കൗമുദിയുടെ അരികിൽ തളർന്നു വീണു മരിക്കുമ്പോൾ, ജോൺ കോഴിക്കോട് പാളയത്ത് കെട്ടിടമുകളിൽ നിന്ന് വീണു മരിക്കുമ്പോൾ, സുരാസു നാഗമ്പടം റയിൽവെ പ്ലാറ്റ്ഫോമിൽ ആരോരുമറിയാതെ കിടന്നു മരിക്കുമ്പോൾ, ടി.ആർ വെണ്ണല കടത്തിണ്ണയിൽ നീണ്ടുനിവർന്നു കിടന്നു മരിക്കുമ്പോൾ, വിക്ടർ സഹോദരനയ്യപ്പൻ റോഡിൽ അജ്ഞാതനായി മരിച്ചുകിടക്കുമ്പോൾ, ഇപ്പോൾ ഇതാ മാഞ്ഞാലിക്കുളം ഇടവഴിയിൽ ആരോരുമില്ലാതെ അയ്യപ്പൻ മരിച്ചുകിടക്കുമ്പോൾ... മരണം എന്നെ സ്പർശിക്കുന്നു.

എഴുത്തച്ഛൻമാഷുടെയും വിജയൻമാഷുടെയും മരണം എന്നെ കൊതിപ്പിക്കുന്നു.

സ്വന്തം പ്രാണനോട് സ്വയം പ്രാർത്ഥിക്കുന്നു.

'അനായസേനാ മരണം
വിനാദൈന്യേന ജീവിതം'

●

നാല്വംകൂട്ടി ഒന്നു മുറുക്കി സുഖിക്കാൻ

തേക്കിൻകാട് മൈതാനം റൗണ്ടടിച്ചു നടന്നു. പിന്നെ പാറേമ്മക്കാവ് മുതൽ രാമനിലയം വരെ നേരെ നടന്നു. ടൗൺഹാളും സാഹിത്യ അക്കാദമിയും കല്യാൺ സിൽക്കും ക്ഷേമോദയവും ഒക്കെ കണ്ടു. എന്നാൽ ഞാൻ തിരഞ്ഞു നടന്നതും മാത്രം എങ്ങും കണ്ടില്ല. മുറുക്കാൻ, നാല്വംകൂട്ടി ഒന്നു ചവച്ചു തുപ്പി സുഖിച്ചു കളയാമെന്നായിരുന്നു എന്റെ ഉന്നം.

നിരാശനായി അക്കാദമി മുറ്റത്ത് മാഞ്ചോട്ടിൽ നിന്നു. പുരുഷൻ കടലുണ്ടി, രാവുണ്ണി, പ്രഭാകരൻ പഴശ്ശി തുടങ്ങിയ സാംസ്കാരിക സൈന്യാധിപന്മാരെ നോക്കി ചുമ്മാ ചിരിച്ചു. അവർ തിരിച്ചും ചിരിച്ചു. നല്ല ശുദ്ധധവളദന്തങ്ങൾ! മുറു ക്കുകാരല്ല!

അശോകൻ ചെരുവിൽ സുന്ദരനായി ധൃതിയിൽ പോകുന്നത് ശ്രദ്ധിച്ചു. ചിരിച്ചുകാണിക്കാൻ പറ്റിയില്ല.

ഷണ്മുഖദാസിനെ കണ്ടു ഞാൻ ചിരിച്ചില്ല. എന്നിട്ടും ആ നല്ലവൻ ഹൃദ്യമായി ചിരിച്ചു. നല്ല ശുദ്ധ ധവള ദന്തങ്ങൾ! മുറുക്കുകാരനല്ല!

ശക്തനും അശക്തന്മാരും ഭരിച്ച രാജ്യം താംബൂല സംസ്കാരംഉപേക്ഷിച്ചതെന്ത്? ഞാൻ മുല്ലനേഴിയോട് ചോദിച്ചു. മുറുക്കാനുണ്ടോ തിരുമേനി?

ഞാനെല്ലാം നിറുത്തീല്ലോ!

എല്ലാം....? എന്നു മുതൽ?

മൂന്നു കൊല്ലമായി പക്കാ ഡീസന്റ്!!

കറന്റ് ബുക്സിലെ കെ.ജെ. ജോണി സംഗതി നേരാണെന്ന് തലയാട്ടി സമ്മതിച്ചു.

ചുമ്മാതല്ല, പെപ്പിന്റെ അപ്പാപ്പൻ ഒരു മുറുക്കാൻചെല്ലവും ചുമ്മി നടന്നിരുന്നത്.

വേണാട്, ആറ്റിങ്ങൽ, കിളിമാനൂർ, ദേശിങ്കനാട്, കായംകുളം, ചെമ്പകശ്ശേരി, തെക്കുംകൂർ, വടക്കുംകൂർ എന്നീ മഹാരാജ്യങ്ങളിലേ താംബൂലചർവ്വണത്തിന്റെ സ്വതന്ത്രരാഷ്ട്രീയം അധികാരംകൈയാളു ന്നുള്ളൂ ഇപ്പോഴും. തളിരിളം വെറ്റില, വെണ്ണച്ചുണ്ണാമ്പ്,പൊൻപഴുക്ക, ജാപ്പാണം പുകയില എല്ലാം സമൃദ്ധമായി കിട്ടുംഅവിടങ്ങളിൽ. മുറുക്കാൻ കട അക്ഷരാർത്ഥത്തിൽ മുറുക്കാൻകട ആണ്. കായംകുളം, ചെമ്പകശ്ശേരി, ദേശിങ്കനാട്, വേണാട്രാജ്യങ്ങളിലെ കടകളിൽ കൊച്ചുമൺകലങ്ങളിൽ കരടറ്റ വെളുത്ത ചുണ്ണാമ്പുണ്ട് ഇഷ്ടം പോലെ. കട്ടിത്തടിക്കഷണത്തിൽ സ്പ്രിങ് വച്ച പാക്കുവെട്ടി. ഒരു യന്ത്രവി ശേഷം തന്നെയാണത്. പുകയില പൊയിലയായും അരിഞ്ഞൂട്ടിയതാ യുംഞെട്ടായും തരും. മുറുക്കാൻ കൊടുത്തിട്ടേ കടക്കാരൻ സർബത്ത് എടുക്കാൻ പോകൂ!

താംബൂലദാനം സർവ്വധനാൽ പ്രധാനം!

തെക്കുംകൂറിൽ നാലുംകൂട്ടി മുറുക്കാന്റെ കൂടെ ഏലക്കായും ഗ്രാമ്പൂവും കൂടി വിളമ്പുന്നുണ്ട്. ഒന്ന് മുറുക്കാന് മൂന്നരരൂപയുമായിട്ടുണ്ട്. പാർട്ടി ക്കാരാരും മുറുക്കാൻകാരല്ലാത്തതിനാൽ കേന്ദ്രവിരുദ്ധസമരമൊന്നും വിലവർദ്ധനവിൽ പ്രതിഷേധിച്ചിട്ടുണ്ടായിട്ടില്ല.

മുറുക്കാൻവില അമ്പതാണ്ടിൽ നൂറിരട്ടിയായി 1960-ൽ ഒരു മുറുക്കാന് അരയണയേ ഉണ്ടായിരുന്നുള്ളൂ. എന്നുവെച്ചാൽ മൂന്നുപൈസ. ഇപ്പോൾ അത് മൂന്നു രൂപ! മുന്നൂറ് പൈസ!

അരയണയുടെ വിമോചന സുവർണ്ണയുഗത്തിലാണ് ഞാൻ മുറുക്കാൻ തുടങ്ങിയത്. സി.എം.എസ് കോളജിൽ പഠിക്കാൻ പോകുന്ന കാലം. ദീപിക പത്രമാപ്പീസിന്റെ മുന്നിലൂടെയാണ് പോക്ക്.

ദീപികയ്ക്ക് എതിരെ മുറുക്കാൻ കടയുണ്ട്. അവിടെ അഴകിയ രാവണനായിനിന്ന് മുറുക്കുന്നുണ്ടാവും ശ്രീജിത് മുട്ടത്തുവർക്കി. അരക്കഷണ്ടിയും അരക്കുടവയറുമായി അഞ്ചരയടി പൊക്കക്കാരൻ. റേബാൻകണ്ണടയും സ്വർണ്ണക്കയർ മാലയും ഫിജി സിൽക്കു ജൂബ്ബയും മിനസൻ ഡബിൾ മുണ്ടും ബാറ്റായുടെ കറുത്ത ഹാഫ്ഷൂവും.

മുറുക്കാൻകടത്തട്ടിൽ സ്വന്തം മുറുക്കാൻ ചെല്ലം തുറന്നുവെച്ച് നാല് വെറ്റില, വാസനച്ചുണ്ണാമ്പ്, അവൽപാക്ക്, പാവു കാച്ചിയ പുകയില കൂടെ ഏലം, ഗ്രാമ്പൂ, കൊപ്ര മെമ്പൊടികളും ചേർത്തുള്ള സദ്യയാണ്. കണ്ട് കൊതിച്ച് ആ സമയം നോക്കി ഞാനും ചെന്നു. അരയണ

കൊട്ടത്ത് മുറുക്കുമ്പോൾ വർക്കിസാർ ഗ്രാമ്പൂവും ഏലത്തരിയും കൊപ്രക്കഷ്ണവും മറ്റും സമ്മാനിച്ചു. പിന്നെ പിന്നെ വിഭവസമൃദ്ധതാംബൂലം ഫ്രീയായി!

'ഒരു കുടയും കുഞ്ഞുപെങ്ങളും' പാഠപുസ്തകമാവുന്നു.

പാടാത്ത പൈങ്കിളി, മയിലാട്ടുംകുന്ന്, പട്ടുതുവാല, ഇണപ്രാവുകൾ, മറിയക്കുട്ടി ഒക്കെ സിനിമകളായി ഇറങ്ങുന്നു. 'ഡോക്ടർ ഷിവാഗോ' തർജ്ജമ വരുന്നു.

മുട്ടത്ത് വർക്കി മുട്ടൻ സൂപ്പർ ഹിറ്റ്!!

സീയെമ്മസിൽ നിന്ന് വല്യ ബിയേക്കാരനായി പുറത്തുവരുമ്പോൾ ഞാൻ വല്യ മുറുക്കാൻകാരനായിക്കഴിഞ്ഞിരുന്നു. എം.എ. പഠിക്കാൻ കൊല്ലത്തും ചങ്ങനാശ്ശേരിയിലും പോയപ്പോൾ മുറുക്കാൻ ഹരമായി. കൊല്ലത്ത് പ്രൊഫസ്സർ രമാകാന്തനും ചങ്ങനാശ്ശേരിയിൽ പ്രൊഫസ്സർ എം.എം. ജോസഫും മുറുക്കാൻ തന്ന് സല്ക്കരിച്ചു...

കോളജ് വാദ്ധ്യാരായി നാട്ടകം കോളജിലെത്തിയപ്പോഴാണ് മുറുക്കാന്റെ നട്ടുച്ച. മലയാളം വകുപ്പ് എൻ. സുഗതനും വി.പി. ശിവകുമാറും സി.ആർ ഓമനക്കുട്ടനും. അത്രയും ഉഗ്രമായ ഒരു മലയാളം വകുപ്പ് അതിനുമുമ്പോ പിമ്പോ കോളജുകളിലൊന്നും ഉണ്ടായിട്ടില്ല!

പൊതിച്ചോറുപോലെ ഓരോ പൊതിയുമായിട്ടാണ് ശിവ കുമാർ രാവിലെയും ഉച്ചയ്ക്കും കോളജിലെത്തുക. മുറു ക്കാൻസാമഗ്രികളാണ് ഉള്ളടക്കം. പൊതിയഴിച്ചുവെച്ചാൽ വായുള്ളവനെല്ലാം വായും പൊളിച്ചു വന്നുകൊള്ളും. സുഗതനും സുരേഷും ജോസഫും മേത്തരുമൊക്കെ ഒന്നും രണ്ടും പ്രാവശ്യം കൂട്ടും. മുഴുനേരവും മുറുക്കിക്കൂടിയവർ ശിവകുമാറുംനരേന്ദ്രപ്രസാദും ഞാനും.

ശിവകുമാർ മറിയപ്പള്ളിയിൽ ഇന്ത്യാപ്രസ്സിനു പുറകിൽ വാടകവീട്ടിൽ പൊറുതി തുടങ്ങി. വീട്ടുപകരണങ്ങളൊക്കെ സംഘടിപ്പിക്കും മുമ്പേ തറവാട്ടിൽ നിന്നും മൊട്ടുകളുള്ള താമ്പാളം, വിജാഗിരി വച്ച കരണ്ടകം, സ്റ്റൈലൻ പാക്കുവെട്ടി എന്നിവ കൊണ്ടുവന്നു. ഫുൾടൈം പാക്കുവെട്ടിയുണ്ടാകും കൈയിൽ.

അല്പം വടക്കുമാറി വാടകവീട്ടിൽ നരേന്ദ്രപ്രസാദും നന്ദയും കുട്ടികളും. സ്വന്തം വീട്ടിൽ നിന്നോ ഭാര്യവീട്ടിൽ നിന്നോ പ്രസാദും കൊണ്ടുവന്നു താമ്പാളവും കരണ്ടകവും പാക്കുവെട്ടിയും.

'ഞങ്ങൾ തറവാടി നായന്മാരുടെ പണിയായുധമാണ് പാക്കുവെട്ടി' എന്ന് നരേന്ദ്രപ്രസാദും ശിവകുമാറും വീമ്പടിച്ചു.

'കത്തിയും ക്ലൂട്ടം കുടുക്കയുമാണ് ഞങ്ങളുടേത്! പാരമ്പര്യ സ്വത്തായി വീട്ടിലില്ല. ക്യൂരിയോ ഷോപ്പിൽ ഒന്ന് ബുക്ക് ചെയ്തിട്ടുണ്ട്. എന്റെ ഷോകേസിൽ വയ്ക്കാൻ.' ഞാനും വീമ്പിളക്കി.

നരേന്ദ്രപ്രസാദും ശിവകുമാറും പാക്കുവെട്ടികളുമായി പണിയുന്നുണ്ടാവും ഇപ്പോഴും. എന്തൊരു രസികൻ കാലമായിരുന്നു അവരോടൊത്തു കഴിഞ്ഞ നാളുകൾ...

ഇത്ര നേരത്തെ പോകേണ്ടിയിരുന്നില്ല.

ഒന്നിച്ച് മുറുക്കിത്തുപ്പി, കുറേ നാൾ കൂടി നമുക്കൊക്കെ ഒരുമിച്ചുകൂടാമായിരുന്നു...

മഹാരാജാസ് കോളജിലെ മലയാളം വകുപ്പിൽ ഞാനൊഴികെസകലരും 'പക്കാ ഡീസന്റ്' ആയിരുന്നു. അതുകൊണ്ടു തന്നെ ഞാൻ ക്ലാസ്സിൽ പോകാതിരുന്ന് മുറുക്കി. വല്ലപ്പോഴുമൊരിക്കൽ എം.അച്യുതനും ഇടയ്ക്കിടയ്ക്ക് സി.അയ്യപ്പനും കൂട്ടുതന്നു. മറ്റുള്ളവർ പല്ലിറുമ്മി ഇരുത്തി നോക്കും.

കെ.എൻ. ഭരതൻ പ്രിൻസിപ്പലായി വന്നതോടെ താംബൂലമാമാങ്കം തുടങ്ങി. പ്രിൻസിപ്പലിന്റെ രാജകീയസിംഹസനത്തിൽ കഠാരയുമായി ഇരുന്നു പ്രവേശിച്ച ഭരതമ്മാഷ്, പാക്ക് വെട്ടിയൊരുക്കലാണ് ഒപ്പീടീലിനൊപ്പം പ്രമുഖ ജോലി. കുട്ടികൾ മുറുക്കാൻപൊതികൾ ദക്ഷിണവെച്ച പ്രിൻസിപ്പലിന്റെ മേശവലിപ്പു നിറയെ മുറുക്കാൻ പൊതികൾ.

ഞാൻ പ്രിൻസിപ്പൽ സമക്ഷം ഹാജർ. ഇഷ്ടംപോലെ ഓസ് മുറുക്കാൻ. കൈയിൽ കഠാരയും വായിൽ മുറുക്കാനുമായി ഭരതമ്മാഷ് ശത്രുക്കളെ പോരിനു വിളിച്ചു!

മുറുക്കിച്ചുവന്ന ചുണ്ടുകളും കണ്ണിൽ കള്ളപ്പുഞ്ചിരിയും ഡൈയടിച്ച് മഞ്ഞച്ച മുടിയുമായി കുഞ്ഞിക്കൃഷ്ണമേനോൻമാഷ് വരും. റിട്ടയർ ചെയ്ത് ഇരുപത്തഞ്ച് വർഷം കഴിഞ്ഞു. എങ്കിലും വെൽവെറ്റ പാന്റും സിൽക്കുസ്ലാക്കുമണിഞ്ഞ് കാർ ഡ്രൈവുചെയ്തുവരും, ഡബിൾഷുഗർ ചായയും രണ്ട് ജിലേബിയോ ലഡ്ഡുവോ കഴിക്കും. എന്നിട്ട് മുറുക്കാൻ ചെല്ലം തുറക്കും. എന്നെയും വിളിക്കും, എനിക്കും തരും!

മുട്ടത്ത് വർക്കിയുടെ ചെല്ലംമാതിരിയാണ് മേനോൻമാഷുടെ ചെല്ലവും —വിഭവസമൃദ്ധം!

എൻ. കൃഷ്ണപിള്ളസാർ ഒന്നു രണ്ടു തവണ ചെല്ലം തുറന്ന് മുറുക്കാൻ പങ്കുവെച്ചിട്ടുണ്ട്. പക്ഷേ, ഒടുവിൽ അദ്ദേഹം മുറുക്കാൻ നിറുത്തി.

തകഴിയുടെ മുറുക്കാൻ മനഃപൂർവ്വം പിശുക്കനാണെന്ന് സ്ഥാപിക്കാനായിരുന്നു കൊച്ചു കടലാസുപൊതി. വെറ്റക്കീറ്, ഉണങ്ങിയ പാക്കുകഷ്ണം, പുകലഞെട്ട്, കരടൻ ചുണ്ണാമ്പ്! 'നീ എന്നെ മുടിക്കും' എന്നു പറഞ്ഞ് എനിക്കു തന്നിട്ടുണ്ട്. സ്നേഹത്തോടെ വാത്സല്യത്തോടെ. നല്ല എരിവും രുചിയുമുണ്ടായിരുന്നു ആ മുറുക്കാന്...

സ്വാമി സത്യാനന്ദ, ജി. സുകുമാരൻനായർ, കെ. മോഹനൻ, അമ്പലപ്പുഴ ഗോപകുമാർ, എസ്. രമേശൻ, എം.എം. വർക്കി, ഗംഗാധരക്കുറുപ്പ്, ജോസ് മുണ്ടമറ്റം തുടങ്ങി ഏറെ മുറുക്കാൻ കൂട്ടുകാരുണ്ടായിരുന്നു എനിക്ക്. സൗഹൃദം പങ്കുവെയ്ക്കുന്നതിന്റെ അത്യപൂർവ്വനിമിഷങ്ങളാണ് ഒന്നിച്ചൊരുമിച്ച് ഒരു നാലുംകൂട്ടി മുറുക്കൽ

(ശങ്കരൻകുട്ടിയുമായി ഒന്നിച്ചു കൂടുമ്പോൾ, ഒന്നിച്ചു മുറുക്കി രസിച്ചു സുഖിക്കുമ്പോൾ, എന്തെന്തു ദിവാസ്വപ്നങ്ങൾ കണ്ടു! ചിരിച്ചും കരഞ്ഞും അയവിറക്കുന്ന കിനാവുകൾ.)

●

കായലരികത്ത് വലയെറിയുമ്പോൾ

രാമു കാര്യാട്ടും പി. ഭാസ്കരനും ചേർന്നൊരുക്കിയ 'നീലക്കുയിൽ' എന്ന പടം പുറത്തിറക്കിയത് 1954-ൽ. മലയാളം പേശും പടത്തിന് പതിനാറ് തികഞ്ഞിരുന്നന്ന്. നീലക്കുയിൽ കഥ ഉറൂബ് എന്ന പി.സി. കുട്ടികൃഷ്ണന്റേതായിരുന്നു. പടം പിടിച്ചത് എ. വിൻസെന്റ്, പാട്ടുകളെഴുതിയത് പി. ഭാസ്കരനും അവയ്ക്ക് ഈണം പകർന്നത് കെ. രാഘവനും. കോഴിക്കോട് അബ്ദുൽഖാദർ, മെഹബൂബ് എന്ന രണ്ടു പാട്ടുകാരുണ്ടായിരുന്നു നീലക്കുയിലിൽ— 'മുസ്ലീ'മിങ്ങൾ!

ടി.കെ. പരീക്കുട്ടിയാണ് പടമെടുക്കാൻ പണം മുടക്കിയത്. മലയാള സിനിമയിൽ ആദ്യമായി ഒരു 'മുസ്ലീം' നിർമ്മാതാവ്!

മുസ്ലീം പയ്യൻസൊരുവൻ, പേരു മാറ്റിയാണെങ്കിലും, മലയാള സിനിമയുടെ നായകമുഖമായി മാറിത്തുടങ്ങുന്ന കാലം. ആ അബ്ദുൽ ഖാദർ നീലക്കുയിലിലുണ്ടായില്ല താനും. പക്ഷേ, ജെ. അബ്ദുൽഖാദർ റഹ്മാൻ എന്ന ജെ.എ.ആർ. ആനന്ദ് അഭിനയിക്കുന്നുണ്ട്. തന്തപ്പുലയനായി. മികച്ചതായി അത്.

കഥയുടെ പുറമ്പോക്കിലാണെങ്കിലും ഒരു മുസ്ലീം കഥാപാത്രമുണ്ട്. പടത്തിൽ. വട്ടത്തൊപ്പിയും, അരക്കയ്യൻ ബനിയനും, പച്ചബൽട്ടും, മൂട്ടക്കൈലിയുമായി 'എരിയും വെയിലത്ത് കയിലും കുത്തിനടക്ക്ണ' മൊയ്തു, മലയാളസിനിമയിലെ പ്രഥമ മുസ്ലീമിനെ അവതരിപ്പിച്ചത് ആകാശവാണിയിലെ ബാലകൃഷ്ണമേനോൻ.

മൊയ്തു പാടുന്ന മാപ്പിളപ്പാട്ടുണ്ട് പടത്തിൽ. എക്കാലത്തെയും ഹിറ്റായ ക്ലാസ്സിക് ഗാനം. ഭാസ്കരരചന, രാഘവസംഗീതം.

മാപ്പിളപ്പാട്ട് പാടിയത് രാഘവൻ തന്നെ.

കായലരികത്ത് വലയെറിഞ്ഞപ്പ
വള കിലുക്കിയ സുന്ദരീ
പെണ്ണുകെട്ടിനു കുറിയെടുക്കുമ്പ
ഒരു നറുക്കിനു ചേർക്കണേ...

മുഴുവൻ മലയാളികും കരളിലുരുളിയിലെണ്ണ കാച്ചിയ നൊമ്പരം തന്ന പാട്ട്!! മയ്യത്താവാപ്പാട്ട്!

പരീക്കുട്ടി സാഹെബ് എടുത്ത രണ്ടാംപടം 'രാരിച്ചൻ എന്ന പൗരൻ.' മുഴുനീള മുസ്ലീം പടമല്ല രാരിച്ചൻ. ഹിന്ദു-മുസ്ലീം-ക്രൈസ്തവ മുക്കൂട്ട്. മുസ്ലീം പെണ്ണ് മുസ്ലീം ചെക്കനെയും ക്രിസ്ത്യൻ പെണ്ണ് ക്രിസ്ത്യൻ ചെറുക്കനെയും പ്രേമിക്കുന്നു. രണ്ടിനും കൂട്ടുനിൽക്കുന്ന ഹിന്ദു ബാലൻ രാരിച്ചനും.

രാരിച്ചനായി അഭിനയിച്ചത് ലത്തീഫ്.

ഉമ്മർ ഹാജിയാരായി വരുന്നു.

പത്മനാഭനും വിലാസിനിയുമാണ് മുസ്ലീം കാമുകീകാമുകൻമാർ.

ഭാസ്കര രാഘവൻമാരുടെ മനോഹര ഗാനങ്ങളാണ് 'രാരിച്ചൻ എന്ന പൗരൻ' വിജയമാകാൻ കാരണം.

പരീക്കുട്ടി പിന്നീട് നിർമ്മിച്ച ചിത്രങ്ങൾ 'ഒതേന'നും 'മുടിയനായ പുത്ര'നും 'മൂടുപട'വും.

മൂടുപടം എസ്.കെ. പൊറ്റക്കാട്ടിന്റെ പ്രശസ്തനോവലാണ്. അപ്പുക്കുട്ടൻ—ആമിന പ്രണയം മലയാളിയുടെ മാതൃകാ ഹിന്ദു—മുസ്ലീം പ്രണയകഥയാണ്.

കറുത്തമ്മാ— പരീക്കുട്ടി പ്രണയവും ഉദാത്ത മാതൃക!!

ജാതിയും മതവും നോക്കി പ്രേമിക്കുന്ന മുട്ടത്തുവർക്കിയൻ നായികാനായകന്മാരെ മാത്രമേ നമ്മുടെ എഴുത്തുകാർക്കും സിനിമാക്കാർക്കും ആവശ്യമുള്ളൂ. എൻ.ഡി.എഫും ഹനുമാൻ സേനയും മറ്റും ജനിക്കും മുമ്പും.

1957-ൽ കമ്മ്യൂണിസ്റ്റുപാർട്ടി കേരളത്തിൽ അധികാരത്തിൽ വന്നപ്പോഴാണ് തകഴിയുടെ 'രണ്ടിടങ്ങഴി'ക്കും വർക്കിയുടെ 'പാടാത്ത പൈങ്കിളി'ക്കും പടിയത്തിന്റെ 'ഉമ്മ'യ്ക്കും ചലച്ചിത്രഭാഷ്യമൊരുങ്ങിയത്.

മൊയ്തുപടിയത്തിന്റെ 'ഉമ്മ' ഒരു സാധാ നീണ്ടകഥ. സാഹിത്യകൃതിയെന്ന നിലയിൽ അർഹിക്കുന്ന അംഗീകാരം പടിയത്തിന്റെ

പുസ്തകത്തിനുണ്ടായില്ല. എങ്കിലും ഏറെ വായി ക്കപ്പെട്ടു. കുഞ്ചാക്കോ സിനിമയാക്കിയപ്പോൾ മുഴുത്ത വിജയമായി.

'ജീവിതനൗക' നായികാനായകരായ ബി.എസ്. സരോജ യുംതിക്കുറിശ്ശി സുകുമാരൻനായരുമായിരുന്നു ഉമ്മയിലെ അഭിനേ താക്കൾ. രാജകുമാരിയും കെ.പി.ഉമ്മറും യുവദ്വന്ദ്വങ്ങളും. (ഉമ്മറിന് പേരുമാറ്റമുണ്ടതിൽ. സ്നേഹജാൻ എന്ന്. പ്രേംനസീർ,പ്രേംനവാസ്, ബഹദൂർ, ജോസ്പ്രകാശ് എന്നെല്ലാമെന്നപോലെ)

തൊപ്പിയും വട്ടത്താടിയും പച്ചബെൽറ്റും കൈലിയും കോട്ടും ഷൂസും ഒക്കെ ഉണ്ടായി തിക്കുറിശ്ശിയുടെ മുസ്ലീംവേഷത്തിന്. പോരെങ്കിൽ തള്ളവിരലിനും ചൂണ്ടുവിരലിനും അറ്റത്തായി കത്തിച്ച ചുരുട്ടും. പരുക്കൻ സ്വരത്തിലുള്ള ഡയലോഗ്.

പിൻഭാഗത്തേക്ക് കൈലി ചുരുക്കിപ്പിടിക്കും!

കസേരയിൽ ഒരു കാൽ പൊക്കി കുത്തിയിരിക്കും!

(രണ്ടു പതിറ്റാണ്ടിലേറെ നാടകങ്ങളിൽ അരങ്ങുനിറഞ്ഞാടി ഈ മുസ്ലീം വേഷം.)

തട്ടവും കുപ്പായവും കാതുകളിൽ ചിറ്റും ഉമ്മാവേഷത്തിന്. പർദ്ദ പടർന്നിട്ട് പത്തിരുപത് കൊല്ലമല്ലേയായുള്ളു? നമ്മുടെ പഴയ മുസ്ലീം സ്ത്രീകൾ കറുത്ത പർദ്ദയിലല്ലല്ലോ ജീവിച്ചത്?

സരോജയ്ക്കു ശേഷം അംബികയും ഷീലയും ജയഭാരതി യുംഉഷാ നന്ദിനിയും ഒക്കെ തട്ടം കാച്ചി കുപ്പായത്തിൽ സുന്ദരവേഷമണിഞ്ഞു.

മുസ്ലീംസമൂഹത്തിലെ വിവാഹസമ്പ്രദായത്തെ ധീരമായി വെല്ലുവിളിച്ച വിപ്ലവകഥയായിരുന്നു 'ഉമ്മ'യിൽ മൊയ്തു പടിയത്ത് അവതരിപ്പിച്ചത്. പുരുഷാധിപത്യത്തിന്റെ മുഖമടിച്ചടികൊടുക്കുന്ന സ്ത്രീസ്വാതന്ത്ര്യം. ഉമ്മയെ മൊഴിചൊല്ലി വേർപെട്ടുപോയ പ്രമാണി യായ ബാപ്പാതന്നെ വേണം മകളെ നിക്കാഹ് ചെയ്തു കൊടുക്കാൻ. മകളുടെ ഇഷ്ടവും താല്പര്യവുമൊന്നും ഇവിടെ പ്രശ്നമല്ല. മകൾക്ക് അനു രൂപനായ വരനെ ഉമ്മയ്ക്ക് സമ്മതമാണ്. അതുകൊണ്ടു തന്നെ ബാപ്പ യ്ക്ക് ആ വിവാഹം നടക്കാതിരിക്കണം. ഒടുവിൽ ഉമ്മ ഉറച്ച തീരുമാനം അറിയിക്കുന്നു: സ്നേഹിക്കുന്ന സ്ത്രീപുരുഷന്മാർ തമ്മിലാണ് വിവാഹം; അല്ലാതെ രണ്ട് പുരുഷൻമാർ തമ്മിലുള്ള ഉടമ്പടിയില്ല വിവാഹം. അതുകൊണ്ട്, മകളെ നീ നിന്റെ പുരുഷനേയും കൂട്ടി രജിസ്ട്രാർ ആപ്പീസിൽ പോയി കല്യാണംകഴിക്കു..

ശരിയത്തിനെതിരായിരുന്നോ ഉമ്മയുടെ ശബ്ദം? നിസ്സ

ഹായയായ ഒരു സാധു മുസ്ലീംസ്ത്രീയുടെ ധീരമായ കലാപം.

അന്ന്, ആരും ഉമ്മപ്പടത്തിനെതിരെ ഒരക്ഷരമുരിയാടിയില്ല. മാത്രമല്ല അക്കാലംവരെ സിനിമ ഹറാമെന്ന് വിചാരിച്ച മുസ്ലീംസമൂഹം സിനിമ കണ്ടു തുടങ്ങി.

മുസ്ലീം സമൂഹകഥകളുടെ ചിത്രങ്ങൾ തുടരെയുണ്ടായി മലയാളത്തിൽ. മിക്കവയും വൻഹിറ്റുകൾ. 'കണ്ടംബെച്ചകോട്ടും' 'കുട്ടിക്കുപ്പാ'വും മറ്റും നൂറുദിവസങ്ങളിലധികം കൊട്ടകകൾ നിറഞ്ഞോടി. 'കുപ്പിവള', 'സുബൈദ', 'കാത്തിരുന്ന നിക്കാഹ്', 'പോർട്ടർ"കുഞ്ഞാലി','കായംകുളം കൊച്ചുണ്ണി' എല്ലാം മലയാളിയൊന്നടങ്കം കണ്ടു രസിച്ചു. 'ഓളവും തീരവും', 'മരം', 'അഗ്നി' തുടങ്ങിയ സുന്ദരചിത്രങ്ങളും മലയാളി ഹൃദയത്തിലേറ്റുവാങ്ങി.

മുസ്ലീംസമുദായത്തിലെ അജ്ഞതയും അനാചാരവും —സ്ത്രീയുടെ നിസ്സഹായതയും പുരുഷന്റെ പരാക്രമങ്ങളും— സിനിമയിൽ ചർച്ച ചെയ്യപ്പെട്ടു. മതദ്വേഷമില്ലാതെ സർവ്വരും സിനിമയുംസന്ദേശവും സ്വീകരിച്ചു.

മുഹമ്മദ് യൂസഫിന്റെ 'കണ്ടംബെച്ച കോട്ട്' ശ്രദ്ധിക്കപ്പെട്ട നാടകമായിരുന്നു. സേലം മോഡേൺ തിയറ്റേഴ്സ് പടമാക്കി. കെ.ടി.യുടെ തിരക്കഥസംഭാഷണം. ബാബുരാജിന്റെ സംഗീതം. ടി.ആർ.ആർ. സുന്ദരം സംവിധായകൻ.

മലയാളത്തിലെ ആദ്യകളർചിത്രം.

മുത്തയ്യ ആയിരുന്നു കേന്ദ്രകഥാപാത്രത്തെ അവതരിപ്പിച്ച നടൻ.

അതൊന്നുമല്ല ചിത്രത്തിന്റെ സവിശേഷത. പ്രമേയംതന്നെ പ്രധാനം. ചെരുപ്പുകുത്തിയായ മമ്മത്ക്കാ ലളിതജീവിതത്തിലൂടെ നേടുന്ന സമ്പാദ്യമാകെ കോട്ടിൽ തുണ്ടംവച്ച് കണ്ടംവച്ച് കാത്തുസൂക്ഷിക്കുകയാണ്. ഹജ്ജിനു പോകുകയാണ് ആ ദരിദ്രന്റെ ജീവിതാഭിലാഷം. പക്ഷേ, സ്ത്രീധനത്തിനായി വാശിപിടിക്കുന്ന മുസ്ലീംസമ്പന്നനു മുന്നിൽ തന്റെ കണ്ടംബെച്ച കോട്ട് തുറന്നെറിയുകയാണ് മമ്മത്ക്കാ. ഹജ്ജുകർമ്മത്തെക്കാൾ പുണ്യം മഹത്തായ ഈ അനുകമ്പയാണെന്ന് കാട്ടുകയാണ് വൃദ്ധൻ.

താന്തയായ ക്ഷീണയായ ഒരമ്മയ്ക്ക് സ്വന്തം നിസ്കാരപ്പായ നീട്ടിയിട്ടുകൊടുക്കുന്നുണ്ടയാൾ.

മലയാളി കണ്ട് കുളിരണിഞ്ഞു മമ്മത്ക്കായുടെ മനുഷ്യത്വത്തിൽ.

കെ.ടി.മുഹമ്മദിനെയും ബാബുരാജിനെയും കലാകാരന്മാരായി

നാം ആദരിച്ചു. അവരുടെ സൃഷ്ടികളെ കലാസൃഷ്ടിയായി സ്നേഹിച്ചു.

'കായലരികത്ത്'' പോലെ തന്നെ 'ഒരു കുട്ട പൊന്നുണ്ടല്ലോ മിന്നുണ്ടല്ലോ' പാടി സുഖിച്ചു. പാട്ടെഴുതിയത് ഹിന്ദുവാണോ, ഈണമിട്ടത് മുസൽമാനാണോ, പാടിയത് ക്രിസ്ത്യാനിയാണോ എന്നാരോർക്കുന്നു?

മൊയ്തുപടിയത്തിന്റെ കുടുംബാംഗമായ കമൽ മികച്ച സംവിധായകനാണ്. കമലിന്റെ 'ഗസൽ' അതിസുന്ദര മുസ്ലീംസിനിമ ആയിരുന്നു. പക്ഷേ, മാറിത്തുടങ്ങിയ മലയാളസമൂഹം വേണ്ടത്ര ശ്രദ്ധ നൽകിയില്ല ഗസലിന്. അതുകൊണ്ടാവാം കമൽ കൊച്ചിയിൽ നാമാവശേഷമാകുന്ന യൂദരിലേക്കും മറ്റും തിരിഞ്ഞത്.

ഫാസിൽ എന്ന പ്രതിഭാശാലിയായ സംവിധായകൻ ഇന്നോളം ഒരു മുസ്ലീം കഥാപാത്രത്തെപ്പോലും തന്റെ ചിത്രങ്ങളിൽ ചെയ്തിട്ടില്ല. 'അനിയത്തിപ്രാവ്'' എന്തുകൊണ്ട് ഹിന്ദുമുസ്ലീം പ്രണയമായി ഫാസിൽ ചെയ്തില്ല?

ചോദ്യങ്ങൾ ഒത്തിരിയുണ്ട്.

ഉത്തരങ്ങൾ ആര് തരും?

•

നീയെന്റെ മനസ്സിന്റെ ചാരത്ത് കൂടൊന്നു കൂട്ടിയല്ലോ!

രഞ്ജിത്തിന്റെ 'കേരളാ കഫെ' പ്രശസ്ത സംവിധായകർ ചെയ്ത ഹ്രസ്വചിത്രങ്ങളുടെ സമാഹാരമാണ്. അൻവർ റഷീദ് സംവിധാനം നിർവ്വഹിച്ച 'ബ്രിഡ്ജ്' അതിൽ ഒന്നത്രെ. ഉണ്ണി ആർ. എഴുതിയ ചെറുകഥയെ അവലംബമാക്കി ഉണ്ണിതന്നെ തിരക്കഥയും സംഭാഷണവും ഒരുക്കി. സുരേഷ് കുമാർ രാജൻ ഛായാഗ്രഹകൻ. ബ്രിഡ്ജിലെ പ്രധാന കഥാപാത്രത്തെ അവതരിപ്പിക്കുന്നത് സലീംകുമാർ. അൻവറും ഉണ്ണിയും സുരേഷും സലീമും എത്രയോ വർഷങ്ങളായി എനിക്കേറെ അടുപ്പവും ഇഷ്ടവുമുള്ള യുവാക്കൾ, അവർക്ക് എന്നെയും ഏറെ പ്രിയം.

ചിത്രത്തിൽ സലീംകുമാറിന്റെ അമ്മയായി അഭിനയിക്കുന്നത് ശാന്താദേവി.

പടംപിടുത്തം തുടങ്ങിയ നാൾ സലീം അടുത്തെത്തി. ശാന്താദേവിയെ തൊഴുതു. ശാന്തേടത്തിയാ എന്റെ അമ്മ ഈ പടത്തിൽ!

ശാന്താദേവി വളരെ നിഷ്കളങ്കമായി സലീമിനോട് പറഞ്ഞു. നസീറിന്റെയും സത്യന്റെയും മധുവിന്റെയും ഒക്കെ അമ്മയായി രുന്നതാ! ഇപ്പോൾ നിന്റൊക്കെ അമ്മയാകാനാ യോഗം!

പാവം സലിം ആസകലം ഒന്നുകൂടി കറുത്തു.

സലീമിനെക്കാൾ കരിങ്കറുപ്പായിരുന്നു സത്യന്. സാക്ഷാൽ സത്യനേശനാടാർക്ക്. തന്റേടിക്ക് അതിൽ അല്പസ്വല്പം അപകർഷതയുണ്ടായിരുന്നെന്ന് തോന്നുന്നു. ഒരിക്കൽ ചെയ്ത പ്രസംഗം ഞാനോർക്കുന്നു.

1966 ആഗസ്റ്റിലോ സെപ്റ്റംബറിലോ, ചങ്ങനാശ്ശേരി എസ്.

ബി.ഹൈസ്കൂൾ ആഡിറ്റോറിയത്തിൽ യേശുദാസിന്റെ ഗാനമേള. ഉദ്ഘാടനം സത്യൻ. യേശുവിന്റെ പാട്ടുകേൾക്കുന്നതിനെക്കാൾ സത്യനെ ഒരുനോക്ക് കാണാൻ വന്ന വമ്പിച്ച പുരുഷാരം;കത്തോലിക്കാപ്പെമ്പിള്ളേരും അപ്പച്ചനമ്മച്ചിമാരും, ആറുമണിക്കുതുടങ്ങുമെന്നു പറഞ്ഞ ഗാനമേള എട്ടുമണിക്കാണ് തുടങ്ങിയത്. സത്യൻ വരാൻ താമസിച്ചതല്ല. അദ്ദേഹം അഞ്ചുമണിമുതൽ ഹൈസ്കൂൾ മുറ്റത്ത് സഹപാഠിയായ ഹെഡ്മാസ്റ്റർ അച്ചനുമായി സംസാരിച്ചുനിൽപുണ്ട്. സത്യന്റെ ഉദ്ഘാടന പ്രസംഗവും ശകലം കോലാഹലം കൊണ്ടു. എല്ലാംകൊണ്ടും മൂപ്പർ നല്ല മൂഡിലായിരുന്നു. പറഞ്ഞുതുടങ്ങി.

ആദ്യം അദ്ധ്യാപകനായിരുന്നു. പിന്നെ പട്ടാളക്കാരനായി, അതുകഴിഞ്ഞ് പോലീസിൽ. ഇപ്പോൾ നടൻ. ലോകത്തിലെ അദ്ധ്യാപകരുടെ പേരിലും ഇന്ത്യയിലെ പട്ടാളക്കാരുടെ പേരിലും തിരുവിതാംകൂറിലെ പോലീസുകാരുടെ പേരിലും കേരളത്തിലെ മുഴുവൻ നടന്മാരുടെ പേരിലും ഈ പയ്യന്റെ ഗാനമേള ഞാൻ സസന്തോഷം ഉദ്ഘാടനം ചെയ്യുന്നു.

സാധാരണ ഇത്തരം പൊതുപരിപാടിക്കൊന്നും ഞാൻ പോകാറില്ല. സിനിമ കാണുന്ന നാട്ടുകാരുടെ വിചാരം ഞാൻ ചുവന്നു വെളുത്ത് കുമ്പളങ്ങാപ്പരുവത്തിലുള്ള ഒരു ചെറുപ്പക്കാരനാണെന്നാണല്ലോ. നേരിൽ കാണുമ്പോൾ ആൾക്കാർ അറിയാതെ വിളിച്ചുപറയും. അയ്യേ! ഇയ്യാളിത്ര വയസ്സനാണോ? ഇത്ര കറുമ്പനാണോ ?

ഞാൻ പ്രേംനസീറിനെപ്പോലെ സുന്ദരകളേബരനാണെന്നും യുവകോമളനാണെന്നും കരുതുന്നവരെ എന്തിന് നിരാശപ്പെടുത്തണം? അതുകൊണ്ട് ഞാൻ ഒരു പരിപാടിക്കും പോകാറില്ല. പിന്നെ ഇന്ന് ഇതിന് വന്നത്, എന്റെ സ്നേഹിതൻ അഗസ്റ്റിൻ ജോസഫിന്റെ മകനാണ് പാടുന്ന പയ്യൻ. അസ്സലായി പാടും. പാടിക്കോട്ടെ. പാടിപ്പാടി വലിയ പാട്ടുകാരനാകട്ടെ. അതിനുള്ള കഴിവെല്ലാമുണ്ട് പക്ഷേ, പകരം വയസ്സനും കറുമ്പനുമായ നമുക്കിട്ടുകേറി മുട്ടാൻ വരരുത്. ഇപ്പോൾ 'കായംകുളം കൊച്ചുണ്ണി'യിൽ എന്റെ കൂടെ അഭിനയിക്കാൻ വന്നിരിക്കുന്നു! നമ്മളീ നിറോം പ്രായോമായി കഴിഞ്ഞുപൊക്കോട്ടെ!

സിനിമയിൽ അഭിനയിക്കുന്നതിന് നസീറിന് മേക്കപ്പൊന്നും വേണ്ട. സുകുമാരൻനായർക്കും ശ്രീധരൻനായർക്കും ജോസ്പ്രകാശിനും ഒന്നും വേണ്ട റോസ് പൗഡറും മറ്റും. എന്റെ കാര്യം അതാണോ? വെളുപ്പാങ്കാലത്തേ തുടങ്ങിയതാണ് ആപാദചൂഡം പൗഡറടി. ആപാദചൂഡം, ഉള്ളങ്കാൽ തൊട്ട് ഉച്ചിവരെ. വീടുകൾക്കും മറ്റും വെള്ള

വലിക്കുന്ന ബ്രഷുകൊണ്ടാണ് പൗഡറിടൽ. രണ്ടുമൂന്നു മണിക്കൂർ വേണം വെള്ളപൂശാൻ. അത്രയും നേരം വേണം അത് കഴുകിക്കളയാനും..

സത്യന്റെ പ്രസംഗം ഹർഷാരവമുണ്ടാക്കി. നർമ്മരസം നിറഞ്ഞതായിരുന്നു വാക്കുകൾ. ഒപ്പം ഈറൻനനവുണ്ടായിരുന്നു സംസാരത്തിന്.

നിറത്തെക്കുറിച്ചും പ്രായത്തെക്കുറിച്ചും ഇത്രയുംബോധവാനാകേണ്ടതുണ്ടോ? ആൺകരുത്തിനുടയോൻ. പെണ്ണഴകിനായി ഇത്രയും ആകുലപ്പെടേണ്ടതുണ്ടോ?

മലയാളിയുടെ പുരുഷസൗന്ദര്യസങ്കല്പം എന്താണ്? പുരു ഷൻ പ്രേംനസീറിനെപ്പോലെ അല്ലെങ്കിൽ മമ്മൂട്ടിയെപ്പോലെ അതുമില്ലെങ്കിൽ പൃഥിരാജിനെപ്പോലെ പൂപോലഴകുള്ളവരാ കണമെന്നോ?

സ്വന്തം രൂപലാവണ്യം ശരിക്കും വിറ്റു കാശാക്കി ശ്രീനിവാസൻ. മാമ്മുക്കോയയും ഇന്ദ്രൻസും വിനായകനും തങ്ങളുടെ ആകാരസുഷമ മുതലാക്കിയവർ.

'അവനവൻ കടമ്പ' നാടകരാത്രിയിലാണ് കൃഷ്ണൻകുട്ടിനായരെ ഞാൻ നേരിട്ടു കാണുന്നത്. ആ എല്ലിൻകൂട് തൊട്ടറിയുകയും ചെയ്തു.

ഒരു സിനിമാനടനെ കണ്ട് 'അയ്യോ! പാവം!' തോന്നിയത് വാണനാശാനെ ആദ്യം കണ്ടപ്പോഴാകുന്നു. വാണക്കുറ്റിയെ അരനൂറ്റാണ്ടപ്പുറം കണ്ടത് നല്ല ഓർമ്മയായി തിളങ്ങിനിൽക്കുന്നു. ഈർക്കിലയിൽ വെള്ളയ്ക്കാ കുത്തിയ കോലം. വെള്ളയ്ക്കായിൽ രണ്ട് ഉന്തിയ നെല്ലിക്കായും.

വാണക്കുറ്റിയുടെ കൂടെ വേറൊരു മെലിഞ്ഞുണങ്ങിയ മനുഷ്യരൂപമുണ്ടായിരുന്നു. മുണ്ടിനും ഷർട്ടിനും മേൽ കറുത്ത ഓവർക്കോട്ടും അതിനും മേൽ വളച്ചിട്ട പുളിയിലക്കരയൻ നേര്യതുമായി ഉയരത്തിൽ ഒരു മനുഷ്യൻ. വരണ്ട മുഖം, നനഞ്ഞ സ്വരം. മുതുകുളം ആയിരുന്നു അത്. 'മിന്നൽപടയാളി' എന്ന പടത്തിനു വേണ്ടി കഥയും സംഭാഷണവും ഗാനവുമൊക്കെ ഉണ്ടാക്കുകയാണ് മുതുകുളവും വാണക്കുറ്റിയും കൂടി. സത്യനുംകൊട്ടാരക്കരയും എസ്.പി.യും ഒക്കെയാണ് നടന്മാർ. കൂടെ മുതുകുളവും വാണക്കുറ്റിയും അഭിനയിക്കുന്നുമുണ്ട്. കോട്ടയം ചെല്ലപ്പന്റെ ആദ്യപടം.

മുതുകുളത്തിന്റെ പേരിലാണ് പടം. പക്ഷേ പാട്ടെഴുതിയതും സംഭാഷണമെഴുതിയതുമെല്ലാം വാണക്കുറ്റി.

രാമൻപിള്ള എന്നാണ് യഥാർത്ഥപേര്. മനോരമയിൽ പ്രൂഫ് റീഡർ ജോലിയുമുണ്ട്. 'സരസനി'ലും മറ്റും ഹാസ്യമെഴുത്തും. അതിന് സ്വീകരിച്ച തൂലികാനാമമാകുന്ന വാണക്കുറ്റി. ആ പേര് അങ്ങേരെ നശിപ്പിച്ചുകളഞ്ഞു.

മിന്നൽപടയാളിയിൽ വാണക്കുറ്റി എഴുതിയ നല്ലൊരു ഗാനം ഒത്തിരിക്കാലം എന്റെ മനസ്സിൽ നിറഞ്ഞു നിന്നു.

വാണാനാശാനെ പിന്നീട് പലപ്പോഴും കാണുകയും കൂടുകയും ചെയ്തു. ആശാനോടുണ്ടായ ഇഷ്ടംകൊണ്ടാവാം മൂന്ന് സിനിമാനടന്മാരോട് — ആ അസ്ഥിപഞ്ജരങ്ങളോട്— എനിക്ക് മറക്കാനാവാത്ത പ്രിയം തോന്നിയത്. കാലൻ കരഞ്ഞുപോകുന്ന രൂപസൗകര്യമായിരുന്നു മൂവർക്കും. ഞാൻ അവരുടെ ഫാൻ ആയി മാറി.

ജെ. എ.ആർ ആനന്ദ്

പേട്ട കുട്ടൻപിള്ള

വെമ്പായം തമ്പി.

ആരെങ്കിലും ഓർക്കുന്നോ മലയാളസിനിമയിലേ ഈ സ്വാഭാവനടന്മാരെ. ഞാനൊരിക്കലും മറന്നിട്ടില്ല പാവത്താന്മാരെ. മൂവരും തിരശ്ശീലയിലല്ലാതെ ഞനൊട്ടു കണ്ടിട്ടുമില്ല.

ജെ.എ.ആർ ആനന്ദിന്റെ അസൽ പേര് ജെ. അബ്ദുൽ റഹ്മാൻ എന്നാണത്രെ. കൊച്ചിയിൽ നാടകനടനായിരുന്നു. ആനന്ദ് എന്നത് സിനിമാപ്പേരായി സ്വീകരിച്ചത്.

പഴയ കുറെ ചിത്രങ്ങളിൽ ജെ.എ.ആർ. ആനന്ദുമുണ്ട്. ദാരിദ്ര്യക്കുന്തങ്ങളായ ചില പേക്കോലങ്ങളായിട്ട്. 'നീലക്കുയിലി'ലെ തന്തപ്പുലയനാണ് ആനന്ദിന്റെ അനശ്വര കഥാപാത്രം. കുമാരി ജീവൻകൊടുത്ത നീലിയുടെ അപ്പനായി ആനന്ദ് ജീവിക്കുന്നു. 'മിന്നാമിനുങ്ങി'ലും 'രാരിച്ചൻ എന്ന പൗരനി'ലും മറ്റു പല പടങ്ങളിലും ചെറിയ വേഷങ്ങളിൽ ആനന്ദ് വന്നുപോയി. അന്ത്യകാലം ദുരിതമയമായിരുന്നു എന്നാണ് കേട്ടറിവ്.

ജെ.എ. ആറിന്റെ മകളാണ് സബിതാ ആനന്ദ്. മലയാളം-തമിഴ് സിനിമകളിൽ ശ്രദ്ധേയമായ കൊച്ചുവേഷങ്ങൾ ചെയ്ത് സബിത ജീവിക്കുന്നു. നല്ല നടി.

പേട്ട കുട്ടൻപിള്ള മെരിലാന്റിൽ നിർമ്മിച്ച മിക്ക നീലാചിത്രങ്ങളിലും ചെറുവേഷങ്ങളിൽ പ്രത്യക്ഷപ്പെട്ടു. ദാരിദ്ര്യരൂപം. ചിലമ്പിച്ച ശബ്ദം. മിസ് കുമാരിയുടെ അപ്പനായും ഒക്കെ അഭിനയിച്ചു. കുമുകുറ

പാടിയ പാട്ട് കുട്ടൻ പിള്ള അഭിനയിച്ച് കണ്ടു. 'ശ്രീ ഗുരുവായൂരപ്പ്'നിലാണെന്ന് തോന്നുന്ന കുട്ടൻപിള്ള എഴുത്തച്ഛനായി കിടന്നത്. നല്ല ഫിറ്റാണ്. തുഞ്ചൻ.കയറ്റുകട്ടിലിൽ ചുരുണ്ടുകിടന്ന് 'പഴ പഴ പഴമ പാഹിമാം.....' എന്നരുവിടുകയാണ്. അപ്പോഴാണ് മേല്പത്തൂർ ശിഷ്യന്മാരായി വേഷമിട്ട എസ്.പി.യാശാനും കടുവാക്കുളവുമെത്തുന്നത്. അവർ ഭട്ടതിരിയുടെ വാതരോഗത്തെപ്പറ്റി പറയുന്നു. കുട്ടൻപിള്ള അരമയക്കത്തിലോതി. 'മീൻ തൊട്ടു കൂട്ടാൻ പഴ—'

പേട്ട കുട്ടൻപിള്ളയെ എങ്ങനെ മറക്കും?

വെമ്പായം തമ്പി ഓർമ്മയിലെത്തുന്നത് ആനപ്പുറമേറിയാണ്. മതിലിനപ്പുറം ആനപ്പുറത്ത് കൂടി താളാത്മകമായി നീങ്ങുന്ന തമ്പിയെ ആര് മറക്കും? കൊടിയേറ്റം ഗോപിയെ മറന്നാലും ആനക്കാരൻ തമ്പിയെ ഞാൻ മറക്കില്ല.

'മൂന്നാംപക്ക'ത്തിൽ പ്രേതം കിട്ടിയോ എന്ന് ചോദിക്കുന്ന തമ്പി മുഖവും അനശ്വരം.

മുതുകുളം, വാണക്കുറ്റി, കൃഷ്ണൻകുട്ടിനായർ, ആനന്ദ്, കുട്ടൻപിള്ള, തമ്പി —ഇവരൊക്കെ എനിക്ക് പ്രിയപ്പെട്ടവരാണ്; സലീംകുമാർ, ഇന്ദ്രൻസ്, മാമുക്കോയ, വിനായകൻ എന്നിവരെപ്പോലെത്തന്നെ.

●

പൊന്നരിവാളമ്പിളിയിൽ കണ്ണെറിഞ്ഞോൾ

നിങ്ങളെന്നെ കമ്മ്യൂണിസ്റ്റാക്കി ഞാൻ ആദ്യം അരങ്ങത്ത് കണ്ടു രസിച്ചതെന്നാണ്? ഒരെത്തും പിടിയും കിട്ടുന്നില്ല. നട്ടപ്പാതിരയ്ക്ക് കോട്ടയം പോലീസ് പരേഡ് ഗ്രൗണ്ടിലും പതിറ്റാണ്ടുകൾക്കു ശേഷം നട്ടുച്ചയ്ക്ക് മഹാരാജാസ് കോളജ് ശതാബ്ദിഹാളിലും നാടകം കണ്ടിട്ടുണ്ട്. ആ കാഴ്ചകൾക്കിടയിൽ പല പ്രാവശ്യം വേറെയും.

കോട്ടയം ചെല്ലപ്പനും കെ.പി. ഉമ്മറും എൻ. ഗോവിന്ദൻ കുട്ടിയും പ്രേമചന്ദ്രനും സായിയും സാമ്പുവുമൊക്കെ കമ്മ്യൂണിസ്റ്റാക്കിയിൽ വേഷമിട്ടത് ഞാൻ അനുഭവിച്ചിട്ടുണ്ട്. ഒടുവിൽ ഫ്ളൂട്ട് ജോസഫ് പരമുപിള്ളയായും ക്ലാറനറ്റ് ജോൺസൺ വലിയവീട്ടിൽ കേശവൻ നായരായും വേഷം കെട്ടുന്നതും കണ്ടറിഞ്ഞിട്ടുണ്ട്. മാലയായും സുമാവലിയായും ഗോപാലനായും വന്ന സുന്ദരി സുന്ദരന്മാർ കാസറ്റിലെ പാട്ടു സ്റ്റാർട്ടു ചെയ്തു കിട്ടാനായി സൈഡ്കർട്ടനിലേക്ക് ഏറുകണ്ണിട്ട് ചുണ്ടനക്കുന്നതിന് കൂവിയിട്ടുമുണ്ട്.

ശ്രീനാരായണപിള്ളയും തോപ്പിൽ കൃഷ്ണപ്പിള്ളയും മറ്റും കാലധർമ്മം പ്രാപിച്ചതിൽ ആശ്വാസം തോന്നി അപ്പോഴൊക്കെ.

കാമ്പിശ്ശേരി കരുണാകരനും ജനാർദ്ദനക്കുറുപ്പും സുധർമ്മയും (സാംബശിവനും കുമരകം ശങ്കുണ്ണിമേനോനും) ഒക്കെ 'കമ്മ്യൂണിസ്റ്റാക്കി' കളിക്കുന്നത് കാണാനിടയായില്ല. പി.ജെ. ആന്റണി പരമുപിള്ളയായതും കാണാനൊത്തില്ല. എനിക്ക് പ്രായപൂർത്തി പാതിപോലും ആയിരുന്നില്ലല്ലോ!

കാമ്പിശ്ശേരിയും ജനാർദ്ദനക്കുറുപ്പും സുധർമ്മയും മറ്റും ആകെ അഞ്ചാറുമാസം നാടകം കളിച്ചോ? ഒരു നാടകത്തിൽ ഒരു വേഷം മാത്രം അല്പം കാലം അവതരിപ്പിച്ച അവർ അനശ്വരർ!

ഭാഗ്യശാലികൾ തന്നെ.

ഒരു ജന്മം മുഴുവൻ നാടകക്കാരായി വെട്ടിത്തിളങ്ങിയവരെആ രോർക്കുന്നു? ഇനിയുമെഴുതപ്പെടാത്ത മലയാളനാടകവേദിയുടെ ചരിത്രത്തിൽ അവർക്കെന്ത് സ്ഥാനം?

ആത്മകഥകളെഴുതി പ്രസിദ്ധം ചെയ്ത പി.ജെ. ചെറിയാനും കുഞ്ഞു കുഞ്ഞു ഭാഗവതരും ഒ. മാധവനും എൻ.എൻ. പിള്ളയും സമർത്ഥന്മാർ. സ്വന്തം ശിലാഫലകം സ്വയം സ്ഥാപിക്കാനായല്ലോ...

ഇരുപതാം നൂറ്റാണ്ടിന്റെ ഏഴും എട്ടും പതിറ്റാണ്ടുകൾ മലയാള ത്തിൽ നാടകത്തിന്റേതായിരുന്നു. അരങ്ങത്തും അച്ചടിയിലും നൂറുക ണക്കിനു നാടകങ്ങൾ. കേപ്പിയേസിയും കലാനിലയവും കാളിദാസ കലാകേന്ദ്രവും കേരളതിയേറ്റേഴ്സും നാഷണലും വിശ്വകേരളയും ഗീഥായും പ്രതിഭയും സൂര്യസോമയും കലിംഗയും എല്ലാം അക്ഷ രാർത്ഥത്തിൽ അരങ്ങുതകർത്തു. ചവറ, കിളികൊല്ലൂർ, പെരുന്ന, പള്ളുരുത്തി, കല്ലായി സിനിമാകൊട്ടകകളിൽ വാലേവാലേൽ നാട കോദ്ഘാടനങ്ങൾ! അടിപൊളി ആട്ടവും പാട്ടുമായി വമ്പൻ ഹിറ്റ് നാടകങ്ങൾ.

1964-65 ൽ തങ്കശ്ശേരി കാവലിൽ കല്ലുപണ്ടകശാല ബംഗ്ലാവിൽ കോട്ടയം ചെല്ലപ്പന്റെ കൂടെയാണ് എന്റെ വാസം. എസ്.എൻ. കോളജിൽ എം.എ. (ജൂനിയർ) സ്റ്റുഡന്റ്; 'പ്രഭാതം' ഡെയ്‌ലിയിൽ (ജൂനിയർ മോസ്റ്റ്) സബ്-എഡിറ്റർ!

സകല നാടകോദ്ഘാടനത്തിനും പോകും.

കിളികൊല്ലൂർ എസ്.വി. ടാക്കീസിൽ വൈക്കത്തിന്റെ 'ജനനീ ജന്മഭൂമി'യോ കെ.ടി.യുടെ 'കടൽപ്പാല'മോ ഉദ്ഘാടനം. കാളിദാസക ലാകേന്ദ്രത്തിന്റെ നാടകമാണ്. ഒ.എൻ.വി. സാറും ദേവരാജൻമാഷും വന്നിട്ടുണ്ട്. ഉദ്ഘാടകൻ കെ. ബാലകൃഷ്ണൻ ആയിരുന്നെന്നാണ് ഓർമ്മ.

അതിഥികൾ വളരെ വന്നു നാടകം കാണാൻ. അക്കൂട്ടത്തിൽ സുധർമ്മയെയും കലാമണ്ഡലം ഗംഗാധരനെയും ആരോ എനിക്ക് ചൂണ്ടിക്കാണിച്ചു തന്നു. ഗംഗാധരന്റെ ഭാര്യയാണ് സുധർമ്മ എന്ന അറിവും തന്നു.

കേട്ടറിവേ ഉണ്ടായിരുന്നുള്ളൂ എനിക്ക്. കാമ്പിശ്ശേരി കരുണാ കരൻ പരമുപിള്ള ആയും. ജനാർദ്ദനക്കുറുപ്പ് വലിയവീട്ടിൽ കേശവൻ നായർ ആയും, ഒ. മാധവൻ പപ്പു ആയും 'കമ്മ്യൂണിസ്റ്റാക്കി' നാടകം അവതരിപ്പിച്ചപ്പോൾ നായികകഥാപാത്രമായ മാല ആയി വന്നത് സുധർമ്മ.

മലയാളനാടകവേദിയിൽ കടന്നുകയറിയ കറമ്പി. കള്ളിമുണ്ടും ചോപ്പൻ ജംബറും കൈയിൽ കൊയ്ത്തരിവാളുമായി വന്ന പുലയിപ്പെണ്ണ്. പൊന്നരിവാളമ്പിളിയിൽ കണ്ണെറിഞ്ഞോൾ. കമ്മ്യൂണിസ്റ്റുകാരൻ സഖാവ് ജന്മിപുത്രിയെ വേൾക്കാൻ പോയപ്പോൾ ചെങ്കൊടിയുയർത്തി ഇങ്ക്വിലാബ് വിളിച്ചവൾ. (കമ്മ്യൂണിസ്റ്റ് സഖാക്കൾ സമ്പത്തിന്റെയും മാദകസൗന്ദര്യത്തിന്റെയും പിന്നാലെ പോകുമെന്നും കൃത്യമായി പ്രവചിച്ച സഖാവ് തോപ്പിൽ ഭാസി. ഭാസിക്ക് അഭിവാദ്യങ്ങൾ..)

'പാട്ടുകാരൻ നാളെയുടെ ഗാട്ടുകാരൻ' എന്ന ഓഎൻവി—ദേവരാജൻ പാട്ട് വൈകാരിക ഭാവപൂർണ്ണിമയിൽ സുധർമ്മ പാടി.

പരമുപിള്ളയെയും കറമ്പനെയും ചെങ്കൊടി പിടിപ്പിക്കുന്നത് മാലയാണ്. മാലയ്ക്ക് പ്രാണൻ നൽകി സുധർമ്മ.

സംഗീതാദ്ധ്യാപകയായി നാടകം ഉപേക്ഷിച്ച് അവർ പോയി. പിന്നീട് ഗംഗാധരന്റെ ഭാര്യയായി. കൊല്ലത്ത് കടപ്പാക്കടയിൽ ജീവിച്ചു.

കലാമണ്ഡലം ഗംഗാധരൻ നൃത്തത്തെ ജനകീയമാക്കിയ കലാകാരൻ. കൊടുങ്ങല്ലൂർക്കാരൻ മേനോൻ ആണ് കമ്മ്യൂ ണിസ്റ്റ് നർത്തകൻ എന്ന് ആരോ പറഞ്ഞതായി ഒരോർമ്മ.

നൃത്ത സംഗീതനാടകങ്ങളിൽ നിന്നും നൃത്തം എപ്പോഴോ വഴിയിറങ്ങിപ്പോയി. 'മുടിയനായ പുത്രനിലും' 'പുതിയ ആകാശം പുതിയ ഭൂമി'യിലുമൊക്കെ വേദിയിൽ ഹരംകൊള്ളിക്കുന്ന സംഘനൃത്തങ്ങൾ ഉണ്ടായി. പെരുന്ന ലീലാമണിയുടെ നല്ല നടനങ്ങൾ നാടകത്തിന് പുതുപരിവേഷം ചാർത്തി. ഗംഗാധരൻ ആയിരുന്നു നൃത്തസംവിധായകൻ. മലയാളം സ്റ്റേജിലെ ഒരേയൊരു കോറിയോഗ്രാഫർ.

കലാമണ്ഡലം ഗംഗാധരൻ 'വാഴക്കുല'യും 'രമണ'നും മറ്റും നൃത്തനാടകങ്ങളാക്കി ഭംഗിയായി അവതരിപ്പിച്ചിരുന്നു എന്നാണ് എന്റെ ഓർമ്മ. മുടി നീട്ടിവളർത്താതെ, മുട്ടറ്റൻ ജൂബ്ബയിടാതെ ജനങ്ങൾക്കിടയിൽ അദ്ദേഹം ജീവിച്ചു...

കിളികൊല്ലൂർ എസ്.വിയിലെ നാടകോദ്ഘാടനത്തിന്റെ അടുത്ത നാൾ. ഗംഗാധരനും സുധർമ്മയും കൂടി കല്ലുപണ്ടകശാലയിൽ വന്നു. കോട്ടയം ചെല്ലപ്പനെ കാണാൻ. ഏറെനേരം സംസാരിച്ചിരുന്നു. ഞാൻ അടുത്തുചെന്ന് എല്ലാം കേട്ടു.

സംഭവം ഗംഭീരം.

സുധർമ്മ ഒരു നാടകം എഴുതി. അവർ തന്നെ സംവിധായകയായി നാടകം അവതരിപ്പിക്കും. അതിനായി സുധർമ്മാ ഗംഗാധരൻ

ദമ്പതികൾ നാടകക്കമ്പനി ആരംഭിക്കുന്നു.!

വേണോ? കോട്ടയം ചെല്ലപ്പൻ ചോദിച്ചു.

വേണം, ഗംഗാധരൻ പറഞ്ഞു.

സുധർമ്മ പറഞ്ഞു: ഓയെൻവിസാറ് പാട്ടെഴുതിത്തരും. ദേവരാജൻ മാഷ് സംഗീതം. പങ്കജവല്ലിയും കൊട്ടാരക്കര ശ്രീധരൻനായരും അഭിനയിക്കാമെന്നേറ്റിട്ടുണ്ട്! കാമ്പിശ്ശേരി, വൈക്കം, കെ.എസ്. ചന്ദ്രൻ ഒക്കെ റിഹേഴ്സലിനെത്തും. ചെല്ലപ്പണ്ണനും വരണം.

സൈക്കിൾ റിക്ഷയിൽ കയറി ഇരുവരും പോയി.

കടപ്പാക്കട വീട്ടിൽത്തന്നെ നാടകം തുടങ്ങി. റിഹേഴ്സൽ തകൃതിയായി പുരോഗമിക്കുന്നെന്ന് കോട്ടയം ചെല്ലപ്പന് റിപ്പോർട്ട് വന്നു. രണ്ടുമൂന്നു സന്ധ്യകളിൽ അദ്ദേഹം പോയി റിഹേഴ്സലിന്.

രണ്ടാഴ്ച തികഞ്ഞില്ല. ഒരു ടാക്സിയിൽ പാഞ്ഞുവന്നു. സുധർമ്മ, കരയുകയാണവർ. എന്തുപറ്റി? ചെല്ലപ്പനന്വേഷിച്ചു.

നാടകോം വേണ്ട, കമ്പനീം വേണ്ട. എന്റെ വീടിപ്പോൾ മദ്യശാലയാണ്. നടനും നടീം രാവിലെ തുടങ്ങും. എന്റെ ഭർത്താവും കൂടെക്കൂടും. വൈകീട്ട് റിഹേഴ്സൽ കാണാൻ ആശാന്മാർ വരും. പിന്നൊന്നും വേണ്ട!!

കരഞ്ഞു വിളിച്ചുപോയി.

താമസിക്കാതെ മറ്റൊരു കാർ. കാറിൽ കാമ്പിശ്ശേരി, വൈക്കം, കെ.എസ്. ചന്ദ്രൻ. അവരുടെയൊപ്പം കലാമണ്ഡലം ഗംഗാധരനും.

നാടകക്കമ്പനി പിരിച്ചുവിടുന്ന പ്രശ്നമില്ല. നാടകം തുടരുമെന്ന് ഗംഗാധരൻ പറഞ്ഞു.

പിന്നെയെന്തൊക്കെ സംഭവിച്ചോ? കൊട്ടാരക്കരയും പങ്കജവല്ലിയും സ്വന്തം ഗൃഹങ്ങൾ പൂകി. നാടകം കിളികൊല്ലൂർ എസ്.വിയിൽ ഉദ്ഘാടനം ചെയ്തെന്ന് തോന്നുന്നു.

പക്ഷേ, പിറ്റേന്നുതന്നെ കമ്പനി പിരിച്ചുവിട്ടെന്നാണറിവ്.

ഏതായാലും ഒന്നും സംഭവിച്ചില്ല.

ഞാൻ ഒരു വർഷമേ കൊല്ലത്ത് ഉണ്ടായുള്ളൂ. കിളികൊല്ലൂരും ചവറയിലും പിന്നെയും പല നാടകോദ്ഘാടനങ്ങൾ നടന്നു. ചെണ്ടപ്പുറത്ത് കോലുവച്ചിടത്തൊക്കെ ഞാനും പോയി. ഈ ഓർമ്മയിൽ പേരു പറഞ്ഞ മാന്യ മഹാന്മാരൊക്കെ അവിടെയെല്ലാം ഹാജരുണ്ടായിരുന്നു.

•

ഭവാനി, ലളിത, മഞ്ജു; കുമാരിയും

ഷഷ്ടിപൂർത്തി ആഘോഷിക്കാറായി യങ്സ്റ്റേഴ്സ് ക്ലബ്ബിന്; ഞങ്ങൾ ക്ലബ്ബംഗങ്ങൾ സപ്തതിയിലേക്ക നീങ്ങുന്നു! ഇഷ്ടക്കാർ കൂട്ടുകാർ. എഴുപതടുക്കുന്ന യങ്സ്റ്റേഴ്സ് എല്ലാവരും. സന്ധ്യയ്ക്കു നേരംപോക്കാൻ ഒത്തുചേരുന്ന കൂട്ടായ്മ. മദ്യം നിഷിദ്ധം. പുക പുറത്തിറങ്ങിനിന്നു മാത്രം. ചീട്ടുകളിയാണ് പ്രധാനം. അല്പസ്വല്പം പരദൂഷണമാകാം.

രാഷ്ട്രീയമോ സാഹിത്യമോ സിനിമയോ സെക്സോ എന്തും വച്ചലക്കാം. ഒന്നിച്ചു കളിച്ചു വളർന്നവർ, ഒന്നിച്ചു പഠിച്ചു വിളഞ്ഞവർ. അന്യോന്യം എന്തും വിളിക്കാം. പറയാം. വേണേൽ തലയ്ക്കു ഞോടാം, പള്ളയ്ക്കു കുത്താം!

ഓരോരുത്തന്റെയും പ്രിയനടിയെപ്പറ്റി ആയിരുന്നു ഇന്നലെ മനസ്സുതുറക്കൽ. സോഫിയ ലോറൻസ് മുതൽ സിൽക്കസ്മിതവരെയും ഹെലൻ മുതൽ ശോഭനവരെയും പല കിളവന്മാരുടെയും ഹൃദയപ്രതിഷ്ഠകൾ!

എലിസബത് ടെയ്ലറെയാണ് എനിക്കിഷ്ടം. ഞാൻ പറഞ്ഞു.

അഞ്ചാറ് കല്യാണം കഴിച്ചതുകൊണ്ടോ?

അല്ല! എന്റെ ആദ്യപുസ്തകം 'എലിസബത്ത് ടെയ്ലർ' എന്ന ജീവചരിത്രകൃതിയത്രെ. അതുകൊണ്ട്–

പതിനാറാം വയസ്സിലാണ് എന്റെ ആദ്യസന്താനത്തിന്റെ പിറവി. പ്രീ യൂണിവേഴ്സിറ്റി വിദ്യാർത്ഥിയാണ് ഞാൻ അന്ന്. 'സിനിമാമാസിക'യിൽ കണ്ടതും കടിച്ചതുമൊക്കെ എഴുതും. മലയാളത്തിൽ രണ്ടോ മൂന്നോ ചലച്ചിത്രമാസികകളേയുള്ളൂ. അതിൽ ഒന്നാമത്തേത് 'സിനിമാമാസിക'. 1960-ൽ 85000 പ്രചാരം.

മാസികയുടെ സർക്കുലേഷൻ മാനേജർ ജഗൻ. ബ്ലോക്ക് മേക്കർ

അശോകൻ. ഫോട്ടോഗ്രാഫർ തമ്പി. സകലരും ചൂടൻ ചെറുപ്പക്കാർ. സിനിമാഗ്രന്ഥങ്ങൾ പ്രസിദ്ധപ്പെടുത്താമെന്ന് അവർ തീരുമാനിച്ചു. അങ്ങനൊരു ബുദ്ധി ആരുടെ തലയിലുദിച്ചോ? സിനിമ സംബന്ധമായ പുസ്തകങ്ങളൊന്നും മലയാളത്തിൽ ഉണ്ടായിട്ടില്ല അക്കാലത്ത്.

വെള്ള ന്യൂസ്പ്രിന്റിൽ അച്ചടി. ഇരുനിറ പുറംചട്ട. അറുപത്തിനാല് പേജ്. വില രണ്ടുരൂപ. മാസികയുടെ ഏജന്റുമാർ മുഖേന വില്പന.

ആദ്യപുസ്തകം 'എലിസബത്ത് ടെയ്ലർ'.

ഗ്രന്ഥകർത്താവ് സി.ആർ. ഓമനക്കുട്ടൻ!

എഴുതി! കുത്തിയിരുന്നെഴുതി.

ഒരാഴ്ചകൊണ്ടു കൃതി റെഡി. ആർട്ടിസ്റ്റ് വാസൻ വരച്ച മുഖചിത്രത്തോടെ രണ്ടായിരം പ്രതി അച്ചടിച്ചു ചൂടപ്പമായി വിറ്റു.

മത്തായിപ്പോറ്റിയുടെ ബോട്ട്ഹൗസ് ഹോട്ടലിൽനിന്നും എനിക്കു മസാലദോശയും ബനാന റോസ്റ്റും കാപ്പിയും വാങ്ങിത്തന്നു പ്രസാധകർ. അമ്പതു രൂപ റോയൽറ്റി പിന്നെത്തരുമെന്ന് അറിയിച്ചു. (അമ്പതാണ്ട് കഴിഞ്ഞു. ഇന്ന് വരെ അമ്പത് കിട്ടിയിട്ടില്ല.)

അതിന്റെ ആഹ്ലാദത്തിലാണ് ഇഷ്ടനടി എലിസബത്ത് ടെയ്ലർ എന്ന് ഞാൻ പ്രഖ്യാപിച്ചത്.

ഇന്ത്യക്കാരികളെപറ! മദാമ്മകളെ കള! യങ്സ്റ്റേഴ്സിലാരോ പറഞ്ഞു.

ഞാൻ ഓർത്തുനോക്കി; ആരോടാണ് എനിക്കു പ്രിയം. നർഗീസിനെയും മധുബാലയെയും മീനാകുമാരിയെയും ഭയങ്കര സ്നേഹമാണ്. 'മദർ ഇന്ത്യ'യും 'മുഗൾ -എ-അസ'മും 'സാഹിബ് ബീബി ഗുലാ'മും തുടരെത്തുടരെ കണ്ണുമിഴിച്ചിരുന്നു കണ്ടത് നർഗീസിനും മധുവിനും മീനയ്ക്കും വേണ്ടിയല്ലേ?

പിന്നെ നൂതൻ, വാഹിദ, വൈജയന്തി എന്നിവരോടായി കൗതുകം, 'സുജാത'യും 'ബന്ധിനി'യും നൂതന്റെ പടങ്ങൾ. 'പ്യാസാ', 'ചൗദ്വിൻ കാചാന്ദ്'' തുടങ്ങിയവ വാഹിദയുടെ പടങ്ങൾ. 'മധുമതി', 'ഗംഗാജംനാ' എന്നിവ വൈജയന്തിയുടെ പടങ്ങൾ —രോമാഞ്ചമുണ്ടാക്കി ആ സുന്ദരികൾ.

പക്ഷേ, എനിക്കു പിടിച്ചാൽ കിട്ടാത്ത പ്രണയം തോന്നിയത് സാക്ഷാൽ ശാന്താറാമിന്റെ മോളോട്! രാജ്ശ്രീയോട്!

രാജ്ശ്രീയുടെ ആദ്യവരവ് 'സ്ത്രീ'യിൽ മേനക ആയിട്ട്. 'അഭിജ്ഞാന ശാകുന്തളം' രണ്ടാമതും ചലച്ചിത്രമാക്കുകയായിരുന്നു

ശാന്താറാം 'സ്ത്രീ' എന്ന പേരിൽ. അറുപത് കഴിഞ്ഞ ശാന്താറാംതന്നെ ദുഷ്യന്തനായി. മൂന്നാം ഭാര്യ സന്ധ്യ ശകുന്ത ളയുമായി. മേനകയായി ഒരു രംഗത്തിൽ രാജ്ശ്രീ —രണ്ടാംഭാര്യ ജയ്ശ്രീയുടെ മകൾ.

രാജ്ശ്രീയുടെ അടുത്ത പടവും അച്ഛന്റെ തന്നെ. 'ഗീത് ഗായാ പഥറോം നേ' (അതോ 'ഝനക് ഝനക് പായൽ ബാജേ' യോ?)

എന്നാൽ ഷമ്മീകപൂറിന്റെ കൂടെ 'ബ്രഹ്മചാരി'യിൽ നായിക യായി വന്നപ്പോഴാണ് എനിക്ക് രാജ്ശ്രീയോടു കലശലായ പ്രേമ മുണ്ടായത്. എന്തൊരഴകാർന്ന പൊക്കിൾ! ഇന്ത്യൻ തിരശ്ശീലയിൽ പൊക്കിൾഭംഗി കാട്ടി കാണികളെ വശംകെടുത്തിയത് ശാന്താറാം പുത്രി.

സാരിചുറ്റുന്ന സുന്ദരികൾ മദ്ധ്യവയസ്കകൾ അർദ്ധവൃദ്ധകൾ പൊക്കിളിന് താഴെയാക്കി സാരിയുടുക്കുന്ന ഫാഷൻ ഇന്ത്യയാകെ ഒറ്റനാളിൽ വീശിപ്പടർന്നു.

രാജ്ശ്രീയുടെ കണ്ണും മൂക്കും ചുണ്ടും വല്ലാതെ ആകർഷണമായിരു ന്നു. അമേരിക്കയിൽ നിന്നെത്തിയ ഒരു ദുഷ്ടൻ ഹിന്ദുവായി, ഗൗതം ചാപ്മാൻ എന്ന പേരും പുതുക്കി, രാജ്ശ്രീയെ കെട്ടി അമേരിക്കയ്ക്കു പറന്നു! എന്റെ പ്രേമം പൊളിഞ്ഞു.

പിന്നീട് ജയഭാരതി 'രതിനിർവ്വേദ'ത്തിൽ നല്ല പൊക്കിളും വയറു മൊക്കെ കാണിച്ചിട്ടും എനിക്കൊന്നും തോന്നിയില്ല! സത്യം!

യങ്സ്റ്റേഴ്സ് എന്നെ കൂവി. കിളവന്മാർ ചിരിച്ചു. ഒച്ചപ്പാട് ഒന്നൊതു ങ്ങിയപ്പോൾ ആരോ ചോദിച്ചു. മലയാളത്തിൽ പിന്നാരോടായിരുന്നി ഷ്ടം? ഷീലശാരദമാരോടോ? പത്മിനിരാഗിണിമാരോടോ? ഉർവ്വശി? കാവ്യ? മീര? നവ്യ? ഭാവന? മമത?

അവരോട് ആരോടും പ്രത്യേക മമത ഇല്ല. നടികളിൽ മൂന്നു പേരോടുണ്ട് പ്രത്യേകം അഭിമാനവും ആദരവും.

മലയാളം കണ്ട മഹാനടികൾ.

പ്രഗല്ഭർ, പ്രതിഭകൾ മൂവർ

ഭവാനി, ലളിത, മഞ്ജു — എന്റെ ആരാധനാപാത്രങ്ങൾ.

അടൂർ ഭവാനിയും കെ.പി.എ.സി. ലളിതയും മഞ്ജു വാരിയരും അഭിനയിച്ച മുഴുവൻ ചിത്രങ്ങളും ഒന്നിലേറെ തവണ ഞാൻ കണ്ടിട്ടു ണ്ട്. മനസ്സ് നിറഞ്ഞുതുളുമ്പിയിട്ടുണ്ട്. ജന്മസിദ്ധമായ അഭിനയത്തി കവുകൊണ്ടു മണ്ണ് പൊന്നാക്കിയവർ.

ഭവാനിയമ്മയെ ഒന്നുരണ്ട് കെ.പി.എസി. നാടകങ്ങളിൽ മുമ്പു

കണ്ടു. അകൃത്രിമലളിതമായ പാത്രാവിഷ്കാരം. നർമ്മത്തിന്റെ പുളിയിലക്കരയൻ തോർത്തുമാത്രം അലങ്കാരം. ആലാളിത്യഭംഗിയിൽ ചലച്ചിത്രതാരമായി. 'ചെമ്മീ'നിൽ കൊട്ടാരക്കര ശ്രീധരൻനായരുടെ ചെമ്പൻകുഞ്ഞിനൊപ്പത്തിനൊപ്പംനിന്ന അടൂർ ഭവാനിയുടെ ചക്കി. ആ ഒരൊറ്റ കഥാപാത്രം മതിയല്ലോ ഭവാനിക്കു മരണമില്ലായ്മ നൽകാൻ. 'അടിമകൾ', 'കടൽപ്പാലം' തുടങ്ങി എത്രയോ ചിത്രങ്ങളിൽ 'ചക്കി'യെ കടത്തിവെട്ടുന്നുണ്ട് ആ അഭിനേത്രി. മലയാളത്തിലെ മികച്ച നടി ആര്? ചോദ്യത്തിന് ഒറ്റ ഉത്തരമേയുള്ളൂ. അടൂർ ഭവാനി. അമ്മയുടെ വ്യക്തിജീവിതം ദുരന്തമായിരുന്നു. ദുഃഖാകുലമായിരുന്നു, പക്ഷേ, ആ കലാജീവിതം അനശ്വരം....

അഭിനയാഴകിന്റെ അപൂർവ്വശോഭയാണ് ലളിതാമ്മയും. ഗ്രാമീണതയുടെ ശുദ്ധിയും വൃത്തിയും തികഞ്ഞ എത്രയെത്ര കഥാപാത്രങ്ങൾ! 'വാഴ്വേ മായം' മുതൽ 'മനസ്സിനക്കരെ' വരെ. 'മതിലുകളി'ൽ നാരായണിക്കു ശബ്ദഭംഗിയിൽ ജീവൻ നൽകി. (എന്റെ സുഹൃത്ത് പറഞ്ഞതോർക്കുന്നു ന്റുപ്പുപ്പാ...യിലെ കൊച്ചുതാച്ചുമ്മയായി ലളിത ഒന്നഭിനയിച്ചിരുന്നെങ്കിൽ!) പ്രായം കൊണ്ടും അനുഭവം കൊണ്ടും ഭവാനി—ലളിതാമ്മമാരുടെ എത്രയോ ഇളയവൾ മഞ്ജു വാരിയർ. മഞ്ജുവിന്റെ എണ്ണത്തിൽ കുറഞ്ഞ എണ്ണപ്പെട്ട പടങ്ങൾ അത്ഭുതംകൊള്ളിച്ചു എന്നെപ്പോലെയുള്ളവരെ. 'ആറാംതമ്പുരാനി'ലും 'കന്മദ'ത്തിലും 'പത്ര'ത്തിലും 'ദയ'യിലും 'കണ്ണെഴുതി പൊട്ടുതൊട്ടി'ലും 'ഇരട്ടക്കുട്ടികളുടെ അച്ഛനി'ലും ഒക്കെയൊക്കെ മഞ്ജുവിന്റെ പാത്രാവിഷ്കാരങ്ങൾ മറക്കില്ലാരും. മലയാള ത്തിന് ഒരു കാലവും മറക്കാനാവാത്ത നടി മഞ്ജു.

മൂവരെയും ഒരുപോലെ പ്രണയിക്കുന്നു.

എങ്കിലും.... എങ്കിലും.... എന്റെ സ്വന്തം നായിക മിസ്കുമാരിയാകുന്നു. 'എലിസബത് ടെയിലർ' പുസ്തകമെഴുതിയ ശേഷം, പതിനേഴാം വയസ്സിൽ ബി.എ.യ്ക്ക് ചേർന്നപ്പോൾ ഞാനെഴുതിയത് മിസ് കുമാരിയുടെ ഓർമ്മകളാണല്ലോ.

'എന്റെ ചലച്ചിത്രാനുഭവങ്ങൾ മിസ് കുമാരി' പതിനാറുമാസം 'സിനിമാമാസിക'യിൽ തുടർച്ചയായി വന്നു. ഏറെ വായനക്കാരുണ്ടായി.

മിസ് കുമാരി ഞാൻ തന്നെ! എന്റെ സ്നേഹാഞ്ജലി ആ ഓർമ്മയ്ക്കു മുന്നിൽ. മൂന്നാല് തവണ ഭരണങ്ങാനത്ത് വീട്ടിൽ എനിക്ക് കാപ്പി പലഹാരങ്ങൾ തന്നു. അടുത്തിരുന്ന് ഊട്ടി. ജീവിതം മുഴുവൻ പറഞ്ഞു. ഒരനിയനവകാശപ്പെട്ട വാത്സല്യത്തോടെ.

കുമാരി, ഭവാനി, ലളിത, മഞ്ജു.

●

‘ഛായാമുഖി’യും ‘അന്റിഗണി’യും

നാടകം ഉണ്ടാകുന്നില്ലിവിടെ. അരങ്ങത്തുമില്ല, അച്ചടിയിലുമില്ല നല്ല നാടകം.

നാടകക്കാരന്റെ മകനാണ് ഞാൻ. ഓർമ്മവെച്ച നാൾമുതൽ കണ്ണിൽ കണ്ട നാടകമെല്ലാം കാണുകയും കൈയിൽ കിട്ടിയ നാടകമൊക്കെ വായിക്കുകയും ചെയ്തു. എന്നിട്ടിപ്പോൾ—

ഇക്കഴിഞ്ഞയാണ്ടിൽ ആകെ രണ്ടേ രണ്ട് നാടകങ്ങളേ കാണാനായുള്ളൂ. വായിക്കാനാണേൽ ഒരേകാങ്കംപോലും കൈവന്നുമില്ല.

കണ്ട രണ്ടു നാടകങ്ങൾ നിരാശപ്പെടുത്തിയില്ല. നേര് സന്തോഷമായി. ഉള്ളുനിറഞ്ഞു.

രണ്ടിലൊന്നേ മലയാളം പറഞ്ഞുള്ളൂ. മറ്റത് ആംഗലഭാഷയിലായി.

മലയാളനാടകം കാളിദാസ (കലാകേന്ദ്രമല്ല) വിഷ്വൽ ആർട്സ് അവതരിപ്പിച്ച ‘ഛായാമുഖി’. ചലച്ചിത്ര താരങ്ങളായ മോഹൻലാലും മുകേഷും അരങ്ങിൽ ആത്മാർത്ഥനിവേദനമാകുന്ന. ‘ഛായാമുഖി’. താരസാന്നിദ്ധ്യം തന്നെയായിരുന്ന നാടകാവതരണത്തിന്റെ പ്രധാനാകർഷണം.

മോഹൻലാൽ ഭീമസേനനായും മുകേഷ് കീചകനായും വേഷം കെട്ടി. പഞ്ചപാണ്ഡവരുടെ അജ്ഞാതവാസകാലമാണ് കഥാസന്ദർഭം. മഹാഭാരതകഥയിൽ നിന്നും അടർത്തിയെടുത്ത കഥാപാത്രങ്ങൾക്കും മുഹൂർത്തങ്ങൾക്കും വൈകാരിക സംഘർഷത്തിന്റെ തീവ്രഭാവമരുളാൻ കഴിഞ്ഞു പ്രശാന്ത് നാരായണൻ എന്ന നാടകകൃത്തിന്. സംവിധായകനും പ്രശാന്ത് തന്നെ.

ഏതോ ചൈനീസ് പഴങ്കഥയിൽ പറയുന്ന പ്രണയദർപ്പണപ്പൊരുളിനെ ഭാരതകഥയിൽ സന്നിവേശിപ്പിച്ചിരിക്കുകയാണ് ഛായാമുഖിയിൽ. ഹിഡുംബി എന്ന രാക്ഷസരാജകുമാരിയുടെ ഭീമസേനനോടുള്ള പരിശുദ്ധ പ്രണയത്തിന്റെ ദുരന്താനുഭവം നാടകവൽക്കരിച്ചിരിക്കുന്ന പ്രശാന്ത് നാരായണൻ.ഭീമൻ എന്ന പാണ്ഡവനായകന്റെ ജീവിത പരാജയമാണ് നാടകത്തിന്റെ ജീവനാഡി. ഭീമന് തന്നെത്തന്നെ സമർപ്പിക്കുന്ന ഹിഡുംബി സ്വന്തം പ്രാണനാഥന് മുഖം നോക്കുന്ന ഒരു കണ്ണാടിയും സമ്മാനിക്കുന്നു. കണ്ണാടിയിൽ നോക്കുന്ന ആളിന്റെ മുഖമല്ല അതിൽ പ്രതിഫലിക്കുക. പകരം നോക്കുന്നവന്റെ/ നോക്കുന്നവളുടെ ഹൃദയഭാജനമാണ് പ്രത്യക്ഷപ്പെടുക. ഹിഡുംബി കണ്ണാടിയിൽ കാണുന്നത് ഭീമമുഖം മാത്രം എന്നാൽ ഭീമൻ കാണുന്നതോ? ദ്രൗപദിയെയും.

ദ്രൗപദിയാകട്ടെ, ഉള്ളം നിറയെ പ്രതിഷ്ഠിച്ചിരിക്കുന്നത് അർജ്ജുനനെ.

ഭീമന്റെ മഹാട്രാജഡി!

സ്നേഹത്തിന്റെ ക്രൂരവിഫലതകൾ!

ഭീമന്റെ മറുപാതിയാണ് കീചകൻ. വീരയോദ്ധാവ് മാത്രമല്ല. കവി കൂടിയാണ് കീചകൻ. ദ്രൗപദി മുതൽ ദാസിപ്പെണ്ണുവരെ സകലതിനോടും കാമമുണ്ട് ആ പുരുഷർഷഭന്. മായാദർപ്പണത്തിൽ കീചകൻ കാണുന്നത് ശുദ്ധത ശൂന്യത! സ്നേഹമെന്നത് കീചകന് അപരിചിതവസ്തു. വന്ധ്യമായ സ്വന്തം ജന്മത്തിന് അന്ത്യം ഭീമനിൽനിന്നും ആവശ്യപ്പെട്ടുവാങ്ങുകയാണ് കീചകൻ.

ഭീമനും കീചകനും ആണത്തത്തിന്റെ ഇരുവശങ്ങളാണ്. ചങ്കും ചാപ്പയും. നായകനും ഖലനായകനും തുല്യപ്രാധാന്യം നേടുന്ന നാടകമത്രെ 'ഛായാമുഖി'. പ്രശാന്ത് നാരായണന്റെ രചന പ്രത്യേകശ്രദ്ധ ആവശ്യപ്പെടുന്നു.

മോഹൻലാലിന്റെ ഭീമൻ ഒന്നാന്തരം. ഒരിടത്തും മേലോട്ടോ കീഴോട്ടോ പോവാത്ത പാത്രാവിഷ്കാരം. ചെത്തി ചിന്തേരിട്ടുമിനുക്കിയ അഭിനയശൈലി. താരത്തിളക്കമല്ല, അപൂർവ്വപ്രതിഭാവിലാസമാണ് ലാൽ വേദിയിൽ സമർപ്പിക്കുന്നത്.

കീചകനായ മുകേഷ് വേദിയെയും സദസ്സിനെയും ആകെ ഹരംകൊള്ളിച്ചു. സത്യം. കവിയും കാമുകനും യോദ്ധാവുമായ കീചകന് മുകേഷ് നൽകിയ പാത്രവ്യാഖ്യാനം നർമ്മസങ്കീർണ്ണമായി. മുകേഷ് എന്ന നടൻ ഉജ്ജ്വലം. പക്ഷേ, കീചകൻ ഒരു

വിദൂഷകവില്ലനാവേണ്ടിയിരുന്നില്ലെന്ന് എനിക്ക് തോന്നി.

ദ്രുപദിമഹാരാജാവും മൂന്ന മോഷ്ടാക്കളും നാടകത്തിന്റെ പിരിമുറുക്കത്തിന് ഏറെ ഇടവേളകളും ഇളവുകളും നൽകുന്നുണ്ട്. പിന്നെ കീചകൻ കൂടി കാണികളെ ഇളക്കിമറിക്കേണ്ടതുണ്ടോ?

'ഛായാമുഖി' കണ്ടിറങ്ങിയത് നിറഞ്ഞ മനസ്സോടെയാകുന്നു. രംഗത്ത് കാട്ടും പുഴയും രാജധാനിയുമെല്ലാം ഒരുക്കുന്നത്, നടീനടൻമാർ അതിലൊക്കെ പ്രാണൻ പകരുന്നത് പുതിയ ദൃശ്യാനുഭവമായി.

പ്രകാശപ്രസരണവും ശബ്ദവിന്യാസവും നാടകത്തെ മികച്ചതാക്കി.

(എൻ.ടി. രാമറാവു ബൃഹന്ദളയായും ദാരാസിങ് വലലനായും എസ്.വി. രങ്കറാവു കീചകനായും പത്മിനി സൈരന്ധ്രി യായും വന്ന 'നർത്തനശാല' എന്ന തെലുങ്കുപടം തമിഴിൽ ഡബ്ബുചെയ്തുവന്നത് കണ്ട ഓർമ്മ ഞാൻ അയവിറക്കി.

നർത്തനശാലയിൽ നാല് രംഗങ്ങളിൽ മാത്രമാണ് കീചകനുള്ളത്. രങ്കറാവു കീചകനെ അനശ്വരനാക്കി. ആഫ്രോ—ഏഷ്യൻ ചലച്ചിത്രോത്സവത്തിൽ രങ്കറാവു ഏറ്റവും നല്ല നടനായി തെരഞ്ഞെടുക്കപ്പെടുകയും ചെയ്തു.

കീചകനെയും രാവണനെയും സുയോധനനെയും ബാലികയെയും ഒക്കെ 'ഹീറോ'കളാക്കാൻ നമ്മുടെ കളിയരങ്ങിനു മാത്രമല്ല തെലുങ്കു—തമിഴ് സിനിമകൾക്കും ആയിട്ടുണ്ട് പണ്ട്.)

പ്രശസ്ത ഹിന്ദി ചലച്ചിത്രതാരം നസറുദ്ദീൻ ഷാ അവതരിപ്പിച്ച 'ആന്റിഗണി' ആണ് ഞാൻ പോയാണ്ടിൽ കണ്ട രണ്ടാമത്തെ നാടകം. ഇംഗ്ലീഷിലായിരുന്നു നാടകത്തിന്റെ അവതരണം. ലളിതമായ രംഗസജ്ജീകരണം. മിതമായ ശബ്ദവും വെളിച്ചവും, കുറഞ്ഞ ആടയലങ്കാരങ്ങൾ, മൂർച്ചയേറിയ സംഭാഷണത്തിന്റെ ഉദാത്താരോഹണാവരോഹണഭംഗികൾ.നിയന്ത്രിതമായ അംഗചലന ചൈതന്യങ്ങൾ— 'ആന്റിഗണി' ഉൽകൃഷ്ടനാടകമായി.

ഈഡിപ്പസിനു ശേഷം ക്രയോൺ രാജാവ്. ഈഡിപ്പസിന്റെ മകൾ അന്റിഗണി ക്രയേണിന്റെ പുത്രവധു ആണ്. രാജാവിനെതിരെ പടയെടുത്ത അന്റിഗണിയുടെ സഹോദരൻ വധിക്കപ്പെട്ടു. സഹോദരന്റെ മൃതദേഹത്തിനു മാന്യമായ സംസ്കാരം നിരോ ധിക്കപ്പെട്ടു. ഉചിതമായ ശവസംസ്കാരത്തിനായി ശബ്ദമുയർത്തുന്നു അന്റിഗണി. ക്രയോണും അന്റിഗണിയും തമ്മിലുള്ള സ്നേഹാധികാരങ്ങളുടെ ഏറ്റുമുട്ടൽ. നാടകമുഹൂർത്തമിതാണ്.

സോഫോക്ലിസിന്റെ ദുരന്തനാടകങ്ങൾ —'ഈഡിപ്പസ്'', 'അന്റിഗണി'. സി.ജെ.തോമസ് അരനൂറ്റാണ്ട് മുമ്പേ മലയാളത്തി ലേക്കു പരിഭാഷപ്പെടുത്തി തന്നിട്ടുണ്ട്. 'ഈഡിപ്പസ്'' (സി.ജെ. തർജ്ജമയല്ല) ഏതാണ്ട് അമ്പതു വർഷം മുമ്പ് നമ്മുടെ അരങ്ങത്തു മെത്തി. കുഞ്ഞാണ്ടിയും ബാലൻ കെ. നായരും വാസുപ്രദീപും മറ്റും അഭിനേതാക്കൾ.

അന്റിഗണി, പക്ഷേ, ഞാൻ സ്റ്റേജിൽ കാണുന്നതിതാദ്യം.

സോഫോക്ലീസിന്റെ പാഠമല്ല നസറുദ്ദീൻ ഷാ സ്വീകരിച്ചത്. ഫ്രഞ്ച് നടാകക്കാരനായ അനൂജ പുനർസൃഷ്ടിച്ച 'അന്റിഗണി'യാണ് ഷായുടേത്. ക്രയോൺ ആയി നസറുദ്ദീനും അന്റിഗണിയായി ഭാര്യ സുപ്രിയ പഥക്കും.

നസറുദ്ദീനും സുപ്രിയയുംകൂടി നാടകത്തെ അതിഗംഭീരമാക്കി ശബ്ദനിയന്ത്രണത്തിൽ ഇരുവരുടെയും പ്രാഗല്ഭ്യം അത്ഭുതപ്പെടു ത്താൻ പോന്നത്. അരങ്ങ് അവരുടെ അടിമയായി.

ബഞ്ചമിൻ ഗിലാനി എന്ന നടനും അസാധാരണ പ്രതിഭ.

'അന്റിഗണി' കണ്ടത്, എന്റെ നാടകക്കാഴ്ചകളെയും നാടക വായ നകളെയും എന്നിൽ ജീവിച്ചുണർത്തി. ചുറ്റും തകരുന്ന കൊട്ടകകൾ. ജീവിക്കുന്ന നാടകം.

ആണ്ടിൽ ഒരു നാടകമെങ്കിലും ഇവിടെ ഉണ്ടാകില്ലേ? അരങ്ങിലും അച്ചിലും? അർഹമായ സംസ്കാരം കാത്ത് പെരു വഴിയിൽ നാടക മൃതദേഹം.

•

രമാകാന്തൻ: 'മുൾക്കിരീടം' നായകൻ

കലാലയാദ്ധ്യാപകരെ സമകാലികരാക്കി സജ്ജമാക്കുന്ന പഠന പദ്ധതി. ഒരാൾ രണ്ടെണ്ണമെങ്കിലും പങ്കെടുത്തിരിക്കണമെന്ന നിർബന്ധം. അങ്ങനെ കാര്യവട്ടത്ത് ഇരുപത്തെട്ടുനാൾ മലയാളം ലക്ചറർമാർക്കുള്ള റിഫ്രഷൻ കോഴ്സിൽ ഞാനും ചെന്നുകൂടി. അങ്ങ് പയ്യന്നൂർ കോളജിലെ മുഹമ്മദ് അഹമ്മദ് മുതൽ ഇങ്ങ് നെയ്യാറ്റിൻകരയിലെ കവടിയാർ രാമചന്ദ്രൻ വരെയുള്ള പത്ത് മുപ്പതുപേർ. പതിനഞ്ചും ഇരുപതും കൊല്ലം പഠിപ്പിച്ച പരിചയമുള്ളവർ പഠിക്കാൻ വന്നിരിക്കുകയാണ്. പലരും ക്ലാസ്സിലിരുന്ന് ഉറക്കം തൂങ്ങുകയും കോട്ടുവായിടുകയും ചെയ്തു. ഉറക്കെ കൂർക്കം വലിച്ചവരുമുണ്ട്.

പി. കുഞ്ഞുകൃഷ്ണമേനോൻ, എസ്. ഗുപ്തൻനായർ, സുകുമാർ അഴീക്കോട്, ഒ.എൻ.വി. കുറുപ്പ്, തിരുനല്ലൂർ കരുണാകരൻ തുടങ്ങിയ മലയാളം പ്രൊഫസ്സർമാരും ജി. കുമാരപിള്ള, കെ. അയ്യപ്പ പണിക്കർ, വിഷ്ണുനാരായണൻനമ്പൂതിരി തുടങ്ങിയ ഇംഗ്ലീഷ് പ്രൊഫസ്സർമാരും വന്നു ഗംഭീരൻ ക്ലാസ്സുകൾ തന്നു. അതിവിശിഷ്ടന്മാരെ കിട്ടാതെ വന്നപ്പോൾ ഞങ്ങൾ തന്നെ സെമിനാറുകൽ നടത്തി മയക്കത്തിലാണ്ടു!

'ഭാവാത്മകകവിത മലയാളത്തിൽ' എന്നായിരുന്നു ഒരു ദിവസത്തെ വിഷയം. ലിറിക്കൽ പോയട്രി ഇൻ മലയാളം. വിഷയാവതാരകൻ കത്തിക്കേറി. തുഞ്ചത്തെഴുത്തച്ഛന്റെ ഹരിനാമകീർത്തനമാണ് പ്രഥമ മലയാള ഭാവകാവ്യം എന്ന് അദ്ദേഹം ആദ്യമേ പറഞ്ഞുവെച്ചു. ഉച്ചതിരിഞ്ഞ നേരം മുഴുവൻ പേരും ഉറങ്ങാനുള്ള ഒരുക്കത്തിൽ.

ഞാൻ ഇടപെട്ടു. ഹരിനാമകീർത്തനം അച്ഛന്റേതുതന്നെയാണോ?

ആണെന്നു വച്ചോ?

അതോടെ ആഡിയനുണർന്നു. തർക്കമായി. തർക്കത്തിനു മേൽ അവതാരകൻ പി. ലീല തോൽക്കുംമട്ടിൽ ഈണത്തിൽ പാടി:

ഗർഭസ്ഥനായ് ഭുവി ജനിച്ചും മരിച്ചുമുദക
പ്പോളപോലെ ജനനാന്ത്യേന നിത്യഗതി
ത്വദ്ഭക്തിവർദ്ധനമുദിക്കേണമെന്മനസി
നിത്യം തൊഴായ് വരിക നാരായണായ നമഃ
പച്ചക്കിളിപ്പവിഴ പാൽവർണ്ണമൊത്ത നിറ–
മിച്ഛിപ്പവർക്കു ഷഡാധാരം കടന്നുപരി
വിശ്വസ്ഥിതി പ്രളയസൃഷ്ടിക്കു സത്ത്വര
ജസ്തമോഭേദ ഹരി നാരായണായ നമഃ
തത്ത്വത്തിനുള്ളിലുദയം ചെയ്തിരുന്ന പൊരു–
ളെത്തീടുവാൻ ഗുരുപദാന്തേ ഭജിപ്പവനു
മുക്തിക്കു തക്കൊരുപദേശം തരും; ജനന
മറ്റീടുമന്നവനു നാരായണായ നമഃ

ഇതിലും വലിയ ഭാവഗീതമേതുണ്ട്? അദ്ദേഹം തുടർന്നു. ഞാൻ ഡസ്കിൽ തലചായ്ച്ച് കിടന്നു താളം കൊട്ടി.

ഹരിനാമകീർത്തനത്തിൽ നിന്നു നേരെ 'സഫലമീ യാത്ര'യിലേക്കു വന്നു ഇഷ്ടൻ. നീട്ടിപ്പാടുകയും ചെയ്തു.

ആർദ്രമീ ധനുമാസരാവുകളിലൊന്നിൽ
ആതിര വരും, പോകുമല്ലേ സഖീ? ഞാനീ
ജനലഴി പിടിച്ചൊട്ടുനിൽക്കട്ടെ; നീയെ–
ന്നണിയത്തുതന്നെ നിൽക്കൂ, ഇപ്പഴങ്കൂ
ടൊരു ചുമയ്ക്കടിയിടറി വീഴാം.
കാലമിനിയുമുരുളും, വിഷു വരും,
വർഷം വരും തിരുവോണം വരും, പിന്നെ–
യോരോ തളിരിനും പൂ വരും, കായ് വരും അപ്പോ–
ളാരെന്നുമെന്തെന്നുമാർക്കറിയാം? നമു–
ക്കിപ്പൊഴീയാർദ്രയെ ശാന്തരായ്
സൗമ്യമായെതിരേല്ക്കാം–

അദ്ദേഹം വച്ചു കീറി. സ്വയം ലയിച്ചു സുഖിച്ചു. മലയാള ഭാവഗീതികൾ ഹരിനാമകീർത്തനവും സഫലമീ യാത്രയും മാത്രമാണെന്ന് അവതാരകൻ സ്ഥാപിച്ചു.

ഞാൻ തല ചായ്ച്ചു തന്നെ കിടന്നു.

തുടർന്ന്, അദ്ധ്യാപഹയർ അഹമഹമികയാ സെമിനാറിൽ പങ്കാളികളായി.

മുമ്പേ ഗമിക്കും ഗോവു തന്റെ പിമ്പേ ഗമിക്കും

ബഹുഗോക്കളെല്ലാം.

സകലരും ഹരിനാമവും സഫലമീയാത്രയും തന്നെ പാടിപ്പകർത്തി.

കാലമിനിയുമുരുളും, വിഷു വരും,

വർഷം വരും, തിരുവോണം വരും.... എന്ന് ആവർത്തിച്ചാവർത്തിച്ച കേട്ടു കിടന്നപ്പോൾ ഞാൻ തലപൊക്കി. എണീറ്റു നിന്നു. എനിക്ക് സംസാരിക്കാൻ അനുവാദം കിട്ടി. ഞാൻ പറഞ്ഞു.

ഭാവകാവ്യം എന്തെന്ന് എനിക്ക് മനസ്സിലായി. മലയാളം വാദ്ധ്യാന്മാർ ഷെല്ലി, കീറ്റ്സ്, വേഡ്സ്വർത്ത്, ഗ്രേ, ബൈറൻ, മിൽട്ടൻ എന്നൊന്നും ഞാൻ പ്രതീക്ഷിച്ചില്ല. ടാഗോർ, നസ്രുൾ, ഇസ്ലാം, ഇക്ബാൽ, ഭാരതീയാർ എന്നും വിചാരിച്ചില്ല. പക്ഷേ ഇരുപതാണ്ടു കാലത്തോളം മലയാളകവിത പഠിപ്പിക്കുന്നവർ മലയാള ഭാവഗീതങ്ങളെ ചർച്ച ചെയ്യുമ്പോൾ പാലാ, വെണ്ണിക്കുളം, തരകൻ, അപ്പൻ, നാലാങ്കൽ എന്നിവരെ സ്പർശി ക്കാത്തതെന്ത്?

ഹരിനാമകീർത്തനം ടെക്സ്റ്റായോ എന്നെനിക്കറിഞ്ഞുകൂടാ. പക്ഷേ സഫലമീ യാത്ര രണ്ടുമൂന്നു യൂണിവേഴ്സിറ്റികളിൽ പാഠപുസ്തകത്തിലുണ്ടെന്നറിയാം. അതുകൊണ്ട് നമുക്കെല്ലാം കക്കാടിന്റെ വരികൾ കാണാപ്പാഠമാണ്. സന്തോഷം!

എന്നാൽ സഫലമീ യാത്രപോലെതന്നെ എന്നെ വികാരവിവശനാക്കുന്ന ഒരു കവിതയുണ്ട്. ഒന്നാന്തരം ഭാവകാവ്യം. പ്രൊഫ. കിളിമാനൂർ രമാകാന്തന്റെ 'ജനിച്ചില്ല' എന്ന കവിതയാണത്. രമാകാന്തൻസാറിന്റെ അഞ്ചാറ് ശിഷ്യരുണ്ടിവിടെ. അവർ പോലും ആ കവിത ഒന്നോർക്കാത്തതെന്ത്? പാഠപുസ്തകത്തിൽ ഉൾപ്പെടുത്താത്തതുകൊണ്ടോ?

ഊണത്തിൽ കവിത ചൊല്ലാനറിയാത്ത ഞാൻ 'ജനിച്ചില്ല' ആദ്യാവസാനങ്ങൾ പതുക്കെ പറഞ്ഞു കേൾപ്പിച്ചു.

കണ്ണുകളില്ലാതിരു—
ന്നെങ്കിൽ ഞാൻ നിന്നെത്തന്നെ
കണ്ടുകണ്ടിരുന്നെന്നെ—
യെന്നേക്കും മറന്നേനേ!കാതുകളില്ലാതിരു—
ന്നെങ്കിൽ നിൻ മനോഹര
നാദധാരയിൽ ത്രസ—
രേണുപോൽ തുടിച്ചേനെ!
നാവില്ലാതിരുന്നെങ്കിൽ
നിന്മനോ വനിയിലെ—
പൂവിലെത്തേൻതുള്ളിക—

ളൊക്കെയും നുകർന്നേനെ!
നാസിക വിഹീനനാ—
യെങ്കിൽ ഞാൻ പ്രിയസ്നിഗ്ദ്ധ
ഭാസുരാത്മാവിൽ ഗന്ധ
ധാരയിലലിഞ്ഞേനെ!
അന്യദേശത്തിലാണു ഞാൻ, നിന്റെ
പുണ്യദേശത്തിലെത്തുവതെന്നോ!
(അന്നു കണ്ണുകൾ കണ്ണുകളാകും
അന്നു കാതുകൾ കാതുകളാകും)
എന്തു വാർത്തകളുണ്ട് നിൻ നാട്ടിൽ
എന്റെ കുഞ്ഞിനു സൗഖ്യമാണല്ലോ!
(എന്തു സൗഖ്യം? പ്രിയപ്പെട്ട താതൻ
ബന്ധനത്തിൽക്കിടന്നുഴലുമ്പോൾ!)
പോയ ജന്മത്തിൽ നിന്നെ ഞാൻ വിട്ടു
പോയിരിക്കാം, പരിഭവി,ച്ചാകാം
നീ പിരിഞ്ഞതെന്നോരുന്നു, ഭാവി
ജീവിതങ്ങളിൽ നമ്മൊന്നിക്കാം
ജന്മമായിരമായി
നമ്മളീക്കളി നീട്ടുകയാവാം...

ഞാൻ പറഞ്ഞു തീർന്നതോടെ സെമിനാർ തീർന്നു. പിന്നാരും മിണ്ടിയില്ല. അന്നത്തേക്കു പിരിഞ്ഞു. പിറ്റേന്ന് ചെന്നപ്പോൾ രണ്ടു സ്നേഹിതർ രഹസ്യം രഹസ്യമായി അറിയിച്ചു. നിന്റെ സംസാരം വിഷയമായിട്ടുണ്ട്. നീ നമ്പൂരിവിരുദ്ധനും ചോസ്പിരിറ്റുകാരനുമാണെന്ന് കണ്ടെത്തിയിട്ടുണ്ട്. അല്ലെങ്കിൽ കക്കാടിനൊപ്പം രമാകാന്തനെപ്പറ്റി പറയുമോ?

എന്ന്!

പ്രൊഫ. കിളിമാനൂർ രമാകാന്തനെ ഞാൻ നേരിൽ കാണുന്നതും അടുത്തറിയുന്നതും 1964 ലാണ്. കൊല്ലം ശ്രീനാരായണകോളജിൽ ഇംഗ്ലീഷ് എം.എയ്ക്ക് ചെന്നുചേരുമ്പോൾ അന്ന് അവിടെ മലയാളം അദ്ധ്യാപകനാണ് രമാകാന്തൻ. കാണുംമുമ്പേ എനിക്ക് ഇഷ്ടക്കാരനായി അദ്ദേഹം. കൗമുദി ആഴ്ചപ്പതിപ്പിൽ വന്നിരുന്ന മധുരമുള്ള പ്രണയകവിതകളായിരുന്നു കാരണം. ഒ.എൻ.വി, വയലാർ, തിരുനല്ലൂർ, ഭാസ്കരൻ തുടങ്ങിയവരുടെ മനോഹര കവിതകൾ തുടർച്ചയായി വന്നിരുന്ന കൗമുദിയിൽ. ഒപ്പം വിഷ്ണുനാരായണൻ നമ്പൂതിരി, പഴവിള രമേശൻ, കിളിമാനൂർ രമാകാന്തൻ എന്നീ കവികളുടെ സുന്ദരകവിതകളും.

ആയിടെ 1961 ലോ 1962 ലോ കൗമുദി ഓണം വിശേഷാൽപ്രതി

ഒരു അത്ഭുതമുണ്ടാക്കി. എഴുത്തുകാരുടെ പേരില്ലാതെ കഥയും കവിതയും ലേഖനവും മറ്റും. വായനക്കാർ എഴു ത്തുകാരെ കണ്ടെ ത്തണം. ഒരു മത്സരം തന്നെ പ്രഖ്യാപിച്ചു. പത്രാധിപർ കെ. ബാല കൃഷ്ണൻ.

വിശേഷാൽ പ്രതി പുറത്തുവന്നു. അതിൽ ബാലകൃഷ്ണൻ അറിയിച്ചു; മത്സരത്തിൽ നിന്നും ഒരു കവിത ഞാൻ ഒഴിവാക്കുന്നു. 'ജനിച്ചില്ല' എന്ന കവിത ശ്രീ കിളിമാനൂർ രമാകാന്തന്റെതാണ്. സ്വകാര്യജീവി ത്തിലെ മഹാദുരന്തത്തിൽനിന്നത്രെ ഈ കവിത ജനിച്ചിരിക്കുന്നത്. അത്തരമൊരു രചനയെ മത്സരത്തിൽ ഉൾപ്പെടുത്താൻ എന്റെ മനു ഷ്യത്വം എന്നെ അനുവദിക്കുന്നില്ല.

രമാകാന്തന്റെ ബാല്യകാലസഖി കാമുകി, പ്രിയതമ ആദ്യഗർഭ ത്തോടെ അന്തരിച്ചു. ജനിക്കാത്ത കുഞ്ഞിനെപ്പറ്റിയാണ് 'ജനിച്ചില്ല' എന്ന കവിത.

ജീവിതത്തിലെ മഹാദുരന്തം രമാകാന്തനെ ഇളക്കിമറിച്ചു. ഞാൻ കാണുമ്പോൾ അദ്ദേഹം ജീവിതത്തിലേക്കു തിരിച്ചുവന്നുകൊണ്ടിരു ന്നു, ആസാദിന്റെ 'മുൾക്കിരീടം' നാടകത്തിൽ നായകനായി (ചലച്ചി ത്രസംവിധായകനായ ആസാദ് ആത്മഹത്യ ചെയ്തു, പിന്നീട്)

രമാകാന്തൻ കവിതകൾ എഴുതി നിറച്ചു.

'ഇഫ്ജീനിയ' പരിഭാഷപ്പെടുത്തി.

'ഡിവൈൻ കോമഡി'യുടെ തർജ്ജമ ഒരു ദൗത്യമായി ചെയ്തു തീർത്തു.

എസ്.എൻ കോളജിൽ ഞാൻ ചെയ്ത നാടകങ്ങളിൽ അദ്ദേഹം അനുഗ്രഹങ്ങൾ ചൊരിഞ്ഞു. എപ്പോഴും മുറുക്കാൻ പങ്കുവെച്ചു. സ്നേഹ ത്തിന്റെ തിളക്കം കണ്ണുകളിൽ ഞാൻ തിരിച്ചറിഞ്ഞു സന്തോഷിച്ചു.

ഒരിക്കൽ, രമാകാന്തൻസാർ ചോദിച്ചു: ഓമനക്കുട്ടന് മക്കൾ?

രണ്ട്. മോനും മോളും

മോന്റെ പേരെന്താ?

അമൽ. വീട്ടിൽ ചിപ്പീന്ന് വിളിക്കും.

സാർ വേഗം പുറംതിരിഞ്ഞു പോയി. ഞാൻ സ്തംഭിച്ചു നിന്നു. പിന്നീട് അറിഞ്ഞു സാറിന്റെ മകൻ ആത്മഹത്യചെയ്തു മൂത്തവന്റെ പേര് ശില്പി. വീട്ടിൽ ചിപ്പി എന്നു വിളിച്ചു.

(രമാകാന്തന് എന്റെ മുഴുവൻ സ്നേഹവും)

●

ബിമൽമിത്ര: സാംബശിവനിലൂടെ, ഗുരുദത്തിലൂടെ

ജൊറസൊങ്കോ പാലസ് ടാഗ്ഗൂർമാരുടെ തറവാട്ടുവീടാണ്. 'പ്രിൻസ്'ദ്വാരകനാഥ ടാഗ്ഗൂർ പണിയിച്ച കൂറ്റൻ കൊട്ടാരം. ദ്വാരകനാഥിന്റെ മകനാണ് 'മഹർഷി' ദേവേന്ദ്രനാഥ ടാഗ്ഗൂർ. ദേവേന്ദ്രനാഥിന്റെ പതിന്നാല് മക്കളിൽ ഇളയവൻ 'ഗുരുദേവ്' രവീന്ദ്രനാഥടാഗ്ഗൂർ.

ജൊറസൊങ്കോ കൊട്ടാരത്തിൽ ഇപ്പോൾ രവീന്ദ്രഭാരതി സർവ്വകലാശാല പ്രവർത്തിക്കുന്നു. ടാഗ്ഗൂർ കുടുംബത്തിലെ പിന്മുറശാഖകളാരോ കൊട്ടാരമുകളിൽ താമസിക്കുന്നുണ്ട്.

കൊട്ടാരം കാണാൻ ഭാര്യയും ഞാനും കൂടി പോയത്കാലവൈശാഖി കാറ്റും മഴയും ആഞ്ഞുവീശിയ ഒരു ഭീകരദിനത്തിൽ. സ: എൻ. ഗോപിയുമുണ്ടായിരുന്നു ഞങ്ങൾക്കു കൂട്ട്. മഹാനഗരത്തിന്റെ വിശാലവീഥികളിൽ ജലപ്രവാഹം കുത്തിയൊഴുകുന്ന വെള്ളപ്പാച്ചിലിൽ തെരുവോരജീവിതം കലങ്ങിമറിഞ്ഞു പാഞ്ഞുപോകും.

ടാഗ്ഗൂർ കൊട്ടാരത്തിനു അടുത്തെത്താനായില്ല ഞങ്ങൾക്ക്. അങ്ങോട്ടുള്ള വഴിയിൽ കഴുത്തറ്റം വെള്ളം. ഞങ്ങളുടെ കാർ പാതി മുങ്ങി. ഗോപി പറഞ്ഞു. പാലസ്സോക്ക് ഇന്ന് നടക്കില്ല!

കാർ തന്നെ 'കാൾ വൈശാഖി'യിൽ'ബാംഗ്ല ഉൾക്കന'ലിൽ മുങ്ങിത്താഴുമെന്നു ഭയന്നു. (കെ.എസ്.അനിയൻ നോവലിനും മാത്യു പ്രാൽ യാത്രാവിവരണത്തിനും നൽകിയ പേരുകൾ എനിക്കങ്ങുവല്ലാണ്ടിഷ്ടപ്പെട്ടു.!)

ഞാൻ ഗോപിയോട് ചോദിച്ചു. മിലിട്ടറി കമാന്റ് ഹോസ്പിറ്റലിൽ പോകാൻ പറ്റുമോ? അവിടെ നമ്മുടെ സുഹൃത്തിന്റെ ഭാര്യ ചികിത്സയിലുണ്ട്—

ഡയമണ്ട് ഹാർബർ റോഡിൽ വെള്ളമില്ലെന്ന് ഡ്രൈവർ പറഞ്ഞു. അങ്ങനെ ആശുപത്രിക്ക് വിട്ടു.

ഗംഭീരൻ ആശുപത്രിയും വിശാലമായ അങ്കണോദ്യാനങ്ങളും. പല പല എടുപ്പുകൾ, വീതിയേറിയ ഇടനാഴികൾ, വലിപ്പമുള്ള ലിഫ്റ്റുകൾ വെടിപ്പും ചിട്ടയും പട്ടാളമട്ടിൽ തന്നെ.

രോഗിയെ സന്ദർശിച്ചു. കുശലാന്വേഷണം നടത്തി. ഞങ്ങൾ മടങ്ങി. ടാഗുർ കൊട്ടാരം കാണാത്ത ദുഃഖം സ്നേഹിതന്റെ ശ്രീമതിയെ പോയിക്കണ്ടപ്പോൾ തീർന്നുകിട്ടി.

കാറ്റും മഴയും തീരുന്നില്ല. നല്ല കരുത്തോടെ തുടരുകയാണ്.

ഗോപി ചൂണ്ടിക്കാട്ടി. കിദ്ദർപൂർ റയിൽവേസ്റ്റേഷൻ അവിടെ ഓവർ ബ്രിഡ്ജിനു കീഴെ നിന്നാണ് കിരൺ പൂണൂൽ വിറ്റിരുന്നത്!

എന്നിട്ട്, ഗോപി പതുക്കെ ഈണത്തിൽ പാടി. പൂണൂൽ... പൂണൂൽ...

സാംബശിവന്റെ 'വിലയ്ക്കു വാങ്ങാം' കഥാപ്രസംഗത്തിലെ പാട്ടിന്റെ വരികളാണ് ഗോപി പാടിയത്. പതിറ്റാണ്ടുകളായി കൊൽക്കത്തയിൽ ജീവിക്കുന്ന ഗോപി 'പൂണൂൽ' പാടിയപ്പോൾ ഞാൻ ഓർമ്മകളുടെ ഒഴുക്കിൽ മുങ്ങിത്താണു.

ബിമൽമിത്രയുടെ നോവലുകൾ എം.എൻ. സത്യാർത്ഥി തർജ്ജമ ചെയ്ത് 'ജനയുഗം' വാരികയിൽ തുടർച്ചയായി വന്ന നാളുകൾ. ലക്ഷ്മിയേട്ടത്തിയും സതിയും ദീപാങ്കരനും കിരണും മലയാളമനസ്സുകളെ കീഴടക്കിയ കാലം (അന്ന് പിറന്നുവീണ ആമ്പിള്ളേർ മുഴുക്കെ ദീപുവും കിരണുമായി! പെമ്പിള്ളേർ സതിയും ലക്ഷ്മിയും!)

ആർട്ടിസ്റ്റ് ഗോപാലൻ വരച്ച ലക്ഷ്മിയേടത്തിയും സതിയും മലയാളി യുവാക്കളുടെ പ്രണയഭാജനങ്ങളായി! എന്റെയും!

വിലയ്ക്കു വാങ്ങാം, പ്രഭുക്കളും ഭൃത്യരും, ഇരുപതാംനൂറ്റാണ്ട് — ബിമൽ മിത്രയുടെ നോവലുകൾ മലയാളവായനക്കാർ കാത്തിരുന്ന് വായിച്ചു. യശ്പാലിന്റെ 'നിറം പിടിപ്പിച്ച നുണകൾ' (ഝൂഠാ സച്ച്— പരിഭാഷ പി.എ. വാരിയർ) എന്ന ഹിന്ദിനോവലും ബിമൽമിത്രയുടെ ബംഗാളി നോവലുകളും ജനയുഗം വാരികയുടെ പ്രചാരം ഏറെ വർദ്ധിപ്പിച്ചു. പൈങ്കിളികളിൽ കുടുങ്ങിക്കിടന്ന വായനക്കാർ പഞ്ചവർണ്ണ പൈങ്കിളികളുടെ വാലേൽത്തൂങ്ങികളായി.

പ്രഭുക്കളും ഭൃത്യരും വായിച്ചശേഷമാണ് ഗുരുദത്തിന്റെ 'സാഹിബ് ബീബി ഗുലാം' സിനിമ ഞാൻ കാണുന്നത്. 'പ്യാസാ'യും 'കാഗസ് കെ ഫൂലും' 'ചൗദ്വിൻ കി ചാന്ദും' ഒക്കെ പല തവണ കണ്ട്

ഗുരുദത്തിനെയും റഹ്മാനെയും വഹീദായെയും കൂടുതൽ പ്രിയപ്പെട്ട നേരം. സാഹിബ് ബീബി ഗുലാം ആവർത്തിച്ചുകണ്ടപ്പോൾ റഹ്മാനും മീനാകുമാരിയും ഒപ്പം ഗുരുദത്തും മുഹമ്മദ് റഫിയും സംഗീത സംവി ധായകൻ രവിയും ഛായാഗ്രാഹകൻ മൂർത്തിയും എല്ലാം എന്റെ ആരാധാനാപാത്രങ്ങളായി. സാഹിബ് ബിബി ഗുലാമിലെ റഹ്മാനും മീനയും ഇന്ത്യൻ സിനിമയിലെ ഏറ്റവും മികച്ച അഭിനയ പ്രതിഭകൾ.

ഗുരുദത്തിന്റെ മരണം – ആത്മഹത്യ? ഇന്ത്യൻ സിനിമയ്ക്ക് അക്ഷ രാർത്ഥത്തിൽ നികത്താനാവാത്തത്.

ആ മരണം പോലെ ഒരു സിനിമാമരണവും എന്നെ വേദനി പ്പിച്ചിട്ടില്ല.

സിനിമയൊന്നുമല്ല ബിമൽമിത്രയെ സാധാരണ മലയാളി ക്കു പരിചിതമാക്കിയത്. വി. സാംബശിവൻ ചെയ്ത കഥാപ്രസംഗങ്ങ ളാണ് കിരണിനെയും ദീപുവിനെയും മലയാളമനസ്സുകളിൽ പ്രതി ഷ്ഠിച്ചുവച്ചത്.

'പൂണൂൽ പൂണൂൽ.....' എന്ന ചപ്ലാംകട്ട ഇല്ലാതെ ഹൃദയസ്പർശി യായി സാംബൻ പാടി. മലയാളമക്കൾ ഒന്നടങ്കം അതേറ്റുപാടി. കൊൽക്കത്തയിലും മുംബൈയിലും ചെന്നൈയിലുമെല്ലാം. ബിമൽ മിത്രയെ മാത്രമോ? ഷേക്സ്പിയറെയും ടോൾസ്റ്റോയിയെയും ഇബ്സനെയും എന്തിന് വ്യാസനെപ്പോലും സാധാരണക്കാരിൽ സാധാരണക്കാരനായ മലയാളിക്ക്സ്വന്തമാക്കിക്കൊടുത്തത് സാംബശിവൻ.

ഒഥല്ലോ, മാക്ബത്, അനീസ്യ, ഭ്രതം തുടങ്ങിയ കഥാപ്രസംഗ ങ്ങളൊന്നും ഞാൻ നേരിട്ടു കേട്ടിട്ടില്ല. കഥാപ്രസംഗകല എന്നെ അങ്ങനാകർഷിച്ചിട്ടില്ല. കഥ കേൾക്കാൻ ഉത്സവപ്പറമ്പുകൾ നിര ങ്ങിയിട്ടില്ല. സത്യദേവൻ, ബ്രഹ്മവ്രതൻ, കെ.കെ. വാദ്ധ്യാർ, എം.പി. മന്മഥൻ, ജോസഫ് കൈമാപ്പറമ്പൻ, കെ.കെ. തോമസ് എന്നീ പൂർവ്വ സൂരികളുടെ കഥ കേൾക്കാൻ എനിക്കു പ്രായപൂർത്തിയായിരുന്നില്ല.

കെടാമംഗലം സദാനന്ദന്റെ 'രമണൻ' കേട്ടതുതന്നെ ഒരു നട്ടുച്ച യ്ക്കാണ്. മഹാരാജാസ് കോളജ് ശതാബ്ദിഹാളിൽ വെച്ച്. എഴുപതു ക്കാരായ കെടാമംഗലം മധുരപ്പതിനേഴുകളെയും പതിനെട്ടുകളെയും തന്റെ നാക്കിൻതുമ്പത്തിട്ട് അമ്മാനമാടി.

കൊച്ചുമകളുടെ രാഗവായ്പിൽ

അച്ഛനമമ്മയ്ക്കുമെന്തു തോന്നാൻ?

എന്ന ഈരടി ഇട്ടുകളിച്ചതെത്ര നേരം! തല കുലുക്കിനൊപ്പം

നെറ്റിയിൽ അളകം ആനന്ദനൃത്തമാടി.

സാംബശിവന്റെ 'ആയിഷ' ഞാൻ കാണുകയോ കേൾക്കുകയോ ഉണ്ടായിട്ടില്ല എന്നാലും,

അദ്രമാനലറി പെണ്ണേ നിന്നെ
കത്തികൊണ്ടരിഞ്ഞ് ഞാൻ
കടയിൽ കെട്ടിത്തൂക്കും—

ഒരായിരം തവണ ആരൊക്കെയോ അലറി ഞാൻ കേട്ടിട്ടുണ്ട്.

സാംബൻ ആയിരുന്നു താരം!

കേരളത്തിന്റെ അസൽ ഹീറോ!

1964—ലോ 65—ലോ ഒരു രാത്രി എന്റെ ഓർമ്മയിലുണ്ട്. സാംബശിവന്റെ രാത്രിയായിരുന്നു അത്.

തങ്കശ്ശേരി കാവലിലാണ് ഞാൻ താമസം. ചുറ്റും കൊച്ചുകൊച്ചു കുടുംബക്ഷേത്രങ്ങൾ. കുടുംബാംഗങ്ങൾ പലരും വിദേശങ്ങളിൽ. ആണ്ടിലൊരിക്കൽ ക്ഷേത്രത്തിൽ ഉത്സവമുണ്ട്. മുടങ്ങാതെ പ്രവാസി എത്തും, ഉത്സവനടത്തിപ്പിനുള്ള കാശുമായി. ഉഗ്രൻ പരിപാടിയാണ് സംഘടിപ്പിക്കുക.

ഞാനവിടുള്ള വർഷത്തെ ഉത്സവപ്രോഗ്രം ഇങ്ങനെ? വൈകീട്ട് 6 മുതൽ 9 വരെ കഥ ഹർഷകുമാർ, 9 മുതൽ 12 വരെ കഥ കൊല്ലം ബാബു, 12 മുതൽ 2.30 വരെ കച്ചേരി ചെമ്പൈ വൈദ്യനാഥ ഭാഗവതർ, 2.30 മുതൽ രാവിലെ 6.30 വരെ കഥ വി. സാംബശിവൻ!

ഒന്നുറങ്ങിയെണീറ്റ് ഒരു മണിയായപ്പോൾ ചെമ്പൈയുടെ പാട്ടു കേൾക്കാൻ ഞാൻ ചെന്നു; സ്വാമി ലയിച്ചിരുന്നു സ്വയം മറന്നു പാടുകയാണ്. നാദബ്രഹ്മരൂപം.

ചെറിയ പറമ്പാണ്. ഒരരികിൽ പൊക്കിക്കെട്ടിയ സ്റ്റേജ്. അതിനു പിന്നിൽ നിന്നും മിനുട്ടുതോറും മൂന്നു കതിന പൊട്ടുന്നു. മൂന്നു കര്യാല മതിലനോടു ചേർന്നുണ്ട്. അവിടാണ് കതിന.

സ്വാമി കണ്ണും കാതും പൂട്ടി പാടുന്നു.

—കരുണ ചെയ്വാനെന്തു താമസം കൃഷ്ണാ!

കച്ചേരി തീർന്നപ്പോൾ ജനം പറമ്പിൽ നിറഞ്ഞുതുളുമ്പി. എന്തു ചെമ്പൈ, എന്തു വൈദ്യം? സാംബന്റെ കഥയാണ് വേണ്ടത്.

സാംബശിവൻ സ്റ്റേജിൽ പ്രത്യക്ഷപ്പെട്ടു.

ഹസ്തതാഡനം.

സാംബൻ വലതുകൈ ഉയർത്തി അത് തടഞ്ഞു. എന്നിട്ട് കനപ്പെട്ട സ്വരത്തിൽ പറഞ്ഞു: ഇതിന്റെ സംഘാടകൻ ആരാണെങ്കിലും അയാൾ ഉടൻ ഈ വേദിയിൽ വരണം. അയാൾ വന്ന് ഒരുറപ്പ് ഉറക്കെ പ്രഖ്യാപിച്ചാലേ ഞാൻ കഥ പറയൂ. ഇല്ലെങ്കിൽ അഡ്വാൻസ് തുക തിരിച്ചുതന്നിട്ട് തിരിച്ചു പോകും!

ജനം കല്ലേറേറ്റ കടന്നൽക്കൂടായി.

സാംബൻ തുടർന്നു: ഞാൻ അരമണിക്കൂർ മുമ്പിങ്ങെത്തി. അത്രയും നേരമെങ്കിലും ആ ദേവഗാനം കേൾക്കാനുള്ള കൊതി യോടെ. ശ്രീ. ചെമ്പൈവൈദ്യനാഥ ഭാഗവതർ അനശ്വരകലാകാരനാണ്, ഗന്ധർവ്വഗായകനാണ്, മഹാനായ സംഗീതപ്രതിഭയാണ്. ഈ സാഗരത്തിനുമുന്നിൽ ഒരു തുള്ളി പോലു മല്ല ഞാൻ. ഒരു പാവം, തീരെ എളിയ കലാകാരൻ.

ചെമ്പൈ സ്വാമിയുടെ ആസനത്തിൽ ഗർഭം കലക്കി കത്തിച്ചു പൊട്ടിച്ചാലും അദ്ദേഹം പാടിക്കൊണ്ടിരിക്കും. ചെമ്പൈ പാടുമ്പോൾ കതിന പൊട്ടിക്കുന്നവന്റെ കരണമടിച്ചു പൊട്ടിക്കണം.

ഞാൻ കഥ പറയുമ്പോൾ കതിന പൊട്ടാൻ പാടില്ല!

ഒരോലപടക്കം പൊട്ടിക്കാമ്പാടില്ല!

സംഘാടകൻ ഓടിക്കിതച്ചെത്തി. സ്റ്റേജിൽ കയറി മൈക്കിലൂടെ ചെമ്പൈയോടു മാപ്പിരന്നു. നേരം പുലരുവോളം കതിനാ വെടി ഉണ്ടാകില്ലെന്ന് ഉറപ്പ് പറഞ്ഞു.

സാംബശിവൻ കഥ തുടങ്ങി.

ഞാൻ പോയി കിടന്നുറങ്ങി.

സാംബശിവനും സദാനന്ദനും ഉയിർകൊടുത്ത, സ്വന്തം ജീവശ്വാസം പകർന്ന് പ്രാണൻ നൽകിയ ആ പ്രസ്ഥാനം ഇന്നെവിടെ?

ബിമൽമിത്രയുടെ കിരൺ അങ്ങ് കൊൽക്കത്തയിൽ, കിദ്ദർപൂർ മേൽപ്പാലത്തിനു കീഴെ, പൂണൂൽ വില്ക്കുന്നുണ്ടോ?

(സാഹിബ് ബീബി ഗുലാം എന്ന ബിമിൽമിത്രയുടെ നോവൽ ജൊറസോങ്കാ പാലസിനുള്ളിലെ 'പ്രിൻസി'ന്റെയും 'മഹർഷി' യുടെയും 'ഗുരുദേവ്'വിന്റെയും കുടുംബങ്ങളിലെ ഇരുണ്ട ചിത്രങ്ങളാണോ വെളിച്ചപ്പെടുത്തുന്നത്?)

•

മരണം കലയാവുമ്പോൾ

ബംഗാളി സാഹിത്യം കേറി തലയ്ക്കുപിടിച്ചിട്ട് ഏതാണ്ട് അരനൂറ്റാണ്ടിലേറെയായി. മലയാളത്തിലൂടെ വന്ന ബംഗനോവലുകളെല്ലാം ചോരയിലലിഞ്ഞു ചേർന്നു. അന്ധയും ബധിരയും മൂകയുമായ പിംഗള കേശിനിയുടെ മൃത്യുദേവതയുടെ, പാദപതനധ്വനി ആശാൻകവിതയിൽ നിന്നല്ല ഞാൻ കേട്ടത് —ശരച്ചന്ദ്രന്റെയും, വിഭൂതിഭൂഷൺന്റെയും താരാശങ്കറിന്റെയും കഥാഖ്യാനങ്ങളിലാണ് എനിക്കത് അനുഭവിക്കാനായത്. തീരാദുഃഖമായി ഉള്ളിൽ കട്ടച്ചുകല്ലിച്ചു കിടക്കുന്നു കുറെ മരണങ്ങൾ...

'ദേവദാസ്' എന്ന അനശ്വരപ്രണയകഥയുടെ അന്ത്യത്തിൽ, ദേവദാസിന്റെ ദുരന്തജീവിതമാകെ കരൾ പൊള്ളിക്കും വിധം പറഞ്ഞു തീർത്തിട്ട്, ശരച്ചന്ദ്ര ചതോപാദ്ധ്യായ നേരിട്ടു കടന്നുവന്ന് അപേക്ഷിക്കുന്നു. 'അല്ലയോ വായനക്കാരാ, ദേവദാസിനെപ്പോലുള്ള ഭാഗ്യഹീനരായ മനുഷ്യരെ കണ്ടു മുട്ടുമ്പോൾ അവരുടെ അനാഥമായ ദാരുണാന്ത്യത്തെ നേരിടുമ്പോൾ നിന്റെ കണ്ണിൽ രണ്ടു തുള്ളി കണ്ണീരുണ്ടാവണേ!'

അമ്പതാണ്ടിൽ അയ്യായിരം ആവൃത്തിയെങ്കിലും ഞാൻ ദേവദാസിന്റെ മരണമോർത്ത് കണ്ണീരണിഞ്ഞിട്ടുണ്ട്.

ഹൃദയസ്പർശിയായ വൈകാരികരചനയാണ് ശരച്ചന്ദ്രന്റേത്. 'ദേവദാസി'ന്റെ അവസാനാദ്ധ്യായം വികാരമൂർച്ഛയുടെ ബോധാബോധങ്ങളിലെത്തിക്കും നമ്മെ.

മരണം കൊതിച്ച് ഗംഗാവാസത്തിലാണ് ദേവദാസിന്റെ അമ്മ. ദേവദാസും അമ്മയ്ക്കൊപ്പം കഴിഞ്ഞു കുറെ നാൾ. പിന്നെ കൽക്കട്ടയ്ക്കു പോന്നു. അമിതമായ മദ്യപാനം ദേവദാസിനെ തകർത്തു കഴിഞ്ഞിരുന്നു. രക്തം ഛർദ്ദിച്ച് മരണത്തെ മുഖാമുഖം കാണുന്ന ദേവദാസ്

താൻ പാർവ്വതിക്കു കൊടുത്ത വാക്ക് ഓർത്തു. യാത്ര പാതിക്കു നിറുത്തി പാർവ്വതിയുടെ ഭർതൃഗൃഹത്തിലേക്കു പോയി.

കാറ്റും കോളും കൊണ്ട ഭീകരരാത്രി. മഴ കോരിക്കെട്ടിപ്പെയ്തു. മിന്നൽപിണറുകൾ തലങ്ങും വിലങ്ങും പാഞ്ഞു. ഇടി ഇടവിടാതെ മുഴങ്ങി!

ചേറും ചെളിയും നിറഞ്ഞ് കുണ്ടും കുഴിയുമായ ഗ്രാമപാത. കാളവണ്ടിയിൽ ചോര വാർന്ന് അർദ്ധപ്രാണനായി കിടക്കുന്ന ദേവദാസ്.

നേരം പുലരുമ്പോൾ പാർവ്വതിയുടെ വീട്ടുപടിക്കൽ ആൽത്തറയിൽ കച്ചിവിരിയിൽ അന്ത്യശ്വാസം വലിച്ച ദേവദാസ്. ബാല്യകാലസഖിയായ പാർവ്വതിയെ ഒരു നോക്ക് കാണാൻ കഴിയാതെ കണ്ണടച്ചു. അനാഥമൃതദേഹം പറയന്മാർ ചുടുകാട്ടിലേക്കെടുത്തു.

ശരച്ചന്ദ്രന്റെ ഭാഷ ആർദ്രോജ്ജ്വലമാകുന്ന അവസ്ഥയിൽ നാം ഈറനണിയും കണ്ണിലും കരളിലും. 'ദേവദാസ്' വീണ്ടും വീണ്ടും ഒരു നൂറുതവണ വായിച്ചപ്പോഴൊക്കെ ഞാൻ കരഞ്ഞു.

നാഗേശ്വരറാവുവും ദിലീപ്കുമാറും ഷാരൂഖ്ഖാനും ആ ദാരുണ രംഗത്തിനു തങ്ങളുടെ പ്രാണൻ പകർന്നു ദൃശ്യഭംഗി തന്നപ്പോഴും അടക്കാനാവാതെ കരഞ്ഞു.

'ദേവദാസ്' ഞാൻ തർജ്ജമ ചെയ്തു. അവസാനദ്ധ്യായം മാസങ്ങൾ കൊണ്ടേ പരിഭാഷപ്പെടുത്താനായുള്ളു എനിക്ക്.

ശരച്ചന്ദ്രന്റെ മഹത്കൃതികളേക്കാൾ —പഥേർദാബി, ചാരിത്രഹീൻ, ശ്രീകാന്തൻ എന്നിവയെക്കാൾ— ഈ മൂന്നാംകിട കൃതി എനിക്കു പ്രിയങ്കരം!

ശരച്ചന്ദ്ര ചതോപാദ്ധ്യായയോളം തന്നെ എനിക്കിഷ്ടപ്പെട്ട എഴുത്തുകാരനാണ് വിഭൂതി ഭൂഷൺ വന്ദോപാദ്ധ്യായൻ. വിഭൂതിഭൂഷൺന്റെ 'ആരണ്യക്' മലയാളത്തിൽ വന്നത് വരണ്ട തർജ്ജമയായാണ്. മുഴുവൻ സംഗീതവും സൗന്ദര്യവും ചോർന്ന്.

'പഥേർ പാഞ്ചാലിക്കും' 'അപരാജിത'നും ഭേദപ്പെട്ട പരിഭാഷകളുണ്ടായി. ആദ്യത്തേതിന്റെ തുടർച്ചയാണ് രണ്ടാമത്തേത്. ഭാരതീയ ജീവിതത്തിന്റെ നേർപ്പകർപ്പായ കഥാഖ്യാനം. സത്യശില്പിയാണ് വിഭൂതിഭൂഷൺ. സാരള്യത്തിന്റെ, സ്നേഹത്തിന്റെ മൂർത്തഭാവങ്ങളാണ്. വിഭൂതിഭൂഷൺന്റെ മരണമില്ലാത്ത മനുഷ്യർ.

അഞ്ചു മരണങ്ങളുണ്ട് വിഭൂതിയുടെ നോവൽ ദ്വന്ദത്തിൽ. സത്യജിത്റേ അനശ്വരമാക്കിചെയ്ത സിനിമകളിൽ —പഥേർ പാഞ്ചാലി,

അപരാജിതൊ, അപൂർസൻസാർ— അപുത്രയത്തിൽ ഈ അഞ്ചു മരണങ്ങൾ അവിസ്മരണീയങ്ങൾ. വായിച്ചതും കണ്ടതും ഓർമ്മിച്ചു കരയുന്ന ഞാൻ.

ഇന്ദറിന്റെ മരണമാണ് ആദ്യം. അനാഥയായ ആ ദരിദ്രവൃദ്ധ. അപ്പുവിന്റെയും ദുർഗ്ഗയുടെയും സ്നേഹമുണ്ട് ആ പാവത്തിന്. ഇന്ദറിന്റെ മരണം ആരെയും ഉലയ്ക്കും —വിഭൂതിഭൂഷൺന്റെയും സത്യജിത്തിന്റെയും രചനകൾ ഉൾക്കൊള്ളുമ്പോൾ.

ദുർഗ്ഗയുടെ മരണം ഒരിക്കലും ഉണങ്ങാത്ത മുറിവായി അവശേഷിക്കും. അപുവിന്റെ കളിക്കൂട്ടുകാരിയായ പെങ്ങൾ. അവളുടെ അഭാവം എന്തൊരു നീറ്റലാണ് ഉണ്ടാക്കിത്തീർക്കുന്നത്!

അപുവിന്റെ അച്ഛനമ്മമാരാണ് ഹരിഹരനും സർവ്വജയയും. അപുവിന്റെ ജീവിതത്തിലെ മൂന്നും നാലും മരണങ്ങൾ. ഏകാകിയായിത്തീരുന്ന അപുവിന്റെ ജീവിതത്തിലേക്ക് പിന്നെ കടന്നുവരുന്നത് അപർണ്ണയാണ്. അവിചാരിതമായി ഭാര്യയായി വന്ന അപർണ്ണയുടേതാണ് അഞ്ചാമത്തെ മരണം.

വിഭൂതിഭൂഷൺ വാക്കുകളിൽ വരച്ച മുഖമുഖങ്ങൾക്കു സത്യജിത് നൽകുന്ന ലളിതവർണ്ണങ്ങൾ മരണത്തെപോലും മനോഹരമാക്കുന്നു.

നാലര പതിറ്റാണ്ടുമുമ്പാണ് അപുത്രയപടങ്ങൾ ഞാൻ ആദ്യമായി കണ്ടത്. പിന്നെ എത്രയോ എത്രയോ തവണ.

മരണം കലയാണെന്നു തിരിച്ചറിഞ്ഞു ഞാൻ

ശരച്ചന്ദ്രനും വിഭൂതിഭൂഷണും തൊട്ടുതാഴെയാണ്. എന്റെ മനസ്സിൽ താരാശങ്കർ വന്ദോപാദ്ധ്യായൻ.

താരാശങ്കറിന്റെ 'ആരോഗ്യനികേതന'വും 'ഏഴുചുവടും'ഞാൻ വായിച്ചത് അറുപതുകളുടെ ആദ്യപാതിയിൽ. ഏഴു ചുവട് എന്ന കൊച്ചുനോവൽ വല്ലാതെ ഇഷ്ടമാണെനിക്ക്. കാലാചാന്ദ് എന്ന കൃഷ്ണേന്ദു എന്ന റവറന്റ് കൃഷ്ണസ്വാമി എന്നിൽ നിറഞ്ഞു തുളുമ്പി. കൃഷ്ണേന്ദു കുഷ്ഠരോഗിയായി മരണമടയുന്നു. ആ മരണവും ഹൃദയസ്പർശിയാകുന്നു.

പക്ഷേ, 'ആരോഗ്യനികതന'ത്തിലെ ജീവൻമശായിയുടെ മരണമാണ് മരണം.

നാഡി പിടിച്ചു മിടിപ്പെണ്ണി മരണകാലം പ്രവചിക്കുന്ന മഹാവൈദ്യൻ ജീവൻമശായി. ജീവിതം ധൂർത്താക്കിയ മകന്റെ മരണവും കൃത്യമായി മുൻകൂട്ടിപ്പറഞ്ഞു മശായി. പടുകിളവിയായി,

യൗവനസൗന്ദര്യത്തിന്റെ കരാളരൂപമായി മാറിയ പഴയ കാമുകി മഞ്ജരിയുടെ മരണനേരവും നാഡിപിടിച്ച് പറഞ്ഞു.

അന്ധയും ബധിരയും മൂകയും പിംഗളകേശനിയുമായ മൃത്യുദേവതയുടെ പാദപതനധ്വനി ജീവൻ തൊട്ടറിഞ്ഞു.

ഒടുവിൽ സ്വന്തം നാഡിമിടിപ്പെണ്ണി മരണം കാത്തിരിക്കുന്ന ജീവൻ മശായി. മൃത്യുവിനെ 'പരമാനന്ദമാധവനാ'യാണ് മശായ്അനുഭവിക്കുന്നത്. മൃത്യുദേവത ഗ്രാമവാതിലിലെത്തുന്നതും ആൽത്തറയിൽ വിശ്രമിക്കുന്നതും പടിയേറിവരുന്നതും ജീവനറിയുന്നുണ്ട്.

ഒടുവിൽ, പരമാനന്ദമാധവനിൽ ലയിക്കുമ്പോൾ സഹധർമ്മിണി അത്തർ ബൗവും ആ മാറിൽ അഭയം തേടുന്നു. ഇന്ത്യൻ സാഹിത്യത്തിലെ അപൂർവ്വസുന്ദരമുഹൂർത്തമാണ് താരാശങ്കർ സൃഷ്ടിച്ച ആ മരണരംഗം.

●

പിതൃതർപ്പണം

എം. സുകുമാരന്റെ 'പിതൃതർപ്പണം' എന്ന ഉജ്ജ്വല ചെറുകഥയാണ് രാജീവ് വിജയരാഘവൻ 'മാർഗ്ഗം' എന്ന പേരിൽ ഉദാത്തസിനിമയാക്കി പുനഃസൃഷ്ടിച്ചത്. മലയാളത്തിലെ ഏറ്റവും മികച്ച രാഷ്ട്രീയ സിനിമയായി 'മാർഗ്ഗം'. രാജീവിന്റെ ലളിതസുന്ദരമായ ആഖ്യാനരീതി, വേണുവിന്റെ മനോഹരമായ ഛായാശൈലി, നെടുമുടിയുടെ സ്വാഭാവികമായ പാത്രാവിഷ്കരണ ഭംഗി ഒക്കെക്കൂടി മാർഗ്ഗത്തെ ഒന്നാന്തരമാക്കി.

ചിത്രത്തിനു പിതൃതർപ്പണം എന്നുതന്നെ പേരു കൊടുക്കണമെന്നായിരുന്നു രാജീവിന്റെ താൽപര്യം. പക്ഷേ, ആദ്യപടത്തിന് അത്തരമൊരു പേര് വേണ്ടെന്ന് ആരൊക്കെയോ വാശിപിടിച്ചു. അങ്ങനെ സുകുമാരന്റെ 'പിതൃതർപ്പണം' രാജീവിന്റെ 'മാർഗ്ഗ'മായി.

രാജീവ് വിജയരാഘവന്റെ ശാന്തനും സ്നേഹസമ്പന്നനുമായ പിതാവ് എനിക്കേറെ ആദരണീയനായ നല്ല അയൽക്കാരനായിരുന്നു, പതിറ്റാണ്ടുകൾക്കു മുമ്പ്. രാമരാജൻനായർ എന്നു പേര്. ഞങ്ങളൊക്കെ രാജപ്പൻചേട്ടൻ എന്നു വിളിച്ചു. രണ്ടാഴ്ച മുമ്പ് 96-ാം വയസ്സിൽ അദ്ദേഹം മരിച്ചു. രാജീവ് പിതാവിനുള്ള ബലികർമ്മം ചെയ്യുന്നത് ഞങ്ങൾ കഴിഞ്ഞ ദിവസം കണ്ടുനിന്നു. മാർഗ്ഗം ചിത്രത്തിൽ നെടുമുടിവേണു പിതൃതർപ്പണംചെയ്യുന്ന രംഗമുണ്ടോ? അങ്ങനൊന്ന് ഓർമ്മയിലെത്തി അപ്പോൾ. തിരുനെല്ലിയിലോ തിരുനാവായിലോ വർക്കലയിലോ അത്പടമാക്കിയത്? തിരുവനന്തപുരത്തെ ചിത്രീകരണവേളയിൽ രണ്ടുമൂന്നു ദിവസമല്ലേയുള്ളൂ ഞാൻ മാർഗ്ഗത്തിൽ ചെന്നുപെട്ടത്?

'മാർഗ്ഗ'ത്തിൽ ഒരു രംഗത്തിൽ ഞാനും മുഖംകാട്ടി! നെടുമുടിയും മീരയും അപർണയും ചേർന്നുള്ള കോഫീഹൗസ് സീൻ. മുണ്ട് മടക്കിക്കുത്തി, തോളിൽ കാൻവാസ് സഞ്ചിയും തൂക്കിവരുന്ന

മാർക്സിസ്റ്റ് ബുദ്ധിജീവിയായി ഞാൻ അഭിനയിച്ചു. ഒറ്റ ടേക്കിൽ എന്റെ അഭിനയം ഓക്കെയായി. ഇല്ലെങ്കിൽ സംവിധായകൻ ഒന്നും പറയില്ലെങ്കിലും ഛായാഗ്രാഹകന്റെ ചീത്ത കേൾക്കേണ്ടിവന്നേനെ!

നടനായി എനിക്കൊരു ഭാവിയുണ്ട്, അല്ലേ? ഞാൻ നെടുമുടിവേണുവിനോടു ചോദിച്ചു.

ഒന്നും പറയാൻ വയ്യ! എൺപതു കഴിഞ്ഞപ്പോഴല്ലേ പ്രേംജിക്ക് ഭരത് വന്നത്? നെടുമുടി എന്നെ പ്രോത്സാഹിപ്പിച്ചു.

('മാർഗ്ഗ' ത്തിൽ നെടുമുടി വേണുവിനു ഭരത്—ഏറ്റവും നല്ല നടനുള്ള ദേശീയ പുരസ്കാരം— വന്നെത്തുമെന്ന് എല്ലാവരും ആശിച്ചു. വിശ്വസിച്ചു... എൺപത്തഞ്ചിനുമുമ്പ് നെടുമുടിക്ക് ഭരത് വന്നുചേരണേ...)

ശംഖുമുഖം കോഫീഹൗസിലാണു രാജീവും വേണുവും കൂടി ആരംഗം ഷൂട്ടു ചെയ്തത്. കോഫീഹൗസിൽ ചെന്നപ്പോൾ അവിടെ എ.കെ.ജി.യുടെ ചിത്രമില്ല. എ.കെ.ജി.യുടെ പടം പശ്ചാത്തലമായ ദൃശ്യങ്ങളാണ് രാജീവിന്റെ സർഗ്ഗാത്മകതയിൽ.

എ.കെ.ജിയുടെ ഫോട്ടോ ഇല്ലാത്ത കോഫീഹൗസോ!!

കുറെ തർക്കത്തിനുശേഷം ഫോൺവിളികൾക്കുശേഷം, സ്റ്റാച്യൂ ബ്രാഞ്ചിലെ കോഫീഹൗസിൽനിന്നും എ.കെ.ജി. യെ കൊണ്ടുവന്നു ചുവന്ന ഹാരമണിയിച്ച് ക്യാമറക്കണ്ണിൽ കാണുംവിധം ഭിത്തിയിൽ തൂക്കി.

മാർക്സിസ്റ്റ് ബുദ്ധിജീവി കോഫീഹൗസിൽനിന്നും ഇറങ്ങിപ്പോരുമ്പോൾ പിന്നിലിരുന്ന് ആയില്യത്ത് കുറ്റ്യേരി ഗോപാലൻ ഊറിച്ചിരിക്കുന്നുണ്ട് നേര്.

ശംഖുമുഖം കോഫീഹൗസിൽ പിതാവിന്റെ ചിത്രം ഇപ്പോഴും ഉണ്ടോ ഇല്ലയോ എന്നറിഞ്ഞുകൂടാ. ഞാൻ പിന്നീട് കാറ്റുകൊള്ളാൻ കടപ്പുറത്ത് പോയിട്ടില്ല. കാപ്പി കുടിക്കാൻ കോഫീഹൗസിൽ കേറീട്ടുമില്ല.

എ.കെ.ജിയുടെ ചിത്രം മാലചൂടി തൂക്കിയിട്ടുള്ളതുകൊണ്ടല്ലേ ഇന്ത്യൻ കോഫീഹൗസുകളിൽ നമ്മൾ കയറിയിറങ്ങുന്നത്? അവിടൊന്നും കമ്യൂണിസ്റ്റുസഖാക്കളുടെ ശല്യവുമില്ലിപ്പോൾ. അവരൊക്കെ അങ്ങുയരങ്ങളിലായിപ്പോയില്ലേ!

കേരളത്തിനകത്തും പുറത്തുമുള്ള ഒട്ടുമിക്ക കോഫീഹൗസുകളിലും ഞാൻ പോയിട്ടുണ്ട്. കോഫീഹൗസ് ഒരു വീക്ക്നെസാണ്. ഈഗോ ആണ്; ഇങ്കിലാബ് ആണ്...

കർമ്മചന്ദ്രന്റെയും ജവഹറിന്റെയും രാജേന്ദ്രന്റെയും കൂട്ടത്തിൽ ഗോപാലൻ ഇരിക്കുന്നത് കാണുമ്പോൾ ശിരസ്സുയരും...

എറണാകുളം കച്ചേരിപ്പടി ചിറ്റൂർ റോഡിലുള്ള കോഫീഹൗസിൽ പോയിക്കേറി ഇക്കഴിഞ്ഞ ദിവസം. സമ്പൂർണ്ണ സസ്യവിഭവങ്ങളേയുള്ളൂ ഈ കോഫീഹൗസ് ബ്രാഞ്ചിൽ. ഗൗഡസാരസ്വതബ്രാഹ്മണരുടെ ആശുപത്രിയുടെ കാന്റീൻകൂടിയാണിത്. അവിടെ ഇറച്ചി, മീൻ, മുട്ട പാടില്ലെന്നു പറഞ്ഞത് ന്യായം. കോഫീഹൗസ് അതനുസരിച്ചത് തീർത്തും ന്യായം.

പക്ഷേ, എ.കെ.ജി.യുടെ ചിത്രം വച്ചുകൂടെന്നു കൊങ്കിണികൾ പറഞ്ഞാൽ അത് സമ്മതിച്ചുകൊടുക്കേണ്ടതുണ്ടോ?

എ.കെ.ജിയുടെ ഫോട്ടോ ഇല്ല അവിടെ.

കോഫീഹൗസ് വെറും കച്ചവടമല്ല, ഒരു തത്ത്വവും അതിന്റെ പ്രയോഗവുമാകുന്നു.

ലാഭചിന്തയാണ് കച്ചവടതന്ത്രം. അതാകുന്നു. ആദർശാധിഷ്ഠിത രാഷ്ട്രീയവുമിപ്പോൾ...

പണ്ട് പാർട്ടി പിളർന്നപ്പോൾ 'ഈ ഊശാന്താടിക്കഷണ്ടീടെ ഫോട്ടോയല്ലേ വലതന്റെ ആപ്പീസിലും ആണിയടിച്ചു തൂക്കീരിക്കുന്നെ!' എന്നലറി ലെനിൻ സഖാവിന്റെ ചിത്രം വഴിയോരത്തോടയിലേക്ക് എറിഞ്ഞ കഥ കേട്ടിട്ടുണ്ട്. ആരോ സൃഷ്ടിച്ച ഫലിതം എന്നാണോർത്തിരുന്നത്. അല്ല, സത്യം തന്നെ എന്ന് ഇപ്പോൾ തിരിച്ചറിയുന്നു. ഒരൊറ്റ രാത്രികൊണ്ട് 'ഇടത'ന്റെ ആപ്പീസിൽനിന്നും കെ. ദാമോദരൻ, ആർ സുഗതൻ, സി. അച്യുതമേനോൻ, കെ.സി. ജോർജ്, എം.എൻ. ഗോവിന്ദൻനായർ, ടി.വി തോമസ് എല്ലാം പെരുവഴികളിലേക്ക് എറിയപ്പെട്ടില്ലേ? മറിച്ച് 'വലത'ന്റെ ആപ്പീസുകളിൽ നിന്നും എ.കെ.ജി., ഇ.എം.എസ്, സി.എച്ച് കണാരൻ, അഴീക്കോടൻ രാഘവൻ തുടങ്ങിയവരും പറപറന്നല്ലോ! ഇടതന്റെയും വലതന്റെയും ആപ്പീസ് ഭിത്തികളിൽ നിന്നും അപ്രത്യക്ഷമായത് മിസ്സിസ് ഗൗരിതോമസും.

രാജീവ് വിജയരാഘവനെപ്പോലെ ഞാനും ഒറ്റപ്പുത്രനാണ്. രാജീവ് ചെയ്തു മാതിരി ഞാനും പിതൃതർപ്പണം ചെയ്തു. ചിതാഭസ്മനിമജ്ജനം നിർവ്വഹിച്ചു. ആത്മാവിലോ മോക്ഷത്തിലോജന്മങ്ങളിലോ ഒന്നും വിശ്വാസമുണ്ടായിട്ടല്ല, ഒരു മകന്റെ കർത്തവ്യനിർവ്വഹണം സത്യസന്ധമായി ചെയ്തു തീർത്തു. അത്രമാത്രം.

ഓർക്കുന്നു—

കുട്ടിക്കാലത്ത് എനിക്ക് അച്ഛനും അമ്മയും ഉണ്ടായിരുന്നതു പോലെ തന്നെ ബാപ്പായും ഉമ്മയും ഉണ്ടായിരുന്നു. അപ്പനുംഅമ്മയും ഉണ്ടായിരുന്നു. അപ്പാവും അമ്മാവും ഉണ്ടായിരുന്നു. അപ്പച്ചനും അമ്മച്ചിയും ഉണ്ടായിരുന്നു. തൊട്ടയൽവാസികളായിരുന്നിവരെല്ലാം. പടിഞ്ഞാറെവീട്ടിൽ അപ്പാവുംഅമ്മാവും, കിഴക്കേവീട്ടിൽ അപ്പനും അമ്മയും, വടക്കേവീട്ടിൽ അപ്പച്ചനും അമ്മച്ചിയും, തെക്കേവീട്ടിൽ ബാപ്പയും ഉമ്മയും.

അവരെല്ലാം എന്നെ 'ഓമനേ' എന്നും 'മോനേ' എന്നും വിളിച്ചു. ഓരോ വീട്ടിലും ഭക്ഷണത്തിന്റെ വീതം എനിക്കു മാറ്റിവയ്ക്കും. പായസം വച്ചാൽ, കേക്കുണ്ടാക്കിയാൽ, ഇറച്ചി പത്തിരി പാകപ്പെട്ടാൽ ആദ്യ പങ്ക് എനിക്കാണ്!

അപ്പാവും അമ്മാവും തമിഴ്നാട്ടിൽനിന്നും വന്നവർ. പി.റ്റി.ഐ.സ്വാമിയും മാമിയും. അപ്പാ എന്നെ റേഡിയോയും ഫോണും ടെലിപ്രിന്ററുമായി പരിചയപ്പെടുത്തി. അമ്മാ തമിഴ് എഴുതി പഠിപ്പിച്ചു; കൽക്കി കുമുദം ആനന്ദവികടൻ വായിപ്പിച്ചു.

അപ്പാ അമ്മമാർ നല്ല ആരോഗ്യത്തോടെ തമിഴകത്തേക്കു പോയി. ശിഷ്ടജീവിതം ചെന്നൈയിൽ. അപ്പായുടെ മരണം മകൻ രമണി എന്നെ എഴുതിയറിയിച്ചു. അഞ്ചാറ് വർഷം കഴിഞ്ഞ് അമ്മാവുടെ മരണവും.

അപ്പനും അമ്മയും രാമസ്വാമി ആചാരിയും പൊന്നമ്മാളുമാണ്. സ്വർണ്ണപ്പണിയാണ് അപ്പന്. പിൻകുടുമയുണ്ട്. പൂണൂലും. ഒറ്റമുണ്ടാണ് ആകെ വേഷം. നൂലുപോലത്തെ ശരീരം. അമ്മ ഇരുണ്ടിട്ടാണ്. കൊഴുത്ത മേനി. കടുംനിറംചേലയാണുടുക്കുക. തമിഴുമല്ല മലയാളവുമല്ല സംസാരഭാഷ. ഞങ്ങൾ ഒത്തിരി കളിയാക്കിയിട്ടുണ്ട് ആ ഭാഷയെ.

അപ്പൻ ഹൃദയാഘാതത്താൽ മരിച്ചു. അന്നും ഒരു പൊൻവള പണിത് തിളക്കിയെടുത്തതാണ്. പെട്ടെന്ന്, ഒന്നു ചാഞ്ഞു; കിളിയൊഴിഞ്ഞു.

അമ്മ അധികം താമസിച്ചില്ല. പ്രമേഹം കടുത്തു. മക്കൾ ആശുപത്രിയിലാക്കുകയും കൊണ്ടുപോരുകയും വീണ്ടും ആശുപത്രിയിലാക്കുകയും ചെയ്തു.

അപ്പനമ്മമാരുടെ സംസ്കാരത്തിന് ആദ്യന്തം ഉണ്ടായി ഞാൻ.

മനസ്സുകൊണ്ട് ബലിയിട്ടു. തർപ്പണം ചെയ്തു.

അപ്പച്ചനും അമ്മച്ചിയും ദീർഘായുസ്സുകളായിരുന്നു. അതു കൊണ്ടെന്ത് ഗുണം? സുന്ദരിയായ അമ്മച്ചി മുപ്പതുവർഷത്തോളം അരയ്ക്കു താഴെ തളർന്നുകിടന്നു. അരികിൽ മൂന്നാമത്തെ ഹൃദയാഘാതം പ്രതീക്ഷിച്ച് അനങ്ങാതിരുന്നു അപ്പച്ചൻ. ഒന്നാം ലോകയുദ്ധം കഴി ഞ്ഞപ്പോൾ കൽക്കത്തയിൽ പോയി ബി.എക്കാരനായി വന്നതാണ്. മക്കൾ പഠിച്ച് മിടുക്കരായി അകന്നുപോയി

അപ്പച്ചനും അമ്മച്ചിയും ഒറ്റയ്ക്ക്—രാത്രിയിൽ ആരെങ്കിലും ഒരാൾ മരിക്കും എന്ന ഭയമാണ് രണ്ടിനും. അങ്ങനെ പത്തിരുപതാണ്ട് കഴിഞ്ഞു. ഇടയ്ക്കു മൂന്നുവർഷം ഞാൻ കൂട്ടുകിടന്നു.

വൈകീട്ട് ഞാൻ 'ഹിന്ദു' വായിച്ചുകൊടുക്കണം അപ്പച്ചന്. കിട ക്കുന്നതിനു മുമ്പ് അരമണിക്കൂർ ഞങ്ങൾക്കൊരു ബൈബിൾ വായ നയുണ്ട്. അപ്പച്ചൻ ഇംഗ്ലീഷിൽ. അമ്മച്ചി മലയാളത്തിൽ. ഞാൻ തമിഴിൽ.

ബംഗാളി ബൈബിളും അപ്പച്ചന്റെ കൈയിലുണ്ട്. പക്ഷേ വായി ക്കാനാളെ കിട്ടിയില്ല.

എത്ര ഭാഷയിൽ വായിച്ചിട്ടെന്ത് കാര്യം? ഒത്തിരി കഷ്ടപ്പെട്ട്, കിടന്നു നരകിച്ചാണ് രണ്ടുപേരും പോയത്. ഞാൻ നാട്ടിലെങ്ങും ഉണ്ടായിരുന്നില്ല. മക്കൾ മറക്കാതെ ഫോണിൽ എന്നെ അറിയിച്ചു— അപ്പച്ചനും അമ്മച്ചിക്കും മൂന്നുവർഷം കൂട്ടുകിടന്നവനല്ലേ.

അപ്പച്ചനും അമ്മച്ചിക്കും മനസ്സിൽ ഞാൻ കുരിശു വരച്ചു. വാത്സല്യം അയവിറക്കി.

ബാപ്പാ എന്റെ അച്ഛന്റെ മടിയിൽ തലവെച്ച് അച്ഛൻ കൊടുത്ത വെള്ളമിറക്കി ശാന്തനായി മരിച്ചു. മയ്യത്ത് പള്ളിയിലേക്കെടുത്തത് ഞങ്ങളെല്ലാം കൂടി —'അല്ലാഹു അക്ബർ' എന്നും 'ലാ ഇല്ലഹാ ഇല്ലല്ലാ...' എന്നുമുറക്കെ ഉരുവിട്ടു. ഉമ്മാ ഒരാഴ്ച ഞങ്ങളുടെ വീട്ടിൽ താമസിച്ചു. പിന്നെ മകൾ വന്നു കൂട്ടിക്കൊണ്ടുപോയി.

കരഞ്ഞു കണ്ണീരൊഴുക്കി ഞങ്ങൾക്കെല്ലാം മാറിമാറി ഉമ്മ തന്ന് പോയി. ഉമ്മയുടെ മരണം ഞാനറിഞ്ഞതേയില്ല.

സ്വന്തം മാതാപിതാക്കളായിരുന്നു എനിക്ക് ഇവരെല്ലാം. എല്ലാവർക്കുമായി ഞാൻ എന്റെ പിതൃതർപ്പണം നിർവ്വഹിക്കുന്നു — ഉള്ളിൽ, ഉള്ളിന്റെയുള്ളിൽ.

•

നീ സത്യം ജ്ഞാനം ആനന്ദം

സത്യം ജ്ഞാനം ആനന്ദം എന്ന മൂന്ന് സുന്ദരികളായ പട്ടത്തിക്കുട്ടികൾ എന്റെ കാമുകിമാരായിരുന്നു. മുടിഞ്ഞ പ്രേമം. അവർക്കെന്നോടും എനിക്കവരോടും. തൊട്ടയലത്തുവീട്ടിൽ താമസിക്കാൻ വന്നതാണ് സ്വാമിയും മാമിയും കൊഴന്തെകളും. പ്രഥമദർശനത്തിൽ തന്നെ പ്രണയമായിപ്പോയി. പെങ്കിടാങ്ങളും ഞാനും തമ്മിൽ.

തലേക്കൊല്ലം വേറൊരുഗ്രൻ പ്രേമമുണ്ടായിരുന്നു എനിക്ക്. ആശ എന്ന അയ്യർപൊണ്ണും ഞാനും കഠിനകാതലിലായി. അതും തൊട്ടയലത്തുവീട്ടിൽ വാടകയ്ക്കായി വന്നവർ. അപ്പാവുംഅമ്മാവും ആശയും. വന്ന നിമിഷം തന്നെ ആശ ഓടി അരികിലണഞ്ഞു. പിന്നെ വിട്ടുപിരിയാതായി. മറ്റുള്ളവരുടെ കണ്ണുവെട്ടിച്ച് മരത്തണലിലും മച്ചുമ്പുറത്തും ഞങ്ങൾ ഒത്തുകൂടി. കാതലിച്ച് കല്യാണം കഴിച്ച അപ്പാ-അമ്മമാർ വിരണ്ടു. അമ്മാ മുറവിളി കൂട്ടി: 'ഇവൾ ഇപ്പടി തൊടങ്കിനാ നാൻ എന്ന പണ്ണും? നാൻ കാതലിത്തത് അയ്യരെത്താനെ!'

ഒട്ടും വൈകിയില്ല, അപ്പ സ്ഥലം മാറ്റം വാങ്ങി തമിഴകം പൂകി. എന്റെ ആശ നിരാശയായി.

അങ്ങനെ ആദ്യാനുരാഗത്തിന്റെ നൈരാശ്യത്തിൽ നീറി ക്കഴിയുമ്പോഴാണ് സത്യജ്ഞാനാനന്ദങ്ങൾ കടന്നുവരുന്നത്. ഒന്നിനു പകരം മൂന്ന്! നിരാശ കുടഞ്ഞുകളഞ്ഞ് ഞാൻ ഉഷാറായി. വീണ്ടും കാമുകൻ.

എനിക്ക് അന്ന് അഞ്ചു വയസ്സ്. സത്യലക്ഷ്മിക്ക് എട്ടും ജ്ഞാനലക്ഷ്മിക്ക് ആറും ആനന്ദലക്ഷ്മിക്ക് നാലും ആണ് പ്രായം. ന്യായമായും ആനന്ദത്തിനെ മാത്രം പ്രേമിച്ചാൽ മതിയായിരുന്നു എനിക്ക്. പക്ഷേ ഞങ്ങൾ ഒന്നടങ്കം പ്രേമത്തിൽപെട്ടു.

'കാക്കേ കാക്കേ കൂടെവിടെ?

കൂട്ടിനകത്തൊരു കുഞ്ഞുണ്ടോ?'

എന്ന പ്രണയഗാനം ഞങ്ങൾ യുഗ്മമായും സമൂഹമായും പാടിരസിച്ചു. ഞാനാണ് 'കാക്കേ കാക്കേ' എന്ന് തമിഴത്തികളെ പാടിപ്പഠിപ്പിച്ചത്.

ജീവിതത്തിലേക്ക്, ഹൃദയത്തിലേക്ക് പ്രവേശിച്ച ആദ്യ കവിതയാണത്. ഭാവസാന്ദ്രമായ ഉജ്ജ്വല കവിത. നവരസങ്ങളിലും ആവിഷ്കാരം നൽകാം. എന്നിൽ എപ്പോഴും നിറയുന്ന കവിത, ഓർമ്മയിൽ ഷഷ്ടി പൂർത്തിയായ കവിത, എന്നെ ശിശുവാക്കുന്ന കവിത. പന്തളം എഴുതിയാലെന്ത്? അത് ഉള്ളൂർ എഴുതിയതായാലെന്ത്? ആരെഴുതി എന്നതല്ല എന്തെഴുതി എന്നതാണ് കാര്യം—

ഏത് മഹാകവി രചിച്ചതോ, എന്നിലേക്ക് രണ്ടാമത് വന്ന കവിത

'ഞാനെന്നും വീട്ടിൽ ചെന്നാൽ
ആനന്ദം കലർന്നുടൻ
വാഴയ്ക്ക് വളമിട്ടു വെള്ളം കോരും'

എന്ന സോദ്ദേശ്യ സൃഷ്ടിയാണ്. അധ്വാനത്തെ മഹത്വവൽക്കരിക്കുന്ന പ്രതിബദ്ധരചന. പുരോഗമന സാഹിത്യം!

എന്റെ വീട്ടിൽ വാഴക്കൃഷിയില്ല. വളമിടലും വെള്ളം കോരലുമില്ല. പക്ഷേ, 'ആനന്ദം കലർന്ന്'—ആനന്ദലക്ഷ്മിയുമായി കൂട്ടുചേർന്ന് — വാഴ നട്ട് വളമിട്ട് വെള്ളം കോരി കുലവെട്ടുന്നത് ഞാൻ അറിഞ്ഞനുഭവിച്ചു...

സത്യം ജ്ഞാനം ആനന്ദം, ധർമ്മം നീതി ദയ ശാന്തം ശിവം സുന്ദരം എന്നൊക്കെ പറയുന്നത് എന്താണെന്ന് എനി ക്കൊരിക്കലും കൃത്യമായി മനസ്സിലാക്കാനൊത്തിട്ടില്ല. അമൂർത്തമായതൊന്നും ബുദ്ധിയിൽ കേറിയില്ല. അതുകൊണ്ട് ശ്രീനാരായണന്റെ പടത്തിന് വിളക്ക് വച്ച് സന്ധ്യാനേരത്ത്

'നീ സത്യം ജ്ഞാനം ആനന്ദം
നീയല്ലോ വർത്തമാനവും
ഭൂതവും ഭാവിയും വേറ—
ല്ലോതും മൊഴിയുമോർക്കുകിൽ'

എന്ന് ഉറക്കെ ചൊല്ലുമ്പോൾ സത്യലക്ഷ്മിയും ജ്ഞാനലക്ഷ്മിയും ആനന്ദലക്ഷ്മിയുമത്രെ എന്റെ മനതാരിൽ വിളങ്ങിയിരുന്നത്; ഉടലെടുത്തുനിന്നത്! (സത്യത്തിനും ജ്ഞാനത്തിനും ആനന്ദത്തിനും എന്റെ ബാല്യകാല സഖികളുടെ മുഖസൗന്ദര്യമാണ് ഇന്നും എന്റെ വിചാരങ്ങളിൽ)

നാരായണഗുരുവിന്റെ ചിത്രം സാക്ഷാൽ ദൈവത്തിന്റെ ഫോട്ടോ ആണെന്നായിരുന്നു നിഷ്കളങ്കമായ വിശ്വാസം. ഉറക്കെ ഉരുവിടുന്ന വരികൾ എഴുതിയ കവി അദ്ദേഹമാണെന്ന തിരിച്ചറിവുമില്ല. ഗുരു അജ്ഞാതനും അപ്രാപ്യനുമെനിക്ക്. അഞ്ചുവയസ്സിലും അറുപതു വയസ്സിലും അതങ്ങനെതന്നെ.

അല്പസ്വല്പം വലുതായിത്തുടങ്ങിയപ്പോൾ ഗുരുവിന്റെ ചിരിയാണെനിക്കങ്ങിഷ്ടമായത്. എന്തൊരു കറുത്ത ചിരിയാണ് ആ സന്യാസി ചിരിച്ചത്. ബ്ലാക്ക് ഹ്യൂമറിന്റെ അവതാരമായിരുന്നു ശ്രീനാരായണ ഗുരുദേവൻ.

നർമ്മത്തിന്റെ മർമ്മം കണ്ടവൻ.

ഫലിതത്തെ ഫലിതമാക്കിയവൻ.

ക്രൂരമായ തമാശയിൽ ജീവിതം വ്യാഖ്യാനിച്ചു.

'മരിച്ചാൽ മൃതദേഹം എന്തു ചെയ്യണം?'

ആരോ പാവം ആരാഞ്ഞു. ഗുരു ഉത്തരം കൊടുത്തു: 'എണ്ണ കിട്ടുമെങ്കിൽ ചക്കിലിട്ടാട്ടാം! അല്ലെങ്കിൽ മീനിനു തീറ്റയായി കടലിൽ വലിച്ചെറിയാം! അതുമല്ലെങ്കിൽ കുഴിച്ചുമൂടാം, തെങ്ങിനു വളമാകും!'

പശുവിന്റെ പാൽ കുടിക്കാമെങ്കിൽ അതിന്റെ ഇറച്ചി തിന്നരുതോ? ഗുരുവിന്റെ മറുപടി ഇങ്ങനെ: 'അമ്മയുണ്ടോ, അതോ തിന്നോ?'

ഈഴവർക്ക് തന്നോട് അസൂയയാണ് എന്നു പറഞ്ഞ പരവനോട് (തേങ്ങയിടാൻ തെങ്ങു കേറുന്നവൻ) ഗുരു ചോദിച്ചു: 'അതെന്തിന്, അവർ നിന്നേക്കാൾ ഒരു കൊത മോളിൽ കേറുമല്ലോ?'

ഈഴവപ്രമാണി ഒരുത്തൻ ഗുരുവിനെ നിർബന്ധിച്ച് വീട്ടിൽ വിളിച്ചോണ്ടുപോയി. ഉഗ്രൻ കസേരയിലിരുത്തി. കസേരയുടെ വൈശിഷ്ട്യം വിളമ്പി: 'തെങ്ങിൽ പണിതതാണ്.' ഗുരു ചിരിച്ചു: 'ഭൂമിയിലാണേലും അതിൽ തന്നെ ഇരിക്കണം!'

ചെത്തുകാരന്റെ മകനും മീൻപിടുത്തക്കാരന്റെ മകളും തമ്മിലുള്ള പ്രണയം ഗുരു അനുഗ്രഹിച്ചത് 'കള്ളും മീനും നന്നേ ചേരും' എന്ന തിരുവരുളോടെ.

ഊറ്റുകുഴിയിൽ മുങ്ങിയെടുത്ത പാറക്കല്ലിനെ ശിവനെന്നു വിളിച്ചു. അക്ഷരത്തിലും ദീപത്തിലും ദർപ്പണത്തിലും ദൈവത്തെ കാട്ടിത്തന്നു. സ്വന്തം വെങ്കലപ്രതിമ നോക്കി 'തടിമാടനാണല്ലോ, ചോറും ചെല്ലുകേലാ' എന്ന് പരിഹസിച്ചു.

അടുത്ത നാളിൽ അന്തരിച്ച ചമ്പാടൻ വിജയൻ ആയിരത്തിലേറെ ഗ്രന്ഥങ്ങൾ ശ്രീനാരായണ ഗുരു സംബന്ധമായി സംഭരിച്ചു. ഗുരുദേവകൃതികളുടെ വ്യാഖ്യാനങ്ങൾ, ജീവചരിത്രങ്ങൾ, കാവ്യങ്ങൾ, നോവലുകൾ. അവയിൽ കൈവിരലിൽ എണ്ണാവുന്നതേ ഞാൻ വായിച്ചിട്ടുള്ളൂ. ഇടനിലക്കാരില്ലാതെ ഗുരുവിനെ സമീപിക്കാനായിരുന്നു എന്റെ ശ്രമം. ഗുരുദേവകൃതികൾ മാത്രം ആവർത്തിച്ചു വായിച്ചിട്ടുണ്ട്. അർത്ഥം അറിഞ്ഞും അറിയാതെയും.

ഗുരു അപ്രാപ്യനാണെനിക്ക്

ഗുരു ദൂരെയാണ് ഏറെ ദൂരെ.

ഗുരുവിന്റെ അടുത്തെത്താനുള്ള വഴിയിൽ രണ്ടുമൂന്നു ശിഷ്യന്മാരെ ഞാൻ കണ്ടറിഞ്ഞു. ശിഷ്യന്മാരിലൂടെ വേണമല്ലോ ഗുരുവിനെ തിരിച്ചറിയാൻ. ഗുരുവിന്റെ മഹത്വം ശിഷ്യൻമാർ. അവരിലൂടെ വേണം ഗുരുവിനെ പ്രാപിക്കാൻ.

ഞാൻ കണ്ട ആദ്യ ശിഷ്യൻ ചങ്ങനാശ്ശേരി അയ്യപ്പൻപിള്ളയാണ്. തന്റേടി, തോന്ന്യാസി, തെമ്മാടി. കണ്ണിൽ കണ്ട തീണ്ടൽജാതികളെ തല്ലി കൈക്കരുത്ത് തീർത്തു. ഒരു ശിവരാത്രിക്ക് പോക്കിരിക്കൂട്ടുകാരുമായി ആലുവയ്ക്കുപോയി. അദ്വൈതാ ശ്രമത്തിലെ ചോവ സന്ന്യാസിയെ കണ്ടുകളിയാക്കാൻ പോയി. ചെന്നു. നേരിൽ നോക്കി നിന്നു. നാരായണന്റെ കണ്ണുകളിലെ ആർദ്രത അയ്യപ്പന്റെ അഹങ്കാരം അലിയിച്ചു. 'പോട്ടെ' എന്ന് യാത്രാനുമതി ചോദിച്ചു. 'പോയാൽ വരാമല്ലോ' എന്ന സമ്മതം കിട്ടി. അധികം താമസിയാതെ അയ്യപ്പൻപിള്ള വന്നു. ശുഭ്രവസ്ത്രധാരിയായ ഗുരുവിൽ നിന്ന് കാഷായം വാങ്ങി. സത്യവ്രതൻ എന്ന പേരു സ്വീകരിച്ചു.

പ്രസംഗിക്കാത്ത ഗുരുവിന്റെ ഉഗ്രപ്രസംഗകനായ ശിഷ്യപ്രമുഖനായി സത്യവ്രതൻ. പെലേനേയും ചോവനെയും തല്ലിയ കൈകൊണ്ട് അവരുടെ മലം കോരാൻ തയ്യാറായി. ആലപ്പുഴ കിടങ്ങാമ്പറമ്പ് മൈതാനത്ത് ചേർന്ന ആദ്യ തൊഴിലാളിയോഗത്തിൽ ഗുരുവിന് പകരം പങ്കെടുത്തു ചെങ്കൊടി ഉയർത്തി. വൈക്കം സത്യാഗ്രഹത്തിനൊപ്പം സവർണ്ണജാഥ നയിച്ച് മന്നത്ത് പദ്മനാഭന്റെ നീരുകെട്ടിയ കാലുകൾ മടിയിലെടുത്തുവച്ചു തടവി.

സത്യവ്രതസ്വാമി അകാലത്ത് അന്തരിച്ചു.

ഗുരുദേവൻ കരഞ്ഞു.

ആലുവ അദ്വൈതാശ്രമത്തിൽ വച്ചുതന്നെ കൃഷ്ണപിള്ള എന്ന

സംസ്കൃത വിദ്വാൻ ഗുരുവിനെ കണ്ടു. പണ്ഡിതനും ജ്ഞാനിയുമായ കുറ്റിപ്പുഴക്കാരൻ. ഗുരു അനാഥരായ പുലയപറയക്കുട്ടികളോടൊപ്പം ഊണു കഴിക്കുകയായിരുന്നു. ഒപ്പമിരിക്കാൻ കൃഷ്ണപിള്ളയെ ക്ഷണിച്ചു. അദ്ദേഹം ഇരുന്നു. ചേറുരുള വായിലാക്കുമ്പോൾ ഗുരു ചോദിച്ചു. 'പോയോ?' 'പോയി സ്വാമി' എന്ന് മറുപടി ഉണ്ടായി. ജാതി പോയോ, സവർണ്ണത്വം പോയോ എന്നോ മറ്റോ ആണ് കുറുത്ത ചിരിക്കാരൻ അന്വേഷിച്ചത്. അദ്വൈതാശ്രമത്തിൽ അദ്ധ്യാപകനായി കൃഷ്ണപിള്ള, രോഗിയായ ഗുരു വേദന സഹിക്കാനാവാതെ നിലവിളിക്കുന്നതു കണ്ടു കേട്ട് ജ്ഞാനിയായ കുറ്റിപ്പുഴ കൃഷ്ണപിള്ളയ്ക്ക് ഒരു കാര്യമുറപ്പായി, ദൈവം എന്നൊന്നില്ലെന്ന്! ആ യുക്തിവാദി കാഷായമുടുത്തില്ല. വെള്ള ജുബ്ബയും മുണ്ടും ധരിച്ച അന്ത്യം വരേയും...

ഗുരു സമാധിയാകുന്നതിനു കുറെ മുമ്പ് അദ്വൈതാശ്രമത്തിലെത്തി, പയ്യന്നൂർ അനന്തഷേണായി. ഊർജ്ജതന്ത്രത്തിൽ ഓണേഴ്സ് പരീക്ഷ റാങ്കോടെ ജയിച്ച ബ്രാഹ്മണകുമാരൻ. ഗുരു അവസാനമായി കാഷായം കൊടുത്ത ശിഷ്യൻ. ആനന്ദതീർത്ഥൻ എന്ന പേര് സ്വീകരിച്ചു. ശിവഗിരിയിൽ മഠാധിപതിയായി തെരഞ്ഞെടുക്കപ്പെട്ടു. കാവിയുടുത്തിട്ടും ജാതി 'പോകാത്ത' ശിവഗിരിസ്വാമിമാർ ആനന്ദതീർത്ഥനെ ഓടിച്ചു വിട്ടു. അദ്ദേഹം ഹരിജനങ്ങൾക്ക് ആശ്രമം ഉണ്ടാക്കി. അയിത്ത ത്തിനെതിരെ പോരാടി. തല്ലുകൊണ്ടു. ഗുരുവായൂരിലുംകൊടുങ്ങല്ലൂരിലും അടിയേറ്റു വീണു. ആനന്ദന്റെ ചോരവീണു മണ്ണ് നനഞ്ഞു.

ആനന്ദതീർത്ഥനെ ആക്രമിച്ച് ഹിന്ദുത്വം സംരക്ഷിച്ചവർ വിശാല ഹിന്ദു പരിഷകൾ.

അതറിഞ്ഞ് അനങ്ങാപ്പാറകളായി നിസ്സംഗത്വം പാലിച്ചവർ ശ്രീനാരായണീയർ...

ഗുരുസമാധിക്ക് കഞ്ഞിവീഴ്ത്തുണ്ട്.

പലേടത്തും പായസദാനവും.

●

'ഗാന്ധി, മൈ ഫാദർ'

ഫിറോസ് ഗാന്ധിയോ, ആ ഗാന്ധിയുടെ ഭാര്യയും പുത്രന്മാരും പുത്രഭാര്യമാരുമായ ഗാന്ധികളോ എനിക്കാരുമല്ല. മോഹനദാസ കർമ്മചന്ദ്ര ഗാന്ധിയുമല്ല എന്റെ ഗാന്ധി. വിഗ്രഹത്തെ തീണ്ടാപ്പാടകലെനിന്ന് കൈകൂപ്പിത്തൊഴുത് പൂജിക്കാൻ തയ്യാർ, എന്നാൽ എന്റെ ഉള്ളം തുളുമ്പുന്ന സ്നേഹാശ്രുക്കളും കരുണാർദ്രതകളും ഹരിലാൽ ഗാന്ധിക്കാണ്, കർമ്മചന്ദ്രന്റെ കനിഷ്ഠപുത്രന്. ഹരിലാൽ ആകുന്നു എന്റെ ഗാന്ധി, എന്റെ സ്വന്തം ഗാന്ധി!

എന്നാണ് ഹരിലാൽ എനിക്ക് പ്രിയപ്പെട്ടവനായത്?

വളരെ പണ്ടേ ആ പാവം എന്റെ മനസ്സിൽ കുടിയേറി. മുഴുവൻ ഇന്ത്യൻ മക്കളുടെയും പ്രതിരൂപമായി പ്രതീകമായി ആ മകൻ എന്റെ വിചാരങ്ങളിൽ പ്രതിഷ്ഠിക്കപ്പെട്ടു. ഹരിലാൽ എന്ന രാഷ്ട്രപുത്രൻ...

പത്തു പന്ത്രണ്ട് വർഷം മുമ്പ്, ഒക്ടോബർ രണ്ടിനാണെന്നു തോന്നുന്നു, ഹരിലാൽ ഗാന്ധിയെപ്പറ്റി ഞാൻ ഒരു പ്രസംഗം കാച്ചി. മലയാളം ഉപഭാഷയായി പഠിക്കുന്ന ബിരുദവിദ്യാർത്ഥികളുടെ ക്ലാസ്സിൽ ചുമ്മാ വഴി മാറി സംസാരിച്ചു പോയതാണ്. പറയേണ്ടതും പഠിപ്പിക്കേണ്ടതും ഏതോ എമണ്ടൻ ദേശീയ നേതാവിനെപ്പറ്റി. ഉലകന്തറയോ മണ്ണുമ്മൂടോ പന്മനയോ ഏപ്പീപ്പിയോ നിർമ്മിച്ച പാഠപുസ്തകമാണ് എനിക്കും പിള്ളേർക്കും ആധാരം— ഇത് കാണാപ്പാഠം പഠിച്ചു വേണം ഭാവിതലമുറയുടെ കണ്ണ് തെളിയിക്കാൻ! ട്രാഫിക് നിയമം തെറ്റിച്ച് റോംഗ് സൈഡിലൂടെ ഞാൻ വണ്ടി വിട്ടു. എന്റെ ഗാന്ധി അവശനാർത്തനാലംബഹീനനായ ഹരിലാൽ ആണെന്നു പ്രഖ്യാപിച്ചുകൊണ്ട്.

ക്ലാസ്സിന്റെ പാതിയിലേറെ സമയവും ഞാൻ ഹരിലാലിനെപ്പറ്റി സംസാരിച്ചു. കുട്ടികൾ ഏറെ ശ്രദ്ധയോടെ കേട്ടിരുന്നു. എന്റെ അധികപ്രസംഗം. അവർക്ക് അത് പുതിയ കഥയാകുന്നു. ആദ്യമായി

കേൾക്കുന്ന ദുരന്തകഥ, മഹാത്മാവിന്റെ മൂത്തമകന്റെ ദാരുണ ജീവിത കഥ. ഡോക്ടർ സെബാസ്റ്റ്യൻ പോളിന്റെ മകൻ ഡോൺ ഉണ്ടായിരുന്നു ആ ക്ലാസ്സിൽ. ഡോൺ പിതാവിനോട് ക്ലാസ്സ് വിശേഷം അറിയിച്ചു. അടുത്ത ദിവസം സെബാസ്റ്റ്യൻ പോൾ എന്നെ കണ്ടു. അദ്ദേഹം സന്തോഷം പറഞ്ഞു: എന്നെ അഭിനന്ദിച്ചു. മകനെ മഹാരാജാസിലേക്ക് തന്നെ അയച്ചത് തെറ്റിയില്ലെന്ന് വെളിപ്പെടുത്തി. സേക്രട്ട് ഹാർട്ടിലോ സെന്റ് ആൽബർട്സിലോ സെന്റ് പോൾസിലോ ചേർത്തിരുന്നെങ്കിൽ ഹരിലാലിനെക്കുറിച്ച് ക്ലാസ്സിനകത്ത് കേൾക്കേണ്ടി വരില്ലായിരുന്നു. ആറുവർഷം താൻ പഠിച്ച മഹാരാജാസിലേ അതിനു കഴിയൂ എന്ന് സെബാസ്റ്റ്യൻപോൾ പറഞ്ഞു. ഞാൻ അദ്ദേഹത്തോട് എന്റെ നന്ദി അറിയിച്ചു. സിലബസിനു പുറത്താണ് എപ്പോഴും ഞാനെന്നു ചിരിക്കുകയും ചെയ്തു.

ദുരാത്മാവായാണ് മഹാത്മാവിന്റെ മകനെ ലോകം കാണുന്നത്. ധൂർത്തപുത്രനായി, ശത്രുപുത്രനായി. ഗാന്ധിജിയുടെ ദൈവിക പരിവേഷത്തിന് നിറപ്പകിട്ടേറ്റുന്ന വില്ലൻ വേഷമായി ഹരിലാൽ വിലയിരുത്തപ്പെട്ടു. അച്ഛന്റെയും മകന്റെയും ജീവിതങ്ങൾ പരസ്പരപൂരകമായി നിറയുന്നതു കണ്ടില്ലെന്നു നടിച്ചു സകലരും.

ബാല്യവിവാഹമായിരുന്നു കർമ്മചന്ദ്രന്റെയും കസ്തൂർബായുടേയും. രണ്ടുപേർക്കും പന്ത്രണ്ടു വയസ്സ്. അടുത്താണ്ടിൽ തന്നെ അവർ അച്ഛനമ്മമാരായി. ആ കുട്ടി മരിച്ചുപോയി. അടുത്തത് ഹരിലാൽ. അച്ഛനമ്മമാരേക്കാൾ പതിനാല് വയസ്സിനിളയ മകൻ. പാവം കുട്ടി. ബുദ്ധിമാനും സമർത്ഥനുമായിരുന്നു അവൻ.

ഹരിലാലും രണ്ടാമൻ മണിലാലും പിറന്നു കഴിഞ്ഞാണ് ഗാന്ധി പഠിക്കാൻ ഇംഗ്ലണ്ടിനു പോയത്. ബാരിസ്റ്ററായി മടങ്ങിവന്നശേഷം ഭാര്യയും കുഞ്ഞുങ്ങളുമായി ദക്ഷിണാഫ്രിക്കയ്ക്ക് പോയി.

കൗമാരത്തിലേക്ക് കടക്കുമ്പോൾ ഹരിലാൽ ആഫ്രിക്കയിൽ ഗാന്ധി സ്ഥാപിച്ച ടോൾസ്റ്റോയി ഫാമിലാണ്. മിടുക്കനായ വിദ്യാർത്ഥി. എൻജിനീയർ ആകണമെന്നായിരുന്നു മോഹം.എൻജിനീയറിംഗ് കോളജിൽ അയച്ചു പഠിപ്പിക്കാൻ പണമില്ലെന്നു പറഞ്ഞ് ഗാന്ധി ആ മോഹം തല്ലിക്കെടുത്തി. ഹരിലാലിന് സഹിക്കാനായില്ല. ആ പാവത്താൻ ടോൾസ്റ്റോയി ഫാമിൽ നിന്നും പുറപ്പെട്ടു പോന്നു.

ഇന്ത്യയിലെത്തിയ ഹരിലാൽ ഒരു എൻജിനീയറിംഗ് കോളജിൽ ചേർന്നു. നിരാശ്രയനായ വിദ്യാർത്ഥി. കയ്യിൽ കാശില്ല. പട്ടിണിയും കഷ്ടപ്പാടും. തന്റെ ഗതികേട് അനിയൻ മണിലാലിനെ എഴുതി അറിയിച്ചു. മണിലാൽ എവിടുന്നോ അല്പം പണം സമ്പാദിച്ച് ചേട്ടന് അയച്ചുകൊടുത്തു. അച്ഛനറിയാതെ. പക്ഷേ ഹരിലാൽ

പണം സ്വീകരിച്ച രസീത് ഗാന്ധിയുടെ കൈയ്യിലാണെത്തിയത്. മണിലാലിന് എവിടെ പണം? ഫാം ഫണ്ടിൽ നിന്നും മോഷ്ടിച്ചോ? രണ്ടാമത്തെ പുത്രനെ ഫാമിൽ നിന്നും ഗാന്ധി പുറത്താക്കി.

ഹരിലാലിന് വിദ്യാഭ്യാസം പൂർത്തിയാക്കാൻ കഴിഞ്ഞില്ല. അനാഥത്വത്തിന്റെ കൊട്ടുംവരൾച്ചയിൽ ജീവിതം കത്തിക്കാളാൻ തുടങ്ങി.

ഗാന്ധി ഇന്ത്യയിൽ തിരിച്ചെത്തി. ഇന്ത്യക്കാരുടെ മുഴുവൻ 'ബാപ്പുജി'യായി ഗാന്ധി. ദണ്ഡിയാത്ര, നിരാഹാരം, ചർക്കയിൽ നൂൽനൂൽപ്പ്.

നിസ്സഹരണം, രാംധുൻ (ഈശ്വർ അള്ളാ തേരെ നാംസബ്കോ സന്മതി ദേ ഭഗവൻ!) ഒക്കെക്കൂടി ഭാരതമൊട്ടാകെ —പഞ്ചാബ് സിന്ധ് ഗുജറാത്ത മറാത്ത ദ്രാവിഡ ഉത്കല വംഗ— ആകെ തിളച്ചു മറിഞ്ഞു. ടാഗോർ 'മഹാത്മ' എന്നു വിളിച്ചഗാന്ധിയെ, ചർച്ചിൽ 'അർദ്ധ നഗ്നഫക്കീർ' എന്നു വിശേഷിപ്പിച്ച ഗാന്ധിയെ. രാഷ്ട്രപിതാവ് പിറക്കുകയായി.

എന്നാൽ രാഷ്ട്രപുത്രനോ?

വഴിയാധാരമായി അലഞ്ഞു. പഠിക്കാനായില്ല. ഇഷ്ടപെണ്ണിനെ കല്യാണം കഴിക്കാനുമായില്ല. തെണ്ടിത്തിരിഞ്ഞു. ഒപ്പം കുടിയും തുടങ്ങി.

കസ്തൂർബായുടെ തീരാക്കണ്ണീരായി ഹരി. അവർ ഹരിക്ക് ഒരു നല്ല വധുവിനെ കണ്ടെത്തി. വിവാഹം നടത്തി. ഒന്നോ രണ്ടോ കുഞ്ഞുങ്ങളുമായി. പക്ഷേ ജീവിതം ഏതോ വഴിക്ക് കലം കുത്തിയൊഴുകി...

സി.എഫ്. ആൻഡ്രൂസിന്റെ പുസ്തകത്തിൽ, കസ്തൂർബാ മകനെഴുതിയ ഒരു കത്തിന്റെ പൂർണ്ണരൂപമുണ്ട്. അമ്മയുടെ കരൾ പിളരുന്ന ആ കത്താണ് ഹരിലാൽ എന്റെ ഹൃദയത്തിൽ കടന്നുകയറാൻ ആദ്യ കാരണം.

ആരുടെയും കണ്ണു നനയിക്കും അമ്മയുടെ മകനോടുള്ള സ്നേഹവാത്സല്യം. മകന് അമ്മയോടും എന്തൊരിഷ്ടമായിരുന്നു! വായിച്ചറിഞ്ഞ ആ രംഗം ഓർമ്മയിൽ തിളങ്ങി നിൽക്കുന്നു.

ഗാന്ധിയും കസ്തൂർബായും തീവണ്ടിയിൽ വരുന്നു. മൂന്നാം ക്ലാസ് മുറിയിലാണ് യാത്ര. ഓരോ തീവണ്ടിയാപ്പീസിലും ആയിരക്കണക്കിനു മഹാജനം. 'ബാപ്പു'വിനെ കാണാൻ 'ഗാന്ധി കീ ജേ' വിളിക്കാൻ.

ഒരിടത്ത് വണ്ടി നിന്നു. ആൾക്കൂട്ടത്തിന്റെ കോലാഹലത്തിനിടയിലൂടെ മുഷിഞ്ഞു നാറിയ, ചാരായ ലഹരിയിൽ കാലുറയ്ക്കാത്ത,

ക്ഷീണിച്ചവശനായ ഒരുത്തൻ മൂന്നാംക്ലാസ്സ് മുറിക്കരികിലേയ്ക്ക്. കൈയിൽ പഴങ്കടലാസിൽ ഒരു കുഞ്ഞുപൊതി. ജനാലയ്ക്കരികിൽ കസ്തൂർബാ കണ്ണീരണിഞ്ഞു കണ്ടു. മകൻ, ഹരി.

ഹരിലാൽ അമ്മയുടെ അടുത്തണഞ്ഞു. പൊതിയഴിച്ച് ഒരു ചെറിയ ഓറഞ്ച് അമ്മയ്ക്ക് നൽകി. എന്നിട്ട് പതുക്കപ്പറഞ്ഞു: മുഴുവൻ അമ്മ തിന്നണം. അങ്ങേർക്ക് ഒരല്ലിപോലും കൊടുക്കരുത്!

അതിനു മുമ്പോ പിമ്പോ ഹരിലാൽ ഭാര്യയെയും കൂട്ടി ഇസ്ലാം മതം സ്വീകരിച്ചു. സനാതന പിതാവിനോടുള്ള ഒരു കൊഞ്ഞനം കുത്ത്.

അബ്ദുള്ളാ ഗാന്ധിയും ഫാത്തിമാഗാന്ധിയുമായി ഭാര്യാഭർത്താക്കന്മാർ. കുറെ മുസ്ലീം ഭ്രാന്തൻമാർ നിധി കിട്ടിയപോലെ അബ്ദുള്ളാ ഗാന്ധിയെ എഴുന്നള്ളിച്ചുകൊണ്ടുനടന്നു. ഏറെ താമസിയാതെ വഴിയരികിൽ ഓടയിലെറിഞ്ഞ് തടിതപ്പുകയും ചെയ്തു.

മഹാത്മാവ് പ്രസ്താവിച്ചു. 'രണ്ട് മഹാ മതങ്ങളെ ഒന്നിച്ച് അവൻ കളങ്കപ്പെടുത്തി.' മകന്റെ ദുർനടപ്പിനു കാരണവും മഹാത്മാവ് കണ്ടെത്തി. തന്റെ കൗമാരത്തിലെ അപക്വ കാമത്തിന്റെ ദുർഭഗ സന്തതി–

ഹരിലാലിന്റെ മക്കളെ കസ്തൂർബാ കൂട്ടിക്കൊണ്ടുവന്നു. സബർമതി ആശ്രമത്തിൽ പേരക്കുട്ടികളെ സ്നേഹവാത്സല്യം ചൊരിഞ്ഞു വളർത്തി. ഹരിലാലിന്റെ മകൻ ഡോക്ടറായി. അയാളെക്കൊണ്ട് മലയാളിയായ സരസ്വതിയെ വിവാഹം കഴിപ്പിച്ചു.

ജി. രാമചന്ദ്രന്റെ അനന്തിരവൾ ആണ്. സരസ്വതിയെ കുട്ടിക്കാലത്തേ സബർമതി ആശ്രമത്തിൽ കൊണ്ടാക്കി അമ്മാവൻ. കസ്തൂർബാ പൗത്രവധുവായി സരസ്വതിയെ തീരുമാനിച്ചു. സരസ്വതിഗാന്ധി അവസാനകാലം തിരുവനന്തപുരത്തു ജീവിക്കുന്നു. ഗാന്ധികുടുംബത്തിൽ മലയാളിയംഗം അവരെക്കുറിച്ച് 'മനോരമ'യിൽ വന്ന ഒരു ലേഖനം ഞാൻ ഓർക്കുന്നു–

സരസ്വതി ഗാന്ധി തന്റെ ഭർതൃപിതാവിനെപ്പറ്റി പറഞ്ഞു, ജീവിതത്തിൽ ഒരിക്കലേ ഞാൻ അദ്ദേഹത്തെ കണ്ടിട്ടുള്ളൂ. രണ്ടുമാസത്തോളം എന്റെ കൂടെ ജീവിച്ചു. ഒരിക്കൽ പോലും മദ്യപിച്ചില്ല. ഒച്ചവെച്ച് സംസാരിച്ചില്ല. ഒരു ശിശുവിനെപോലെ നിഷ്കളങ്കൻ. ദുർബലൻ. ഒന്നിനോടും ആസക്തിയില്ലാത്ത ഉത്തമ മനുഷ്യൻ.

ഹരിലാലിന്റെ മകൻ ഡോക്ടർ ബാംഗ്ലൂരിൽ ഒരാശുപത്രിയിൽ പ്രാക്ടീസ് ചെയ്യുന്നു. ഒരു ഒടക്കൊല്ലി സൈക്കിളാണ്വാഹനം. അതിന്റെ പിന്നിലിരുത്തി പല രോഗികളെയും വീട്ടിൽകൊണ്ടുവരും.

ദരിദ്രരോഗികൾ. അവർക്ക് ഭക്ഷണവും മരുന്നുംകൊടുക്കും. ഒരു സന്ധ്യക്ക് സൈക്കിളിന്റെ പിറകിലിരുത്തിക്കൊണ്ടുവന്ന വൃദ്ധനായ പാവത്തിനെ. എന്നിട്ട് ഭർത്താവ് സരസ്വതിയെ പരിചയപ്പെടുത്തി. 'എന്റെ അച്ഛൻ'

ഹരിലാൽ മകന്റെ കൂടെ രണ്ടുമാസം താമസിച്ചു. നിശ്ശബ്ദൻ: കുത്തിയിരുന്ന് എഴുതിക്കൂട്ടുന്നു. സരസ്വതി ചോദിച്ചു. 'എന്താണ് എഴുതുന്നത്?' ഹരിലാൽ പറഞ്ഞു. 'എന്റെ സത്യാന്വേഷണ പരീക്ഷകൾ'

പക്ഷേ, പോകുംമുമ്പേ എഴുതിയതൊക്കെ തീയിട്ടു ചാമ്പലാക്കി നിർവികാരനായി പറഞ്ഞത്രെ. എന്റെ സത്യാന്വേഷണ പരീക്ഷകൾ മറ്റു ചിലർക്ക് വിഷമമുണ്ടാക്കും!

മറ്റു ചിലർ മഹാത്മാവല്ലാതാര്?

മദ്യപിച്ച കുറ്റത്തിന് ഹരിലാൽ ഒരിക്കൽ അറസ്റ്റിലായി. ഗാന്ധിയുടെ മകനാണെന്ന് പറഞ്ഞില്ല. തിരിച്ചറിഞ്ഞ കോടതി ഒരു രൂപ ശിക്ഷ വിധിച്ചു. ഒരു രൂപ പോലും പ്രതിയുടെ കൈവശം ഉണ്ടായിരുന്നില്ല.

മദ്യത്തിന്റെ മയക്കത്തിലാണ് മഹാത്മജി വധിക്കപ്പെട്ട വാർത്ത ഹരിലാൽ കേട്ടത്. സ്വന്തം നെഞ്ചിലേറ്റ വെടിയായി മകന്. അലമുറയിട്ടു ചങ്കുപൊട്ടി ദില്ലിയിൽ പാഞ്ഞെത്തി. പക്ഷേ, രാജ്ഘട്ടിനടുത്തു പോലുമെത്താനായില്ല. ഗാന്ധിയുടെ ഇളയമകൻ ദേവദാസ് ലോഡ്ജുമുറിയിൽ ചേട്ടനു കാവലിരുന്നു. ഹരിലാലിന്റെ ദുഃഖം ആർക്കും ആശ്വസിപ്പിക്കാൻ പറ്റാത്തവണ്ണം വലുതായിരുന്നു. ചിത കൊളുത്തേണ്ട ഹരിലാൽ ബോധശൂന്യനായി കിടന്നു. നാലാമൻ ദേവദാസ് ചേട്ടനെ തഴുകിത്തലോടി കൂടെ കഴിഞ്ഞു...

ആറുമാസം തികയും മുമ്പേ, ബോംബെയിൽ ജനറലാശുപത്രിയിൽ ആരോരും തിരിച്ചറിയാതെ ഹരിലാൽ മരിച്ചു. ('പുഴുത്ത പട്ടിയെപ്പോലെ' എന്ന് എൻ.എൻ പിള്ളയുടെ നാടകത്തിൽ)

എന്റെ ഗാന്ധി, ഹരിലാൽ ഗാന്ധി,

ഹരിലാലിനെ നായകനാക്കി ഒരു ചലച്ചിത്രം പുറത്തിറങ്ങി.

'ഗാന്ധി മൈ ഫാദർ'

ഫിറോസ്ഖാൻ സംവിധായകനും അനിൽകപൂർ നിർമ്മാതാവും. അക്ഷയ്ഖന്നയാണ് ഹരിലാലായി അഭിനയിക്കുന്നത്. അറുപതാണ്ടിനു ശേഷം ഒരു ഹീറോ ജനിക്കുന്നു. രാഷ്ട്രപിതാവിന്റെ പുത്രനായ രാഷ്ട്രപുത്രൻ. രാഷ്ട്രപുത്രന്മാരുടെ പ്രതിരൂപവും പ്രതീകവും...

•

അഭയം തന്ന താരാട്ടുകാലം

അഭയദേവ് എന്റെ അച്ഛനെപ്പോലെ തന്നെയാണ് എനിക്ക്. ദേവ്സാറും അച്ഛനും ആത്മസ്നേഹിതർ; പതിറ്റാണ്ടുകൾ നീണ്ട പിരിയാച്ചങ്ങാത്തം. അച്ഛൻ 1995 ജനവരി 4-ന് മരിച്ചു, എൺപത്തേഴാം വയസ്സിൽ. ദേവ് സാർ 2000 ജൂലൈ 26-ന് മരിച്ചു, എൺപത്തേഴ് വയസ്സിൽ തന്നെ.

അച്ഛന് ചിതയൊരുങ്ങിയത് എറണാകുളത്ത് പച്ചാളം ശ്മശാനത്തിലായിരുന്നു. മൃതദേഹം ചിതയിലേയ്ക്കെടുത്തപ്പോൾ ഞാൻ തലയ്ക്കൽ പിടിച്ചു. തീ കൊളുത്തുകയും ചെയ്തു. അറിയാനൊമ്പരത്തോടെ മൂകനായി ഒറ്റയ്ക്കു മാറി നിൽക്കുമ്പോൾ എന്റെ മകൻ അരികത്തണഞ്ഞു. അവൻ എന്നെ തൊട്ടു, പതുക്കെ തഴുകി.... ദേവ്സാറിന് ചിതയൊരുങ്ങിയത്കോട്ടയത്ത് മുട്ടമ്പലം ശ്മശാനത്തിൽ. മൃതദേഹം ചിതയിലേക്കെടുക്കുമ്പോൾ ഞാൻ കാല്ക്കൽ പിടിച്ചു. തലയ്ക്കൽ ദേവ് സാറിന്റെ മക്കൾ അരവിന്ദനും, രാജീവനും. അവർ ചിതയ്ക്ക് തീ കൊടുത്തു. ചുവന്നു കലങ്ങിയ കണ്ണുകളോടെ നിൽക്കുന്ന അരവിന്ദനെ കൊച്ചു മകൻ— അമ്പിളിക്കുട്ടന്റെ മകൻ—തൊട്ടുതലോടുന്നതു ഞാൻ കണ്ടുനിന്നു. അപ്പോൾ, മരിച്ചുപോയ അപ്പച്ചിയുടെ ആർദ്ര മധുരസ്വരം എന്നിൽ നിറയുകയായിരുന്നു. എന്റെ പത്താം വയസ്സിൽ ഞാൻ കേട്ട താരാട്ടു പാട്ട്.....

കണ്ണാ നീയുറങ്ങ്-എൻ
കണ്ണേ നീയുറങ്ങ്
ആരിരാരോ..... ആരാരോ
ഗാനകലാസാഗരമായ് എൻ ഹൃദന്തവീണയിൽ
കണ്ണാ നീയുറങ്ങ്-എൻ
കണ്ണേ നീയുറങ്ങ്
കാൺമൂ ഞാനുൾക്കൺകളാലെ

കമനീയ രൂപം ഓമനേ–

അച്ഛന്റെ ഇളയ പെങ്ങൾ ആയിരുന്നു അമ്മിണി. ഞാൻ 'അമ്മാമി' എന്നു വിളിച്ചു. അമ്മാമി നന്നായി പാടും. അതുകേട്ടു കേട്ടു പാടാനായില്ലെങ്കിലും ഒത്തിരി ഓമനപ്പാട്ടുകൾ മനസ്സിൽ നിറഞ്ഞു. അവയിലധികവും എഴുതിയത് ദേവ്സാറാണെന്ന് ഞാൻ തിരിച്ചറിഞ്ഞത് പിന്നീടെപ്പോഴോ. അതിനു മുമ്പു തന്നെ താരാട്ടുപാട്ടുകളിലും മറ്റും 'ഓമന' എന്നൊരു വാക്കു കേട്ടാൽ അതെന്നേപ്പറ്റിയാണെന്ന് ഞാൻ ചുമ്മാ അങ്ങു വിശ്വസിച്ചു!.

അഭയദേവിന്റെ താരാട്ടുപാട്ടുകൾ കേട്ടാണ് കേരളക്കരയിലെ ഓമനക്കുട്ടന്മാരും ഓമനക്കുട്ടികളും ഉറങ്ങിയിരുന്നത്. അരനൂറ്റാണ്ടിലേറെയായി തലമുറകൾക്ക് അഭയമേകിയ പാട്ടുകൾ, 'ഓമനത്തിങ്കൾക്കിടാവോ' എന്ന ഇരയിമ്മൻ പാട്ടിനൊപ്പം, അനശ്വരമായി ജീവിക്കുന്നു. അച്ഛനമ്മമാരുടെ ചങ്കിലും ചുണ്ടിലും ആ പാട്ടിന് മരണമില്ല ഒരിക്കലും.

1950 ൽ 'നല്ലതങ്ക'യ്ക്കു വേണ്ടി അഭയദേവ് എഴുതിയ താരാട്ടു പാട്ട് ഇന്നും മൂളുന്ന അമ്മൂമ്മമാരുണ്ട്:

അമ്മ തൻ പ്രേമസൗഭാഗ്യത്തിടമ്പേ
ഉമ്മ നൽകീടാം ആനന്ദക്കാമ്പേ
അമ്മിഞ്ഞപ്പാലോലും പുഞ്ചിരി കാണട്ടൻപേ
എന്റെ ജീവന്റെ നാമ്പേ!

1950 കൾ കേരള സമൂഹം ഒരു പുതിയ തലമുറയ്ക്ക് താരാട്ടുപാടി. രാഷ്ട്രീയമായി 'നല്ല നാളെ'യെ സ്വപ്നം കണ്ടു. 'നമ്മളൊന്നാണേ' എന്ന് ഒന്നിച്ചു പാടി. ബലികുടീരങ്ങൾക്ക് സിന്ദൂരമാലകൾ ചാർത്തി. അമ്പിളിയിൽ പൊന്നരിവാൾ കണ്ടു. മാവേലിമക്കൾ മാനവധർമ്മം വിളംബരം ചെയ്തു. 'സർവ്വേക്കല്ല്,' 'പുതിയ ആകാശം പുതിയ ഭൂമി', 'ഇങ്ക്വിലാബിന്റെ മക്കൾ', 'ഒരാൾ കൂടി കള്ളനായി', 'ഇത് ഭൂമിയാണ്'', 'നമ്മളൊന്ന്'', 'കൂട്ടുകൃഷി'ഒക്കെ അരങ്ങേറി. 'സ്നേഹസീമ', 'നീലക്കുയിൽ', 'ന്യൂസ് പേപ്പർ ബോയ്'', 'രാരിച്ചനെന്ന പൗരൻ', 'രണ്ടിടങ്ങഴി' എല്ലാം വെള്ളിത്തിരയിൽ വന്നു... കമ്മ്യൂണിസ്റ്റ് പാർട്ടിയെ ജനങ്ങൾ അധികാരത്തിലേറ്റി! സ്നേഹത്തിന്റെയും വാൽസല്യത്തിന്റെയും പ്രണയത്തിന്റേയും വിപ്ലവത്തിന്റേയും മനസ്സായിരുന്നു മലയാളസമൂഹത്തിന്. താരാട്ടും തമാശപ്പാട്ടും പ്രാർത്ഥനാഗീതവും പ്രണയഗാനവും പിറന്നു. ഓയെൻവിയും വയലാറും ഭാസ്കരനും തമ്പിയുമെല്ലാം ഓടിപ്പറന്നെത്തി. അവർക്കു മുമ്പേ പറന്ന പുലരിക്കിളി അഭയദേവായിരുന്നു.

മലയാള സിനിമ പിച്ചവെച്ചു നടന്നു തുടങ്ങിയ കാലം.–

അഭയദേവ് എഴുതി:

'കരയാതെന്നോമനക്കുഞ്ഞേ-എന്റെ
കരളായ് വളർത്തും ഞാൻ നിന്നെ'
'പാട്ടുപാടിയുറക്കാം ഞാൻ
താമരപ്പൂംപൈതലേ
കേട്ടു കേട്ടു നീയുറങ്ങെൻ
കരളിന്റെ കാതലേ... കരളിന്റെ കാതലേ'
'അച്ഛനെയാദ്യമായി കണ്ടപ്പോഴമ്മതൻ
കണ്ണിലിരുന്നതു നീയല്ലേ
കാൽവിരൽ കൊണ്ടമ്മ തറയിലന്നെഴുതിയ-
തോമനേ നിന്റെ പേരല്ലേ?'
'അണിമുത്ത് മണിയൊത്ത മോനല്ലേ
എന്റെ ഖൽബിൽ കനിളുകും തേനല്ലേ
കരയല്ലെ കരയല്ലെ ഉമ്മാന്റെ കുഞ്ഞി
ക്കരളല്ലേ, പുന്നാരപൊന്നുമകളെ'
'അച്ഛനമമ്മേം ചാരത്തിരിപ്പൂ
ചെമ്മേ നീയുറങ്ങോമനക്കുഞ്ഞേ'

അമ്മമാർ പാടുകയും അച്ഛന്മാർ താളം പിടിക്കുകയും ചെയ്തതാരാട്ടുകൾ ഇനിയുമെത്ര! അമ്മിഞ്ഞപ്പാലിന്റെ ശുദ്ധിയും മാധുരിയും തുളുമ്പിയൊഴുകുന്ന പാട്ടുകൾ; നന്മയും കാരുണ്യവും നിറഞ്ഞ പ്രതിഭയിൽ പിറന്ന ഗാനകലാസാഗരം..

കർപ്പൂരനാളത്തിന്റെ ഒളിയും തിളക്കവും കൊണ്ടതത്രേ അഭയദേവിന്റെ പ്രാർത്ഥനാഗാനങ്ങളും. ലാളിത്യവും ഭക്തിഭാവങ്ങളും അവയെ ആർദ്രമനോഹരങ്ങളാക്കുന്നു. കൃഷ്ണനെക്കുറിച്ചായാലും ക്രിസ്തുവിനെക്കുറിച്ചായാലും കാളി മാതാവായാലും കന്യാമാതാവായാലും അർപ്പണത്തിന്റേയും ആത്മാർത്ഥതയുടേയും പൂജാപുഷ്പങ്ങളായി തീരുന്നു ഓരോ ഗാനവും.

'പാലു തരാം വെണ്ണ തരാം
പശുപാലകനെ ഗോവിന്ദാ
പരമാനന്ദം ഞങ്ങൾക്കരുളുക
പരിതാപഹരേ ഗോവിന്ദാ'

എന്ന് കൈകൂപ്പി ഭജിക്കുന്ന ഭക്തിസാന്ദ്രിമ തന്നെയാണ്.

'അധ്വാനിക്കുന്നോർക്കും
ഭാരം ചുമക്കുന്നോർക്കും
അത്താണിയായുള്ളോനെ

കർത്താവേ യേശുനാഥാ'
എന്നുള്ളുരുകിക്കേഴുമ്പോഴും.
'പാഹിതായേ പാർവതി പരമേശ്വരി ലളിതേ
നായികേ ജഗന്നായികേ സുഖദായികേ വരദേ'

എന്നും

'കന്യാമറിയമേ തായേ—എനിക്കെന്നാളുമാശ്രയം നീയേ
കഴൽ കുപ്പിടുമെൻ അഴൽ നീക്കുക നീ
ജഗദീശ്വരിയേ കരുണാകരിയേ!'

എന്നും

'രാധാമാധവ ഗോപാല! രാഗമനോഹരശീല!
രാവും പകലും നിൻ പദചിന്തനമല്ലാതില്ലൊരു വേല'

എന്നും

'കനിവോലും കമനീയഹൃദയം-യേശു
മിശിഹാ തൻ തിരുവുള്ളം-അതുപോലെ വേറുണ്ടോ?'

എന്നും എഴുതുമ്പോൾ അഭയദേവിന്റെ നിർമ്മലഭക്തി തന്നെയാണ് അനശ്വരമാക്കപ്പെട്ടത്. അതുകൊണ്ടു തന്നെ ഈ അഭയഗാനങ്ങൾ അമരത്വം നേടിയിരിക്കുന്നു. (ഇതിനൊപ്പം നിൽക്കുന്ന ഒരു മലയാളഗാനമേ വേറെയുള്ളൂ, തിരുനയിനാർക്കുറിച്ചിയുടെ 'ആത്മവിദ്യാലയമേ....')

താരാട്ടും പ്രാർത്ഥനയ്ക്കുമൊപ്പം ചില കുട്ടിപ്പാട്ടുകളുമുണ്ട് അഭയദേവിന്റേതായി. കവിത്വത്തിന്റെയും അതിന്റെ കൃത്രിമത്വത്തിന്റെയും പൊൻതൊങ്ങലുകൾ തുന്നിപ്പിടിപ്പിക്കാത്തവ.

'അമ്പിളിയമ്മാവാ
തിരിഞ്ഞുനി-
ന്നൻ പിന്നോടൊന്നു
ചൊല്ല്
എങ്ങുപോകുന്നി
വണ്ണം തനിച്ചു നീ
യങ്ങു ഞാനും
വരട്ടോ'

എന്നതുതന്നെ അതിൽ ആദ്യത്തേത്. 'അമ്പിളിയമ്മാവൻ പിടിച്ച മുയലിന്'' 'കുട്ടുറുമ്പിന്റെ കാതുകുത്തി'ന് തുടങ്ങിയ പാട്ടുകൾ രചിച്ച കൈത്തഴക്കവും നോട്ടത്തികവുമാണ്,

നാഗരാദി എണ്ണയുണ്ട്

സഹചരാദി കുഴമ്പുണ്ട്
പടവലാദി ലേഹ്യമുണ്ട്—വേണ്ടിവന്നാൽ
അലവലാതി നെയ്യുമുണ്ടിതിൽ

എന്നെഴുതിച്ചത്. ദക്ഷിണാമൂർത്തി ഈണം പകർന്നു പാടിയ ഈ പാട്ടിന്റെ രചനയിൽ ഒരു പെരുന്തച്ചന്റെ കരവിരുതുണ്ട്.

മലയാള ചലച്ചിത്രഗാനവസന്തത്തിന് പ്രാരംഭം കുറിച്ച ഒട്ടേറെ ഗാനങ്ങൾ അഭയദേവിന്റേതായിട്ടുണ്ട്. എക്കാലത്തും മലയാളി പാടിപ്പോന്ന ഒത്തിരിപ്പാട്ടുകൾ. ഓർമ്മയിലോടിയെത്തുന്ന ആ പാട്ടുകളൊക്കെ അഭയദേവിന്റേതാണെന്ന തിരിച്ചറിയുമ്പോൾ അത്ഭുതം കൂറുന്നവർ ഏറെയാണ്.

1. പ്രിയമാനസാ നീ വാവാ
2. കുങ്കുമച്ചാറുമണിഞ്ഞു പുലർകാലമങ്ക
3. വനഗായികേ വാനിൽ വരൂ നായികേ
4. വീണേ പാടുക പ്രിയതരമായി
5. ആരുണ്ടെനിക്കൊരു വീണ തരാൻ
6. തെളിയൂ നീ പൊൻവിളക്കേ
7. ഒന്നു ചിരിക്കൂ ചിരിക്കൂ സഖീ
8. പൂജാരി വന്നില്ല പൂക്കളിറുക്കാൻ വന്നില്ല.
9. മിണ്ടാത്തതെന്താണു തത്തേ
10. പൂവിനു മണമില്ല നിലാവിനു കുളിരില്ല
11. പനിനീർ മലരിനൊരിതൾ കൊഴിഞ്ഞാലും
12. വീടിനു പൊൻമണിവിളക്കു നീ
13. നീലവിരിയിട്ട നീരാളമെത്തയിൽ

എല്ലാകാലത്തെയും ക്ലാസ്സിക്കുകളാണിവ.

1993 ൽ ദൂരദർശനുവേണ്ടി ഞാൻ അഭയദേവ് സാറിനെ ഇന്റർവ്യൂ ചെയ്തു. ഞാൻ തന്നെ വേണം അത് ചെയ്യേണ്ടത് എന്ന് സാറിന് നിർബന്ധമായിരുന്നു. നല്ല ഇന്റർവ്യൂ ആയി അത്. പരിപാടി കഴിഞ്ഞ് തിരിച്ചു പോരുമ്പോൾ ഞാൻ ചോദിച്ചു: 'നീയെൻ ചന്ദ്രനേ ഞാൻ നിൻ ചന്ദ്രിക' സാറിന്റേതാണോ? പലരും അങ്ങനെ വിചാരിക്കുന്നുണ്ട്—

അത് എന്റേതല്ല, തുമ്പമൺ പദ്മനാഭൻകുട്ടിയുടേതാണ്, അഭയദേവ് പറഞ്ഞു.

അവരൊക്കെ സാറിനെയാ കുറ്റം പറയുന്നത്, ഞാൻ ചിരിച്ചു.

പിന്നീടൊരിക്കൽ, സാറിന്റെ വീട്ടിൽ കോട്ടയത്ത്— 'ഗായത്രി'യിൽ

ഞാൻ ചെന്നു. സാറില്ല. അരവിന്ദൻ പറഞ്ഞു: അച്ഛൻ 'ഇന്ദ്രപ്രസ്ഥം ലോഡ്ജിലുണ്ട്.'

ഞാൻ അങ്ങോട്ടു പോയി.

മുറിയിൽ ദേവ് സാറും തിക്കുറിശ്ശിയും. തിക്കുറിശ്ശിയുടെ കവിതകൾ ഒരു പുസ്തകത്തിനായി അടുക്കിയൊരുക്കിയെടുക്കുകയാണ്.

ഞാൻ കേറിച്ചെന്നതും ദേവ്സാർ തിക്കുറിശ്ശിയോട് പറഞ്ഞു: അളിയാ, ഇതെന്റെ മകൻ ആണ്. അളിയന്റെ മറ്റേ വർത്തമാനമൊന്നും എടുത്തേക്കരുത്.

തിക്കുറുശ്ശി കവിതകൾ എഡിറ്റു ചെയ്യുവാൻ ഞാനും കൂടി. രണ്ടു മൂന്നു മണിക്കൂർ. തിക്കുറിശ്ശി മറ്റേ വർത്തമാനം ഒന്നും എടുത്തില്ല.

അതെ, ഞാൻ അഭയദേവിന് മകൻ. ആ നിറവോടെ അന്നും ഇന്നും.

(എങ്കിലും എന്തേ ഇന്ന് താരാട്ടുകൾ ഉണ്ടാകുന്നില്ല? ഈ സമൂഹം അത്രയ്ക്ക് വറ്റി വരണ്ടോ?)

●

മരണം വന്ന നാലു നാളുകൾ

1948 ജനുവരി 30

1964 മെയ് 27
1984 ഒക്ടോബർ 31
1991 മെയ് 21

—ഈ നാലു ദിവസങ്ങളിലും ഞാൻ കൊല്ലം പട്ടണത്തിലായിരുന്നു. വളരെ വളരെ യാദൃശ്ചികമായി സംഭവിച്ചതാണ്. എന്നാലും തിരിഞ്ഞുനോക്കുമ്പോൾ അല്പസ്വല്പം കൗതുകവുംവിസ്മയവും തോന്നിപ്പോകുന്നു.

കൊല്ലത്തെപ്പറ്റി ഒത്തിരി ഓർമ്മകളുണ്ട് എനിക്ക്. വല്ലാത്ത വൈകാരിക ബന്ധമാണ് ആ പട്ടണത്തോട്. കഷ്ടിച്ച് ഒരു വർഷക്കാലമേ ഞാൻ അവിടെ ജീവിച്ചിട്ടുള്ളൂ. ജീവിതം വഴി തിരിച്ചുവിട്ട അനുഭവങ്ങളായിരുന്നാകെ. ഞാൻ തകർന്നുപോയി എന്നതാണ് നേര്. എങ്കിലും കൊല്ലം ഇഷ്ടനഗരമാണിന്നും. കോരിത്തരിക്കുന്ന ഒരു നൂറ് ഓർമ്മകളുണ്ടിപ്പോഴും. എല്ലാം കരഞ്ഞു തീർത്തു. പോയ്മറഞ്ഞു അക്കാലം.

ഇന്ന്, പക്ഷേ, ഒരു ചെറുപുഞ്ചിരിയോടെയാണ് ആ ഓർമകളെടുത്തുവച്ചോമനിക്കുന്നത്....

1948 ജനുവരി 30-നാണ് കൊല്ലത്ത് ആദ്യമായി പോകുന്നത്. അഞ്ചു വയസ്സു തികഞ്ഞിരുന്നില്ലന്ന്. അതുകൊണ്ട് തീരെ അവ്യക്തമായ ഓർമ്മയേയുള്ളൂ. പിൽക്കാലത്ത് പറഞ്ഞു കേട്ടകാര്യങ്ങളാണ് ഓർമ്മയെ പൂരിപ്പിക്കുന്നത്.

എട്ടുപത്തു കാറുകളിലായിരുന്ന കൊല്ലത്തേക്കുള്ള യാത്ര.കല്യാണപ്പാർട്ടി; വരന്റെ ബന്ധുക്കൾ പത്തൻപതുപേർ അണിഞ്ഞൊരുങ്ങിയ

സുന്ദരികളും സുന്ദരന്മാരും. സംഘത്തിലെ ഓമന ഞാൻ.

അച്ഛന്റെ വകയിലൊരനിയന്റെ വിവാഹമാണ്. കല്ല്യാണച്ചെറുക്കൻ കോട്ടയം ചെല്ലപ്പൻ. പെണ്ണ് തങ്കശ്ശേരി കാവലിൽ കല്ലപണ്ടകശ്ശാല ബംഗ്ലാവിൽ നളിനി.

ചെല്ലപ്പൻ നാടകനടനോ സിനിമാനടനോ ആയിട്ടില്ല. ട്രാവൻകൂർ ഫോർവേർഡ് ബാങ്കിൽ ഉദ്യോഗസ്ഥൻ. സുമുഖൻ. സുന്ദരൻ.

നളിനി അതിസുന്ദരിയും.

കല്യാണം പൊടിപൂരമായിരുന്നു. സമപ്രായക്കാരായ മൂന്നാലു കുട്ടികളെ കൂട്ടുകാരായിക്കിട്ടിയതും ഓടിച്ചാടിത്തിമിർത്തതും മാത്രമേ ഞാൻ ഓർക്കുന്നുള്ളൂ.

തങ്കശ്ശേരി ലൈറ്റ്ഹൗസ് പോയി കണ്ടു. പട്ടാപ്പകലിൽ. അതു കൊണ്ട് ലൈറ്റ് കണ്ടില്ല. അച്ഛന്റെ പെങ്ങൾ അമ്മിണിയും ചെല്ലപ്പന്റെ പെങ്ങൾ പത്മാവതിയുമാണ് എന്നെ എഴുന്നള്ളിച്ച് കാഴ്ചകൾ കാട്ടി നടന്നിരുന്നത്.

കോട്ടയത്തുനിന്നും കൊട്ടാരക്കര വഴിയാണ് കൊല്ലത്ത് വന്നത്. തിരിച്ചുപോക്കും അങ്ങനെത്തന്നെ. കല്ല്യാണം കഴി ഞ്ഞ്നാലുമണിയോടെ മടക്കയാത്ര. പാട്ടും ചിരിയുമായി കോലാഹലത്തോടെ.

കൊട്ടാരക്കര കടന്ന് എം. സി. റോഡിലൂടെ പന്തളമോ അടൂരോ എത്തുമ്പോൾ അവിടവിടെ കുറച്ചാൾക്കൂട്ടങ്ങൾ. സന്ധ്യ ഇരുണ്ടുതുടങ്ങിയിരുന്നു.

ലൈറ്റുകൾ കത്തിച്ച് നിരനിരയായി വന്ന കാറുകൾ ആരോ കൈകാട്ടി നിറുത്തി.

സംഭവം അറിഞ്ഞു. ഗാന്ധിജിയെ വെടിവെച്ചു കൊന്നിരിക്കുന്നു ദില്ലിയിൽ. സായാഹ്നപ്രാർത്ഥനായോഗത്തിൽ വച്ച്. റേഡിയോ വാർത്ത ഉണ്ടായിരുന്നു. ഞങ്ങൾ പിള്ളേർക്ക് ഒന്നും മനസ്സിലായില്ല. കളിയും ചിരിയും പാട്ടുമൊക്കെ നിലച്ചു.

ആകെ മൗനം. സകലരും കരയുന്നു.

കാറുകളുടെ ലൈറ്റുകളണഞ്ഞു. ഹോണുകൾ നിശ്ശബ്ദമായി. വിവാഹയാത്ര വിലാപയാത്ര പോലെയായി. ഏതാ ണ്ട് എട്ടുമണി കഴിഞ്ഞു കോട്ടയത്തെത്തിയപ്പോൾ. ചെറുക്കന്റെ വീട്ടിലെ പാർട്ടിയും പരിപാടിയും സ്തംഭിച്ചുനിന്നു. മഹാത്മാവിന്റെ മരണം ഞങ്ങൾ കുട്ടികളുടെ ആഹ്ലാദവും ഇല്ലാതാക്കി....

1964 മെയ് 27. ഞാൻ കൊല്ലത്ത് കല്ലുപണ്ടകശ്ശാലയിൽ നളിനി ചെല്ലപ്പൻമാരുടെ കൂടെ താമസം. ശ്രീനാരായണാ കോളജിൽ ഇംഗ്ലീഷ് എം എയ്ക്ക് ചേരാനുള്ള പരിപാടിയിലാണ്.സമയമേറെ യുണ്ട്. 'പ്രഭാതം' പത്രമോഫീസിൽ ചെന്ന് പത്രാധിപക്കുഞ്ഞായി ചേർന്നു.

'മലയാളരാജ്യ'വും 'ജനയുഗ'വും 'ദിനമണി'യുമുണ്ട് അന്ന് കൊല്ല ത്തുനിന്നും ദിനപ്പത്രങ്ങൾ.

തങ്ങൾകുഞ്ഞു മുസലിയാർ ആരംഭിച്ച 'പ്രഭാതം' അന്തസ്സും പാരമ്പ ര്യവുമുള്ള പത്രം. എ.എ റഹീം ആണിപ്പോൾ ഉടമ. അദ്ദേഹത്തിന്റെ അനന്തിരവൻ എ. എ. സമദ് എഡിറ്റർ. കടവൂർഗോവിന്ദപ്പിള്ള, അബ്ദുൾ ബാരി, ഗോപി എന്നിവർ സഹപത്രാധിപൻമാർ. ഞാനും വലിയ ഗമയിൽ അവരോടൊപ്പം കൂടി.

'പ്രഭാത'ത്തിലേക്ക് കേറി വരുന്നവർ 'അസലാമു അലൈ ക്കും'പറഞ്ഞ് സലാം പറയും. 'വാ അലൈക്കുമസലാം' പറഞ്ഞ് സലാം മടക്കാൻ ഞാൻ പഠിച്ചു.

ഗോവിന്ദപിള്ള സാറും ബാരിസാറുമൊക്കെ പലപ്പോഴും മുങ്ങും. അപ്പോൾ ചീഫ് പത്രാധിപന്മാർ ഗോപിയും ഞാനും. പത്രത്തിന്റെ ഫുൾ ചാർജ്ജ്.

അങ്ങനെ, മുഴുത്ത ഗമയിൽ, കഴിയുന്ന ദിവസം. ഉച്ച കഴിഞ്ഞ്ഒരു മണിയാവുന്നു. അപ്പോൾ തുടരെത്തുടരെ ഫോൺവിളി.വിക്കി വിക്കി ഗദ്ഗദത്തോടെ അന്വേഷണങ്ങൾ. വാർത്ത വല്ലോമുണ്ടോ? ഒരു വർത്തമാനം കേൾക്കുന്നു—

ഒന്നുമില്ലെന്ന് ഞാൻ ആധികാരികമായി മറുപടി കൊടുത്തു. പക്ഷേ വിളി തീരുന്നില്ല. സംശയത്തോടെ ടെലിപ്രിന്ററിൽ പോയി നോക്കി. ഡൽഹിയിൽ നിന്നും പിടിഐ നിറുത്താതെ അടിച്ചുകൊ ണ്ടിരിക്കുന്നു.

ഫ്ളാഷ് ഫ്ളാഷ് ഫ്ളാഷ് ഫ്ളാഷ് ഫ്ളാഷ്

പ്രൈം മിനിസ്റ്റർ നെഹ്റു ഈസ് ഡെഡ്.

അതുതന്നെ ആവർത്തിച്ചുകൊണ്ടിരിക്കുന്നു! ഞാൻ വാർത്ത കീറിയെടുത്തു റഹീം സാറിന്റെ വീട്ടിലേക്കോടി. അദ്ദേഹം ഊണു കഴിഞ്ഞു കിടക്കുകയാണ്. ഞാൻ ബെഡ്റൂമിലേക്ക് ചാടിച്ചെന്നു.

സാർ, നെഹ്രുജി മരിച്ചു!

നിരത്തുകളിൽ കടകളടയുന്നു. നിമിഷംകൊണ്ട് ഹർത്താൽ എങ്ങും. കൊച്ചുകൊച്ചു മൗനജാഥകൾ വരവായി.

നാലുമണിക്ക് മെയിൻ റോഡിലൂടെ ബീച്ച് റോഡിലൂടെ ജനങ്ങൾ തിങ്ങി നിറഞ്ഞ് കടപ്പുറത്തേയ്ക്ക് ഒഴുകി. നിശ്ശബ്ദമായ ദുഃഖം എവിടെയും നിറഞ്ഞു നിന്നു...

കടവൂർ ഗോവിന്ദപ്പിള്ളസാർ ഒരു ഓട്ടോയിൽ 'പ്രഭാത'ത്തിൽ ഓടിയെത്തി. ശമ്പളക്കുടിശ്ശികയുടെ പേരിൽ കുറെ ദിവസമായി പത്രമാപ്പീസിൽ വരുന്നില്ലായിരുന്നു അദ്ദേഹം. വന്നയുടനെ കുറെ കടലാസെടുത്ത് എഴുത്തായി. ജവാഹർലാൽ നെഹ്രുവിനെപ്പറ്റി ഉജ്ജ്വലമായൊരു മുഖപ്രസംഗമായിരുന്നു അത്.

രാത്രിയിൽ പത്തര—പതിനൊന്നു മണിക്ക് പത്രം അടിച്ചു വന്ന പ്പോൾ, ഞാൻ ഗോവിന്ദപ്പിള്ള സാറിനോടു നിസ്സംഗനായി ചോദിച്ചു: കുടിശ്ശിഖ കിട്ടാതെ ഇനി ഒരക്ഷരം എഴുതില്ലെന്ന് പ്രഖ്യാപിച്ചിട്ട്..?

ഒന്നും മിണ്ടാതെ രണ്ടു നിമിഷം അദ്ദേഹം എന്നെ നോക്കി. എന്നിട്ട് ആത്മഗതം പോലെ പറഞ്ഞു: ഈയൊരു എഴുത്തിനായല്ലേ ഞാൻ പത്രക്കാരനായത്!

1984 ഒക്ടോബർ 31. അന്ന് ഞാൻ എങ്ങനെ എന്തിന് കൊല്ലത്തു വന്നുപെട്ടു? ഒരു കാരണവുമില്ല. തലേന്ന് കരുനാഗപ്പള്ളിയിൽ ഭാര്യ വീട്ടിലെത്തിയതാണെന്നു തോന്നുന്നു. ഒറ്റയ്ക്കിരുന്ന് ബോറടിച്ചപ്പോൾ കൊല്ലത്തിന് ബസ്സു കയറി.

നേരെ എൻബിയെസ്സിൽ വന്നു.

ചുമ്മാ പൊള്ളവർത്തമാനം പറഞ്ഞ് പൊട്ടിച്ചിരിച്ച് നേരംപോക്കി. 'കുങ്കുമ'ത്തിൽ ചെന്ന് രാമകൃഷ്ണ നണ്ണാച്ചിയെ കാണണോ? അതോ മര്യാദയ്ക്ക് എസ്.എൻ. കോളജിൽ കടന്ന് രമാകാന്തൻ സാർ, അപ്പൻ സാർ, സോമനാഥൻസാർ എന്നിവരെ ദർശിക്കണോ? തീരുമാനത്തി ലെത്താതെ ഇരിക്കുമ്പോൾ,

ഷട്ടറുകൾ അടയുന്ന ശബ്ദങ്ങൾ, ആളുകൾ വേഗത്തിൽ നീങ്ങുന്ന കാഴ്ച.

ആരോ വിളിച്ചു പറയുന്നു: ഇന്ദിരാജിയെ വെടിവെച്ചു. ഇന്ദിരാ ജിയെ കൊന്നു!

പിന്നെന്താണ് ചുറ്റും നടക്കുന്നതെന്നറിയില്ല. പെട്ടെന്ന് എൻബി യെസ്സും ഷട്ടറിട്ടു. കുറേനേരം കടത്തിണ്ണയിൽ നിന്നു. തെരുവ് ശൂന്യശൂന്യമാവുകയാണ്. വാഹനങ്ങൾ ഒന്നും ഓടുന്നില്ല.മനുഷ്യർ

അപ്രത്യക്ഷം എല്ലാം നിശ്ചലം...

പച്ചവെള്ളം കിട്ടാനില്ല.

എന്തു ചെയ്യും? കരുനാഗപ്പള്ളിക്ക് പോക്ക് നടക്കില്ല. തീർച്ച. ഞാൻ എസ്. എനിലേക്ക് നടന്നു. അവിടാരുമില്ല. പതുക്കെ നടന്നു. ശാരദാമഠവും നീലാഹോട്ടലും ഫാത്തിമാമാതായും കർബലായും ആളൊഴിഞ്ഞു കിടക്കുന്നു.

കടപ്പാക്കടയ്ക്കു പോയി.

സോമനാഥൻസാറിന്റെ വീട്ടിൽ അഭയം തേടി. ചോറും ചപ്പാത്തിയും കിട്ടി. രണ്ടാം ദിവസം കരുനാഗപ്പള്ളിയിൽ തിരിച്ചെത്തി...

1991 മെയ് 21. അർദ്ധരാത്രിക്ക് എസ്.എൻ. കോളജ് കവാടത്തിൽ വന്നു പെട്ടത് അത്ഭുതകരമായ അനുഭവം. ഇപ്പോഴും അതങ്ങനെതന്നെ.

ഏപ്രിൽ-മെയ് മാസങ്ങളിൽ ആവേശത്തോടെ ഇലക്ഷൻ വർക്കിലായിരുന്നു. 'ദേശാഭിമാനി'യുടെ 'ഇലക്ഷൻ ഡസ്കിൽ'. ദേശാഭിമാനി ഇലക്ഷൻ ഡസ്കിൽ അത് മൂന്നാം തവണയാണ് ഞാൻ. ഇപ്രാവശ്യം തിരുവനന്തപുരത്ത്. അപ്പുക്കുട്ടനും അബ് ദുറഹിമാനും സുഗതനും അനിയനും രവിവർമ്മയും ജയിനും മധു ആർ ശേഖറും മറ്റുമാണ് ഇലക്ഷൻ ഡസ്ക്...

മാഞ്ഞാലിക്കുളത്ത് 'കൈവല്യ' ലോഡ്ജിൽ താമസം.

മെയ് 23 ന് ഇലക്ഷൻ പ്രഖ്യാപിച്ചിരുന്നു. മെയ് 21 ന് പണി തീർത്തു ഞങ്ങൾ പിരിഞ്ഞു.

അന്ന് ഞങ്ങൾക്ക് അത്താഴം കണ്ണൻനായർ വകയായിരുന്നു. ചാലയിൽ 'കേത്തലി'ന്റെ കടയിൽ വിവിധയിനം ചിക്കൻ വിഭവങ്ങളോടെ സമൃദ്ധ ഭക്ഷണം. രാത്രി വണ്ടിക്ക് അപ്പുക്കുട്ടനുംഅബ്ദുറഹിമാനും സുഗതനും വടക്കോട്ടു വിട്ടു. ഞാൻ ബർത്ത് ബുക്ക് ചെയ്തിരുന്നില്ല. വെളുപ്പിന് എറണാകുളത്ത് എത്തുന്ന ബസ്സിൽ യാത്ര എന്നു നിശ്ചയിച്ചു.

പതിനൊന്നിനോ പന്ത്രണ്ടിനോ തമ്പാനൂർ നിന്നും ഞാൻ ബസ്സ് പിടിച്ചു. ഒറ്റയ്ക്ക്. സുഖമായിട്ടിരുന്നുറങ്ങി. പാതിരാ കഴി ഞ്ഞിരിക്കും ബസ്സിലേക്ക് ഉരുളൻ കല്ലുകൾ. കൊലവിളികൾ. യാത്രക്കാർ ഷട്ടറുകൾ വലിച്ചിട്ടു.

ബസ്സിന്റെ കണ്ണാടികൾ പൊട്ടിച്ചിതറി.

കുറേക്കഴിഞ്ഞ് ഞങ്ങൾ പതുക്കെ താഴെയിറങ്ങി. പന്തംകൊളു ത്തി നിൽക്കുന്ന കുറേ മനുഷ്യർ. ക്ഷോഭം കൊണ്ട് ഭ്രാന്ത് പിടിച്ചവർ.

എന്താണ് എന്താ കാര്യം എന്ന് ചോദിച്ച ഞങ്ങളെ അവർ ചീത്ത വിളിച്ചു.

ഞാൻ പറഞ്ഞു: ഞങ്ങൾ പത്തരമണിക്ക് ബസ്സിൽ കേറിയതാ. ഒന്നുമറിയില്ല.

ആരോ അറിയിച്ചു. അഞ്ചാറെണ്ണം തലയറ്റു കിടക്കുന്നു!!

ഏറെക്കഴിഞ്ഞാണ് മനസ്സിലായത്. രാജീവ് ഗാന്ധി വധിക്കപ്പെ ട്ടിരിക്കുന്നു. ബോംബ് സ്ഫോടനം.

ഞാൻ ചുറ്റും നോക്കി. കൊല്ലം എസ്.എൻ കോളജ് ഗേറ്റിനു മുമ്പിലാണ് ബസ്സ്. വേറെ ചില വാഹനങ്ങളും തടഞ്ഞിട്ടിട്ടുണ്ട്.

ബസ്സിൽ നിന്നും ബാഗെടുത്ത് ഞാൻ റെയിൽപാളം കടന്ന് മുണ്ട യ്ക്കലേക്ക് നടന്നു. എസ്.എൻ– ലെ ഇംഗ്ലീഷ് ലക്ചറർ കെ ചന്ദ്രൻ സുഹൃത്താണ്. അവിവാഹിതൻ. ഒറ്റയ്ക്ക് താമസി ക്കുന്നുണ്ടവിടെ.

ഞാൻ ചന്ദ്രനെ വിളിച്ചുണർത്തി.

ചന്ദ്രനോട് സംഭവങ്ങൾ വിവരിച്ചു.

രണ്ടുനാൾ ചന്ദ്രൻ ഭക്ഷണവും കിടക്കയും തന്നു. ഞാൻ സുഖമാ യിക്കൂടി. (പ്രൊഫ. കെ. ചന്ദ്രൻ കഴിഞ്ഞ മാസം അന്തരിച്ചു. നല്ലവൻ, ഒറ്റപ്പെട്ട ജീവിതം ശാന്തമായി അവസാനിച്ചു)

മെയ് 23 ന് ഞാൻ എറണാകുളത്തെത്തി. അപ്പുക്കുട്ടനും അബ്ദു റഹിമാനും സുഗതനും വഴിയാധാരങ്ങളായി. എറണാ കുളത്തുണ്ട പ്പോഴും!

തിരിഞ്ഞുനോക്കുമ്പോൾ, വിസ്മയത്തോടെ വിചാരിക്കും, ആ നാലുദിവസം ഞാനെങ്ങനെ കൊല്ലത്തു ചെന്നുപെട്ടു? ചെറുപുഞ്ചി രിയാണിപ്പോൾ.

●

കിഴക്കേ മുറിയുടെ ക്രൂരകൃത്യങ്ങൾ

കിഴക്കേമുറി എന്നാൽ സാക്ഷാൽ ഡി.സി. അടിമുടി മാന്യൻ, മര്യാദക്കാരൻ. നല്ല ശമരിയാക്കാരൻ എന്നു പറയുന്നതു പോലെ നല്ല കാഞ്ഞിരപ്പള്ളിക്കാരൻ എന്നുറക്കെപ്പറയാം. തികഞ്ഞ ഭാവനാശാലി. ഭാവനയിൽ കണ്ടതൊക്കെ യാഥാർത്ഥ്യമാക്കുകയും ചെയ്തു. സദ്കൃത്യങ്ങൾ, നിഷ്കാമകർമ്മങ്ങളെല്ലാം സഫലമായി. പൂത്തു കായ്ച്ച് പഴുത്തതൊക്കെ കണ്ടവരും ഉണ്ടവരും വിസ്മയം പൂണ്ടു.

കേരളക്കരയിൽ ആദ്യാനുഭവങ്ങൾ ആയിരുന്നു ഡീസിയുടെ കണ്ടുപിടിത്തങ്ങൾ പലതും. മുൻപ് കേട്ടുകേൾവി ഇല്ലാത്തവ– ലോട്ടറി അവാർഡ്, പ്രീ-പബ്ലിക്കേഷൻ, ബുക്ക് റിലീസ്, ബുക്ക് ഇൻസ്റ്റാൾമെന്റ്, കോളം, ഗോസ്റ്റ് റൈറ്റിംഗ്...

കൂലിക്കാളെ വച്ച് പുസ്തകമെഴുതിക്കുന്നത് സർവ്വസാധാരാണ മാണിന്ന്. ഒരാൾക്കുവേണ്ടി അഞ്ചുപേർ വരെ എഴുതു ന്നുണ്ടത്രെ. മിക്ക മഹാന്മാരുടെയും ആത്മകഥ മറ്റു ആണുങ്ങൾരചിച്ചതായി അറിയാം. സി. കേശവന്റെ 'ജീവിതസമരം' മകൻ ബാലകൃഷ്ണനും അളിയൻ ദാമോദരനും കൂടി എഴുതി എന്ന് പറഞ്ഞുകേട്ടിട്ടുണ്ട്. 'കൗമുദി' ആഴ്ചപ്പതിപ്പിൽ ആത്മകഥ തുടരനായി വന്നിരുന്നപ്പോൾ 'കേശവൻ മരിച്ചാലും. ആത്മകഥ തുടരു'മെന്ന് ബാലകൃഷ്ണദാമോദർ പ്രഖ്യാപിച്ചിരുന്നുപോൽ!

എ.കെ.ജി യുടെ ജീവിതകഥയ്ക്കു പിന്നിലും രണ്ടുമൂന്നു കൈകൾ ചരട് പിടിച്ചിട്ടുണ്ട്. എം എന്റെ ആത്മകഥയ്ക്കും ഗോസ്റ്റുകൾ ഒന്നിലേറെ. പക്ഷേ, കെ.സി. ജോർജ്ജ് സ്വന്തം കൈകൊണ്ട് എഴുതിത്തീർത്തു. ഇ.എം.എസ്സും. രണ്ടുപേരും സത്യസന്ധർ.

രാഷ്ട്രീയനേതാക്കളുടെയും സിനിമാനക്ഷത്രങ്ങളുടെയുംപേരിൽ ഏതെങ്കിലും പ്രേതങ്ങൾ എഴുതട്ടെ! ആർക്കെന്തു ചേതം?നായ നാർ എന്ന തൂലികാനാമത്തിൽ വിരചിക്കുന്നത് ഭാസ്കരനാണോ തുളസിയാണോ എന്നറിഞ്ഞിട്ടെന്തു കാര്യം? പിണറായി എന്ന കള്ളപ്പേരിൽ കാച്ചുന്നത് മനോജനോ രതി ദേവീയോ ആരുമാകട്ടെ. അപ്പം തിന്നാൽ മതി കുഴി എണ്ണേണ്ട—

പക്ഷേ, സർഗ്ഗാത്കമ കൃതികൾക്കായി ഗോസ്റ്റിനെ വച്ചാലോ?ആ കൃത്യം തുടങ്ങിവെച്ചത് കിഴക്കേമുറി ആകുന്നു. പില് ക്കാലത്ത്അ ദ്ദേഹം അതേറ്റുപറയുകയുണ്ടായി.

1945-ലാണ് നാഷണൽ ബുക്ക്സ്റ്റാൾ കളരിക്കൽ ബസാറിൽ തുറ ന്നുവെച്ചത്. അക്കൊല്ലം തന്നെ സാഹിത്യപ്രവർത്തക സഹകരണ സംഘം എന്നൊരു ലെറ്റർഹെഡും അച്ചടിച്ചുവച്ചു. കിഴക്കേമുറിയും കാരൂരും കാവലിരുന്നു. ആണ്ടുകൾ അഞ്ചാറ് കടന്നുപോയി. ഒന്നും സംഭവിച്ചില്ല.

അപ്പോഴാണ് പാഠപുസ്തകത്തിന് അപേക്ഷ ക്ഷണിക്കുന്ന സർക്കാർ പരസ്യം കിഴക്കേമുറി കണ്ടത്. കാരൂരിന്റെ പേരിൽസം ഘത്തിനുവേണ്ടി ഒരു പുസ്തകം സമർപ്പിക്കാൻ ഡി.സി.ഉടൻ തീരു മാനിക്കുന്നു. എന്നാൽ, രണ്ടു ദിവസംകൊണ്ട് പുസ്തകം രചിക്കാൻ കാരൂരിന് കഴിയുമോ?

താൻ സങ്കൽപ്പിച്ചുറപ്പിച്ച പദ്ധതി വിജയപൂർവ്വം നടപ്പിലാക്കാതെ ഡീസി അടങ്ങുമോ? കാരൂർ ശൈലിയിൽ ബാലസാഹിത്യമെഴുതുന്ന തിരുവല്ല കേശവപിള്ള എന്ന വാധ്യാരെകണ്ടുപിടിക്കുന്നു. കാരൂർ ഒരു കഥ പറഞ്ഞുകേൾപ്പിച്ചു. കേശവപ്പിള്ള ഒറ്റ രാത്രികൊണ്ട് ഗ്രന്ഥം നിർമ്മിച്ച് ഹാജരാക്കി 'ഭൃത'ത്താന് നൂറുരൂപ പ്രതിഫലം കൊടുത്ത് കച്ചവടമൊതുക്കി ഒരു ദിവസംകൊണ്ട് പുസ്തകം അച്ചിട്ട് തുന്നിക്കെ ട്ടി പാഠപുസ്തകത്തിന് സമർപ്പിച്ചു. 'ബാലചന്ദ്രൻ —കുട്ടികൾക്ക് ഒരു കഥ— കാരൂർ നീലകണ്ഠപ്പിള്ള.'

നൂറ് രൂപ കാരൂരിന് നൽകിയതായി രേഖ ഉണ്ടാക്കി. 'ബാലച ന്ദ്ര' ന്റെപകർപ്പാവകാശം സാ.പ്ര.സ. സംഘത്തിന്.

'ബാലചന്ദ്രൻ' പാഠപുസ്തകമായി. സംഘത്തിന് അരലക്ഷം രൂപ ലാഭമുണ്ടായി. സംഘം പതുക്കെ നിവർന്നുനിന്നു.

ഇങ്ങനൊരു ഗോസ്റ്റിനെ പോലും സങ്കൽപിക്കാനോ, സങ്കൽപം പ്രയോഗത്തിലാക്കാനോ കഴിയാത്തവന്മാർ സംഘം കൈയേറി റിസോർട്ട് പണിഞ്ഞ് കുളം തോണ്ടി. എന്നിട്ടിപ്പോൾ മൂന്നു കോടി

താ, അഞ്ചുകോടി താ എന്ന് സർക്കാരിനോട് തെണ്ടുന്നു. അണ്ഡപതനം മോഹിച്ച് സുധാകരമന്ത്രി എന്ന മുട്ടനാടിന്റെ പുറകേ വാസവൻ എമ്മല്ലേയും കൂട്ടി നിരങ്ങുന്നു. ചെറിയനാടനും സഖാവ് ഓണക്കൂറാനും മറ്റും. വീഴും വീഴും എന്ന പ്രതീക്ഷയിൽ.

ഒരു കള്ള്ഷാപ്പ് മുതലാളി രണ്ട് 'പ്രേത'ങ്ങളെ ചെല്ലും ചെലവും കൊടുത്ത് നാടകങ്ങൾ എഴുതി പ്രസിദ്ധപ്പെടുത്തുന്നത് കണ്ണാലെ കണ്ടതാണ്. ആ മുതലാളിയുടെ പാവനസ്മരണയ്ക്ക് ഡി.സി. കിഴക്കേമുറിയുടെ അനന്തരഗാമി ഡോ. ഗോപി കൊടുങ്ങല്ലൂർ അവാർഡ് സ്ഥാപിച്ച് ദാനം ചെയ്യുന്നതും കാണാനിടയായി.

അവാർഡ് എന്ന കളിക്കും ഗ്ലാമറുണ്ടാക്കിയത് കിഴക്കേമുറിതന്നെ. ജയിനന്മാർ (വീരേന്ദ്രകുമാർ പദ്മരാഗം പതിച്ച് പിതൃമോക്ഷത്തിന് അവാർഡ് തുടങ്ങി പുളുരിനും മറ്റും കൊടുത്തുവച്ചത് പിന്നീട്) ജ്ഞാനപീഢനം സ്ഥാപിച്ച് ലക്ഷം ഭിക്ഷയാക്കിയതും, ഭിക്ഷയിൽ ശകലം ഓടക്കുഴലായതുംചരിത്രം. അതുവരെ ആർക്കും അവാർഡ് കൊടുക്കാമെന്നും ഏത് അണ്ടനടകോടനിക്കും ആയത് വാങ്ങാമെന്നും അറിഞ്ഞുകൂടായിരുന്നു. മഹാരാജാക്കൻമാർക്കോ രാഷ്ട്രപതികൾക്കോ ഒക്കെയേ അവാർഡ് സമ്മാനിക്കാൻ അധികാരമുള്ളൂ എന്നായിരുന്നു പാവം പൊതുജനത്തിന്റെ വിചാരം. കുഴിമറ്റത്തിനുംമണ്ണാറക്കയത്തിനും എരുമേലിക്കും പുളിങ്കുന്നനും വരെ ഇതാവാമെന്ന് ജനമെന്ന കഴുത കനവ് കണ്ടിരുന്നില്ലല്ലോ!

പാറപ്പുറത്തിന് പതിനായിരം രൂപയുടെ പുരസ്കാരം കൊട്ടിഘോഷിച്ചതിലൂടെയാണ് അവാർഡ് ജനകീയമായത്. സംഘത്തിന്റെ വെള്ളിവിഴാ പ്രമാണിച്ച് ഒരു നോവലിന് പതിനായിരം രൂപയുടെ അവാർഡ് പ്രഖ്യാപിച്ചു. 'അരനാഴിക നേര'ത്തിന് നൽകുകയും ചെയ്തു. അയ്യായിരം രൂപയുടെ കേന്ദ്രീയ അവാർഡിന്റെ പേരിൽ 'ചെമ്മീൻ' വിറ്റു പോയതിന്റെ കണക്ക് കിഴക്കേമുറിക്ക് കൃത്യമായി അറിയാമായിരുന്നു.

അവാർഡ് ജനകീയമായി!

വയലാർ, മുട്ടത്ത് വർക്കി, അന്തർജ്ജനം, വള്ളത്തോൾ മുതൽ കുഞ്ചുപിള്ള ശിവകുമാരന്മാർ വരെ.

(ഉയരും ഞാൻ ഉയരും ഞാൻ ഒരു പുത്തനവാർഡ് നാറി ക്കേകിക്കൊണ്ടുയരും വീണ്ടും)

ഇന്ന്, ഏതായാലും അവാർഡ് സിനിമ പോലെ അവാർഡ് സാഹിത്യവും ജനം ഉപേക്ഷിച്ചിരിക്കുന്നു. അവാർഡിനു വഴങ്ങാത്ത

കെ.പി. അപ്പനും ബാലചന്ദ്രൻ ചുള്ളിക്കാട്ടുമാകുന്ന ഏറ്റവും ഏറെ വിറ്റു പോകുന്ന എഴുത്തുകാർ. പേമാരി പെയ്യും കർക്കിടകത്തിൽ തുഞ്ചനും പൊന്നോണനിലാവൊഴുകും ചിങ്ങത്തിൽ കുഞ്ചനും മരംകോച്ചും മകരത്തിൽ ചങ്ങനും രവി കത്തിക്കാളും മേടത്തിൽ കുമാരുവും ആണ് വിൽപനയിൽ റിക്കോർഡ് ഭേദിക്കും കവികൾ. ഇടിവെട്ടും ഇടവത്തിൽ രാമനും മിന്നൽവരും മിഥുനത്തിൽ മുഹമ്മദിനും ഉഗ്രൻ കച്ചോടം!

അവാർഡിതരായവർ നിര്യാതരായി.

രക്തസാക്ഷികളവരമരന്മാർ

കിഴക്കേമുറിയുടെ വിൽപനതന്ത്രങ്ങൾ തുടരെത്തുടരെ വന്നു. പ്രി. പബ്ലിക്കേഷൻ സൗജന്യം.

18 രൂപയുടെ ബൃഹദ്ഗ്രന്ഥം 12 രൂപയ്ക്ക് മുൻകൂർ വില്പന എന്നതാ യിരുന്നു മുഴുത്ത സൗജന്യം.

അരനൂറ്റാണ്ടിനപ്പുറമാണെന്ന് ഓർക്കണം. ലിയോ ടോൾസ്റ്റോയി പ്രഭുവിന്റെ മഹാനോവൽ 'യുദ്ധവും സമാധാനവും' ആദ്യമായി ഒരു ഇന്ത്യൻ ഭാഷയിൽ. സമ്പൂർണ തർജ്ജമ. രണ്ട് വാല്യങ്ങൾ.

ഇടപ്പള്ളി കരുണാകരമേനോന്റെ മികച്ച പരിഭാഷ.

വൻവിജയമായി പ്രീ-പബ്ലിക്കേഷൻ വില്പന. പിന്നാലെ വന്നു 'മഹാഭാരതം' ഏഴുവാല്യങ്ങൾ. കുഞ്ഞിക്കുട്ടൻ തമ്പുരാന്റെതർജ്ജമ. പ്രസിദ്ധീകരണത്തീയതിക്കു മുമ്പെ പുസ്തകമിറങ്ങി(ഇന്ന്, പ്രിപബ് വിൽപനയെയുള്ളൂ. ചിലർക്ക് പുസ്തകം ഇറങ്ങാറില്ല)

'യുദ്ധവും സമാധാനവും' 'മഹാഭാരതം' എന്നിവയാണ് മലയാ ളത്തിൽ ഇദംപ്രഥമമായി 'റിലീസ്' ചെയ്യപ്പെട്ട ഗ്രന്ഥങ്ങൾ. കോഴിക്കോട് കേശവമേനോനും തൃശ്ശൂരിൽ ജോസഫ് മുണ്ടശ്ശേരിയും എറണാകുളത്ത് ശങ്കരക്കുറുപ്പും തിരുവനന്തപുരത്ത് രാജപ്രമുഖൻ ശ്രീ ചിത്തിരതിരുനാൾ ബാലരാമവർമയും 'യുദ്ധവും സമാധാനവും' പുറത്തിറക്കി.

ഇന്ന്, സകല വ്യാസനും ടോൾസ്റ്റോയിയും മുക്കിന് മുക്കിന് റിലീസും സെമിനാറും സംഘടിപ്പിക്കുന്നുണ്ട്. ഒരാഴ്ച തികയുമ്പോൾ അവാർഡ് ഒപ്പിക്കുന്നുണ്ട്.

ഒക്കെ ഡീസി തുടങ്ങിവെച്ചതിന്റെ മിമിക്രികൾ. ഡീസി ആരംഭിച്ച കോളമെഴുത്തും പൂത്തുലഞ്ഞു വിലസുന്നു. സകല അവനും കോളമി സ്റ്റാണ്— അവൻ ആ ഓമനക്കുട്ടൻ വരെ.

വി കെ എൻ ഒരിക്കൽ സ്വന്തം പംക്തിയിലെഴുതി. 'മുടിയാൻ കാലത്ത്'. പന്നിയന്മാരെക്കുറിച്ചായിരുന്നു ആ എഴുത്തെന്ന് ഓർക്കുന്നു...

പക്ഷേ,

ലോട്ടറിയാണ് കിഴക്കേമുറിയുടെ നമ്പർവൺ ക്രൂരകൃത്യം.

1960 ലാണ് ഡീസി കോട്ടയം പബ്ലിക്ക് ലൈബ്രറി സെക്രട്ടറിയായത്. 65ൽ സാ.പ്ര.സ സംഘം സെക്രട്ടറിയുമായി. ലൈബ്രറിക്കുവേണ്ടി രണ്ടും സംഘത്തിനുവേണ്ടി (സാഹിത്യപ്രവർത്തക ബെനിഫിറ്റ് ഫണ്ടിന്) ഒന്നും ഭാഗ്യക്കുറികൾ ഡീസി നടത്തി.

അതുവരെ ഡി.ബി ചാരിറ്റീസിന്റെ ഒരു ഭാഗ്യക്കുറിയേ ഇവിടെ പരിചയമുണ്ടായിരുന്നുള്ളൂ. ഒന്നാം സമ്മാനം നാല്പതിനായിരം രൂപ.

ഡീ സി ഒരു ലക്ഷം രൂപയും അംബാസഡർ കാറും സമ്മാനം പ്രഖ്യാപിച്ചു. ടിക്കറ്റ് വിൽക്കുന്ന ഏജന്റുമാർക്ക് ഇരുപതും ഇരുപത്തഞ്ചും ശതമാനം കമ്മീഷൻ. എല്ലാം എൻ ബി എസ് ശാഖകളും ഉത്സാഹത്തോടെ ടിക്കറ്റ് വിറ്റു. കമ്മീഷൻ കാശുകൊണ്ട് മൂന്നാല് മാനേജർമാർ വീടു വെച്ചു. സെയിൽസ് മാനജർചെറിയ റബ്ബർ തോട്ടം വാങ്ങി.

സാ.പ്ര.സ സംഘത്തിൽ അഴിമതിയുടെ തുടക്കം ആ ലോട്ടറികളിലൂടെ.

കിഴക്കേമുറി ലോട്ടറി സംബന്ധിച്ച സ്വന്തം അനുഭവജ്ഞാനങ്ങൾ മുഴുവൻ —ടിക്കറ്റിന്റെ രൂപഭാവങ്ങൾ, വില്പനരീതി, കമ്മീഷൻ വ്യവസ്ഥ, നറുക്കെടുപ്പ്, അതിന്റെ യന്ത്രം— ധനകാര്യമന്ത്രി പി.കെ. കുഞ്ഞിന് സമ്മാനിച്ചു. കുഞ്ഞുസാഹിബ്ഒട്ടും താമസിച്ചില്ല. സർക്കാർ ലോട്ടറി തുടങ്ങി, ലോട്ടറി വകുപ്പും ആരംഭിച്ചു.

നാളെയാണ്, നാളെയാണ്, നാളെയാണ് എന്ന വിളി തെരുവു തെരുവാകെ മുഴങ്ങി. 'നല്ലനാളെ' അങ്ങനെ സ്ഥാപിതമായി.

കിഴക്കേമുറി തന്നെ സാംസ്കാരിക വകുപ്പ് എന്ന, ഷോഡതിക്കും കാരണക്കാരൻ. ചുമ്മാ കണ്ട സാംസ്കാരിക സ്വപ്നം കടലാസിലാക്കി മുഖ്യമന്ത്രി ആന്റണിക്കും ധനമന്ത്രി ഹേമചന്ദ്രനും നൽകി. തുടങ്ങി സംസ്കാര വകുപ്പ്!

•

പഴയ ആകാശം പഴയ ഭൂമി

സിപിഐ ആർട്സ് ക്ലബ്ബിന്റെ 'പഴയ ആകാശം പഴയ ഭൂമി' നൃത്ത സംഗീത നാടകം കണ്ട് കോൾമയിർ കൊള്ളുക യാണ് കേരളമാകെ. വെളിയം ഭാസി ഒളിവിലിരുന്ന് പേരു മാറ്റി എഴുതിയ നാടകമാണപോലും. 1937 ൽ ജോസഫ് സ്റ്റാലിൻ ചെമ്പൃത കിടിൽ വിരചിച്ചതും 1958 ൽ ക്രൂഷ്ച്ചോവ് — ബുൾഗാനിൻ ഇരട്ടകൾ ഈണം പകർന്നതുമായ പാട്ടുകൾ ഇപ്പോഴും ശർക്കരക്കുടത്തിൽ തേൻമഴ ചൊരിയുന്നു. മൂന്നാർ ദേവികുളം ഉപതെരഞ്ഞെടുപ്പുകാല ത്ത് ഇന്നത്തെ ഇശൈജ്ഞാനി ഇളയരാജാവും ചേട്ടാനിയന്മാരും തപ്പുകൊട്ടിപ്പാടിനടന്നിരുന്നല്ലോ; അതോർമ്മിപ്പിക്കും ഇപ്പോൾ നാടകരംഗത്ത് സി.എ. കുര്യനും കാനം രജേന്ദ്രനും നടത്തുന്ന വയറ്റ ത്തടിപ്പാട്ടുകൾ.

'ചാഞ്ചാടുണ്ണീ ചരിഞ്ഞാടുണ്ണീ
തിരിഞ്ഞാടുണ്ണീ നിന്നാടാട്'' എന്ന കുര്യൻ ഗാനവും.
'പാൽക്കുടമൊക്കത്തേന്തിക്കൊണ്ടേ
പാദസരങ്ങൾ കിലുക്കിക്കൊണ്ടേ
നൃത്തം വയ്ക്കും പെൺകിടാവേ

ഇത്തിരി പാൽ തരുമോ?' എന്ന രാജേന്ദ്രസംഗീതവും... സുലോചന ജോർജ്ജുമാരെ തോൽപ്പിക്കുന്ന ആലാപനഭംഗിയിൽ..

'പഴയ ആകാശം പഴയ ഭൂമി'യിൽ അരങ്ങുതകർത്തഭിനയം, കാഴ്ചവയ്ക്കുന്നത് സൂപ്രണ്ടിംഗ് എൻജനീയറുടെ വേഷമെടുത്തഎക്സ് സർവ്വീസ് ഇസ്മയിൽ ആകുന്നു. ഹീറോ റോളിൽജൂനിയർ എൻജിനീ യറായി അന്തിക്കാട് രാജേന്ദ്രനും. പക്ഷേ,രണ്ട് ഇഞ്ചിനീരന്മാരെയും കവച്ചുവയ്ക്കുന്നുണ്ട് ഫിലിംസ്റ്റാർഗോപുവിന്റെ വേഷം കെട്ടുന്ന ആ മുടി വളർത്തിയ ആൾ. നടനത്തിന്റെ റിഥത്തിൽ ലഡ്ഡു തിന്ന മധുരം. കർഷകരായ കുഞ്ചുനായരും മത്തായിച്ചേട്ടനുമായി വരുന്ന മണക്കാട്

മുല്ലക്കര കരന്മാർ മൂന്നാമവതാരത്തിനു താഴെയേ നില്ക്കൂ!

നാൽപ്പത്തഞ്ച് —നാൽപ്പത്താറു വർഷം മുൻപാണ്, കെ.പി. എസിയുടെ 'പുതിയ ആകാശം പുതിയ ഭൂമി' നാടകം ഞാൻ ആദ്യം കണ്ടത്. കോട്ടയം ചെല്ലപ്പനും ഒ. മാധവനും പ്രധാനവേഷങ്ങൾ അഭിനയിക്കുമ്പോൾ. പിന്നീട് എൻ. ഗോവിന്ദൻകുട്ടിയും കെ.പി. ഉമ്മറും അഭിനയിച്ചപ്പോഴും രണ്ടു മൂന്നു തവണ കണ്ടു.

പോയ നൂറ്റാണ്ടിന്റെ അഞ്ചും ആറും പതിറ്റാണ്ട് നാടകത്തിന്റേതായിരുന്നു. കൗമാരത്തിന്റെ ഉത്സവവേളയിലേക്കു കടന്നിരുന്നു. എന്റെ തലമുറ നാടകരാത്രികളിലെ നല്ല നാളെയെ സ്വപ്നം കണ്ടു. പരമുപിള്ള ഏറ്റുവാങ്ങിയ കൊടി പൊക്കിപ്പൊക്കി പിടിക്കാൻ മനസ്സു കുതികൊണ്ടു. കാതും കരളും തുളുമ്പേ ഒരു നൂറോമനപ്പാട്ടുകൾ. നാലാളൊത്തുകൂടിയാൽ കൂട്ടപ്പാട്ടായി, ബലികുടീരങ്ങളും മാനവധർമ്മവും തുഞ്ചൻ പറമ്പും...

ലല്ലലം പാടുന്ന തെന്നലാണ് തഴുകിയെത്തിയത്. മാനത്ത് പൊന്നരിവാൾ മിന്നിത്തിളങ്ങി.

'നിങ്ങളെന്നെ കമ്മ്യൂണിസ്റ്റാക്കി' ഞാൻ കണ്ടത് ബുദ്ധി ഉറയ്ക്കാത്ത പ്രായത്തിലാണ്. (പ്രായം കടന്നുപോകുമ്പോഴും ബുദ്ധി യുദിച്ചില്ലല്ലോ!) പത്തോ പന്ത്രണ്ടോ വയസ്സിൽ. അരങ്ങത്ത് വന്ന പരമുപിള്ളയുടെയും പപ്പുവിന്റെയും കറുമ്പന്റെയും എന്തിന് വലിയ വീട്ടിൽ കേശവൻനായരുടെയും വക കോണകവാലാണ് എന്നെ ഏറെ രസിപ്പിച്ചത്. ഞാൻ ഒത്തിരി ചിരിച്ചു.

ഇന്നാളൊരിക്കൽ ആരോ ചോദിച്ചു. കമ്മ്യൂണിസ്റ്റാക്കി നാടകം മലയാള നാടകത്തിനും സമൂഹത്തിനും എന്ത് സംഭാവനയാ ചെയ്തത്?

കോണകം. ഞാൻ പറഞ്ഞു.

'നിങ്ങളാരെ കമ്മ്യൂണിസ്റ്റാക്കി' എന്ന സിവിക്കിന്റെ ചോദ്യത്തിന് 'ഞങ്ങൾ നിന്റപ്പനെ കമ്മ്യൂണിസ്റ്റാക്കി!' എന്ന മുറിപ്പത്തലുത്തരം കണിയാപുരം കൊടുത്തത് എന്റെ കൗപീനമറുപടിക്കു ശേഷമാണ്.

കമ്മ്യൂണിസ്റ്റാക്കിയിലെ പരമുപിള്ള ആയി കളിക്കുമ്പോൾ ഒരിക്കൽ കോണകം കെട്ടാൻ കാമ്പിശ്ശേരിക്ക് നേരം കിട്ടിയില്ല. അസംബ്ലിയിൽ നിന്ന് കൊട്ടകയിലേക്ക് ഓടിവന്ന കാമ്പിശ്ശേരി മുണ്ടിനടിയിൽ കൊച്ചു കാച്ചട്ടയുമായി രംഗത്ത് കയറി. ആദ്യരംഗം കഴിഞ്ഞപ്പോഴേ കാണികളിലാരുടെയോ കുറിപ്പ് അണിയറയിലെത്തി. പരമുപിള്ള അത്ര പരിഷ്ക്കാരിയാകേണ്ട!

പപ്പുവിന്റെയും കറമ്പന്റെയും കേശവൻനായരുടെയും വേഷമിട്ട മാധവനും കൃഷ്ണപിള്ളയ്ക്കും ജനാർദ്ദനക്കുറുപ്പിനും ആ ഒരു മറവി ഒരിക്കലും ഉണ്ടായില്ല. നീണ്ടവാൽ നീട്ടിയിട്ട അവർ പ്രേക്ഷകശ്രദ്ധ പടിച്ചുപറ്റി.

കമ്മ്യൂണിസ്റ്റാക്കിക്ക് ഏതാണ്ട് ഇരുപത്തിമൂന്നു കൊല്ലം മുമ്പേ കൗപീനങ്ങൾ അരങ്ങേറിയെന്നത് പിന്നീടാണ് ഞാൻ ഓർത്തെടുത്തത്. 1929-ൽ അവതരിപ്പിക്കപ്പെട്ട വി.ടി. ഭട്ടതിരിപ്പാടിന്റെ 'അടുക്കളയിൽ നിന്ന് അരങ്ങത്തേക്ക്' ഞാൻ കണ്ടിട്ടില്ലല്ലോ: പ്രേംജിയുടെ ഋതുമതിയും എം ആർ.ബിയുടെ 'മറക്കുടയ്ക്കുള്ളിലെ മഹാനരക'വും ഞാൻ കണ്ടിട്ടില്ല. അതുകൊണ്ട് നമ്പൂരിക്കോണകങ്ങൾ ഓർമ്മയിലുണ്ടായിരുന്നില്ല.

ഒന്നോ രണ്ടോ ലോറി രംഗോപകരണങ്ങൾ വേണ്ടിയിരുന്നു മുൻപ് നാടകങ്ങൾ കളിക്കാൻ. രാജസദസ്സും തെരുവീഥിയും പൂങ്കാവനവും ചൂട്ടുകാട്ടും ഠാണാവും കോടതിയും ഒക്കെ നിറ പ്പകിട്ടാർന്ന രംഗപടങ്ങളിൽ. രാജാപാർട്ടും റാണിപാർട്ടുമെല്ലാം ഒരു ചുമട് ആടയാഭരണങ്ങളിൽ. എട്ടരക്കട്ടയ്ക്ക് രാജാപ്പാർട്ടും ഭാഗവതരും തമ്മിലുള്ള സംഗീതഗുസ്തിയും.

സെബാസ്റ്റ്യൻ കുഞ്ഞുകുഞ്ഞു ഭാഗവതരെയും അഗസ്റ്റിൻ ജോസഫ് ഭാഗവതരെയും ഓച്ചിറ വേലുക്കുട്ടിയേയും ഒന്നും കണികാണാനൊത്തിട്ടില്ല എനിക്ക്. വൈക്കം വാസുദേവൻ നായരേയും തങ്കം വാസുദേവൻ നായരേയും കണ്ടിട്ടില്ല. യാചകി,കരുണ മുതലായ നാടകങ്ങളെപ്പറ്റി കേട്ടറിവേ ഉള്ളൂ. (ബുദ്ധി ഉറയ്ക്കുന്നില്ലല്ലോ, യൗവ്വനത്തിലേക്ക് കാലൂന്നുമ്പോഴും.)

കമ്മ്യൂണിസ്റ്റാക്കിയിൽ ഒഎൻവി സാറിന്റെ പാട്ടിൽ പൊന്നരിവാൾ അമ്പിളി രംഗത്ത് മാലയായി, കൈലിയും ജമ്പറുമിട്ട പുലയിപ്പെണ്ണായി വന്ന സുധർമ്മയുടെ കയ്യിൽ ഇരുമ്പരിവാൾ തന്നെയുണ്ടായിരുന്നു. കൊയ്ത്തരിവാൾ. അതുകൊണ്ട് കപ്പത്തൊലി പൊളിക്കുകയും തലയിലെ പേൻ മാന്തിയെടുത്തു ഞെരിക്കുകയും ചെയ്തു. മുറം, മുറുക്കാൻ ചെല്ലം, കോളാമ്പി, കഞ്ഞിപ്പാത്രം, ഓലത്തുഞ്ചം, തൊപ്പിപ്പാള, നിലവിളക്ക് മുതൽ ചെങ്കൊടി വരെയാണ് നാടകത്തിനു വേണ്ട രംഗോപകരണങ്ങൾ.ഒരു തോർത്ത് മാത്രമാണ് പപ്പുവിന്റെ കോസ്റ്റ്യൂം. കറമ്പനുംഅതെ. വലിയവീട്ടിൽ കേശവൻനായർക്കും മകൾ സുമാവലിക്കും മാത്രമാണ് നിറപ്പകിട്ടാർന്ന കസവുവേഷം. വെളുത്ത തൊലിയും അവർക്കു മാത്രം. ബാക്കിയെല്ലാം കരിന്തൊലികൾ.

മലയാള നാടകത്തിൽ കറുത്ത പൗഡർ ആദ്യം ഉപയോഗിച്ചത്ക മ്മ്യൂണിസ്റ്റാക്കിക്കുവേണ്ടിയാവാം.

കമ്മ്യൂണിസ്റ്റുകാരായ കഥാപാത്രങ്ങൾ അല്പസ്വൽപം സിംപ്ലൻ മാരത്രേ. നല്ല കുപ്പായവും മുണ്ടും ചെരുപ്പും വാച്ചും അണിഞ്ഞവർ. (ഇ.എം.എസ്. പിൽക്കാലത്ത് നേരെ നേര് പറഞ്ഞു: മലയാള നാടക ത്തിലെ കമ്മ്യൂണിസ്റ്റ് കഥാപാത്രങ്ങളൊക്കെ ഏതാണ്ട് അഴകൊഴ മ്പന്മാരാണെന്ന്.

ഇന്ന്, യഥാർത്ഥത്തിലും അതങ്ങനാണെന്ന് സഖാവുണ്ടോ അറിഞ്ഞു?)

പരമുപിള്ളയുടെ മുടിഞ്ഞ തറവാട്ടും കറമ്പന്റെ ചെറ്റക്കുടിലുംകേ ശവൻനായരുടെ ബംഗ്ലാവിന്റെ പൂമുഖമാണ് നാടകരംഗങ്ങൾ. അവ മൂന്നും ലളിതസുന്ദരമായി കേശവൻ ചേട്ടൻ വരച്ചുവെച്ചു.

ശങ്കുണ്ണി വെളിച്ചവും ഒച്ചയും തന്നു.

കമ്മ്യൂണിസ്റ്റാക്കിയുടെ കൂടെപ്പിറന്നവ തന്നെ 'സർവ്വേക്കല്ലും' 'മുടിയനായ പുത്രനും'. താഴെത്തട്ടിലെ പാവം മനുഷ്യരുടെ പച്ചയായ ജീവിതം അവയിൽ തുടിച്ചുനിന്നു. ഒ. മാധവനും, ശ്രീനാരായണപിള്ള യും തോപ്പിൽ കൃഷ്ണപിള്ളയും സി.ജി. ഗോപിനാഥും എന്റെ ഉള്ളിൽ കുടിയേറി. ജോർജ്ജും സുലോചനയും ലീലയും പാട്ടും ആട്ടവുംകൊണ്ട് സ്വന്തക്കാരായി.

ശരിക്കും സ്വന്തക്കാരൻ കോട്ടയം ചെല്ലപ്പൻ. അദ്ദേഹം കെ.പി .എ.സിയിലെത്തി. 'പുതിയ ആകാശം പുതിയ ഭൂമി'ഒരു പുതിയ നാട കമായിരുന്നു. പുതിയ അനുഭവം കോട്ടയംചെല്ലപ്പന്റെ സൂപ്രണ്ടിങ് എൻജിനീയർ മലയാളം നാടകവേദിയിൽ അന്നോളം കാണാത്ത പാത്ര വ്യാഖ്യാനമായിരുന്നു.ഇതിനുമുമ്പ് 'ഇളയിടത്തുറാണി' (ജഗതി എൻ. കെ ആചാരി)യിലെ കേണൽ വെല്ലസ്ലിയും 'ഉണ്ണിയാർച്ച'യിലെ ചതിയൻചന്തുവും ആണ് ചെല്ലപ്പന്റെ ഉജ്ജ്വല പാത്രാവിഷ്കാരങ്ങൾ.

കെ.പി.എ.സി നാടകങ്ങളിലെ ആദ്യ ഫുൾസൂട്ട് കഥാപാത്രം ഈ സൂപ്രണ്ടിങ് എൻജിനീയർ ആവാം.

ആദ്യ കമ്മ്യൂണിസ്റ്റ് സർക്കാർ വരികയും പോവുകയും ചെയ്തു. അധികാരത്തിലേറിയപ്പോഴാണ് പാർട്ടിക്കും കെ.പി.എ.സിക്കും രാഷ്ട്ര പുനർനിർമ്മാണം സംബന്ധിച്ച ഒരു നാടകത്തിന് താത്പര്യം തോന്നിയത്. തോപ്പിൽഭാസി പീച്ചി പേച്ചിപ്പാറ അണക്കെട്ടുപ്ര ദേശങ്ങൾ സന്ദർശിക്കാനിടയായി; അണക്കെട്ടുപണിക്കിടയിൽ

മരണപ്പെട്ട തൊഴിലാളികളുടെ സ്മാരകഫലകവും മലമ്പനി പിടിച്ച മരിച്ച ബ്രിട്ടീഷ് എൻജിനീ യറുടെ ശവകുടീരവും ഭാസി കണ്ടു. ഒപ്പം അദ്ദേഹം അറിഞ്ഞു. അണക്കെട്ടിന്റെ അടിയിൽ ഒരടി കൂടി വെള്ളം ഉയർന്നാൽ എട്ടുകോടി ചതുരശ്ര അടി വെള്ളം കൂടി ശേഖരിക്കാമെന്ന്. അപ്പോൾ, പക്ഷേ, ഡാമിനു ചുറ്റുമുള്ള കുറേ പ്രദേശങ്ങൾ കായലായി മാറും.

പുതിയ ആകാശം പുതിയ ഭൂമി നാടകത്തിൽ തോട്ടമുടമകളു മായി ഒത്തുകളിക്കുന്ന സൂപ്രണ്ടിംഗ് എൻജിനീയറും പൊതു ജനങ്ങളോടും രാജ്യത്തോടും പ്രതിബദ്ധത പുലർത്തുന്ന എൻജിനീയർ സുകുമാരനു മാണ് പ്രധാന കഥാപാത്രങ്ങൾ. ചെല്ലപ്പനും മാധവനും അഭിനയിച്ചു. മൂത്ത എൻജിനീയറുടെ മകൾ ഉഷയാണ് കൊച്ചെൻജിനീയറുടെ ഭാര്യ. സുലോചന അഭിനയിച്ചു.

മലയോരഗ്രാമത്തിലെ കർഷകരാണ് കുഞ്ചുനായരും മത്തായി ച്ചേട്ടനും. കൃഷ്ണപിള്ളയും ശ്രീനാരായണ പിള്ളയും ആ വേഷങ്ങളിൽ 'ജീവിച്ചു'. മത്തായിച്ചേട്ടന്റെ പെമ്പള ഏലിയാമ്മച്ചേടത്തിയായി വിജയകുമാരി 'തകർത്തു'. പെൺമക്കളായി ബിയാട്രീസും ലീലയും.

പക്ഷേ, കോട്ടയം ചെല്ലപ്പനെപ്പോലെ കെ.പി.എ.സിയിൽ പുതുമുഖമായെത്തിയ ഖാൻ ആണ് തകർത്താടി നിറഞ്ഞത്. ഫിലിംസ്റ്റാർ ഗോപു ആയിട്ട് കെ.എസ്. ജോർജും സി.ജി. ഗോപിനാഥും ഒക്കെ ജീവിക്കുന്ന കഥാപാത്രങ്ങളായി...

ഉഗ്രൻ സെറ്റാണ് ആർട്ടിസ്റ്റ് കേശവൻ ഒരുക്കിയത്. ഒത്തിണങ്ങിയ ലൈറ്റും സൗണ്ടും ശങ്കുണ്ണിയുടെയും. ഒരിക്കലും മറക്കാത്ത പാട്ടുകൾ ഓയെൻവി സാറും ദേവരാജൻ മാസ്റ്ററും നൽകി. രണ്ടു നല്ല നൃത്തങ്ങൾ തന്ന് കലാമണ്ഡലം ഗംഗാ ധരൻ.

'പുതിയ ആകാശം പുതിയ ഭൂമി'

1959 നവംബർ 20-ന് കായംകുളം ലക്ഷ്മി തിയേറ്ററിൽ പ്രൊ. എൻ. കൃഷ്ണപിള്ള ഉദ്ഘാടനം ചെയ്ത ആ വിപ്ലവനാടകത്തിന്റെ പാരഡിയാണ് ഇസ്മയിലും പന്ന്യനും കുര്യനുംരാജേന്ദ്രനും ഒക്കെ ക്കൂടി തെരുക്കൂത്തായി മൂന്നാറിൽ അവതരിപ്പിച്ചുകൊണ്ടിരിക്കുന്നത്. അതിന് പാവങ്ങൾ എം.എനുംപി.കെ.വിയും രക്തസാക്ഷികളും.

ഏത് വിപ്ലവത്തിനും പ്രതിവിപ്ലവമുണ്ട്. ചരിത്രം കോമഡി യായി ആവർത്തിക്കുന്നു. എന്നാൽ ഇത് ട്രാജിക്കോമഡി.

•

കോട്ടയ്ക്കൽ കോഴിച്ചെന ചങ്കുവെട്ടി

1977 മാർച്ച് മാസത്തിന്റെ ഒടുക്കനാളുകൾ. കേരള സർവ്വകലാശാല പരീക്ഷകൾ തകൃതിയായി തുടങ്ങിയിരുന്നു. എറണാകുളം മഹാരാജാസ് കോളജ് ശതാബ്ദി ഹാളിൽ പരീക്ഷാഡ്യൂട്ടിയിലാണ് ഞാൻ. പത്ത് മുതൽ ഒരു മണി വരെ പരീക്ഷ. പാതിസമയം കഴിഞ്ഞിട്ടേയുള്ളൂ. ഗേറ്റ് കടന്ന് വേഗം വന്ന രണ്ട് കാർ പരീക്ഷാഹാളിനു മുന്നിലെത്തി നിന്നു. ഒന്നിൽ ഈച്ചരവാര്യർ സാറും അനിയൻ മാധവവാരിയരുമായിരുന്നു. ഞാനോടിയരികിലെത്തി.

വരിയർസാർ പറഞ്ഞു: താൻ ഉടനെ ഇപ്പോത്തന്നെ കോഴിക്കോടിനു പോകണം. ദാ ആ കാറിൽ. മാധവനും ഉണ്ടാവും ഒപ്പം.

ഒന്നും മനസ്സിലാവാതെ ഞാൻ നിന്നു. വാരിയർ സാർ തുടർന്നു: സാക്ഷികളെ വിസ്തരിക്കാമെന്ന് പോറ്റിസാർ പറഞ്ഞു. മുഴുവൻ സാക്ഷികളെയും രാവിലെ പത്തുമണിക്ക് ഹാജരാക്കാമെന്ന് സ്വാമി ചാടിക്കേറിപ്പറയുകയും ചെയ്തു!

ജസ്റ്റീസ് സുബ്രഹ്മണ്യൻ പോറ്റിയേയും അഡ്വക്കേറ്റ് ഈശ്വരയ്യരേയും കുറിച്ചാണ് സാർ പറഞ്ഞത്.

തനിക്കല്ലേ സാക്ഷികളെ എല്ലാം അറിയൂ. സാക്ഷികളുടെ സത്യവാങ്മൂലം വാങ്ങാൻ എന്റൊപ്പം താനല്ലേ ഉണ്ടായിരുന്നത്. തനിക്കല്ലേ അവിടെ പരിചയമുള്ളൂ. രാത്രി പത്തുമണിക്കകം എല്ലാവരെയും കൂട്ടി തിരിച്ചെത്തണം. ഇല്ലെങ്കിൽ കേസ് തള്ളും, എല്ലാം പോകും—പോയ പതിമൂന്നുമാസമായി തിരിച്ചറിയാൻ കഴിയുന്നതാണ് ഈച്ചരവാരിയരുടെ ഈറൻ കണ്ണുകളിലെ നിറഞ്ഞു നനഞ്ഞ നിസ്സഹായത,

അതിപ്പോൾ നിശ്ചലം വെട്ടിത്തിളങ്ങി. പരീക്ഷപ്പണി കൂടെ നിന്ന വരിൽ ആരെയോ ഏല്പിച്ച് ഞാൻ പറഞ്ഞു. എന്റെ വീട്ടിലൊന്നറിയിക്ക്, ഞാൻ കോഴിക്കോടിന് പോയെന്ന്, വാരിയർ സാറിന്റെ ഒരാവശ്യവുമായി.

കാർ വടക്കുനോക്കി പാഞ്ഞു. മാധവവാര്യർ പറഞ്ഞു ആരോടും ഒന്നും ആലോചിക്കാതെ സ്വാമി പെട്ടന്നങ്ങു പറയു കാരുന്നു. പന്ത്രണ്ടു പേരെ പന്ത്രണ്ടു മണിക്കൂറിനുള്ളിൽ കോഴിക്കോട്ടുനിന്ന് എറണാകുളത്ത് എത്തിക്കുകാന്നു പറഞ്ഞാൽ—എട്ടുമണിക്കൂർ മതി ഞാനെത്തിക്കാം, ഡ്രൈവർ പറഞ്ഞു. എറണാകുളത്തെ മികച്ച സ്ഥാപനമാണ് എൻസൈൻ ടാക്സീസ്.

അവിടുത്തെ കാറും ഡ്രൈവറുമാണ് ഞങ്ങളെ കൊണ്ടുപോകുന്നത്. അയാൾ പറഞ്ഞത് നേര്. പതിനഞ്ചു മിനിറ്റു കൊണ്ടു മാർത്താണ്ഡ വർമ്മാ പാലം കയറി പെരിയാർ കടന്ന് കാർ പറന്നു.

മാധവവാര്യർ ചേർപ്പിൽ ട്യൂട്ടോറിയൽ കോളജ് നടത്തുകയാണ്. തിരുവള്ളക്കാവിൽ വാരിയത്തു തന്നെ താമസം. അദ്ദേഹം തന്റെ പേടി വെളിപെടുത്തി. കോടതിവിശേഷങ്ങൾ പോലീസ് ഇതിനകം വയർലസിലൂടെ കോഴിക്കോട് എത്തിച്ചിരിക്കും. നമ്മുടെ സാക്ഷികളെ പോലീസ് പിടിച്ചെടുത്ത് ഒളിവിൽ മാറ്റിക്കളയും. ചീഫ് മിനിസ്റ്റർ, ഹോം സെക്രട്ടറി, ഐ.ജി. ഡി.ഐ.ജി, എസ്.പി. എന്നിവരെയല്ലേ പ്രതിചേർത്തിരിക്കുന്നത്! പടിക്കലും ലക്ഷ്മണയും പുലിക്കോടനും

ചുമ്മാ ഇരിക്കുമോ?

വഴിക്ക് നമ്മളെയും പൊക്കുമായിരിക്കും! അങ്ങനെചിന്തിക്കുവാൻ ഞാൻ മനപ്പൂർവ്വം തയ്യാറായില്ല. പുറത്തേക്കുനോക്കി നിശ്ശബ്ദനായിരുന്നു. കാർ പായുന്നു; മരങ്ങളും മനുഷ്യരും മറ്റു വാഹനങ്ങളും പിന്നോട്ടോടി മറയുന്നു. കഴിഞ്ഞുപോയ മൂന്നാലുവർഷം ഫ്ളാഷ്ബാക്കായി മനസ്സിൽ തെളിഞ്ഞുവന്നു...

1973 ഡിസംബർ 1-നാണ് പ്രൊഫസർ ഈച്ചരവാര്യരെ ഞാൻ ആദ്യമായി കാണുന്നത്. ആരുടെ ഭാഗ്യക്കേടോ, അന്നാണ് ഞാൻ അദ്ധ്യാപകനായി അരങ്ങേറ്റം കുറിച്ചത്. അതി രാവിലെകോഴിക്കോട്ട് ഇംപീരിയൽ ഹോട്ടലിനുമുമ്പിൽ ബസിറങ്ങിയപ്പോൾ വരവേൽക്കാൻ സഹപാഠി എൻ.എം. നമ്പൂതിരി കാത്തുനിന്നിരുന്നു. കൂടെ ഒരു യുവകളേബരനും. നമ്പൂതിരി പരിചയപ്പെടുത്തി; സുഗതൻ. മലയാളം തന്നെ.

മീഞ്ചന്ത എന്നത് ചന്തയല്ലെന്നും കോഴിക്കോട്ടെ ഒരു സുന്ദരഭൂവിഭാഗമാണെന്നും അവരെന്നെ ബോധ്യപ്പെടുത്തി. അങ്ങോട്ടു കൂട്ടിക്കൊണ്ടുപോകുമ്പോൾ ചോദിച്ചു. എവിടാ താമസിക്കാനുദ്ദേശിക്കുന്നെ? കോഴിക്കോട് മാതൃഭൂമിയിൽ അല്ലെങ്കിൽ ദേശാഭിമാനിയിൽ. തിരുവനന്തപുരത്ത് കേരളകൗമുദിയിൽ. കോട്ടയത്ത് ഞങ്ങളുടെ മലയാള മനോരമയിൽ. അതാ പതിവ്!

സർക്കാർ വക വാധ്യാന്മാർ പ്ലാറ്റ്ഫോമിലും ബസ്റ്റാൻഡിലും കിടക്കുന്നത് ചട്ടവിരുദ്ധമെന്ന് സുഗതൻ ഓർമ്മപ്പെടുത്തി. അന്തസ്സായി ലോഡ്ജിൽ കൂടാം. സമ്മതമാണെങ്കിൽ ഒരു പ്രൊഫസറുടെ സഹമുറിയനായിട്ട്. ഹിന്ദി വകുപ്പുതലവൻ ഈച്ചരവാരിയരുടെ കൂടെ. അറുപത് രൂപ വാടകയുടെ പാതി കൊടുത്താൽ മതി.

തലേന്നു വരെ സുഗതനായിരുന്നു സഹമുറിയൻ. സഖാവിന്റെ കട്ടിലും കിടക്കയുമൊക്കെയെനിക്ക് പതിച്ച് കിട്ടി. ഞാൻ പൊറുതി തുടങ്ങി.

ഈച്ചരവാരിയരുടെ കുറുകിക്കൊഴുത്ത ദേഹവും മൂർച്ചയേറിയ കണ്ണുകളും കട്ടിപ്പുരികവും മുഖത്തെ ഗൗരവഭാവവും എനിക്ക് ഒട്ടും ആകർഷകമായിരുന്നില്ല. ചിരിക്കുന്നുമില്ല. എത്രനാൾ ഒന്നിച്ചു പോകുമോ?

രാത്രിയിൽ ഉറങ്ങാൻ പോകും മുമ്പ് സുഗതൻ പറഞ്ഞു: ഉറക്കത്തിൽ ചിലപ്പോൾ തേങ്ങിക്കരയും. അപ്പോൾ പതുക്കെയൊന്നു തട്ടിക്കൊടുക്കണം. തിരിഞ്ഞുകിടന്നുറങ്ങിക്കോളും.

മുപ്പതു രൂപ ലാഭത്തിന് എനിക്കു തന്ന പണി!

പലരാത്രികളിലും തേങ്ങിക്കരച്ചിലും തട്ടിത്തലോടലും ഉണ്ടായെങ്കിലും ഒന്നരവർഷത്തോളം വാരിയർസാറും ഞാനും ഒരു മുറിയിൽ. രഹസ്യങ്ങൾ വരെ പങ്കുവച്ച ഉറ്റ സൗഹൃദം. ഈച്ചരൻ വാരിയരല്ല, ദളിതനാണെന്ന് പറയാനുള്ള ഉഗ്രസ്നേഹം.

അന്ന്, വാരിയർ സാറിന്റെ മകൻ രാജൻ ചാത്തമംഗലത്ത് റീജിയനൽ എൻജിനീയറിംഗ് കോളജിൽ അവസാന സെമസ്റ്റർ വിദ്യാർത്ഥി. ആഴ്ചയിൽ രണ്ടുതവണ മുറിയിൽ വരും. രാജൻ വന്നാൽ ഞങ്ങളാണ് കൂട്ടുകാർ: ഈച്ചരനെ ഒറ്റപ്പെടുത്തും!

മധുരമനോഹരദിനങ്ങൾ... എല്ലാം നൊടിയിടയിൽ മഴക്കൂടാത്തൊരിടിയിൽ വെന്തു കരിഞ്ഞ് തകർന്നു തരിപ്പണമായി. 76 മാർച്ച് 1-ന് രാജനെ പോലീസ് പിടിച്ചുകൊണ്ടു പോയി. 75 ജൂണിൽ മഹാരാജാസിൽ ഹിന്ദി വിഭാഗം തലവനായി ഈച്ചര വാര്യർ

എറണാകുളത്തേക്ക് പോയിരുന്നു. സാർ റിട്ടയർ ചെയ്തുകഴിഞ്ഞ് 76 ജൂലൈയിൽ ഞാനും മഹാരാജാസിലെത്തി.

76 മാർച്ച് 2 മുതൽ രാജനെ തേടിയുള്ള ഈച്ചരവാര്യരുടെ അലച്ചിൽ തുടങ്ങി. തിരുവനന്തപുരത്തും എറണാകുളത്തും തൃശ്ശൂരും അദ്ദേഹം മുട്ടാത്ത വാതിലുകളില്ല. മുട്ടിയ വാതിൽ ഒന്നുപോലും തുറക്കപ്പെട്ടില്ല. പല പടിവാതിലിലും കൂട്ടുനിന്നു. ചുമ്മാ ചുമ്മാ വെറുതെ.

1977 മാർച്ച് 22-ന് അടിയന്തിരാവസ്ഥ സമ്പൂർണ്ണമായി പിൻവലിച്ചു. വാരിയർ സാർ കേരളാ ഹൈക്കോടതിയിൽ റിട്ട് ഹർജി നൽകി. കോഴിക്കോട് ആർ.ഇ.സി. വിദ്യാർത്ഥിയായ മകൻ രാജനെ 76 മാർച്ച് ഒന്നിന് പോലീസ് പിടിച്ചോണ്ടുപോയി. പതിമൂന്നുമാസമായി മകനെപ്പറ്റി ഒരു വിവരവുമില്ല. മകനെ കോടതിയിൽ ഹാജരാക്കാൻ ഉത്തരവുണ്ടാകണം. ആഭ്യന്തര സെക്രട്ടറി നാരായണ സ്വാമി, ഐ.ജി. രാജൻ, ഡി.ഐ.ജി. ജയറാം പടീക്കൽ എന്നിവരെയാണ് പ്രതി ചേർത്തത്.

സാക്ഷി ആർ.ഇ.സി. പ്രിൻസിപ്പൽ ഡോ. ബഹാവുദ്ദീനും. ജസ്റ്റീസ് സുബ്രഹ്മണ്യൻ പോറ്റിയുടെയും ജസ്റ്റീസ് ഖാലിദി ന്റെയും ഡിവിഷൻ ബഞ്ചിൽ ഹർജിയെത്തി. ഈച്ചരവാരിയർക്കുവേണ്ടി അഡ്വക്കേറ്റുമാരായ ഈശ്വരയ്യരും രാംകുമാറും ഹാജരായി.

അടുത്ത ദിവസം അസംബ്ലിയിൽ മുഖ്യമന്ത്രി കരുണാകരൻ പ്രഖ്യാപിച്ചു; രാജനെ അറസ്റ്റു ചെയ്തിട്ടില്ല; കസ്റ്റഡിയിലില്ല. തുടർന്ന് കരുണാകരനെയും എസ്.പി. ലക്ഷ്മണയെയും പ്രതിപ്പട്ടികയിൽ ചേർത്തു ഈച്ചരവാരിയർ. ഒപ്പം 12 സാക്ഷികളുടെ സത്യവാങ്മൂലങ്ങളും സമർപ്പിച്ചു.

ഹൈക്കോടതിയുടെ ചരിത്രത്തിൽ ആദ്യമായി സാക്ഷികളെ വിസ്തരിക്കാം. എപ്പോൾ ഹാജരാക്കാം? ജ. പോറ്റി ചോദിച്ചു. രാവില 10 മണിക്ക് മുഴുവൻ സാക്ഷികളേയും—ഈശ്വരയ്യർ അറിയിച്ചു.

ഞാൻ മയക്കം വിട്ടു ഞെട്ടിയുണർന്നു. കുറ്റിപ്പുറംപാലം കയറി ഭാരതപ്പുഴ കടന്ന് കാർ ചീറിപ്പായുന്നു. മാധവവാര്യർ നല്ല ഉറക്കത്തിൽ. മണി മൂന്നാവുന്നു. കത്തിക്കാളുന്ന വെയിൽ. വെട്ടിത്തിളച്ച് മറിയുന്ന ടാർറോഡില് ആവി പടലങ്ങളായി ഉയർന്നൊഴുകി. കാറിന്റെ അതിവേഗം ഭീതിയുണർത്തി. മുൻസീറ്റിൽ ബലമായി പിടിച്ചിരുന്നു. കോട്ടയ്ക്കൽ വളവ് തിരിഞ്ഞ് ചങ്കുവെട്ടി കഴി ഞ്ഞ് കോഴിച്ചെനയ്ക്ക്—

മൊട്ടയടിച്ച്, കൈലിയുടുത്ത് ഒരു പയ്യൻ കാറിനു കുറുകെ

അയ്യോ!!

ഞാൻ അലറി വിളിച്ചു. തല പൊത്തി. കാർ പാളി മുന്നോട്ടു പോയി. ഓരംചേർന്ന് നിലവിളിച്ചു നിന്നു.

മാധവവാര്യർ, സീറ്റിനടിയിൽ വീണുകിടക്കുന്നു. അദ്ദേഹത്തെ താങ്ങി നേരെയിരുത്തി. തല നിവർത്തി നോക്കുമ്പോൾ കാറിന്റെ മുൻകണ്ണാടിയാകെ ചോരയുടെ ചുവപ്പുചാലുകൾ. കട്ടരക്തം ഒഴുകിയിറങ്ങുന്നു.

ഞാൻ വീണ്ടും ഉറക്കെ കരഞ്ഞു. അയ്യോ!!

ആളുകൾ ഓടിക്കൂടുന്നു. കാർ വളയുന്നു. തെറിവിളീം ഒച്ചപ്പാടും. ഒരു വിധം പുറത്തിറങ്ങി. വിക്കിവിക്കി ചോദിച്ചു. ആ കുട്ടി—മയ്യത്തായിട്ടില്ല! ആൾക്കൂട്ടത്തെ വകഞ്ഞുമാറ്റി ഒരു മൗലവി ഉറൂബിന്റെ കഥാപാത്രം പോലെ. അദ്ദേഹം പറഞ്ഞു: ബേജാറാവണ്ട ങ്ങക്കൊന്നും സംഭവിക്കുല. ഓവർസ്പീഡിലാങ്ങള് വന്നത്. ഓൻ കുറുകെ ചാടീതാ തെറ്റ്.... ഓനെ ഓസ്പിറ്റലിലേക്കെടുത്ത്. മരിക്കുല അദ്ദേഹം ചായ വരുത്തി. ഞങ്ങൾ കഴിച്ചു. ഉന്നക്കായും പഴവും വരുത്തി.

അല്പസ്വല്പം ജീവൻ തിരിച്ചുകിട്ടിയപ്പോൾ ഒരിക്കലും തോന്നാത്ത കള്ളം നാവിലുദിച്ചു. ഞാൻ മൗലവിയോടു പറഞ്ഞു. ഇത് മാധവവാര്യർ. ആര്യവൈദ്യശാലയിലെ ഡോക്ടർ വാര്യരുടെ ബന്ധു. മകന്റെ കല്യാണനിശ്ചയമാണ്. കോഴിക്കോട്ട് നാലു മണിക്ക് പോകാനനുവദിക്കണം. കാറും ഡ്രൈവറും ഇവിടെ നിൽക്കും. എന്തു പ്രശ്നമുണ്ടായാലും ആര്യവൈദ്യശാലയിൽ അറിയിച്ചാൽ മതി. കോട്ടയ്ക്കൽ ഡോക്ടറുടെ ബന്ധം പറഞ്ഞതും സംഗതി ആകെ മാറി. എല്ലാം ശാന്തമായി. ടാക്സിക്കാർ വന്നു. ഞങ്ങൾ യാത്രയായി. കാറിൽ ഒറ്റയക്ഷരം ഉരിയാടാതെ ഇരുന്നു.

മണി ആറായി കോഴിക്കോട്ടെത്തിയപ്പോൾ, കാർ വിട്ട് ആട്ടോയിൽ സി.എച്ച് കണാരൻ മന്ദിരത്തിലെത്തി. മാർക്സിസ്റ്റ് പാർട്ടിയുടെ ജില്ലാ ആപ്പീസ്. കേളുവേട്ടനാണ് ജില്ലാ സെക്രട്ടറി.

കമ്പിളിഷാൾ പുതച്ച് ചാരുകസേരയിൽ കിടക്കുന്ന കേളുവേട്ടൻ. വിവരങ്ങളെല്ലാം വിശദമായറിയിച്ചു. എല്ലാം കേട്ടു. അരമണിക്കൂറിനുള്ളിൽ കേളുവേട്ടൻ എല്ലാം ഏർപ്പാടാക്കി. ഒരു സഖാവിനെ കൂട്ടിനയച്ചു. രണ്ടു കാറുകളും വരുത്തി. പറഞ്ഞു, നിങ്ങൾ ചാത്തമംഗലത്ത് എത്തുമ്പോൾ നമ്മുടെ സഖാക്കൾ സാക്ഷികളെ മുഴുവൻ ഒരിടത്ത് നിർത്തിയിരിക്കും. സൂക്ഷിക്ക്. തിരിച്ചുപോകുമ്പോൾ വേഗം കുറച്ച് ശ്രദ്ധിച്ച്....

കേളുവേട്ടനോട് യാത്ര ചൊല്ലി. ചാത്തമംഗലത്തെത്തുമ്പോൾ

എല്ലാം പറഞ്ഞപോലെ. സാക്ഷികളൊക്കെ നല്ല കാവലിൽ. തോമസ് ജോർജ്ജ്, ജേക്കബ് ജോൺ, ബാലകൃഷ്ണൻ എന്നീ വിദ്യാർത്ഥികൾ. ഹോസ്റ്റൽ വാച്ച്മാൻ നാരായണൻ നായർ, സ്വീപ്പർമാർ ചന്ദ്രൻ, ബാലസുബ്രഹ്മണ്യൻ, മെസ്ബോയ് കോരു, കുക്ക് കരുണാകരൻ, ടൈപ്പ് റൈറ്റിംഗ് ഇൻസ്റ്റിറ്റ്യൂട്ട് രാജൻ....

ഈച്ചരവാര്യരുടെ കൂടെ എന്നെ കണ്ട ഓർമ്മയുണ്ട് എല്ലാവർക്കും. ധൈര്യപൂർവ്വം അവർ പോന്നു.

വെളുപ്പിന് നാലുമണിക്ക് സാക്ഷികളെ ഈശ്വരയ്യർ സമക്ഷം എത്തിച്ചു. ഈച്ചരവാര്യർക്കും രാംകുമാറിനും ജീവൻ വീണു. പിറ്റേന്ന് സാക്ഷിവിസ്താരം നടന്നു. ഹൈക്കോടതിയിൽ ചരിത്രം രചിച്ചുകൊണ്ട്. 1977 ഏപ്രിൽ 21-ന് രാജനെ കോടതിയിൽ ഹാജരാക്കാൻ ജസ്റ്റീസ് പോറ്റിയും ജസ്റ്റിസ് ഖാലിദും ഉത്തരവായി.

ഈച്ചരവാര്യർ എന്റെ കൈ കടന്നുപിടിച്ചു. സ്നേഹവാത്സല്യത്തോടെ ആ കണ്ണുകളിലെ തടാകങ്ങൾ ചാലു കീറി കുത്തിയൊഴുകി.

●

ജനനീ ജയിക്ക നീണാൾ മലയാളമേ...

ഒന്നാം ലോക മലയാള സമ്മേളനത്തിന് ഓടിപ്പാഞ്ഞുപോന്നത് ആരും പേരു ചൊല്ലി വിളിച്ചതുകൊണ്ടല്ല; സമ്മേളനത്തിനു തല കാണിക്കുന്ന സർക്കാർ ജീവനക്കാർക്കെല്ലാം ഡ്യൂട്ടീലീവ് സൗജന്യമായനുവദിച്ചു കിട്ടുമെന്ന അറിയിപ്പ് കണ്ടിട്ടാണ്. അടുത്ത തിരുവനന്തപുരം ഫാസ്റ്റ് പാസഞ്ചറിൽ തന്നെ സീറ്റു പിടിച്ചു. പാളയം പള്ളിയ്ക്കു മുന്നിലിറങ്ങി. ചന്ദ്രശേഖരൻ നായർ സ്റ്റേഡിയത്തിൽ കൂറ്റൻ പന്തൽ. സകല ഉച്ചഭാഷിണികളിൽ നിന്നും ഡോ. കവിയൂർ രേവമ്മയുടെ പാട്ട് ഒഴുകിവരുന്നു.

'ജനനീ ജയിക്ക നീണാൾ മലയാളമേ— എന്നും
തവഗാനം ചൊരിയാമെൻ മണിവീണയിൽ
ജനനീ ജയിക്ക നീണാൾ മലയാളമേ!'

ഗാനലഹരിയിൽ പന്തൽമുറ്റത്തേക്ക് നടന്നു പ്രവേശിച്ചു. മുറ്റത്ത് ഓരം മാറിനിൽക്കുന്ന കുറെ യുവകവികൾ. പഴവിള രമേശനാകുന്നു സംഘത്തലവൻ. എന്നെ കണ്ടതും ചോദിച്ചു: 'ഈ നായർ പ്രഭു സമ്മേളനത്തിന് നീയെന്തിനാ വന്നത്?'

'നായരല്ലേലും ഞാനൊരു പ്രഭുവല്ലേ?'

രമേശൻ ജ്യേഷ്ഠൻ കുറേ ചീത്ത പറഞ്ഞു.

ഞാൻ ചിരിച്ചു കേട്ടുനിന്നു.

അപ്പോൾ അയ്യപ്പൻ ചോദിച്ചു: 'പുതുശ്ശേരി സാറിന്റെ പാട്ടെങ്ങനൊണ്ട്? കൊള്ളാം, അല്ലേ?'

'ജയിക്ക നീണാൾ മലയാളമേ' ഭാസ്കരൻമാഷ്

എഴുതിയതാണെന്നും കവിയൂര് രേവമ്മ പാടിയതാണെന്നും പറഞ്ഞിട്ട് അയ്യപ്പകവി സമ്മതിച്ചില്ല. പുതുശ്ശേരി എഴുതി ഈണമിട്ടു പാടുന്നതാണത്രേ.

നാഗവള്ളി ഓയെൻവികുറുപ്പുമാരെയും അയ്യപ്പനാരായണ പ്പണിക്കർമാരെയും മല്ലയുദ്ധത്തിനു വിളിച്ചുകൊണ്ട് പഴവിള ജ്യേഷ്ഠൻ പോയി. അയ്യപ്പൻസും കൂടെ പോയി.

രേവമ്മയുടെ പാട്ട് കഴിഞ്ഞു.

പന്തലിൽ പാതിമുക്കാലും കസേരകൾ കാലി. കയറി യിരുന്നു. മൂത്തകവികളുടെ സമ്മേളനം തുടങ്ങുകയാണ്. മഹാകവി വെണ്ണിക്കുളം ഗോപാലക്കുറുപ്പ് അഗ്രാസനത്തിൽ. മറ്റു മഹാകവികൾ — പാലാനാരായണൻ നായർ, നാലാങ്കൽ കൃഷ്ണപിള്ള, എം പി അപ്പൻ, പുത്തൻ കാവ് മാത്തൻതരകൻ, ബാലാമണിയമ്മ, കുത്താട്ടുകുളം മേരിജോൺ — അടുത്തടുത്ത് ഇരുപ്പുറപ്പിച്ചിട്ടുണ്ട്.

വെണ്ണിക്കുളം വെണ്ണക്കൽ വിഗ്രഹം. എഴുപതിലും ഏഴകാർന്ന പുരുഷസൗന്ദര്യം. കഴുത്തിൽ ചുറ്റിയിട്ട കസവുനേര്യത്.പാലായ്ക്ക് പൊക്കക്കുറവുണ്ട്. ഇരുണ്ട നിറവും പരുക്കൻ ഖാദി ജൂബ്ബയും ഷാളും. നാലാങ്കലും കൊച്ചുസുന്ദരൻ. നീളൻ കൈയുള്ള കോളർക്കുപ്പായം തോളിൽ കസവുകര നേര്യത്. കസവുനിറമാണ് അപ്പന്. മഞ്ഞ സിൽക്കിന്റെ തിളങ്ങുന്ന ജൂബ്ബയും. തോളിൽ മടക്കി ചുളിവു വീഴാത്ത കൊച്ചു കവണിയുമുണ്ട്. പക്ഷേ, പുത്തൻകാവന് എടുപ്പുകൂടും. നീളൻ ജൂബ്ബ നെഞ്ചത്ത്. ഏങ്കോണിച്ച് നീട്ടിമടക്കി വട്ടമിട്ടിരിക്കുന്ന രണ്ടാംമുണ്ട്,ക്രോസ്ബെൽറ്റ് മാതിരി! (ഇന്ന് ഇമ്മാതിരി വേഷങ്ങളില്ല, മലയാളത്തിൽ മഹാകവികളുമില്ല! ഓയെൻവി, പുതുശ്ശേരി, വിഷ്ണുനാരായണൻ, കടമ്മനിട്ട, പഴവിള, ശങ്കരപ്പിള്ള, ബാലചന്ദ്രൻ, വിനയചന്ദ്രൻ, സച്ചിദാനന്ദൻ എന്നീ കവികളെനേര്യത് ചാർത്തി നമുക്ക് മഹാകവികൾ ആക്കിയെടുക്കണം.)

മഹാകവി വെണ്ണികുളം ഇരുന്നാണ് അദ്ധ്യക്ഷപ്രസംഗം ചെയ്തത്. കുലീനമായ കുറച്ച് വാക്കുകൾ. പിന്നീട് ഒരു സുന്ദരകവിതയും ചൊല്ലി. തുടർന്ന് നാലാങ്കലിന്റെ ഊഴം. അദ്ദേഹം എണീറ്റില്ല. പറഞ്ഞു: അദ്ധ്യക്ഷനോളം പ്രായമുണ്ടെനിക്കും. ആരോഗ്യവും അങ്ങനെതന്നെ. അതുകൊണ്ട് ഞാനും ഇരുന്ന് പ്രസംഗിക്കും! കവിത ചൊല്ലാൻ ബുദ്ധിമുട്ടുള്ളതുകൊണ്ട് എന്റെ സ്നുഷ എനിയ്ക്കു പകരം കവിത ആലപിക്കും.

നാലാങ്കൽസാറിന്റെ മകൻ ഡോക്ടർ ശബരിനാഥ്. അദ്ദേഹത്തിന്റെ ഭാര്യ നല്ല സുന്ദരി. പന്തലിനാകെ രോമാഞ്ചം പകർന്ന് സ്നുഷ

സംഗീതമധുരമായി കവിത പാടി. സദസ്സ് ഒന്നടങ്കം നിർത്താതെ കൈയടിച്ചു. നാലാങ്കൽ ചാടിയെണീറ്റ് അതിവേഗം കുടുംബത്തേയും കൂട്ടി രംഗം വിടുകയും ചെയ്തു.

പാലാസാറോ അപ്പൻസാറോ കവിത ചൊല്ലുമ്പോൾ സദസ്സ് വീണ്ടും ഇളകി. കവിത കേട്ടല്ല, ഇങ്ങു പിന്നണിയിൽ ഒരു കവിയെ കണ്ടിട്ട്. ശ്രോതാക്കൾക്കിടയിൽ മഹാകവി കുഞ്ഞിരാമൻ നായർ. നെറ്റി നിറയെ ചന്ദനക്കുറി. മുട്ടിറങ്ങിക്കിടക്കുന്ന മുഷിഞ്ഞ ജുബ്ബ. മൂക്കിൻത്തുമ്പത്തെ കണ്ണടയ്ക്കു മുകളിലൂടെ തറയുന്ന നോട്ടം.

പുതുശ്ശേരിസാർ തന്നെ കവി മാഷെ വേദിയിലേക്കാനയിച്ചു. കവിത കീശയിൽ നിന്നെടുക്കും മുമ്പേ കുഞ്ഞി രണ്ടു വാചകം വച്ചു താങ്ങി; ഇന്നലെ, ലോകമലയാളത്തിന്റെ ഉദ്ഘാടനത്തിനും ഞാൻ ഇവിടെ ഉണ്ടായിരുന്നു. പാന്റും സൂട്ടുമിട്ട ഒരുത്തൻ മുഴുത്ത ഇംഗ്ലീഷിൽ ഉദ്ഘാടനപ്രസംഗം ചെയ്യുന്നതു കണ്ടു. ലേഡീസ് ആൻഡ് ജന്റിൽ മെൻ....

അവന് മലയാളം തിരിയില്ലേ? അപ്പോൾ പുറകീന്ന് പെടലിക്ക് ഒരു പെട വെച്ചു കൊടുത്തിരുന്നേൽ 'അയ്യോ എന്റമ്മേ' എന്ന് അവൻ മലയാളം പറഞ്ഞേനേ—

ഉഗ്രൻ കരഘോഷം. കവിമാഷ് കണ്ണടയ്ക്കു മുകളിലൂടെ നോക്കി നിന്നു. എന്നിട്ട് പല്ലില്ലാത്ത വായിൽ മനോഹരകവിത ചൊല്ലുകയും ചെയ്തു.

വൈസ് ചാൻസിലർ വി.കെ. സുകുമാരൻനായരെപ്പറ്റിയാണ് ഭക്തകവി ശകാരം ചൊരിഞ്ഞത്. സകലർക്കും അതങ്ങിഷ്ടമായി. എനിക്കത്ര ഇഷ്ടപ്പെട്ടില്ല. സുകുമാരൻ നായർ ഏറ്റുമാനൂർകാരൻ. വി.കെ ഭാർഗ്ഗവൻ നായരുടെ ചേട്ടൻ. എൻ.കെ കൃഷ്ണപ്പിള്ളയുടെ മകൻ.

കൊച്ചുനാളിൽ എന്നെ വിരട്ടിക്കളഞ്ഞ നോവലിസ്റ്റാകുന്നു എൻ.കെ കൃഷ്ണപ്പിള്ള. അദ്ദേഹത്തിന്റെ 'വലിയകോയിക്കലെ കൊലപാതകം' വായിച്ച് ഉറക്കം പോയിട്ടുണ്ട്. പേടിസ്വപ്നംകണ്ട് കരഞ്ഞിട്ടുണ്ട്. എന്നാലും 'കാലന്റെ കൊലയറ'യും 'നിലവറയിലെ അസ്ഥിപഞ്ജര'വും 'ഭാസ്കരമേനോ'നും 'പദ്മസുന്ദര'നും ഒക്കെ വായിക്കാൻ പ്രേരിപ്പിച്ചത് ആ അപസർപ്പകാഖ്യായികയാണ്. എൻ.കെ.യുടെ 'വീരമാർത്താണ്ഡൻ'എന്ന ചരിത്രനോവലാണ് എന്നെ സി.വി.യിലേക്കും മറ്റും കൊണ്ടുപോയത്.

എൻ.കെ. കൃഷ്ണപിള്ളയുടെ മകനെ കവിമാഷ് ഇങ്ങനെ

കളിയാക്കേണ്ടിയിരുന്നില്ല!

കവിയരങ്ങ് ഉപേക്ഷിച്ച് ഞാൻ ഇറങ്ങി നടന്നു. സെനറ്റ്ഹാളിൽ വനിതാ സമ്മേളനമുണ്ട്. ചെവിക്കു മാത്രമല്ല കണ്ണിനുംസുഖം അവിടാരിക്കുമല്ലോ! കോളജുകളിലേയും ഓഫീസുകളിലേയും പെൺമണികളാകെ മലയാളമങ്കകളുടെ വേഷമണിഞ്ഞ് അങ്ങോട്ടൊഴുകുന്നുണ്ട്. അരികുപറ്റി പതുക്കെ നീങ്ങിയപ്പോൾആശാൻ പ്രതിമയുടെ ചുവട്ടിലുണ്ട് കുഞ്ഞിരാമൻ.

ആശാൻ പ്രതിമയ്ക്ക് ആദരാഞ്ജലി അർപ്പിക്കുകയല്ല ഭക്തകവി. അണിഞ്ഞൊരുങ്ങി അണിയണിയായി വരുന്ന ലലനാമണികളെ കണ്ണുടമോളീലൂടെ നോക്കി സുഖിച്ചു നിൽക്കുകയാണ്. ജൂബ്ബാക്കീശയിൽ നിന്നും മിഠായി എടുത്തു നുണയുന്നുമുണ്ട്.

അല്പനേരം ആ കാഴ്ച കണ്ടുനിന്നു.

കവിയും സെനറ്റ് ഹാളിലേക്ക് പോകുമ്പോൾ അതിസുന്ദരനായ ഒരു സായ്പുമായി പുതുശ്ശേരി സാർ വരുന്നു. വെള്ളക്കാരൻ തീരെ യുവാവാണെന്നു തോന്നും. തിളങ്ങുന്ന പൂച്ചക്കണ്ണുകൾ. തുടുത്തുമിനുത്ത കവിളുകൾ. ചെഞ്ചോരച്ചുണ്ടുകൾ.

കവിയെക്കണ്ട് പുതുശ്ശേരി സാർ നിന്നു. അദ്ദേഹം കുഞ്ഞിരാമനെ സായിപ്പിനു പരിചയപ്പെടുത്തി: അവർ ഗ്രേറ്റ് പോയറ്റ്. മോസ്റ്റ് ബിലവിഡ് ലിവിങ് മലയാളം പോയറ്റ്.

സായ്പ് കൈകൂപ്പിത്തൊഴുതു.

കവിമാഷും തൊഴുതു; കണ്ടതിൽ വളരെ സന്തോഷം. എനിക്ക് ഇംഗ്ലീഷ് അറിഞ്ഞുകൂടാ, മലയാളമേ അറിയൂ.

എന്നിട്ട് പുതുശ്ശേരിയോട് ആവശ്യപ്പെട്ടു: പറഞ്ഞുകൊട്, ഇംഗ്ലീഷിൽ പറഞ്ഞുകൊട്.

പുതുശ്ശേരി ചിരിച്ചു. പറഞ്ഞു: സായ്പിന് മലയാളം അറിയാം. നമ്മൾ നായന്മാരെ പഠിക്കാൻ വന്നതാണ്. മലയാളം മനസ്സിലാകും. വായിക്കുകയും എഴുതുകയും ചെയ്യും. മിസ്റ്റർ ജോബിൻ ജെഫ്റി

കവി സായ്പിനെ ഒരൊറ്റ കെട്ടിപ്പിടുത്തം. ആഞ്ഞുപുൽകി. രണ്ടു കവിളുകളിലും അമർത്തി ഉമ്മ വെച്ചു. വായിലെ മിഠായി ചുണ്ടിലൂടെ ഊർന്ന് ജെഫ്രിയുടെ കവിളുകൾ ഈറനാക്കി.

മലയാളമറിയുന്ന സായ്പിനെ മലയാളകവിയുടെ ആലിംഗനചുംബനങ്ങളിൽ നിന്നും പുതുശ്ശേരി സാർ ഒരുവിധം രക്ഷപ്പെടുത്തിയെടുത്തു.

കണ്ണടമുകളിലൂടെയുള്ള നോട്ടത്തിൽ കള്ളച്ചിരി നിറഞ്ഞു നിന്നു. മുഖത്ത് ശൃംഗാരരസം.

ഞാൻ വനിതാസമ്മേളനം ഉപേക്ഷിച്ച് തിരിച്ചുപോന്നു...

'നായർ മേധാവിത്വത്തിന്റെ പതനം' എഴുതിയ റോബിൻ ജെഫ്രിയെ പിന്നീടൊരിക്കലും ഞാൻ കണ്ടു. ഒരു കൊച്ചുപുസ്തക ക്കടയിൽ വച്ച്. ജെഫ്രിയും ഭാര്യയും. അവർ പൊടിപിടിച്ചു കിടന്ന പുസ്തകങ്ങൾ സ്വന്തം കർച്ചീഫുകൾകൊണ്ട് തുടച്ച് വൃത്തിയാക്കി. കണ്ടുനിന്ന കടയിലെ സ്ഥിരം ഇരിപ്പുകാരായ ചെറുപ്പക്കാർ കമന്റ ടിച്ചു. മദാമ്മച്ചരക്ക് കൊള്ളാമല്ലോടാ!

തുക്കാനും തൊടയ്ക്കാനും നിറുത്തിയാലോ?

പിന്നെയും കമന്റുകൾ എരിവും പുളിയുമായെത്തി. സായ്പും മദാമ്മയും കേട്ടഭാവം കാട്ടിയില്ല. ഒടുവിൽ അപൂർവ്വങ്ങളായ അഞ്ചാറു മലയാള പുസ്തകങ്ങൾ ബില്ലെഴുതാൻ കൊണ്ടുവച്ചു.

ബില്ലെഴുതുമ്പോൾ മാനേജർ ശകലം ചമ്മലോടെ ചോദിച്ചു: 'യു നോ മലയാളം'

'വായിക്കാനറിയാം, അല്പം എഴുതാനും കഴിയും. പക്ഷേ കേട്ടാൽ മനസ്സിലാവില്ല!!'

റോബിൻ ജെഫ്രിയുടെ കവിൾ നനച്ച മലയാള കവിയുടെ മധുരം നിറഞ്ഞ ഉമിനീർ ഞാനോർത്തു. 'ജനിനീ ജയിക്കനീണാൾ മലയാളമേ' എന്ന ഭാസ്കര-രേവാഗാനം ഉള്ളിൽ ഉണർന്നു.

●

ബഹദൂർ: സ്നേഹവും നന്മയും

ഒരിക്കലും ഒരു പ്രഭാഷകനല്ല ഞാൻ. എങ്കിലും ചില പ്രസംഗങ്ങൾ തരക്കേടില്ലാതെ ചെയ്തിട്ടുണ്ട്. എനിക്ക് സ്നേഹവും ആദരവുമുള്ള ഏതാനും വ്യക്തികളെപ്പറ്റി ചെയ്ത സംസാരങ്ങൾക്ക് നേരും നെറിയുമുണ്ടായി. വാക്കുകളിൽ നർമ്മത്തിന്റെ നിഷ്കളങ്കത നിറഞ്ഞു. സത്യം തുളുമ്പിയൊഴുകി. പൊൻകുന്നം വർക്കിയുടെ നവതിക്ക്, അഭയദേവിന്റെ അശീതിക്ക്, ഉലഹന്നാൻ മാപ്പിളയുടെ സപ്തതിക്ക്, എന്റെയും ചങ്ങാതികളുടെയും സമൂഹ ഷഷ്ടിപൂർത്തിക്ക് —സുന്ദരപ്രസംഗങ്ങളാണ് ഞാൻ ചെയ്തത്. മുട്ടത്ത് വർക്കി, ഡീ.സി. കിഴക്കേമുറി, ജോൺ എബ്രഹാം, ടി.ആർ എന്നിവരെപ്പറ്റി ഔപചാരികമായ അനുസ്മരണപ്രഭാഷണങ്ങൾ നടത്തി. ഭാവഭരിതമായ ഭാഷണങ്ങളായിരുന്നവ. അച്ചൻകുഞ്ഞിന് സംസ്ഥാന സമ്മേളനം കിട്ടിയപ്പോഴും ബഹദൂറിന് ഞങ്ങൾ 'പാര' മാസികയുടെ വകയായി 'പട്ടും വളയും' സമർപ്പിച്ചപ്പോഴും ഞാൻ നന്നായി സംസാരിച്ചു.

'ദേശാഭിമാനി'യുടെ സുവർണ്ണജൂബിലി ആഘോഷം. ചെന്നൈ കേരള സമാജത്തിൽ സാംസ്കാരിക സമ്മേളനം. ഞാനും പ്രസംഗകൻ 'ശവംതീനികൾ' എഴുതിയ ഭീകരനെന്നും 'അഘശംസി' എന്ന കള്ളപ്പേരിൽ തമാശക്കോളം എഴുതുന്ന വിദൂഷകനെന്നും എന്നെ പരിചയപ്പെടുത്തി. തോഴർകൾ 'തേചാപിമാനി ചിന്താപാത്'' എന്നു വിസിലു വിളിച്ചു.

മുഖ്യമന്ത്രി ഇ.കെ. നായനാർ യോഗം ഉദ്ഘാടനം ചെയ്തു.എനിക്ക് ശകലം ഫലിതം പോലും സഖാവ് മിച്ചംവച്ചില്ല. മുഴുവനെടുത്തു താങ്ങി. എന്നിട്ടും ഞാൻ തുടർന്നു പേച്ചി. മലയാളത്തിൽ തന്നെ. ഞാൻ പറഞ്ഞത് മുഴുവൻ നേരം നായനാർ കേട്ടിരുന്നു. എന്നിട്ടേതോ മീറ്റിംഗിന് ഓടിപ്പോയി. പോകുമ്പോൾ കൂട്ടിക്കൊണ്ടുപോകുന്ന ഐ.സി.പി വാസുദേവനോട് അദ്ദേഹം പറഞ്ഞു. അരവിന്ദാക്ഷന്റെ

പ്രസംഗം നന്നായെന്ന് ഓനോട് പറഞ്ഞേക്ക്!

അരവിന്ദാക്ഷനല്ല സഖാവേ! അത് ഓമനക്കുട്ടനാണ്, വാസുദേവൻ പറഞ്ഞു.

നിനക്കെന്തറിയാടോ? നായനാർ തട്ടിക്കേറി ഓമനക്കുട്ടൻ തന്നെ അരവിന്ദാക്ഷൻ; അരവിന്ദാക്ഷൻ തന്നെ ഓമനക്കുട്ടൻ.

വാസുദേവൻ പറഞ്ഞു: തൃശ്ശൂരെ പ്രൊഫസർ വി. അരവിന്ദാക്ഷനും ഓമനക്കുട്ടനാണ്. പക്ഷേ ഇത് വേറെ. ശരിക്കും ഓമനക്കുട്ടൻ.

നിനക്കെള്ളൂട്ടറിയാടോ! നായനാർ വീണ്ടും തട്ടിക്കേറി എനിക്കറിയാടോ! ഈ അരവിന്ദാക്ഷനും ഓമനക്കുട്ടനും ഒന്നു തന്നാ. അരവിന്ദാക്ഷന്റെ പ്രസംഗം നന്നായീന്ന് നീ ഓനോട് പറഞ്ഞേക്ക്–

അങ്ങനെ എന്റെ പല നല്ല പ്രസംഗങ്ങളുടേയും ഖ്യാതി അരവിന്ദാക്ഷന്മാരും കാൽവിന്ദാക്ഷന്മാരും അരക്കാൽ വിന്ദാക്ഷന്മാരും ഒക്കെ തട്ടിക്കോണ്ടുപോയിട്ടുണ്ട്...

അച്ചൻകുഞ്ഞിന് നൽകിയ സ്വീകരണത്തിൽ ഞാൻ പറഞ്ഞു. മലയാളത്തിലെ ആന്തണിക്വിൻ ആണ് അച്ചൻകുഞ്ഞ്.

ആന്തണിക്വിന്നിനെ കൊണ്ടു വന്ന് ഞാൻ അച്ചൻകുഞ്ഞിനെ അപമാനിച്ചെന്നും പറഞ്ഞ് ജോൺ എബ്രഹാം എന്നെ ചീത്ത വിളിച്ചു. തല്ലാൻ വന്നു. തല്ല് വീണ്ട പോകുമായിരുന്നു. കുര്യാച്ചനും (കോട്ടയം ഇ.പി. കുര്യൻ) കറിയാച്ചനും (പ്രേം പ്രകാശ്) ഇടയ്ക്ക്ചാടി നിന്നില്ലായിരുന്നെങ്കിൽ. നരേന്ദ്രപ്രസാദും ശിവകുമാറും കൂടെയാണ് പിന്നെ ജോണിനെ ശാന്തനാക്കാൻ കൂട്ടിക്കൊണ്ടു പോയത്.

ശാന്തനായി തിരിച്ചുവന്ന ജോൺ എന്നെ കെട്ടിപ്പിടിച്ച് ഉമ്മ വച്ചു, പരമരഹസ്യം ചെവിയിലോതി: ആന്തണി ക്വിന്നിനെപ്പറ്റി പറയാൻ നീയാരാ? വിശ്വസിനിമയെപ്പറ്റിപ്പറയാൻ ഞാനില്ലേ ഇവിടെ?

ന്യായം! ഞാനും തിരിച്ചുമ്മ വച്ചു...

ബഹദൂറിന് പട്ടും വളയും അണിയിച്ച യോഗത്തിൽ പ്രസംഗിക്കുമ്പോൾ ജോൺ ഇല്ല.

ജോൺ എബ്രഹാം വിട്ടുപിരിഞ്ഞു പോയി.

വിശ്വസിനിമയെപ്പറ്റി പറയാൻ ഞാൻ പിന്നെന്തിന് പേടിക്കണം? പോരെങ്കിൽ പ്രധാന പ്രഭാഷകർ ജോർജ്ജ് ഈഡൻ എം.പി., സെബാസ്റ്റ്യൻ പോൾ എം.എൽ.എ, ഡയറക്ടർ സിദ്ധിഖ്, ആക്ടർ സിദ്ധിഖ് എന്നിവരാണ് അവർക്കാർക്കും ലോകസിനിമയിൽ

എന്റെ അത്രയും പിടിപാട് ഇല്ലല്ലോ?

നമ്മുടെ 'ബഹദൂർക്ക'യെ ദസ്തിൻ ഹോഫ്മാൻ, അൽപ്പാച്ചിനോ, റോബർതോ ബനീനി എന്നിവർക്കൊപ്പം പ്രതിഷ്ഠിച്ചുകൊണ്ട് ഞാൻ പ്രസംഗിച്ചു! എന്റെ സിനിമാ വിജ്ഞാനത്തിൽ സാക്ഷാൽ ബഹദൂർ തന്നെ വിസ്മയിച്ചുപോയി. മോനേ ഓമനേ നീ പാവം എനിയ്ക്കിട്ട് പാരപണിയുകയാണോ എന്ന് ചോദിച്ചു.

'പാര' പത്രാധിപരാണ് ഞാൻ അന്ന്.

പാരയുടെ പരമാത്മാവ് സലീം ആണ്. പത്രപ്രവർത്തകനായ മുഹമ്മദ് സലീം. അഞ്ചുവർഷം കൃത്യമായി മാസാമാസം പത്രം അച്ചടിച്ചിറക്കി. സലീമിന്റെ കൈപൊള്ളിപ്പഴുത്തപ്പോൾ പാരപ്പണി ഞങ്ങൾ നിറുത്തി, അന്തസ്സായി അവസാനിപ്പിച്ചു...

പാര ഒരാണ്ട് തികച്ചപ്പോൾ, നാട്ടുനടപ്പ് മാനിച്ച്, ഞങ്ങൾ ഒരഹമ്മതി കാട്ടി. അവാർഡ് സ്ഥാപിച്ച് ദാനം ചെയ്യാമെന്ന് തീരുമാനിച്ചു. 'അവാർഡിതരായി' എന്നൊരു ചരമപ്പേജ് തന്നെയുണ്ടായിരുന്നു അവാർഡിനെ കളിയാക്കിക്കൊണ്ട്. എന്നിട്ട് ഞങ്ങളും...

അയ്യായിരവും കോപ്പും പട്ടയവുമൊന്നും കൊടുക്കണ്ട. പകരം കുമാരുവിന് ചാൾസ് രാജകുമാരൻ സമ്മാനിച്ചമാതിരി പട്ടും വളയും ആകാമെന്ന് നിശ്ചയിച്ചു. അതിന് അവാർഡ് ജ്യൂറി യും വോട്ടെടുപ്പും ഒന്നും വേണ്ട. ആപ്ലിക്കേഷനും ഇന്റർവ്യൂ വും റക്കമെന്റേഷനും യാതൊന്നും ആവശ്യമില്ല. സലീമും ഓമനക്കുട്ടനുമായി ഏകകണ്ഠേന തീരുമാനിക്കുന്നു. ഏക ഹസ്തമായി സമർപ്പിക്കുന്നു. ഏകലോചനമാട്ടുന്നു.

ചിരിക്കുകയും ചിരിപ്പിക്കുകയും ചെയ്യുന്ന നല്ലവൻ ആരുണ്ട്? മലയാള സമൂഹത്തിന് ശുദ്ധമായ ആനന്ദമരുളുന്ന പ്രതിഭാശാലി ആരുണ്ട്? ഒരൊറ്റ നിമിഷത്തിൽ ഞങ്ങൾ ഒന്നിച്ചു പറഞ്ഞു: 'ബഹദൂർക്ക'. ബഹദൂർ ഒളിമങ്ങി നിൽക്കുന്ന സമയം. പടങ്ങൾ കുറവ്.എവിടെ എന്നറിയില്ല. കൊടുങ്ങല്ലൂരും കോടമ്പാക്കത്തും അന്വേ ഷിച്ചു. അവിടെങ്ങുമില്ല. തിരഞ്ഞുപിടിച്ചു ചെന്നപ്പോൾ എറണാകുളത്ത് തന്നെയുണ്ട് കല്പൂരിൽ. ഓടിച്ചെന്നു ചോദിച്ചു: പട്ടും വളയും വാങ്ങുമോ?

വാങ്ങാമെന്ന് ഞങ്ങൾ സമ്മതിപ്പിച്ചു.

'ഫെയർ ഫാർമ' ശ്രീ മജീദ് പട്ടും വളയും തന്നു. ഒന്നാന്തരം ചടങ്ങ്. ഞങ്ങൾ സംഘടിപ്പിച്ചു.

ബഹദൂറിനെക്കുറിച്ച് ഞാൻ സംസാരിച്ചു. ഏതാണ്ട്

അരമണിക്കൂറോളം. മലയാള സിനിമയ്ക്ക് കിട്ടിയ നന്മയും സ്നേഹവു മാണ് ബഹദൂർ. പുണ്യവും പ്രസാദവും. ചുമ്മാ ചിരിപ്പിക്കാൻ വന്ന ഈ കോമാളി പിന്നെ എത്രയെത്ര കരയി പ്പിച്ചു. മാത്തപ്പൻ, എസ്. പി. പിള്ള, മുതുകുളം, കാലായ്ക്കൽ, നാണക്കുട്ടൻ എന്നീ സീനിയർ ഹാസ്യതാരങ്ങൾക്കൊപ്പം ജൂനിയർ നക്ഷത്രങ്ങളായി ഉദിച്ചവർ ബഹദൂറും ഭാസിയും.

പാടാത്ത പൈങ്കിളിയിലും, നായര് പിടിച്ച പുലിവാലിലും,ഉമ്മയിലും, നീലിസാലിയിലും ഒക്കെ ബഹദൂർ ശുദ്ധമണ്ടച്ചാരായ കോമാളിയായി നമ്മെ രസിപ്പിച്ചു. മെലിഞ്ഞ് ഉണങ്ങിയ കൊച്ചുമനുഷ്യൻ; മൂക്കും മിഴിയും ഒന്നും അത്ര ചെമ്മാന്ത്രമുള്ളതൊന്നുമല്ല.

നീയല്ലാതാരുണ്ടെന്നുടെ
പ്രണയപ്പുഴയിൽ ചിറകെട്ടാൻ?
നീയല്ലാണ്ടാരുണ്ടെനിക്കു
നിത്യം നിത്യം കത്തെഴുതാൻ?
ഞാൻ ബളർത്തിയ ഖൽബിലുമോഹം
പോത്തുപോലെ ബളർന്നല്ലോ!
ഞാൻ നൂലുപോലെ മെലിഞ്ഞല്ലാ!

എന്ന് നിരാശാകാമുകനായി പാടി അഭിനയിക്കുന്ന ബഹദൂർ നിത്യകാമുകൻ പ്രേംനസീറിന്റെ നല്ല മിമിക്രിയായി! മലയാളത്തിലെ മുഴുവൻ ഹാസ്യനടന്മാരും ഒന്നാന്തരം അഭിനയ പ്രതിഭകളാണ്. അത് നമ്മെ ആദ്യമായി ബോദ്ധ്യപ്പെടുത്തിയത് ബഹദൂർ ആകുന്നു. വാഴ്വേമായം, പണിതീരാത്ത വീട്, അരനാഴികനേരം, കടൽപ്പാലം, അനുഭവങ്ങൾ പാളിച്ചകൾ തുടങ്ങിയ എത്രയെത്ര ചിത്രങ്ങളിലാണ് ഭാവോജ്ജ്വല കഥാപാത്രങ്ങൾക്ക് അദ്ദേഹം മരണില്ലായ്മ നൽകിയത്.

എന്നിട്ടും എപ്പോഴോ ബഹദൂർ വരാന്തയിലേക്ക് ഇറക്കി നിറുത്തപ്പെട്ടു.

നാടകക്കമ്പനി തുടങ്ങി .ചലച്ചിത്ര വിതരണമാരംഭിച്ചു. ഒന്നും ഗുണം പിടിച്ചില്ല. നന്മ നിറഞ്ഞവന് കച്ചവടം പറഞ്ഞിട്ടില്ലല്ലോ.

'ബല്ലാത്ത പഹയൻ' 'മാണിക്യ കൊട്ടാരം' 'സെക്കന്റ് ബെൽ' 'കുറ്റവും ശിക്ഷയും' എന്നീ നാടകങ്ങളിൽ അഭിനയ്ക്കുമ്പോഴാണ് ഞാൻ ബഹദൂറിനെ ആദ്യമായി കാണുന്നത്. പിന്നെ രണ്ട് അവാർഡ് നിശകളിലും. എന്നിട്ടും ഞാൻ എങ്ങനെയോ അദ്ദേഹത്തിന്റെ കണ്ണിൽപ്പെട്ടിരുന്നു. 'കുറ്റവും ശിക്ഷയും' നാടകത്തിന് കോട്ടയം റെസ്റ്റ്ഹൗസിൽ തങ്ങുമ്പോൾ കോട്ടയം ചെല്ലപ്പനോടൊപ്പം എന്നെ

കണ്ടതും 'സെക്കന്റ് ബെൽ' കളി ക്കാൻ എറണാകുളം ഭാരത് ടൂറിസ്റ്റ് ഹോമിൽ തങ്ങുമ്പോൾ ശങ്കരൻകുട്ടിക്കൊപ്പം ഞാൻ ചെന്നതും ഓർത്തു പറഞ്ഞു.

പട്ടം വളയ്ക്കും പിറ്റേന്ന് സലീമുമായി ബഹദൂർ എന്നെ തേടിവന്നു. വലിയ വാത്സല്യത്തോടെ ഒത്തിരി വർത്തമാനം പറഞ്ഞു.

പിന്നെയും മൂന്നുനാലുതവണ കൊച്ചിയിൽ വന്നപ്പോഴൊക്കെ വിളിച്ചു. ഒന്നും ഒളിച്ചുവെയ്ക്കാതെ കഥ പറയും. നസീർസാറിനെപ്പറ്റി, സത്യൻമാഷിനെപ്പറ്റി, എസ്.പി.യാശാനെപ്പറ്റി പറയുമ്പോഴൊക്കെ കണ്ണു നിറയും. തൊണ്ടയിടറും. അഭിനയമാണെന്ന് ഞാൻ ആദ്യം വിചാരിച്ചു. അല്ല, നൊന്തുപൊള്ളുന്നതാണെന്ന് മനസ്സിലായി.

ടെലിവിഷനിൽ പഴയ പടങ്ങൾ വരുമ്പോൾ കണ്ടിരിക്കാൻ വയ്യത്രേ. ഒന്നാമത്, കൂടെ അഭിനയിച്ചവരൊക്കെ അങ്ങേലോകത്താ യിരിക്കുന്നു. കണ്ടും കേട്ടും ഇരിക്കാൻ വയ്യ. ഓഫാക്കി പോയിക്കി ടക്കും.

രണ്ടാമത്, തന്റെതന്നെ കോപ്രായങ്ങൾ! എന്തെല്ലാം ഊളത്തര ങ്ങളാണ് കാട്ടിക്കൂട്ടിയിരിക്കുന്നത്!

ബഹദൂർ പറഞ്ഞു: വെറും വയറോടെ, നീറും മനസ്സോടെയാണ് ആ വളിപ്പുകളൊക്കെ ചെയ്തത്. ഒരു തരത്തിൽ മുഴ മിപ്പിച്ചിട്ട് നസീർ സാറിനോടോ സത്യൻ മാഷോടോ അല്ലെങ്കിൽ എസ്പിയാശാനോടോ അമ്പതും നൂറും കടംവാങ്ങും. സ്വന്തം ചേട്ടനെയുംകൊണ്ട് ഭ്രാന്താശു പത്രിയിൽ പോകാനാണ്.

മനോരോഗിയായിരുന്ന ചേട്ടൻ. രോഗം മാറാൻ വിവാഹം കഴി പ്പിച്ചു. രോഗം ഭേദമായില്ല. മൂന്നാല് കുട്ടികളുണ്ടായി. ചേട്ടന്റെ കുടുംബം, സഹോദരികൾ... എല്ലാം സ്നേഹത്തോടെ നേരിട്ടു. അതായിരുന്നു ജീവിതം! കോമാളിയുടെ ജീവിതം!

ബാക്കി എന്തുണ്ട് മിച്ചം? ഞാൻ ചോദിച്ചു.

മദ്രാസിൽ ഒരു വീട്. പണ്ട് പണിതത്. ഇപ്പോൾ നല്ല വില കിട്ടും. അതാണാകെ സ്വത്ത് രണ്ടാൺക്കൾ. അവർ അമേരിക്കയിലാണ്. മകൾ പി.ജി. കഴിഞ്ഞു. കല്യാണമായില്ല.

ബഹദൂർ അല്പനേരം മൗനംപൂണ്ടു.

ഞങ്ങൾ ജേസിയെ കാണാൻ പോകുകയായിരുന്നു. ജേസി കിടപ്പാണ്. രക്തസമ്മർദ്ദം വർദ്ധിച്ചതറിഞ്ഞില്ല. തളർന്നുപോയി.

തലയിണകളിൽ ചാരിയിരിക്കുന്ന ജേസി.

ബഹദൂറിനെ കണ്ടതും ജേസി ആഹ്ലാദം കൊണ്ടു. ഏറെനേരം പലതും പറഞ്ഞ് നേരം പോക്കി. ഇറങ്ങാൻ നേരം ബഹദൂർ കിടക്കയിൽ ചെന്നിരുന്ന് ജേസിയെ തഴുകി. കവിളത്ത് ഒരു മുത്തം നൽകി. അപ്പോൾ ബഹദൂറിന്റെ കൈ തലയിണക്കീഴിലേക്ക് നീങ്ങി. ജേസി തടഞ്ഞു. വേണ്ട, ബഹദൂർക്കാ വേണ്ട. എനിക്ക് ആവശ്യത്തിന് പണമുണ്ട്.

പക്ഷേ ബഹദൂർ കൈയിലുള്ളത് അവിടെ വച്ചു.

ജേസി എന്നോട് പറഞ്ഞു: മലയാള സിനിമയിൽ ഒരു ബഹദൂർ ഉണ്ട്. അതാണ് ജീവിക്കണമെന്നിപ്പോഴും കൊതിക്കുന്നത്.

ജേസി കരയുകയായിരുന്നു.

ബഹദൂറും ജേസിയും മരിച്ചതറിഞ്ഞ് ഞാൻ ചരമപ്രസംഗമൊന്നും ചെയ്തില്ല. ഒരു പ്രഭാഷകനല്ലല്ലോ ഞാൻ. പാര ബഹദൂറിന്റെ പേരിൽ അനുശോചനയോഗം ചേർന്നു. ഞാൻ പ്രസംഗിച്ചില്ല.

'എടാ മോനേ ഓമനേ' എന്ന വിളി എന്നിൽ നിറയുന്ന

സ്നേഹമായിരുന്ന ബഹദൂർ.

നന്മയായിരുന്ന ബഹദൂർ.

•

സരസ്വതി നമസ്തുഭ്യം വരദേ കാമരൂപിണി

1972-ലോ 73-ലോ; കുത്താട്ടുകുളം ഹൈസ്കൂളിൽ സി.ജെ സ്മാരക പ്രഭാഷണം. ടിക്കറ്റ് വച്ചാണ് ഹാളിലേക്ക് പ്രവേശനം. ഒരു രൂപയോ രണ്ടു രൂപയോ ചാർജ്. രാവിലെ ഒൻപതു മണിക്കാണ് ആദ്യയോഗം. എട്ടുമണി മുതലേ ഹാളിലേക്ക് നാട്ടുകാരൊഴുകിയെത്തി. ഒൻപതിനു മുമ്പേ ഹൗസ്ഫുൾ!

ഒൻപതിനു ഒത്തിരി നേരത്തേ ഞാൻ അകത്തു കാഴ്ചകൾ കണ്ട് ഇരുന്നു.

രാവിലെ, അദ്ധ്യക്ഷൻ കേശവദേവ് ആണ്. അദ്ദേഹം തലേന്ന് തന്നെ വന്നെന്ന് തോന്നുന്നു. വേദിക്ക് തൊട്ടുതാഴെ മുൻനിരയിൽ ഇരുന്ന് മുറുക്കുകയാണ്. മുന്നിൽ മുറുക്കാൻ വായിലിട്ട് സുഖിച്ച് സന്തോഷിച്ചാണ് താംബൂല ചർവ്വണം. സ്വർണ്ണ വർണ്ണത്തിലുള്ള സിൽക്കു ഖാദി സ്ലാക്കാണ് വേഷം. സ്വർണ്ണക്കണ്ണട, സ്വർണ്ണപ്പേന, സ്വർണ്ണവാച്ച് —നല്ല സ്റ്റൈലിലാണ് കേശവൻ!

പരിചയക്കാർ ചിലർ അടുത്തുചെന്ന് കൈക്കുപ്പുന്നു. അവരോട് പൊട്ടിച്ചിരിച്ച് ഉറക്കെ സംസാരിക്കുന്ന ദേവ്, എണീറ്റുപോയി സ്കൂൾ മുറ്റത്തേക്ക് നീട്ടിത്തുപ്പി തിരിച്ചു വന്നിരിക്കും.

തൊട്ടടുത്ത് ഫാദർ ഏബ്രഹാം വടക്കേൽ കസേര നിറ ഞ്ഞിരിപ്പുണ്ട്. അച്ചൻ ദേവിനെയും ദേവ് അച്ചനെയും കളിയാക്കി രസിക്കുന്നു. അച്ചന്റെ ചിരി വട്ടമൊത്തു തുടുത്ത മുഖത്തെ ചുവപ്പിച്ചു തീരും. ദേവിന്റെ പൊട്ടിച്ചിരി സ്കൂൾകെട്ടിടത്തെയാകെ വിറപ്പിച്ച് കിഴക്കൻ കുന്നിൽ പ്രതിദ്ധ്വനിച്ചൊടുങ്ങും.

വടക്കേലച്ചനെ ഞാൻ ആദ്യമായി കാണുകയായിരുന്നു.

ചങ്ങമ്പുഴയുടെ 'രക്തപുഷ്പങ്ങൾ' ക്കും കൈനിക്കരയുടെ 'കാൽവരിയിലെ കൽപ്പപാദപ'ത്തിനും അച്ചൻ എഴുതിയ അവതാരികകൾ വായിച്ചിട്ടുണ്ട്. മാപ്പിളസാറിന്റെ ക്ലാസ്സുകളിൽ വടക്കേലച്ചനെപ്പറ്റി ധാരാളം കേട്ടിട്ടുമുണ്ട്. കണ്ടപ്പോൾ ആ മുഖവും രൂപവും ഏറെ ഇഷ്ടമായി. ആദരവേറി. ശുദ്ധശുഭ്രമായ ളോഹയിൽ കൊഴുത്തുതടിച്ച്, മാംസളമുഖത്ത് മാധുര്യം നിറഞ്ഞ്, ചുറ്റും പ്രകാശം പരത്തി അച്ചൻ ഇരുന്നു.

അച്ചനെയും ദേവിനെയും കളിയാക്കി രസിപ്പിച്ച് നിറുത്താതെ കുലുങ്ങിക്കുലുങ്ങി ചിരിച്ച് റോസിട്ടീച്ചറുമുണ്ട് അടുത്ത്. എം.പി. പോളിന്റെ മകൾ: സി.ജെ. തോമസിന്റെ ഭാര്യ. പ്രസംഗം കേൾക്കാനെത്തിയവർക്കാകെ കൗതുകം പകർന്നു റോസിയും മാലാഖക്കുഞ്ഞിനെപ്പോലുള്ള മകളും.

നേരം പോകുകയായിരുന്നു. ഒൻപതു കഴിഞ്ഞിട്ടേറെയായി. കേശവദേവ് രണ്ടു തവണ മുറുക്കിത്തുപ്പി.

സ്കൂൾ ഹാൾ നിറഞ്ഞുതുളുമ്പി. എങ്കിലും ഒച്ചയും, ഓശയും ഒന്നുമില്ല. അച്ചടക്കത്തോടെ അടങ്ങിയൊതുങ്ങിയിരിക്കുന്നവർ. കടന്നുവരുന്നവരെ കാണുന്നതിലുള്ള കൗതുകം മാത്രം.

ഇരുന്നിടത്ത് പത്രമാസികകൾ നിക്ഷേപിച്ച് ഞാൻ മുറ്റത്തേക്കിറങ്ങി. എം.പി.ആന്റണി സാറും ജേക്കബ് ഫിലിപ്പും സംസാരിച്ചു നിൽക്കുന്നു. രണ്ടുപേരെയും കണ്ടാൽ തിരിച്ചറിയും എന്ന ബന്ധമേയുള്ളൂ എനിക്ക്. എൻ.ബിയെസിലും സംഘത്തിലും ഒക്കെ വച്ചു കണ്ട പരിചയം.

ആന്റണിസാർ പരമരസികൻ. പോൾ സാറിന്റെ അനിയനാണ്. ചേട്ടന്റെ അത്രയും സുന്ദരനല്ല. (അതിന് ഞാൻ എം.പി. പോളിനെ കണ്ടിട്ടുണ്ടോ? കണ്ടിട്ടുള്ളത് കെ സി എസ് പണിക്കർ വരച്ച ചിത്രമല്ലേ? മീശയില്ലാത്ത പോളിന് ആകെയൊരു സ്ത്രൈണഭംഗിയുണ്ട് ആ പടത്തിൽ.) നല്ല കൊമ്പൻമീശ വച്ച ഒരു ഫോട്ടോ വരാപ്പുഴയിൽ റോസിട്ടീച്ചറിന്റെ വീടായ 'തോമസ് വില്ല'യിൽ ഞാൻ കണ്ടിട്ടുണ്ട്. മീശയുള്ള പോളിനെ എനിക്കിഷ്ടമായി.

കെ.സി.എസ് വരച്ച പടം സംഘമാപ്പീസിന്റെ ഭിത്തിയിൽ തൂങ്ങിക്കിടക്കുന്നു. ഇപ്പോൾ ചായം അടർന്നു തുടങ്ങി. ('ഓനേതാ?' എന്ന് പടം നോക്കി പുതിയ സംഘം ഭരണാധികാരികൾ ചോദിച്ചു തുടങ്ങിയിട്ട് വിപ്ലവദശാബ്ദം പൂർത്തിയാകുന്നു.)

കണക്കിന്റെ ആശാനാണ് ആന്റണി സാർ. മികച്ച ഗണിത

ശാസ്ത്രാധ്യാപകൻ. തിരുവനന്തപുരം മാർ ഇവാനിയോസ് കോളജിൽമാത്തമാറ്റിക്സ് ലക്ചറർ ആയി നിയമിതനായി, പണ്ട് തിരുവന്തപുരത്തൊക്കെ മദ്യനിരോധനം നടപ്പിലാക്കിയിരുന്ന കാലത്ത്. ആ നിരോധനം ആന്റണി സാറിന് ഒട്ടും ബോധ്യപ്പെട്ടില്ല ഏറെവൈകാതെ കോളജിലെ പണി രാജിവച്ച് കൂത്താട്ടുകുളത്ത്വന്ന് സ്കൂളിൽ വാധ്യാരായി.

'നിയമം അനുസരിക്കുന്ന നിഷേധിയായിരുന്ന അപ്പൻ,' റോസി ടീച്ചർ പിന്നീടൊരിക്കൽ പറഞ്ഞു. 'തിരുവനന്തപുരത്ത് വച്ച് മദ്യം തൊട്ടിട്ടില്ല.'

(ആന്റണി സാറിന്റെ മകളാണ് ഡോക്ടർ ശാന്ത. ശ്രീ. പി.ജെ. ജോസഫിന്റെ ഭാര്യ. എറണാകുളം കറന്റ് ബുക്സിൽ വച്ച് ഡോക്ടർ ശാന്തയെ ഞാൻ കണ്ടു. ഒന്നാന്തരം ഇംഗ്ലീഷ് പുസ്തകങ്ങൾ വാങ്ങിക്കൂട്ടുന്നു. മേൽത്തരം സാഹിത്യകൃതികളും മറ്റും. കറന്റ് മാനേജർ മധുവിനോട് ആളാരാണെന്ന് ഞാൻ രഹസ്യമായി ചോദിച്ചു. മധു പറഞ്ഞു. വിദ്യാഭ്യാസ മന്ത്രിയുടെ ഭാര്യയാണ്. വരുമ്പോൾ അയ്യായിരം രൂപയ്ക്കെങ്കിലും പുസ്തകം വാങ്ങും.

പിന്നീടെപ്പോഴോ കണ്ടപ്പോൾ റോസിട്ടീച്ചറിനോട് ഞാൻ പറഞ്ഞു: എളേപ്പന്റെ മോളെ ഞാൻ കണ്ടു.

ആരെ?

മന്ത്രിപത്നിയെ

ശാന്തയെ?

അതെ. ടീച്ചറിനെപ്പോലെ തന്നെയുണ്ട്.

അവൾ കറമ്പി! എന്റത്ര സുന്ദരിയല്ല!!

എന്റെ ആപ്പീസ് പൂട്ടിപ്പോയി. ഞാൻ ആ സുന്ദരിയുടെ മുന്നിൽ നിന്നും ഓടിയകന്നു.)

'ആന്റണീ' എന്നൊരു വലിയ വിളി കൂത്താട്ടുകുളം സ്കൂളിനെആകെ ഞെട്ടിച്ചു. കേശവദേവിന്റെ അലർച്ച ആയിരുന്നുഅത്. ആന്റണിസാറും കുട്ടപ്പൻ സാറും ജേക്കബ് ഫിലിപ്പും എല്ലാം ദേവിന്റെ അടുത്ത് ഓടിയെത്തി. എട്ടുനാട്ടും പൊട്ടെ ദേവ്ഒച്ചയെടുത്തു: മണി പതിനൊന്നാവുന്നല്ലോ! എന്താ യോഗം തുടങ്ങാത്തെ?

കേന്ദ്രമന്ത്രി എ സി ജോർജ്ജ് വരും എന്നറിയിച്ചിട്ടുണ്ട്—

അയാൾ വരുകയോ പോവുകയോ ചെയ്യട്ടെ. നമുക്കെന്താ?

പ്രസംഗിക്കേണ്ട ഞാനും കേൾക്കേണ്ട ജനങ്ങളും ഒൻപതു മണിക്കേ തയ്യാർ. എന്നിട്ട്, മന്ത്രി–

മീറ്റിംഗ് തുടങ്ങ്, ദേവ് ഗർജ്ജിച്ചു.

യോഗം ഉടൻ തുടങ്ങി.

ഞാൻ അകത്തേക്ക് ചാടിക്കയറി ഇരിപ്പുറപ്പിച്ചു.

സ്വാഗതവും മറ്റും വേഗം തീർന്നു. കേശവദേവ് പ്രസംഗം ആരംഭിച്ചു. വടക്കേലച്ചനെയും മറ്റും രണ്ടുമണിക്കൂറിലധികം ഇങ്ങനെ ചുമ്മാ കുത്തിയിരുത്തിയതിൽ അദ്ദേഹം ക്ഷോഭിച്ചു.

ദേവ് തികഞ്ഞ ഗൗരവത്തിലായി. പ്രസംഗം ഗൗരവഭാവം കൊണ്ടു. ഞാൻ കേട്ടുമാത്രമറിഞ്ഞിരുന്ന ദേവിനെ അറിയുക യായിരുന്നു.

അപ്പോൾ, ഹാളിലേക്ക് അഞ്ചാറ് പോലീസുവേഷങ്ങൾ കടന്നു വന്ന് നിലയായി. തുടർന്ന് മന്ത്രി തൊഴുതുകൊണ്ട് അതി വേഗം അതിദ്രുതം രംഗപ്രവേശം ചെയ്തു. വേദിയിലേക്ക് ധൃതി യിൽ ചാടിക്കേറി. കൂപ്പുകൈ ഉയർത്തി സദസ്സിനെ ഒന്നടങ്കം അഭിവാദ്യം ചെയ്തു.

സദസ്യരും എണീറ്റുനിന്ന് മന്ത്രിയെ വണങ്ങി. മന്ത്രി ഇരുന്നു. ആൾക്കാരും ഇരുന്നു.

പക്ഷേ,

ഒന്നും ദേവ് ഗൗനിച്ചില്ല. ഒരു ക്ഷണം പോലും പ്രസംഗം നിറു ത്തിയില്ല. അതങ്ങനെ ഉച്ചതാളത്തിലുയർന്നു. കേശവൻ കത്തിപ്പ ടരുകയാണ്.

ശ്രോതാക്കൾ ഒന്നു ചമ്മി. പിന്നെ മുഴുവൻ കണ്ണും കാതും ദേവി ലർപ്പിച്ചു.

പ്രസംഗം നീണ്ടു.

മന്ത്രി വളിച്ച ചിരിയോടെ ഇരുന്നു.

ദേവുണ്ടോ നിറുത്തുന്നു? മന്ത്രി വന്നതൊന്നും അദ്ദേഹം അറിഞ്ഞി ട്ടേയില്ലല്ലോ....

മന്ത്രി വേദിയിൽ നിന്നും സാവധാനം ഇറങ്ങി. വടക്കേലച്ചനെ നമസ്കരിച്ചു. റോസിയുടെ കുശലമാരാഞ്ഞു. മുൻനിരയിൽ കസേരയി ലമർന്നു. പ്രസംഗം ആസ്വദിക്കുന്നതായി അഭിനയിച്ചു.

കേശവദേവ് പന്ത്രണ്ടര മണി വരെ പ്രസംഗിച്ചു. അല്പം ചായ കുടിച്ച് മുറുക്കാനായി ഒരുങ്ങി. എ.സി. ജോർജ്ജ് അരികിലണഞ്ഞ് തൊഴുതു. ദേവ് തലയുയർത്തി അത്ഭുതം നടിച്ച് ഉറക്കെ ചോ ദിച്ചു. ങ്ഹാ! എപ്പം വന്നു?

മന്ത്രിക്കുവേണ്ടി ഞങ്ങൾ രണ്ടു മണിക്കൂർ മിനക്കെട്ടു. പിന്നങ്ങു തൊടങ്ങി—

ഒരു എഴുത്തുകാരൻ മാനംമുട്ടെ ഉയർന്ന്, നെഞ്ചു വിരിച്ച്, എതിർപ്പും വെല്ലുവിളിയുമായി നിൽക്കുന്നത് ഞാൻ കണ്ണു നിറയെ കണ്ടു...

1962 ലോ 63 ലോ; കോട്ടയം മാമ്മൻമാപ്പിള ഹാളിൽ സാഹിത്യ പ്രവർത്തക സഹകരണ സംഘം സംഘടിപ്പിച്ച സമ്മേളനം. യുദ്ധ ഫണ്ടിലേക്ക് സംഘം വക സംഭാവന സർക്കാരിനെ ഏല്പിക്കുന്നു. അയ്യായിരം രൂപയുടേയോ മറ്റോ കിഴി വൈക്കം മുഹമ്മദ് ബഷീർ ആഭ്യന്തര മന്ത്രി പി.റ്റി. ചാക്കോയെ ഏല്പിക്കും.ഇ.എം. കോവൂർ അദ്ധ്യക്ഷ്യം. കാരൂർ സ്വാഗതം, ഡീസി കൃതജ്ഞത.

മാമ്മൻ മാപ്പിളഹാളും അങ്കണോദ്യാനവും ആകെ പോലീസ് മയം. സദസ്സിൽ പാതിയിലധികവും മഫ്ത്തിയിൽ പോലീസുകാർ.

മന്ത്രി കൃത്യസമയത്ത് തന്നെ എത്തി.

മീറ്റിംഗും കൃത്യസമയത്തു തന്നെ തുടങ്ങി.

വെള്ള ജുബ്ബയിട്ട്, കൈയിലൊരു കാലൻ കുടയുമായി, ബഷീർ വരാന്തയിലൂടെ പമ്മി നടന്നു. സ്റ്റേജിൽ കേറിയില്ല. കിഴി മന്ത്രിക്ക് നൽകിയത് സംഘം പ്രസിഡന്റ് സി.കെ മാണി.

യുദ്ധഫണ്ട് ഏറ്റുവാങ്ങി പ്രസംഗിക്കാൻ എണീറ്റ മന്ത്രിയെ അദ്ധ്യ ക്ഷൻ ഇ.എം. കോവൂർ തടഞ്ഞു. ആറടി പൊക്കവും, കടഞ്ഞെടുത്ത ദേഹവും, തിളങ്ങുന്ന നിറവും, പൗരുഷ സൗന്ദര്യങ്ങൾ ചേർന്ന മുഖവും —എവിടെയും കോവൂരിനെ ആരും ശ്രദ്ധിക്കും.

കോവൂർ പറഞ്ഞു: ആഭ്യന്ത്രമന്ത്രി അല്ല. യോഗാദ്ധ്യക്ഷനായ ഞാനാണ് ഇവിടെ കാര്യങ്ങൾ നിയന്ത്രിക്കുന്നത്. മന്ത്രി ആദ്യം പ്രസംഗിച്ചിട്ട് അങ്ങിറങ്ങിപ്പോയാൽ പുറകേ കാക്കിയിലും മഫ്ത്തി യിലും ഉള്ള പോലീസുകാരും അങ്ങു പോകും. ഹാൾ ശൂന്യമാകും. മാത്രമല്ല, മന്ത്രി പറയുന്നത് ഞങ്ങൾ കേൾക്കണമെങ്കിൽ ആദ്യം ഞങ്ങൾ പറയുന്നത് മന്ത്രി കേൾക്കണം.

ചാക്കോച്ചൻ അവിടിരി! ഞാൻ പറയട്ടെ! കോവൂർ പറഞ്ഞു. പി.റ്റി. ചാക്കോ ആഹ്ലാദം പൂണ്ടു കേട്ടിരുന്നു.

പിന്നീട് സംസാരിച്ചപ്പോൾ ചാക്കോ പറഞ്ഞു: സാഹിത്യ കാരൻ രാഷ്ട്രീയക്കാരനേക്കാൾ മിടുക്കനാണെന്നറിഞ്ഞല്ലോ? കോവൂരുംഞാനും ഒന്നിച്ചാണ് ബി.എൽ. ജയിച്ച് വക്കീലന്മാരായത്. കോടതിയിൽ പോയതും ഒന്നിച്ച്. കോവൂർ മിടുക്കനായതുകൊണ്ട് ജഡ്ജിയായി. ഞാൻ മിടുക്കനല്ലാത്തതുകൊണ്ട് രാഷ്ട്രീയത്തിൽ പോയി. മന്ത്രിയായി—

മീറ്റിംഗ് കഴിഞ്ഞ് മന്ത്രി യാത്രയാകുമ്പോൾ വരാന്തയിൽ വൈക്കം ബഷീറും പൊൻകുന്നം വർക്കിയും നിൽക്കുന്നു. ചാക്കോ രണ്ടിനേയും കെട്ടിപ്പുണർന്നു.

ബഷീർ കുതറി: വേണ്ട വേണ്ട, തന്റെ സ്നേഹോന്നും വേണ്ട. എന്റെ പുസ്തകം പഠിപ്പിക്കാൻ കൊള്ളുകേലെന്ന് പറഞ്ഞവനല്ലേ!

ചാക്കോ ചിരിച്ചു.

ബഷീർ പറഞ്ഞു: ഇവനും എനിക്കും ഒന്നും ഈ പോലീസിനെ പേടിയില്ല. പറഞ്ഞേക്കാം.

വർക്കിസാറും പറഞ്ഞു: പോലീസുമന്ത്രിയേം പേടിയില്ല!!

ചാക്കോ പോയി. കോവൂർ പറഞ്ഞതുപോലെ പുറകേ പോലീസും പോയി. മാമ്മൻമാപ്പിളഹാൾ ശൂന്യം.

●

വെള്ളപ്പും ചുവപ്പും (ശാന്തിയും ക്രാന്തിയും)

അലഹാബാദിലെ 'ആനന്ദഭവനം' ഇന്ത്യൻ നാഷനൽ കോൺഗ്രസ്സിനു ഭിക്ഷയായി കൊടുത്തു മോത്തിലാൽ വക്കീൽ. സ്വന്തം തലമുറകൾക്കായി ഇന്ത്യാമഹാരാജ്യം തീറെഴുതുകയായിരുന്ന മോത്തി ആ ധർമ്മം കൊണ്ട് സാധിച്ചെടുത്തത്.

പഴയ മദിരാശിയിലെ സത്യമൂർത്തി വക്കീലും തന്റെ ഭവനം ഇ.നാ. കോൺഗ്രസ്സിനു ദാനം നൽകി. സത്യമൂർത്തി നല്ല പ്രായത്തിൽ കാലം ചെയ്തു. മറ്റു പട്ടന്മാർ രാജഗോപാലാചാരിയും ഭക്തവത്സലവും സുബ്രഹ്മണ്യവുമൊക്കെ അതോടെ ആളായി. 'പാപ്പാനൊഴിക!'എന്ന് തന്തൈ പെരിയാറും അറിഞ്ജറണ്ണാവും മറ്റും കൂവിവിളിച്ചു. 'സത്യമൂർത്തിയിൻ കുതിരൈ'എന്ന നാടാർ പയൽ, കാമരാജൻ, സത്യമൂർത്തി ഭവന്റെയുംമദിരാശി സംസ്ഥാനത്തിന്റെയും നേതാവായി അങ്ങിനെ നാടാർ'ഏഴൈ തോഴ'നും 'തലൈവറു'മായി.

കാമരാജിനെയും അതുല്യഘോഷ്, മൊറാർജി ദേശായി, നിജലിംഗപ്പ, എസ്.കെ.പാട്ടീൽ എന്നിവർക്കൊപ്പം കോൺഗ്രസ്സിൽ നിന്നും ചവുട്ടി പുറത്താക്കി ജവഹർ പുത്രി. കാമരാജും കൂട്ടരും സംഘടനാ കോൺഗ്രസ്സായി നിലനിന്നപ്പോൾ സത്യമൂർത്തി ഭവൻ ആയി അതിന്റെ ഹെഡ്ഡാപ്പീസ്. നാടാർ നാടുനീങ്ങിയതോടെ ഭവന്റെ താക്കോൽ പ. രാമചന്ദ്രന്റെ കൈവശമെത്തി. ആ താക്കോൽ ഇന്ദിരയ്ക്ക് അടിയറ വച്ച് കേരള ഗവർണ്ണർ പദവി നേടിയെടുത്തു. (അന്ന്. ചോ രാമസ്വാമി വക്കീൽ തന്റെ 'തുഗ്ലക്ക്'' മാസികയിൽ ഒരു കുറിപ്പെഴുതി. കേരളീയർ ജാഗ്രതൈ! സത്യമൂർത്തീഭവൻ ഇന്ദിരയ്ക്ക് വിറ്റ് പാര കേരളാവിലേക്ക്. തിരുവനന്തപുരത്തെ രാജഭവൻ വിറ്റ് അയാൾ ലാഭമുണ്ടാക്കും. എച്ചരിക്കൈ!)

സത്യമൂർത്തിയിൻ മകൾ ലക്ഷ്മി ഓക്സ്ഫഡിൽ പോയി എം എ എടുത്തു വന്നു. ലക്ഷ്മിയെ തിരുമണം കഴിച്ചുകൊണ്ടുവന്നത് കോട്ടയത്തെ ഹരിപ്പാട്ടുമഠം കൃഷ്ണമൂർത്തി.

വയസ്കരക്കുന്നിലായിരുന്ന തിരുവിതാംകൂർ രാജാവിന്റെ കോട്ടയം പാലസ്. വടക്കുഭാഗത്ത് പാലസ് പോലെ ഹരിപ്പാട്ടുമഠം. സുന്ദരമായ ഇരുനിലമാളിക. (പാലസിൽ ഇന്ന് ആയുർവേദാശുപത്രി, മൃഗാശുപത്രി, സർക്കാർ സ്കൂൾ. രാജാവിന്റെ കുളം ഇന്ന് മുനിസിപ്പൽ റെസ്റ്റ്ഹൗസ്. സത്രം ഇപ്പോൾ ഫയർ സ്റ്റേഷൻ. ഹരിപ്പാട്ടുമഠം മാളികയിൽ പാലാ മാണി വക്കീലിന്റെ വക കേരളാ കോൺഗ്രസ്സിന്റെ ഹെഡ്ഡാപ്പീസ്!)

ഹരിപ്പാട്ടുമഠത്തിനെതിരെ റോഡരികിൽ അഞ്ചുമുറിക്കെട്ടിടമുണ്ട്, ഇപ്പോഴും. ഓട്ടുമേഞ്ഞ പഴയ നീളൻ നിര. അതിലൊരു മുറിയിലായിരുന്നു പുള്ളോലിയ്ക്കൽ ചാക്കോ വക്കീലിന്റെ ആപ്പീസ്. കോത്താഴം എന്ന ചാമംപതാലിൽ നിന്നും പി.റ്റി ചാക്കോ എന്ന പുള്ളോലിക്കൽ തോമാചാക്കോ വക്കീൽപ്പണിക്ക് കോട്ടയത്ത് വന്നു. മിടുക്കൻ ആയിരുന്ന ചാക്കോച്ചൻ. സുന്ദരനും, കലാകാരനും സാഹിത്യകുതുകിയും. എം. പി. പോൾ, പൊൻകുന്നം വർക്കി, കാരൂർ നിലകണ്ഠപ്പിള്ള, ഡീ സി, കിഴക്കേമുറി, കോട്ടയം ഭാസി, സി.ജെ തോമസ് എന്നിവരൊക്കെ സുഹൃത്തുക്കൾ. വർക്കിയും ഡീസിയും മറ്റുമായി കൂട്ടുകൂടി ദേശീയ പുസ്തകശാല –നാഷണൽ ബുക്ക് സ്റ്റാൾ തുടങ്ങി. പു.സ സമ്മേളനത്തിന് കേശവദേവിന്റെ 'നാടകകൃത്ത്' നാടകത്തിൽ ദേവ്, ഗോമതി ദേവ്, അഭയദേവ്, റോസി പോൾ എന്നിവരോടൊപ്പം വില്ലനായഭിനയിച്ച ചാക്കോച്ചൻ. കരുത്തനായ കോൺഗ്രസ് നേതാവായി മാറി ആ കാത്തോലിക്കൻ.

ചാക്കോയെ 'കേത്താഴം യാജ്ഞവല്ക്യൻ' എന്ന് വിളിച്ച ശൈലീവല്ലഭവൻ ജോസഫ് മുണ്ടശ്ശേരി. പ്രണയപൂർവ്വം ഒരു സംബോധന. അശ്ലീലമാസികകൾ പിടിച്ചെടുത്തതിന്റെ പേരിൽ 'അശ്ലീലമന്ത്രി'യെന്നും വിശേഷിപ്പിക്കപ്പെട്ടു. കേരളം കണ്ട ഏറ്റവും ശക്തനായ ആഭ്യന്തരമന്ത്രി തന്നെയായിരുന്നു പി.റ്റി.ചാക്കോ.

പക്ഷേ, ഒരു ദുരന്തനായകന്റെ അന്ത്യമാണ് അദ്ദേഹത്തിന് കിട്ടിയത്. അഴിമതിക്കാരനോ ആഭാസനോ മാഫിയാത്തലവനോ ഒന്നുമായിരുന്നില്ല. ദുരനുഭവങ്ങളിൽ ഹൃദയം പൊട്ടി മരിച്ചു. ചാക്കോയുടെ മരണത്തിൽ കെ.പി.സി.സി പ്രസിഡന്റ് സി.കെ ഗോവിന്ദൻനായരുടെയും ഗോവിന്ദന്റെ കുതിര പ്രഹ്ലാദൻ ഗോപാലന്റെയും മുഖ്യമന്ത്രി ആർ ശങ്കറിന്റെയും പങ്ക് എന്തായിരുന്നെന്ന് കൃത്യമായി

അറിവില്ല. സ്വന്തം പാർട്ടിയിലെ ഗ്രൂപ്പിസംനല്ല കളി കളിച്ചെന്ന് തീർച്ച. തിരുവിതാംകൂറിൽ ക്രിസ്ത്യൻ വികാരം വല്ലാണ്ട് വ്രണപ്പെട്ടു എന്നത് നേര്.

ചാക്കോ മരിക്കുമ്പോൾ സമ്പാദ്യം വട്ടപ്പൂജ്യം. കുടുംബം അനാഥമാകുകയായിരുന്നു. പറക്കമുറ്റാത്ത കുഞ്ഞുങ്ങൾ. മോൻ തോമസുകുട്ടിക്ക് പത്തുവയസ്സോ മറ്റോ പ്രായം. (ഇന്നത്തെ എം.പി. ശ്രീ. പി.സി. തോമസ്) കോട്ടയത്തെ പി.സി. ചെറിയാനും ഒക്കെക്കൂടി നിധി ശേഖരിച്ച് ചാക്കോ കുടുംബത്തെ സഹായിച്ചു. ഒരു അംബാസഡർ കാറും വാങ്ങി നൽകി. കെ.എൽ.കെ 4444 നമ്പർ കാർ. 10,000 രൂപയേ അന്ന് അംബാസ ഡറിന് വിലയുള്ളൂ.

പട്ടണനടുവിൽ പി.റ്റി. ചാക്കോയുടെ പൂർണ്ണകായ പ്രതി മയും സ്ഥാപിച്ചു. എളിക്ക് കൈകുത്തി ശാസ്ത്രീറോഡിന്റെ തുടക്കത്തിൽ കിഴക്കുനോക്കി ചാക്കോച്ചൻ നിൽക്കുന്നു!

യഥാർത്ഥ ദുരന്തനാടകം ആരംഭിച്ചത് പി.റ്റി. ചാക്കോയുടെ മരണത്തെ തുടർന്ന്. അരങ്ങേറ്റം തിരുനക്കര മൈതാനത്തായിരുന്നു. കാമരാജനാടാരും അബ്രഹാം മാസ്റ്ററുംപങ്കുകൊണ്ടകോൺഗ്രസ്സ് യോഗം. പാലാ, പൂഞ്ഞാർ, പിറവം, തൊടുപുഴ, കോതമംഗലം, ചങ്ങനാശ്ശേരി, ചെങ്ങന്നൂർ, കൊട്ടാരക്കര ദേശങ്ങളിലെ കോൺഗ്രസ്സുകാർ – ഖദർ ജൂബ്ബയും സ്വർണ്ണക്കുരിശു മാലയുമണിഞ്ഞ് – ആവേശലഹരി മൂത്ത് എത്തി. 'പാണ്ടിപ്പറയാ അണ്ണാച്ചീ....' എന്നലറിക്കൊണ്ട് കാമരാജന്റെ മുതുകത്തടിച്ചു. കാലിനു താങ്ങി. പിന്നെ ചുമ്മാ പാവം ചാക്കോയുടെ പേരുചൊല്ലി 'കോങ്ക്രസ് കീജേ' എന്ന് അട്ടഹസിച്ചു. എന്നിട്ട്, ഇതിനെല്ലാം ചരടു വലിച്ച നാലച്ചായന്മാരും ഒരു പിള്ളേച്ചനും ലക്ഷ്മീനിവാസ് ബ്രാഹ്മണഹോട്ടലിൽ രഹസ്യയോഗം ചേർന്നു. കേരളാ കോൺഗ്രസ് എന്ന ഭൂതം പിറന്നത് ആ മുറിയിലെന്ന് ചരിത്രമെഴുതിയ ജോസഫ് പുലിക്കുന്നൻ...

കേ.കോയുടെ വെള്ളയും ചുവപ്പുമായ പുതിയ കൊടി പാറിപ്പറന്നതും ഇരുനിറത്തിൽ പേർപ്പലക വെട്ടിത്തിളങ്ങിയതും മങ്കൊമ്പിൽ സ്വാമിയുടെ പീടികമാളികയിൽ. എം.സി.റോഡ് തെക്കുനിന്നും വന്ന് കെ.കെ റോഡിനെ തൊട്ടുതൊടുന്നതിനു മുമ്പ്, തിരുനക്കര മൈതാനത്തിനു തെക്ക് മങ്കൊമ്പിൽ എൻ. കൃഷ്ണയ്യരുടെ മനോഹരബംഗ്ലാവ്. അതിന്റെ മതിലായിത്തന്നെ ഇരുനില മാളിക. മുകളിൽ. കേ കോ ആപ്പീസ് തുടങ്ങി. ഫോണും ഫാനും മറ്റാഡംബരങ്ങളുമായി.

കുളത്തുങ്കൽപോത്തന്റെ മൂത്തമകൻ മോഹൻ ആയിരുന്നു കേ കോയുടെ ആദ്യ ഖജാൻജി. മോഹൻ തന്റെ ഗേൾഫ്രണ്ടായ

റാണിചന്ദ്ര എന്ന നടിയെ പാർട്ടിഫോണിൽ വിളിയോടു വിളിയായി. ബില്ല് വന്നപ്പോൾ പതിനായിരങ്ങൾ. ആര് കൊടുക്കും? ആരും കൊടുത്തില്ല. വാടകയും കറന്റ്കൂലിയും ആരും കൊടുത്തില്ല. സ്വാമി വേറെ താഴിട്ട് ആപ്പീസ് പൂട്ടി.

പാർട്ടി വഴിയാധാരം. പാലാ മാണി വക്കീലിന് കൊട്ടാരക്കരയ്ക്കോ, കോതമംഗലത്തിനോ തൊടുപുഴയ്ക്കോ ഫോൺ ചെയ്യണമെങ്കിൽ വഴി യരികിലെ പെട്രോൾ ബങ്ക് മാത്രം ആശ്രയം. (പമ്പുടമയുടെ മകൻ കറിയായെ എം.പിയാക്കി മാണി സാറ്. എം. പി. മുണ്ടുടുക്കാനായി പാർലമെന്റിൽ ഒരു തവണ എണീറ്റു നിന്നു— എന്നതൊരു കോട്ടയം ഫലിതം)

അച്ചായന്മാരും പിള്ളേച്ചന്മാരും ഒന്നും പി.റ്റി. ചാക്കോയുടെ വക്കീലാപ്പീസ് കണ്ടിട്ടില്ല. പിന്നെങ്ങനെ നേരെതിർവശത്തെ ഹരിപ്പാട്ടുമഠം കണ്ടെത്തിയോ? ഏതായാലും രാജ്യരാമാനം മൂന്ന് അബ്കാരി രാജാക്കളുടെ സഹായത്തോടെ ഹരിപ്പാട്ടുമഠം ലക്ഷ്മീകൃഷ്ണ മൂർത്തിയിൽ നിന്ന് മാണിസാർ വാങ്ങി. കരിങ്ങോട്ടയ്ക്കൽ മാണി മാണി എന്നു തന്നെ തീറാധാരം.

ആളോഹരി വീതം പറഞ്ഞോ എന്തോ കേ. കോ പിളരാൻ തുടങ്ങി. പുറപ്പുഴ ജോസഫ് ജോസഫ് പിണങ്ങിപ്പിരിഞ്ഞ് പുത്തൻ പൊറുതി തുടങ്ങിയത് വെള്ളിയോട്ടില്ലപ്പറമ്പിൽ. വയസ്കര ഇല്ലത്തിനു തെക്കും മള്ളൂർ തറവാട്ടിനു കിഴക്കുമാണ് വെള്ളിയോട്ടില്ലം. പഴയ സ്റ്റാർ തിയറ്ററിനെതിരെ. പ്രൊഫ. വി.ജി. ശങ്കരൻ നമ്പൂതിരിയുടെ ഇല്ലം.

ഇല്ലം വക സ്ഥലം വാങ്ങി കേ.കോ (ജോ) രണ്ടു നില ആപ്പീസ് പണിതു. വെളുപ്പും ചുവപ്പും നിറങ്ങൾ അവിടെയും വിരിഞ്ഞു.

ഏറെ വൈകിയില്ല, പിള്ളേച്ചനും വീതം വാങ്ങിപ്പിരിഞ്ഞു. മഠവും ഇല്ലവും തപ്പി നടന്നില്ല. മൂപ്പിലെ നേരെ തിരുവനന്തപുരം പിടിച്ചു. പേട്ടയിലല്ല, വഴുതക്കാട്ട് സ്വന്തം കൊമേഴ്സ്യൽ കോംപ്ലക്സിൽ ആപ്പീസ് തുറന്നു. കീഴൂട്ട് കേ.കോ. (ഫാദർ ആന്റ് സൺ)

പിറവം ജേക്കബ്ബും പിളർന്നു കീറി. കോട്ടയം ടി.ബി.ക്കു സമീപം വാഴേപ്പറമ്പിൽ ഈഴവരുടെ സ്ഥലമാണെന്നു തോന്നുന്നു. കേ.കോ (ജേ) വാങ്ങി. കൊടിയും പലകയും പൊങ്ങി. ഒരു രാത്രിയിൽ വെളുപ്പു ചുവപ്പുനിറങ്ങൾ ചുവപ്പ് വെള്ള പച്ച നിറങ്ങളായെങ്കിലും ഒട്ടും നേരം കളയാതെ പഴയ പലകയും കൊടിയും തിരിച്ചെത്തി. ഭിത്തിയിൽ പുതുതായി തൂക്കിയ കരുണാകര ഫോട്ടം മാറ്റി ചാക്കോച്ചന്റെ ചിത്രം

തന്നെ തൂക്കി, മെഴുകുതിരി കത്തിച്ചു. *പാവനനാം ആട്ടിടയാ പാത കാട്ടുക നീ...* എന്ന് ഗ്യാനം!

വെള്ളിച്ചിലങ്കയണിഞ്ഞൊരു പെണ്ണ് വള്ളുവനാടൻ നാടൻ പെണ്ണ്... എന്ന ഗ്യാനമാണല്ലോ വെള്ളിയോട്ടില്ലത്തു നിന്നും പരന്നൊഴുകുന്നത്!

പാവം, പൂഞ്ഞാർ ഗീവർഗ്ഗീസിനാണ് സ്വന്തമായൊരു കിടപ്പാടമില്ലാത്തത്. മഠവും ഇല്ല, ഇല്ലവും ഇല്ല. വലതുമില്ല, ഇടതുമില്ല,സെക്കുലറല്ലേ കേ കോ. എം.സി. റോഡിൽ താമരപ്പള്ളി കണ്ണാശുപത്രിക്കു ചാരെ, വെട്ടുകുഴി ഈഴവാസിന്റെ പിന്നാമ്പുറത്ത്, ചന്തപ്പള്ളിക്ക് കീഴെ.... വാടക മുറിയിലാണ് ജോർ.

ഹരിപ്പാട്ടുമഠം

വെള്ളിയോട്ടില്ലം

വാഴേപ്പറമ്പിൽ

വെട്ടുകുഴിയിൽ. എന്ന് നാല് കോളറ.

കീഴ്ക്കൂട്ട് അങ്ങ് തെക്കോട്ടുപോയി.

പണ്ട്, ഒരു സ്വയമ്പൻ (ഒറിജിനൽ) കോളറ ഉണ്ടായിരുന്നു. അതാണോ പോയി ജനതയിൽ ലയിച്ചത്? എന്റെ പ്രൊഫസർ, മുൻ. എം.പി. എം.എം. ജോസഫ് സാർ മരിക്കുംമുമ്പെ എന്നോടു പറഞ്ഞു. ആ വർക്കി ജോർജ്ജും ജെ.എ ചാക്കോയും ഒക്കെ പോയി ലയിച്ചു. ഞാനറിഞ്ഞില്ല. ഞാൻ രണ്ടു ലാർജ്ജും വിഴുങ്ങിറൊസാരിയോസിൽ ഇരുന്നുപോയി!

ഗുരുശിഷ്യന്മാർ നാലുംകൂട്ടി മുറുക്കിത്തുപ്പി താർ നിരത്തിലേക്ക്. കറുപ്പും ചുവപ്പും! (വെളുപ്പും ചുവപ്പും: സമാധാനവും വിപ്ലവവും.)

●

സംഗീത സന്ധ്യകൾ ചരിത്രസത്യവും

ദേശാഭിമാനിയുടെ ഇലക്ഷൻ ഡസ്കിൽ അത് മൂന്നാം വട്ടമായിരുന്നു ഞാൻ. ആദ്യ രണ്ടു തവണയും കൊച്ചിയിലായിരുന്നു ഡസ്ക്. ഇപ്രാവശ്യം തിരുവനന്തപുരത്താക്കി.

കോഴിക്കോട് നിന്നും സി.എം. അബ്ദുറഹിമാൻ, കൊച്ചിയിൽനിന്നും രവിവർമ്മ, തിരുവനന്തപുരത്തുനിന്നും ജയിൻ, മധു ആർ ശേഖർ തുടങ്ങിയവരുണ്ട് പ്രത്യേക ഡസ്കിൽ. കെ. മോഹനനും അപ്പുക്കുട്ടൻ വള്ളിക്കുന്നുമായിരുന്ന ഇഞ്ചാർജ്ജുകൾ. കൊച്ചിയിൽ നിന്നും ഒ.വി. മോഹനനും ഉണ്ട്. സർവാധികാരിയായിട്ട്. അക്കൂട്ടത്തിൽ പ്രത്യേകം വിളിച്ചു വരുത്തിയ വരത്തന്മാരായി എൻ. സുഗതനും ഞാനും.

സദസ്യ തിലകൻ ടി.കെ. വേലുപ്പിള്ള റോഡ് എന്ന മഞ്ഞാലിക്കുളം റോഡിലെ 'കൈവല്യ' ലോഡ്ജിലായിരുന്നു ഞങ്ങൾ തമ്പടിച്ചത്. സന്ധ്യകൾ സംഗീതമധുരം. പാതിരാ കഴിഞ്ഞ് പുലർച്ചവരെ ജയിന്റെ പാട്ട് തുടരും.

മ്യൂസിക് എം.എക്കാരനായ ജയിന്റെ പാട്ട് കാതിലും കരളിലും തേൻമഴ പെയ്യുന്നതാണ്. രവിവർമ്മ താളംപിടിക്കും. പാട്ടിൽഹരം കൊണ്ട് ഒപ്പം പാടാൻ തുടങ്ങുന്ന മധുവിനെ ഞങ്ങൾഅടിച്ചിരുത്തും. (മധു ആർ ശേഖർ, കൊല്ലം, ശ്രീനാരായണാകോളജിൽ എന്റെ അദ്ധ്യാപകനായിരുന്ന രാജശേഖരൻസാറിന്റെ മകൻ. ഞങ്ങൾ മധുരശേഖരൻ എന്നു വിളിച്ചു. കേന്ദ്ര സർക്കാർ ഉദ്യോഗസ്ഥനായി മധു ദില്ലിക്കു പോയി. പിന്നെ കണ്ടിട്ടുമില്ല. കേട്ടിട്ടുമില്ല.)

ഇലക്ഷൻ ഡസ്കിലും സംഗീത സഭയിലും നിറ സാന്നിദ്ധ്യമായിരുന്നു അനിയൻ, ഇ.എം. ശ്രീധരൻ. പത്രപ്പണി തീരുന്നതനുസരിച്ച് എ.കെ ഗോപാലകൃഷ്ണൻ, ജി ശക്തിധരൻ എന്നിവരും ഞങ്ങളുടെ

ക്കുടെ ക്കുടും. സി.കെ ഗുപ്തൻ, സി. ഭാസ്കരൻ, കെ.എൻ ഗണേശ് തുടങ്ങിയവർ ഇടയ്ക്ക് കൈവല്യയിൽ വരും. ഏഴാച്ചേരി, പ്രഭാവർമ്മ ആദിയായ വിപ്ലവകാരികളെ മുറിയിലേക്ക് ഞങ്ങൾ കേറ്റില്ല. അവർ വിപ്ലവപ്പാട്ട് തുടങ്ങിയാൽ ജയിന്റെ സുന്ദരഗാനങ്ങളുടെ സുഖം ഒരു പ്പോക്കാകില്ലേ?

ഓരോ പാട്ടും കേൾവിക്കാരിൽ നൂറുനൂറോർമ്മകാളാണുണർത്തു ന്നത്! പ്രണയസമൃതികളിൽ കണ്ണുനീരണിയുകയായി സകലരും. എന്തെന്ത് ഓർമ്മകൾ –

ജയിൻ മനസ്സിൽ രോമാഞ്ചം തന്ന് പാടുന്നു.

'പകൽക്കിനാവിൻ സുന്ദരമാകും
പാലാഴിക്കരയിൽ
പണ്ടേ നിന്നെ കണ്ടിട്ടുണ്ടൊരു
പവിഴക്കൽപ്പടവിൽ
എപ്പോഴെന്നറിയില്ലാ.
എന്നാണെന്നറിയില്ലാ.'

പെട്ടെന്ന്, സുഗതൻ ചാടിയെണീറ്റ് ഒച്ചയിട്ടു: നിറുത്ത്! ജീവിതം കോഞ്ഞാട്ടയാക്കിയ പാട്ടേയുള്ളൂ പാടാൻ!!

പാട്ട് നിന്നു. ആകെ നിശ്ശബ്ദം. ആർക്കും ഒന്നും മനസ്സിലായില്ല. അല്പം കഴിഞ്ഞ് രവിവർമ്മ പറഞ്ഞു: പകൽക്കിനാവ് വേണ്ട, കോഞ്ഞാട്ടയല്ലാത്ത വേറൊന്ന് പാട്–

ജയിൻ പാടി:

കണ്ണു തുറക്കാത്ത ദൈവങ്ങളെ
കരയാനറിയാത്ത ചിരിക്കാനറിയാത്ത
കളിമൺ പ്രതിമകളേ
മറക്കൂ നിങ്ങളീ ദേവദാസിയെ
മറക്കൂ! മറക്കൂ!

ഞാൻ ചങ്കത്തറഞ്ഞ് പൊട്ടിത്തെറിച്ചു. ബാക്കിയുള്ളോന്റെ ജീവിതം നായ നക്കിയ പാട്ടാ ഇത്. നിറുത്ത്, നിറുത്ത്.

അബ്ദുക്ക പറഞ്ഞു: ഓനെ ഒരു പാട്ടും പാടാൻ വിടുകേലേലെ ങ്ങനാ? ബാബുക്കേടെ വേറൊന്ന് പാടടാ മോനേ–

ഇനി കിടക്കാം, മണി രണ്ടായി എന്നറിയിച്ച് അപ്പുക്കുട്ടൻ എണീറ്റു. രവി വർമ്മയും മധുശേഖരനും ഒപ്പം മോഹനനുംപുറത്തേ ക്കിറങ്ങി. പാതിരാ കഴിയുമ്പോൾ എട്ടു ദോശേം എട്ടുരസവടേം

ചെന്നാലേ രവിക്കും മധുവിനും ഉറക്കം വരൂ. കടുപ്പത്തിൽ രണ്ടു കട്ടൻചായ മോഹനനും വേണം.

കട്ടൻ ചായ കുടിക്കാൻ ഞങ്ങളും പോയി. ആയുർവേദ കോളജി നരികിലെ തട്ടുകടയിലേക്ക്...

പക്ഷേ, വെളുപ്പിന് അഞ്ചരയ്ക്കു തന്നെ ഞാൻ ഉണരും. തമ്പാനൂർ ചെന്ന് ബെഡ്കോഫി കഴിച്ച് തിരിച്ചുവരും. അന്നേരം നാലുവശത്തു നിന്നു മാഞ്ഞാലിക്കുളം റോഡിലേക്ക് മധുരപ്പതിനഞ്ചുകളുടെ കുത്തൊഴുക്കാണ്. നഗ്നപാദകൗമാരങ്ങളുടെ കൂട്ടയോട്ടം. ആദ്യ നാളിൽ സംഭവം എനിക്ക് മനസ്സിലായില്ല. അന്വേഷിച്ചപ്പോൾ അറിഞ്ഞു. പത്തിലും പന്ത്രണ്ടിലും പഠിക്കുന്ന പൈതങ്ങൾ 'ട്യൂഷ്യം' പഠിക്കാൻ പോകുകയാണ്!

മുഴുവൻ കുഞ്ഞുങ്ങളേയും അപ്പോത്തിക്കരിയും ഇഞ്ചിനീരും കളക്ടറേമാനും ആക്കാമെന്ന് നേർച്ച നേർന്നിരിക്കുകയാണ് തലസ്ഥാനത്തെ തന്തതള്ളമാർ.

അതിന് പിള്ളേർക്ക് ചെരിപ്പിട്ടുകൂടെ? പാടില്ല. നൂറുകണക്കിന് പാദുകങ്ങൾ വാതിൽ പടിയിലും അത്രയും സൈക്കിളുകൾ ഗേറ്റിനു മുന്നിലും നിരത്താൻ പാടില്ല. അത് കണക്കാക്കി ആദായ നികുതിക്കാർ ട്യൂഷൻ മാഷന്മാരെ പിടികൂടിയാലോ?

ബൈക്കിലും കാറിലുമൊന്നും മക്കളെ വീട്ടുവാതിൽക്കൽ കൊണ്ടിറക്കരുതെന്നും മാസ്റ്റർമാരുടെ നിർദ്ദേശമുണ്ട്. ഒരു മാസത്തിലേറെ പ്രഭാത ദൃശ്യം എനിക്ക് ആഹ്ലാദം പകർന്നു.

പത്തുമണിക്കേ ഇലക്ഷൻ ഡസ്ക് സജീവമാകും. അന്നത്തെ മറ്റു പത്രങ്ങൾ എല്ലാം വിലയിരുത്തും. 'ദേശാഭിമാനി'യുടെ കുറവും കുറ്റവും കൂലങ്കഷമായി ചർച്ച ചെയ്യും. നാളെ, ഇലക്ഷൻ പേജും എഡിറ്റ് പേജും എങ്ങനെ വേണം? എന്തൊക്കെ വേണം? മധു ഓമല്ലൂരിന്റെ എത്ര കാർട്ടൂൺ മൂർച്ചപ്പെടുത്തണം?

കെ. മോഹനൻ തറവാടിയാണല്ലോ? മുറുക്കാൻ ചെല്ലവുമായാണ് വരവ്. ഉദാരശിരോമണി; മുടി നീട്ടി പിൻകുടുമ കെട്ടാവുന്ന പരുവത്തിൽ, മുറുക്കാൻ എനിക്ക് ഫ്രീയായി തരും.

ഇലക്ഷൻ ഡസ്ക് സന്ദർശിക്കാൻ വരുന്ന മുഴുത്ത നേതാക്കളോടും മാർക്സിസ്റ്റാചാര്യൻമാരോടും കുട്ടിസഖാക്കളോടുംചുമ്മാ ചിരിച്ചു കാണിച്ചാൽ മതി, മുണ്ട, മുറുക്കാൻ വാ നിറയെ ഉണ്ടെങ്കിൽ!

അപ്പുക്കുട്ടനും അബ്ദുറഹിമാനും രവിവർമ്മയും ജോലി തുടങ്ങിയാൽ

വലിയ ഗൗരവക്കാരാണ്, കർമ്മയോഗികൾ. അവരുടെ മുറുക്കത്തിന് ഒരയവു വരുത്താൻ തമിഴ്പത്രം 'തീക്കതിർ' ഞാൻ വായിച്ചുകേൾപ്പിക്കും. 'ദിനതന്തി'യിൽനിന്നും മു. കരുണാനിധി, നെടുഞ്ചേഴിയൻ, നാഞ്ചിൽ മനോഹരൻ തുടങ്ങിയവരുടെ അടുക്കുമൊഴിപ്പേച്ചുകൾ ഇശൈയിനിമയോടെ വാശിച്ചു കൊടുക്കും. അതോടെ വിശപ്പാകും.

'കൈവല്യ'യിൽ ശാപ്പാട് എത്തും. എട്ട് ഊണ്. അപ്പുക്കുട്ടൻ, അബ്ദുറഹ്മാൻ, ജയിൻ, ഒ.വി. മോഹനൻ, സുഗതൻ, ഞാൻ (ചിലപ്പോൾ അനിയനും) — ഞങ്ങൾക്ക് വിളമ്പിത്തരും രവിവർമ്മയും മധുരശേഖരനും കൂടി. രവി പപ്പടം തരില്ല. മധു പായസവും തരില്ല. നാല് ഊണുകൊണ്ട് ഞങ്ങൾക്കെല്ലാം വിളമ്പുകയും ചെയ്യും. ഒടുവിൽ നാല് ഊണ് രണ്ടും കൂടി ഇരുന്ന് ഒരു തീറ്റയുണ്ട്! തറയിൽ അമർന്നിരിക്കുന്നവരെ പിടിച്ചുപൊക്കാൻ ഞങ്ങൾ പെടുന്ന പാട്!

അതിനിടയിലേക്ക് പുനലൂർ രാജനും വന്നു. അബ്ദുക്കയുടെ പേരും പറഞ്ഞാണ് കേറി വന്നത്. തോളിൽ ക്യാമറയും ബാഗും. കൈയിൽ കൊച്ചുചെടിച്ചട്ടിയിൽ കുഞ്ഞുചെടി. അത് ജനാലയ്ക്കൽ വച്ച് വെള്ളമൊഴിച്ചു. ആരും ചോദിക്കാതെ പറഞ്ഞു: പി.കെ. വി റഷ്യേന്ന് കൊണ്ടുവന്നതാ. എം.എൻ. സ്മാരകത്തിൽ നട്ടു. ഒരു തൈ ഞാൻ പൊക്കി.

റഷ്യൻ മഹത്വം ഞങ്ങൾ ചെവിക്കൊണ്ടില്ല.

രാജൻ പറഞ്ഞു: എനിക്ക് എം.എൻ സ്മാരകത്തിൽ സ്ഥലമുണ്ട്. പക്ഷേ നിങ്ങൾ എല്ലാവരും ഇവിടുള്ളപ്പോൾ...

അബ്ദുറഹിമാന്റെ മുറിയിൽ പുനലൂർ രാജൻ പൊറുതിയായി. കൈവല്യയിലെ സംഗീതജീവിതം അതോടെ കോമ ഡിയും സ്റ്റണ്ടുമായി. അബ്ദുക്കയും രാജേട്ടനും മത്സരിച്ച് കഥപറച്ചിൽ. കോഴിക്കോടൻ ഫലിതകഥകൾ. കേശവമേനോൻ, ഉണ്ടക്കാക്ക, പി വി സാമി, സീതിഹാജി, രാമദാസൻ വൈദ്യർ എന്നിവർ കഥാനായകർ.

ഞാൻ അടിമുടി അവുട്ട്! ഒരു കൊച്ചു തമാശയ്ക്കുപോലും ചാൻസില്ല.

പുനലൂർ രാജനെ എം എനിലേക്കോ ടി വിയിലേക്കോ എങ്ങോട്ടെങ്കിലും ഓടിക്കണമെന്ന് ഞങ്ങൾ ഗൂഢാലോചന നടത്തി. ഫലിച്ചില്ല: ഞങ്ങളോരോരുത്തരുടേയും ഫോട്ടോ എടുത്ത് രാജൻ ഞങ്ങളെ സ്വന്തമാക്കി.

ഇലക്ഷൻ ചൂടു പിടിച്ചു കഴിഞ്ഞു.

ലോകസഭാ തെരഞ്ഞെടുപ്പ്. കേരളത്തിൽ ഒപ്പം നിയമ

സഭാതെരഞ്ഞെടുപ്പും. ഞങ്ങൾ നല്ല ഉഷാറിൽ.

ഇലക്ഷൻ ഡസ്കിൽ ഞാൻ പറഞ്ഞു: വി.പി. സിങ് വൈക്കത്ത് വരുന്നു. സ്വദേശാഭിമാനി ടി കെ മാധവന്റെ പ്രതിമ അനാച്ഛാദനം ചെയ്യാൻ. മൂന്നു ദിവസമേയുള്ളൂ. അന്ന് എഡിറ്റ് പേജിൽ രണ്ട് ലേഖനം വേണം. വൈക്കം സത്യാഗ്രഹത്തെപ്പറ്റി ഒന്ന്. ടി.കെ മാധവനെപ്പറ്റി വേറൊന്ന്.

അംഗീകരിക്കപ്പെട്ടു.

അപ്പുക്കുട്ടൻ വള്ളിക്കുന്ന് ചോദിച്ചു. ആരെഴുതണം?

ഞാൻ ചെറുചിരിയോടെ അല്പസ്വല്പം ജാതി പറഞ്ഞു. ടി.കെയെ പ്പറ്റി ഗൗരിയമ്മ എഴുതട്ടെ.

നടപ്പുള്ള കാര്യം പറ, കെ മോഹനൻ പറഞ്ഞു.

എങ്കിൽ വി എസ്. എഴുതണം.

സഖാവ് മലബാർ പര്യടനത്തിലാണ്. ഇലക്ഷൻ വർക്കിൽ. രണ്ടു ദിവസത്തിനുള്ളിൽ എഴുതിക്കിട്ടില്ല.

ഇ.എം-നോട് പറഞ്ഞാലേ സമയത്ത് സാധനം കിട്ടൂ, അപ്പുക്കുട്ടൻ പറഞ്ഞു.

ഉടൻ എ കെ ജി സെന്ററിൽ വിളിച്ച് ഇ എം എസുമായി ബന്ധപ്പെട്ടു. പിറ്റേന്ന് രാവിലെ പത്തുമണിക്ക് ലേഖനം തന്നോളാമെന്നേറ്റു.

വൈക്കം സത്യാഗ്രഹത്തെപ്പറ്റി...?

നമുക്കാർക്കുമെഴുതാം. പക്ഷേ, ഒരു ചരിത്രകാരൻ എഴുതുന്ന തല്ലേ നല്ലത്? കേരളത്തിലെ പ്രഥമ രാഷ്ട്രീയ സമരം. ഇന്ത്യൻ നാഷണൽ കോൺഗ്രസ്സ് നടത്തിയ സമരം. വഴി നടക്കാനുള്ള മനുഷ്യന്റെ അവകാശസമരം. ഹിന്ദുവും ക്രിസ്ത്യനും സിക്കും മുസൽമാനും നടത്തിയ സമരം.

കെ.എൻ. ഗണേശ് എഴുതാമെന്നേറ്റു.

രണ്ടു ലേഖനവും കൃത്യസമയത്തു കിട്ടി.

ടി.കെ. മാധവനെക്കുറിച്ചുള്ള ഇ.എം.എസ് ലേഖനം വായിച്ചതും സുഗതൻ ആശങ്കപ്പെട്ടു. രണ്ടു വാക്കുകൾ പിശകാണല്ലോ!

അപ്പുക്കുട്ടനും അബ്ദുറഹിമാനും വായിച്ചു.

ടി.കെ. മാധവന്റെ ചരിത്രപ്രാധാന്യം സൂക്ഷ്മ സത്യമായി

രേഖപ്പെടുത്തിയിരിക്കുന്നു. ഒരു വലിയ ജനസമൂഹത്തെ ദേശീയ രാഷ്ട്രീയത്തിന്റെ മുഖ്യധാരയിലേക്ക് കൊണ്ടുവന്നത് അദ്ദേഹ മാണ്. അതിനുമുമ്പുള്ള ശ്രീനാരായണധർമ്മ പരിപാലനയോഗം നേതാക്കൾ മലബാറിൽ ബ്രിട്ടീഷ് സർക്കാരിന്റെ പാദസേവകരും കൊച്ചി-തിരുവിതാംകൂർ രാജ്യങ്ങളിൽ രാജഭൃത്യന്മാരുമായിരുന്നു.

ചരിത്രത്തിൽ ടി.കെ. മാധവന്റെ ഇടം അടയാളപ്പെടുത്തുകയായി രുന്നു സഖാവ് ഇ.എം. ശങ്കരൻ നമ്പൂതിരിപ്പാട്.

ഇ.എം.എസിന്റെ അനുവാദത്തോടെ ആ വാക്കുകൾ മാറ്റണ മെന്ന് ഇലക്ഷൻ ഡസ്കിൽ ധാരണ ഉണ്ടായി. അത് ചെയ്യാമെന്ന് കെ. മോഹനൻ ഏറ്റു. അനിയനും അത് വിശ്വസിച്ചു. പക്ഷേ ഒന്നും സംഭവിച്ചില്ല. ആ ലേഖനം അങ്ങനെതന്നെ അച്ചടിച്ചുവന്നു.

മഴയും കാറ്റും മൂലം വി.പി. സിങിന് വിമാനമിറങ്ങാൻ പറ്റിയില്ല. പ്രതിമാനാച്ഛാദനം അന്ന് നടന്നില്ല.

പക്ഷേ, ഇ.എം.എസ് ലേഖനം മലയാള മനോരമയിൽ കെ.ആർ ചുമ്മാർ അനാച്ഛാദനം ചെയ്തു. ടി.കെ മാധവനു മുൻപുള്ള ശ്രീനാധപ യോഗം നേതാക്കൾ ശ്രീനാരായണഗുരുവും ഡോ. പല്പുവും മഹാകവി കുമാരനാശാനുമാണെന്ന് ചുമ്മാ ചൂണ്ടിക്കാട്ടി. ഗുരുവിനെയും ആശാനെയും പല്പുവിനെയും പാദസേവകരെന്ന് ഇ.എം.എസ് വിളി ച്ചെന്നും ചുമ്മാർ വ്യാഖ്യാനിച്ചു. ആരൊക്കെയോ കുറേനാൾ അതും തലയിലേറ്റി നടന്നു.

●

പൊന്നാപുരം കോട്ടയിലെകാവൽഭൂതം

സി.കെ സോമൻ ചിത്രകാർത്തിക വൈക്കം ചേട്ടനിൽ നിന്ന് വിലയ്ക്കെടുത്ത് ചലച്ചിത്രവാരികയായി നടത്തും കാലം. ഡി.എച്ച് ലോറൻസിന്റെ ലേഡി ചാറ്റർലിയുടെ കാമുകൻ ഞാൻ പരിഭാഷപ്പെടുത്തി വാരികയ്ക്ക് കൊടുത്തുകൊണ്ടിരുന്നു. ലോറൻസിന്റെ പകർപ്പവകാശം തീർന്നെന്ന് കണ്ടുപിടിച്ച് ഞാൻ ചെയ്ത പരാക്രമമായിരുന്നു അത്. തർജ്ജമ ഒരു തരം സ്റ്റൈലായി മുന്നേറി. പക്ഷേ, മുഴമിക്കാനൊത്തില്ല. മുഴമിക്കാനാവാതെ തുടങ്ങിവെച്ചതെല്ലാം പാതിവഴിക്ക് എറിഞ്ഞുകളയുന്നതായിപ്പോയില്ലേ ജീവിതം! ചാറ്റർലി പ്രഭ്വിയെ ഞാൻ ഉപേക്ഷിച്ചു...

തൃപ്പൂണിത്തുറയിലാണ് അന്ന് താമസം. റയിൽവേസ്റ്റേഷനരികിൽ ഒരു കൊച്ചുവാടക വീട്ടിൽ. വൈകുന്നേരത്തെ തീവണ്ടിയിൽ കേറിയാൽ എട്ടുമണിക്കുമുൻപേ വീട്ടിലെത്താം. ചിത്രകാർത്തികയിൽ നിന്നും യാത്ര പറഞ്ഞിറങ്ങുമ്പോൾ സോമൻ ചേട്ടൻ പറഞ്ഞു: 'നില്ക്ക് കാറിൽ വീട്ടിലെത്താം.'

രഹസ്യം വെളിപ്പെടുത്തി: ഹോട്ടൽ അംബാസഡറിൽ ഒരു സിനിമാ താരം കാത്തിരിക്കുന്നു. നാലഞ്ചുപേർക്ക് ഡിന്നർ പറഞ്ഞിട്ട് കാത്തിരിക്കുകയാണ്. അയാൾ കൊച്ചിയിലേക്കാണ്. പോകുംവഴി തൃപ്പൂണിത്തുറയിലേക്ക് ഇറക്കിവിടും.

ഞാൻ പറഞ്ഞു: 'താരത്തിന്റെ മസിലുപിടുത്തം നമുക്കത്ര പറ്റില്ല. ഞാൻ തീവണ്ടീൽ പൊയ്ക്കോളാം, ടിക്കറ്റിന് എഴ രൂപ മാത്രം.'

എന്നാൽ സോമൻചേട്ടൻ വിട്ടില്ല. അംബാസഡറിലേക്ക് കൂട്ടി.

തടിമാടനായ താരവും രണ്ടുമൂന്ന് ലോക്കൽ ചലച്ചിത്ര

നിരുപഹയന്മാരും. ഡിന്നറിനുള്ള തയ്യാറെടുപ്പിലാണവർ.

സോമൻചേട്ടനെ താരം കെട്ടിപ്പുണർന്നു വീർപ്പുമുട്ടിച്ചു. എന്നെ പരിചയപ്പെടുത്തിയത് ഒട്ടും ഗൗനിച്ചില്ല. താരത്തെ ഓർത്തെടുക്കാനുള്ള തത്രപ്പാടിലായിരുന്നു ഞാൻ.

ഡിന്നർ തുടങ്ങി. അവസാനിക്കാത്ത അത്താഴം. ഭക്ഷണപാനീയങ്ങൾ ഒഴുകി ഒക്കെ ഒടുങ്ങിയപ്പോൾ പാതിരാ കഴിഞ്ഞു. താരം ചുമ്മാ ചെലവ് ചെയ്യുകയായിരുന്നു. കൈയും കാലും വിട്ട ചെലവ്. ഇതിനിടയിൽ അദ്ദേഹം മൂന്നു തവണ എന്നോടു ചോദിച്ചു നിങ്ങടെ പേരെന്താന്നാ പറഞ്ഞെ ?

മൂന്ന് പ്രാവശ്യവും എളിമയോടെ ഞാനറിയിച്ചു: 'ഓമനക്കുട്ടൻ!'

മൂളിയിരുത്തി ഒരു നിമിഷം മൗനം പൂകും താരം.

നാലാമതും അദ്ദേഹം ആരാഞ്ഞു: 'നിങ്ങടെ പേരന്താന്നാ പറഞ്ഞെ?'

ഞാൻ സോമൻ ചേട്ടനോട് ഗർജ്ജിച്ചു: 'ഇവനെ ഞാൻ തല്ലും!! മറ്റേടത്തെ ഒരു സിനിമാതാരം! ഇവനാരാ! ഇവന്റെ പേരന്താ?'

ഒച്ചപ്പാട് ഒതുക്കിത്തീർത്തു സോമൻചേട്ടൻ. താരത്തടിയൻ എന്നെ കെട്ടിപ്പിടിച്ച് കരഞ്ഞു. കാർ ഓടിത്തുടങ്ങിയപ്പോഴും അദ്ദേഹം കരയുകയായിരുന്നു. ഇത്രയും വലിയ മനുഷ്യൻ കരയുക! എനിക്കും കരച്ചിൽ വന്നു.

അപ്പോൾ, ചോദ്യമുണ്ടായി. 'നിങ്ങടെ പേരെന്താന്നാ പറഞ്ഞെ?'

'കാർ നിറുത്തടാ!' ഞാൻ പറഞ്ഞു.

ഡ്രൈവർ പെട്ടെന്ന് കാർ നിറുത്തി. അകത്തെ ലൈറ്റിട്ടു. ഞാൻ ഇറങ്ങാൻ തുടങ്ങുമ്പോൾ ആത്മഗതം പോലെ അദ്ദേഹം പതുക്കപ്പറയുന്നു. 'എനിക്കൊരു സ്നേഹിതൻ ഉണ്ടായിരുന്നു. സി.ആർ ഓമനക്കുട്ടൻ, എന്റെ ജീവിതം നശിപ്പിച്ചവൻ, എന്നെ ഈ പരുവത്തിലാക്കിയവൻ.. നിങ്ങടെ പേരേന്താന്ന് പറഞ്ഞെ?'

ഞാൻ മിഴിച്ചു നിന്നു. ഒച്ച താഴ്ത്തി ചോദിച്ചു. 'പേര്.....?'

'സത്യൻ. അരൂർ സത്യൻ!'

ഞാൻ ഓർത്തെടുക്കാൻ ശ്രമിച്ചു. ഈ തടിയന്റെ ജീവിതം നശിപ്പിച്ചവൻ ഞാനോ?

കാർ ഏറ്റുമാനൂർ അമ്പലമൈതാനത്ത് കയറ്റിയിട്ടു. ഞങ്ങൾ

ഇറങ്ങി ഉലാത്തി.

സത്യൻ അവന്റെ കഥ പറഞ്ഞു തുടങ്ങി.

എസ്.എൻ കോളജിൽ ഹോസ്റ്റലിന്റെ ഇടനാഴിയിൽ ചുമ്മാ നിൽക്കുകയായിരുന്നു. ഒന്നാംവർഷ പ്രീഡിഗ്രി വിദ്യാർത്ഥി. നല്ല തടിമിടുക്കുണ്ടന്നും. അപ്പോൾ എം.എ വിദ്യാർത്ഥിയായ ആശാൻ അടുത്തുവന്നു ചോദിച്ചു: 'നാടകത്തിലഭിനയിക്കാമോ?'

വിരണ്ടുപോയി. 'അഭിനയമോ?'

സത്യന്റെ പ്രായം പതിനേഴ്, കാശുള്ള വീട്ടിലെ നല്ല പയ്യൻ. സുമുഖൻ. ഒത്ത പൊക്കവും തടിയും.

അഭിനയിച്ചു. രണ്ടു മൂന്നു നാടകത്തിൽ വേഷം കെട്ടി. പ്രീഡിഗ്രി ആദ്യവട്ടം തോറ്റെങ്കിലെന്ത്? നടനായില്ലേ!

ബി.കോം. പഠിച്ചത് നാടകം കളിക്കാനാണ്. പരീക്ഷ എഴുതാനും ജയിക്കാനും ഒന്നും മെനക്കെട്ടില്ല. വീട്ടിൽ നിന്ന് കാറുമെടുത്ത് പാതിരാപ്പള്ളിക്ക് ദിവസവും പോകും. ഉദയാ സ്റ്റുഡിയോയുടെ ഗൂർഖക്ക് സിഗർട്ടും പൈസയും കൊടുക്കും. എന്നാലും അകത്തേക്ക് കടത്തിവിടില്ല.

ഗൂർഖയുടെ ഉപദേശപ്രകാരം ശാരംഗപാണിയെ തയ്യൽക്കടയിൽ പോയി കണ്ടു. കൈമണിയടിച്ചു. അത്യാവശ്യം കള്ളും മേടിച്ചു കൊടുത്തു.

ശാരംഗപാണി സാവധാനം ഉദയായിലേക്ക് സത്യനെ കൊണ്ടുപോയി. സമയം ഒക്കുമ്പോൾ മുതലാളിയുടെ മുന്നിൽ പ്രവേശിപ്പിക്കാമെന്ന് ഉറപ്പ് നൽകി.

സമയം ഒത്തു.

ഒരു ദിവസം മുതലാളിയുടെ ആപ്പീസു മുറിയിലേക്ക് പ്രവേശനം കിട്ടി.

മുതലാളിയുടെ മുന്നിൽ കുനിക്കൂടി നിന്ന് അറിയിച്ചു. പേര് സത്യൻ. വീട് അരൂരിൽ.

കുഞ്ചാക്കോ ഒന്നു നോക്കി. വികാരരഹിതനായി ചോദിച്ചു: 'നീ ആ കമ്പവല ശങ്കുന്റെ മകനല്ലേ?'

സത്യൻ തലകുലുക്കി സമ്മതിച്ചു.

കുഞ്ചാക്കോ പറഞ്ഞു: 'ഞാൻ കള്ളുഷാപ്പ് നടത്തീരുന്നപ്പോൾ

മീൻ തന്നിരുന്നത് നിന്റപ്പനാ! തന്ത കഷ്ടപ്പെട്ടുണ്ടാക്കീത് കളഞ്ഞു മുടിക്കാൻ നീ സീനുമാന്നും പറഞ്ഞ് ഇറങ്ങിരിക്കുക?'

സത്യൻ മിണ്ടിയില്ല.

കുഞ്ചാക്കോ ചോദിച്ചു: 'അരൂക്കുറ്റീന്ന് പാതിരാപ്പള്ളിക്ക് ബസ്ചാർജ് എത്രാടാ?'

കാറിൽ സഞ്ചരിക്കുന്നവന് ബസ്സുലി അറിയുമോ? സത്യൻ മൗനം പാലിച്ചു.

കുഞ്ചാക്കോ പറഞ്ഞു: 'അരൂർ ഉദയാബസ് എഴുപത് പൈസ. കാറോടിച്ചു നടക്കുന്ന നിനക്കറിയില്ല! നീ ശങ്കുമുതലാളീടെ മകനല്ലേ!!'

കുറേക്കൂടി കനപ്പിച്ച് കുഞ്ചാക്കോ പറഞ്ഞു: 'മേലാൽ എന്റെ സ്റ്റുഡിയോയിൽ കാറിൽ വന്നുപോകരുത്.'

പിറ്റേന്ന് മുതൽ ബസ്സിൽ തൂങ്ങിപ്പിടിച്ചായി സത്യന്റെ വരവ്. ഉദയായിൽ പ്രേംനസീറും ഷീലയും സത്യനും രാഗിണിയും ഒക്കെ അഭിനയിക്കുന്നതും കണ്ട് വെള്ളമിറക്കി നടക്കും.

കൊച്ചിയിലെ സീലോർഡിൽ പോയി മുടിവെട്ടും. സ്റ്റൈലൻ മീശ പറഞ്ഞു ചെയ്യിച്ചതാണ്. ഏറ്റവും വിലപിടിച്ച ഷർട്ടും പാന്റ്സും.

അനിയൻ ആക്ടർ ആകുന്നത് ചേട്ടനും സന്തോഷമുള്ള കാര്യം. കാറോ കാശോ എന്തും ചേട്ടൻ കണക്കില്ലാതെ കൊടുക്കും.

'കോടമ്പാക്കത്തിന് വിട്ടാലോ?'

ആയിടയ്ക്ക് ശാരംഗപാണി പറഞ്ഞു: 'സത്യനെ മുതലാളി വിളിക്കുന്നു!'

ഓടിച്ചെന്നു. കുഞ്ചാക്കോ അടിമുടി നോക്കി ചോദിച്ചു. 'നിനക്ക് ആനയെ പേടിയുണ്ടോ?'

'ഇല്ല മുതലാളി!'

'ഓ! നിന്റെ വീട്ടിൽ ആനയുണ്ടല്ലോ,'

എന്നിട്ട് മേക്കപ്മാനെ കണ്ണുകാട്ടി. സത്യനെ മേക്കപ്പ് റൂമിലേക്ക് കൊണ്ടുപോയി.

അനർഘമുഹൂർത്തം. ഒരു ചലച്ചിത്രനടൻ ജനിക്കുന്നു. മതി മറന്നിരുന്നു. മുടി പറ്റെ വെട്ടിയതും മീശകത്രിച്ചുകളഞ്ഞതും അറിഞ്ഞില്ല.

ഒരു കറിമുണ്ടുടുപ്പിച്ചു.

എന്നിട്ട് ഫ്ളോറിലേക്ക്. അവിടെ ഒരു കൊമ്പനാന.

ആന ചിഹ്നം വിളിച്ച് ഷീലയുടെ നേരെ കൊമ്പും കുലുക്കി വരും. ഷീല പേടിച്ച് കരഞ്ഞോട്ടും. അപ്പോൾ ആനയുടെ നേർക്ക് ചെന്ന് കൊമ്പിന് പിടിച്ച നിറുത്തണം.

ലൈറ്റ്സ് ഓൺ. ക്യാമറ റെഡി. സ്റ്റാർട്ട് ആക്ഷൻ!

മുതലാളി ഉത്തരവായി: 'പോയി കൊമ്പേൽ പിടിച്ചുനിറുത്തെടാ!'

സത്യൻ ആനയുടെ നേരെ ചെന്നു. ആന നോക്കി.

ഏതാണ്ട് തന്റേ്രയുമുള്ള ഒരു മനുഷ്യൻ! ആന തല താഴ്ത്തി.

'ഓക്കെ! ടേക്ക് ഓക്കെ. കട്ട്!!'

അങ്ങനെ സിനിമയിൽ അഭിനയിച്ചു. ഷീലയുടെ കൂട്ടത്തിൽ അഭിനയിച്ചു. ചേർത്തല ലയൺസ് ക്ലബ്ബിൽ വൻപാർട്ടി നടത്തി.

പടം വന്നപ്പോൾ... സംഭവം എല്ലാമുണ്ട്. പക്ഷേ സത്യന്റെ മുഖമില്ല. പിൻഭാഗം മാത്രം.

മുതലാളിയോട് പരാതിപ്പെടാനൊന്നും പോയില്ല. തെറി യായിരിക്കും കിട്ടുക!

പിന്നെയും സ്റ്റുഡിയോപ്പോക്ക്. ചുമ്മാ കണ്ടുനടക്കാം. മീശയും മുടിയും പഴയ ഫോമിലായി. സിനിമാ ലുക്കിൽ. വൈകീട്ട് ചേർത്തല ലയൺസിൽ ചെന്ന് താരമായി അല്പസ്വല്പം ജാഡ കാട്ടാം. അത്ര തന്നെ.

സിനിമാ വിട്ട് കുടുംബ ബിസിനസ്സിൽ ചേട്ടനെ സഹായിച്ചുകൂടാം. അതാണ് നല്ലത്.

അങ്ങനെ ഇരിക്കുമ്പോൾ ഉദയായിൽ നിന്നും വിളി.

രാവിലെ ഏഴിനേ സ്റ്റുഡിയോയിലെത്തി. മുതലാളിയും മറ്റും കാത്തുനിൽക്കുന്നു!

കുഞ്ചാക്കോ ഉത്തരവായി. 'ഇവനെ കൊണ്ടുപോയി മേക്കപ്പിട്.'

ആഹ്ലാദം തുളുമ്പി. മേക്കപ്മാന്റെ മുന്നിൽ നിവർന്നിരുന്നു.

'ഡ്രസ്സഴിച്ചോളൂ.'

പാന്റസും ഷർട്ടും എല്ലാം നീക്കി.

ബാർബർ വന്നു. ഒന്നു തിരിച്ചറിയുംമുമ്പേ മുടി, മീശ, വടിച്ചു മാറ്റി.

പുരികം മുതൽ കാൽരോമങ്ങൾ വരെ തുടച്ചു മാറ്റി. ഒരു മെഴുകുതിരി പ്രതിമ പോലെ നിന്നപ്പോൾ കുഞ്ചാക്കോ വന്നു. മുതലാളി നിർദ്ദേശിച്ചു, 'അവന്റെ ചെവിമേലിത്തിരി രോമം വച്ചുകൊടുക്ക്!'

എന്നിട്ട് കുഞ്ചാക്കോ പുഞ്ചിരിച്ചു.

ആദ്യമായി ആ മുഖത്ത് ഒരു പുഞ്ചിരി.

ഷഡ്ഢിക്കുമേൽ ഒരു തോർത്തു മാത്രം.

മുതലാളി പറഞ്ഞു കൊടുത്തു:

'പൊന്നാപുരം കോട്ടയിലെ ആറാം ഗോപുരകാവൽക്കാരനാണ് നീ. ബധിരനും മൂകനും. അടുത്തുകൂടി വരുന്ന ഏതു പെണ്ണിനെയും ബലാത്ക്കാരം ചെയ്യും.'

എന്നിട്ട് മുതലാളി വിളിച്ചു.

'അവളെ വിളി.'

അവൾ വന്നു.

'ലൈറ്റ്സ് റെഡി. കാമറാ ഓൺ. സ്റ്റാർട്ട് ആക്ഷൻ.'

സത്യനോട് മുതലാളി ആജ്ഞാപിച്ചു: 'ബലാത്സംഗം ചെയ്യടാ!'

ഈ ഭൂതത്തെ കണ്ട് വിജയശ്രീ നിലവിളിച്ചു. കുതറിയോടാൻ ശ്രമിച്ചു. സത്യൻ ഉരുട്ടിപ്പിടിച്ചു. പാവാട അഴിച്ചു മാറ്റി. ബ്ലൗസ് കീറിയെറിഞ്ഞു.

ഒക്കെ സംവിധാനം ചെയ്ത് മുതലാളി ചുറ്റും മപ്പടിച്ചു നടന്നു.

വിജയശ്രീ മലർന്നും സത്യൻ കമിഴ്ന്നും തളർന്നു വീണു.

'കട്ട്! കട്ട്!'

തൃപ്പൂണിത്തുറ വഴി കൊച്ചിക്ക് കാറോടുമ്പോൾ നേരം പരപരാ വെളുത്തു തുടങ്ങി.

ചിരിച്ചുകൊണ്ട് സത്യൻ പറഞ്ഞു: 'രാത്രിയിൽ മുതലാളി തന്ന കാറിൽ ഞാൻ വീട്ടിലേക്ക് പോന്നു. രണ്ടാഴ്ച വീട്ടുകാരെപ്പോലും മുഖം കാണിച്ചില്ല. മുടിയും പുരികവും മീശയും ഒന്നു കറുത്തുവന്നപ്പോൾ പുറത്തിറങ്ങി.'

ഒരാഴ്ച കഴിഞ്ഞ് കാറിൽ ഉദയായിൽ ചെന്നു. ഗേറ്റ് കടന്നതും സ്തംഭിച്ചു നിന്നു. ആർട്ടിസ്റ്റ് വാസൻ വരച്ച കട്ടൗട്ടുകൾ മുറ്റംനിറയെ നാൽപ്പതൻപതെണ്ണം.

ബധിരനും മൂകനുമായ കോട്ടകാവല്ക്കാരൻ ഇരുപതടി ഉയരത്തിൽ നിൽക്കുന്നു!

അഭ്രർ സത്യൻ – ഇൻ – പൊന്നാപുരം കോട്ട. സംവിധാനം കുഞ്ചാക്കോ.

ശാരംഗപാണി വന്നു വിളിച്ചു.

സത്യനെ മുതലാളി വിളിക്കുന്നു.

കുഞ്ചാക്കോ ചിരിച്ചു. ഇരിക്കാൻ പറഞ്ഞില്ല. ചോദിച്ചു: 'നീ കാറിലാ വന്നത് അല്ലേ?'

സത്യൻ തലകുലുക്കി.

കുഞ്ചാക്കോ പറഞ്ഞു: 'കാറിൽ വന്നോ. പക്ഷേ നിന്റെ ശമ്പളം ഞാൻ തരും ദിവസം പത്തു രൂപ.'

സത്യൻ എന്നെ കെട്ടിപ്പിടിച്ച് ചിരിച്ചു. 'എന്നെ നശിപ്പിച്ചവനേ! എന്നെ ഈ പരുവത്തിലാക്കിയവനേ!'

(ഒരു കാറപകടത്തിൽ സത്യൻ മരിച്ചു. അൻപതോളം പടത്തി ലഭിനയിച്ചു. പത്തിരുപതു ലക്ഷം രൂപ മുടിച്ചു.... സത്യൻ ചിരിയും കരച്ചിലുമായി ഓർമ്മയിൽ.)

●

എഴുത്തിന്റെ വിലയും നിലയും

ആത്മാഭിമാനത്തിന്റെ ഉജ്ജ്വലാവതാരങ്ങളായിരുന്ന കുമാരനും നാരായണനും പരമേശ്വരനും. മഹാകവിത്രയം എന്ന് വാഴ്ത്തി മലയാളം അവരുടെ മുന്നിൽ സാഷ്ടാംഗം നമസ്കരിക്കുന്നു. ഒരു കാളക്കുറ്റന്റെ എടുപ്പായിരുന്നു ആശാനെന്ന് എന്റെ അമ്മൂമ്മ പറഞ്ഞു കേട്ടിട്ടുണ്ട്. രണ്ടു മൂന്നു തവണ അവർ കവിക്ക് ഭക്ഷണം വിളമ്പി. ആശാന്റെ പിൻകഴുത്തിലെ 'ഉപ്പ്' അപ്പോഴൊക്കെ ശ്രദ്ധിച്ചുവത്രെ. (ആശാന്റെ അവസാന കത്തുകളായി സി.ഒ. കേശവനും, കെ. സുരേന്ദ്രനും തങ്ങളുടെ ജീവചരിത്രഗ്രന്ഥങ്ങളിൽ കൊടുത്തിരിക്കുന്നത് എന്റെ അപ്പൂപ്പനുള്ള എഴുത്തുകളാകുന്നു. കുളങ്ങര ശങ്കുവിന്. റഡീമർ ബോട്ടപകടം ഉണ്ടായില്ലെങ്കിൽ അമ്മൂമ്മയ്ക്ക് ഒരിക്കൽ കൂടി ചോറൂട്ടാമായിരുന്നു ആ കവിയെ. ഒരുക്കിവച്ചതെല്ലാം വാഴക്കുഴിയിൽ കമഴ്ത്തേണ്ടി വന്നു.)

രൂപത്തിൽ പുരുഷർഷഭൻ തന്നെയായിരുന്നു വള്ളത്തോളും. മൂവരിൽ അദ്ദേഹത്തെ മാത്രം കാണാൻ ഭാഗ്യമുണ്ടായിട്ടുണ്ട് എനിക്ക്. നീണ്ടു നിവർന്ന് ശിരസുയർത്തി നിന്ന സ്വർണ്ണ വിഗ്രഹം.കഴുത്തിൽ ചുറ്റിയിട്ട കസവുനേര്യതും തിളങ്ങുന്ന ഊന്നുവടിയും.സരസ്വതിയുടെ പുരുഷജന്മം തന്നെ.

തലപ്പാവും ഷെർവാണിയും കാൽശരായിയുമണിഞ്ഞ ഉള്ളൂർ സ്വാമിയെ ചിത്രത്തിലേ ദർശിച്ചിട്ടുള്ളൂ. അപ്പോഴൊക്കെ ഭക്തിപൂർവ്വം നമിച്ചിട്ടുണ്ട്.

പദ്യത്തിലും ഗദ്യത്തിലുമായി മഹാകവിത്രയം എഴുതിക്കൂട്ടിയതെല്ലാമൊന്നും വായിച്ചിട്ടില്ല. കുറേ കവിതകൾ, ഉപന്യാസങ്ങൾ, വിവർത്തനങ്ങൾ, നാടകങ്ങൾ, നിരൂപണങ്ങൾ, മുഖപ്രസംഗങ്ങൾ വായിക്കുകയും പഠിക്കുകയും ചെയ്തു. ആശാന് ഇരുപത്തഞ്ചും ഉള്ളൂരിന് അൻപതും വള്ളത്തോളിന് അറുപതും വർഷങ്ങൾ

സാഹിത്യജീവിതമുണ്ടായി. സ്വകാര്യ ജീവിതത്തിൽ ശ്രീ നാ ധ പ യോഗം കാര്യദർശിയും ദിവാൻ പേഷ്കാരും കലാമണ്ഡലം സ്ഥാപനാധികാരിയുമായിരുന്ന മഹാകവികൾ. എന്നിട്ടും സമ്പൂർണ്ണ കൃതികളുടെ വല്ലപ്പത്തിൽ കുഞ്ചുണ്ണുമാരെ കടത്തിവെട്ടി. അയ്യനേത്തും പുള്ളും രാധാകൃഷ്ണനും എത്ര പാടുപെട്ടാലും കുമാരനാരായണപരമേശ്വരൻമാരുടെ ഒത്തിരി കീഴിലേ നിൽക്കൂ...

എഴുതുക മാത്രമല്ല അതെല്ലാം അച്ചടിച്ചുവിറ്റ പ്രസാധകന്മാരുമായി ഈ പ്രതിഭാധനന്മാർ എന്നതാണ് എന്നെ വിസ്മയം കൊള്ളിക്കുന്നത്. മൂവരും സ്വന്തം പ്രസാധനസ്ഥാപനങ്ങൾ നടത്തി. ശാരദാ ബുക്ക് ഡിപ്പോ തോന്നയ്ക്കലും വള്ളത്തോൾ ഗ്രന്ഥാലയം ചെറുതുരുത്തിയിലും ഉള്ളൂർ പബ്ലിഷേഴ്സ് ജഗതിയിലും.

മഹാകവികൾക്ക് സ്വന്തം റോയൽറ്റിക്കായി ഒരുത്തന്റെ മുന്നിലും ഓച്ഛാനിച്ചു നിൽക്കേണ്ടി വന്നിട്ടില്ല; പിച്ചക്കാശിനായി കൈമലർത്തി ഇരക്കേണ്ടിയും വന്നില്ല.

കോപ്പിറൈറ്റ് ആർക്കും അവർ എഴുതിക്കൊടുത്തില്ല. അവർക്ക് അറിയാമായിരുന്നു സ്വന്തം എഴുത്തിന്റെ വിലയും നിലയും. (ഉള്ളൂരിന്റെ 'കേരളസാഹിത്യ ചരിത്രം' മാത്രം കേരള സർവ്വകലാശാലയ്ക്ക് പകർപ്പവകാശം കിട്ടി.)

വില തിരിച്ചറിഞ്ഞവരും പൂർണ്ണമായി വഞ്ചിക്കപ്പെട്ടു. കേരളവർമ്മയും രാജരാജവർമ്മയും അപ്പൻ തമ്പുരാനും സി.വി. രാമൻ പിള്ളയും ഓ. ചന്തുമേനോനും ഒക്കെ. പിൽക്കാലത്ത് ആർ. നാരായണപ്പണിക്കർക്കും കുഞ്ഞിരാമൻനായർക്കും പൊൻകുന്നം —മുട്ടത്തുവർക്കികൾക്കും പകർപ്പവകാശം വിൽക്കേണ്ടി വന്നു. പടിയത്തിനും വല്ലച്ചിറയ്ക്കും വേളൂരിനും എല്ലാം ഇത് സംഭവിച്ചു. കാലം അതായിരുന്നുവല്ലോ...

സാംസ്കാരിക പ്രസിദ്ധീകരണ വകുപ്പിന്റെ ഒരു ഉപദേശക സമിതി യോഗം ഓർക്കുന്നു. പ്രൊഫ. എൻ. കൃഷ്ണപിള്ള, ഒ.എൻ. വി., തിരുനല്ലൂർ, എം.പി. അപ്പൻ, എം.എസ് മേനോൻ, പുതുശ്ശേരി, പി. ഗോവിന്ദപ്പിള്ള എന്നിവരെല്ലാമുണ്ട്. ഉപദേശത്തിന് കൂട്ടത്തിൽ 'ചെറുപ്പ'ക്കാരായ ഞങ്ങൾ മൂന്നു നാലു പേരും. പി. വിജയൻ, ഹമീദ് ചേന്നമംഗലൂർ, എസ്. രമേശൻ പിന്നെ ഞാനും. ആർ നാരായണപ്പണിക്കരുടെ 'കേരളഭാഷാ സാഹിത്യ ചരിത്രം' വകുപ്പേറ്റെടുത്ത് അച്ചടിക്കണമെന്ന അപേക്ഷ സമിതി മുന്നിൽ. കേന്ദ്രസാഹിത്യ അക്കാദമിയുടെ പ്രഥമ അവാർഡ് ലഭിച്ച മലയാള ഗ്രന്ഥം. ഏറെ

നാളായി അച്ചടിയിലില്ല. അത് സർക്കാർ വിലയ്ക്കു വാങ്ങി പ്രസിദ്ധപ്പെടുത്തണമെന്ന് പി.ജി.യും പുതുശ്ശേരിയും മറ്റും പറഞ്ഞു. അപ്പൻ സാറും പിന്തുണ നൽകി. ആരും ഒന്നും മിണ്ടുന്നില്ലെന്ന് കണ്ടപ്പോൾ ഞാൻ അല്പസ്വല്പം ഗമയിൽ ഉപദേശം കൊടുത്തു.

കേരള ഭാഷാസാഹിത്യചരിത്രത്തിന് ആറേഴ് വാല്യങ്ങളുണ്ടെന്നാണ് അറിവ്. ഞാൻ പഠിക്കുമ്പോഴെന്നോ രണ്ടു വാല്യം കണ്ടിട്ടുണ്ട്. മുന്നൂറോളം പേജുണ്ട് ഓരോ വാല്യത്തിനും. അപ്പോൾ ആകെ രണ്ടായിരം പേജിലേറെ വരും. പേജിന് പത്തുപന്ത്രണ്ട് രൂപ വച്ച് കൊടുത്താലും ഇരുപത്തയ്യായിരം രൂപ. പക്ഷേ അതാർക്ക് കൊടുക്കണം? എന്റെ അറിവ് ഈ പുസ്തകത്തിന്റെ പകർപ്പവകാശം പ്രസാധകർക്കാണെന്നാണ്. അവർ ഇല്ലാതായി. അവകാശികൾ എത്രപേരുണ്ടാവും? സർക്കാർ പണം നൽകുന്നെങ്കിൽ എഴുത്തുകാരന്റെ അവകാശികൾക്ക് വല്ലതും കിട്ടുമോ? ഇല്ലാതായ പ്രസാധകന്റെ അവകാശികൾക്ക് സർക്കാർ പണം കൊടുക്കുന്നത് ശരിയല്ല, ധർമ്മമല്ല.

കൃഷ്ണപിള്ളസാർ സന്തോഷത്തോടെ അനുകൂലമായി സംസാരിച്ചു. സാർ ആ ഗ്രന്ഥനിർമ്മാണത്തിന്റെ കഥ വിസ്തരിച്ചു. പണിക്കർസാർ ശ്രീകണ്ഠേശ്വരത്ത് നിന്നും നടന്ന് പുളിമ്മൂട്ടിലെ പുസ്തകക്കടയിലെത്തും. വരാന്തയിൽ ഇട്ടിരിക്കുന്ന ചാരുകസേരയിലമരും. പ്രസാധകൻ അഞ്ചു രൂപയ്ക്ക് ഒരു കെട്ടു മുറുക്കാനും രണ്ടു രൂപയ്ക്ക് കുപ്പിയിൽ നാലു ചായയും വാങ്ങിക്കൊടുക്കും. സന്ധ്യവരെ പണിക്കർ സാർ കുത്തിയിരുന്നെഴുത്ത്. വൈകീട്ട് രണ്ടു രൂപ അല്ലെങ്കിൽ മൂന്നു രൂപ പ്രസാധകൻ കൊടുത്തെങ്കിലായി. അങ്ങനെ പടച്ചുണ്ടാക്കിയതാണത്. ആദ്യ വാല്യങ്ങൾ ഉള്ളൂരിനോട് ചുമ്മാ എതിരു പറയുന്നുണ്ടെങ്കിലും ഭേദം. പക്ഷേ, എഴാം വാല്യം സമകാലീന സാഹിത്യത്തെപ്പറ്റിയാണ്. ഓരോരുത്തരും അവനവനെപ്പറ്റി എഴുതിഅയച്ചതെല്ലാം വെട്ടും തിരുത്തുമില്ലാതെ സാർ പ്രസ്സിൽ കൊടുത്തു. മറ്റ് ആറു വാല്യം കിട്ടാവുന്നതാക്കുന്നത് നന്ന്. പക്ഷേ, ഓമനക്കുട്ടൻ പറഞ്ഞ മാതിരി, സർക്കാര് കാശ് ചൂഷക സന്തതികൾക്ക് കൈമാറാനുള്ള പരിപാടി ആവരുത്.

കൃഷ്ണപിള്ളസാർ എനിക്ക് മുറുക്കാൻ തന്നു. നിറഞ്ഞ ഇഷ്ടം കാട്ടി. കമലാലയ, ബി.വി ബുക്ക് ഡിപ്പോ, എസ്.റ്റി.ആർ. ശ്രീരാമവിലാസം തുടങ്ങിയ പ്രസാധകരുടെ അറിയാക്കഥകൾ പറഞ്ഞു തന്നു.

എ.ആർ.-ന്റെയും സി.വി.യുടെയും ഒക്കെ പുസ്തകങ്ങൾ ആണ്ടുതോറും പാഠപുസ്തകങ്ങളായി. പ്രസാധകരായ കമലാലയ

ലക്ഷങ്ങളുണ്ടാക്കി. സെക്രട്ടറിയേറ്റിനു തൊട്ട് പടിഞ്ഞാറ് വലിയ കെട്ടിടം പണിതു. ലോഡ്ജ് നടത്തി. (ഇപ്പോഴും ലോഡ്ജുണ്ട്. പുതിയ ഉടമസ്ഥർ).

ഒരിക്കൽ കമലാലയത്തിൽ ഞാൻ താമസിച്ചു. മാനേജരുടെ മുറിയിൽ രണ്ടു കണ്ണാടിയലമാരിയിൽ കുറേ പഴയ പുസ്തകങ്ങൾ. നിർബന്ധം പിടിച്ച് ഞാൻ അവ തുറപ്പിച്ചു. സി.വിയുടെ നാടകങ്ങളും നോവലുകളും. എ.ആർ — ന്റെ ഭാഷാഭൂഷണവും വൃത്തമഞ്ജരിയും മലയാള ശാകുന്തളവും മറ്റും. 'മാർത്താണ്ഡവർമ്മ' തമിഴിലും ഇംഗ്ലീഷിലും. തമിഴ് ഇംഗ്ലീഷ് മാർത്താണ്ഡവർമ്മ ഞാൻ ചോദിച്ചു. ഇരട്ടി വില നൽകാമെന്ന് പറഞ്ഞു. തരില്ലെന്ന് പറഞ്ഞ് മാനേജർ അലമാര പൂട്ടി.

ജെ.സി. ഡാനിയേൽ 'വിഗതകുമാരൻ' എന്ന ആദ്യ മലയാള സിനിമ ഉണ്ടാക്കി. രണ്ടാമത്തെ സിനിമ 'മാർത്താണ്ഡവർമ്മ'. ഇന്നത്തെ ഏജീസ് ഓഫീസ് സ്ഥലത്തെ താൽക്കാലിക കൊട്ടകയിൽ പടം പ്രദർശിപ്പിച്ചു. ഒന്നാം കളി കഴിഞ്ഞപ്പോഴേ കമലാലയക്കാർ ഫിലിം പിടിച്ചെടുത്തു. സി.വി.യുടെ പകർപ്പവകാശംഅവർക്കാണുപോലും.

മാർത്താണ്ഡവർമ്മ ഫിലിം പെട്ടി കമലാലയയുടെ ഒരു കക്കൂസ് മുറിയിൽ കിടന്ന് തുരുമ്പെടുത്തു. പക്ഷേ ഫിലിം കേടായില്ല. കമലാലയത്തിൽ താമസിക്കാൻ വന്ന പൂനാ ഫിലിം ഇൻസ്റ്റിറ്റ്യൂട്ട് ക്യൂറേറ്റർ പി.കെ നായർ അത് കണ്ടെടുത്തു. നല്ല പ്രതിഫലം നൽകി പൂനയ്ക്കു കൊണ്ടുപോയി.

സാഹിത്യകാരൻ മരിച്ച് അമ്പത് കലണ്ടർ വർഷം കഴി ഞ്ഞാൽ പകർപ്പവകാശം ഇല്ലാതാകുമെന്ന് നിയമം. ഇപ്പോൾ അത് അറുപത് വർഷം ആണത്രേ. എ.ആർ മരിച്ച് അൻപത് വർഷം തികഞ്ഞ നാളിൽ സാ പ്ര സ സംഘം എ.ആർ ന്റെ സമ്പൂർണ്ണകൃതികൾ പുറത്തിറക്കി. നിയമമനുസരിച്ച് ഡിസംബർ 31 കഴിഞ്ഞേ പകർപ്പവകാശം തീരൂ. കമലാലയ കേസ് കൊടുത്തു. സംഘം വലിയ തുക നഷ്ടപരിഹാരം നൽകേണ്ടിവന്നു!

ബി.വി. ബുക്ക് ഡിപ്പോയാണ് അപ്പൻ തമ്പുരാന്റെ 'ഭൂതരായരും' 'ഭാസ്കരമേനോനും' ഒക്കെ പ്രസിദ്ധപ്പെടുത്തിയത്. അതിന് അവർ ഒരു മുഴുത്ത റോയൽറ്റി തമ്പുരാന് തൃശ്ശൂർ കൊണ്ടുകൊടുത്തു. ചാലക്കമ്പോളത്തിൽ നിന്നും വാങ്ങിയ പന്ത്രണ്ട് തഴപ്പാ. കിടക്കപ്പാ സ്വീകരിച്ച് തമ്പുരാൻ ഒരു ചാക്ക് കിളിച്ചുണ്ടൻ മാമ്പഴം തിരിച്ചും നൽകി.

തമ്പുരാക്കന്മാരെപ്പോലെ ഔദാര്യം കാട്ടിയില്ല. കുമാരനും നാരായണനും പരമേശ്വരനും. 'നളിനി'യുടേയും 'ലീല'യുടേയും ആദ്യ പതിപ്പുകൾ അച്ചടിച്ച് ബിവി ബുക്ക് ഡിപ്പോ പകർപ്പാവകാശം തങ്ങൾക്കാണെന്ന് അവകാശപ്പെട്ടു. രണ്ടുവർഷം കൊൽക്കത്ത കോളജ് സ്ട്രീറ്റിലെ പുസ്തകക്കച്ചവടം കണ്ടറിഞ്ഞ ആശാൻ പിണങ്ങി. സ്വന്തം സന്തതികളായ നളിനിലീലമാരെ കുമാരു കൊടുത്തില്ല. ശാരദാബുക്ക് ഡിപ്പോ തുടങ്ങി.

വള്ളത്തോൾ വരിയൊന്നിന് ഒരു രൂപ എന്ന് റോയൽറ്റി നിശ്ചയിച്ച് (മഞ്ജരിക്ക് ഒരു രൂപ, കേകയ്ക്ക് ഒന്നര രൂപ) കവിത വിപിപി ആയി അയച്ചിരുന്നെന്ന് കേട്ടിട്ടുണ്ട്.

'ജീവിതനൗക'യിൽ 'മഗ്ദലനമറിയം' അന്തർനാടകമുണ്ട്. തന്റെ ഖണ്ഡകാവ്യത്തിലെ പത്തു വരി സിനിമക്ക് കൊടുത്തു. വള്ളത്തോൾ പ്രതിഫലവും വാങ്ങി. കുഞ്ചാക്കോ-കോശിമാർ പക്ഷേ, പതിനാലു വരി സിനിമയിൽ ചേർത്തു. കവി കേസ് കൊടുത്തു. കുഞ്ചാക്കോയും കോശിയും വള്ളത്തോളും മരിക്കുംവരെ കേസ് തീർന്നില്ല!

നമ്മുടെ മഹാകവികൾക്ക് നമുക്ക് നമോവാകം ചൊല്ലാം.

ഭവാദൃശസൂതന്മാരെ അധികം വേണം ഇന്ന് മലയാളക്ഷിതാദേവിക്ക്!

●

തുമ്പപ്പൂ പെയ്യണ പൂനിലാവേ!

കൗമാരത്തിലേക്ക് കാലു കുത്തുമ്പോൾ കരളിൽ കൂട്ടുകൂട്ടിയത് രാരിച്ചൻ പാട്ടുകളാണ്. 'രാരിച്ചൻ എന്ന പൗരൻ'സിനിമയ്ക്ക് ഭാസ്കരൻ മാഷ് എഴുതിയ സുന്ദരഗാനങ്ങൾ. പാട്ട് അയൽവക്കത്ത് കൂടി പോലും പോകാത്ത ഞാൻ ഒളിച്ചും പാത്തും പാടും.

'പൂമുറ്റത്തൊരു മുല്ല വിരിഞ്ഞ്
പൂമണമില്ലെന്നാര് പറഞ്ഞു
പൂമ്പൊടിയും മൊഞ്ചും കാട്ടി
ഞാൻ പറയും മണമുണ്ടെന്ന്'

'പെണ്ണിന്റെ കണ്ണിനകത്തൊരു ഞെക്കുവിളക്കുണ്ട് അതു
കണ്ണിലടിച്ചാൽ പിന്നെ കാണാക്കുടുക്കു തന്നെ'

'പണ്ടു പണ്ട് പണ്ട് നിന്നെ കണ്ടനാളയ്യാ
പാട്ടുപാടാനറിയാത്ത താമരക്കിളി നീ
കാണാനിന്നു വന്നനേരം കാട്ടുപക്ഷിയല്ല നീ
വീണമീട്ടി പാടീടുന്ന സുന്ദരിയല്ലോ – സുന്ദരിയല്ലോ'

'നാഴിയുരിപ്പാലുകൊണ്ട് നാടാകെ കല്യാണം
നാലഞ്ചു തുമ്പകൊണ്ട് മാനത്തൊരു പൊന്നോണം
മഞ്ഞിന്റെ തട്ടമിട്ട് ചന്ദ്രൻ മേലേ
സുറുമ്മയാൽ കണ്ണെഴുതി താരകൾ നീളെ'

എന്റെ പാട്ടു കേൾക്കുന്നത് ഞാൻ മാത്രം. മറ്റു വല്ലവരും കേട്ടിരുന്നെങ്കിൽ എന്നെ തല്ലിക്കൊല്ലില്ലാരുന്നോ! ഉള്ളിന്റെയുള്ളിൽ ഞാനതൊക്കെ പാടി:

'ചൂട്ടുവീശി പാതിരാവില്
ഗാട്ടുപോവും മൂപ്പരേ, ഹേ മൂപ്പരേ
ചൂട്ടു വെയ്ക്കാൻ നമ്മള്ക്കൊരു
തീക്കൊള്ളി തന്നാട്ടെ.'

നാഴൂരിപ്പാലിനേക്കാൾ എനിക്കേറെ ഇഷ്ടം ച്യൂട്ടവീശി ഗാട്ടു പോണ മൂപ്പരായിരുന്നു. കെ. രാഘവൻ, ശാന്താ പി. മെഹബൂബ്, ഗായത്രീകൃഷ്ണൻ — എന്തിന് പി. ഭാസ്കരനെപ്പോലും ഞാൻ തിരിച്ചറിഞ്ഞിരുന്നില്ല അന്ന്.

സ്വയംഭൂവായ പ്രതിഷ്ഠ ആയി ഭാസ്കരൻമാഷ് എന്റെ ആത്മാവിൽ. അതിനിടയിലെപ്പോഴോ ഒരു ഇമ്പപ്പാട്ട് എന്നിൽ പെയ്ത് നിറഞ്ഞു. രാരിച്ചനു ശേഷം വന്ന 'രണ്ടിടങ്ങഴി' സിനിമയിലെ പാട്ട്. തിരുനയിനാർകുറിച്ചി മാധവൻ നായർ രചിച്ച ഗാനം. അറി യാതെ അറിയാതെ ആ പാട്ട് എന്നെ ആകെ ഈറനാക്കി:

'ഇമ്പപ്പൂ പെയ്യണ പൂനിലാവേ
ഏന് നെഞ്ച് നിറയണ പൂങ്കിനാവേ
എത്തറ നാള് കൊതിച്ചിരുന്ന്
ഏനെന്നും തേന്തൂറും പൂവാണെന്ന്'

(നല്ല ഗാനത്തിന്റെ വരികൾ ഞാൻ തെറ്റിച്ചിട്ടുണ്ടോ?)

നീലാ പ്രൊഡക്ഷൻസിന്റെ മെരിലാന്റ് ചിത്രങ്ങൾക്കു മിക്കതിനും പാട്ടെഴുതിയത് തിരുനയിനാർ കുറിച്ചി. ഈണം പകർന്നത് ഏറെയും ബ്രദർ ലക്ഷ്മൺ. 'ഇമ്പപ്പൂ'പാടിയത് കമുകറ പുരുഷോത്തമനും കെ. പി.എ.സി. സുലോചനയും കൂടി..

'ഹരിചന്ദ്ര'യിലെ 'ആത്മവിദ്യാല'യവും 'ഭക്തകുചേല'യിലെ 'ഈശ്വരചിന്ത...' യുമാണ് തിരുനയിനാർ കുറിച്ചി—ലക്ഷ്മണൻ—കമുകറ ത്രയത്തിന്റെ അനശ്വരഗാനങ്ങളായി വാഴ്ത്തപ്പെടുന്നത്. എങ്കിലും എന്തോ എനിക്കേറെ പ്രിയം 'ഇമ്പപ്പൂ പെയ്യണ പൂനിലാവാ'ണ്.

കമുകറയെ നേരിൽ കണ്ടിട്ടുണ്ട്, കേട്ടിട്ടുമുണ്ട്. പക്ഷേ ബ്രദർ ലക്ഷ്മൺ എന്ന സംഗീതസംവിധായകനേയും തിരുനയിനാർ കുറിച്ചി എന്ന ഗാനരചയിതാവിനെയും ഞാൻ കണ്ടിട്ടില്ല. രണ്ടുപേരും ആകാശവാണി തിരുവനന്തപുരം നിലയത്തിൽ ഉദ്യോഗസ്ഥരാണെന്ന് മനസ്സിലാക്കിവച്ചിരുന്നു.

1965 ൽ ആകാശവാണി തിരുവനന്തപുരം നിലയത്തിൽ സ്ക്രിപ്റ്റ് റൈറ്റർ ഉദ്യോഗത്തിന് ഞാൻ അപേക്ഷിച്ചു. റേഡിയോയിൽ കേട്ട അറിയിപ്പ് അനുസരിച്ചായിരുന്നു അപേക്ഷ. ബിരുദധാരി, സാഹിത്യാദികലകളിൽ ജ്ഞാനി, എഴുത്തുകുത്തിൽ ധീരസാഹസി — ഇതൊക്കെയാണ് അപേക്ഷകന് വേണ്ട യോഗ്യതകൾ. യോഗ്യനാണെന്ന് എനിക്കങ്ങ് സ്വയം തോന്നി. ഞാൻ ധൈര്യപൂർവ്വം

അപേക്ഷ അയച്ചു. തിരുനയിനാർകുറിച്ചിദിവംഗതനായ ഒഴിവിലേക്കാണ് പയ്യനായ ഞാൻ അപേക്ഷിക്കുന്നതെന്ന് ആരറിഞ്ഞു?

എഴുത്തുപരീക്ഷയ്ക്കും കൂടിക്കാഴ്ചയ്ക്കും എനിക്കും ക്ഷണം കിട്ടി. അല്പസ്വല്പം ഗമയിൽ ഞാൻ 'ഭക്തിവിലാസ'ത്തിൽ ഹാജരായി. പത്ത് പന്ത്രണ്ടുപേരുണ്ട് ഉദ്യോഗാർത്ഥികൾ. പയ്യൻസ് ഞാൻ തന്നെ!

പത്തുമണിക്ക് എഴുത്തു പരീക്ഷ. തർജ്ജമയും ഉപന്യാസവും ഒക്കെ എഴുതിച്ചു. അത് ജയിക്കുന്നവർക്കേ കൂടിക്കാഴ്ചയുള്ളൂ. ഉച്ച കഴിഞ്ഞ് മൂന്നു മണി മുതൽ ഇന്റർവ്യൂ.

ഉച്ചഭക്ഷണം തരപ്പെടുത്തി തിരിച്ചെത്തിയപ്പോൾ എന്റെയും പേരുണ്ട് കൂടിക്കാഴ്ചയ്ക്ക്, ആമോദത്തോടെ കുത്തിയിരുന്നു.

ജീവിതത്തിലെ ആദ്യത്തെ ഇന്റർവ്യൂ ആകുന്നു ഇത്. ആകെ ഹരം കൊണ്ടു.

കേറിച്ചെന്ന് എല്ലാവരെയും തൊഴണം! ഇരിക്കാൻ പറയുമ്പോൾ നിവർന്നിരിക്കണം! ചോദിക്കുന്നതിനൊക്കെ ഛടുപുട്ടേന്ന് ഉത്തരം പറയണം!

സർ സി പിയുടെ ബെഡ്റൂമിലായിരുന്നു ഇന്റർവ്യൂ എന്ന് തോന്നുന്നു. ഒന്നാം നിലയിലെ വിശാലമായ വരാന്തയിൽ കാത്തിരിക്കുമ്പോൾ നാലഞ്ച് മഹാന്മാർ ഇന്റർവ്യൂ നടത്താനായി വന്നു മുറിയിലേക്ക് പോയി. മൂന്ന് പേരെ എനിക്ക് പിടികിട്ടി— കൈനിക്കര കുമാരപിള്ള സാർ, ഇ എം ജെ വെണ്ണിയൂർ സാർ, ടി എൻ ഗോപിനാഥൻ നായർ സാർ. തലയാകെ നരച്ച വെളുത്ത ഒരു മാന്യനെ മനസ്സിലായില്ല. അടുത്തിരുന്ന ഉദ്യോഗാർത്ഥിയോട് ഞാനാരാഞ്ഞു: അതാരാ?

ഇഷ്ടൻ കൃത്തിച്ചുനോക്കിയതല്ലാതെ ഒന്നുരിയാടിയില്ല!

അപ്പോൾ ഒരു ഫയലുമായി മള്ളൂർ രാമകൃഷ്ണൻ വന്നു. കൊച്ചുപരിചയമുണ്ട്. ആ ബലത്തിൽ ഞാൻ ചോദിച്ചു. ഇന്റർവ്യൂ ചെയ്യുന്ന നരയൻ ആരാ?

മള്ളൂർ രഹസ്യം അറിയിച്ചു: മുൻ ഡയറക്ടർ ശക്തിധരൻ നായർ.

അഭിമുഖം തുടങ്ങി.

ഓരോരുത്തർ അകത്തുപോയി വന്നു. പതിനഞ്ച് ഇരുപത് നിമിഷങ്ങൾ.

ആറാമതോ എഴാമതോ ആയി എന്റെ ഊഴം വന്നു.

ഡീസന്റ് ഇന്റർവ്യൂ. എഴുത്തുപരീക്ഷ ഞാൻ നന്നായി ചെയ്തിട്ടുണ്ടെന്ന് കൈനിക്കര സാർ സന്തോഷത്തോടെ പറഞ്ഞു.

റേഡിയോയുമായി ബന്ധപ്പെട്ടിട്ടില്ലേ? ശക്തിധരൻ നായർ അന്വേഷിച്ചു.

ഇല്ല. റേഡിയോ സ്റ്റാർ ആകാൻ കഴിഞ്ഞിട്ടില്ല. ഭക്തിവിലാസത്തിൽ ഇദംപ്രഥമായിട്ടാണ് കാലുകുത്തുന്നത്!

നല്ല ശബ്ദമാണല്ലോ? ആഡിഷന് അപ്ലൈ ചെയ്യാഞ്ഞതെന്ത്?

ടി എന്നും ഇ എം ജെയും ചെറുതായി എന്തോ ചോദിച്ചു. ഒട്ടുപുക്കേന്ന് ഉത്തരം കൊടുത്തു.

വിജയശ്രീലാളിതനായി കോണി ഇറങ്ങിപ്പോന്നു. വഴിയിറങ്ങി വഴുതക്കാട്ടേയ്ക്ക് നടന്നു. പരുത്തിക്കുന്ന് കണ്ടുനിന്നു. പിന്നെ കാഴ്ച ബംഗ്ലാവിലേക്ക് ആഞ്ഞു നടന്നു. ചീട്ടെടുത്ത് അകത്തുകയറി. ഇന്റർവ്യൂ ചെയ്യാൻ വന്ന കുരങ്ങച്ചന്മാർക്ക് കപ്പലണ്ടി എറിഞ്ഞുകൊടുത്തു രസിച്ചു.

സന്ധ്യയാകാറായി പുറത്തു പോന്നപ്പോൾ.

ഇന്റർവ്യൂവിന്റെ ഫലം അറിയാൻ എന്താ വഴി? കിട്ടാനിടയില്ല എന്നാലും അതറിഞ്ഞിട്ടു പോകുന്നതല്ലേ നല്ലത്?

പെട്ടെന്ന് ബോധം ഉദിച്ചു. ആനന്ദക്കുട്ടൻസാറിനെ ചെന്നു കാണാം. പഴയ നാട്ടുകാരനാണ്. അച്ഛന്റെ സ്നേഹിതൻ. ഒരിക്കൽ പരിചയപ്പെട്ടിട്ടുണ്ട്.

രമാദേവിമന്ദിരം ലെയിനിലുള്ള ആനന്ദക്കുട്ടൻ സാറിന്റെ വീട്ടിൽ പോയി. ഭാഗ്യം, സാർ ഉണ്ട്. എന്നെ തിരിച്ചറിയുകയും ചെയ്തു.

റേഡിയോ സംഭവം പറഞ്ഞപ്പോൾ അദ്ദേഹം വെളിപ്പെടുത്തി. തിരുനയിനാർ കുറിച്ചിയുടെ ഒഴിവാണല്ലോ അത്?

എനിക്കതറിഞ്ഞുകൂടല്ലോ. ഞാൻ ചമ്മി. തുമ്പപ്പൂ പെയ്തവനു പകരം ഞാനോ?

എന്റെ വൈക്ലബ്യം കണ്ടറിഞ്ഞ് ആനന്ദക്കുട്ടൻ സാർ പറഞ്ഞു. കൈനിക്കര സാറിനോട് ചോദിക്കാനൊക്കില്ല. ടി എൻ ഒന്നും പറയില്ല. ഇ എം ജെയോട് ചോദിച്ചാൽ നേര് പറയും.

സാർ ഉടർന്ന് ഫോണിൽ സംസാരിച്ചു. കുറേനേരം അതുകഴിഞ്ഞ് എന്നോട് പറഞ്ഞു: ഇ എം ജെയ്ക്ക് നിന്നെ ഇഷ്ടപ്പെട്ടിരിക്കുന്നല്ലോ.

അങ്ങോട്ടു വീട്ടിൽ ചെല്ലാൻ പറഞ്ഞു. നിന്നോട് സംസാരിച്ചോളാമെന്ന്.

ഭക്തിവിലാസത്തിനെതിരെ 'ചങ്ങനാശ്ശേരി ഹൗസ്'' അവിടെയാണ് ഇ എം ജെ വെണ്ണിയൂർ താമസിക്കുന്നത്. ആനന്ദക്കുട്ടൻ സാർ പറഞ്ഞു തന്നു. ഞാൻ ചെന്നു. ഇ എം ജെ സ്നേഹത്തോടെ വാത്സല്യത്തോടെ സ്വീകരിച്ചു.

പലതും പറഞ്ഞു. പലതും ചോദിച്ചു

അദ്ദേഹം അറിയിച്ചു. തിരുനയിനാർ കുറിച്ചി അന്തരിച്ച് ഉണ്ടായ ഒഴിവാണ്. ആകാശവാണിയുമായി നിരന്തരം ബന്ധപ്പെടുന്ന ചിലർ അപേക്ഷകരിലുണ്ട്. ഒരാളെ ഉടൻ എടുക്കും. അതും നിങ്ങളായിരിക്കില്ല. നിരാശപ്പെടരുത്. ചെറുപ്പമല്ലേ? എഴുത്തു പരീക്ഷയും കൂടിക്കാഴ്ചയും നന്നായി ചെയ്തു. നിങ്ങൾ തോറ്റിട്ടില്ല ഇനിയും അവസരം വരും—

എനിക്ക് നിരാശ തോന്നിയില്ല. ഇ എം ജെ വെണ്ണിയൂർ എന്ന നല്ല മനുഷ്യനോട് നന്ദി തോന്നി. അദ്ദേഹത്തിന്റെ ആർജ്ജവത്തിലും ആത്മാർത്ഥതയിലും അഭിമാനം തോന്നി.

ഒരാഴ്ച കഴിഞ്ഞ് 'കേരളകൗമുദി'യിലെ തലസ്ഥാന വാർത്തകളിൽ വായിച്ചു. ആകാശവാണി തിരുവനന്തപുരം നിലയത്തിൽ സ്ക്രിപ്റ്റ് റൈറ്ററായി ശ്രീ മടവൂർ ഭാസി നിയമിതനായി.

ഞാൻ അസൂയപ്പെട്ടില്ല. എന്നെക്കാൾ എന്തുകൊണ്ടും അർഹൻ ഭാസി തന്നെ.

രണ്ടു മാസം കഴിഞ്ഞ് വീണ്ടും വായിച്ചു ആകാശവാണിയിൽ ശ്രീ. ജി ഭാർഗ്ഗവൻ പിള്ളയെ നിയമിച്ചു.

സത്യത്തിൽ സന്തോഷം തോന്നി. ഞാൻ പയ്യൻസ്! അവസരം ഇനിയും വരും. ഞാൻ എനിക്കായി മാത്രം പാടി.

തുമ്പപ്പൂ പെയ്യണ പൂനിലാവേ!
ഏന് നെഞ്ചുനെറയണ പൂങ്കിനാവേ!

●

മാനം മുട്ടെ മഹാഗണിമരം

കോട്ടയത്ത് 'ആനന്ദമന്ദിരം' ഹോട്ടലിൽ സ്പെഷ്യൽ ഊണിന് 25 രൂപയാണ്. സാദാ ഊണിന് 20 രൂപയും. ബെസ്റ്റോട്ടിലിൽ ഫിഷ്കറി മീൽസിന് 30 രൂപ. പക്ഷേ സുന്ദരംപോറ്റിയുടെ 'അംബികാഭവൻ' ഉടുപ്പി ബ്രാഹ്മണ ഹോട്ടലിൽ 15 രൂപയേയുള്ളൂ ഊണിന്. നല്ല പുളിശ്ശേരിയും മോരും കിട്ടും.

എറണാകുളത്ത് ഉഡുപ്പി ബ്രാഹ്മണ ഹോട്ടലുകളിൽ 'ദ്വാരക'യിലും 'ഭാരത് ടൂറിസ്റ്റ് ഹോമിലും' 'വുഡ്ലാന്റ്''സിലും ഊണിന് ഇപ്പോൾ 50 രൂപയും 60 രൂപയും ഒക്കെ കൊടുക്കണം.

പണ്ട്, എറണാകുളത്തപ്പന്റെ അടുത്ത് ഒരു തമിഴ് ബ്രാഹ്മണ ഹോട്ടൽ ഉണ്ടായിരുന്നു. 'ജയലക്ഷ്മി'. ഊണിന് 2 രൂപ. തൈര്, പരിപ്പും നെയ്യും, കടുമാങ്ങാ അച്ചാർ, കൊണ്ടാട്ടം എന്നിവ സ്പെഷ്യൽ. അവയ്ക്ക് 50 പൈസവീതം രണ്ട് സ്പെഷ്യലോടെ ഉണ്ടാൽ 3 രൂപ മാത്രം.

ലോ കോളജിനടുത്ത് 'അമ്മാവ'ന്റെ കടയുണ്ടായിരുന്നു. ഊണിന് രണ്ട് രൂപ. മീൻകറി, മുട്ടക്കറി, ബിഫ് ഫ്രൈ, ഓംലറ്റ് എന്നിവ സ്പെഷൽ. അവയ്ക്ക് 50 പൈസവീതം. രണ്ട് സ്പെഷ്യലോടെ ഉണ്ടാൽ 3 രൂപ മാത്രം.

അമ്മാവന്റെ സ്ഥിരം ഊണുകാരിൽ പി.കെ.വി., വി.വി രാഘവൻ, ടി.കെ, എ.പി, എം.എം ലോറൻസ്, കെ.എൻ. രവീന്ദ്രനാഥ് തുടങ്ങിയ വലതിടതു സഖാക്കളെ കണ്ടിരുന്നു. തൊട്ടടുത്ത വാടകമുറികളിലായിരുന്നല്ലോ രണ്ട് പാർട്ടിയാപ്പീസുകളും.

വളരെക്കാലം മുമ്പൊരിക്കൽ, കോഴിക്കോട്ട് 'അളകാപുരി' ഹോട്ടലിലെ കെട്ടിടത്തിൽ എൻ.ബി.എസ്. പ്രവർത്തിക്കുമ്പോൾ, കുഞ്ഞുണ്ണി മാഷെ ഞാൻ ചായ കുടിക്കാൻ വിളിച്ചു. മാഷ്

സന്തോഷത്തോടെ ക്ഷണം സ്വീകരിച്ചു. എന്നാൽ അളകാപുരിയിലേക്കാണ് നീങ്ങുന്നതെന്ന് കണ്ടപ്പോൾ മാഷ് പിൻവാങ്ങി. അദ്ദേഹം പറഞ്ഞു. നേരെ എതിർവശത്തെ പീടികയിൽ ചായയ്ക്ക് 50 പൈസയേയുള്ളൂ. അപ്പോൾ അളകാപുരിയിൽ കേറി 5 രൂപയുടെ ചായ കുടിക്കുന്നത് പാപമാണ്. മാപ്പില്ലാത്ത മഹാപാപം!

ഞങ്ങൾ 50 പൈസാച്ചായ കുടിച്ചു.

കുഞ്ഞുണ്ണിമാഷ് ഒരു കുഞ്ഞ് ബീഡിയും കുടിച്ചു.

പിന്നീട് മനഃപ്പൂർവം മഹാപാപത്തിൽ നിന്നും ഞാൻ മാറിനിന്നിട്ടുണ്ട്. വില കൂടിയ ഊണും ചായയും വേണ്ടെന്ന് വച്ചിട്ടുണ്ട്. ആത്മനിന്ദ തോന്നിയിട്ടില്ലൊരിക്കലും. പക്ഷേ, ഇപ്പോൾ നിന്ദയും പുച്ഛവും ലജ്ജയുമൊക്കെ സ്വയം അനുഭവമായിരിക്കുന്നു.

'ഒരു ജനതയുടെ ആത്മാവിഷ്കാര'മായ 'വേറിട്ട ചാനൽ' തന്നെ അഭിമുഖമാകുന്ന കാരണം.

കേരളത്തിലെ ഏറ്റവും 'പയ്യനായ' മാധ്യമത്തലവൻ തന്നിലും ഇളയ മാധ്യമത്തലവൻ 'ഒരു ചെത്തുപയ്യനുമായി' ചെയ്ത കൊച്ചു വർത്തമാനം കണ്ടുകേട്ട് ആകെ കൊച്ചായിപ്പോയി ഞാൻ.

ചെത്തുകാരന്റെ മകനേക്കാൾ എത്രയോ മടങ്ങ് സ്വത്തുള്ള ചെത്തുപയ്യൻ കാൽപ്പന്ത് കളിക്ക് അറുപതു ലക്ഷവും ഓട്ടച്ചാട്ടക്കളരിക്ക് ഒന്നരക്കോടിയും ഭിക്ഷ നൽകി എന്നു കേട്ടപ്പോൾ സന്തോഷം കൊണ്ട് സഹിച്ചില്ല. ഞാനിപ്പം സ്വർഗ്ഗത്തിൽ വലിഞ്ഞുകേറും എന്ന സ്ഥിതി.

120 വർഷം പഴക്കമുള്ള ഞങ്ങളുടെ ദീപികപ്പത്രം കാഞ്ഞിരപ്പള്ളി മെത്രാനുമായി ഒത്തുകളിച്ച് 20 കോടിക്ക് സ്വന്തമാക്കി എന്ന് അറിഞ്ഞപ്പോൾ സന്തോഷം സങ്കടമായി. ദീപിക എനിക്ക് ഒരു പാളങ്കോടൻ പഴത്തിന്റെ മധുരമാണ്. ബി.എ.യ്ക്ക് പഠിക്കുമ്പോൾ ദീപികയാപ്പീസിന്റെ മുന്നിലൂടെയാണ് കോളജിലേക്ക് പോകുക. ഓടുമേഞ്ഞ ഇരുനിലക്കെട്ടിടത്തിന്റെ മുകളിൽ കുരിശേന്തിയ യേശുദേവൻ നിന്നിരുന്നു. താഴെ മുറ്റത്ത് കാപ്പിപ്പൊടി നിറ ളോഹയിട്ട കൊളംബിയറച്ചനെ മിക്കവാറും കാണാം. അച്ചനെ തലകുനിച്ച് വണങ്ങും. അദ്ദേഹം തിരിച്ച് വാത്സല്യച്ചിരി ചൊരിയും.

ദീപികയ്ക്ക് എതിരെ പാപ്പച്ചന്റെ ഉദയാപ്രസ്സും എം.സി. വർഗ്ഗീസിന്റെ എം.സി.എം. പ്രസ്സുമുണ്ട്. ചേർന്ന് സിറ്റി ഹോട്ടൽ ആന്റ് റ്റീഷോപ്പ്. ഒപ്പം മുറുക്കാൻ കടയും.

സിറ്റി ഹോട്ടലിലെ പരിപ്പുവടയും കട്ടൻകാപ്പിയുമായിരുന്നു

ഉച്ചപ്പട്ടിണിക്കാരായ ഞങ്ങൾ അഞ്ചാറെണ്ണത്തിന്റെ മൃഷ്ടാന്നഭോജനം. ഒരു ദിവസം സിറ്റിയിലേക്ക് പരിപ്പുവടയും കട്ടൻകാപ്പിയും കഴിക്കാൻ നാലണയുമായി മാണിജേക്കബ്ബും ഞാനുംപോകുന്നു. മുറുക്കാൻ കടയോരത്ത് കൊളംബിയർ അച്ചൻ.

ഊണ് കഴിഞ്ഞ് വന്ന് പഴം തിന്നുകയാണ്. അരയണയ്ക്ക് രണ്ട് പാളേങ്കോടൻ പഴം. മാണിയും ഞാനും അച്ചനെ വണങ്ങി. അച്ചൻ അരയണക്ക് രണ്ടു പഴം കൂടി വാങ്ങി. ഓരോ പഴം ഞങ്ങൾക്ക് തന്നു. (അരയണ = മൂന്നു പൈസ.)

പഴം കൂട്ടിത്തിന്ന പരിപ്പുവടയ്ക്ക് എന്തൊരു മധുരമായിരുന്നു! 'ദീപിക' ആ മധുരമാണെനിക്ക്

(മാണി ജേക്കബ് ക്ലാസ്സിലെ മിടുമിടുക്കനായിരുന്നു. കുശഗാത്രൻ. സുന്ദരൻ. വല്ലാത്ത വായനക്കാരൻ. വായിച്ചതൊക്കെ എനിക്ക് പറഞ്ഞുതന്നു. അതുകൊണ്ട് ഞാൻ ബി.എ. ജയിച്ചു!

മാണി ജേക്കബിനെയും കണ്ടു ടെലിവിഷൻ ചാനലിൽ ഇക്കഴിഞ്ഞ ദിവസം. ജോൺ മേരിയുടെ ഒപ്പം നിന്നു വർത്തമാനം പറയുന്നു.

ഡോക്ടർ മാണി ജേക്കബ് ന്യൂനപക്ഷ കമ്മീഷനംഗമായി വന്നതാണ്.

കഷണ്ടിയും കുടവയറനുമായ മാണിയെ ഞാൻ ഏറെ ഇഷ്ടത്തോടെ നോക്കിയിരുന്നു. (പറഞ്ഞതൊന്നും ശ്രദ്ധിച്ചില്ല...)

പരിപ്പുവടയേയും കട്ടൻകാപ്പിയേയും ചെറുബീഡിയേയും ഒരു തടിയൻ പരമപുച്ഛത്തോടെ ആക്ഷേപിക്കുന്നത് കേൾക്കുകയും കാണുകയും ചെയ്തപ്പോൾ ചോര തിളച്ചു. ഞരമ്പുകളിൽ. എന്നാൽ ഉടനടി ചോര തണുത്തുറഞ്ഞുപോയി. ചെത്തുപയ്യന്റെ ഉച്ചയൂൺ ചെലവ് പറഞ്ഞ് കേട്ടപ്പോൾ.

ഉച്ചത്തീറ്റക്ക് 2500 രൂപ 3000 രൂപ! ഇതുകേട്ടാൽ വാ പൊളിക്കുമെന്ന് നന്ദികേശൻ അരുളി ചെയ്തു.

മാപ്പില്ലാ മഹാപാപമൊന്നുമല്ലല്ലോ

ഞാൻ ചൊല്ലി:

'പഞ്ചാരക്കുന്നിന്റെ ചോട്ടിലിരുന്ന്
ഉണ്ണിയുറുമ്പ് കരഞ്ഞു—ഒരു
കുഞ്ഞുണ്ണിയുറുമ്പ് കരഞ്ഞു
എത്ര വലുതാണെന്റെ വായ

എത്ര ചെറുതാണെന്റെ വയറും!'

ആർ. സുഗതൻ എന്ന കമ്മ്യൂണിസ്റ്റ് പോറ്റിഹോട്ടലിന്റെ ബെഞ്ചിൽ കിടന്നവൻ, കൈലിമുണ്ടുടുത്ത് നടന്നവൻ —പണ്ട് പറയുകയുണ്ടായി: കള്ളും കപ്പയും ചാളയും ഇല്ലാരുന്നേൽ പാവങ്ങൾ ചത്തുതുലഞ്ഞേനെ.

ബീഡി സുഗതൻ സാറും ഒത്തിരി കുടിച്ചു.

ബീഡി കുടിക്കാത്തവരും കൈലി ഉടുക്കാത്തവരും ആയിരുന്നു ഞാൻ ആദ്യം കണ്ട കമ്മ്യൂണിസ്റ്റുകാർ. സി.എസ്. ഗോപാലപിള്ളയും ഇ.എം. ജോർജ്ജും കോട്ടയം ഭാസിയും തിളങ്ങുന്ന വെൺമയായിരുന്നു മൂന്നു പേരുടേയും മുണ്ടിനും ജൂബ്ബയ്ക്കും. സി.എസും ഭാസിയും പൊൻനിറമാർന്നവർ. ആറടിയും അഞ്ചടിയും പൊക്കം. ജോർജിനും ആറടിയോളം ഉയരമുണ്ടായിരുന്നു. നിറം ഇരുണ്ടത്. പരുക്കൻ ശരീരവും.

സി.എസിന്റെ അവസാനകാലത്താണ് ഞാൻ കാണുന്നത്. പുകവലി കണ്ടിട്ടില്ല. പുകയും പൊടിയും മുറുക്കാനുമൊന്നും ഭാസിച്ചേട്ടനുമില്ല. ശാന്തിനികേതനിൽ ടാഗോറിന്റെ ശിഷ്യനായിരുന്നല്ലോ.

ഇ.എം. ജോർജ് നിറുത്താതെ സിഗരറ്റ് വലിച്ചു ഒന്നിൽ നിന്നൊന്ന് കൊളുത്തി വലിച്ചു. ബീഡി പക്ഷേ ഞാൻ കണ്ടിട്ടില്ല.

കൈവിരലുകൾക്കിടയിൽ കെടാത്ത ബീഡിയുമായി ആദ്യം കണ്ടത് സി.എച്ച് കണാരനെയാണ്. വെള്ള മുണ്ടും ജൂബ്ബയും തന്നെ വേഷം. സീയെസ് ഭാസി ജോർജ്ജുകളുടെ ജൂബ്ബകളുടെ മിനുസവും തിളക്കവുമില്ല. ആറടിയിലധികം പൊക്കം മുഖമാകെ വസൂരിക്കല. മഹാഗണി മരംപോലെ ഒരു വൻ വിഗ്രഹം.

ഞാൻ രണ്ടോ മൂന്നോ തവണയേ കണ്ടിട്ടുള്ളൂ. പേടിയോടെ നോക്കി നിന്നു.

പൊതുയോഗത്തിൽ പ്രസംഗിക്കുന്നത് കാണുകയും കേൾക്കുകയും ചെയ്തപ്പോൾ പേടി കൂടി. ആ ശബ്ദവും രൂപവുംവിരട്ടിക്കളഞ്ഞു. ഞങ്ങൾക്കെതിരെ ചൂണ്ടുന്ന വിരലും ഉയരുന്ന കൈയും അരിഞ്ഞെറിയുമെന്ന് സി.എച്ച് പറയുന്നത് കേട്ട് വിറച്ചുപോയി. ഒരു വിട്ടുവീഴ്ചയുമില്ലെന്ന് അദ്ദേഹം പറഞ്ഞു.

അന്ന്, ആ പ്രസംഗത്തിൽ, സി.എച്ച്. ആവർത്തിച്ചുപറഞ്ഞ ഒരു കാര്യം എന്നെ ഏറെ രസിപ്പിച്ചു. പറയുന്നത് ഞങ്ങൾ നടപ്പിലാക്കും, ഏക്കേജിയാണ് ഞങ്ങളുടെ സെക്രട്ടറി.

സി.എച്ച് കണാരൻ പാർട്ടിയുടെ അസിസ്റ്റന്റ് സെക്രട്ടറി അന്ന്.

എ.കെ ഗോപാലൻ സെക്രട്ടറിയും.

തുടർന്ന് സി.എച്ച് സെക്രട്ടറി.

പി. കൃഷ്ണൻപിള്ളയ്ക്കുശേഷം ഒരു സംഘാടകൻ പാർട്ടി സെക്രട്ടറിയായി. സി.എച്ചിനു മുമ്പോ പിൻപോ ഇന്നോളം മറ്റൊരാൾ പാർട്ടി സെക്രട്ടറി പദത്തിൽ വന്നില്ല അതുപോലെ. ചരിത്രസത്യം.

നികത്താനാവാത്ത നഷ്ടം എന്നൊന്നുമുണ്ടെങ്കിൽ അതു സി. എച്ചിന്റെ വിയോഗമാകുന്നു. പാർട്ടിക്കും കേരള സമൂഹത്തിനും.

പാർട്ടിയോഗത്തിലിരുന്ന സി.എച്ചിന് കണ്ണൂർ നിന്നും ഫോൺ സന്ദേശം. ഫോണിൽ സംസാരിച്ചശേഷം അക്ഷോഭ്യനായിവന്നിരുന്ന സി.എച്ചിന്റെ ചിത്രം ദേശാഭിമാനി ലേഖകനായിരുന്നസി. കെ സോമൻ വിശദീകരിച്ചു തന്നിട്ടുണ്ട്. യോഗം കഴിഞ്ഞ്സി. എച്ച് അറിയിച്ചത്രേ. കണ്ണൂരിൽ വിദ്യാർത്ഥിസംഘട്ടനം. എസ്. എഫ്.ഐക്കാരും കെ.എസ്.യുക്കാരും തമ്മിൽ. നമ്മുടെ പിള്ളേർ സഖാക്കൾ ചിലർ ആശുപത്രിയിലാണ്.

കെ.എസ്.യുക്കാർ ചിലരും ആശുപത്രിയിലാണ്.

അക്കൂട്ടത്തിൽ സഖാവിന്റെ മകൻ സുരേന്ദ്രനുമുണ്ട്. സി.കെ. സോമനറിയിച്ചു.

അറിയാം.

അടുത്ത ദിവസം സി.എച്ച്. കണ്ണൂരെത്തി. ആശുപത്രിയിൽ പോയി. എസ്.എഫ്.ഐ സഖാക്കളെ സന്ദർശിച്ചു. മകനെ കണ്ടില്ല.

സുരേന്ദ്രന് പരീക്ഷ എഴുതാനായില്ല.

അടുത്ത അവസരത്തിന് തയ്യാറാകാനായി കോട്ടയത്ത് ട്യൂട്ടോറിയൽ കോളജിൽ വന്നു ചേർന്നു. 'നൈനാൻസി'ലോ. 'പൈകടാസി'ലോ.

നാഗമ്പടത്ത് 'ലൈലാ ലോഡ്ജി'ൽ സുരേന്ദ്രൻ വന്നുകൂടി. എന്റെ അച്ഛന്റെ അളിയൻ നടത്തുന്ന ചെറിയ ലോഡ്ജ് വാടക തുച്ഛം. തൊട്ടു ചേർന്നുതന്നെ ലോഡ്ജുടമയുടെ വീട്. വീട്ടമ്മ അച്ഛന്റെ പെങ്ങൾ.

പാർട്ടിയാപ്പീസിൽ നിന്നും വർക്കിച്ചായനാണ് ലോഡ്ജ് തപ്പിക്കൊടുത്തത്. സഖാവ് എം.എം.വർക്കി. ഇന്റർമീഡിയേറ്റിന് പഠിക്കാൻ കോട്ടയത്തുവന്നതാണ്. പാർട്ടിക്കാരനായി. പിന്നെ വീട്ടിൽ പോയിട്ടില്ല. ഒറ്റത്തടിയായിട്ട് പാർട്ടിയാപ്പീസിലുണ്ടിപ്പോഴും.

സി.എച്ചിനേയും കൂട്ടി വർക്കിച്ചായൻ ഒരു തവണ അപ്പച്ചിയുടെ വീട്ടിൽ വന്നു. അപ്പോഴാണ് സി.എച്ചിനെ ഞാൻ അടുത്തു കാണുന്നത്.

കണ്ടു. ആ വസൂരിക്കലകളിലെ സൗന്ദര്യം കണ്ടു. ആ ശബ്ദത്തിലെ ആർദ്രത അറിഞ്ഞു.

സി.എച്ച് തുടരെ ബീഡി വലിക്കുന്നു. ബീഡിക്കറ വിരലുകളിൽ തഴമ്പായി കരിവാളിച്ചു കിടക്കുന്നു.

ബീഡി പിടിക്കുന്നതിന്റെ സ്റ്റൈൽ!

വിരൽകൊണ്ട് ചാരം തട്ടുന്നതിന്റെ സ്റ്റൈൽ!

ലൈലാ ലോഡ്ജിനപ്പുറം ഒരു കൊച്ചു ചായക്കടയുമുണ്ടായിരുന്നു. ലീന റെസ്റ്റോറന്റ്. അപ്പച്ചിയുടെ പെൺമക്കളാണ്ലൈലയും ലീനയും.

ലീന റെസ്റ്റോറന്റിൽ നിന്നും പരിപ്പുവടയും കട്ടൻ കാപ്പിയും വന്നു. സി.എച്ച് കണാരൻ പരിപ്പുവടയും കാപ്പിയും കഴിച്ച് ബീഡി കൊളുത്തുന്നത് ഞാൻ കണ്ടുനിന്നു. വർക്കി സാക്ഷി.

പിന്നീടു ഞാൻ സി.എച്ചിനെ കണ്ടിട്ടില്ല. പക്ഷേ, ഓർമ്മയിൽ മാനം മുട്ടെ മഹാഗണി മരം (മരച്ചോട്ടിൽ പുല്ല് തഴച്ച് വളർന്നു നിൽക്കുന്നല്ലോ!)

●

കടലിലെ ഓളവും കരളിലെ മോഹവും

തിരുവനന്തപുരം അന്താരാഷ്ട്ര ചലച്ചിത്രോത്സവം. 'ലോക'സിനിമയിലെ കുറേ നല്ല പടങ്ങൾ ബീനാപോളും എം.പി. സുകുമാരൻ നായരും ഒക്കെക്കൂടി പാടുപെട്ട് കൊണ്ടുവന്ന് കാണിക്കുകയാണ്. വെള്ളച്ചരടിലും തവിട്ടുചരടിലും കെട്ടിയ താലികളുമായി 'ദലിഗേറ്റുകൾ' രാവിലെ എട്ടു മണി മുതൽ പാഞ്ഞു നടന്ന് പടം പഠിക്കുന്നു. ശ്രീ, കൈരളി, ന്യൂ, ശ്രീകുമാർ, ശ്രീ വിശാഖ് കൊട്ടകകളിൽ കൊള്ളാത്തവർ നികുഞ്ജത്തിലെ ഈറനിരുട്ടിൽ മുഴുനേരവും കുത്തിയിരിക്കും. അരവിന്ദമൗനികളാണ് പലർ. ചിലർ ജോൺ ഗർജ്ജകരും. വെളി യിൽ അരിസ്റ്റോയിൽ ജംഗ്ഷനിൽ നിന്നും പൊന്നറപാർക്കിലേക്ക് കവികളുടെ പടയണി രാപകൽ. അരിസ്റ്റോയിൽ നിന്നും ചെങ്കൽ ചൂളയിലേക്ക് കഥാകാരന്മാരുടെ വാളും പരിചയുമേന്തിയുള്ള വേലകളി വേറെ. ഞാൻ കനകക്കുന്നിലേക്ക് ഓടി...

കനകക്കുന്നിൽ നിശാഗാന്ധി എന്ന തുറന്ന കൊട്ടകയിൽ 'ചെമ്മീൻ' സിനിമ കളിക്കുന്നുണ്ട്. ഉത്സവത്തോടു ചേർന്ന് ചെമ്മീന്റെ മുപ്പത്തഞ്ചാം വർഷാഘോഷം. മലയാളത്തിലേക്ക് ആദ്യമായി സ്വർണ്ണമെഡൽ വന്നതിന്റെ ഓർമ്മ പുതുക്കൽ. ചെമ്മീൻ പിടിച്ചവരിലും പാകപ്പെടുത്തിയവരിലും മിച്ചമുള്ളവരെയെല്ലാം ചടങ്ങിൽ ആദരിക്കുന്നു. ബാബു, എസ്സെൽപുരം, ഋഷികേശ്, ഷീല, മധു, ഭവാനി, ലത എന്നിവരൊക്കെ വരും. ചിലപ്പോൾ മന്നാഡെയും യേശുദാസും.

നിശാഗന്ധി നിറഞ്ഞു തുവുന്ന ജനം. കഴുത്തിൽ ചരടുകളില്ലാത്തവർ. ഒരു പഴയ പടം കാണാൻ രണ്ടായിരത്തോളം വരുന്ന ആൾക്കൂട്ടം. പെണ്ണുങ്ങളും പിറുങ്ങിണികളും നിറഞ്ഞ ഉത്സവക്കൂട്ടം.

ഇവരാണ് യഥാർത്ഥ പ്രേക്ഷകർ.

ഞാൻ ചെന്നുകേറുമ്പോൾ എസ്.എൽ.പുരം പ്രസംഗിക്കുകയാണ്. ചെമ്മീന്റെ തിരക്കഥാ സംഭാഷണകൃത്താണല്ലോ അദ്ദേഹം. സ്വന്തം അനുഭവങ്ങൾ അദ്ദേഹം അയവിറക്കി. എനിക്ക് വലിയ സന്തോഷമായി. എനിക്കു മാത്രം അറിയുന്ന ഒരു രഹസ്യം എസ്സെൽപുരം എടുത്തുപറഞ്ഞു വെളിപ്പെടുത്തിയതാണ് സന്തോഷകാരണം.

എസ്സെൽപുരം പറഞ്ഞു:

ചെമ്പൻകുഞ്ഞിന്റെയും ചക്കിയുടെയും പളനിയുടേയും കറുത്തമ്മയുടേയും വേഷങ്ങൾക്ക് കൊട്ടാരക്കര ശ്രീധരൻനായരേയും അടൂർ ഭവാനിയേയും സത്യനെയും ഷീലയെയുംമറ്റും നിശ്ചിച്ചത് ബാബുവോ രാമുവോ അല്ല. ആർട്ടിസ്റ്റ് ശങ്കരൻകുട്ടിയാണ് സത്യത്തിൽ അത് ചെയ്തത്. ചെമ്മീൻ കഥാപാത്രങ്ങളെ യോജിച്ച നടീനടന്മാരെ വച്ച് വരച്ചയച്ചു തന്നു ശങ്കരൻകുട്ടി. എസ്.പി. പിള്ളയേയും രാജകുമാരിയെയും ഒക്കെ ചിത്രകാരൻ വരച്ചയച്ചു. ചെമ്മീൻ സിനിമയുടെ കാംസ്റ്റിങിന്റെ ക്രഡിറ്റ് ആർട്ടിസ്റ്റ് ശങ്കരൻകുട്ടിക്കുള്ളതാകുന്നു.

അന്ന്, ആ ചിത്രങ്ങൾ രൂപപ്പെടുത്തുമ്പോൾ ശങ്കരൻകുട്ടിക്ക് കൂട്ടിരുന്നവൻ ഞാനാണല്ലോ! ചെമ്പൻകുഞ്ഞിന്റെ കവിളിലെ മറുകും കറുത്തമ്മയുടെ മാറിലെ മറുകും ഫിറ്റ് ചെയ്തുകൊടുക്കുമ്പോൾ ശങ്കരൻകുട്ടിയെ വിസ്മയത്തോടെ നോക്കിയിരുന്നവൻ ഞാനാണല്ലോ! ('പരീക്കുട്ടിയും ഗംഗാ ദത്തനും' എന്ന ഒരു ഉഗ്രൻ ഉപന്യാസമെഴുതിയിട്ടുണ്ട് ഇവൻ വായിച്ചു വളരുക)

പ്രസംഗം കഴിഞ്ഞ് വേദിയിലെ ലൈറ്റുകൾ അണഞ്ഞു. പകരം വലിയ വെള്ളിത്തിര തിളങ്ങി. 'മാനസമൈനേ' പാട്ട് ഒഴു കിയെത്തി. തിരശ്ശീലയിൽ മധു തെളിഞ്ഞു. തുടർന്ന് വേദിയിൽ സാക്ഷാൽ മധു വന്നു.

പിന്നെ വെള്ളിത്തിരയിൽ തെളിഞ്ഞത് ചക്കിയുടെ മരണവും ചെമ്പൻകുഞ്ഞിന്റെ ചങ്കുപൊട്ടിക്കരച്ചിലും. കൊട്ടാരക്കരശ്രീധരൻ നായരുടെ നിലവിളിയുടെ നടുവിൽ പ്രകാശംപരന്നു. വേദിയിൽ ആ ദൃശ്യം നോക്കിനിന്ന് തേങ്ങിക്കരയുന്ന അടൂർഭവാനി. അവർക്ക് വാക്കുകൾ തൊണ്ടയിൽ തടഞ്ഞു...

താരങ്ങളേക്കാൾ താരമായ ബാബു രംഗത്ത് വന്നു. ഇപ്പോഴും യുവസുന്ദരൻ. മുപ്പത്തഞ്ചാണ്ടു മുമ്പ് 'ചെമ്മീൻ' നിർമ്മിക്കുമ്പോൾ ബാബുവിന് ഇരുപത് വയസ്സാണ് പ്രായം. ആരും കൊതിക്കുന്ന രൂപപ്പൊലിമ. അരങ്ങിൽ വെള്ളിവെളിച്ചത്തിൽ ബാബു വെട്ടിത്തിളങ്ങി.

ബാബു പറഞ്ഞു:

നമ്മോടൊപ്പം ഇന്ന്,
തകഴി ഇല്ല
വയലാർ ഇല്ല
സലീൽ ചൗധരി ഇല്ല
മാർകസ് ബർട്‌ലി ഇല്ല
കൊട്ടാരക്കര ഇല്ല
സത്യൻ ഇല്ല
എസ്.പി. ഇല്ല
കോട്ടയം ചെല്ലപ്പൻ ഇല്ല
എഡ്ഡി ഇല്ല
രാമുവും .... ഇല്ല

അവരെ എല്ലാം ഓർത്ത്, സ്നേഹാദരങ്ങൾ നൽകി ഒരു നിമിഷം ഒന്നെണീറ്റു നില്ക്കാൻ ഞാൻ അപേക്ഷിക്കുന്നു.

നിശാഗന്ധിയിൽ തിങ്ങിക്കൂടിയ മുഴുവൻപേരും എണീറ്റ് നമിച്ച് നിന്നു. പരിപൂർണ്ണ നിശ്ശബ്ദത.

ബാബു ഒന്നുകൂടി വികാരഭരിതനായി പറഞ്ഞു: നാളെ നമ്മളും ഉണ്ടാവില്ല. പക്ഷേ, 'ചെമ്മീൻ' ഉണ്ടാവും. തകഴിയുടെ നോവലും എന്റെ സിനിമയും.

പിറ്റേന്ന്, ശ്രീ കൈരളി തിയേറ്ററുകളുടെ മുറ്റത്ത് വി.കെ. ഹംസയെ കണ്ടു. സിനിരമ, ചിത്രരമ, ചിത്രകാർത്തിക, ഫിലിംനാദം എന്നീ ചലച്ചിത്ര വാരികകളിലെ ലേഖകനായിരുന്നു ഹംസ. ഏറെ നാളുകൾ കഴിഞ്ഞ് കാണുകയായിരുന്നു. ബാബുവിന്റെ ഭംഗിയെപ്പറ്റി നന്മയെപ്പറ്റി ഞാൻ ഹംസയോട് സംസാരിച്ചു.

ബാബുസേട്ട് പങ്കജ് ഹോട്ടലിലെ സ്യൂട്ടിലുണ്ടെന്നും ഉടൻപോയി കാണാമെന്നും ഹംസ പറഞ്ഞു. ആദ്യം മടിച്ചെങ്കിലും ഞാൻ കൂടെപ്പോയി.

കൊച്ചിയിൽ ഒരു മിത്താണ് ബാബുസേട്ട്. കുബേരപുത്രൻ. രാജകുമാരന്റെ ജീവിതം. കണക്കില്ലാത്ത ഭൂസ്വത്തുക്കൾ. എണ്ണിയാൽ തീരാത്ത വൻകെട്ടിടങ്ങൾ. കവിതയ്ക്ക് ശിലാരൂപം നൽകി ബാബു പണിയിച്ച 'കവിത' തിയേറ്റർ.

അഴകിൽ അർജ്ജുനനും ദാനത്തിൽ കർണ്ണനും...

ബാബുസേട്ടിന്റെ ദർബാറിലേക്കാണ് ഹംസ എന്നെ

കൂട്ടിക്കൊണ്ടുചെന്നത്. ഞാൻ ആദ്യമായി നേരിൽ കാണുകയാണ്. എനിക്ക് അർഹിക്കാത്ത ആദരവ് തന്നു: മഹാരാജാസിലെ ഒരു പ്രൊഫസർ എന്നൊക്കെ ഹംസ തട്ടിവിട്ടതാണ് കാരണം.

പെട്ടെന്ന് അപ്പോൾ മനസ്സിലുദിച്ച ഒരാശയം ഞാൻ ബാബുവിനോട് പറഞ്ഞു: ഇപ്പോൾ ഒരു പുസ്തകം ഇറങ്ങിയിട്ടുണ്ട്, 'ആവാരാ'. രാജ്കപൂറിന്റെ പടത്തെപ്പറ്റി –ആവാരായെപ്പറ്റി– ഉള്ള പുസ്തകം. സിനിമയിലെ സ്റ്റില്ലുകൾ കുറേയുണ്ട്. രാജ്കപൂർ-നർഗീസുകളുടെ മാത്രമല്ല പടവുമായി ബന്ധപ്പെട്ടവരുടെ എല്ലാം സുന്ദരൻ ചിത്രങ്ങൾ. അബ്ബാസ്, ശങ്കർ-ജയ് കിഷൻ, മുകേഷ്, ലത തുടങ്ങി ക്യമാറാമാൻ രാധുകാർമാർക്കർ വരെ 'ആവാര'യിലെ അനശ്വര ഗാനങ്ങളുമുണ്ട്. പുസ്തകത്തിൽ. മനോഹരമായ ലേ-ഔട്ട്. ഒന്നാംന്തരം ആർട്ട് പേപ്പർ.

നമുക്ക് 'ചെമ്മീൻ' എന്നൊരു പുസ്തകം പ്ലാൻ ചെയ്താലോ? ഇംഗ്ലീഷിലും മലയാളത്തിലുമായി.

ബാബുവിന്റെ കണ്ണുകൾ തിളങ്ങി. തുടുത്ത കവിളുകൾ ചുവന്നു. ചാടി എന്റെ കൈയിൽ പിടിച്ചു. ചോദിച്ചു; എന്ത് ചെലവാകും?

ചുമ്മാ ഒരു വൻ തുക ഞാൻ പറഞ്ഞു അമ്പതിനായിരം രൂപ

പോരാ, മൂന്നുലക്ഷമാകട്ടെ!

സേട്ടിന്റെ വാക്കുകൾ എന്നെ ഞെട്ടിച്ചു. അദ്ദേഹം തുടർന്നു: ഹിന്ദി, തമിഴ്, ബംഗാളി ഭാഷകളിലും പുസ്തകം. അഞ്ചുലക്ഷത്തിന്റേതാവട്ടെ നമ്മുടെ പ്രൊജക്ട്

ഞാൻ പേടിച്ചു. ബാബുസേട്ടിനെ പറ്റിക്കാൻ ഒരുത്തൻ കൂടെ കൂടിയിരിക്കുന്നു എന്നല്ലേ സംഭവം അറിയുന്നവർ പറയൂ! ആ നല്ലവനിൽ നിന്നും ഓടിയൊളിക്കാൻ അപ്പോഴേ ഞാൻ തീരുമാനിച്ചു. കൊച്ചിയിൽ വച്ച് കാണാമെന്നും പറഞ്ഞ് ഞാൻ രക്ഷപ്പെട്ടു.

പിന്നീടൊരിക്കലും ബാബുവിന്റെ മുന്നിൽ പ്രത്യക്ഷപ്പെട്ടില്ല. അദ്ദേഹത്തിന്റെ ബെൻസ് കാർ കണ്ടാൽ ഞാൻ ഓടിയൊളിക്കും.

സേട്ടിന്റെ തീരാസ്വത്തുക്കൾ തീർന്നുതുടങ്ങുന്നതിന്റെ കഥകൾ കേട്ടു. 'കവിത'വിൽക്കുന്നു, ബെൻസ് കാർ വിൽക്കുന്നു കൊട്ടാരം പോലുള്ള വീട് വിൽക്കുന്നു. പക്ഷേ, ദർബാർ പാർട്ടികൾ തുടരുന്നുണ്ട്.

ഭാര്യ മരിച്ചു. അപൂർവസുന്ദരമായ ഒരു പ്രണയകഥയായിരുന്നു അതും. മൂന്നോ നാലോ വയസ്സിനു മൂത്തവളായ ബാല്യകാലസഖി, ബാബുവിന് പ്രായപൂർത്തിയാവാൻ കാത്തിരുന്ന കാമുകി.

ഭാര്യ മരിച്ച് അടുത്തനാളിൽ ബാബു പ്രമുഖ പത്രങ്ങളിലെ ഒന്നാം പേജിൽ വലിയ പരസ്യങ്ങൾ നൽകി, മരണമന്വേഷിച്ച് ആരും തന്റെ വീട്ടിൽ വന്നില്ലെന്നും താനിപ്പോൾ ദരിദ്രനാണെന്നും ആയിരുന്നു പരസ്യം.!

ദരിദ്രനാണെന്നറിയിക്കാൻ അഞ്ചുലക്ഷം രൂപയുടെ പരസ്യം!

ബാബു എന്ന മിത്ത്...

ആയിടയ്ക്ക് 'ദേശാഭിമാനി'യുടെ വാതിൽക്കൽ ബാബുവിന്റെ ബെൻസ്കാർ. ബാബു ദേശാഭിമാനി ആഫീസിലുണ്ട്. മൂന്നാലു ദിവസമായി എന്നും വരുന്നുണ്ടത്രേ. ഇ.എം.എസിനെ അടിയന്തിരമായി കാണണം. ചോദിച്ചു പിടിച്ചു വന്നപ്പോൾ സംഗതി വെളിപ്പെട്ടു. ബാബുവിന് രാഷ്ട്രപതി തെരഞ്ഞെടുപ്പിൽ മത്സരിക്കണം, ഇ.എം. എസ്സിന്റെയും ഇടതുപക്ഷത്തിന്റെയും പിന്തുണ വേണം! പ്രസിഡന്റ് സ്ഥാനാർത്ഥിയാകാൻ തയ്യാർ.

ആരെല്ലാമോ ഇടപെട്ട് പിന്തിരിപ്പിച്ചു.

ബാബുസേട്ട് അന്തരിക്കുന്നതിന് ഒന്ന് രണ്ട് മാസം മുമ്പ് ഞാൻ വീണ്ടും കണ്ടു. എറണാകുളം എൻ.ബി.എസ്. മുറ്റത്ത് വന്നു നിന്ന ഒരു ചെറിയ കാറിൽ ബാബു ഇരിക്കുന്നു. കൂടെ വന്ന ആൾ പുസ്തകശാലയിലേക്ക് കയറി.

ഷേവു ചെയ്യാത്ത മുഖം. അല്പം മഞ്ഞച്ചു തുടങ്ങിയ നിറം. ഡൈ ചെയ്യാത്ത തവിട്ടു മുടി. കൈകൾ വിറയ്ക്കുന്നു.

ഞാൻ കാറിനരികിൽ ചെന്നു നമസ്കരിച്ചു.

അദ്ദേഹം കൈകൂപ്പാൻ ശ്രമിച്ചു. വിഷമത്തോടെ പറഞ്ഞു: പാർക്കിൻസൺസിന്റെ പിടിയിലാണ്. വിറയൽ. ഇറങ്ങിനില്ക്കാത്തത് ക്ഷമിക്കണം. ഒരു ലുങ്കിയാണ് ഉടുത്തിരിക്കുന്നത്. കാണുന്നവർ പറയും. ആ ബാബു എല്ലാം മുടിച്ച് ദാ തെണ്ടിയായി നടക്കുന്നെന്ന്–

എനിക്കൊന്നും പറയാൻ തോന്നിയില്ല. പിന്നെ പതുക്കെ ചോദിച്ചു: സേട്ട് വന്നത്?

എനിക്ക് മഹാഭാരതം വേണം.

എഴുത്തച്ഛന്റെ കിളിപ്പാട്ടേ ഇവിടെ ഉണ്ടാവൂ.

മഹാഭാരതം മുഴുവനായി വേണം.

കുഞ്ഞിക്കുട്ടൻ തമ്പുരാന്റെ തർജ്ജമ ഒരു ലക്ഷത്തി

ഇരുപത്തയ്യായിരം ശ്ലോകങ്ങളാണ്. ഏഴ് വാല്യങ്ങൾ. ഇപ്പോൾ കിട്ടാനില്ല.

ഗദ്യം മതി എനിക്ക്.

വിദ്വാൻ പ്രകാശത്തിന്റെ ഗദ്യ തർജ്ജമ ഉണ്ടായിരുന്നു. ഇരുപത് പുസ്തകങ്ങൾ.

ബാബു സേട്ട് ആത്മഗതം മാതിരി പറഞ്ഞു: അത്രയും വായി ക്കാൻ ഇനി സമയമില്ല.

അത് കേട്ടില്ലെന്ന മട്ടിൽ ഞാനറിയിച്ചു.

ഭാരതീയ വിദ്യാഭവനിൽ രാജാജിയുടെ മഹാഭാരതവും രാമായ ണവുമുണ്ട്. നല്ല ഇംഗ്ലീഷിൽ ചെറിയ ഗ്രന്ഥങ്ങൾ.

അത് മതി. അത് മതി. ശബ്ദം താഴ്ത്തി ബാബു എനിക്ക് നന്ദി പറഞ്ഞു. ഒരു ചിരി തന്നു. വിളറിയ ഒരു പുഞ്ചിരി.

ബാബുസേട്ട് കണ്ണിൽ നിന്നും മറയുംവരെ ഞാൻ നോക്കി നിന്നു. നാളെ നമ്മളും ഉണ്ടാവില്ല. പക്ഷേ 'ചെമ്മീൻ' ഉണ്ടാവും തകഴിയുടെ നോവലും എന്റെ സിനിമയും.

●

ജഗതി 'കേരളാ ഷേക്സ്പിയർ'

കോഴിക്കോട്ടു നിന്നും ചിറ്റൂരേയ്ക്ക് കാർ പായുകയാണ്. 1974 സെപ്തംബറിലേയോ ഒക്ടോബറിലേയോ പൊള്ളിക്കുന്ന പകൽ. വെളിയിൽ വെയിൽ തിളച്ചു മറിയുന്നു. മൂന്നു മണിക്കു മുമ്പ് ചിറ്റൂർ കോളജിലെത്തണം. കോളജിൽ യൂണിയന്റെയും ആർട്സ് ക്ലബ്ബിന്റെയും ഉദ്ഘാടനമാണ്. ഉദ്ഘാടകന്മാരാണ് പിൻസീറ്റിൽ എന്റെ ഇടതും വലതുമായി ഇരിക്കുന്നത്. ജഗതി എൻ.കെ. ആചാരിയും കുഞ്ഞുണ്ണിമാസ്റ്ററും.

ജഗതിയെ റേഡിയോ സ്റ്റേഷനിൽ നിന്നും കുഞ്ഞുണ്ണിയെ രാമകൃഷ്ണ ആശ്രമത്തിൽ നിന്നും പൊക്കി. രണ്ടിനേയും ചിറ്റൂരിലെത്തിച്ച്, പ്രസംഗിപ്പിച്ച്, രാത്രിയിൽ തിരിച്ച് കോഴിക്കോട്ട് ആകാശവാണിയിലും ആശ്രമത്തിലും കൊണ്ടാക്കണം! ചിറ്റൂർ കോളജിലെ മലയാളം പ്രൊഫസറായ ക്ലട്ടുകാരൻ എനിക്കിട്ടുവെച്ചതന്ന പാരയാണ്.... ജഗതിയോട് കുഞ്ഞുണ്ണി മാഷ്ക്ക് അത്ര സുഖം പോരെന്ന് എനിക്ക് തോന്നി. അയാളുടെ തെക്കൻ വർത്തമാനവും പെരുമാറ്റവും ഒട്ടും ശരിയല്ലെന്ന് മാഷ് സൂചിപ്പിച്ചു. ജഗതിക്കോ? കുഞ്ഞുണ്ണിയുടെ രൂപവും ഭാവവുമൊന്നും ഒട്ടും പിടിച്ചില്ല. ഇരുവർക്കുമിടയിൽ ഒരു തടയായി ഞാൻ ഇരുന്നു.

തലേന്ന് സന്ധ്യക്ക് എൻബിയെസ്സിൽ വെച്ച് ഈ യാത്രക്കാര്യം വെളിപ്പെടുത്തിയപ്പോഴേ തിക്കോടിയൻ പറഞ്ഞു. അനുഭവിക്കും! അനുഭവിക്കും!

ഭീകരാനുഭവമൊന്നും ഉണ്ടായില്ല. രണ്ടിനെയും ഭദ്രമായി ഞാൻ കോഴിക്കോട്ടെത്തിച്ചു.

ഏതാണ്ട് പാതിരാവായി. കുഞ്ഞുണ്ണിമാഷെ ആശ്രമമുറ്റത്തേയ്ക്ക് കൂട്ടിക്കൊണ്ടു വിട്ടു. മാഷ് എന്നോട് രഹസ്യം പറഞ്ഞു. ദാ,

ഇതുപോലുള്ളതിന്റെ കൂടൊന്നും എന്നെ കൂട്ടരുത്!

കാറിൽ വന്നുകേറുമ്പോൾ ജഗതി ഉറങ്ങുകയാണെന്ന് ഞാൻ കരുതി. സീറ്റിൽ ചാഞ്ഞിരുന്ന ജഗതി ചോദിച്ചു: അവൻ എന്താ പറഞ്ഞേ?

ആര്?

ഉണ്ണിക്കുഞ്ഞ്!

ഞാൻ മിണ്ടിയില്ല ജഗതി പറഞ്ഞു. ഇത്തരക്കാരുടെ കൂടെയൊന്നും എന്നെ വിളിച്ചോണ്ടു പോയേക്കരുത്, പറഞ്ഞേക്കാം.

അദ്ദേഹത്തെയും കൊണ്ടെത്തിച്ചു.

പിറ്റേന്ന് സന്ധ്യക്കുതന്നെ കഥ അതേപടി ഞാൻ തിക്കോടിയനോട് വർണ്ണിച്ചു. അദ്ദേഹം നിറുത്താതെ ചിരിച്ചു. പിന്നീട് പലപ്പോഴും എന്നോട് പറയും. ജഗതി അന്വേ ഷിക്കുന്നുണ്ട്–

പക്ഷേ ജഗതിയും ഞാനും കോഴിക്കോട് വിടുംവരെ പിന്നെ കണ്ടിട്ടില്ല...

മലയാളം കണ്ട ഏറ്റവും വലിയ നാടകകൃത്ത് ജഗതി എൻ.കെ. ആചാരിയാണെന്ന് ഞാൻ പറയും. സാഹിത്യ അക്കാദമികൾ അദ്ദേഹത്തിന് അവാർഡ് കൊടുത്തിട്ടുള്ളതായി അറിവില്ല. യൂണിവേഴ്സിറ്റികൾ ആ നാടകങ്ങൾ പാഠപുസ്തകങ്ങൾ ആക്കിയതായും അറിവില്ല. എന്നാൽ ലക്ഷക്കണക്കായ മലയാളികൾ – രണ്ട് മൂന്ന് തലമുറ – പോയ പത്തറുപത് വർഷമായി ജഗതി നാടകങ്ങൾ നിത്യവും കണ്ടു രസിക്കുന്നു. എൻ. കൃഷ്ണപിള്ള, സി.ജെ. തോമസ്, ജി. ശങ്കരപ്പിള്ള, സി.എൻ. ശ്രീകണ്ഠൻ നായർ എന്നിവർ മികച്ച സാഹിത്യ നാടക രചയിതാക്കളാണ്. സംശയമില്ല. അവരുടെ നാടകങ്ങൾ എത്ര ആയിരങ്ങൾ വേദിയിൽ കണ്ടാസ്വാദിച്ചിട്ടുണ്ട്? ഭാസി, ആന്റണി, സദാനന്ദൻ, മുഹമ്മദ്, പിള്ള തുടങ്ങിയവരുടെ നാടകങ്ങൾ പതിനായിരങ്ങൾക്കു മുന്നിൽ അരങ്ങേറിയിട്ടുണ്ട്. കാശ് കൊടുത്ത് കാണികൾ കണ്ടാനന്ദിച്ചിട്ടുണ്ട്. കണക്കെടുപ്പിൽ കാലഗണനയിൽ അവർ ആരും ജഗതിക്കരികിൽ എത്തില്ല.

മലയാള നാടകവേദിയുടെ ചരിത്രം ആധികാരികമായി രചിക്കപ്പെട്ടിട്ടില്ലിതുവരെ. മുതുകുളം രാഘവൻപിള്ള, മുൻഷി പരമുപിള്ള, സ്വാമി ബ്രഹ്മവ്രതൻ, വി.സി. ആൻഡ്രൂസ് തുടങ്ങിയ നാടകമെഴുത്തുകാരുടെ സ്ഥാനം നിർണ്ണയിക്കപ്പെട്ടിട്ടില്ല. സംഗീതനാടകത്തെ തുടർന്ന് വരുന്ന നാടകവേദിയുടെ സ്രഷ്ടാക്കളിൽ ജഗതി എൻ.കെ.

ആചാരി വളരെ പ്രധാനിയാകുന്നു. പുരാണം, ചരിത്രം, ഐതിഹ്യം, സമുദായികം, എല്ലാത്തരം നാടകങ്ങളും ജഗതി സൃഷ്ടിച്ചു. അരനൂറ്റാണ്ടിലേറെയായി അവ ഇവിടെ ജീവിക്കുന്നു.

പഴയ ഒരു സ്റ്റൈൽ അനുസരിച്ചാണെങ്കിൽ ജഗതിയെ പട്ടം കെട്ടേണ്ടത് 'കേരള ഷേക്സ്പിയർ' എന്നാകുന്നു. പക്ഷേ, മലയാള നാടകസാഹിത്യത്തിന്റെ കഥ പറഞ്ഞവരും ജഗതി എൻ.കെ. ആചാരിയെ കണ്ണുതുറന്നു കണ്ടില്ലല്ലോ. എത്ര നിസ്സാരമാക്കി തഴഞ്ഞു കളഞ്ഞു...

ജഗതി എഴുതി, കലാനിലയം അവതരിപ്പിച്ച എത്ര നാടകങ്ങൾ എത്ര തവണ ഞാൻ കണ്ടു! 1955 ലോ മറ്റോ 'ഇളയിടത്തു റാണി'യാണ് ആദ്യം കാണുന്നത്. കൊടുങ്ങല്ലൂർ അമ്മിണിയമ്മ ആയിരുന്നു റാണി. കേണൽ മൺറോ ആയി കോട്ടയം ചെല്ലപ്പൻ അരങ്ങുനിറഞ്ഞു. 'ഉമ്മിണിത്തങ്ക' തുടങ്ങിയ തിരുവിതാംകൂർ ചരിത്ര നാടകങ്ങളും ഓർമ്മയിൽ തിളങ്ങി നിൽക്കുന്നു.

അഞ്ചു പതിറ്റാണ്ടിൽ അഞ്ചാറു തവണ എങ്കിലും 'കായംകുളം കൊച്ചുണ്ണി' കാണാനിടയായി. വി.ടി. അരവിന്ദാക്ഷ മേനോൻ, വൈക്കം മണി, കണ്ടിയൂർ പരമേശ്വരൻ കുട്ടി, മുതുകുളം എൻ.കെ ആചാരി, കൊടുങ്ങല്ലൂർ അമ്മിണിയമ്മ തുടങ്ങിയ മലയാള നാടകത്തിലെ നെടുംതൂണുകൾ, അതൊരനുഭവമായിരുന്നു. പലകാലത്ത് പലർ കൊച്ചുണ്ണിയായി വന്നു. ജഗതിയുടെ നാടകഗാത്രത്തിന് ആടയാഭരണങ്ങളായി ആ പ്രഗത്ഭനടീനടന്മാരൊക്കെ.

കടമറ്റത്ത് കത്തനാർ മറ്റൊരു ഐതിഹ്യ നാടകം. ഇതും പതിറ്റാണ്ടുകളുടെ ഇടവേളകളിൽ മാറി മാറി കണ്ടു. രാജാ ബിംബിസാരൻ. ഇന്ദുലേഖ, വെള്ളിക്കാസ. വ്യത്യസ്തമായ പല നാടകങ്ങൾ. പിന്നീട് 'രക്തരക്ഷസ്''. 1970 നു മുൻപെപ്പോഴോ ആണ് രക്ഷസ് ആദ്യം കാണുന്നത്. പല ഗിമ്മിക്സുമുണ്ട് ആ നാടകാവതരണത്തിൽ. കണ്ണഞ്ചിക്കുന്ന രംഗ ദൃശ്യങ്ങളും കാതടിപ്പിക്കുന്ന സംഗീതശില്പങ്ങളും. പക്ഷേ എല്ലാത്തിനുമടിയിൽ 'നാടകം' ഉണ്ട്.

രണ്ടായിരത്തോളം സ്കിറ്റുകളും ഹ്രസ്വനാടകങ്ങളും റേഡിയോയ്ക്കുവേണ്ടി ജഗതി എഴുതിയിട്ടുണ്ടത്രേ. അതിനിടയിൽ വേലുത്തമ്പി ദളവ മുതൽ ഒള്ളതുമതി വരെ മുപ്പതിലേറെ സിനിമയ്ക്ക് രചന നിർവഹിച്ചു. കൂടാതെ, കൗമുദി, ജനയുഗം, ആഴ്ചപ്പതിപ്പുകളിൽ ഒട്ടേറെ ഹാസ്യലേഖനങ്ങളും. നാടെങ്ങും നാടകം കളിച്ച ആ നാളുകളിൽ ജഗതിയുടെ കറക്കകമ്പനി, ഏടാകൂടം, പൊടിക്കൈ, ജപ്പാൻ ദൈവം അരങ്ങേറാത്ത അമച്ചർകാരില്ല. 'ലഹരി' പ്രൊഫഷണൽ രംഗത്ത്

അവതരിച്ച ആദ്യ മുഴുനീള ഹാസ്യനാടകം. 'കേരളാ മോളിയെ' എന്നുകൂടി ജഗതിക്ക് വിശേഷണം ചാർത്താം!

വ്യക്തിജീവിതത്തിൽ ഒത്തിരി കുസൃതികൾ കാട്ടിക്കൂട്ടിയതിനെപ്പറ്റി കഥകൾ കേട്ടിട്ടുണ്ട്. എറണാകുളം ലോ കോളജിൽ ചെങ്ങാരപ്പള്ളി നാരായണൻ പോറ്റിയായിരുന്നു ജഗതിയുടെ സഹപാഠി. ചെങ്ങാരപ്പള്ളിയുടെ ഡയറിക്കുറിപ്പുകളിൽ എന്തെന്ത് കഥകൾ, സത്യകഥനങ്ങൾ!

1961 ലോ 63 ലോ മറ്റോ മലയാള സിനിമയുടെ രജതജൂബിലി. അത് ഗംഭീരമായി ആഘോഷിച്ചു എറണാകുളംദർബാർ ഹാൾ ഗ്രൗണ്ടിൽ. അന്ന് അവിടെ കൊളുത്തിയ വെള്ളിവിളക്ക് മോഷണം പോയി. വലിയ വാർത്തയായി അത്. ശ്രീ. കെ.എസ് കൃഷ്ണൻ തകരപ്പൻ ഒരു വിനോദഭാവനമെനഞ്ഞ്'കൗമുദി'യിൽ പ്രസിദ്ധപ്പെടുത്തി.

സംഗതി ഏതാണ്ടിങ്ങനെ—

എറണാകുളം കസ്ബാ പോലീസ് സ്റ്റേഷൻ. വിളക്ക മോഷണത്തെപ്പറ്റി ചോദ്യം ചെയ്യൽ നടക്കുകയാണ്. ഒന്നാമത്തെ പുള്ളി നെഞ്ചുവിരിച്ച് കൈവീശി വന്നു. എസ്.ഐക്ക് ഇഷ്ടമായില്ല. എസ്.ഐ ചോദിച്ചു. ആരേടോ ഇവൻ? അമ്മവീട്ടിലേക്ക് വരുംപോലെ?

എച്ച്.സി പറഞ്ഞു: അയ്യോ സാറേ! നാടാർ സാറാ അത്. സർവ്വീസിലുണ്ടായിരുന്നേൽ എസ്.പി. ആയേനേം—

രണ്ടാംപുള്ളിയെ കണ്ടതും എസ്.ഐ ഉത്തരവായി. വനിതാ പോലീസുകാരാരുമില്ലേ ഇവളെ ഒന്നു പരിശോധിക്കാൻ?

അയ്യോ സാറേ! അത് നമ്മുടെ എവർഗ്രീൻ ഹീറോയാ!

മൂന്നാം പുള്ളി വന്നതും എസ്.ഐ പറഞ്ഞു. ഈ രണ്ടും കെട്ടതിനെ ആരു നോക്കും?

അയ്യോ സാറേ! അത് നമ്മുടെ വല്യ ഗോമേഡിയനാ—

അങ്ങനെ മലയാളം സിനിമയിലെ മുഴുവൻ പേരെയും ചോദ്യം ചെയ്തു. വെള്ളിവിളക്കിന്റെ ഒരു തുമ്പുമില്ല. പോലീസേമാന്മാർ കുഴഞ്ഞു.

ഒടുവിൽ, ഹെഡ്കോൺസ്റ്റബിൾ ആലോചിച്ചറിയിച്ചു: സാറേ! ജൂബിലി ആഘോഷത്തിനു വരാത്തവരാ മുഴുത്ത കള്ളന്മാർ. അവരെ പിടിക്കാം.

അങ്ങനെ അന്ന് എറണാകുളത്ത് വരാത്തവരുടെ പേരുകൾ പറയാൻ തുടങ്ങി. പേരു വിവരത്തിൽ ജഗതി എൻ.കെ.ആചാരി

എന്നു പറഞ്ഞതും അതുവരെ മിണ്ടാതിരുന്ന റൈട്ടർ സാറ് ചാടി യെണീറ്റ് പ്രഖ്യാപിച്ചു: അത് അവൻ തന്നെയാ! അവൻ തന്നെയാ! പണ്ടിവിടെ ലോകോളജിൽ പഠിക്കുമ്പോൾ ജീവനുള്ളതിനെ പുഷ്പം പോലെ കടത്തിയവനാ!!

കെ.എസ്. കൃഷ്ണന്റെ ഈ കഥ ഞാൻ ജഗതിയുടെ മകൻ ശ്രീകുമാ റിനോട് വിശദമായി പറഞ്ഞു. മലയാള സിനിമയിലെ പൊട്ടിച്ചിരി ശ്രീകുമാർ പൊട്ടിച്ചിരിച്ചു: അച്ഛൻ അമ്മയെ എറണാകുളത്തുനിന്നും തട്ടിക്കൊണ്ടുപോന്നത്!! കെ.എസ് മാമ്മനും അച്ഛനും വലിയ ഫ്രണ്ട്സാ.

അടുത്താഴ്ച തന്നെ കൃഷ്ണന്റെ പൂജ്യപിതാവ് കലവറ ശങ്കരപ്പിള്ളയെ പരിഹസിക്കുന്ന നർമലേഖനം ജഗതി എൻ.കെ. ആചാരിയുടേതായി 'കൗമുദി'യിൽ വന്നു.

വെള്ളിവിളക്ക് കൊല്ലം തില്ലേരി കള്ളുഷാപ്പിൽ നിന്ന് കണ്ടുകിട്ടി. (ഇത് ക്ലൈമാക്സ്)

ജഗതി എൻ.കെ. ആചാരി തിരുവിതാംകൂർ മഹാരാജാവിന്റെ കവടിയാർ കൊട്ടാരം പണിത മൂത്താശ്ശാരി (ചീഫ് ആർക്കിടെക്റ്റ്) യുടെ കൊച്ചുമകനാണ്; മലയാളം സ്റ്റേജിന്റെ ആർക്കിടെക്റ്റുകളിൽ പ്രമുഖൻ.

●

അവതാരിക: വല്പതും മഹത്ത്വും

ടികെസി വട്ടുതല എന്റെ മേലുദ്യോഗസ്ഥൻ; സി. അയ്യപ്പൻ എന്റെ സഹപ്രവർത്തകൻ. അമ്മായിയപ്പനും മരുമകനുമാണ് അവർ. മലയാള ചെറുകഥാ സാഹിത്യത്തിലെ കരുത്തന്മാരാണ്ഇരുവരും. കാതലുള്ള കഥകൾ ഭാഷയ്ക്ക് സമ്മാനിച്ചു; മണ്ണിന്റെയും മനുഷ്യന്റെയും കഥകൾ...

ടികെസിയുടെയും അയ്യപ്പന്റെയും കഥകൾ എനിക്കേറെ ഇഷ്ടമാണ് പണ്ടുമുതലേ. രണ്ടുപേരുടേയും പുസ്തകങ്ങൾ സൂക്ഷിച്ചുവെച്ചിട്ടുണ്ട്. ചില കഥകളെടുത്ത് വീണ്ടും വീണ്ടും വായിക്കും. വട്ടുതലസാറിന്റെ കണ്ടങ്കോരൻ കഥകൾ വളരെ പ്രിയമാണ്. 'അച്ചന്റെ വെന്തീഞ്ഞ ഞ്ഞാ', 'ചങ്കരാന്തിയട', 'രണ്ടു തലമുറ' ഒക്കെ പലവട്ടം വായിച്ചിട്ടുണ്ട്. അയ്യപ്പന്റെ 'ഉച്ചയുറക്കത്തിലെ സ്വപ്നങ്ങൾ' 'ഞണ്ടുകൾ' എന്നീ കഥാ പുസ്തകങ്ങളും ഞാൻ സൂക്ഷിക്കുന്നു. പുസ്തകത്തിൽ വരാത്ത 'നിരവ ത്തുകയ്യാണി'യും 'വളയൻ ചിറങ്ങര'യുമൊക്കെ പലവട്ടം വായിച്ചു.

അയ്യപ്പന്റെ ഒരഭിമുഖ സംഭാഷണം ഇക്കഴിഞ്ഞ നാളിൽ 'മാതൃഭൂമി' ആഴ്ചപ്പതിപ്പിൽ വന്നു. സ്നേഹത്തോടെ ശ്രദ്ധയോടെ ഞാൻ വായിച്ചു. ടികെസിയെപ്പറ്റി അയ്യപ്പൻ പറയുന്നു: 'അദ്ദേഹമെഴുതിയതു മുഴുവൻ ഗംഭീരമാണെന്നു എനിക്കും അഭിപ്രായമില്ല. കുറേയൊക്കെ രക്ഷ പ്പെട്ടവന്റെ അവസ്ഥയെ ആദർശവത്കരിക്കുന്ന സ്വഭാവമുണ്ട് ആ എഴുത്തിന്... അലക്കിത്തേച്ച് ഇസ്തിരിയിട്ടതു പോലെയാണ് കുറേ കഥകൾ.'

'....അങ്ങനെയുള്ള ഒരാളെ ഏതാണ്ട് വഴിവാട്ടു മട്ടിലാണ് നിരൂപകർ വരച്ചുവച്ചത്. എം. അച്യുതന്റെ പുസ്തകത്തിൽ എല്ലാവ രെയും കേറ്റി, അവസാനം ചാത്തനേയും കേറ്റി എന്ന മട്ടിലാണ്. അദ്ദേഹത്തിന്റെ കൃതിക്ക് അവതാരിക എഴുതിയ ആൾ പോലും

'ഔദാരിക' എന്ന അയ്യപ്പപ്പണിക്കരുടെ പ്രയോഗം അന്വർത്ഥമാക്കും മട്ടിലാണെഴുതിയത്. അവതാരികാകാരൻ വലിയ കേമനായിട്ടൊന്നുമല്ല. മാത്യു ഉലകന്തറയോ മറ്റോ ആണ്. വലിയ ദാനധർമ്മിഷ്ഠന്റെ മാതിരി ഒരെഴുത്ത്....'

അയ്യപ്പന്റെ വാക്കുകൾ ചിലർക്ക് ഇഷ്ടമായില്ലെന്ന് അറി യുന്നു. അയ്യപ്പൻ ആർജ്ജവത്തോടെ സംസാരിക്കുമ്പോൾ പിണങ്ങുന്നതെന്തിന്?

1965 മുതലാണ് സാഹിത്യപ്രവർത്തക സഹകരണ സംഘം 'തെരഞ്ഞെടുത്ത കഥകൾ' തുടരെ പ്രസിദ്ധീകരിച്ചു തുടങ്ങിയത്. പ്രമുഖ കഥാകൃത്തുക്കളുടെ പ്രശസ്ത കഥകളുടെ തെരഞ്ഞെടുത്ത സമാഹാരങ്ങൾ. ഒരേ മട്ടിൽ, ഒരേ ചിട്ടയിൽ പുതിയ കഥയില്ല. ദീർഘമായ പഠനം അവതാരികയായിട്ട്. കഥാകൃത്തിന്റെ സുന്ദരൻ ഫോട്ടോ പുസ്തകത്തിന്റെ പുറം ചട്ട. പത്തു രൂപയായിരുന്നു ആദ്യം വന്ന പുസ്തകങ്ങളുടെ മുഖവില.

കാരൂർ, പൊറ്റെക്കാട്ട്, ദേവ്, തകഴി, അന്തർജ്ജനം, കോവൂർ, വെട്ടൂർ, വാർക്കികൾ തുടങ്ങിയവരെയൊക്കെ മുടി ചീകി, പൗഡറിട്ട്, ചിരി തൂകിച്ച് ഫോട്ടോ എടുപ്പിച്ചത് ആർട്ടിസ്റ്റ് ശങ്കരൻകുട്ടിയാണ്. അച്ചടിബ്ലോക്കുകൾ ഒന്നാന്തരമായി ചെയ്തു കൊടുത്തത് മിടുക്കനായ ആന്റണിയും (കള്ളനോട്ടടിക്കാൻ ബ്ലോക്കുണ്ടാക്കിക്കൊടുത്തതിന് ആന്റണി പിന്നീട് ജയിലിലായി.)

'തെരഞ്ഞെടുത്ത കഥകൾ' പദ്ധതി സംഘത്തിന് അന്തസ്സും ലാഭവുമുണ്ടാക്കി. ശ്രദ്ധാപൂർവ്വം ഭാവനാപൂർവ്വം വിജയപൂർവ്വം നടപ്പിലാക്കിയ പരിപാടി.

ബഷീർ മാത്രം പറഞ്ഞു: എന്റെ എല്ലാ കഥകളും ഞാൻ തെരഞ്ഞെടുത്തതാണ്! ഇനി വേറൊരുത്തൻ തെരഞ്ഞെടുക്കേണ്ട!

ദേവ് പറഞ്ഞു. എന്നെ ഒരുത്തനും അവതരിപ്പിക്കേണ്ട! കേശവൻ സ്വയം അവതരിച്ചതാണ്....

കേശവദേവിന്റെ കഥകൾക്ക് അവതാരിക ഉണ്ടായില്ല. മറ്റുള്ളവർക്ക് അവതാരികാപഠനങ്ങൾ ഉണ്ടായി. പൊൻകുന്നം വർക്കിക്ക് എൻ വി കൃഷ്ണവാരിയർ, കാരൂർ നീലകണ്ഠപ്പിള്ളയ്ക്ക് ജി. കുമാരപിള്ള, ഇ.എം. കോവൂരിന് എസ്. ഗുപ്തൻനായർ, എൻ.പി. ചെല്ലപ്പൻ നായർക്ക് എം.കെ. മാധവൻ നായർ, വെട്ടൂർ രാമൻ നായർക്കും മുട്ടത്ത് വർക്കിക്കും എൻ പി മുഹമ്മദിനും എം അച്യുതൻ, നാഗവള്ളി ആർ എസ് കുറുപ്പിന് പി എ വാരിയർ എന്നിവർ എഴുതിയ അവതാരികകൾ

നല്ല പഠനങ്ങളായി. കുമാരപിള്ള, ഗുപ്തൻ നായർ, മാധവൻ നായർ, അച്യുതൻ എന്നിവർ ചെയ്ത കഥാപഠനങ്ങൾ തിളക്കമാർന്നതത്രേ.

വില തുച്ഛം, ഗുണം മെച്ചം എന്നായിരുന്നു അന്ന് സംഘത്തിന്റെ മുദ്രാവാക്യം.

തെരഞ്ഞെടുത്ത കഥകളുടെ രണ്ടാംഘട്ടത്തിൽ പത്തുരൂപ മുഖവിലകൾ ഇരട്ടിക്കിരട്ടിയായി വർദ്ധിച്ചു. രൂപഭദ്രതയും ഭാവഭദ്രതയും ഇടിഞ്ഞു. ടി.കെ.സി. വടുതല, ടാറ്റാപുരം സുകുമാരൻ, പുളൂർ ഉണ്ണികൃഷ്ണൻ, മലയാറ്റൂർ രാമകൃഷ്ണൻ, ജി. വിവേകാനന്ദൻ, പാറപ്പുറത്ത് ജി.എൻ പണിക്കർ തുടങ്ങിയവരുടെ 'തെരഞ്ഞെടുത്ത കഥകൾ' വന്നു. മാത്യു ഉലകന്തറ, എം. ലീലാവതി, തായാട്ട് ശങ്കരൻ, പി. ഗോവിന്ദപ്പിള്ള. ടി.എൻ ജയചന്ദ്രൻ, കെ.പി. ശങ്കരൻ, ജി ബി മോഹൻ തമ്പി എന്നിവർ അവതാരികകൾ എഴുതി...

അവതാരിക അവശതയുടെ അംഗീകാരപത്രമാണെന്ന് വെടി പൊട്ടിച്ചത് പൊൻകുന്നം വർക്കിയാണ്. ചങ്ങമ്പുഴയുടെ 'സ്പന്ദിക്കുന്ന അസ്ഥിമാട'ത്തിന് അവതാരിക എഴുതിയപ്പോൾ. വർക്കിസാർ അത്തരം തമാശത്തട്ടുകളുടെ വിദ്വാനാണല്ലോ!

പുതിയ വഴികൾ വെട്ടിത്തന്ന വലിയ മനുഷ്യർ തന്നെയാണ് യഥാർത്ഥ അവതാരികാകാരന്മാർ. നൂറുവർഷം മുമ്പ് കുമാരനാശാന്റെ 'നളിനി'ക്ക് എ ആർ തമ്പുരാൻ എഴുതിയ അവതാരിക ഇന്നും പഠിക്കാനുള്ളതാകുന്നു. എ ആർ തുറന്ന ജാലകത്തിലൂടെ ശിഷ്യൻ എ ബി മലയാളിക്ക് നവലോകം കാട്ടിത്തന്നു.

'എ. ബാലകൃഷ്ണപ്പിള്ള നിർമ്മിച്ച' നാല് അവതാരികകൾ തന്ന ചൂട്ടും വെളിച്ചവും ആറാതണയാതെയുണ്ട് ഇന്നും. കാല്പനികതയുടെ നവീനതയുടെ കാണാക്കാഴ്ചകൾ കാട്ടിത്തന്നു കേസരി. രോഗത്തിന്റെയും ദാരിദ്ര്യത്തിന്റെയുംചാരുകസേരയിൽ കിടന്ന ക്രാന്തദർശി. കേസരിയുടെ 'സാഹിത്യ വിമർശനങ്ങൾ' എഡിറ്റു ചെയ്ത് പ്രസിദ്ധപ്പെടുത്തിയപ്പോൾ പ്രൊഫ. എം.എൻ വിജയൻ എഴുതി: 'ചിന്തയായി, ആസൂത്രണമായി, കർമ്മമായിത്തീരാത്ത വികാരം വന്ധ്യമായിപ്പോകുകയേ ഉള്ളൂ. ഇത്രമേൽ പൂർണ്ണമായി ധൈഷണികമായിത്തീർന്ന വ്യക്തിത്വം കേരളത്തിലെ മറ്റേതെങ്കിലും മനുഷ്യന് ഉണ്ടായിരുന്നു എന്നു തോന്നുന്നില്ല...'

'കാലം ഉപ്പിലിട്ട കേസരിയുടെ ആശയങ്ങൾ നമുക്കിപ്പോൾ അല്പാല്പം ആസ്വദിക്കാമെന്നായിട്ടുണ്ട്. അത് നമ്മുടെ ഒഴുക്കൻ പ്രബന്ധങ്ങൾക്കും പ്രസംഗങ്ങൾക്കും രുചിയും മണവും ഉണ്ടാക്കുന്നു.'

'ക്രൂശിതമായ ഈ ജീവിത സ്വരൂപം കേസരിയെ അന്ന് ജീവിച്ചിരുന്ന കേരളീയരിൽ നിന്നെല്ലാം വ്യത്യസ്തനാക്കിത്തീർക്കുന്നു.' വാർത്തമാനകാലത്തിൽ സ്വയം നഷ്ടപ്പെടുത്തി ഭാവിയിൽ, സ്വപ്നങ്ങളിൽ മാത്രം ജീവിക്കുന്ന ഒരു മനുഷ്യൻ...

ചാൾസ് ഡിക്കൻസിന്റെ 'ഗ്രേറ്റ് എക്സ്പെക്റ്റേഷൻസ്'' എന്ന നോവൽ 'വലിയ പ്രതീക്ഷകൾ' എന്ന പേരിൽ പരിഭാഷപ്പെടുത്തിയ ആളോട് പ്രൊഫ. ജോസഫ് മുണ്ടശ്ശേരി ചോദിച്ചു. 'ഗ്രേറ്റ്'' എന്നതിന് 'വലുത്'' എന്നേ അർത്ഥമുള്ളൂ? ഗ്രേറ്റിന് മഹത് എന്നുകൂടി അർത്ഥമില്ലേ?

രണ്ടർത്ഥത്തിലും ഗ്രേറ്റാണ് ബാലകൃഷ്ണപ്പിള്ള സാർ, ഇടപ്പള്ളി രാഘവൻ പിള്ളയുടെ 'മണിനാദ'ത്തിനും കേടാമംഗലം പപ്പുക്കുട്ടിയുടെ 'കടത്തുവഞ്ചി'ക്കും ജി ശങ്കരക്കുറുപ്പിന്റെ നിമിഷത്തിനും എഴുതിയ അവതാരികകളും ചങ്ങമ്പുഴ കൃഷ്ണപ്പിള്ളയുടെ 'സ്പന്ദിക്കുന്ന അസ്ഥിമാട'ത്തിന് എഴുതിയ മുഖവുരയും. നാലുംകൂടി നൂറു പേജുണ്ട്.

1944 ഒക്ടോബർ നാലിന് മണിനാദം അവതാരിക. 90 ദിവസം കഴിഞ്ഞ് 1945 ജനുവരി 5ന് കടത്തുവഞ്ചി അവതാരിക. പിന്നെ 50 ദിവസം കഴിഞ്ഞ് 1945 ഫെബ്രുവരി 26 ന് സ്പന്ദിക്കുന്ന അസ്ഥിമാടം മുഖവുര. പിന്നെയും ഒരു 150 ദിവസം കഴിയുമ്പോൾ 1945 ജൂലൈ 28 ന് നിമിഷം അവതാരിക. മഹാശ്ചര്യങ്ങളായ നാല് ദീപസ്തംഭങ്ങൾ!! മലയാളിക്ക് ഒരു നവലോകം കാട്ടിയ വൻ നേട്ടങ്ങൾ.

ഓണപ്പാട്ടുകാർക്ക് എം എൻ വിജയൻ, ഓടക്കുഴലിന് എസ് ഗുപ്തൻനായർ, രക്തപുഷ്പങ്ങൾക്ക് എബ്രഹാം വടക്കേൽ, സർഗ്ഗസംഗീതത്തിന് ജോസഫ് മുണ്ടശ്ശേരി എഴുതിയ അവതാരികകൾ. കലജീവിതം തന്നെയു് സുകുമാർ അഴീക്കോട്, സുന്ദരികൾക്കും സുന്ദരന്മാർക്കും എം അച്യുതൻ, കാഞ്ചന, സീത, സാകേതം, ലങ്കാലക്ഷ്മിക്ക് അയ്യപ്പപ്പണിക്കർ എഴുതിയ അവതാരികകൾ —എല്ലാം ഉജ്ജ്വലം ഉദാത്തം ഉൽകൃഷ്ടം.

കേരള കവിതാ ഗ്രന്ഥവരിയിൽ വന്ന കവിതകൾക്ക്, എം ഗോവിന്ദനും ആറ്റൂർ രവിവർമ്മയ്ക്കും കടമ്മനിട്ട രാമകൃഷ്ണനും കാവാലം നാരായണപ്പണിക്കർക്കും കെ ജി ശങ്കരപ്പിള്ളയ്ക്കും എം ഗംഗാധരനും കെ.എസ് നാരായണപിള്ളയും ബി രാജീവനും മറ്റും വലിയ അവതാരികകൾ സൃഷ്ടിച്ചിട്ടുണ്ട്. മഹത് എന്ന് പറയാൻ വയ്യ.

കേസരിക്ക് പഠിച്ച പല കേമന്മാരും ദീർഘങ്ങളായ അവതരണങ്ങൾ നിർവ്വഹിച്ചിട്ടുണ്ട് നൂറുകണക്കിന്. ഇത്തരമൊരു

ഓർമ്മക്കുറിപ്പിൽ പോലും വരുന്നില്ല അവ.

ഞാൻ തന്നെ അഞ്ചാറു കുഞ്ഞവതാരികകൾ എഴുതിയിട്ടുണ്ടല്ലോ! ടി.കെയുടെ കല്ലിലെ തീപ്പൊരികൾക്ക്, ചെങ്ങാരപ്പള്ളിയുടെ ഡയറിക്കുറിപ്പുകൾക്ക്, അഴകേശന്റെ എപ്പിക് തിയേറ്റർ കേരളത്തനിമയിൽ എം എം മേനോന്റെ മഹാനഗരത്തിന് എം.ജി. ചന്ദ്രശേഖരന്റെ നമ്പൂരി രാമായണത്തിന്, ടിപ്പോപ് അസീസിന്റെ നാടകക്കൂട്ടത്തിന് ശ്രീകുമാറിന്റെ പറയൂ, ഒരു അമരകഥയ്ക്ക്... അങ്ങനങ്ങനെ!

എനിക്കും കിട്ടിയിട്ടുണ്ട് കുറെ ബെസ്റ്റ് അവതാരികകൾ. ആ മഹതി മഹാന്മാർ ആരൊക്കെയെന്നോ? എ.പി. ഉദയഭാനു, ഡോ. ലീലാവതി, എൻ.പി. മുഹമ്മദ്, എൻ. സുഗതൻ, സി. അയ്യപ്പൻ, വിജയലക്ഷ്മി, കെ. ജി. ശങ്കരപ്പിള്ള... അങ്ങനങ്ങനങ്ങനെ!

('കേസരിയുടെ ഒരവതാരിക
ശിരസ്സിൽ വീണു മരിച്ച
കെടാമംഗലം പപ്പുക്കുട്ടിയെ
പ്രസ്ഥാനങ്ങൾ പിന്നെയും
വേട്ടയാടിക്കൊണ്ടിരിക്കുന്നു
താൻ മുൻനോക്കി പ്രസ്ഥാനക്കാരനോ
പരാജയ പ്രസ്ഥാനക്കാരനോ
എന്നറിയാൻ
കവിയുടെ പ്രേതം ജ്യോത്സ്യനെ സമീപിച്ചു'

എന്ന സച്ചിദാനന്ദകവിത സത്യമായും എനിക്കു സുഖിച്ചില്ല, നേര്. അതിൽ അല്പം നിന്ദയുണ്ട്. സ്വല്പം ആത്മവഞ്ചനയും...)

●

രമ്യഭൂഭാഗഭംഗികൾ ഹരിക്കുമാരെയും

രവിവർമ്മ കാവ്യസുന്ദരമായി പരിഭാഷപ്പെടുത്തിത്തന്ന പ്രബോധ്കുമാർ സന്യാലിന്റെ 'യാത്രിക്'' വീണ്ടും വീണ്ടും വായിച്ചപ്പോഴൊക്കെ ഹിമാലയം ഒരു വലിയ വിളിയായി മനസ്സിൽ നിറഞ്ഞു. തപോവനം സ്വാമികളുടെ 'ഹിമഗിരിവിഹാരം' ആ വിളി മൂർച്ചപ്പെടുത്തി. പൊറ്റെക്കാടിന്റെ കാശ്മീർ നേപ്പാൾ ബദരിനാഥ് യാത്രാവിവരണങ്ങളും മനസ്സ് നിറച്ചു. പിന്നീട് രാജൻ കാക്കനാടൻ, കെ വി സുരേന്ദ്രനാഥ് എന്നിവരുടെ നല്ല ചെറിയ പുസ്തകങ്ങളും. ഇപ്പോൾ കെ ബി പ്രസന്നകുമാർ, എ.കെ രാമചന്ദ്രൻ, ഷൗക്കത്ത് എന്നിവരാണ് എനിക്കുവേണ്ടി ഹിമാലയം കയറിയിറങ്ങുന്നത്!

(കാണാത്ത ഹിമാലയത്തേക്കാൾ കളിച്ചുവളർന്ന നക്കരക്കുന്നാണ് എനിക്ക് പ്രിയം.... കണ്ടോ, കറങ്ങിത്തിരിഞ്ഞ് ഞാൻ തിരുനക്കരയിൽ വന്നു നിന്നത്. വഞ്ചി തിരുനക്കര തന്നെ!!)

1960-ലാണ് ആദ്യമായി മല ചവുട്ടിയത്. കന്നിയയ്യപ്പനായി മാലയിട്ട് നോമ്പു നോറ്റ്, ഇരുമുടിക്കെട്ടുമേന്തി ശബരിമലയ്ക്കു പോയി. വണ്ടിപ്പെരിയാർ ചെന്ന് മൗണ്ട് എസ്റ്റേറ്റിലൂടെ പുൽമേട് വഴി സന്നിധാനം പൂകി. മലമുടികൾ മനോഹരമായിരുന്നു അന്ന്. വൻകാടുകൾ തന്നെ ചുറ്റും. കച്ചവടപ്പീടികകൾ തീരെയില്ല. പതിനെട്ടാംപടി പ്രശാന്തസുന്ദരം. താഴെ ഇരുവശത്തും വാവരും കടുത്തയും കാവൽ. അയ്യപ്പന് പിന്നാമ്പുറത്ത് മാളികപ്പുറം. ഭസ്മക്കുളത്തിൽ മുങ്ങി; ഒരക്കുഴിയിൽ കുളിച്ചു. ഒരു പിടി കുരങ്ങൻമാർ ഇളിച്ചുകാട്ടി.

പതിനെട്ടാംപടിക്കടുത്തുതന്നെ വിരിവച്ചു. കടുത്ത സ്വാമിക്ക് കൊണ്ടുവന്ന കഞ്ചാവ് പെരിയോൻ ബീഡിയാക്കി വലിച്ചു. നല്ല ചൂട് കഞ്ഞിയും ഇടിച്ചമന്തിയും ഉണ്ടാക്കിത്തന്നു. ഞങ്ങൾ പൈതങ്ങൾ

അവിടെങ്ങും ഓടിക്കളിച്ചു.

സുകുവമ്മാവനും ദാസണ്ണനും മലയിലുണ്ട്. ദേവസ്വം ഉദ്യോഗസ്ഥന്മാർ. അപ്പവും അരവണയും ഉണ്ടാക്കുന്ന അടുക്കളയ്ക്കടുത്ത് കലവറയിലാണ് രണ്ട് രാത്രി ഞാൻ ഉറങ്ങിയത്. ചുറ്റും തേങ്ങയുടേയും ശർക്കർയുടേയും കൽക്കണ്ടത്തിന്റെയും കദളിപ്പഴത്തിന്റെയും കൊച്ചുകൊച്ചു കുന്നുകൾ.

മലയിറങ്ങുമ്പോൾ അപ്പവും അരവണയും ഫ്രീയായി കിട്ടി. ടിന്നിലും പ്ലാസ്റ്റിക് കൂടിലുമൊന്നുമല്ല ഞങ്ങളുടെ തൂക്കുപാത്രങ്ങളിൽ.

പുൽമേട്ടുവഴിതന്നെമടക്കം. മലഞ്ചെരിവിലൂടെ വരിവരിയായി നീങ്ങുന്ന അയ്യപ്പന്മാർ കണ്ണെത്താദൂരത്തോളം ദൃശ്യഭംഗിയായി, വെയിൽപ്പാളികൾ ഓളം വെട്ടിത്തിളങ്ങി.

പെരിയാറ്റിലെ കല്ലെട്ടുകളിൽ മലർന്ന് കിടന്ന് കുളിരൊഴുക്ക് മുഴുവൻ സ്വന്തമാക്കി. ഉന്മേഷത്തിന്റെ ഉത്സാഹത്തിന്റെ പുതിയ തള്ളിച്ചയിൽ സന്ധ്യയ്ക്ക് വീട്ടിൽ തേങ്ങയടിച്ച് കേറി.

മലയ്ക്ക് പോയതിൽ രണ്ട് ഭൗതിക നേട്ടങ്ങളുണ്ടായി എനിക്ക്. നീക്കിബാക്കി ഇരുന്നൂറിലേറെ രൂപ കീശയിൽ. അത്രത്തോളം ധനം ജീവിതത്തിൽ അന്നോളം കണി കണ്ടിട്ടില്ല. 1960-ൽ; പ്രീ-യൂണിവേഴ്സിറ്റിക്കു പഠിക്കും നാളിൽ. മസാല ദോശയ്ക്ക് മൂന്നണയും ചായയ്ക്ക് ഒരണയും വിലയുള്ള വിമോചനാനന്തര സുന്ദരകാലം. ജനുവരി-ഫെബ്രുവരി-മാർച്ച് മൂന്നുമാസം കൂട്ടുകാരെല്ലാം എന്റെ ചെലവിലായിരുന്നു സേവിപ്പോർക്ക് ആനന്ദമൂർത്തിയായി ഞാൻ.

ഫാദർ. കെ.സി. മാത്യു ആയിരുന്നു കോളജിൽ അച്ചടക്കത്തിന്റെ പെരിയോൻ. അദ്ദേഹം പിന്നീട് ബിഷപ്പ്മൂർ കോളജിൽ പ്രിൻസിപ്പൽ ആയിപ്പോയി. അതോടെ സീയെമ്മസ് കോളജിലെ ഡിസിപ്ലിനും ബിഷപ്പ് മൂറിലേക്ക് പോയ്ക്കളഞ്ഞു.

ഞാൻ അച്ചനെ കണ്ടു പറഞ്ഞു. അച്ചോ, ഞാൻ മലയ്ക്ക് പോകുകയാണ്. അനുഗ്രഹിക്കണം —അച്ചൻ അനുഗ്രഹിച്ചു.

ഞാൻ അറിയിച്ചു. നാൽപ്പത്തൊന്നിനു പോയാൽ മകരവിളക്ക് കഴിഞ്ഞേ മടങ്ങൂ.

അച്ചൻ അത്ഭുതം കൊണ്ടു: അതെന്താ?

വീട്ടുകാരുടെ വഴിപാട്!

പിന്നെ അക്കൊല്ലം ഞാൻ ക്ലാസ്സിൽ പോയില്ല. അച്ചൻ

അറ്റന്റൻസ് തരുന്നുണ്ടല്ലോ.

അതിന്റെ ഫലം ഞാൻ അനുഭവിച്ചു. പരീക്ഷ കഴിഞ്ഞപ്പോൾ ഊർജ്ജ ഗണിത രസതന്ത്രങ്ങൾക്ക് പതിനേഴര മാർക്ക് വീതം! (അല്ലേൽ, നീ വല്യ ഇഞ്ചിനീരാകുമായിരുന്നു!!)

1970-ലാണ് രണ്ടാമത് മല ചവിട്ടുന്നത്. ഗിരീശ് തുംഗ എന്ന ശിവൻസ്വാമിയോടൊപ്പം. സ്വാമി എല്ലാ കൊല്ലവും എരുമേലി വഴിയാണ് അയ്യപ്പനിലെത്തുക.

സ്വാമി അരുളി: കന്നിയയ്യപ്പൻ എരുമേലി വഴി പേട്ട തുള്ളി കരിമല അപ്പാച്ചിമേട് ശരംകുത്തി കടന്നുവേണം സന്നിധാനം പ്രാപിക്കേണ്ടത്.

കന്നിയല്ല, ഞാൻ തുലാമാണ്!

ഏതായാലും ശിവൻസ്വാമി എന്നെയും കൂട്ടി. മാലയും ഇരുമുടിയും ഒന്നുമുണ്ടായിരുന്നില്ല. തോൾ സഞ്ചിയിൽ റൊട്ടിയും പഴവും വെള്ളവും കരുതി.

പത്തുവർഷം കൊണ്ട് പത്തിരട്ടി തിരക്ക്. കച്ചവടം പൊടിപൂരം. മൈക്ക് വച്ച് പാട്ട്, ശരണം വിളി, നേർച്ച വെടി, അയ്യപ്പനും മാളികപ്പുറവും വാവരുകടുത്തകളും ഒളിച്ചോടി കൊടുങ്കാട്ടിൽ മറയും ഇക്കണക്കിന് പോയാൽ—

1980 ലാണ് അടുത്ത മലകയറ്റം. പമ്പ വഴിക്കായിരുന്നു ഇത്തവണ. പമ്പയിൽ വെള്ളം ഒഴുകുന്നില്ല. ആകെ മലിനം. പമ്പക്ക് അക്കരെ ചെന്നതും കണ്ടു, ത്രിവേണി സംഗമം കണ്ടുപിടിച്ചത് ദേവസ്വം മന്ത്രി ഒരു ഗംഗാധരൻ ആണെന്ന സ്തൂപവും ഫലകവും. ശബരിമലയിൽ കടുവയും പുലിയും കൊമ്പനാനയും ഒന്നും ഇല്ലെന്നുറപ്പായി. ഉണ്ടെങ്കിൽ, ഈ അലങ്കോലം ഇങ്ങനിവിടെ നില്ക്കുമോ? (അമ്പലങ്ങളിൽ ആൽത്തറയ്ക്കു വരെ പേർപലക സ്ഥാപിക്കുകയാണ് മിനിഷ്ടരും മേമ്പ്രനും.)

മകരം ഒന്നായിരുന്നു. വിളക്കുകണ്ടു തൊഴാൻ, ആർത്തലറാൻ, ലക്ഷം പുരുഷാരം. കാൽകുത്താനിടമില്ല ശബരിമലയിൽ. തിക്കും തള്ളും. പാതിരാക്കുർബ്ബാനയ്ക്ക് ഉണ്ണിമിശിഹായെ മുത്താൻ പോയ ചാക്കോച്ചേട്ടന്റെ ആത്മഗതത്തോടെ വിളക്ക് കണ്ട് സായൂജ്യമടയാൻ ഞാനും ഇടിച്ചുകേറി...

ചെവിടടയ്ക്കുന്ന ശരണഘോഷത്തിൽ കണ്ണുപൊട്ടി. കാഴ്ച ഇല്ല നിമിഷനേരത്തേയ്ക്ക്. പിന്നെ കണ്ടു കിഴക്കൻ മലമുടിയിൽ ജ്യോതിസ്.

ആദ്യം മങ്ങി മങ്ങി. തുടർന്ന് തിങ്ങിത്തിളങ്ങി.

അയ്യപ്പൻമാരുടെ മലവെള്ളപ്പാച്ചിലിന്റെ കുത്തൊഴുക്കിൽ ചുഴി മലരുകളിൽ മുങ്ങിപ്പൊങ്ങി എങ്ങനെ നാടെത്തിയെന്ന് ഇന്നുമറിയില്ല. ശബരിമലപ്പോക്ക് അതോടെ നിറുത്തി. നാറാപ്പിള്ളച്ചേട്ടന്റെ ശ്രീ ഭൂതനാഥവിലാസം നായർ ഹോട്ടൽ ആൻഡ് ടീഷോപ്പിൽ പുലിവാഹനന്റെ ഒരു മുഴുത്തപടം ചില്ലിട്ടു വച്ചിരുന്നു. അത് മനസ്സിൽ ധ്യാനിച്ച് ശരണം വിളിക്കും. ഹരിഹരസുതനയ്യനയ്യപ്പസ്വാമിയേ—

അടുത്ത രണ്ടാണ്ടിൽ മീനം മേടം മാസങ്ങളിൽ പൊന്നമ്പലമേട് കേറി. സി.കെ.സോമൻ ആയിരുന്നു പെരിയോൻ. കക്കിയിലും കൊച്ചു പമ്പയിലും അണക്കെട്ടുകൾ പണിയുന്ന കാലം. വൈദ്യുതി ബോർഡിന്റെ ബംഗ്ലാവിൽ താമസിച്ചു. രണ്ട് മല കേറി മറിഞ്ഞു. ചെന്നപ്പോൾ കണ്ട കാഴ്ച—ഹാ!

സഹ്യനെ വെട്ടിനിറുത്തിയിരിക്കുംപോലെ. ചെങ്കുത്തായ കൊക്കയാണപ്പുറം. മുകളിൽ തുറസ്സായ സമനിലം. ഒരു ഭാഗത്ത് വേനലിലും വറ്റാത്ത തടാകം. മറ്റൊരു ഭാഗത്ത് തകർന്ന പടക്കെട്ട്. ഇവിടെ ക്ഷേത്രമോ കൊട്ടാരമോ പട്ടാളപ്പാളയമോ മറ്റോ ഉണ്ടായിരുന്നോ?

ദൂരെ ദൂരെ താഴെ അഴിഞ്ഞുവീണ വെള്ളിയരഞ്ഞാണം പോലെ പമ്പാനദി. തൊട്ടിപ്പുറമെന്നോണം സോപ്പുപെട്ടിപോലെ ശബരിമലക്ഷേത്രം. വെയിലിൽ ശ്രീകോവിലിന്റെ ചെമ്പുമേൽക്കൂര ചുവന്നു തിളങ്ങി. പിന്നെല്ലാം പച്ച, കടുംപച്ച—

കൂടെ വന്ന രണ്ട് വൈദ്യുത എൻജിനീയർമാർ പറഞ്ഞു. എട്ടുപത്തു വർഷമായി ഞങ്ങളാണ് ഇവിടെ മകരജ്യോതിഉയർത്തുന്നത്. മകരം ഒന്നിന് ഞങ്ങൾക്ക് ഇവിടെ ഉത്സവമാണ്. ഉച്ചയ്ക്ക് ഇവിടെ പായസസദ്യ, സന്ധ്യക്ക് ആഴിപൂജ. ദീപാരാധന സമയത്ത് വലിയ പന്തം ഉയർത്തി പിടിക്കും.

ശരി, പക്ഷേ അണക്കെട്ടുപണിയുമായി നിങ്ങൾ ഇവിടെ വരും മുമ്പോ?

അതറിയില്ല. വല്ല ആദിവാസികളോ മറ്റോ ചെയ്തിരിക്കാം.

അവർ ഒരു ജീപ്പ് റോഡ് ചൂണ്ടിക്കാട്ടി. ഇത് പൊന്നമ്പലമേട്ടിൽ നിന്നും ശബരിമലയ്ക്ക് ബോർഡ് പണിത ജീപ്പ് റോഡ്. കൊച്ചുപമ്പയിൽ നിന്നും ശബരിമലയ്ക്ക് കറന്റ് നല്കാൻ ലൈൻ വലിച്ചപ്പോൾ ഉണ്ടാക്കിയ റോഡ്. നശിച്ചു കഴിഞ്ഞു.

ഞാൻ പറഞ്ഞു: ഇവിടം ഏറോഡ്രോം ആക്കുക. എന്നിട്ട് താഴേക്ക്

റോപ്പ്-വേ സ്ഥാപിക്കുക. 365 ദിവസവും ഭക്തന്മാരും ഭക്തകളും അയ്യപ്പമാളികപ്പുറങ്ങളെ ദർശിക്കട്ടെ!

പൊന്നമ്പലമേട് മോഹിനിയായ വിഷ്ണുവും പരമശിവനും മേളിച്ച ഇടമാണെന്നും അവിടം സംപ്രാപ്തമല്ലെന്നും ശിവൻസ്വാമിയും മറ്റും എന്നോട് പറഞ്ഞു. ജ്ഞാനമില്ലാത്തതിനാൽ ഞാനൊന്നും മിണ്ടിയില്ല. (സഖാക്കൾ ജി. സുധാകരനോടും സി കെ ഗുപ്തനോടും ഒന്നു ചോദിച്ചറിയണമെന്നുണ്ട്.)

2000-ന് ശേഷമാണ് മംഗളാദേവി ക്ഷേത്രത്തിൽ പോയത്. കന്നകിക്കോയിൽ എന്ന് തമിഴർ പറയുന്ന മല. തേക്കടിക്കുമേൽ കുമളിയിൽ നിന്നും ജീപ്പ് കിട്ടും. ആണ്ടിലൊരു ദിവസം മാത്രം ചിത്രാപൗർണ്ണമി നാളിൽ.

മലകൾ ചുറ്റിവളഞ്ഞ് പോകുന്ന കല്ലുവഴി. പൊന്നമ്പല മേടിനേക്കാൾ പൊക്കത്തിലാണ് കന്നകിക്കോയിൽ. ഇടിഞ്ഞുപൊളിഞ്ഞ വൻമതിൽ. കരിങ്കൽക്കൂട്ടമാണിപ്പോൾ. രണ്ട് ഭാഗത്ത് രണ്ട് ശ്രീകോവിലുകൾ.

പന്തളം-ശബരി-പൊന്നമ്പലമേട്-കന്നികിക്കോവിൽ-മധുരമീനാക്ഷി എന്ന് ഒരു നാഷനൽ ഹൈവേ ഞാൻ ഭാവനയിൽ കണ്ടു. ഒരു പക്ഷേ, സുന്ദരപാണ്ഡ്യന്റെയോ ചേരൻ ചെങ്കുട്ടുവന്റെയോ ഭരണകാലത്ത് ഉണ്ടായിരുന്ന രാജപാത. ഇളങ്കോവടികൾ എന്ന ആദ്യകേരള മഹാകവി *ചിലപ്പതികാരം* എന്ന മനോഹര പ്രണയകാവ്യം രചിക്കുന്നതിനും മുൻപേ നിർമ്മിക്കപ്പെട്ട ഹൈറോഡ്...

ശ്രീശങ്കരൻ ധ്യാനമിരുന്ന കുടജാദ്രിയും ശ്രീനാരായണൻ തപമിരുന്ന മരുത്വാനും ഞാൻ എന്നാണ് കീഴടക്കിയത്? ശങ്കുവിനെയും നാണുവിനെയും സാഷ്ടാംഗം നമസ്കരിച്ചത് വടക്കും തെക്കും നിൽക്കുന്ന ആ കൊച്ചുകൊടുമുടികളിൽ വച്ച്.

സഹ്യനമേൽ വട്ടമിട്ടൊഴുകുന്ന രണ്ട് ഖഗയുവാക്കളെ കണ്ട് എന്റെ ഉള്ളം തുളുമ്പിയൊഴുകി; രമ്യഭ്രൂഭാഗഭംഗികൾ ഹരിക്കുമാരെയും എന്നുറക്കെ ചൊല്ലി.

വിഞ്ച് —മലമുകളിലേക്ക് തീവണ്ടി— ഇല്ലാത്ത കാലത്ത് പളനിമല ചവുട്ടി മുഴുനിലാവുള്ള രാത്രിയായിരുന്നു. ഹാ, എന്തൊരു കാഴ്ച. അടിവാരം അങ്ങകലെയകലെ ഇരുളിൽ പുതച്ചു കിടന്നു. കിഴക്ക് വെള്ള കീറിത്തുടങ്ങുമ്പോഴേ മൊട്ടത്തലകൾ കാവടിയാടി വന്നു. ആണ്ടിപ്പണ്ടാരങ്ങൾ സായിപ്പിന്റെ മുന്നിലാണ് കവാത്ത് മറക്കുന്നതെന്ന കുറ്റിപ്പുഴസാറിന്റെ പരിഹാസം ഞാനോർത്തു. പളനി

വേലായുധൻ സാക്ഷാൽ അലക്സാണ്ടർ ചക്രവർത്തിയാണെന്ന ആ രസികൻ ലേഖനം അയവിറക്കി. സ്കന്ദൻ-ഇസ്കന്തർ-കന്തൻ; എല്ലാം അലക്സാണ്ടർ മഹാൻ!

തിരുച്ചിറപ്പള്ളിയിലെ ഉച്ചിപ്പിള്ളയാർ ശിവസന്തതി തന്നെ. ഗണേശൻ. അയ്യപ്പനും സുബ്ഹ്മണ്യനും ചേട്ടൻ. നട്ടുച്ചയ്ക്ക് ഉച്ചിപ്പിള്ള യുടെ ചുറ്റും നിന്ന് കാഴ്ച കണ്ടു. പക്ഷേ, മറക്കാനാവാത്ത വിസ്മയം തന്ന കാഴ്ച തിരുപ്പതിമല നടന്നിറങ്ങുമ്പോൾ എതിർമലമുകളിൽ കാട്ടുതീ കത്തിപ്പടരുന്നത് കണ്ടതാണ്. പാതിരാ കഴിഞ്ഞപ്പോൾ 'ഗോവിന്ദാ! ഗോവിന്ദാ! വിളിച്ചിറങ്ങുകയായിരുന്നു. തിമിരകാളിയുടെ ചുവന്ന നാവുപോൽ കാട്ടുതീ. (തിരുപ്പതിപ്പോക്ക് അല്പം വലിയ ഒരു കഥയായി ഞാൻ എഴുതി. 'ശ്രീ വെങ്കടേശ സുപ്രഭാതം'. മലയാള ത്തിൽ 'യാത്രിക്' പോലെ യാത്രാകഥകളൊന്നും ഉണ്ടായിട്ടില്ലല്ലോ. അതുകൊണ്ടാവാം എന്റെ യാത്രാകഥ ആരും മൈന്റ് ചെയ്തില്ല. ചെട്ടി മിടുക്കൊന്നും ഞാനും കാട്ടിയില്ല.)

ശ്രാവണ ബൽഗോളായിൽ ഗോമടേശ്വരന്റെ മഹാരൂപത്തിനു മുന്നിൽ കൈകൂപ്പി നിന്നപ്പോൾ വലുപ്പ ചെറുപ്പങ്ങൾ തിരിച്ചറിഞ്ഞു. അനശ്വരതയുടെ അർത്ഥമറിഞ്ഞു. വിശ്വപ്രകൃതിയിൽ മനുഷ്യജന്മ ത്തിന്റെ മഹത്വമറിഞ്ഞു. മലഞ്ചെരിവിലെ പാറയിൽ കൊത്തിയ പടികളിലൂടെ താഴേയ്ക്കു താഴേയ്ക്കു പോരുമ്പോൾ മനസ്സുനിറയെ ഹിമാ ലയമോഹമായിരുന്നു.

ഈ കൊച്ചു കയറ്റങ്ങൾ ഹിമാവാനിലേക്കുള്ള, ഗൗരീശങ്കര ന്മാരിലേക്കുള്ള വഴിയൊരുക്കങ്ങളാകുന്നു. (കാലടികളിലെ രക്ത വാതപ്പൊട്ടുകൾ ഒന്നു പൊറുത്തോട്ടെ!)

'അസ്ത്യുത്തരസ്യാം ദിശി ദേവതാത്മാ
ഹിമാലയോ നാമ നഗാധിരാജഃ
പൂർവാപരൗ തോയനിധീ വഗാഹ്യ
സ്ഥിതഃ പൃഥിവ്യാ ഇവ മാനദണ്ഡഃ.'

●

ശ്രീഭൂതനാഥവിലാസംനായർ ഹോട്ടൽ

ശ്രീഭൂതനാഥവിലാസം നായർ ഹോട്ടൽ ആന്റ് ടീഷാപ്പിന്റെ മുതലാളിയും തൊഴിലാളിയുമായ നാറാപിള്ളച്ചേട്ടനാണ് എന്നെ എണ്ണപ്പലഹാരങ്ങളുടെ കൊതിയനാക്കി മാറ്റിയത്. ചില്ലിട്ടലങ്കരിച്ച ദേവീദേവന്മാരുടെ മുഴുത്ത ചിത്രങ്ങൾ ഭൂതനാഥവിലാസത്തിന്റെ പുകപിടിച്ച ഭിത്തികളിൽ ആകെ തൂങ്ങിക്കിടന്നു. കൈലാസം പരമശിവന്റെ ഫാമിലിഫോട്ടോയും ലക്ഷ്മീ സരസ്വതികളുടെ എൻലാർജ്മെന്റുകളും മറ്റും രാജാ രവിവർമ്മയുടെ കരവിരുതുകളാണെന്ന് ഒത്തിരിക്കാലത്തിനുശേഷമാണ് ഞാൻ തിരിച്ചറിഞ്ഞത്. ദൈവങ്ങളുടെ ഇടയിൽ ചർക്ക ചുറ്റുന്ന ഗാന്ധിയും ഉടവാൾ പിടിയിൽ കൈവച്ച ബോസും ഉണ്ടായിരുന്നു. എന്നാൽ പുലിപ്പുറത്ത് എഴുന്നള്ളുന്ന ധർമ്മശാസ്താവിനാണ് നാറാപിള്ളച്ചേട്ടൻ കെടാവിളക്കിൽ നിത്യവും എണ്ണപകർന്നിരുന്നത്.

തിളയ്ക്കുന്ന എണ്ണയിൽ പലഹാരം പൊരിയുമ്പോൾ ഉയരുന്ന ശ് ശ് ശ്രൂ.... ശബ്ദം വായിൽ കപ്പലോടിച്ചു. മായം ചേർക്കലുകളോ നിറം പിടിപ്പിക്കലുകളോ നാറാപിള്ളച്ചേട്ടന് ഉണ്ടായിരുന്നില്ല. സ്വർണ്ണവർണ്ണമായിരുന്ന ചീനച്ചട്ടിയിൽ നിന്നും കോരിയെടുത്ത് മുറത്തിലും കുട്ടയിലും അടുക്കിനിരത്തുന്ന വാഴയ്ക്കാപ്പത്തിനും പരിപ്പുവടയ്ക്കും പക്കാവടയ്ക്കും ബോണ്ടായ്ക്കും സുഖിയനുമൊക്കെ. ചുവന്നുകരിഞ്ഞുമൊരിയുന്ന നെയ്യപ്പത്തിനും ഉണ്ണിയപ്പത്തിനും ഏതു ഗണപതിയും തുമ്പിക്കൈ നീട്ടും.

ആവിയിൽ പുഴുങ്ങി വിളമ്പുന്ന കൊഴുക്കട്ടയ്ക്കും വത്സനും വേണ്ടി വൈകുന്നേരങ്ങളിൽ നാറാപിള്ളച്ചേട്ടന്റെ കനം കുറഞ്ഞ കുഞ്ഞു ബെഞ്ചുകളിൽ ഞങ്ങളെല്ലാം കുത്തിയിരുന്നു. ഇടം കിട്ടാത്തവർ

ഭൂതനാഥവിലാസത്തിനു മുന്നിൽ വെള്ളമിറക്കി കാത്തുനിന്നു.

രണ്ട് ആട്ടുകല്ലുണ്ടായിരുന്നു നാറാപിള്ളച്ചേട്ടന്. ഒന്നിൽ ദോശയ്ക്കും ഇഡ്ഡലിക്കുമുള്ള അരിയും ഉഴുന്നും ആട്ടിയെടുക്കും. രാവിലെ ചൂടിഡ്ഡലിയും ദോശയും തേങ്ങാച്ചമ്മന്തിയും. മുളകുപൊടിയും എണ്ണയും ആവശ്യക്കാർക്കു മാത്രം. എത്ര ചോദിച്ചാലും പത്തിഡ്ഡലിക്കും പന്ത്രണ്ടുദേശയ്ക്കും മേൽ ഒരാൾക്ക് കൊടുക്കാറില്ല. ചില വയറൻമാർ മുപ്പതെണ്ണം വരെ വിഴുങ്ങാൻ തുടങ്ങിയപ്പോഴാണ് നാറാപിള്ളച്ചേട്ടൻ റേഷൻ ഏർപ്പെടുത്തിയത്.

'രാഷ്ട്രീയം പാടില്ല' എന്ന ബോർഡൊന്നും ഭൂതനാഥവിലാസത്തിലില്ല. രാഷ്ട്രീയം പറയാൻ ആർക്ക് നേരം? അടുക്കളയിൽ നിന്നും വരുന്നതെല്ലാം വാരിവലിച്ചുതിന്നാനല്ലേ ഒടേതമ്പുരാൻ വാ കീറിയിരിക്കുന്നത്? വർത്തമാനം പറച്ചിൽ പിന്നുള്ള കാര്യം!

മസാലദോശ, പൂരിയും കിഴങ്ങും, അപ്പവും മുട്ടയും, സർവോപരി പൊറോട്ടയും പോത്തും ആദിയായ നവീനപരിഷ്കാരങ്ങളൊന്നും നാറാപിള്ളച്ചേട്ടന്റെ കാലത്ത് എത്തിനോക്കിയിട്ടില്ല. പാവം ഒറ്റയ്ക്ക് രണ്ടാമത്തെ ആട്ടുകല്ലിൽ വടയ്ക്കുള്ള പരിപ്പ് ആട്ടിയെടുത്ത് ഇഞ്ചിയും മുളകും വേപ്പിലയും ചേരുംപടിചേർത്ത് നല്ലാകാരസുഷമയിൽ വടപൊരിച്ചു കോരി, ആളൊന്നുക്ക് കൃത്യം മൂന്നെണ്ണം വീതം വാഴയിലക്കീറിൽ വിളമ്പി. ഓരോ പാളേങ്കോടൻ പഴവും കൊടുത്തു! ഓ എന്തൊരു കോമ്പിനേഷനായിരുന്നത്!

പഴം ബോളി, പഴംപൊരി എന്നൊക്കെ അന്യനാട്ടുകാര് പേരിട്ടു വിളിച്ച സുന്ദരസൃഷ്ടിയെ ഞങ്ങൾ വാഴയ്ക്കാപ്പം, ഏത്തയ്ക്കാപ്പം എന്ന് പ്രേമപൂർവ്വം വിശേഷിപ്പിച്ചു. ഒരു ഏത്തപ്പഴം രണ്ടായി മാത്രം കീറി അരിമാവിൽ മുക്കി പരിശുദ്ധ നാളികേരതൈലത്തിൽ വറുത്തെടുക്കുന്ന അപ്പമാണ് ദേശീയ പലഹാരമായി പ്രഖ്യാപിക്കപ്പെടേണ്ടത്. രസഗുല്ലയോ സന്ദേശോ ജിലേബിയോ ഇവന്റെ പത്തയലത്ത് വരില്ല.

ബോണ്ടയും സുഖിയനുമാണ് ഭൂതനാഥവിലാസത്തിലെ മറ്റു രണ്ടു മാസ്റ്റർപീസുകൾ. (വെജ് കട്ലറ്റും ടൊമാറ്റോ സാൻഡ്വിച്ചും നിർമ്മിക്കുന്ന ഇന്ത്യൻ കോഫീഹൗസുകൾക്ക് ബോണ്ടാസുഖിയനുകൾ ഉണ്ടാക്കാനറിയുമോ?)

വിഭൂതിഭൂഷൺ വന്ദോപാധ്യായ 'ആദർശ ഹിന്ദു ഹോട്ടൽ' എന്ന അതിമനോഹരനോവൽ എഴുതിയില്ലായിരുന്നെങ്കിൽ 'ശ്രീഭൂതനാഥ വിലാസം നായർ ഹോട്ടൽ' എന്നൊരുഗ്രൻ നോവൽ ഞാൻ എഴുതി

മുഴമിച്ചേനെ. പക്ഷേ, എനിക്കും നാറാപിള്ളച്ചേട്ടനും അതിന് യോഗമുണ്ടായില്ല. ഒരു നിയോഗം പോലെ ഒരു കൊച്ചു ചായക്കട നടത്തി അദ്ദേഹം മുടിഞ്ഞു. കടപൂട്ടി ചരിത്രത്തിൽ നിന്നും അപ്രത്യക്ഷനായി, തീർത്തും വിസ്മൃതനായി.

കോളജിൽ ചേർന്നപ്പോൾ നേർമുന്നിൽത്തന്നെ ഉണ്ടായിരുന്ന ചെറിയ ചായക്കട. അച്യുതൻ വാവച്ചൻ സഹോദരൻമാരായിരുന്ന മുതലാളി തൊഴിലാളികൾ. പതിനൊന്നു മുതൽ പന്ത്രണ്ടു മണി വരെയുള്ള രണ്ടാം പീരിയഡ് എനിക്ക് കേറാനൊത്തിട്ടില്ല നാലു കൊല്ലക്കാലം ഒരിക്കലും. ആ നേരത്താണ്അച്യുതൻ വാവച്ചൻമാർ പരിപ്പുവടയും വാഴയ്ക്കാപ്പവുംനിർമ്മിച്ചു നിരത്തുന്നത്. അവർ എനിക്ക് പറ്റു തന്നു. ബി.എക്കാരനായി പോരുമ്പോൾ ഞാൻ പറ്റിക്കുകയും ചെയ്തു. പത്തുപതിനഞ്ചു രൂപ.

അവരുടെ കട പൂട്ടി. ഒരാൾ മരിച്ചു. മറ്റേയാൾ മാറാരോഗിയായി ആശുപത്രിയിൽ കഴിയുമ്പോൾ ഞാൻ പോയി കണ്ടു. നൂറോ നൂറ്റമ്പതോ രൂപ നൽകി ഞാൻ കടം വീട്ടി.

രാഘവൻചേട്ടന്റെ ടെംപിൾ വ്യൂ ഹോട്ടലിൽ ഉച്ചകഴിഞ്ഞ് മൂന്നു മണിക്ക് സുഖിയനും പപ്പടബോളിയും തയ്യാർ! കണ്ണാടി അലമാരിത്തട്ടുകളിൽ അവയങ്ങനെ വിലസും. അല്പനേരം മാത്രം. ചെറുപയർ പുഴുങ്ങി ശർക്കരയും പീരയും ചേർത്ത് കടലമാവിൽ പൊതിഞ്ഞ് പൊരിച്ചെടുക്കുന്ന സുഖിയനാണ് സുഖിയൻ! സ്വർല്ലോകത്തും ലഭിക്കില്ലപരിസുഖം—

പപ്പടബോളി പഴുത്ത ചെമ്പുതകിടിന്റെ നിറത്തിൽ കടുകുമണികളണിഞ്ഞ് അട്ടിയട്ടിയായി ശോഭിക്കും. ഒരടിക്ക് നാലുപ്പടം വരെ പൊട്ടിച്ച് കഷ്ണങ്ങൾ സാവധാനം ചവച്ചരച്ച് രസിക്കുന്ന വിരുതൻമാരുണ്ട്. ചില രസികൻമാർ പപ്പടവട പാഴ്സലാക്കി അടുത്ത ചാരായക്കടയിലേക്കു പായും.

ആ ചാരായക്കടയിൽ ദിവസവും നാലു നേരമെങ്കിലും കേറിയിറങ്ങാറുണ്ട് ഞാനും. ചാരായം മോന്താനല്ല, ശങ്കരൻകുട്ടിക്കൊരു കൂട്ട്! കൊച്ചു മേശമേൽ കണ്ണാടിഭരണികളുണ്ട്.പുഴുങ്ങിയ താറാമ്മുട്ടയാണ് വലിയ ഭരണിയിൽ. കുഞ്ഞുഭരണികളിൽ അവലോസുണ്ട, അച്ചപ്പം, കുഴലപ്പം, ചുരുട്ട് തുടങ്ങിയ മദ്ധ്യതിരുവിതാംകൂർ ക്രിസ്ത്യാനിയുടെ സ്വന്തം പലഹാരങ്ങൾ. ശങ്കരൻകുട്ടി ഓരോ കാൽ വാങ്ങി വിഴുങ്ങുമ്പോഴും ഞാൻ ഈരണ്ട് ചുരുട്ട് താങ്ങും. പാനി ഇറ്റിറ്റു നിൽക്കുന്ന ചുരുട്ട് അതിവിശിഷ്ടസാധനമാകുന്നു!

(ഒരിക്കൽ ജോൺ എബ്രഹാം എന്നോടു പറഞ്ഞു: നിങ്ങള് ചോവന്മാര് തെങ്ങിന്റെ മണ്ടേന്ന് ചെത്തിയിറക്കുന്ന നല്ലിളംകള്ള് മൂപ്പിച്ച് വാറ്റി ചാരായമാക്കി പ്രിസർവ്വ ചെയ്തു ഞങ്ങള് മാപ്പിളമാര്; ചോത്തിമാര് ഉണ്ടാക്കിയ അവലാസുപൊടി മനുഷ്യന്മാര് കടിച്ചാൽ പൊട്ടാത്ത അവലോസുണ്ടായാക്കി പ്രിസർവ്വുചെയ്തു പെമ്പിളച്ചികള്!)

തിരുവനന്തപുരത്ത് ചെന്നുപെടുമ്പോഴൊക്കെ മുഴുത്ത സംശയം എന്നെ പിടിപെടും: സുഖിയൻതന്നെയല്ലേ ഈ മോദകം? പലരോടും കേട്ടുനോക്കി: സുഖിയനല്ലേ മോദകം? സുഖിയന്റെ സംസ്കൃതപരിഭാഷയാണ് മോദകം എന്ന് ഒരു ആസ്ഥാനപണ്ഡിതൻ പറഞ്ഞു തന്നു. എന്തായാലും മാഞ്ഞാലിക്കുളത്തെ തമ്പിയണ്ണന്റെ കാപ്പിക്ലബ്ബിലെ മോദകം ഞങ്ങളെ ഒട്ടൊന്നുമല്ല മോദിപ്പിച്ചത്.

അപ്പുക്കുട്ടൻ വള്ളിക്കുന്നും അബ്ദുൽ റഹിമാനും അഞ്ചും ആറും മോദകങ്ങൾ ചുമ്മാ തട്ടും. രവിവർമ്മയും മധു ആർ ശേഖറും കണക്കില്ലാതെ തട്ടും!.

സ്കൂളിൽ പോകും നാളുകളിൽ ഉച്ചഭക്ഷണം രണ്ട് മോദകമായിരുന്നെന്ന് അപ്പുക്കുട്ടൻ പറഞ്ഞു: വള്ളിക്കുന്നിലും മോദകമോ? ഇല്ല. അവിടെ സുഖിയനെന്നും കൊഴുക്കട്ടയെന്നും സൗകര്യം പോലെ പറഞ്ഞു. രണ്ടെണ്ണംകൊണ്ട് വിശപ്പും കൊതിയും മാറില്ല. പക്ഷേ, കീശക്കാശ് കാൽരൂപമാത്രമായിരുന്നെന്ന് അപ്പുക്കുട്ടൻ നൊസ്റ്റാൾജിയ നുണഞ്ഞു.

ഒരു തലമുറയുടെ ദരിദ്രവും നിസ്സഹായവുമായ ബാല്യത്തെ മധുരതരമാക്കുന്നത് നാറാപിള്ളച്ചേട്ടൻമാരും തമ്പിയണ്ണൻമാരും തന്ന വാഴയ്ക്കാപ്പവും മോദകവുമാകുന്നു. ആ സ്വാദ് ആ രുചി നാവിലും നെഞ്ചിലും നിറയും എന്നും...

ഉഴവൂർനിന്നും കാൽനടയായി കോട്ടയത്തുവന്ന് പഠിച്ച് ഇന്റർമീഡിയറ്റ് ഒന്നാം ക്ലാസ്സിൽ ജയിച്ച കെ.ആർ നാരായണന് പ്രിൻസിപ്പൽ പി.സി. ജോസഫ് ഒരു കൊച്ചുകേക്കും ചായയും വാങ്ങിക്കൊടുത്തു. രാഷ്ട്രപതിയായി കോളജിൽ തിരിച്ചെത്തിയ കെ.ആർ നാരായണൻ പറഞ്ഞു: ലോക രാഷ്ട്രങ്ങളിലെ തലസ്ഥാനങ്ങളിൽ മഹാവിരുന്നുകൾ കിട്ടിയിട്ടുണ്ട്. എന്നാൽ അന്ന് പ്രിൻസിപ്പൽ നൽകിയ കേക്കിന്റെ മധുരം... മറക്കാനാവില്ല, മറന്നിട്ടില്ല.

തലശ്ശേരിക്കാർ കേക്കിന്റെ മധുരം കേരളത്തിന്റെ മുക്കിലും മൂലയിലും എത്തിച്ചു. മമ്പള്ളി കുടുംബശാഖകൾ സ്ഥാപിച്ച ബെസ്റ്റ്, കൊച്ചിൻ, ക്രൗൺ, ശാന്താ ബേക്കറികൾ വിളമ്പിയ മധുരം

പുതുപുത്തൻ ബാല്യങ്ങളെ മധുരിപ്പിച്ചു. കെ.ആർ ബേക്ക്സും മറ്റും അന്യമാംദേശങ്ങളിലും മധുരം വിതറുന്നു...

കൊല്ലത്ത് കല്ലുപാലത്തിനടുത്തുണ്ടായിരുന്ന കൊച്ചുചായ മക്കാനി, പേരില്ലാത്തത്. അവിടുന്ന് ആദ്യമായി അൽബൂരി കഴിച്ചു. കൊല്ലത്തിന്റെ തനതുവകയാണ് അൽബൂരി എന്നു തോന്നുന്നു. ഉഴുന്നുവട നെയ്യിൽ പൊരിച്ച് പഞ്ചാരയിൽ വിളയിച്ചെടുക്കുന്നതോ അൽബൂരി? ആർക്കറിയാം.

അൽബൂരി കുറെ തിന്നിട്ടുണ്ട് കൊല്ലത്തുവെച്ച്. കോഴിക്കോട്ടു വച്ച് ഉന്നക്കായയുടെ അഡിക്റ്റായിപ്പോയി ഞാൻ. കായപ്പത്തിനോടും തുല്യപ്രിയമായിരുന്നു. രണ്ടു കൈയും കരളും നിറയെ നെയ് നിറയ്ക്കും.

ഈന്തപ്പഴത്തിൽ അണ്ടിപ്പരിപ്പ് വച്ച് പൊരിച്ചെടുക്കുന്ന ഒരിനം ഉണ്ടൻപൊരിയും വായിൽ വെള്ളം നിറയ്ക്കുന്നു. ഉള്ളം നിറഞ്ഞു തുളുമ്പുന്നു. 'കല്ലു മുളക്കു താതീ' എന്ന അപ്പുക്കിളിയുടെ വിളി ഉറക്കെ വിളിക്കാൻ എനിക്കും തോന്നുന്നു.

അടുത്ത നാളിൽ കോഴിക്കോട്ടു ചെന്ന് മിഠായിത്തെരുവിലൂടെ പലഹാരക്കടകൾ കണ്ടുനടന്നു. പലതരം ഹൽവകൾ — ചുവന്ന, മഞ്ഞ, കറുത്ത, പച്ച നിറമുള്ള ഹൽവകൾ — കൊതിയോടെ നോക്കി വെള്ളമിറക്കി. ഇല്ല, എനിക്ക് പ്രമേഹം ഇല്ല! നല്ല പച്ച ഹൽവ! അഞ്ചു കിലോ വാങ്ങിക്കൊണ്ടുപോന്നു. സകുടുംബം മുക്തകണ്ഠം ഭുജിച്ചു.

●

ഓമനക്കുട്ടൻ, ബി.എ!

കോൺവക്കേഷൻ എന്ന ബിരുദദാനച്ചടങ്ങിന് മഹാദരിദ്രവാസിയായി ചെന്ന് പങ്കെടുത്തതും മുഴുത്ത പൊങ്ങച്ചത്തോടെ ഇംഗ്ലീഷ് ഭാഷാ-സാഹിത്യത്തിൽ ബി എ കൈനീട്ടി വാങ്ങിയതും ഇന്നലെ എന്ന പോലെ ഓർക്കുന്നു. പക്ഷേ, സംഭവം അഞ്ചുപതിറ്റാണ്ടു മുമ്പ് നടന്നതാണ്. ഞാൻ ബിരുദധാരിയായതും, അമേരിക്കൻ പ്രസിഡന്റ് ജോൺ കെന്നഡിയെ വെടിവെച്ചുകൊന്നതും, വിക്രം സാരാഭായ് തുമ്പയിൽ നിന്നും ഇന്ത്യയുടെ പ്രഥമ റോക്കറ്റ് വിക്ഷേപിച്ച് തലകുത്തിയതും ഒരേ ദിവസം —1963 നവംബർ 22ന്. (അൻപത്തഞ്ചാണ്ട് തികയാൻ മുപ്പത് ദിവസം കൂടി മതി: ഇന്ത്യക്കാരൻ ചന്ദ്രനിലേക്ക് യാത്ര തുടങ്ങിയിരിക്കുന്നു!)

ബിരുദം ഏറ്റെടുക്കാൻ തലേന്നു രാവിലെതന്നെ തലസ്ഥാനത്തെത്തി. കോട്ടയത്തു നിന്നും നാലരമണിക്കൂറിൽ തിരുവനന്തപുരത്തെത്താം. നാലരരൂപയാണ് ബസ്ചാർജ്ജ്. നല്ല ചുവന്ന ബസ്സ്. ശംഖുമുദ്രയും കൊമ്പനാനകളുമുള്ള ബസ്സ്. പച്ച നിറത്തിലുള്ള എക്സ്പ്രസ്സുണ്ട്. പാഞ്ഞുപോകും. കുഷൻ സീറ്റിലെ ഇരുപ്പ് പരമസുഖമാണ്. ചാർജ്ജ് കൂടും. പക്ഷേ നമ്മൾ കമ്യൂണിസ്റ്റാണല്ലോ! ചുവന്ന ബസ്സിലെ കേറൂ; ബൂർഷാകളാണ് പച്ച ബസ്സിൽ യാത്ര ചെയ്യാറ്!

ചങ്ങനാശ്ശേരി, തിരുവല്ല, ചെങ്ങന്നൂർ, അടൂർ, കൊട്ടാരക്കര സ്റ്റേഷനുകളൊന്നും കെ.എസ്.ആർ.ടി.സിക്കില്ല. ഇമ്പിച്ചിബാവ ഗതാഗതമന്ത്രിയാവാനിരിക്കുന്നതല്ലേയുള്ളൂ.

നാഗർകോവിലിൽ നിന്നും അങ്കമാലിവരെ നീളുന്ന തിരുവിതാംകൂർ രാജ്യത്തെ മെയിൻ സെൻട്രൽ റോഡ് എന്ന എക്സ്പ്രസ്‌വെ പണ്ട് കോൺക്രീറ്റിനുമേൽ ടാർ പൂശി പൂശി ഒരു പരുവമാക്കി. എന്നാലും കൃത്യം രണ്ടു മണിക്കൂർ കൊണ്ട് കോട്ടയത്തുനിന്നും

കൊട്ടാരക്കര പോറ്റി ഹോട്ടലിലെത്താം കാപ്പിയും ഇഡ്ഡലിയും വടയും ഭുജിച്ചാൽ ഒരു രൂപയേയാകത്തുള്ളൂ.

പിന്നെയും രണ്ടു മണിക്കൂർ കൊണ്ട് പാളയം പള്ളിക്കു മുന്നിൽ ഇറങ്ങാം. നേരെ യൂണിവേഴ്സിറ്റി ആപ്പീസിലേക്കു ചെന്നു. കവാട ത്തിനു മുന്നിൽ ആശാനില്ല. മുറ്റത്തു ചിത്തിര തിരുനാളും.

കൃഷ്ണപ്പൻ എന്നു വിളിക്കുന്ന പി.പി. കൃഷ്ണൻ യൂണിവേഴ്സിറ്റിയിൽ അസിസ്റ്റന്റ് ആയി ഉണ്ട്. കോളജിൽ എന്നെക്കാൾ ഒരു വർഷം സീനിയർ. ചരിത്രത്തിൽ ബി എ ജയിച്ചു. ഉടൻ ജോലിയുമായി. കൃഷ്ണപ്പനും പിറ്റേന്ന് ബിരുദം സ്വീകരിക്കുന്നുണ്ട്.

കൃഷ്ണപ്പൻ പറഞ്ഞു: 'യൂണിവേഴ്സിറ്റി സ്റ്റോറിൽ ചെന്ന് ഹുഡ്ഡും കോളറുമൊക്കെ കൈപ്പറ്റണം. നാളെ ചടങ്ങിനുശേഷം തിരിച്ചേൽ പിക്കുകയും വേണം. ഇപ്പോൾ സെനറ്റ് ഹാളിൽ റിഹേഴ്സൽ ഉണ്ട്. അത് കഴിഞ്ഞ് സ്റ്റോറിൽ പോകാം.'

ഹുഡ്ഡ്, കോളർ, റിഹേഴ്സൽ — എന്തരോ എന്തോ! ഞാൻ എന്നെ കൃഷ്ണപ്പന് വിട്ടുകൊടുത്തു..

അങ്കവാൽ തൂങ്ങുന്ന കറുത്ത ചതുരൻ തൊപ്പി ആകുന്നു ഹുഡ്ഡ്. കഴുത്തിൽ കെട്ടിത്തൂക്കുന്ന വെളുത്ത ഇരട്ട റിബൺ കഷ്ണം കോളർ, എല്ലാം ഏറ്റെടുത്തു.

'ഇനി, ഗൗൺ വേണം! വക്കീലൻമാർ കോടതിയിലണിയുന്ന കറുത്ത മേലങ്കി. അതില്ലാതെ ബിരുദം കിട്ടുകേല, ഹാളിൽ പ്രവേ ശിക്കാനാവില്ല.'

കൃഷ്ണപ്പനും എന്റൊപ്പം വന്നു. ഞങ്ങൾ വഞ്ചിയൂർ ശ്രീകണ്ഠേശ്വരം പേട്ട മുഴുവൻ തെണ്ടി നടന്നു. കണ്ണിൽ കണ്ട സകല വക്കീലാപ്പീസു കളും കേറിയിറങ്ങി. ആർക്കും കറുത്ത ഗൗണില്ല. എല്ലാം ബിരുദദാ നത്തിനു തന്നെ കടം കൊടുത്തിരിക്കുന്നു!

തിരുവനന്തപുരത്ത് ഹൈക്കോടതിയുടെ ഒന്നോ രണ്ടോ ചാരുബെഞ്ച് വേണ്ടതാണെന്ന് അന്നേ എനിക്കു തോന്നി!

ഏതോ ഗൃഹസ്ഥൻ ഉപദേശിച്ചു 'ഇന്നിവിടെ അലഞ്ഞുനടന്നിട്ട് കാര്യമില്ല. നേരെ നെയ്യാറ്റിങ്കരയ്ക്ക് വിട്ടോ, അവിടെ ഒത്തിരി കേസി ല്ലാവക്കീലന്മാരുണ്ട്, വാടകകൊടുത്താൽ ഗൗൺ തരും.'

ഞങ്ങൾ നെയ്യാറ്റിങ്കരയ്ക്കു വിട്ടു.

ഗൗണിനിത്ര പഞ്ഞമോ? എങ്കിൽ കോട്ടയത്തുനിന്നും എം.എൻ

ഗോവിന്ദൻനായർ, കുമരകം ശങ്കുണ്ണിമേനോൻ, എം. തോമസ്, മുട്ടാർ പി. എൻ പണിക്കർ തുടങ്ങി എത്രയോ വക്കീലന്മാരുടെ ഗൗൺ ഒന്നോ രണ്ടോ വാങ്ങിക്കൊണ്ടു വരാമായിരുന്നു. കോടതിയിൽ അധികം പോകാത്ത കൃഷ്ണയ്യർസ്വാമിയും വെങ്കട്ടരാമൻ സ്വാമിയുമുണ്ട്. കോടതിയിൽ നല്ല തിരക്കുള്ള അനന്തപത്മനാഭൻ, ഗരുഡേശ്വരൻ, യജ്ഞേശ്വരൻ തുങ്ങിയ അയ്യർമാർ വേറെയുമുണ്ട്.

മള്ളൂരോ മുഞ്ഞനാട്ടോ തടത്തിലോ ചെന്നാലും പഴഞ്ചൻ ഗൗൺ ഒന്നെങ്കിലും കാണാതെ വരുമോ?

നെയ്യാറ്റിങ്കര വക്കീലന്മാരാരും വാടക ചോദിച്ചില്ല. ഒന്നു രണ്ടുപേർ ഡിപ്പോസിറ്റ് ചോദിച്ചു. ഗൗൺ തിരിച്ചുകൊടുക്കാതെ ഞങ്ങൾ ബിരുദവും നേടി മുങ്ങിയാലോ? അവരുടെ വയറ്റിപ്പാടല്ലേ, ചോറല്ലേ ഈ കറുത്ത അങ്കി? ആൾജാമ്യമെങ്കിലും കൊടുക്കാതെ രക്ഷയില്ല.

കരഞ്ഞും കാലുപിടിച്ചും യൂണിവേഴ്സിറ്റിയിൽ ഉദ്യോഗസ്ഥനാണെന്നു പറഞ്ഞും കൃഷ്ണപ്പൻ ഗൗൺ സംഘടിപ്പിച്ചു.

എന്റെ സ്ഥിതി കണ്ടിട്ട് ഒരു ഗുമസ്തൻ ദിവംഗതനായ സീനിയർ അഡ്വക്കറ്റ് അവർകളുടെ പഴയ ഗൗൺ കേസുകെട്ടുകൾക്കിടയിൽ ചുരുണ്ടുകൂടിക്കിടന്നത് എടുത്തു പൊതിഞ്ഞു തന്നു.

അഞ്ചുരൂപ അയാൾ സ്റ്റാമ്പുകാശായി എന്നോട് ഈടാക്കി. ഗൗൺ നെയ്യാറ്റിൻകരയിൽ കൊണ്ടുപോയി തിരിച്ചുകൊടുക്കില്ലെന്ന് അപ്പോഴേ ഞാൻ തീരുമാനിച്ചു. ഗുമസ്തന് അതറിയാം അയാൾ ഒരു ചിരി വരുത്തി ചുണ്ടത്ത്.

കൃഷ്ണപ്പൻ ഗാന്ധാരിയമ്മൻ കോവിലിനടുത്തായിരുന്നു താമസം. ആ കുടുസ്സു മുറിയിൽ ഞാനും കൂടി.

അത്താഴം ഗുരുവായൂരപ്പൻ ഹോട്ടലിലെ കഞ്ഞി. നല്ല സ്വാദായിരുന്നു പയറുതോരനും പപ്പടം ചുട്ടതിനും. എതിരെ ഇരുന്ന് കഞ്ഞി കുടിക്കുന്ന മാന്യനും ആസ്വദിച്ച് രസിക്കുന്നു. കഞ്ഞി വിളമ്പുന്ന ഹോട്ടലുടമയോട് ഒച്ച താഴ്ത്തി എന്തോ പറഞ്ഞു ചിരിച്ചു. പിറ്റേന്ന് തുമ്പയിൽനിന്നുമുയരുന്ന റോക്കറ്റിനെപ്പറ്റി ഒരു കുഞ്ഞിത്തമാശ വിളമ്പുകാരൻ വിളമ്പി.

(ഇന്ന് ഞാൻ സംശയിക്കുന്നു. എനിക്കെതിരെ കഞ്ഞികുടിച്ചിരുന്ന ആ ചെറുപ്പക്കാരൻ അബ്ദുൾ കലാമല്ലായിരുന്നോ? ഇന്ത്യൻ പ്രസിഡന്റായിത്തീർന്ന ശ്രീ കലാം? എന്ന് ഞാൻ വിശ്വസിക്കുന്നു.)

രാവിലെ ഗൗൺ പൊതിയഴിച്ചു. ചുരുങ്ങിച്ചുരുണ്ടുനരച്ച പഴന്തുണി.

ക്കുറ നക്കിയ, ഇരട്ടവാലൻ കരണ്ട ചീഞ്ഞ സാധനം. നാറ്റം സഹി ക്കില്ല. കിട്ടിയ നേരത്തിന് ശകലം കാറ്റും വെയിലും കൊള്ളിച്ചു. വെള്ളത്തിലിട്ടാൽ കുതിർന്നു ദ്രവിച്ചുപോയാലോ?

അല്പം മോശമല്ലാത്ത പാന്റ്സും സ്വല്പം ഭേദപ്പെട്ട ഹാഫ് ഷർട്ടുമു ണ്ട് എനിക്ക്, റബ്ബർ ചപ്പൽസാണ് കാലിൽ.

സെനറ്റ് ഹാൾ വരാന്തവരെയും ഗൗൺ പുറത്തെടുത്തില്ല. ഒടുവിൽ എടുത്തണിഞ്ഞപ്പോൾ അടുത്തുനിന്നവർ അകന്നുമാറി. മൂക്കുചുളിച്ചു തറച്ചുനോക്കി.

ചെന്നിരുന്നത് ഒരു അതിസുന്ദരിയുടെ അടുക്കൽ, അവൾ ചെരി ഞ്ഞിരുന്ന് എന്നെ ഒഴിവാക്കി. പാലക്കാട് വിക്ടോറിയ കോളജിൽ നിന്നും ഇംഗ്ലീഷ് ബി.എ ജയിച്ചവളാണ് സുന്ദരി. കറുത്തുതിളങ്ങുന്ന സിൽക്കുഗൗണാണ് അവൾക്ക്.

സെനറ്റ് ഹാൾ നിറയെ മിന്നുന്ന ഗൗണും ഹുഡ്ഡും കോളറുമായി അഞ്ഞൂറോളം പുതിയ ബിരുദങ്ങൾ. ബി.എയും ബി എസ് സിയും ബി കോമും ബി എഡ്ഡും ബി എല്ലും പിന്നെ എം. എ. എം. എസ്സി, എം. കോം, എം.ബി ബി എസ്...

ഞാൻ ചൂളിച്ചുരുങ്ങി ഇല്ലാതായപോലെ.

സെനറ്റ് ഹാളിന്റെ നടുവിലൂടെ ചാൻസലർ, വൈസ് ചാൻസലർ, ആദിയായവരുടെ വരവായി. ഉഗ്രൻ വർണ്ണപ്പകിട്ടാർന്ന ഗൗണുകൾ, ഹുഡ്ഡുകൾ.

ഡോ. സാമുവൽ മത്തായിയാണ് വി സി.

സർദാർ കെ. എം. പണിക്കർ ആകുന്നു ബിരുദദാനപ്രഭാഷണം നിർവ്വഹിക്കുന്നത്.

ഒരു ഗ്രീക്ക് നാടകം മാതിരി ചടങ്ങുകൾ നിറം പകർന്നു.

ഡിഗ്രിയും അച്ചടിച്ച കോൺവക്കേഷൻ അഡ്രസ്സും വിതരണം ചെയ്തു. എന്റെ ബിരുദം പാലക്കാടൻ സുന്ദരി കൈമാറി. എന്റെ വിരൽ ത്തുമ്പിൽ പോലും തൊടാതിരിക്കാൻ അവൾ ശ്രദ്ധിച്ചു.

എല്ലാവരും എണീറ്റു. ഞാനും എണീറ്റു.

എന്തോ സത്യപ്രതിജ്ഞ വാചകം ചൊല്ലി. ഞാൻ ചില വാക്കുകൾ ഏറ്റു ചൊല്ലി.

എല്ലാവരും ഇരുന്നു. ഞാനും.

സർദാർ പണിക്കർ പ്രഭാഷണം നടത്തി. ഉദാത്തവും ഉജ്ജ്വല വുമായ എന്തൊക്കെയോ അദ്ദേഹം പറഞ്ഞു. ഉഗ്രൻ ഇംഗ്ലീഷിൽ.

ഗൗണിന്റെ ചൊറിച്ചിൽ എന്നെ ആകെ വിഷമിപ്പിച്ചു. ഇടതു കൈയിൽ ചുരുട്ടിയ ഡിഗ്രിയുമായിരുന്ന് ഞാൻ ആരും കാണാതെ ചൊറിഞ്ഞു.

ചടങ്ങുകൾ കഴിഞ്ഞ് മടക്കഘോഷയാത്രയായി. ശുഭം മംഗളം.

ഗൗൺ ഊരി ഞാൻ ഓടി. ഏതോ കുറ്റിക്കാട്ടിലേക്ക് പന്താക്കി വലിച്ചെറിഞ്ഞു.

(എന്തൊരാശ്വാസം! എന്തൊരു സുഖം!)

കൃഷ്ണപ്പന്റെ കൂടെ തലസ്ഥാനം ചുറ്റി. ആയുർവേദകോളജിനു താഴെ മെയിൻ റോഡരികിൽ പാരമൗണ്ട് സ്റ്റുഡിയോ, പുത്തൻ ബിരുദധാരികൾ ഫോട്ടോ എടുക്കുന്നു.

കൃഷ്ണപ്പനും കേറി. ഗൗണും ഹുഡ്ഡും കോളറും സ്റ്റുഡിയോയിലുണ്ട്. കുഴൽപോലെ പിടിക്കാൻ മുട്ടൻ ഡിഗ്രിയും.

സകലരും ഫുൾ സൈസ് പടം പിടിക്കുന്നു.

എൻലാർജ്മെന്റുണ്ട്.

ഞാൻ ബി എ ഛായാചിത്രം വേണ്ടെന്നുവെച്ചു. എന്തോ പഴങ്കൗണിന്റെ ചൊറിച്ചിൽ എന്നെ അമർഷം കൊള്ളിച്ചിരുന്നു.

ഞങ്ങൾ ശംഖുമുഖത്തേക്ക് നടന്നു. ഏറെ ആളുണ്ട് കടപ്പുറത്ത്. തുമ്പയിൽ നിന്നും ഇന്ത്യയുടെ ആദ്യ റോക്കറ്റ് വിക്ഷേപിക്കാൻ പോകുന്നു.

അസ്തമയഭംഗികൾ ആർക്കും വേണ്ട.

ബഹിരാകാശവിദ്യയുടെ അത്ഭുതത്തിൽ അഹങ്കാരികളായി കാണികൾ നിന്നു.

കൃത്യസമയത്ത് റോക്കറ്റുയർന്നു.

ചുവന്ന തീഗോളം ജ്വലിച്ചു. വെളുത്ത പുകയുടെ നേർരേഖ ഇരുട്ടിൽ കാണാം.

പെട്ടെന്ന് അത് വളഞ്ഞ് തലതിരിഞ്ഞ് താഴെക്ക് പതിക്കുന്നു!

ദൂരെ കടലിലേക്കാണ് പോക്ക്.

എങ്കിലും കടപ്പുറത്ത് ആഹ്ലാദിച്ചു നിന്നവർ പ്രാണഭയത്തോടെ

നിലവിളിച്ചോടി.

തിരുനക്കര ആറാട്ടിന് തൊമ്മൻ വർക്കി കൊളുത്തി വിടുന്ന വാണം തലകുത്തി പൊലിയുന്നത് എത്രയോ കണ്ടിരിക്കുന്നു!

എന്നിട്ടും ഞങ്ങൾ ധൃതിയിൽ മടങ്ങി. വേഗം സെക്രട്ടറിയേറ്റിനു മുന്നിലെത്തി. അവിടെ ചെറിയ ചെറിയ ആൾക്കൂട്ടങ്ങൾ. വിക്ഷേപണപരാജയമല്ല ചർച്ച.

പിന്നെ?

കെന്നഡി വെടിയേറ്റു മരിച്ചു!

അമേരിക്കൻ പ്രസിഡണ്ട് ജോൺ എഫ് കെന്നഡിയെ ആരോ വെടിവെച്ചു. വെടികൊണ്ട് കാറിൽ ഭാര്യ ജാക്വിലിന്റെ മടിയിലേക്ക് തല ചായ്ച്ച് കെന്നഡി മരിച്ചു.

രാത്രി പത്തുമണിയോളം തെരുവിൽ ഉലാത്തി. പന്ത്രണ്ടുമണിക്ക് ഞാൻ തമ്പാനൂർ ബസ് സ്റ്റാൻഡിൽ ചെന്ന് കോട്ടയത്തിനു ബസ്സു പിടിച്ചു നല്ല ചുവന്ന ബസ്സ്.

ഒരു മാസം കഴിഞ്ഞ് മൈസൂർ യൂണിവേഴ്സിറ്റിയിൽ ഏതോ പരിപാടിക്ക് പ്രസംഗിച്ചു നിൽക്കുമ്പോൾ ഹൃദയാഘാതമുണ്ടായി സർദാർ കെ.എം. പണിക്കർ അന്തരിച്ചു.

ആറേഴുവർഷത്തിനുശേഷം വിക്രംസാരാഭായി കോവളത്തുവെച്ച് ഹൃദയസ്തംഭനം മൂലം നിര്യാതനായി.

എന്റെ സുഹൃത്ത് കൃഷ്ണൻ പത്തിരുപതു കൊല്ലം കേരളാ യൂണിവേഴ്സിറ്റിയിൽ ഉദ്യോഗസ്ഥനായി തുടർന്നു. സെക്ഷൻ ഓഫീസറോ ഡെപ്യൂട്ടി രജിസ്ട്രാറോ എന്തോ ആയി. സംഘടനാ പ്രവർത്തകനായിരുന്നു. യൂണിയൻ മീറ്റിംഗ് കഴിഞ്ഞ് പാളയത്ത് മുറുക്കാൻ കടയിൽ സർബത്ത് കുടിച്ചു നിൽക്കുമ്പോൾ പാഞ്ഞുവന്ന ബസ്സു കയറി മരിച്ചു. മൃതദേഹം ആരും തിരിച്ചറിഞ്ഞില്ല. അജ്ഞാതശവശരീരം മെഡിക്കൽ കോളജ് മോർച്ചറിയിൽ രണ്ടുദിവസം കാത്തുകിടന്നു. സുഹൃത്തുക്കൾ വന്ന് തിരിച്ചറിയാനായി...

കൃഷ്ണപ്പാ, നിനക്കെന്റെ ഓർമ്മ.

•

വസന്തകാലമേ മറഞ്ഞുപോയി നീ

എം.എയുടെ വാചാപ്പരീക്ഷ മറക്കാനാവില്ല. സംഭവം ആകെ സുന്ദരമായി. അല്പം പേടിയും സ്വല്പം വെപ്രാളവുമൊക്കെ ഉണ്ടായിരുന്നു എനിക്ക്. അതാദ്യമേയങ്ങു മാറി. മുറിയിലേക്കു കൈകൂപ്പി കടന്നുചെന്നപ്പോഴേ കൃഷ്ണപിള്ളസാർ ഈണത്തിൽ സ്വാഗതമോതി: 'ഓമനക്കുട്ടൻ ഗോവിന്ദൻ ബലരാമനെക്കൂടെക്കൂടാതെ.... വരണം, വരണം. ഇരിക്കണം.'

എഴുത്തച്ഛൻമാഷ് ചെറുപുഞ്ചിരി തൂവി. ആന്റണിമാഷ് ഗൗരവത്തിൽ നോക്കിയിരുന്നു.

പ്രൊഫ. എൻ കൃഷ്ണപിള്ളയും ഡോ. കെ.എൻ എഴുത്തച്ഛനും പ്രൊഫ. സി എൽ. ആന്റണിയും. എഴുത്തച്ഛൻ മാഷുടെ തോളിൽ മാത്രം ഒരു കൊച്ചു രണ്ടാംമുണ്ട്.

കൃഷ്ണപിള്ളസാർതന്നെ ചോദ്യം തുടങ്ങി. 'ഏതു പേപ്പറാ നന്നായി എഴുതിയത്?'

ഞാൻ പറഞ്ഞു: 'ഒരു പേപ്പറും നന്നായി എഴുതിയില്ല.'

'അത് ഞങ്ങൾക്കറിയാം! താരതമ്യേന ഭേദമായെഴുതിയത് ഏത് പേപ്പർ എന്നാണ് ചോദ്യം.'

ടെക്സ്റ്റ്, ഗ്രാമർ, ഫിലോളജി, കൾച്ചർ എന്നൊക്കെ മൊഴിഞ്ഞാൽ ഇവർ എന്നെ വെറുതെ വിടുമോ? എഴുതിവെച്ച മണ്ടത്തരങ്ങൾ എടുത്തുവെച്ചലക്കുകില്ലേ? രക്ഷപ്പെടാനായി ഞാൻ ഉത്തരം കൊടുത്തു. 'ജനറൽ എസ്സേ തരക്കേടില്ലാതെ എഴുതി.'

'ജനറൽ എസ്സേ?' എഴുത്തച്ഛൻ മാഷ് അത്ഭുതം കൂറി.

ആന്റണിമാഷ് തലകുലുക്കിപ്പറഞ്ഞു: 'ഹി സെഡ് ഇറ്റ് കറക്റ്റ്!'

'മലയാള ലിപി പരിഷ്കരണം' എന്നതായിരുന്നു ജനറൽ എസ്സേയുടെ വിഷയം. വായിൽ വന്ന കിറുക്കുകളൊക്കെ ഞാൻ വച്ചുകാച്ചിയിരുന്നു.

വാചാപ്പരീക്ഷ തുടർന്ന് ലിപിപരിഷ്കരണം സംബന്ധിച്ച കൊച്ചു ചർച്ചയായി. ഏതായാലും ഗ്രാമറും ഫിലോളജിയുമൊന്നും എന്നോട് ചോദിച്ചില്ല. ചോദിച്ചിരുന്നേൽ ആകെ നാറിപ്പോയെനേ.

സി എൽ ആന്റണിയും എൻ കൃഷ്ണപിള്ളയും കെ എൻ എഴുത്തച്ഛനും ചേർന്ന് എനിക്ക് എം എ യ്ക്ക് ഒന്നാം ക്ലാസ്സ് തന്നു. അവർക്കു പകരം ഡോ. എസ്.കെ. നായരും പി.വി ഉലഹന്നാൻ മാപ്പിളയും പുത്തൻ കാവ് മാത്തൻതകരനും കെ. ചന്ദ്രശേഖരനും ആനന്ദക്കുട്ടൻ നായരും ആയിരുന്നു. വാചാപരീക്ഷകരെങ്കിൽ എന്റെ ഒന്നാം ക്ലാസ്സ്.... ഗോപി! എഴുത്തുപരീക്ഷകളുടെ ആശാൻമാർ അവരായിരുന്നല്ലോ....

പിന്നെ ഒന്നാം ക്ലാസ് എം എയും ചുമ്മി കുറെ ഇന്റർവ്യൂകൾ ഞാൻ നേരിട്ടു. നല്ല തമാശയായിരുന്നു എല്ലാം. ഒന്നും അത്ര ഗൗരവമായി ട്ടെടുത്തില്ല ഞാൻ.

ആകാശവാണിയിൽ എഴുത്തുപരീക്ഷയും ഇന്റർവ്യൂവും കേമമായി. ശക്തിധരൻനായർ, കൈനിക്കര കുമാരപിള്ള, ടി എൻ ഗോപിനാഥൻ നായർ, ഇ.എം.ജെ വെണ്ണിയൂർ എന്നിവർ ഇന്റർവ്യൂ ചെയ്തു. സംഗതി ഡീസന്റായി. ജോലി മടവൂർ ഭാസി, ഭാർഗ്ഗവൻപിള്ള എന്നിവർക്ക് കിട്ടി.

കലാമണ്ഡലത്തിൽ പി ആർ ഒ ആകാൻ പോയി. എം കെ കെ നായർ, ഡോ കെ എൻ പിഷാരടി, സി ആർ കേശവൻ വൈദ്യർ, മുകുന്ദ രാജ തുടങ്ങിയവർ ഇന്റർവ്യൂ ചെയ്തു. കാര്യം നല്ല ബോറായി. കഥകളിയും മോഹിനിയാട്ടവും മറ്റു കണ്ടു ശീലിക്കാത്ത എന്നോട് കൃഷ്ണൻനായരെപ്പറ്റിയും കല്യാണിക്കുട്ടിയമ്മയെപ്പറ്റിയും അന്വേഷിച്ചാൽ എന്തു ചെയ്യും? നായരും പിഷാരടിയും വൈദ്യരും രാജയും എനിക്ക് പൂജ്യം മാർക്ക് തന്നു കാണും. എതായാലും പണി തന്നില്ല.

കേരള വർമ്മ കോളജിൽ വാധ്യാരാവാൻ പോയതാണ് തനി ത്തമാശ. കൊച്ചി ദേവസ്വം പ്രസിഡണ്ട് എ എസ് ദിവാകരന്റെ മുന്നിൽ അപേക്ഷകരെല്ലാം നിരനിരയായി നിന്നു. കൈയിൽ നിവർത്തിപിടിച്ച സർട്ടിഫിക്കറ്റും മാർക്ക് ലിസ്റ്റും. മാർക്കിന്റെ ഏറ്റക്കുറവനുസരിച്ച് റാങ്ക്. പി. എച്ച്. ഡി, റിസർച്ച്, ഫസ്റ്റ് റാങ്ക് എന്നിവയ്ക്ക് പ്രത്യേക പരിഗണന. ചോദ്യമില്ല പറച്ചിലില്ല. സ്റ്റൈലൻ

ഏർപ്പാട്! സന്ധ്യയ്ക്കുമുമ്പെ തെരഞ്ഞെടുക്കപ്പെട്ടവരുടെ പേര് വിവരപട്ടിക ഭിത്തിയിലൊട്ടിച്ചു: വി.എസ്.ശർമ്മ, പുരുഷോത്തമൻ നായർ, കല്പറ്റ ബാലകൃഷ്ണൻ ഒന്നും രണ്ടും മൂന്നും സ്ഥാനങ്ങളിൽ. വെയിറ്റിംഗ് ലിസ്റ്റിൽ ഒന്നാമൻ ഓമനക്കുട്ടൻ, രണ്ടാമൻ എൻ. എം. നമ്പൂതിരി.

ആദ്യത്തെ മൂവർക്കും നിയമനമായി.

ശർമ്മ കേരള യൂണിവേഴ്സിറ്റിക്കും പുരുഷോത്തമൻ കാലിക്കറ്റ് യൂണിവേഴ്സിറ്റിക്കും പോകുമെന്നും അപ്പോൾ നമ്മൾക്ക് കേരളവർമ്മയിൽ ജോലിയാകുമെന്നും നമ്പൂതിരി എന്നെ ആശ്വസിപ്പിച്ചു. ഞാൻ ആനന്ദം കൊണ്ടു.

ശർമ്മയും പുരുഷോത്തമനും കേരളയ്ക്കും കാലിക്കറ്റിനും പോയി. പക്ഷേ, ഞങ്ങളെ തൃശ്ശിവപേരൂർക്ക് ആരും വിളിച്ചില്ല...

ഇതിനിടയിൽ പബ്ലിക് സർവീസ് കമ്മീഷൻ മുമ്പാകെ ഹാജരായി. പബ്ലിക് റിലേഷൻസ് വകുപ്പിൽ അസിസ്റ്റന്റ് ഇൻഫർമേഷൻ ഓഫീസർ തസ്തികയ്ക്കുള്ള ഇന്റർവ്യൂ. ഒന്നാന്തരമായി അത്. പി എസ് സി ചെയർമാൻ ദേവസ്സിയുടെ അധ്യക്ഷതയിൽ, വിഷയവിദഗ്ധരായ എൻ വി കെ വാരിയരുടെയും എം ദിവാകരന്റെയും പ്രത്യേക ശ്രദ്ധയിൽ, അഭിമുഖം നടന്നു. എന്നെ ഒന്നാമതായി തെരഞ്ഞെടുത്തു.

ഞാൻ പബ്ലിക് റിലേഷൻസ് വകുപ്പിൽ ചേർന്നു. എന്നാൽ നിയമനോത്തരവ് കിട്ടിയിട്ടും ജോലിക്ക് ചേർന്നില്ല ഒരാൾ. സഖാവ് വൈക്കം വിശ്വൻ. വിദ്യാർത്ഥി സംഘടനയിലും യുവജന സംഘടനയിലും നേതൃത്വമേറ്റ് പാർട്ടിയിൽ പ്രവർത്തിക്കുകയായിരുന്നു വിശ്വൻ. ഉജ്ജ്വല പ്രാസംഗികൻ. ഇ.എം. ജോർജിന്റെയും വൈക്കം വിശ്വന്റെയും പ്രസംഗങ്ങൾ എവിടുണ്ടോ അവിടെ സൈക്കിളിൽ ഓവർലോഡായി പാഞ്ഞെത്തുമായിരുന്നു ഞങ്ങൾ.

സർക്കാരുദ്യോഗം കിട്ടിയ വിവരം മുതർന്ന നേതാക്കളോടൊക്കെ വിശ്വൻ അറിയിച്ചു. എ കെ ജിയോടും പറഞ്ഞു. എ കെ. ജി ക്ഷോഭിച്ചു. സർക്കാരുദ്യോഗത്തിൽ പോയി ജീവിതം ഭദ്രമാക്കാനാണോ ഉദ്ദേശം? പാവപ്പെട്ടവനുവേണ്ടി പ്രവർത്തിക്കാൻ പാർട്ടിയിൽ പിന്നാരാണുള്ളത്? പാർട്ടിയിൽ നിൽക്ക്, മനുഷ്യനുവേണ്ടി പ്രവർത്തിക്ക്.

സഖാവ് വിശ്വൻ പാർട്ടിയിൽ പ്രവർത്തിച്ചു.

പബ്ലിക് റിലേഷൻസ് ഡയറക്ടറും അഡീഷണൽ ഡയറക്ടറുമായി

നമ്മൾക്ക് ഭരിക്കാമായിരുന്നെന്ന് ഞാൻ തമാശ പറഞ്ഞിട്ടുണ്ട് വിശ്വനോട്. കൊച്ചുതമാശകൾ തിരിച്ചറിയുന്ന സഖാവാണ് വൈക്കം വിശ്വൻ. വംശനാശം വന്ന ഇനം...

കോളജ് ലക്ചറർ ആകാനും സർവീസ് കമ്മീഷൻ മുമ്പാകെ ഇന്റർവ്യൂവിന് പോയി ഞാൻ. കമ്മീഷനംഗങ്ങൾ ആരായിരുന്നു ഇന്റർവ്യൂവിന് ഉണ്ടായിരുന്നത്? ഓർമ്മ ഇല്ല. വിഷയ വിദഗ്ദ്ധർ പ്രൊഫസർ ആനന്ദക്കുട്ടനും ഡോക്ടർ രത്നമ്മയും ആയിരുന്നെന്ന് ഓർമ്മയുണ്ട്. ജോലി കിട്ടുംവിധം അവർ എനിക്ക് ആറാം സ്ഥാനം തന്നു. സർക്കാർ വക കോളജുകളിൽ മലയാളം മുൻഷി ആയി അങ്ങനെ...

മാഹി മഹാത്മാഗാന്ധി കോളജിൽ മലയാളം പ്രൊഫസറാകാൻ പോണ്ടിച്ചേരിക്ക് ഇന്റർവ്യൂവിന് പോയത് നല്ല രസംപിടിച്ച ഓർമ്മയാണ്. 1970 ലോ മറ്റോ ആയിരുന്നു. ഞാൻ എറണാകുളം ജില്ല ഇൻഫർമേഷൻ ആപ്പീസിൽ ടി കെ സി യുടെ അസിസ്റ്റന്റ് ആയ കാലം. രാത്രിയിൽ ടീഗാർഡൻ എക്സ്പ്രസ്സ് എന്ന ട്രെയിൻ കയറി തിരുച്ചിറപ്പള്ളിയിലെത്തി. നേരം പുലർന്നിരുന്നു. കാത്തിരുന്ന് ഏതോ പാസഞ്ചർ ട്രെയിനിൽ വിഴിപ്പുറത്തിറങ്ങി. അവിടുന്ന് ബസ്സ് പിടിച്ച് പോണ്ടിയിൽ. പയ്യനാണന്ന്. തപ്പിപ്പിടിച്ച് കൊച്ചു ലോഡ്ജിൽ മുറിയെടുത്തു, തീരെ ചെറിയ വാടകയ്ക്ക്.

മുറി കാട്ടിത്തന്ന പാണ്ടിച്ചെക്കനോട് എന്റെ തമിഴ് ജ്ഞാനം പുറത്തെടുത്തു. 'തമ്പീ, ഇങ്കെ തണ്ണി കിടയ്ക്കുമാ?'

ഓ സാർ എന്നു ചൊല്ലി അവൻ ഓടിപ്പോയി. നിമിഷങ്ങൾക്കകം ട്രേയിൽ അരക്കുപ്പി ബ്രാണ്ടി, രണ്ട് സോഡ, ഗ്ലാസ് എല്ലാമായി അവൻ വന്നു. ഞാൻ വിരണ്ടു. വിയർത്തു. ഒരുവിധം പറഞ്ഞൊപ്പിച്ചു. 'തമ്പീ, നാൻ ഇതെ ശൊല്ലലെ. കുളിക്ക്റതുക്ക തണ്ണി—'

'കുഴായിലേ ഇരിക്കു സാർ.' പുച്ഛത്തോടെ പറഞ്ഞ് പാണ്ടി പോയി. ഞാൻ കുളിച്ച് പുറത്തിറങ്ങി കാഴ്ച കണ്ടു നടന്നു. തെരുവുകൾ അതിസുന്ദരം. ഫ്രഞ്ച് എഴുത്തുകാരുടെയും നേതാക്കളുടെയും പേരുകളാണ് നിരത്തുകൾക്ക്. നടന്നുനടന്ന് ആരോവിലിലെത്തി. അരവിന്ദാശ്രമത്തിൽ.

വൈകിട്ട് കടപ്പുറത്തെത്തി. കടലിലേക്കിറങ്ങിപ്പോയ ഗാന്ധി പ്രതിമ കണ്ടു. എല്ലാവരും കിഴവനെ വെള്ളത്തിലാക്കി എന്ന് ഒരു തമിഴ് കമന്റ് കേട്ടു.

തിരിച്ച് ലോഡ്ജിലേക്ക് നടക്കുമ്പോൾ തട്ടുകട കണ്ടു. കടമുന്നിൽ

മിഴിച്ചുനിന്നു. നാരങ്ങാവെള്ളത്തിന് തമിഴിൽ എന്താ പറയുക? ഇംഗ്ലീഷും കിട്ടുന്നില്ല. ഞാൻ മിഴുക്കസ്യാ നിന്നു. കടക്കാരൻ ശുദ്ധ മലയാളത്തിൽ ചോദിച്ചു 'എന്താ നിങ്ങൾക്കു വേണ്ടത്? പറഞ്ഞോളൂ....'

പിറ്റേന്ന് പോണ്ടിച്ചേരി സെക്രട്ടറിയേറ്റിൽ ഇന്റർവ്യൂ. പത്തുപന്ത്രണ്ടുപേർ ഇന്റർവ്യൂവിന് വന്നിരുന്നെന്നാണ് ഓർമ്മ. എന്റെ ഏറ്റവും മോശം ഇന്റർവ്യൂ ആയിരുന്നു അത്. പരമബോറായിപ്പോയി. ഇന്റർവ്യൂവിൽ കേമനാകണമെന്നൊന്നും വിചാരമേ ഇല്ലായിരുന്നു. മൂർക്കോത്ത് ശ്രീനിവാസനോ മറ്റോ ആണ് ഇന്റർവ്യൂ ചെയ്തതെന്ന് പിന്നീട് അറിഞ്ഞു. അദ്ദേഹത്തിന് എന്നോട് അയ്യോ പാവം തോന്നിക്കാണും.

കെ.പി. മോഹനൻ ആണ് ഇന്റർവ്യൂവിൽ ജയിച്ചതും നിയമിതനായതും. ചെറുകാടിന്റെ മകൻ. പിൽക്കാലത്ത് ഞാൻ മോഹനനെ പരിചയപ്പെട്ടു. (ഡോ. മോഹനൻ അടുത്ത നാളിൽ കാരക്കലിൽ പ്രിൻസിപ്പൽ ആയെന്ന് അല്പസ്വല്പം അസൂയയോടെ ഞാനറിഞ്ഞു. ഇക്കഴിഞ്ഞ ദിവസം!)

പിറ്റേന്ന് തിരുച്ചി തീവണ്ടിയാപ്പീസിൽവെച്ച് ഇന്റർവ്യൂവിന് വന്ന വസന്തയെ വീണ്ടും കണ്ടു. കൂടെ ചേട്ടൻ ജി വേണുഗോപാലും ഉണ്ടായിരുന്നു. പരിചയപ്പെട്ടു. പത്രപ്രവർത്തക യൂണിയൻ നേതാവായി കേരളകൗമുദിയിലെ ജി. വേണുഗോപാൽ പിന്നീട്.

വസന്ത 'കൗമുദി'യിൽ കഥകളെഴുതി അക്കാലത്ത്. 'ഈർക്കിലില്ലാത്ത ഓലയില' എന്ന നോവലും എഴുതി. പെട്ടെന്ന് പേരെടുത്ത കഥാകാരി.

ആ സഹോദരങ്ങൾക്കൊപ്പം ഉച്ചിപ്പിള്ളയാർ കോവിലിലേക്ക് പടികേറിപ്പോയതും മലമൂലകളിൽനിന്നും തിരുച്ചിപ്പട്ടണത്തിലെ അണയാവിളക്കുകൾ കണ്ടതും ഓർക്കുന്നു.

വസന്തയും കേരളസർക്കാർ കോളജുകളിൽ മലയാളം ലക്ചറർ ആയി. ഒന്നിച്ച് ഒരിക്കൽ ഒരു വാല്യേഷൻ കേന്ദ്രത്തിൽ പരീക്ഷകരായി കൂടി. വസന്ത രോഗിയാണെന്നും വിധവയാണെന്നും കുട്ടികൾ ഇല്ലെന്നും ആരോ അറിയിച്ചു.

ഏറെ കഴിഞ്ഞ് വസന്തയുടെ മരണവാർത്ത കേട്ടു.

●

ഓങ്കാരമായ പൊരുൾ മൂന്നായ് പിരിഞ്ഞുടനെ

രാത്രി തുടങ്ങിയാൽ തിരുനക്കര അമ്പലത്തിന്റെ പടിഞ്ഞാറേ നട ശൂന്യമാണ്. വടക്കേനട ശ്രദ്ധശൂന്യവും. തെക്കേ നട നേരെ മറിച്ച് എപ്പോഴും വെട്ടവും കൂട്ടവുമായി തിരക്കിലായിരിക്കും. ആൾസഞ്ചാരം വെളുക്കുംവരെയുമുണ്ടാവും. കിഴക്കേ നടയിൽ ഭക്തരും തെണ്ടികളും വേശ്യകളും കവികളും സന്യാസികളും കുടിയന്മാരും ഒഴിഞ്ഞ നേരമില്ല. കാറ്റിനു സുഗന്ധവും നിലാവിനു കുളിരുമാണാകെ. മുപ്പത്-നാല്പത് വർഷം മുമ്പത്തെ കഥയാണിത്. ഇപ്പോഴും വലിയ വ്യത്യാസമൊന്നുമില്ല.

ഏഴരവെളുപ്പിനേ ഉണർന്ന് പി ലീല 'ഹരിനാമകീർത്തനം' കരളിലും കാതിലും നിറയ്ക്കുംവരെ അമ്പലമൈതാനത്തുണ്ടാവും ഞങ്ങളൊക്കെ. അമ്പലപ്പടികളും ആൽത്തറകളുമാണ് ഹംസ—തൂലികാമെത്തകൾ. അത്താഴം കഴിഞ്ഞ് വീട്ടുകളിൽനിന്നും ഇറങ്ങുന്നതാണ്. മുത്താഴത്തിനു കൃത്യമായിതിരിച്ചെത്തും.

1976-ലെ ഡിസംബർ രാത്രി. മഞ്ഞ് പൊഴിയുന്നുണ്ട്. ചൂടുകഞ്ഞിയും തോരനും ചമ്മന്തിയുമായിരുന്നു അത്താഴം. അതും കഴിച്ച് ഉത്സാഹത്തോടെ അമ്പലമൈതാനത്തേക്ക് നടന്നു.

ഗോപിവിലാസം വളവിൽ നിന്നും നേരെ പടിഞ്ഞാറെ നടയ്ക്ക് കേറ്റം കേറുമ്പോഴുണ്ട്, ഗോപുരനിഴലിൽ ഇരുട്ടുവാക്കിന് ഒരു കാർന്നോർ നിന്ന് തത്തിക്കളിക്കുന്നു! എന്താ മൂപ്പിലാന്റെ ലൈൻ? സമയവും സാഹചര്യവും തീരെ ശരിയല്ല.

ഞാൻ പാത്തും പതുങ്ങിയും അടുത്തേക്ക് നീങ്ങി. കൈയിൽ കൊച്ചു ബാഗുണ്ട്. നല്ല വെള്ള ഒറ്റമുണ്ട്. മടക്കിക്കുത്തിയിട്ടില്ല. അരക്കയ്യൻ കുപ്പായം. ചുമ്മാ നിൽക്കുമ്പോഴും ഒരിളക്കവും കുണുക്കവും.

ആളല്പം പെശകാണോ?

ഞാൻ അടുത്തു ചെന്നു.

അപ്പോൾ സ്ത്രൈണഭംഗിയിൽ സംഗീതമധുരമായി ചോദ്യം എന്നോട്; 'കുട്ടീ, ഈ കൃഷ്ണപിള്ളേടെ വീടേതാ? കൃഷ്ണപിള്ള എന്നെ അത്താഴത്തിനു ക്ഷണിച്ചിരുന്നു. വൈകിപ്പോയി. പബ്ലിക്കേഷൻ കമ്മിറ്റിയുടെ മീറ്റിംഗുണ്ടായിരുന്നു. ഒന്നു തീർക്കണ്ടെ? ആ ശ്രീധര നൊന്നും ഒട്ടും ശരിയല്ല കുട്ടീ, ഈ കൃഷ്ണപിള്ളേടെ വീടേതാ?'

ആ ശ്രീധരനേയും ഈ കൃഷ്ണപിള്ളയേയും പിടികിട്ടിയില്ല. പക്ഷേ, ചോദ്യകർത്താവിനെ ഞാൻ തിരിച്ചറിഞ്ഞു. വൈലോപ്പിള്ളി ശ്രീധ രമേനോൻ.

ഞാൻ ഭവ്യതയോടെ ആരാഞ്ഞു. 'ഏത് കൃഷ്ണപിള്ളയാ മാഷേ?'

'കൃഷ്ണപിള്ളയേ! ഈ കവിതയൊക്കെ എഴുതുന്ന കൃഷ്ണപിള്ളയേയ്!'

തിരുനക്കരയിൽ കവിത എഴുതുന്ന കൃഷ്ണപിള്ള! ഞാനറിയാത്ത കവിതക്കാരൻ. അതാര്?

കവികൾതന്നെ കോട്ടയത്ത് കുറവ്. കഥയും നോവലും നാടക വുമല്ലാതെ കവിത ഇവിടെ വേര് പിടിക്കാൻ പാട്. അമ്പതാണ്ട് പണിതിട്ടും മണ്ണുമ്മൂട് ഉണപ്പെട്ടില്ല. അതിയാൻ മണർകാടാണ് വാസം.

ഏറ്റുമാനൂർ കുമാരൻനായർ തിരുനക്കരയിലെ വീട് വിറ്റ് സ്ഥലം വിട്ടു. അഭയദേവ് സിനിമാപ്പാട്ടെഴുത്തുതന്നെ നിറുത്തിയിരിക്കുന്നു. പിന്നെ ഇതാര്?

ഞാൻ വീണ്ടും ചോദിച്ചു: 'ഏത് കൃഷ്ണപിള്ളയാ മാഷെ?'

വലിയ കവിയല്ലേ അയാള്! എന്നിട്ട് നാട്ടിലാരും അറിയില്ല. അല്ല, കല്ലൂര് വന്ന് എന്നെ ചോദിച്ചാലും ആരുമറിയില്ല്യ. ഈ കവിതയൊ ന്നും ആർക്കും വേണ്ടെന്നേയ്. ആ ശ്രീധരനും അതന്നാ പറയുന്നെ—

പെട്ടെന്ന് എന്റെ തലയിൽ കൊള്ളിമീൻ മിന്നി. ഓ, നമ്മുടെ നാലാങ്കൽസാറ്!

ഞാൻ ചോദിച്ചു: 'നാലാങ്കൽസാറിന്റെ വീടാണോ മാഷേ?'

'അതെ,' വൈലോപ്പിള്ളി പറഞ്ഞു: 'അയാള് എന്താ കവിയല്ലേ, കുട്ടീ?'

കുട്ടീ വിളി എനിക്കേറെ ഇഷ്ടമായി. ഞാൻ വൈലോപ്പിള്ളിയെയും

കൂട്ടി വടക്കേനടയിലേക്ക നടന്നു. ആകെ ഇരുട്ട്. വഴിയാണേൽ കുണ്ടും കുഴിയും.

വൈലോപ്പിള്ളി വാതോരാതെ പരിഭവപ്പെട്ടു. ഇരുട്ടിനോട് പരാതി. വഴിയിലെ ഉരുളൻകല്ലുകളോട് ആവലാതി. പട്ടിയോടും പാമ്പിനോടും ഭയം.

സാഹിത്യപ്രവർത്തക സഹകരണസംഘത്തിൽ ഭരണസമിതിയംഗമാണ് വൈലോപ്പിള്ളി. പബ്ലിക്കേഷൻ കമ്മിറ്റിയിലും അംഗം. കമ്മിറ്റി മീറ്റിംഗുണ്ടായിരുന്നു. സി.പി. ശ്രീധരൻ സംഘം പ്രസിഡണ്ട്. ശ്രീധരന് സ്വന്തം താല്പര്യങ്ങൾ അനവധി. ഒത്തുപോകാൻ പ്രയാസം.

കമ്മിറ്റി കഴിഞ്ഞ് സന്ധ്യയ്ക്ക് വീട്ടിലെത്തണം, അത്താഴം അവിടാകാം, രാത്രിയിൽ അവിടെ കിടക്കാം എന്നെല്ലാം കൃഷ്ണപിള്ള ക്ഷണിച്ചിരുന്നു. എന്നാൽ ശ്രീധരയുദ്ധം തീർന്നിട്ടു വേണ്ടേ ഇറങ്ങിപ്പോരാൻ?

സമൂഹമഠത്തിന്റെ പിന്നിലെ വലിയ പുരയിടമാണ് നാലാങ്കൽ സാറിന്റെ വസതി. നാലുചുറ്റും മതിൽ കെട്ടിയടച്ച ഭദ്രമായ വസ്തു. കൂറ്റൻ ഗേറ്റുണ്ട് മുൻഭാഗത്ത്.

വൈലോപ്പിള്ളിയുമായി ഞാൻ ആ വലിയ ഗേറ്റിങ്കലെത്തി. ഗേറ്റ് താഴിട്ടു പൂട്ടിയിരിക്കുന്നു. ഗേറ്റിലും മുറ്റത്തും വീട്ടിലും ഒരിടത്തും ഒരു തരി വെളിച്ചമില്ല. ലൈറ്റെല്ലാം ഓഫാക്കിയിരിക്കുന്നു.

ഞാൻ കൂവി വിളിച്ചു. 'നാലാങ്കൽസാറേ! പൂയ്!' എന്നുറക്കെ അലറി. അനക്കമില്ല. വൈലോപ്പിള്ളി ആത്മഗതങ്ങൾ പ്രകാശമായി തട്ടുന്നുണ്ട്. കൃഷ്ണപിള്ള ക്ഷണിച്ചുവരുത്തിയിട്ട് ഉറങ്ങിക്കളഞ്ഞോ! കുറ്റം എന്റേത് ആണല്ലോ. രാത്രീൽ പത്തുമണിക്ക് വൈകിവരാൻ പാടുണ്ടോ? കൃഷ്ണപിള്ള നേരത്തെ ഉറങ്ങുന്ന ആളാവും...

ഞാൻ കൂവൽ തുടർന്നു.

വൈലോപ്പിള്ളി ആത്മഗതം തുടർന്നു: 'ഇന്ന് അത്താഴപ്പട്ടിണിയാവും. സാരമില്ല പക്ഷേ എവിടാ ഉറങ്ങുക? മുറിയൊന്നും പറഞ്ഞിട്ടില്ലല്ലോ!'

ഒന്നുകൂടി കൂവിയിട്ട് ഞാൻ പറഞ്ഞു: 'പോകാം മാഷെ. നാലാങ്കല് വെളുപ്പിനെ നടക്കാൻ പോകുന്ന ആളാ. നടന്നോണ്ടാ കവിത കെട്ടുന്നെ.'

'കുട്ടീ ഇനി കഴിക്കാൻ വല്ലതും കിട്ടുമോ? കുട്ടീടെ പേരെന്താ?'

വീടേതാ? പണിയെന്താ?'

ഞാൻ പറഞ്ഞു: 'ഞാൻ കുട്ടിയല്ല, കുട്ടനാണ്. ഓമനക്കുട്ടൻ. വീട് കാത്രർ സാറിന്റെ വീടിനടുത്താ. ജോലി ഉണ്ട്. മഹാരാജാസ്കോളജിൽ മലയാളം ലക്ചറർ.'

'ഓ! എന്റെ കോളജിലെ മാഷാണോ! മാഷെയാണോ ഞാൻ കുട്ടീ കുട്ടീന്നു വിളിച്ചത്? ക്ഷമിക്കുക. അപ്പോ ഇന്ന് അത്താഴവും ഉറക്കവും ഉണ്ടാവില്ല അല്ലേ കുട്ടീ?'

അപ്പോൾ നാലാങ്കലിന്റെ മുറ്റത്ത് ലൈറ്റ് തെളിഞ്ഞു.

ടോർച്ചും പ്രകാശിപ്പിച്ച് നാലാങ്കൽസാർ വന്നു. കൈലിമുണ്ട് മടക്കിക്കുത്തിയിരിക്കുന്നു. വൂളൻ സെറ്റർ. തല ചുറ്റി മഫ്ളർ.

അടുത്തുവന്ന് ടോർച്ച് മുഖത്തു തന്നെ അടിച്ചുനോക്കി ചോദിച്ചു: 'ആര് ശ്രീധരമേനോനോ? ഞങ്ങൾ ഒമ്പതുവരെകാത്തു. പിന്നെ അത്താഴം കഴിച്ചു കിടന്നു. നിങ്ങൾ വരില്ലെന്നോർത്തു.'

ആ ശ്രീധരന്റെ യുദ്ധം അവസാനിക്കണ്ടേ? എന്തൊരു നീറാണ്? കടിച്ചുചാവും. കൃഷ്ണപിള്ളേടെ കവിത എടുപ്പിക്കാൻ പടവെട്ടി വലഞ്ഞു. അയാൾക്ക് കവിത ഒന്നും വേണ്ട. ഒടുവിൽ നിങ്ങൾടെ 'ഡിസംബറിലെ മഞ്ഞുതുള്ളികൾ' പ്രസിദ്ധീകരണത്തിന് എടുപ്പിച്ചു. ഒരു വിധം. കവിത വേണ്ടേൽ പിന്നെ സംഘം എന്തിന്?

എന്റെ പുസ്തകം എടുത്തിട്ടുണ്ടെന്ന് ശ്രീധരൻ വിളിച്ചറിയിച്ചു. നാലാങ്കൽസാർ സന്തുഷ്ടനായി പറഞ്ഞു: 'മഹാക്ഷേത്രങ്ങൾക്ക് മുന്നിൽ' തീരുമാനമാകാഞ്ഞതെന്താ?'

എനിക്ക് വിറഞ്ഞു കയറിവന്നു. ഇപ്പോഴും ഗേറ്റ് തുറക്കുന്നില്ല. പൂട്ടിയ ഗേറ്റിനുള്ളിൽ ആതിഥേയനും പുറത്ത് വഴിയിൽ അതിഥിയും.

പിന്നെയും സ്വന്തം കാര്യം പറഞ്ഞ് നേരം പോക്കി നാലാങ്കൽ. ഒടുവിൽ ഒരു ചോദ്യം: 'വൈലോപ്പിള്ളി ഭക്ഷണം കഴിച്ചോ?'

വൈലോപ്പിള്ളി കേട്ടില്ലെന്നു നടിച്ചു.

നാലാങ്കൽ ഉപദേശിച്ചു. 'ഇനി വല്ലതും കിട്ടുമോ? ഹോട്ടലെല്ലാം അടച്ചു കാണും.'

'വാ മാഷെ പോകാം.' ഞാൻ ഉറക്കെ പറഞ്ഞു.

'ഈ കുട്ടി — അയ്യോ എന്റെ കോളജിലെ മാഷാ — ഉണ്ടായിരുന്നതു കൊണ്ടാ കൃഷ്ണപിള്ളയുടെ വീട് കണ്ടെത്താനായത്.'

ഞാൻ വൈലോപ്പിള്ളിയുടെ കൈ പിടിച്ചുവലിച്ചു നടന്നു. ശ്രീനിവാസയ്യർ റോഡിലൂടെ മുകളിലേക്ക് നടന്നു. ഇടത്തരം ലോഡ്ജ് ആണ് അന്ന് ഇന്ദ്രപ്രസ്ഥം. ചെറിയ റസ്റ്റോറന്റും ഉണ്ട്. ആനന്ദമന്ദിരം ഹോട്ടലുടമ ഗോപാലപിള്ളയുടെ ബന്ധു പുരുഷോത്തമൻനായർ വൃത്തിയിൽ രുചിയായ ഭക്ഷണം തരും ഇന്ദ്രപ്രസ്ഥത്തിൽ.

ഞങ്ങൾ ചെല്ലുമ്പോൾ റസ്റ്റോറന്റ് കഴുകുന്നു. ഞാൻ പുരുഷൻ ചേട്ടനെ വിളിച്ച് വൈലോപ്പിള്ളിയെ കാട്ടി. അടുക്കളയിലും കഴുകൽ യജ്ഞമാണ്. എങ്കിലും എങ്ങനോ ഒരു ചപ്പാത്തി, അല്പം സബാള, ശകലം മാങ്ങാക്കറി, പച്ചവെള്ളത്തിൽ ഹോർലിക്സ് — കവിക്ക് കൊടുത്ത് സന്തോഷിച്ചു പുരുഷൻ ചേട്ടൻ.

നല്ല വിശപ്പുണ്ടായിരുന്നു വൈലോപ്പിള്ളിക്ക്. ആ തണുത്ത അത്താഴം അദ്ദേഹത്തിന് പ്രിയമായി.

പുരുഷൻ ചേട്ടൻ കാശ് വാങ്ങിയില്ല.

ഇന്ദ്രപ്രസ്ഥത്തിൽ നല്ല മുറിയൊന്നും ഇല്ല. എൻ എസ് എസിൽമുറി ഉണ്ടാകുമെന്നും പുരുഷൻ ചേട്ടൻ പറഞ്ഞു:

ഞങ്ങൾ അമ്പലമൈതാനത്തേക്ക് പോയി. അമ്പലനടയുടെ മുകളിലാണ് എൻ എസ്. എസിന്റെ ലോഡ്ജ്.

അത്താഴം സുഖമായെന്നും പതിവായി പച്ചവെള്ളത്തിൽ കലക്കിയാണ് ഹോർലിക്സ് കഴിക്കാറെന്നും വൈലോപ്പിള്ളി പെണ്ണഴക് കലർത്തി പറഞ്ഞു. എന്റെ വിറഞ്ഞുകേറ്റം ഇറങ്ങിയിരുന്നില്ല.

മൈതാനത്ത് പ്രവേശിച്ചതും കണ്ടു, അമ്പലനടകൾക്കു മേൽ ആൽത്തറയരികിൽ ഭക്തകവി! സാക്ഷാൽ പി. കുഞ്ഞിരാമൻനായർ. നഗ്നപാദൻ. ആനക്കാലുകൾ. കാവിമുണ്ട് മുലയ്ക്കുമേൽ കയറ്റി ഉടുത്തിരിക്കുന്നു. കാവികുറിമുണ്ട് തലയിൽ വിരിച്ചിരിക്കുന്നു.

പല്ലില്ലാത്ത വായിൽ ചുമ്മാ ചവയ്ക്കുന്നു.

ശ്രീയെ കണ്ടതും പി കെട്ടിപ്പിടിച്ചു ഞെരിച്ചു. ശ്രീ നാണം കുണുങ്ങി. കവികളുടെ ആലിംഗനം എനിക്കും നാണമുണ്ടാക്കി.

'കുഞ്ഞിരാമൻനായരുടെ 'താമരത്തോണി' അടിക്കാനെടുത്തിട്ടുണ്ട്: റീപ്രിന്റായതുകൊണ്ട് അൽപം താമസിക്കും' — വൈലോപ്പിള്ളി പറഞ്ഞു.

കുഞ്ഞി അതിൽ താല്പര്യം കാട്ടിയില്ല. പറഞ്ഞു: 'മേനോന് ഒരു മുറി ഞാൻ പറഞ്ഞുവെച്ചിട്ടുണ്ട്. അതില്ലേൽ എന്റെ കൂടെ കൂടാം.'

അവർ എൻ എസ് എസിലേക്ക് നടന്നു. കൂടെ ഞാനും ചെന്നു.

കുഞ്ഞിരാമൻനായരുടെ മുറിയിൽ ഒരു പയ്യൻ. എന്തോ എഴുതുകയാണവൻ. 'മതി മതി, നീ പൊയ്ക്കോ,' നിത്യകന്യകയുടെ കാമുകൻ പറഞ്ഞു.

പയ്യൻ ഇറങ്ങിപോയി.

അപ്പോൾ കുഞ്ഞിയുടെ വക ഒരു ചോദ്യം എന്നെ കള്ളനോട്ടം നോക്കിക്കൊണ്ട്

'ഈ പയ്യൻ?'

'ഈ കുട്ടി എന്റെ കോളജിലെ മാഷാ!'

കുഞ്ഞിരാമൻ നായർ കട്ടിലിനടിയിലേക്കു കുനിഞ്ഞു. ഞാൻ ശ്രദ്ധിച്ചു. കട്ടിൽക്കീഴെ ആര്?

കട്ടിൽതാഴെ രണ്ടു പടല കദളിപ്പഴം. പഴങ്ങൾ തൊലി ഉരിഞ്ഞ് വൈലോപ്പിള്ളിയുടെയും ഒപ്പം എന്റെയും വായിൽ തള്ളിതന്നു.

ഹാംഗറിൽ തൂങ്ങുന്ന നെടുനീളൻ ഖാദിജൂബ്ബയുടെ കീശയിൽ നിന്നും കൽക്കണ്ടവും മുന്തിരിങ്ങയും കൂടിത്തന്നു.

മഹാകവികളോട് വിടപറഞ്ഞ് ഞാൻ ഇറങ്ങി. അടുത്ത മുറികളിലൊന്ന് തുറന്നു കിടക്കുന്നു. എത്തിനോക്കി. നരച്ചുനിറഞ്ഞ മുടി ചുരുട്ടിപ്പിഴുത് വൈക്കം ചന്ദ്രശേഖരൻനായർ. മുക്കാലും നഗ്നനാണ്. രോമാവൃതമേനി മാസളമനോഹരം.

മുറിയിൽ കടന്ന് ഞാൻ വൈക്കം ചേട്ടനോട് ചോദിച്ചു: 'നോവലോ നാടകമോ?'

'നോവൽ,' എഴുത്ത് തുടർന്നു.

'കവിത വേണ്ട,' ഞാൻ പറഞ്ഞു: 'കോട്ടയത്തുകാർക്ക് കവിത പറഞ്ഞിട്ടില്ല.'

'ഞാൻ വൈക്കം!' വൈക്കം ചേട്ടൻ പ്രഖ്യാപിച്ചു.

വൈക്കത്തുകാരായ പി കൃഷ്ണപിള്ളയും മുഹമ്മദ് ബഷീറും എല്ലാം കോട്ടയങ്കാരാണെന്ന് പ്രസ്താവിച്ച് ഞാൻ മൈതാന മധ്യത്തിലെ ആൽത്തറയിലേക്ക് പോയി. പി ലീല 'ഓങ്കാരമായ പൊരുൾ' തുടങ്ങും വരെ ഇനി ഈ തറയിൽ.

•

കടവുൾ ഒരു കാട്ടുമിറാണ്ടി

വെല്ലൂർ ആശുപത്രിയിൽ ഞാനും കിടന്നിട്ടുണ്ട്! രണ്ടാഴ്ചയിലേറെക്കാലം. രോഗിയായിട്ടല്ല പോയത്. രോഗവും ചികിത്സയും പെങ്ങൾക്കായിരുന്നു. ഭാര്യയും ഞാനും ചുമ്മാ കൂട്ടിരിപ്പിന് പോയി. ആശുപത്രി വളപ്പിനുള്ളിൽ ആശുപത്രിയുടെ അനക്സ് മുറികളിലൊന്നിൽ സുഖവാസം. കാന്റീനിൽ നല്ല ഭക്ഷണം. ഒരു തിരുവല്ലാ സ്പർശമുണ്ടായിരുന്ന പാചകത്തിന്. വിഭവങ്ങൾക്ക് പണം തുച്ഛം. ഗുണം മെച്ചം! ഭക്തിയുടെ വൃത്തിയിൽ ആർദ്രമായ സേവനം.

പിൽക്കാലത്ത് നമ്മുടെ ഏത് മേടിക്കൽ മെഷീൻ ആശുപത്രിയിൽ ചെന്നാലും ഞാൻ വെല്ലൂരിന് സ്തുതിപാടുക പതിവായി.

വെല്ലൂർക്കോട്ടയും, ജയിലും, ഹൈദർ ടിപ്പുസുൽത്താന്മാർ സംരക്ഷിച്ച കോട്ടയ്ക്കുള്ളിലെ ജലസ്ഥരേശ്വരക്ഷേത്രവും പലപ്രാവശ്യം കണ്ടു നടന്നു. മാർക്കറ്റും ബസ് സ്റ്റാൻഡുമൊക്കെ ഏറെ പരിചിതമായി. കാട്പാഡി റെയിൽവെ സ്റ്റേഷനിലേക്ക് പ്രഭാത സവാരി നടത്തും.

ആശുപത്രിയുടെ വിശാലമായ ഇരുഗേറ്റുകളും അടച്ച് പൂട്ടാറില്ല. നാല് കാവൽക്കാരുണ്ട് വാതിൽക്കൽ. മൂന്ന് ഷിഫ്റ്റുകളിൽ പന്ത്രണ്ടു പേർ. ഒരു ദിവസം രാത്രി ഒമ്പതുമണിക്ക് കാവല്ക്കാരെ ഞാൻ കൈമണിയടിച്ച് സെക്കൻഡ്ഷോ സിനിമയ്ക്ക് പോകുന്നു. പഴയ പടമാണ്. തീരുമ്പോൾ ചിലപ്പോൾ പാതിരാ കഴിയും. തിരിച്ചുവരുമ്പോൾ ഗേറ്റ് തുറന്നുതരണം.

'എന്ത് പടം സാർ?'

'പാതാളഭൈരവി!'

ഉഗ്രൻ പടമാണ് പാതാളഭൈരവി എന്ന് അവർ വാഴ്ത്തി. ഭീകര മന്ത്രവാദിയാണ് രങ്കറാവു. പാർത്താലേ പയന്തുവിടും. അഞ്ജലിദേവിയെ

മന്ത്രവാദം ചെയ്ത് പട്ടിയാക്കി കൊണ്ടുനടക്കുന്നു. എൻ ടി ആർ വന്ന് രങ്കറാവുവിനെ ശണ്ഠയിൽ കൊലൈ പണ്ണുവാർ. അപ്പോത് അഞ്ജലി ദേവി മനുഷ്യരൂപത്തിലാകും! കോമാളി റേലങ്കിയും പ്രമാദം!

പാതാളഭൈരവിയെ തുടർന്ന് എംജിയാറിന്റെ 'ഗുലേബക്കാവലി,' ശിവാജിയുടെ 'ഉക്ക ഉക്കി,' ജമിനിയുടെ 'കണവനെ കൺകണ്ട ദൈവം' തുടങ്ങിയ ഉഗ്രൻ പടങ്ങൾ ആ പഴയ കൊട്ടകയിൽ വരുന്നുണ്ടെന്നും കാവലാളർ അറിവ് തന്നു.

പടം കഴിഞ്ഞുവരുമ്പോൾ ഗേറ്റ് തുറന്നുതരണമെന്ന് ഞാൻ അപേക്ഷിച്ചു.

അവർക്ക് അത് മനസ്സിലായില്ല. ചോദിച്ചു: 'നീങ്ക എന്ന ശൊൽറതു സാർ? ഇത് ഓസ്പിത്താൽ. ഇങ്കെ ഗേറ്റ് മൂടപ്പെടമാട്ടോ!'

അവർ പറഞ്ഞതിന്റെ അർത്ഥം എനിക്ക് മനസ്സിലായി. ഇത് ആതുരാലയമാകുന്നു. അവശരും ആർത്തരുമായവർക്ക് വാതിലുകൾ തുറന്നുകിടക്കും എപ്പോഴും, ഏത് പാതിരാവിലും.

ക്രിസ്തുദേവനുവേണ്ടിയാണ് ഈ ചികിത്സാ കേന്ദ്രം. ക്രിസ്തുവിനെയാണ് ഇവിടെ ശുശ്രൂഷിക്കുന്നത്.

ഏത് അസമയത്തും അകത്തുകയറാം എന്ന് ഉറപ്പായതോടെ ഞാൻ സഞ്ചാരം തുടങ്ങി. ആദ്യം കാണുന്ന ബസ്സിൽ കേറിയങ്ങു പോകും. റാണിപേട്ട്, തിരുവണ്ണാമല, കാഞ്ചിപുരം, കുംഭകോണം, ചിദംബരം, മഹാബലി പുരം, ചെന്നൈ.....

ഡക്കാൻ പീഠഭൂമിയുടെ കിടപ്പ് ഏതാണ്ട് പിടികിട്ടി. തമിഴ്നാടിന്റെ തലസ്ഥാനം നടുമധ്യത്തിലുള്ള വെല്ലൂരായിരുന്നു വേണ്ടതെന്ന് ഞാൻ തീരുമാനിച്ചു. സംസ്ഥാനത്തിന്റെ വടക്കുകിഴക്കേ മൂലയിലുള്ള മദിരാശിയല്ല പറ്റിയ ഇടം. (കേരളത്തിന്റെ തലസ്ഥാനംകോട്ടയത്തല്ലേ വേണ്ടിയിരുന്നത്? കണ്ണൂർ മുതൽ വടക്കുദേശം കർണ്ണാടകത്തിനു കൊടുത്തിട്ട്, കന്യാകുമാരി വരെ കേരളത്തിൽ പെടുത്തി, കോട്ടയം തലസ്ഥാനമായ മധുരമനോഹര മനോജ്ഞകേരള....)

തിരുവണ്ണാമലയിൽ രമണമഹർഷി നായക്കളുമായി കഴിഞ്ഞ ആൽത്തറയിൽ ഏറെ നേരം കുത്തിയിരുന്നു. കൊട്ടകൈകുത്തിക്കിടന്നു.

കുംഭകോണത്തോ ചിദംബരത്തോ... ഗൗളി പോകുന്ന വഴി പിന്തുടർന്ന് സ്വർഗ്ഗമാർഗ്ഗത്തിൽ സഞ്ചരിച്ചു.

കാഞ്ചിപുരത്ത് പാർവ്വതീപരമേശ്വരർ വേഷം മാറിവന്ന്

കല്യാണം കഴിച്ച ആമ്രവൃക്ഷം ദർശിച്ചു. ഉണങ്ങി നശിച്ച മാവിന്റെ കുറ്റിച്ചുവട്ടിൽ പുതിയ ഒട്ടുമാവിൻശാഖകൾ. അവിടെ എഴുതിവെച്ചിരിക്കുന്ന വിജ്ഞാനം ഒട്ടും ദഹിച്ചില്ല. ആറായിരം വർഷം പഴക്കമുള്ള മാവാണപോലും. ഇതിന്റെ ചോട്ടിൽവെച്ച് പാറുവും പരമുവും വിവാഹിതരായത്രെ. (ആദിപിതാക്കൾക്ക് ആറായിരം പ്രായം!)

മാവിന്റെ നാലു ദിശയിലേക്കുമുള്ള ശാഖകൾ ആകൃതിയിലും പ്രകൃതിയിലും വ്യത്യസ്തങ്ങൾ ആണെന്ന്. ഇലകളുടെ രൂപത്തിലും രുചിയിലും മാറ്റമുണ്ടെന്ന്. നാലു ഭാഗത്തും ഉണ്ടാകുന്ന മാങ്ങകൾക്ക് നാലു പുളിയും നാലു മധുരവും ആണെന്ന്.

ഒത്തിരി കുഞ്ഞിത്തൊട്ടിലുകൾ കൊമ്പുകളിൽ കെട്ടിത്തൂങ്ങിക്കണ്ടു. കുഞ്ഞുങ്ങൾക്കായുള്ള നേർച്ചയാണ്.

ധാരാളം താലികെട്ടുകൾ മാഞ്ചോട്ടിൽ നടക്കാറുണ്ടെന്നറിഞ്ഞു.

സസ്യശാസ്ത്രപ്രകാരം ഒരു മാവിന് എത്രവർഷം ആയുസ്സെന്ന് ചിന്തിച്ച് ഞാൻ ഇറങ്ങിപ്പോന്നു. തകർന്നു കിടക്കുന്ന ആയിരം കൽമണ്ഡപം കണ്ടുനടന്നു. മനുഷ്യന്റെയും കഴുതയുടെയും കാഷ്ഠങ്ങളുടെ രൂക്ഷഗന്ധം സഹിക്കാതെ ഓടി രക്ഷപ്പെട്ടു.

കാഞ്ചിപുരം കവലയിൽ ശങ്കരമഠം ഉച്ചഭാഷിണി അലറുന്നു. ഒന്നാംന്തരം കർണ്ണാടക സംഗീതമാണ് ഒഴുകി വരുന്നത്. ഞാൻ കുറെ നേരം കേറിനിന്ന് അകം കണ്ടു. ആകെ ഒരു അയ്യരുകളി!.

പട്ടുവേഷ്ടിയും പൂണൂലും പിൻകുടുമ്മയും ആണുങ്ങൾക്ക്. പട്ടു ചേല ചുറ്റിയ വെളുത്തുകൊഴുത്ത മേനി പെണ്ണുങ്ങൾക്ക്!

കവലയിൽ ഓരം ചേർന്ന് വേലിക്കകത്ത് തന്തൈയുടെ അർദ്ധകായ പ്രതിമ. ഞാൻ ഭക്തിപൂർവ്വം അരികിൽ ചെന്നു.

പെരിയോർ ഇ വി രാമസ്വാമിനായ്ക്കരുടെ വചനങ്ങൾ എഴുതിവെച്ചിരിക്കുന്നത് വായിച്ചു.

'കടവുൾ ഒരു കാട്ടുമിറാണ്ടി....'

ദൈവം ഒരു പ്രാകൃത ഭാവനയാണ്. ദൈവത്തിൽ വിശ്വസിക്കുന്നവൻ പ്രാകൃതൻ.

ഇ.വി ആറിന്റെ പ്രതിമയും സൂക്തങ്ങളും അവിടെ പ്രതിഷ്ഠിക്കാൻ ഭക്തജനം സമ്മതിച്ചില്ല. ദ്രാവിഡ കഴകം (മുന്നേറ്റക്കാരല്ല, ഒറിജനിൽ കഴകം) സുപ്രീം കോടതിവരെ കേസ് നടത്തി. ഒടുവിൽ അനുകൂല വിധി നേടി. ആ വിധി സഹിതമാണ് തന്തൈ കവലയിൽ

ഇരിക്കുന്നത്. പക്ഷേ, ശങ്കര മഠത്തിലേക്കും ക്ഷേത്രങ്ങളിലേക്കും ഓടുന്നവർ, കാഞ്ചിപുരം സാരിക്ക് പായുന്നവർ, ആ പ്രതിമ കാണുന്നില്ല.

പുതുകഴകങ്ങളുടെ കൊടിക്കൂറകൾ പ്രതിമയ്ക്കു ചുറ്റും പാറിപ്പറക്കുന്നു. കഴകം തലൈവർകളും ഭക്തശിരോമണികൾ ..

വെല്ലൂർനിന്നും ചെന്നൈയിൽ വണ്ടിയിറങ്ങി. മുള്ളാൻ മുട്ടി ഓടിച്ചെന്നപ്പോൾ മൂത്രവട്ടത്തിനകത്ത് ഒരു പൂർണ്ണകായപ്രതിമ. രണ്ടു സെന്റ് ഭൂമിയാകെ മൂത്രക്കുളമാണ്. നടുക്ക് ചെരിഞ്ഞ് നിവർന്നു നിൽക്കുന്ന പ്രതിമ ഒരു വിളംബരം വായിക്കുന്ന പോസിലാണ്.

സൂക്ഷിച്ചുനോക്കി. എന്റെ മഹാരാജാവല്ലേ ഇത്? ഇങ്ങോരുടെ പ്രജയായല്ലേ ഞാൻ ഭൂജാതനായത്? പൊന്നുതമ്പുരാൻ. ശ്രീചിത്തിരനാൾ ബാലരാമവർമ്മ മന്നേ സുൽത്താൻ...

വഞ്ചിഭൂമിപതേ ചിരം
സഞ്ചിതാഭം ജയിക്കേണം!

ഞാൻ മൂത്രപ്പുഴ നീന്തി പ്രതിമയുടെ കാൽക്കലെത്തി. മങ്ങിയ വെങ്കലഫലകം വായിച്ചു. തിരുവിതാംകൂറിൽ ക്ഷേത്രപ്രവേശനവിളംബരം നിർവ്വഹിച്ച ശ്രീ ചിത്തിരതിരുനാൾ മഹാരാജാവിന് മദിരാശി പൗരാവലി നൽകിയ ആദരാഞ്ജലി ആണ് ഈ പ്രതിമ. 1938-ൽ മദിരാശി ഗവർണർ പ്രതിമ അനാച്ഛാദനം ചെയ്തു. സി പി രാമസ്വാമി അയ്യരാണ് ഈ മഹാകൃത്യത്തിനു പിന്നിൽ.

റോയി ചൗധുരിയോ, അദ്ദേഹത്തിന്റെ വാർപ്പുകാരനോ തീർത്ത ശില്പം.

എന്റെ രാജാവിന്റെ നില്പിൽ എനിക്ക് സങ്കടം തോന്നി. നേരെതിരെ അണ്ണാമല ചെട്ടിയാരുടെ ഓർമ്മശാലയും മൂത്തറിഞ്ഞർ രാജാജിയുടെ പൂർണ്ണപ്രതിമയും കണ്ടു.

അടുത്ത ബസ്സിൽ ഞാൻ വെല്ലൂർക്ക് പോന്നു....

പ്രതിമകൾ വച്ചുപൂജിക്കുന്നതിൽ കേമന്മാർ തമിഴരും ബംഗാളികളുമാണല്ലോ. തമിഴ്നാട്ടിൽ മുക്കിനുമുക്കിന് രാമസ്വാമിനായ്ക്കരുടെയും അണ്ണാദുരൈയുടെയും എം.ജി രാമചന്ദ്രന്റെയും പ്രതിമകളുണ്ട്. പലതും വെറും അലങ്കോലങ്ങൾ. എന്നാലും ഏതു പ്രതിമ കണ്ടാലും ഞാൻ അരികിൽ ചെന്നു വണങ്ങും. നാഗരുകോവിൽ മണിമേടയ്ക്കു കീഴെ നിൽക്കുന്ന എൻ എസ് കൃഷ്ണനെയും കന്യാകുമാരിയിൽ മൂന്നു കടലും ചേരുന്നിടത്ത് ഉയർന്നുനിൽക്കുന്ന തിരുവള്ളുവരെയും ഞാൻ ഭക്തിപൂർവ്വം നമിച്ചിട്ടുണ്ട്.

കൊൽക്കത്തയിൽ ചെന്നുപെട്ടപ്പോഴെല്ലാം പ്രതിമകൾ കണ്ടു തൊഴുതുനടന്നു. കർമ്മചന്ദ്രന്റെയും രവീന്ദ്രനാഥന്റെയും സുഭാഷ് ചന്ദ്രന്റെയും വൻ പ്രതിമകൾ കണ്ണുനിറയെ കണ്ടു. രവീന്ദ്രസേതുവും വിദ്യാസാഗർ സേതുവും (ഹൗറാപ്പാലങ്ങൾ) വിസ്മയം കൊള്ളിച്ചപ്പോൾ റോയി ചൗധുരിയും രാംകിങ്കറും ഒക്കെ ചെയ്ത പ്രതിമകൾ ആനന്ദം അരുളി.

രവീന്ദ്രസരോവരത്തിന്റെ തീരത്ത് ഉലാത്തി, അങ്ങനെ ലേക് മാർക്കറ്റിൽ താരാമഹലിലേക്കു നടക്കുമ്പോൾ വിശാലമായ തെരുവിന്റെ മധ്യത്തിൽ വലിയ പ്രതിമ. ആരുടേതെന്ന് ഒരു പിടിയും കിട്ടിയില്ല. അന്വേഷിച്ചു. ഹേമന്ത് കുമാർ മുഖോപാധ്യായന്റേതാണ് പ്രതിമ.

സംഗീത സംവിധായകനായ ഹേമന്ത് കുമാർ മുക്കർജി.

സംഗീതം ശിലയായി, ശില്പമായി ഉദാത്തരൂപത്തിൽ...

ബൊട്ടനിക്കൽ ഗാർഡൻസ് കാണാൻ പോയത് മകന്റെയും കൂട്ടുകാരുടെയും ഒപ്പം. അവർ ടിക്കറ്റെടുക്കാൻ പോയപ്പോൾ ഗാർഡൻസിന്റെ ഗേറ്റിനരികിൽ പഴഞ്ചൻ പ്രതിമ ഒന്നു കണ്ടു. തീരെ വലുപ്പമില്ല. ആരും കാര്യമായി ശ്രദ്ധിക്കുന്നില്ല.

ഞാനടുത്തു ചെന്നു നോക്കി.

ബംഗാളിയിൽ നാമഫലകം ഉണ്ട്. വായിക്കാനായില്ല.

മകന്റെ ബംഗാളി സ്നേഹിതൻ അരികിലണഞ്ഞു. ഞാൻ ആരാഞ്ഞു. ആരുടെ പ്രതിമ ഇത്?

അവൻ പേര് വായിച്ചു പറഞ്ഞു: 'ശരച്ചന്ദ്ര ചട്ടോപാധ്യായൻ 1936ൽ ഹൂഗ്ലി ജില്ലാ കോൺഗ്രസ്സ് പ്രസിഡണ്ട് ആയിരുന്നു.'

ഞാൻ ആ പ്രതിമയെ കൈ കൂപ്പി തൊഴുതു. ശരച്ചന്ദ്രൻ എന്റെ പ്രിയപ്പെട്ട എഴുത്തുകാരൻ. ദേവദാസ്, ശ്രീകാന്തൻ, പഥേർദാബി, ചാരിത്രഹീൻ തുടങ്ങിയ അനശ്വരനോവലുകളുടെ കർത്താവ്.

ശരച്ചന്ദ്രപ്രതിമയെ ഞാൻ വീണ്ടും നമസ്കരിച്ചു.

●

മക്കൾ തിലകം നടികർ തിലകം കാതൽമന്നൻ

കച്ചേരിക്കടവ് പെൺപള്ളിക്കൂടത്തിലാണ് അഞ്ചാം ക്ലാസ് വരെ പഠിച്ചത്. കച്ചേരിക്കടവ് എന്നാൽ ബോട്ടുജെട്ടി. 'പുഞ്ചിരി' ബോട്ടുകളാണ് ആലപ്പുഴയ്ക്കും കൊച്ചിക്കും കൊല്ലത്തിനുമൊക്കെ ആളും ചരക്കുമായി വയസ്കരത്തോട്ടിലൂടെ കൊട്ടുരാറ്റിലൂടെ വേമ്പനാട്ടു കായലിലൂടെ താളമേള ഘോഷത്തോടെ ഒഴുകിക്കൊണ്ടിരിക്കുന്നത് രാപകൽ.

കച്ചേരിക്കടവോരത്ത് ആകെയുള്ള ഇരുനിലക്കെട്ടിടം പുഞ്ചിരി ബിൽഡിംങ്സ്. താഴത്തെ നിലയിൽ ബോട്ട് സർവ്വീസിന്റെ ആപ്പീസുണ്ട്. പിന്നെ ബോട്ട് ഹൗസ് റസ്റ്റോറന്റ്. മുകളിലത്തെ നിലയിൽ സ്വാമീസ് ഫിലിംസ് പ്രവർത്തിക്കുന്നു. ആദ്യകാല ചലച്ചിത്ര നിർമ്മാതാവും വിതരണക്കാരനുമായ അഖിലേശ്വരയ്യർ ആകുന്നു സ്വാമീസ് ഫിലിംസിന്റെ ഉടമ.

ചലച്ചിത്രവ്യവസായത്തിൽ വൻജയവും അതിനെക്കാൾ വൻ തോൽവിയും നേരിട്ടു അഖിലേശ്വരയ്യർ. അദ്ദേഹത്തിന്റെയും സ്ഥാപനത്തിന്റെയും പതനം വേഗത്തിലാക്കി പുഞ്ചിരി ബിൽഡിംഗ്സിനുണ്ടായ തീപിടുത്തം.

ഞാൻ മൂന്നാം ക്ലാസ്സിൽ പഠിക്കുമ്പോഴാണ് ആ വലിയ അഗ്നിബാധ. തോടിനുകൂടി തീപിടിച്ചു. വെള്ളത്തിനു മുകളിൽ എണ്ണപ്പാട കത്തിപ്പടർന്നു നല്ല നിറപ്പകിട്ടോടെ.

ഫയർ എൻജിനും അഗ്നിശമനസേനയുമൊന്നും ഉണ്ടായിരുന്നില്ല അന്ന്. കാറ്റത്ത് ഞങ്ങളുടെ പള്ളിക്കൂടവും തീപിടിക്കുമെന്ന് പേടിച്ചു. രണ്ടു ദിവസം പള്ളിക്കൂടം പൂട്ടി. ഒന്നാം സാർ നല്ലവൻ!

ആ ഒരാഴ്ച മുഴുവൻ ഞങ്ങൾ പിള്ളേർക്ക് നല്ല കോളായിരുന്നു. വഴിവക്കിലാകെ ഫിലിം ചുരുളുകൾ ('അഭ്രയോല'എന്ന വാക്കൊന്നും മലയാളത്തിലുണ്ടായിട്ടില്ല അക്കാലം!) വക്കുകൾ കത്തിക്കരിഞ്ഞ പാട്ടുപുസ്തകങ്ങളും.

ഫിലിം ചുരുളിലും പാട്ടുപുസ്തകത്തിലും എം കെ. ത്യാഗരാജ ഭാഗവതരും ടി ആർ രാജകുമാരിയും കത്തിക്കരിഞ്ഞു കിടന്നു...

'രാജമുക്തി' 'ശ്യാമള' തുടങ്ങിയ എം.കെ. റ്റി ഭാഗവതരുടെ അവസാന ചിത്രങ്ങളുടെ പാട്ടുപുസ്തകങ്ങളായിരുന്നു അവ. ഭാഗവതരുടെ കഴുത്തറ്റം വളർന്ന ചുരുണ്ടുസുന്ദരമായ മുടി, കാതു കളിലെ വളയങ്ങൾ, നെറ്റിയിലെ ചന്ദ്രക്കലപൊട്ട്... ഇപ്പോഴും എന്റെ മനസ്സിൽ പതിഞ്ഞു കിടക്കുന്നു.

വീടിനടുത്തുണ്ടായിരുന്ന വിജയാ കൊട്ടകയിൽ നിന്നും ഭാഗവതരുടെ പാട്ടുകൾ മുഴങ്ങിയുയർന്നിരുന്നു. കുഞ്ഞുന്നാളിലേ ആ ശബ്ദം ഉള്ളിൽ നിറഞ്ഞു.

'കൃഷ്ണാ! മുകുന്ദാ! മുരാരേ!
ഹരേ കൃഷ്ണ മുകുന്ദാ മുരാരേ!

കാളിയമർദ്ദനാ! കംസനിസൂദനാ!' എന്ന പാട്ടോടെയാണ് വിജയാ കൊട്ടക വൈകിട്ട് ആറിന് തുറക്കുക. തുടർന്നും ഭാഗവതർപാട്ടുകൾ.

'അന്നയും തന്തയും താനേ
പാരിൽ അണ്ഡചരാചരം
കൺകണ്ട ദൈവം......'
'ദീനകരുണാകരനേ
നടരാജാ നീലാകണ്ഠനേ!
നീലാകണ്ഠനേ!'
'മന്മഥലീലയെ വെൻറോരുണ്ടോ?'
'ശ്യാമളാ എൻജീവപ്രിയേ ശ്യാമളാ'

തുടങ്ങിയ ഗംഭീരപാട്ടുകൾ. പാട്ടുമായി പുലബന്ധമില്ലാത്ത എന്നിൽപ്പോലും ഭാഗവതർപാട്ടുകളുടെ അറ്റവും മുറിയും തറഞ്ഞുകേറി.

ഇന്ത്യൻ സിനിമയിലെ മഹാദുരന്തനായകനാണ് എം.കെ ത്യാഗരാജ ഭാഗവതർ എന്ന് തിരിച്ചറിഞ്ഞത് എത്രയോ കാലം കഴിഞ്ഞ്!

1940 –നമുമ്പ് ഒരു പടത്തിന് ഒരു ലക്ഷം രൂപ പ്രതിഫലം വാങ്ങിയ താരം. വാരങ്ങളല്ല, വർഷങ്ങളാണ് എം.കെ. റ്റി ചിത്രങ്ങൾ കൊട്ടകകളിൽ ഓടിയിരുന്നത്. 'ഹരിദാസ്'' എന്ന പടം നാലരവർഷം

തുടർച്ചയായി ഒരു തിയേറ്ററിൽ പ്രദർശിപ്പിച്ചു. (ശിവാജിക്കും 'ദശാവതാര'ത്തിനും 'കുചേല'നുമൊന്നും ആ റിക്കോർഡ് തകർക്കാനൊത്തിട്ടില്ല)

തങ്കപ്പൊടികൊണ്ട് പൊട്ടുതൊട്ട്

പട്ടുജ്ജുബ്ബയും വേഷ്ടിയും വിലമതിക്കാത്തത്.

തെന്നിന്ത്യൻ സിനിമ ത്യാഗരാജഭാഗവതർ അടക്കിവാണു. നിർമ്മാതാക്കൾ പണപ്പെട്ടികളായി പടിക്കൽ കാവൽനിന്നു. 36 പേരിൽ നിന്നും ഒരു ലക്ഷം വീതം വാങ്ങി കരാർ ഒപ്പിട്ടു. 1945 ലോ മറ്റോ!

അപ്പോഴാണ്. എം കെ റ്റിയും എൻ എസ് കെയും കൊലക്കേസ്സിലാകുന്നത്?

ലക്ഷ്മീകാന്തം കൊലക്കേസ്

ഒരു മഞ്ഞപ്പത്രത്തിന്റെ പത്രാധിപർ കൊല്ലപ്പെട്ടു. കൊല പ്ലാൻ ചെയ്തതും കൊല്ലിച്ചതും ത്യാഗരാജഭാഗവതരും എൻ എസ് കൃഷ്ണനും ചേർന്നാണെന്ന്.

സൂപ്പർ ഹീറോയും സൂപ്പർ കോമഡിയനും...

നാഗർകോവിൽക്കാരനായ — തിരുവിതാംകൂർകാരനായ എൻ എസ് കൃഷ്ണൻ ഇന്നോളം തിമഴ്സിനിമ കണ്ട മഹാനായ കോമാളി. 'കലൈവാണർ' എന്ന് വാഴ്ത്തപ്പെട്ടു. (ചന്ദ്രബാബുവും തങ്കവേലുവും മുതൽ നാഗേഷ് ഉൾപ്പെടെ ശെന്തിലും കൗണ്ടമണിയും വടിവേലുവും വരെ എൻ എസ് കെയുടെ ഏഴയലത്തു വരില്ല.)

(കോടമ്പാക്കത്തിന് പേര് മാറി. കലൈവാണൻ കൃഷ്ണൻ നഗർ — കെ കെ നഗർ. അവിടെയും നാഗർകോവിൽ നഗരമധ്യത്തിലും എൻ എസ് കൃഷ്ണന്റെ പ്രതിമ ഉണ്ട്.)

ഭാഗവതരുടെയും കൃഷ്ണന്റെയും അറസ്റ്റ് ദക്ഷിണേന്ത്യൻ സിനിമയെ തകർത്തു.

നാലഞ്ചു വർഷം രണ്ടുപേരും തടവിൽ കഴിഞ്ഞു. കേസ് ലണ്ടനിൽ പ്രിവി കൗൺസിൽ വരെ പോയി. തൂക്കുകയറിൽ നിന്നും ഒരു വിധം രക്ഷപ്പെട്ടു.

ഭാഗവതർ പുറത്തുവരുമ്പോൾ തമിഴ് സിനിമയുടെ സ്വഭാവം മാറി. പാട്ടുംപടം പേച്ചുംപടമായി. രാഗവിസ്താരത്തിനു പകരം തട്ടുപൊളിപ്പൻ സ്പീച്ച്!

പുതിയ ഹീറോകൾ ഉദിച്ചുയർന്നു.

മക്കൾതിലകം, നടികർ തിലകം, കാതൽ മന്നൻ —മിന്നിത്തിളങ്ങി വിളങ്ങി.

പിൽക്കാലത്ത് പ്രേംനസീർ എഴുതിയ ഒരു ലേഖനം ഞാനോർക്കുന്നു.

ചെന്നൈയിലെ ഒരു ഉഗ്രൻ തിരുമണം. ഏതോ മുട്ടൻ പ്രമാണിയുടെ മകളുടേതാണ്. സിനിമാ-രാഷ്ട്രീയ-സാഹിത്യ നക്ഷത്രങ്ങളുടെ കെട്ടിയെഴുന്നള്ളത്ത്. പ്രേംനസീർ മുഴുവൻ സൗന്ദര്യത്തോടെ ചെന്നു. വണക്കം ചൊല്ലി എതിരേറ്റു. അത്രമാത്രം. അവർ തിലകങ്ങളേയും മന്നനേയും കാത്തുനിൽക്കുകയായിരുന്നല്ലോ.

പ്രേംനസീർ ആളൊഴിഞ്ഞ മൂലയിലേക്കു മാറി. അങ്ങു ദൂരെ പര്യമ്പുറത്ത് മാവിൻചോട്ടിൽ ഒറ്റപ്പെട്ട് ഇരിക്കുന്നു. സാക്ഷാൽ എം കെ ത്യാഗരാജ ഭാഗവതർ!

മുഷിഞ്ഞുകീറിയ ജുബ്ബ. ചവുണ്ടു തുന്നിയ മുണ്ട്. ഒരു കറുത്ത കണ്ണട. കാഴ്ച ഇല്ലാത്ത കുരുടൻ.

പ്രേംനസീർ അടുത്തെത്തി വണക്കം പറഞ്ഞു. സ്വയം പരിചയപ്പെടുത്തി. അങ്ങയുടെ പാട്ടുകേട്ടും പടം കണ്ടുമാണ് വളർന്നതെന്നറിയിച്ചു.

ഭാഗവതർ നന്ദി പറഞ്ഞു. സന്തോഷിച്ചു. ഏറെനേരം സംസാരിച്ചു. യാത്രപറയുമ്പോൾ പ്രേംനസീർ ചോദിച്ചു: 'ഞാൻ ഒരു കാര്യം ചോദിക്കട്ടെ....?'

'വേണ്ട!' ഭാഗവതർ നിസ്സംഗനായി പറഞ്ഞു. 'നിങ്ങൾ എന്താണ് ചോദിക്കാൻ തുടങ്ങുന്നതെന്ന് എനിക്കറിയാം. എനിക്കല്പം പണം തരട്ടെ എന്നല്ലേ? വേണ്ട, പണം എനിക്ക് വേണ്ട. പണം പിശാചാണ്. ഞാനിപ്പോൾ അത് കൈ കൊണ്ട് തൊടാറില്ല... അനിയൻ ഗോവിന്ദരാജൻ കച്ചേരി നടത്താറുണ്ട് അവൻ എനിക്ക് ആഹാരം തരുന്നു അതു മതി —'

പ്രേംനസീർ ഇറങ്ങിപ്പോരുമ്പോൾ ഒന്നു തിരിഞ്ഞുനോക്കി. മാവിൻ ചോട്ടിൽ ഒരു അന്ധൻ. അദ്ദേഹം ആരെയും കാണുന്നില്ല. ആരും അദ്ദേഹത്തെയും കാണുന്നില്ല. ഞാൻ എം.കെ റ്റി ഭാഗവതരെ ഒരിക്കലും നേരിൽ കണ്ടിട്ടില്ല. ഗോവിന്ദരാജന്റെ കച്ചേരി സ്വല്പം കേട്ടു. ഏതോ അമ്പലത്തിലെ ഉത്സവത്തിന്...

തടവിൽ നിന്നും മോചനം വാങ്ങിവന്ന ത്യാഗരാജഭാഗവതർ

'രാജമുക്തി' 'ശ്യാമള' തുടങ്ങിയ സിനിമകളെടുത്തു. പാടിയഭിനയിച്ചു. പടങ്ങൾ പൊളിഞ്ഞു പാളീസായി.

മക്കൾതിലകം എം ജി രാമചന്ദ്രന്റെ 'രാജകുമാരി'യും 'ഗുലേബക്കാവലി'യും 'മധുരൈവീര'നും കൊട്ടകകൾ പൊളിച്ചു, തകർത്തുവാരി. നടികർതിലകം ശിവാജി ഗണേശന്റെ 'പരാശക്തി'യും 'തുക്കുളുക്കി'യും 'മനോഹരാ'യും തൂത്തുവാരി. പേച്ചുകൾ പേച്ചി ജനം അലറിരസിച്ചു. കാതൽ മന്നൻ ജമിനി ഗണേശന്റെ 'മീസ്സിയമ്മ'യും 'കണവനേ കൺകണ്ട ദൈവ'വും 'കളത്തൂർ കണ്ണമ്മ'യും കൺകുളിരെക്കണ്ട് കോൾമയിർക്കൊണ്ടു.

തിലകങ്ങളുടെയും മന്നന്റെയും വിശറി ആയിരുന്നു ഞാൻ എക്കാലവും. കമൽഹാസനും രജനീകാന്തും വന്നശേഷവും അതങ്ങനെത്തന്നെ.

എം ജിയാറിന്റെ ഗണേശൻമാരുടെയും മുഴുവൻ സിനിമയും കണ്ട് ഞാൻ ജീവിച്ചിരിക്കുന്നു!.

എംജിയാറണ്ണനെ ഉയിരോടെ കണ്ടത് മൂന്നുതവണ. ഹോ! എന്തൊരു സായൂജ്യമായിരുന്നു അത്!

സമുദായാചാര്യൻ ഭാരതകേസരി മന്നത്ത് പത്മനാഭൻ ദിവംഗതനായ നാളിലാണ് വാധ്യരെ മുതൽ തവണ കണ്ണാലെ പാർത്തത്. പെരുന്നയിൽ പാഞ്ഞു ചെന്നത് വിലാപയാത്രയിൽ എംജിയാർ പങ്കെടുക്കുന്നു എന്നറിഞ്ഞതുകൊണ്ടുമാത്രം. അന്ന് സകല കണ്ണുകളും അണ്ണനിലായിരുന്നു. പാവം മന്നത്തെ മൂപ്പിലെ അവുട്ട്! ഇരണ്ടാവതു തവണ പാർത്തത്, പി ടി ചാക്കോവിൻ ശിലൈ തുറന്നുവയ്ക്കാൻ വന്തപ്പോത്. പിന്നെ മൂൻട്രാം തവണ, വൈക്കം ജാനകിക്കൊപ്പം വൈക്കത്ത് എത്തിയപ്പോൾ (രണ്ടും തങ്കപ്രതിമകളായി വൈക്കം കവലയിൽ നിൽക്കുന്നു!)

നടികർതിലകത്തെ കണ്ടിട്ടില്ല; ചിങ്കക്കുരൽ കേട്ടിട്ടില്ല.

കാതൽമന്നനെ തൊട്ടരുകിൽ കണ്ടു നിന്നു. 'കുമാരസംഭവ'ത്തിന് സിനിമാമാസിക വക അവാർഡ് നൽകുമ്പോൾ പ്രേംനസീറിനോട് ചേർന്നിരിക്കുമ്പോഴും കാതൽമന്നന്റെ തിളക്കത്തിനെന്ത് തിളക്കം!

പക്ഷേ, ഒട്ടും ഓർക്കാതെ അമ്പലമൈതാനത്തുവെച്ച് ഒരു മഹാവില്ലനെയും ഒരു മുഴക്കോമഡിയനെയും കണ്ടുമുട്ടിയതാണ് മറക്കാത്ത ഓർമ്മ. ഞാൻ കൈകൂപ്പി നമിച്ചു.

എം.എൻ നമ്പ്യാരും നാഗേഷും ആയിരുന്നു തൊട്ടുമുമ്പിൽ.

ശബരിമലയ്ക്കുള്ള പോക്കിൽ, തുളസീമാലകളണിഞ്ഞ്, കരിമുണ്ടും കാവിക്കുപ്പായവുമിട്ട്......

നമ്പ്യാർ പച്ചമലയാളത്തിൽ 'നമസ്കാരം' പറഞ്ഞു. 'സ്വാമി ശരണം' വിളിച്ചു.

നാഗേഷ് തലകുനിച്ച് 'വണക്കം' പറഞ്ഞു.

എനിക്ക് അവർ രണ്ടിന്റെയും കാൽ തൊട്ടുതൊഴണമെന്നുണ്ടായിരുന്നു കഴിഞ്ഞില്ല.

•

കൗസല്യ
കൈകേയി
സുമിത്ര

മൂന്ന് അമ്മമാരുടെ മുലയുണ്ടു വളർന്ന അപ്പക്കിളിയാണ് ഞാൻ. കോട്ടയം സി.എം.എസ് കോളജ്, കൊല്ലം എസ് എൻ കോളജ്, ചങ്ങനാശ്ശേരി എസ് ബി കോളജ് —എന്റെ കൗസല്യാകൈകേയി സുമിത്രകൾ (എറണാകുളം മഹാരാജാസ് കോളജ് എന്റെ സീതയും)

കൗസല്യ പെറ്റമ്മ.
കൈകേയി ചിറ്റമ്മ.
സുമിത്ര പോറ്റമ്മ.

പതിനേഴു മുതൽ ഇരുപതു വയസ്സുവരെ നാലാണ്ട് പെറ്റമ്മയുടെ മടിത്തട്ടിൽ മധുരമുണ്ട് കഴിഞ്ഞു. സീയെമ്മസിന്റെ പ്രഭാവത്തിന് അന്നുമിന്നും മാറ്റമില്ല. അഭിജാതമായ അന്തസ്സ് ആ കാംപസിന് അഴകേറ്റുന്നു. എത്ര മനോഹരം ആ പഴയ കെട്ടിടക്കൂട്ടവും കുന്നുമ്പുറവും. അണ്ണാൻകുന്ന് എന്ന പേര് വിളി ച്ചോതുന്നുണ്ട് ചൂളമരച്ചില്ലകളിൽ വാലുകളിളക്കി ഓടിക്കളിക്കുന്ന ആയിരം അണ്ണാറക്കണ്ണൻമാർ. അവരുടെ ചിലയ്ക്കലുകളിൽ കണ്ണെറിഞ്ഞ് പുൽത്തകിടിയിൽ നൃത്തം വെച്ചുനീങ്ങും നൂറു നൂറ് കാവളം കിളികൾ; പച്ചപ്പട്ട് ചുറ്റിയ ചുണ്ടു ചുവന്ന പനന്തത്തകൾ എണ്ണമില്ലാതെയും.

നാല്പത്തെട്ടാണ്ടുകൾക്കിപ്പുറം ഈയാണ്ടുപിറപ്പിന് അമ്മയുടെ കെട്ടിപ്പുണരലിന് ഭാഗ്യം കിട്ടി എനിക്ക്. മനസ്സ് നിറഞ്ഞു തൂവി ആ സന്ധ്യയിൽ. കടന്നുപോയ അരനൂറ്റാണ്ട് പെട്ടെന്ന് പോയി മറഞ്ഞു. പതിനേഴുകാരനായാണ് ഗ്രേറ്റ് ഹാളിലെ വേദിയിൽ ഞെളിഞ്ഞിരുന്നത്.

മഹാത്മാഗാന്ധി സർവ്വകലാശാലയുടെ സ്കൂൾ ഓഫ് ലറ്റേഴ്സ് സംഘടിപ്പിച്ച ജി ശങ്കരപ്പിള്ള ദിനാഘോഷം ആയിരുന്നുജനുവരി ഒന്നിന്. ശങ്കരപ്പിള്ള സാറിനെപ്പറ്റി ഞാൻ പ്രസംഗിച്ചു.പറഞ്ഞതൊക്കെ എന്നെപ്പറ്റിത്തന്നെ ആയിപ്പോയോ? ശങ്കരപ്പിള്ളയുടെ 'സബർമതി ദൂരെയാണ്,' 'പേപിടിച്ച ലോകം' എന്നീനാടകങ്ങൾ അഭിനയിച്ചത് ഓർക്കാതിരിക്കാനായില്ല. നാലു വർഷത്തിൽ അഞ്ചാറു നാടകം കളിച്ച സ്റ്റേജിലല്ലേ നിൽക്കുന്നത്!

നാടകം കളിക്കൊന്നും സീയെമ്മസിൽ ഇടമില്ല. നാടകീയത തൊട്ടു തീണ്ടിയിരുന്നില്ല അവിടെ. പ്രകൃതി കനിഞ്ഞരുളിയ നിഷ്കളങ്കസൗന്ദര്യം നിറഞ്ഞുനിന്നു. സ്നേഹമായിരുന്നു അതിന്റെ മുഴുഭംഗിയോടെ പൂർണ്ണമായിത്തീർന്നത്.

കേരളത്തിലെ പ്രഥമകലാശാല. കൃത്രിമത്വം ആ മണിമുറ്റത്ത് കണികാണില്ല. വാത്സല്യം വാരിക്കോരി കിട്ടി.

സീയെമ്മസ് സന്തതി കെ ആർ നാരായണൻ രാഷ്ട്രപതിയായി കോളജങ്കണത്തിൽ ഒരു ദിനം മടങ്ങിവന്നു. ഗൃഹാതുരതയിൽ മതിമറന്ന് അദ്ദേഹം വീട്ടുഭാഷ മറക്കാതെ പറഞ്ഞു: ലോകത്തെ ഏതേത് രാജ്യങ്ങളിലൊക്കെ പോയി; എന്തെന്ത് വിശിഷ്ടഭോജ്യങ്ങൾ ആസ്വദിച്ചു! പക്ഷേ, ഇന്റർമീഡിയറ്റ് ജയിച്ചപ്പോൾ പ്രിൻസിപ്പൽ ജോസഫ്സ്സാർ നൽകിയ ചായയുടെയും കേക്കിൻകഷണത്തിന്റെയും മധുരം ഇന്നും നാവിലുണ്ട്. ഹൃദയത്തിലുമുണ്ട്...

എനിക്ക് ആരും കേക്ക് മധുരം വിളമ്പിയിട്ടില്ല. പക്ഷേ കൂട്ടുകാർ വാങ്ങിത്തന്ന വടയുടെയും പഴംപൊരിയുടെയും രുചി.... പിന്നെങ്ങുമനുഭവിച്ചിട്ടില്ല.

ജനുവരി ഒന്നിന്, പി ബാലചന്ദ്രൻ എഴുതിയ നാടകം വി സി ഹാരീസും കുട്ടികളും ചേർന്നവതരിപ്പിക്കുകയുണ്ടായി. നാടകമില്ലാത്ത വർത്തമാനകാലത്ത് ബാലചന്ദ്രൻ നമുക്കൊരു ഭാഗ്യമാണ്. ജി ശങ്കരപ്പിള്ളയുടെ നല്ല ശിഷ്യൻ.

ഹാരീസ് കൊള്ളാവുന്ന ഒരു നടനമാണല്ലോ എന്ന് തിരിച്ചറിഞ്ഞു.

നാടകം തീർന്നിട്ടും കോളജ് വിട്ടു പോകാൻ മടിച്ച് ഞാൻ നിന്നു. ഇവിടെ, ഈ തറവാട്ടിൽ വന്നുപിറക്കാൻ കഴിഞ്ഞതല്ലേജീവിതത്തിൽ കിട്ടിയ ഏകമഹാഭാഗ്യം! അമ്മേ, നന്ദി നന്ദി നന്ദി—

കൊല്ലം എസ് എൻ കോളജ് എന്നെ പന്തീരാണ്ടുമാസം വനവാസത്തിനയച്ചു. ചിറ്റമ്മപ്പോര് ഒന്നും ആയിരുന്നില്ല. എന്റെ കൈയ്യിലിരുപ്പ് കൊണ്ട് ഞാൻ പുറത്താകുകയായിരുന്നു. എന്നാലും എസ്

എൻ എനിക്ക് തന്ന വീറ് വലുത്, എത്രയോ വലുത്. കൈകേയിയ മ്മായിയോട് എന്നുമെനിക്ക് മൂർച്ചയുള്ള ഇഷ്ടം.

ഇക്കഴിഞ്ഞ നാളിൽ എസ് എൻ കോളജിന്റെ മുന്നിലൂടെപോയി. ഒരുൾവിളിയിൽ കോളജ് മുറ്റത്ത് പ്രവേശിച്ചു. പണ്ട്, പാതി പണിയായ കെട്ടിടവും പച്ചപ്പില്ലാത്ത പറമ്പുമായിരുന്നല്ലോ. ഇപ്പോൾ നിറഞ്ഞു നിവർന്ന ഉഗ്രൻ സ്ഥാപനം. ഞാൻ മൂന്നു നിലയിലേയും വരാന്തകളിലൂടെ ചുമ്മാ നടന്നു. പ്രിൻസിപ്പലിന്റെ മുറിയിൽ കേറി.

നാല്പതാണ്ടു മുൻപ്, ഈ മുറിയിൽവച്ചാണ് പ്രിൻസിപ്പൽ ഡോ. ശ്രീനിവാസൻ എന്നോട് 'ഗെറ്റൗട്ട്'' പറഞ്ഞത്. എനിക്കിന്ന് പരാതിയില്ല. ഞാൻ അദ്ദേഹത്തോട് പറയരുതാത്തത് പറഞ്ഞു.

ഇംഗ്ലീഷ് എം എയ്ക്ക് പഠിക്കാനെത്തിയ എനിക്ക് ഹാജർ തികയ്ക്കാനായില്ല. മാസന്തോറും കൃത്യമായി ഫീസ് കൊടുക്കാനായില്ല; കോളജിനു വേണ്ടി കലോത്സവത്തിൽ നാടകവുമായി പോയി. അങ്ങനാണ് ഹാജർ പോയത്. ഞാൻ പ്രിൻസിപ്പലിനോട് സത്യം ബോധിപ്പിച്ചു. കരുണയ്ക്ക് കേണു. പരീക്ഷയ്ക്ക് വിട്ടാൽ രണ്ടാം ക്ലാസ്സിൽ ജയിച്ചോളാമെന്ന് അറിയിച്ച അദ്ദേഹം കനിഞ്ഞില്ല.

ഹാജരില്ലാത്ത ഒരുത്തന് ഹാജരുണ്ടെന്ന് കള്ളയൊപ്പിടില്ലെന്നു കട്ടായം പറഞ്ഞു.

ചെറുപ്പത്തിന്റെ ചോരത്തിളപ്പിൽ ഞാൻ പൊട്ടിപ്പോയി: 'മോഹൻ ശങ്കറിനു വേണ്ടിയാണേൽ സാർ രണ്ടൊപ്പിടുമെന്ന് എനിക്ക് അറിയാം.'

'ഗെറ്റൗട്ട്'' പ്രിൻസിപ്പൽ ഉത്തരവായി.

ഞാൻ പോന്നു.

ശ്രീനിവാസൻ സാറിന്റെ ചിത്രത്തിന്റെ മുന്നിൽ നമിച്ചിട്ട് കഴിഞ്ഞ ദിവസം ഞാൻ എസ് എൻ കോളജ് വിട്ടിറങ്ങി.

എസ് എൻ തന്നത് സംഘബോധവും സമൂഹചിന്തയും 'ജീവിതം യൗവ്വനതീഷ്ണവും ഹൃദയം പ്രേമസുരഭിലവുമായ അസുലഭകാലഘട്ടം!'

എസ് ബി കോളജ് ശരിക്കും പോറ്റമ്മയായി എനിക്ക്. വനവാസം ഒരാണ്ട് കഴിഞ്ഞു. നാട്ടിലിറങ്ങാതെ നിവൃത്തിയില്ല. മലയാളം എം എയ്ക്ക് പഠിച്ചുകളയാമെന്ന് തീരുമാനമെടുത്തു.

നേരെ എസ് ബി യിലേക്ക് വിനീതവിധേയനായി പ്രവേശിച്ചു. പ്രിൻസിപ്പൽ മോൺസിഞ്ഞോർ ഫ്രാൻസിസ് കാളാശ്ശേരി.

അദ്ദേഹം കുട നിവർത്തിപ്പിടിച്ച് കോളജങ്കണത്തിലൂടെ നടന്നുവരുന്നു. ഞാൻ അരികിലെത്തി തൊഴുതു. അച്ചൻ എന്നെ തോളിൽ പിടിച്ച് കുടക്കീഴിലാക്കി.

ഞാൻ എന്റെ കഥ വിവരിച്ചു.

അച്ചൻ ചോദിച്ചു: 'ഇംഗ്ലീഷ് ബി എയും പാതി ഇംഗ്ലീഷ് എം എയും? ഇനി മലയാളം?'

അച്ചൻ പ്രിൻസിപ്പൽ മുറിയിലേക്ക് നയിച്ചു. ഭാഗ്യത്തിന് മലയാളം പ്രൊഫസറും ഉണ്ടവിടെ.

ഏറെ നേരം കളയാതെ കാളാശ്ശേരി അച്ചൻ എന്നെ ഏറ്റെടുത്തു: 'ട്യൂഷൻ ഫീസ് തരണ്ട! മറ്റു ഫീസെല്ലാം അടയ്ക്കണം—'

അടങ്ങിയൊതുങ്ങി മര്യാദക്കുട്ടനായി രണ്ടുവർഷം എസ് ബി യിൽ കഴിഞ്ഞു. ഒന്നാം ക്ലാസ്സിൽ പരീക്ഷ ജയിച്ചു.

രണ്ടുകൊല്ലം മുമ്പ് പ്രൊഫസർ ഇസ്താക്കിന്റെ യാത്രയയപ്പിന് ഞാൻ കോളജിലെത്തി. ഞാൻ പ്രസംഗിച്ചു. ഞാൻ പറഞ്ഞു: 'ഇവിടെ ഞാൻ ക്രിസ്തുവിനെ കണ്ടു. കെട്ടിടത്തിന്റെ മുകളിൽ കുരിശേന്തി നിൽക്കുന്ന പ്രതിമയല്ല, വൈസ് പ്രിൻസിപ്പൽ എന്ന ബോർഡ് വച്ച മുറിയിൽ ചാരുകസേരയിൽ പൂച്ചക്കുഞ്ഞുങ്ങൾക്ക് പാൽ പകരുന്ന ഫാദർ എ സി ഈപ്പനിൽഞാൻ ക്രിസ്തുവിനെ കണ്ടു. സ്നേഹത്തിന്റെ പരിവേഷം ചൂടിയ മനുഷ്യപുത്രനെ...'

●

അമ്പലമൈതാനത്തെ ആൽത്തറരാവുകൾ

അമ്പലമൈതാനം നല്ല ദീർഘചതുരമാണ്. പടിഞ്ഞാറുവശം നീളൻ പടിക്കെട്ടുകളുണ്ട്. പടികൾക്കു മോളിലും താഴെ മൈതാനത്തുമായി മൂന്ന് ആൽമരങ്ങൾ. വട്ടത്തിൽ ആൽത്തറകൾ. പണ്ട് പണ്ട് മൈതാനമതിലിനു പുറത്ത് വേറെ നാലോ അഞ്ചോ ആലും തറയുമുണ്ടായിരുന്നത്രെ. ഇന്നത്തെ അനശ്വരാ തിയേറ്ററിനു മുന്നിലും പ്രസ് ക്ലബ്ബിന്റെ ഇടതുഭാഗത്തും പിന്നെ ആര്യഭവൻ ഹോട്ടലിനു മുന്നിലും ഉണ്ടായിരുന്ന വലിയ ആലുകൾ എന്റെ ഓർമ്മയിലുമുണ്ട്. എല്ലാം ഏതോ കാലവർഷത്തിൽ ഒടിഞ്ഞു വീണു, പിഴുതു വീണു. മുനിസിപ്പാലിറ്റി ഒട്ടും താമസിക്കാതെ മരവും തറയും നീക്കം ചെയ്ത് റോഡിനു വീതികൂട്ടി.

അമ്പലമൈതാനത്തിനു പുറത്ത് തൊട്ടു കിഴക്കരുകിലെ ആലും ഒരു കർക്കിടകരാത്രിയിൽ ചുവടറ്റുവീണു. ആൽത്തറ ആഴത്തിൽ പൊട്ടിപ്പിളർന്നു. ആലിന്റെ പിന്നിൽ നാലു പീടികകൾ. അവർ ആവേശത്തോടെ ആലും തറയും നീക്കം ചെയ്യാൻ ഒത്തുപിടിച്ചു. മുനിസിപ്പാലിറ്റിയും വന്നു. ഒടിഞ്ഞു കിടന്ന ഇലയും കൊമ്പും കോതിമാറ്റി. അപ്പോൾ ആലിന്റെ വേരുകൾക്കിടയിൽ ഒരു നാഗരാജവിഗ്രഹം!

അതോടെ ആൽത്തറ പൊളിക്കൽ നിന്നു. ചില ഭക്തജനങ്ങൾ കൈകൂപ്പിതൊഴുത് ശരണം വിളിച്ചു. കർപ്പൂരം കത്തിച്ചു തേങ്ങ അടിച്ചു.

ചെറിയ ചെമ്പുകുടമൊന്ന് വാമൂടിക്കെട്ടി ഭണ്ഡാരമായി സ്ഥാപിച്ചു.

ഒരു മാസത്തിനുള്ളിൽ വിഗ്രഹത്തെ ഉയർത്തി പ്രതിഷ്ഠിച്ചു. ആൽത്തൈ ഒന്നു നട്ടു. ആൽത്തറ കെട്ടി. കമ്പിവേലിയുമിട്ടു.

എല്ലാത്തിനും മുന്നിൽ നിന്ന് പണിപ്പെട്ടത് ഞങ്ങളുടെ നേതാവ് ദാസപ്പൻ നായർ. വെളുപ്പാൻ കാലത്ത് പടിമോളിലെ ആൽച്ചോട്ടിൽ

നിന്നും നാഗരാജനെ പൊക്കി ആൽവേരിനുള്ളിൽ നിക്ഷേപിച്ചതും ദാസപ്പൻനായർ. ഞങ്ങളൊക്കെക്കൂടി പുത്തനാലിനും പ്രതിഷ്ഠയ്ക്കും 'ദാസപ്പൻ കോവിൽ' എന്നുപേരിട്ടു.

റോഡ്സൈഡിലല്ലോ ദാസപ്പൻ കോവിൽ. ചന്തയ്ക്കു പോകുന്ന മാപ്പിളയും മേത്തനുമെല്ലാം ഭണ്ഡാരത്തിൽ നേർച്ചയിട്ടു. അതോടെ കോവിലിനെ ദേവസ്വം ബോർഡ് സ്വന്തമാക്കി.

ദാസപ്പൻ കോവിലിനെതിരെ അമ്പലമൈതാനത്തിനകത്ത് റോഡരികിൽ ദേവസ്വം ബോർഡ് ഒരു ഗണപതിക്കോവിലും പണിതു. മൈതാനത്തിന് ഗേറ്റും വച്ചു പൂട്ടി. മൈതാനം കോൺക്രീറ്റ് ചെയ്തു.

അമ്പലമൈതാനം ഞങ്ങളുടെ പാർക്കും ബീച്ചും സ്റ്റേഡിയവും ഒക്കെ ആയിരുന്നു. പടിക്കെട്ടുകളിൽ, ആൽത്തറകളിൽഞങ്ങൾ രാപകൽ കഴിച്ചുകൂട്ടി. അമ്പലക്കാളകളായിരുന്നു ഞങ്ങൾക്ക് കൂട്ട്. വൃഷണരഹിതരല്ല വൃഷഭവീരൻമാർ. അവർ മുക്രയിട്ട് മദിച്ചു നടന്നു. മൈതാനം കടന്ന് തെരുവും പോലീസ് സ്റ്റേഷൻ മുറ്റവും കാളകൾ കൈയടക്കി.

പോലീസും മുനിസിപ്പാലിറ്റിയും കൂടിയാലോചിച്ച് കാളകളെ കസ്റ്റഡിയിലെടുത്തു, പൗണ്ടിൽ കെട്ടി. എന്നിട്ട് കുത്താട്ടുകുളം മൃഗശാലയിലേക്ക് അയച്ചു.

ദാസപ്പൻനായരുടെ നേതൃത്വത്തിൽ ഞങ്ങൾ ഉണർന്നെണീറ്റു. 'ഓം ശ്രീ മഹാദേവ വൃഷഭ സംരക്ഷണ സമിതി' രൂപീകരിച്ചു. പ്രസിഡണ്ട് ദാസപ്പൻനായർ.

രണ്ടു ലോറി പിടിച്ച് സമിതി വോളന്റീയർമാർ കുത്താട്ടുകുളത്തിനു പാഞ്ഞു. വൃഷഭവീരൻമാരെ വീണ്ടെടുത്തു മാല ചൂടി ലോറികളിൽ അവൻമാർ തിരിച്ചെത്തി. അമ്പലമൈതാനത്ത് കതിനകൾ പൊട്ടി.

പഞ്ചവാദ്യമേളത്തോടെ കാളകൾ സ്വീകരിക്കപ്പെട്ടു.

രാത്രികാലത്ത് ആൽത്തറകളിലും പടികളിലും ചില സദാചാരവിരുദ്ധ പ്രവൃത്തികൾ കണ്ടുതുടങ്ങിയത് അപ്പോഴാണ് ഞങ്ങൾ ശ്രദ്ധിച്ചത്. മൈതാനം ശുദ്ധിയായും വൃത്തിയായും സൂക്ഷിക്കേണ്ടത് ആവശ്യം. ഞങ്ങളുണർന്നു. ദാസപ്പൻനായർ പ്രസിഡണ്ടായി സമിതി ഉണ്ടാക്കി. 'ഓം ശ്രീ മഹാദേവ സദാചാര സംരക്ഷണ സമിതി.'

വോളന്റിയർമാർ ടോർച്ചും ലാത്തിയുമായി സദാചാരം നടപ്പിലാക്കി. മൈതാനം ശുചിയായി, ഭംഗിയായി.

ആയിടയ്ക്ക് ഗോപുരനടയിൽ നിന്നും ചെരുപ്പുകൾ മോഷണം

പോകുന്നതായി ഞങ്ങൾ കണ്ടുപിടിച്ചു. ഭക്തൻമാരുടെ, പ്രത്യേകിച്ചും ഭക്തകളുടെ പാദരക്ഷകൾ നഷ്ടപ്പെടുന്നത് ഞങ്ങളെ ദുഃഖിപ്പിച്ചു. ഞങ്ങൾ ഉണർന്നു, സംഘടിച്ചു. സമിതി രൂപപ്പെട്ടു. പ്രസിഡന്റ് ശ്രീ. ദാസപ്പൻനായർ. 'ഓം ശ്രീ മഹാദേവ പാദുക സംരക്ഷണ സമിതി.'

ഗോപുരനടയിൽ ചാരൻമാരെ നിയമിച്ചു. ഓരോ ജോടി ചെരുപ്പും നിരീക്ഷണവലയത്തിൽ. എന്നിട്ടും... എന്നിട്ടും രണ്ടു പുതിയ ചെരുപ്പുകൾ അപ്രത്യക്ഷമായി. അതും ആരുടെ? ശ്രീമദ്ദാസപ്പൻ വക!

അതോടെ പാദുകസംരക്ഷണം നിലച്ചു. സമിതികൾ വേണ്ടെന്നായി. എന്നാലും അമ്പലമൈതാനത്തിന്റെ മേൽനോട്ടവും ഭരണവും ഞങ്ങൾ തന്നെ. ആലും തറയും കാളയും ഞങ്ങളുടെ സ്വന്തം മൈതാനത്ത് വന്നടിയുന്ന കാവിവേഷങ്ങളും ഞങ്ങളുടെ വരുതിയിൽ.

ഒരു കാലം ഏഴുകാവികളുണ്ടായിരുന്നു മേലാൽചോട്ടിൽ. മുടിനീട്ടി ജഡയാക്കി കിരീടം വെച്ചവൻ, താടിമുടികൾ വളർത്തി കാവിളോഹയിട്ടവൻ, യോഗദണ്ഡും കമണ്ഡലവും ആയി ഒറ്റമുണ്ട് കഴുത്തിൽ വളച്ചു കെട്ടിയവൻ, മുണ്ഡനം ചെയ്ത ശിരസ്സും കൈയിൽ ഭിക്ഷാപാത്രവുമായി പാട്ടുപാടുന്നവൻ... അങ്ങനെ ഏഴെണ്ണം. സപ്തർഷികൾ പുനർജനിച്ചതാണെന്ന് അക്കൂട്ടത്തിൽ പെടാത്ത ചാറ്റർജി മുക്കർജി പ്രഖ്യാപിച്ചു.

ഓരോരുത്തനെയും തൊട്ടുകാട്ടി ചാറ്റർജി മുക്കർജി ഞങ്ങളെ പരിചയപ്പെടുത്തി: 'മരീചി, അത്രി, അംഗിരസ്, പുലഹൻ, പുലസ്ത്യൻ, ക്രതു, വസിഷ്ഠൻ!'

താൻ ദുർവ്വാസാവാണെന്നും പറഞ്ഞു!

ചാറ്റർജി മുക്കർജി എന്ന പേര് ഞങ്ങളിട്ടതാണ്. ഉഗ്രൻ ശബ്ദത്തിൽ പാട്ടും. നിമിഷകവിയാണ്. *'കള്ളിൽ തുള്ളി തേങ്ങാപ്പീര ഉള്ളിലൊഴിക്കാൻ കൊതിയായി....' 'എൻഢീപ്പിക്കൊരു തന്തവേണമയ്യപ്പാ!'* തുടങ്ങിയ ഗാനങ്ങൾ ഗർജ്ജനങ്ങളായി വന്നു. കൂടെ ഞങ്ങളും അലറിപ്പാടി.

കള്ളും കഞ്ചാവുമായിരുന്നു ഇഷ്ടന്റെ പഥ്യാഹാരങ്ങൾ. അതേതുനേരത്തും പ്രിയം. ജോൺ എബ്രഹാം 'അഗ്രഹാരത്തിൽ കഴുതൈ'ക്ക് ദേശീയസമ്മാനവും വാങ്ങി അമ്പലമൈതാനത്തു വന്നു. കൈയ്യിലൊരു വലിയ പൊതി. ഹിമാലയൻ ഭാംഗ് ആണെന്നോ മറ്റോ ജോൺ പറഞ്ഞു. അത് വെണ്ണപോലരച്ചെടുത്ത് പാലിൽ കലക്കി മോന്തണമെന്നും പറഞ്ഞു. ഞങ്ങൾ ഊട്ടുപുരയിൽ കടന്നു പറ്റി. ആട്ടുകല്ലിൽ ഭാംഗ് അരച്ച് വെണ്ണയായുരുട്ടി. വഴിയിലെ

തട്ടുകടയിൽ നിന്ന് പാലും ഗ്ലാസുകളും സംഘടിപ്പിച്ചു.

ആരാദ്യം കുടിക്കും?

ജോണിനും പൊടി ഡൗട്ട്.

ആൽത്തറയിൽ ചുരുണ്ടുകിടന്ന ചാറ്റർജി മുക്കർജിയെ പൊക്കി. ഇഷ്ടൻ ഒറ്റ പിടിപ്പീരന് രണ്ട്. ധൈര്യമായി ജോണും ഞങ്ങളൊക്കെയും ഓരോന്നടിച്ചു.

നോക്കിയിരിക്കുമ്പോൾ ചാറ്റർജി മുക്കർജി മലർന്നു. കൂടെ ജോണും. പിന്നെപ്പിന്നെ ഞങ്ങളും.

ഞാൻ കണ്ണു തുറന്നപ്പോൾ ആൽച്ചില്ലയിൽ സൂര്യബിംബം. ചാടിയെണീറ്റു ചുറ്റുംനോക്കി. എല്ലാവരും സ്ഥലം വിട്ടിരിക്കുന്നു. ചാറ്റർജി മുക്കർജിയും ജോണും എല്ലാം. ഒരുത്തനുണ്ട് എനിക്ക് കൂട്ട്. തുളസി.

തുളസിയെ തട്ടി ഉണർത്തി. പടിഞ്ഞാറെ നടയിൽ സെൻട്രൽ ലോഡ്ജിലാണ് തുളസിയുടെ വാസം. അങ്ങോട്ട് പറഞ്ഞയച്ചു.

കഥാകൃത്താണ് തുളസി. നോവലുകളും എഴുതുന്നുണ്ട്. സാഹിത്യ സംഘത്തിൽ പ്രധാനസഹായിയാണ്. രാത്രിയിൽ അമ്പലമൈതാനമാണ് തുളസിക്കും ശരണം...

'ദ്വീപ്' എന്ന ചെറുനോവൽ മാതൃഭൂമി ആഴ്ചപ്പതിപ്പിൽ വന്നതോടെ തുളസി ഏറെ പ്രശസ്തനായി. രാമു കാര്യാട്ട് ആ നോവൽ സിനിമയാക്കാൻ വന്നു. അതോടെ തുളസി വളരെ പ്രസിദ്ധൻ. ഞങ്ങൾ അഭിമാനവിജൃംഭിതവീര്യരായി.

പക്ഷേ, എന്തോ തുളസിയും രാമുവും തമ്മിൽ തെറ്റി. സിനിമതുളസിയുടെ 'ദ്വീപ്' അല്ലാതായി. രാമു ഡോക്യുമെന്ററിപോലെ ഒരു സിനിമ ഉണ്ടാക്കി. ബോറായി അത്.

തുളസി അതോടെയാണോ ചാറ്റർജി മുക്കർജിയുടെയും മറ്റും ശിഷ്യനായത്?

തൃശ്ശൂർ ചെന്ന് കറന്റ് ബുക്സിന്റെ മുന്നിൽ കാശ് കിട്ടാനുണ്ടെന്നും പറഞ്ഞ് കുത്തിയിരിപ്പു നടത്തി. കറന്റ് തോമസിന് ചെറിയ ആഘാതമായി അത്. എഴുത്തുകാരുമായി നല്ല ബന്ധം പുലർത്തിയ ആ പ്രസാധകൻ വേറെ വ്യാപാരങ്ങളിലേക്കു തിരിഞ്ഞത് തുളസിയുടെ സത്യാഗ്രഹത്തോടെ.

ഞങ്ങൾ തുളസിയെ ചീത്തവിളിച്ചു.

തുളസി സംഘത്തിലെ ജോലിയും കളഞ്ഞു. പകൽ മുഴുവൻ

ലോഡ്ജിൽ. രാത്രിയിൽ അമ്പലമൈതാനത്ത്.

ആദ്യം കാണുമ്പോൾ യുവസുന്ദരനായിരുന്നു തുളസി. പൊക്കം കുറവ്. ഒതുങ്ങിയ ദേഹം. പാന്റും സ്ലാക്കും വേഷം. ക്ലീൻഷേവ്. സ്റ്റൈൽ മീശ. അധികം സംസാരം ഇല്ല. സാധു. നല്ലവൻ.

അവസാനനാളുകളിൽ സാഹിത്യമൊക്കെ ഉപേക്ഷിച്ചമട്ടിൽ. വല്ലതുമെഴുതിയാൽ അതൊട്ടേൽക്കുന്നുമില്ല.

ശബരിമലക്കോളിന് ചില കച്ചവടങ്ങളിൽ ഹരംകൊണ്ടു. ഇരട്ടിക്കിരട്ടി ലാഭം കിട്ടുമെന്ന കണക്കുകൂട്ടൽ. ഒരു മകരവിളക്കുവേളയിൽ ഒരു ലോറി കൈതച്ചക്കയുമായി പമ്പയ്ക്കു പോയി. പൈനാപ്പിൾ ജ്യൂസ് വ്യാപാരത്തിന്. സ്ഥിരം വ്യാപാരികൾ മൊത്തമായി വിലയ്ക്കെടുത്തോളാമെന്ന് പറഞ്ഞു. ന്യായമായ ലാഭം കിട്ടുമായിരുന്നു തുളസിക്ക്. പക്ഷേ കൊടുത്തില്ല.

പാതി പഴുത്തുചീഞ്ഞ് പമ്പയിലൊഴുക്കി തിരിച്ചുപോന്നു.

മലയിൽ ആടുകളെ ലേലത്തിൽ കൊണ്ടു.

ഇരുപത്താറു മുട്ടനാടുകളെ ലോറിയിലേറ്റി കൊണ്ടുവന്നു. ചന്തയിലെ ഇറച്ചിവെട്ടുകാർ നല്ല വില പറഞ്ഞു. കൊടുത്തില്ല. ഒരു പറമ്പ് വാടകയ്ക്കെടുത്തു. ആടുകൾക്ക് കഞ്ഞിയും പിണ്ണാക്കും പ്ലാവിലയും നിറയെ നൽകി തടിപ്പിച്ചെടുക്കുകയായിരുന്നു ലക്ഷ്യം. രണ്ട് മുട്ടൻ അജീർണ്ണം ബാധിച്ച് ചത്തു.

രണ്ടെണ്ണത്തിനെ കൊന്ന് ഞങ്ങൾക്ക് ബിരിയാണിസദ്യ തന്നു.

തുളസിയുടെ രോഗം ഞങ്ങൾ ആദ്യം തിരിച്ചറിഞ്ഞില്ല. അസുഖം മൂത്തപ്പോൾ ഞങ്ങൾ അങ്കലാപ്പിലായി. തുളസി എവിടുത്തുകാരനെന്ന പോലും അറിഞ്ഞുകൂടാ. കേരളവർമ്മ കോളജിൽ പഠിച്ചിരുന്നതറിയാം. എന്നാൽ തൃശ്ശൂരിലല്ല വീട്.

കോട്ടറ ഗോപാലകൃഷ്ണൻ അയൽവാസിയും സ്നേഹിതനുമാണെന്ന് എപ്പോഴോ പറഞ്ഞതോർത്തെടുത്തു. കൊട്ടറയെ വിവരം അറിയിച്ചു. കൊട്ടാരക്കരയിൽ നിന്നും കൊട്ടറ വന്നു. തുളസിയുടെ അച്ഛനും ചേട്ടനും മറ്റുമായി.

തുളസിയെ ഒരു വിധം യാത്രയാക്കി.

അവസാനയാത്ര

ജോണും തുളസിയുമൊക്കെ ചേർന്നൊരുക്കിയ അമ്പലമൈതാനരാവുകൾ ഓർമ്മയിൽ.

●

ബാവയ്ക്കും പുത്രനും പരിശുദ്ധ റൂഹായ്ക്കും

'ക്രോമനക്കുട്ടൻ ഉണ്ടോ?' എന്ന ചോദ്യം മഹാരാജാസ് കോളജിന്റെ വരാന്തയിൽ മുഴങ്ങി. പരുക്കൻ സ്വരത്തിൽ സംഗീതം ഉച്ചസ്ഥായിയിൽ ആരോഹണം കൊണ്ടു. ആരോ കുട്ടികൾ ഓടിവന്നറിയിച്ചു: 'ആ ജോണബ്രഹാം ചുറ്റുകോണിയിൽ കേറിയിരുന്ന് മാഷെ അന്വേഷിക്കുന്നു.' ഞാൻ വേഗം ചെന്നു. ചുറ്റുകോണിപ്പടിയിലിരുന്ന് ഉറക്കെ അലറുന്നു: 'ക്രോമനക്കുട്ടൻ ഉണ്ടോ?'

ഉണ്ടല്ലോ.... എന്ന് കോണിക്കീഴെ നിന്ന് ഞാൻ ഈണത്തിൽ അറിയിച്ചു.

ഇറങ്ങിവന്നു. ഒരു വിധം കോളജിനു പുറത്തേക്ക് കൊണ്ടുപോന്നു.

കഥാകൃത്തും ഇംഗ്ലീഷ് ലക്ചററുമായ ടി ആർ നെ കോളജ്നടുമുറ്റത്തിട്ട് തല്ലണം! അതാണ് ജോണിന്റെ അടിയന്തരാവശ്യം.നടുമുറ്റത്ത് വേണ്ട, കോളജ് ഗ്രൗണ്ടിലിട്ടു തല്ലാം എന്ന് ഞാൻ പറഞ്ഞു. അത് ജോണിന് സമ്മതമായി.

ഗ്രൗണ്ടും കഴിഞ്ഞ് കാരയ്ക്കാമുറിയിലേക്കു നടക്കുമ്പോൾ ഞാൻ ചോദിച്ചു: പാവം ടിയാറിനെ എന്തിനാ തല്ലുന്നെ?

ടി ആർ മൂന്ന് ക്രൂരകൃത്യങ്ങൾ ചെയ്തെന്ന് ജോൺ വിശദമാക്കി. 1. കോട്ടയത്ത് ബെസ്റ്റോട്ടലിൽ ജോണിന്റെ പേരിൽമുറിയെടുത്ത്, കുളിച്ചൊരുങ്ങി, പൂട്ടി താക്കോലുമായി സ്ഥലം വിട്ടു. 2. കൊല്ലത്ത് 'കുങ്കമ'ത്തിൽ ഒന്നിച്ചെത്തി ഒരു ഇന്റർവ്യൂ വിറ്റുകിട്ടിയ ഇരുന്നൂറു രൂപയുമായി ഒറ്റയ്ക്കു മുങ്ങി. 3. കൊച്ചിയിൽടോഡി പാർലറിൽ പണയമിരുത്തി വലിഞ്ഞിട്ട് പിറ്റേന്നുപോലും തിരിച്ചെത്തിയില്ല. എത്ര മുഴുത്ത ആധുനിക കഥാകൃത്താണെങ്കിലും അവനെ തട്ടണം!

ജോണിനെ തണുപ്പിച്ച് ഈററനാക്കി ഞാൻ കോട്ടയത്തിന് വണ്ടി കേറ്റിയയച്ചു. ടി ആർന്റെ ക്രൂരകൃത്യങ്ങൾ ഒരായിരം നോട്ടീസച്ചടിച്ച് ഞാൻ പ്രചരിപ്പിച്ചു. ടി ആർന്റെ പ്രിയശിഷ്യഗണം ബാലചന്ദ്രൻ ചുള്ളിക്കാട്, കെ എസ് രാധാകൃഷ്ണൻ, എം.വി. ബെന്നി തുടങ്ങിയവരുടെ നേതൃത്വത്തിൽ കാക്കക്കൂട്ടമായി വന്ന് എന്റെ തലകൊത്തിപ്പറിച്ചു. ക്രോമനക്കട്ടൻ എന്ന് കാറിവിളിച്ചു...

പിന്നെ ജോണിനെ കാണുന്നത് ഒരു കല്യാണവിരുന്നിനാണ്. കോട്ടയത്ത് മാമ്മൻമാപ്പിളഹാളിൽ, സുരേഷ് കുറുപ്പാണ് കല്യാണചെക്കൻ. സുരേഷിന്റെ താടിമീശാദികൾ നരച്ചുതുടങ്ങിയിട്ടില്ല. സുന്ദരകളേബരൻ, മധുര മനോഹരൻ!

എന്നാൽ മണവാളനായ സുരേഷ് അന്ന് അവുട്ട്! ഉപ്പും ഉമിക്കരിയും ചേർത്തു പല്ലുതേച്ച്, കാച്ചിയ പച്ചവെളിച്ചെണ്ണ കേശാദിപാദം പൂശി, കുളിച്ചൊരുങ്ങി കുട്ടപ്പനായെത്തിയിരിക്കുന്നു ജോൺ എബ്രഹാം. കസവുകരയൻ വേഷ്ടിയും വെള്ളക്കുപ്പായവും. കവിളുകളും കൈത്തലവുമൊക്കെ തുടുത്തുമിനുങ്ങുന്നു.

ഒരു മാസമായി ജോൺ തിരുവല്ലയിൽ പെങ്ങളുടെ അടുത്ത് സുഖവാസമാണ്. കൃത്യസമയത്ത് സുഖഭക്ഷണം, സുഖനിദ്ര, പുസ്തകവായന മാത്രം പണി. വേറെ ദുശ്ശീലങ്ങളൊന്നും ഇല്ല. പെങ്ങൾ രണ്ടുനേരം പാല് കൊടുക്കും, ഗ്ലൂക്കോസ് ബിസ്കറ്റും ചോക്കലേറ്റ് ഐസ്ക്രീമും കൊടുക്കും. പഴങ്ങളെല്ലാം ജ്യൂസാക്കികൊടുക്കും. ജോൺ കേറിയങ്ങു കൊഴുത്തു. നിറവും വച്ചു. നല്ല പൂമണവും.

കണ്ടവർ കണ്ടവർ സുരേഷ് കുറുപ്പിനെ വിട്ട് ജോണിന് ആശംസകൾ നേർന്നു. ജോൺ താടിമീശയുടെ അറ്റം ചവച്ച് നാണിച്ചുനിന്നു.

ഞങ്ങൾക്കൊക്കെ അദ്ഭുതവും ആനന്ദവും തന്നു ജോൺ. സുരേഷിന്റെ കല്യാണനാളിൽ വിപ്ലവം വന്നുവെന്നും സോഷ്യ ലിസം നടപ്പിലായെന്നും മനുഷ്യനാകെ മാറിയെന്നും ഞങ്ങൾ അറിഞ്ഞു.

മാമ്മൻമാപ്പിളയുടെ മുറ്റത്തെ കറ്റാർവാഴച്ചോട്ടിൽ വട്ടമിട്ടുനിന്ന് ജോണിന്റെ വാക്കുകൾ ഞങ്ങൾ സംഗീതംപോൽ ആസ്വദിച്ചു.

ജോൺ ഫലിതം പൊട്ടിക്കുകയും കഥ പറയുകയും ചെയ്തു. ഒരു കഥ ഞാൻ ഇപ്പോഴും ഓർക്കുന്നു: മാർപാപ്പാ സ്വർഗ്ഗത്തിൽ പോയ കഥ—

മാർപാപ്പ കാലം ചെയ്തു. മൂപ്പർ നേരെ സ്വർഗ്ഗത്തിലേക്ക് നെഞ്ചും തള്ളി നടന്നു. പൊന്നിന്റെ അലുക്കുകൾ പിടിപ്പിച്ച വട്ടത്തൊപ്പി.

പൊൻ കുരിശ് തൂങ്ങുന്ന മുഴുത്ത തങ്കമാല. വീതി യേറിയ ചുവന്ന അരപ്പട്ട, മിന്നിത്തിളങ്ങുന്ന പട്ടുളോഹ, വലിയ മുക്കുവന്റെ വലിയ ക്ഷൂസുകളും.

സ്വർഗ്ഗത്തിന്റെ കാവല്ക്കാരനായ സാക്ഷാൽ മുക്കുവന് — പത്രോസിന്— ആ വരവ് അത്ര സുഖിച്ചില്ല.

അതിയാന്റെ ഒരു പത്രാസ്!

പത്രോസ് പാപ്പയെ തടഞ്ഞു. താനാര്?

മാർപാപ്പയാണെന്ന് പാപ്പാവേഷം പറഞ്ഞു.

അങ്ങനൊരുത്തനെ അറിയില്ലെന്ന് പത്രോസ്. കേട്ടിട്ടുമില്ല കണ്ടിട്ടുമില്ല.

ഗേറ്റ് വാച്ചർക്ക് പരിചയമില്ലേൽ സ്വർഗ്ഗസ്ഥനായ പിതാവിന് തന്നെ അറിയാം, മാർപാപ്പ പറഞ്ഞു.

പത്രോസ് പാപ്പായെ പടിക്കൽ നിറുത്തി പിതാവിന്റെ അരികിലേക്ക് പോയി. വിവരങ്ങൾ പറഞ്ഞു. പിതാവ് അരുളി: ഇങ്ങനെ പല കള്ളവേഷങ്ങളും വരും. അതിനാണ് നിന്നെ കാവൽ നിറുത്തിയിരിക്കുന്നെ. നോക്കീം കണ്ടും വേണ്ടത് ചെയ്തോ—

പത്രോസ് തിരിച്ചെത്തി അല്പം ഗൗരവത്തിൽ പറഞ്ഞു: പിതാവ് നിന്നെ അറിയില്ല, പിതാവിന് നിന്നോടൊരു ബന്ധവുമില്ല.

മാർപ്പാപ്പാ ഒട്ടും കൂസിയില്ല; പിതാവിനറിയില്ലെങ്കിൽ പുത്രനറിയാം. ലോകത്തെ ക്രിസ്ത്യാനികളുടെ മുഴുവൻ കാര്യവും എന്നെയാണ് പുത്രൻ ഏൽപിച്ചിരിക്കുന്നത്.

പത്രോസ് സ്വല്പം സംശയത്തിലായി. താൻ അറിയാതെ ഗുരുനാഥൻ ക്രിസ്ത്യാനികളുടെ കാര്യം വല്ലവനേയും ഏല്പിച്ചിട്ടുണ്ടോ?

പാപ്പായെ സ്വർഗ്ഗവാതിലിൽത്തന്നെ നിറുത്തി പത്രോസ് പുത്രനെ കാണാൻ പോയി. വിവരങ്ങൾ ധരിപ്പിച്ചു. പുത്രൻ വെളിപ്പെടുത്തി: പത്രോസേ നിന്നെയല്ലേ ഞാനെല്ലാം ഏല്പിച്ചിരിക്കുന്നെ. കള്ളവേഷം കെട്ടി കള്ളത്തരം പറഞ്ഞുവരുന്ന കള്ളന്മാരെ നീ കൈകാര്യം ചെയ്യ്.

പത്രോസിന് വിറഞ്ഞുകയറി. പിതാവിനും പുത്രനും അറി യാത്ത ഒരു മാർപ്പാപ്പാ!

അപ്പോൾ, പാപ്പാ പറഞ്ഞു: പിതാവിനും പുത്രനും ഓർമ്മ ഇല്ലേൽ പരിശുദ്ധാത്മാവിന് എന്നെ അറിയാം.

പത്രോസ് പല്ലിറുമ്മി പരിശുദ്ധാത്മാവിന്റെ സമീപം ചെന്നു കാര്യം പറഞ്ഞു.

മാർപ്പാപ്പാ എന്നു കേട്ടതും പരിശുദ്ധാത്മാവ് ക്ഷുഭിതനായി ചാടിയെണീറ്റ് ഗർജ്ജിച്ചു: 'ആ കഴുവേറിയെ വെറുതെ വിടരുത്! അവനും അവന്റെ ആൾക്കാരും കൂടിയാ രണ്ടായിരം വർഷമായി പറഞ്ഞുപരത്തുന്നത്, കന്യകയ്ക്ക് ഗർഭമുണ്ടാക്കിയത് ഞാനാണെന്ന്! ഞാൻ മനസാ വാചാ കർമ്മണാ അറിയാത്ത കാര്യം!'

പത്രോസ് മടങ്ങിയെത്തി മാർപാപ്പയുടെ നെഞ്ചുംകൂടിന് ഒരു തൊഴി. ദാ കിടക്കുന്നു മാർപ്പാപ്പാ നരകത്തിൽ—

കഥയൊക്കെ ആഖ്യാനംചെയ്ത് ആനന്ദചിന്മയഹരനായി ജോൺ തിരുവല്ലയ്ക്ക് പോയി. കുറെനാളെത്തേക്ക് പിന്നെ കണ്ടതേ ഇല്ല.....

മറ്റൊരു കല്യാണക്കോളുമായി കോട്ടയത്തെത്തുമ്പോൾ ജോണുണ്ട്. ബെസ്റ്റോട്ടൽ മുറ്റത്ത് 'കാ...കാ...' എന്നു കരഞ്ഞ് പറന്നു നടക്കുന്നു. എന്നെ കണ്ടതും 'ക്രോമനക്കുട്ടൻ' എന്നാർത്തുവിളിച്ചു. പല്ലുതേപ്പും കുളിയുമൊന്നും അടുത്ത കാലത്തുണ്ടായിട്ടില്ല. ചവുണ്ടുനാറുന്ന ജീൻസും ജുബ്ബയും ചെമ്പിച്ചുണങ്ങിയ മുടിയും മീശയും താടിയും.

ജോൺ പരുക്കൻസ്വരത്തിൽ വെളിപ്പെട്ടു: 'അവനെ നമുക്ക് തിരുനക്കര മൈതാനത്തിട്ട് തല്ലണം. നീ കൂട്ടിക്കൊണ്ടുവരുമോ? ഇല്ലേൽ നിന്നെ തല്ലും!'

'ആരെ'? ഞാൻ ചോദിച്ചു.

ടിയാറിനെ, ആധുനികനെ.

ഇനി വരുമ്പോൾ കൂടെ കൂട്ടാമെന്ന് ഉറപ്പുകൊടുത്തു. എന്നിട്ട്ആരാഞ്ഞു. അച്ചന്റെ മോൾടെ കല്യാണത്തിന് വരുന്നോ?

അച്ചന്റെ മോളോ? പള്ളീലച്ചന്റെ മോളോ നിന്റെ അച്ഛന്റെ മോളോ?

ഞാൻ വ്യക്തമാക്കി: നമ്മടെ അച്ചൻകുഞ്ഞിന്റെ മോളുടെ കല്യാണം. നാളെയാണ് പള്ളീൽവെച്ച് മിന്നുകെട്ട്. ഇന്നുവൈകീട്ട് വീട്ടിൽ മധുരം കിള്ളിക്കൊടുപ്പ്, അത്താഴ ഊട്ട്...

അച്ചൻകുഞ്ഞിനെ എനിക്ക് എന്റെ അഞ്ചുവയസ്സ് മുതലേ അടുപ്പമുണ്ട്. ബോട്ടുജെട്ടിക്കടുത്ത് 'ഠൗൺ ലോവർ പ്രൈമറിസ്കൂളി'ലായിരുന്നു ഒന്നുമുതൽ അഞ്ചുവരെ ഞാൻ പഠിച്ചത്. ബോട്ടുജെട്ടിയിലെ പോർട്ടറും ഗാങ്ങ്ലീഡറും ആണ് അച്ചൻകുഞ്ഞ് അന്ന്. ആറടി പൊക്കത്തിൽ ഉറച്ച് ശരീരവുമായി കറുത്തൻ. ലക്ഷണമൊത്ത സുന്ദരമുഖം.

നല്ല കണ്ണുകൾ, വടിവാർന്ന മൂക്ക്, നേർച്ചുണ്ടുകൾ, കടഞ്ഞെടുത്ത താടിയെല്ല്. ഞങ്ങൾ കുഞ്ഞുങ്ങൾപോലും അച്ചൻകുഞ്ഞിനെ നോക്കിനിന്നുപോകും. അച്ചന് ഞങ്ങൾ പിള്ളാരെയും വലിയ ഇഷ്ട മായിരുന്നു.

ബോട്ടുജെട്ടിയിൽ നിന്നും കെട്ടുവള്ളങ്ങളിലായി ചരക്കുകൾ കയറ്റി അയയ്ക്കുക. ആലപ്പുഴയ്ക്കും കൊച്ചിക്കും. അവിടങ്ങളിൽനിന്നെ ത്തുന്ന ചരക്ക് ഇറക്കി ലോറിയിലോ ഉന്തുവണ്ടിയിലോ കേറ്റിക്കൊ ടുക്കണം. കയറ്റിറക്കിന്റെ മുൻപൻ അച്ചൻ.

ഠൗൺ സ്കൂളിൽ നിന്നും ഞാൻ നായർ സമാജത്തിലേക്കും സീയെ മ്മസിലേക്കും പോയി. അപ്പോഴാണ്, 1960–ലോ മറ്റോ ആ അപകടം ഉണ്ടായത്. ഒരു ടൺ ഭാരമുള്ള പേപ്പർ റോൾകയറുപൊട്ടി അച്ചന്റെ തലയിൽ വീണു. തലയോട്ടി പൊട്ടിപ്പിളർന്നു. കണ്ണും മൂക്കും ചുണ്ടും താടിയും തകർന്നു.

മരിച്ചെന്നു കരുതി സകലരും. ആശുപത്രിയും അങ്ങനെ വിധിയെഴുതി.

കോട്ടയം എം എൽ എ ആയ എം പി ഗോവിന്ദൻനായരായിരുന്നു ആരോഗ്യമന്ത്രി. ശങ്കർ മന്ത്രിസഭയിൽ. എൻ കെ പൊതുവാൾ കമ്പ നിയിലെ ചുമട്ടുതൊഴിലാളിയായിരുന്നഅച്ചൻകുഞ്ഞിന്റെ ചേട്ടൻ. അയാളുടെ നിലവിളിയും ചങ്കത്തടിയും കണ്ട് പൊതുവാൾ ട്രങ്ക്കോൾ ബുക്ക് ചെയ്ത് ഗോവിന്ദൻനായരെ വിളിച്ചു. അദ്ദേഹം ഡോക്ടർമാർക്ക് നേരിട്ട്നിർദ്ദേശം നൽകി. അവർ ഉഷാറായി. അച്ചൻകുഞ്ഞിന്റെ ജീവൻ നിലനിർത്തി.

അച്ചന്റെ മുഖം വിരൂപമായി. എങ്കിലും രക്ഷപ്പെട്ടല്ലോ. പഴയ ജീവിതത്തിലേക്ക് പതുക്കെപതുക്കെ തിരിച്ചെത്തി.

അപകടത്തിനു മുമ്പ് നാടകങ്ങളിൽ സജീവമായിരുന്നു അച്ചൻകു ഞ്ഞ്. ജോസ് പ്രകാശിന്റെ ഒപ്പം രാജാവായി അഭിനയിച്ചു. ജോസ് പ്രകാശ് സ്നാപകയോഹന്നാനും, അച്ചൻകുഞ്ഞ് ഹെരോദാ രാജാവും.

അപകടശേഷം ആരാച്ചാരായും മറ്റും ഭീകരവേഷങ്ങൾ കെട്ടി. അരവിന്ദൻ സംവിധാനം ചെയ്ത സി എന്റെ

'കലി'യിൽ കലിയായി.

അതൊക്കെ കഴിഞ്ഞാണ് അച്ചനെ പ്രേംപ്രകാശ് നേരെ പത്മരാ ജന്റെ അടുക്കലേക്ക് പറഞ്ഞയയ്ക്കുന്നത്. അതിരാവിലെ പത്മരാജന്റെ വീട്ടുമുറ്റത്തെത്തി അച്ചൻ ഖരഖരശബ്ദത്തിൽ മൊഴിഞ്ഞു: 'ഖറിയാച്ചൻ പറഞ്ഞയച്ചുവന്നതാ!'

കറിയാച്ചൻ എന്നാൽ പ്രേംപ്രകാശ്

പത്മരാജൻ ഒരക്ഷരം മിണ്ടാതെ അകത്തുകയറി പ്രേംപ്രകാശിന് ഫോൺ ചെയ്തു. കറിയാച്ചാ, കഥാപാത്രമിങ്ങു വന്നു. അയാളും ബാലൻ കെ യും നമ്മുടെ പടത്തിൽ.

അച്ചൻകുഞ്ഞ് 'ലോറി'യിൽ പ്രധാന വേഷത്തിൽ അഭിനയിച്ചു. ചലച്ചിത്രനടനായി. ആദ്യപടത്തിനു തന്നെ സംസ്ഥാന സർക്കാരിന്റെ ഏറ്റവും നല്ല നടനുള്ള അവാർഡ് കിട്ടി.

ജോണിനും അച്ചൻ അടുത്ത ആൾ തന്നെ. അതുകൊണ്ട് അത്താഴയൂട്ടിന് പോകാമെന്നു പറഞ്ഞപ്പോൾ മടിക്കൂടാതെ പോന്നു.

ബോട്ടുജെട്ടിക്കടുത്ത്, മുനിസിപ്പൽ റസ്റ്റ് ഹൗസിനു പിന്നിൽ,ഞങ്ങളുടെ ഠൗൺ സ്കൂളിനരികിലാണ് അച്ചൻകുഞ്ഞിന്റെ കുഞ്ഞുവീട്. സെൻട്രൽ കവലയിൽ നിന്നും ആട്ടോയ്ക്ക് ആറുരൂപ മതി. ഞാൻ പറഞ്ഞു ആട്ടോയിൽ പോകാം.

ജോൺ സമ്മതിച്ചില്ല: രണ്ടു മൂന്നുരൂപയാണ് ആറുരൂപ എന്ന് എന്നെ പഠിപ്പിച്ചു.

മൂന്നു രൂപയാണ് കാൽ ചാരായത്തിന് വില!

ഞങ്ങൾ നടന്നുപോയി. ഞങ്ങളെ കണ്ടതും അച്ചന് ഭയങ്കരസന്തോഷമായി. വീഞ്ഞും കേക്കും തന്നു. ജോൺ ധാരാളം വീഞ്ഞു കുടിച്ചു. ഞാൻ ധാരാളം കേക്ക് തിന്നു.

ഞാൻ രഹസ്യമായി കീശയിൽ സൂക്ഷിച്ച കവർ അച്ചനു കൊടുത്തു. കവറിൽ ഒരു നൂറുരൂപാനോട്ടും ഒരു ഒറ്റരൂപത്തുട്ടും ആയിരുന്നു.

ജോൺ വേഗം അച്ചനിൽ നിന്നും ആ ഒറ്റരൂപ വാങ്ങി. 'മോളെ...' എന്ന് നീട്ടിവിളിച്ചു.

അച്ചന്റെ മോൾ വന്നു. ജോൺ ആ ഒറ്റരൂപ കൊടുത്ത് മോളെ അനുഗ്രഹിച്ചു. ഞാൻ ചിരിച്ചു. അച്ചൻകുഞ്ഞ് കരഞ്ഞു.

അത്താഴം കഴിച്ച് നക്കരക്കുന്നിലേക്ക് കയറുമ്പോൾ ജോൺ പാടി. ബാവായ്ക്കും പുത്രനും പരിശുദ്ധരൂഹായ്ക്കും സ്തുതി യായിരിക്കട്ടെ...

ഞാൻ കൂടെ പാടി: എന്നും സ്തുതിയായിരിക്കട്ടെ...

•

കണ്ണീർക്കണം കോർത്തഅമൂല്യഹാരവുമായി

വാലേവാലെ വരുന്ന വാഹനങ്ങൾ. ഇടമുറിയാത്ത ഒഴുക്കാണ്. നിരത്ത് മുറിച്ചുകടക്കാനുള്ള ബദ്ധപ്പാടിൽ അരിശം കൊണ്ടു നിൽക്കുകയായിരുന്നു. അപ്പോഴുണ്ട് എന്റെ ചങ്കിനു നേരെ വെളുത്ത അംബാസഡർ കാർ ചീറിപ്പാഞ്ഞുവന്നു. ആൽഫ് പർവ്വതനിരകൾക്കുമേൽ മുപ്പതു ഡിഗ്രി ചെരിഞ്ഞു പറക്കുന്ന ജെറ്റ് വിമാനം മാതിരി അംബാസഡർ എന്നെ മുട്ടി എന്ന മട്ടിൽ മുന്നോട്ടുപോയി, സഡൻ ബ്രേക്കിട്ടുനിന്നു. അതേ വേഗത്തിൽത്തന്നെ റിവേഴ്സ് ഗിയറിൽ എന്റെ ദേഹത്ത് തൊട്ടുവന്നുനിന്നു. ഞാൻ പുറകോട്ടു ചാടി.

കാറിന്റെ ഡ്രൈവർസീറ്റിൽ തൊപ്പിവച്ച മനുഷ്യൻ. അയാൾ വാതുറന്ന് ചിരിക്കുന്നു. എനിക്ക് സഹികെട്ടു. മുഴുത്ത രണ്ടു തെറി പറയാൻ ഒരുങ്ങി. പറഞ്ഞില്ല. ആ മുഖത്തിന് പതിറ്റാണ്ടു പരിചയം. ആരിവൻ? ഓർമ്മയിൽ ഠേ! ഠേ! ഠൊ! എന്ന് വെടിപൊട്ടും മുൻപേ തലയിലെ തൊപ്പിയും ടോപ്പും പൊക്കിക്കാട്ടി.

'ഡ്രാക്കുള!' എന്ന് ഞാൻ ഒച്ചയെടുത്തു.

കാർ ഒതുക്കി നിറുത്തി അദ്ദേഹം നിറഞ്ഞ സന്തോഷത്തോടെ ഇറങ്ങിവന്നു. എന്റെ അരികിലേക്ക്.

ഞാൻ ഉറക്കെച്ചൊല്ലി: 'മഞ്ഞണിഞ്ഞ നീലരാവിൽ കണ്ണീർക്കണങ്ങൾ കോർത്ത അമൂല്യഹാരവുമായി ഓമനേ, നിനക്കുവേണ്ടി ഞാൻ കാത്തിരുന്നു...'

നീണ്ടുകൂർത്ത കോമ്പല്ലുകളില്ലാത്ത കോട്ടയം പുഷ്പനാഥ് നിഷ്കളങ്ക മന്ദഹാസത്തോടെ എന്നെ കെട്ടിപ്പുണർന്നു.

അമ്പതാണ്ടു മുമ്പ്, കോട്ടയം പുഷ്പനാഥ് 'സിനിമാമാസിക'യിൽ

എഴുതിയ ഗദ്യകവിതയിലെ ആദ്യവാക്യമാണ് ഞാൻ ഉദ്ധരിച്ചത്. പുഷ്പനാഥ് പോലും ആ കവിത മറന്നുപോയിരുന്നു.ഞാനെങ്ങനെ മറക്കാൻ? ഞാൻ ആകെക്കൂടി വായിച്ച പുഷ്പരചന അതാണല്ലോ. അദ്ദേഹം വിരചിച്ച നൂറുകണക്കിനുഅപസർപ്പക —മാന്ത്രിക — കിടിലോൽക്കിടിത നോവലുകൾ ഞാൻ വായിച്ചിട്ടില്ലല്ലോ.

പുഷ്പനാഥ് അപസർപ്പകനാവും മുൻപെ മുഖപരിചയമുണ്ടായി. ഒരേ കളരിയിൽ കച്ചകെട്ടി ചുവടുവെച്ച് കളി തുടങ്ങിയവർ ഞങ്ങൾ. 'സിനിമാമാസിക'യുടെ ചുട്ടികുത്തുകാരായിരുന്ന മുട്ടത്തുവർക്കിയും ഇടമറുകും ആയിരുന്നു ആശാൻമാർ. പെരുമ്പടവം ശ്രീധരൻ, കോട്ടയം പുഷ്പനാഥ്, മണ്ണാറക്കയം ബേബി, കുട്ബുദ്ദീൻ, ഓമനക്കുട്ടൻ തുടങ്ങിയതുങ്ങൾ ഒന്നിച്ചടി തടയഭ്യാസം തുടങ്ങി. കണ്ടകടിച്യാദി കണ്ടമാനമെഴുതി. പുഷ്പനാഥിന്റെ കണ്ണീർക്കണം കോർത്ത കവിത അങ്ങനാണ് വായിച്ചത്, അതൊരിക്കലും മറന്നില്ല.

ഞായറാഴ്ചകളിൽ മോർണിങ്ങ് ഷോകൾ ഉണ്ട്, അന്ന്. ഉഗ്രൻ ഇംഗ്ലീഷ്പടങ്ങൾ കാണാൻ ഞങ്ങളൊക്കെ കാത്തുനിന്നു. ആൽഫ്രഡ് ഹിച്ച് കോക്കിന്റെ കുറ്റാന്വേഷണചിത്രങ്ങൾ ശ്രദ്ധിച്ചു പഠിച്ച് നോട്ടെഴുതിവെച്ചു പുഷ്പനാഥ്! (അത് പിന്നീട് ഈ ചെയ്ത്ത് ചെയ്യാനാണെന്ന് ആരോർത്തു?)

നല്ല സിനിമാവിദ്യാർത്ഥികളായി ശ്രീമാൻമാർ മണ്ണാറക്കയവുംകുട്ബുദ്ദീനും. ഞാൻ ഒക്കെ എല്ലാം നേരംപോക്കായി എടുത്തതേയുള്ളൂ. സിനിമ ഗൗരവമായിട്ടെടുത്ത സഹപ്രേക്ഷകർ കെ ജി ജോർജ്ജ്, ജോൺ എബ്രഹാം, അരവിന്ദൻ, രാജീവ് നാഥ്,ഐസക് തോമസ് എന്നിവർ. രാജീവ് കുമാർ, ജയരാജ്, വേണു,രാജീവ് വിജയരാഘവൻ, സുരേഷ് കുറുപ്പ്, എസ്പി രമേശ്, എസ് ഗോപാലകൃഷ്ണൻ എന്നിവർ പ്രായപൂർത്തിയാകാത്തവർ ആ മോർണിങ്ഷോ കാലത്ത്! അരുന്ധതിയും ശാരദക്കുട്ടിയും ഒന്നും പിറവിയെടുത്തുപോലുമില്ല!

അല്പം ഗദ്യകവിതയും സ്വല്പം ചെറുകഥയുമായിക്കഴിഞ്ഞ പുഷ്പനാഥൻപിള്ളയെ പിടിച്ച് ഡിറ്റക്ടീവാക്കിയത് കാനവും കുന്നശ്ശേരിയും കിളിരൂരും കൂടി.

കിളിരൂർ രാധാകൃഷ്ണൻ ഇന്ത്യൻ നേവിയിൽ പോയി നീന്തൽ പഠിച്ച് തിരിച്ചെത്തി നേരെ മലയാളസാഹിത്യത്തിലേക്ക് ഡൈവുചെയ്തു. 'കവിത' എന്ന പേരിൽ അച്ചുകൂടം തുടങ്ങി. ജോസഫ് കുന്നശ്ശേരി എന്ന പൈങ്കിളി കഥാകൃത്തിനെ കൂട്ടുപിടിച്ച് 'കേരള ഡൈജസ്റ്റ്' മാസിക ഏറ്റെടുത്തു നടത്തി.

കാനവും കുന്നശ്ശേരിയും കൂടി ആരംഭിച്ച 'മനോരാജ്യം' വാരികയുടെ പിന്നിലും കിളിരൂർ രാധാകൃഷ്ണൻ ഉണ്ടായി.

മനോരമ, മംഗളം, മാമാങ്കം എന്ന് 'മാ' വാരികകൾ കൊടി കെട്ടി പറക്കുമ്പോഴാണ് മനോരാജ്യം വരുന്നത്. പുഷ്പനാഥിന്റെ ആദ്യത്തെ അപസർപ്പകനോവൽ 'ചുവന്ന മനുഷ്യൻ' തുടരനായി പ്രത്യക്ഷപ്പെട്ടത് മനോരാജ്യത്തിൽ. കിളിരൂരാണ് ചുവന്ന മനുഷ്യനെ തിരിച്ചറിഞ്ഞത്. പുഷ്പനാഥ് കത്തിക്കയറി. പിന്നെ എഴുത്തോടെഴുത്തായി. അപസർപ്പകം. രാപകൽ നാലുകൈകൊണ്ടെഴുത്ത്! കോട്ടയം പുഷ്പനാഥില്ലാതെ മാവാരികകൾ ഇല്ല!

കാനം, വേളൂർ, കോട്ടയം എന്ന ചേരുവ വാരികകളുടെ എണ്ണത്തെ പതിനഞ്ചുലക്ഷം, ഇരുപതു ലക്ഷം എന്ന് ഉയർത്തി. ഗ്രന്ഥകാരന്മാരുടെ ഗ്രന്ഥസംഖ്യ നൂറ് നൂറ്റമ്പത് ഇരുന്നൂറായി വർദ്ധിച്ചു.

ഒരാൾ അഞ്ചുപേരിലും അഞ്ചുപേർ ഒരാൾക്കുവേണ്ടിയും എഴുതി നിറച്ചു.

എന്തൊരു കാലമായിരുന്നത്!

നവരംഗം ഫിലിം സൊസൈറ്റിയും സ്റ്റഡി സർക്കിളും ഒക്കെ പൊളിഞ്ഞു പാളീസായി! (ഞാൻ അതിന്റെയൊക്കെ വരാന്തകളിലായിരുന്നല്ലോ!)

കാനവും കുന്നശ്ശേരിയും പിന്നെ വേളൂരും ദിവംഗതരായി. അതിനു മുൻപേ കിളിരൂർ രാധാകൃഷ്ണൻ കവിതാപ്രസ്സും കേരളാ ഡൈജസ്റ്റ് മാസികകയും കൈമാറി തടി കഴിച്ചിലാക്കി. കിഴക്കേമുറിയുടെ മാനേജരായി വാണു കിളിരൂർ...

'കേരള ഡൈജസ്റ്റ്' കെട്ടിലും മട്ടിലും മികച്ച നിലവാരം പുലർത്തിയ ഒന്നാംകിട മാസിക. എന്റെ ഗുരുനാഥൻ പ്രൊഫസർകെ.വി രാമചന്ദ്ര പൈ ആയിരുന്നു സ്ഥാപക പത്രാധിപർ.

ചങ്ങനാശ്ശേരിയിൽ നിന്നും അത്രയും ഗൗരവപ്പെട്ട ഒരു മാസിക— പൈസാറിന്റെ മഹാസാഹസമായി അത്. കനപ്പെട്ട ലേഖനങ്ങൾ മാസികയെ ഒത്തിരി കനമുള്ളതാക്കി.

കുറെ ഏറെക്കാലം കേരള ഡൈജസ്റ്റ് ജീവിച്ചു. പൈസാറിന്റെ ഇൻഷ്വറൻസ് പോളിസി വിറ്റും ഡൈജസ്റ്റ് നിലനിന്നു. ഒടുവിൽ വീണുപോയി. കിളിരൂരും കുന്നശ്ശേരിയും ചേർന്ന് ഡൈജസ്റ്റിനെ പുനർജീവിപ്പിക്കാൻ നോക്കി. ഒരു വർഷം അവർ ശ്രമിച്ചു. പന്ത്രണ്ടുലക്കം അടിച്ചിറക്കി.

പ്രൊഫ. കെ വി രാമചന്ദ്ര പൈ ഒരു വലിയ വ്യക്തിത്വമായിരുന്നു. അനുപമായ മനുഷ്യത്വത്തിനുടമ. പണ്ഡിതൻ, വൈയാകരണൻ, നർമ്മരസികൻ. തികഞ്ഞ അധ്യാപകനായിരുന്ന പൈസാർ. ഫലിതമധുരമായ വ്യാകരണക്ലാസ്സുകൾ മറക്കാനാവില്ല.

കഴുത്തിൽ ചുറ്റിയിട്ട കസവുനേര്യതായി സാഹിത്യനന്മകളെ മനോഹരമാക്കി.

തെളിഞ്ഞ കാഴ്ചയും വിളഞ്ഞ രുചിയും അദ്ദേഹം ഞങ്ങൾക്ക് തന്നു. സോമദാസനും ഗോപിക്കുട്ടനും മുതൽ ഇസ്കാക്കും സ്കറിയായും വരെ പൈസാറിന്റെ പാരമ്പര്യം ഏറ്റുവാങ്ങിയ നല്ല ശിഷ്യൻമാർ. പൈസാറും ഞാനും തമ്മിൽ അടുപ്പമോ അകൽച്ചയോ ഉണ്ടായില്ല.

ഡൈജസ്റ്റ് പത്രാധിപർ പദവി പൈസാറിന്റെ മറ്റൊരു സർഗ്ഗമുഖം കാട്ടി. പുതിയ എഴുത്തുകാരെ കണ്ടെത്താനും വളർത്തിയെടുക്കാനും അദ്ദേഹത്തിന് കഴിഞ്ഞു. കെ എം തരകനെപ്പോലും പൈസാർ സാഹിത്യകാരനാക്കി മാറ്റി!

രാമചന്ദ്ര പൈ ശാകുന്തളനാടകം സംവിധാനം ചെയ്ത് അവതരിപ്പിച്ചത് എസ് ബി കോളജിൽ പോയി ഞാൻ കാണുകയുണ്ടായി. ഗംഭീരമായി അത്. ശാകുന്തളത്തിന്റെ സമഗ്രഭാവവും ഉൾക്കൊണ്ടു ആ നാടക സാക്ഷാൽക്കാരം.

ദുർവാസാവിനെ അദ്ദേഹം അരങ്ങിൽ കൊണ്ടുവന്നു. സാർ തന്നെ ദുർവാസാവിന്റെ വേഷം കെട്ടി.

പൈസാറിന്റെ സർഗ്ഗാത്മകമായ വേറൊരു മുഖം.

രാമചന്ദ്ര പൈ സെന്റ് ബർക്കുമാൻസിൽ മലയാളം വകുപ്പുതലവൻ ആയിരുന്നപ്പോഴും ഒന്നും ഞാൻ അങ്ങോട്ടു പോവുക ഉണ്ടായില്ല.

ശിഷ്യനായ കുന്നശ്ശേരിക്കും കിളിരൂർ രാധാകൃഷ്ണനും'കേരള ഡൈജസ്റ്റ്'' നൽകുമ്പോൾ പൈസാർ ചോദിച്ചു: നശിക്കാൻ മറ്റൊരു വഴിയും കണ്ടില്ലേ?

ഏതായാലും നശിച്ചില്ല ആരും.

കിളിരൂർ രാധാകൃഷ്ണൻ കറന്റ് ബുക്സിന്റെ മാനേജർ ആയി. അറുപതോളം പുസ്തകങ്ങളുടെ രചയിതാവും ആയി.

ജോസഫ് കുന്നശ്ശേരിയുടെ നിര്യാണം ഝടിതിയിൽ സംഭവിച്ചു.

പ്രൊഫസർ. ജി സുകുമാരൻ നായർ, ടി എൻ പി പണിക്കർ, അതിരമ്പുഴ ഇക്ബാൽ, ജോസഫ് കുന്നശ്ശേരി എന്ന നാൽവർസംഘം

എപ്പോൾ രൂപപ്പെട്ടതോ? ജീസു ആയിരുന്നു സംഘത്തലവൻ.

നാൽവർ ഒന്നിച്ചുനിൽക്കുമ്പോൾ കുന്നശ്ശേരി കുഴഞ്ഞുവീണു. മരിച്ചുവീഴുകയായിരുന്നു ആ വലിയ രൂപം. ആശുപത്രിയിലെത്തിയത് മൃതദേഹം. പാവം ഫിലോസഫി പ്രൊഫസർ ജി സുകുമാരൻ നായർക്കു പോലും വിശ്വസിക്കാനായില്ല...

പെട്ടെന്നുള്ള കടന്നുവരവായിരുന്നു പല മരണങ്ങളും. വിചാരിക്കാത്ത നേരത്ത് ഏതോ ദിശയിലൂടെ.

'മനോരാജ്യം' ഏറ്റുവാങ്ങിയത് ഡോക്ടർ ജോർജ് തോമസ് ആയിരുന്നു. 'കേരളധ്വനി' ദിനപത്രത്തിന്റെ ഉടമ. അദ്ദേഹത്തിന്റെ സഹധർമ്മിണി ശ്രീമതി റേച്ചൽ തോമസ് മനോരാജ്യം പത്രാധിപആയി. റേച്ചൽ കൊച്ചമ്മയുടെ സഹായിയായി വള്ളംകുളം പി ജി പിള്ളയും.

'മനോരാജ്യം' നിലവാരപ്പെട്ട മാവാരിക ആയി റേച്ചൽ തോമസ് മാറ്റിയെടുത്തു.

പതുക്കെപ്പതുക്കെ എല്ലാവരും കൊഴിഞ്ഞുവീണു. മനോരാജ്യവും തീർന്നു.

കഴിഞ്ഞ നാൾ കണ്ടപ്പോൾ കിളിരൂരിനോട് ഞാൻ പറഞ്ഞു. എല്ലാം കണ്ടും കേട്ടും സാക്ഷികളായി വളർന്നവർ നമ്മൾ! ദൃക്സാക്ഷികൾ!

പുഷ്പനാഥ് എവിടെ?

ആൽഫ് പർവ്വതനിരകൾക്കു മേൽ മുപ്പത് ഡിഗ്രി ചെരിഞ്ഞ്...

ഠോ! ഠോ!ഠോ!

●

ഗുരുദേവൻമാർ; ദേവികളും

പാഞ്ച് ജാൻവർ കേ നാം ലിഖിയേ! സെക്കന്റ് ഫോം — ഇന്നത്തെ ഏഴാം സ്റ്റാൻഡാർഡ്—ഓണപ്പരീക്ഷയ്ക്ക് എന്റെ നേരെ വന്ന ഗമണ്ടൻ ചോദ്യമാണ്. ആ വർഷം ഹിന്ദി പഠിച്ചു തുടങ്ങിയിട്ടേയുള്ളൂ; എഴുതുമ്പോൾ അക്ഷരങ്ങൾക്കു മോളിൽ വര ഇടാൻ പെട്ടപാട്! ഏക്, ദോ, തീൻ എന്ന് ദസ് വരെ എണ്ണാൻ പഠിച്ചു. ഗ്യാരഹ്, ബാരഹ് കഴിഞ്ഞാൽ പിന്നൊരു പിടീം കിട്ടില്ല. അക്കങ്ങൾ ഒന്നുപോലും പഠിഞ്ഞില്ല. മൂസ്സ്സാറും പാപ്പിദേവിട്ടീച്ചറും ഒത്തിരി മെനക്കെട്ടതാണ്. ഞാൻ ഗുണം പിടിച്ചില്ല. (മലയാളം അക്കങ്ങൾ ഇന്നും മനപ്പാഠം!)

പാഞ്ച് ജാൻവർ! ഞാൻ ചോദ്യത്തിൽ കണ്ണുമിഴിച്ചിരുന്ന് വിയർത്തു. ജാൻവർ എന്തെന്ന് ഒട്ടും കിട്ടുന്നില്ല. ഓർത്തോർത്ത് ഒടുവിൽ ബോധോദയം ഉണ്ടായി. ജാൻവർ എന്നാൽ ജ്ഞാനി! അറിവുള്ളവയാൾ! മഹാൻ!

മോളിലും കീഴിലും നീണ്ട വരയിട്ട് അഞ്ച് പേരുകൾ ഞാനെഴുതി:
പി കെ ഗോപാലപിള്ള
സി പി രാഘവൻപിള്ള
ആർ രാമചന്ദ്രൻനായർ
കെ എസ് നാരായണമൂസ്സ്
ആർ ശ്രീധരപ്പിഷാരടി

ഹെഡ്മാസ്റ്റർ മുതലുള്ള ഞങ്ങളുടെ പ്രിയഗുരുനാഥൻമാർ. സ്നേഹ വാത്സല്യങ്ങളുടെ മൂർത്തികൾ. ജ്ഞാനികളായ മഹാൻമാർ അവരല്ലാതാരാണ് എനിക്ക്?

പക്ഷേ, മൂസ്സ്സാർ എന്റെ ചെവി രണ്ടും തിരുമ്മിത്തിരുമ്മി ഞാവൽപ്പഴങ്ങളാക്കി. കൂടാതെ 'ജാൻവർ =മൃ ഗം' എന്ന് അഞ്ഞൂറ്

തവണ ഇമ്പശിഷ്യനം എഴുതിച്ചു. (സ്കൂളിൽ ഇമ്പശിഷ്യനം കോളജിൽ പ്രണയലേഖനവും എഴുതിയാണ് എന്റെ കൈപ്പട ഇത്ര സുന്ദരമായത്...)

ക്രൂരമൃഗങ്ങളല്ല, പാവം നല്ല മനുഷ്യർ ആയിരുന്നു എന്റെ അധ്യാപകരെല്ലാം. നായർസമാജം ഹൈസ്കൂളിലെ സ്നേഹനിധികളായ ഗുരുദേവന്മാർ. ഈശ്വരാവതാരങ്ങളായി അവരെ ഞങ്ങൾ പൂജിച്ചു. വിഗ്രഹങ്ങളായി ഹൃദയങ്ങളിൽ പ്രതിഷ്ഠിച്ചു. നീലകണ്ഠപ്പിള്ളസാർ, പത്മനാഭപ്പിള്ള സാർ, ശ്രീധരൻ നായർസാർ, ബാലൻസാർ എന്നു ചന്ദ്രശേഖരപ്പണിക്കർസാർ, ത്രിവിക്രമൻ പിള്ള സാർ —ഞങ്ങൾക്കു ലഭിച്ച പുണ്യങ്ങൾ. അവരുടെ അനുഗ്രഹം ഞങ്ങളുടെ ജീവിതം.

ഗുരുർദേവോ നമോസ്തുതേ!

ദേവന്മാരുടെ കൂട്ടത്തിൽ രണ്ടുമൂന്ന് ദേവികളും ഉണ്ടായിരുന്നു ഞങ്ങളുടെ അധ്യാപകരായിട്ട്. പാപ്പിദേവി, ശാരദാമ്മ, സരള...

വെളുത്തു മെലിഞ്ഞ ചെറിയ ദേഹമായിരുന്നു പാപ്പിദേവിടീച്ചർ. ഖദർമുണ്ടും നേര്യതും വേഷം. കണ്ണടയുണ്ട്. കബീറിന്റെയും തുളസിയുടെയും ദോഹകൾ സംഗീതാത്മകമായി ചൊല്ലിപ്പഠിപ്പിക്കും. കുട്ടികളോടെല്ലാം ആർദ്രമായ സ്നേഹം. ലാളിത്യത്തിന്റെ പൂർണ്ണഭാവമായ അധ്യാപിക. സ്വന്തം കുഞ്ഞുങ്ങളും കുടുംബവും ഇല്ല. കവി ശ്രീരേഖ മകനെപ്പോലായിരുന്നു ടീച്ചർക്ക്.

ടി എസ് ശ്രീധരൻനായർസാറിന്റെ നേർപെങ്ങൾ ശാരദാമ്മടീച്ചർ. പച്ചപ്പാവം. ഇരുനിറത്തിൽ കൊഴുത്ത ശരീരം. വേഷഭൂഷകളിലൊന്നും വലിയ ശ്രദ്ധയില്ല. മൂന്നോ നാലോ ടെസ്റ്റ് ട്യൂബും ഒരു കുഞ്ഞു ടെലസ്കോപ്പും സമ്പത്തായ ലാബറട്ടറിയിൽ ശാരദാമ്മട്ടീച്ചർ ഞങ്ങൾക്ക് രസതന്ത്രത്തിന്റെ ബാലപാഠം പറഞ്ഞു തന്നു.നിറം മാറുന്ന ലിറ്റ്മസ് പേപ്പറിന്റെ ജാലവിദ്യ ഞങ്ങളെ ആകെ അത്ഭുതപ്പെടുത്തി. (ശാരദാമ്മട്ടീച്ചറും ബാലൻ സാറും പിഷാരടി സാറും മാത്രമേയുള്ളൂ ഇപ്പോഴും ഞങ്ങൾക്ക് വാത്സല്യം ചൊരിയുവാൻ; മറ്റുള്ളവരെല്ലാം ഞങ്ങളുടെ ഓർമ്മയുടെ സ്വർഗ്ഗത്തിൽ)

സരളട്ടീച്ചർ എന്ന കെ പി സരള പുരുഷപ്രകൃതിയായിരുന്നു. ഒത്ത സ്വരൂപം. ആറടിക്കടുത്തുയരം. കറുത്തൻ ശരീരം. പോലീസു കുടുംബത്തിലെ പത്താമത്തെ സന്തതി, തന്റേടിയായിരുന്നു. കോട്ടയം ഭാസിയെ പ്രേമിച്ചു. ഭാസിയുടെ ഭാര്യയായി.

ഭാസീ—സരള വിവാഹം എനിക്ക് നല്ല ഓർമ്മയുണ്ട്. ഒരു മാതൃകാ കമ്മ്യൂണിസ്റ്റ് കല്യാണം. നൂറുകണക്കിന് പാവപ്പെട്ട പാർട്ടി

പ്രവർത്തകർ കല്യാണത്തിന് വന്നു. ഓരോ നാരങ്ങാവെള്ളം കുടിച്ചു.'കോട്ടയം ഭാസി നമ്മുടെ ഭാസി! കോട്ടയം ഭാസി സിന്ദാബാദ്!'എന്ന് മുദ്രാവാക്യം മുഴക്കി സഖാക്കൾ പിരിഞ്ഞുപോയി.

നല്ല മുട്ടം പപ്പുപിള്ളയുടെ ക്രൂരമർദ്ദനത്തിനിരയായ കോട്ടയം ഭാസി രോഗിയും ക്ഷീണനുമായ നാളുകളിൽ ടീച്ചർ ശ്രദ്ധയോടെ ശുശ്രൂഷിച്ചു. കമ്മ്യൂണിസ്റ്റുകളായ ആദർശധീരന്മാരുടെ നല്ല പാതികൾ ചെയ്ത ത്യാഗങ്ങളും സഹിച്ച ദുഃഖങ്ങളും ഒരിടത്തും അടയാളപ്പെടുത്തിയിട്ടില്ല ഒരു ചരിത്രകാരനും ഇതുവരെ.

സരളട്ടീച്ചർ ചരിത്രവും സാമൂഹ്യശാസ്ത്രവും ഞങ്ങളെ പഠിപ്പിച്ചു. ജീവിതത്തിന്റെ രക്തസ്പർശത്തോടെ. കട്ടുംചൂടുമുണ്ടായിരുന്ന ക്ലാസ്സുകൾക്ക്.

ഫോർത്ത് ഫോമിലെ ഇംഗ്ലീഷ് പാഠപുസ്തകം 'ഡേവിഡ് കോപ്പർ ഫീൽഡ്'' സംഗ്രഹം ആയിരുന്നു. സരളട്ടീച്ചർ തികഞ്ഞ സാരള്യത്വത്തോടെ സഹാനുഭൂതിയോടെ ഡേവിഡിന്റെ ലോകം ഞങ്ങൾക്ക് അനുഭവമാക്കി. ഡേവിഡും മേരിയും പെഗോട്ടിയും മിക്കോബറുമൊക്കെ ഞങ്ങൾക്ക് സുപരിചിതമായി. സജീവമായി. ചാൾസ് ഡിക്കൻസ് എന്ന എഴുത്തുകാരനും ആത്മബന്ധുവായി. ('ചെമ്പുകണ്ടത്തിൽ ദാവീദ്'' നാട്ടുകാരനും കൂട്ടുകാരനുമായി മാറി!)

സ്കൂളിൽ തീർന്നു അധ്യാപികമാർ. പിന്നീട് മൂന്ന് വലിയ കോളേജുകളിൽ ഏഴ് വർഷം പഠിച്ചെങ്കിലും ടീച്ചർമാർ ആരുമുണ്ടായില്ല എനിക്ക്. ആണുങ്ങളായ ആണുങ്ങളായിരുന്നു ആശാൻമാർ. മഹാകേമൻമാർ, പേരുകേട്ട ഉഗ്രൻമാർ, കഴിവുറ്റ പ്രമാണികൾ — ചുമ്മാതാണോ ഞാൻ നന്നാകാതെ പോയത്? പിഴയായിപ്പോയത്?

സി എം എസ് കോളേജിൽ അൻപതോ അറുപതോ അധ്യാപകരേ ഉണ്ടായിരുന്നുള്ളൂ ആകെ. അതിൽ സ്ത്രീകൾ വെറും നാല്. മിസ് എലിയട്ട് എന്ന മദാമ്മയും, കെ സി ജോർജ്ജിന്റെ പെങ്ങൾ അന്നമ്മയും, ഡോ. ജോർജ് തോമസിന്റെ ഭാര്യ റേച്ചലും, പിന്നെ മിസ് മേരിയും മാത്രം. പെണ്ണുങ്ങളെ കോളേജ് ക്ലാസ്സുകളിൽ പഠിപ്പിക്കാൻ കൊള്ളില്ലെന്ന ഉറച്ച ധാരണയിലായിരുന്നു പ്രിൻസിപ്പൽ പി സി ജോസഫ്. കോളേജ് മാനേജരും അദ്ദേഹം. സ്ത്രീകളെ നിയമിച്ചില്ല അധ്യാപനത്തിന്. ആമ്പ്രന്നോർ മാത്രമായി അഭ്യാസത്തിന്.

മദാമ്മ ഉൾപ്പെടെ ആരും വന്നില്ല എനിക്ക്.

എസ് എൻ കോളേജിൽ അവിടവിടെ അധ്യാപികമാർ ഉണ്ടായിരുന്നു. പക്ഷേ എം എ ക്ലാസ്സിൽ മുതിർന്ന പുരുഷകേസരികൾ മാത്രമേ

എത്തിയുള്ളൂ. ഞാനാണെങ്കിൽ ചുരുക്കം ക്ലാസ്സുകളിലേകയറി ഇരുന്നുള്ളൂ. ഏതായാലും ടീച്ചർമാരുണ്ടായില്ല അവിടെയും! കാലക്കേട്!

എസ് ബി യിൽ പച്ചതൊടാൻ പെണ്ണില്ല. ഒരു ഡിപ്പാർട്ട്മെന്റിലും ഇല്ല. ചൂടുവെള്ളത്തിൽ വീണ പൂച്ചയായിരുന്നല്ലോ ഞാൻ. അതുകൊണ്ട് അടങ്ങിയൊതുങ്ങി തലകുനിച്ച് മിണ്ടാട്ടമില്ലാണ്ട് എല്ലാ ക്ലാസ്സിലും ഇരുന്നു. പാറപ്പുറത്ത് ചിരട്ട ഉരയ്ക്കുന്ന സ്വരത്തിൽ ഒത്തിരി പ്രഭാഷണങ്ങൾ കേട്ട് മയങ്ങി...

പിന്നീട് കോളജുവാധ്യാരായി പണി കിട്ടി ചെന്നപ്പോഴാണ്അധ്യാപികമാരുടെ അയ്യരുകളി! സഹപ്രവർത്തകർ ധാരാളം,എല്ലാവരും നല്ല സുഹൃത്തുക്കൾ. ഓർമ്മയിൽ തിളങ്ങിനിൽക്കുന്നവരെ കൈവിരലുകളിൽ എണ്ണിയാൽ തീരില്ല. അവരൊക്കെ നല്ല കൂട്ടുകാരികൾ. നല്ല ഇഷ്ടത്തോടെ അവരെ മാറ്റിനിർത്തിയിട്ട് മുതിർന്ന നാലുപേരെ —വകുപ്പധ്യക്ഷകളായ ആദരണീയമഹിതികളെ— ഞാനോർക്കുന്നു.

നളിനകുമാരി, ലീലാവതി, ഭാരതി, നഫീസ

1973-ലാണ് ഞാൻ കോളജ് അധ്യാപകനായി കോഴിക്കോട് മീഞ്ചന്ത ആർട്സ് കോളജിലെത്തുന്നത്. ജോർജ് ഇരുമ്പയം, എൻ. സുഗതൻ, എൻ എം. നമ്പൂതിരി, എം ആർ ഇന്ദിര, കെ സാവിത്രി എന്നിവരായിരുന്നു മലയാളം വകുപ്പിൽ അന്ന്. പ്രൊഫസർ നളിനകുമാരിയും.

ഞാൻ ചെന്ന് രണ്ടാം ദിവസമോ മൂന്നാം ദിവസമോ ആണ് നളിനകുമാരിട്ടീച്ചറിനെ കാണുന്നത്. കതിരുപോലത്തെ രൂപം. തങ്കനിറം. നീലക്കണ്ണുകൾ. ആകെ കുലീനമായ ഒരു സൗന്ദര്യം പരിവേഷം ചാർത്തുന്നു. തരളമായ ഭാവം.

കവിയാണ് ടീച്ചർ. അതിന്റെ ചാഞ്ചല്യം ചലനങ്ങൾക്കുണ്ട്. സംസാരത്തിനും. പതിനെട്ടു വയസ്സിൽ ബി എ (ഓണേഴ്സ്) ജയിച്ച് യൂണിവേഴ്സിറ്റി കോളജിൽ അധ്യാപികയായി. ഇപ്പോൾ ഇതാദ്യമായാണ് മാറ്റം കിട്ടി തിരുവനന്തപുരത്തിനു വെളിയിൽ വരുന്നത്. അതിന്റെ പരിഭ്രമമാണ് മൊത്തത്തിൽ.

ഒരു ദിവസം ഉച്ചയായപ്പോൾ വിരണ്ടു വെപ്രാളപ്പെട്ട് ടീച്ചർ. കോളജിൽ വന്നു. ഏതോ സിറ്റി ബസ്സിൽ കയറി. ചെന്നിറങ്ങിയത് കുതിരവട്ടത്ത്.

മീഞ്ചന്തയ്ക്ക് പകരം വഴിതെറ്റി കുതിരവട്ടത്ത്!

ഞാൻ പറഞ്ഞു: തെറ്റിയില്ല, ശരിയായ വഴി അതാണ്. ചെന്നു ചേരേണ്ടിടം.

അങ്ങനെ എന്തു പറയുന്നതിലും നളിനകുമാരിട്ടീച്ചറിന് എതിരില്ല ഒരു കൊച്ചുകുട്ടിയുടെ നിഷ്കളങ്കത.

തിരുവനന്തപുരവും വീടുമാണ് ഉള്ളുനിറയെ.

നളിനകുമാരിട്ടീച്ചറിന് മാറ്റം കിട്ടുംമുമ്പെ എനിക്ക് മാറ്റം കിട്ടി. എനിക്ക് ചെറിയൊരു യാത്രയയപ്പ് തന്നു, അധ്യാപകരും വിദ്യാർത്ഥികളും. ടീച്ചർ ഹൃദയസ്പർശിയായി പറഞ്ഞ വാക്കുകൾ ഞാനോർക്കുന്നു. രണ്ടു ചെറിയ കവിതപ്പുസ്തകങ്ങൾ എനിക്ക് സമ്മാനിച്ചു.

തിരുവനന്തപുരത്ത് ഫോറസ്റ്റ് ലെയിനിൽ കെ സുരേന്ദ്രന്റെ 'നവരംഗം' വീടിനടുത്തുള്ള നളിനകുമാരിയുടെ വീട്ടിൽ ഞാൻ പോയി, കണ്ടു.

പിന്നീട് മരണവാർത്തയാണ് അറിഞ്ഞത്.

മഹാരാജാസ് കോളജിലെത്തുമ്പോൾ ഡോ. എം. ലീലാവതിയാണ് വകുപ്പ് അധ്യക്ഷ. നളിനകാന്തിയില്ല. ലീലാവതിട്ടീച്ചറിന് വേഷത്തിലും ഭാവത്തിലും ലാളിത്യത്തിന്റെ തീവ്രഭംഗിയുണ്ട്. അറിവിന്റെ നിറവ് മുഖത്തിന്, വിമർശനത്തിനുപോലും അമ്മയുടെ സ്നേഹം.

ഉഴപ്പനായ എന്നെ ഒരിക്കലും ശകാരിച്ചില്ല. ഞാൻ പോകാത്ത ക്ലാസ്സുകളിൽ ടീച്ചർ പോകും. ഞാൻ പഠിപ്പിക്കേണ്ട പാഠങ്ങൾ ടീച്ചർ പഠിപ്പിക്കും. ഞാൻ ചിരിക്കും. പിള്ളേർക്ക് അതാണ് ഗുണമെന്ന് കമന്റടിക്കും.

കടം മേടിച്ച കാശിന് കണക്കില്ല. ഒന്നും തിരിച്ചുകൊടുത്തുമില്ല.

ലീലാവതിട്ടീച്ചർ ഉജ്ജ്വലപ്രസംഗക ആണ്. ഒന്നരമണിക്കൂർ രണ്ടുമണിക്കൂർ ആകുന്ന മിനിമം പ്രസംഗം.

ഞാൻ പറഞ്ഞു: 'ഒരു മകൾ ഉണ്ടായിരുന്നെങ്കിൽ ടീച്ചർ ഇങ്ങനെ നീട്ടിപ്രസംഗിച്ചുനടക്കില്ലായിരുന്നു. വേഗം വീട് പിടിച്ചേനെ. ഇത് രണ്ട് മിടുമിടുക്കൻ ആൺമക്കളല്ലേ ഉള്ളത്!'

ടീച്ചർ ചിരിച്ച് സമ്മതിച്ചു.

പുസ്തകങ്ങളുടെ എല്ലാം ഓരോ കോപ്പി ഒപ്പിട്ടുതരും.

'വർണ്ണരാജി' തന്നപ്പോൾ ഞാൻ പറഞ്ഞു: 'ഇത് സവർണ്ണരാജി

ആണല്ലോ, ടീച്ചർ! ലീലാവതിട്ടീച്ചർ മുഖം ചുവന്ന് ഒരു നിമിഷം ഇരുന്നു. നേരോ എന്ന ചോദ്യഭാവത്തിൽ.

എനിക്ക് എന്തും പറയാനുള്ള സ്വാതന്ത്ര്യം സ്നേഹപൂർവ്വം ടീച്ചർ തന്നു. അത് ടീച്ചറിന്റെ സ്വഭാവമായിരുന്നു.

എത്ര മുഹൂർത്തങ്ങൾ, എന്തെന്ത് കൊച്ചുസംഭവങ്ങൾ ഓർമ്മയിലുണരുന്നു. ചില ഓർമ്മകൾ പങ്കുവെയ്ക്കാനുള്ളതല്ല. തന്റേതുമാത്രമായി എന്നും സൂക്ഷിക്കാനുള്ളതാണ്...

ലീലാവതിട്ടീച്ചർ ബ്രണ്ണൻകോളജ് പ്രിൻസിപ്പൽ ആയി പോയി. അപ്പോൾ മഹാരാജാസിൽ മലയാളം പ്രൊഫസർ കെ ഭാരതി. ശുദ്ധനന്മയായിരുന്നു ഭാരതിട്ടീച്ചർ, ഏറെനാൾ മഹാരാജാസിൽത്തന്നെ; പ്രിൻസിപ്പലായി പിരിഞ്ഞു. എഴുത്തുകാരിയോ പ്രസംഗകയോ അല്ല ഭാരതീട്ടീച്ചർ. പാവം നല്ലവൾ. കുട്ടികൾക്ക് പ്രിയങ്കരി.

ബി എ കുട്ടികളെയും കൊണ്ട് ഞാൻ എസ്കർഷനു പോയി. അധ്യാപികമാർ ആരും വന്നില്ല. പെൺകുട്ടികളുമായി നാല് രാവും പകലും.

ഞാൻ ടീച്ചറിനോട് പറഞ്ഞു: 'ഞാൻ മാത്രമേയുള്ളൂ. എനിക്കെന്നെ വിശ്വാസമുണ്ട് പെമ്പിള്ളേരെം കൊണ്ടുപോകാൻ. ടീച്ചർക്ക് എന്നെ വിശ്വാസമുണ്ടോ?'

ഭാരതിട്ടീച്ചർ പറഞ്ഞു. 'ഉണ്ട്.'

എന്നും സ്നേഹവും വിശ്വാസവും നൽകി ഭാരതിട്ടീച്ചർ. ആ നിഷ്കളങ്കത എനിക്ക് പ്രിയം.

രണ്ടു വർഷം ശ്രീമതി നഫീസാ ഉമ്മാൾ മഹാരാജാസിൽ മലയാളം പ്രൊഫസറായി വന്നു. തടിച്ച ദേഹപ്രകൃതി. നല്ല ഫാഷൻ സാരികൾ ഭംഗിയായി ഉടുത്താണ് വരവ്. എന്തും വാവിട്ടു പറയും അങ്ങോട്ടും പറയാം.

തിരുവനന്തപുരം കഥകൾ പലതും എനിക്ക് വച്ചുവിളമ്പി. രസമുള്ള കഥപറച്ചിൽ.

ഒരിക്കൽ പറഞ്ഞു; 'ഒരു കൊല്ലം യൂണിവേഴ്സിറ്റി കോളജിൽ മുഴുവൻ പ്രേമം. കൃഷ്ണപിള്ളസാറിന്റെ മകൾ ഒരു ഈഴവച്ചെറുക്കന്റെ കൂടെ. കൈനിക്കരക്കുടുംബത്തിലെ പെണ്ണ് ജഗതി ആചാരിയുടെ മകന്റൊപ്പം. എന്റെ മകൾ ഒരു മുസ്ലീം പയ്യനുമായി... എല്ലാം ഒളിച്ചോടി.

'ടീച്ചർ വിഷമിച്ചില്ലേ?' ഞാൻ ചോദിച്ചു.

'ഓ! അവൾ പോയപ്പോ ഇരുപത് സ്റ്റൈലൻ സാരി എനിക്ക്

കിട്ടി. ഞാൻ ഉടുത്തു മിന്നി!'

ആയിടയ്ക്ക് എം എസ്സ് പഠിക്കുന്ന കോളജ് ബ്യൂട്ടി ബി എസ്സ് പഠിക്കുന്ന മിസ്റ്റർ കോളജുമായി പ്രേമത്തിൽ പെട്ടു – അസൂയ മൂത്ത ഞങ്ങൾ വിവരം പ്രൊഫസറെ അറിയിച്ചു. ടീച്ചർ നായികയെ വിളിപ്പിച്ചു. ചോദിച്ചപ്പോൾ അവൾ പറഞ്ഞു: 'മാതൃ സഹജമായ സ്നേഹമാണ് ടീച്ചർ.'

നഫീസ ടീച്ചർ വെടിപൊട്ടും വേഗത്തിൽ ചോദിച്ചു. 'നീയെന്താ അവന് മുല കൊടുക്കുന്നുണ്ടോ?'

ചോദ്യം ചെയ്യലിനു സാക്ഷിയായ ഞാൻ പ്രൊഫസറുടെ മുറിയിൽ നിന്നും മുങ്ങി, സ്റ്റാഫ് റൂമിൽ പോയി പൊങ്ങി.

●

കള്ളുചാക്കോ സോക്രട്ടീസ്

തിക്കോടിയനെപ്പോലെ, അരങ്ങുകാണാത്ത നടൻമാരാണ് എൻ കൃഷ്ണപിള്ളയും പൊൻകുന്നം വർക്കിയും സി ജെ തോമസും കാവാലം നാരായണപ്പണിക്കരും. മുട്ടശാന്തിക്കാണെങ്കിലും അരങ്ങ് കണ്ട നടൻമാരത്രെ തോപ്പിൽഭാസിയും കെ റ്റി മുഹമ്മദും, എസ് എൽ പുരം സദാനന്ദനും. അരങ്ങ് അടക്കിവാണവർ കൈനിക്കര ചേട്ടാനിയൻമാർ, പദ്മനാഭപിള്ളയും കുമാരപിള്ളയും. സ്വന്തം നാടകങ്ങളായ സബർമതിയിലും മൃഗതൃഷ്ണയിലും ഭരതവാക്യത്തിലും ഒക്കെ ശങ്കരപ്പിള്ള വേഷം കെട്ടി, ഒന്നും അങ്ങോട്ടേശിയില്ല. ശ്രീക ണ്ഠൻനായർ തന്റെ കാഞ്ചനസീതയിൽ ഹനുമാന്റെ റോൾ ചെയ്തു. വാലില്ലാതെ മേക്കപ്പിട്ടിട്ടും നല്ല വേഷചേർച്ചയായിരുന്നെന്നാണ് കേൾവി!

തങ്ങൾക്ക് അരങ്ങേറാനായി നാടകമെഴുതിയ നടൻമാരാകുന്നു എൻ എൻ പിള്ളയും പി ജെ ആന്റണിയും. തിയേറ്റർ കൈവള്ള യ്ക്കുള്ളിൽ ഒതുക്കിയെടുത്ത തികഞ്ഞ അഭിനേതാക്കൾ, നമ്മുടെ നാടകരചയിതാക്കളിൽ, സംവിധായകരിൽനടന്മാരായി ഇവർ രണ്ടുമേയുള്ളൂ —പിള്ളസാറും ആന്റണിയാശാനും. അരങ്ങ് മാത്രമല്ല, കൊട്ടക ആകെ തീപിടിപ്പിക്കുന്ന നാട്യപ്രതിഭകൾ. അരങ്ങിൽ സ്വന്തം കഥാപാത്രങ്ങളായി തിളങ്ങി നിൽക്കുന്ന പിള്ളസാറിനെയും ആന്റണിയാശാനെയും പലതവണ കണ്ടിട്ടുണ്ട് ഞാൻ. തന്റെതന്നെ സൃഷ്ടികളായ പാത്രങ്ങളെ രംഗത്തു പുനഃസൃഷ്ടിച്ച്പ്രാണൻ പകരു മ്പോൾ ആ നടന്മാർ അഭിനയത്തിന്റെ ഉദാത്ത സീമകളിലേക്ക് പറന്നുയരുന്നത് അനുഭവിച്ചറിഞ്ഞിട്ടുണ്ട്.

എൻ എൻ പിള്ളയ്ക്ക് തന്റെ കഥാപാത്രങ്ങളെ തനതുശൈലിയിൽ സാക്ഷാൽക്കരിക്കാനാവും. പക്ഷേ, ഇതരപാത്രങ്ങൾ പിള്ളശൈലി യിൽ പാളിപ്പോകും; പരാജയപ്പെടും. ആന്റണി അങ്ങനല്ല. സ്വന്തവും

അന്യവുമായ ഏത് കഥാപാത്രവും അദ്ദേഹം ഭദ്രമാക്കും. ജ്വാജ്വല്യമാക്കും.

എൻ എൻ പിള്ളയെ നടനെന്ന നിലയിൽ ഞാൻ ആദ്യം കാണുന്നത് അദ്ദേഹത്തിന്റെതന്നെ 'ദേവനോ മനുഷ്യനോ' എന്ന നാടകത്തിലാണ്. നാരായണഗുരുവിനെ അരങ്ങത്തവതരിപ്പിച്ച നാടകം. ഗുരുശതാബ്ദി വർഷത്തിൽ നാടകമരങ്ങേറി. 1956 ൽ നമ്പൂതിരിജന്മിയുടെ വേഷമായിരുന്നു പിള്ളസാറിന്. പിന്നീട് എൻ എൻ പിള്ള എഴുതി ചിട്ടപ്പെടുത്തി പ്രധാന വേഷത്തിലഭിനയിച്ച് മുഴുവൻ നാടകങ്ങളും ഞാൻ കണ്ടു. ആത്മബലി, പ്രേതലോകം, ക്രോസ് ബെൽറ്റ്, കാപാലിക, വിഷമവൃത്തം, മരണനൃത്തം, ഫോളിഡോൾ, ഗറില്ല, കാട്ടുകടന്നൽ എല്ലാമെല്ലാം.നടനിലും മേലെയായിരുന്നു നാടകകൃത്തും സംവിധായകനുംഈ നാടകങ്ങളിൽ.

കൊച്ചീപ്പൻതരകന്റെ 'മറിയാമ്മ' നാടകത്തിലും സോഫോക്ലീസിന്റെ 'ഈഡിപ്പസ്'' നാടകത്തിലും പിള്ളസാർ അഭിനയിച്ചു. രണ്ടും ഒട്ടും നന്നായില്ല. ഒരു ക്കുവൽപോലും അർഹിക്കാത്ത അവതരണങ്ങളായിപ്പോയി ഈഡിപ്പസും മറിയാമ്മയും!

ആന്റണി എന്ന നാടകകൃത്തിനും സംവിധായകനും മോളിലായിരുന്നു ആന്റണി എന്ന നടൻ. തോപ്പിൽഭാസിയുടെ 'നിങ്ങളെന്നെ കമ്മ്യൂണിസ്റ്റാക്കി' പൊൻകുന്നം വർക്കിയുടെ 'വഴി തുറന്നു' ചെറുകാടിന്റെ 'നമ്മളൊന്ന്'' ഗോവിന്ദൻകുട്ടിയുടെ 'ഉണ്ണിയാർച്ച' വൈക്കത്തിന്റെ 'സാത്താന്റെ ഗോപുരം' നടനെന്ന നിലയിൽ പി ജെ ആന്റണി പൊടിപൊടിച്ച ഈ നാടകങ്ങളൊന്നും ഞാൻ കണ്ടിട്ടില്ല.

'ഇങ്ക്വിലാബിന്റെ മക്കൾ' നാടകവും കണ്ടിട്ടില്ല!

'കർത്താവേ എന്തരർത്തം!' എന്ന ഇങ്ക്വിലാബിന്റെ മക്കളിലെ തമാശ അന്ന് നാട്ടുമൊഴിയായി പടർന്നിരുന്നു. ചേട്ടൻമാർ പറഞ്ഞു കേട്ട് അതു ചുമ്മാ പറഞ്ഞോണ്ടു നടക്കും.

ആന്റണി എഴുതി പാടിയ ഇങ്ക്വിലാബിന്റെ മക്കൾ പാട്ടുകളും എല്ലാരും പാടി നടന്നു. പാടാനറിയാത്ത ഞാനും പാട്ടിന്റെ മുറി മൂളി.

'കൊട്ടും കുരവയും കേക്ക്ണ ദൂരെ
തെക്കേക്കുന്നിന്റെ ചെരുവീന്ന്
പെണ്ണേ,
നിന്നെ കെട്ടാനാള വരണൊണ്ട്....'

ആരുടേതെന്നറിയാതെ ആന്റണിപ്പാട്ടിന്റെ ആദ്യവരി നാവിൽ തുളുമ്പി നിന്നു:

'വസന്തകാലമേ മറഞ്ഞുപോയി നീ ജവാലഹോ!'

പി ജെ ആന്റണി അരങ്ങത്ത് അവതരിച്ച നിറഞ്ഞ നാല് നാടകങ്ങൾ ഞാൻ കണ്ടിട്ടുണ്ട്. മനം നിറയ്ക്കുന്ന ആ ഓർമ്മ.

ഉഴവുചാൽ, മൂഷികസ്ത്രീ, മൂന്നു പെണ്ണുങ്ങളും കുറെ നാട്ടുകാരും. സോക്രട്ടീസ് —നാലു നാടകങ്ങൾ.

കുറ്റിത്തലയും ക്ലൂട്ടപുരികവും ഒക്കെയായി ഒരു പരുക്കൻ മുഖമായിരുന്നു 'ഉഴവുചാലി'ൽ ആന്റണി. മീശയില്ല കഥാപാത്രത്തിന്. ആന്റണിയുടെ അരങ്ങിലെ സാന്നിധ്യം അത്യാകർഷകമായി. ആർട്ടിസ്റ്റ് ശങ്കരൻകുട്ടിയോടൊപ്പമാണ് ഞാൻ നാടകത്തിനു പോയത്. നാടകം കഴിഞ്ഞ് അണിയറയിൽ ചെന്നു. തറയിൽ പായിലിരുന്ന് മുഖത്തെ ചായക്കൂട്ട് തുടച്ചുകളയുകയായിരുന്നു ആന്റണിയാശാൻ. തലചെരിച്ച് തറച്ചുനോക്കിയ പൂച്ചക്കൺനോട്ടം മറക്കാനാവില്ല. ശങ്കരൻകുട്ടിക്ക് നൽകിയ നീട്ടിയ മൂളലും (കൊട്ടാരക്കര ശ്രീധരൻനായരുടെ ഫോട്ടോ വച്ച് ചെമ്പൻകുഞ്ഞിന്റെ മുഖത്തിന് രൂപം നൽകുമ്പോൾ ശങ്കരൻകുട്ടിയുടെ അബോധത്തിൽ ഉഴവുചാലിലെ ആന്റണിമുഖം ഉണ്ടായിരുന്നിരിക്കണം! സർഗ്ഗക്രിയയുടെ വഴികൾ എങ്ങനെയെന്നാർക്കറിയാം?)

'മൂഷികസ്ത്രീ'പോലെ ഒരു സമ്പൂർണ്ണഫലിതനാടകം —ആക്ഷേപഹാസ്യനാടകം— ഞാൻ വെറെ കണ്ടിട്ടില്ല. പി.ജെ ആന്റണി, ശങ്കരാടി, സുരേന്ദ്രൻ വൈദ്യൻ എന്നിവരായിരുന്നു പ്രധാന വേഷങ്ങളിൽ. പി ജെ ജോർജ്, സി പി ആന്റണി തുടങ്ങിയവരും അരങ്ങ് തകർ<u>ത്തു</u>! ഉഴവുചാലിലെ ആന്റണിയല്ല മൂഷികസ്ത്രീയിലെ ആന്റണി. നർമ്മഭാവനയുടെ കൊടുമുടിയാണ് ആ നാടകം. ആന്റണിയും ശങ്കരാടിയും സുരേന്ദ്രനുംചേർന്ന് സൃഷ്ടിക്കുന്ന മുഹൂർത്തങ്ങൾ അപൂർവ്വമനോഹരങ്ങൾ. (ജഗതി യുടെ 'ലഹരി'യും കാലടി ഗോപിയുടെ 'ഏഴു രാത്രികളും' ആണ് മൂഷികസ്ത്രീക്ക് ഒപ്പം വരുന്ന മറ്റു രണ്ടു രസികൻ നാടകങ്ങൾ.)

'മൂന്നു പെണ്ണുങ്ങളും കുറെ നാട്ടുകാരും' തമാശയുടെ മൂർച്ചയിലല്ല മനോഹരമാകുന്നത്. ആന്റണിയുടെതന്നെ നോവൽ പിന്നീട് നാടകമാക്കിയതാണ് അത്. കെ.ജി ജോർജ്ജ് 'കോലങ്ങൾ' എന്ന പേരിൽ സിനിമയാക്കിയതും ഇത്.

ജോർജിന്റെ സിനിമയിൽ തിലകൻ അഭിനയിച്ച കള്ളുചാക്കോയുടെ റോളാണ് നാടകത്തിൽ ആന്റണിയാശാൻ ഗംഭീരമാക്കിയത്. ആദ്യ രംഗത്തിൽ മുഴുക്കുടിയനായി കാലുറയ്ക്കാതെ ബോധം കെട്ടുവരുന്ന ആന്റണി മഹാഫിറ്റാണെന്ന് കാണികൾ കരുതി. എന്നാൽ തൊട്ടടുത്ത രംഗത്തിൽ ക്ലീൻ, ക്ലിയർ!

കള്ളുചാക്കോ കഴിഞ്ഞ് സോക്രട്ടീസ് ആയി വന്നപ്പോഴോ? ധിഷണയുടെ മഹാശൃംഗമായി, സൗമ്യമധുരദീപ്തമനുഷ്യത്വമായി, അരങ്ങത്ത് ശോഭിച്ച പി ജെ ആന്റണി എന്ന നടനെ എങ്ങനെ മറക്കാൻ? കള്ളു ചാക്കോയും സോക്രട്ടീസും —മഹാനടന്റെ ഇരുമുഖങ്ങൾ. മലയാളവേദിയിലെ വലിയ നടൻമാരെയൊക്കെ ഞാൻ പല പല വേഷങ്ങളിൽ കണ്ടിട്ടുണ്ട്. കാമ്പിശ്ശേരി, ഒ മാധവൻ, കോട്ടയം ചെല്ലപ്പൻ, ഡി കെ ചെല്ലപ്പൻ, കെ പി. ഉമ്മർ, എൻ ഗോവിന്ദൻകുട്ടി, നെല്ലിക്കോട് ഭാസ്കരൻ എന്നിവരെ എല്ലാം. കുഞ്ഞാണ്ടി, പി കെ വിക്രമൻ നായർ, റ്റി ആർ സുകുമാരൻനായർ തുടങ്ങിയവരെ ഒക്കെ. അവരെല്ലാരെയുംകാൾ എനിക്ക് ആദരണീയനായ നടൻ പി ജെ ആന്റണി — സംശയമില്ല.

ആന്റണി സിനിമാനടനാകുന്നത് 1957-ൽ തകഴിയുടെ 'രണ്ടിടങ്ങഴി' ചലച്ചിത്രമായപ്പോൾ. നായകവേഷത്തിൽ. കോരനായി ആന്റണി അഭിനയിച്ചു. ചിരുതയായി കുമാരിയും ചാത്തനായി മുത്തയ്യയും. പിന്നെ ആറേഴ വർഷം കഴിഞ്ഞാണ് അടുത്ത പടം. വിൻസന്റ് സംവിധാനം ചെയ്ത ബഷീറിന്റെ 'ഭാർഗ്ഗവീ നിലയം.' പ്രതിനായകവേഷത്തിൽ. പൂച്ചക്കണ്ണൻ, എം എൻ ആയി. 'രണ്ടിടങ്ങഴി'യും 'ഭാർഗ്ഗവീനിലയവും' മുതൽ 'അതിഥി'യും 'നിർമ്മാല്യ'വും വരെ ആന്റണി അഭിനയിച്ച മുഴുവൻ പടങ്ങളും ഞാൻ കണ്ടു. 'റോസി', 'നിണമണിഞ്ഞ കാൽപാടുകൾ','അസുരവിത്ത്'', 'മുറപ്പെണ്ണ്'', 'തച്ചോളി ഒതേനൻ', 'നദി', 'നഗരമേ നന്ദി', 'പരീക്ഷ','കാവാലം ചുണ്ടൻ,' 'റാഗിങ്'', 'പെരിയാർ'. എല്ലാ ചിത്രങ്ങളിലും ആന്റണി പ്രിയങ്കരനായി. നിർമ്മാല്യത്തിലൂടെ അദ്ദേഹം ഭരത് ആയപ്പോൾ മനസ്സ് നിറഞ്ഞുതുളുമ്പി...

ആ നടന്റെ മുന്നിൽ ഞാൻ നമിക്കുന്നു.

എന്നാൽ, ആ നടനിലും എത്രയോ വലിയവനാണ് ആ മനുഷ്യൻ. പി.ജെ ആന്റണി.

അദ്ദേഹത്തിന്റെ കാല്ക്കൽ സാഷ്ടാംഗം പ്രണമിക്കുന്നു. അങ്ങനെ ഏറെ ഇഷ്ടത്തോടെയാണ് മാതൃഭൂമി ആഴ്ചപ്പതിപ്പിന്റെ മൂന്നു ലക്കങ്ങളിലായി വന്ന പി എം ആന്റണിയുടെ 'ഇങ്ക്വിലാബിന്റെ പുത്രൻ' എന്ന കൊച്ചുനാടകം ഞാൻ വായിച്ചതും ആസ്വദിച്ചതും. നാടകം ഇഷ്ടമായി. പി.ജെ ആന്റണിയുടെ നല്ല ഒരു പ്രൊഫൈൽ അവതരിപ്പിച്ചിരിക്കുന്നു. നടനും നാടകകൃത്തുമായ ആന്റണിയുടെ നല്ലൊരു പരിചായകമായിട്ടുണ്ട് പി എം ആന്റണിയുടെ രചന.

നാടകത്തിൽ പി ജെ ആന്റണിയുടെ സംഭാഷണശകലം:

'കവിയും കലാകാരനും സാഹിത്യകാരനും ഒക്കെ മുദ്രാവാക്യം വിളിച്ചുകൊണ്ടായിരിക്കണമോ തന്റെ രാഷ്ട്രീയപ്രതിബദ്ധത തെളിയിക്കേണ്ടത് എന്നെനിക്കു സംശയമുണ്ട്. അവന്റെ മാധ്യമം ആയിരിക്കേണ്ടേ അവന്റെ മുദ്രാവാക്യം അതായിരിക്കേണ്ടേ അവന്റെ വജ്രായുധം?'

'ഇങ്ക്വിലാബിന്റെ പുത്രൻ' നാടകം പുവർ തിയേറ്റർ ആയി പി.എം ആന്റണി സങ്കൽപിക്കുന്നു. മൂന്നു വിദൂഷകർ നാടകവ്യാഖ്യാതാക്കളായി നാടകം ചുരുളഴിക്കുന്നു.

നാടകാന്ത്യത്തോടടുത്ത് അവരുടെ സംഭാഷണം.

മൂന്നാമൻ: 'സ്വന്തം ദർശനങ്ങളിൽ ഉറച്ചുനിന്നതുകൊണ്ടാണ് ആ മഹാനായ കലാകാരന് കടുത്ത ദാരിദ്ര്യവും അവഗണനയും അനുഭവിക്കേണ്ടി വന്നത്.'

രണ്ടാമൻ: 'ഒരു പുതുയുഗപ്പിറവിക്കുവേണ്ടി ദാഹിക്കുന്ന ജനതയോടൊപ്പം നിന്ന് നൂറ്റിയിരുപതോളം നാടകങ്ങളെഴുതി അവതരിപ്പിച്ച ആ മഹാനായ കലാകാരന് ഒരു സ്മാരകം പോലും ഇല്ലാതെ പോയത് എന്തേ?'

മൂന്നാമൻ: 'പ്രസ്ഥാനങ്ങൾക്ക് തലച്ചോറ് പണയം വെക്കാത്ത ഏതു കലാകാരനുവേണ്ടിയാണെടോ ഇവിടെ സ്മാരകമുണ്ടായിട്ടുള്ളത്?'

ഒന്നാമൻ: 'ദേ.... പ്രസ്ഥാനങ്ങളെ ചീത്തപറഞ്ഞ് കുളമാക്കല്ലേ ആശാൻമാരേ. എനിക്കൊരു അവശകലാകാരന്റെ പെൻഷനെങ്കിലും ഒപ്പിച്ചെടുക്കേണ്ടതാണേ.....'

●

സ്വാമി സത്യാനന്ദ എന്ന പ്രൊഫ. രാമചന്ദ്രൻനായർ

ഓച്ചിറ പടനിലം നീണ്ടുനിവർന്ന് മലർന്നുകിടക്കുന്ന വിരാട് പുരുഷനാണെന്ന് സ്വാമി സത്യാനന്ദ എന്നെ പഠിപ്പിക്കാനൊരുങ്ങി. പടനിലം കിഴക്കുപടിഞ്ഞാറായും തെക്കുവടക്കായും നടന്നറിയുകയായിരുന്നു സ്വാമിയും ഞാനും. പടനിലത്തിന്റെ നടുക്ക് ഉറച്ചുനിൽക്കുന്ന ആറ് ഇരുമ്പുളുണകൾ കാട്ടി സ്വാമി പറഞ്ഞു: 'ഷഡാധാരങ്ങളാണിവ. മൂലാധാരത്തിൽ നിന്നും സഹസ്രാരപദ്മത്തിലേക്കുള്ള കുണ്ഡലിനിയുടെ മാർഗ്ഗസ്ഥാനങ്ങൾ!' സത്യാനന്ദൻ ചെറുതായി മന്ദഹസിച്ചു. എന്നിട്ട് വെളിപ്പെടുത്തി. 'പടിയാറും കടന്നവിടെ ചെല്ലുമ്പോൾ ശിവനെ കാണാകും ശിവശംഭോ!' എന്നു ചൊല്ലിക്കൊടുക്കുന്നത് കുണ്ഡലിനിയെപ്പറ്റിത്തന്നെ.

'*ആട്ട പാമ്പെ പുനം തേട്ട പാമ്പ്* എന്ന് നാണുഗുരുവിന്റെ പാട്ട് ഞാൻ മൂളി.

വിരാട്പുരുഷന്റെ വക്ഷഃസ്ഥലഭാഗങ്ങൾ ആകുന്നു ഇടതു വശത്തെ കുളവും വലതുവശത്തെ കാവും എന്ന് സ്വാമി അറിവുപകർന്നു.

കാവിലേക്ക് പ്രവേശിച്ച് ഒരു കൽക്കെട്ടിൽ ഇരിക്കുമ്പോൾ അദ്ദേഹം പറഞ്ഞു: അപൂർവ്വ വൃക്ഷങ്ങളുടെ മഹോദ്യാനമാണിത്. ഔഷധഗുണമേറിയ ഓക്സിജൻ ശ്വസിച്ച്, പച്ചയിലകളിലൂടെ കടന്നു വരുന്ന സൂര്യരശ്മികൾ. റേഡിയേഷൻ അനുഭവിച്ച്. ഏതുരോഗവും ശമനത്തിലെത്തും ഇവിടെ. ഒരു മണ്ഡലക്കാലം, നാല്പത്തൊന്നു നാൾ, സ്വസ്ഥമനസ്സോടെ ഈ കാറ്റും വെയിലും ഏൽക്കുക. എയ്ഡ്സും ഭേദമാകും.

'ഭജിക്കണോ?' ഞാൻ ചോദിച്ചു.

'വേണമെന്നില്ല,' സ്വാമി പറഞ്ഞു. 'മനസ്സ് അചഞ്ചലവും ഏകാഗ്രവുമായി നിറുത്തണം. ധ്യാനം —അതിന് ദൈവം വേണമെന്നില്ല.'

'ദൈവവും ധ്യാനവുമൊന്നും എനിക്ക് പറ്റുകേലാ. സാറെ!' ഞാൻ സ്വാമിയോട് പറഞ്ഞു. പടനിലം കുറുകെക്കടന്ന് ഞങ്ങൾ റോഡിലേക്ക് നടന്നു. കാളക്കുറ്റൻമാരെ എഴുന്നള്ളിച്ച നടക്കുന്ന പണ്ടാരങ്ങളെ കണ്ടു. ജഡാമകുടധാരികളായ ഭിക്ഷുക്കളെയും ഭിക്ഷുണികളെയും കണ്ടു. അവരൊക്കെ സ്വാമിയെ തൊഴുതു.

ചിലരോട് അദ്ദേഹം കുശലമാരാഞ്ഞു.

കൗതുകത്തോടെ ഞാൻ അത് ശ്രദ്ധിച്ചു. സത്യാനന്ദ ആകും മുമ്പ് അധ്യാപകൻ ആയിരുന്നു അദ്ദേഹം. ഫിലോസഫി പ്രൊഫസർ. അന്ന് ശിഷ്യന്മാരോട് പുലർത്തിയ സ്നേഹവാത്സല്യങ്ങൾ ഇപ്പോൾ ആ ഭിക്ഷുക്കളോട്.

'സാർ,' ഞാൻ വിളിച്ചു. സ്വാമിയായ ശേഷവും അദ്ദേഹത്തെ ഞാൻ അങ്ങനെയാണ് വിളിക്കുക. ഞാൻ ചോദിച്ചു: 'സാർ, ബുദ്ധമതക്കാലം അയൺ ഏജ് ആയിരുന്നോ? ഈ സ്തൂപങ്ങൾ ആര് എന്ന് സ്ഥാപിച്ചിവിടെ? ഈ ഷഡാധാരങ്ങൾ...?'

സത്യാനന്ദ എന്റെ ചോദ്യത്തിന് മറുപടി തരാതെ പരബ്രഹ്മത്തെപ്പറ്റി സംസാരിച്ചു. ദാർശനികമായ അപഗ്രഥനോദ്ഗ്രഥനങ്ങൾ, എന്റെ മണ്ടൻ ബുദ്ധിക്ക് ഉൾക്കൊള്ളാനാവാത്ത വ്യാഖ്യാനങ്ങൾ.

ഞാൻ പറഞ്ഞു: 'ഇതൊക്കെ വിവരമുള്ള വല്ലോരോടും പറ! എന്നോടു വേണോ?'

അദ്ദേഹത്തെ പടനിലത്ത് വിട്ട് ഞാൻ പോന്നു. കാവി ജൂബ്ബയും മുണ്ടുമായി, മൊട്ടത്തലയുമായി, നിൽക്കുന്ന മനുഷ്യനെ അത്ഭുതത്തോടെ ഞാൻ തിരിഞ്ഞുനോക്കി. ഒത്തിരി ഓർമ്മകൾ ഉണർന്നു....

പ്രൊഫസർ കെ. രാമചന്ദ്രൻനായർ വലിയ വിസ്മയമായിരുന്നു. നിറപ്പകിട്ടാർന്ന അത്ഭുതവ്യക്തിത്വം. വിജ്ഞാനത്തിന്റെ തുളുമ്പാത്ത നിറകുടം. വായിച്ചുറപ്പിക്കാത്ത വിഷയങ്ങളില്ല. മെഡിസിനും എഞ്ചിനീയറിംഗും ഉൾപ്പെടെ സയൻസ് ശാഖകളുംവിരൽത്തുമ്പിൽ. മലയാളം, സംസ്കൃതം, ഇംഗ്ലീഷ് സാഹിത്യംമുഴുവനെന്നോണം നാവിൻതുമ്പത്ത്. പാശ്ചാത്യപൗരസ്ത്യദർശനങ്ങൾ മനഃപാഠം. ഫിലോസഫി പ്രൊഫസറെന്ന നിലയിൽആചാര്യപ്രതിഭ.

പ്രതിഭാശൈലി എന്നാൽ പൂർണ്ണാർത്ഥത്തിലും ജീനിയസ്. അതിന്റേതായ കിറുക്കുകളും. ഒരുപക്ഷേ, ആ കിറുക്കുകളാവാം എനിക്ക്

സാറിനോട് ഇഷ്ടം തോന്നാനും അടുപ്പമുണ്ടാകാനും കാരണം.

ബ്രഷ്പോലുള്ള മീശയും അലങ്കോലമായി വെട്ടിയിട്ട മുടിയും. എങ്ങനെ അലങ്കോലമല്ലാതാവും? തന്നെത്താനല്ലേ മുടിവെട്ട് അഥവാ മുടിമുറിക്കൽ!

നാല്പതാണ്ടായി ബാർബർഷാപ്പിൽ കയറാതായിട്ട് എന്ന് ഒരിക്കൽ പ്രഖ്യാപിച്ചു.

സെൽഫ് കട്ടിംഗിൽ മഹാത്മാഗാന്ധിയെ തോല്പി ച്ചിരിക്കുന്നു പോൽ.

ക്ഷുരകനെ മാത്രമല്ല തയ്യൽക്കാരൻ, ചെരുപ്പുകുത്തി തുടങ്ങിയവ രെയും കോളജ് ലക്ചറർ ആയപ്പോഴെ കൈവെടിഞ്ഞു.

ചെരുപ്പ് സ്വയം ഉണ്ടാക്കിയെടുക്കുന്നു. ടോൾസ്റ്റോയിയെ തോല്പിച്ചു കൊണ്ട്.

പാന്റ്സും ഷർട്ടും അടിയുടുപ്പുകളും ഒറ്റയ്ക്ക് വെട്ടിത്തയ്ക്കുന്നു! സഹിക്കു കേലാ, ആ കാലുറകളിലും കുപ്പായത്തിലും കയറിവരുന്നത് കണ്ടാൽ.

ആദ്യകാലത്ത് ചാക്കുപോലുള്ള തുണികളിലായിരുന്നു നിർമ്മാണം.

റെഡിമെയ്ഡ് വാങ്ങുകയോ ടെയ്ലറെക്കൊണ്ട് തുന്നിക്കുകയോ വേണമെന്ന് ഭാര്യയും മകളും നിർബന്ധിച്ചു. വഴങ്ങിയില്ല. ഒടുവിൽ സമ്മതിച്ചു. ശരി, തുണി നിങ്ങൾ വാങ്ങിച്ചോ! പക്ഷേ വെട്ടുന്നതും തുന്നുന്നതും ഞാൻ!

'പാന്റ്സും ഷർട്ടും വെട്ടാൻ എങ്ങനെ പഠിച്ചു?' ഞാൻ ചോദിച്ചു.

'ഓ! റെഡിമെയ്ഡ് പാന്റ്സും ഷർട്ടും വാങ്ങി തയ്യൽ വിടർത്തി കഷ്ണങ്ങളാക്കി, അങ്ങനെ പഠിച്ചു.'

അത്തരം ഒത്തിരി പരീക്ഷണങ്ങൾ ജീവിതം മുഴുവൻ. മുഴുത്ത സ്പീഡിൽ ചുഴലിക്കാറ്റ് വരുന്നു എന്ന മുന്നറിയിപ്പ്. സാർ പുതിയ കുട ഒന്നു വാങ്ങി നിവർത്തിപ്പിടിച്ച് ഫോർട്ടുകൊച്ചി കടപ്പുറത്ത് രണ്ടുമണിക്കൂർ നടന്നു. കാറ്റിന്റെ വേഗം ഒന്നറിയണമല്ലോ.

മദ്യത്തിന്റെ ലഹരി അറിയാൻ രണ്ട് മുഴുക്കുപ്പി ബ്രാണ്ടി വാങ്ങി. വീട്ടിൽ ചെന്ന് വെള്ളം ചേർക്കാതെ മടുമടെ വിഴുങ്ങി. ഒരു കുപ്പി തീരും മുമ്പെ മറിഞ്ഞുവീണു. അയൽക്കാർ ആശുപത്രിയിലേക്ക് എടുത്തു!

പിന്നൊരിക്കൽ, വയറ്റിലെ വിരകൃമികളെ ഒന്നടങ്കം ഇല്ലാതാക്കാൻ രണ്ട് കുപ്പി ആന്റീ പാർ ഒന്നിച്ചു കുടിച്ചു. അന്നും അയൽക്കാർക്ക് പണിയായി.

ഉളി, കൊട്ടുവടി, കുലശേഖരം, ചിന്തേര് ഒക്കെ പ്രൊഫസറുടെ പണിയായുധങ്ങളാണ്. മേശ, കസേര, തുടങ്ങി പലതും പണിതുകളയും.

വീടിന്റെ തറയും ഭിത്തിയും എല്ലാം പൊട്ടിച്ച് അവ നന്നാക്കും.

വാച്ച്, റേഡിയോ, ടൈപ്പ് റൈറ്റർ എന്നിവ അഴിച്ച് പണിയും. കൈയ്യിലെ വാച്ച് ഒരിക്കലും സമയം കാണിച്ചിരുന്നില്ല.

ഫിലോസഫി വകുപ്പിൽ നിന്നും ഞങ്ങളുടെ വകുപ്പിൽ വന്നിരിക്കും. സംഭാഷണം ഗംഭീരമായ സാഹിത്യാസ്വാദനമായി മാറും. വാല്മീകിയും ടാഗോറും ആശാനും ഒക്കെ വധിക്കപ്പെടും. മനഃപൂർവ്വം തോന്ന്യാസം പറയുകയായിരിക്കും. ചിലപ്പോൾ അശ്ലീലപാരഡികൾ എഴുതി കൊണ്ടുവരും. ചൊല്ലിക്കേൾപ്പിക്കും. പച്ചത്തെറിയാണ് പലതും.

അപ്പോൾ ഫിലോസഫി എം എ വിദ്യാർത്ഥികൾ വരും. അവർ ഫ്രീ ആണ്. സാർ പോകും. പിന്നെ മൂന്നുമണിക്കൂർ വരെ നോൺ സ്റ്റോപ്പ് ക്ലാസ്സാണ്. ഉജ്ജ്വലമായ ഉദാത്തമായ ദർശനവ്യാഖ്യാനപഠനം. (എസ് രേമേശൻ, കെ എസ് രാധാകൃഷ്ണൻ തുടങ്ങിയ ശിഷ്യന്മാർ ആ അസുലഭമണിക്കൂറുകൾ ഇന്നും അയവിറക്കുന്നു.)

ഞങ്ങൾ ഇളമുറക്കാരെയെല്ലാം തുല്യരായിട്ടെടുത്തു. 'സാർ,' 'മിസ്റ്റർ,' 'നിങ്ങൾ' എന്നെല്ലാം സ്നേഹത്തോടെ സംബോധന ചെയ്യും. വൈകുന്നേരങ്ങളിൽ കറന്റ്ബുക്സിലും പാർക്കിലും മറൈൻ ഡ്രൈവിലും ഒത്തുകൂടും. തുറവൂർ വിശ്വംഭരൻ, കെ എസ് രാധാകൃഷ്ണൻ ആദിയായവരാണ് കൂട്ടുകാർ. കൂട്ടുകെട്ട് കൊള്ളില്ലെന്ന് ഞാൻ സാറിന് രഹസ്യമായി മുന്നറിയിപ്പ് നൽകുകയുണ്ടായി. പക്ഷേ അവർ മൂന്നുംകൂടി ഹിമാലയം കാണാൻ പോയി.

രാമചന്ദ്രൻ നായർ സാറിന്റെ പിതാവ് തറവാടിയായിരുന്നു. നല്ല വിഷഹാരിയും. ബുദ്ധിമാനായ മകന് സർപ്പചികിത്സയ്ക്ക് ദീക്ഷ നൽകാൻ അച്ഛൻ തീരുമാനിച്ചു. നാല്പത്തൊന്ന് ദിവസം വ്രതമെടുത്ത് തയ്യാറാവാൻ അച്ഛൻ പറഞ്ഞു.

മകൻ നോമ്പുനോറ്റു മുപ്പത് നാൾ. ശുദ്ധാഹാരി ആയി ശുചിയായിക്കഴിയുമ്പോൾ, അച്ഛൻ എങ്ങോപോയ നേരത്ത്, പറമ്പിൽ

അരയേക്കറിലേറെ വരുന്ന സർപ്പക്കാവ് വെട്ടിത്തെളിച്ചു. കാവു നിന്നിടത്ത് അടയ്ക്കാമരങ്ങൾ നട്ടു.

തിരിച്ചെത്തിയ പിതാവ് ക്ഷോഭിച്ചില്ല. ശാന്തനായി പറഞ്ഞു. 'രാമചന്ദ്രൻ ഇനി വ്രതമെടുക്കേണ്ട!'

കഥകേട്ട് ഞാൻ ചോദിച്ചു. 'സാറിന് പശ്ചാത്താപം ഉണ്ടോ?'

'ഓ! എന്തിന്? അടയ്ക്കാ കിട്ടുന്നുണ്ടല്ലോ!!'

ഞങ്ങൾ സർക്കാർ കോളജ് അധ്യാപകർ സംഘടനാ നേതാവായി പ്രൊഫസർ രാമചന്ദ്രനായരെ തെരഞ്ഞെടുത്തു. എ കെ ജി സി ടി യുടെ പ്രസിഡണ്ട്. പ്രവർത്തിക്കുന്ന പ്രസിഡണ്ടായി അദ്ദേഹം. കോളജധ്യാപകർ ചെയ്ത യു ജി സി സമരത്തിന് നേതൃത്വം നൽകി. വിപ്ലവപ്രസംഗങ്ങൾ ചെയ്തു. മാർക്സിസത്തിന് രസികൻ വ്യാഖ്യാനങ്ങൾ നൽകി.

കേരളാ യൂണിവേഴ്സിറ്റിയിൽ സിൻഡിക്കേറ്റ് അംഗമായി.

പാളയത്ത് യൂണിവേഴ്സിറ്റി ഓഫീസിൽ ഗസ്റ്റ്റൂമിലാണ് കിടപ്പ്, രാത്രിയിൽ തട്ടുകടയിൽ പോയി ദോശയും രസവടയും രസിച്ചു കഴിക്കും. രണ്ടു രാത്രിയിൽ ഞാനും അതുകൂടെ കൂടി.

പക്ഷേ, യൂണിവേഴ്സിറ്റിയിൽ പി ആർ ഒ പോസ്റ്റിന് ഇന്റർവ്യൂവിന് പോയപ്പോൾ ഞാൻ കൂടെ പോയി താമസിച്ചില്ല. ഇന്റർവ്യൂ ചെയ്യാൻ അദ്ദേഹവും ഉണ്ടായിരുന്നു. ആ ജോലി വേണമെന്ന് എനിക്ക് ആഗ്രഹം ഇല്ലായിരുന്നു. തിരുവനന്തപുരത്ത് ചെന്ന് പൊറുതിയാക്കാനും സാംസ്കാരിക നായകനാവാനും എ കെ ജി സെന്ററിൽ കേറിയിറങ്ങി നേട്ടങ്ങൾ ഉണ്ടാക്കുവാനും കൊതിച്ചില്ലെന്നത് നേര്.

ഇന്റർവ്യൂ നടത്തിയ വി സി ചോദിച്ചു: 'പ്രേംനസീർ രാഷ്ട്രീയത്തിൽ വരുന്നതിനെപ്പറ്റി എന്ത് പറയുന്നു?'

ഞാൻ പറഞ്ഞു: 'ഒരു പൈലറ്റിന് രാഷ്ട്രീയത്തിൽ വരാമെങ്കിൽ ഫിലിം സ്റ്റാറിനും വരാം!'

ഞാൻ തുടർന്നു: 'സ്വന്തം വയറ്റുപിഴപ്പിന് ഒരു പണി അറിയുന്നത് രാഷ്ട്രീയക്കാരന് നല്ലതാണ്. ഏത് പാർട്ടിക്കാരനും—

എനിക്ക് — ഒന്നാം ക്ലാസ് എം എയും കോളജ് അധ്യാപന പരിചയവും പത്രപ്രവർത്തനപരിചയവും പബ്ളിക് റിലേഷൻസ് പരിചയവും പത്തുപന്ത്രണ്ട് പുസ്തകവും സ്വന്തമായുള്ള എനിക്ക് — പി ആർ ഒ പണി കിട്ടിയില്ല.

രാമചന്ദ്രൻനായർ എന്നോട് ഒന്നും ചോദിച്ചില്ല. പിന്നീട് ഒരിക്കൽ ചോദിച്ചു: 'മിസ്റ്റർ, നിങ്ങൾ അപേക്ഷിച്ചത് എന്നോട് പറഞ്ഞില്ലല്ലോ... അല്ല, പറഞ്ഞാലും എനിക്ക് ഒന്നും ചെയ്യാൻ ആവുമായിരുന്നില്ല.'

ഓർക്കാപ്പുറത്ത് സാർ സ്വാമിയായി. സത്യാനന്ദ, നേരെ ഹിമാലയത്തിൽ ചെന്ന് കണ്ണടയും വാച്ചും ചെരുപ്പും ഉടുതുണിയും ഗംഗയിലൊഴുക്കി. ആരോ എറിഞ്ഞുകളഞ്ഞ കാവിയുമുടുത്തു വന്നു. തല മൊട്ട. ബ്രഷ് മീശയും ശൂന്യം.

സത്യാനന്ദ ബ്രണ്ണൻ കോളജ് പ്രിൻസിപ്പലായി. തലശ്ശേരിയിലിരുന്ന് വാല്മീകി രാമായണപഠനം എഴുതി.

റിട്ടയർ ചെയ്ത് സ്വാമി ഓച്ചിറ പടനിലത്ത് എത്തി.

ഞാൻ സ്വാമിയോട് പറഞ്ഞു: 'സാറിന് ഫിലോസഫി അറിയാം. പണ്ഡിതൻ. ഇംഗ്ലീഷും സംസ്കൃതവും പച്ചവെള്ളം മാതിരി. ഞാനും കാവി ഉടുത്ത് ശിഷ്യനായി വരാം. നമുക്ക് അമേരിക്കയിൽ പോയി മഠം സ്ഥാപിച്ച് പണമുണ്ടാക്കാം. ഊട്ടിയിലോ കൊടൈക്കനാലിലോ ആശ്രമം പണിയാം.' സ്വാമിയായ സാർ പറഞ്ഞു: 'മുപ്പത്തിനാലു വർഷം ഫിലോസഫിപഠിപ്പിച്ചു. കാഷായം ധരിച്ച് സന്യാസിയാകുന്നത് അതിന്റെ പൂർണ്ണിമ.'

ഓച്ചിറയിൽ ഒരു പുലർച്ചയിൽ പാൽ വാങ്ങാൻ റോഡ് മുറിച്ചുകടക്കുമ്പോൾ പാഞ്ഞുവന്ന വാൻ ഇടിച്ച് സാർ മരിച്ചു. സ്വാമി സത്യാനന്ദ സമാധിയായി.

•

ഇരുപതിനായിരവും കോപ്പും

കുഞ്ചന് അഞ്ചരയും കോപ്പും കൊടുത്ത് ചെമ്പകശ്ശേരിക്ക് തിരിച്ചയച്ചത് ധർമ്മരാജാവായ കാർത്തികതിരുനാൾ പൊന്നുതമ്പുരാനാണെന്ന് തോന്നുന്നു. തമ്പുരാക്കന്മാർ നാടുനീങ്ങിയും തീപ്പെട്ടും ഒടുങ്ങിയശേഷം കേരള സാഹിത്യ അക്കാദമി മാത്രമേ ഹാസ്യത്തിന് അടുത്തുണം ദക്ഷിണയും സമ്മാനിക്കുന്നുള്ളൂ. കവിത, കഥ, നോവൽ, നാടകം, ഉപന്യാസം, ജീവചരിത്രം എന്നൊക്കെ പറയപ്പെടുന്നതുപോലെ ഒന്നാണ് ഹാസ്യമെന്നും അതൊരു പ്രത്യേക സാഹിത്യശാഖയാണെന്നും അക്കാദമിത്തമ്പുരാക്കൾക്ക് തോന്നി. അവാർഡും ഏർപ്പാടാക്കി— ഇപ്പോൾ 'ഇരുപതിനായിരവും കോപ്പും!'

അയ്യായിരവും കോപ്പുമേ 1974 ൽ പാവം വേളൂർ കൃഷ്ണൻ കുട്ടിക്ക് കിട്ടിയുള്ളൂ: മാസപ്പടി മാതുപിള്ള, പക്കാവട പരമുനായർ, ഇടവഴീൽ കിട്ടാശാൻ, ആൾക്കൂട്ടത്തിലേലിയാമ്മ തുടങ്ങി ഒരു നൂറ് അണ്ടനട കോടൻമാരുമായിട്ടായിരുന്നു കൃഷ്ണൻ കുട്ടിച്ചേട്ടന്റെ പുറപ്പാട്. സാദാ വായനക്കാരല്ലാതെ അവാർഡുദാതാക്കളാരും ഇഷ്ടനെ കണ്ടതായി ഭാവിച്ചില്ല. വാശിക്ക് എഴുതിക്കൂട്ടി. ഗിന്നസ് ബുക്കിൽ കടന്നുകേറുമെന്ന മട്ടിൽ, അക്കാദമി അവാർഡിതനാകാൻ വേലവെപ്പും ചെയ്തു. നേടി, 'പലവക' എന്ന സാഹിത്യശാഖയിൽ അയ്യായിരവും കോപ്പും! 'വേല മനസ്സിലിരിക്കട്ടെ' എന്ന ഹാസ്യകൃതിക്കായിരുന്നു വേളൂരിന് സമ്മാനം.

എൻ പി ചെല്ലപ്പൻനായർ, ആനന്ദക്കുട്ടൻ, എം എൻ ഗോവിന്ദൻ നായർ, ജഗതി എൻ കെ ആചാരി, കെ എസ് കൃഷ്ണൻ, കാമ്പിശ്ശേരി കരുണാകരൻ, ആർട്ടിസ്റ്റ് രാഘവൻനായർ, വാണക്കുറ്റി, എ പി. ഉദയഭാനു എന്നിവരെല്ലാം അല്പസ്വല്പം നിലവാരപ്പെട്ട ഹാസ്യം വച്ചുകാച്ചുന്നുണ്ടായിരുന്നന്ന്. ഇ.വി കൃഷ്ണപിള്ളയുടെ ഹാങ് ഓവറിലായിരുന്നു ഒക്കെ. ഈ വിയുടെ ജന്മസിദ്ധി അനന്തരവർക്ക് ഇല്ലാതെ

പോയില്ലേ!

സീതാരാമനും (പി. ശ്രീധരൻപിള്ള) വിക്രമനും (സി ആർ കേരളവർമ്മ) ആയിരുന്നു എന്നാൽ, എനിക്കു ആരാധ്യർ. സീതാ രാമന്റെ പാരഡികളും വിക്രമന്റെ എസ്സേകളും കുഞ്ചന്റെ കച്ചമണികൾതന്നെ. (ബഷീറും, വി കെ എന്നും ഒരിക്കലും ഹാസ്യാനുഭവമല്ല എനിക്ക്. ജീവരക്തമാണ് അക്ഷരങ്ങളിൽ അവർ രണ്ടുപേർ പകർന്നു തന്നത്...)

പി.കെ രാജരാജവർമ്മയെ ഇഷ്ടമായിരുന്നു ഒരു കാലത്ത്. അദ്ദേഹത്തിന്റെ 'പഞ്ചുമേനോനും കുഞ്ചിയമ്മയും' തുടർച്ചയായി വന്നതെല്ലാം വായിച്ചു. നല്ല ഫലിതം. ചുമ്മാ വായിക്കാൻ രസം. ചെറുപ്പത്തിന്റെ തുടക്കത്തിൽ വായിച്ചതായതുകൊണ്ട് പലതും മറന്നില്ല.

പിൽക്കാലത്ത്, ഞാൻ കോളജുവാധ്യാരാകുന്നതിനു തൊട്ടു മുമ്പ്, കോട്ടയം ഗവൺമെന്റ്, കോളജിലെ മലയാളം ലക്ചറർ എ പി സീസർ എന്നെ തേടിവന്നു. സീസർ പണ്ടേ സുഹൃത്താണ്. പരമരസികൻ. 'ഗണപതി ആണോ പെണ്ണോ?' എന്ന് സംശയം ചോദിച്ച സഹപാഠിയായ അച്ചന് 'സരസ്വതിയുടെയും പാർവതി യുടെയും ഇളയവളാണ് ഗണപതി' എന്ന് ഉത്തരം പറഞ്ഞു കൊടുത്ത എനിക്ക് ചായ വാങ്ങിത്തന്നിട്ടുണ്ട് സീസർ.

സീസർ ഇപ്പോൾ വന്നത് 'ഷൂപ്പൂ, ഷൂപ്പൂ' എന്ന പുസ്തകം എന്താണ്, ഏതാണ്, ഏതവനെഴുതിയതാണ് എന്നറിയാനാണ്. ഞാൻ കാര്യമന്വേഷിച്ചു. കോളജിൽ മലയാളം ലക്ചററെ തെരഞ്ഞെടുക്കാനുള്ള ഇന്റർവ്യൂ ആയിരുന്നത്രെ. എംപ്ലോയ്മെന്റ് എക്സ്ചേഞ്ചിൽ നിന്നയച്ച അഞ്ചാറ് ഉദ്യോഗാർത്ഥികൾ ഉണ്ടായിരുന്നു. എല്ലാവരോടും പ്രിൻസിപ്പൽ ജോസഫ് അലക്സാണ്ടർക്ക് ഒന്നേ ചോദിക്കാനുള്ളൂ: 'ഷൂപ്പൂ, ഷൂപ്പൂ' എന്ന പുസ്തകം വായിച്ചിട്ടുണ്ടോ?

ആരും വായിച്ചിട്ടില്ല.

ഒടുവിൽ, ഒരു പെൺകുട്ടി പറഞ്ഞു: 'ശ്രൂപ്പൂ ശ്രൂപ്പൂ' എന്നത് പി കെ രാജരാജവർമ്മയുടെ ഒരു ഹാസ്യനോവലാണ്. പി ജി വൊഡ്ഹൗസിന്റെ ഒരു നോവലിന്റെ അനുകരണം. മിസ്റ്റർ ജീവ്സ് എന്ന കഥാപാത്രത്തെ മലയാളീകരിച്ചതാണ് ശ്രൂപ്പൂ.

ഇന്റർവ്യൂ കഴിഞ്ഞതും അലക്സാണ്ടർ സാർ ചോദിച്ചു: 'ശരിയാണോ സീസർ?'

'സീസറിനുണ്ടോ അറിയൂ? അതറിയാനാണ് എന്റടുത്തെത്തിയിരിക്കുന്നത്.'

ഞാൻ പറഞ്ഞു: 'പെങ്കൊച്ച് കൊള്ളാമല്ലോ! മുഴുവൻ ശരി. നൂറു മാർക്ക് കൊടുക്കാം.'

ആ പെൺകുട്ടിയെ നിയമിച്ചു.

മലയാളം ലക്ചററെ ഇന്റർവ്യൂചെയ്യാനുള്ള തയ്യാറെടുപ്പിൽ അലക്സാണ്ടർസാർ ലൈബ്രറിയിൽ നിന്നും ഒരു പഴയ പുസ്തകം തപ്പിയെടുത്തു. ആദിയും അന്ത്യവും ഇല്ലാത്ത ഒരു പഴഞ്ചൻ ഗ്രന്ഥം. ഓരോ താളിലും മുകളിൽ 'ശൂപ്പൂ ശൂപ്പൂ' എന്ന ഗ്രന്ഥനാമമുണ്ട്. പക്ഷേ, ഗ്രന്ഥകാരനാരോ? മൂന്നാംപേജു വായിച്ചപ്പോൾ നല്ല രസം! ഒടുക്കം ഒട്ടില്ലതാനും.

ഇന്റർവ്യൂന് വന്നവരോടെല്ലാം 'ഷൂപ്പൂ ഷൂപ്പൂ' വിനെ ചോദിച്ചത ങ്ങനെ...

നിയമിതയായ പെങ്കൊച്ച് 'ശൂപ്പൂ ശൂപ്പൂ' വിന്റെ പൂർണ്ണരൂപം അന്വേഷിച്ച് അവശയായി. അവസാനം വൊഡ്ഹൗസിന്റെ ഇംഗ്ലീഷ് നോവൽ വാങ്ങി പ്രിൻസിപ്പലിനു കൊടുത്തു രക്ഷപ്പെട്ടു!

പറിച്ചുനട്ട് വളർത്തിയെടുക്കാവുന്നതല്ല ഹാസ്യസാഹിത്യം. തർജ്ജമയ്ക്കും വഴങ്ങില്ല അത്. കുഞ്ചന്റെ തുള്ളലുകൾ ഇംഗ്ലീഷിലാക്കാൻ ശ്രമിച്ച് ആയുസ്സൊടുക്കിയ ഒരു സ്കൂൾമാസ്റ്ററെ എനിക്കറിയാം.

ഇ വി സഞ്ജയന്മാരെയും സീതാരാമവിക്രമൻമാരെയും പരിഭാ ഷപ്പെടുത്താൻ പറ്റുമോ? പാടാണ്. 'പൂവൻ ബനാനയും''പാത്തുമാസ് ഗോട്ടും' 'ദി വാൾസ്സും' 'ചൈൽഡ് ഹുഡ് ഫ്രൻഡു' മൊക്കെ കണ്ടപ്പോ ഴാണ് ബഷീർ ഹാസ്യമല്ല എന്ന എന്റെ ഉറപ്പ് ഉറച്ചത്...

'ഹാസ്യം'— വിശേഷിച്ചും സാഹിത്യകലയിൽ പ്രയോഗമാകു മ്പോൾ, ക്ഷുരകന്റെ കത്തിയുടെ മൂർച്ചയിൽ തിളങ്ങണം. തുരുമ്പിച്ച ബ്ലേഡ് കൊണ്ടുള്ള മുഖക്ഷൗരം മുറിവേല്പിക്കും, ചിലപ്പോൾ സെപ്റ്റി ക്കാക്കും. കവിതയും കഥയും ഒന്നും ഇതിൽ വ്യത്യസ്തമല്ല. ഹാസസാ ഹിത്യകാരൻ സർക്കസിലെ ക്ലൗണാണ്, വിദഗ്ധനായ അഭ്യാസി.

1992 മുതൽ കേരള സാഹിത്യ അക്കാദമി ഹാസ്യസാഹിത്യ ത്തിന് ആണ്ടുതോറും അവാർഡ് നൽകിപ്പോരുന്നു. അവാർഡിത രിവർ —

അക്ബർ കക്കട്ടിൽ
ഒ പി ജോസഫ്
സി പി നായർ
ചെമ്മനം ചാക്കോ

സുകുമാർ
കെ നാരായണൻനായർ
പി സുബ്ബയ്യാപിള്ള
കൃഷ്ണ പൂജപ്പുര
കോഴിക്കോടൻ
ജിജി തോംസൺ
ജോസ് പനച്ചിപ്പുറം
പി സി സനൽകുമാർ
ശ്രീബാല കെ മേനോൻ
നന്ദകിശോർ

ഇവരിൽ കക്കട്ടിൽ കാക്ക, ചെമ്മനച്ചായൻ, സുകുമാർ തിരുമേനി, പനച്ചിച്ചേട്ടൻ എന്നിവരെ എനിക്ക് അടുത്ത പരിചയ മുണ്ട്. ഒ പി, സി പി, പി സി എന്നിവരെ അറിയാം. മറ്റു ഹാസ്യങ്ങളെ അവാർഡിതരായപ്പോൾ അന്വേഷിച്ചു കണ്ടെത്തി.

അവാർഡുചെയ്യപ്പെട്ട സുന്ദരകൃതികൾ ഏതൊക്കെ എന്നോ? വായിച്ചവർ അടിവരയിട്ട് എണ്ണിവെയ്ക്കുക.

സ്കൂൾ ഡയറി
ജീവിതാഹ്ലാദത്തിന്റെ നിറനിലാവ്
ഇരുകാലിമുട്ടകൾ
കിഞ്ചനവർത്തമാനം
വായിൽ വന്നത് കോതയ്ക്കു പാട്ട്
നാനാവിധം
അമ്പട ഞാനേ
കലികോലം
പടച്ചോനിക്ക സലാം
നത്തിങ് ഓഫീഷ്യൽ
സ്നേഹപൂർവ്വം
കളക്റ്റർ കഥ
19 കനാൽ റോഡ്
വികടവാണി

സമ്മാനം കിട്ടുംമുൻപെ ഞാൻ വായിച്ച ഏകകൃതി ഇക്കൂട്ടത്തിൽ പനച്ചിയുടെ 'സ്നേഹപൂർവ്വം' മാത്രം. ശ്രീബാലയുടെ 'കനാൽ റോഡ്'' വായിച്ചിരുന്നെങ്കിലും അത് ഹാസ്യമാണെന്ന് തിരിച്ചറിഞ്ഞില്ല പ്പോൾ.

സി പി നായർ, ജിജി തോംസൺ, പി സി സനൽകുമാർ എന്നീ

ഐ എ എസ് ഓഫീസർമാരെ കണ്ടിട്ടുമുണ്ട്, കേട്ടിട്ടുമുണ്ട്. സനൽ കുമാറിന്റെ സിനിമാപ്പാട്ട് പാരഡികൾ നേരിട്ടു കേട്ടു, പല 'പാര'കളി ലും കണ്ടു! കോഴിക്കോടൻ ഒരു സിനിമാഭ്രാന്തനാണെന്നല്ലാതെ അതിലും ബോർഹാസ്യമുണ്ടാക്കുമെന്ന് വിചാരിച്ചില്ല. നാന, കൃഷ്ണ, നന്ദകിശോർ എന്നിവരുടെ നാനാവിധവും കലികോലവും വികടവാ ണിയും ഏറെ ശ്രമിച്ചിട്ടും കൈയ്യിൽ എത്തിയില്ല. സുബയ്യാപിള്ളയെ എന്തോ എനിക്ക് അത്ര പിടിച്ചില്ല. പണ്ടേ പാടുപെട്ട് കൃത്രിമമായി ഉണ്ടാക്കുന്ന ഒരു വക്രിച്ച ചിരിയായി തോന്നിച്ചു ആ ചിരി. (സുബ്ബയ്യാ പിള്ളയും കോഴിക്കോടനും ഓർമ്മകളായി. ഞാൻ ആദരാഞ്ജലികൾ അർപ്പിക്കുന്നു.)

'ചിരി വീണ്ടും ചിരി' എന്ന പേരിൽ ഒരു ഹാസ്യമാസിക സുബ്ബയ്യാ പിള്ള നടത്തിയിരുന്നു. ഞാൻ എല്ലാ ലക്കവും വാങ്ങി വായിക്കുകയു ണ്ടായി. ഒരു ലക്കത്തിൽ 'നർമ്മകൈരളി' എന്ന ഹാസ്യസംഘടന സമ്മാനം കൊടുത്തഒരു കഥ. ജലന്ധർ സിറ്റിയിൽ നിന്നും വന്ന വിക്രംസിങ് പതിനഞ്ചുരൂപനോട്ടുമായി കോട്ടയത്ത് വരുന്നതും കോട്ടയത്തെവിക്രമൻപിള്ള പതിനഞ്ചിന്റെ നോട്ടു വാങ്ങി രണ്ട് ഏഴു രൂപാനോട്ടുകൾ ബാക്കി കൊടുക്കുന്നതുമായ കഥ. ഞാൻചിരി ച്ചുപോയി. സുബ്ബയ്യപിള്ളയ്ക്ക് ഞാൻ എഴുതി: കഥ കൊള്ളാം. പക്ഷേ ആ കഥ പതിനഞ്ചുവർഷം മുമ്പ് ഞാൻ എഴുതിയതാകുന്നു. 'കോട്ടയം' എന്ന എന്റെ പുസ്തകത്തിൽ ആദ്യകഥയായി അത് ചേർത്തിട്ടുമുണ്ട്.

സുബ്ബയ്യാപിള്ള മാസികയിൽ മറുപടി തന്നു. ഹാസ്യത്തിന് കോപ്പിറൈറ്റ് ഇല്ലെന്ന് ഓമനക്കുട്ടൻ മനസ്സിലാക്കുക.

ന്യായം! ഞാൻ മനസ്സിലാക്കി.

വെട്ടൂർ രാമൻനായരുടെ 'പാക്കനാർ' ഹാസ്യമാസികയാണ് അക്കാലത്ത് ജീവിച്ച മറ്റൊരു ഹാസ്യമാസിക. പകയും പരിഹാസവും പാക്കനാരിൽ ഏറെയുണ്ടായിരുന്നു. പാക്കനാർ വാർഷികപ്പതിപ്പിൽ 'അഭിനവശാകുന്തളം' എന്ന മുഴുനീള പാരഡി നാടകം ഞാൻ പ്രസിദ്ധ പ്പെടുത്തി. പിന്നീട് ലീലാവതിടീച്ചറിന്റെ അവതാരികയോടെ അത് പുസ്തകമാക്കി.

വികടൻ, നാരദൻ, വിജയഭാനു തുടങ്ങിയ ഹാസ്യമാസികകൾ ഞാൻ കണ്ടിട്ടില്ല. ചങ്ങനാശ്ശേരിയിൽ നിന്നും ആർ മാധവൻ പിള്ളയും എറണാ കുളത്തുനിന്നും ആർട്ടിസ്റ്റ് രാഘവൻമായരും പ്രസിദ്ധീകരിച്ചുപോന്ന 'സരസൻ' 'നർമ്മദ' മാസികകൾ മികച്ച ഹാസ്യത്തിന് ഉദാഹരണങ്ങളായി. എസ് ബിയിൽ പഠിക്കുമ്പോൾ സരസൻ പ്രസ്സും മാധവൻപിള്ളയും സ്ഥിരം കാഴ്ച. സരസനിൽ എൻ

പി ചെല്ലപ്പൻനായരും പന്തളം കെ പി യും വാണക്കുറ്റിയും നല്ല ഹാസ്യമെഴുതി. കെ എസ് പിള്ളയുടെ ഒന്നാന്തരം കാർട്ടൂണുകളും. 'സരസൻ അറിയുന്നുണ്ട്'' എന്ന മുന്നറിയിപ്പുമായി മാസവിശേഷങ്ങൾ നല്ല വായനയായി.

നർമ്മദയിൽ ആർട്ടിസ്റ്റ് വരയ്ക്കുകയും എഴുതുകയും ചെയ്തു. മീശാൻ ഒരു പ്രധാന എഴുത്തുകാരനായിരുന്നു. ഏറെനാൾ സാക്ഷാൽ വൈക്കം മുഹമ്മദ് ബഷീർ ആയിരുന്നു ചോദ്യോത്തരപംക്തി നർമ്മദയിൽ ചെയ്തത്.'നേരും നുണയും'എന്ന ബഷീർ പുസ്തകം നർമ്മദയിൽ വന്ന രചനകളാണ്.

'നർമ്മദ' നിലച്ചുകഴിഞ്ഞും എറണാകുളം ജ്യൂസ്ട്രീറ്റിൽ നർമ്മദ പ്രസ്സും ബോർഡും നിലനിന്നു ഏറെക്കാലം.

കൊല്ലത്തുനിന്നും കാമ്പിശ്ശേരി, കെ എസ് ചന്ദ്രൻ, വിതുര ബേബി എന്നിവർ ഒളിഞ്ഞും തെളിഞ്ഞും സഹായിച്ച 'അമിട്ട്'' എന്ന ഹാസ്യ മാസികയും മറക്കാൻ പറ്റില്ല. ഞാനും ചില തമാശകൾ അമിട്ടിൽ പൊട്ടിച്ചിട്ടുണ്ടല്ലോ. പ്രൊഫസർ രാമകൃഷ്ണൻ എന്ന 'സ്വാമി'യാണ് അമിട്ടിൽ വരച്ചിരുന്നത്. യേശു ദാസനും സോമനാഥനും വരച്ചിട്ടുണ്ട്. യേശുദാസന്റെ 'കട്ട്-കട്ട്'' 'ടിക്-ടിക് ' മാസികകളും ഓർമ്മയിൽ വരുന്നു.

ഈ ഓർമ്മകളോടെയാണ് ഞാൻ 'പാര' മാസിക അഞ്ചുവർഷം അറുപത് ലക്കം — എഡിറ്റ് ചെയ്തത്. മുഹമ്മദ് സലീം ആയിരുന്നു യഥാർത്ഥ പാര. പാരയോടൊപ്പം പുറത്തുവന്ന 'ഹാസ്യകൈരളി' മാത്രമാണിപ്പോൾ മലയാളത്തിൽ ഏകഹാസ്യം.

ചിരി വറ്റിപ്പോയോ മലയാളത്തിൽ? നല്ല ചിരിയെഴുത്ത് എന്താ ഉണ്ടാകാത്തത്? വരണ്ട കാലമോ മലയാളിക്കിപ്പോൾ? 'ഇരുപതിനായിരവും കോപ്പും' സമ്മാനിച്ചിട്ടും ഹാസ്യത്തിന് വിലയിടിഞ്ഞു പോയതെന്ത്?

ചിരിക്കണം ചിരിച്ചാലേ കരയാനും കഴിയൂ. ചിരിച്ചാലേ ചിരിപ്പിക്കാൻ ആളുണ്ടാവൂ.....

(ഈ ലേഖനം പ്രസിദ്ധീകരിച്ചു കഴിഞ്ഞ് എനിക്കും കിട്ടി 'ഹാസ്യ'ത്തിന് കേരളസാഹിത്യ അക്കാദമി അവാർഡ്. ഞാൻ ഗൗരവത്തോടെ ആർദ്രതയോടെ ആനന്ദത്തോടെ എഴുതിയ എസ്സേകൾക്ക് 'ശ്രീഭൂതനാഥവിലാസം നായർ ഹോട്ടൽ' എന്ന പുസ്തകത്തിന്)

•

തിരക്കഥ: പുതുസാഹിത്യശാഖ

ഡയറക്ടർ ബ്ലസ്സിയുടെ പുതിയ പടമാണ് 'കൽക്കട്ടാ ന്യൂസ്'. 'കാഴ്ച', 'തൻമാത്ര', 'പളുങ്ക്' എന്നിവയ്ക്കു ശേഷം ബ്ലസ്സി എഴുതി ചിത്രമാക്കിയ നാലാമത്തെ സൃഷ്ടി. ഡയറക്ടർ തന്നെയാണ് ഇപ്പോൾ കഥയും തിരക്കഥയും സംഭാഷണവും വേണ്ടിവന്നാൽ പാട്ടിന്റെ 'ഡയലോഗും' വരെ – വിരചിക്കുന്നത്. മുതുകുളവും മുട്ടനും മുതൽ എം റ്റിയും പദ്മരാജനും വരെയുള്ള സാഹിത്യപ്രതിഭ ഒന്നും മലയാള സിനിമ യ്ക്ക് ഇന്നാവശ്യമില്ല. സിനിമാ മതിൽക്കെട്ടിനകത്തേക്ക് വലംകാൽ കുത്തിക്കേറിയ നരേന്ദ്രപ്രസാദ്, മുണ്ടൂർ കൃഷ്ണൻകുട്ടി പിന്നെ എ എൻ ഗണേശ്, ബാലചന്ദ്രൻ ചുള്ളിക്കാട് ആദിയായവർ സ്വന്തം സാഹിത്യപാദുകങ്ങൾ ഗോപുരനടയിൽ ഊരിവെച്ചിട്ടാണ് നാലമ്പലം ചുറ്റിയത്. അതേസമയം സിനിമാത്തമ്പുരാക്കൾ മമ്മൂട്ടി യും മോഹൻലാലും മാമുക്കോയയും സത്യൻ അന്തിക്കാടും കമലും മറ്റും മതിൽചാടി സാഹിത്യക്ഷേത്രത്തിൽ പ്രവേശിച്ചു: ഉണ്ണിമായകളെ വേളി കഴിച്ചു!

സിനിമാതാരങ്ങളുടെ ഓർമ്മക്കുറിപ്പുകളും മറ്റ് കുറിപ്പടികളുംആഴ്ച തോറും ഗ്രന്ഥതല്ലജങ്ങളായി വിരിയുന്നു. കൈയ്യും കണക്കുമി ല്ലാതെ തിരക്കഥകളും പുസ്തകരൂപത്തിൽ പുറത്തുവരുന്നു. നാടകം നാടുനീങ്ങി. 2008-ൽ അഞ്ചു നാടകം പോലുംപ്രസിദ്ധീകരിക്കപ്പെ ട്ടില്ല; തിരക്കഥ അമ്പതെങ്കിലും വന്നു. നോവൽ കഥാശാഖകളും അന്യംനിന്നുപോകും എന്നാണ് തോന്നുന്നത്.

പുസ്തകച്ചന്തയിൽ തിരക്കഥയ്ക്ക് വൻഡിമാന്റ്. 'നീലക്കുയിലി'ന്റെ യും 'മിണ്ടാപ്പെണ്ണി'ന്റെയും 'ന്യൂസ് പേപ്പർ ബോയി'യുടെയും ഒക്കെ തിരക്കഥകൾ ആളെവെച്ചെഴുതിച്ച് പുസ്തകമാക്കുകയാണ് പ്രസാ ധകർ. 'യവനിക,' 'അവളുടെ രാവുകൾ' എല്ലാം വന്നുകഴിഞ്ഞു. 'ജീവിതനൗക','അവകാശി,' 'അങ്ങാടി' തുടങ്ങിയ തിരക്കഥകൾ

അച്ചടിച്ചവന്നോ എന്ന് ഞാൻ ദിവസവും കറന്റിലും കോസ്മോയിലും ചെന്ന് ചോദിച്ചുകൊണ്ടിരിക്കുകയാണ്. ആയിട്ടില്ല, ഉടനെ തരാമെന്നാണ്മറുപടി. മിച്ചമുള്ള മൂന്നാല് എൻബിയെസ് ശാഖകളിലും അന്വേഷിച്ചു. അവിടെ ആകെക്കൂടി ശ്രീകണ്ഠേശ്വരത്തിന്റെ ഒരു തിരക്കഥ മാത്രമേയുള്ളൂ. വില ആയിരം രൂപ. ഒരു ശബ്ദതാരാവലി വാങ്ങുന്നവർക്ക് അടുത്ത അയ്യപ്പസീസണിൽ മൂന്ന് ടിൻ അരവണ ഫ്രീ എന്ന് സഹകരണദേവസ്വം മന്ത്രി സഖാവ് സുധാകരസ്വാമി അറിയിച്ചിട്ടുണ്ടുപോൽ...

അപ്പവും അരവണയും ഒന്നും കൂടാതെ തന്നെ എം ടി വാസുദേവൻ നായർ, പത്മരാജൻ, ജോൺപോൾ എന്നിവരുടെ തിരക്കഥക്കൂട്ടങ്ങൾ ഞാൻ വാങ്ങിസൂക്ഷിച്ചിട്ടുണ്ട്. സാഹിത്യം തന്നെ അവ. എനിക്ക് പ്രിയപ്പെട്ടവ. അടൂർ ഗോപാലകൃഷ്ണൻ, ടി വി ചന്ദ്രൻ, എം. പി. സുകുമാരൻനായർ എന്നീ നല്ല സംവിധായകരുടെ നല്ല തിരക്കഥകളും ഞാൻ സൂക്ഷിച്ചിട്ടുണ്ട്. വലിയ സന്തോഷത്തോടെ.

ബ്ലസിയുടെ 'കൽക്കട്ടാന്യൂസ്'' പുസ്തകമായി പുറത്തിറങ്ങിയ ചടങ്ങിന് എന്നെയും വിളിച്ചു രാജേഷ് കുമാർ. ചെങ്ങന്നൂർ റെയ്ൻബോ ബുക് പബ്ലിക്കേഷേഴ്സ് എന്ന സ്ഥാപനമാകുന്നു രാജേഷ്. ഒരു പ്രസാധകന് വേണ്ട ഭാവനയും പ്രയോഗവും ഉണ്ട്. ഡീസിയുടെ ശിഷ്യൻ.

ബ്ലസ്സി, ദിലീപ്, മീരാ ജാസ്മിൻ, തമ്പി ആന്റണി, ശരച്ചന്ദ്രവർമ്മ തുടങ്ങിയവരും സർവ്വോപരി ജോൺപോളും പങ്കെടുക്കുന്ന യോഗത്തിൽ ഞാൻ എന്തിന്? രാജേഷിനോട് ചോദിച്ചു.

പക്ഷേ, രണ്ടാമത് ഒന്നോർത്തപ്പോൾ തിരക്കഥാച്ചടങ്ങിൽ പങ്കുകൊള്ളാൻ ബഹുകേമനാണെന്ന് തോന്നി. പോയി. കവിഞ്ജർ ഡി വിനയചന്ദ്രനും ഉണ്ടായിരുന്നു. അദ്ദേഹത്തെ ഉദ്ഘാടകനാക്കി രാജേഷ്; എന്നെ അധ്യക്ഷനും.

അധ്യക്ഷനാവാൻ ഞാൻ സർവ്വദാ യോഗ്യനാണെന്ന് ഞാൻ പറഞ്ഞു. 1966 ൽ ഒരു തിരക്കഥ മലയാളത്തിൽ തർജ്ജമചെയ്ത് ഖണ്ഡശഃ പ്രസിദ്ധപ്പെടുത്തിയത് അനുസ്മരിച്ചു. എം എ യ്ക്ക് പഠിക്കുമ്പോൾ ആയിരുന്നു. 'മൊണ്ടാഷ്'' എന്ന സത്യജിത്റേ പഠനസ്മരണിക കൈയിൽ കിട്ടി. അതിൽ 'നായക്'' എന്ന റേച്ചിത്രത്തിന്റെ മുഴുതിരക്കഥ. ഇംഗ്ലീഷിലാണ് സംഭവം. എനിക്കങ്ങ് ബോധിച്ചു.

ഉത്തംകുമാർ എന്ന ബംഗാളി സിനിമയിലെ സൂപ്പർതാരമാണ് നായകിൽ അഭിനയിച്ചത്. സഹനടി ശർമ്മിളാടാഗോറും. ഹൗറായിൽനിന്നും ദില്ലിയിലേക്കു പോകുന്ന ട്രെയിനിൽ, രാജധാനി

എക്സ്പ്രസ്സിലെ എ സി കോച്ചിലാണ് കഥ നടക്കുന്നത്. നായകൻ മഹാനടൻ തന്നെ. അയാളെ ഇന്റർവ്യൂ ചെയ്യുകയാണ് വനിതാ ജേർണലിസ്റ്റ്. ഓർമ്മകളിലൂടെ നടന്റെ ഭൂതകാലം ഇതൾ വിടരുകയാണ് റേയുടെ സ്വന്തം കഥ. തിരക്കഥ, സംഭാഷണരചനയും സ്വന്തം.

എറണാകുളത്തുനിന്നും പ്രസിദ്ധീകരിച്ച 'ചിത്രാപൗർണ്ണമി' ദ്വൈവാരികയിൽ എന്റെ പരിഭാഷ പാതിയോളം അച്ചടിച്ചുവന്നു. അപ്പോൾ പൗർണ്ണമി അസ്തമിച്ചു.

തിരക്കഥ മുഴപ്പിച്ചില്ല. ഞാൻ. ബംഗാളിതിരക്കഥ നീയെന്തിന് ആംഗലത്തിൽ നിന്നും മലയാളമാക്കുന്നു എന്നാരോ എന്നോട് ചോദിച്ചു. നേരാണല്ലോ. ഞാൻ 'നായക്' പാതിവഴിയിൽ ഉപേക്ഷിച്ചു.

സ്ഥലകാലക്രിയായൈക്യം പാലിക്കുന്ന തിരക്കഥയാകുന്നു 'നായക്.'

തിരക്കഥകൾ തുടർച്ചയായും പുസ്തകമായും ഒക്കെ മലയാളത്തിൽ വന്നുതുടങ്ങിയത് പിന്നെയും ഏറെ നാൾ കഴിഞ്ഞ്. ക്ലാസിക് തിരക്കഥകൾ പലതും മലയാളത്തിൽ വന്നു. സാനന്ദരാജ് ചെയ്ത നല്ല തർജ്ജമകൾ ഓർമ്മയിലുണ്ട്...

അൻപതുകളിലും അറുപതുകളിലും മികച്ച കലാസൃഷ്ടികളായി ജന്മം കൊണ്ട ഹിന്ദി സിനിമകളിൽ പ്രതിഭാശാലികളായ കവികളും എഴുത്തുകാരും പിന്നിൽ ഉണ്ടായിരുന്നു. മെഹ്ബൂബിന്റെയും ശാന്താറാമിന്റെയും ബിമൽറോയിയുടെയുംരാജ്കപൂറിന്റെയും ഗുരുദത്തിന്റെയും ഗാനരചയിതാക്കൾ മാത്രമല്ല തിരക്കഥാകൃത്തുകളും മഹാകവികൾ ആയിരുന്നു. കെ അസീഫിന്റെ 'മുഗൾ-എ -അസ'മിന്റെ രചയിതാക്കൾ നാല് മഹാപ്രതിഭകൾ. ഹരിവംശറായി ബച്ചനും നിരാലയും കൈഫി അസ്മിയും ഷക്കീൽ ബദായുനിയും മജ്റൂ സുൽത്താൻപുരിയും കെ എ അബ്ബാസും എല്ലാം. കറുപ്പുവെളുപ്പുചലച്ചിത്രങ്ങളെ സപ്തവർണ്ണപരിവേഷിതമാക്കി, കാവ്യഭംഗിയാൽ. മാർക്സ് ബർട്‌ലി സീനിയറും രാധുകാർമാർക്കറും മൂർത്തിയും മറ്റു ഛായാഗ്രാഹകരും കണ്ണിനു കുളിർമ്മയേകുമ്പോൾ കാതിൽ തേന്മഴ ചൊരിഞ്ഞു എഴുത്തുകാരായ എഴുത്തുകാർ.

ദിലീപിനെയും രാജിനെയും ദേവിനെയും ഒപ്പം ബൽരാജ് സാഹ്നിയെയും ഗുരുദത്തിനെയും എന്റെ ഉള്ളിൽ പ്രതിഷ്ഠിച്ചത് ആ തിരക്കഥാകൃത്തുക്കൾ. അതിൽ അബ്ബാസിനെ മാത്രമേ അക്ഷരമായി എന്റെ കൈയിൽ കിട്ടിയുള്ളൂ. ഡോക്ടർ കോട്നിസും ആവാരായും ശ്രീ 420-ഉം ബോബിയും ഒക്കെ ഏതാണ്ട് തിരക്കഥപോലെ കിട്ടി.

ഋത്വിക് ഘട്ടകിന്റെ 'മധുമതി' തിരക്കഥയും സലീൽ ചൗധരിയുടെ 'ദോ ബീഘാ സമീൻ'തിരക്കഥയും ഒന്നു കിട്ടാൻ എത്ര കൊതിച്ചു! ഇപ്പോഴും കൊതിക്കുന്നു!

പൂർണ്ണതിരക്കഥകളായിട്ടില്ലെങ്കിലും 'തീപ്പൊറിയും വശനങ്കൾ'തമിഴിൽ കൊച്ചു പുസ്തകങ്ങളായി അച്ചടിച്ചുവന്നിരുന്നു. 'പരാശക്തി'ക്കും 'മനോഹരാ'യ്ക്കും കലൈഞ്ജർ കരുണാനിധി രചിച്ച അത്യുഗ്രൻ സംഭാഷണം പാട്ടുപുസ്തകം പോലെ അച്ചടിച്ചുവന്നു. വാങ്ങി. തപ്പിപ്പിടിച്ചു വായിച്ചു. കാണാപ്പാഠം പഠിച്ചു. ചങ്ങാതിക്കൂട്ടത്തിൽ, 'ഓടിനേൻ... ഓടിനേൻ' എന്ന പരാശക്തിയിലെയും 'മനോഹരാ! പൊറുത്തതുപോതും പൊങ്കി എഴ്' എന്ന അമ്മയുടെ അനുവാദം കിട്ടിക്കഴിഞ്ഞുള്ള മനോഹരായിലെയും ശിവജി സ്പീച്ച് വച്ചു കാച്ചുമായിരുന്നു. വീരപാണ്ഡ്യകട്ടബൊമ്മന്റെ തിരക്കഥാകൃത്ത് ആരോ? ജാവർ സീതാ രാമനാണോ? അറിയില്ല. കട്ടബൊമ്മനിലെ ശിവാജിസ്പീച്ച് 'എങ്കൾ പെങ്കളുക്കു മഞ്ചരച്ചുകുടുത്തായോ?' തട്ടിയിട്ടുണ്ട്കൂട്ടുകാർക്കിടയിൽ.... (കട്ടബൊമ്മൻ വചനം നാടകീയമായി അവതരിപ്പിച്ചിരുന്ന ശങ്കരൻകുട്ടി പോയി. ഇനി, കട്ടബൊമ്മൻസ്പീച്ചാൻ ഒരാളെയുള്ളൂ— ബാലചന്ദ്രൻ ചുള്ളിക്കാട്! സാക്ഷാൽ ഗണേശസമക്ഷം ബാലൻ സ്പീച്ചിയിട്ടുണ്ട്.)

തമിഴിൽ, പക്ഷേ കരുണാനിധിയെക്കാൾ എനിക്ക് ഇഷ്ടപ്പെട്ട തിരക്കഥാകൃത്തുക്കൾ എ പി നാഗരാജൻ, സി വി ശ്രീധർ,കെ ബാലചന്ദർ എന്നിവരാകുന്നു. ദ്രാവിഡ സംസ്കൃതിയുടെ വക്താവും വ്യാഖ്യാതാവും ആകുന്ന നാഗരാജൻ. വിദേശ ചലച്ചിത്ര ഉത്സവങ്ങൾക്കുവേണ്ടിയല്ല നാഗരാജൻ പടമുണ്ടാക്കിയത്. തമിഴ് മക്കൾക്കായി, തലമുറകൾക്കായി ചിത്രം സൃഷ്ടിച്ചു. 'തിരുവിളയാടൽ'ലും 'തില്ലാനാ മോഹനാംബാളും' കാലത്തെ വെല്ലുന്ന തമിഴ് പടങ്ങളാണ്. ആബാലവൃദ്ധം ഒന്നടങ്കം കണ്ടാനന്ദിക്കുന്ന മഹൽചിത്രങ്ങൾ.

'കല്യാണപ്പരിശ്', 'നെഞ്ചിലേ – ഒരു ആലയം', 'കാതലിക്ക നേരമില്ലൈ,' 'ചുമൈ താങ്കി' തുടങ്ങിയ സിനിമകൾ ചെയ്ത ശ്രീധർ എന്റെ യൗവ്വനത്തെ പൂരിപ്പിച്ച തിരക്കഥാകൃത്തും സംവിധായകനുമാണ്. പിന്നാലെ വന്ന ബാലചന്ദറും മനം നിറച്ചു. 'മേജർ ചന്ദ്രകാന്ത്', 'എതിർ നീച്ചൽ', 'നാണൽ' തുടങ്ങിയ ആദ്യപടങ്ങൾ മുതൽ 'സിന്ധുഭൈരവി' ഉൾപ്പെടെ നൂറോളം പടങ്ങൾ. നല്ല തിരക്കഥകളൊക്കെയും.

ഭാരതിരാജായും മണിരത്നവും കമൽഹാസനുമാണ് ഇപ്പോൾ എന്റെ പ്രിയപ്പെട്ട തിരക്കഥാകൃത്തുക്കൾ. കമലിന്റെ തിരക്കഥകൾ

പാഠ്യപുസ്തകങ്ങളത്രെ തിരക്കഥ എഴുതുന്നവർക്ക്...

മലയാളത്തിൽ തിരക്കഥ എഴുതിയ ആദ്യസാഹിത്യകാരൻ സി മാധവൻ പിള്ള. 'ജ്ഞാനാംബിക' എന്ന നോവൽ സിനിമയാക്കിയപ്പോൾ അതിൽ അദ്ദേഹം അഭിനയിക്കുകയും ചെയ്തു. മുതുകുളം രാഘവൻപിള്ളയായിരുന്നു നിന്നുതിരിയാൻ നേരം കിട്ടാത്ത തിരക്കഥയെഴുത്തുകാരൻ. തിക്കുറിശ്ശിയും കുറെ തിരക്കഥകളെഴുതി.

'നവലോക'വും 'സ്നേഹസീമ'യുമൊക്കെയായി പൊൻ കുന്നം വർക്കി വന്നു. പിന്നെ പാടാത്ത പൈങ്കിളിയും ഇണപ്രാവുകളും മറ്റുമായി മുട്ടത്തുവർക്കിയും. ഉറൂബും പിന്നാലെ പൊറ്റെക്കാട്ടും തകഴിയും ബഷീറും വന്നു. ബഷീറും തകഴിയും ഓരോ തിരക്കഥ എഴുതി പണി മതിയാക്കി! രണ്ടിടങ്ങഴിയും ഭാർഗ്ഗവീനിലയവും.

പിന്നെ നാടകകൃത്തുക്കളും നോവലിസ്റ്റുകളും തിരക്കഥയെഴുത്തിന്റെ അയ്യരുകളി ആയി. തോപ്പിൽ ഭാസി, എസ് എൽ പുരം സദാനന്ദൻ, കെ ടി മുഹമ്മദ് ഒക്കെ തിരനാടകമെഴുത്തായി. സുരേന്ദ്രൻ, പാറപ്പുറത്ത്, വിവേകാനന്ദൻ, മലയാറ്റൂർ സകലരും കോടമ്പക്കത്തിനു വണ്ടികേറി, തിരനോവൽരചിക്കാൻ.

എംടിയും പത്മരാജനും പിന്നീട് ജോൺപോളും കടന്നുവന്നതോടെ തിരക്കഥയ്ക്ക് മലയാളത്തിൽ പ്രായപൂർത്തിയെത്തി. ആ തിരക്കഥകൾ പുതിയ സാഹിത്യശാഖയായി മാറി. അതിന് അഴകും ആഴവും കൊടുത്തു. അടൂർ ഗോപാലകൃഷ്ണൻ.

പത്മരാജശിഷ്യനാകുന്നു ബ്ലസ്സി. കാഴ്ച, തന്മാത്ര, പളുങ്ക്, കൽക്കട്ടാന്യൂസ് എന്നീ ചലച്ചിത്രങ്ങളും അവയുടെ സാഹിത്യനിരൂപണങ്ങളും അത് സാക്ഷ്യപ്പെടുത്തുന്നു. മലയാള സാഹിത്യ ത്തിൽ ഒരു കാലത്ത് നാടകങ്ങൾ കുന്നുകൂടി — മൊഴിമാറ്റവും മോഷണവുമായി. പൈങ്കിളി നാടകകൃത്തുകൾ പാറിപ്പറന്നു. പരീക്ഷണനാടകാവതരണങ്ങളിൽ കാണികൾ പേടിച്ചോടി. ഒടുവിൽ, നാടകം അച്ചിലുമില്ല അരങ്ങത്തുമില്ലാതായി.

അച്ചടിച്ചിറങ്ങുന്ന തിരക്കഥകളുടെ എണ്ണം അമ്പരപ്പിക്കുന്നതാണ്. നാടകത്തിന്റെ ഗതി തിരക്കഥയ്ക്കും സിനിമയ്ക്കും ഉണ്ടാകാതിരിക്കട്ടെ.

•

കൃഷ്ണാ! പുരുഷോത്തമാ! മാധവാ!

'ഗോവ' പ്രസിഡണ്ട് ആയിരുന്ന ഞാൻ. മൂന്നാലഞ്ച് വർഷം എതിരില്ലാതെ തെരഞ്ഞെടുക്കുകയായിരുന്നു എന്നെ. ഡീസന്റ് പ്രസിഡണ്ട്, ഒരു വക സ്വേച്ഛാധിപത്യഭരണവും നടത്തിയില്ല. ഗോവ ഏതാണ്ടില്ലാതായപ്പോൾ ഞാൻ പ്രസിഡണ്ട് അല്ലാതായി. പിന്നെ ജനാധിപത്യം വന്നു.

ഗവൺമെന്റ് ഓഫീസേഴ്സ് വെൽഫെയർ അസോസിയേഷൻ (GOWA)എറണാകുളം കാക്കനാട്ടെ സർക്കാർ ക്വാർട്ടേഴ്സ് അന്തേവാസികളുടെ വിശ്രമവിനോദകേന്ദ്രം ആകുന്നു. റിക്രിയേഷൻ ക്ലബ്ബ്. എട്ടു സെന്റു ഭൂമിയിൽ രണ്ടു മുറി കെട്ടിടം ക്ലബ്ബിന് വാടകയ്ക്കു തന്നു ബഹുസർക്കാർ. ചീട്ടുകളിയായിരുന്നു സർക്കാർ ഉദ്യോഗസ്ഥരുടെ ക്ഷേമപ്രവർത്തനം. വെറും ഋലാൻ പെരിശ്ശും റമ്മിയും മാത്രം. മുച്ചീട്ട്, പന്നിമലത്ത്, പോക്കർ, ബ്രിഡ്ജ് ആദിയായ വരേണ്യ വർഗ്ഗക്രീഡകൾ പ്രസിഡണ്ട് പ്രത്യേക ഉത്തരവുമൂലം നിരോധിച്ചു. ഗോൾഫ്, ടെന്നീസ്, ബില്യാർഡ്സ് തുടങ്ങിയ ഉദ്യോഗസ്ഥലീലകൾ അനുവദിക്കപ്പെട്ടെങ്കിലും ചന്തക്കളികൾക്ക് ആരും തയ്യാറായില്ല. പോയിന്റീന് ഒറ്റ ഉറുപ്പികവച്ചുള്ള ഋണ്ട് എന്ന നോക്കൗട്ട് റമ്മിയായിരുന്നു ഉദ്യോഗസ്ഥരുടെ ഉദ്യോഗം.

പ്രവൃത്തിദിനങ്ങളിൽ രാത്രി മാത്രവും അവധി ദിവസങ്ങളിൽ രാപകൽ മുഴുവനും. 'ലൈഫി' നും 'സെക്കന്റി' നും 'സെറ്റി' നും വേണ്ടി മാന്തി മാന്തി അംഗങ്ങൾക്കാർക്കും സന്ധിവാതം കേറി കോപിച്ചില്ല. എൻ ജി ഒ സഖാക്കൾക്ക് മുഷ്ടി ചുരുട്ടി 'ഇൻക്വിലാബ് സിന്ദാബാദ്'' അന്തരീക്ഷത്തിലെറിയാം, തോളുകൾക്ക് ഉളുക്കിപ്പിടുത്തമില്ല!

തലസ്ഥാനത്തെ മുന്തിയ ഏമാൻമാരുടെ ക്ലബ്ബുകളിൽ 'ബാർ' ഉണ്ടെന്നും ഗോവയിൽ പാവപ്പെട്ടവരുടെ ബാർ 'തുറക്കണമെന്നും നിവേദനമുണ്ടായി. എഞ്ചിനീയർ ജോസഫ് തളിയാടിൽ, ആശുപത്രി സൂപ്രണ്ട് ടിപ് ടോപ്. അസീസ്, താസിൽദാർ ശ്രീകുമാർ, സ്കൂൾമാഷ് അബ്ദുള്ള, ഡ്രിൽസാർ മണി മുതലായവരായിരുന്നു നിവേദകർ. പ്രസിദ്ധിയുടെ ആത്മ സുഹൃത്തുക്കൾ. പക്ഷേ നിവേദനം നിഷ്കരുണം നിരാകരിക്കപ്പെട്ടു.

ഗോവക്കാരായ ശുദ്ധമദ്യദാഹികൾ പാലാരിവട്ടത്ത് പോളക്കുളത്തിന്റെ 'തെമ്മാടിക്കുഴി'യിൽ നിന്നും വിഷവെള്ളം വാങ്ങി മോന്തി.

രാത്രി പത്തുമണികഴിഞ്ഞ് പാലാരിവട്ടത്ത് എത്തിയാൽ പ്രസിഡണ്ടായ ഞാൻ എന്റെ പ്രജകളെ തപ്പും. രണ്ടെണ്ണത്തിനെ എങ്കിലും കിട്ടാതെ വരില്ല. കാക്കനാട്ടേക്ക് ആട്ടോ മാത്രമാണ് രക്ഷ. പന്ത്രണ്ടുരൂപ കൂലി. രണ്ട് കൂട്ടിക്കിട്ടിയാൽ നാല് രൂപ മതിയല്ലോ എനിക്ക്. ചിലപ്പോൾ ചില മാന്യന്മാർ പ്രസിഡണ്ടിന്റെ നാല് രൂപ കൂടി കൊടുത്തുകളയും! അഡ്വക്കറ്റ് ജയൻ, അഡ്വക്കറ്റ് റോബിൻ, ആർക്കിടെക്റ്റ് ഹോബി എന്നിവരത്രെ ആ മാന്യയുവാക്കൾ.

സെയിൽസ് ടാക്സ് ഓഫീസർ രാമൻനായരുടെ പുത്രനാകുന്നു ജയൻ. സഖാക്കൾ എം കെ കൃഷ്ണന്റെയും എ എസ് പുരുഷോത്തമന്റെയും പുത്രൻമാർ റോബിനും ഹോബിയും.

ഒരു രാത്രിയിൽ പാലാരിവട്ടത്ത് സഹയാത്രികരെ കാത്തുനിൽക്കുമ്പോൾ വരുന്നു രണ്ടുപേർ. റോബിന്റെയും ഹോബിയുടെയും പ്രിയപിതാക്കൾ, എം കെ യും എ എസ്സും.

സഖാക്കളോട് എങ്ങനെ നാല് രൂപ വീതം പിരിവ് വാങ്ങും? പന്ത്രണ്ടുരൂപയും ഞാൻ തന്നെ കൊടുക്കേണ്ടിവരും! എന്നാലും അടുത്തേക്കു ചെന്നു. മുൻമന്ത്രിയും എക്സ് എം എൽ എ യുമാണ് രണ്ടും. സ്വന്തമായി കാറില്ലാത്ത നേതാക്കന്മാർ. മുളവുകാട്ടോ പൊന്നാരിമംഗലത്തോ മറ്റോ പാർട്ടി മീറ്റിംഗും കഴിഞ്ഞ് വൈപ്പിനിൽനിന്നും ലാസ്റ്റ് ബോട്ടിൽ ഇക്കരെ പറ്റിആലുവാബസ്സിൽ പാലാരിവട്ടത്ത് ഇറങ്ങി വരികയാണ്. കാക്കനാട്ട് എൻ ജി ഒ ക്വാർട്ടേഴ്സുകളിലാണ് പൊറുതി. ഇരുവരുടേയും ഭാര്യമാർ സർക്കാർ ജീവനക്കാരാണ്. അതുകൊണ്ട്, സുഖവാസം 'ഫ്ളാറ്റി'ലും 'വില്ല'യിലും.

സിറ്റി ബസ്സുകളിലെ തിരക്കിൽ കമ്പിയിൽ തൂങ്ങിനിന്ന് സഞ്ചരിക്കും സഖാക്കൾ രണ്ടും. ഞാൻ ഇരിക്കുകയായിരിക്കും. എണീറ്റ് സീറ്റ് കൊടുത്താൽ സ്വീകരിക്കില്ല. എനിക്ക് ദേഷ്യംവരും; വല്യമന്ത്രിയും

എമ്മല്ലെയും ഒക്കെയായിട്ട് തെമ്മാടിക്കുഴിയിലെ തെമ്മാടികൾക്കൊപ്പം യാത്രചെയ്യുന്നോർ!

ഇതിനെയൊക്കെ നമ്മൾ എന്തിന് മന്ത്രിയും രാജാവുമെല്ലാം ആക്കുന്നു? നമ്മുടെ സീറ്റ് ഒഴിഞ്ഞുകൊടുക്കാനോ?

ഒരു ആട്ടോ പിടിച്ച് ഞാൻ എം കെയെയും എ സ്സിനെയും വിളിച്ച് കേറ്റി. നേരെ കാക്കനാട്ടേക്ക് വിട്ടു. ഗോവയിലെ ചീട്ടുകളി നിറുത്തി വെറെ നല്ല കാര്യം വല്ലതും ചെയ്യാൻ സഖാക്കൾ ഉപദേശിച്ചു. ഞാൻ മിണ്ടിയില്ല. കളി നിറുത്തിയാൽ ഗോവ ജനശൂന്യമായിപ്പോവില്ലേ? പിന്നെ, ഡിഫിയും യൂത്തുമൊന്നും തിരിഞ്ഞുനോക്കില്ല അങ്ങോട്ട്.

ആട്ടോ പാടിവട്ടവും ചെമ്പുമുക്കും കഴിഞ്ഞ് പടമുഗൾപള്ളിക്കു മുന്നിലെത്തി. പെട്ടെന്ന് ഒരു പോലീസുകാരൻ ആട്ടോയ്ക്ക് മുന്നിൽ. 'നിറുത്തെടാ' എന്നൊരക്കെ ആജ്ഞ. പത്തടി മുൻപോട്ട് നീങ്ങി ആട്ടോ നിന്നു. ഇരുട്ടത്ത് മാറിക്കിടക്കുന്ന ജീപ്പിൽനിന്ന് എസൈയേമാൻ ചാടിവീണു. ഡ്രൈവറെ രണ്ടു പുളിച്ച തെറി വിളിച്ചു.

ആട്ടോയ്ക്കുള്ളിലേക്ക് ടോർച്ച് തെളിച്ച് പോലീസ് ചോദ്യമായി — ആരാണ്, എന്താണ്, എവിടുന്നാണ്, എങ്ങോട്ടാണ്?

പേരെന്ത്, നാളെന്ത്?

ഞാൻ ഉത്തരം കൊടുക്കാനാഞ്ഞപ്പോൾ എ എസ് തടഞ്ഞു. എന്നിട്ടു പറഞ്ഞു: 'ഞാൻ പുരുഷോത്തമൻ, ഇത് കൃഷ്ണൻ. ക്വാർട്ടേഴ്സിൽ താമസിക്കുന്നു. അങ്ങോട്ടു പോകുന്നു.—'

ഞാൻ ചാടിക്കയറിപ്പറഞ്ഞു: 'എന്റെ പേര് ഓമനക്കുട്ടൻ. മഹാരാജാസ് കോളജിൽ ജോലി. ഗോവാ പ്രസിഡണ്ടാണ്!'

പ്രസിഡണ്ടിന്റെ മുഖത്തോട്ടുതന്നെ ടോർച്ചടിച്ചു പോലീസ്. എന്തോ ചീത്ത പറയാൻ വാ തുറന്നതും ഞാൻ വേഗം പറഞ്ഞു: 'മുൻ മന്ത്രി എം കെ കൃഷ്ണനും മുൻ എമ്മല്ലെ എ എസ് പുരുഷോത്തമനും ആണിവർ—'

എസ്സൈയേമാൻ നിവർന്നുനിന്നു. പൊയ്ക്കോള്ളാൻ വിരലനക്കി. ഡ്രൈവർ വണ്ടിയെടുത്തു. ഏമാൻ പിറുപിറുക്കുന്നത്കേട്ടു: 'ആട്ടോയിൽ നടക്കുന്ന ഒരു മുൻമന്ത്രി!'

ക്വാർട്ടേഴ്സ് ജങ്ഷനിൽ ഞങ്ങളിറങ്ങി. സഖാക്കൾ അയ്യഞ്ചുരൂപ വീതം എനിക്കു തന്നു. വേണ്ടെന്ന് പറഞ്ഞിട്ട് കേട്ടില്ല.

രണ്ടുരൂപ കൈപ്പൊറുപ്പ് എന്ന് ഞാൻ കണക്കുകൂട്ടി...

സഖാവ് എ എസ് പുരുഷോത്തമനെപ്പറ്റി നല്ല തമാശ കേട്ടിട്ടുണ്ട്. രണ്ടു മണിക്കൂർ മൂന്നുമണിക്കൂർ അദ്ദേഹം പ്രസംഗിക്കും. ജനം പിരിഞ്ഞാലും തുടരും. ദ്വീപിലാണ്. കാറ്റും തണുപ്പും കൂടിക്കൂടി വരികയാണ്. ആരെങ്കിലും ഓർമ്മിപ്പിക്കും. ആളുകളെല്ലാം പിരിഞ്ഞു. പ്രസംഗം നിറുത്താം.

എ എസ് കൈത്തലം കണ്ണിനു മോളിൽ പിടിച്ച് സൂക്ഷിച്ചു നോക്കി പറയുമത്രേ: 'ഇല്ല, നാലുപേർകൂടി ഉണ്ട്!'

ആ നാലുപേരും മൂട്ടുംതട്ടി എണീറ്റുപോകുമ്പോൾ എ എസ്സറയും വീട്ടിലിരുന്ന് സകലരും എന്റെ പ്രസംഗം കേൾക്കുന്നുണ്ട്!!

എം കെ കൃഷ്ണനെപ്പറ്റി ഇത്തരം തമാശ ഒന്നും ഞാൻ കേട്ടിട്ടില്ല എന്നുമാത്രമല്ല, ഏറെ ബഹുമാനത്തോടെയും സ്നേഹത്തോടെയും മാത്രമേ എല്ലാവരും പറഞ്ഞും കേട്ടിട്ടുള്ളൂ. എം കെയുടെ സ്വഭാവശുദ്ധിയെപ്പറ്റി, ആത്മാർത്ഥയെപ്പറ്റി, സത്യസന്ധതയെപ്പറ്റി, കർമ്മശേഷിയെപ്പറ്റി ആദരവോടെയുള്ള അനുസ്മരണങ്ങൾ—

ബിരുദധാരിയായി, കേന്ദ്ര ഗവൺമെന്റ് ഉദ്യോഗസ്ഥനായി എം കെ കൃഷ്ണൻ. ഉദ്യോഗത്തിൽ തുടർന്നിരുന്നെങ്കിൽ അങ്ങ് ഉന്നതങ്ങളിലെത്തുമായിരുന്നു. പക്ഷേ, എം കെ ജോലികളഞ്ഞ് പൊതുപ്രവർത്തകനായി പാർട്ടിക്കാരനായി.

കാണാൻ യോഗ്യനായിരുന്നു കൃഷ്ണൻ. കഴിവുള്ളവനും.ജനനേതാവായിത്തീർന്നു. ജനങ്ങൾ അവരുടെ പ്രതിനിധിയായി പലവട്ടം തെരെഞ്ഞെടുത്തു. രണ്ടു തവണ മന്ത്രിയായി. ഒന്നാന്തരം ഭരണാധികാരിയായിരുന്നു അദ്ദേഹം. നിയമങ്ങളും ചട്ടങ്ങളും ഹൃദിസ്ഥം.

ഗൗരിയമ്മയെ മുഖ്യമന്ത്രിയാക്കാത്തതിൽ പലരും സങ്കടപ്പെട്ടു കണ്ടിട്ടുണ്ട്. അന്ന്, എം കെ കൃഷ്ണനെ മുഖ്യമന്ത്രി ആക്കാത്തതിലാണ് എനിക്കിന്നും സങ്കടം. ഇ കെ നായനാരെക്കാൾ പ്രഗല്ഭനായ മുഖ്യമന്ത്രി ആകുമായിരുന്നു കൃഷ്ണൻ. പക്ഷേ, പാർട്ടി അന്നും പിന്നെയും അദ്ദേഹത്തെ അർഹിക്കുംപോൽ ആദരിച്ചില്ല.

മരണശേഷം ആലുവയിൽ ഏരിയാ കമ്മിറ്റി ആപ്പീസും മുളവുകാട്ട് ലോക്കൽ കമ്മിറ്റി ആപ്പീസും എം കെ കൃഷ്ണൻ സ്മാരക മന്ദിരങ്ങളായി ഉയർന്നു. അത്രമാത്രം. പേരിന് ഒരോർമ്മപുതുക്കൽ...

പി കെ ചാത്തൻമാസ്റ്റർ, കെ വി കുഞ്ഞമ്പു, വെള്ള ഈച്ചരൻ, പി കെ വേലായുധൻ, ദാമോദരൻ കാളാശ്ശേരി, കെ രാധാകൃഷ്ണൻ എന്നീ മന്ത്രിമാരെ എല്ലാം ഞാൻ കണ്ടിട്ടുണ്ട്. ഈച്ചരൻ, ബാലകൃഷ്ണൻ,

ദാമോദരൻ എന്നിവരുടെ ശരീരഭാഷ എനിക്കത്ര സുഖിച്ചില്ല എന്നത് സത്യം. ചാത്തൻമാസ്റ്ററോടും കുഞ്ഞമ്പുവിനോടും നിറഞ്ഞ ബഹുമാനം തോന്നി. രാധാകൃഷ്ണനോട് വലിയ ഇഷ്ടവും.

ഇവർ മിക്കവരും മന്ത്രിസ്ഥാനം കഴിഞ്ഞ് വഴിയിലിറങ്ങി നടക്കുന്നതും കാപ്പിക്കടയിൽ കേറി ദോശ തിന്നുന്നതും ബസ്സിൽ നാട്ടുകാരോടൊപ്പം ഇടിച്ചുകേറി യാത്ര ചെയ്യുന്നതും കണ്ണാലെ കണ്ടു.

'ചന്ദനം കട്ടതും
ചന്തയിൽ വിറ്റതും
ഞങ്ങളറിഞ്ഞു
നാട്ടു ഭരിച്ചോരു നമ്പൂതിരി

കാട്ടു മുടിച്ചോരു കൃഷ്ണ!' എന്ന് കോങ്കികൾ കോക്രികാട്ടിയപ്പോൾ ഞാൻ ചിരിച്ചു. സർക്കാർ ക്വാർട്ടേഴ്സിലാണല്ലോ ഞാനും ചന്ദനക്കള്ളനും കഴിയുന്നത്!

മാർക്സിസ്റ്റു പാർട്ടി സഖാവ് എം കെ കൃഷ്ണനെ മുഖ്യമന്ത്രി സ്ഥാനത്ത്പരിഗണിച്ചില്ല എന്ന എന്റെ സ്വകാര്യദുഃഖത്തോടൊപ്പം ഒന്നുകൂടിയുണ്ട്: കോൺഗ്രസ്സ് പാർട്ടി ശ്രീ. കെ കെ മാധവനെ മുഖ്യമന്ത്രി ആക്കിയില്ല എന്നത്. കരുണാകരനും ആന്റണിക്കും മുമ്പെ മാധവൻ മാസ്റ്റർ കേരളത്തിന്റെ മുഖ്യമന്ത്രി ആകേണ്ടിയിരുന്നു...

കോൺഗ്രസ്സിലെ സുഗതൻസാറാകുന്നു മാധവൻമാസ്റ്റർ. പരുക്കൻ ഖദറിന്റെ പാന്റ്സും സ്ലാക്കും ധരിച്ച്, തോൽ വള്ളിച്ചെരുപ്പുകളിട്ട്, കൈയിൽ തോൽബാഗുമായി പ്രത്യക്ഷപ്പെടുന്ന മാധവൻമാസ്റ്റർ ആർജ്ജവത്തിന്റെ ആൾരൂപമായിരുന്നു അദ്ദേഹം.

സാഹിത്യ പരിഷത്ത് മുറ്റത്തുവെച്ച് പ്രൊഫ. തോമസ് മാത്യു എന്നെ മാധവൻമാസ്റ്റർക്ക് പരിചയപ്പെടുത്തി. രൂക്ഷമായൊന്ന് നോക്കി അദ്ദേഹം എന്നോട് ചോദ്യമെറിഞ്ഞു. വീൽ ഓഫ് ഹിസ്റ്ററി ആരെഴുതിയതാണ്?

ഒരു പൊട്ട ഭാഗ്യത്തിന് ഞാൻ ഉത്തരം നൽകി: 'ഡോക്ടർ റാം മനോഹർ ലോഹ്യ.'

'ഓ! കോളജധ്യാപകരിൽ പുസ്തപരിചയം ഉള്ളവരും ഉണ്ട്,അല്ലേ!' മാധവൻമാസ്റ്റർ ചിരിച്ചു. തോമസ് മാത്യുവിനും എനിക്കും ചായയും വടയും വാങ്ങിത്തന്നു.

നേരും നെറിയുമുള്ള കോൺഗ്രസ് നേതാവായിരുന്നു മാധവൻ. ആദർശശാലി. നീറിന്റെ സ്വഭാവം. സത്യാന്വേഷണത്തിനായി

കടിച്ച ചാവും.

ആർ ടി എ അംഗമായിരുന്നപ്പോൾ കൈക്കൂലി കൊടുക്കാൻ വന്ന ബസ്സുടമയെ വഴിയിൽ വലിച്ചിറക്കി തല്ലാനോങ്ങി. സ്വന്തം വാടകവീട്ടിലേക്കുള്ള റോഡ് നന്നാക്കാതെ കിടന്നു, മറ്റെല്ലാ റോഡും നന്നായിക്കഴിഞ്ഞ് ഇവിടം ശരിയാക്കിയാൽ മതി എന്ന പിടിവാശിയിൽ.

1965 -ൽ ആ പിടിവാശിമൂലമാണ് നിയമസഭ കൂടാതെ പോയത്. കേരളാ കോൺഗ്രസ്സുമായി ചേർന്ന് മന്ത്രിസഭ ഉണ്ടാക്കാൻ കോൺഗ്രസ് തയ്യാറായി. മാധവൻമാസ്റ്റർ മന്ത്രിയാകുമെന്ന് ഉറപ്പ്. അദ്ദേഹം വാശിപിടിച്ചാൽ മുഖ്യമന്ത്രിയുമായേനെ. പക്ഷേ, കേരളാ കോൺഗ്രസ്സുമായി ചേർന്ന് ഭരിക്കാൻ തയ്യാറായാൽ താൻ മരണം വരെ നിരാഹാരസത്യാഗ്രഹം നടത്തുമെന്ന് അദ്ദേഹം പ്രഖ്യാപിച്ചു.

കെ കെ മാധവനെ ആരോർക്കുന്നു! ഗാന്ധിയന്മാരുടെ കാഴ്ചയിലും ഒരു മണ്ടൻ! പക്ഷേ, ഞാൻ ചുമ്മാ ഓർക്കുകയാണ്, കരുണാകരനു പകരം കോൺഗ്രസ്സുകാർ മാധവനെയും കൃഷ്ണനായനാർക്കു പകരം മാർക്സിസ്റ്റുകൾ എം കെ കൃഷ്ണനെയും കേരളത്തിന്റെ മുഖ്യമന്ത്രി ആക്കിയിരുന്നെങ്കിൽ.... എങ്കിൽ, ഒട്ടും നീണ്ടുനിൽക്കില്ലായിരുന്നു ആ സർക്കാരുകൾ. എന്റെ ഗോവാപ്രസിഡണ്ടുകാലത്തെക്കാൾ കുറഞ്ഞനാളുകളായേനെ.

എന്നാലെന്ത്? മേഘജ്യോതിസല്ലേ കാമ്യം—

●

കാലായ്ക്കൽ ഖാൻ വത്സലൻ ടിപ്ടോപ്പ്

എനിക്ക് ഏഴെട്ടുവയസ്സുള്ളപ്പോഴാണ് അച്ഛൻ 'പൊൻപുലരി' നാടകം അവതരിപ്പിക്കുന്നത്. സ്വാമി ബ്രഹ്മവ്രതന്റെ നാടകം അച്ഛൻ സംവിധാനം ചെയ്തു നായകവേഷത്തിൽ അഭിനയിച്ചു കണ്ടത് എന്റെ ഓർമ്മയിലുണ്ട്. അന്ന് അച്ഛനെക്കാൾ എനിക്ക് ഇഷ്ടം തോന്നിയത് കാലായ്ക്കൽ കുമാരനോടായിരുന്നു. നാടകത്തിലെ തമാശക്കാരൻ ആ വൈക്കംകാരനായിരുന്നല്ലോ. കാലായ്ക്കൻ അരങ്ങത്തെത്തുമ്പോഴെ സദസ്സാകെ ആർത്തലച്ചു. എന്റെ കൊച്ചുമനസ്സിലും ആ വിദൂഷകൻ നിറഞ്ഞുതുളുമ്പി. രാജാപാർട്ട് അച്ഛനാണെങ്കിലും ബഫൂൺറോളിനോട് ഒരടുപ്പം തോന്നി അപ്പോൾ മുതൽ.

പൊൻകുന്നം വർക്കിയുടെ കേരള തിയേറ്റേഴ്സ് നാടകങ്ങൾ 'വഴിതുറന്നു,' 'സ്വർഗ്ഗം നാണിക്കുന്നു','വിശറിക്കു കാറ്റുവേണ്ട,' 'കതിരുകാണാക്കിളി'ഒക്കെ കാണുമ്പോഴും ഞാൻ വെറും പയ്യൻസ്. ആന്റണിയും ഗോവിന്ദൻകുട്ടിയും ശങ്കുണ്ണിമേനോനുംമറ്റും ആയിരുന്നു ഹീറോകൾ. എന്നാൽ കോമഡിചെയ്ത കാലായ്ക്കൽ കുമാരൻ മനസ്സിൽ പതിഞ്ഞു. പാണാവള്ളി കുട്ടൻപോലുള്ള മണ്ടൻ കഥാപാത്രങ്ങൾ മരണമില്ലാത്തവരായി മാറി കുമാരനിലൂടെ.

കാളിദാസകലാകേന്ദ്രത്തിന്റെ നാടകങ്ങൾ വീണ്ടും വീണ്ടും കാണും കാലത്ത് ഞാൻ അൽപം വളർന്നവനായി, സ്വല്പം വിവരം വച്ചവനായി. കാലായ്ക്കൽ കുമാരൻ എന്ന അതുല്യപ്രതിഭാശാലിയായ നടൻ മിന്നിത്തിളങ്ങിയ കാലമായിരുന്നു കാളിദാസകലാകാലം. ഇരുപതാം നൂറ്റാണ്ടിന്റെ ആറും ഏഴും പതിറ്റാണ്ടുകൾ.

വൈക്കത്തിന്റെ 'ഡോക്ടർ,' വർക്കിയുടെ 'അൾത്താര,' കെ ററിയുടെ 'കടൽപാലം' എന്നീ നാടകങ്ങൾ. അഭിനയവും പാട്ടും

ആട്ടവുംകൊണ്ട് വേദിയെ ഉജ്ജ്വലിപ്പിച്ച സൃഷ്ടികളായിരുന്നവ. ഒ എൻ വിയുടെ വരികളും ദേവരാജന്റെ ഈണങ്ങളും ആന്റോ ശ്രീധരൻമാരുടെ ശബ്ദവും ചേർന്ന് അലൗകികാനുഭവം തന്നു. ഒ മാധവൻ, നെല്ലിക്കോട് ഭാസ്കരൻ, മണവാളൻ ജോസഫ്, ടി കെ ജോൺ, എൻ എസ് ഇട്ടൻ തുടങ്ങിയവലിയ നടൻമാർ അധ്വാനിച്ച ഭിനയിക്കുമ്പോൾ അനായാസകൃത്രിമമായ അഭിനയശൈലിയിൽ അരങ്ങ് അടക്കിവാഴുന്ന കാലായ്ക്കൽ —അനുപമനായ ആ നടന്റെ മുന്നിൽ കൈകൂപ്പി തൊഴുതുപോയിട്ടുണ്ട്. ഡോക്ടറിലെ കമ്പൗണ്ടർ സി ആർ കേശവൻ, കടൽപ്പാലത്തിലെ അപ്പു എന്നീ കഥാപാത്രങ്ങളുടെ അവതരണം മലയാളനാടകത്തിലെ മാസ്റ്റർപീസുകളാകുന്നു. കേശവനും അപ്പുവിനും സിനിമയിൽ ജീവൻ നൽകിയത് സാക്ഷാൽ എസ് പിയും ബഹദൂറും. ഒട്ടും മോശമായില്ല അവർ. പക്ഷേ, രംഗത്ത് കാലായ്ക്കലിനെ കണ്ടവർക്ക് പോരെന്നു തോന്നി.

രംഗത്ത് ഇളിച്ചുകാണിക്കുകയോ വളിപ്പുപറയുകയോ ആയിരുന്നില്ല ഈ കോമഡിയന്റെ രീതി. വളരെ സീരിയസായ തരത്തിലുള്ള പാത്രവ്യാഖ്യാനം. വ്യക്തിജീവിതത്തിനും ശകലം ഗൗരവക്കാരനായിരുന്നു അദ്ദേഹം എന്നാണറിവ്.

മുഴുത്ത മനുഷ്യരുടെ ഇടയിലെ കൊച്ചുമനുഷ്യർ ഹാസ്യവേഷങ്ങളാടി നിറഞ്ഞു. രൂപത്തിൽ കാലായ്ക്കൽ കുമാരനെക്കാൾ പൊക്കക്കുറവായിരുന്നു ശ്രീനാരായണപിള്ളയ്ക്ക്. 'നിങ്ങളെന്നെ കമ്മ്യൂണിസ്റ്റാക്കി,' 'മുടിയനായ പുത്രൻ','പുതിയ ആകാശം പുതിയ ഭൂമി', 'ശരശയ്യ' തുടങ്ങിയ ഭാസിയുടെ കേപ്പിയെസി നാടകങ്ങളിൽ ആ ചെറിയ മനുഷ്യൻ വലുപ്പം വെച്ചു. അതൊര ദ്ഭുത കാഴ്ച. ശ്രീനാരായണപിള്ള പ്രാണൻ കൊടുത്ത വേഷങ്ങൾ പിന്നീട് ചൈതന്യം കെട്ടതായി. അദ്ദേഹം ഒപ്പമുള്ളപ്പോൾ തോപ്പിൽ കൃഷ്ണപിള്ളയും ഖാനും അടൂർ ഭവാനിയുംവിജയകുമാരിയും ഒക്കെ വെട്ടിത്തിളങ്ങി. ശ്രീനാരായണപിള്ളയെ എല്ലാരും മറക്കുന്നതെന്ത്? 'പുതിയ ആകാശ...'ത്തിലെ മത്തായിമാപ്പിളയെയും 'ശരശയ്യ'യിലെ മന്ത്രവാദിയെയും ആർക്കെങ്കിലും മറക്കാൻ ആവുമോ?

ഖാൻ അനശ്വരമാക്കിയ ഫിലിംസ്റ്റാർ ഗോപുവും ഹെൽത്ത് വിസിറ്ററും മലയാളനാടകവേദിയിലെ വിസ്മയ കൗതുകങ്ങളത്രെ. ആന്റണിയുടെ 'രാഗ'ത്തിലെ അപ്രണ്ടീസും ഖാനെ മറക്കാനാവാത്തവനാക്കി മാറ്റുന്നു. ഖാൻസാഹിബ്ബും മണവാളൻജോസഫും കൂടിയാണ് മലയാള നാടകത്തിൽ രസകരമായഒരു 'കൊച്ചിസ്ലാങ്ങ്' കൊണ്ടുവന്നതെന്ന് തോന്നുന്നു. 'തുലാഭാരം','അൾത്താര' നാടകങ്ങളിൽ മണവാളൻ മികച്ച പാത്രവ്യാഖ്യാനങ്ങൾ ചെയ്തു.

ഖാനും മണവാളനും ചെറിയ മനുഷ്യരൂപങ്ങളായിരുന്നില്ല. കുറച്ച് തടിമിടുക്കൊക്കെ ഉണ്ടായിരുന്ന അവർക്ക്. കലാനിലയത്തിലെ ഏറെ മുതിർന്ന ഹാസ്യനടൻമാരായിരുന്ന കണ്ടിയൂർ പരമേശ്വരൻ കുട്ടിക്കും മുതുകുളം എൻ കെ ആചാരിക്കും ഒപ്പം കൂട്ടാം. കണ്ടിയൂരാശാനെയും മുതുകുളമാശാനെയും മറ്റും 'കായംകുളം കൊച്ചുണ്ണി'യിലും മറ്റും പലവട്ടം കണ്ടു രസിച്ചിട്ടുണ്ട്. പക്ഷേ, 'രക്തരക്ഷസ്സി'ലെ പൂജപ്പുര രവിയാണ്വലിയ ആഹ്ലാദം തന്നത്. രവി അന്ന് തീരെ ചെറുപ്പം. വലുപ്പമില്ല. തിരസ്കരണിയിൽ അദൃശ്യനായി പ്രത്യക്ഷപ്പെട്ട് കാട്ടിക്കൂട്ടുന്ന പ്രകടനങ്ങൾ പതിറ്റാണ്ടുകൾ കഴിഞ്ഞിട്ടും കൺമുന്നിലുണ്ട്.

മാള അരവിന്ദനും കുതിരവട്ടം പപ്പുവും രംഗത്ത് കസറിത്തെളിയുന്നത് ഓരോ നാടകങ്ങളിൽ മാത്രമേ ഞനറിഞ്ഞിട്ടുള്ളൂ. കെ എസ് നമ്പൂതിരിയുടെ 'സമസ്യ'നാടകത്തിലാണ് മാളയെ കണ്ടത്. ഏതോ കോഴിക്കോടൻ നാടകത്തിലാണ് കുതിരവട്ടത്തെ കണ്ടത്. എന്തോ അന്ന് പപ്പുവിനെക്കാൾ കുഞ്ഞാവ എന്ന ഹാസ്യനടനെയാണ് എനിക്ക് പ്രിയമായത്. ചിലപ്പോൾ കോഴിക്കോടൻ ചുവ എനിക്ക് പിടിക്കാതെപോയതുമാവാം.

അക്കാലത്താണ് ആലുംമൂടൻ അരങ്ങുതകർത്താടിയിരുന്നത്. വിമോചനകാലത്തെ പിന്തിരിപ്പൻ നാടകത്തിൽ ഒന്നിലാണ് 'വെട്ടിക്കീറികൊച്ച്'' ആയി ആലുംമൂടന്റെ പിറവി. പക്ഷേ, കാലടി ഗോപിയുടെ 'ഏഴുരാത്രികളി'ലെ 'പാഷാണം വർക്കി'ക്ലാസിക് അവതരണമായി. എന്നെന്നും ജീവിക്കുന്ന പാഷാണത്തെ വേദിയിൽ അമൃതമാക്കിച്ചെയ്തു ആലുംമൂടൻ. ജഗതിയുടെ 'ലഹരി' നാടകത്തിലെ അയ്യപ്പസ്വാമി അമ്മാവനും ആലുംമൂടൻ അനശ്വരമാക്കി.

അബൂബക്കർ ആയിരുന്ന ആലുംമൂടന് ഒത്തക്കൂട്ട്. ഗീഥായുടെ നാടകങ്ങളെ അവർ വൻവിജയമാക്കി. മുഹമ്മദ് മാനിയുടെ 'കാട്ടുതീ'യിൽ അബൂബക്കർ അസാധാരണമായ അഭിനയശേഷികാട്ടി.

മലയാളനാടകവേദിയെ 'ജനകീയം' ആക്കിയതിൽ ഈ പാവം ബഫൂണുകൾക്കുള്ള പങ്ക് വളരെ വളരെ വലുത്. ഹാസ്യം അറിയാനും അനുഭവിക്കാനും ആസ്വദിക്കാനും കഴിഞ്ഞ ഒരു സമൂഹമുണ്ടായിരുന്നു ഇവിടെ. നാരായണഗുരു മുതൽ ഇ എം എസ് നമ്പൂതിരിപ്പാട് വരെ നീളുന്ന വിനോദപ്രതിഭകൾ സൃഷ്ടിച്ച സമൂഹം. 'നല്ല നാളെ'യെ നിഷ്കളങ്കമനസ്സോടെ നിറഞ്ഞ ചിരിയോടെ ആ സമൂഹം സ്വാഗതം ചെയ്തു.

കൊല്ലം ശങ്കർ, ചവറ വി പി നായർ എന്നീ ആജാനുബാഹുക്കളായ സുന്ദരപുരുഷൻമാരോടൊപ്പം —വൈക്കം സുകു മാരൻനായർ,

എം ആർ മണി എന്നീ സുന്ദരൻമാർക്കുമൊപ്പം— അരങ്ങേറുമ്പോൾ വത്സലൻ തീരെ കൊച്ചു മനുഷ്യനായിരുന്നു. എൻ എൻ പിള്ളയുടെ നാടകങ്ങൾ പിള്ളസാറും ഓമനച്ചേച്ചിയും വത്സലനുമില്ലാതെ സങ്കല്പിക്കാൻ പോലും ആവുമോ? വത്സലന് വേണ്ടത്ര അംഗീകാരം കിട്ടിയില്ലെന്ന് എനിക്ക് പരാതി ഉണ്ട്.

പ്രതിഭാശാലിയായ നടനായിരുന്നു വത്സലൻ. ആ രൂപവും ഭാവവും കണ്ടുകൊണ്ടാണ് എൻ എൻ പിള്ള നാടകസൃഷ്ടി നിർവ്വഹിച്ചത്. ആദ്യം മുതൽ അന്ത്യം വരെ.

എൻ എൻ പിള്ളയും വത്സലനും, ഓമനയും കൂടി രംഗത്ത് സൃഷ്ടിച്ച നാടകമെത്ര നിറപ്പകിട്ടാർന്നത്! 'കപാലിക,' 'മരണനൃത്തം,' 'ഞാൻ സ്വർഗ്ഗത്തിൽ','ഈശ്വരൻ അറസ്റ്റിൽ', 'ക്രോസ്ബെൽട്ട്', 'ഫോളിഡോൾ', 'മരീചിക'തുടങ്ങിയ വിശ്വകേരളകലാസമിതിയുടെ മുഴുവൻ നാടകങ്ങളും വത്സലൻ നിറഞ്ഞുനിൽക്കുന്നവയാണ്. മരണശേഷം തന്റെ പാന്റും ഷർട്ടും പിള്ളസാർ നൽകുന്നത് വത്സലനാണ്. 'ഞാൻ സ്വർഗ്ഗത്തിൽ' നാടകത്തിൽ.

കാലായ്ക്കൽ കുമാരന്റെ പരമ്പരയിൽ അവസാനകണ്ണിയായിരുന്നോ വത്സലൻ?

ആകൃതിയിലും പ്രകൃതിയിലും ചാർലി ചാപ്ലിന്റെ നാടൻ പതിപ്പുകൾ. കാണികളെ ചിരിപ്പിച്ചു ചിരിപ്പിച്ചു അവർ ജീവിതം തീർത്തു പോയി. ആലുംമൂടൻ അഭിനയിച്ചു തുടരുമ്പോൾ മോഹൻലാലിന്റെ മടിയിൽ മരിച്ചുവീണു. മറ്റുള്ളവർ ആരുമോർക്കാതെ എപ്പോഴോ എങ്ങനെയോ അരങ്ങൊഴിഞ്ഞു.

ഖാൻസാഹിബുണ്ടിവിടെ. കാഴ്ച കുറഞ്ഞ് വെളിച്ചമണഞ്ഞ് മക്കളോ വീടോ ഇല്ലാതെ. ഒരനന്തരവന്റെ സ്നേഹശ്രദ്ധകളിൽ....

അരങ്ങിൽ മാത്രമല്ല, അരങ്ങിനു വെളിയിൽ ചുറ്റും കണ്ട ലോകത്തെ മുഴുവൻ അരനൂറ്റാണ്ടിലേറെ പൊട്ടിച്ചിരിപ്പിച്ച് ടിപ്പ് ടോപ്പ് അസീസ് — ഒടുവിൽ മിണ്ടാട്ടം മുട്ടി കരഞ്ഞുകരഞ്ഞ് അന്ത്യയവനികയിൽ മറഞ്ഞു.

അമ്പതാണ്ടിലേറെ ഒരു നാടക സംഘം അസീസ് കൊണ്ടുനടന്നു — ടിപ്പ് ടോപ്പ് ആർട്സ്. തന്റെ പേരിൽ ആദ്യഭാഗമായിത്തീർന്നു അത്. മുഴുവൻ അർത്ഥത്തിലും രസികൻ. അടിമുടി തമാശക്കാരൻ. വാ തുറന്നാൽ നർമ്മം പൊഴിയും. ഹാസ്യഭാവനയുടെ സുൽത്താൻ.

എറണാകുളത്ത് കാക്കനാട്ട് സർക്കാർ ക്വാർട്ടേഴ്സുകളിൽ

ഞങ്ങളൊക്കെ ഒരു കാലത്ത് ഒന്നിച്ച് കഴിഞ്ഞുകൂടി. കോലാഹല ത്തിന്റെ നാളുകളായിരുന്നത്. ('നായ്ക്കളി'നാടകവും 'അമ്മ അറിയാൻ' സിനിമയുമായി ജോൺ എബ്രഹാം കൊച്ചിയിൽ വന്നുകൂടിയതും അപ്പോൾ). തനിക്കും കൈയ്യിൽ കിട്ടുന്ന കൂട്ടുകാർക്കും വേണ്ടി ഇഷ്ടംപോലെ നാടകമുണ്ടായിരുന്നു അസ്സീക്കായുടെ പക്കൽ.

ഒരു ഫോക്ലോർ പരുവത്തിലായിരുന്നു അസ്സീസ്സിന്റെ നാടകം കളി. വല്ലാത്ത രംഗബോധം, കൊച്ചിത്തെരുവിന്റെ മക്കൾ കഥാപാ ത്രങ്ങൾ, തെറിക്കുത്തരം മുറിപ്പത്തൽ സ്റ്റൈൽ ഡയലോഗ്.

നാടകമെഴുതി, കളിച്ചു.

'നിങ്ങൾക്കൊക്കെ ശാകുന്തളം മതി'

'രമണന്റെ മരണം'

'എനിക്കു ഗുസ്തി പഠിക്കണ്ട'

'കപ്പലോട്ടക്കാരൻ'

'സം ദൃഷ്ട കുടുംബം'

'നിന്നെ പിന്നെ കണ്ടോളാം'

'മഹാബലിക്കും മതിയായി'.

അസീസ് തന്നെ അഭിനയിക്കണമിവ. ഹാസ്യരാജാപാർട്ട് ആണ് അദ്ദേഹം. ശാകുന്തളവും രമണനും ഗുസ്തിയുമെല്ലാം ഈ രണ്ടു മണിക്കൂർ നേരം കണ്ടിരുന്നാൽ വയറ് നീരുവച്ച് വീർക്കും —തന്റെ കുടവയറിനൊപ്പം കാണികൾക്കും വയറു വയ്ക്കണമെന്നായിരുന്നു അസ്സീക്കായുടെ ആഗ്രഹം.

ഹാസ്യഭാവനയുടെ സഹ്യമലനിരകൾ അസ്സീസ്സിന്റെ നാടക ങ്ങൾ. നാലു കൊച്ചു വാല്യങ്ങളിലായി സി ഐ സി സി ബുക്ക് ഹൗസ് അവ പ്രസിദ്ധം ചെയ്തു. സാഹിത്യ അക്കാദമിയോ നാടക അക്കാദമിയോ ആ സമാഹാരങ്ങൾ കൺ തുറന്നു കണ്ടില്ല. എന്നല്ല, മനഃപൂർവ്വം ചവറ്റുകൊട്ടയിൽ എറിഞ്ഞു.

(രഹസ്യം: സി ആർ ഓമനക്കുട്ടനത്രെ ആ നാടകസമാഹാരങ്ങൾ ക്ക് ഒരു മുഖവുര കുറിച്ചത്....)

●

വിജ്ഞാനകോശികൾ കൊച്ചിയിൽ

പ്രൊഫസർ എസ് ഗുപ്തൻനായർ ഏറ്റവും മുൻപിൽ. തൊട്ടുപിന്നിൽ ഡോക്ടർ എം ലീലാവതി, എ പി പി നമ്പൂതിരി, പി നാരായണക്കുറുപ്പ്.

പിന്നെ ഒറ്റയ്ക്ക് സി വി വാസുദേവഭട്ടതിരി. ഒപ്പം ഒറ്റയ്ക്കു തന്നെ എം തോമസ് മാത്യുവും.

അല്പം അകലമിട്ട് കെ ബി കാർത്തായും കെ അശോകനും. അക്കൂടെ സുഗതനും ഞാനും.

ഞങ്ങളുടെ പിന്നിലാണ് അമരക്കാരനെന്നമട്ടിൽ പവനനും ആർ ഗോപാലകൃഷ്ണനും.

വിശ്വവിജ്ഞാനകോശികളാണെല്ലാവരും. ഗുപ്തൻനായർ സാർ ചീഫ്; ഗോപാലകൃഷ്ണൻ എക്സിക്യൂട്ടീവ്. പവനനുംഞാനും സംഘം ഭരണസമിതി പറഞ്ഞയച്ചവർ. മറ്റുള്ളവരെല്ലാം ശരിക്കും എഡിറ്റർമാർ, പണിയെടുക്കുന്നവർ.

സാഹിത്യപ്രവർത്തക സഹകരണസംഘത്തിന്റെ വിശ്വവിജ്ഞാനകോശം വലുതാക്കി പുതുക്കിയെടുക്കുന്ന പണിയാണ്.ആപ്പീസ് എറണാകുളം ടൗൺഹാളിന്റെ തൊട്ടുപുറകിൽ.

വൈകുന്നരം ലീലാവതിട്ടീച്ചറിന്റെ വക ചായസൽക്കാരം. എന്തോ കാരണം കാട്ടി ചുമ്മാ ടീച്ചറെക്കൊണ്ട് ചിലവുചെയ്യിക്കുകയാണ്. പരമാര അമ്പലത്തിനപ്പുറമുള്ള ഉഡുപ്പി ഹോട്ടലിൽ മസാലദോശ, വട, കാപ്പി അത്രേയുള്ളൂ!

റോഡ് കുറുകെ കടക്കാൻ എല്ലാവരും കാത്തുനിന്നു. വാഹനങ്ങൾ തെക്കും വടക്കുമായി വാലേ വാലേ പായുന്നു. ഒരു രക്ഷയുമില്ല

അക്കരെ എത്താൻ. അഞ്ചുമിനിട്ടെങ്കിലും ഞങ്ങളങ്ങനെ നിന്നു.

ഒരു പോലീസുകാരൻ ഗതാഗതം നിയന്ത്രിക്കുന്നുണ്ട്. അയാളുടെ കൈവിരലുകളിലാണ് മുഴുവൻ വണ്ടികളുടെയും പോക്കുവരത്തിന്റെ ചലനഭംഗികൾ. അയാൾ കാക്കിയിട്ട ആട്ടക്കാരൻ. വൃത്തഭദ്രമായ കവിത രചിക്കുകയാണ് തന്റെ നടനത്തിലൂടെ ട്രാഫിക് കോൺസ്റ്റബിൾ. നൃത്തവും സംഗീതവും ലയംകൊണ്ടു ആ കൈമുദ്രകളിൽ.

പെട്ടെന്ന് അദ്ദേഹം വിജ്ഞാനകോശികളെ ഒരു നോക്ക് ഒന്ന് കണ്ടു. ധൃതിയിൽ ഒറ്റക്ഷണത്തിൽ ഇരുഭാഗത്തേക്കുമുള്ള വാഹനങ്ങൾ രണ്ടു കൈത്തലങ്ങളിൽ തടഞ്ഞു. ഫ്രീസുചെയ്ത നിശ്ചലദൃശ്യം! അദ്ദേഹം ഗുപ്തൻനായർസാറിനെയും സംഘത്തെയും ഇക്കരെനിന്നും അക്കരെയ്ക്കു കടത്തി – സെസിൽ ബി ഡിമെല്ലയുടെ 'പത്തുകല്പനകൾ' സിനിമയിൽ മോശയുടെ വേഷമിട്ട ചാൾട്ടൻ ഹേസ്റ്റൺ ചെങ്കടൽ മുറിച്ച് സ്വന്തം ജനത്തെ വാഗ്ദത്തഭൂമിയിലേക്ക് കൊണ്ടുപോകും പോലെ ഗുപ്തൻ നായർസാർ മഹാത്മാഗാന്ധി റോഡിനു മധ്യത്തിലൂടെ ഞങ്ങളെ നയിച്ചു! (മോസസായും ബെൻഹറായും എത്രയോവട്ടം ചാൾട്ടൻ ഹേസ്റ്റൺ എന്നക്ലാസിക് നടനെ ഞാൻ കണ്ടു. അടുത്ത നാളിൽ ഹേസ്റ്റൺ അന്തരിച്ചു. ഞാൻ ആ മഹാനടനോട് ഉള്ളിന്റുള്ളിൽ നന്ദി പറയുന്നു.)

ഹോട്ടലിൽ മസാലദോശയ്ക്ക് കാത്തിരിക്കുമ്പോൾ ഗുപ്തൻനായർ സാർ ചോദിച്ചു: എന്താ ആ പോലീസുകാരൻ ചെയ്തത്? എല്ലാ വാഹനങ്ങളും തടഞ്ഞ് നമുക്കു വഴിയൊരുക്കിയത്?

നമ്മളെയൊക്കെ പരിചയമുള്ളവനായിരിക്കും; പവനൻ അല്പസ്വല്പം അഭിമാനം കൊണ്ടു.

പരിചയമല്ല, ഞാൻ പറഞ്ഞു: ഗുരുഭക്തി ആണ്. ടീച്ചറിന്റെ ശിഷ്യനാണ് ആ പോലീസ്! ശങ്കുണ്ണി. മലയാളം ബി എയ്ക്ക് മഹാരാജാസിൽ പഠിച്ചവൻ, ജയിച്ചവൻ.

ശങ്കുണ്ണി എന്റെ സ്നേഹിതനാണെന്നും ഞാനറിയിച്ചു. ഒന്നു രണ്ടു ശങ്കുണ്ണിക്കഥകളും ഞാൻ പറഞ്ഞു. പഠിക്കുമ്പോൾ എസ് എഫ് ഐ ഗുണ്ടയായി കാട്ടിയ വീരകൃത്യങ്ങൾ; പോലീസായിക്കഴിഞ്ഞ് എസ് ഐയെ തല്ലിയ ധീരസംഭവം..

മഹാരാജാസ് ഹോസ്റ്റലിലായിരുന്നു ശങ്കുണ്ണി പഠിക്കുമ്പോൾ താമസം. കോളജ് ഗ്രൗണ്ടിൽ സാക്ഷാൽ ഇന്ദിരാഗാന്ധി പ്രസംഗിക്കാൻ വന്നു. ഇന്ദിരാകോൺഗ്രസ്സിന്റെ മഹായോഗം. ഹോസ്റ്റലിന്റെ ടെറസ്സിലൂടെ ശങ്കുണ്ണി മനോഹരമായി ചുമ്മാ നടന്നു, ദിഗംബരനായി! കോങ്കികളുടെ മുന്നിൽ തനിക്കൊന്നും മറയ്ക്കാനില്ലെന്ന മട്ടിൽ.

ആയിരങ്ങൾ ഗ്രൗണ്ടിൽക്കൂവിവിളിച്ചു. സിറ്റിപോലീസ് കമ്മീഷണർ യു പി ആർ മേനോനും സംഘവും ഹോസ്റ്റലിലേക്ക് ഇരച്ചുകേറി.

യു പി ആർ 'എടാ' 'എടാ'എന്ന് ശങ്കുണ്ണിയെ വിളിച്ചു. ശങ്കുണ്ണി 'പോടാ' എന്ന് തിരിച്ചുവിളിച്ചു.

തുടർന്ന് പോലീസ് ലാത്തിവീശി. കണ്ടവനെ ഒക്കെ പൂശി. പി. റ്റി. ഉഷ റോഡ് അന്നുണ്ടായിട്ടില്ല. ഭാവിയിൽ അങ്ങനെയൊരു റോഡ് ഉണ്ടാകുമെന്ന തിരിച്ചറിവിൽ ശങ്കുണ്ണി ഓടി. ഉടുതുണിയില്ലാണ്ടോടി. മാരുതി ഹോട്ടലിൽ പാർട്ടിയാപ്പീസിൽ സഖാവ് എ പി വർക്കിയുടെ അരികിലേക്കാണോടിയത്. സെന്റ് തെരേസാസ് കോളജിലെ ചിത്രശലഭങ്ങൾ എതിരെ വരുന്നുണ്ടായിരുന്നു. ശങ്കുണ്ണി നാണിച്ച് റോഡരികിലെ ടെലഫോൺ പോസ്റ്റിൽ കൈകാൽകൊണ്ട് കെട്ടിപ്പിടിച്ച് നിന്നു.

അപ്പോൾ ശങ്കുണ്ണിയുടെ ചുവന്ന ലുങ്കി കൊടിപോലെ പറപ്പിച്ച് ഓടി വന്നു ഒരു എസ് എഫ് ഐ സഖാവ്. ശങ്കുണ്ണി തുണിയുടുത്തോടി എ പി സവിധത്തിലേക്ക്.

അതായിരുന്നു അന്ന് സഖാക്കൾ തമ്മിലുണ്ടായിരുന്ന ആത്മബന്ധം! ഇന്നാളൊരിക്കൽ കണ്ടപ്പോഴും ശങ്കുണ്ണി എന്നോട് പറഞ്ഞു.

ലീലാവതിട്ടീച്ചറിന് ശിഷ്യനെപ്പറ്റി മതിപ്പ് തോന്നി. ആ സന്തോഷത്തിൽ വടക്കുപകരം ഒരു ജിലേബി എനിക്ക് വാങ്ങിത്തന്നു.

ഗുപ്തൻനായർ സാറുമായി നേർബന്ധമൊന്നും എനിക്ക് ഉണ്ടായിരുന്നില്ല. അദ്ദേഹത്തിന്റെ ശിഷ്യഗണത്തിൽപെടാനുള്ള ഭാഗ്യമുണ്ടായിരുന്നില്ല. അകന്നുനിന്ന് ആദരിച്ചു. എഴുതിയതൊക്കെ വായിച്ചു, കുറെ പ്രസംഗങ്ങൾ കേട്ടു. ആ ഭാഷയും ശൈലിയും എന്നിൽ ഭക്തി വളർത്തി. കാണുമ്പോഴും ദൂരെ മാറി നിന്നു. വലിയ സുന്ദരനായിരുന്നല്ലോ ആദ്ദേഹം. ആ സൗന്ദര്യം കണ്ണുനിറയെ കണ്ടു. സ്വർണ്ണനിറം പൂണ്ട കോളർ ജൂബ്ബയും തോൾമുണ്ടും വേഷ്ടിയും ദേഹകാന്തി ഇരട്ടിപ്പിച്ചു. എങ്കിലും വെള്ള പാന്റ്സും ടീഷർട്ടുമണിഞ്ഞ് ടെന്നീസ് കളിക്കാരനായി ഞാൻ ഭാവനയിൽ കണ്ടു.

അടുത്തിടപെടാൻ വിജ്ഞാനകോശം നാളുകളാണ് അവസരം തന്നത്. അടിമുടി അധ്യാപകൻ. എന്നോട് വാത്സല്യം കാട്ടി അദ്ദേഹം. എന്തു തമാശയും പങ്കുവയ്ക്കാനുള്ള സ്വാതന്ത്ര്യം തന്നു.

പവനനും ഭട്ടതിരിയും നമ്പൂതിരിയും തന്റെ ശിഷ്യൻമാരല്ല എന്ന് സാർ പറഞ്ഞു.

അതാണ് മൂന്നും എന്നെപോലെ മണ്ടൻമാരായിപ്പോയത്, ഞാൻ

പറഞ്ഞു. അശോകനും കർത്തായും കുറുപ്പും തോമസ് മാത്യുവും മിടുക്കൻമാരായത് ചുമ്മാതല്ലെന്നും ഞാൻ പറഞ്ഞു.

ഒരാണ്ടിലേറെ വിജ്ഞാനക്കൂട്ടത്തിൽ കൂടി.

ഉപ്പൻനായർസാർ ആഴ്ചയിൽ നാലു ദിവസം എറണാകുളത്ത് വന്നു. മകൾ ലക്ഷ്മി കുമാരി മഹാരാജാസിൽ അധ്യാപികയാണ്. ലക്ഷ്മിയോടൊപ്പം ഉദ്യോഗമണ്ഡലിൽ താമസിച്ചു.

പവനൻ തൃശ്ശൂർ നിന്നും പോയിവന്നു.

ഏ പി പിയും കെ ബി യും പരമാരസ്യൂട്ടത്ത് ലോഡ്ജിൽ കൂടി. ഭട്ടതിരിസാറിന്റെ മകൾ രമാദേവി വെള്ളിമന കാക്കനാട്ട് താമസമുണ്ട്. അദ്ദേഹം ആക്കൂടെ.

മറ്റുള്ളവർ, നാരായണക്കുറുപ്പ് ഒഴികെ, എറണാകുളത്തു തന്നെ..

അറിവേറി മണ്ടത്തരം കാട്ടുന്ന വിദ്വാനായിരുന്നു. സി വി വാസുദേവഭട്ടതിരി. മലയാളത്തിലും സംസ്കൃതത്തിലും ഹിന്ദിയിലും ഇംഗ്ലീഷിലും പാണ്ഡിത്യം കടുകട്ടി. മഹാപീടിവാശിക്കാരൻ. മൂന്നോ നാലോ എം എ ഉണ്ട്. എൽ എൽ ബിയും. പ്രൊഫസറും അദ്ധ്വക്കറ്റും ആയി. ഇടയ്ക്ക് ആർ എസ് പി സ്ഥാനാർത്ഥിയായി തെരഞ്ഞെടുപ്പിന് നിന്നു. കെട്ടിവെച്ച കാശ് പോയി.

അറുപതാംവയസ്സിൽ മലയാളവ്യാകരണം വിഷയമാക്കി ഗവേഷണത്തിനൊരുങ്ങി. എൻ ആർ ഗോപിനാഥപിള്ള ഗൈഡ്. ഭട്ടതിരിസാറിനെ ഗൈഡുചെയ്യാൻ എൻ ആറിന് പറ്റാതായി. എന്നാറിനെ ഗൈഡു ചെയ്യുകയായിരുന്നു സി വിയുടെ പരിപാടി. ഒടുവിൽ പ്രബന്ധം സമർപ്പിക്കാതെ ഗവേഷണം അവസാനിപ്പിച്ചു.

'ആ പ്രബന്ധമെവിടെ?' ഞാനാരാഞ്ഞു.

'വീട്ടിലുണ്ട്.'

'എനിക്കു തന്നാൽ ഞാൻ കൊടുത്ത് ഡോക്ടർ ആയിക്കോളാം!'

നേരാണെന്ന് കരുതി ഭട്ടതിരിസാർ. പലപ്പോഴും ചോദിച്ചു, തിസീസ് കൊണ്ടുതരട്ടെ എന്ന്. കാര്യം ഗൗരവത്തിലായപ്പോൾ ഞാൻ പറഞ്ഞു: 'ഗവേഷിക്കില്ലെന്ന് പ്രതിജ്ഞ എടുത്തവരിൽ ഒരുത്തനാണ് ഞാൻ. മാത്രമല്ല, വ്യാകരണത്തിന്റെ ഹരിശ്രീ അറിയാത്ത ഞാൻ വ്യാകരണത്തിൽ തീസിസ് എഴുതിയെന്ന് പറഞ്ഞാൽ പെറ്റ തള്ള വിശ്വസിക്കില്ല!'

ഒരു വിധത്തിൽ ഞാൻ രക്ഷപ്പെട്ടു.

എ ആർ രാജരാജവർമ്മയെ ഭട്ടതിരിസാറിന് തീരെ സഹിക്കില്ല. വർമ്മയ്ക്ക് വിവരമില്ലെന്നാണ് സുചിന്തിതാഭിപ്രായം.

എസ് ബി കോളജിൽ എം പി പോൾ പഠിച്ചിട്ടുണ്ട്. പോളിന്റെ ലക്ചർ മഹാബോറാണെന്നാണ് ശിഷ്യന്റെ വിലയിരുത്തൽ!

ഒരിക്കൽ ഞാൻ ചോദിച്ചു: 'ശാകുന്തള'വും 'നാരായണീയ' വുംതർജ്ജമ ചെയ്ത താങ്കൾ ആൽബേർ കാമുന്റെ 'അന്യനം''പതന'വും പരിഭാഷപ്പെടുത്തി. 'ആംഗലസാമ്രാജ്യം' ഭാഷയാക്കി ഇതോടൊപ്പം. ഇതെങ്ങനെ സാധിക്കും? മേല്പത്തൂരും കാമുവും ഒരുപോലെ?

ഓ! ആരാണ്ടാവശ്യപ്പെട്ടു, ഞാൻ ചെയ്തുകൊടുത്തു! അല്ലാതെന്താ?

എ പി പി ആർക്കോവേണ്ടി നിഘണ്ടു തയ്യാറാക്കുന്നുണ്ടായി രുന്നു അന്ന്. സ്വന്തം ഗ്രന്ഥനിർമ്മാണത്തിൽ ഭട്ടതിരിയെപ്പോലെ നിസ്സംഗത പുലർത്തി നമ്പൂതിരിയും.

(സി വി വാസുദേവഭട്ടതിരി അടുത്ത കാലത്ത് അന്തരിച്ചു. എ പി പി നമ്പൂതിരി വർഷങ്ങൾക്കു മുൻപും. രണ്ടുപേരെയും ഇഷ്ടത്തോടെ ആദരവോടെ ഞാൻ ഓർക്കുന്നു...)

കെ അശോകനും കെ ബി കർത്തായും ആയിരുന്നു ഞങ്ങൾക്ക് അടുപ്പക്കാർ. അശോകൻസാറിനെ പബ്ലിക് റിലേഷൻസ് വകുപ്പ് മുതൽ എനിക്ക് നന്നായറിയാം. എന്നാൽ ഒന്നിച്ചുണ്ടായില്ല ഒരിക്കലും. നാടകസംബന്ധമായി എഴുതിയതെല്ലാം— 'ഓനീൽ അനുഭവം' ഏറെ ആദരണീയമായി— പഠിച്ചു.

നാടകം മാത്രമല്ല സിനിമ, സംഗീതം, ചിത്രകല എന്നിവയിലെ ല്ലാം അദ്ദേഹം തികഞ്ഞ താത്പര്യവും അറിവും ഓർമ്മകെടാതെ സൂക്ഷിക്കുന്നത് ഞാൻ തിരിച്ചറിഞ്ഞു വിജ്ഞാനകോശദിനങ്ങളിൽ.

അശോകൻ സാറിന്റെ ജൂനിയറായിട്ടാണ് കർത്താസാർ യൂണി വേഴ്സിറ്റി കോളജിൽ മലയാളം എം എ പൂർത്തിയാക്കിയത്. മറ്റാരും അടുത്തില്ല എന്ന് ബോധ്യമായ ഒരു നേരത്ത് കർത്താ വെളിപ്പെടു ത്തി: 'ഇളം കുളം കുഞ്ഞൻപിള്ളയുടെ അച്ഛൻ ആശാരിയാണെന്ന് കേട്ടിട്ടുണ്ടോ?'

'അയ്യോ! ഇല്ല!'

തിരുവനന്തപുരത്തെ ചില നായർ പ്രൊഫസർമാരാണ് ഇത് കണ്ടു പിടിച്ചത്. അക്കൊല്ലം മലയാളം എം എ പരീക്ഷാ ബോർഡിന്റെ ചെയർമാൻ ഇളങ്കുളമായിരുന്നു. നല്ല നമ്പൂതിരിപ്പിള്ളേരും നായർ പിള്ളേരും പരീക്ഷ എഴുതിയിട്ടുണ്ടായിരുന്നു. എന്നിട്ട് ഫസ്റ്റ്റാങ്ക് റിക്കോർഡ് മാർക്കോടെ ആശാരിപ്പയ്യന്!

'അതാര്?'

'തിരുനല്ലൂരുള്ള കരുണാകരനാശാരിക്ക്'– ഞാൻ തലയാട്ടി കേട്ടിരുന്നു. കർത്താ തുടർന്നു: 'അടുത്താണ്ടിൽ ഇളങ്കുളത്തിന്റെ അച്ഛൻ ഈഴവൻ ആണെന്ന് കണ്ടെത്തി. പോയാണ്ടിലെ മാന്യൻ മാർ തന്നെ ഇതും പറഞ്ഞു പരത്തിയത്. എം എ റാങ്ക് മയ്യനാട്ടുകാരനായ അശോകന്!'

ഞാൻ തലയാട്ടി കാര്യങ്ങളുടെ കിടപ്പ് ഗ്രഹിച്ചു. അദ്ദേഹം പറഞ്ഞു: 'അടുത്താണ്ടിൽ ഇളംകുളംസാറിന്റെ അച്ഛൻ ഒരു കർത്താവായി.'

'അതാ തിരുവന്തോരം,' കർത്താസാർ വ്യക്തമാക്കി.

തൃശ്ശൂർ കേരളവർമ്മ കോളജിൽ നിന്നുമാണ് കെ ബാലചന്ദ്രൻ കർത്താ റിട്ടയർചെയ്തത്. എന്നിട്ട് തിരുവനന്തപുരത്ത് താമസമാക്കി. എന്തേ തൃശ്ശൂർ വിട്ട് പോയത്? ഞാൻ ചോദിച്ചു.

'രാഹു, ഷോകാ, ചൂചു, വിഷാംശു എന്നതെല്ലാം അവിടുണ്ടല്ലോ.'

പിടികിട്ടാതെ മിഴിച്ചിരിക്കുമ്പോൾ വിശദമാക്കി: 'ഡോ. രാഹുലൻ, ഡോ. ഷൊർണ്ണൂർ കാർത്തികേയൻ, ഡോ. ചുമ്മാർ ചൂണ്ടൽ, ഡോ. സുധാംശു ചതുർവ്യാധി – പിന്നെ കുരുട്ടുബുദ്ധിയായ ഞാൻ കൂടി വേണോ?'

കുരുട്ടുബുദ്ധി എന്നത് കെ ബി എന്ന ഇംഗ്ലീഷ് അക്ഷരങ്ങളുടെ പൂർണ്ണരൂപം! എറണാകുളം ലോഡ്ജ്വാസക്കാലത്ത് കാർത്താസാർ ശരച്ചന്ദ്രന്റെ 'ചാരിത്രഹീൻ' തർജ്ജമ ചെയ്തു. അതിനു മുമ്പ് വിജയ് തെണ്ടുൽക്കറുടെ പ്രശസ്തനാടകവും മലയാളമാക്കി. 'സഖാറാം ബൈൻഡർ'....

വിശ്വവിജ്ഞാനകോശം പന്ത്രണ്ടു വാല്യങ്ങളിൽ പന്തീരായിരം ടൈറ്റിലുകളായി വലുതായി. ഗുപ്തൻ നായർസാറും ശിഷ്യൻമാരും കൂടി നിർവഹിച്ചത് മഹാകാര്യം. പക്ഷേ, അത് സഫലമാക്കിയെടുക്കാൻ സാഹിത്യസംഘത്തിനായില്ല. കാലക്കേട് ഉച്ചതിരിഞ്ഞിരുന്നല്ലോ.

എങ്കിലും,

അറിവും ആനന്ദവും പകർന്ന ആ നല്ല നാളുകൾ, ഗുരുജന സ്മരണകൾ, മനസ്സു നിറയെ ഉണ്ട് ഇപ്പോഴും....

●

ചന്ദ്രപക്ഷം: വെളുപ്പും കറുപ്പും

'പ്രഭാതം' പത്രമാപ്പീസിന്റെ എതിർവശത്ത് 'കേരളശബ്ദം' സ്വതന്ത്രരാഷ്ട്രീയ വാരികയുടെ ആപ്പീസ്. ഓട്ടു മേഞ്ഞ നിര പ്പീടികയുടെ ഉള്ളിൽ പഴയ കെട്ടിടത്തിൽ.

പത്രാധിപർ കെ എസ് ചന്ദ്രൻ
മാനേജർ എം എൻ രാമചന്ദ്രൻനായർ;
സഖാവ് എം. എന്റെ അനിയൻ.

മുൻ എം പി, വി പി നായർ ആകുന്നു കേരളശബ്ദം തുടങ്ങിവെ ച്ചത്. സമർത്ഥനായ വക്കീൽ. രണ്ടു തവണ ലോകസഭയിലേക്ക് തെരഞ്ഞെടുക്കപ്പെട്ടു. കമ്മ്യൂണിസ്റ്റ് സ്വതന്ത്രനായിരുന്നു അദ്ദേഹം. പറവൂർ ടി കെ യെയും എൻ ശ്രീകണ്ഠൻനായരെയുമാണ് വി പി നായർ തെരെഞ്ഞെടുപ്പിൽ തോൽപിച്ചത്. ഒരു മിടുക്കന് കൈവന്ന കുരുട്ടുഭാഗ്യം.

'സദസ്യതിലകൻ' ടി കെ വേലുപ്പിള്ളയുടെ പുത്രനും 'മാലി' വി മാധവൻനായരുടെ സഹോദരനുമാണ് വി പി നായർ.

ഇടത്തോട്ടു ചെരിഞ്ഞ സ്വതന്ത്രരാഷ്ട്രീയവും പുതുമയിൽവിരിഞ്ഞ സാഹിത്യ രചനകളും കേരള ശബ്ദത്തെ അതിവേഗംശ്രദ്ധേയമാക്കി. പത്രാധിപർ കെ എസ് ചന്ദ്രൻ മലയാള പത്രസാഹിത്യരംഗങ്ങളിൽ കെ ബാലകൃഷ്ണനും കാമ്പിശ്ശേരിക്കുമൊപ്പം ഇരിപ്പുറപ്പിച്ചു പെട്ടെന്ന്.

നല്ല സുന്ദരപുരുഷനായിരുന്നു കെ എസ് ചന്ദ്രൻ അന്ന്. 1964-65 ൽ പൂർണ്ണചന്ദ്രന്റെ തിളക്കം. ദേഹത്തിന് ഏതാണ്ട് പൊൻനിറം. കറുത്ത മിനുത്ത മനോഹരമായ മുടി. സ്റ്റൈലൻ മീശ. കണ്ണുകൾക്ക് അല്പം നീല നിറം നനഞ്ഞിരുന്നോ?

ഉടയാത്ത വേഷത്തിനും ഉണ്ടായിരുന്നു തികഞ്ഞ ഭംഗി. നന്നായി മടക്കി വെച്ച നീളൻകൈ, വെള്ളഷർട്ട്, കോടി കളർ വേഷ്ടി. പുത്തൻ

തോൽച്ചെരുപ്പുകൾ. കൈയിൽ മഞ്ഞനിറക്കടലാസ്സ് കൂട്. അതിൽ കഥയും കവിതയും നോവലും നാടകവുമൊക്കെയാണെന്ന് പിന്നീട് ഞാൻ തിരിച്ചറിഞ്ഞു.

ശകലം ധൃതിയിൽ നടന്നുവരുന്ന പത്രാധിപർ കാഴ്ചയ്ക്ക് ഒരു ശേലായിരുന്നു. 'പ്രഭാത'ത്തിന്റെ മുന്നിൽ ഞാൻ നോക്കിനിന്നിരുന്നു.

ശനിയാഴ്ചകളിൽ സ്ഥിരം കാത്തു നിൽക്കും. ലക്ഷ്മീനടയിൽ ക്രൗൺ ബേക്കറിയുടെ മുന്നിലൂടെ ആൽമരത്തിനു കീഴിലൂടെ നടന്നുവരുന്നത് കാണും. റോഡ് മുറിച്ചു കടന്ന് കേരളശബ്ദത്തിന്റെ വാതിലിൽ ഞാൻ നിൽക്കും. എന്റെ കൈയിലുള്ള ലേഖനഭാഗം ഏല്പിക്കുകയാണ് ആവശ്യം.

കോട്ടയം ചെല്ലപ്പൻ എഴുതുന്ന 'നാടക-ചലച്ചിത്ര സ്മരണകൾ' കേരള ശബ്ദത്തിൽ തുടർച്ചയായി വരികയാണ്. ഞാനാണ് ആഴ്ചതോറും പകർത്തി എഴുതിക്കൊടുക്കുന്നത്.

രണ്ടുമൂന്നാഴ്ച കഴിഞ്ഞപ്പോൾ ചന്ദ്രൻ സാർ എന്നെ ചോദ്യം ചെയ്തു. ഇതാരുടെ കൈയ്യുടെ? എനിക്ക് പരിചയമുണ്ടല്ലോ—

എന്റെ കൈ തന്നെ, ഞാൻ പറഞ്ഞു.

ഞാൻ സി ആർ ഓമനക്കുട്ടൻ ആണെന്ന്, അത് ആദ്യം തന്നെ വെളിപ്പെടുത്താഞ്ഞതിന് പത്രാധിപർ ദേഷ്യപ്പെട്ടു. കേരള ശബ്ദത്തിന്റെ തുടക്കത്തിൽ തന്നെ ഞാനെഴുതിയ 'ഹിമവാന്റെ മക്കൾ' എന്നൊരു കൊച്ചു നാടകം മൂന്നാല് ലക്കങ്ങളിലായി അദ്ദേഹം പ്രസിദ്ധീകരിച്ചിരുന്നല്ലോ. രണ്ടു മൂന്നു കൊച്ചുകഥകളും.

ചന്ദ്രൻ സാർ കേരള ശബ്ദം ആപ്പീസിലേക്ക് എന്നെ പിടിച്ചോണ്ടു പോയി. മാനേജർ എം എ നെ പരിചയപ്പെടുത്തി. പത്രാധിപസഹായി കല്ലടവാസുദേവനെ പരിചയപ്പെടുത്തി.

അക്കൊല്ലം റിപ്പബ്ലിക് പതിപ്പിൽ എന്റെ 'ധൂമയവനിക' എന്ന കഥ ചേർത്തു.

എസ് എൻ കോളജിലെ എന്റെ എം എ സഹപാഠികളുംഅധ്യാപകരുമൊക്കെ കഥയിലുണ്ട്. വിമൻസ് കോളജിലെ എന്റെ കൂട്ടുകാരിയും! പ്രിൻസിപ്പൽ ഡോ. എം ശ്രീനിവാസൻ കഥ കസ്റ്റഡിയിലെടുത്തു. മേലിൽ കോളജിലെ പെമ്പിള്ളേരെക്കുറിച്ചോ വാധ്യാന്മാരെക്കുറിച്ചോ കഥയും കളിയുമൊന്നും പാടില്ലെന്ന് എന്നെ ഭീഷണിപ്പെടുത്തി...

'കേരളശബ്ദം' വി പി നായരിൽ നിന്നും കൃഷ്ണസ്വാമി റെഡ്യാർ ഏറ്റെടുത്തു. 'കുങ്കുമ'ത്തിന്റെയും വൈക്കം ചന്ദ്രശേഖരൻനായരുടെയും

എസ് രാമകൃഷ്ണന്റെയും ഒപ്പമായി കെ എസ് ചന്ദ്രനും മറ്റും. എല്ലാം കൂടി ആകെ ഒരു കോലാഹലം. ഞാൻ കൗതുകത്തോടെ അകന്നുനിന്ന് നോക്കിക്കണ്ടു എല്ലാം.

വൈക്കം ചേട്ടൻ നിറവും വരയുമൊക്കെ ഉള്ള അരക്കയ്യൻ കുപ്പായമാണ് ധരിക്കാറ്. മറ്റെല്ലാവരും തൂവെള്ള ഉടുപ്പുകളും. ആ വെണ്മകളുടെ നേതാവായി മറ്റൊരു ധവളിമ ഉദിച്ചുയരും ചില സന്ധ്യകളിൽ. വെട്ടിത്തിളങ്ങുന്ന ഖദർ ജൂബ്ബ, ഷാൾ, മുണ്ട്. മയ്യനാട് കെ ദാമോദരൻ ബി എ ആകുന്ന അവതാരം. വൈക്കം ചേട്ടൻ, ചന്ദ്രൻസാർ, രാമകൃഷ്ണനണ്ണാച്ചി, കല്ലടയണ്ണൻ തുടങ്ങിയവർ പടയണിയായി പിന്നാലെ. പാർവതി മിൽ, ഉണ്ണിച്ചക്കം വീട്, മുസലിയാർ ബിൽഡിംങ്, കുഞ്ഞമ്മപ്പാലം, പീരങ്കിമൈതാനം — പലേടത്തും ഇരുട്ട വാക്കിന് ഈ കൂട്ടായ്മയെ കാണാനിടയായി.

വെള്ളവേഷ പ്രൗഢികൾ മഞ്ഞച്ചുകഴിയുമ്പോൾ ദാമോദരൻ സാർ സൈക്കിൾ റിക്ഷയിൽ മുണ്ടയ്ക്കലേക്ക് പോകും. മകളുടെ വീട്ടിലേയ്ക്ക്. മറ്റുള്ളതുങ്ങൾ എങ്ങോട്ടു പോയി മറയുമോ?

ഒരു പാതിരാ. ശ്രീമൂലം പിക്ചർ പാലസിൽ നിന്നും സെക്കൻ ഷോ കഴിഞ്ഞ് റയിൽവേ ഗേറ്റ് കടന്ന് ചിന്നക്കടയിലേക്ക് പ്രവേശിച്ചപ്പോൾ ബീച്ച് റോഡിൽ നിന്നും ഒരു വെല്ലുവിളി അത്യുച്ചത്തിൽ: 'ഞങ്ങളെ തല്ലാനാരുണ്ടടാ?'

സിനിമ കഴിഞ്ഞിറങ്ങിയവരൊക്കെ ഓടി രംഗമൊഴിഞ്ഞു. വീണ്ടും സംഘഗാനം പോലെ പോർവിളി: 'ഞങ്ങളെ തല്ലാനാരുണ്ടെടാ?'

ഞാൻ തിരിഞ്ഞുനിന്നു നോക്കി. നാലു പേർ തോളോട്ടു തോൾ ചേർന്ന്: 'ആരുണ്ടെടാ?'

സൂക്ഷിച്ചുനോക്കി: ഇഗ്നേഷ്യസ്, ബേബി, രാജൻ, തമ്പി! കാക്കനാടൻ ബ്രദേഴ്സ്.

ഓടിയൊളിക്കാൻ ശ്രമിക്കുമ്പോൾ ക്ലോക്ക് ടവറിനു കീഴെ നിന്നും ഞരങ്ങുന്ന ഒച്ച ഉയർന്നു: 'ഞങ്ങളുണ്ടെടാ.'

നാല് കാക്കകളും തെന്നിത്തെന്നി പറന്നടുത്തു. തുടർന്ന് ക്ലോക്ക് ടവറിനു കീഴിൽ നിന്നും ബേബിച്ചായന്റെ വിളി: 'നമ്മടെ ചന്ദ്രൻസാറും കുറുപ്പ് ചേട്ടനുമാ—'

കെ എസ് ചന്ദ്രനും കെ ആനന്ദക്കുറുപ്പും. കൂടെ വൈക്കം ചന്ദ്രശേഖരൻ നായരും.

അല്പം കഴിഞ്ഞ് മറ്റൊരു വിളി ചിന്നക്കടയിൽ നിറഞ്ഞു: 'ഞങ്ങളേഴുപേരെ തല്ലാൻ ആരുണ്ടെടാ!!'

കെ ദാമോദരന്റെ 'നരകത്തിൽ നിന്ന്'' വൈക്കത്തിന്റെ 'നഖങ്ങൾ', 'പഞ്ചവൻകാട്'' കാക്കനാടന്റെ 'വസൂരി', 'ഉഷ്ണമേഖല' കെ എസ് ചന്ദ്രന്റെ 'ഉമിത്തീ' എന്നീ നോവലുകൾ ഞാൻ ആവേശത്തോടെ വായിച്ചു രസിക്കുംകാലം. മലയാളനോവലിൽ കൊല്ലം മുഖം തെളിയുകയാണെന്ന് വിശ്വസിച്ച സമയം.

ജനയുഗം വാരികയിൽ ആര്യാട് ഗോപിയും വിതുര ബേബിയും മറ്റും നല്ല കഥകൾ എഴുതുന്നു. പി ഭാസ്കരനുണ്ണിയും ടി എൻ കൃഷ്ണപ്പിള്ളയുമൊക്കെ പലതും എഴുതുന്നു. വി ബി സി നായർ പല പല പേരിലും സകലതുമെഴുതുന്നു!

കൊല്ലം വാരികകൾ വില്പനയിലും വായനയിലും അത്യു ച്ചത്തിൽ.

കേരളശബ്ദത്തിൽ കെ എസ് ചന്ദ്രൻ പ്രസിദ്ധം ചെയ്യുന്നത് എം ടിയുടെ 'കാലം', പത്മരാജന്റെ 'രതിനിർവ്വേദം' തുടങ്ങിയ മനോഹര രചനകൾ. പാമ്പ് എന്നോ മറ്റോ പത്മരാജൻ പേരിട്ട കൊച്ചുനോവലിന് 'രതിനിർവ്വേദം' എന്ന ഉഗ്രൻ പേര് നൽകിയത് കെ എസ് ചന്ദ്രൻ എന്ന പത്രാധിപ പ്രതിഭ.

കോട്ടയം ചെല്ലപ്പന്റെ സ്മരണകൾ കഴിഞ്ഞപ്പോൾ തുടരാനായി കൊടുത്തത് കുമ്പളത്തു ശങ്കുപ്പിള്ളയുടെ 'കഴിഞ്ഞകാലസ്മരണകൾ.' കല്ലട വാസുദേവനാണ് ചവറയിൽ കുമ്പളത്തിന്റെ ഓർമ്മകൾ എഴുതിയിരുന്നത്. ചന്ദ്രൻ സാർ അത് ചെത്തിമിനുക്കും. തിരുവിതാംകൂറിന്റെ ചരിത്രം അറിയാൻ സഹായിക്കുന്ന കൃതിയായി അത്.

ആയിടയ്ക്കെപ്പോഴോ ഒരു കൊച്ചുകഥ ഞാൻ കേരളശബ്ദത്തിന് അയച്ചു. മിക്കവാറും അടുത്താഴ്ചയിൽത്തന്നെ അച്ചടിച്ചു വരികയാണ് പതിവ്. പക്ഷേ ഈ കഥ രണ്ടുമാസമായിട്ടും കാണുന്നില്ല. ഓ! എഴുതി അച്ചടിക്കാൻ കൊള്ളാത്തതായി എന്റെ കഥ. ചവറ്റുകൊട്ടയിൽ തള്ളിക്കാണും.

കഥ മറന്നു കഴിയുമ്പോളുണ്ട് എന്റെ കഥ 'കുങ്കുമ'ത്തിൽ! സചിത്രമായിട്ട്. ഞാൻ ശ്രദ്ധിച്ചു വായിച്ചു. കോമയ്ക്കും ഫുൾസ്റ്റോപ്പിനും ഒന്നും ഒരു വ്യത്യാസവുമില്ല.

എന്നാൽ, ഉണ്ട്. ഒരു മാറ്റം ഉണ്ട്. കഥാകൃത്തിന്റെ പേര് സി ആർ ഓമനക്കുട്ടൻ എന്നല്ല. പകരം കല്ലട വാസുദേവൻ എന്ന്. എങ്ങനെ സഹിക്കും?

കൊല്ലത്തെ എന്റെ ജീവിതഭാഗം അഭിനയിച്ചു കഴിഞ്ഞിരുന്നു. എസ് എൻ കോളജ് എന്നെ പുറന്തള്ളി. ആകെ പൊട്ടിപ്പൊളിഞ്ഞ് ഞാൻ കോട്ടയത്തെത്തി. തീർത്തും വഴിയാധാരം. എവിടുന്നോ പത്തു

രൂപയും സംഘടിപ്പിച്ച ഞാൻ കൊല്ലത്തു ചെന്നു. നേരെ കേരളശബ്ദത്തിൽ ചെന്നു.

ചന്ദ്രൻ സാറിനോട് പരാതിപ്പെട്ടു.

എന്റെ കഥ കല്ലട വാസുദേവന്റേതായി കൊടുത്തത് പോക്രിത്തരമാണെന്ന് ഞാൻ ഗൗരവം കൊണ്ടു.

പത്രാധിപൻ പറഞ്ഞു: ഇരുപത്തഞ്ച് രൂപയുടെ അത്യാവശ്യം. ഒറ്റക്കാശ് കൈയ്യിലില്ല. എം എൻ വലിയ മുഴുത്ത മാനേജർ! ചുമ്മാ കാശ് തരില്ല— 'കുങ്കുമ' ത്തിന് ഒരു കഥ കൊടുത്താൽഇരുപത്തഞ്ച് രൂപ തരാമെന്ന് വൈക്കം പറഞ്ഞു. പിന്നെ ചെയ്യാവുന്നത്... നിന്റെ കഥ പേരു വെട്ടി കല്ലടയുടെ പേരിൽ കൊടുത്തു.

അദ്ദേഹം ചിരിച്ചു. എന്നെയും കൂട്ടി കൃഷ്ണസ്വാമി റെഡ്യാരുടെ മുറിയിലേക്ക് പോയി. കഴിഞ്ഞ കഥ എല്ലാം പറഞ്ഞു കേൾപ്പിച്ചു. റെഡ്യാർ ആനന്ദിച്ച് എനിക്ക് അൻപത് രൂപ തന്നു.

സംഭവം അറിഞ്ഞ് വൈക്കം പറഞ്ഞു: ഇനി ഇവിടെങ്ങും കണ്ടു പോകരുത്. ഉടൻ അടുത്ത വണ്ടിക്ക് കോട്ടയം പിടിച്ചോ; അല്ലേൽ ഇനിയും കഥ മാറും.

ഓമനക്കുട്ടൻ വാസുദേവനാകും...

എങ്കിലും എന്റെ സ്വന്തം പത്രാധിപരായിരുന്നു കെ എസ് ചന്ദ്രൻ. എന്നോട് ഏറെ ഇഷ്ടം കാട്ടി. എന്നെ കുറ്റപ്പെടുത്തുകയും വഴക്കു പറയുകയും ചെയ്തു. എന്റെ എഴുത്തിൽ നല്ല നർമ്മം വഴിതെറ്റി വളിപ്പാകുമ്പോൾ തെറി പറഞ്ഞു.

കേരളശബ്ദം ഉപേക്ഷിച്ച് അദ്ദേഹം തിരുവനന്തപുരത്തിനു പോയി. പിന്നെ അപൂർവ്വമായേ തമ്മിൽ കണ്ടുള്ളൂ. 'ചതുരംഗം' വാരിക ആരംഭിച്ചപ്പോൾ 'നീയും എഴുതിക്കോ' എന്ന് പറഞ്ഞു. ഞാൻ അപ്പോഴും സ്വാതന്ത്ര്യമെടുത്തു പറഞ്ഞു: 'ചതുരംഗം' എന്ന പേര് മാറ്റണം. പകരം 'ചന്ദ്രശബ്ദം' എന്നിടുക. എന്നാലെഴുതാം.

അവസാനം ഒരിക്കൽ കണ്ടു. ആകെ മുഷിഞ്ഞ രൂപം. വെണ്മ മങ്ങി വിളറിപ്പോയിരിക്കുന്നു. പഴയ സൗന്ദര്യത്തിന്റെ നിഴൽ. എനിക്ക് വല്ലാത്ത സങ്കടം തോന്നി.

ഞാനോർക്കുന്നു. ചന്ദ്രൻ സാർ എന്നുമുതലോ ചന്ദ്രൻ ചേട്ടൻ ആയിത്തീർന്നല്ലോ എനിക്ക്. പത്രാധിപർ സഹോദരനായി മാറിയതെപ്പോൾ?

•

അന്ധയും ബധിരയും പിംഗളകേശിനിയുമായ മൃത്യു

പ്രൊഫ. എം എൻ വിജയൻ, സി വി ശ്രീരാമൻ, കെ ടി മുഹമ്മദ്, കടമ്മനിട്ട രാമകൃഷ്ണൻ നാലുപേരോടും ഒത്തിരി അകന്ന വ്യക്തിബന്ധങ്ങളേ എനിക്കുണ്ടായിരുന്നുള്ളൂ. എത്ര ഊതിവീർപ്പിച്ച് ആത്മപ്രശംസ പ്രസംഗിച്ചാലും വിജയന്മാഷ്, ശ്രീരാമേട്ടൻ, കെ ടി, കടമ്മൻ കൊച്ചാട്ടൻ എന്നിവർ അല്പമേറെ അകലെയാണ് എനിക്കെപ്പോഴും. അതുകൊണ്ടുതന്നെ ആ നാലു വിയോഗങ്ങളും സഫലജീവിതത്തിന്റെ അന്തസ്സുറ്റ പൂർണ്ണവിരാമങ്ങളായി ഞാൻ അനുഭവിച്ചു. തീരാനഷ്ടങ്ങളായല്ല, കാലത്തിന്റെ ഭാഗ്യലാഭമായ നാലു ജീവിതങ്ങൾ.

അച്ഛനമ്മമാരുൾപ്പെട്ട ആരുടെയും മരണം ഞാൻ നേരിൽ കണ്ടിട്ടില്ല. അന്ധയും ബധിരയും പിംഗളകേശിനിയുമായ മൃത്യു ദേവതയുടെ പാദപതനധ്വനി കേട്ടിട്ടുമില്ല.

മരണം നിശ്ചലദൃശ്യങ്ങളായി കണ്ടത് ഡോക്ടർ കെ എൻ എഴുത്തച്ഛന്റേതാണ്. കോഴിക്കോട് സർവകലാശാലയിൽ ഏതോ യോഗത്തിൽ പ്രസംഗിച്ചു നിൽക്കുന്ന എഴുത്തച്ഛൻ പെട്ടെന്ന് കസേരയിലേക്ക് അമരുന്നതും ഒരു പൂവടരുന്നതുപോലെ മരണത്തെ പുൽകുന്നതും നാലഞ്ചു ഫോട്ടോകളായി കണ്ടു. ശ്രീ പുനലൂർ രാജനാണ് ആ ചിത്രങ്ങളെടുത്തത്.

മരണം ചലനചിത്രങ്ങളായി കൺമുന്നിൽ ഇടിവെട്ടി മിന്നിമറഞ്ഞതും ഇടനെഞ്ച് പേടികൊണ്ട് വിറപ്പിച്ചതും വിജയന്മാഷ്.തൃശ്ശൂർ പ്രസ്സ് ക്ലബ്ബിൽ നിശ്ശബ്ദമായി പടിയേറി വന്ന മൃത്യുവിന്റെകാഴ്ച സ്തംഭിപ്പിച്ചു കളഞ്ഞു. ദൃശ്യം തന്ന ബാധയിൽ പിടഞ്ഞ്കൊടുങ്ങല്ലൂർക്ക് പോയി; സംസ്കാരച്ചടങ്ങുകൾക്ക് സാക്ഷിയായി.

പ്രൊഫ. എം എൻ വിജയന്റെ സവിശേഷമായ മുഖരേഖകളും

നിഷ്കളങ്ക മന്ദസ്മേരവും എനിക്ക് വലിയ ഇഷ്ടമായിരുന്നു. ഞാൻ ചില കുസൃതികൾ പറഞ്ഞിട്ടുണ്ട്. അദ്ദേഹം പുഞ്ചിരിക്കുകയേയുള്ളൂ. ഒരിക്കൽ എന്നോട് പറഞ്ഞു: മുറുക്കാൻ നിറുത്തിയാലെ നന്നാവൂ! എന്നാലെ ശരിയാവൂ!

ഞാൻ മാഷുടെ ശിഷ്യപരമ്പരയിൽ പെടില്ലല്ലോ. മുറുക്കാൻ നിറുത്തിയില്ല. ആ വെള്ളക്കുപ്പായത്തിൽ ചുവന്ന തുപ്പൽത്തുള്ളികൾ വീഴാതിരിക്കാൻ അകന്നുനിന്നു. എങ്കിലും ഒരിഷ്ടം എനിക്ക് കിട്ടി...

സി വി ശ്രീരാമന്റെ മരണമറിഞ്ഞ് ഞാൻ കുന്നംകുളത്തേക്കൊന്നും പോയില്ല. അദ്ദേഹം പറഞ്ഞ കഥകൾ അയവിറക്കി. എന്നാണ് ആദ്യം കണ്ടത്? എവിടെവെച്ച്? ചുരുക്കം ഇടപെടലുകളല്ലേ ഉണ്ടായിട്ടുള്ളൂ. ആത്മബന്ധം —അങ്ങനൊന്നുമില്ലായിരുന്നല്ലോ.

എരുമേലിയുടെ മകളുടെ കല്യാണത്തിന് ചെട്ടികുളങ്ങരയ്ക്ക് പോയത് ഞങ്ങളൊന്നിച്ച്. അദ്ദേഹം അധികം വർത്തമാനം പറഞ്ഞില്ല. കല്യാണം കഴിഞ്ഞ് നരേന്ദ്രപ്രസാദിന്റൊപ്പം മാവേലിക്കരയ്ക്ക് പോന്നു. പ്രസാദിന്റെ കുടുംബവീട്ടിൽ കയറി. അവിടുന്നിറങ്ങുമ്പോൾ ശ്രീരാമൻ പറഞ്ഞു. ഒരു ഡ്രിങ്ക് കഴിക്കണം. പ്രസാദിന് കേൾക്കേണ്ടതുണ്ടായിരുന്നില്ല. ഒന്നല്ല, രണ്ടോ മൂന്നോ ഡ്രിങ്ക് കഴിഞ്ഞപ്പോൾ ശ്രീരാമന്റെ ഒച്ച തെളിഞ്ഞു. നരേന്ദ്രപ്രസാദ് ഞങ്ങളെ മാവേലിക്കര ബസ് സ്റ്റാൻഡിൽ കൊണ്ട് പ്രതിഷ്ഠിച്ചിട്ട് തിരുവനന്തപുരത്തേയ്ക്ക് വിട്ടു.

ശ്രീരാമൻ എന്നോട് കഥ പറഞ്ഞു തുടങ്ങി. നല്ല തെളിഞ്ഞ സ്വരത്തിൽ. ലളിതമധുരമായ കഥപറച്ചിൽ. 'ഒട്ടുമാവ്' എന്ന കഥ. എറണാകുളം ബസ് സ്റ്റാൻഡിലെത്തി വെളുപ്പാങ്കാലത്ത്. അപ്പോഴാണ് കഥ തീർന്നത്. കഥാകാരനെ ആദ്യവണ്ടിക്ക് ഞാൻ തൃശ്ശൂർക്ക് അയച്ചു.

'ഒട്ടുമാവ്' രണ്ടുമൂന്നുമാസം കഴിഞ്ഞ് അച്ചടിച്ചുവന്നു....

കെ ടി മുഹമ്മദ് മരിച്ചു എന്ന വാർത്ത ഒട്ടും പ്രതീക്ഷിക്കാതിരുന്ന ഒരു നേരത്തെത്തി. കെ ടി യെ അപൂർവമായേ സന്ധിച്ചിട്ടുള്ളൂ. കാണുമ്പോഴൊക്കെ 'ചിത്രകാർത്തിക' വാരിക (വൈക്കവും കെ ടിയും പത്രാധിപന്മാർ)യിൽ ഞാനെഴുതിയ പതിനഞ്ചു രൂപ– ഏഴു രൂപ നോട്ടിന്റെ കഥ പറഞ്ഞ് കെ ടി രസിക്കും. ഒടുവിൽ കോഴിക്കോട്ട് വിജയൻമാഷ് അനുസ്മരണയോഗത്തിൽ വെച്ച് കണ്ടപ്പോഴും കെ ടി ആ കൊച്ചുകഥ ഓർത്തു.

ആദ്യം കണ്ടത് കോട്ടയത്തു വെച്ച്. മാസ് ആർട്സ് സൊസൈറ്റിആർട്ടിസ്റ്റ് കേശവന് നാടകത്തിനു നൽകിയ സമഗ്രസംഭാവനയ്ക്ക്

അവാർഡ് നൽകി. അവാർഡ് നൽകിയത് കെ ടി മുഹമ്മദ്. കേശവനെപ്പറ്റി ഞാൻ പത്തുമിനിട്ട് പ്രസംഗിച്ചു.

പല നാടകങ്ങളും കാണികൾ മറന്നെങ്കിലും ആ നാടകങ്ങൾക്ക് ആർട്ടിസ്റ്റ് കേശവൻ വരച്ച രംഗപടങ്ങൾ കണ്ണുനിറയെ ഉണ്ടെന്ന് ഞാൻ പറഞ്ഞു. അരനൂറ്റാണ്ടുമലയാള നാടകരംഗത്തെ പുതുക്കിപ്പണിതത് കേശവനാണെന്നും പറഞ്ഞു.

ചടങ്ങുകൾക്കു ശേഷം ഹോട്ടൽമുറിയിൽ കെ ടി എന്നോട് ക്ഷോഭിച്ചു. അദ്ദേഹം വികാരഭരിതനായി. ശ്വാസം നിലയ്ക്കുന്നത്ര വിധം ആളാകെ വിവശനായി.

നാടകമെന്നാലെന്താണ്? രംഗപടമാണോ? കട്ടൗട്ടാണോ? വാരിത്തേച്ചനിറങ്ങളാണോ? കെ ടി ചോദിച്ചു. എനിക്ക്, എന്റെ നാടകത്തിനു കർട്ടൻ വേണ്ട!

കേശവനെപ്പറ്റിയാണ് ഞാൻ സംസാരിച്ചതെന്ന് പറഞ്ഞിട്ടും കെ ടി സമ്മതിച്ചില്ല.

ഒരിക്കലും മറക്കാത്തതായി ആ രാത്രി...

കടമ്മനിട്ട രാമകൃഷ്ണനെ കാണുന്നത് 1974 ലാണ്. ആ ഭീകരരൂപം അന്ന് വിരട്ടിക്കളഞ്ഞു. ആ ഗംഭീരശബ്ദം ആകെ ഞെട്ടിച്ചുകളഞ്ഞു.

കോഴിക്കോട് ആർട്സ് കോളജിൽ കടമ്മനിട്ടയെ കൂട്ടിക്കൊണ്ടു വന്നത് എൻ സുഗതൻ. കല്പറ്റ നാരായണനും മറ്റും സുഗത ശിഷ്യന്മാരായി കഴിയും കാലം.

കാട്ടാളനും കിരാതവൃത്തവും കോഴിയും കടമ്മനിട്ടയും ചാക്കാലയും ഒക്കെ കവി ചൊല്ലി. അത്ഭുതാനുഭവമായത്.

പിന്നീട് എത്ര ചൊൽക്കാഴ്ചകൾ!

അനസൂയ-ഗോപാലകൃഷ്ണൻ ദമ്പതികളുടെ വീട്ടുമുറ്റത്ത് കുഞ്ഞുങ്ങളായിരുന്ന ശ്യാമിനും ഉണ്ണിക്കും വേണ്ടി കോഴി വീണ്ടും വീണ്ടും അവതരിപ്പിക്കുന്നത് ഓർമ്മയിൽ മായുന്നില്ല.

പടയണിക്ക് കടമ്മനിട്ടക്കാവ് തീണ്ടാൻ പറയപ്പടയായി അഴകേശനും ജോസഫ് തളിയാടിലിനും ടിപ്–ടോപ് അസീസിനുമൊപ്പം പോയതുമോർക്കുന്നു.

അമൃതാ ആശുപത്രിയിൽ പോയി കാണാനായില്ല. വള്ളിക്കോട്ടേക്കും കടമ്മനിട്ടയ്ക്കുമൊന്നും പോയില്ല....

നാല് സമ്പൂർണ്ണജീവിതങ്ങൾ. അതിന്റെ ഓരംപറ്റി

കഴിയാനായതിൽ എളിയ അഭിമാനം. അവരുടെ കൂട്ടത്തിൽ, പിന്നാലെ ഞാനുമുണ്ടായിരുന്നല്ലോ വല്ലപ്പോഴുമെങ്കിലും...

എന്തുകൊണ്ടോ വിജയൻ, ശ്രീരാമൻ, മുഹമ്മദ്, രാമകൃഷ്ണൻമാരെ ഒന്നിച്ചോർക്കുമ്പോൾ പതിനഞ്ചുവർഷം മുൻപ് ഞാൻ എഴുതിയ. ഒരു കൊച്ചുകഥ എന്നിലുണരുന്നു.

'ഇനി ഞാനുറങ്ങട്ടെ' എന്നാണ് കഥയുടെ പേര്.

കൊച്ചുകഥയല്ലേ! മുമ്പ് കേട്ടതായാലും ഒന്നു കേൾക്കുക—

'നഗരത്തിൽ പുതുതായി പണിയിച്ച മാളികവീടിന്റെ മാർബിൾ തറയിൽ കുളിർകാറ്റ് കൊണ്ട് ഉച്ചയുറക്കത്തിലായിരുന്നു ഞാൻ.

ഉറക്കത്തിൽ നിന്ന് എന്നെ കരുത്തനായ ഒരു വലിയ മനുഷ്യൻ ബലമായി പിടിച്ചിഴച്ചുകൊണ്ടുപോയി. എങ്ങോട്ടാണ് എന്നെ കൂട്ടിക്കൊണ്ടുപോകുന്നതെന്ന് ഭയന്നു. കുതറിത്തെറിച്ച് ഓടിപ്പോരാൻ നോക്കി. എനിക്കതിനായില്ല.

ഒരു വലിയ ശവമുറിയിലാണ് ആ മനുഷ്യൻ എന്നെ കൊണ്ടു നിറുത്തിയത്. മരവിപ്പിക്കുന്ന തണുപ്പായിരുന്നു അവിടെ. അരണ്ടവെളിച്ചത്തിൽ മേശകളിൽ വെള്ളത്തുണി പുതപ്പിച്ച് നാല് മൃതദേഹങ്ങൾ ഞാൻ കണ്ടു.

ആ മനുഷ്യൻ ആദ്യത്തെ മേശയ്ക്കരികിൽ ചെന്നുനിന്നു. മേശയിലെ മൃതദേഹത്തിന്റെ മുഖത്തെ തുണി വലിച്ചുമാറ്റിയിട്ട് എന്നോട് ചോദിച്ചു: അറിയുമോ?

അറിയും, ഞാൻ പറഞ്ഞു. ജോണെന്നിവനു പേർ. കോട്ടയത്തുകാരൻ. മുപ്പതാണ്ടുകാലം എനിക്കു പ്രിയപ്പെട്ടവൻ. എനിക്കിവൻ പാട്ടു പാടിത്തന്നു. കഥ പറഞ്ഞു കേൾപ്പിച്ചു. പടമുണ്ടാക്കിക്കാണിച്ചു...

നിന്റെ ചങ്ങാതിയോ?

അല്ല, ചേട്ടൻ

ആ മനുഷ്യൻ മുഖം മൂടി. അടുത്ത മേശയ്ക്കടുത്തേക്ക് നടന്നു രണ്ടാമത്തെ മൃതദേഹത്തിന്റെ മുഖത്തെ തുണി നീക്കി; അറിയുമോ?

അറിയും, ഞാൻ പറഞ്ഞു: ബോസെന്നിവനുപേർ കൊല്ലത്തുകാരൻ. രണ്ടു പതിറ്റാണ്ടു ഇവനെനിക്കു സഖാവായിരുന്നു. ഞാനംഗമായിരുന്ന വിദ്യാർത്ഥി സംഘടനയുടെ നേതാവ്. വിപ്ലവകാരി. സ്ട്രീറ്റിന്റെ എഡിറ്റർ...

സ്ട്രീറ്റ്?

അതെ, തെരുവിന്റെ മുദ്രാവാക്യമായിരുന്നിവൻ. നോക്കൂ, മേൽച്ചുണ്ടിൽ വലതുവശത്തല്ലേയുള്ളൂ മീശ? ഇടതുച്ചുണ്ടിലെ രോമങ്ങൾ അടിയന്തിരകാലത്ത് ജയിലിൽ കിടന്നപ്പോൾ കാവൽപ്പട്ടികൾ പിഴുതെടുത്തു...

ആ മനുഷ്യൻ ആ മുഖം പൊതിഞ്ഞു. മൂന്നാം മുഖം തുറന്നുകാട്ടി. എന്നിട്ടു ചോദിച്ചു: അറിയുമോ?

അറിയും, ഞാൻ പറഞ്ഞു: വിക്ടറെന്നിവന് പേർ. കൊച്ചീക്കാരൻ. എനിക്കിവൻ പത്തുവർഷം പരിചയക്കാരൻ. ഇവനെനിക്കു കനിവുള്ള കഥകൾ തന്നു. കടലിന്റെയും കരയുടെയും നേരുകൾ ഉരുവിട്ടു. ഇംഗ്ലീഷിന്റെ അഴക് വിരിയിച്ചു.

ആ മനുഷ്യൻ മുഖം മറച്ചു. പിന്നെ നാലാമത്തെ മുഖത്തുണി മാറ്റി ചോദിച്ചു: അറിയുമോ?

അറിയും, ഞാൻ പറഞ്ഞു: താജെന്നിവനു പേർ. കോഴിക്കോട്ടുകാരൻ. ഇവനു പതിനെട്ടുതികയുംമുമ്പെ ആദ്യമായി കണ്ടു. പിന്നൊരു പതിനാറാണ്ട് അകന്നിരുന്നറിഞ്ഞു. ഇവനെനിക്കു പുതിയ നാടകം തന്നു....

ആ മനുഷ്യൻ ശവമുറിക്ക് പുറത്തേക്ക് അതിവേഗം എന്നെ വലിച്ചിറക്കി. തണുപ്പിൽ ഞാൻ വിയർത്തുകുളിച്ചിരുന്നു. ഒരു പൊട്ടിക്കരച്ചിലിന്റെ അലറൽ തൊണ്ടയിൽകുടുങ്ങിയമർന്നു.

കത്തിപ്പടരുന്ന തീവെയിലിൽ ഞാൻ തെരുവിലിറങ്ങി ഓടി. ഒത്തിരി വീതിയുള്ള, ഒത്തിരി നീളമുള്ള തെരുവ് ഒടുക്കമില്ലാതെ മുന്നിൽ, ഞാനോടി. നിറുത്താതെ ഓടി.....

ചേന്നങ്കരിയിലൂടെ,

പെരിനാട്ടിലൂടെ,

വൈറ്റിലയിലൂടെ,

കോട്ടപ്പറമ്പിലൂടെ.... ഓടി.

ഉള്ളങ്കാൽ വെന്ത പേപ്പട്ടിയെപ്പോലെ. ഓടിയോടിയോടിയൊടുവിൽ, കൈകൾ പിണച്ചു തലയിണയാക്കി, കാലുകൾ വളച്ച്, ചുരുണ്ടുകൂടി കമിഴ്ന്നുകിടന്നു.

'ഉറങ്ങാൻ, ഒന്നുറങ്ങാൻ.....'

●

ഭാരതസ്ത്രീതൻ ഭാവശുദ്ധി

ഞാൻ ഇത്ര മുഴുത്ത അറിവിൻകേദാരമാണെന്ന് എനിക്കു പോലും അത്ര അറിവില്ലായിരുന്നു. പ്രശ്നോത്തരീ മത്സരത്തിന് മക്കളെ തയ്യാറാക്കുന്ന ചില അപ്പനമ്മമാർ എന്റെ നേർക്ക് ചോദ്യങ്ങളെയ്യുകയാണ്! ഏതാണ്ടെല്ലാ ചോദ്യങ്ങൾക്കും ഉത്തരം എന്റെ കൈയ്യിൽ സ്റ്റോക്കുണ്ടെന്നാണ് പാവങ്ങളുടെ വിചാരം. ഓർമ്മയില്ലാത്തതുങ്ങൾ എന്റെ ഓർമ്മയെ പരീക്ഷിക്കുകയാണ്. എന്തുചെയ്യും?

നള്ളുനൊമ്പരത്തിന്റെ ഉരിമയക്കത്തിൽ ആശുപത്രിയിൽ കിടക്കുമ്പോൾ 'കൈപ്പേച്ചി'യിൽ ചോദ്യം വന്നു: രണ്ടു പേർ ചേർന്നെഴുതിയ നോവൽ ഏത്? എഴുത്തുകാർ ആര്?

റെഡിമണിയായി ഉത്തരം കൊടുത്തു: 'അറബിപ്പൊന്ന്!' എം ടി ആന്റ് എൻ പി.

രണ്ടാമത്, 'നവഗ്രഹങ്ങളുടെ തടവറ' സേതു ആന്റ് കുഞ്ഞബ്ദുള്ള.

പ്രശ്നം അപ്പോൾ അല്പം കൂടി കൂർത്തതായി: ആൺപെൺ ചേർന്നുണ്ടാക്കിയ നോവൽ? എഴുത്താളർ?

ഒട്ടും മുഷിഞ്ഞില്ല കൊടുത്തു ആൻസർ: 'അമാവാസി' മോഹനവർമ്മ ആന്റ് മാധവിക്കുട്ടി....

കണ്ണടച്ച് ചുമ്മാകിടന്നപ്പോൾ ചുമ്മാ വിചാരമായി. ആരാണീ കൂട്ടുകൃഷി തുടങ്ങിവെച്ചത്? ആദ്യത്തെ ഇരട്ടകൾ ആരായിരുന്നു? കൂട്ടുകൂടി പണിതിട്ട് നല്ല വിളവ് വല്ലതുമുണ്ടായോ? നൂറുമേനിയെന്നോ ആയിരം മേനിയെന്നോ മേനി പറയായൊ ന്നുമില്ലല്ലോ.

ഇരുവർ ഒരുമിച്ച ആദ്യയോർമ്മ 'നല്ല ഭൂമി' സംബന്ധിച്ചതാണ്. പേൾ എസ് ബക്കിന്റെ 'ഗുഡ് എർത്തി'ന്റെ തർജ്ജമയത്രെ നല്ല ഭൂമി.

തർജ്ജമ രണ്ടുപേർ ഒന്നിച്ചു ചെയ്തു. വി എ കേശവൻനായരും എം പി ശങ്കുണ്ണിനായരും ആയിരുന്നു പരിഭാഷക ജോഡി. മദിരാശിയിൽ അന്ന് മാതൃഭൂമി ലേഖകൻ കേശവൻനായർ; പച്ചയപ്പാസ് കോളജിൽ മലയാളം അധ്യാപകൻ ശങ്കുണ്ണിനായർ.

കേശവൻനായർ ദേശീയ സ്വാതന്ത്ര്യസമരത്തിന്റെ മുന്നണിപ്പോരാളികളിൽ ഒരാളാകുന്നു. നീണ്ടകാലം തടങ്കലിൽ കഴിഞ്ഞു. 'ഇരുമ്പഴികൾക്കുള്ളി'ൽ എന്ന പുസ്തകമെഴുതി പിൽക്കാലത്ത്. ആ പുസ്തകത്തിന് പുറം ചട്ട വരച്ചത് കെ സി എസ് പണിക്കർ.

കൊല്ലം ശ്രീനാരായണകോളജിലെ പ്രഥമമലയാളം പ്രൊഫസർ എം പി ബാലകൃഷ്ണൻനായരുടെ (അദ്ദേഹം ട്രെയിൻ മുട്ടി മരിച്ചു) അനിയനാണ് ശങ്കുണ്ണിനായർ. ഉജ്ജ്വലവിമർശകനായി ഉദാത്തഗ്രന്ഥങ്ങൾ രചിച്ചു. ഛത്രവും ചാമരവും, കാവ്യവ്യുൽപത്തി, നാട്യമണ്ഡപം, കത്തുന്ന ചക്രം എന്നിവ.

'നല്ലഭൂമി' പുസ്തകം എന്റെ ഓർമ്മയിൽ പച്ചപിടിച്ചു നില്പുണ്ടിപ്പോഴും. ശ്രീ എം വി ദേവൻ വരച്ച പുറംചട്ടപ്പടമാണ് പ്രധാനകാരണം. ചൈനീസ് ചിത്രരചനാ ശൈലി പുറംചട്ടയ്ക്ക് ഉപയോഗിച്ചു ദേവൻമാഷ്. ചൈനീസ് വ്യാളിയും കർഷകത്തൊപ്പിയും മറ്റും വരയിൽ ഉണ്ടായിരുന്നെന്നു തോന്നുന്നു. നല്ല പച്ചനിറമായിരുന്നു നല്ലഭൂമിക്ക്.

അമേരിക്കൻ എഴുത്തുകാരിയാണ് പേൾ എസ് ബക്ക്. മിഷനറിമാരായ മാതാപിതാക്കൾക്കൊപ്പം ഏറെക്കാലം ചൈനയിൽ ജീവിച്ചു. ചൈനയിലെ ഗ്രാമീണജീവിതം; ദരിദ്രകർഷകരുടെ തീരാദുരിതം— പേളിന്റെ മനസ്സിൽ മായാതെ നിന്നു. 1931-ൽ അവർ 'ഗുഡ് എർത്ത്' എഴുതി. അടുത്താണ്ടിൽ പുലിസ്റ്റർ പ്രൈസും 1938 ൽ നോബെൽ പ്രൈസും ഗുഡ് എർത്തിന് കിട്ടി. ചൈനയിലെ പാവപ്പെട്ടവന്റെ കഷ്ടപ്പാട് നിറഞ്ഞ ജീവിതവും കർഷകസമൂഹത്തിന്റെ വ്യഥകളും ആദ്യമായി അറിഞ്ഞത് അമേരിക്കൻ നോവൽ പരിഭാഷയിലൂടെ. ഇംഗ്ലീഷിലൂടെയാണെങ്കിലും ചൈനീസ് സാഹിത്യകൃതികൾ ഇങ്ങോട്ടുവന്നത് വളരെ അപൂർവ്വമായിട്ട്.

ലൂഷ്യന്റെ 'അക്യൂവിന്റെ കഥ'യാണ് ഞാൻ ആദ്യം ശ്രദ്ധിച്ചത്. എ മാധവൻ ആണോ തർജ്ജമ ചെയ്തത്? പി വിശ്വനാഥിന്റെ തർജ്ജമയും കണ്ടിട്ടുണ്ട്. ലൂഷ്യന്റെ 'വാൾ' തുടങ്ങിയ കഥകൾ ശിവൻ, പി കെ നാണു എന്നിവർ പരിഭാഷ ചെയ്തതും കവിതകൾ കെ ജി എസ് തുടങ്ങിയവർ മൊഴി മാറ്റിയതും വായിച്ചതോർക്കുന്നു.

ലൂഷുൻ കഥകൾ അഞ്ചാറെണ്ണം ഞാനും മലയാളത്തിലാക്കി. ഭ്രാന്തന്റെ ഡയറി, നവവത്സരബലി, കുങ്–ഇ–ചി, മദ്യശാലയിൽ തുടങ്ങിയ ക്ലാസിക് കഥകൾ. ചെറുപ്പത്തിൽ 'നല്ലമണ്ണ്'' വായിച്ച തന്റേടമാണ് ലൂഷുൻ തർജ്ജമ ചെയ്യാൻ എന്നെ സഹായിച്ചത്.

ഇന്ത്യയും ചൈനയും കോടിക്കണക്കിന് ദരിദ്രജനതയുടെ മഹാ രാജ്യങ്ങൾ. ബുദ്ധഭഗവാന്റെ കാലം മുതലുള്ള കൊള്ളക്കൊടുക്കലുകൾ. സമാനജീവിതങ്ങൾ എന്തേ ഇത്ര അകന്നുപോകാൻ?

പിന്നീടെപ്പോഴോ 'ഗുഡ് എർത്ത്'' ഇംഗ്ലീഷ് സിനിമകാണാൻ അവസരമുണ്ടായി. പോൾ മുനി എന്ന മഹാനടൻ അഭിനയിച്ച ചുരുക്കം ചില ചിത്രങ്ങളിൽ ഞാൻ ആകെ കണ്ട ഒരേയൊരെണ്ണം ഗുഡ് എർത്ത് ആണ്. പോൾ മുനിക്ക് ഓസ്കാർ അവാർഡ് ലഭിച്ച ലൂയി പാസ്ചർ ഞാൻ കണ്ടിട്ടില്ല. എമിലിസോള, ജൂവാറെസ് ഒന്നും കണ്ടിട്ടില്ല.

ഗുഡ് എർത്ത് 1937 ലാണ് എം ജി എം പടമാക്കിയത്. ചൈനയിലെ ചൂഷിത കർഷകകുടുംബത്തിന്റെ കഥ, എല്ലാ ദുഖങ്ങളും ഏറ്റുവാങ്ങുന്ന സ്ത്രീത്വം ലോകമെങ്ങും ആകർഷിക്കപ്പെട്ടു. സർവംസഹയായ അമ്മ എല്ലായിടത്തും സ്നേഹാനുകമ്പകൾ നേടുന്ന കഥാപാത്രം. ചൈനയിലെ അമ്മ ഇന്ത്യയിലും കണ്ടവരുടെയൊക്കെ കണ്ണു നനയിച്ചു. കരളുരുകി കരഞ്ഞ ഒരാൾ മെഹ്ബൂബ് ഖാൻ ആയി.

ഇന്ത്യൻ സിനിമയുടെ തലതൊട്ടപ്പൻമാരിൽ മെഹ്ബൂബ് ഖാൻ പെടും. മെഹ്ബൂബ്, ശാന്താറാം, ബിമൽറോയ്, ഗുരുദത്ത്, രാജ്കപൂർ എന്നിവരാണ് യഥാർത്ഥ ഇന്ത്യൻ ചലച്ചിത്രനിർമ്മാതാക്കൾ. അവരുടെ കലാസൃഷ്ടികളാണ് ഞാൻ പിന്നെയും പിന്നെയും കണക്കില്ലാതെ കണ്ടത്. അല്ലാതെ സത്യജിത്, ഋത്വിക്, മൃണാൾ, ഗോപാലകൃഷ്ണൻ, അരവിന്ദൻമാരുടേതല്ല!

'ഗുഡ് എർത്ത്'' കണ്ടു കരഞ്ഞ മെഹ്ബൂബ് ഖാൻ ചൈനീസ് പെണ്ണിനെക്കാൾ ഒട്ടും മാറ്റമുള്ളവരല്ല ഇന്ത്യൻ പെണ്ണ് എന്ന് തിരിച്ചറിഞ്ഞു. എം ജി എം ഫിലിമും പേൾ ബക്ക് നോവലും ഒപ്പം മാക്സിം ഗോർക്കിയുടെ 'അമ്മ' നോവലും കൂട്ടിച്ചേർത്ത് ഒരു ഇന്ത്യൻ സിനിമ ഉണ്ടാക്കി മെഹ്ബൂബ്, 'ഔരത്.' 1940-ൽ. അന്നത്തെ പ്രശസ്ത താരങ്ങൾ യാക്കൂബും സർദാർ അക്തറുംമകനും അമ്മയും ആയി അഭിനയിച്ചു. അസാധാരണമായ വിജയമായ ഔരത്. ക്ലാസിക്കായി വാഴ്ത്തപ്പെടുന്നു. ഏഴുലക്ഷം ഇന്ത്യൻ ഗ്രാമങ്ങളിലെ പച്ചയായ ജീവിതം—മണ്ണിൽ പണിയുന്ന ആണും പെണ്ണും, അവരുടെ പട്ടിണിയും പങ്കപ്പാടും, മർദ്ദകജന്മിയുടെ ചൂഷണം, അനാഥമാകുന്ന

അമ്മയും മക്കളും,ജീവിക്കാനായി മാടിനെപ്പോലെ അധ്വാനിക്കുന്ന മനുഷ്യൻ, പ്രകൃതിക്ഷോഭങ്ങളെ നേരിട്ട് മണ്ണിൽ പൊന്നുവിളയിക്കുന്ന മനുഷ്യജീവികൾ —മെഹ്ബൂബ് അനശ്വരമാക്കി.

'ഔരത്'' ഞാൻ കണ്ടിട്ടില്ല. ഔരതിന്റെ പുനർസൃഷ്ടിയായ 'മദർ ഇന്ത്യ' ഇതുവരെ ഇരുപതിലേറെത്തവണ കണ്ടു!

1957-ലാണ് മെഹബൂബ് തന്റെ പഴയ ചിത്രം കളറിൽ വീണ്ടും സൃഷ്ടിച്ചത്. രാജ്കപൂറിന്റെ കൂട്ട് വെട്ടിയ നർഗീസ്'മദർ ഇന്ത്യ'യിൽ ഭാരതസ്ത്രീയായി പ്രാണൻ പകർന്നു. അമ്പതുകളുടെ ആദ്യം ഇന്ത്യൻ യുവത്വത്തിന്റെ രോമാഞ്ചമായിരുന്നു നർഗീസ്. പ്രണയത്തിന്റെ മൂർത്തഭാവങ്ങളായി രാജും നർഗീസും. വെള്ളിത്തിരയിലെ തിളങ്ങുന്ന സങ്കല്പലോകത്തും യഥാർത്ഥ വ്യക്തിജീവിതത്തിലും ഇണപിരിയാകമിതാക്കളായിരുന്നവർ.

രാജ്-നർഗീസ് ചിത്രങ്ങൾ —ആഗ്, ബർസാത്ത്, ആവാരാ, ശ്രീ 420, ജാഗ്തെ രഹോ— എന്നിവയെല്ലാം എന്നെത്തേയും പ്രണയകാവ്യങ്ങളായി. ആൺ പെരുമയുടെ ആളായിരുന്നു രാജ്കപൂർ. ചിത്രങ്ങളിൽപ്പോലും പെണ്ണിനെ താഴ്ത്തിക്കെട്ടാൻ വിരുതൻ. വ്യക്തിജീവിതത്തിലെ ഇളക്കങ്ങൾ രാജിനെ നർഗീസിന്റെ മനസ്സിൽ നിന്നകറ്റി. ആ ബന്ധം തകർന്നു. രാജ് പോലും പ്രതീക്ഷിക്കാതെ.

ആകൃതിയിലും പ്രകൃതിയിലും ഇന്ത്യ കണ്ട മികച്ച നടി നർഗീസ് ആകുന്നു. ഒരു സംശയവുമില്ല. ആ പ്രതിഭയുടെ പൂർണ്ണമായ ഉപയോഗപ്പെടുത്തൽ മെഹ്ബൂബ് ഖാൻ സാധിച്ചു.

സമ്പൂർണ്ണവും സമഗ്രവുമായ ഭാരതീയ സ്ത്രീ രൂപഭാവങ്ങളെ 'മദർ ഇന്ത്യ'യിൽ നർഗീസ് അവതരിപ്പിച്ചു. അതിസുന്ദരിയായ കർഷകവധു; പ്രണയിനിയായ സഹധർമ്മിണി; വിധിവിളയാട്ടത്തിൽ അനാഥയായ യുവമാതാവ്; മക്കളെ വളർത്തി വലുതാക്കാൻ പെടാപ്പാട് പെടുന്ന അമ്മ; കലപ്പ തോളിലേന്തി ഉഴുകയും വിതയ്ക്കുകയും കൊയ്യുകയും ചെയ്യുന്ന അമ്മ; വിടനായ ജന്മിയെ അരിവാളോടെ നേരിടുന്ന തന്റേടിപ്പെണ്ണ്; പെണ്ണിന്റെ മാനം കാക്കാൻ മകന്റെ നേർക്ക് വെടിപൊട്ടിക്കുന്ന വൃദ്ധയായ അമ്മ.

ഇരുപത്തേഴ് വയസ്സേയുള്ളൂ അന്ന് നർഗീസിന്.

എന്തൊരുജ്ജ്വലമായ ഒരു കഥാപാത്രത്തിനാണ് അവർ മരണില്ലായ്മ നൽകിയത്. അരനൂറ്റാണ്ടിലേറെയായി. അങ്ങനൊരു ചിത്രമോ മനുഷ്യജീവിതമോ ഇന്ത്യൻ സിനിമയിൽ പിന്നീടുണ്ടായില്ല.

പാട്ടും ആട്ടവുമൊക്കെയുണ്ട്. വെള്ളപ്പാച്ചിലും തീയാളലുമെല്ലാമുണ്ട്. എല്ലാമുള്ള ഇന്ത്യൻ സിനിമയാണ് മെഹ്ബൂബ് ഖാൻ തന്നത്.

ഏറ്റവും നല്ല ഇന്ത്യൻ സിനിമ ഏത്? ഏത് ക്വിസ് മാസ്റ്റർ ചോദിച്ചാലും ഞാൻ പറയും: 'മദർ ഇന്ത്യ'

ഇന്ത്യയിലെ നമ്പർ വൺ നടൻ ദിലീപ് കുമാറിനോട് നമ്മുടെ ടി ജെ എസ് ജോർജ് ചോദിച്ചു: നർഗീസിന്റെ അഭിനയ ജീവിതത്തിലെ മികച്ച ചിത്രങ്ങൾ?

ദിലീപ് പറഞ്ഞു: ഒന്നാമത് മദർ ഇന്ത്യ. രണ്ടാമത് മദർ ഇന്ത്യ മൂന്നാമത് മദർ ഇന്ത്യ.

ഇക്കഴിഞ്ഞ ദിവസം നമ്മുടെ പത്രങ്ങളിലൊക്കെ ഒരു നല്ല ചിത്രം വന്നല്ലോ. ശ്രീമതിമാർ സുഗതകുമാരി, സാറാ ജോസഫ്,ലീലാ മേനോൻ എന്നിവർ തൊപ്പിപ്പാള വച്ച് വിത്തെറിയുന്നചിത്രം.

ആണുങ്ങളല്ലാതെ പെണ്ണുങ്ങൾ വിതയ്ക്കാറായോ? എന്ന് ഒരു പുരുഷപുംഗവൻ എന്നോട് ചോദിച്ചു. ഞാൻ ഉത്തരം പറഞ്ഞില്ല. എന്റെ മനസ്സ് നിറയെ തോളത്ത് കലപ്പയേന്തിയ നർഗീസ് ആയിരുന്നു.

നർഗീസ് ചിത്രത്തിൽ വരച്ച മദർ ഇന്ത്യകൾ അന്യാധീനപ്പെട്ടുന്ന ഭൂമിക്കായി ഇതാ തൊപ്പിപ്പാളയും ധരിച്ച് മണ്ണിൽ. ചേറിലും ചെളിയിലും....

പെണ്ണും മണ്ണും രണ്ടല്ല. ഒന്നാണ്.

സാഹിത്യത്തിലും സിനിമയിലും — ജീവിതത്തിലും — രണ്ടും ബഹിഷ്കൃതമായിരിക്കുന്നോ?

മയക്കത്തിൽ ഞാൻ പിച്ചും പേയും പറയുന്നു!

●

നാലു പെണ്ണുങ്ങൾ അരങ്ങത്ത്

ഓച്ചിറ വേലുക്കുട്ടി, കുട്ടീശ്വരൻ, അനാർക്കലി വാസുദേവ് പിന്നെ വീരരാഘവൻനായർ എന്നീ ആണായി പിറന്ന നാടക'നടി'കളിൽ വീരന്റെ പെൺവേഷം മാത്രമേ ഞാൻ കണ്ടിട്ടുള്ളൂ. വേലുക്കുട്ടി വാസവദത്തയായും മറ്റും അരങ്ങ് വാഴുമ്പോൾ ഞാൻ ഭൂജാതനായിട്ടില്ലല്ലോ. അതുകൊണ്ടു തന്നെ സെബാസ്റ്റ്യൻ കുഞ്ഞുകുഞ്ഞ്, അഗസ്റ്റിൻ ജോസഫ്, വൈക്കം വാസുദേവൻനായർ ഭാഗവതരന്മാരുടെ അഭിനയപരാക്രമങ്ങളും അനുഭവിച്ചിട്ടില്ല. വേലുക്കുട്ടിക്കു പോട്ടിയായി കെട്ടിയവൻതന്നെ തട്ടിൽകേറ്റിയ തങ്കം വാസുദേവൻനായർ എന്ന പെൺപിറന്നോരെയും നാടകത്തിൽ കാണാൻ കഴിഞ്ഞില്ല. കെ ബി സുന്ദരാം ബാളിനെയും എസ് ജി കിട്ടപ്പെയെയും മറ്റും കേട്ടറിയുന്നതുതന്നെ പത്തുപന്ത്രണ്ടു വയസ്സിൽ.

പന്ത്രണ്ടാം വയസ്സിൽ മൂന്നാം ഫോറത്തിൽ പഠിക്കുമ്പോഴാണ് വീരന്റെ സ്ത്രീപാർട്ട് കാണുന്നത്. തിരുവനന്തപുരത്തെ കൊട്ടാരം നാടകം കളിക്കാർ ഞങ്ങളുടെ നായർ സമാജം സ്കൂളിൽ വന്ന് ടി എൻ ഗോപിനാഥൻനായരുടെ 'അകവും പുറവും' നാടകം അവതരിപ്പിച്ചു. വിക്രമൻനായർ, സുകുമാരൻനായർ, ആനന്ദക്കുട്ടൻനായർ, ഗോപിനാഥൻനായർ എന്നിവർ നായകനടൻമാർ. വീരരാഘവൻനായർ പ്രധാന 'നടി'. ഏറ്റവും കൗതുകം തോന്നിയത് വീരന്റെ പെണ്ണിനോടുതന്നെ.

പെൺപാത്രങ്ങളെ പെണ്ണുങ്ങൾ തന്നെ അവതരിപ്പിച്ചു തുടങ്ങിയതും ആദ്യം ബംഗാളിൽ. പത്തൊമ്പതാം നൂറ്റാണ്ടിന്റെ പാതി കഴിയുവോളം ബംഗാളിതിയേറ്ററിലും പുരുഷൻമാർ സ്ത്രീവേഷം കെട്ടി. ആ ബോറ് സഹിക്കാതായപ്പോൾ മൈക്കിൾ മധുസൂദൻദത്തും മറ്റു ചേർന്ന് നടികളെ കണ്ടെത്തി വേദിയിലെത്തിച്ചു. 'കുടുംബത്തിൽ പിറന്ന' മഹിളകളെ മൈക്കിളിനും കൂട്ടർക്കും കിട്ടിയില്ല. ചുവന്ന

തെരുവിൽ നിന്നാണ് അവർ അഭിനേത്രികളെ പിടിച്ചുകൊണ്ടുവന്നത്. ഇരുട്ടുമുറിയിലെ സദ്പ്രവർത്തിയെക്കാൾ വൃത്തികെട്ടതായി തോന്നി അരങ്ങുവെളിച്ചത്തിലെ പണി ആ പാവം പെണ്ണുങ്ങൾക്കുപോലും. നാട്യവേദിയുടെ മഹത്വത്തെ കണ്ട അഭിസാരികകളെ കൊണ്ടുവന്ന് അശുദ്ധപ്പെടുത്തി എന്ന് ഈശ്വരചന്ദ്ര-മൈക്കിൾ സംഘട്ടനം നീണ്ടുനിന്നു.

ചേറിൽ നിന്നും ചെന്താമരപ്പൂ പോലെ, ചുവന്ന തെരുവിൽ നിന്നും അപൂർവ്വപ്രതിഭകളായ നടികൾ ഉദിച്ചു പൊന്തി. ഭാരതീയ നാടകവേദിക്ക് അനശ്വരസംഭാവനകൾ അവർ അർപ്പിച്ചു. പത്തൊമ്പതാം ശതകത്തിന്റെ അവസാനത്തിനു മുമ്പെ കുലീനസുന്ദരികൾ അരങ്ങത്ത് വന്നു; ടാഗോർ കുടുംബത്തിലെ ദേവാം ഗനകൾ ഉൾപ്പെടെ.

'വാല്മീകിപ്രതിഭ'നാടകത്തിൽ രവീന്ദ്രനാഥൻ വാല്മീകി യായി. കൂടെ അരങ്ങത്ത് വന്നത് അനന്തിരവൾ പ്രതിഭ. ആ പാരമ്പര്യത്തിന്റെ പിന്തുടർച്ചയത്രെ ശാർമ്മിളാ ടാഗോറും ജയാഭാദുരിയും അമലാശങ്കറും അപർണ്ണാസെൻഗുപ്തയും എല്ലാം...

ഓച്ചിറ വേലുക്കുട്ടിക്കും അനാർക്കലി വാസുദേവിനും ഒക്കെ ശേഷം നടികളെത്തപ്പി ചുവന്ന തെരുവിലേക്ക് പോകേണ്ടിവന്നില്ല കേരളത്തിന്. ഇവിടെ അത്തരം തെരവുകളില്ലല്ലോ അന്നുമിന്നും. കാലം ഇരുപതാം ശതകത്തിന്റെ മധ്യത്തിലെത്തുകയും ചെയ്തിരുന്നല്ലോ. അപ്പോൾ തങ്കം വാസു ദേവൻനായർ മാത്രമല്ല, സംഗീതവും സാഹിത്യവും പഠിച്ച കുടുംബിനികൾ മലയാളനാടകരംഗത്ത് കടന്നുവന്നു. മാവേലിക്കര എൻ പൊന്നമ്മ, അമ്പലപ്പുഴ മീനാക്ഷി, രാജമ്മ, സുധർമ്മ, സുലേചന തുടങ്ങിയവർ നാടകത്തിന് പുതിയ മാനങ്ങൾ നൽകി. അന്തസ്സുണ്ടാക്കി.

കൊട്ടാരനാടകത്തിൽ അന്നാചാണ്ടിയും ഓമനക്കുഞ്ഞമ്മയും മറ്റും വേഷമണിഞ്ഞു. (രണ്ടിനേയും മുൻസിപ്പാക്കിക്കളഞ്ഞു അമ്മ മഹാറാണി!)

1945-ൽ പു സാ സമ്മേളനത്തിന് കേശവദേവിന്റെ 'നാടകക്കുത്ത്'' നാടകം അരങ്ങേറി. നായികാനായകന്മാർ ഗോമതീ ദേവും കേശവദേവും. വില്ലൻ പി റ്റി ചാക്കോ. ആ നാടകത്തിൽ പ്രൊഫ. എം പി പോളിന്റെ പതിനാറുകാരി മകൾ റോസിയും അഭിനയിച്ചു. കോമളാംഗി എന്ന ഇളക്കക്കാരി പെൺകിടാവിന്റെ വേഷമായിരുന്നു റോസിക്ക്. അന്നത്തെ തന്റെ പ്രേമാഭിനയം കണ്ടിട്ടാണ് തോമ്മാ തന്നെ കണ്ണുവെച്ചതെന്ന് പറഞ്ഞ് ഇളകിച്ചിരിക്കുന്നു റോസിട്ടീച്ചറിപ്പോഴും!

(തോമ്മ=സി ജെ തോമസ്)

1946-ലോ 47 ലോ സാഹിത്യപരിഷത് സമ്മേളനത്തിൽ ബഷീർ രചിച്ച ഏകനാടകം 'കഥാബീജം' വതരിപ്പിക്കപ്പെട്ടു. കഥാനായകനായ സാഹിത്യകാരനായി വേഷമിട്ടത് സാക്ഷാൽ വൈക്കം മുഹമ്മദ് ബഷീർ തന്നെ. കഥാബീജത്തിലെ ഏക സ്ത്രീ കഥാപാത്രം പതിനാലുകാരിയായ മാധവി. ബഷീറിനൊപ്പം നാടകത്തിലഭിനയിച്ചത് എറണാകുളത്തെ അഭിജാതനായർ തറവാട്ടിലെ പെൺകുട്ടി. പുല്ലയിൽ കൃഷ്ണൻകുട്ടി മേനോന്റെ മകൾ ലളിത (എഴുപത്തിനാലുകാരിയായ ലളിതാ ടി ശങ്കരൻകുട്ടിമേനോൻ ഇപ്പോൾ കാനഡയിൽ. ലളിതയെ പരിചയപ്പെടുത്തുന്ന ഒരു കൊച്ചുകുറിപ്പ് കെ വി സുധാകരൻ ദേശാഭിമാനി പത്രത്തിലെഴുതി കഴിഞ്ഞ ദിവസം) ഭൂജാതനാകാൻ വൈകിയതിനാൽ എനിക്ക് മേൽപറഞ്ഞതിനൊന്നും സാക്ഷിയാകാനായില്ല. പക്ഷേ, ഇരുപതാം നൂറ്റാണ്ടിന്റെ രണ്ടാം പാതിയിൽ ചെണ്ടപ്പുറത്ത് കോലുവച്ചിടത്തെല്ലാം ഞാനുണ്ടായി. കാണാത്ത നാടകമില്ല. മലയാളത്തിലെ മുഴുവൻ നടീനടന്മാരെയും വെള്ളിവെളിച്ചത്തിൽ പലപല വേഷങ്ങളിൽ കണ്ടു കണ്ണു കുളിർത്തു.

ആണുങ്ങളായ ആണുങ്ങളെ ഒക്കെ മാറ്റിനിറുത്തുമ്പോൾ പെണ്ണുങ്ങളായ പെണ്ണുങ്ങളിൽ നാലെണ്ണം മനസ്സിൽ നിറയുന്നു.

പ്രശസ്തമായ നാടകജീവിതത്തിന്റെ പോക്കുവെയിലിൽ ഇളവെടുക്കുന്ന നാല് അമ്മമാർ.

അമ്മിണി, ഓമന, വിജയ, അയിഷ

ശ്രീമതി കൊടുങ്ങല്ലൂർ അമ്മിണിയമ്മയെ കലാനിലയം നാടകവേദിയുടെ വിജയപതാകയായി വേണം കണക്കാക്കാൻ. നാല് പതിറ്റാണ്ടോളം കാലം അമ്മിണിയമ്മ കലാനിലയം നാടകങ്ങളിലെ കേന്ദ്രകഥാപാത്രത്തെ അവതരിപ്പിച്ചു. ഞാൻ അവരെ ആദ്യമായി കണ്ടത് 'ഇളയിടത്തുറാണി'യായിട്ടായിരുന്നു. രാജകീയമായ ഒരു പ്രൗഢി അമ്മിണിയമ്മയെ ചൂഴ്ന്നുനിന്നു.

കൊഴുത്തു തടിച്ച് വെളുത്തു ചുവന്ന് അഭിജാതപരിവേഷമാർന്ന രൂപം. ആർദ്രതയിൽ കനം വെച്ച സ്വരം. മാംസളമായ വട്ടമുഖത്തിന് പ്രത്യേക തിളക്കം.

മലയാളമങ്കയുടെ വിലപിടിച്ച ചമയക്കൂട്ടായിരുന്നു ഇളയിടത്തുറാണിയായി വന്ന അമ്മിണിയമ്മയ്ക്ക്. നിറുകയിൽഉയർത്തികെട്ടി വച്ച മുടിയഴകിന് വട്ടമലങ്കരിച്ച മുല്ലപ്പൂമാല. മുഴുത്തതോട കാതിൽ. വീതിയുറ്റ അഡ്ഢിയൽ കഴുത്തിൽ. കൈകളിൽ രണ്ടിലും വലിയ

വളകൾ. കസവുമുണ്ടും റവുക്കയും മുട്ടു കഴിഞ്ഞിറങ്ങിക്കിടക്കുന്ന മുലക്കച്ചയും — വേദിയിൽ എത്തുന്ന അമ്മിണിയമ്മ എഴുതിരിയിട്ട് കത്തിച്ചുവച്ച നിലവിളക്കായി ശോഭിച്ചു.

കലാനിലയത്തിൽ അവർ റാണിയായി. കൃഷ്ണൻനായരുടെ ഭാര്യയായി.

'കായംകുളം കൊച്ചുണ്ണി'യിലെ വാഴപ്പള്ളി ജാനകിയാണ് അമ്മിണിയമ്മയുടെ മറ്റൊരു മാസ്റ്റർ പീസ് റോൾ. ഭാവഹാവങ്ങളിലും ഭാഷണശൈലിയിലും അസാധാരണമായ ഒരു ശൃംഗാരമൂർച്ച വാഴപ്പള്ളി ജാനകിക്ക് പകർന്നുനൽകാൻ അമ്മിണിയമ്മയ്ക്കായി. വിടി അരവിന്ദാക്ഷമേനോൻ, വൈക്കം മണി, കണ്ടിയൂർ പരമേശ്വരൻ കുട്ടി എന്നീ പ്രഗത്ഭനടൻമാർ അവരോട് മത്സരിച്ചഭിനയിച്ചു. പല ഇടവേളകളിൽ അഞ്ചാറ്തവണ എങ്കിലും കൊച്ചുണ്ണിനാടകം ഞാൻ കണ്ടിട്ടുണ്ട്. ഒരിക്കലെങ്കിലും കൊടുങ്ങല്ലൂർ അമ്മിണിയമ്മ നിറം മങ്ങിയതായി തോന്നിയതേ ഇല്ല.

'കടമറ്റത്ത് കത്തനാർ', 'വെള്ളിക്കാസാ', 'ശ്രീഗുരുവായൂരപ്പൻ', 'രക്തരക്ഷസ്സ്'', 'ഇന്ദുലേഖാ' തുടങ്ങിയ മുഴുവൻ കലാനിലയം നാടകങ്ങളിലും കൊടുങ്ങല്ലൂർ അമ്മിണിയമ്മ എന്ന നടി നിറഞ്ഞു നിന്നു. എന്തുകൊണ്ടോ നമ്മുടെ നാടകപണ്ഡിതൻമാർ കലാനിലയം നാടകങ്ങളെയും നാടകകൃത്തിനെയും സംവിധായകനെയും നടീനടന്മാരെയും മനഃപൂർവമായ അവഗണനയാൽ ആദരിച്ചു.

മലയാളം നാടകവേദി കണ്ട ഏറ്റവും മികച്ച നടികളിൽ ആദ്യ പേരുകാരിൽ ഒരാളാണ് ശ്രീമതി കൊടുങ്ങല്ലൂർ അമ്മിണി യമ്മ, സംശയമില്ല.

രൂപത്തിലും ഭാവത്തിലും ജീവൻ കൊടുത്ത കഥാപാത്രങ്ങളിലും അമ്മിണിയമ്മയുടെ എതിർധ്രുവത്തിലാകുന്ന ഓമന. വിശ്വകേരള കലാസമിതിയുടെ ജീവാത്മാവായ ഓമന; പരമാത്മാവ് എൻ എൻ പിള്ളയും. പിള്ളസാറിന്റെ ഉള്ളിലെ നാടകം പെങ്ങൾ ഓമനയിൽ പ്രാണൻ നേടുന്നു.

എൻ എൻ പിള്ളയുടെ എല്ലാ നാടകങ്ങളും ഞാൻ കണ്ടിട്ടുണ്ട്. അവയിലെല്ലാം പിള്ളസാറിനെയും കടന്നേറുന്ന ഒരു നടനും ഒരു നടിയും ഉണ്ടായി. കോട്ടയം വത്സലനും ഓമനയും. അത് എൻ എൻ പിള്ളയ്ക്കുപോലും നിശ്ചയമുണ്ടായിരുന്നു എന്നതിന് 'ഞാൻ സ്വർഗ്ഗത്തിൽ'സാക്ഷ്യം.

അമ്മിണിയമ്മയുടെ പ്രൗഢ ഗംഭീരങ്ങളായ രാജകീയ

വേഷങ്ങളിൽ നിന്നെത്രയോ അഗാധതകളിലാണ് ഓമനയുടെ അനശ്വരകഥാപാത്രങ്ങൾ.'പ്രേതലോക'ത്തിലെ അർത്ഥുങ്കൽ കാർത്ത്യായനി, 'കാപാലിക'യിലെ കടയ്ക്കാവൂർ അത്ത, 'ക്രോസ് ബെൽട്ടി'ലെ പട്ടാളം ഭവാനി, 'വിഷമവൃത്ത'ത്തിലെ തള്ള, 'ഞാൻ സ്വർഗ്ഗ'ത്തിലെ ഓമന— മറ്റൊരഭിനേത്രിക്കും അടുത്തെത്താൻ കഴിയാത്ത കഥാപാത്രങ്ങൾ, കല്ലിൽ കൊത്തിവെച്ച വിഗ്രഹങ്ങൾ.

മെലിഞ്ഞ ചെറുദേഹം, മൂർച്ചപ്പെട്ട സ്വരം, കുഞ്ഞുമുഖത്ത് മിന്നിപ്പൊലിയുന്ന വികാരഭേദങ്ങൾ. ഓമന നാടകവേദിക്കു കിട്ടിയ വരപ്രസാദം. നട്ടുതളർന്നുകിടക്കുന്ന മലയാളനാടകത്തെ എണീറ്റു നിറുത്താൻ ജനഗണമന പാടിയ പട്ടാളം ഭവാനിയാണ് ഓമനച്ചേച്ചി. ഓമനയ്ക്കുപകരം ഓമന മാത്രം.

അരനൂറ്റാണ്ടിൽ അൻപതോളം കഥാപാത്രങ്ങളെ ആവിഷ്കരിച്ച ശ്രീമതി വിജയകുമാരി അഭിനയത്തിൽ ദശമുഖിയാണ്. കെ പി എ സി യിലും പിന്നീട് കാളിദാസ കലാകേന്ദ്രത്തിലും ചൈതന്യമായി വിജയമ്മ തിളങ്ങി. നിങ്ങളെന്നെ കമ്യൂണിസ്റ്റാക്കി, മുടിയനായ പുത്രൻ, പുതിയ ആകാശം പുതിയ ഭൂമി നാടകങ്ങളിലൊക്കെ ഞാൻ അവരെ കണ്ടു. ഒരു നാടകത്തിലെ ഒരു കഥാപാത്രം, അങ്ങനൊന്നുമില്ല. ഏതു വേഷവും കൈയിൽ ഭദ്രം. നർമ്മത്തിന്റെ തേൻപുരണ്ട സംഭാഷണശൈലി. താളാത്മകമായ അംഗചലനങ്ങൾ. ശ്രീനാരായണപിള്ളയ്ക്കും തോപ്പിൽകൃഷ്ണപിള്ളയ്ക്കും ഒപ്പം രംഗത്ത് രചിച്ച അവിസ്മരണമുഹൂർത്തങ്ങൾ ഒട്ടേറെയാണ്.

ഒ മാധവന്റെ സഹധർമ്മിണിയായി; മുകേഷിന്റെയും സന്ധ്യയുടെയും മറ്റും അമ്മയായി.

കാളിദാസകലാകേന്ദ്രത്തിന്റെ ഡോക്ടർ, ജനനീജന്മഭൂമി, അൾത്താര, കടൽപ്പാലം തുടങ്ങിയ മുഴുവൻ നാടകങ്ങളിലും ഞാൻ വിജയമ്മയെ വിസ്മയത്തോടെ നോക്കി ഇരുന്നിട്ടുണ്ട്. നാനാമുഖപ്രതിഭയുടെ ഉജ്ജ്വലമായ സൃഷ്ടികൾ കണ്ട്, മൗനിയായി പോയിട്ടുണ്ട്. 'ഡോക്ടറി'ലെ നേഴ്സും 'കടൽപ്പാല'ത്തിലെ ഉമ്മയും ഒക്കെ ജീവനോടെ ഉള്ളിൽ ഉണ്ട്. കാലായ്ക്കലിന്റെയും മണവാളന്റെയും മറ്റും കൂടെ വിജയകുമാരിയുടെ പാത്രാവിഷ്കാരം ജന്മസിദ്ധിയുടെ പ്രകാശമായിരുന്നു.

നിലമ്പൂർ അയിഷയുടെ അധികം നാടകങ്ങൾ ഞാൻ കണ്ടിട്ടില്ല. കഷ്ടിച്ച് ഒരു നാടകമോ മറ്റോ ഓർത്തെടുക്കണം. ഇ കെ അയ്മുവിന്റെ 'ജ്ജ് നല്ലൊരു മന്സനാവാൻ നോക്ക്', മുഹമ്മദ് യൂസഫിന്റെ 'കണ്ടംബെച്ച കോട്ട്', എ കെ പുതിയങ്ങാടിയുടെ 'പ്രഭാതം ചുവന്ന തെരുവിൽ' തുടങ്ങിയ നാടകങ്ങൾ എന്നെ വല്ലാതാകർഷിച്ചവയാണ്.

പക്ഷേ, അരങ്ങത്ത് അവയൊന്നും കാണാനായില്ല. തിക്കോടിയൻ, കെ ടി, താജ് എന്നിവരുടെ കുറെ നാടകങ്ങൾ രംഗത്ത് സഫലമാകുന്നത് കണ്ടിട്ടുണ്ട്. എന്നാൽ അതിലൊന്നും നിലമ്പൂർ അയിഷ ഉണ്ടായിരുന്നില്ല. അതുകൊണ്ട് നടിയെന്ന നിലയിൽ അവർ എനിക്ക് അകലെയാണ്.

നിലമ്പൂർ അയിഷ ഒരു സാമൂഹികമാറ്റത്തിന്റെ കൊടിക്കൂറയാണ്. വിപ്ലവകാഹളം ഊതിയ കലാകാരി. ത്യാഗവും ധീരതയും ആ ഉമ്മയെ മലയാളനാടകത്തിലെ ചിരപ്രതിഷ്ഠ ആക്കുന്നു....

നാലു പെണ്ണുങ്ങൾ.

നാലും ഹൃദയത്തിലെ പ്രതിഷ്ഠകൾ.

അവർക്ക് ആയുരാരോഗ്യങ്ങൾ നേരാം. ശാന്തിയും സന്തോഷവും പ്രാർത്ഥിക്കാം. സുഖം ഉണ്ടാവട്ടെ.

(രണ്ടു പേർ പോയി. രണ്ടു പേരെ ഇനിയുള്ളൂ.)

●

അസ്തമയവും ഉദയവും ഒന്നിച്ചൊരിടത്ത്

കിളിമാനൂർ രത്താകരനെ എന്ന് എവിടെ വെച്ച് കണ്ടു പരിചയപ്പെട്ടു എന്ന് കൃത്യമായി ഓർമ്മയില്ല. എന്നേപ്പോലെ ഉണപ്പെടാതെ പോയ പാവത്താൻ. നാല് പതിറ്റാണ്ടായി കൂട്ടുകാരാണ് ഞങ്ങൾ. വിചാരിക്കാത്ത നേരത്ത് പ്രതീക്ഷിക്കാത്തിടത്ത് കണ്ടുമുട്ടും. ആ ചിരിയും വർത്തമാനവും എനിക്ക് ഒട്ടും സുഖിക്കില്ല. ഞാൻ വെറുതെ കേറി ഉടക്കും. രവിവർമ്മ, കേശവൻ, വിശ്വംഭരൻ, രമാകാന്തൻ, മധു തുടങ്ങി മുഴുവൻ കിളിമാനൂർകാരെയും ചുമ്മാ കുറ്റം പറയും. രത്താകരൻ കേട്ടു ചിരിച്ചു നിൽക്കും. എന്നിട്ട് എന്തെങ്കിലും ഒരു അൽഗുൽത്ത് കേസ് എടുത്തിടും.

രത്താകരൻ നല്ല കഥകൾ ഏറെ എഴുതിയിട്ടുണ്ട്. ഒത്തിരി വാരികാ മാസികകളിൽ പത്രാധിപസഹായി ആയിരുന്നു. കൗമുദി, ജനയുഗം, കുങ്കുമം, കേരളശബ്ദം ആഴ്ചപ്പതിപ്പുകളുമായി നിരന്തരബന്ധം. അതിലൊക്കെ ചില കൊച്ചുകഥകൾ ഞാൻ എഴുതുമ്പോൾ തൊട്ടുമുന്നിലുണ്ടാവും രത്താകരൻ! എനിക്ക് ദേഷ്യം വരും.

വൈക്കം ചന്ദ്രശേഖരൻ നായരുടെ പ്രധാന കൈയ്യാളാണ്. വൈക്കം ചേട്ടന്റെ സ്വന്തം അനിയനാണെന്ന് ഭാവം. 'ചിത്രകാർത്തിക'ക്കാലത്ത് കൊച്ചിയിൽ വന്നുകൂടി. എഴുത്തുകാരായ ചിദംബരൻ മാഷിന്റെയും നളിനിടീച്ചറിന്റെയും സ്വന്തമാളായി. ചിത്രകാർത്തികയും പൂട്ടി വൈക്കം പോയപ്പോൾ രത്താകരൻ എങ്ങോട്ടു പോയോ ?' ഒരു വിവരവുമില്ല. ഞാൻ അന്വേഷിച്ചുമില്ല.

വർഷങ്ങൾ കഴിഞ്ഞ് ഒരു രാവിലെ പഴയ ചിരിയുമായി കേറി വന്നിരിക്കുന്നു. വൻപരിപാടിയാണ് കൈയ്യിൽ. പുസ്തകങ്ങൾ.. അടിച്ചിറക്കാൻ പോകുന്നു, മാസന്തോറും ഒരോ നോവൽ! ഓരോന്നും

അയ്യായിരും കോപ്പി വീതം!

പന്ത്രണ്ട് നോവലിന്റെയും പന്ത്രണ്ട് നോവലിസ്റ്റുകളുടെയും പട്ടിക ഹാജരാക്കി. ആദ്യനോവൽ വൈക്കത്തിന്റേത്. പിന്നെ തുടരെത്തു ടരെ വിവേകാനന്ദൻ, മലയാറ്റൂർ, സുരേന്ദ്രൻ, ഇ വാസു, അയ്യനേത്ത്, പുളൂർ, കാക്കനാടൻ... പുതുപുത്തൻ നോവൽസ്...

എഴുതിയാലുടൻ കൊടുക്കാമെന്ന് എല്ലാവരും ഏറ്റിട്ടുണ്ടെന്ന്.

വിശ്വാസി അല്ലാത്തതിനാൽ ഞാൻ ഒരക്ഷരം മിണ്ടിയില്ല. രത്നാകരൻ ഉത്സാഹിച്ച് ഓടിപ്പോകുകയും ചെയ്തു. ഞാൻ അക്കാര്യം മനഃപൂർവം മറന്നു. മാസത്തിൽ ഒരു നോവൽ വീതം വായിക്കേണ്ടി വരുമല്ലോ എന്ന് പേടി സ്വപ്നം കണ്ടു....

ആദ്യനോവൽ ഇറങ്ങേണ്ട തീയതിക്കു പത്തുനാൾ മുൻപ് പാഞ്ഞു വന്നിരിക്കുന്നു രത്നാകരൻ. പരമ നിരാശൻ. അവശൻ. ചിരിയില്ല, കരച്ചിലിന്റെ വക്കത്ത്.

എന്റെ വായിൽ മുഴുത്ത അശ്ലീലമാണ് വന്നത്. എന്നാൽ അപ്പോ ഴത്തെ ആ മുഖം നോക്കി എങ്ങനെ തെറി പറയാൻ? ക്ഷണനേര ത്തിലുദിച്ച ഭ്രാന്തിന്റെ ബോധജ്ഞാനത്തിൽ ഞാൻ പറഞ്ഞു: ഒരു നോവലുണ്ട്! എട്ടുപത്തുവർഷം മുമ്പ് എഴുതിയതാണ്. പുസ്തകമായിട്ടി ല്ല. സാഹിത്യകാരനല്ല, ഒരു കമ്മ്യൂണിസ്റ്റ് നേതാവാണ് നോവലിസ്റ്റ്—

എഴുത്തുകാരനല്ലാത്ത ഒരാൾടെ...? രത്നാകരൻ വിങ്ങിപ്പൊട്ടി...

ഞാൻ പറഞ്ഞു: സഖാവ് ടി കെ രാമകൃഷ്ണന്റെ നോവലാണ്. സാംസ്കാരിക വകുപ്പുമന്ത്രിയുടെ. ഓസിൽ ഒരഞ്ചുലക്ഷം രൂപയുടെ പരസ്യം നിങ്ങൾക്കും കിട്ടും. മനസ്സുണ്ടേ മതി.

ടി കെ യുടെ നോവലിനെപ്പറ്റി എനിക്കറിയാവുന്നത് ഞാൻ പറഞ്ഞുകൊടുത്തു: ‘ചൈനാ ചാര’നായി ജയിലിൽ കിടന്നെഴുതിയ നോവൽ. തൃപ്പൂണിത്തുറ കിഴക്കൻ കുന്നുകളിലെ കരി ങ്കൽ മടകളിലെ തൊഴിലാളി ജീവിതമാണ് പശ്ചാത്തലം. ‘കല്ലിലെ തീപ്പൊരി കൾ’എന്ന് നോവലിന്റെ പേര്. ദേശാഭിമാനി വാരാന്തപ്പതിപ്പിൽ തുടർച്ചയായി വന്നതാണ്. പുസ്തകമായില്ല. മാറ്റർ കൈയിലുണ്ടോ എന്നറിയില്ല. ചെന്നു ചോദിക്കാം. അനുവാദം കിട്ടിയാൽ നിങ്ങൾക്ക് ആദ്യ പുസ്തകമായി പ്രസിദ്ധപ്പെടുത്താം.

രത്നാകരനും ഞാനും കൂടി തിരുവനന്തപുരത്തിന് പാഞ്ഞു. വെളു പ്പാങ്കാലത്തേ ടി കെയുടെ വീട്ടിലെത്തി. ഒരു മന്ത്രിമന്ദിരത്തിൽ ഞാൻ ആദ്യമായി പോകുകയാണ്. രാവിലെ ആറരമണി, സന്ദർശക

മുറിയിൽ ആളെത്തിത്തുടങ്ങി. കലാസാഹിത്യ കോടാലികൾ ചിലരുണ്ട്. ഒന്നു രണ്ടു പരിചയക്കാർ എന്നെ തറച്ചു നോക്കി. ഞാൻ ശ്രദ്ധിച്ചില്ല.

നേരെ ടി കെ യുടെ മുന്നിലെത്തി. തീരെ നിസ്സംഗനായി, രാവിലെ ഇൻസുലിൻ കുത്തിവച്ച സ്വാസ്ഥ്യത്തിൽ, മന്ത്രി ചോദിച്ചു: തനിക്കേതു കമ്മറ്റിയാ വേണ്ടത്?

അതൊന്നും വേണ്ട

പിന്നെന്താ വേണ്ടത്? പറഞ്ഞോ. തരാം—

നിമിഷ ഭ്രാന്തിൽ ഞാൻ പറഞ്ഞു: എന്നെ ദേവസ്വം ബോർഡംഗമാക്കിയാൽ മതി.

മന്ത്രി അത് തീരെ പ്രതീക്ഷിച്ചില്ല. നോട്ടം തിളങ്ങി: ദേവസ്വം ബോർഡോ?

അതെ ദേവനിലും ദേവസ്വത്തിലും ഒട്ടും വിശ്വാസമില്ല. മനഃസാക്ഷിക്കുത്തില്ലാതെ കക്കാം. കൃത്യമായി പാർട്ടിക്ക് ലെവിയളക്കാം!

ഇറങ്ങിപ്പോടോ എന്ന് കേൾക്കും മുമ്പെ ഞാൻ പറഞ്ഞു: അതിനൊന്നുമല്ല സഖാവെ ഞങ്ങൾ വന്നത്. 'കല്ലിലെ തീപ്പൊരികൾ' പുസ്തകമാക്കാൻ അനുവാദം വേണം, ആ മാറ്റർ വേണം—

ടി കെ സ്തംഭിച്ചിരുന്നു. നോവലോ, താനങ്ങനൊരു ക്രൂരകൃത്യം ചെയ്തിട്ടുണ്ടോ എന്ന ഭാവത്തിൽ. പിന്നീട് വെളിപ്പെടുത്തി: ചിന്താ പബ്ലീഷുകാർ പുസ്തകമാക്കാമെന്നു പറഞ്ഞിട്ട് എട്ടുവർഷമായി. ഇതുവരെ തൊട്ടിട്ടില്ല. അവര് തരുമെങ്കിൽ മേടിച്ചോണ്ടുപോക്കോ.

രത്നാകരനും ഞാനും ചിന്തയ്ക്കു വിട്ടു. ഭാഗ്യത്തിന്, ആണ്ടലാട്ട് എന്ന നല്ല മനുഷ്യൻ ഉണ്ടായിരുന്നു അവിടെ. അദ്ദേഹം തപ്പിയെടുത്തോണ്ടു വന്നു. 'തീപ്പൊരികൾ'. ആകെ ദ്രവിച്ച്, ഇരട്ടവാലൻ തിന്ന കുറെ പത്രത്താളുകൾ.

നിധി കിട്ടിയതു പോലായി രത്നാകരന്.

ഞാൻ പറഞ്ഞു: രണ്ടുദിവസംകൊണ്ട് ഒന്നു ഉുത്തു തുടച്ച് മിനുക്കിയെടുക്കാം. ഒരു കൊച്ചെഡിറ്റിങ്. എന്നിട്ട് പ്രസ്സിൽ കൊടുത്താൽ മതി.

രത്നാകരൻ സമ്മതിച്ചില്ല. നേരെ പ്രസ്സിൽ കൊടുത്തു. എ പി ചെല്ലപ്പൻ നായരുടെ മംഗളാ പ്രസ്സിൽ. ഒരാഴ്ച രാപകൽ അച്ചുനിരത്തും അടിയും. രത്നാകരൻ ഉറക്കമിളച്ചുകിടന്ന് പ്രൂഫ് നോക്കി. നോവൽ

തീർന്നപ്പോൾ ഓടിവന്നു. അവതാരിക വേണ്ടേ, ഒരാമുഖക്കുറിപ്പ്?

അതും ചെയ്തു ഞാൻ, ആമുഖം!

തുന്നിക്കെട്ടിയ തീപ്പൊരികളുമായി രത്നാകരനൊപ്പം തിരുവനന്തപുരത്തെത്തി. ജീവിതത്തിലാദ്യമായി ഒരു മന്ത്രി മുറിയിൽ പ്രവേശിച്ചു. മന്ത്രിയുടെ പി എ കവി, എസ് രമേശൻ.

നോവലിസ്റ്റും കവിയും പുസ്തകം കണ്ട് ആഹ്ലാദിച്ചു.

ഞാനറിയിച്ചു: നോവൽ ഉടൻ റിലീസ് ചെയ്യണം. മുഖ്യമന്ത്രിക്ക് സമയം ഉണ്ടെങ്കിൽ..

ടി കെ തന്നെ ഞങ്ങളെ മുഖ്യമന്ത്രിയുടെ മുറിയിലേക്ക് കൂട്ടി. ആദ്യമായും അവസാനമായും ഞാൻ മുഖ്യമന്ത്രി മുറി കണ്ടു, അറിഞ്ഞു.

സഖാവ് ഇ കെ നായനാരായിരുന്നു മുഖ്യമന്ത്രി. അദ്ദേഹം അദ്ഭുതപ്പെട്ടു: ടി കെ നോവലെഴുതിയോ! എന്ന്?

ജയിലിൽ കിടന്നപ്പോൾ, ടി കെ പറഞ്ഞു.

ജയിലിൽ കിടക്കുമ്പോഴാ എല്ലാവരും എഴുതുന്നെ. നായനാർ വെളിപ്പെടുത്തി: ഗാന്ധീം നെഹ്റും ഞാനും എല്ലാം!!

എറണാകുളത്ത് ഭാരതീയ വിദ്യാഭവൻ ഹാളിൽ വച്ച് ഇ കെ നായനാർ 'കല്ലിലെ തീപ്പൊരികൾ' പുറത്തിറക്കി. ബാലചന്ദ്രൻ ചുള്ളിക്കാട് പുസ്തകം ഏറ്റുവാങ്ങി. പിറ്റേന്ന്, സകല പത്രങ്ങളിലും മുൻപേജിൽ സചിത്ര വാർത്തവന്നു.

ഞാൻ രത്നാകരനോട് ചോദിച്ചു: പത്തു ലക്ഷം രൂപയുടെ പരസ്യം ഫ്രീയായി കിട്ടിയില്ലേ?

എനിക്കും കിട്ടി ഒരു ചെറിയ ഗുണം, സാംസ്കാരിക മന്ത്രിയുടെ നോവലിന്റെ ആമുഖക്കാരനായതിൽ. ടി കെയും രമേശനും കൂടി എന്നെ ചലച്ചിത്ര വികസന കോർപ്പറേഷന്റെ ഡയറക്ടർ ബോർഡിലംഗമാക്കി! ഞാനാകെ അങ്കലാപ്പിലായിപ്പോയി. ചലച്ചിത്രവും വികസനവുമായി എനിക്കെന്തു ബന്ധം?

എന്നെ ഒഴിവാക്കരുതോ എന്ന് ഞാൻ രമേശനോട് ചോദിച്ചു. ഇനി സാധിക്കില്ലെന്ന് രമേശൻ പറഞ്ഞു. ഫിലിം ഇൻസ്റ്റിറ്റ്യൂട്ട് വിദ്യാർത്ഥിയായ എന്റെ മകനും അഭിപ്രായപ്പെട്ടു ഉപേക്ഷിക്കണ്ടെന്ന്. ശരിയെന്ന് ഞാനും വെച്ചു. ഏതായാലും പതിനായിരം സിനിമ കണ്ട ഒരുത്തനാണല്ലോ ഞാൻ! ചെയർമാൻ പി ജി, പിന്നെ ബോർഡംഗങ്ങളായ മധുസാർ, പി ടി കുഞ്ഞുമുഹമ്മദ്, മാക് അലി,

ബാല്യ കിരിയത്ത്, ടി വി ചന്ദ്രൻ, പ്രൊഫ. ചന്ദ്രചൂഡൻ, കടകംപള്ളി സുരേന്ദ്രൻ, പി പരമേശ്വരൻ തുടങ്ങിയവരാരും പതിനായിരം പടം കണ്ടിട്ടുണ്ടാവില്ല —തീർച്ച.

പരമേശ്വരൻ ദേശീയ ചലച്ചിത്ര വികസന കോർപ്പറേഷനിൽ മാനേജർ. മുപ്പത് വർഷമായി എന്റെ അടുത്ത സ്നേഹിതൻ. ഞാൻ പരമേശ്വരനെ വിളിച്ച് ചോദിച്ചു: പതിനായിരം പടം കണ്ടിട്ടുണ്ടോ?

ആയിരം നല്ല പടങ്ങൾ കണ്ടിട്ടുണ്ട്. പരമേശ്വരൻ പറഞ്ഞു: മീറ്റ റിംഗിനു വരാതിരിക്കരുത്.

എല്ലാ ബോർഡ് മീറ്റിംഗിനും ഞാൻ പോയി.പരമേശ്വരനെ കാണാനും പഴങ്കഥകൾ പറയാനും ഒരു ദിവസം കിട്ടുന്നതല്ലേ? ആ അടുപ്പം കൊണ്ട് ഷാജി കരുൺ, കെ ആർ മോഹനൻ, കെ പി കുമാരൻ, ലെനിൻ രാജേന്ദ്രൻ, വി ആർ ഗോപിനാഥ് എന്നിവരും എന്നോട് ഇഷ്ടം കാട്ടി.

ബോർഡ് മീറ്റിംഗിന് ചായയും അണ്ടിപ്പരിപ്പും കിട്ടും. ഉച്ചയ്ക്ക് തൈക്കാട് ഗസ്റ്റ് ഹൗസിലെ ഉഗ്രൻ ഊണ്. മീനും കോഴിയും എല്ലാ മുണ്ട്. ഒടുവിൽ അതിഹൃദ്യമായ ഇളനീർ ഡസേർട്ടും.

രണ്ട് കഴിഞ്ഞ് മൂന്ന് മധുരം കഴിക്കുന്നത് കണ്ടപ്പോൾ മധുസാറി നോട് പരമേശ്വരനും ഞാനും കൂടി പറഞ്ഞു: ചുമ്മാതല്ല തടി ഇങ്ങനെ കൂടുന്നെ!?

മധുസാർ ചോദിച്ചു: എന്റെ അച്ഛനെ കണ്ടിട്ടുണ്ടോ?

ഇല്ല, കേട്ടിട്ടേയുള്ളൂ.

തിരുവനന്തപുരം മേയർ ആയിരുന്നു. പരമേശ്വരൻപിള്ള. എന്റെ ഇരട്ടി തടി. അമ്മയ്ക്കുമുണ്ട് എന്നെക്കാൾ തടി.

അങ്ങനെ വികസനം മൂന്നാല് വർഷം ഖുശിയായി നടന്നു. അതിനി ടയിലൊരു നാൾ, തിരുവനന്തപുരത്തു നിന്നും തിരിച്ച് പോരാനായി തമ്പാനൂരെത്തുമ്പോൾ, അവിടെ നിൽക്കുന്നു നിറഞ്ഞ ചിരിയുമായി ശ്രീമാൻ കിളിമാനൂർ രത്നാകരൻ. കണ്ടപ്പോഴേ എനിക്ക് ദേഷ്യം വന്നു. ഞാൻ മുഖം വീർപ്പിച്ച് നിന്നു.

രത്നാകരൻ പറഞ്ഞു. പുതിയ ഉഗ്രൻ സാഹിത്യ മാസിക ഒന്നാ രംഭിക്കാൻ പോകുന്നു!

വേറെ വിശേഷമൊന്നും ഇല്ലല്ലോ, ഞാൻ വേഗം നടന്നു. രത്നാക രനുണ്ടോ വിടുന്നു? എന്റൊപ്പം ധൃതിയിൽ വന്നു. കോഫീഹൗസിൽ

പിടിച്ചു കയറ്റി. അവിടിരുന്ന് മാസിക, പുസ്തകം, കഥ, സാഹിത്യം ഒക്കെ പറഞ്ഞു തുടങ്ങി. കൂട്ടത്തിൽ ചോദിച്ചു:

കന്യാകുമാരിക്ക് പോകുന്നോ? അസ്തമയത്തിനു മുമ്പ് എത്തിയാൽ ഉദയാസ്തമയം ഒന്നിച്ചു കാണാം.

അദ്ദേഹത്തിനു നേരമില്ല, മാസിക ഇറക്കണം.

ഞാൻ ഓടിപ്പോയി തെക്കോട്ട് ഒരു ബസ്സ് പിടിച്ചു. നേരെ കന്യാകുമാരി.രത്നാകരൻ രാവിലെ യാദൃശ്ചികമായി അറിഞ്ഞതാണ് 'ദിനതന്തി' പത്രത്തിൽ നിന്ന്. കന്യാകുമാരിയിൽ അപൂർവ സുന്ദര മായ കാഴ്ചയുണ്ട്. സൂര്യാസ്തമയവും ചന്ദ്രോദയവും ഒന്നിച്ച് ഒരിടത്ത്. സൂര്യബിംബം പതുക്കെ കടലിൽ താഴും; അതേയിടത്തുതന്നെ സൂര്യ നമറവിൽ ചന്ദ്രൻ ഉദിച്ചുയരും.ഈ ദൃശ്യം ആഫ്രിക്കയിലെ ഏതോ മലമുകളിൽ മാത്രമേ കാണാനൊക്കൂ.

എന്നാൽ കണ്ടിട്ടേ ഉള്ളൂ!

കന്യാകുമാരിയെത്തുമ്പോൾ ഏതാണ്ട് ആറുമണി. വലിയ ജനക്കൂട്ടം. കേരളാ ഹൗസിന്റെ മുന്നിലൂടെ സകലരും പടിഞ്ഞാട്ട് പായുന്നു. ഞാനും പാഞ്ഞു.

സൂര്യദേവൻ ഇഞ്ചിഞ്ചായി മുങ്ങിത്താഴുന്നു. ചുവപ്പുതളിക മുഴുവനായി വെള്ളത്തിലായി. അതാ, അത് വീണ്ടും ഉയർന്നുയർന്നു വരുന്നോ? വട്ടമൊത്ത മറ്റൊരു തങ്കത്തളിക. ചന്ദാമാമാ ആണത്. അമ്പിളിയമ്മാവൻ.

മണിക്കൂർ അവിടെ പടിഞ്ഞിരുന്നു. നിറഞ്ഞു തുളുമ്പിയ മനസ്സിൽ ഞാൻ ചിരിച്ചുകൊണ്ട് രത്നാകരന് നന്ദി പറഞ്ഞു.

•

മീറ്റിംഗ് എന്ന ചടങ്ങ്

എഴുപതെഴുപത്തഞ്ചു വർഷം മുൻപാണ് ഇ വി കൃഷ്ണപിള്ള ആ ഉപന്യാസമെഴുതിയത്: മീറ്റിംഗ് എന്ന ചടങ്ങ്. എത്രയോ തവണ അത് ആവർത്തിച്ചാവർത്തിച്ച് വായിച്ച് ഞാൻ ചിരിക്കുകയും ചിന്തിക്കുകയും ചെയ്തിരിക്കുന്നു. പൊട്ടിച്ചിരിയുടെ മുഴക്കം ഉണ്ട് ഇ വി യുടെ എഴുത്തിന്. പ്രസംഗിക്കാൻ ചെല്ലുന്നവന് കിട്ടുന്ന തണുത്ത ചായയും പൂവിസ്കോത്തും, ക്ഷാമകുമാരികളുടെ ഈശ്വര പ്രാർത്ഥന എന്ന അഖിലാണ്ഡമണ്ഡല വിലാപം, സ്ഥലത്തെ മലയാളം മുൻഷിയുടെ സാഹിത്യ സ്വാഗത പ്രഭാഷണം, അധ്യക്ഷതെമ്മാടിയുടെ ഒടുക്കത്തെ സംഹാര താണ്ഡവം, ഇടയ്ക്ക് പ്രസംഗ ഫയൽമാൻമാരുടെ ഗാട്ടാഗുസ്തി, അന്തിപ്പാതിരയ്ക്ക് മുഴുവൻ പ്രസംഗങ്ങൾക്കും മറുപടി പറഞ്ഞ് മാർക്കിട്ട് സർട്ടിഫിക്കറ്റ് കൊടുക്കുന്ന നന്ദിപ്രകടനം... ചടങ്ങ് കഴിഞ്ഞ് വഴിയാധാരമാകുന്ന വിശിഷ്ടാതിഥി....

കുഞ്ചൻ തുള്ളിപ്പാടിയിട്ടും നന്നാകാത്ത നാട്; ഈ വി സഞ്ജയന്മാർ എഴുതിച്ചിരിച്ചാലുണ്ടോ രക്ഷപ്പെടാൻ പോണു? ഒരു പ്രതിബദ്ധ സാഹിത്യം കൊണ്ടു സമൂഹം ഗുണപ്പെടില്ലെന്ന് തീർച്ച.

പണ്ടൊക്കെ ഒരു കൊച്ചുമേശയും രണ്ടു മൂന്ന് മരക്കസേരയുംകൊണ്ടു വന്നിട്ടാൽ മീറ്റിംഗ് നടത്താമായിരുന്നു. വാഗ്ഭടനും ബ്രഹ്മവ്രതനും സി കേശവനും കേശവദേവും എല്ലാം ആയിരങ്ങളോട് അലറി പ്രസംഗിച്ചോളും. പിന്നീട് ഉച്ചഭാഷിണി വന്നു. ശബ്ദമുഖരിതമായി മീറ്റിംഗ് എന്ന ചടങ്ങ്. സ്വാഗതം, പ്രാർത്ഥന, ഉപക്രമം, പ്രസംഗങ്ങൾ, ഉപസംഹാരം, കൃതജ്ഞത എന്ന് സംഭവം കൊഴുത്തു.

ഭരണഘടനപോലും നൂറുകണക്കിനു പ്രാവശ്യം തിരുത്തിയെഴുതി. പക്ഷേ മീറ്റിംഗ് എന്ന ചടങ്ങ് മാത്രം ആരും പരിഷ്കരിച്ചില്ല. ദൈവന്തമ്പുരാൻ തീരുമാനിച്ചുറപ്പിച്ചതുപോലെയാണ് മീറ്റിങ്ങിൽ ചടങ്ങിനെ അരക്കിട്ടുറപ്പിച്ചത്. ഒന്നും അണുവിട മാറ്റാൻ പാടില്ല.

ചടങ്ങ് അങ്ങനെതന്നെ വികസിച്ചുവിലസി.

നായർ ടീഷോപ്പുകൾ ഫാസ്റ്റ് ഫുഡ് സെന്ററുകളായി; ഹെയർ കട്ടിംഗ് സലൂണുകൾ ബ്യൂട്ടി പാർലറുകളായി; പലചരക്കുകടകൾ മാർജിൻ ഫ്രീ സൂപ്പർ മാർക്കറ്റുകളും പള്ളിക്കൂടങ്ങൾ റസിഡൻഷ്യൽ പബ്ളിക് സ്കൂളുകളുമായി. അങ്ങനെ എല്ലാമെല്ലാം പുരോഗമിച്ചപ്പോൾ മീറ്റിംഗ്-വേദിയും സദസ്സും നയനാഭിരാമമായി.

ഉജ്ജ്വലൻ ഉദാത്തൻ ഊക്കൻ സ്റ്റേജ്! ഇരുപത് സിംഹാസനങ്ങളാണ് നിരത്തുക. മുന്നിൽ നെടുനീളത്തിൽ രത്നകംബളം വിരിച്ച പൊക്കമില്ലാമേശ. മേശമേൽ മൂന്നോ അഞ്ചോ പൂപ്പാലികകൾ. അതിൽ കട്ടുംനിറപ്ലാസ്റ്റിക് പൂങ്കുലകൾ. ഇടയ്ക്കിടയ്ക്ക് മിനറൽ വാട്ടർ ബോട്ടിൽസ്.

വേദിയിൽ മുന്നിൽ സരസ്വതിദേവിയുടെ ഹംസം വിശ്രമിക്കുന്ന കൂറ്റൻ നിലവിളക്കുകൾ രണ്ട്. അഞ്ചടി ഉയരം വിളക്കുകൾക്ക്, മുല്ലപ്പൂമാലകൾ കേശാദിപാദം ചൂടി നവവധുക്കൾ മാതിരി നാണിച്ചാണ് വിളക്കുകളുടെ നില്പ്. വിളക്കിൽ നിറയെ എണ്ണ. ഏഴുതിരികൾ കർപ്പൂരക്കട്ടകൾ ചുംബിച്ച് റഡിയായി നിൽക്കും. മണവാളനെ, ഉദ്ഘാടകനെ കാത്തുള്ള നിൽപാണ്. മീറ്റിംഗിന്റെ ഉദ്ഘാടനവും ഒപ്പം കലാപരിപാടി ഉദ്ഘാടനവും. കുടമാളൂർ കരുണാകരൻ നായർ ആശാനും പിന്നെ ഞാനുമാണ് വിളക്ക് കൊളുത്തി ഉദ്ഘാടിക്കേണ്ടത്. ആശാൻ സലജ്ജോത്സാഹംരണ്ടു വിളക്കും —പതിനാല് തിരിയും — ഒറ്റയടിക്ക് കത്തിച്ചു വിലസി.

പ്രസംഗകന് കാലുകൾ ഒളിപ്പിക്കാനും കൈമുട്ടുകൾ താങ്ങാനും ശവപ്പെട്ടി പോലെ പീഠം. അത് വെൽവെറ്റുതുണികൊണ്ട് പർദ്ദയണിഞ്ഞിട്ടുണ്ടാവും.

സംഗതികളൊക്കെ ചേർത്താണ് ഉച്ചഭാഷിണികൾ ഇപ്പോൾ വാടക വാങ്ങുന്നത്! സദസ്സിലെ അഞ്ഞൂറ് കസേര ഉൾപ്പെടെ അറേഞ്ച്മെന്റിനു കാൽലക്ഷം രൂപ. പാർട്ടി സമ്മേളനവേദികൾ മാതിരി ത്രീടയർ എ സി ആണെങ്കിൽ ഒരു ലക്ഷം തികച്ചുമാവും!

അധ്യക്ഷ തെമ്മാടിക്കൊപ്പം ഉദ്ഘാടകറൗഡി എന്നു മുതലാണോ മീറ്റിംഗ് എന്ന ചടങ്ങിൽ കടന്നുകൂടിയത്? പണ്ടു പണ്ടില്ലാത്ത ഇനമാണ്. ഉപക്രമത്തിനു മുമ്പിൽ കേറി ഇവൻ വാചകമടിച്ചു കളയും. ആരെടാ വലിയവൻ എന്ന വടംവലി അധ്യക്ഷ — ഉദ്ഘാടകൻമാർക്കിടയിലുണ്ട്. മുമ്പൊരിക്കൽ വെറൊരു പ്രൊഫസറും ലക്ചറർ ആയ ഞാനും കൂടി അതിരമ്പുഴ പള്ളി സ്കൂളിൽ മീറ്റിംഗിനു പോയി.

പള്ളിപ്പറമ്പിലൂടെ മാലയും ബൊക്കെയും ചൂടിച്ച് എഴുന്നള്ളിച്ചുകൊണ്ടു പോകുമ്പോൾ സ്കൂൾ മാനേജരായ പാതിരി ഖേദപൂർവ്വം അറിയിച്ചു: സാധാരണ ബാൻഡുമേളത്തോടെയാണ് ഞങ്ങൾ അതിഥികളെ സ്വീകരിക്കാറ്. പക്ഷേ ഇന്ന് ബാൻഡ് സെറ്റ് ഒരു ശവമടക്കിനു പോയിരിക്കുകാ...

അധ്യക്ഷനാരാകണമെന്ന ചോദ്യം വന്നു. പ്രൊഫസർ വിട്ടുതന്നില്ല. അദ്ദേഹം തന്നെ സഭാധിപതിയായി. പക്ഷേ, എന്തു കൃതം? യോഗ നടപടികൾ നിയന്ത്രിക്കാൻ മറ്റൊരു വേഷം! കോമ്പിയർ. ആണും പെണ്ണുമായ ഈ പുതുജന്മം ആണ് ഇപ്പോൾ 'മീറ്റിംഗ് ഒടുങ്ങി'എന്ന് പ്രഖ്യാപിക്കുന്നതുപോലും. പുട്ടിന് പീരപോലെ ഇടയ്ക്കിടെ സ്വാഗതവും നന്ദിയും ഇവന്റെ അഥവാ ഇവളുടെ വകയായി ഉണ്ടാവും.

ഒരിടത്ത് ഒരതിസുന്ദരി കോമ്പിയറിയോട് ഞാൻ പറഞ്ഞു: ഇത്രയും മുട്ടൻ പൈങ്കിളി സാഹിത്യം —ഈ കൊഴുത്ത പദം— വേണ്ട. ലളിതസുന്ദരമലയാളം പറ.

അവൾ കൊഞ്ചിപറഞ്ഞു. അതിനാ എനിക്ക് കൂലി തരുന്നെ!

കൂലി ആയിരം രൂപ—

എങ്കിൽ, ഈ സ്വാഗത മുൻഷിയേയും കൃതജ്ഞതാ ജഡ്ജിയേയും അങ്ങൊഴിവാക്കിക്കൂടേ? പണ്ടുമുതലേ എനിക്ക് തോന്നിയിട്ടുള്ളതാണ് മീറ്റിംഗ് ചടങ്ങ് ഒന്ന് ചെത്തിചിന്തേരിട്ട് മിനുക്കണമെന്ന്. പ്രാർത്ഥനാഗാനം, സ്വാഗതം, കൃതജ്ഞത ഇവയെ വെട്ടിനിരത്തുക. സാമാന്യബോധമുള്ള ഒരുത്തൻ അധ്യക്ഷനായിരുന്ന് യോഗനടപടി നിയന്ത്രിക്കുക. പ്രസംഗകരെ —ഏറിയാൽ രണ്ട്— അയാൾ പരിചയപ്പെടുത്തട്ടെ, സ്വാഗതം പറയട്ടെ. ഒടുവിൽ സകല അവനും ഒക്കെ അനുഭവിക്കാൻ വിധിക്കപ്പെട്ട മാന്യമഹാജനത്തിനും നന്ദിപറഞ്ഞ് യോഗം പിരിച്ചുവിടട്ടെ.

കോമ്പിയർ വന്നതോടെ അധ്യക്ഷ തസ്തികയും നിറു ത്തലാക്കാവുന്നതാണ്. ഡിസി സാർ സമക്ഷം ഞാൻ ഈ പരിവർത്തന സിദ്ധാന്തം അവതരിപ്പിച്ചു. 'പാർക്കലാം' എന്ന കാമരാജ് മറുപടി പറഞ്ഞതേയുള്ളൂ അദ്ദേഹം.

സ്വാഗതം 2 മിനിട്ട്
ഉപക്രമം 3 മിനിട്ട്
പ്രസംഗം ഒന്ന് 8 മിനിട്ട്
പ്രസംഗം രണ്ട് 4 മിനിട്ട്
പ്രസംഗം മൂന്ന് 4 മിനിട്ട്

ഉപസംഹാരം 1 മിനിട്ട്
കൃതജ്ഞത അരമിനിട്ട്
(ആകെ മൊത്തം 22.5 മിനിട്ട്)

ഇങ്ങനെ കാര്യപരിപാടി എഴുതിക്കൊടുത്ത് മീറ്റിംഗ് നടത്തി ഡി സി സാർ. പക്ഷേ എന്റെ ഉപദേശം കേട്ടില്ല!

താടകാഭയങ്കരിയെ പേടിച്ച് ആരും ആ വഴി നടപ്പീല എന്നു പറഞ്ഞതുപോലാണ് സ്വാഗത ഭയങ്കരനെ പേടിച്ച് പലരും മീറ്റിംഗിനു പോകാത്തത്. അടികൊടുക്കേണ്ട കേസാണ് സ്വാഗതപ്രസംഗം. ഇ വി യുടെ കാലം മുതലേ വിവരം കെട്ട മലയാളംമുൻഷിയാണ് സ്വാഗതം ആശംസിക്കുക. ഒരു മാസത്തെ തയ്യാറെടുപ്പോടെയാണ് അയാൾ മപ്പടിച്ച് ഗോദയേറുന്നത്; മൈക്ക് കൈയേല്ക്കുന്നത്. പിന്നെ ഗദ്യത്തിലും പദ്യത്തിലുമായി സാഹിത്യ പ്രഭാഷണമാണ്—

എനിക്ക് സ്വാഗതമാശംസിച്ച ഒരുത്തൻ വച്ചുകാച്ചി: ആനന്ദക്കുട്ടൻ സാർ മഹാഹാസ്യപ്രതിഭയാണ്. ഇ വി യുടെ കൊച്ചനന്തിരവനാണ് ആനന്ദക്കുട്ടൻ സാർ. 'പുലയ മഹാകവി' എന്നാണ് കേസരി ബാലകൃഷ്ണപിള്ള സാർ ആനന്ദക്കുട്ടൻ സാറിനെ വിശേഷിപ്പിച്ചത്. 'ചീത' എന്ന കാവ്യം സാറിന്റേതാണ്.

ഒക്കെ ഞാൻ ആമോദത്തോടെ തലയാട്ടി രസിച്ചിരുന്നു.

സ്വാഗതം നീളുകയാണ്: മലയാളം എം എ പ്രശസ്തമാം വിധം വിജയിച്ചശേഷം ആനന്ദക്കുട്ടൻ സാർ കോളജധ്യാപകനായി. ആയിരക്കണക്കിനു ശിഷ്യസമ്പത്തുള്ള ഉഗ്രൻ ഗുരുനാഥർ. ഇപ്പോൾ, യൂണിവേഴ്സിറ്റി കോളജ് മലയാളം വകപ്പു തലവർ.

ഞാൻ തലപൊക്കി ഞെളിഞ്ഞിരുന്നു.

മുൻഷി തുടർന്നു: കോട്ടയത്ത് തിരുനക്കരയിൽ ആനന്ദക്കുട്ടൻ സാർ പിറവിയെടുത്തു. അച്യുതൻപിള്ള എന്നത്രെ ഇദ്ദേഹത്തിന്റെ പിതാവിന്റെ നാമധേയം!

ഞാൻ ചങ്കത്തലച്ച് ചാടിയെണീറ്റു. മൈക്ക് പിടിച്ചെടുത്തു. കരഞ്ഞു പറഞ്ഞു: എന്റെ അച്ഛൻ അച്യുതൻപിള്ള അല്ല, രാഘവനാണ് — സഖാ രാഘവൻ. എന്റെ പേര് ഓമനക്കുട്ടൻ എന്നാകുന്നു. ഞാൻ നായരോ പുലയനോ തലവനോ ഒന്നുമല്ല. ചീത എഴുതിയത് ഞാനല്ല സത്യം!

പല സ്വാഗതക്കാരും എനിക്ക് ഡോക്ടറേറ്റ് തന്നിട്ടുണ്ട്. കേന്ദ്രസാഹിത്യ അക്കാദമി അവാർഡ് സമ്മാനിച്ചിട്ടുണ്ട്. 'മദർ

ഇന്ത്യ', 'മധുമതി', 'പ്യാസാ' എന്നീ ഹിന്ദിചലച്ചിത്രങ്ങളും 'തില്ലാന മോഹനാംബാൾ', 'നാടോടി മന്നൻ' എന്നീ തമിഴ് ചിത്രങ്ങളും ഡയറക്റ്റർ ചെയ്തത് എന്റെ മകൻ ആണെന്നും ഞാൻ മനസ്സിലാക്കി.

പ്രസംഗിക്കാൻ ക്ഷണിക്കാൻ വരും. അവദാ പറഞ്ഞ്, അച്ചാ പോറ്റി പറഞ്ഞ് വെട്ടിൽവീഴിക്കും. മീറ്റിംഗ് ചടങ്ങിലേക്ക് കൂട്ടിക്കൊണ്ടുപോകാനും വരും. പോകും വഴിക്ക് ചോദിക്കും: സാറിന്റെ സംഭാവനകൾ എന്ത്? തന്ത തള്ളമാരാര്? എം എ ഒന്നാം ക്ലാസ് എങ്ങനെ അടിച്ചെടുത്തു? ജോലി എവ്വിധം ഒപ്പിച്ചു? എഴുതിയാലെന്ത് ലഭ്യമാകും? ബാങ്കിൽ ധനം എത്രമിച്ചം?

ഇപ്പോൾ ഞാൻ ബുദ്ധി പ്രയോഗിക്കുന്നുണ്ട്. വിറ്റഴിയാത്ത ഒരു ബോറുപുസ്തകമുണ്ട് എന്റെ വക. ഇരുപത് രൂപയാണ് മുഖവില. പാതി വിലയ്ക്ക് രണ്ടു പുസ്തകം വാങ്ങാൻ നിർബന്ധിക്കും. അതിൽ ഊതി വീർപ്പിച്ച ജീവിചരിത്രക്കുറിപ്പുണ്ട്.

ഒരു സ്വാഗതക്കാരൻ വൈരാഗ്യം തീർക്കാൻ സ്റ്റേജിൽ നിന്ന് പുസ്തകം നിവർത്തി വായനയായി.

അതോടെ ആ പണി ഞാൻ നിറുത്തി. പ്രസംഗത്തൊഴിലാളിയായി പോകാതിരുന്നാൽ പോരേ? പരസ്യമായി ആരും ബലാത്സംഗം ചെയ്യില്ലല്ലോ...

എങ്കിലും, അപകടം എന്റെ സഹയാത്രികൻ!

കൊൽക്കത്തയ്ക്ക് പോയി ഞാനും ഭാര്യയും കൂടി.'കോമളവിലാസി'ൽ പോയി താമസിച്ചു. തൊട്ടടുത്ത് 'താരാമഹലിൽ' എൻ പ്രഭാകരനും കുടുംബവും എത്തി—മഹാനഗരത്തിൽ രണ്ടു മഹാൻമാർ വന്നു ചേർന്നത് വാർത്തയായി. കൊൽക്കത്ത പുകസ ഞങ്ങളെ ബുക്ക് ചെയ്തു. മീറ്റിംഗ് എന്ന ചടങ്ങിന്.

പത്തുനൂറ് കൊൽക്കത്താ മലയാളി കുടുംബങ്ങളുടെ സദസ്സ്, സ്നേഹസമ്പന്നരായ സഖാക്കളാണ് സംഘാടകർ. പ്രൊഫ. എൻ എം ജോൺ, കെ കെ കൊച്ചുകോശി, പി എം ജി നമ്പീശൻ, രവി പാലൂർ, എം നാരായണൻ നമ്പൂതിരി എന്നിവരുമായി വർത്തമാനം പറഞ്ഞിരുന്നു പ്രഭാകരനും ഞാനും.

ഒരു യുവസുഹൃത്ത് എന്റെ അരികിൽ വന്നു. എന്നെ തോണ്ടിവിളിച്ചു: വൺ മിനിട്ട്—

ഞാൻ കൂടെ ചെന്നു. ആളില്ലാ മൂലയിൽ കൊണ്ടു നിറുത്തിഅദ്ദേഹം ചോദിച്ചു: സാർ, എൻ പ്രഭാകരൻ സാറിന്റെ സംഭാവനകൾ എന്താ?

ഒന്നു ചുരുക്കിപ്പറയൂ.

ഞാനല്പസ്വല്പം വിടുർത്തി പറഞ്ഞു കൊടുത്തു. അദ്ദേഹം കുറിച്ചെടുത്തു. വീണ്ടും വെടിവട്ടത്തിൽ കൂടി.

അപ്പോഴുണ്ട്, യുവസുഹൃത്ത് വന്ന് പ്രഭാകരനെ തോണ്ടിവിളിക്കുന്നു, ആളില്ലാമൂലയിലേക്ക് കൊണ്ടു പോകുന്നു.

തിരിച്ചുവന്നപ്പോൾ ഞാൻ പ്രഭകാരനെ നോക്കി ആത്മാർത്ഥമായി ചിരിച്ചു. പ്രഭാകരനും ആനന്ദിച്ച ചിരിച്ചു...

ദീർഘമായ സ്വാഗതപ്രസംഗത്തിനുശേഷം സ്വാഗതക്കാരൻ പറഞ്ഞു. ഇനി വിശിഷ്ടാതിഥികളെ നമ്മുടെ യുവസുഹൃത്ത് പരിചയപ്പെടുത്തും.

സ്വാഗതത്തിന് അനുബന്ധം.

അദ്ദേഹം കുറിപ്പടി നോക്കി ഞങ്ങളെ പരിചയപ്പെടുത്തി; സ്വാഗതമോതി, പ്രഭാകരനെപ്പറ്റി ഞാൻ പറഞ്ഞതും എന്നെപ്പറ്റി പ്രഭാകരൻ പറഞ്ഞതും... അപ്പടി അതേപടി!

മീറ്റിംഗ് എന്ന ചടങ്ങിൽ നിന്നും പ്രാർത്ഥന, സ്വാഗതം, ഉപക്രമം, ഉപസംഹാരം, കൃതജ്ഞത — വെട്ടിനിരത്തരുതോ സാറന്മാരേ?

●

ആൾമാറാട്ടം അഥവാ രൂപാന്തരപ്രാപ്തി

കഷണ്ടി കേറിയ ശിരസ്സ്. ആകെ ഒരേങ്കോണിച്ച മുഖം. വിടർന്ന മൂക്ക്. പല്ലുന്തിയ വായ്, നിവർന്ന ചെവികൾ. ഒപ്പം സർപ്പദൃഷ്ടിയും.

സംസാരിക്കുമ്പോൾ തുപ്പൽ തെറിക്കും.

നമ്മൾ പുറകോട്ട് പുറകോട്ട് മാറുന്തോറും മുന്നോട്ടു മുന്നോട്ടു കേറിവരും. എന്തു ചെയ്യാൻ? സഹിക്കുകയേ നിവൃത്തിയുള്ളൂ. വർത്തമാനം മുഴുവൻ മുഴുത്ത സാഹിത്യത്തെപ്പറ്റിയാണ്. ഷെല്ലിയെപ്പറ്റി, മോപ്പസാങ്ങിനെപ്പറ്റി.... അതങ്ങനെ ചാടിച്ചാടിപ്പോകും. വേണ്ടത്ര കൃത്യതയോ ഭംഗിയോ സംസാരത്തിനുണ്ടാവില്ല.

ചുമ്മാ ആ മുഖത്ത് കണ്ണുനട്ട് നിൽക്കും ഞാൻ.

വൈത്തിപ്പട്ടരായി അഭിനയിപ്പിക്കാൻ പറ്റിയ മോന്ത എന്നുള്ളിൽ കരുതും. ആ പല്ലും മൂക്കും സർപ്പദൃഷ്ടിയും...!

എം ഷണ്മുഖദാസ്: എന്നാണ് എനിക്ക് അദ്ദേഹവുമായി പരിചയമുണ്ടായതെന്നറിയില്ല.

നൈനാൻസ് കോളജിൽ ഇംഗ്ലീഷ് എം എ ക്ലാസ്സുകൾ കൈകാര്യം ചെയ്തിരുന്ന ഷൺമുഖദാസ്. ആയിടയ്ക്ക് കുറെ നാൾ ഞാനും അദ്ദേഹത്തിന്റെ ശിഷ്യനായി. മികച്ച ക്ലാസ്സെന്ന് പറയാൻ വയ്യ. കാടു കയറിപ്പോകുമെപ്പോഴും

പണ്ട് മധുര അമേരിക്കൻ കോളജിൽ ഇംഗ്ലീഷ് പ്രൊഫസർ ആയിരുന്നത്രെ. അവിടെ നിന്നും പുറത്താക്കപ്പെട്ടുപോലും. അതേപറ്റി പല കഥകളും കേട്ടു. നേരോ നുണയോ?

നൈനാൻസിൽ നിന്നും മൂസ്സക്കുട്ടിയുടെ വി പബ്ലിഷേഴ്സിൽ ചെന്നു പെട്ടു. മൂസ്സക്കുട്ടിക്കു വേണ്ടി ഗൈഡും ഡിക്ഷനറിയുമൊക്കെ എഴുതി ക്കൊടുക്കുകയായിരുന്നെന്ന് തോന്നുന്നു. മൂസ്സക്കുട്ടി ചെല്ലും ചെലവും കൊടുത്ത് കൂടെ താമസിപ്പിച്ചിരിക്കുന്നു.

ഒരു ദിവസം, മൂസ്സക്കുട്ടിയുടെ പ്രസ്സിന്റെ മുറ്റത്തിരുന്ന് വെയിൽ കായുന്നു. കുത്തിയിരിക്കുകയാണ്. മുൻപിൽ ഒരു കുഞ്ഞുമുറത്തിൽ നിരത്തിയിട്ട ബീഡികൾ. അവ തിരിച്ചും മറിച്ചുമിട്ട് ചൂടിപിടിപ്പിക്കു ന്നു. ഞാൻ കണ്ടുനിന്നു. ബീഡികൾ വിക്സ് പുരട്ടി ഉണക്കുകയാണ്.

കൊച്ചുചുമ മുതൽ മൂത്ത ആസ്ത്മ വരെ ഏതിനും ഈ വിക്സ് ബിഡി അത്യുത്തമം എന്ന് ഷൺമുഖദാസ് സാർ എനിക്ക് പറഞ്ഞു തന്നു. ചുമയും വലിവും ഒന്നുമില്ലാത്തതുകൊണ്ട് ഞാൻ പരീക്ഷിച്ചില്ല! വിക്സ് പുരട്ടിയുണക്കിയ ബീഡി ആഞ്ഞുവലിക്കാൻ പലർക്കും ഞാൻ ഉപദേശം കൊടുത്തു. ഷണ്മുഖദാസിന്റെ കണ്ടുപിടിത്തമാണെന്നും പറഞ്ഞു. പരീക്ഷിച്ചവർക്ക് എന്തുപിണഞ്ഞെന്ന് നിശ്ചയമില്ല.

പിന്നീട് ഏറെക്കാലം കഴിഞ്ഞാണ് ഞാൻ ദാസ് സാറിനെ കാണുന്നത്. അദ്ദേഹം എന്നെ തേടി മഹാരാജാസിലെത്തി. തുടർന്ന് മാസത്തിൽ ഒന്നും രണ്ടും തവണ വരും. എം കൃഷ്ണൻനായർ, എം ലീലാവതി, എം കെ സാനു, എം അച്യുതൻ, എം തോമസ് മാത്യു തുടങ്ങിയ നിരൂപകശ്രേഷ്ഠരെ ഒന്നും അദ്ദേഹത്തിന് കാണേണ്ട. എന്നെ മതി.

ചോറ്റാനിക്കര അമ്മയുടെ അരികിൽ ഭജനം ഇരിക്കുകയാണ്ഷ ണ്മുഖദാസ്! കൂടെ ഭാര്യയുമുണ്ട്. അത് അദ്ദേഹത്തിന്റെ മൂന്നാമത്തെ ഭാര്യ ആണെന്ന് ആരോ പറഞ്ഞു. ഈ മൂന്നാം ഭാര്യയുടെ നാലാം ഭർത്താവാണ് ഷണ്മുഖദാസ് എന്നും ! എന്തോ ഞാൻ നിജസ്ഥതി അന്വേഷിക്കാനൊന്നും പോയില്ല. ആ സർപ്പദൃഷ്ടി എനിക്ക് ഭയമാ യിരുന്നല്ലോ.

അന്നും എന്നും അദ്ദേഹം ദാരിദ്ര്യത്തിലായിരുന്നു, എന്നാണ്എ ന്റെ തോന്നൽ. വേണ്ടവിധം സഹായിക്കാൻ എനിക്ക് ശേഷി ഉണ്ടായില്ല. അതുകൊണ്ട് കണ്ടാൽ ഓടി ഒളിക്കാനായി എന്റെ ശ്രമം.

ഞങ്ങൾ അകന്നു. വളരെ സ്വാഭാവികമായ അകൽച്ച. പിന്നൊരു ബന്ധവുമുണ്ടായില്ല. ഒത്തിരി കഴിഞ്ഞ് മരണവാർത്ത കണ്ടു, അത്ര മാത്രം.

കണ്ടു പരിചയമാകും മുമ്പേ ഷൺമുഖദാസ് എനിക്ക് ശ്രദ്ധേയ നായ എഴുത്തുകാരനായിരുന്നു. അദ്ദേഹത്തിന്റെ സ്വന്തം രചനകളും

അദ്ദേഹം ചെയ്ത നല്ല തർജ്ജമകളും എനിക്കിഷ്ടമായി.

സ്വന്തം ലേഖനങ്ങളെക്കാൾ പരിഭാഷപ്പെടുത്തിത്തന്നവ ആയിരുന്നു എനിക്ക് പ്രിയം. ടോൾസ്റ്റോയിയുടെ 'ഒരു ഭ്രാന്തന്റെ ഡയറി' മുൽക് രാജിന്റെ 'രണ്ടിലയും ഒരു മൊട്ടും' ദാസിന്റെ തർജ്ജമയിലാണ് ആദ്യം വായിച്ചത്. കാഫ്കയെ ആദ്യമറിയുന്നതും അദ്ദേഹത്തിന്റെ തർജ്ജമയിലൂടെ.

'രൂപാന്തരപ്രാപ്തി' മാതൃഭൂമി ആഴ്ചപ്പതിപ്പിലൂടെ വന്നത് പതിറ്റാണ്ടുകൾക്ക് മുൻപേ. കാമു, കാഫ്ക, സാർത്ര് ആദിയായ ക്ഷോഭിക്കുന്നവരെ ആധുനികർ ചർച്ച ചെയ്യുംമുമ്പേ, ഷണ്മുഖദാസ്"മെറ്റഫോർമോസിസ്" മൊഴിമാറ്റിത്തന്നു. 'രൂപാന്തരപ്രാപ്തി' എന്ന നല്ല ശീർഷകത്തിൽ.

'രൂപാന്തരപ്രാപ്തി' പുസ്തകമായി കോഴിക്കോട് പി കെ ബ്രദേഴ്സ് പ്രസിദ്ധം ചെയ്തപ്പോൾ ഒരെണ്ണം ഞാൻ വാങ്ങി സൂക്ഷിച്ചു. തമാശ ആ പുസ്തകത്തിന്റെ പുറത്തോ അകത്തോ കാഫ്കയുടെ പേരില്ല എന്നതാണ്. രൂപാന്തരപ്രാപ്തി —ഒരു നീണ്ട കഥ— എം ഷൺമുഖദാസ് എന്നേയുള്ളൂ.

പിന്നീട് എത്രയോ കൊല്ലം കഴിഞ്ഞ് ഫ്രാൻസ് കാഫ്ക എന്ന് ഗ്രന്ഥകാരന്റെ നാമധേയത്തോടെ ഒരു പുസ്തകം കണ്ടു. ചമ്പക്കുളം ബി കെ എം ബുക് ഡിപ്പോവക. 'ആൾമാറാട്ടം' തർജ്ജമ വി ബാലകൃഷ്ണൻ.

മെറ്റഫോർമോസിസാണ് ആൾമാറാട്ടം!

എല്ലാ അമർഷത്തോടെയും ഒരു പുസ്തകം ഞാൻ കാശുകൊടുത്തു വാങ്ങി. വീട്ടിൽ കൊണ്ടു വന്ന് ഒത്തുനോക്കിയപ്പോൾ,

'ഒരു ദിവസം രാവിലെ ഗ്രിഗർ സാംസ ഉണർന്നപ്പോൾ താൻ ഒരു ക്ഷുദ്രജീവിയായി മാറിയിരിക്കുന്നതായി കണ്ടു' എന്ന് ഷണ്മുഖദാസ് ഭാഷയാക്കിയത് 'ഒരു പുലർച്ചെ ഉണർന്നപ്പോൾ താൻ ഒരു കൂറ്റൻ പാറ്റ ആയിത്തീർന്നിരിക്കുന്നതായി ഗ്രിഗർ സാംസ തിരിച്ചറിഞ്ഞു' എന്ന് വി ബാലകൃഷ്ണൻ വക.

ആൾമാറാട്ടം മുഴുവൻ രൂപാന്തരപ്രാപ്തിയുമായി ഒന്നിച്ചുവെച്ച് ഞാൻ വായിച്ചു. നല്ല രസം. രാവിലെ പുലർച്ചെ ആയതുപോലെ, ക്ഷുദ്ര പാറ്റ ആയതുപോലെ വളരെ മാറ്റങ്ങളുണ്ട് മാറാട്ടത്തിൽ. മാതാപിതാക്കൾ എന്നത് അച്ഛനമ്മമാർ എന്ന് മാറ്റിയിട്ടുണ്ട്. സഹോദരി പെങ്ങളാവും. അങ്ങനെങ്ങനെ....

പാവം ഷണ്മുഖദാസ് സാർ! അദ്ദേഹം രൂപാന്തരപ്രാപ്തൻ ആയിരുന്നല്ലോ.

മലയാളത്തിൽ ഏറ്റവുമേറെ മുഖവിലയുള്ള പുസ്തകങ്ങൾ എഴുതിയ സാഹിത്യകാരനായി വി ബാലകൃഷ്ണൻ മാറുകയും ചെയ്തിരുന്നല്ലോ. ഉപനിഷത്തുക്കളും പുരാണങ്ങളും വേദങ്ങളും മുതൽ എ കെ ജി യുടെ ആത്മകഥ വരെ ബാലകൃഷ്ണൻ പരിഭാഷപ്പെടുത്തി.

'മാർത്താണ്ഡവർമ്മ'യും 'ഇന്ദുലേഖ'യും ഒക്കെ ഇംഗ്ലീഷിലുമാക്കി.

'ക്രസന്റ് മൂൺ' എന്ന ഇംഗ്ലീഷ് ഗ്രന്ഥം ഒ സി മേനോൻ എഴുതിയത്, തുറന്നുനോക്കിയപ്പോൾ ഇന്ദുലേഖയുടെ പരിഭാഷയാണ്.ബാലകൃഷ്ണൻ വകതന്നെ.

ഒ സി മേനോൻ —ഒയ്യാരത്ത് ചന്തുമേനോൻ.

ഒത്തുനോക്കി വായിച്ചപ്പോൾ ഡ്യൂമേർഗ് സായ്പിന്റെ ഇന്ദുലേഖാ തർജ്ജുമ തന്നെ ക്രസന്റ് മൂൺ!

വിക്സ് ബീഡി പത്തെണ്ണം ആരും ആഞ്ഞുവലിച്ചു പോകില്ലേ?

ഷൺമുഖദാസിനെപ്പോലുള്ള ശുദ്ധാത്മാക്കളെ പലരെയും പരിചയപ്പെടാനുള്ള ഭാഗ്യമുണ്ടായിട്ടുണ്ട് കൊച്ചുനാൾ മുതലേ.

വളരെ കുട്ടിക്കാലത്ത് കണ്ടറിഞ്ഞ എഴുത്തുകാരനാണ് മാടശ്ശേരി മാധവവാരിയർ. വൈത്തിപ്പട്ടരോ സുന്ദരയ്യരോ ഒന്നുമായി വേഷം കെട്ടിക്കാൻ പറ്റില്ല മാടശ്ശേരിയെ. അങ്ങേയറ്റം സാത്വികൻ, സൗമ്യൻ. പാവം നല്ല മനുഷ്യൻ. തല കുനിച്ച്, പിന്നിൽ കൈകൾ കെട്ടി, സാവധാനം നടന്നുപോകുന്ന മാടശ്ശേരിയെ ഞാൻ ഓർക്കുന്നു. കഴുത്തിൽ ഒരു കുഞ്ഞുനേര്യത് ചുറ്റിയിട്ടുണ്ടാവും. ക്ഷൗരം ചെയ്യാത്ത മുഖം, ശാന്തഭാവം.

ഫോറസ്റ്റ് ഓഫീസിലെ സാദാഗുമസ്തൻ ആയിരുന്നു മാടശ്ശേരി. എത്ര പാവത്താൻ. ഞങ്ങൾ അയൽക്കാർ എന്നു പറഞ്ഞാൽ അദ്ദേഹത്തിന്റെ പുത്രന്മാരായ രാമലക്ഷ്മണൻമാരെക്കാൾ ഇളയവൻ ഞാൻ...

മാടശ്ശേരി എഴുതിക്കൂട്ടിയതെല്ലാം ഞാൻ വായിച്ചിട്ടില്ല.

മഹാകാവ്യം മുതൽ എന്തെല്ലാം അദ്ദേഹം എഴുതി. 'മാധവന്റെ മഹാകാവ്യം' 'ശ്രീകൃഷ്ണചരിതമാണ്.' 'കുഞ്ചൻവരെ'യും 'കുഞ്ചന്റെ ശേഷ'വും മലയാള സാഹിത്യചരിത്രമാണ്. ഷേക്സ്പിയർ മുതൽ മോപ്പസാങ് വരെ എത്രയോ പേരെ മലയാളത്തിലാക്കി.

വിദ്യാർത്ഥിമിത്രത്തിലെ എഴുത്തുകാരനായി നിശ്ശബ്ദം കുത്തിയിരുന്നു. കുറെ പുസ്തകങ്ങൾ സംഘത്തിനും കൊടുത്തു. നിസ്സാരവിലയ്ക്ക്. എഴുതിയതിനൊക്കെ കടലാസുവില കിട്ടിക്കാണും അദ്ദേഹത്തിന്

എന്റെ ബാല്യകാലസ്മരണകളിൽ ആദരണീയ കഥാപാത്രമാണ് മാടശ്ശേരി മാധവവാരിയർ...

പ്രസാധകന്റെ വരാന്തയിൽ കുത്തിയിരുന്ന് അവർ കൊടുത്തഒരു കുപ്പി ചായയും ഒരു കെട്ടുമുറുക്കാനും ആസ്വദിച്ച് സന്ധ്യയ്ക്ക്നൽകുന്ന അഞ്ചുരൂപയും വാങ്ങി സാഹിത്യരചന നിർവ്വഹിച്ചആർ നാരായണപ്പണിക്കരുടെ ചിത്രം എൻ കൃഷ്ണപിള്ളസാർ വരച്ചുകാട്ടിത്തന്നത് ഞാൻ ഓർക്കുന്നു.

ആർ നാരായണപ്പണിക്കരുടെ 'കേരളഭാഷാ സാഹിത്യ ചരിത്ര'ത്തെപ്പറ്റി സാംസ്കാരിക പ്രസിദ്ധീകരണവകുപ്പിൽ ചർച്ച വന്നപ്പോഴാണ് കൃഷ്ണപിള്ള സാർ ആ കഥ പറഞ്ഞത്. ഏഴോ എട്ടോ വാല്യങ്ങളുള്ള സാഹിത്യചരിത്രം ചാലയിലെ പുസ്തകക്കടയിലെ വരാന്തയിലിരുന്ന് നാരായണപ്പണിക്കർ എഴുതി. ചായയും മുറുക്കാനും കൂലി. വൈകീട്ട് വീട്ടിൽ പോകുമ്പോൾ രണ്ടു രൂപ ഏറിയാൽ അഞ്ചുരൂപ....

താളിനിത്ര രൂപ എന്ന് പ്രതിഫലം കൂട്ടി കേരള ഭാഷ സാഹിത്യചരിത്രം സർക്കാർ വാങ്ങാനുള്ള നീക്കം ഉപദേശകസമിതി ടോർപ്പിഡോ ചെയ്തു. ആ സമിതിയിൽ കൃഷ്ണപിള്ള സാറിനും തിരുനെല്ലൂർ സാറിനും ഓയെൻവി സാറിനും എല്ലാം കൂടെ ഞാനുമുണ്ടായിരുന്നല്ലോ.

ആർ നാരായണപ്പണിക്കർ, മാടശ്ശേരി മാധവവാരിയർ, എം ഷണ്മുഖദാസ് തുടങ്ങിയവരും കൂടി ഉൾപ്പെട്ടതാണ് നമ്മുടെ സാഹിത്യചരിത്രം.

തൊഴാം. കൈക്കൂപ്പിത്തൊഴാം കാരണവൻമാർക്കു മുന്നിൽ.

●

ആൺകരുത്തുകൾ പെണ്ണഴകുകൾ

ശ്രീകണ്ഠേശ്വരം പദ്മനാഭപിള്ളയെ കാണാൻ ഭാഗ്യമുണ്ടായിട്ടില്ല. അഭയദേവിനെ അദ്ദേഹത്തിന്റെ അന്ത്യനാൾവരെ എന്നുമെന്നപോലെ കണ്ടു. സി മാധവൻപിള്ളയെ രണ്ടുമൂന്നാണ്ടിലേറെ ഏതാണ്ട് ദിവസവും കാണുമായിരുന്നു പലപ്പോഴും അടുത്തു കൂടുകയും ചെയ്തു.

എന്റെ മേശപ്പുറത്തിരിക്കുന്ന നാല് ബൃഹദ് നിഘണ്ടുക്കൾ കണ്ട് ശ്രീകണ്ഠേശ്വരത്തെയും അഭയദേവിനെയും മാധവൻപിള്ളയെയും ഞാൻ സാഷ്ടാംഗം നമസ്കരിക്കുന്നു നിത്യവും...

ശ്രീകണ്ഠേശ്വരത്തിന്റെ മലയാളം —മലയാളം നിഘണ്ടുവായ 'ശബ്ദതാരാവലി' ഭാഗ്യജാതകമായി സാഹിത്യപ്രവർത്തക സഹകരണത്തിന്റെ കൈവശം എത്തിയതെന്നെന്നറിഞ്ഞുകൂടാ. പദ്മനാഭപിള്ള പാവം പട്ടിണികിടന്ന് പടച്ചുണ്ടാക്കിയതാണ്ശബ്ദതാരാവലി എന്ന് കേട്ടിട്ടുണ്ട്. പുസ്തകം മാസികാരൂപത്തിൽ ഖണ്ഡങ്ങളായി കൊണ്ടു നടന്ന് വിറ്റിരുന്നത്രേ. അവയിൽ ചിലത് തലശ്ശേരി ബ്രണ്ണൻ കോളജിലെ മലയാളം ലൈബ്രറിയിൽ ഞാൻ കണ്ടതായോർമ്മ.

മുപ്പത്തഞ്ച് രൂപ മുഖവിലയിട്ട് സംഘം ആദ്യപതിപ്പായി ശബ്ദതാരാവലി ഇറക്കി. പിന്നെപ്പിന്നെ വിലയും വലുപ്പവും കൂടിക്കൂടി വന്നു. 65 രൂപ 90 രൂപ 150 രൂപ എന്നിങ്ങനെ. പേജും ഇരട്ടിയിലേറെയായി.

ശ്രീകണ്ഠേശ്വരത്തിന്റെ മകൻ പി ദാമോദരൻനായർ ആണ് ഓരോ പതിപ്പും സംശോധിച്ച് പരിഷ്കരിച്ചുകൊണ്ടിരുന്നത്; വിപുലീകരിച്ചുകൊണ്ടിരുന്നത്. ഇന്നത്തെ ശബ്ദതാരാവലിയുടെ പാതിയോളം ആ മകന്റെ പിതൃതർപ്പണമാണ്. (ശ്രീകണ്ഠേശ്വരത്തിന് ഒരു കൊച്ചു ജീവചരിത്രം മകൻ എഴുതി. എ ആറിന് ഒരു ജീവചരിത്രം മക്കൾ എഴുതിയിട്ടുണ്ട്. മൂർക്കോത്ത് കുമാരന്റെ ജീവചരിത്രം മകനും എഴുതി.

തന്തമാരുടെ ജീവിതകഥകൾ സന്തതികൾക്കുപോലും ഇപ്പോഴത്ര അഭിമാനകരമാകുന്നില്ലല്ലോ!)

ദാമോദരൻനായരും സഹോദരങ്ങളുമായി സംസാരിച്ച് ശബ്ദതാരാവലി സംഘത്തിന് സ്വന്തമാക്കിയത് കാരൂരും ഡീസിയും മറ്റും ചേർന്നാണ്. മുപ്പത് ശതമാനം റോയൽറ്റിയുടെ കൊമ്പൻകാലത്ത് വെറും രണ്ടര ശതമാനത്തിന്!

ശബ്ദതാരാവലിയുടെ ഓരോ സംഘം പതിപ്പും മുൻകൂർ സൗജന്യവിലയിൽത്തന്നെ വിറ്റുപോയി. എല്ലാ മലയാളിക്കുടുംബങ്ങളിലും ശബ്ദതാരാവലി —വിലകുറച്ച്, തെറ്റില്ലാതെ, പിഴ തീർത്തച്ചടിച്ച്, ഭംഗിയായി കുത്തിക്കെട്ടി, കാലിക്കോ ബയന്റിട്ട്, നല്ല മേനിക്കടലാസിൽ വൃത്തിയായി— അതായിരുന്നു സംഘത്തിന്റെ മഹല്ലക്ഷ്യം. ഓരോ പതിപ്പും പുതുക്കിക്കൊണ്ടുമിരുന്നു. ദാമോദരൻനായർ മാസങ്ങളോളം സംഘത്തിൽ വന്ന് താമസിച്ച് ശബ്ദതാരാവലി വിപുലീകരിച്ചു. ആയിടയ്ക്ക് പലതവണ ഞാൻ അദ്ദേഹത്തെ കാണാനിടയായി.

ശബ്ദതാരാവലി സംഘത്തിന് ഭാഗ്യമായി. സമ്പത്തുണ്ടാക്കി. വറുതികാലങ്ങളിൽ സംഘത്തെ എന്നും നിലനിറുത്തി ശ്രീകണ്ഠേശ്വരന്റെ മഹാസംഭാവന. ഇത്രയും ശാസ്ത്രീയമായ ഒരു പദകോശം ലഭിച്ചത് മലയാളത്തിന്റെ മഹാഭാഗ്യം; മലയാളിയുടെയും ആർ നാരായണപ്പണിക്കരുടെ 'നവയുഗഭാഷാനിഘണ്ടു'വിനോ പിൽക്കാലത്ത് എസ് ഗുപ്തൻ നായരുടെയും സി മാധവൻപിള്ളയുടെയും നിഘണ്ടുകൾക്കോ 'ശബ്ദതാരാവലി'യുടെ ആധികാരികത കൈവന്നില്ല.

പോയ മൂന്നു-മൂന്നര പതിറ്റാണ്ടായി ശബ്ദതാരാവലി നവീകരിക്കുകയോ പരിഷ്കരിക്കുകയോ ഉണ്ടായില്ല. പെട്ടിയിൽ കാശില്ലാതെ വരുമ്പോൾ സംഘം ഒരു പ്രീ-പബ്ലിക്കേഷൻ വില്പന വിളംബരം ചെയ്യും! വില മെച്ചം ഗുണം തുച്ഛം എന്ന തരത്തിൽ അല്പസ്വല്പം കച്ചവടം. രണ്ടര ശതമാനം റോയൽറ്റിപോലും മറന്നുള്ള 'കൈയ്യിലെ കാശ്'' വായിലെ ദോശ!...

അഭയദേവ് പാട്ടെഴുത്തും ഡബ്ബിംഗും ഒക്കെയായി മലയാള സിനിമയിൽ നിറഞ്ഞു നിൽക്കുന്ന കാലം. അത്യാവശ്യം നല്ല വരുമാനമുള്ള നേരം. അപ്പോഴാണ് കാരൂരും ഡീസിയും മറ്റും ചേർന്ന് 'ഹിന്ദി-മലയാളം നിഘണ്ടു' തയ്യാറാക്കാൻ ആവശ്യപ്പെടുന്നത്. സ്വാതന്ത്ര്യ സമരത്തിന്റെ ഭാഗമായി ഹിന്ദി പഠിക്കുകയും പഠിപ്പിക്കുകയും ചെയ്ത നല്ലവൻ അഭയദേവ്. സിനിമാപ്പണിയെല്ലാം മാറ്റിവെച്ച് നിഘണ്ടുനിർമ്മാണമായി. മികച്ച, ഒന്നാന്തരം ഒരു ഹിന്ദി മലയാളം നിഘണ്ടു നമുക്ക് കിട്ടി. സംഘത്തിന്റെ സ്വകാര്യ സമ്പാദ്യമായി അത്. പകർപ്പവകാശം സംഘത്തിന്. ദേവിന് കൊടുത്ത വില

അയ്യായിരം രൂപ!

ഒരു പടം മലയാളത്തിലേക്ക് ഡബ് ചെയ്യാൻ അഭയദേവിന് അന്ന് പതിനായിരം രൂപ കിട്ടുമായിരുന്നു. അതെല്ലാം ഉപേക്ഷിച്ചാണ് ദേവ്സാർ സംഘത്തിന് തന്നെ നിത്യസംഭാവന നൽകിയത്.

മൂന്നാല് പതിപ്പ് അച്ചടിച്ച് വിറ്റ് കാശാക്കിയതല്ലാതെ ആ നിഘണ്ടു നവീകരിക്കാനോ സംഗ്രഹിക്കാനോ ഒന്നും ആരും ഒരുങ്ങിയില്ല ഒരിക്കലും...

സംഘത്തിന് ശാശ്വതസ്മാരകങ്ങൾ ആകേണ്ടത് ഗ്രന്ഥങ്ങൾ തന്നെ ആവണമെന്ന് സംഘമുണ്ടാക്കി വളർത്തിയെടുത്തവർക്ക് നിശ്ചയമുണ്ടായിരുന്നു. ഇംഗ്ലീഷ് — മലയാളം നിഘണ്ടുവും മലയാളം— ഇംഗ്ലീഷ് നിഘണ്ടുവും 'സാഹിത്യ ചരിത്രം പ്രസ്ഥാനങ്ങളിലൂടെ'യും ഒക്കെ സൃഷ്ടിക്കപ്പെട്ടതങ്ങനെ.

കോട്ടയം പഴയ ബോട്ടുജെട്ടിക്കരികിൽ ഒരു പാഴ്കുളം ഉണ്ടായിരുന്നു. തിരുവിതാംകൂർ മഹാരാജാവിന്റെ നീരാട്ടുകുളം. അത് നികത്തി മുനിസിപ്പാലിറ്റി റസ്റ്റ് ഹൗസ് പണിഞ്ഞു. വൃത്തിയും ലാളിത്യവും തികഞ്ഞ കുറെ മുറികൾ. വാടകയും നിസ്സാരം. രണ്ടു മൂന്ന് വർഷം സി മാധവൻ പിള്ള അവിടെ താമസിച്ചു. ഏഴരവെളുപ്പ് മുതൽ മൂവന്തിവരെ എഴുത്തോടെഴുത്ത്! ഭക്ഷണം പോലുമില്ല. പാനീയം ഇടയ്ക്കിടയ്ക്ക് നെരെ തിർവശത്തെ ചാരായക്കടയിൽ. അവിടെ ശങ്കരൻകുട്ടി കാത്തുനിൽപുണ്ടാവും. ഇരുവർക്കും അംഗരക്ഷകനായി അച്ചൻകുഞ്ഞും ഉണ്ടാവും. പോർട്ടർ — കം ആക്റ്റർ ആകുന്നു അച്ചൻകുഞ്ഞ് അന്ന്.

സംഘത്തിന് വേണ്ടി ഇംഗ്ലീഷ്-മലയാളം നിഘണ്ടു തയ്യാറാക്കുകയായിരുന്നു സി മാധവൻപിള്ള. മെലിഞ്ഞു നീണ്ട് എല്ലിൻകൂട് മാത്രമായ ഒരു ശരീരം. കവിളെല്ലുകൾ പൊന്തിയ ഉണങ്ങിയ മുഖം. കനം കുറഞ്ഞ നീളൻമുടി. മുറുക്കി കറ പിടിച്ച് നിരപ്പില്ലാപ്പല്ലുകൾ.

വാശിയിൽ വായിച്ചുതള്ളുന്ന സ്കൂൾ കാലത്തുതന്നെ സി മാധവൻപിള്ള എന്ന പേര് എനിക്ക് നല്ല പരിചയമായിരുന്നു. ജ്ഞാനാംബിക, ദേശസേവിനി, പത്മസുന്ദരൻ, ലൈല തുടങ്ങിയ നോവലുകൾ വായിച്ചിട്ടുണ്ട്. ആ പേരുകൾ അല്ലാതെ മറ്റൊന്നും ഓർമ്മയിലില്ല ഇപ്പോൾ. മാധവൻപിള്ളയുടെ രചനകളിൽ പില്ക്കാലത്ത് വീണ്ടും വായിച്ചത് ഒന്നുമാത്രം — 'ഒഡീസി'യുടെ തർജ്ജമ.

ശങ്കരൻകുട്ടിയെയും എന്നെയും ഒക്കെ പ്രായം മറന്ന് കൂട്ടുകാരെപ്പോലെ അദ്ദേഹം സ്വീകരിച്ചു. മാധവൻപിള്ള'ച്ചേട്ടൻ' ഞങ്ങൾക്കും സ്വന്തമായി.

ഇംഗ്ലീഷ്-മലയാളം നിഘണ്ടു ആദ്യം തയ്യാറായി. ദിവസവും

ശരാശരി അൻപത് ഷീറ്റുകൾ; അതായത് ആയിരത്തോളം വാക്കുകൾ. അത് സംഘത്തിൽ കൊടുത്ത് വൈകീട്ട് 'കൂലി' വാങ്ങും; നൂറുരൂപ! അങ്ങനെതന്നെ മലയാളം-ഇംഗ്ലീഷ് നിഘണ്ടുവും ചെയ്തു.

രണ്ടിനും കൂടി സംഘം അദ്ദേഹത്തിന് മൊത്തം പതിനായിരം രൂപ തികച്ചുകൊടുത്തിട്ടുണ്ടാവുമോ? ഏതായാലും സംഘത്തിന്റെ നാല് നിധികളിൽ രണ്ട് ഇ എം ഡിയും എം ഇ ഡിയും തന്നെ.

ശ്രീകണ്ഠേശ്വരം, അഭയദേവ്, സി മാധവൻപിള്ള —ആ മഹത്തുക്കളുടെ നാല് നിഘണ്ടുക്കൾ —നെടുതൂണുകളായി സംഘത്തെ നില നിറുത്തി. അല്ലെങ്കിൽ പേര് പോലും അവശേഷിപ്പിക്കാതെ അത് എന്നേ നിലം പൊത്തിയേനെ.

നിഘണ്ടുകാരൻമാരെപ്പോലെ സ്വന്തം ചോരയും വിയർപ്പും സംഘത്തിന് നൽകിയവർ അത്രെ ഇടപ്പള്ളി കരുണാകരമേനോൻ, എൻ കെ ദാമോദരൻ, മാത്യൂലൂക്ക്; ഇ കെ ദിവാകരൻ പോറ്റി തുടങ്ങിയവരും. ഇടപ്പള്ളി കരുണാകരമേനോനെ കാണാൻ ഭാഗ്യമുണ്ടായിട്ടില്ല എനിക്ക്. പക്ഷേ, മറ്റുള്ളവരെ പല തവണ അടുത്തുനിന്നും അകലെ നിന്നും കണ്ടു.

ഇടപ്പള്ളിയുടെ തർജ്ജമകൾ— 'കുറ്റവും ശിക്ഷ'യും 'യുദ്ധവും സമാധാന'വും അവയുടെ മഹത്വമറിഞ്ഞല്ല ഞാൻ വായിച്ചത്. അങ്ങു വായിച്ചു, അത്രേയുള്ളൂ. എൻ കെ ദാമോദരൻ പരിഭാഷപ്പെടുത്തിയ ദസ്തയേവ്സ്കി ഏറെ ശ്രദ്ധയോടെ പഠിച്ചു.'കാരമസോവ് സഹോദരൻമാർ' 'നിന്ദിതരും പീഡിതരും', 'ഇഡിയറ്റ്'',ഭ്രതാവിഷ്ടർ' തുടങ്ങിയവ. അക്കൂടെത്തന്നെ കെ വി മണലിക്കര ചെയ്ത ഗോർക്കിയുടെ 'അമ്മ'യും മുട്ടത്തുവർക്കി ചെയ്ത 'ഡോക്ടർ ഷിവാഗോ'യും... പിന്നെ മാത്യൂലൂക്ക് ചെയ്ത 'ഡോൺ ശാന്തമായൊഴുകുന്നു', 'വുതറിംഗ് ഹൈറ്റ്സ്..'

ശ്രീകണ്ഠേശ്വരം
അഭയദേവ്
മാധവൻപിള്ള
ഒപ്പം,
ഇടപ്പള്ളി കരുണാകരമേനോൻ
എൻ കെ ദാമോദരൻ
മാത്യൂലൂക്ക്

യഥാർത്ഥ സാഹിത്യപ്രവർത്തകർ; അവരെ ചൂഷണം ചെയ്ത് സംഘം ഇനിയും മരിക്കാതെ കിടക്കുന്നത് ആ പുണ്യാത്മാക്കൾ നൽകിയ ഭിക്ഷ — അവരിറ്റിച്ച കുടിനീർ.

●

മാത്തുക്കുട്ടിച്ചായൻ ആത്മകഥ പറയുമ്പോൾ

മലയാളത്തിലുണ്ടായ ഒട്ടുമിക്ക ആത്മകഥപ്പുസ്തകവും സ്വന്തമാക്കി സൂക്ഷിച്ചുവെച്ചിട്ടുണ്ട്. ഭാഷയായും ഭാഷയാക്കിയും വന്ന ആത്മകഥാ ഗ്രന്ഥങ്ങൾ. കർമ്മചന്ദ്രഗാന്ധി മുതൽ അഡോൾഫ് ഹിറ്റ്ലർ വരെയും ജവഹർലാൽ നെഹ്റു മുതൽ മാക്സിം ഗോർക്കി വരെയും രചിച്ച സ്വന്തം ജീവചരിത്രങ്ങൾ; ഒപ്പം രാജേന്ദ്രപ്രസാദ്, അബ്ദുൽകലാം ആസാദ്, ദലായ്ലാമ, എ എം എൻ ചാക്യാർ തുടങ്ങിയവരുടേയും.

ഗുജറാത്തി ഭാഷയിലാണ് ഗാന്ധി സ്വന്തം ജീവിതമെഴുതിയത്. ജർമ്മൻ ഭാഷയിലാണ് ഹിറ്റ്ലർ എഴുതിയത്. ഗോർക്കി റഷ്യനിൽ. ആസാദ് ഉറുദുവിലും പ്രസാദ് ബീഹാറിയിലുമാവാം ആത്മകഥ പറഞ്ഞത്. എതായാലും എല്ലാം ഇംഗ്ലീഷിലൂടെ മലയാളത്തിലെത്തി. കൂലിക്കുട്ടതലൊന്നിനും ഒച്ചവെയ്ക്കാതെപരിഭാഷപ്പണി ഭംഗിയായി ചെയ്ത പാവത്താൻമാരെ ആരോർക്കുന്നു? നന്ദികെട്ടവർ നമ്മൾ.

സ്കൂൾ കാലത്ത്, അദ്ധ്യാപകരുടെ ശകാരോപദേശങ്ങൾ കേട്ടതിൻ ഗുണമാണ് 'എന്റെ സത്യാന്വേഷണപരീക്ഷകൾ' പാരായണം. ആരും ആവശ്യപ്പെട്ടിട്ടല്ല 'മീൻ കാഫ്' വായിച്ചത്.ആത്മകഥാവായനയിലൂടെ വ്യക്തിജീവിതത്തിന്റെ മഹാചരിത്രവും അനുഭവിച്ചറിഞ്ഞു. ജനം ഉണരുന്നതും കൂട്ടംകൂടുന്നതും പോരാടുന്നതും പ്രാണൻ കൊടുത്തും വെന്നിക്കൊടിനാട്ടുന്നതും ഒരാൾ പറയുന്ന തന്റെ ജീവിതകഥയിലൂടെ കണ്ടറിയാൻ കഴിഞ്ഞു. തിരിച്ചറിയാനായി.

സമരകഥയാണ് ഓരോ ആത്മകഥയും.

'ജീവിതസമരം' ആണ് ആദ്യം കൈയിൽ കിട്ടിയ മലയാളം ആത്മകഥ. കെ ബാലകൃഷ്ണന്റെ 'കൗമുദി' ആഴ്ചപ്പതിപ്പ് വീട്ടിൽ

കണ്ടിരുന്നത് കുട്ടിക്കാലത്തെ ഓർമ്മയാണ്. ആഴ്ചപ്പതിപ്പ് താളിൽ 'ജീവിതസമരം — സി കേശവൻ' എന്ന് ആർട്ടിസ്റ്റ് വി എം ബാലൻ എഴുതിയ തലക്കെട്ട് കണ്ടത് അവ്യക്ത സ്മരണ. അന്ന് അത് വായിക്കാൻ പ്രായമായിരുന്നില്ലല്ലോ.

എപ്പോഴാണോ പ്രായമായത്?

കോളജു കാലത്ത് ഗുരുനാഥൻമാർ ഗുണദോഷിച്ചിട്ടൊന്നുമല്ല 'ജീവിത സമരം' ഒന്നിലേറെ പ്രാവശ്യം വായിച്ചു പഠിച്ചത്. സി കേശവൻ ആരെന്നും എന്തെന്നും അത്ര നിശ്ചയമില്ലായിരുന്നു. അദ്ദേഹത്തിന്റെ ആത്മകഥ പല അറിവുകളും തന്നു. തിരുവിതാംകൂറിലെ പാവപ്പെട്ടവന്റെ ജീവന്മരണപോരാട്ടം, ഗുരുദേവൻ ചൊല്ലിയ ഉണർത്തുപാട്ടുകളുടെ സംഘദ്ധ്വനി, തെമ്മാടി ദിവാനെതിരെ കൂർപ്പിച്ച വാരിക്കുന്തമൂർച്ച, ജാതിക്കുശുമ്പും മതകുന്നായ്മയും നിറഞ്ഞ രാഷ്ട്രീയഭ്യാസക്കളികൾ — കേശവന്റെ അത്മകഥ ചരിത്രപാഠപുസ്തകമായി എനിക്ക്. 'ജീവിതസമര'ത്തിന്റെ അനുബന്ധഗ്രന്ഥങ്ങളായാണ് കെ സി ജോർജിന്റെ 'എന്റെ ജീവിതയാത്ര'യും പുതുപ്പള്ളി രാഘവന്റെ 'വിപ്ലവസ്മരണകളും' എ പി ഉദയഭാനുവിന്റെ 'എന്റെ കഥയില്ലായ്മകളും' മറ്റും ഞാൻ പിൽക്കാലത്ത് വായിച്ചത്.

സത്യത്തിലും ത്യാഗത്തിലും ജീവിച്ച പഴയ കമ്യൂണിസ്റ്റുകൾ കെ സി ജോർജും പുതുപ്പള്ളി രാഘവനും. അവരുടെ ആത്മകഥകൾ റെഡ് വാളണ്ടിയർക്ക് ടെക്സ്റ്റ് ബുക്കുകളായി നൽകട്ടെ. എന്നിട്ടാവാം പട്ടു ചെങ്കുപ്പായമിടീക്കൽ.

കേശവന്റെ ജീവിതസമരം കഴിഞ്ഞാണ് കേശവമേനോന്റെ 'കഴിഞ്ഞ കാല'ത്തിലേക്ക് ഞാൻ പോയത്. മലബാർ ജീവിതവും സ്വാതന്ത്ര്യ സമരചരിതവും പരിചയപ്പെടുത്തിത്തന്നത് കെ പികേശവമേനോന്റെ ഉദാത്തരചനയായ ആത്മകഥ തന്നെ. ബിലാത്തിയും സിംഗപ്പൂരും കൊളംബോയും കോഴിക്കോട്ടും തൊട്ടറിഞ്ഞു. മേനോന്റെ ആർജവഗദ്യം ഉള്ളിൽ തറഞ്ഞു.

ഏറെക്കഴിഞ്ഞാണ് പി നാരായണൻ നായരുടെ 'അരനൂറ്റാണ്ടിലൂടെ'യും സി എച്ച് കുഞ്ഞപ്പയുടെ 'സ്മരണകൾ മാത്ര'വും കൈയിൽ വന്നത്. കഴിഞ്ഞകാലത്തിനൊപ്പം വച്ച് വായിച്ചു അവ. പരസ്പരപൂരകങ്ങളായ പുസ്തകങ്ങൾ.

സി കെ രേവതിയമ്മയുടെ 'സഹസ്രപൂർണ്ണിമ'യും വായനയെപൂരിപ്പിച്ച കൃതി.

ഇ എം എസിന്റെ 'ആത്മകഥ'യും എ കെ ജിയുടെ 'ജീവിതകഥ'

യും മനുഷ്യ സ്നേഹത്തിന്റെ വേദപുസ്തകങ്ങളാണ്. കണ്ണീരും വിയർപ്പും കൊണ്ട് ആർദ്രലളിതങ്ങളായ പ്രാർത്ഥനാ പുസ്തകങ്ങൾ. ഇടയ്ക്കിടയ്ക്ക് എ കെ ജിയുടെയും ഇ എം എസിന്റെയും ആത്മകഥകളിലെ അഞ്ചാറ് പുറം ആവർത്തിച്ച് വായിക്കൂ: നല്ലൊരു മനുഷ്യനാകാം! നല്ലൊരു കമ്യൂണിസ്റ്റാകാം! നല്ലൊരു സഖാവുമാകാം!

കുമ്പളത്ത് ശങ്കുപ്പിള്ള, എം എൻ ഗോവിന്ദൻ നായർ, എൻ ശ്രീകണ്ഠൻനായർ തുടങ്ങിയവരുടെ ആത്മകഥകൾ ആരെഴുതിയതോ? ആ വ്യക്തിപ്രഭാവങ്ങളുടെ തിളക്കം തൊട്ടുതീണ്ടിയില്ലആ ഗ്രന്ഥങ്ങൾക്ക്. ആത്മകഥകൾക്കേ ആത്മാവുണ്ടാകൂ.

സാഹിത്യസൗന്ദര്യശാസ്ത്രം പ്രയോഗിച്ചാൽ ഭംഗി കുറവാണ്മന്നത്തിന്റെയും കാണിപ്പയ്യൂരിന്റെയും മാമ്മൻമാപ്പിളയുടെയുംആത്മകഥകൾക്ക്. പക്ഷേ, സത്യകഥനങ്ങളാണവ. നിറഞ്ഞ നേരുകൾ. നേരിന്റെ തേൻമുള്ളുകൾ കുത്തി ചോരപൊടിക്കും. ആ നൊമ്പരത്തിനുമുണ്ട് ഒരു സുഖം.

('ഇളങ്കുളം എന്നൊരു വിദ്വാന്'' കാണിപ്പയ്യൂരിന്റെ മറുപടി: 'നമ്പൂതിരിമാരാണത്രെ നായർ സ്ത്രീകളുടെ ചാരിത്ര്യം നശിപ്പിച്ചതുപോലും! മുൻപ് ഉള്ള ഒന്നിനെയല്ലേ നശിപ്പിക്കാനാവുക? ഇല്ലാത്തതിനെ എങ്ങനെയാണ് നശിപ്പിക്കുക?'

നമ്പൂരിഫലിതം, ബഹുകേമം അല്ലേ?)

സാഹിത്യഭംഗിയും സൗന്ദര്യവും തികഞ്ഞവയാണ് മുണ്ടശ്ശേരിയുടെ 'കൊഴിഞ്ഞ ഇലകൾ' ചെറുകാടിന്റെ 'ജീവിതപ്പാത' കുഞ്ഞിരാമൻ നായരുടെ 'കവിയുടെ കാല്പാടുകൾ' വടക്കനച്ചന്റെ 'കുതിപ്പും കിതപ്പും' ആനിതയ്യിലിന്റ 'ഇടങ്ങഴിയിലെ കുരിശ്'' തുടങ്ങിയ ആത്മകഥകൾ. തങ്ങൾ ജീവിച്ച ജീവിതത്തിലൂടെകേരള സമൂഹത്തിൽ സംഭവിച്ച പരിവർത്തനം വിശദമാക്കുന്നുണ്ട് ആത്മകഥാകൃത്തുകൾ. പുതിയ കേരളം രൂപപ്പെട്ടതിന്റെ നേർചിത്രങ്ങൾ അവർ സമ്മാനിക്കുന്നു.

സി കേശവൻ, കെ സി മാമ്മൻമാപ്പിള, കെ പി കേശവമേനോൻ, ഇ എം എസ് നമ്പൂതിരിപ്പാട്, ഫാദർ വടക്കൻ, ജോസഫ്മുണ്ടശ്ശേരി എന്നിവരുടെ ആത്മകഥകളിലൂടെയാണ് കേരള കൗമുദി, മലയാള മനോരമ, മാതൃഭൂമി, ദേശാഭിമാനി, തൊഴിലാളി, നവജീവൻ എന്നീ പത്രങ്ങളുടെ ജനനവും വളർച്ചയും ഞാൻ മനസ്സിലാക്കിയത്.

ദേവ്, തകഴി, ബഷീർ, വർക്കി എന്നിവരുടെ ആത്മകഥകൾ എന്തുകൊണ്ടോ സർഗ്ഗസൃഷ്ടികളായില്ല. എന്നാലും കൗതുകപൂർവം

വല്ലപ്പോഴും വായിച്ചുനോക്കാറുണ്ട്. ചില കാണാക്കാഴ്ചകൾ കാട്ടിത്തരുന്നുണ്ടാവയും.

ഐ ജി ചന്ദ്രശേഖരൻ നായരും ശക്തിധരൻ നായരും എം കെ കെ. നായരും പല അറിയാക്കഥകളും പറഞ്ഞു രസകരം.

കെ സുരേന്ദ്രൻ മുതൽ ജി എൻ പണിക്കർ വരെയും ഇടമറുക് മുതൽ ഹമീദ് വരെയും ആത്മകഥ എഴുതി. ഒക്കെ ഞാൻ കുത്തിപ്പിടിച്ചിരുന്ന് വായിച്ചു. വായന എന്റെ ഒരു വീക്നസ് ആയിപ്പോയില്ലേ!

പോയ രണ്ടുമൂന്ന് പതിറ്റാണ്ടിൽ മികച്ച ആത്മകഥ ഒന്നും മലയാളത്തിൽ വരാഞ്ഞതെന്ത്? ഇവിടെ ജീവിതം അത്ര പൊള്ളയായിപ്പോയോ?

സമർപ്പിത വ്യക്തിത്വങ്ങൾ കേരള സമൂഹത്തിൽ അസ്തമയംകൊണ്ടോ? അത്ര ആത്മകഥാഭിമാനം കെട്ടവരായിത്തീർന്നോ നമ്മൾ?

(കുറെയേറെ ഓർമ്മപുസ്തകങ്ങൾ ഞാൻ കണ്ടു. വായിക്കാതിരുന്നുമില്ല. നേര് പറയട്ടെ മനസ് നിറഞ്ഞില്ല. ഒക്കെ ഒരു തരം ജേർണലിസം)

എത്ര ആഹ്ലാദത്തോടെയാണ് ഇക്കാലത്ത് പ്രൊഫസർ എസ് ഗുപ്തൻ നായരുടെ 'മനസാ സ്മരാമി'യും തിക്കോടിയന്റെ 'അരങ്ങ് കാണാത്ത നട'നും ഒ മാധവന്റെ 'ജീവിതച്ഛായകളും' ഞാൻ സ്വന്തമാക്കിയത്. മനോഹരമായ മലയാള ഗദ്യത്തിന്റെ ഉടമയായല്ലേ ഗുപ്തൻ നായർ സാറിനെ എന്നും ആദരിച്ചത്. ഇളന്നീർക്കുഴമ്പിന്റെ കുളിർമ്മ പകരും ഗദ്യശൈലി. സ്വന്തം രൂപവും വേഷവുംപോലെ സൗന്ദര്യത്തിന്റെ ഭാഷ. 'മനസാസ്മരാമി'യുടെ വായന വലിയ തൃപ്തിയുണ്ടാക്കി. തിക്കോടിയന്റെ നന്മയും സ്നേഹവും ആത്മകഥയിലും നിറഞ്ഞു തുളുമ്പി. അദ്ദേഹം അടുത്തിരുന്ന് പൊട്ടിച്ചിരിച്ച് അനുഭവങ്ങൾ വർണ്ണിക്കുംപോലെ. 'അരങ്ങ് കാണാത്ത നടൻ' വ്യത്യസ്തമായ ആത്മകഥ.

ആർട്ടിസ്റ്റ് പി ജെ ചെറിയാന്റേയും സെബാസ്റ്റ്യൻ കുഞ്ഞു കുഞ്ഞു ഭാഗവതരുടെയും ആത്മകഥകൾ എന്റെ കൈവശമുണ്ട്. അക്കൂടെ ഇതാ ഒ മാധവന്റേയും. എനിക്ക് പ്രിയമായി. നമ്മുടെ നാടകവേദിയുടെ ഭാഗിക ചരിത്രംകൂടിയാണത്. (ചാൾസ് ചാപ്ലിന്റെ 'എന്റെ ആത്മകഥ' തുടരെത്തുടരെ ഞാൻ വായിക്കാറുണ്ട്. അതുകൊണ്ടാവാം നമ്മുടെ നടന്മാരുടെ ആത്മകഥകളോട് ഒരടുപ്പമില്ലായ്മ. ചാപ്ലിൻ ഗ്രേറ്റ്, ആത്മകഥയും ഗ്രേറ്റ്!)

ആത്മകഥകളിൽ എന്നെ അദ്ഭുതം കൊള്ളിച്ചത്, പണ്ട് തൊട്ടയൽവാസിയായിരുന്ന ആളുടെ ആത്മകഥ. ചെറുതെങ്കിലുംആ പുസ്തകം എന്നെ വിവശനാക്കി. അമർത്യാനന്ദയുടെഅർദ്ധവിരാമം, മാങ്കൊമ്പിൽ വീട്ടിൽ മാധവൻനായരാണ്അമർത്യാനന്ദ എന്നറിഞ്ഞപ്പോൾ അഭിമാനം തോന്നി.മറ്റൊരയൽവാസിയായ ഗോപിവിലാസം ശിവശങ്കരമേനോന്റെആത്മകഥ —കെ പി എസ് മേനോന്റെ 'മെനി വേൾഡ്സ്'' —വലിയ അഭിമാനമൊന്നും തോന്നിച്ചില്ലതാനും. തൊട്ടയൽവാസി ആയിരുന്നല്ലോ അദ്ദേഹവും, ഒരിക്കലും അവിടെ താമസക്കാരനായി കണ്ടിട്ടില്ലെങ്കിലും...

എന്നാൽ കൈയിൽ വന്നു ചേർന്ന ഏറ്റവും പുതിയ ആത്മകഥ ഒത്തിരി വികാരങ്ങൾ എന്നിൽ ഉണർത്തുന്നു. അദ്ഭുതവും ആനന്ദവും എല്ലാമെല്ലാം ഉള്ളിന്റുള്ളിൽ നിറയ്ക്കുന്നു. 'മലയാളമനോരമ'ചീഫ് എഡിറ്റർ ശ്രീ കെ എം മാതൃുവിന്റെ ആത്മകഥയാണ് ഏറ്റവും പുതിയ ഈ ആത്മകഥ, 'എട്ടാമത്തെ മോതിരം'.

കെ എം മാത്യു എന്ന മാത്തുക്കുട്ടിച്ചായന് തൊണ്ണൂറ് തികഞ്ഞു. നാലാണ്ടു മുമ്പ് ഒരു ചെറു പുസ്തകം അദ്ദേഹം എഴുതി, വേർപിരിഞ്ഞ സഹധർമ്മിണിയുടെ ഓർമ്മ. 'അന്നമ്മ' എന്ന ആ പുസ്തകം, അപൂർവ ലാളിത്യമാർന്ന ഒന്ന്. ലളിതമധുരമാണ് മാത്തുക്കുട്ടിച്ചായന്റെ രൂപം. വൃത്തിയും ശുദ്ധിയുമാർന്ന വേഷം. അമ്പതുവർഷത്തിലേറെയായി ഞാൻ അദ്ദേഹത്തെ കണ്ടുതുടങ്ങിയിട്ട്. കാണുമ്പോഴെല്ലാം തെളിഞ്ഞ ഇഷ്ടം തോന്നും. ഒരു കാര്യവുമായി ഒരിക്കലും അടുത്തു ചെന്നിട്ടില്ല. പക്ഷേ, മറക്കാനാവാത്ത ഒരു കടപ്പാടുണ്ടെനിക്ക്. എം എ പരീക്ഷ എഴുതാറായ നേരം. പരീക്ഷാ ഫീസ് അടയ്ക്കാൻ എന്റെ കൈയ്യിൽ പണമില്ല. ഏതോ ഉൾവിളിയിൽ ഞാൻ ശ്രീ കെ എം മാത്യുവിന് കത്തെഴുതി. മനോരമ വാരാന്തപ്പതിപ്പിൽ രണ്ടു കൊച്ചു കഥയെഴുതിയിട്ടുണ്ട്; പരീക്ഷഫീസ് കെട്ടാൻ നിവൃത്തിയില്ല; സഹായിക്കണം. മൂന്നാം ദിവസം നൂറുരൂപയുടെ ചെക്ക് അദ്ദേഹം ഒപ്പിട്ടയച്ചുതന്നു. ആരോടും പറഞ്ഞിട്ടില്ല ഞാൻ ഇത്. അദ്ദേഹത്തോടു പോലും.

പിതൃഭക്തിയുടേയും ഭ്രാതൃസ്നേഹത്തിന്റെയും ബൈബിൾ ആകുന്നു 'എട്ടാമത്തെ മോതിരം' എന്ന ആത്മകഥ.

അപ്പച്ചനോടും (കെ സി മാമ്മൻമാപ്പിള) ഉണ്ണൂണ്ണിച്ചായനോടും (കെ എം ചെറിയാൻ) ഉള്ള ഭക്ത്യാദരങ്ങൾ; ഇളയ അനിയൻ ബേബി (കെ എം മാമ്മൻ മാപ്പിള)യോടുള്ള സ്നേഹ വാത്സല്യങ്ങൾ; മാത്തുക്കുട്ടിച്ചായന്റെ ആത്മകഥയെ ആർദ്രമനോഹരമാക്കുന്നു.

കുപ്പപ്പുറത്തെ ബാല്യം, കോട്ടയത്തെ കൗമാരം, മദ്രാസിലെ

യൗവനം എല്ലാം എത്ര ഹൃദയാവർജ്ജകമായി ആവിഷ്കരിക്കുന്നു. തുടർന്ന് കുടുംബത്തിനേറ്റ അശനിപാതം. സി പി രാമസ്വാമി എന്ന ക്രൂരസ്വേച്ഛാധികാരിയുടെ പകപോക്കലിന്റെ നാളുകൾ. തിരുവിതാംകൂറിന്റെ ശാപമായിത്തീർന്ന ദിവാൻ എന്ന തെമ്മാടി. ഇരുപതാം വയസ്സിൽ താനനുഭവിച്ച വ്യഥകളുടെ സത്യാവിഷ്കാരങ്ങൾ, അന്നത്തെ തിരുവിതാംകൂറിന്റെ ഭീകരാവസ്ഥ ഈ ആത്മകഥയെ ചരിത്രപാഠമാക്കുന്നു.

മനോരമയുടെ നിരോധനവും നവോത്ഥാനവും ചങ്കിൽകൊണ്ട് വെളിപ്പെടുത്തുന്ന മാത്തുക്കുട്ടിച്ചായൻ. എത്ര എത്ര കഥാപാത്രങ്ങൾ, മുഹൂർത്തങ്ങൾ. തൊണ്ണൂറിന്റെ നിറവിൽ ഒന്നും മറയ്ക്കാതെ തരികയാണ്.

'എട്ടാമത്തെ മോതിരം' മഹത്തായ ആത്മകഥയാണ്. സി കേശവൻ, കെ പി കേശവമേനോൻ, എ കെ ജി, ഇ എം എസ്, കെ സി ജോർജ്, എസ് ഗുപ്തൻ നായർ എന്നിവരുടെ ആത്മകഥയ്ക്കൊപ്പം ഞാനിത് സൂക്ഷിക്കട്ടെ. വീണ്ടും വീണ്ടും വായിക്കാനുള്ളതാണ് മാത്തുക്കുട്ടിച്ചായന്റെ എഴുത്ത്. തലമുറകൾക്കു വേണ്ടിയാണ് ഈ ആത്മകഥ.

•

മായാവി മാൻഡ്രേക് അമ്പിളിഅമ്മാവൻ

ശാശ്വത് എന്ന ചന്തു എന്റെ മകളുടെ മകൻ. എട്ടു വയസ്സ്. മൂന്നാം തരം വിദ്യാർത്ഥി. 'കളിക്കുടുക്ക', 'മാജിക്പോട്ട്' എന്നീ മാസികകളുടെ വരിക്കാരനും വായനക്കാരനുമാണ് ചന്തപ്പൻ. ചിത്രകഥകളാണ് ഏറെ പ്രിയം. 'ബാലരമ'യിലെ മായാവിയേ വലിയ ഇഷ്ടം. മായാവിയുടെ അദ്ഭുത പരാക്രമങ്ങളെക്കുറിച്ച് എന്നെ ബോധവാനാക്കും.

മായാവിയുടെ അദ്ഭുതപരാക്രമങ്ങൾ! എട്ടുവയസ്സിൽ ഞാനും അതിന് അടിമയായിരുന്നല്ലോ. രാവിലെ ഉറക്കമുണരുന്നത് മായാവിക്കുവേണ്ടിയായിരുന്നു. കേരളഭൂഷണം പത്രത്തിന്റെ നടുത്താളിൽ ത്തന്നെ നാല് കള്ളം ചിത്രകഥ. ദിവസവും തുടരനായി വരികയാണ് ഫാന്റം.

ഫാന്റത്തിന് മായാവി എന്ന് തർജ്ജമ കൊടുത്തത് ഏത് പത്രാധിപനോ? സി ജെ തോമസോ കെ സി സഖറിയയോ കെ ആർ രവിയോ ബാബുവോ? ബാബുവാണെന്ന് തോന്നുന്നു. (ഇദ്ദേഹം പിന്നീട് എ ഐ ആറിലേക്കും പി ഐ ബിയിലേക്കും പോയെന്നാണറിവ്.)

നടക്കുന്ന ഭൂതമാകുന്നു മായാവി. ബംഗാൾ വനാന്തരത്തിലെ തലയോട്ടി ഗുഹയിലാണ് വാസം. കൂട്ടുകാരി ഡയാന. പ്രധാന സഹായി മൂന്നരയടി പൊക്കക്കാരൻ ഗുരാൻ. മായാവിയുടെ കുതിര ഹീറോയും നായ ഡെവിളും.

ഭാവനയിൽ മായാവി ആയി മുഖം മൂടിയിട്ട് ജീവിച്ച രാപകൽ. കൂട്ടുകാരുടെ മോന്തയ്ക്ക് മുഷ്ടിചുരുട്ടി ഇടിച്ചാൽ തലയോട്ടിമുദ്ര പതിയുമെന്ന് സ്വപ്നം കണ്ടു. 'ഗോസ്റ്റ് ഹു വാക്ക്സ്' എന്ന് ആരും കാണാതെ

കേൾക്കാതെ സ്വയം അഹങ്കരിച്ചു!

'നീ മായാവിയെങ്കിൽ ഞാൻ മാന്ത്രികനായ മാൻഡ്രേക്' എന്നുപറഞ്ഞ് എന്റെ മുന്നിൽ നിന്ന് കൈക്രിയ കാണിച്ച വെങ്കിടിയുടെ തോളിന് ഞാൻ ചാടി ഇടിച്ചു. തലയോട്ടിമുദ്ര തെളിഞ്ഞില്ല! അവനൊന്ന് മോങ്ങുകപോലും ചെയ്തില്ല.

മലയാളമനോരമപ്പത്രത്തിൽ നടുത്താളിൽത്തന്നെ വന്നിരുന്ന ചിത്രത്തുടരനായിരുന്നു മാന്ത്രികനായ മാൻഡ്രേക്, പിഷാരടിസാറോ കോരുത് സാറോ – അവറാച്ചനോ തോമാച്ചനോ വറീച്ചനോ ഏതിച്ചായനോ – മാൻഡ്രേക് മലയാളത്തിലാക്കിത്തന്നത് ആരോ? ഏതായാലും അതിരാവിലെ മാൻഡ്രേകും നദീരയും ലോതറും എല്ലാം മനസ്സിൽ കടന്നുകൂട്ടും. മാജിക് പഠിപ്പിക്കുന്ന കോളജിൽ പോയി പഠിച്ച് ബിരുദം വാങ്ങി മാൻഡ്രേക് ആകണമെന്നായിരുന്നു അന്ന് മോഹം.

ദീപികപ്പത്രത്തിൽ അക്കാലത്ത് ഫ്ളാഷ് ഗോർഡൻ ആയിരുന്നു ചിത്രത്തുടരൻ. ഫാന്റവും മാൻഡ്റേകുംപോലെ ഫ്ളാഷ് ഗോർഡൻ ഉള്ളിൽ കേറിക്കൂടിയില്ല.

കേരളഭൂഷണം കാലം ചെയ്തു. മനോരമയും ദീപികയും കിങ്ഫീച്ചേഴ്സ് സിൻഡിക്കേറ്റുമായി ബന്ധം വിച്ഛേദിക്കുകയും ചെയ്തു. ദിനന്തോറുമുള്ള എച്ചിൽ മലയാളപത്രങ്ങളിലില്ലാതായി.

മനസ്സുകളെ രമിപ്പിക്കാൻ മറ്റു പരാക്രമങ്ങളും മാന്ത്രികവിദ്യകളും പത്രാധിപന്മാർ കണ്ടുപിടിച്ചു....

അന്തക്കാലത്ത്, അമ്പതാണ്ടപ്പുറം, കുഞ്ഞുങ്ങൾക്കായി പ്രത്യേകമാസികകൾ മലയാളത്തിൽ ഇല്ല. ബാലരമയും ബാലഭൂമിയും ബാലമംഗളവും (ബാലയുഗവും) കുട്ടികളുടെ ദീപികയും തത്തമ്മയും യൂറേക്കയും തളിരും – എന്തിന്, ചിൽഡ്രൻസ് വേൾഡും ചംബകം ടെൽ മീ വൈയും ഒന്നും പിറന്നിട്ടില്ലെന്ന്. ഇടയ്ക്ക് പൂമ്പാറ്റ വന്ന് അമർചിത്രകഥാ ക്ലാസിക്കുകളുമായി പാറിനടന്നു. ബാലരമയുടെ ഇളയ സന്തതികളായി കളിക്കുടുക്കയും കളിച്ചെപ്പും ഡൈജസ്റ്റുമെല്ലാം വന്നു നിറഞ്ഞു. കൊച്ചുങ്ങളെ ഒരു പരുവമാക്കിയേ അടങ്ങൂ എന്ന മട്ടിലാണ് മാത്തുക്കുട്ടിച്ചായൻ മുതൽ ജയരാജ് സഖാവ് വരെ!

ശങ്കരച്ചേട്ടനും കു'നേം ഉഷച്ചേച്ചിയും ഒക്കെ ഉണ്ടായി രുന്നിവിടെ. ശങ്കരച്ചേട്ടന്റെ പ്രതിനിധിയായി പാലാ കെ എം മാത്യുവും കു'നോയി കുഞ്ഞുണ്ണിമാഷും ഉഷച്ചേച്ചിയായി ചന്ദ്രികാ ബാലകൃഷ്ണനും ഒത്തിരി പിള്ളേരെ വഴി തെറ്റിച്ചു. ഉമ്മൻ ചാണ്ടി, ബാലചന്ദ്രൻ ചുള്ളിക്കാട്,

ശ്രീകുമാരൻ തമ്പി ആദിയായി ഒത്തിരി പിള്ളേരുകൾ!

ഒരു ചേട്ടന്റേയും ചേച്ചിയുടേയും പുറകേ പോയില്ല ഞാനെന്ന ഞാൻ!

'അമ്പിളി അമ്മാവൻ' ആണ് എന്നെ പിടിച്ചെടുത്തത്. അമ്പിളി അമ്മാവൻ മാസിക. നാലണയാണ് വില. കാൽരൂപ. മാസന്തോറുംഅത്രയും ധനം സമ്പാദിക്കുവാൻ ഞാൻ പെട്ടപാട്! (നാഗയ്യയും സീതാരാമനും അഭിനയിച്ച 'ഏഴൈപെടും പാട്' എന്ന തമിഴ്പടം അന്നത്തെ ഹിറ്റ്. വിക്റ്റർ ഹ്യൂഗോയുടെ 'ലാ മിറാബ്ലെ' — 'ലെസ് മിസറബിൾസ്'' — നമ്മുടെ നാലപ്പാടൻ 'പാവങ്ങൾ' എന്ന് തർജ്ജമചെയ്ത നോവലാകുന്നു ഈ ഏഴൈ പെടും പാട്.)

നാലണ! നാലണയ്ക്ക് നാണം കെട്ട് തെണ്ടിയിട്ടുണ്ട് വീട്ടിലെല്ലാവരോടും. ഒടുവിൽ ഒത്തുകിട്ടും. അതുംകൊണ്ട് ഓടും വാധ്യാർസ്വാമി താമസിക്കുന്നിടത്തേക്ക്. പത്തുമുറി അഗ്രഹാരത്തിൽ ഒന്നിലാണ് വാധ്യാർ സ്വാമിയുടെ വാസം.

വാധ്യാർസ്വാമിയെ എനിക്ക് നല്ല ഓർമ്മ ഉണ്ട്. ആറടി പൊക്കം. കുടവയറില്ല. ചരട്പോലത്തെ ശരീരം. പിൻകുടുമ ഉണ്ട്. ക്ഷൗരം ചെയ്ത് തിളങ്ങും മുഖം. ഒറ്റമുണ്ടും കുഞ്ഞുനേര്യതും വേഷം. നെറ്റിയിലും നെഞ്ചിലും ഭസ്മക്കുറി. തമിഴ് ബ്രാഹ്മണഗൃഹങ്ങളിൽ പുരോഹിതവൃത്തി ചെയ്ത് ഉപജീവനം.അന്നൊക്കെ ദരിദ്രരായിരുന്നു പുരോഹിതർ; ഇന്നത്തെപ്പോലല്ല.

അല്പസ്വല്പം ചില്ലറ വരുമാനത്തിനാണ് വാധ്യാർസ്വാമി മാസികാ ഏജൻസി ഏറ്റെടുത്തത്. കൽക്കി, ആനന്ദവികടൻ, കുമുദം എന്നീ വാരികകളും പേശുംപടം, അമ്പിളി മാമാ എന്നീ മാസികകളും. എല്ലാം തമിഴ് ഭാഷയിലുള്ളവ. കൂട്ടത്തിൽ അഞ്ചോ പത്തോ 'അമ്പിളി അമ്മാവൻ' മലയാളവും.

ആദ്യം തന്നെ ചെന്നില്ലെങ്കിൽ കിട്ടില്ല. കാശുള്ളവൻ മേടിച്ചോണ്ടുപോകും. അങ്ങനെ രണ്ടുമൂന്നു തവണ സംഭവിച്ചു. എനിക്കുവേണ്ടി ഒരെണ്ണം എടുത്തുവെയ്ക്കാൻ പറഞ്ഞാൽ വാധ്യാർസ്വാമി കേൾക്കുമോ?

10 കൽക്കി, 15 ആനന്ദവികടൻ, 20 കുമുദം, 5 പേശുംപടം, 10 അമ്പിളിമാമാ, 5 അമ്പിളി അമ്മാവൻ — മുഴുവൻ വിറ്റുപോയാൽ വാധ്യാർസ്വാമിക്ക് കിട്ടുക ഒരു മാസം പന്ത്രണ്ടോ പതിമൂന്നോ രൂപയാണ്. അപ്പോൾ, എന്നോട് അനുകമ്പ കാട്ടാൻ പാവം സ്വാമിക്ക് കഴിയില്ലല്ലോ—

മദിരാശി വിജയാ അച്ചുകൂടത്തിലാണ് അമ്പിളിഅമ്മാവന്റെ മുദ്രണം. ബഹുവർണ്ണ ചിത്രങ്ങളുടെ നിറവിൽ കണ്ണിൽ കുളിരുകോരുന്ന കെട്ടും മട്ടും. തെന്നിന്ത്യയിലെ പ്രമുഖ ചലച്ചിത്രനിർമ്മാതാക്കളായ വിജയാവാഹിനി സ്റ്റുഡിയോ ഉടമകളായ, നാഗിറെഡ്ഡീചക്രപാണികളാണ് അമ്പിളി അമ്മാവൻ അണിയിച്ചൊരുക്കുന്നത്.

പതിന്നാല് ഭാഷകളിലാണ് അമ്പിളി അമ്മാവൻ മാസന്തോറും വെളിയിൽ വരുന്നത്. തെലുങ്ക്, തമിഴ്, കന്നടം, മലയാളം, ഹിന്ദി, മറാത്തി, ഗുജറാത്തി, ഒറിയ, ബംഗാളി, അസമിയ, പഞ്ചാബി, ഇംഗ്ലീഷ് തുടങ്ങി സിംഹളയിൽ വരെ. ഹിന്ദിയിൽ ചാന്ദ്മാമ, ഇംഗ്ലീഷിലും ചാന്ദ്മാമ.

എല്ലാ ഭാഷയിലും ഒരേ ലേ—ഔട്ട്. ഒരേ അളവിലും പാകത്തിലും മനോഹര ചിത്രങ്ങൾ.

കവിത ഉണ്ടാകാറില്ല.
കഥയാണാകെ.
തുടർക്കഥകളേറെ.

ഇന്ത്യൻ ഗ്രീക്ക് റോമൻ അറബി മിത്തോളജി ആദ്യം തൊട്ടറിഞ്ഞത് അമ്പിളിഅമ്മാവനിലൂടെ. പഞ്ചതന്ത്രവും ആയിരത്തൊന്ന് രാവുകളും വേതാള വിക്രാമാദിത്യകഥകളും ആദ്യമായി രസിച്ചുവായിച്ചതും ആസ്വദിച്ചനുഭവിച്ചതും അന്ന്.

മാന്ത്രികൻ പി സി സർക്കാരിന്റെ മാജിക് പാഠമുണ്ട് ഓരോ ലക്കത്തിലും. കൊച്ചുകൊച്ചു മന്ത്രജാലങ്ങൾ പരിശീലിച്ച് മാൻഡ്രേക്കാകാം!

ചിത്രങ്ങൾക്ക് തലക്കെട്ട് നൽകുന്ന മത്സരമുണ്ട്. രണ്ട് പടം. സാദൃശ്യ വൈസാദൃശ്യങ്ങൾ തിരിച്ചറിഞ്ഞ് പേരിടണം. ശബ്ദസാമ്യവും അർത്ഥഭംഗിയുമുള്ള പേരാണ് വേണ്ടത്. കാർഡിലെഴുതി അയയ്ക്കാം. പത്തു രൂപയുണ്ട് സമ്മാനം. എല്ലായ്പ്പോഴും ഒരു കാർഡ് എഴുതിയിടും ഞാൻ. ഒരിക്കൽപ്പോലും പത്തുപൈസ കിട്ടിയില്ല.

പാൽനിലാവ് ഒഴുക്കിത്തന്നു അമ്മാവൻ. എന്തൊരു മധുരമായിരുന്നു!

ബാല്യകൗമാരയൗവന കാലത്തും പിന്നീട് മധ്യവാർദ്ധക്യനേരത്തും അമ്പിളി അമ്മാവൻ എനിക്ക് കൂട്ടായി.

അരനൂറ്റാണ്ടിലധികം ഞാൻ വായിച്ച ഒരു ആനുകാലിക പ്രസിദ്ധീകരണം—അമ്പിളിഅമ്മാവൻ. പഴയതോ പുതിയതോ ഏതു

ഭാഷയിലുള്ളതോ ആയ ഒരു അമ്പിളിഅമ്മാവൻ കൈയിൽ കിട്ടുമ്പോൾ ആയിരം കിനാവുകളാണ് പൂത്തുലയുക. അകം നിറഞ്ഞുതുളുമ്പും.

പക്ഷേ, പത്തുവർഷത്തിലധികമായി അമ്പിളിഅമ്മാവനിലെ ഭാഷ വളരെ മോശമാണ്. മലയാളത്തനിമ ചോർന്നുപോകുന്ന അനുഭവം. ഞാനാകെ അസ്വസ്ഥനായി. ആരാണ്ടോടൊക്കെ പരാതിപ്പെട്ടു.

മുമ്പ് ഡോക്ടർ എസ് കെ നായർ ഉണ്ടായിരുന്നപ്പോൾ, അദ്ദേഹം അമ്പിളിഅമ്മാവൻ ശ്രദ്ധിച്ചിരുന്നത്രെ.

ചലച്ചിത്ര പിന്നണിഗായികയായി വന്ന അമ്പിളിയുടെ പിതാവ് അരവിന്ദ് ഏറെക്കാലം അമ്പിളിഅമ്മാവനിൽ ഉണ്ടായിരുന്നെന്നും ആരോ പറഞ്ഞു.

എന്തായാലും അമ്പിളിഅമ്മാവൻ മലയാളമക്കൾക്ക് കൊള്ളില്ലെന്നായി. ഞാൻ എന്റെ മകനും മകളും കുട്ടികളായിരുന്നപ്പോൾ അമ്പിളി അമ്മാവനെ കൊടുത്തു. അവരേറ്റില്ല. അവർ പൂമ്പാറ്റയും ബാലരമയും ബാലഭൂമിയും തളിരും എന്നോട് ചോദിച്ചു. ഇപ്പോൾ കൊച്ചുമോൻ ചന്തുവിന് ആവശ്യം കളിക്കുടുക്കയും മാജിക് പോട്ടും ആണ്.

കുട്ടികൾക്കുവേണ്ടിയുള്ള പ്രസിദ്ധീകരണം മറ്റേത് ഇന്ത്യൻ ഭാഷയിലേക്കാളും പുഷ്ടിപ്പെട്ടിട്ടുണ്ട് മലയാളത്തിൽ. ഏറെ സമ്പന്നമാണത്. ബാലമാസികകൾ തയ്യാറാക്കിയ എൻ എം മോഹൻ, ആർ ഗോപാലകൃഷ്ണൻ, ഡി സന്തോഷ്, സുഭാഷ് ചന്ദ്രൻ, മുരളി നാഗപ്പുഴ തുടങ്ങിയവർക്ക് അഭിവാദ്യം അർപ്പിക്കാം നമുക്ക്...

സത്യജിത്റേ പത്രാധിപരായിരുന്ന 'സന്ദേശ്' എന്ന ബാലമാസിക എനിക്ക് ഒന്നു കാണാൻ പോലും കഴിഞ്ഞിട്ടില്ല. ഇന്നോളം. അപ്പൂപ്പൻ തുടങ്ങിയ മാസിക, അപ്പൻ സുകുമാർ റേ എഴുതുകയും വരയ്ക്കുകയും ചെയ്ത മാസിക, സത്യജിത്തും 'സന്ദേശി'ൽ വരച്ചു എഴുതി. റേയ്ക്കു ശേഷം മകൻ സന്ദേശ് നടത്തുന്നുണ്ട്. പക്ഷേ കൽക്കത്തയിൽ ചോദിച്ചപ്പോൾ സന്ദേശ് എന്ന മധുരപലഹാരമാണ് എനിക്ക് കിട്ടിയത്!!

•

ചോക്കുന്ന കാടന്തിമേഘങ്ങൾപോലെ

സാഹിത്യപ്രവർത്തക സഹകരണസംഘത്തിന്റെ പഴയ വോട്ടർപട്ടിക ഞാൻ ഭദ്രമായി സൂക്ഷിച്ചിട്ടുണ്ട്. സംഘം തെരഞ്ഞെടുപ്പിൽ നാലു തവണ മത്സരിച്ച് രണ്ടു തോൽവിയും രണ്ടു ജയവും തന്റേടത്തോടെ നേടിയതാണല്ലോ. സംഘാംഗങ്ങൾക്ക് വോട്ടർപട്ടികയിലെ വിലാസം നോക്കി സ്റ്റൈലൻ കയ്യടയിൽ പ്രണയലേഖനങ്ങൾ എഴുതിയയച്ചിരുന്നു. വോട്ടുപിടുത്തവുമായി മിക്കവാറും എല്ലാവീട്ടുകളിലും കേറിയിറങ്ങി. ആകെ മലയാളത്തിലെ മുതിർന്ന സാഹിത്യകാരൻമാരിൽ നിന്നും നിറഞ്ഞ വാത്സല്യം കിട്ടി എനിക്ക്.

പഴയ സംഘം പെറ്റുവളർത്തിയോർ പോയി മറഞ്ഞു. വിടചൊല്ലി യാത്രയാകുന്നവരെ വോട്ടർപട്ടികയിൽ നിന്നും പേരു വെട്ടിമാറ്റുകയാണ് എനിക്കിപ്പോൾ പണി. പട്ടികയിലെ ആദ്യതാളുകൾ എന്റെ ചുവന്ന പേനയുടെ വരകൾ വീണ് നിറഞ്ഞു. മാസത്തിൽ ഒന്നും രണ്ടും പേരുകൾ അടിവരയിട്ട് വെട്ടിമാറ്റുകയാണ്. ഓരോ ചുവപ്പുവരയും ഒത്തിരി ഓർമ്മകൾ ഉണർത്തുന്നു.

പോയ രണ്ടാഴ്ചയിൽ മൂന്ന് ചോപ്പു വര വീണു എന്റെ കൈയിലെ പട്ടികയിൽ. ആദരണീയനായ പാലാ നാരായണൻനായരുടെയും ഇഷ്ടക്കാരായ കെ എസ് കൃഷ്ണൻ, പി അയ്യനേത്ത് എന്നിവരുടെയും പേരുകളിൽ ഞാൻ അടിവര ഇട്ടു...

മഹാകവി പാലായുമായി ഒരടുപ്പവും ഉണ്ടായിട്ടില്ല. രണ്ടു ലോകത്തും രണ്ടു കാലത്തുമാണെന്ന തോന്നലായിരുന്നു എന്നും. അമ്പതാണ്ടിൽ അഞ്ചാറ് തവണയേ നേരിൽ കണ്ടിട്ടുള്ളൂ. ഭക്തിപൂർവ്വം ദൂരെ മാറിനിന്നു. ആ കവിതയുടെയും ഉള്ളിലേക്ക് കടന്നില്ല. നാലമ്പലത്തിനു ചുറ്റും തൊഴുതു നടന്നതേ ഉള്ളൂ.

പാലായുടെ പുസ്തകങ്ങൾ പലതും കുട്ടിക്കാലത്തേ കൈവന്നു. 'കേരളം വളരുന്നു' ഏഴെട്ടുഭാഗങ്ങൾ. സി ജെ തോമസ് വരച്ച പുറംചട്ട എനിക്കേറെ പ്രിയമായി. അക്ഷരങ്ങളെ ചാച്ചും ചെരിച്ചും ആട്ടമാടിച്ചും പാട്ടുപാടിച്ചും സി ജെ പുറംചട്ടകളൊരുക്കി. 'കേരളം വളരുന്നു' ഓരോ ഭാഗവും പല നിറങ്ങളിൽ ചട്ടയിട്ടു വന്നത് കൗതുകമുണ്ടാക്കി. കവിത അല്പസ്വല്പമേ വായിച്ചുള്ളുവെന്നത് സത്യം.

പാലായുടെ പുസ്തകങ്ങൾക്ക് പിൽക്കാലത്ത് ശങ്കരൻകുട്ടി വരച്ച പുറംചട്ടകളും മനോഹരമായി. 'അമൃതകല', 'പാലാഴി','പൗർണ്ണമി', 'വിളക്ക് കൊളുത്തു' — ഒക്കെ ഒന്നാന്തരം ശങ്കരൻകുട്ടിച്ചട്ടകൾ. ഉള്ളിൽ കവിതകൾക്കുമുണ്ടായിരുന്നു ആ ഒരഴക്. യക്ഷൻ കണ്ട മേഘമായി പാലാക്കവിത എനിക്ക്.

ചങ്ങമ്പുഴ, വൈലോപ്പിള്ളി, പാലാ —കൃഷ്ണനും ശ്രീധരനും നാരായണനും— ഒരാണ്ടിൽ പിറന്നവർ. 'ശ്രീകുമാര'ൻമാരുടെ പിതാക്കൾ.

മഹാകവി പാലാ നാരായണൻനായർ നൂറ് തികച്ച് പിന്നെയുംഓർമ്മയോടെ, കവിതയോടെ ജീവിക്കുമെന്നായിരുന്നു എന്റെ വിചാരം.

97-ൽ അദ്ദേഹം പോയി. സമ്പൂർണ്ണജീവിതത്തിന്റെ കാൽക്കൽ നമിക്കാം നമുക്ക്...

സംഘത്തിന്റെ കൂടിച്ചേരലുകളിലാണ് കെ എസ് കൃഷ്ണൻ ഇഷ്ടക്കാരനായത്. ഉവെള്ളയുടെ മിനസമായിരുന്നു അദ്ദേഹം. ഒന്നിച്ചു കൂടി മുറുക്കാൻ പങ്കിട്ടു തുടങ്ങിയ സ്നേഹം. മുമ്പുതന്നെ ബാലേണ്ണന്റെ 'കൗമുദി'യിലൂടെ കെ എസ്സിന്റെ മുനവച്ച കുറിപ്പുകൾ വായിച്ചു രസിച്ചിരുന്നു. വ്യത്യസ്തമായ ഒരു നർമ്മം കൃഷ്ണന്റെ രചനകളിൽ കണ്ടു. 'ദൈവം അല്പം താമസിച്ചുപോയി,' 'എന്റർ ട്രിവാൻഡ്രം സിറ്റി' എന്ന നാടകങ്ങൾ കൂടി വന്നപ്പോൾ വല്ലാണ്ടിഷ്ടമായി. സർവന്റ് കുട്ടപ്പൻ എന്നൊരു കഥാപാത്രത്തെ സൃഷ്ടിച്ച് കുറെ കളിച്ചു. 'മധുരനാരങ്ങ' എന്ന ഉപന്യാസക്കൂട്ടവും എനിക്കങ്ങു സുഖിച്ചു. (ദൂരദർശൻ സീരിയലിലൂടെ പ്രേംകുമാർ താരമായി മിന്നിത്തിളങ്ങിയ മധുരനാരങ്ങായല്ലി ഇപ്പോഴും നുണയുന്നവർ എത്രയോയുണ്ട്!)

സാഹിത്യസംഘം തെരഞ്ഞെടുപ്പിലും ചില ജാതിവിചാരങ്ങൾ കണ്ടു രസിച്ച് ഒരു കുഞ്ഞുകഥ ഞാനെഴുതി. 'ആരാ??' എന്ന കഥയിൽ സ്വജാതിയായ ഒരു മൂത്തസാഹിത്യംഎനിക്ക് അറിവ് പകരുന്നതായി ഞാനെഴുതി: 'കെ എസ് കൃഷ്ണൻ അസ്മാദിയല്ല; ജി. എൻ പണിക്കർ മറ്റവനുമല്ല.' കെ എസ്സിന് അതങ്ങു രസിച്ചു. എന്നോട് മുഴുത്ത പ്രണയമായി അതോടെ. കണ്ടപ്പോൾ പറഞ്ഞു:

'എടാ, ഞാൻ നായരാണെന്ന് കാരൂർസാറിന് അറിഞ്ഞു കൂടായിരുന്നു. ബാലന്റെ കമ്പനിയിൽപ്പെട്ട കള്ളുകുടിയൻ ചോവനാണെന്നാ കാരൂർ കരുതിയത്. സംഘത്തിൽ എനിക്ക് മെമ്പർഷിപ്പ് തരുന്നില്ല, മറ്റെല്ലാ നായന്മാർക്കും കൊടുക്കുന്നുമുണ്ട്!

വർക്കി സാർ ചോദിച്ചു: ആ കൃഷ്ണനെന്താ മെമ്പർഷിപ്പ് കൊടുക്കാത്തെ?

കാരൂർ പറഞ്ഞു: കണ്ട കുടിയൻമാർക്കൊന്നും സംഘത്തിൽ അംഗത്വമില്ല.

'പിന്നെ, എന്നെ ചേർത്തതോ?' വർക്കി സാർ ഒച്ചയെടുത്തു.

കുടിയല്ല, ജാതിയാണ് പ്രശ്നമെന്ന് പിന്നെ മനസ്സിലായി.തകഴിച്ചേട്ടൻ കാരൂർ സാറിനോട് അന്വേഷിച്ചു: കലവറ ശങ്കരപ്പിള്ളയുടെ മകനെ എന്താ മെമ്പറാക്കാത്തെ?

തറവാടിനായരുടെ മകനാണെന്ന് തിരിച്ചറിഞ്ഞപ്പോൾ, എനിക്ക് അംഗത്വം കിട്ടി.

അത്തരം ഒത്തിരി കഥകൾ നർമ്മമധുരമായി കെ എസ് പറഞ്ഞു. കുറെ കഥകൾ ഞാനും പറഞ്ഞു. ഒരു ദിവസം കോട്ടയം ബസ്സ്റ്റാൻഡിൽ നില്ക്കുമ്പോൾ പാലക്കാട് ബസിലിരുന്ന് കെ എസ് ഉറങ്ങുന്നു. തെക്ക് നിന്നും വന്ന ബസ്സാണ്. മറ്റ് യാത്രക്കാരൊക്കെ ചായ കുടിക്കാനും മറ്റും ഇറങ്ങിപ്പോയി.

ഞാനരികിൽ ചെന്നു. കുലുക്കിയുണർത്തി. എവിടെപ്പോകുന്നു എന്നന്വേഷിച്ചു.

കോട്ടയത്തിന്!

കോട്ടയമായി.

ചുറ്റും നോക്കി കെ എസ് പറഞ്ഞു. ഇത് കൊട്ടാരക്കരയാ!

ഏറെ തർക്കത്തിനു ശേഷം ഇറങ്ങിവന്നു. അടുത്ത ഹോട്ടലിൽ കയറി ചായകഴിച്ചിരിക്കുമ്പോൾ ഞാൻ ചോദിച്ചു: ബാഗോ പൊതിയോ വല്ലതുമുണ്ടായിരുന്നോ കൈയിൽ?

അയ്യോ! എന്റെ കെട്ട്, ബസ്സിന്റെ സീറ്റിൽ....

ഞാനോടി. ഓടിത്തുടങ്ങിയ ബസ്സിൽ ചാടിക്കേറി. കെട്ട് സീറ്റിലുണ്ടായിരുന്നു. എടുത്തോണ്ടുപോന്നു. 'സി വി ചരിത്രാഖ്യായികകളിലൂടെ', 'സി വി യുടെ മൂന്ന് കഥാപാത്രങ്ങൾ' എന്നീ ഗ്രന്ഥങ്ങളുടെ കൈയെഴുത്തുപ്രതികൾ ആയിരുന്നു അത്. കെ എസ്. കൃഷ്ണൻ വർഷങ്ങൾ അധ്വാനിച്ച ഗൗരവകൃതികൾ.

സംഘത്തിലെത്തിച്ച കടലാസുകെട്ട്. അവ കളഞ്ഞുപോകാഞ്ഞതിൽ കെ എസ് സന്തോഷിച്ചു. സന്തോഷത്തോടെ എന്നോട് പറഞ്ഞു: എന്റെ മകൾ സീത — രാമന്റെ ഭാര്യയല്ല, കൃഷ്ണന്റെ മകൾ സീത — എൻ പി ഒ എലിൽ സയന്റിസ്റ്റാണ്. കൊച്ചിയിൽ കാക്കനാട്ട് താമസം. അവൾക്കൊരു പയ്യനെ വേണം. കല്യാണത്തിന്. നല്ല സുന്ദരൻ, മേൽ ജാതി, വലിയ പഠിപ്പ്, ഉയർന്ന ഉദ്യോഗം ചെറുക്കൻമാർ വല്ലോരും നിന്റെ കൈയ്യിലുണ്ടോ?

ഉണ്ട്, രണ്ടുപേരുണ്ട്.

ആരാ?

ലീലാവതിട്ടീച്ചറിന്റെ പുത്രൻമാർ. എൻജിനീയർമാർ. മിടുക്കൻമാർ.

ആരുടെ മക്കൾ?

ലീലാവതിട്ടീച്ചറിന്റെ.

അതിന്, ലീലാവതിയെ കല്യാണം കഴിച്ചിട്ടില്ലല്ലോ. കെ എസ് പറഞ്ഞു.

ഞാൻ സ്വരമുയർത്തി: എന്ത് ഭ്രാന്താ പറയുന്നെ? ഡോ സി പി മേനോൻ അല്ലേ ടീച്ചറിന്റെ ഭർത്താവ്...

കെ എസ് ആലോചിച്ചിരുന്നു. നിമിഷങ്ങൾ കഴിഞ്ഞ് ചോദിച്ചു: കല്യാണക്കാര്യമല്ലേ നമ്മൾ പറയുന്നെ? ചെക്കൻ ലീലാവതിയുടെ മകൻ! പെണ്ണേതാ?

ഞാൻ ഉടക്കിപ്പിരിഞ്ഞു.

പിന്നീട് രണ്ടുമൂന്ന് മാസം കഴിഞ്ഞപ്പോൾ കാക്കനാട്ട് സർക്കാർ ക്വാർട്ടേഴ്സിൽ എന്റെ വീട്ടുവാതിലിൽ വെളുപ്പിന് കെ.എസ് കൃഷ്ണൻ. ളുവെള്ളയുടെ മിനുസമെല്ലാം ഉടഞ്ഞുമുഷിഞ്ഞ് ആകെ അലങ്കോലം.

ആട്ടോ റിക്ഷയിലാണ്. രാത്രി ഒരു മണി മുതൽ ഓടിയോടി വെളുപ്പിനെത്തിയിരിക്കുകയാണ്. ആട്ടോ ഡ്രൈവർ ദയനീയമായി പറഞ്ഞു: 'നൂറുരൂപ തന്ന് എന്നെ പറഞ്ഞയയ്ക്കണം, സാർ.'

ഞാൻ അയാളെ പറഞ്ഞയച്ചു.

മകളെ കാണാനെത്തിയതാണ്.

ഞാൻ കൂട്ടിക്കൊണ്ടുപോയി.

മകൾ പറഞ്ഞു: അച്ഛൻ എന്നെ കാണാൻ മിനിയാന്ന് വീട്ടീന്ന് പോന്നെന്ന് അമ്മ പറഞ്ഞല്ലോ.

അതെ ഞാനുടൻ തിരിച്ചു പോകുകയാണ്. മോൾ അച്ഛന് വണ്ടിക്കൂലി താ.

സീത ധാരാളം പണം നൽകി. അതുമായി പുറത്തേക്കു വരുമ്പോൾ പാൽബൂത്തിൽ ക്യൂ കണ്ടു. കെ എസ് ചോദിച്ചു. എന്താത്?

ഞാൻ പറഞ്ഞു: 'പാലിന് ക്യൂ.'

പാലിന് ക്യൂ! കെ എസ് ആശ്ചര്യപ്പെട്ടു: ചാരായത്തിന് ക്യൂനിൽക്കുന്നത് നമുക്ക് മനസ്സിലാകും. ഇത് പാലിന്!!

തിരുവനന്തപുരത്ത് പോകുമ്പോൾ ഞാൻ കെ എസ് കൃഷ്ണനെപ്പറ്റി പലരോടും ചോദിക്കും. അദ്ദേഹത്തിന് ഓർമ്മ ഒട്ടും ഇല്ലെന്ന്, നന്നേ ക്ഷീണിതനാണെന്ന് വിവരം കിട്ടും. ഒരിക്കലും പോയി കണ്ടില്ല.

ഇടയ്ക്കിടയ്ക്ക് ചില നല്ല നല്ല കൂടിച്ചേരലുകൾ ഓർത്തോമനിക്കും ആ എഴുത്ത് അയവിറക്കിയാനന്ദിക്കും.

കെ എസ് കൃഷ്ണൻ എന്ന പേരിന് കീഴെ ചുവപ്പുവര ഇരട്ടപ്പോൾ രണ്ടു ദിവസം കഴിയുമ്പോൾ പി അയ്യനേത്ത് എന്ന പേരിനു ചോട്ടിലും ചുവന്നവര ഇടേണ്ടിവരുമെന്നോർത്തില്ല. കെ എസ്സിന് എൺപത്തഞ്ചായെങ്കിൽ അയ്യനേത്തിന് എൺപതായില്ലല്ലോ.

സംഘംചേരലിൽത്തന്നെയാണ് അയ്യനേത്തുമായി ഒന്നിച്ചത്.

'കൗമുദി'യിൽ പി അയ്യനേത്ത് എഴുതിയ കഥകൾ ചെറുപ്പത്തെ ചൂട് പിടിപ്പിച്ചു. 'മനുഷ്യാ നീ മണ്ണാകുന്നു' എന്ന നോവൽ തുടരാനായി വന്നപ്പോഴേ വായിച്ച് കുളിർകൊണ്ടു. 'മലയാളരാജ്യ'ത്തിൽ 'കൊടുങ്കാറ്റും കൊച്ചുവള്ളവും' വന്നതുവായിച്ച് കണ്ണു നനഞ്ഞതും പഴയ ഓർമ്മ. 'വാഴ്വേമായം','തെറ്റ്' തുടങ്ങിയ നോവലുകളും അയ്യനേത്തിനെ വേണ്ടപ്പെട്ടവനാക്കി. 'കേരളശബ്ദ'ത്തിൽ വർഷങ്ങൾ തുടർന്ന നോവലുകൾ ഞാൻ മുടങ്ങാതെ വായിച്ചില്ല. പുസ്തകങ്ങളായി വന്നപ്പോഴുംഒന്നോടിച്ചു നോക്കിയതേയുള്ളൂ.

വാഴ്വിലും വാക്കിലും പച്ചമനുഷ്യൻ ആയിരുന്നു അയ്യനേത്ത്. പാവം ക്രൂരൻ. ഒറ്റയാൻ പോരാളി. ദ്രോഹികളുടെ ലോകത്ത് ഏകനായ നല്ലവൻ.

ഒരു പ്രാവശ്യം അയ്യനേത്തും ഞാനും രണ്ടംഗമുന്നണിയായി സംഘം തെരഞ്ഞെടുപ്പിൽ മത്സരിച്ചു. കുറെ ദിവസങ്ങൾ ഒന്നിച്ച് വോട്ടുപിടിച്ച് നടന്നു. അയ്യനേത്തിന്റെ ഇളകിയാടിയുള്ള നടപ്പ് ഞാനേറെ രസിച്ചു. തിരുവനന്തപുരത്തും കോട്ടയത്തും എറണാകുളത്തും ഞങ്ങൾ വോട്ടറന്മാരെ വേട്ടയാടി. നടന്നുപോകുമ്പോൾ 'ബാർ' എന്ന ബോർഡ് കണ്ടാൽ അയ്യനേത്ത് പറയും: ഇന്ന് നമുക്ക് ഇത്രയും

വോട്ട് പോരെ?

ആകെ രണ്ടുപേരെയാ കണ്ടത്! ഞാൻ ദേഷ്യം പിടിക്കും.
അതിനു നമ്മളെന്താ ജയിക്കാനാണോ മത്സരിക്കുന്നേ?
അല്ലാതെ പിന്നെ?
മത്സരിക്കാനായി മത്സരിക്കുന്നു!

ആ നാളിലൊരിക്കൽ ഞാൻ പറഞ്ഞു: അയ്യനേത്തിന് അവാർഡ് കിട്ടാത്തതുകൊണ്ടും പുളുരിന് അവാർഡ് കിട്ടിയതുകൊണ്ടും രണ്ടും പിഴകളായിപ്പോയി.

അയ്യനേത്ത് മിണ്ടിയില്ല. 'ദ്രോഹികളുടെ ലോകം' വായിക്കുന്നു എന്നറിയിച്ച ഗൗരിയമ്മയെപ്പറ്റി ആഹ്ലാദംകൊണ്ടു. അക്കാദമി അവാർഡിനെക്കാൾ വലുതാണ് ഗൗരിയമ്മയുടെ അംഗീകാരം എന്ന് അഭിമാനിച്ചു.

സംഘം തെരഞ്ഞെടുപ്പിൽ ഞങ്ങൾ അന്തസ്സായി തോറ്റു. തോൽവി സുഖമായി ആഘോഷിച്ചു. റൂംബോയി ഒരു കൊച്ചുപയ്യൻ ഞങ്ങളുടെ ആഹ്ലാദം കണ്ടുരസിച്ചുനിന്നു. അവന് അല്പം മദ്യം പകർന്നുകൊടുത്തു ഞാൻ. അവൻ കുടിക്കാനൊരുങ്ങി. അയ്യനേത്ത് ആ ഗ്ലാസ് തട്ടിത്തെറിപ്പിച്ചു. ഗ്ലാസ് തറയിൽ വീണ് ഉടഞ്ഞു ചിതറി. പയ്യനെ ചീത്തവിളിച്ച് ഓടിച്ചു.

എന്നെയും ചീത്തപറഞ്ഞു: കൊച്ചുപയ്യൻ, വീട്ടിലെ പട്ടിണി കൊണ്ട് ഈ പണിക്കു വന്നു. അവനെ നശിപ്പിക്കുന്നോ! നമ്മൾക്ക് പ്രായമായി, നമ്മൾ നശിച്ചു! കുട്ടികളെ നശിപ്പിക്കരുത്...

രാവിലെ, ആ പയ്യനെ വിളിച്ചുവരുത്തി ഇരുപത് രൂപ 'ടിപ്പ്' നൽകി അയ്യനേത്ത്.

അയ്യനേത്ത് എന്ന എഴുത്തുകാരനെ തിരിച്ചറിയുകയായിരുന്നു ഞാൻ. എനിക്കേറെ ബഹുമാനമായി. എഴുത്തുകാരനെക്കാൾ വലിയ മനുഷ്യനായിരുന്നു അദ്ദേഹം...

വോട്ടർപട്ടികയിൽ പുതുതായി ചുവന്ന അടിവര ഇട്ട പേരുകൾ ഞാൻ വായിക്കുന്നു.

പാലാ നാരായണൻനായർ നമ്പർ 122

പത്രോസ് അയ്യനേത്ത് നമ്പർ 466

കെ. എസ്. കൃഷ്ണൻ നമ്പർ 670

●

ഇബ്സൻ വെള്ളിത്തിരയിൽ തിളങ്ങുമ്പോൾ

1962-ലോ 63-ലോ ആണ് സോഫോക്ലിസിന്റെ 'ഈഡിപ്പസ്'' നാടകം ഞാൻ ആദ്യമായി അരങ്ങേറിക്കാണുന്നത്. കോഴിക്കോട് ദേശപോഷിണി വായനശാല ആയിരുന്നു അവതാരകർ. സി ജെ തോമസിന്റെ പരിഭാഷയല്ല, പി കെ മേനോന്റെ മൊഴിമാറ്റം ആണ് ദേശപോഷിണി നാടകപാഠമായി സ്വീകരിച്ചത്. ആരാണ് ഈഡിപ്പസ് സംവിധാനം ചെയ്തതെന്ന് എനിക്ക് നിശ്ചയമില്ല. കുഞ്ഞാണ്ടിയും ബാലൻ കെ നായരും വാസുപ്രദീപും മച്ചാട്ട് വാസന്തിയും മറ്റും അഭിനേതാക്കാൾ. ചമയവും സംഗീതവും വെളിച്ചവും രംഗവുമൊക്കെ അമ്പരപ്പിച്ചുകളഞ്ഞു. അന്നുവരെ പരിചയപ്പെട്ട നാടകാവതരണരീതികളിൽ നിന്നും തീർത്തും വിഭിന്നമായിരുന്നു ഈഡിപ്പസ്. ഇതിവൃത്തത്തിന്റെ മൂർച്ചയും ഞെട്ടിച്ചു. അദ്ഭുതമായി അന്ന് ആ നാടകത്തിന്റെ കാഴ്ച. വേറെ ഏതോ സംസ്കൃതിയുടെ ഒരു ചീന്ത് കണ്ണിലും കാതിലുംകൂടി ഉള്ളിൽ പതിച്ചു.

തലേരാത്രിയിൽ കണ്ടും കേട്ടു മനസ്സറിഞ്ഞ 'അശ്വമേധം' നാടകം പിൽക്കാലത്ത് മറന്നേ പോയി. രൂപത്തിലും വേഷത്തിലും പാട്ടിലും പറച്ചിലിലും — അശ്വമേധപാത്രങ്ങൾ നമ്മുടെ സമൂഹത്തിൽനിന്നും വേരോടെ പറിച്ചെടുത്തത്. ഭാസിയുടെ ഭാഷണവും ഓയെൻവി — ദേവരാജൻമാരുടെ ഗാനങ്ങളും ജോർജ് — സുലോചനമാരുടെ പച്ചപ്പരുക്കൻ ശബ്ദവും മേലാകെ തറഞ്ഞുകേറി. ഉമ്മർ, ഗോവിന്ദൻകുട്ടി, കൃഷ്ണപിള്ള, ശ്രീനാരായണപിള്ള, ജോർജ്, സുലോചന, ഖാൻ തുടങ്ങിയവർ വേദിയിൽ ഉജ്ജ്വലമുഹൂർത്തങ്ങൾ സൃഷ്ടിച്ചു. ചോരച്ചൂട് കുറെക്കൂട്ടി 'അശ്വമേധം'. എന്നിട്ടും, പിറ്റേന്നു രാവിൽ ഈഡിപ്പസ് രോമാഞ്ചം ഉണ്ടാക്കി...

('അശ്വമേധ'ത്തിൽ ഹെൽത്ത് വിസിറ്റർ ആയിവന്ന ഖാൻസാഹിബ് ഇക്കഴിഞ്ഞ നാളിൽ അന്തരിച്ചു. 'പുതിയ ആകാശം പുതിയ ഭൂമി', 'ശരശയ്യ', 'തുലാഭാരം', ആന്റണിയുടെ 'രാഗം' എന്നീ നാടകങ്ങളിലും ഖാൻസാഹിബിനെ ഞാൻ കണ്ടിട്ടുണ്ട്; കണ്ടാന ന്ദിച്ചിട്ടുണ്ട്. കാലായ്ക്കൽ കുമാരൻ, ശ്രീനാരായണപിള്ള, മണവാളൻ ജോസഫ്, വത്സലൻ എന്നിവർക്കൊപ്പം ഞാൻ മനസ്സിൽ പ്രതിഷ്ഠി ച്ചിട്ടുള്ള നടനാണ് ഖാൻ. അദ്ദേഹം കൂടി പോയതോടെ ഒരു വലിയ തലമുറ തീരുന്നു.)

ആർട്ടിസ്റ്റ് കേശവനും ശങ്കുണ്ണിയും കൂടി അരങ്ങത്തുണ്ടാക്കിവെച്ച അശ്വമേധദൃശ്യങ്ങൾ ഈഡിപ്പസ് കാഴ്ചയിൽ മങ്ങിപ്പോയി. ദേവരാജ സംഗീതത്തിനുംമേൽ ആഹ്വാൻ സെബാസ്റ്റ്യൻ പടിഞ്ഞാറൻ പുതുമ പകർന്നു.

ഈഡിപ്പസ് നാടകം ഇംഗ്ലീഷ് ഭാഷയിൽ അവതരിപ്പിച്ചു കണ്ടു പിൽക്കാലത്ത്. സി എം എസ് കോളജ് വിദ്യാർത്ഥികളാണ് നാടകം അവതരിപ്പിച്ചത്. ഡ്രാമാസ്കോപ്പ് വേദി ഒരുക്കപ്പെട്ടു. നെടുനീളൻ അരങ്ങ്. ഇരുവശത്തും വിശാല രാജസഭാശാലകൾ. ആർഭാടം നിറഞ്ഞ നാടകാവതരണമാണ് സി എം എസ് കോളജ് സമ്മാനി ച്ചത്. പ്രൊഫസർ വെട്ടം ജോർജ് സംവിധായകൻ; കോളജിലെ കുട്ടികൾ അഭിനേതാക്കൾ.

രണ്ട് ഈഡിപ്പസുകൾക്കും ഇടയിലാണ് 'ഗോദോയെ കാത്ത്' ഞാൻ കണ്ടത്. തിരുവനന്തപുരത്ത് ഹസ്സൻ മരക്കാർ ഹാളിൽ. അടൂർ ഗോപാലകൃഷ്ണൻ നാടകസംവിധായകൻ. എബ്രഹാം ജോസഫും ഗോപിയും കരമന ജനാർദ്ദനൻനായരും വേണുക്കുട്ടൻനായരും നടൻമാരായിരുന്നു എന്നാണ് എന്റെ ഓർമ്മ. ബക്കററിന്റെ നാടകം കടമ്മനിട്ട തർജ്ജമചെയ്തതായിരുന്നു നാടകപാഠം. മലയാളനാട കവേദിക്ക് അപരിചിതമായ പാഠം, ജീവിതദർശനം. പ്രേക്ഷകർ അഭ്യസ്തവിദ്യരായ പ്രമാണികൾ; സ്തംഭിച്ചിരുന്ന് നാടകം ദർശിച്ചു.

തിരുവനന്തപുരത്ത് സി ഐ പരമേശ്വരൻപിള്ള എന്ന മഹാനടൻ ഇംഗ്ലീഷ് നാടകങ്ങൾ അഭിനയിച്ചിരുന്നതായി കേട്ടറി വുണ്ട്. 'ഡോക്ടർ ജെക്കിൾ ആന്റ് മിസ്റ്റർ ഹൈഡ്' മലയാളത്തിൽ അവതരിപ്പിച്ച അദ്ഭുതവും കേട്ടിട്ടുണ്ട്. അക്കാലത്ത്, കൊച്ചിയിൽ മുത്തയ്യയും പാശ്ചാത്യനാടകങ്ങൾ അരങ്ങേറി. ഇംഗ്ലീഷിൽത്ത ന്നെ. വളരെ ദൂരെയല്ലാത്ത കാലത്ത് എസ് ബി-എസ് എൻ-എൻ എസ് എസ് കോളജുകളിൽ ഇംഗ്ലീഷ്നാടകങ്ങൾ —ഷേക്സ്പിയറും മറ്റും— അവതരിപ്പിക്കുകയുണ്ടായി. പ്രൊഫ. ഷേപ്പേഡ്, പ്രൊഫ.

ശിവപ്രസാദ്, പ്രൊഫ. എൻ ജി കുറുപ്പ് എന്നിവരാകുന്ന 'പ്രതി'കൾ (പിന്നീട് പ്രേംനസീർ ആയി മാറിയ അബ്ദുൾഖാദർ എസ് ബിയിൽ വെച്ച് മാർക്ക് ആന്റണി ആയോ മറ്റോ കസറി. എസ് എനിൽ തിലകനും....)

പക്ഷേ,

മലയാളം സ്റ്റേജിൽ ഇബ്സൻ അന്യനായിപ്പോയതെന്ത്? ഞാൻ അദ്ഭുതപ്പെട്ടിട്ടുണ്ട്. എന്തുകൊണ്ട് ഇബ്സൻ നാടകങ്ങൾ മലയാളത്തിലോ ഇംഗ്ലീഷിലോ ഇവിടെ അരങ്ങേറിയില്ല? ഒട്ടുമിക്ക ഇബ്സൻ നാടകങ്ങളും മലയാളത്തിൽ തർജ്ജുമയായി വന്നു. ചിലതൊക്കെ മലയാളീകരിച്ചും വന്നു.

കേസരി ബാലകൃഷ്ണപിള്ളതന്നെ മുൻകൈയെടുത്ത് 'പ്രേതങ്ങൾ' (ഗോസ്റ്റ്) മലയാളത്തിൽ പുസ്തകമായി പ്രസിദ്ധീകരിച്ചു. സി ജെ തോമസ് അത് 'ഭൂത'മാക്കി. പിന്നീട്, സി നാരായണപിള്ള 'മുല്ലയ്ക്കൽ ഭവന'വും ഭാഷയിലാക്കി. ഇ എം കോവൂർ ടി എൻ ഗോപിനാഥൻ നായർ ഡോ. കെ രാമചന്ദ്രൻനായർ എൻ കൃഷ്ണപിള്ള എന്നിവരെല്ലാം ഇബ്സൻ പരിഭാഷകരായി. പാവക്കൂട്, കാട്ടുതാറാവ്, രാജശില്പി, ജനശത്രു, സാഗരകന്യക തുടങ്ങിയതൊക്കെ മലയാളനാടകത്തിന്റെ സാഹിത്യത്തിന്റെ ആഴം കൂട്ടി. 'പ്രശ്നനാടകം' ഭാഷയിൽ സജീവമായി. ഒരു ഇബ്സൻ നാടകം എന്നും കോളജ് പാഠപുസ്തകമായി.

ഒരു 'കേരളാ ഇബ്സൻ' തന്നെ ഉണ്ടായി!

എന്നിട്ടും എന്തേ ഇബ്സൻ ഇവിടെ സ്റ്റേജു ചെയ്യപ്പെട്ടില്ല?

നമ്മുടെ സമൂഹത്തിന്, പാരമ്പര്യത്തിന്, സംസ്കാരത്തിന്, ദർശനത്തിന് വിരുദ്ധമാണോ ഇബ്സൻ നാടകം? അദ്ദേഹം അവതരിപ്പിച്ച ഞെട്ടിപ്പിക്കും പ്രശ്നങ്ങൾ നമുക്ക് അശ്ലീലമാണോ?

ഈ വിചാരങ്ങൾ പണ്ടേ എനിക്ക് ഉണ്ടായിരുന്നു. ശ്രീ കെ. പി കുമാരൻ സംവിധാനം ചെയ്ത 'ആകാശഗോപുരം' സിനിമ കാണുമ്പോഴും കണ്ടു പോരുമ്പോഴും ഈ സംശയങ്ങളെല്ലാം എന്നിലുണർന്നു.

ഹെൻട്രിക് ഇബ്സന്റെ ചരമശതാബ്ദി വർഷത്തിൽ മലയാളത്തിന്റെ സമർപ്പണമാണ് 'ആകാശഗോപുരം' എന്ന ചലച്ചിത്രം. 'രാജശില്പി' (മാസ്റ്റർ ബിൽഡർ)യുടെ ചിത്രാവിഷ്കാരം. കെ.പി കുമാരന്റെ രചനയും സംവിധാനവും. മോഹൻലാൽ പ്രധാന വേഷത്തിൽ. മനോജ് കെ ജയൻ, ശ്രീനിവാസൻ എന്നിവരും

ഭരത് ഗോപിയുമുണ്ട് പടത്തിൽ. ശ്വേതയും ഗീതുവും നിത്യയും സ്ത്രീ കഥാപാത്രങ്ങൾ.

പൂർണ്ണമായും ലണ്ടൻ പശ്ചാത്തലത്തിൽ ആകാശഗോപുരം നിർമ്മിച്ചിരിക്കുന്നു.

സന്തോഷ് തുണ്ടിയിൽ ഛായാഗ്രാഹകൻ. മനോഹരമാണ് ദൃശ്യങ്ങൾ. അർച്ചനാഗീതംപോലെ സുന്ദരം. സ്വപ്നങ്ങൾക്ക് നിറം കൊടുത്തിരിക്കുന്നു സന്തോഷ്.

'ടൈറ്റാനിക്'' ചിത്രത്തിന് സംഗീതം നൽകിയ ജോൺ ആൾട്ട്മാൻ ആകാശഗോപുരത്തിനും സംഗീതം നൽകിയിരിക്കുന്നു...

കെ പി കുമാരനെ പണ്ടേ എനിക്ക് ഇഷ്ടമാണ്. 'റോക്ക്'' എന്ന ഹ്രസ്വചിത്രം കണ്ടനാൾ മുതലേ. നാറാണത്ത് ഭ്രാന്തന്റെ നാടൻജീവിതവ്യാഖ്യാനം ആധുനികഭാവം ഉണ്ടായി റോക്കിലൂടെ.

'അതിഥി' എന്ന കഥാചിത്രവും ഏറെ പ്രിയമായി. ആന്റണി ശ്രീധരൻനായരുടെയും ഒപ്പം ഷീലയുടെയും മികച്ച ഭാവാഭിനയം അതിഥിയെ അവിസ്മരണീയമാക്കി. 'ഗോദോയെ കാത്ത്'' നൽകുന്ന ജീവിത ദർശനവും വ്യാഖ്യാനവും അതിഥിയിൽ നിറയുന്നതായി തോന്നി. മലയാളകഥയിലും നോവലിലുമൊക്കെ യൂറോപ്യൻ ഫിലോസഫി കടന്നുകേറി വീശിപ്പോകുന്ന നേരമായിരുന്നല്ലോ അപ്പോൾ.

ലളിതസുന്ദരമായ ചിത്രമായിരുന്നു അതിഥി. ശ്രീ കെ പി കുമാരനെ അതിഥിയുടെ പേരിൽ ആദരിക്കുന്നു.

ലാളിത്യമല്ല ആകാശഗോപുരത്തിന്റെ ഭാവമുദ്ര. അനാവശ്യമായ ആർഭാടവും ധൂർത്തും കൃത്രിമഗാംഭീര്യവും. അവ എന്നെ ഭയപ്പെടുത്തി.

മലയാള സമൂഹത്തിന്റെ ആഢംബരജാഡകൾ ഇബ്സനിലേക്ക് കടന്നുകേറിയ മാതിരി.

ആകാശഗോപുരത്തിന്റെ പ്രദർശനോദ്ഘാടനവും 'ഭീകര'മായ നുഭവപ്പെട്ടു. ഇടതുപക്ഷ തൊഴിലാളി സംഘടനകൾ പണിമുടക്ക് നടത്തിയ ദിനത്തിൽ ചിയർഗേൾസുൾപ്പെടെ ഉണ്ടായ ലോഞ്ചിങ്! മലയാളസിനിമയുടെ ചരിത്രത്തിൽ പുതുസംഭവം!!

ഇബ്സൻ നാടകമായ 'എനിമി ഓഫ് ദി പീപ്പിൾ' ആണ് സത്യജിത്റേ അവസാനം പടമാക്കിയത്. 'ഗണശത്രു' അതിതുവരെ കാണാൻ കഴിഞ്ഞിട്ടില്ല എനിക്ക്. റേയുടെ ചിത്രം കുമാരചിത്രം പോലെ ബ്രഹ്മാണ്ഡപ്പടപ്പല്ല, തീർച്ച.

മോഹൻലാൽ, സന്തോഷ്, കുമാരൻ എന്നിവരെ മനസ്സിൽ നിറച്ച് മടങ്ങുമ്പോൾ ഞാൻ പതിനഞ്ചുവർഷം മുമ്പ് തിരുവനന്തപുരം ഫിലിം ഫെസ്റ്റിവലിൽ കണ്ട 'ഹാംലറ്റ്' അയവിറക്കി. സോവിയറ്റ് യൂണിയൻ പടം ആയിരുന്നു. ബ്ലാക് ആന്റ് വൈറ്റ്. സംവിധായകൻ, ഛായാഗ്രാഹകൻ, അഭിനേതാക്കൾ— ആരെന്നോർമ്മയുമില്ല. പക്ഷേ, ഷേക്സ്പിയർ നാടകത്തിന്റെ മഹത്വത്തിനപ്പുറം ജന്മംകൊണ്ട സിനിമയായിരുന്നു അത്. ഒരു പക്ഷേ, സോവിയറ്റ് നാടിന്റെ അന്നത്തെ മനസ്സാവാം ഹാംലറ്റായി മാറിയത്. നാടകത്തിന്റെ പുതുപരിഭാഷയായി സിനിമ.

അകിര കുറസോവയുടെ 'തോൺ ഓഫ് ബ്ലഡ്' ഓർമ്മയിൽ തിളങ്ങി ഉദിക്കുന്നു. ഷേക്സ്പിയർ നാടകം തന്നെ അതും— 'മാക്ബത്ത്' നാടകമല്ല, മറ്റൊരു സൃഷ്ടിയാണ് കുറസോവയുടേത്. ദേശീയമായ തനിമയും സ്വന്തമാക്കുന്നു ആ സിനിമ.

ശാന്താറാമിന്റെ 'സ്ത്രീ'യും എന്നിൽ പുനർജ്ജനിക്കുന്നു. കാളിദാസശാകുന്തളം രണ്ടുതവണ ശാന്താറാം പടമാക്കി. ആദ്യം 'ശകുന്തള'. പിന്നെ ഒരിരുപത്തഞ്ചാണ്ട് കഴിഞ്ഞ് 'സ്ത്രീ' എന്ന പേരിലും. (സ്ത്രീയിൽ ശാന്താറാംതന്നെ ദുഷ്യന്തൻ). കാളിദാസന് കാലികത നൽകി ശാന്താറാം. സ്ത്രീ ഭാരതീയകലയുടെ മൂർത്തതയുമായി.

('കളിയാട്ടം' ചെയ്ത ജയരാജിനെയും ഞാൻ ഓർത്തു.)

കുറസോവ, ശാന്താറാം എന്നിവരെ ഓർമ്മിപ്പിച്ചതിന് കുമാരന് നന്ദി!

●

ഡീസിയുടെ റെക്കോർഡ് തകർത്ത എം.കെ.

ആറടി പൊക്കം. മെലിഞ്ഞ ദേഹം. അരനൂറ്റാണ്ടിലധികമായി അരക്കഴഞ്ച് തൂക്കം കൂടിയിട്ടില്ല. മുട്ടറ്റമിറങ്ങിക്കിടക്കുന്ന കുഴൽപോലുള്ള കോളർജൂബ്ബയാണ് വേഷം. അപ്പോൾ ഉയരം ആററ യടിയായിത്തോന്നിക്കും.

തല നരച്ചിട്ടില്ല. കാപ്പിപ്പൊടിയിൽ പഞ്ചാര തൂവിയ പരുവം. വരയൻ മീശയ്ക്കും ആ ഭംഗിയുണ്ട്. പ്രസാദമധുരമാണ് മുഖം എപ്പോഴും.

ആരോടും പിണക്കമില്ല. എല്ലാവരോടും ഇണക്കം.

എന്നോടുതന്നെ എന്തൊരിഷ്ടമാണ്!

ശ്രീ. എം കെ മാധവൻനായരെ ഞാൻ കാണാൻ തുടങ്ങിയിട്ട് അമ്പത് വർഷത്തോളമായി. അദ്ദേഹം സാഹിത്യപ്രവർത്തക സഹകരണസംഘത്തിൽ പബ്ലിക്കേഷൻ മാനേജർ ആകുന്നതിനും മുൻപേ. സംഘം ആപ്പീസ് അന്ന് വയസ്കര ലെയിനിൽ അമ്മിണി ച്ചേട്ടന്റെ (മഠത്തിൽ പറമ്പിൽ കൃഷ്ണൻനായർ) കെട്ടിടത്തിൽ പ്രവർ ത്തിക്കുന്നു. ചേർന്നുതന്നെ ഇന്ത്യാപ്രസ്സും.

സംഘം സെക്രട്ടറി കാരൂർ നീലകണ്ഠപ്പിള്ള.

ഇന്ത്യാ പ്രസ്സ് മാനേജർ വള്ളം കുളം പി.ജി. പിള്ള. പബ്ലിക്കേഷൻ മാനേജർ ഡി.സി. കിഴക്കേമുറി.

കാരൂരിന്റെയും ഡീസിയുടെയും അരികത്ത് 'എം കെ മാധവൻ നായരുമെത്തി. പുസ്തകനിർമ്മാണത്തെ സഹായിക്കാൻ. പിന്നൊരു മൂന്ന് പതിറ്റാണ്ടിലേറെക്കാലം മലയാളപുസ്തകങ്ങളുടെ രൂപഭാവങ്ങ ളൊരുക്കുന്ന അണിയറശില്പികളിൽ പ്രധാനിയായി മാധവൻനായർ.

പന്തളമാണ് ജന്മദേശം. സ്കൂൾ വിദ്യാഭ്യാസം കഴിഞ്ഞപ്പോഴേ ഏതോ നിയോഗം പോലെ പുസ്തകപ്രസാധനരംഗത്തെത്തി. സി.ബി. പണ്ടാരത്തിലിന്റെ 'അരുണോദയം' പ്രസ് വടക്കാഞ്ചേരിയിൽ. ചെങ്ങാരപ്പള്ളിയുടെ അളിയനാണ് പണ്ടാരത്തിൽ. ചെങ്ങാരപ്പള്ളി തിരുമേനിയോടൊപ്പം മാധവനും വടക്കാഞ്ചേരിയിലെത്തി. അരുണോദയത്തിൽ നിന്നും തകഴിയുടെ 'തോട്ടിയുടെ മകൻ' തുടങ്ങിയ പുസ്തകങ്ങൾ പുറത്തുവന്നത് മാധവന്റെ മേൽനോട്ടത്തിൽ.

അരുണോദയം ഏറെ വൈകാതെ അസ്തമയത്തിലേക്ക് പോയി. മാധവൻനായർ കോഴിക്കോടിനുംപോയി. സാമൂതിരീസ് കോളജിൽ (പിന്നീട് ഗുരുവായൂരപ്പൻ കോളജായി മാറി) ഇന്റർമിഡയറ്റിനു ചേർന്നു.

'മാതൃഭൂമി' പുസ്തകപ്രസാധനരംഗത്തുണ്ട് കോഴിക്കോട്ട്. ഗാന്ധിജി നെഹ്റുജികളുടെ ആത്മകഥകളും 'ഇന്ത്യയെ കണ്ടെത്ത'ലും 'ലോക ചരിത്രാവലോകന'വും ഒപ്പം കേശവമേനോന്റെയും ബാലാമണിയമ്മയുടെയും ചില പുസ്തകങ്ങളുംമാതൃഭൂമി അടിച്ചു വിൽക്കുന്നു. പി കെ ബ്രദേഴ്സ് (കേളൻ സഹോദരൻമാർ) ഉഷാറായി പുസ്തകപ്രസാധകരായുണ്ട്.

പി കെ ബ്രദേഴ്സ് പിളർന്നാണ് കെ ആർ ബ്രദേഴ്സ് പിറന്നതെന്ന് തോന്നുന്നു. പൂർണ്ണ ജനിച്ചിട്ടില്ലന്ന്.

ഇന്റർമീഡിയറ്റ് കഴിഞ്ഞ് മാധവൻനായർ തൃശ്ശൂർ കേരളവർമ്മ കോളജിൽ വന്ന് ബി.എ.യ്ക്ക് ചേർന്നു. പി. ശങ്കരൻനമ്പ്യാർ പ്രിൻസിപ്പൽ. ഇ കെ നാരായണൻപോറ്റിയും എം എസ് മേനോനും മറ്റു അധ്യാപകർ.

മലയാളപുസ്തക പ്രസാധകരംഗത്ത് മംഗളോദയം (നാലാമ്പ്രാനെന്ന എ. കെ. ടി. കെ. എം. വാസുദേവൻനമ്പൂതിരിപ്പാട്) കൊടികുത്തിവാഴും കാലം. കറന്റ് ബുക്സ് (തോമസ് മുണ്ടശ്ശേരി) വരാനിരിക്കുന്നതേയുള്ളൂ.

ബി. എ. കഴിഞ്ഞ് എ.ം കെ. മാധവൻനായർ വടക്കാഞ്ചേരിക്ക് ചെന്നു. അരുണോദയത്തിന്റെ അസ്തമയം പൂർണ്ണമായി കഴിഞ്ഞിരുന്നു. അവിടുന്നാണ് അദ്ദേഹം പുസ്തകനിർമ്മാണസഹായി ആയി സംഘത്തിലെത്തുന്നത് – 1956 ൽ

സംഘം ആപ്പീസിന്നു സമീപം സ്റ്റാർ തിയേറ്റർ. തൊട്ടടുത്ത് തിയേറ്റർ ആപ്പീസിലെ മുറിയിലായിരുന്നു എം കെ മാധവൻനായരുടെ താമസം. സ്റ്റാറിൽ ശനിയും ഞായറും മോർണിങ്ഷോ ഉണ്ട്. ഒന്നാന്തരം ഇംഗ്ലീഷ് ചിത്രങ്ങൾ. ഹോളിവുഡ് ക്ലാസിക്കുകകൾ.

സിനിമയുടെ 'കഥാസാരം' തയ്യാറാക്കുന്ന പണി എം കെ യെക്ക് കൊടുത്തു സ്റ്റാർ സ്വാമി.

അരവിന്ദൻ, ജോൺ എബ്രഹാം, തിരുവല്ലയിൽ നിന്നും കെ ജി ജോർജ് തുടങ്ങിയ യുവകോമളൻമാരായിരുന്നു സ്ഥിരം മോർണിങ് ഷോ കാണികൾ. 'എ' പടം കാണാൻ ഞാൻ ഉൾപ്പെടെയുള്ള കുഞ്ഞുങ്ങൾക്ക് പ്രായപൂർത്തിയായിരുന്നില്ല!

മോർണിങ് ഷോയുടെ ചുവപ്പുപച്ച കഥാസാരനോട്ടീസുകൾ നൂറു കണക്കിന് അടുക്കി സൂക്ഷിക്കുന്നു ഇപ്പോഴും ശ്രീ കെ. ജി ജോർജ്. കുറെ നാൾ മുൻപ് എറണാകുളത്ത് ഒരു പാർട്ടിയിൽ വെച്ച് ജോർജും മാധവൻനായരും കണ്ടുമുട്ടിയപ്പോൾ ഞാൻ അറിയിച്ചു: ഹോളിവുഡ് പടങ്ങളുടെ കഥാസാരം എഴുതിയിരുന്ന മഹാൻ ഇങ്ങേരത്രെ!

ജോർജിന് വല്യബഹുമാനമായിപ്പോയി...

ഏതാണ്ട് കാൽനൂറ്റാണ്ടുകാലം മലയാളസാഹിത്യപുസ്തകങ്ങളുടെ 'ർബ്'' മുഴുവനും തയ്യാറാക്കിയത് എം കെ മാധവൻനായർ ആണ്. പഴയ എൻ ബി എസ് പുസ്തകങ്ങൾ ഓർക്കുക. കവറിലും ടൈറ്റിൽ പേജുകളിലും ബ്ലർബിലും എല്ലാം ഐകരൂപ്യം കാട്ടിയ പുസ്തകങ്ങൾ. മലയാള പുസ്തകങ്ങൾ തനിമയിലും പൊലിമയിലും അഖിലേന്ത്യാനിലവാരത്തിലും മോളിലെത്തി.

ശാസ്ത്രീയമായ ചിട്ടപ്പെടുത്തൽ ടൈറ്റിൽ പേജുകളെ പൂർണ്ണമാക്കി, വിജ്ഞാനദായകമാക്കി.

ഡി സി കിഴക്കേമുറി സംഘം സെക്രട്ടറിയും എം കെ മാധവൻ നായർ പബ്ലിക്കേഷൻ മാനേജരും; തുടർന്ന് മാധവൻനായർ സെക്രട്ടറിയുമായിരുന്ന കാലം. മലയാളഗ്രന്ഥങ്ങളുടെ സുവർണ്ണകാലമായിരുന്നത്. ആർട്ടിസ്റ്റ് ശങ്കരൻകുട്ടികൂടി ചേർന്നതോടെ പുസ്തകനിർമ്മാണം കലയായി.

നിഘണ്ടുക്കൾ, ക്ലാസിക്പരിഭാഷകൾ, തെരഞ്ഞെടുത്ത സമാഹാരങ്ങൾ — ഒക്കെക്കും പിന്നിൽ അജ്ഞാതശക്തിയായി പ്രവർത്തിച്ചത് എം.കെ. അദ്ദേഹം അരങ്ങുവെട്ടത്തിൽ കേറി വെളിച്ചപ്പെടുന്നതോ, മുൻനിരയിരുപ്പിടം പിടിച്ചെടുത്ത് ഞെളിഞ്ഞമർന്ന് ആളാകുന്നതോ ഒരിക്കലും ഞാൻ കണ്ടിട്ടില്ല എല്ലാത്തിനും പിന്നിൽ ഞാനാരുമല്ലെന്ന മട്ടിൽ.

കാരൂരിനും ഡീസിക്കും ശേഷം അവരുടെ നല്ല പിൻഗാമിയായി പത്തുവർഷം സംഘം സെക്രട്ടറിയായി. എം. കെ മാധവൻനായരുടെ നിശ്ശബ്ദ നേതൃത്വം സംഘത്തെ ഉച്ചത്തിലെത്തിച്ചു. കാരൂർ

ഡീസികളെ പുകച്ചു പുറത്തുചാടിച്ച ഉപജാപകരുടെ കുടിലതന്ത്രങ്ങളിലും സംഘത്തെ നയിച്ചുകൊണ്ടുപോകാൻ അദ്ദേഹത്തിനു കഴിഞ്ഞു.

മലയാളത്തിലെ മുഴുവൻ എഴുത്തുകാരുമായി ഇത്രമാത്രം ആത്മബന്ധം ഉണ്ടാക്കിയ മറ്റൊരാൾ ഉണ്ടാവില്ല. ബന്ധങ്ങളൊന്നും സ്വന്തം നേട്ടത്തിനോ —പേരിനോ പ്രശസ്തിക്കോ— ഉപയോഗിച്ചുമില്ല.

പുസ്തകത്തിന് സമർപ്പിച്ച ജീവിതം.

1984 മുതൽ മൂന്നുവർഷം കേരള സാഹിത്യ അക്കാദമി സെക്രട്ടറിയായി മാധവൻനായർ. അദ്ദേഹത്തിന്റെ അറിവും പുസ്തകനിർമ്മാണകലയിലെ പരിചയവും പ്രയോഗവും ഭാവനയും ഒന്നും അവിടെ ആവശ്യമുണ്ടായിരുന്നുവെന്നു തോന്നുന്നില്ല.

മാധവൻനായർസാർ കൂടാത്ത ഉത്സവമില്ല. ഉണ്ണാത്ത സദ്യയില്ല, പോകാത്ത ഇടങ്ങളില്ല. അദ്ദേഹം കാറിൽ സഞ്ചരിക്കുന്നത് ഞാൻ കണ്ടിട്ടില്ല. ആട്ടോറിക്ഷയിൽ കേറിയിട്ടുണ്ടോ എന്ന് സംശയം. കാൽനടവീരൻ. ദൂരെപ്പോക്കുകൾ ട്രെയിനിലും ബസ്സിലും മാത്രം. മുണ്ടിലും ജൂബ്ബയിലും നിന്നനിലയിൽ എങ്ങോട്ടും പോകാൻ റെഡി! ഡൽഹിക്കോ ബോംബെയ്ക്കോ മദ്രാസിനോ പോയി വരുന്നത് കാരാപ്പുഴയിൽ നിന്നും തിരുനക്കരയ്ക്കു നടക്കുന്ന അതേ സ്റ്റൈലിൽ!

ആർട്ടിസ്റ്റ് ശങ്കരൻകുട്ടിയുടെ വിവാഹത്തിൽ പങ്കെടുത്തവർ രണ്ടുപേർ മാത്രം. ഡി സി കിഴക്കേമുറിയും എം കെ മാധവൻനായരും. എന്നെപ്പോലും അറിയിച്ചിരുന്നില്ല. ഞാൻ പരിഭവം പറഞ്ഞപ്പോൾ മാധവൻനായർ പറഞ്ഞു: ഡീസിസാറും ഞാനും സംഘത്തീന്ന് കുറെ കാശ് അഡ്വാൻസ് കൊടുത്തതുകൊണ്ടല്ല കല്യാണം നടന്നത്! അതുകൊണ്ട് ഞങ്ങളെ വിളിച്ചു ഞങ്ങൾ പോയി.

ഞാൻ കളിയാക്കി. കേരളത്തിൽ ഏറ്റവും അധികം കല്യാണസദ്യ ഉണ്ടവർ നിങ്ങൾ രണ്ടുമല്ലേ!

ഡീസിസാറിന്റെ റെക്കോർഡ് മാധവൻനായർ തകർത്തിരിക്കുന്നു ഇപ്പോൾ!

പക്ഷേ,

മരണത്തിനു പോകാൻ മടിയാണ്. വേണ്ടപ്പെട്ടവരുടെ വിയോഗം നേരിടാൻ കരുത്തില്ല. ദുർബ്ബലനാവുമപ്പോൾ. കാരൂർസാറിന്റെയും ഡിസി സാറിന്റെയും ദേവ് സാറിന്റെയുമൊക്കെ മൃതദേഹങ്ങൾക്ക് അടുത്തുവരാതെ ഒത്തിരി മാറിനിൽക്കുന്നത് ഞാൻ ശ്രദ്ധിച്ചിട്ടുണ്ട്.

വർക്കിസാറിന്റെ മരണവിവരമറിഞ്ഞ് ഞങ്ങൾ ഒന്നിച്ച് പാമ്പാടിക്കു പോയി. പറമ്പിന്റെ പര്യമ്പുറത്ത് ചുറ്റിപ്പറ്റി നിന്നതേയുള്ളൂ

എം.കെ. തിരിച്ചുപോകുന്നതുവരെ മൗനം പാലിച്ചു. ഞാനും ഒന്നും ചോദിച്ച് ബുദ്ധിമുട്ടിച്ചില്ല. ബസ്സുകാത്തുനിൽക്കുമ്പോൾ മാധവൻ നായർ ആർദ്രചിത്തനായി പറഞ്ഞു: അമ്പതുവർഷത്തിലേറെയായി, കണ്ടനാൾ മുതൽ എന്നെ 'മാധവൻകുട്ടീ' എന്നേ വിളിച്ചിരുന്നുള്ളൂ..

മരിക്കുന്നതിന് ഒരു വർഷം മുമ്പ് പൊൻകുന്നം വർക്കി ആശുപത്രിയിലായി. ഒരാഴ്ചയിലേറെ ആശുപത്രിയിൽ കിടന്നു.പരമരഹസ്യമാക്കിവച്ച സംഭവം. പക്ഷേ, മാധവൻനായരെ കാണണമെന്നാവശ്യപ്പെട്ടു.

കണ്ടപ്പോൾ വർക്കിസാർ പറഞ്ഞു: മതിയായി മാധവൻകുട്ടീ മതിയായി. ജീവിച്ചു മതിയായി. മരിച്ചുകിട്ടിയാൽ മതി —അതിന് ആരെയും അറിയിക്കാതെ ഇവിടെ വന്നു കിടന്നാൽ —

അറിയിച്ചാൽ അന്ത്യകൂദാശയുമായി പത്രക്കാരും പാതിരികളും വരില്ലേ?

ആരെക്കുറിച്ചും എം.കെ. മാധവൻനായർ ഓർമ്മക്കുറിപ്പ് എഴുതി ഞാൻ കണ്ടിട്ടില്ല. അനുസ്മരണപ്രഭാഷണങ്ങൾ നടത്തി കേട്ടിട്ടുമില്ല. നന്നായി എഴുതുന്ന ആൾ, നന്നായി പ്രസംഗിക്കുന്ന ആൾ. പിന്നെന്തേ ഇങ്ങനെ?

നല്ല പരിഭാഷകനാണ് മാധവൻനായർ സാർ. 'കുമയൂണിലെ കടുവകൾ'പോലുള്ള പരിഭാഷകൾ എത്ര ഹൃദ്യം. റൈറ്റ് സഹോദരൻമാർ, മാർട്ടിൻ ലൂഥർ കിങ്, പൗരനും ഭരണഘടനയുംതുടങ്ങിയ തർജ്ജമകളും ഞാൻ ഓർക്കുന്നു. അലസത കൊണ്ടാണോ, അവഗണനകൊണ്ടാണോ ഇദ്ദേഹം ഇങ്ങനെ പിൻവാങ്ങി നിൽക്കുന്നത്?

ഞാൻ മടിയന്റെ രാജാവാണ്; മാധവൻനായർസാർ മടിയന്റെ ചക്രവർത്തി. എനിക്ക് അസൂയ തോന്നുന്നു.

അസൂയ തോന്നിയിട്ടുണ്ട്. അദ്ദേഹത്തിന്റെ ഹോം ലൈബ്രറിസൂക്ഷിക്കുന്നത് കണ്ടിട്ട്. അപൂർവ്വ സുന്ദരഗ്രന്ഥങ്ങൾക്ക് കാവലിരിക്കുന്നു.

കൃത്യനിഷ്ഠയിലും എനിക്ക് അദ്ദേഹത്തോട് അസൂയ ഉണ്ട്. അച്ചടക്കത്തിന്റെ വൃത്തിയിലും. എൺപതുകാരായി മാധവൻനായർ സാറിനു പ്രായം. ഇപ്പോഴും അരനൂറ്റാണ്ടപ്പുറം ഞാൻ കണ്ട സുന്ദരൻ പയ്യൻ. എല്ലാ അസൂയയോടും എനിക്ക് ഇഷ്ടം, വല്ലാത്ത ഇഷ്ടം....

•

ഓടക്കുഴലും കൊടികളുമായ്...

കോഴിക്കോട് മീഞ്ചന്തയിൽ ലോഡ്ജ്ജുവാസികളായി കഴിയുന്നനാളിൽ ഞങ്ങൾക്ക് ഒരു സഹായിപ്പയ്യൻ ഉണ്ടായിരുന്നു. ശ്രദ്ധപാവത്താൻ. പുട്ടും പയറും ചായയുമൊക്കെ മുറിയിൽ കൊണ്ടു വിളമ്പിത്തരും. കാൽ രൂപ വരെ ഞങ്ങൾ ഓരോരുത്തരും കൈയ്യയച്ച് സമ്മാനിക്കും. സമ്പാദ്യം മുഴുവൻ അടുത്ത സിനിമാകൊട്ടകയിൽ നിക്ഷേപിക്കുകയാണ് അവന്റെ സന്തോഷം. വല്യപടത്തോടൊപ്പം കാണിക്കുന്ന 'ചെറുപട'ങ്ങളിലാണ് മുഴുത്ത ആവേശം. 'ഏതാനും ഭാഗങ്ങൾ കാണുക' എന്ന ട്രെയ്ലറുകളെയാണ് അവൻ ചെറുപടങ്ങളെന്ന് വിളിച്ചിരുന്നത്. നാലും ആറും ചെറുപടങ്ങൾ ഉണ്ടാവും ഓരോ കളിക്കും...

ചെറുപ്പകാലത്ത് ഞാൻ കണ്ട മലയാളം തമിഴ് സിനിമകളിലൊക്കെ, പടത്തിനുള്ളിൽ തന്നെ, ഒന്നും രണ്ടും അന്തർനാടകങ്ങൾ ഉണ്ടായിരുന്നു. 'അന്തർനാടകം' സിനിമയിൽ ഒഴിച്ചുകൂടാനാവാത്ത ഒരു ചേരുവയാണെന്ന് കരുതി സകലരും —പടം ഉണ്ടാക്കുന്നവരും ഉണ്ണുന്നവരും.

അന്തർനാടകങ്ങളിലാണ് നടികർതിലകം ഗണേശൻ ഒഥല്ലോ ആയും സോക്രട്ടീസ് ആയും ശിവജി ആയും ടിപ്പു ആയും ഒക്കെ തകർത്തുവാരുന്നത് ഞാൻ കണ്ടു കുളിരുകോരിയത്. റോമിയോ ജൂലിയറ്റും ലൈലാ മജ്നുവും മറ്റും അന്തർനാടകങ്ങളായെന്ന് ഓർമ്മ.

'ജീവിതനൗക' എന്ന സൂപ്പർഹിറ്റ് മലയാളം ചിത്രത്തിൽ 'മഗ്ദലന മറിയം' അന്തർനാടകം ഉണ്ടായിരുന്നു. ഗുരു ഗോപിനാഥ് ആണെന്നു തോന്നുന്ന (അതോ ആർട്ടിസ്റ്റ് പി ജെ ചെറിയാനോ?) യേശുദേവന്റെ വേഷം കെട്ടി വന്നത്. വള്ളത്തോൾ മഹാകവിയുടെ മനോഹര വരികൾ ദൃശ്യാവിഷ്കാരം കൊണ്ടത് കാഴ്ചക്കാരെ കവർന്നു. തുടർന്ന് ചങ്ങമ്പുഴയുടെ 'വാഴക്കുല'യുംശങ്കരക്കുറുപ്പിന്റെ 'ഇന്നു ഞാൻ നാളെ നീ'യും ആനന്ദക്കുട്ടന്റെ 'ചീത'യും ഒക്കെ അന്തർനാടകങ്ങളായി

സിനിമകൾക്കിടയിൽ.

പുട്ടിനു പീരപോലെയായിരുന്ന അന്തർനാടകം. അതേറെ രുചിയോടെ വിഴുങ്ങി സിനിമാക്കമ്പക്കാർ. മുതലാളിമാർ ഹരംകൊണ്ടു. 'കരുണ'യും 'രമണ'നും മാത്രമല്ല 'രണ്ടിടങ്ങഴി'യും 'ഓടയിൽ നിന്നും' 'പാടാത്ത പൈങ്കിളി'യും 'ഉമ്മ'യുമൊക്കെ മുഴപടമാക്കിക്കളയാമെന്നായി. സാഹിത്യകൃതികളുടെ മുഴനീള പകർപ്പെടുപ്പായി പടം പിടിച്ചു. പുറത്തിറക്കിയ നോവലും അരങ്ങത്ത് വന്ന നാടകവും അതേപടി ചലച്ചിത്ര രൂപമെടുത്തു.

നോവൽ നാടകമായതും ആ നാടകം വള്ളിപുള്ളി വ്യത്യാസമില്ലാതെ സിനിമയായതും മലയാളത്തിലെ തമാശ. ഒ ചന്തുമേനോന്റെ 'ഇന്ദുലേഖ'യ്ക്കാണ് ആ ഭാഗ്യമുണ്ടായത്. കലാനിലയം സ്ഥിരം നാടകവേദിയിൽ ഇന്ദുലേഖ നാടകമായി. അത് ആദ്യന്തം പടത്തിലാക്കി, സിനിമാ കൊട്ടകകളിലെത്തിച്ചു. സംഭവം മഹാബോറായിരുന്നു. കലാനിലയം നാടകങ്ങളുടെ ആ അതിമനോഹരമായ അവതരണഗാനമുണ്ടല്ലോ, സിനിമ തുടങ്ങുന്നതും ആ പാട്ടോടെ. എനിക്ക് പ്രിയപ്പെട്ട മൂന്നുനാല് അവതരണഗാനങ്ങളിലൊന്നാണത്.

സത്കലാദേവിതൻ
ചിത്രഗോപുരങ്ങളേ
സർഗ്ഗസംഗീതമുയർത്തൂ
സർഗ്ഗസംഗീതമുയർത്തൂ

നാടകാരംഭത്തിനു മുമ്പ് സൗരഭ്യവാഹിയായ ഒരു വെൺമേഘപ്രവാഹത്തോടൊപ്പമാണ് സർഗ്ഗസംഗീതമുണർത്തൽ. പ്രേക്ഷകസമൂഹത്തെ നാടകാസ്വാദനത്തിന് സജ്ജമാക്കും സുഗന്ധപൂരിതമായ അന്തരീക്ഷം, താളമേളക്കൊഴുപ്പോടെ സംഗീതവും.

കമുകറ പുരുഷോത്തമനും പി ലീലയും സംഘവുമാണ് 'സത്കലാദേവി...' ആലപിക്കുന്നത്. സംഗീതം ദക്ഷിണാമൂർത്തി, ഗാനരചന പാപ്പനംകോട് ലക്ഷ്മണൻ.

ഒട്ടേറേ കഴിവുകളുള്ള തികഞ്ഞ കലാകാരനായിരുന്നു പാപ്പനംകോട് ലക്ഷ്മണൻ. പാട്ടെഴുതും അഭിനയിക്കും. കലാനിലയത്തിൽ നിന്നും കോടമ്പാക്കത്തിന് വണ്ടികേറി. കുറെയേറെ തിരക്കഥകളെഴുതി. പക്ഷേ, ഒന്നുമായില്ല. ആകെ മിച്ചം സത് കലാദേവി മാത്രം...

അന്തർനാടകമായല്ലാതെ, നാടകം തന്നെ സിനിമയ്ക്കുള്ളിൽ കടന്നുകൂടിയതെന്ന്? കഥകളിയും കളിയാട്ടവും കൂടിയാട്ടവുമൊക്കെ സിനിമയ്ക്കകത്ത് കുടിയേറിയത് അടുത്തനാളിൽ, അവാർഡ്കാലത്ത്. 'പരിണയ'വും 'വാനപ്രസ്ഥ'വും 'കളിയാട്ട'വും'ദൃഷ്ടാന്ത'വുമെല്ലാം വിദേശമേളകളിൽ സായ്പൻമാർകണ്ടു സുഖിച്ചു. അതിനും മുമ്പ് നാടകജീവിതം

സിനിമക്കുള്ളിലേക്ക് കാൽകുത്തിക്കേറി അവതരണഗാനസഹിതം.

പി ഭാസ്കരൻ കഥയും ഗാനവുമെഴുതി സംവിധാനം ചെയ്ത 'ഭാഗ്യ ജാതകം' എന്ന ചിത്രം. സംഗീതനാടകത്തിന്റെ പിന്നണിപ്പെരുമാറ്റം ഭാഗ്യജാതകത്തിൽ രസകരമായി ചിത്രീകരിക്കുന്നുണ്ട്. അടൂർ ഭാസി അവതരിപ്പിച്ച ഭാഗവതർ നല്ല ഒരു കാരിക്കേച്ചറായി. ഭാസിക്കുവേണ്ടി മെഹ്ബൂബ് പാടുന്ന, ബാബു രാജ് ഈണമിട്ട, അവതരണഗാനം മികച്ച പാരഡി—

ഓം ജീവിതാനന്ദ സംഗീത നടനസഭ
സ്വാഗതമോതുന്നു സാനന്ദം സഹൃദയരേ
തേവലക്കര മൃദുലാ ലക്ഷ്മീ
കേൾവി കേട്ടിട്ടും പുഷ്പാംഗദനും
ഓണററാടിയിട്ടും കുത്തിയതോട്ടും
ഗുരുവരനും സുഖകരമായ് പാടിട്ടും
ഓം ജീവിതാനന്ദ സംഗീതനടനസഭ.....

അക്കാലത്ത് വിനോദവേളകളിൽ ഞങ്ങളുടെ സംഘഗാനമായിരുന്നു ഇത്. അകമ്പടി സേവിക്കാൻ എവിടുന്നോ മറ്റൊരു പാട്ട് കൂടി ഞങ്ങൾക്കു കിട്ടി. കുമ്പളങ്ങി സെന്റ് സെബാസ്റ്റ്യൻ പള്ളിയിലെ വികാരിയച്ചൻ നിർദ്ദേശിച്ച് ഉണ്ടാക്കിയതാണെന്ന് വയ്പ്. നിജസ്ഥിതി അജ്ഞാതം. പക്ഷേ, കൂട്ടപ്പാട്ട് അലറിയാനന്ദിച്ചിരുന്നു—

വ്യാകുലമാതാവേ—ഞങ്ങടെ
ആകുലമെല്ലാം തീർത്തീടണമേ!
എസ്തപ്പാനോസ് നടനകലാസമിതി
കുമ്പളങ്ങി... കുമ്പളങ്ങി... കുമ്പളങ്ങി
(ഢും!)

നാടകാവതരണഗാനത്തിന്റെ ചടുലമായ ചിത്രീകരണം സിനിമയിൽ ചെയ്തത് കെ.ജി. ജോർജ് തന്നെ. സിനിമയ്ക്കുള്ളിൽ ഒരു നാടകമൊരുക്കി ജോർജ്. ഗോപിയും തിലകനും വേണുവും ജഗതിയും ജലജയും എല്ലാം ചേർന്ന് നാടകരംഗം ഉജ്ജ്വലമാക്കി. കലാനിലയം, കേപ്പിയേസി, കേരളാ തിയേറ്റേഴ്സ്, കാളിദാസകലാകേന്ദ്രം നാടകസംഘങ്ങളുടെ അവതരണഗാനങ്ങളെക്കാൾ മികച്ചതായി ഓയെൻവി – എം.ബി. ശ്രീനിവാസൻ ഒരുക്കിയ 'യവനിക'യിലെ നാടകാവതരണഗാനം.

ഭരതമുനി ഒരു കളം വരച്ചു

കറുപ്പും വെളുപ്പും....

'യവനിക'യിലെ ആ പാട്ടുസീൻ കാണുമ്പോഴൊക്കെ പണ്ടുപണ്ടൊരിക്കൽ കാളിദാസന്റെ അണിയറിയിൽ ഇരുന്ന് 'തുഞ്ചൻപറമ്പിലെ

തത്തേ' കേട്ടതും കണ്ടതും ഓർമ്മയിൽ ഓടിയെത്തും. സൈഡ് കർട്ടന്റെ ഒളിവിൽ, കർട്ടനയർന്നാലുടൻ സ്റ്റേജിലേക്ക് കടക്കാൻ തയ്യാറായി നിൽക്കുന്ന കാലായ്ക്കൽ കുമാരന്റെ കാൽച്ചോട്ടിൽ, ഞാൻ ഇരുന്നു. എതിരെ വേദിക്കപ്പുറം ഗായകസംഘം. അർജ്ജുനൻ മാസ്റ്റർ, സി ഒ. ആന്റോ, കെ. ഇ. ശ്രീധരൻ, മണവാളൻ രാജപ്പൻ, കവിയൂർ പൊന്നമ്മ, ജേസി തുടങ്ങിയോർ. സംഘം ഒന്നിച്ചൊന്നായി പാടുന്നു. ഒ എൻ വി രചിച്ച് ദേവരാജൻ സംഗീതം നൽകിയ സുന്ദരഗാനം—

തുഞ്ചൻ പറമ്പിലെ തത്തേ — വരൂ
പഞ്ചവർണ്ണക്കിളി തത്തേ
കുഞ്ചന്റെ കൊച്ചമണികൾക്കൊത്ത്
കൊഞ്ചിക്കുഴഞ്ഞൊരു തത്തേ...

കേരള തിയേറ്റേഴ്സിന്റെ സൈഡ്കർട്ടൻ മറവിലും പതുങ്ങിയിരുന്ന് 'കതിരുകാണാക്കിളി'യും 'വിശറിക്കു കാറ്റുവേണ്ടാ'യും 'സ്വർഗ്ഗം നാണിക്കുന്ന'വും കണ്ട അവ്യക്തമായ ഓർമ്മ. എൻ ഗോവിന്ദൻകുട്ടിയും കുമരകം ശങ്കുണ്ണിമേനോനുംമറ്റും അഭിനയിക്കുന്നത് അത്ര തെളിഞ്ഞ ഓർമ്മ അല്ല. പക്ഷേ, അവതരണഗാനം —കെ ഇ ശ്രീധരനും കോട്ടയം ശാന്തയും മറ്റും നയിച്ച സമൂഹഗാനം— മനസ്സിൽ നിറഞ്ഞു നിൽപുണ്ടിപ്പോഴും:

വയലാർ രാമവർമ്മയുടെ രചന
സംഗീതം എൽ.പി.ആർ വർമ്മയോ?
(അതോ പരവൂർ ജി ദേവരാജനോ?)
മാനവധർമ്മം വിളംബരം ചെയ്യുന്ന
മാവേലിനാടിൻ മധുരശബ്ദങ്ങളേ
നീതിശാസ്ത്രങ്ങൾ തിരുത്തിക്കുറിക്കുവാൻ
നീളെത്തുടിക്കും പ്രതിജ്ഞാങ്കുരങ്ങളേ
കൂരിരുൾപാറ തുറന്നുഷസ്സിൻ മണി—
ത്തേരിൽ വരുന്നു വെളിച്ചവും പൂക്കളും
ഇത്തറനാളെങ്ങൊളിച്ചിരുന്നു നിങ്ങൾ
ഇത്തിരിപ്പൂക്കളേ പൊന്മുകിൽ പൂക്കളേ
ഓടക്കുഴലും കൊടികളുമായ് ഞങ്ങൾ
ഓടിയെത്തും വിശ്വചക്രവാളങ്ങളിൽ
ഞങ്ങളീ സംഗീതനൃത്തരംഗങ്ങളിൽ
നിങ്ങൾക്കു നേരുന്നു മംഗളാശംസകൾ!

1957 ഏപ്രിൽ 5 വരെ 'വിപ്ലവാശംസകൾ' എന്നാണ് പാടിനിറുത്തിയിരുന്നതുപോലും! ഏപ്രിൽ 5 മുതൽ 'മംഗള'മെന്ന് തിരുത്തിപ്പാടിപോലും! എന്തോ, എനിക്കത്ര നിശ്ചയം പോരാ. ഏതായാലും ആ ഏപ്രിൽ 5—നു മുമ്പോ പിൻപോ ആണ് 'ബലികുടീരങ്ങൾ'

നിർമ്മിക്കപ്പെട്ടത്. കോട്ടയം ബെസ്റ്റോട്ടലിലെ ഒരു കുഞ്ഞുമുറിയിൽ വയലാറും പരവൂരും ഒത്തുകൂടി. സഖാവ് സി എസ് ഗോപാലപിള്ള യുടെ നിർദ്ദേശത്തിൽ കുമരകം ശങ്കുണ്ണിമേനോനും ബേബി ജേക്കബും സഹായത്തിന്.

നിശയുടെ നിശ്ശബ്ദതയിൽ ദേവരാജന്റെ ഹാർമോണിയം മൂളി ക്കൊണ്ടിരുന്നു. രാമവർമ്മയുടെ പൊൻപേനയിൽനിന്ന് അനശ്വര മായ സംഘഗാനം ജന്മം കൊണ്ടു–

ബലികുടീരങ്ങളേ! ബലികുടീരങ്ങളേ!
സ്മരണകളിരമ്പും രണസ്മാരകങ്ങളേ!
ഇവിടെ ജനകോടികൾ ചാർത്തുന്നു നിങ്ങളിൽ
സമരപുളകങ്ങൾതൻ സിന്ദൂരമാലകൾ...

1857 – ലെ ആദ്യസ്വാതന്ത്ര്യസമരത്തിന്റെ ശതാബ്ദി ആഘോഷ വേളയിൽ തിരുവനന്തപുരത്ത് പാളയം രക്തസാക്ഷിമണ്ഡപത്തിൽവച്ച് ഒരു വലിയ ഗായകസംഘം 'ബലികുടീരങ്ങൾ' അവതരിപ്പിച്ച് സമർ പ്പിച്ചതായി ചരിത്രം.

കെ.എസ്. ജോർജ്ജും സുലോചനയും മറ്റ് കെ പി എ സി അംഗങ്ങളും ചേർന്ന് ബലികുടീരങ്ങൾക്ക് പ്രാണൻ പകരുന്നതിന് പലതവണ സാക്ഷിയായിട്ടുണ്ട്.

തുടിപ്പൂനിങ്ങളിൽ നൂറ്റാണ്ടുകളുടെ
ചരിത്രമെഴുതിയ ഹൃദയങ്ങൾ
കൊളുത്തി നിങ്ങൾ തലമുറ തോറും
കെടാത്ത കൈത്തിരി നാളങ്ങൾ
നിങ്ങൾ നിന്ന സമരാങ്കണ ഭൂവിൽ
നിന്നണിഞ്ഞ കവചങ്ങളുമായി
വന്നു ഞങ്ങൾ മലനാട്ടിലെ മണ്ണിൽ
നിന്നിതാ പുതിയ ചെങ്കൊടി നേടി–

'ബലികുടീരങ്ങൾ'ക്കും 'തുഞ്ചൻപറമ്പിലെ തത്ത'യ്ക്കും 'സത്ക ലാദേവി'ക്കും 'മാനവധർമ്മ'ത്തിനും ഒപ്പം അന്ന് എത്ര എത്ര സമൂഹഗാനങ്ങൾ നാം ഒന്നിച്ചുപാടി! 'നമ്മളൊന്നാണേ പാടാം നമ്മളൊന്നാണേ' 'കിലുകിലുക്കാം ചെപ്പുകളേ കിളികളേകിളികളേ'... ഉള്ളിൽ ഉറങ്ങിക്കിടക്കുന്ന ഒത്തിരി പാട്ടുകൾ–

ചെറുപാട്ടുകൾക്കിടയിലെ വല്യപാട്ടുകൾ! പാടാനറിയാത്ത എന്നെയും പാടിച്ച പാട്ടുകൾ–

•

കുഞ്ഞുപാത്തുമ്മയുടെ മുലകൾ

നിറുത്തുക,
ഈ വേദോച്ചാരണവും മന്ത്രമുരുക്കഴിക്കലും
ആരെയാണ്,
ഈ ഇരുളടഞ്ഞ അമ്പലമൂലയിൽ
നീ ഭജിക്കുന്നത്?
മിഴിതുറന്നു നോക്കൂ,
നിന്റെ ഈശ്വരൻ നിന്റെ മുന്നിലില്ല!
അവൻ, അവരോടൊപ്പമാണ്—
പാടത്ത് പണി ചെയ്യും കർഷകർക്കൊപ്പം,
പാതിയിൽ പാറ പൊട്ടിക്കും തൊഴിലാളികൾക്കൊപ്പം.

1958—59 ൽ, എസ്.എസ്.എൽ.സി. ക്ലാസിൽ, ഇംഗ്ലീഷ് പാഠമായി പഠിച്ച കവിതയാണിത്. ഗുരുദേവ് രവീന്ദ്രനാഥ ടാഗോറിന്റെ 'ഗീതാഞ്ജലി'യിലെ പതിനൊന്നാം ഗീതം. കുഞ്ഞുങ്ങളെ വഴിതെറ്റിക്കുന്ന കമ്മ്യൂണിസവും ദൈവ നിഷേധവുമാണിതെന്ന മുറവിളി ഉയർന്നു. രവീന്ദ്രനാഥന്റേതല്ല, അങ്ങോരുടെ അച്ഛൻ ദേവേന്ദ്രനാഥന്റേതായാലും ഇത് അശ്ലീലമാണെന്ന് പാലായിൽ നിന്നും പെരുന്നയിൽനിന്നും അങ്ങ് പൊന്നാനിയിൽനിന്നും ആക്രോശമുണ്ടായി. പട്ടവും പനമ്പിള്ളിയും കോയയും ചാക്കോച്ചനും —എൻ. കൃഷ്ണപിള്ളസാറിനെ വർക്കലസ്കൂളിൽ ഇംഗ്ലീഷ് കവിത പഠിപ്പിച്ച ശങ്കർസാർ വരെ അതേറ്റുപിടിച്ചു. പക്ഷേ, ഞങ്ങൾ കുട്ടികൾ ഉറക്കെച്ചൊല്ലി:

നിറുത്തുക,
ഈ വേദോച്ചാരണവും മന്ത്രമുരുക്കഴിക്കലും.
ആരെയാണ്,
ഈ ഇരുളടഞ്ഞ അമ്പലമൂലയിൽ
നീ

ഭജിക്കുന്നത്?

രവീന്ദ്രഗീതത്തോടൊപ്പം അന്ന് ഞങ്ങൾ പഠിച്ച മറ്റൊരു വലിയ അശ്ലീലം ബഷീറിന്റെ 'ന്റുപ്പുപ്പാക്കൊരാനേണ്ടാർന്ന്'' എന്ന മനോഹര കഥയായിരുന്നു. ബഷീറിനെയും ദേവിനെയും വയലാറിനെയും എം.ടി.യെയും സ്കൂൾകുട്ടികൾക്ക് പഠിക്കാൻവച്ചത് മുണ്ടശ്ശേരിമാഷ്. ഇന്നോളം കേരളം കണ്ട ഏറ്റവുംപ്രഗത്ഭനായ വിദ്യാഭ്യാസമന്ത്രി, പ്രൊഫസർ ജോസഫ് മുണ്ടശ്ശേരി. അധ്യാപകർക്ക് 'മാഗ്നാകാർട്ടാ' ആയും മാനേജർമാർക്ക് 'മൂക്കുകയർ' ആയും വന്ന വിദ്യാഭ്യാസനിയമത്തിനും മുൻപെ തണ്ടാ മുണ്ടാ എന്ന ഗീതാഞ്ജലികൾ മുഴങ്ങിയത് ന്റുപ്പുപ്പാ...യുടെയും മറ്റും പേരിലായിരുന്നു.

ബഷീറിന്റെ നോവൽ പഠിപ്പിക്കാൻ കൊള്ളില്ലെന്ന് ബുദ്ധിരാക്ഷസനായ പനമ്പിള്ളിയുടെ അരുളപ്പാടുമുണ്ടായി.

ബഷീർകൃതി, പക്ഷേ, ഞങ്ങളുടെ വേലായുധൻപിള്ളസാർ ആത്മാർത്ഥമായി പഠിപ്പിക്കുകയും ഞങ്ങൾ പിള്ളേർ ആവേശത്തോടെ പഠിക്കുകയും ചെയ്തു. എനിക്ക് ആവേശം അല്പസ്വല്പം അധികമായിരുന്നു. കാലന്റെ കൊലയറ, നിലവറയിലെ അസ്ഥിപഞ്ജരം, വലിയകോയിക്കലെ കൊലപാതകം, ആനറാഞ്ചൻ, യമലോകം പിരട്ടി, പത്മസുന്ദരൻ ഒക്കെ കഴിഞ്ഞ് പാടാത്ത പൈങ്കിളി, പട്ടുള്ളവാല, ഇണപ്രാവുകൾ, മറിയക്കുട്ടി, മയിലാടുംകുന്ന് എല്ലാം കഴിഞ്ഞ്, ഓടയിൽനിന്ന്, രണ്ടിടങ്ങഴി, ഉമ്മാച്ചു, വിഷകന്യക തുടങ്ങിയവയും കഴിഞ്ഞ് ബഷീറിൽ എത്തി കുത്തിയിരുന്ന കാലം. സഖിയും മുച്ചീട്ടും ആനവാരിയും പൊൻകുരിശും ദിവ്യനും പലവട്ടം വായിച്ച് ബഷീർ മനസ്സിൽ പ്രതിഷ്ഠ ആയിരിക്കുകയാണ്. പ്രേമലേഖനവും അനർഘനിമിഷവും മറ്റും കാണാപ്പാഠം.

ന്റുപ്പാപ്പാ...യാണ് പാഠപുസ്തകം എന്നറിഞ്ഞപ്പോൾ ഹരമായി.

കളരിക്കൽ ബസാർ എൻ.ബി.എസ്സിൽ ചെന്നപ്പോൾ ഡീസി സാറിന്റെ മേശപ്പുറത്ത് രണ്ട് ഉപ്പുപ്പാ. ഒന്ന്, നീലനിറച്ചട്ടയിട്ട പാഠപുസ്തകപ്പതിപ്പ്. സി.ജെ. തോമസിന്റേതാവും 'ന്റുപ്പുപ്പാക്കൊരാനേണ്ടാർന്ന്— വൈക്കം മുഹമ്മദ് ബഷീർ' എന്ന പുറംചട്ടയരക്ഷങ്ങൾ. പിൻകവറിൽ ഭഗത്സിങ് മീശയുള്ള അരക്കയ്യൻഷർട്ടിയായ ബഷീറിന്റെ ചിത്രം. കൂടെ 'മലയാളത്തിന്റെ ഡി.എച്ച്, ലോറൻസ്'' എന്ന എം.പി. പോളിന്റെ കുറിപ്പും. പുസ്തകവില ഒന്നേകാൽ രൂപ.

ഇരുനിറപ്പുറം ചട്ടയോടെയാണ് രണ്ടാമത്തെ ഉപ്പുപ്പാ. ചട്ടയിൽ ബഷീറിന്റെ പടമൊന്നുമില്ല. വെള്ളമേനിക്കടലാസ്. വില ഒന്നരരൂപ.

പാഠപുസ്തകത്തിന് കാൽരൂപ കുറവെന്ത്?

ഡീസിസാർ ചിരിച്ചതേയുള്ളൂ. എൻ.ബി.എസ്സിലെ വാസുപിള്ളയോ ചന്ദ്രനോ രഹസ്യം ചെവിയിലോതി: ഒന്നേകാൽരൂപാ പുസ്തകത്തിൽ രണ്ട് 'അശ്ലീല'ങ്ങൾ വെട്ടിമാറ്റിയിട്ടുണ്ട്!

ഒന്നരരൂപ പുസ്തകം തന്നെ ഞാൻ വാങ്ങി!

കാൽരൂപ—നാലണ അഥവാ ഇരുപത്തഞ്ചു പൈസ— കൂടുതൽ മുടക്കിയതിന് എനിക്ക് കിട്ടി, വേലായുധൻപിള്ളസാറിന്റെ നാലു നാല് ചുട്ട ചൂരൽപഴം...

മധുരപ്പതിനാറിന്റെ പാടിവാതിൽക്കൽ ആയിരുന്നു ഞങ്ങൾ. പതിനെട്ട് പാവാടപ്രായതാമരമൊട്ടുകളും, പന്ത്രണ്ട് തീപ്പെട്ടിക്കൊള്ളി കരിമീശകളും. വേലായുധൻപിള്ളസാർ ഉപപാഠപുസ്തകം പദാനുപദം വായിച്ച്, അക്ഷരം പ്രതി വ്യാഖ്യാനിച്ച്, കുഞ്ഞുപാത്തുമ്മയെയും നിസാർ അഹമ്മദിനെയും കുഞ്ഞുതാച്ചുമ്മയെയും വട്ടനടിമയെയും പിന്നെ ആയിഷയെയുമൊക്കെ നുറിരട്ടി സുന്ദരമാക്കി.

ആനമക്കാര്ടെ പുന്നാരമോടെ പുന്നാരമോൾടെ തുടയിൽ അട്ട കടിച്ചപ്പോൾ പതിനെട്ട് 'ശ്ശോ!' പന്ത്രണ്ട് 'ഹയ്യ്!' സീൽക്കാരങ്ങൾ അമർന്നടങ്ങി...

'കാറ്റുവീശി— വീണില്ല' എന്ന അഞ്ചാമദ്ധ്യായത്തിന്റെ ഏതാണ്ട് പാതിക്കാണ് ഞാൻ ആദ്യഗോൾ നേടിയത്. കുഞ്ഞുപാത്തുമ്മയുടെയും ഉമ്മ—ബാപ്പമാരുടെയും ജീവിതം ആകെക്കൂടി താറുമാറായിരിക്കുന്നു. പ്രതാപത്തിന്റെ ആ പഴയകാലം കഴിഞ്ഞു. ബാപ്പയെ ഉമ്മായ്ക്കു കണ്ടുകൂടാ. തൊട്ടതിനെല്ലാം കുറ്റം പറയും. ശകാരിക്കുകയും ചെയ്യും. 'ചെമ്മിനടിമ' എന്ന പേര് ബാപ്പയ്ക്ക് ഉമ്മ ഇട്ടു.

'ചെമ്മീനടിമമ പവമ്മാറാൻ പോയോടീ' എന്നു ചോദിച്ചുകൊണ്ടാണ് ഉമ്മാ എണീക്കുന്നത്.

ബാപ്പാ പുറത്തേക്കിറങ്ങിയാൽ പിന്നെ ഉമ്മാ തുടങ്ങുകയായി: 'ഹറാമ്പറന്നോളേ! എമ്പോക്കീ! അവരാതീ! നിന്ന കാലപാമ്പ് കടിക്കും! നിന്റെ തലവെട്ടം കണ്ടപ്പളാ....'

വേലായുധൻപിള്ളസാർ 'ഹറാമ്പറന്നോളേ!' 'എമ്പോക്കി!' എന്നു മാത്രമേ വായിച്ചുള്ളൂ. പാഠപുസ്തകത്തിൽ അത്രേയുള്ളൂ. സാർ അതിന്റെ രണ്ടിന്റെയും നല്ല അർത്ഥം പറഞ്ഞുതന്ന് നീങ്ങാൻ തുടങ്ങിയപ്പോൾ ഞാൻ എണീറ്റു പറഞ്ഞു: ഒന്നൂടിയുണ്ട് സാർ—

സാർ ഗൗനിക്കുന്നില്ലെന്ന് ഭാവിച്ചു.

ഞാൻ വിട്ടില്ല: അവരാതീന്നും കൂടി വിളിക്കുന്നുണ്ട് സാർ—

സാർ പുസ്തകം മടക്കി മേശപ്പുറത്ത് വച്ചു. എന്നോട് ചോദിച്ചു. നീയല്ലേ മോണിട്ടർ?

അഭിമാനം പൂണ്ട് തലകുലുക്കി.

സ്റ്റാഫ് റൂമിൽ ചെന്ന് ആ ചൂരവടി ഇങ്ങെടുത്തോണ്ടുവാ.

ഓടിപ്പോയി. വടി എടുത്തുകൊണ്ടുവന്ന് കൊടുത്തു. കിട്ടി, വലത്തേ കൈവെള്ളയിൽ പൊള്ളുന്ന രണ്ടെണ്ണം. ഊതിയാറ്റിക്കൊണ്ട് ആഹ്ലാദപൂർവ്വം ബെഞ്ചിൽ ചെന്നിരുന്നു.

'ഒരു കുരുവിയുടെ കരച്ചിൽ!' എന്ന അടുത്ത അധ്യായത്തിന്റെ പാതിക്കുതന്നെ രണ്ടാമത്തെ ഗോളും ഞാൻ നേടി! കെട്ട്യോൻ കുരുവിയും കെട്ട്യോൾ കുരുവിയും കൊത്തുകൂടുന്നതു കണ്ട് നൊമ്പരപ്പെടുന്ന കുഞ്ഞു പാത്തുമ്മ. കൊത്തുകൊണ്ടുവീണ കുരുവിയെ രക്ഷിക്കാൻ പോയ കുഞ്ഞു പാത്തുമ്മ 'കറുകപൊതിനോന്ന'' കുഴിയിൽ വീണു. അവളുടെ ഇടത്തെ കൈയിലെ മുട്ടിനടിയിൽ മുറിവ് പറ്റി. ചോര വന്നു. കരയ്ക്കു കയറാൻ 'മെഷമം' ആയി നിന്ന കുഞ്ഞുപാത്തുമ്മയുടെ അരികിലേക്ക് നിസാർ അഹമ്മദ് ഇറങ്ങിച്ചെന്നു. ഷർട്ടിന്റെ പോക്കറ്റിൽനിന്ന് ഉുവാല എടുത്ത് കീറി. ഒരു സിഗരറ്റെടുത്ത് പുകയില മുഴുവൻ ഉള്ളം കൈയിലിട്ടു. മുറിവിൽ പുകയിലെ വച്ച് പതുക്കെ അമർത്തി. 'അവളുടെ മുലകൾ ആ ആൺപിറന്നവന്റെ ദേഹത്തെങ്ങാൻ തൊട്ടേക്കുമെന്നു ഭയന്ന് അവൾ അത് ഉള്ളിലേക്ക് 'എക്ളി'ക്കാനെന്നവണ്ണം അല്പം വളഞ്ഞു.'

ഒന്നേകാൽരൂപയുടെ പാഠപുസ്തകത്തിൽ മുലകൾ വെട്ടിക്കളഞ്ഞിരുന്നു. പഠിക്കാൻ കൊള്ളാത്ത അശ്ലീലം; പകരം 'ശരീരം' എന്ന് ശ്ലീലപ്പെടുത്തിയിരുന്നു.

വേലായുധൻപിള്ളസാർ ശരീരമെന്ന് വായിച്ചതും ഞാൻ എണീറ്റു; ശരീരമെന്നല്ല സാർ

എന്റെ ഇടപെടൽ പ്രതീക്ഷിച്ചിരുന്നതുപോലെ സാർ പുസ്തകം മടക്കി മേശപ്പുറത്ത് വച്ചു:

സ്റ്റാഫ്റൂമിൽ ചെന്ന്—

പറഞ്ഞുതീരും മുമ്പെ ആനന്ദതുന്ദിലനായി ഞാൻ ഓടി. വടികൊണ്ടേല്പിച്ചു. കിട്ടി, വലത്തെ കൈവെള്ളയിൽ തന്നെ വീണ്ടും രണ്ട്!

എനിക്ക് അടി കിട്ടിയതിന്റെ കാരണം വിലയേറിയ പുസ്തകം

നോക്കി തിരിച്ചറിഞ്ഞ പതിനെട്ട് പാവാടക്കാരികൾ എന്നെ 'ചീത്ത ക്കുട്ടി' എന്ന് വിളിച്ച ഞങ്ങൾ കരിമീശകൾ പന്ത്രണ്ടും നിരന്നുനിന്ന് പറഞ്ഞു:

കുളുകുളു!

ലുല്ലുലു!

മെമ്മമ്മേ!

പെപ്പപ്പേ!

കുഞ്ഞുപാത്തുമ്മയുടെ സ്തനച്ഛേദനം ചെയ്തത് മുണ്ടശ്ശേരിമാഷാണോ? അതോ, ഡീസിസാറോ? ആരായാലും ബഷീറിന്ഒട്ടും സുഖിച്ചില്ല. അതുകൊണ്ട് ബഷീഴ്സ് ബുക്ക് സ്റ്റാളിൽ 'മുലയുള്ള പുസ്തകം ഒന്നരരൂപ' 'മുലയില്ലാത്തത് ഒന്നേകാൽരൂപ' എന്ന് എടുത്തുപറഞ്ഞ് ബഷീർ 'ന്റുപ്പപ്പാ...' വിറ്റു.

എന്തായാലും 'ന്റുപ്പപ്പാക്കൊരാനേണ്ടാർന്ന്'' പാഠപുസ്തകമായി പഠിച്ച് അടിവാങ്ങിക്കൂട്ടിയ ഒരുത്തൻ ഞാനേ ഉണ്ടാവൂ! ഇപ്പോഴും ബഷീർ സമ്പൂർണ്ണ കൃതികൾ കൈയിലെടുത്ത് 'ന്റെപ്പുപ്പാ' യുടെ അഞ്ചും ആറും അധ്യായങ്ങൾ ശ്രദ്ധാപൂർവ്വം നോക്കും. അശ്ലീല ങ്ങൾ രണ്ടും അങ്ങനെതന്നെ ഉണ്ടല്ലോ എന്നു കണ്ടാനന്ദിച്ച് വലതു കൈവെള്ള ചൊറിഞ്ഞു സുഖിക്കും.

ചൊറിഞ്ഞിരിക്കാനെന്തു രസം!

●

കോട്ടയത്ത് എത്ര വർക്കി...?

'കോട്ടയത്ത് എത്ര മത്തായി' എന്ന വിശ്വവിഖ്യാതമായ കഥ ജോൺ എബ്രഹാം എഴുതുന്നതിനും ഒത്തിരി മുമ്പാണ് ഇങ്ങനൊരു മുട്ടൻ ചോദ്യം ഉണ്ടായത്: കോട്ടയത്ത് എത്ര വർക്കി? ചോദിച്ചത് സാക്ഷാൽ മുട്ടത്ത് വർക്കി. അതിനാൽ തന്നെ ഉത്തരവും തന്നു. ഒരു വർക്കിയേ ഉള്ളൂ. ആ വർക്കി അച്ചൻമാരെയും സഭയെയും ദിവാനെയും കോൺഗ്രസിനെയും തെറിപറഞ്ഞ് കഥയെഴുതുമ്പോൾ 'പൊൻകുന്നം' എന്നും കന്യാസ്ത്രീകളെയും പള്ളിയെയും മധുരപ്പതിനേഴുകളെയുംസുഖിപ്പിച്ചെഴുതുമ്പോൾ 'മുട്ടത്ത്' എന്നും പേര് വയ്ക്കും! വർക്കി ഒന്നേ ഒന്ന് മാത്രം!

കോട്ടയത്ത് സെൻട്രൽ കവലയിൽ ബെസ്റ്റോട്ടൽ മുറ്റത്ത് വച്ചായിരുന്നു പ്രഖ്യാപനം. ഞങ്ങൾ ആകെ ഹരം കൊണ്ടു. സംഗതി ഉടൻ പൊൻകുന്നൻ സമക്ഷം എത്തിക്കുക. മുട്ടനിട്ട് രണ്ടു കൊട്ടുപ്പിക്കുക, വർക്കീസ് വാർ കണ്ടു രസിക്കുക എന്ന് തീരുമാനമായി. പാമ്പാടിയിൽനിന്നുവരുന്ന പ്രൈവറ്റ് ബസ്സ് കാത്തുനിന്നു. വൈകിയില്ല, വർക്കി പ്രഥമൻ നീണ്ടുനിവർന്ന് കൈവീശി കരുത്തനായി നടന്നു വന്നു. കുറ്റിത്തലമുടിയും ചതുരൻ കണ്ണടയും നേർവരയൻമീശയും പരുക്കൻ മുഖഭാവവുമൊക്കെക്കൂടി വിദ്വാന് ആറടിയിലുമേറെ പൊക്കം തോന്നിക്കും. ഉടയാത്ത നീളൻ വെള്ളജുബ്ബായും മുണ്ടും തോൽച്ചെരുപ്പുകളുമായി ആഞ്ഞുനടന്നുവരുമ്പോൾ ഒരു കാളക്കൂറ്റന്റെ എടുപ്പ്...

വർക്കി ദ്വിതീയന് നല്ല കറവയുള്ള കറാച്ചിപ്പശുവിന്റെ തുടുപ്പ്. മാംസളമാദക മനോഹരമേനി. ഇരുണ്ട നിറത്തിന് പൊന്നുപൂശിയ തിളക്കമാണ്. കഷണ്ടി മുഴുവനായിട്ടില്ല. ക്ലീൻഷേവ് വട്ടമുഖം. സ്വർണ്ണഫ്രേമുള്ള കറുത്ത കൂളിങ്ഗ്ലാസ്, ഫിജി സിൽക്കിന്റെ സ്വർണ്ണവർണ്ണജുബ്ബ, കസവുകരയൻ ഡബിൾമുണ്ട്, ബാറ്റായുടെ കറുത്ത ഹാഫ്ഷൂ. കഴുത്തിൽ സ്വർണ്ണക്കുരിശുമാല, കൈയിൽ സ്വർണ്ണച്ചെയിൻവാച്ച്,

ഉണ്ണിക്കുടവയറുംമുണ്ടിന്റെ മടക്കിക്കുത്തും ഉള്ളം ഉയരം കുറച്ചുകാട്ടും. അഞ്ചരയടിക്കവിത—

കൊച്ചുവർക്കിയുടെ വർക്കിയൊന്നേയുള്ളുവെന്ന് പ്രസ്താവം ഞങ്ങൾ ചൂടോടെ വല്യവർക്കിക്ക് ഓതിക്കൊടുത്തു. എന്നിട്ട് നിശ്ശബ്ദം കാത്തുനിന്നു കാളപ്പോര് കാണാൻ.

പക്ഷേ, രണ്ടുംകൂടി എന്തോ കുശുകുശുത്ത് കുഞ്ഞുമോന്റെ സെൻട്രൽ സ്റ്റോഴ്സിലേക്ക് കേറിപ്പോയി. വൈൻഷോപ്പാണത്. വർക്കികളെപ്പോലുള്ള ആസ്ഥാനകവികൾക്കുവേണ്ടി അകത്ത് സോഫയും ടീപ്പോയിയും കുഞ്ഞുമോൻ ഒരുക്കിയിട്ടുണ്ട്. ഞങ്ങൾ പിള്ളേർക്ക് അങ്ങോട്ട് പ്രവേശനമില്ല. വലിയ സാറൻമാരില്ലാത്തപ്പോൾ അരവിന്ദനും ജോണുമൊക്കെ ഊളിയിട്ടുകേറും— കുഞ്ഞുമോന്റെ ഉറ്റചങ്ങാതികൾ അവർ. (കുഞ്ഞുമോന്റെ വൈൻഷോപ്പിന്റെ ഈറ്റുമുറിയിലാണ് 'നവരംഗ്' കോട്ടയം ഫിലിം സൊസൈറ്റി' എന്നിവ അവതാരം കൊണ്ടത്. പേറ്റുചെലവ് കുഞ്ഞുമോൻ വക.)

പതിവുപോലെ, അന്നും, ടൗണിൽ നിന്നുള്ള ലാസ്റ്റ് ബസ്സുകളിൽ വല്യവർക്കിയെ പാമ്പാടിക്കും കൊച്ചുവർക്കിയെ ചെത്തിപ്പുഴയ്ക്കും കയറ്റിവിട്ടു.

നാലുപതിറ്റാണ്ടിലധികം പഴക്കമേറിയ നല്ലകാലത്തെ ഓർമ്മകളാണിതെല്ലാം. പൊൻകുന്നം വർക്കിയെ അല്പംപേടിയും മുട്ടത്ത് വർക്കിയെ സ്വല്പം ഇഷ്ടവുമായിരുന്നു ഞങ്ങൾക്ക്. പടമെടുത്താടി നിന്ന വിഷമില്ലാകരിമൂർഖൻ പൊൻകുന്നം വർക്കി; പഞ്ചാരപ്പാട്ട് പാടും പഞ്ചവർണ്ണപ്പൈങ്കിളി മുട്ടത്ത് വർക്കി. മൂർഖനെ അകന്നുനിന്ന് ആരാധിച്ചു; പൈങ്കിളിയെ അരികിലണച്ച് പ്രണയിച്ചു.

'ശബ്ദിക്കുന്ന കലപ്പ' മുതൽ 'വിത്തുകാള' വരെയുള്ള കഥകൾ; 'തിരുമുൽക്കാഴ്ച'യും 'എന്റെ വഴിത്തിരിവും', മറ്റും; 'കമ്മ്യൂണിസ്റ്റു നാഗരികത'യെപ്പറ്റി ഒരു നൂറ് ഉഗ്രൻ പ്രഭാഷണങ്ങൾ; 'നവലോകം' 'സ്നേഹസീമ' തുടങ്ങി 'ഭാര്യ' 'അൾത്താര' 'ചലനം' വരെ സിനിമകൾ; 'ഞാനൊരധികപ്പറ്റാണ്' 'വഴിതുറന്നു' 'സ്വർഗ്ഗം നാണിക്കുന്നു' 'കതിരുകാണാക്കിളി' 'വിശറിക്കു കാറ്റുവേണ്ട' മുതലായ നാടകങ്ങൾ— എല്ലാം വായിച്ചുംകേട്ടും കണ്ടും അറിഞ്ഞും പൊൻകുന്നം വർക്കി സംപൂജ്യനായ സാറായി ഞങ്ങൾക്ക്. എന്നിട്ടും സാർ ഒടുവിൽ എഴുതി,നിർമ്മിച്ച, 'മകം പിറന്ന മങ്ക' സിനിമയും 'വസന്തത്തിന്റെ നൊമ്പരങ്ങൾ' നാടകവും ഞങ്ങൾ മുക്തകണ്ഠം കൂവി! ആനന്ദ്തിയേറ്ററിൽ മങ്ക കണ്ടിറങ്ങിവരുമ്പോൾ വർക്കിസാർ നില്പുണ്ട്.'മങ്കമ്മാവിൻ ശപഥം' എന്ന് ഞാൻ കമന്റടിച്ചു. 'എടാ എടാ' എന്നു വിളിച്ച് സാർ മുന്നോട്ടാഞ്ഞു. ഞാനോടി.

മാമ്മൻമാപ്പിള ഹാളിൽ 'വസന്തത്തിന്റെ നൊമ്പരങ്ങൾ' അനുഭവിച്ച് അലറിക്കുവി ഇറങ്ങിപ്പോരുമ്പോഴും സാറിനെ നിർദ്ദയം കളിയാക്കി: 'വാർദ്ധക്യത്തിന്റെ നൊമ്പരങ്ങൾ!' സാർ ചിരിച്ചു. 'നിനക്ക് ഞാൻ വെച്ചിട്ടുണ്ട്'' എന്നു പറഞ്ഞു. (കലികൊണ്ട് കൂവി നശിപ്പിച്ചത് ശ്രീകണ്ഠൻനായരുടെ 'കലി'യെ മാത്രമല്ല. എൻ.എൻ. പിള്ളയുടെ 'ആദ്യരാത്രി' ജി. ശങ്കരപ്പിള്ളയുടെ 'സർവം സഹ'... എത്രയെണ്ണം!)

പൊൻകുന്നം വർക്കിയുടെ സർഗ്ഗചൈതന്യത്തിന്റെ ആന്റിക്ലൈമാക്സുകളായിരുന്നു 'മങ്ക'യും 'വസന്ത'വും. സാറിന്റെ നട്ടെല്ല് വളഞ്ഞുകുനി. മുറിക്കാത്ത മുടിയും വടിക്കാത്ത മുഖവും സാറിനെ വിരൂപനാക്കി. മത്തങ്ങാവയറും നീരുവച്ച ആനക്കാലുകളും കണ്ട് ഞങ്ങൾക്ക് കരച്ചിൽ വന്നു. കോട്ടയങ്കാരും വരത്തൻമാരും ആദരപൂർവ്വം സമർപ്പിച്ച ഗുരുദക്ഷിണറമ്മുകൾ സാറിനെ മയക്കത്തിലാഴ്ത്തി. പക്ഷേ, അപ്പോഴും മണിപ്രവാളത്തിൽ ഉഗ്രൻഫലിതം പറഞ്ഞു. കഥകളുടെയും നാടകങ്ങളുടെയും പകർപ്പവകാശം നക്കാപ്പിച്ചയ്ക്കു വിറ്റ് കാൽക്കാശ് റോയൽറ്റി ഇല്ലാതെ കലപ്പയും കാലിയുമൊഴിഞ്ഞ തൊഴുത്തിലിരുന്ന് ചതുരംഗം കളിച്ചു. ഉണ്ണിയീശോ ആണോ പെണ്ണോ എന്നറിയാൻ തുണി മാറ്റി നോക്കിയ വീരൻ; 'അവശതയുടെ സമ്മതപത്രമാണ് അവതാരിക' എന്ന് ചങ്ങമ്പുഴയ്ക്ക് അവതാരിക എഴുതിയ ധീരൻ; അവാർഡുകളായി ലക്ഷങ്ങൾ കൈവന്നപ്പോൾ 'ഞാൻ മയങ്ങുന്ന മൂർഖനാണ്, അവാർഡ് തന്ന് എന്നെ ചേരയാക്കരുത്'' എന്ന് വെളിപാട് കൊണ്ട ശൂരൻ! എഴുത്തച്ഛന്റെയും വള്ളത്തോളിന്റെയും അന്തർജ്ജനത്തിന്റെയുംപേരിലുള്ള അവാർഡുകൾ കിട്ടി. എന്നാൽ മുട്ടത്ത് വർക്കി പുരസ്കാരം സമ്മാനിക്കപ്പെട്ടില്ല. ഫെബ്രുവരി 30-ന് നോവൽ എഴുതിക്കൊടുക്കാമെന്ന് ഡീസി കിഴക്കേമുറിയെ ഭീഷണിപ്പെടുത്തിയതല്ലാതെ നോവൽ എഴുതിയില്ലല്ലോ പൊൻകുന്നം വർക്കി...

മുട്ടത്ത് വർക്കി, പക്ഷേ, അരനൂറ്റാണ്ടുകാലം നോവലുകളെഴുതിക്കൂട്ടി, എഴുപത്തഞ്ച് പഞ്ചാരനോവൽസ്. ഒപ്പം കഥക്കൂട്ടങ്ങളും നാടകങ്ങളും കവിതകളും ബാലസാഹിത്യങ്ങളുംതർജ്ജമകളുമായി വേറെ അമ്പത്തിരണ്ട് പുസ്തകങ്ങളും, മൊത്തം 127, കൂടാതെ മുപ്പതിലേറെ തിരക്കഥകളും. രണ്ടല്ല, എട്ടുകൈകളായിരുന്നു ബ്രഹ്മാവിന്.

പാടാത്തപൈങ്കിളി, പട്ടുതൂവാല, ഇണപ്രാവുകൾ, മയിലാടുംകുന്ന്, മറിയക്കുട്ടി. അഴകുള്ള സെലീന, വെളുത്ത കത്രീന തുടങ്ങിയ മനോഹരനോവൽസൊക്കെ സ്കൂൾകാലത്തുതന്നെ ഞാൻ വായിച്ച് കോൾമയിർ കൊണ്ടിരുന്നു. കോളജിൽ പോയിത്തുടങ്ങിയപ്പോഴാണ് മേൽപടി ഉരുപ്പടികളുടെ ഉടയോനെ ഉടലോടെ കാണാനൊത്തത്.

ദീപിക പത്രമാപ്പീസിന്റെ മുന്നിലൂടെയാണ് സി.എം.എസ്. കോളജിലേക്ക് പോവുക. നാലുമണിക്ക് കോളജുവിട്ട് ഞങ്ങൾ താരുണ്യക്കരുന്നുകൾ ഒഴുകിനീങ്ങുമ്പോൾ കൃത്യമായും അതിയാൻ അവിടെ ഉണ്ട്, ദീപികയുടെ എതിർവശം മുറുക്കാൻ കടയോരത്ത്, വായിൽ നിറയെ മുറുക്കാനുമായി, ഞങ്ങളുടെ സുന്ദരിക്കൊച്ചുങ്ങൾ വ്രീളാവിവശരായിച്ചമയും. ഈ അഴകിയ മാപ്പിളയെ കേറിയങ്ങു വധിച്ചാലോ? പ്ലാനിട്ടതാണ്. അപ്പോഴാണറിഞ്ഞത് ഇതിയാനാണതിയാനെന്ന്! ശ്രീജിത് മുട്ടത്ത് വർക്കിയെന്ന്!

മുട്ടനെ ഞങ്ങൾ വളച്ചെടുത്ത് പ്രേമിച്ചു. ഒപ്പം കൂടി വാസനച്ചുണ്ണാമ്പും പാവുകാച്ചിയ പുകയിലയും ഏലത്തരിയും ഇരട്ടിമധുരവും കൊപ്രാക്കഷണവും കൂട്ടി മുറുക്കിത്തുടങ്ങി. സാർ 'കരകാണാക്കടലും' 'അക്കരപ്പച്ച'യും 'ഒരു കുടയും കുഞ്ഞുപെങ്ങളും' 'ഡോക്ടർ ഷിവാഗോ'യും മൊക്കെയായി പാട്ടും പൈങ്കിളിയായി പറന്നുകളിക്കുകയാണ്. നോവലുകളുടെ ചലച്ചിത്രപ്പതിപ്പുകളും. മുറുക്കിയാൽ തുപ്പാൻ നേരമില്ല...

അപ്പോൾ മാതൃഭൂമി ആഴ്ചപ്പതിപ്പിൽ ഏതോ ഒരുത്തന്റെ ഒരു കാളമൂത്ര ലേഖനം. സാഹിത്യമാണ്. മറ്റെന്തോ പറയുന്നതിനിടയ്ക്ക് 'വർക്കത്ത് മുട്ടി' എന്ന് ഒരു കൊച്ചുതട്ട്. ഞങ്ങൾക്ക് ചൊറിഞ്ഞുകേറി. വർക്കിസാറിനെ ചെന്നു കണ്ട് കാര്യം ബോധിപ്പിച്ചു. പുള്ളിക്കാരന് ഒരു കുലുക്കവുമില്ല. പറഞ്ഞു: 'ആഴ്ചപ്പതിപ്പിന് ഒരു കത്തയച്ചിട്ടുണ്ട്.' അതച്ചടിച്ചുവന്നു. ഇത്രമാത്രം. 'ചൊറിച്ചുമല്ലുമ്പോൾ തെറ്റാതെ ചൊല്ലണം. വർക്കത്ത് മുട്ടി എന്നല്ല 'വട്ടത്ത് മൂർക്കി' എന്നുവേണം മുട്ടത്ത് വർക്കി.'

ആ നിഷ്കളങ്കഫലിതം ഞങ്ങളെ ഒത്തിരി രസിപ്പിച്ചു. എൻബിയെസ്സിൽ നിന്നും വർക്കിസാറിന്റെ പൈങ്കിളികൾ അട്ടിയട്ടിയായി വിറ്റുപോകുന്നതുകൊണ്ട് അഹ്ലാദിച്ചു.

ആയിടയ്ക്ക്, വൈ.എം.സി.എയിൽ എ.വി ജോർജ്ഹാളിൽ പന്ത്രണ്ട് നോവലുകളുടെ റിലീസ് പരിപാടി. പന്ത്രണ്ടിലൊന്നുവർക്കിസാറിന്റെ. നോവലുകളുടെ പ്രമുക്തി നിർവഹിക്കുന്നത് മുണ്ടശ്ശേരി മാഷ്. നോവലുകൾ പരിചയപ്പെടുത്തുന്നത് കൃഷ്ണൻനായർസാർ. ഞങ്ങൾ കൂട്ടമായെത്തി. വേദിയിൽഎട്ടുപത്ത് നോവലിസ്റ്റുകൾ നിരന്നിരുപ്പുണ്ട്. മുൻനിരയിൽത്തന്നെ മുട്ടൻ.

മുണ്ടശ്ശേരി മുണ്ടുരിഞ്ഞുടുത്ത് പ്രസംഗം തുടങ്ങി: പന്ത്രണ്ട് നോവലിൽ രണ്ടെണ്ണം ഞാൻ വായിച്ചില്ല. അവ മുട്ടത്ത് വർക്കിയുടേയും കാനം ഇ.ജെയുടേയുമാണ്.

പറഞ്ഞുതീർന്നതും വർക്കിസാർ എണീറ്റു. അണിയറയിലേയ്ക്ക്

അപ്രത്യക്ഷനായി. മുണ്ടശ്ശേരിയുടെ ഉഗ്രൻ പ്രഭാഷണം പെയ്തൊടുങ്ങിയശേഷം, ഉടൻ കസേരയിൽ വന്നിരുന്നു.

തുടർന്ന് കൃഷ്ണൻനായർസാറിന്റെ ഊഴമായി. അദ്ദേഹവും പറഞ്ഞു തുടങ്ങിയതങ്ങനെ:'ഞാനും പന്ത്രണ്ടിൽ രണ്ട് വായിച്ചില്ല —മുട്ടത്ത് വർക്കിയുടേം'

കീ കൊടുത്തപോലെ വർക്കിസാർ എണീറ്റു. അണിയറയിലേക്കു പോയി. പിന്നെ തിരിച്ചുവന്നിരുന്നത് കൃഷ്ണൻനായർ സാറിന്റെ പ്രസംഗം തീർന്നപ്പോൾ. ഞങ്ങൾ കയ്യടിച്ചത് വർക്കിസാറിന്റെ വരവിനാണ്. സാർ അന്ന് പ്രസംഗിച്ചു: മണ്ണിന്റെ മണമുള്ള നോവൽ ഉണ്ടാകുന്നില്ലെന്നാണ് മുണ്ടശ്ശേരി പറയുന്നത്. ചെത്തിപ്പുഴ മുതൽ കോട്ടയം വരെയും കോട്ടയം മുതൽ ചെത്തിപ്പുഴ വരെയുമാണ് എന്റെ ഭൂമി. ഇവിടുത്തെ മണ്ണ് മണത്തുനോക്കീട്ടില്ല. പക്ഷേ ഇവിടുത്തെ മനുഷ്യരേം അവരുടെ ജീവിതത്തേം എനിക്കറിയാം. അതാണ് ഞാനെഴുതുന്നത്. ഞാനെഴുതുന്നത് ആയിരക്കണക്കിന് സാധാരണ മലയാളികൾ വായിക്കുന്നുണ്ട്. സിനിമയാക്കുമ്പോൾ പതിനായിരങ്ങൾ കാണുന്നുണ്ട്. അങ്ങ് ചൈനേലും റഷ്യേലുമൊക്കെ പോയി അവിടത്തെയെല്ലാം മണ്ണു മണത്തു വന്നിട്ട് മുണ്ടശ്ശേരി രണ്ട് നോവൽ എഴുതിയല്ലോ! മനുഷ്യൻ തിരിഞ്ഞുനോക്കിയോ, മാഷെ.

മുണ്ടശ്ശേരി പൊടിവലിക്കാനെന്ന ഭാവത്തിൽ അണിയറയിലേക്ക് വലിഞ്ഞു. ഞങ്ങൾ 'മുട്ടൻ സിന്ദാബാദ്!' 'ഞങ്ങളുടെ മുട്ടൻ സിന്ദാബാദ്! എന്ന മുദ്രാവാക്യം വിളിച്ചു. യോഗം കഴിഞ്ഞ് ഒരു കൊച്ചുജാഥയായിട്ടാണ് വർക്കിസാറിനെയും കൊണ്ട് ഞങ്ങൾ പോയത്...

ഓൾഡ്മങ്ക് റമ്മായിരുന്നു പൊൻകുന്നം വർക്കിസാർ. നല്ലിളം മധുരക്കള്ള് മുട്ടത്ത് വർക്കിസാറും. റമ്മിന്റെ ലഹരിയിൽ മൂന്ന് പതിറ്റാണ്ട് ഒന്നും ചെയ്യാതെ, ഒരക്ഷരമെഴുതാതെ, പൊൻകുന്നം മയങ്ങിക്കിടന്നു. മധുരക്കള്ളിന്റെ ഇക്കിളിയിൽ മുട്ടത്ത് മുപ്പതുകൊല്ലം എഴുതിക്കൂട്ടി.

രണ്ടുതരം നാശങ്ങൾ. നാശങ്ങൾക്കുമുമ്പ് രണ്ടുപേരും നൽകിയ നന്മകൾ. അതിന് നന്ദി പറയുമ്പോൾ ചുമ്മാ ഓർത്തുപോകുന്നു— വർക്കി ഒന്നല്ലേയുള്ളൂ! രണ്ടു രൂപത്തിൽ, രണ്ടു ഭാവത്തിൽ നമ്മൾ കണ്ടു എന്നല്ലേയുള്ളൂ!

(ഒന്നായ നിന്നെയിഹ രണ്ടെന്നു കണ്ടളവിലുണ്ടായൊരിണ്ടൽ
മിണ്ടാവതല്ല മമ)

●

ഡീസി: കുറുപ്പും വെളുപ്പും

1999-ലെ റിപ്പബ്ലിക് ദിനത്തിലാണ് ഡീസിസാർ അന്തരിച്ചത്. തലേന്ന് രാത്രിയിൽ രാഷ്ട്രപതി കെ.ആർ. നാരായണൻ 'പത്മഭൂഷൺ' നൽകി ആദരിക്കുകയുണ്ടായി; ദേശീയ ബഹുമതിയുടെ വർത്തമാനം ഏതാണ്ട് തിരിച്ചറിഞ്ഞശേഷം ആയിരുന്നത്രെ ഡീസിസാറിന്റെ മരണം..

ഇഷ്ടപ്പെട്ടവരുടെ വേർപാട് ഉള്ളിൽ തട്ടുമ്പോഴെല്ലാം അരികത്തുനിന്ന് അകന്നുമാറുന്നതാണ് എന്റെ ദുശ്ശീലം. സജീവമായ ഒരു നൂറോർമ്മകൾ ചലനമറ്റ് മൃതമായി കിടക്കുന്നത് കാണാൻ വയ്യ. മരണവീട്ടിൽ ചെന്നാലും അങ്ങു പര്യമ്പുറത്തെങ്ങാനും ഒതുങ്ങിക്കൂട്ടും. അതാണ് പതിവ്. പക്ഷേ, ഡീസിസാറിന്റെ മൃതദേഹത്തിനു കാൽക്കൽ ഒരു നിമിഷം ഞാൻ നമിച്ചുനിന്നു.

എന്റെ മനസ്സിൽ എന്തോ കൊച്ചുകുറ്റബോധമുണ്ടായിരുന്നു. സ്വന്തം കുസൃതിയെക്കുറിച്ച് കുഞ്ഞുപശ്ചാത്താപം. എന്റെ തമാശയെ ചൊല്ലി ഞാൻ ഉള്ളിന്റുള്ളിൽ മാപ്പിരന്നു: സാർ, ക്ഷമിക്കണേ—

പോയ അഞ്ചാറുമാസത്തിനിടയിൽ, ഡീസിസാറിന്റെ ആരോഗ്യാവസ്ഥയെപ്പറ്റി ചോദിച്ച പലരോടും ഞാൻ ചുമ്മാ പറഞ്ഞു: ഒന്നുമില്ല, ഒരു കുഴപ്പോമില്ല.

കാൻസറാണെന്നറിഞ്ഞു.

എന്നാരറിയിച്ചു?

അദ്ദേഹം തന്നെ'കുങ്കുമ'ത്തിൽ 'ചെറിയ കാര്യങ്ങളി'ൽ എഴുതിയിരുന്നല്ലോ.

അത് സാരമില്ല, ഞാൻ പറഞ്ഞു: അടുത്ത ജനുവരി 26 വരെ ഒന്നും സംഭവിക്കില്ല!

കേട്ടവർ പലരും സംശയാലുക്കളായി കാരണമാരാഞ്ഞു.

ഞാൻ അല്പസ്വല്പം ജാഡയിൽ പ്രസ്താവിച്ചു. പത്മം വരാനുണ്ട്!

പത്മമോ? അതെ. പത്മശ്രീ, പത്മഭൂഷണം അല്ലേൽ പത്മവിഭൂഷണം! എന്നാലേ ആ ജീവിതം പൂർണ്ണമാകൂ...

തിരൂർ പു.ക.സ. സംസ്ഥാന സമ്മേളനസ്ഥലത്തുവച്ചാണ് ഞാൻ ഈ പ്രവചനം ആദ്യം തട്ടിവിട്ടത്. വിജയൻമാഷോടും എസ്. രമേശനോടും പിന്നെ പൂവും കായും സായുമൊന്നുമില്ലാത്ത മറ്റുള്ളവരുങ്ങളോടും.

പു.ക.സ. സമ്മേളനങ്ങൾക്കൊക്കെ ഒരു നാൾ പോകുക, കണ്ണിൽ കണ്ട ചോംസ്കിയോടും ഗ്രാഷ്മിയോടുമെല്ലാം രണ്ട് കമന്റടിക്കുക— എനിക്ക് നേരമ്പോക്കായിരുന്നു അത്. നേരമ്പോക്കും കളിതമാശകളും വിപ്ലവത്തിനു പറഞ്ഞിട്ടുള്ളതല്ലാത്തതുകൊണ്ട് എന്നെ കൂട്ടത്തിൽ കൂട്ടില്ല. (എങ്ങനെ കൂട്ടും? സാറാട്ടീച്ചറിനെയും കണ്ണൻമേനോൻ സാറിനെയും കണ്ടപ്പോൾ ഞാൻ രമേശനോട് ചോദിച്ചു: യൂറോപ്യൻ പ്രതിനിധികളും എത്തിയിട്ടുണ്ടല്ലേ?)

തിരൂർവച്ചും പിന്നെ കണ്ണൂർ, കോഴിക്കോട്, തൃശ്ശൂർ, കൊല്ലം, തിരുവനന്തപുരം എന്നിവിടങ്ങളിൽവച്ചും കോട്ടയംകാരനായ എന്നോട് കുശലാന്വേഷണമെന്നോണം പലരും അന്വേഷിച്ചു. ഡീസിയുടെ രോഗം എങ്ങനെ? മോശമാണോ സംഗതി?

സ്വയം ആസ്വദിച്ച് ഞാൻ എന്റെ കൃസൃതി ആവർത്തിച്ചുകൊണ്ടിരുന്നു. ജനുവരി 26 കഴിഞ്ഞേ എന്തും ഉണ്ടാകൂ!

അതുകൊണ്ട് റിപ്പബ്ലിക് ദിനത്തിന് പത്മഭൂഷൺ വരുകയും ഡീസിസാർ പോകുകയും ചെയ്തതറിഞ്ഞ് ഞാൻ ആകെ വല്ലാതായി. അഞ്ചാറുപേർ വിളിച്ച് എന്റെ പ്രവചനം ഓർമ്മിപ്പിച്ചു. സത്യത്തിൽ പരിഭ്രാന്തിയിലായി. കോട്ടയത്ത് ദേവലോകത്ത് ഓടിച്ചെന്ന് ഡീസിസാറിന്റെ കാൽക്കൽനിന്ന് മാപ്പിരന്നു...

നാല് പതിറ്റാണ്ടിലേറെക്കാലം അടുത്തും അകന്നും നിന്ന് ഡീസിസാറിനെ കണ്ടിട്ടുണ്ട്. എന്നാദ്യം കണ്ടു എന്നു ചോദിച്ചാൽ ഓർത്തെടുക്കാൻ പാട്. ഓർമ്മയിൽ പതിഞ്ഞത് 1957-ൽ തിരുനക്കര മൈതാനത്ത് നടന്ന സാഹിത്യപരിഷത് മഹാമഹത്തിന്റെ നാളുകളിലാണ്. നായർസമാജം സ്കൂളിൽ ഫോർത്ത് ഫോമിൽ പഠിക്കും കാലം. ഞങ്ങൾ കുറെപ്പേരെ കുട്ടികളുടെ സമ്മേളനത്തിനും മറ്റു സമ്മേളനങ്ങൾക്കും കലാപരിപാടികൾക്കും കൂട്ടിക്കൊണ്ടുപോയി

ശ്രീധരൻനായർസാർ. (ശ്രീ ടി.എസ്. ശ്രീധരൻനായർ, എന്റെ അധ്യാപകൻ. എസ്. ഗോപാലകൃഷ്ണൻ, ഡോ. ശാരദക്കുട്ടി എന്നിവരുടെ പിതാവ്.)

മാമാ വരേർക്കർ, ഹുമയൂൺ കബീർ, മഹാകവി വള്ളത്തോൾ,ഇം. എം,എസ്., പനമ്പിള്ളി, കെ. ബാലകൃഷ്ണൻ, കേശവദേവ്,തകഴി, പൊറ്റെക്കാട്ട്, ഉറൂബ്, ജി. ശങ്കരക്കുറുപ്പ്, വൈലോപ്പിള്ളി.വയലാർ തുടങ്ങിയവരെ എല്ലാം ജീവനോടെ കണ്ടു; കേട്ടു. ആൾക്കൂട്ടത്തിൽ ഒളിച്ചുകളിക്കുന്ന ബഷീറിനെയും കണ്ടു, കേട്ടില്ല.

ഇടയ്ക്ക്, സദസ്സിന്റെ പിൻനിരയിൽ കുനിക്കൂടിയിരിക്കുന്ന ബഷീറിനെ മൂന്നുപേർ ബലം പിടിച്ച് മുൻനിരയിലേക്ക് വലിച്ചിഴയ്ക്കുന്നു. കുതറിമാറി ബഷീർ അവരെ ശകാരിച്ചോടിച്ചു. മൂവരും ഓടി രക്ഷപ്പെട്ടു— ചിരിച്ചുകൊണ്ട്. പരിഷത് പരിപാടികളുടെ ചുമതലക്കാരായ ഡീ.സി. കിഴക്കേമുറി, സി.ജെ തോമസ്, ജേക്കബ് ഫിലിപ്പ് എന്നിവരായിരുന്നു അവർ.

തിരുനക്കര ആറാട്ടിനെ തോൽപ്പിച്ച് ഓരോ ദിവസത്തെയും പരിഷത് സമ്മേളനം. ഡീസിസാറിന്റെ കഴിവും മിഴിവും മിന്നിത്തിളങ്ങി.

കളരിക്കൽ ബസാറിൽ എൻ.ബി.എസ്. മാനേജരാണ് ഡീസി അന്ന്. തലനിറയെ മിനുസമുള്ള മുടി ചെരിച്ചുവകഞ്ഞു ചീകി വച്ചിരിക്കും. ഒരു മുടി നാരിഴപോലും ഇളകിക്കളിക്കില്ല. മുഖം നല്ല ക്ലീൻ ഷേവാണ്. ഉടയാത്ത മുറിക്കയ്യൻ ഷർട്ടും ഒറ്റമുണ്ടും. പുതുതെന്ന് തോന്നുന്ന തോൽചെരുപ്പുകൾ.

സ്കൂളിൽ പഠിക്കുമ്പോഴേ എൻബിയെസ് പോക്ക് തുടങ്ങി. ഡീസിസാറിനെ കാണുന്നത് വലിയ ഇഷ്ടമായിരുന്നു. പുസ്തകംവാങ്ങാൻ രണ്ടുരൂപയിൽ താഴെയാണ് എന്റെ കീശയിലെ മൂലധനം. ഒന്നരയണയും മൂന്നണയും ആറണയും വിലയുള്ള വിലപ്പെട്ട പുസ്തകങ്ങൾ ഞാൻ നോക്കിയെടുക്കും. 'മുച്ചീട്ടുകളിക്കാരന്റെ മകൾ' 'ആനവാരിയും പൊൻകുരിശും' 'വിശ്വവിഖ്യാതമായ മൂക്ക്'' 'ബാലചന്ദ്രൻ' (കാരൂർ) 'ആനക്കഥ' (കോരത്) തുടങ്ങിയ ബൃഹത്ഗ്രന്ഥങ്ങൾ ഞാൻ വാങ്ങിക്കൂട്ടി.

പുസ്തക വില ചില്ലറയായി എണ്ണിക്കൊടുക്കുമ്പോൾ ഡീസിസാർ അർത്ഥം വച്ച് ചിരിക്കും. എന്റെ ദാരിദ്ര്യം കണ്ടിട്ടാണ് ഡീസിസാർ ഇൻസ്റ്റോൾമെന്റ് പദ്ധതിയും പ്രീ—പബ്ലിക്കേഷൻ സൗജന്യവും കണ്ടുപിടിച്ച് നടപ്പിലാക്കിയതെന്ന് പിൽക്കാലത്ത് ഞാൻ

ഡീസിസാറിനോട് തമാശപറഞ്ഞിട്ടുണ്ട്.

1965-ൽ കാര്യൂർസാറിനുശേഷം ഡീസിസാർ സെക്രട്ടറിയായി. കോട്ടയം പബ്ലിക് ലൈബ്രറി സെക്രട്ടറി കൂടിയായി. സാഹിത്യപ്രവർത്തക സഹകരണസംഘവും ലൈബ്രറിയും ഡീ.സി കിഴക്കേമുറിയുടെ പര്യായങ്ങളായിത്തീർന്നു. ഞങ്ങളുടെ യൗവനത്തെ വർണ്ണശബളമാക്കിയ ഡീസിയുഗത്തിന്റെ ആദ്യപാതിയായിരുന്നു അത്.

അസൂയക്കാരുടെ പാരവെപ്പിന്റെ ഒടുക്കം സംഘം സെക്രട്ടറിയായ ഡീ.സിയുടെ സസ്പെൻഷനിലെത്തി. സസ്പെന്റു ചെയ്തത് സാക്ഷാൽ പൊൻകുന്നം വർക്കിയും.

സസ്പെൻഷൻ വാർത്ത പുറത്തറിഞ്ഞ ഉടൻ ആർട്ടിസ്റ്റ് ശങ്കരൻകുട്ടി പതിവിലിരട്ടി ചാരായം മോന്തി. ആട്ടോ പിടിച്ച് സംഘം ആപ്പീസിലെത്തി. പ്രസിഡണ്ടിന്റെ മുറിയിൽ വേച്ചുവേച്ച് പ്രവേശിച്ചു. വാതോരെ വർക്കിസാറിനെ മുഴുത്ത തെറി വിളിച്ചു. ഓടിക്കൂടിയവർ നോക്കിനിന്നതേയുള്ളൂ. ആരോ പറഞ്ഞ് ഞാനറിഞ്ഞു. ഓടിച്ചെന്നു. വർക്കിസാറിന്റെ കസേരയിലേക്ക് വിരൽചൂണ്ടിനിന്ന് അസഭ്യം പറയുകയാണ്: എടാ വർക്കീ നിന്നെ ഞാൻ അതു ചെയ്യും ഇതുചെയ്യും എന്നെല്ലാം... ഞാൻ ചിരിച്ചുപോയി. വർക്കിസാർ ആ മുറിയിലോ, അടുത്തെങ്ങോ ഇല്ല! വർക്കിസാർ കസേരയിൽ ഇരിക്കുന്നു എന്നത് ശങ്കരൻകുട്ടിയുടെ ഭാവനമാത്രം!

ആ രംഗം ഒരിക്കൽ രഹസ്യമായി ഞാൻ ഡീസിസാറിനെ അഭിനയിച്ചു കാണിച്ചു.

അന്ന് ആ സസ്പെൻഷൻ സംഭവിക്കാതിരുന്നെങ്കിൽ! സെക്രട്ടറി സ്ഥാനം കഴിഞ്ഞ് ഡീസിസാർ സംഘം പ്രസിഡണ്ടായി സാഹിത്യപ്രവർത്തകസംഘത്തെ നയിച്ചിരുന്നെങ്കിൽ! എങ്കിൽ...എങ്കിൽ എന്ന് ഞാൻ കൊതിച്ചു പോയിട്ടുണ്ട് ലപ്പോഴും...

സംഘം പടുകുഴിയിൽ പതിഞ്ഞു.

സംഘത്തെ രക്ഷിക്കാൻ സഹകരണമന്ത്രി പിണറായി വിജയൻ ഒരു യോഗം വിളിച്ചുകൂട്ടി. യോഗത്തിൽ സി.പി. ശ്രീധരൻ പറഞ്ഞു: സംഘത്തെ ഭരിക്കാൻ ഒരു ഐ.എ.എസ്. ഓഫീസറെ അയയ്ക്കണം. തുടർന്ന് സംസാരിച്ച ഡീസിസാർ നിർദ്ദേശിച്ചു: സംഘത്തിൽ ഇപ്പോൾ വേണ്ടത് ഐ.എ.എസ്സുകാരനല്ല മറിച്ച് ഒരു ഐ.പി.എസ്. ഓഫീസർ ആണ്. അതാണ് സ്ഥിതി!

അന്ന് ആ യോഗത്തിൽ ഞാൻ പറഞ്ഞു: ഐ.എ.എസും ഐ.പി.

എസ്സും അല്ല സംഘത്തിൽ വേണ്ടത്, ഒരു ഡീ.സി. കിഴക്കേമുറി ആണ്.

യോഗം കഴിഞ്ഞിറങ്ങുമ്പോൾ നിറഞ്ഞ കണ്ണുകളോടെ ഡീസിസാർ എന്റെ തോളിൽ തട്ടി. ഒന്നും മിണ്ടിയില്ല അദ്ദേഹം...

മറ്റൊരിക്കൽക്കൂടി നിശ്ശബ്ദനായി അദ്ദേഹം എന്നെ അഭിനന്ദിക്കുകയുണ്ടായി.എം.ജി. യൂണിവേഴ്സിറ്റിയിലെ കോളജുകളിലെ മലയാളം അധ്യാപകരുടെ യോഗം. ഡീസിസാർ പ്രധാനാതിഥി. യോഗത്തിനിടയിൽ ഒരു മരണവാർത്ത എത്തി. ലളിതാംബിക അന്തർജനത്തന്റെ ഭർത്താവന്റെ മരണം. അനുശോചനപ്രമേയം പാസാക്കണമെന്ന് ഡീസിസാർ പറഞ്ഞു.പക്ഷേ, അന്തർജനത്തിന്റെ ഭർത്താവിന്റെ പേര് മലയാളം സാറൻമാർക്കാർക്കുമറിയില്ല. ആരോ ഡീഡിസാറിനോടു തന്നെ ചോദിച്ചു. ഡീസിസാർ പെട്ടെന്ന് പതറി. ഓർമ്മ തെളിയുന്നില്ല. അദ്ദേഹം സ്തംഭിച്ചിരുന്നു. പതുക്കെ പറഞ്ഞു, ഓമനക്കുട്ടനോട് ചോദിക്കൂ.

ഞാൻ ഓർത്തു പറഞ്ഞു കൊടുത്തു: അമനകര ഇല്ലത്ത് നാരായണൻ നമ്പൂതിരി.

യോഗം പിരിഞ്ഞപ്പോൾ ഡീസിസാർ എന്നോട് നന്ദി പറഞ്ഞു. സന്തോഷം അറിയിച്ചു. ഞാൻ ഏതോ സങ്കടത്തോടെ സാറിനെ ശ്രദ്ധിച്ചു. സാറിനെന്തു പറ്റി? ഓർമ്മ മങ്ങിയതെന്ത്? മുടിനാരിഴ ഒന്നുപോലും നരച്ചിട്ടില്ലല്ലോ!

അധികം താമസിയാതെ 'കുങ്കുമ'ത്തിൽ അദ്ദേഹം വെളിപ്പെടുത്തി താൻ കാൻസർ രോഗിയാണെന്ന്. ആ ശക്തി ഞങ്ങളെ ദുർബ്ബലരാക്കി. നൊമ്പരപ്പെടുത്തി.

റിപ്പബ്ലിക് ദിനത്തിൽ പത്മഭൂഷൺ ഡീസി യാത്രയാകുമ്പോഴും നല്ല തിളങ്ങുന്ന കറുത്തമുടി എന്നെ ഒത്തിരി ഓർമ്മകൾക്ക് അടിമയാക്കി. ഞാൻ എന്റെ കുസൃതികൾക്ക് മാപ്പിരന്നു.ക്ഷമിക്കണേ, സാർ!

•

ഏഴരപ്പൊന്നാനപ്പുറത്തെഴുന്നള്ളും എസ്.പി. യാശാൻ

ഏറ്റുമാനൂരപ്പൻ എടുപിടീന്ന് ഒറ്റരാത്രികൊണ്ട് സൂപ്പർതാരമായി മാറി. വെള്ളത്തൂവൽ സ്റ്റീഫൻ പറ്റിച്ച പണിയാണ്. സ്റ്റീഫനെന്ന തസ്കരവീരൻ നാലമ്പലത്തിന്റെ ഓടുമാറ്റി ശ്രീകോവിലിന്റെ സാക്ഷനീക്കി അഘോരമൂർത്തിയെ അടിച്ചുമാറ്റി. നിർമ്മാല്യം കണ്ട് തൊഴാൻവന്ന ഭക്തജനങ്ങൾ അപ്പനെ കാണാഞ്ഞ് വലിയവായിലേ ആർത്തുവിളിച്ച് നെഞ്ചത്തറഞ്ഞു. ആകെ കോലാഹലമായി. പരമേശ്വരനെത്തന്നെ മോഷണം പോയാൽ പാവം മനുഷ്യന്മാരെന്തു ചെയ്യും?

സഖാവ് കൃഷ്ണൻ നായനാരുടെ ആദ്യ സർക്കാർ ഭരണത്തിലേറിയതേയുള്ളൂ. സഖാവ് ടി.കെ രാമകൃഷ്ണൻ ആഭ്യന്തരമന്ത്രി, സഖാവ് എം.കെ. കൃഷ്ണൻ ദേവസ്വം മന്ത്രി.

കൃഷ്ണത്രയത്തിന്റെ നല്ലകാലം കൊണ്ട് അമ്പലത്തിനടുത്ത് ചാപക്കുളത്തിൽ മുക്കിയിട്ട ഏറ്റുമാനൂരപ്പനെ പൊക്കിയെടുക്കാൻ വെള്ളത്തൂവൽ സ്റ്റീഫനായില്ല. നേരം കിട്ടിയില്ല. അതിനുമുമ്പെ ടി.കെ. യുടെ പോലീസ് സ്റ്റീഫനെ പൊക്കി.

ഏറ്റുമാനൂരപ്പൻ ഉജ്ജ്വലഭാസ്സോടെ പുനഃപ്രതിഷ്ഠിക്കപ്പെട്ടു.നല്ല കമ്മ്യൂണിസ്റ്റുകാരായ ടീകെയും എം.കെയും നഗ്നപാദരായിഅർദ്ധനഗ്നരായി ഭസ്മലേപസുഗന്ധം പൂശി ക്ഷേത്രപ്രവേശം ചെയ്തു. പ്രദക്ഷിണം വച്ചു. കളഞ്ഞു കിട്ടിയ തങ്കപ്പനെ തൊട്ടുതൊഴുതു.

പിന്നെ ഭക്തലക്ഷപ്രവാഹമായിരുന്നു ഏറ്റുമാനൂരേയ്ക്ക്. നടവരവ് ഇരട്ടിക്കിരട്ടിയായി. കല്യാണം, ചോറൂണ്, തുലാഭാരം –നടയടയ്ക്കാൻ നേരമില്ല. ഭണ്ഡാരപ്പെട്ടികൾ നിറഞ്ഞുതുളുമ്പി, ഊത്ത്, കൊട്ട്, വഴിപാടുവെടി...

പോയി ഞങ്ങളും നേരെ ഏറ്റുമാനൂർക്ക്.

അമ്പലത്തിന്റെ പടിഞ്ഞാറെ നടയിലെ ചുമർചിത്രം 'ഗോപികാവസ്ത്രാപഹരണം' കണ്ട് കണ്ണുകളിർത്ത് കോരിത്തരിച്ചങ്ങനെ നിന്നു. നഗ്നരാധകളുടെ നടുക്ക് കദംബവൃക്ഷശിഖരത്തിൽ പുല്ലാങ്കുഴലൂതി രസിക്കുന്ന കള്ളക്കൃഷ്ണൻ—

സ്റ്റീഫൻ കള്ളൻ മണ്ടനാണെന്നും ഞാനാണേൽ ഏറ്റുമാനൂരപ്പനെയല്ല, ഏഴരപ്പൊന്നാനയെയാണ് കക്കുക എന്നും ഞാൻ ഉറക്കെ പ്രഖ്യാപിച്ചു. പൊന്നാനകളെ കിട്ടിയില്ലേൽ പൊന്നും പാക്കങ്കുല!

ഞാൻ അല്പസ്വല്പം ഗമയിൽ നിന്നു വിലസുമ്പോൾ ചങ്ങാതികൾ പേടിയോടെ ചുറ്റുംപാടും നോക്കി, പറഞ്ഞതാരും കേട്ടില്ലല്ലോ എന്ന്: അമ്പല മൈതാനത്തെ താത്കാലിക പുസ്തകക്കടയുടെ പലകത്തട്ടിൽ കറുത്ത കണ്ണടയും വച്ചിരിക്കുന്നു. ഒരു സന്ന്യാസി. എന്റെ സ്നേഹിതന്മാർ വിരണ്ടു. ഒരുത്തൻ പിറുപിറുത്തു. വല്ല സിഐഡീം ആയിരിക്കും!

അമ്പലമുറ്റത്തും ആൽത്തറയിലും പ്രത്യക്ഷപ്പെടുന്ന സന്ന്യാസവേഷങ്ങളെല്ലാം സിഐഡികൾ വേഷം മാറി നടക്കുന്നവരാണെന്ന് കൊച്ചുനാളിലേ അറിഞ്ഞുവച്ചിട്ടുണ്ടല്ലോ. പലകത്തട്ടിൽ കാൽപിണച്ചിരിക്കുന്ന ആസാമിയെ അടിമുടി നോക്കി. ഇരുണ്ട നിറം. മുക്കാലും കഷണ്ടി, നരച്ച മീശയും ചെറിയതാടിയും. കട്ടുംകാവി ജൂബ്ബയും കാവിമുണ്ടും കാവിത്തോർത്തും വേഷം. കഴുത്തിൽ ഒറ്റരുദ്രാക്ഷമാല, കൈയിൽ പഴയ ഊന്നുവടി, കാലിൽ തേഞ്ഞ തോൽച്ചെരുപ്പ്, എഴുപതുവയസ്സെങ്കിലും കാണും കാരണോർക്ക്.

കറുപ്പുകണ്ണട ഊരി ചില്ലുതുടയ്ക്കുമ്പോൾ ആ മുഖത്ത് ഒരു സുന്ദരൻ ചിരി വിടർന്നു. ആ ചിരി.... ആ ചിരി.... അയ്യോ!

'എസ്.പി.' ഞാൻ കുരവപ്പൂവായി പൊട്ടി.

എന്റെ കൂട്ടുകാർ എസ്.പി. എന്നു കേട്ട് ഞെട്ടി. പോലീസ് സൂപ്രണ്ട് എന്നാണ് അവരോർത്തത്. ഞാൻ ആനന്ദംകൊണ്ടിളകി വിളിച്ചു: 'എസ്പി! നമ്മുടെ എസിപി പിള്ള! എസ്പിയാശാൻ! കേരളാ ചാർലിചാപ്ലിൻ'

വേഗം അരികിലണഞ്ഞ് വണങ്ങി കൈകൂപ്പിത്തൊഴുതു.

ആ വൃദ്ധനയനങ്ങൾ പെട്ടെന്ന് തിളങ്ങുന്നതും നനയുന്നതും ഞങ്ങൾ കണ്ടു. അദ്ദേഹം പതുക്കെ ചോദിച്ചു: 'നിങ്ങളെന്നെ അറിയ്യോ?'

'ആശാനെ അറിയാത്തതാരാ ഈ കേരളത്തിൽ!' ഞാൻ ആദര പൂർവം പറഞ്ഞു.

'അമ്പലപ്പറമ്പിൽ ആയിരങ്ങൾ വന്നു പോകുന്നു. ആരും തിരിഞ്ഞു നോക്കാറില്ല. ഞാനും ആരേം കാണാറില്ല.. കണ്ണിന് കാഴ്ചക്കുറവ്—'

അത് പറയുമ്പോൾ ഈറൻസ്വരം ഒന്നു ചിലമ്പിച്ചോ? എങ്കിലും തനിച്ചിരിയുടെ മണികിലുക്കമായി. പുത്തൻ തലമുറയുടെതിരിച്ചറിവിൽ പഴയ പങ്കൻ പിറവിയെടുത്തു. ഭാവഹാവങ്ങളിൽ ഹാസ്യശോകസരസങ്ങൾ പകർന്നാടി. വിരൽത്തുമ്പുകളിൽ തുള്ളൽത്താളങ്ങൾ തുളുമ്പി. പഴങ്കഥകൾ പാണൻപാട്ടായി പടർന്നു...

അഞ്ചുവയസ്സുമുതൽ എന്റെ സൂപ്പർ ഹീറോ ആണ് എസ്.പി.നേരിൽ കണ്ട ആദ്യസിനിമാതാരം. വീട്ടിൽവന്ന് അച്ഛനുമായി കളിതമാശകൾ പറഞ്ഞു രസിക്കുന്ന എസ്.പി. ഓർമ്മയിൽ നിറഞ്ഞുനില്പുണ്ട്. അപ്രതീക്ഷിതമായി പ്രത്യക്ഷപ്പെടും. കാത്തൂർ സാറിന്റെ വീട്ടിലേക്കുള്ള വരവാണ്. കാത്തൂർ സാറിന്റെ സ്വന്തം ഭൃത്യനായിരുന്നല്ലോ പങ്കൻ.

മള്ളൂർ ഗോവിന്ദപിള്ള വക്കീലിനെ പ്രശസ്തനാക്കിയ 'ഉണ്ടവിഴുങ്ങി'ക്കേസിൽ പങ്കന്റെ പിതാവ് ജയിലിലായി. ഫോറാംക്ലാസ്സിൽ പഠിത്തം നിറുത്തേണ്ടിവന്നു. അനാഥനായി ഏറ്റുമാനൂർകവലയിൽ സോഡ വിറ്റുനടന്നു. പിന്നീടാണ് കാത്തൂരിന്റെപൊതിച്ചോറുകാരൻ പയ്യനായത്. ഒരിക്കൽ ഞങ്ങളുടെ നായർസമാജം സ്കൂളിൽ എസ്.പി. പ്രധാനാതിഥിയായി എത്തി. കാത്തൂർസാറുമുണ്ടായിരുന്ന വേദിയിൽ. എസ്.പി. പ്രസംഗിച്ചു. 'ഈകാത്തൂർ നീലകണ്ഠപ്പിള്ള ഉണ്ടല്ലോ, ഇദ്ദേഹം ഇത്രവല്യആളായതെങ്ങനാ? ഞാനുണ്ടാക്കിക്കൊടുത്ത കഞ്ഞീംചമ്മന്തീം കഴിച്ച്...'

കേട്ടവർ പൊട്ടിച്ചിരിച്ചു. എസ്.പി.യുടെ കണ്ണുനിറഞ്ഞൊഴുകി.

മലയാളത്തിലെ ഏറ്റവും വലിയ താരമായി എസ്.പി.പിള്ള കൊടികുത്തി പറക്കും കാലം. പിള്ള ഇല്ലാത്ത പടമുണ്ടോ? ആദ്യത്തിലാദ്യമായി നൂറ് പടം തികച്ചവൻ, ഇരട്ടവേഷം കെട്ടിയവൻ. മുന്നൂറോളം ചിത്രങ്ങളിൽ എത്ര കോമാളിവേഷങ്ങളാടി. പരമബോറായിരുന്നു മിക്കതും. പക്ഷേ 'ജീവിതനൗക' 'അവകാശി' മുതൽ 'നീലിസാലി' 'നായര് പിടിച്ച പുലിവാൽ' വരെ പണം വാരിപ്പടങ്ങൾ അരനൂറ്റാണ്ടായി അന്നുമിന്നും കൊട്ടക പൊളിക്കുന്നത് എസ്.പി മുതുകുളം ബഹദൂർ നാമധേയങ്ങളിൽ.

ഉണ്ണിയാർച്ച, റോസി, ചെണ്ട, ചെമ്മീൻ, കാവാലം ചുണ്ടൻ,

ഓടയിൽനിന്ന്, ആദ്യകിരണങ്ങൾ, ഒള്ളതുമതി തുടങ്ങിയ ചിത്രങ്ങളിലെ നല്ല കഥാപാത്രങ്ങളെ എസ്.പി. അപൂർവ്വ സുന്ദരങ്ങളാക്കി. വടക്കൻപാട്ടുകളിലെ പാണനാർ എസ്.പിയുടെ രൂപഭാവങ്ങളിൽ അനശ്വരമായി.

കൊട്ടാരക്കര ശ്രീധരൻനായർ. പി.ജെ ആന്റണി, എസ്.പി.പിള്ള ഇതാകുന്നു മലയാളസിനിമയിലെ മഹാകവിത്രയം. (തിലകൻ, നെടുമുടിവേണു, ജഗതി ശ്രീകുമാർ —പുനർജ്ജനിച്ച പുതിയ കവിത്രയം.)

'കേരളാ ചാർലിചാപ്ലിൻ' എന്ന് എസ്.പി.ക്ക് പട്ടം ചാർത്തിക്കൊടുത്ത് മഹാകവി വള്ളത്തോൾ. കലാമണ്ഡലത്തിൽ പങ്കജാക്ഷൻ പിള്ള തുള്ളലും കഥകളിയും അഭ്യസിക്കുന്ന വേളയിൽ. മഹാകവിയുടെ നാവ് പൊന്നായി.

'കേരളാ ചാർലി ചാപ്ലിൻ എസ്.പി. പിള്ള'യുടെ ഹാസ്യകലാപ്രകടനം അരനൂറ്റാണ്ട് മുമ്പ് കണ്ടത് ഓർമ്മയിൽ മങ്ങാതെ ഉണ്ട്. തൃക്കൊടിത്താനം ക്ഷേത്രത്തിൽ പതിനായിരങ്ങളുടെ മുന്നിൽ മൂന്നുമണിക്കൂർ നീണ്ട ഒറ്റയാൻ പ്രോഗ്രാം. ഇന്നത്തെ തല്ലിപ്പൊളി മിമിക്രിയുടെ തന്തപ്പരിപാടിയായിരുന്നു അത്. ആലപ്പി അഷ്റഫും കൊച്ചിൻ ഹനീഫും കെ.എസ്. പ്രസാദും ഒന്നുമല്ല, ജയ്‌രാജ് വാരിയരുമല്ല, സാക്ഷാൽ എസ്.പി യാശാനാണ് മിമിക്രിക്കലയുടെ കുഞ്ചൻനമ്പ്യാർ—

സംഗീതനാടകത്തിലെ 'സ്പെഷൽ ബഫൂൺ' ആയ എസ്.പി.യെ ഞാൻ കണ്ടിട്ടില്ല. പക്ഷേ, നാടകാഭിനയം കണ്ടാസ്വദിച്ചിട്ടുണ്ട്. 'കുറ്റവും ശിക്ഷയും' 'സെക്കൻഡ് ബെൽ' തുടങ്ങിയ നാടകങ്ങൾ. ഇത്രയും രംഗബോധവും താളശുദ്ധിയും ശബ്ദചലനവൃത്തിയും തികഞ്ഞ ഒരു നാടകനടനെയാണല്ലോ 'അതിനി ഞാനോ മറ്റോ ആണോ, കർത്താവേ!!' എന്ന ഏതോ ഭാവനശാലിയുടെ ഫലിതം അടിച്ചേല്പിച്ച് ആക്ഷേപിച്ചത്. ഞാൻ അരിശപ്പെട്ടിട്ടുണ്ട് ഇത് കേട്ട്....

തിക്കുറിശ്ശിയെ 'നല്ലവൻ' എന്നും കൊട്ടാരക്കരയെ 'മണ്ടൻ' എന്നും മുത്തയ്യയെ 'ശുദ്ധൻ' എന്നും എസ്.പിയെ 'പാവം' എന്നും അഭയദേവ് സാർ വിശേഷിപ്പിക്കുമായിരുന്നു. പാവം എസ്.പി. ഏറ്റുമാനൂരിൽ കുറച്ച് പാടം വാങ്ങി. കൃഷിയിറക്കി. നല്ല വിളവ്. കൊയ്തു കൂട്ടി. പക്ഷേ, അന്നുതന്നെ, ഡോക്ടർ പറഞ്ഞു: 'ഇനി, അരിഭക്ഷണം വേണ്ട. മുഴുപഞ്ചസാരയാണ്. ഗോതമ്പുകഞ്ഞികുടിച്ചാ മതി!' ദേവ് സാർ അക്കാര്യം പറഞ്ഞ് ചിരിച്ചു. 'പാവം എസ്.പി. മരിക്കും വരെ പിന്നെ അരിയാഹാരം കഴിച്ചിട്ടില്ല.'

എസ്.പി. യാശാന്റെ ആത്മകഥ 'ജനയുഗം' വാരികയിൽ ഖണ്ഡശഃപ്രസിദ്ധീകരിക്കുകയുണ്ടായി. വാരികയുടെ പ്രചാരം ആകാശം മുട്ടി. എസ്.പി. പറഞ്ഞുകേട്ടെഴുതിയ 'ഗോസ്റ്റ്' ജോസ്ചാലങ്ങാടി എന്ന ചേർത്തലക്കാരൻ, അന്നത്തെ ഒരു 'സ്വയമ്പൻ' എഴുത്തുകാരൻ. (സ്വയമ്പൻ പ്രയാഗത്തിന്റെ പകർപ്പവകാശം അപ്പൻ സാറിന്. പ്രൊഫ. കെ.പി. അപ്പന്.)

സി. കേശവന്റെ 'ജീവിതസമര'വും കെ.പി. കേശവമേനോന്റെ 'കഴിഞ്ഞകാല'വും എ.കെ.ജിയുടെ 'എന്റെ ആത്മകഥ'യും പോലെ എസ്.പി.യുടെ ആത്മകഥയും മലയാളി രണ്ടുകൈയും നീട്ടി സ്വീകരിച്ചു. എസ്.പി. സന്തോഷം കൊണ്ട് മതിമറന്നു. തന്റെ കഥ പുസ്തകമാക്കിത്തരണമെന്ന് കാരൂർ സാറിനോട് ആവശ്യപ്പെട്ടു. സംഘം പുസ്തകമായി അരയന്നമുദ്രയോടെ ആത്മകഥ പ്രസിദ്ധപ്പെടുത്താമെന്ന് കാരൂർ സമ്മതിക്കുകയും ചെയ്തു.

പക്ഷേ, പാവം എസ്.പി.യാശാന്റെ ഒരു വിധി! ആശാന്റെ ആത്മകഥ ജോസ് ചാലങ്ങാടി അഞ്ഞൂറ് രൂപയ്ക്ക് പകർപ്പവകാശം വിറ്റ് കൈമാറ്റം ചെയ്തു കഴിഞ്ഞിരുന്നു. തിരുവല്ലയിലെ സതേൺബുക്ക് സ്റ്റാൾ പരമബോറായി പുസ്തമിറക്കി. സ്വന്തം ആത്മകഥയുടെ പകർപ്പവകാശം താനറിയാതെ വിറ്റുപോയ ഫലിതവും എസ്. പി.ക്കുള്ളത്...

അന്ന്, ഞങ്ങളോട് യാത്രപറഞ്ഞ്, ഒരു പയ്യന്റെ കൈപിടിച്ച് അമ്പലത്തിനകത്തൂടെ തന്റെ വീടായ 'കലാഭവന'ത്തിലേക്ക് നടന്നു നീങ്ങിയ എസ്.പിയാശാന്റെ രൂപം ഓർക്കുന്നു.

കോടമ്പാക്കത്തും നാഗർകോവിലിലും 'കലൈവാണർ' എൻ.എസ്. കൃഷ്ണന്റെ പ്രതിമ കണ്ടശേഷം ഏറ്റുമാനൂരിലൂടെ കടന്നുപോകുമ്പോഴെല്ലാം ഒരു എസ്.പി പ്രതിമ ഞാൻ സ്വപ്നംകാണാറുണ്ട്. ഏറ്റുമാനൂർ കവലയിൽ രാജീവ്ഗാന്ധി എന്ന സങ്കല്പത്തിൽ ഒരു വിരൂപവിഗ്രഹം നിന്നിരുന്നു. ഇന്നതില്ല. അവിടെ ആ നാൽക്കവലയിൽ കേരളം കണ്ട ഏറ്റവും മഹാനായ വിദൂഷകന്റെ ഒരു പൂർണ്ണകായപ്രതിമ ഉയരുമോ?

•

പ്രകാശം പരത്തുന്ന ആങ്കുട്ടി

ഈറനായ ഇടവപ്പുലരി. തൃപ്പൂണിത്തുറ തീവണ്ടിയാപ്പീസിലെ പ്ലാറ്റ്ഫോമിൽ കോട്ടയത്തേയ്ക്കുള്ള ഷട്ടിൽ ട്രെയിൻ കാത്തു നില്ക്കുകയാണ് ഞാൻ. ഞായറാഴ്ചയായതുകൊണ്ടാവാം വണ്ടി വൈകി.

സാഹിത്യപ്രവർത്തക സഹകരണസംഘത്തിന്റെ ഭരണസമിതി യിലേക്കുള്ള തിരഞ്ഞെടുപ്പാണ് അന്ന് കോട്ടയത്ത്. സ്ഥാനാർത്ഥി യാണ് ഞാനും. അതുകൊണ്ട് വണ്ടി വൈകുന്നതിൽ ആവശ്യത്തി ലേറെ വേവലാതി തോന്നി.

എങ്കിലും അത് കാര്യമാക്കാതെ ഞാൻ ആ മനുഷ്യനെത്തന്നെ ശ്രദ്ധിച്ച് നിന്നു. പ്ലാറ്റ്ഫോമിന്റെ ഒത്തനടുക്ക് തലയുയർത്തിനിൽ ക്കുന്ന ഒറ്റയാൻ. മഞ്ഞ അരക്കയ്യൻ ഖാദിപ്പുരുക്കൻ കുപ്പായത്തിനു മേൽ കറുത്ത കരയൻ വെള്ള ഖാദി മുണ്ട് മടക്കിക്കുത്തിയിരിക്കുന്നു. കാലൻകുടയുമുണ്ട് കൈയിൽ.

അവിടെ നിൽക്കുന്ന ആണുങ്ങളിൽ ഏറ്റവും തലപ്പൊക്കമുണ്ട് അദ്ദേഹത്തിന്. ഒത്ത ആൺപിറന്നവൻ. ഈട്ടിത്തടിയിൽ പണി തീർന്ന പൂർണ്ണവിഗ്രഹം. നനഞ്ഞ സൂര്യകിരണങ്ങളിൽ തിളങ്ങി ചുറ്റുവട്ടത്താകെ പ്രകാശം പരത്തി നില്ക്കുകയാണ്.

അല്പസ്വല്പം ആശങ്കയോടെ ഞാനെടുത്തെത്തി. കൈകൂപ്പി തൊഴുതില്ല. 'ഗുഡ്മോണിങ്' എന്ന ഉപചാരവും ഉരുവിട്ടില്ല. വിനയ പൂർവ്വമാരാഞ്ഞു: 'കോട്ടയത്തേക്കല്ലേ?'

'അനക്കു മനസ്സിലായില്ല!!'

ഞാൻ സ്വയം പരിചയപ്പെടുത്തി: 'പേര് ഓമനക്കുട്ടൻ. മഹാ രാജാസിൽ മലയാളം ലക്ചറർ. സംഘം തിരഞ്ഞെടുപ്പിൽ സ്ഥാനാർത്ഥിയാണ്. നേരിൽ വന്ന് വോട്ട് ചോദിച്ചില്ല, നിങ്ങളെ

പേടിയായിരുന്നതു കൊണ്ട്.'

എന്നെ ഒന്നിരുത്തിനോക്കി. നോട്ടത്തിന്റെ മൂർച്ചയിൽ മുറിപ്പെട്ട് ചോര ഒഴുകേണ്ടതാണ്. പക്ഷേ, ഞാൻ പുഞ്ചിരിതൂവി. എന്റെ ഓമന ച്ചിരി.

ചിരിയിലൊന്നും മയങ്ങുന്നവനല്ലെന്ന ഭാവിച്ചു. പൂർവ്വാധികം ഗൗരവം നടിച്ച് ചോദിച്ചു. 'അന്നെ അറിയുമോ? ഞാനാരാണ്?'

ഞാൻ ചിരിച്ചു. മിണ്ടാതെ നിന്നു.

അദ്ദേഹം സ്വരം പരുഷമാക്കി: 'പറയൂ. ഞാനാരാണ്? അന്നെ എങ്ങനറിയാം?'

'ടി.പത്മനാഭൻ, കഥാകൃത്ത്'—ഞാൻ പറഞ്ഞു.

'എന്റെ എത്ര നോവൽ വായിച്ചിട്ടുണ്ട് നിങ്ങൾ? പരുക്കൻ സ്വര ത്തിലാണ് അന്വേഷണം.'

ഞാനും ശകലം ഗൗരവത്തിലായി പറഞ്ഞു: 'കോട്ടയത്താണ് ജനിച്ചു വളർന്നത്. പത്തുപതിനഞ്ചുവയസ്സുവരെ 'മാതൃഭൂമി' 'ജയകേരളം' ആഴ്ചപ്പതിപ്പുകൾ കണ്ടിരുന്നില്ല. പിന്നീട് പബ്ലിക്ക് ലൈബ്രറിയിൽ ബുധനാഴ്ചതോറും കാത്തുനില്ക്കും. മാതൃഭൂമിയിലോ ജയകേരളത്തിലോ ടി. പത്മനാഭന്റെ കഥയുണ്ടോ എന്നു നോക്കാൻ. കഥ ഉണ്ടെങ്കിൽ ആവർത്തിച്ചുവായിക്കും 'പ്രകാശം പരത്തുന്ന ഒരു പെൺകുട്ടി' 'മഖൻസിങ്ങിന്റെ മരണം' 'കുടയനല്ലൂരില സ്ത്രീ' 'സഹൃ ദയനായ ചെറുപ്പക്കാരന്റെജീവിതത്തിൽനിന്ന്' 'കൊടപ്പാനദെപ്പര ണ്ടോ'... എല്ലാം എത്ര തവണ വായിച്ചിരിക്കുന്നു!'

'നോവൽ?'

'എഴുതാത്തതുകൊണ്ട് വായിച്ചിട്ടില്ല!'

എന്നിട്ടും ആ മുഖപേശികളുടെ മുറുക്കത്തിന് ഒരയവുമില്ല. പരു ക്കനായിത്തന്നെ ചോദിച്ചു. 'നിങ്ങള് ഒരയ്മ്പത് നോവൽ എഴുതി ക്കഴിഞ്ഞോ? എത്ര എണ്ണം എഴുതിവച്ചിട്ടുണ്ട് പ്രസിദ്ധപ്പെടുത്താൻ?'

എന്റെ ചിരി മാഞ്ഞുപോയി. വിഷമം തോന്നി. ഞാൻ സംഘത്തിൽ സ്ഥാനാർത്ഥിയായത് എന്റെ പുസ്തകം അച്ചടിക്കാനെന്നല്ലേ സൂചന? ഞാൻ പറഞ്ഞു: 'നോവലെഴുതീട്ടില്ല, ഉടനെ എഴുതത്തുമില്ല.'

'ചെറുകഥ പത്തഞ്ഞൂറായോ?'

'ഇല്ല, നല്ല ഒറ്റ ചെറുകഥപോലും എഴുതീട്ടില്ല.'

വിശ്വാസമാകാത്തമാതിരി അദ്ദേഹം നോക്കി. ഞാനും അല്പനേരം ആ മുഖത്ത് നോക്കി മിണ്ടാതെ നിന്നു. മുഖത്തെ മുറുക്കം ഒന്നയഞ്ഞു വരുന്നുണ്ടോ? വേറൊരു പ്രകാശം കണ്ണുകളിൽ തെളിയുന്നുണ്ടോ?

ഞാനറിയിച്ചു. പോയ ഇരുപതാണ്ടിൽ പത്തൊൻപത് കൊച്ചുകഥകളെഴുതി. ആണ്ടിൽ നാലെണ്ണം. അത് സ്വയം ചെലവിൽ നാല് പുസ്തകമായി അച്ചടിച്ച് എൻബിയെസിൽ വിതരണത്തിനു കോടുത്തു. വിറ്റുപോയി. അത്രേയുള്ളൂ എന്റെ അപരാധം!

അപ്പോൾ,

തീവണ്ടി കൂവിവിളിച്ച് വരുന്നുണ്ടായിരുന്നു. പ്ലാറ്റ്ഫോമിൽ ജീവൻവച്ചു. ഞാൻ പറഞ്ഞു: 'ഞാനങ്ങോട്ട് മാറട്ടെ. രണ്ടാംക്ലാസ് ടിക്കറ്റാ എന്റേത്.'

ഇത്തവണ അദ്ദേഹത്തിന്റെ നേട്ടം തുളച്ചുകേറും വിധം രൂക്ഷമായി. എന്നിട്ട് വണ്ടിയുടെ കരകരശബ്ദത്തെക്കാൾ കർക്കശമായി പറഞ്ഞു: 'അനക്കും രണ്ടാം ക്ലാസാണ്.'

കൂടെ കൂട്ടുന്നത് സഹൃദയനായ മധ്യവയസ്കന് ഇഷ്ടപ്പെട്ടുമോ? മൂപ്പരുടെ ഇഷ്ടാനിഷ്ടങ്ങൾ അറിയില്ലല്ലോ. ഞാൻ ചോദിച്ചു. 'ഞാൻ പുറകോട്ടു മാറി കേറിക്കോട്ടെ?'

പെട്ടെന്ന് എന്റെ കൈയിൽ കടുന്നുപിടിച്ചു. ബലമായി.

വണ്ടി വന്നുനിന്നു. അദ്ദേഹം പറഞ്ഞു: 'കയറൂ.'

ഞാൻ വണ്ടിയിൽ കയറിയിട്ടേ അദ്ദേഹം കയറിയുള്ളൂ. എന്നെ ഇരുത്തിയിട്ടേ ഇരുന്നുള്ളൂ. ഇരിക്കും മുമ്പ് ഇരിപ്പിടങ്ങൾ തുടച്ചു വൃത്തിയാക്കി കൈയിൽ കരുതിയിരുന്ന 'ദേശാഭിമാനി' പത്രം കൊണ്ട്.

കുസൃതി കണ്ണിൽ. രഹസ്യം മാതിരി ശബ്ദം താഴ്ത്തി ചോദിച്ചു: സഖാവാണോ?

'അതെ.' ഞാൻ പറഞ്ഞു: 'പക്ഷേ, ഒരു പാർട്ടീലും മെമ്പ്രനല്ല.'

അദ്ദേഹം പറഞ്ഞു: 'സഖാക്കൾടെ പത്രം വാങ്ങാറുണ്ട് ഞാൻ. പല ഗുണങ്ങളുണ്ട്. ശങ്കരൻ നമ്പൂതിരിപ്പാടിനേം ഗോവിന്ദപ്പിള്ളേനേം ഒക്കെ വായിച്ചു പഠിക്കാം!'

തീവണ്ടി ഇളകി നീങ്ങി. കിഴക്കൻ കുന്നുകൾക്കുമേൽ പകലോൻ തിളങ്ങി. ഇളം വെയിലിന് ചൂടുവച്ചു തുടങ്ങി. കഥാകൃത്ത് ഉത്സാഹം കൊണ്ടു. ചുറ്റും പറ്റും ഇരിക്കുന്നവർ ആരെന്നോ എന്തെന്നോ നോട്ടമില്ല. എന്നോട് ചോദ്യമായി: 'രാജ്യം കോട്ടയത്താന്നല്ലേ പറഞ്ഞെ?'

'അതെ.'

'എന്നിട്ടെന്തേ നോവലെഴുതാത്തെ? കാരൂരും അന്തർജ്ജനവും എഴുതി. വർക്കി എഴുതുമെന്ന് പറയുന്നു. മുട്ടൻ മുട്ടാതെ എഴുതുന്നു. സഖാവിനും എഴുതിക്കൂടേ?'

കളിയും കാര്യവുമായി ഡയലോഗ് കൊഴുത്തു. കുനഷ്ടും കുന്നായ്മയും ഒക്കെ ധാരാളമുണ്ടായി. പിറവം റോഡ് സ്റ്റേഷനിൽ വണ്ടിനിന്നപ്പോൾ ചായയും ഉഴുന്നവടയും വാങ്ങി. പൈസ കൊടുക്കാൻ എന്നെ അനുവദിച്ചില്ല. സ്ഥാനാർത്ഥിയുടെ കൈയിൽനിന്നും വോട്ടർ ഒന്നും സ്വീകരിക്കില്ലെന്ന്.

കോട്ടയത്ത് വണ്ടിയിറങ്ങിയപ്പോൾ ആട്ടോയിൽ പോകാമെന്ന് പറഞ്ഞതും സ്വീകരിച്ചില്ല. കാലുകൾക്ക് നല്ല കരുത്തുണ്ടെന്നു കാണിച്ച് ആഞ്ഞുനടന്നു.

നല്ലിടയൻ തെരുവിന്റെ തുടക്കംവരെ നടക്കുകതന്നെ ചെയ്തു. മനോരമ ജംങ്ഷനിൽ കാരൂർ മന്ദിരത്തിനു മുന്നിൽ ചെല്ലുമ്പോൾ തെരഞ്ഞെടുപ്പ് തുടങ്ങിയിരിക്കുന്നു. മൊത്തം 22 സ്ഥാനാർത്ഥികൾ. 12 പേരെയാണ് തെരഞ്ഞെടുക്കേണ്ടത്. ഓരോ വോട്ടറെയും ഇരുപതുപേരെങ്കിലും ചുറ്റിവളയും.

പക്ഷേ, ഈ വോട്ടറുടെ അടുത്തേക്ക് ആരും അടുക്കുന്നില്ല. പലരും അകന്നുനിന്ന് അത്ഭുതത്തോടെ എന്നെ നോക്കി.

പത്മനാഭൻ ശിരസ്സുയർത്തി നെഞ്ചുവിരിച്ച് കാരൂർ മന്ദിരത്തിലേക്കു കടന്നു. ഉറക്കെ ചോദിച്ചു: 'വോട്ടർമാർക്ക് ഒരു ഫ്രീച്ചായ പതിവുണ്ടല്ലോ?'

സംഘം സെക്രട്ടറി ഗോപി കൊടുങ്ങല്ലൂർ തന്നെ ഒരു ചായ കൊടുത്തു. വാങ്ങിക്കുടിച്ചിട്ട് കരുത്തൻ പ്രഖ്യാപിച്ചു: 'സ്ഥാനാർത്ഥികളെപ്പോലെതന്നെ ബോറുചായ!'

എന്നിട്ട്. വോട്ട് ചെയ്യാൻ പോയി.

വെട്ടൂർസാറും അച്യുതൻമാഷും എന്നോടു ചോദിച്ചു: 'പത്മനാഭനെയും നീ വശത്താക്കി! എങ്ങനെ സാധിച്ചു?'

സി.പി. ശ്രീധരൻ എന്നെ ശ്രദ്ധിക്കുന്നുണ്ടായിരുന്നു. അല്പം അസൂയയോടെ.

ഞാൻ വിജയപൂർവം ചുമ്മാ മന്ദഹസിച്ചു നിന്നു.

'പപ്പേട്ടൻ' വോട്ടു ചെയ്തിറങ്ങി വന്നു. എല്ലാവരും കേൾക്കെ

ഉറക്കെ അന്വേഷിച്ചു: 'എത്ര വോട്ടാ ചെയ്യേണ്ടെ?'

'പന്ത്രണ്ട്! പതിമൂന്നായാൽ അസാധു—'

അഞ്ചാറ് പേർക്കേ ചെയ്യുള്ളൂ! സാധുവാണല്ലോ. കുസൃതിത്തിളക്കത്തോടെ പറഞ്ഞു. തുടർന്ന് സകലരും കേൾക്കെ എന്നോട് അറിയിച്ചു. സഖാവേ, നിങ്ങൾക്ക് ഞാൻ വോട്ടു ചെയ്തിട്ടുണ്ട്. അതുകൊണ്ട് ജയിക്കണോന്നില്ല.

റോഡിലിറങ്ങി ആഞ്ഞുനടക്കുന്നു. ഞാൻ പിന്നാലെ ചെന്നു. എന്നെ തടഞ്ഞു:

നേരായ വഴി നിശ്ചയമുണ്ട്. വഴി തെറ്റില്ല. ഒറ്റയ്ക്കു പോയ്ക്കൊള്ളും!

അദ്ദേഹം നിവർന്ന് നടന്നുനീങ്ങുന്നു. നിഴലിനു നല്ല നീളം. ഞാൻ ഒരു നിമിഷം നോക്കിനിന്നു. പുഞ്ചിരി തൂവി തിരിച്ചുപോന്നു.

വോട്ടെണ്ണിയപ്പോൾ തോറ്റവരിൽ ഒന്നാമൻ ഞാൻ! പത്തിരുപത് വോട്ട് കൂടി കിട്ടിയെങ്കിൽ ജയിച്ചേനെ. ജയിച്ചവർക്ക് കൈ കൊടുത്ത് സന്തോഷിക്കുമ്പോൾ റോഡരികിൽ കിടന്ന ഒരു കാറിലിരുന്ന് ഓയെൻവി സാർ എന്നെ വിളിച്ചു. ഞാനടുത്തെത്തി. സാർ പറഞ്ഞു: തന്നെ ഒരാൾക്ക് അഭിനന്ദിക്കണമെന്ന്.

കാറിൽ ഡി.ജി.പി എം.കെ. ജോസഫ്. ഞാൻ സല്യൂട്ട് ചെയ്തു. ജോസഫ്സാർ പറഞ്ഞു: ഗ്ലോറിയസ് ഫെയില്യൂർ! കൺഗ്രാചുലേഷൻസ്!

●

അടൂർ—അരവിന്ദൻ—ജോൺ

പതിവുപോലെ ഒരു കൊച്ചു കുസൃതിച്ചോദ്യം ഞാൻ ക്ലാസ്സിലെറിഞ്ഞു. എം.എ. ക്ലാസ്സാണ്. മുതിർന്ന കുട്ടികൾ. മണ്ടൻ ചോദ്യത്തിനു നേർക്ക് അവർ പരിഹസിച്ചു ചിരിച്ചു. ഞാൻ ഗൗരവഭാവത്തിൽ പിന്നെയും ചോദിച്ചു: അടൂർ—അരവിന്ദൻ—ജോൺ ആരാണിവർ, ഈ ത്രിമൂർത്തികൾ?

ഉത്തരം കിട്ടിയേ അടങ്ങൂ എന്ന് വാശിപിടിച്ചപ്പോൾ ഒരുത്തൻ പറഞ്ഞു: ഫിലിം ഡയറക്ടേഴ്സ്.

അതാർക്കാണറിഞ്ഞുകൂടാത്തത്? ചലച്ചിത്രസംവിധായകർ എന്നതിനെപ്പുറം അവർ ആരെന്നാണ് എന്റെ ചോദ്യം.

തുടർന്ന് പലരും സംസാരിച്ചു:

അടൂർഗോപാലകൃഷ്ണൻ എഴുത്തുകാരനാണ്. നാടകകൃത്തും തിരക്കഥാകൃത്തും.

ജി. അരവിന്ദൻ കാർട്ടൂണിസ്റ്റാണ്, സംഗീതജ്ഞനും.

ജോൺ എബ്രഹാം നല്ല ചെറുകഥാകാരൻ കൂടിയാണ്. പാട്ടുകയും ചെയ്യും.

എല്ലാം സമ്മതിച്ചു. എന്നിട്ട് അല്പസ്വല്പം ഗമയിൽ ഞാൻ പ്രസംഗിച്ചു തുടങ്ങി: മൂവരും പ്രഗത്ഭനാടക സംവിധായകരാകുന്നു. മലയാള നാടകവേദിയുടെ ചരിത്രമെഴുതുന്നവർക്ക് അവഗണിക്കാനാവാത്ത മൂന്ന് സംവിധായകർ. അവർ സംവിധാനം ചെയ്ത നാടകങ്ങൾ അവതരണ ചരിത്രത്തിൽ നാഴികക്കല്ലുകളത്രെ. 'കലി' ഗോദോയെ കാത്ത്'' 'അവനവൻ കടമ്പ' 'നായ്ക്കളി'. നാലും കണ്ടുരസിച്ചുസുഖിച്ച —കൊട്ടകയിൽ കൂവിവിളിച്ചും മൈതാനത്ത് തുള്ളിയാർത്തും കടപ്പുറത്ത് തെന്നിത്തെറിച്ചും ആസ്വദിച്ചനുഭവിച്ച—ഒരേ ഒരുവൻ

അടിയനേയുള്ളു, ഇപ്പോഴും ജീവനോടെ ആരോഗ്യശ്രീമാനായി...

അരവിന്ദന്റെ 'കലി' കണ്ടാണാദ്യം കലികൊണ്ടത്.

കോട്ടയത്ത് പഴയ പോലീസ് സ്റ്റേഷനു പിന്നിൽ ഒരു കൊച്ചു കൊട്ടക ഉണ്ടായിരുന്നു. ഹോം ഗാർഡ്സ് ക്ലബ്ബ് ഹാൾ. ഓലമേഞ്ഞ്, പനന്തട്ടികൾ കൊണ്ട് മറച്ച ചെറിയ ഹാൾ. അവിടെയായിരുന്നു 'കലി'യുടെ കുപ്രസിദ്ധമായ അരങ്ങേറ്റം. 1966-ലോ മറ്റോ.

സി.എൻ. ശ്രീകണ്ഠൻനായർ കോട്ടയത്തെത്തിയത് അറുപതിലാണ്. 'ദേശബന്ധു' വാരികയുടെ പത്രാധിപരായിട്ട്. പിന്നെ 'കേരളഭൂഷണം' അധിപരായി. ഇടയ്ക്ക് ജില്ലാ ഇൻഫർമേഷൻ ആപ്പീസറും.

സി.എൻ. അധ്യക്ഷനായി 'നവരംഗ്' നാടകപഠനസംഘം തുടങ്ങി. പഠനത്തിനൊടുവിൽ സി.എൻ. എഴുതിയ 'കലി' ഹോംഗാർഡ്സ് ഹാളിൽ അരങ്ങേറി. സംവിധാനം ഞങ്ങളുടെ അരവിന്ദൻ. പ്രധാന വേഷം ഞങ്ങളുടെ അച്ചൻകുഞ്ഞ്. രംഗശില്പം ഞങ്ങളുടെ ആർട്ടിസ്റ്റ് കേശവൻ (സുജാതന്റെ അച്ഛൻ). ശബ്ദവും വെളിച്ചവും ഞങ്ങളുടെ ശങ്കുണ്ണി.

ചെണ്ടപ്പുറത്ത് കോലുവയ്ക്കുന്നിടത്തെല്ലാം ഓടിക്കൂടുന്ന പത്തിരുന്നൂറെണ്ണമുണ്ട് അന്ന് കോട്ടയത്ത്. കലി എങ്കിൽ കലി! ഞങ്ങൾ കൊട്ടക നിറച്ചു. കയ്യാലനാടകങ്ങളും കമ്പനി നാടകങ്ങളും കണ്ട് കണ്ണുകഴച്ച ഞങ്ങൾക്കുണ്ടോ കളരിനാടകത്തിന്റെ തനിമ തിരിച്ചറിയൂ! ഞങ്ങളുടെ നാടകബോധത്തിനപ്പുറമായിരുന്നു 'കലി'. പൂജാവിഗ്രഹം പൂജാരിയെയും അതിശയിച്ച് വളർന്നു വലുതാകുന്നതും മറ്റും വിരുദ്ധാശയമായി തോന്നി. വസന്തത്തിന്റെ ഇടിമുഴക്കം കേട്ട കാലം. കലിയുടെ ഇതിവൃത്തം ഉൾക്കൊള്ളാനായില്ല. ഒരു ആന്റി പ്ലേ ആയി ഞങ്ങൾ കലി കണ്ടു, ഞങ്ങൾക്ക് കലി കൊണ്ടു. കൂവി തൊണ്ട തെളിഞ്ഞവരാണ് കോട്ടയംകാർ. കൂവി, ആഞ്ഞുകൂവി.

ശ്രീകണ്ഠൻ ഗദ്ഗദകണ്ഠനായി മിണ്ടാട്ടം മുട്ടി കുത്തിയിരുന്നു. കാരിരുമ്പിന്റെ കരുത്തുറ്റ അച്ചൻകുഞ്ഞ് കരഞ്ഞുകിടന്നു. പൂർവ്വാധികം മൗനം പൂണ്ട അരവിന്ദൻ കാറ്റുകൊണ്ട കല്ലുരലായിനിന്നു. നിറഞ്ഞ സന്തുഷ്ടിയോടെ ഞങ്ങൾ പിരിഞ്ഞു...

നാടകസദസ്സ് എങ്ങനെയായിരിക്കണം? അന്തസ്സും അച്ചടക്കവും ശിക്ഷണവും ഏത് വിധമാവണം? സോഫോക്ലിസിന്റെയും ഷേക്സ്പിയറിന്റെയും ഇബ്സന്റെയും പ്രേക്ഷകർ പ്രതികരിച്ചതെത്തരത്തിൽ? കാളിദാസനെയും രവീന്ദ്രനാഥനെയും കാണികൾ കണ്ടതെങ്ങനെ?

നാടകം കാണുന്നവർ ജീവച്ഛവങ്ങളാകണോ?

നാടകം ആർക്ക് എന്ത് എന്തിന്?

ഈ മുഴുത്ത ചോദ്യങ്ങൾ 1974-ൽ അടൂർ ഗോപാലകൃഷ്ണൻ സംവിധാനം ചെയ്ത 'ഗോദോയെ കാത്ത്' കണ്ട രാത്രിയിൽ രാമനിലയത്തിലെ ഇരുട്ടുമുറിയിൽ സുഭാഷ്ചന്ദ്രബോസും ഞാനും പരസ്പരം ചോദിച്ച് ഉത്തരം ഇല്ലാതെ കിടന്നുറങ്ങി.

തിരുവനന്തപുരത്ത് ബസിറങ്ങിയാൽ നേരെ 'രാമനിലയ'ത്തിലേക്കാണ് പോക്ക്. പാളയത്ത് കണ്ണിമേറാ മാർക്കറ്റിനപ്പുറത്തെ പഴയ ലോഡ്ജ്. അവിടം മാസികകളുടെയും പത്രാധിപന്മാരുടെയും മധ്യവർഗ്ഗബുദ്ധിജീവികളുടേയും കൂടാണ്. മുരളീധരൻ നായരുടെ 'യുഗരശ്മി', അയ്യപ്പന്റെ 'അക്ഷരം', ഷാജിയുടെ'സംക്രമണം', ബോസിന്റെ 'സട്രീറ്റ്', സ്ട്രീറ്റിലാണ് എന്റെ കുടികിടപ്പ്.

അന്ന് ചെന്നപ്പോൾ ബോസ് പറഞ്ഞു: 'നാടകത്തിനു പോവാം. വെയ്റ്റിങ് ഫോർ ഗോദോ.'

ഗ്യാസ് ഹൗസ് ജങ്ഷനിൽ എ കെ ജി സെന്റർ ഉണ്ടായിട്ടില്ല. ഹസൻ മരക്കാർ ഹാളുണ്ട് അവിടെയാണ് ഗോദോ. സാമുവൽ ബക്കറ്റിന്റെ ലോകപ്രശസ്ത നാടകം, കടമ്മനിട്ട രാമകൃഷ്ണൻ തർജ്ജമചെയ്തതത്, 'ഗോദോയെ കാത്ത്'.

സംവിധായകൻ അടൂർ ഗോപാലകൃഷ്ണൻ, ഗോപി, വേണുക്കുട്ടൻ നായർ, എബ്രഹാം ജോസഫ് എന്നീ പ്രഗത്ഭനടന്മാർ അഭിനയിക്കുന്നു.

നാടക സദസ്സ് അഭിജാതം, ഉന്നതകുലോത്തുംഗം. ഉഗ്രശാന്ത പഞ്ചാനനൻമാർ അറ്റൻഷനായി നിരന്നിരിക്കുന്നു. ഒരു ചുമയോ തുമ്മലോ പോലുമില്ല.

പിന്നിൽ കസേരയിൽ നിവർന്നിരുന്ന് നാടകം ആദ്യന്തമാസ്വദിച്ചു. അന്നുവരെ മലയാളനാടകത്തിന് അപരിചിതമായ പാഠം, അപൂർവമായ ആവിഷ്കാരം. അസംബന്ധജടിലമായ മനുഷ്യജീവിതഫലിതം. മർദ്ദിത ചൂഷിത വർഗ്ഗത്തിന്റെ വ്യർത്ഥമായ കാത്തിരിപ്പ്, എന്തിനോ ആർക്കോ വേണ്ടി, സഫലീകരിക്കാത്ത സ്വപ്നങ്ങളുടെ തടാകതീരത്ത്...

സംവിധായക സ്പർശം നാടകാവതരണത്തിലാകെ അനുഭവമായി. അതിന്റെ ഇളംചൂടിൽ 'കലി' യും 'ഗോദോ'യും കണ്ട സദസ്സുകളെ താരതമ്യം ചെയ്ത് ബോസിനോട് സംസാരിച്ചു.

ബോസ് ചോദിച്ചു: 'കോട്ടയത്തായിരുന്നെങ്കിൽ ഗോദോ നിങ്ങൾ കൂവി നശിപ്പിച്ചേനെ-അല്ലേ?'

'ഇല്ല. 'മറിയാമ്മ' യുടെയും 'ക്രൈ'മിന്റെയും 'ഈശ്വരൻ അറസ്റ്റി'ലിന്റെയും പാരമ്പര്യം കോട്ടയത്തിനുണ്ട്. പുതുചലനങ്ങൾ ആവേശത്തോടെ ഉൾക്കൊള്ളും, ആമോദം കൊള്ളും. അതുകൊണ്ടല്ലേ 'അവനവൻ കടമ്പ' കടക്കാൻ കുപ്പായമൂരി മുണ്ടുമാടിക്കുത്തി ചുവടുവച്ചുകളിച്ചത്!'

1975-ൽ കോട്ടയം നായർ സമാജം സ്കൂൾ മൈതാനത്താണ്കടമ്പ കണ്ടത്. കാവാലത്തിന്റെ രചന. സംവിധാനം അരവിന്ദൻ. നായർ സമാജം സ്കൂൾ, അരവിന്ദൻ മുതൽ ഞാൻ വരെ പഠിച്ച പള്ളിക്കൂടം. ഞങ്ങളുടെ വീടുകൾക്കു പുറകിലാണ്സ്കൂൾ ഗ്രൗണ്ട്. ചുറ്റുമതിലൊന്നുമില്ല. നാട്ടുപിള്ളേരുടെ നാടൻ പന്തുകളിപ്പറമ്പ്.

നാടകത്തിൽ പങ്കെടുക്കാനായി നരേന്ദ്രപ്രസാദും ശിവകുമാറും സുഗതനും സന്ധ്യയ്ക്കു മുമ്പെ എന്റെ വീട്ടിലെത്തി. കലി ബാധിക്കാതിരിക്കാൻ ശ്രദ്ധാപൂർവം പാദപ്രക്ഷാളനമൊക്കെ നിർവ്വഹിച്ച് ഞാൻ അവരോടൊപ്പം നാടകത്തിനു പോയി. അയലത്തെ കുഞ്ഞുകുട്ടിപരാതീനം മുഴുവനുണ്ട് മൈതാനത്ത്. അവിയൽ സദസ്സ്. കൂട്ടത്തിൽ നാലഞ്ച് പ്രമാണികൾ. എം.എൻ. ഗോവിന്ദൻനായർ (ജി.അരവിന്ദന്റെ അച്ഛൻ) കാരൂർ നീലകണ്ഠപ്പിള്ള (ബി. സരസ്വതിയുടെ അച്ഛൻ) അഭയദേവ് (എ. അരവിന്ദന്റെ അച്ഛൻ) എൻ.എൻ.പിള്ള (കുട്ടന്റെ അച്ഛൻ) സഖാരാഘവൻ (ഓമനക്കുട്ടന്റെ അച്ഛൻ). അടുത്ത വീട്ടിൽ നിന്ന് ബഞ്ച് കൊണ്ടുവന്ന് അഞ്ചിനെയും അതിലിരുത്തി ആദരിച്ചു.

കൊട്ടും കുഴലുമായി നാടകം തുടങ്ങി.

നെടുമുടിവേണുവിന്റെ നായകത്വത്തിൽ പാട്ടുപരിഷകൾ. ഭരത് ഗോപിയുടെ നേതൃത്വത്തിൽ ആട്ടപ്പണ്ടാരങ്ങൾ. നടരാജനണ്ണന്റെ ഒറ്റക്കണ്ണൻ പക്കി (മകൾ ചിത്തിരപ്പെണ്ണും). ഗോപാലകൃഷ്ണന്റെ ദേശത്തുടയോൻ. മൈതാനമാകെ രോമാഞ്ചകഞ്ചുകിതമായി. ഇങ്ങനൊരു നാടകമോ! ഇതിനുമുമ്പ് ആരും കണ്ടിട്ടും കേട്ടിട്ടും ഇല്ലാത്ത ഒരു നാടകം!

പറകൊട്ടി പന്തം കെട്ടി തെള്ളിപ്പൊടിയാളിച്ച് ദേശത്തുടയോന്റെ എഴുന്നള്ളത്ത്. പിന്നാലെ ഒറ്റമുണ്ടുടുത്ത് ആർപ്പുവിളിച്ച് അരവിന്ദനും. കുപ്പായമൂരി കൂടെക്കൂടി—നരേന്ദ്രപ്രസാദുംശിവകുമാറും സുഗതനും ഞാനും.

അവനവൻ കടമ്പ ഒരു പുതിയ തിയേറ്ററിനു തുടക്കം കുറിച്ചു.

എന്നാൽ തുടർച്ചകൾ ഉണ്ടായില്ല.

പിന്നെയും ഏഴെട്ടുകൊല്ലം കഴിഞ്ഞാണ് കൊച്ചി കടപ്പുറത്ത് 'നാട്ടുകളി' സംഭവിച്ചത്. ജോൺ എബ്രഹാം സംവിധാനം ചെയ്ത സ്വന്തം നാടകസൃഷ്ടി. എഴുതപ്പെട്ട പാഠമൊന്നും ജോണിന് ആവശ്യമുണ്ടായിരുന്നില്ലെന്ന് തോന്നുന്നു.

കടൽത്തീരത്താണ് നാടകം. പക്ഷേ ആകാശവും ഭൂമിയും സമുദ്രവുമൊക്കെ നാടകവേദിയാണെന്ന് ജോൺ പറഞ്ഞു. കാണികൾ മുഴുവൻ കഥാപാത്രങ്ങളും, മണൽപ്പരപ്പിൽ കളംവരച്ച് കളിക്കളമാക്കി.

നാടകം കാണാൻ കാക്കനാട് നിന്നും രണ്ടു കാറിലാണ് ഞങ്ങൾ പോയത്. എൻജിനീയർ ജോസഫ് തളിയാടിൽ, അഡ്വക്കേറ്റ് ജയൻ തുടങ്ങി പത്തുപേർ. ടിപ്പ്ടോപ്പ് അസീസും സംഘവുംനടന്മാർ ആണെന്നായിരുന്നു അറിവ്. അവിടെ ചെന്നപ്പോഴോ, ഞങ്ങളും കഥാപാത്രങ്ങൾ നടന്മാർ.

നാട്ടുകളി തുടങ്ങിവച്ച് ജോൺ എങ്ങോട്ടോ പോയി. അസ്സീക്കായോട് ചോദിച്ചു. കെ.എൻ ഷാജിയോട് ചോദിച്ചു. ആർക്കും നിശ്ചയമില്ല. ഞങ്ങൾ കടപ്പുറത്ത് തെന്നിത്തെറിച്ചു നടന്നു. പലരും പലേടത്തും കൂട്ടംകൂടി ചാരായം മോന്തുന്നു. മെഹ്ബൂബ്ഭായിയുടെ പാട്ടുകൾ ചില വരികൾ മുറിഞ്ഞ് മുറിഞ്ഞ് ഒഴുകി വരുന്നു: കൊറുക്കാ ഇബ്രായിരം കാക്രുപാ മാറാൻ പോയത്, ആനവിരണ്ടത്, പീടിക കാണാനില്ലാതായത്...

എം.എ. ക്ലാസ്സിലെ മുതിർന്ന കുട്ടികളോട് ഞാൻ പറഞ്ഞുതീർത്തു : ജോണിന്റെ തിയേറ്റർ സങ്കല്പം എനിക്ക് ദഹിച്ചിട്ടില്ല. അടൂർ അരവിന്ദൻമാരെയും അത്രയ്ക്കങ്ങോട്ട് പിടികിട്ടിയിട്ടില്ല. മൂവരുടേയും സിനിമ വീണ്ടും വീണ്ടും കാണുമ്പോൾ ത്രിമൂർത്തികളുടെ നാടകസങ്കല്പത്തെപ്പറ്റി ചിന്തിക്കാറുണ്ട്... അത്രമാത്രം.

●

വെളുത്ത പ്രേമം: കറുത്ത സത്യം

ശ്രീമതി കെ. രാധ അടുത്തനാളിലാണ് അന്തരിച്ചത്. മൂന്ന് പതിറ്റാണ്ടിലേറെ 'സിനിമാ മാസിക'യുടെ എഡിറ്റർ-പ്രിന്റർ-പബ്ലിഷർ ആയിരുന്ന അവർ. 'വനിത' പത്രാധിപ അന്നമ്മ ക്കൊച്ചമ്മയെയും 'മനോരാജ്യം' പത്രാധിപ റേച്ചൽക്കൊച്ചമ്മയെയും പോലെ രാധച്ചേച്ചി പ്രശസ്തയായില്ല. സാങ്കേതിക പത്രാധിപത്യം മാത്രമേ അവർക്കുണ്ടായിരുന്നുള്ളല്ലോ.. കാര്യങ്ങൾ നോക്കിനടത്തി യിരുന്നത്– ഭർത്താവ് –അനിയൻചേട്ടനെന്ന കെ. ശങ്കരൻനായർ.

'സിനിമാമാസിക' പ്രചാരത്തിൽ ഇന്ത്യയിലെ ഒന്നാമത്തെ മാസികയായി. മലയാളത്തിൽ മറ്റു സിനിമാ പ്രസിദ്ധീകരണങ്ങളില്ല. പ്രചാരം ഒരു ലക്ഷം കോപ്പിക്കടുത്തെത്തി.

മാസികയുടെ ചെന്നൈ-മുംബൈ-കൊൽക്കത്താ ലേഖകനാ യിരുന്നു ഞാൻ! പതിനാറു വയസ്സുമുതൽ. ഫിലിംഫെയർ, സ്ക്രീൻ, പേശ്ശും പടം, സിനി അഡ്വാൻസ് എന്നിവയിൽനിന്ന് ഹിന്ദി, തമിഴ്, ബംഗാളി സിനിമയെപ്പറ്റി കുറുപ്പുകളെഴുതി. ചിലപ്പോൾ ഹോളിവുഡ് ലേഖകനുമാകും: എലിസബത്ത് ടെയ്ലർ എന്നൊരു മുഴുഗ്രന്ഥം തന്നെ എഴുതിക്കളഞ്ഞു!

ഗ്രന്ഥം കണ്ടിട്ടാവും അനിയൻചേട്ടൻ എന്നെ ഭരണങ്ങാനത്തേ ക്കയച്ചു. ഞാൻ കുമാരിയായി മിസ് കുമാരിയുടെ ആത്മകഥ എഴുതി. (ജോസ് ചാലങ്ങാടി എന്ന ചേർത്തലക്കാരൻ എസ്സിയാശാനാകു ന്നതിനും മുമ്പ്, മലയാളത്തിലെ പ്രഥമഗോസ്റ്റുകളിൽ ഒരുത്തൻ! ബാബുഭരദ്വാജ് കേവലം ലാസ്റ്റ് ഗോസ്റ്റ്!)

അങ്ങനെ അല്പസ്വല്പം താരഗമയിൽ കഴിയുംകാലം. നാല്പത്ത ഞ്ചാണ്ടിനപ്പുറം കറുപ്പിലും വെളുപ്പിലും മാത്രമാണ് മലയാളസിനിമ. നിറമണിഞ്ഞു തുടങ്ങിയിട്ടില്ല. പുറംവാതിൽ പടമെടുപ്പ് വല്ലപ്പോഴും.

കോടമ്പാക്കത്ത് സ്റ്റുഡിയോ സെറ്റുകളിലാണ് പടം പിടിത്തം. ആണ്ടിൽ നന്നാല് പപ്പടങ്ങൾ ചുട്ടെടുക്കുന്നുണ്ട് കുഞ്ചാക്കോ മുതലാളിയും സുബ്രഹ്മണ്യം മുതലാളിയും 'ഉദയാ'യിലും 'മെരിലാന്റി'ലും.

എടുപ്പും പിടിപ്പുമെന്നും കണ്ണാലെ കണ്ടിട്ടില്ല. താരങ്ങൾ അങ്ങാകാശത്ത് കൈയെത്താദൂരത്ത്. ഷൂട്ടും ഷൗട്ടുമൊക്കെ റിപ്പോർട്ടു ചെയ്യുന്ന ഫിലിം ജോർണലിസം തുടങ്ങിയിട്ടില്ല.

പത്രക്കാരായല്ല, വെറും കാഴ്ചക്കാരായാണ് ഞങ്ങൾ ഉദയായിലേക്ക് പോയത്. സിനിമാമാസികയിലെ ഫോട്ടോഗ്രാഫർ തമ്പി, ബ്ലോക്ക് മേക്കർ അശോകൻ, അക്കൗണ്ടന്റ് ജനറൽ, പിന്നെ ഞാനും.

സ്റ്റുഡിയോ ഗേറ്റ് തുറന്നുകിട്ടാൻമാത്രം സിനിമാമാസികയുടെ പേരുപറഞ്ഞു. വലിയ സ്വാഗതവും സ്വാതന്ത്ര്യവും കിട്ടി. കാഴ്ചകൾ കണ്ട് കറങ്ങി ഒരിടത്ത് പടമെടുക്കൽ നടക്കുന്നു. വെള്ളിവെളിച്ചത്തിലെ മുഴുത്ത ക്യാമറയ്ക്കുമുന്നിൽ അഭിനയചക്രവർത്തി സത്യൻ! ഉള്ളം തുളുമ്പി. നോക്കിനിന്നു.

ലൈറ്റുകളണഞ്ഞപ്പോൾ വീണ്ടും കറങ്ങിനടന്നു. അപ്പോൾ കണ്ടു. ദൂരെ ഒരു പൂമരച്ചോട്ടിൽ ഒറ്റയ്ക്കിരുന്നു വിലസുന്നു. നിത്യഹരിതനായകൻ പ്രേംനസീർ! വെണ്മയുടെ വെട്ടിത്തിളക്കം.

അരികിലെത്തി കൈകൂപ്പി. അദ്ദേഹം എണീറ്റ് ഞങ്ങളെയും തൊഴുതു പേരുവിവരങ്ങളാരാഞ്ഞു. നാലു കസേര വരുത്തി, ഇരുത്തി. അഞ്ച് സർബത്തും ഏർപ്പാടാക്കി.

പണ്ടേ പരിചയമുണ്ടെന്ന മട്ടിൽ സംസാരമായി, ഞാൻ മിസ്. കുമാരിയാണെന്ന് അറിയാമത്രെ. അനിയനോട് ചോദിച്ചു മനസ്സിലാക്കിയെന്ന്. നസീർസാറിന്റെ തൂവെള്ള എന്നിലേക്കും അല്പം പകർന്നു.

സ്ട്രോവച്ച് മധുരവും ഉപ്പും ചേർത്ത സർബത്ത് വലിച്ചുകുടിച്ചങ്ങനെയിരിക്കുമ്പോൾ സത്യൻമാഷ് നെഞ്ചുവിരിച്ച് കൈകൾ വീശി വന്നു.

ഏതോ പിള്ളേരെ നസീർ സത്കരിച്ച് സോപ്പിട്ട് ഒപ്പമിരുത്തിയിരിക്കുന്നത് സുഖിച്ചില്ലെന്ന് തോന്നുന്നു. കരിങ്കറുപ്പു മുഖം ഒന്നുകൂടി കറുത്തു. തുറിച്ചു നോക്കി.

ഞങ്ങൾ എണീറ്റ് കൈകൂപ്പി.

ഉംം? പോലീസേമാന്റെ ചോദ്യം.

ഞാൻ ആദരപൂർവ്വം അറിയിച്ചു. കാണാൻ വന്നതാ

ഞാനിപ്പം ആരേം കാണിക്കാറില്ലല്ലോ!!

സത്യൻ കനത്ത ചുവടുവച്ച് മുറിയിലേക്ക് മാർച്ചുചെയ്തു പോയി. ഞങ്ങളാകെ ചമ്മി. പ്രേംനസീറിനും ക്ഷീണം തോന്നിക്കാണും. പതുക്കെ പറഞ്ഞു. അങ്ങേരങ്ങനാ ചെലപ്പോഴൊക്കെ—

വെളുത്ത പ്രേമവും കറുത്ത സത്യവും പിന്നീടും മൂന്നാലുതവണ അടുത്തറിയാനിടയായിട്ടുണ്ട്. രണ്ടു പേരും കോട്ടയത്തെത്തുമ്പോൾ സിനിമാസികയിൽ വരാതിരിക്കില്ല. സിനിമാമാസികയുടെ അവാർഡ് നിശകളിൽ ആഹ്ലാദപൂർവ്വം പങ്കുകൊള്ളും. അവാർഡ് സ്റ്റേജിൽ കാവൽ ഞങ്ങളാണ്, തമ്പിയും അശോകനുംജനനും ഞാനും മറ്റും.

കുമാരസംഭവത്തിനാണ് ആദ്യം അവാർഡ് കൊടുത്തത്. ആ വേദിയിൽവച്ച് ഞങ്ങളുടെ ആരാധ്യനായ നഗരപിതാവ് ജമിനി ഗണേശനെക്കേറി ശിവാജിഗണേശനെന്ന് സംബോധനചെയ്തു. 'ശിവാജിയല്ല, ജമിനിജമിനി' എന്ന് അനിയൻചേട്ടൻ തിരുത്തി. ഒരു കുലുക്കവും കൂടാതെ നഗരതന്ത പ്രഖ്യാപിച്ചു: 'ങാ! ജമിനിയെങ്കിൽ ജമിനി!'

ചെമ്പരത്തി അവാർഡ് വേദി കോലാഹലമുണ്ടാക്കി. അവാർഡിതനായ സംവിധായകൻ ശ്രീ.പി.എൻ മേനോൻ അടുത്തിരുന്ന പ്രേംനസീറിനെ നോക്കാതെ പ്രസംഗം കാച്ചി: മലയാളസിനിമയിലെ നായകമുഖങ്ങൾ കണ്ടു കണ്ട് കാണികൾ മടുത്തു. ഏതു വെളുപ്പും ഏറെനേരം കണ്ടിരുന്നാൽ ഛർദ്ദിക്കാൻ തോന്നും. മലയാളത്തിൽ പുതുമയും ചെറുപ്പവും ഉണ്ടാകണം—

പ്രേംനസീർ സ്തോഭമൊന്നും കൂടാതെ എല്ലാം കേട്ടിരുന്നു.പിന്നീട് തന്റെ ഊഴം വന്നപ്പോൾ കത്തിക്കാളി, പതിവില്ലാതെ,ആരും പ്രതീക്ഷിക്കാത്ത വിധം. മേനോന്റെ നേർക്ക് തിരിഞ്ഞുനിന്നുതന്നെ നസീർസാർ പ്രസംഗിച്ചു. എന്റെ മുഖം ആർക്കും മടുത്തിട്ടില്ല. മലയാളിക്ക് എന്നെ ഏറെ ഇഷ്ടമാണ്. അവർ എന്നെ പ്രേമിക്കുന്നു. അതിലാർക്കും സംശയം വേണ്ട. അസൂയയും വേണ്ട. അദ്ദേഹം വികാരഭരിതനായി തുടർന്നു: മിസ്റ്റർ മേനോൻ ഞാൻ ഹീറോ ആയിട്ടാണ് മദ്രാസിൽ വന്നത്.അന്ന് നിങ്ങൾ സ്റ്റുഡിയോ സെറ്റുകളിൽ തട്ടിക്ക് ചായം തേക്കുകയായിരുന്നു. ഞാൻ ഇന്നും ഹീറോ ആണ്. നാളെയും ഹീറോ ആയിരിക്കും. ഹീറോ ആയിത്തന്നെ മരിക്കും. മുഖത്ത് ചായത്തോടെ... നിങ്ങൾ പറഞ്ഞല്ലോ, ചെറുപ്പവും

പുതുമയും വേണമെന്ന്. ഒരു ചെമ്പരത്തിമൊട്ടിനെ വിടരാൻ വിടാതെ കശക്കി നശിപ്പിച്ചില്ലേ!

ഓരോ വാക്കിനും കയ്യടി. ആഡിറ്റോറിയം ആരവം കൊണ്ടു. 'പ്രേംനസീർ സിന്ദാബാദ്! എവർഗ്രീൻ ഹീറോ സിന്ദാബാദ്!' ഞങ്ങൾ മുദ്രാവാക്യം മുഴക്കി.

നിറഞ്ഞ കണ്ണുകളോടെയാണ് കാറിൽ കയറി പോയത്. ആ മുദ്രാ വാക്യം വിളിയുടെ വീറിൽ ഹരം കൊണ്ടിട്ടാണോ, സ്വന്തം രാഷ്ട്രീയ പാർട്ടി ഉണ്ടാക്കാൻ പ്രേംനസീർ കോട്ടയത്തു വന്ന് ഘോഷയാത്ര നടത്തിയത്? ആ ഘോഷയാത്ര ഞങ്ങൾ അലങ്കോലമാക്കി. നിത്യ ഹരിതനെ ബഹിഷ്കരിച്ചു. ആക്ഷേപിച്ചു.

രാഷ്ട്രീയം മതിയാക്കി പാവം വെള്ളിത്തിരയിലേക്ക് തിരിച്ചു പോയി. ശേഷം കഥാഭാഗങ്ങൾ അഭിനയിച്ചുതീർക്കാൻ...

അരനാഴികനേരത്തിനും സിനിമാമാസികവക അവാർഡുകൾ വാരിവിതറി. ആ നേരത്തും ചില ഗൗരവതമാശകൾ സംഭവിച്ചു. വിശി ഷ്ടാതിഥികളായ മന്ത്രിയും നഗരപിതാവും എം.പിയും എം.എൽ. എയും ഒക്കെ പ്രോട്ടോകോൾ പ്രകാരം മുൻനിരയിൽ ഞെളിഞ്ഞി രുന്നു. രണ്ടാം നിരയിൽ സേതുമാധവനും നസീർ—ഷീലകളും സത്യൻ—രാഗിണികളും നിവർന്നിരുന്നു. മൂന്നാം നിരയിൽ കൊട്ടാ രക്കര, ശങ്കരാടി, ബഹദൂർ, ഭാസി തുടങ്ങിയ പാവങ്ങൾ ചാഞ്ഞിരുന്നു. സത്യന് ഒന്നുമത്ര സുഖിച്ചില്ല. ഘനഗംഭീരനായി പട്ടാളച്ചിട്ടയിൽ അറ്റൻഷനായി ഇരുന്നു.

സകലർക്കും വെങ്കലശില്പങ്ങൾ സമ്മാനിച്ചു. മന്ത്രിപുംഗവാദി കളുടെ പ്രഭാഷണങ്ങൾ കഴിഞ്ഞ് കലാകാരന്മാർക്ക് രണ്ടുവാക്ക് പറയാൻ സമയമായി. ആദ്യം തന്നെ ക്ഷണിക്കപ്പെട്ടത്: നമ്മുടെ പ്രിയങ്കരനായ സത്യൻ!

സത്യൻ അനങ്ങിയില്ല.

വീണ്ടും ക്ഷണം വന്നു: സത്യൻ മാഷ്—

അണുവിട ചലിച്ചില്ല.

അടുത്തുചെന്നപേക്ഷിച്ചു. മാഷ് ഒരു രണ്ട് വാക്ക്—

ശ്രീധരൻനായരെ വിളിക്കണം, വെടിപൊട്ടും പോലെ സത്യൻ പറഞ്ഞു.

അടിയേറ്റമാതിരി സംഘാടകർക്ക് സത്യം ബോധ്യമായി. അരനാ ഴികനേരത്തിലെ നായകൻ കുഞ്ഞേനാച്ചൻ. കുഞ്ഞേനാച്ചന് ജീവൻ നൽകിയത് ശ്രീധരൻനായർ.

കൊട്ടാരക്കരയെ രണ്ടുവാക്കിന് വിളിച്ചു.

അദ്ദേഹം അവശൻ. ചാഞ്ഞുകിടന്ന് മയങ്ങുകയായിരുന്നു. പതുക്കെ ഉണർന്നു. വേച്ചുവേച്ചുനടന്ന് മുന്നിലേക്കു വന്നു. നേരെ സത്യന്റെ അരികിലെത്തി ഏങ്ങലടിച്ചു കരഞ്ഞുകൊണ്ട് കാൽ തൊട്ടു തൊഴാൻ കുനിഞ്ഞു. പിടിച്ചു നിവർത്തിനിറുത്തിയിട്ട് സത്യൻ ആജ്ഞാപിച്ചു. പോയി പ്രസംഗിക്കണം.

കൊട്ടാരക്കര ഗദ്ഗദകണ്ഠനായി പറഞ്ഞു. ഈ അവാർഡും ശില്പവുമൊക്കെ കേമം തന്നെ. പക്ഷേ, ഇന്ന് എന്റെ സത്യൻ... എന്റെ സത്യൻ... എന്നോടു കാട്ടിയ ഈ സ്നേഹം മരിക്കും വരെ മറക്കില്ല.

സത്യൻ പ്രസംഗിച്ചു: ശ്രീധരൻ നായർ എന്ന നടനെ തിരിച്ചറിയാത്തവർ തരുന്ന പുരസ്കാരങ്ങൾക്ക് പുല്ലുവിലയേയുള്ളൂ. ഒരു നടനു മാത്രമേ മറ്റൊരു വലിയ നടന്റെ മഹത്ത്വം മനസ്സിലാകൂ.

മാമ്മൻമാപ്പിളഹാൾ നിറഞ്ഞ ജനം എണീറ്റുനിന്ന് കയ്യടിച്ചു ഏറെ നേരം. വൈകീട്ടത്തെ ഡിന്നർ പാർട്ടിയിൽ പങ്കു ചേരാതെ സത്യൻ പണ്ട് തന്റെ കൂടെ ജോലിചെയ്തു പോലീസുകാരന്റെ വീട്ടിൽ കഞ്ഞികുടിക്കാൻ പോയി.

പിന്നൊരിക്കൽ, സിനിമാമാസികയിൽ വന്നു. അനിയൻചേട്ടനും എഡിറ്റർ സി.കെ സോമനുമായി കുറേ നേരം വർത്തമാനം പറഞ്ഞുകൂടി. വളരെ ഉത്സാഹത്തിൽത്തന്നെ. ഇറങ്ങിപ്പോകുമ്പോൾ സോമൻചേട്ടനെ കൂട്ടുവിളിച്ചു. സോമൻചേട്ടൻ എന്നെയും കാറിൽ പിടിച്ചുകേറ്റി. എന്നെ സത്യൻമാഷ്ക്ക് പരിചയപ്പെടുത്തി.

ഉംം! ഒന്നു മൂളിയതേയുള്ളൂ.

പഴയൊരു മൂളൽ അപ്പോൾ ഞാൻ അയവിറക്കി. പൊടിചിരിയോടെ ഞാൻ വിശദമാക്കിപ്പറഞ്ഞു. 'ഞാനിപ്പം ആരേം കാണിക്കാറില്ലല്ലോ! എന്ന കഥ.

രസിക്കുമെന്നാണ് കരുതിയത്. ശ്രദ്ധിച്ചുകേട്ടു. പക്ഷേ, ഒരു ഭാവവും മുഖത്ത് ഉദിച്ചില്ല, മൗനം.

കാർ നീങ്ങുമ്പോൾ വഴിയരികെ മതിലുകളിൽ സിനിമാപോസ്റ്ററുകൾ. സത്യൻ ഒരു യുവനടിയെ കെട്ടിപ്പുണരുന്ന ചിത്രമുള്ള പോസ്റ്ററുകൾ. ഏതോ പുതിയ സിനിമയുടെ.

കാറിൽ ഘനീഭവിച്ച മൗനം മുറിക്കാനായി സോമൻ ചേട്ടൻ പറഞ്ഞു; എന്റെ സത്യൻ മാഷെ, വയസ്സായില്ലേ, ഇനിയെങ്കിലും ഈ കെട്ടിപ്പിടുത്തോം, മരം ചുറ്റിയോട്ടോം ഒക്കെ നിറുത്തരുതോ!

മക്കള് വല്യതായില്ലേ? അവര് വഴിയിലിറങ്ങി നടക്കുമ്പോ ഇതെല്ലാം കാണില്ലേ?

അതു കേട്ടിട്ടും അദ്ദേഹം മിണ്ടിയില്ല. അനക്കമില്ലാതിരുന്നു.

അല്പനിമിഷം കഴിഞ്ഞ് സാവധാനം ശബ്ദം താഴ്ത്തി പറഞ്ഞു: എന്റെ മക്കൾക്ക് ശരിക്ക് കണ്ണുകണ്ടുകൂടാ, സോമൻ—

വല്ലാത്തൊരു വിങ്ങൽ ഞങ്ങളെ വിഴുങ്ങി. നൊമ്പരം നെഞ്ചിൽ തിങ്ങി.

സോമൻചേട്ടൻ ദയനീയഭാവത്തിൽ മാപ്പിരന്നു. സത്യൻ മാഷ് ചെറുതായി തലയനക്കി, സാരമില്ലെന്നറിയിച്ചു. പിന്നെ പതുക്കെപ്പറഞ്ഞു. കുറെ പണം വേണം, എന്നിട്ട് എന്റെ മക്കളെ മോസ്കോയിൽ കൊണ്ടുപോയി ചികിത്സിപ്പിക്കണം.

ആ കറുത്തസത്യം സോമൻ ചേട്ടന്റെ കണ്ണുനിറച്ചു. കണ്ണീരൊഴുകി. എന്റെ കവിളും ഈറനായി.

സോമൻചേട്ടനും അനിയൻ ചേട്ടനും ഇന്നില്ല. സിനിമാമാസികയും മരിച്ചു.

മാസികയുടെ ആപ്പീസ് അന്നടച്ച അവസ്ഥയിൽ ഇന്നും; പഴയ നടീനടന്മാരുടെ കറുപ്പും വെളുപ്പും ചിത്രങ്ങൾ ചിതലെടുക്കാതെ ഇപ്പോഴും ഉള്ളിലുണ്ട്. ഒത്തിരി ഓർമ്മകളും.

●

മധുരം ഈ മിഠായിത്തെരുവ്

1974 സെപ്തംബറിലെ മൂന്നാം വാരാന്ത്യം കൂട്ടുതാമസക്കാരെല്ലാം വീട്ടുകളിലേക്ക് സ്ഥലം വിട്ടു. ഞാനൊറ്റയ്ക്കായി. എല്ലാ വെള്ളിയാഴ്ചയും നാട്ടിലേക്ക്. തിങ്കളാഴ്ച തിരിച്ചിങ്ങോട്ട്— അതാണ് പതിവ്. ഭാര്യ പ്രഥമപ്രസവത്തിനു പോയിരിക്കുന്നത് പ്രമാണിച്ചും പ്രസ്തുത മഹാസംഭവം അടുത്തയാഴ്ച ഉണ്ടാകുമെന്നത് പ്രതീക്ഷിച്ചും ഈയാഴ്ച പോകണ്ടെന്ന് തീരുമാനിച്ചതാണ്.

ഒന്നിച്ചു പഠിച്ച മാധവൻ (എൻ.എം. നമ്പൂതിരി) അന്തർജ്ജനവും മകളുമായി അടുത്തുതന്നെ താമസിക്കുന്നുണ്ട്. രണ്ടുദിവസം ബ്രാഹ്മണ ഭോജനവുമായി ഓസിൽ കൂടാം. പക്ഷേ, നമ്പൂരിയെ തീണ്ടിത്തിന്നു കഴിയുന്നത് നമ്മുടെ ഒരു ജാത്യഭിമാനത്തിനു ചേർന്നതാണോ? അത് വേണ്ടെന്ന് വച്ചു. പോരെങ്കിൽ, പോക്കറ്റിൽ എഴുപത്തിരണ്ട് രൂപ സമ്പാദ്യമുണ്ട്. സമ്പന്നൻ. വേണേൽ കല്ലായിപ്പുഴയ്ക്കോ വെള്ളമാട്ടുകുന്നിനോ വിലപറയാം. അല്ലേൽ പുതിയറ വാട്ടർടാങ്കിനു വിലപറയാം.

ഉച്ചയോളം കിടന്നുറങ്ങി. പിന്നെ കുളിച്ചൊരുങ്ങി കുട്ടപ്പനായി. മീഞ്ചന്തയിൽ നിന്നും ബസ് കയറി രണ്ടാം ഗേറ്റിലിറങ്ങി.വലതു തിരിഞ്ഞ് വേഗം വീറ്റ്ഹൗസിലേക്ക് നടന്നു.

ശാന്തസുന്ദരമാണ് വീറ്റ്ഹൗസ് അന്തരീക്ഷം. പഴമയുടെ അന്തസ്സുണ്ട്. രുചിയുടെ സുൽത്താന്മാരാണ് പാചകർ. മലബാർബിരിയാണി എന്ന് നാക്കിൽ വെള്ളമൂറി പറഞ്ഞുപോവുകവീറ്റ് ഹൗസിലെ വിഭവത്തിനെ ആകുന്നു.

കോഴിബ്ബിരിയാണിക്ക് കല്പന കൊടുത്ത് ഞാൻ കുത്തീരുന്നു.ചുമ്മാ ചിന്തിച്ചു: എറണാകുളം കൊളംബോ ഹോട്ടലിൽ പിരിയാണിയും കോട്ടയം ഹോട്ടൽ-ഡി-പാരീസിൽ ഫിരിയാണിയും കൊല്ലം തിരുവനന്തപുരം ആസാദ് ഹോട്ടലുകളിൽ ഭിരിയാണിയുമല്ലേ വിളമ്പുന്നത്!

എന്നാൽ, ഇവനാണ് ബിരിയാണി. ഇവനെയത്ര ഒറ്റയിരുപ്പിൽ മൂന്നെണ്ണം വീതം മൊയ്തു മൗലവിയും കോശവമേനോനും തട്ടുന്നത്!!

എനിക്ക് ഒരു ഫുൾ കഴിക്കാനാവുന്നില്ല. ഒരാപ്പ് മത്യാർന്ന്! ഒരു ബിരിയാണിച്ചായ കൂടി താങ്ങി. അത് കാണുന്നതുതന്നെ വല്ലിഷ്ടമാണ്. രണ്ടുതട്ട്. അടിയിൽ ഊതച്ചോപ്പ്, മോളിൽ പീതവെളുപ്പ്. പതനരകളുടെ മേലാപ്പിന് എണ്ണമിനുക്കവും....

നിറവയറോടെ മിഠായിത്തെരുവിൽ രാധാടാക്കീസിനു മുന്നിൽ പോയിനിന്നു. മാറ്റിനി രണ്ടേ മുക്കാലിന്. 'വിടാകണ്ടൻ കൊടാകണ്ടൻ'. പുണ്യപുരാതന നാടോടി സ്റ്റണ്ടു ചിത്രം. തെലുങ്കിൽനിന്നും തമിഴിലേക്ക് മൊഴിമാറ്റിയ പേശ്ശുംപടം. രാമറാവുവും കാന്താറാവുവുമാണ് വിടാകൊടാവേഷങ്ങളിൽ. ഇടം തിരിഞ്ഞു നടന്നു.

തെരുവ് ജീവൻ വച്ചു കഴിഞ്ഞു. നട്ടുച്ചവെയിലിൽ ഈ പെണ്ണുങ്ങളും ആണുങ്ങളും തിരക്കുകൂട്ടി എങ്ങോട്ട് കീയുന്നു?

തിരക്കില്ലാത്ത ചെറിയ തുണിക്കടയിലേക്ക് ഞാൻ കയറി. കൗസർ സ്റ്റോഴ്സ്. സി.എൻ. അഹമ്മദ് മൗലവി സാഹിബിന്റെ സ്വന്തം പുസ്തകപ്പീടികയായിരുന്നു. കുറാൻ തർജ്ജമ പുറത്തുവന്നതോടെ പുസ്തകം വിട്ട് ജവുളിയിലായി മൗലവി.

കൗസറിലെ വില്പനപ്പയ്യൻ എന്നെ വാങ്ങാനെത്തി. ഞാൻ ചോദിച്ചു. കുഞ്ഞുടുപ്പ്?

വയസെത്ര?
വയസ്സായില്ല.
ആങ്കുട്ട്യോ പെങ്കുട്ട്യോ?
അറിയില്ല.

മൗലവി എന്നെ ഏറ്റെടുത്തു. അദ്ദേഹം പറഞ്ഞു: മൂന്നുവയസ്സിനുമേലുള്ള കുട്ടിയുടുപ്പുകളേ ഉള്ളൂ. എത്ര പ്രായമായി? ആണോ പെണ്ണോ?

ഞാൻ രഹസ്യമറിയിച്ചു. ഭാര്യ അടുത്താഴ്ച പ്രസവിക്കത്തേയുള്ളൂ.

മൗലവി ചിരിച്ചുപോയി. പിന്നെ ചോദിച്ചു: എവിടാ രാജ്യം?

കുതിരവട്ടത്തുനിന്നും ചാടിപ്പോന്നതാണെന്ന് വിചാരിച്ചുകാണും. ഞാൻ പറഞ്ഞു. കോട്ടയം. ഇവിടെ ആട്സ് കോളജിൽമലയാളം ഉസ്താദ്.

മൗലവിക്ക് ഇഷ്ടമായി. ചായയ്ക്ക് ക്ഷണിച്ചു. ഞാൻ ബിരിയാണിക്കാര്യം പറഞ്ഞു. ഇടയ്ക്കിടയ്ക്ക് വരാമെന്ന് വാക്കുകൊടുത്തിറങ്ങി.

സർവ്വേശ്വരൻ അനുഗ്രഹിക്കട്ടെ! സൽപുത്രൻ ജനിക്കട്ടെ! മൗലവി കണ്ണടച്ച് പ്രാർത്ഥിച്ചരുളി. ഞാൻ തല കുമ്പിട്ട് കൈക്കൂപ്പിനമസ്കരിച്ചു.

നടന്നു. കിഡ്സൻ കോർണറിലെത്തി. മാനാഞ്ചിറയിൽ ഉച്ചവെയിൽ തിളയ്ക്കുന്നു.

കോമൺവെൽത്ത് കെട്ടിടത്തിന്റെ നിഴൽപറ്റി ക്രൗൺ ടാക്കീസ് മുന്നിലേക്ക് ചെന്നു. മാറ്റിനി മൂന്നുമണിക്ക്. 'കേൺക്വറേഴ്സ് ഓഫ് ദി ഗോൾഡൻ സിറ്റി' ഇത് കഴിഞ്ഞദിവസം കണ്ടതാണല്ലോ.

ടൗൺഹാളിന്റെ ഗേറ്റിലേക്ക് മാറി. ഹാളിലും വരാന്തയിലും മുറ്റത്തും ആൾക്കൂട്ടം. കവിയരങ്ങോ കഥാചർച്ചയോ എന്തോ തുടങ്ങാൻ പോകുകയാണെന്ന്. പൊള്ളുന്ന ചൂടത്ത് കഥേം കവിതേം! കോഴിക്കോടൻമാർക്കെന്താ ഉച്ചപ്പിരാന്തുണ്ടോ? ഇരുട്ടിന്റെ ആത്മാക്കൾ..

മാനാഞ്ചിറ വലംവച്ച് കോറണേഷൻ ടാക്കീസിലേക്ക് നടന്നു. കൊട്ടക വരെ പോകേണ്ടിവന്നില്ല. ഏതോ എമണ്ടൻ അമേരിക്കൻ പടമാണെന്ന ചുവരൊട്ടികൾ കണ്ടു. വിടാകണ്ടൻ കൊടാകണ്ടനല്ല ഭേദം?

കോറണേഷനും ക്രൗണും രാധയും ഫറൂക്കിലെ പൂതേരി കുടുംബം വകയാണെന്ന് ആരോ പറഞ്ഞുതന്നതോർത്തു. എന്റെ സമ്പാദ്യം എവിടെ നിക്ഷേപിച്ചാലെന്ത്?

പ്രദക്ഷിണം പൂർണ്ണമാക്കി വീണ്ടും മിഠായിത്തെരുവിലേക്ക്. രാധയുടെ സവിധത്തിലേക്ക്. രാധയുടെ വാസ്തുഭംഗി എനിക്കിഷ്ടമാണ്. ക്ലാസിക്ക് ലുക്കുണ്ട്. ഒരു തൈക്കിളവി മാമിയുടെ ഉടൽവടിവ്! ബാൽക്കണിക്കുതന്നെ ടിക്കറ്റെടുത്തു, മുകളിൽ കയറി ചാഞ്ഞമർന്നു കിടന്നു. കണ്ടൻമാരുടെ കുതിരയോട്ടവുംവാൾപയറ്റും കണ്ടു മയങ്ങി. (വിടാകണ്ടൻ കൊടാകണ്ടനാണ് പിന്നീട് അരക്കള്ളൻ മുക്കാൽകള്ളനായി മലയാളത്തിൽ അവതരിച്ചത്)

മയക്കംവിട്ട്. രാധയെവിട്ട്, തെരുവിൽ വന്നപ്പോൾ മണി അഞ്ചേമുക്കാൽ, സന്ധ്യക്കിനിയുമുണ്ട് കുറെ ദൂരം. പീടികകളിൽ വിളക്കുകൾ തെളിഞ്ഞുതുടങ്ങുന്നതേ ഉള്ളൂ. നിറയെ പുരുഷാരം. ഉത്സവമേളം.

ഇടതുഭാഗത്തുതന്നെ പുസ്തകക്കട രണ്ട്. പി.കെ ബ്രദേഴ്സും കെ.ആർ. ബ്രദേഴ്സും.

പി.കെയോടാണ് എനിക്ക് ബഹുമാനം അധികം. കുമാരു കഴിഞ്ഞാൽ അടുത്ത അവർണ്ണ പ്രസാധകനല്ലോ കേളൻ! രണ്ടാമൂഴം!

അങ്ങോട്ട് കയറി.

ഗൗരവത്തിൽ ചോദിച്ചു: 'രൂപാന്തരപ്രാപ്തി' ഉണ്ടോ ഒന്നെടുക്കാൻ?

ഒന്നമതിയോ എന്ന ഭാവത്തിൽ പുസ്തകം തന്നു. കാഫ്കയുടെ 'മെറ്റ മോർഫോസിസി' ന്റെ പരിഭാഷയാണ്. തിരിച്ചും മറിച്ചും നോക്കി. പുറത്തും അകത്തും ഒരിടത്തും കാഫ്കയുടെ പേരില്ല. 'രൂപാന്തരപ്രാപ്തി—ഒരു നീണ്ട കഥ — ഷണ്മുഖദാസ്'' എന്നു മാത്രം!

എം. ഷണ്മുഖദാസ് പാവം പരിഭാഷകൻ. പി. കേളൻ ബ്രദേഴ്സിന് നമോവാകം.

പുസ്തകം പൊതിഞ്ഞുവാങ്ങി ഇറങ്ങി. നേരെ എതിരെ പീടിക ത്തിണ്ണയിൽ, പ്രദീപ് ആർട്സിലേക്കുള്ള വാതിൽപ്പടിയിൽ, മൂന്ന് സുന്ദര ദൃഢഗാത്രന്മാർ നിൽക്കുന്നു. മൂവരെയും ഞാൻ തിരിച്ചറിഞ്ഞു. അവർക്ക് എന്നെ അറിഞ്ഞുകൂടെങ്കിലെന്ത്,ഞാനടുത്തെത്തി ചിരി ച്ചുകാട്ടി.

സ്വയം പരിചയപ്പെടുത്തി.

അവർ ചോദിച്ചു: 'ഞങ്ങളെ അറിയുമോ?'

പിന്നെ! ഞാൻ ഓരോരുത്തരെയും ചൂണ്ടിപറഞ്ഞു. 'ഈഡിപ്പസ് ക്രയോൺ, തൈറീഷ്യസ്—'

കുഞ്ഞാണ്ടിയും ബാലൻ കെ. നായരും വാസുപ്രദീപുമായിരുന്നു അവർ. കുതിരവട്ടത്തുനിന്നും കൂട്ടം തെറ്റി പോന്നതോ എന്ന മട്ടിൽ അവർ എന്നെത്തന്നെ നോക്കി.

ഞാൻ പറഞ്ഞു. 'പന്ത്രണ്ടുവർഷം മുമ്പ് കോട്ടയം തിരുനക്കര മൈതാനത്ത് ദേശപോഷിണി വായനശാല 'ഈഡിപ്പസ്'' നാടകം കളിച്ചു. നിങ്ങൾ മൂന്നുപേരും അഭിനയിച്ചു.—കുഞ്ഞാണ്ടി ഈഡിപ്പസ്, ബാലൻ കെ. ക്രയോൺ, വാസുപ്രദീപ് തൈറീഷ്യസ്. ഞാൻ കണ്ടതാണ്, നല്ല ഓർമ്മയുണ്ട്!'

(അന്ന്, ജക്കോസ്റ്റ ആരായിരുന്നു? ശാന്താദേവിയോ മച്ചാട്ട് വാസന്തിയോ?)

അവർക്ക് സന്തോഷമായി. നന്ദി പറഞ്ഞു. എനിക്ക് അല്പസ്വ ല്പം അഹങ്കാരം തന്നെ ഉണ്ടായി. ഞാൻ പറഞ്ഞു: നാടകത്തിന്റെ പിറ്റേന്ന് കോട്ടയം മുനിസിപ്പൽ റസ്റ്റ് ഹൗസിൽ വന്ന് ഞാൻ കുഞ്ഞാ ണ്ടിയേട്ടനെ ഇന്റർവ്യൂ ചെയ്തു.

കുഞ്ഞാണ്ടിയെ ഏറ്റവും നല്ല നടനായി തിരഞ്ഞെടുത്തത്

അതിന്റെ അടുത്തനാൾ.

കളത്തിൽ വർഗ്ഗീസിന്റെ 'അരുണ' മാസികയിൽ കുഞ്ഞാണ്ടിയെ പ്പറ്റി നാലുപേജ് ലേഖനം ഞാനെഴുതി.

ഞാൻ ബി.എ.ക്ക് പഠിക്കുകയായിരുന്നന്ന്...

ബാലൻ കെയോടും വാസുപ്രദീപിനോടും യാത്ര പറഞ്ഞ് കുഞ്ഞാണ്ടി സൈക്കിളുമുന്തി എന്നോടൊപ്പം പാളയത്തേക്ക് വന്നു. ഇടയ്ക്കു പറഞ്ഞു: എന്നെപ്പറ്റി വന്ന ആദ്യ ലേഖനമാണത്.

അദ്ദേഹം എന്നെ ചായയ്ക്കു ക്ഷണിച്ചു. ഞാൻ സ്വീകരിച്ചു. കോമള ഭവനിൽ നിന്നും ചായയും ഉഴുന്നുവടയും.

തന്റെ കനഗംഭീരസ്വരത്തിൽ കുഞ്ഞാണ്ടി എന്നോട് സന്തോഷം തുറന്നു പറഞ്ഞു. ജയിൽ റോഡിൽ അളകാപുരിഹോട്ടലിലെ എൻ.ബി.എസ് വരെ സൈക്കിളുന്തി കൂടെവന്നു. രാജകീയമായി സൈക്കിളേറി ചവട്ടിപ്പോയി.

ഈഡിപ്പസ് രാജാവ് അകമ്പടി സേവിച്ച ഗമയിലാണ് ഞാൻ എൻ ബിയെസിൽ പ്രവേശിച്ചത്. മണി ഏഴാവുന്നു. ബുക്ക്സ്റ്റാൾ അടയ്ക്കാനുള്ള ഒരുക്കത്തിലാണ് മാനേജർ ശ്രീധരൻ.

എസ്.കെ പൊറ്റെക്കാട്ടും, കെ.ടി മുഹമ്മദും, തിക്കോടിയനുംവെ ടിവട്ടം തുടരുകയാണപ്പോഴും. കളിതമാശകൾ, പൊട്ടിച്ചിരികൾ. പെട്ടെന്ന് തിക്കോടിയൻ എന്റെ നേരെ തിരിഞ്ഞു. നാട്ടിപ്പോകാതെ ശനീം ഞായറുമൊക്കെ കോഴിക്കോട്ട് കണ്ട് നടക്കുകാ?

കോഴിക്കോട് മുഴുവനല്ലേ എന്റെ മുന്നിൽ!! വെറെന്ത് കാണാനും കേൾക്കാനും? ഞാൻ പറഞ്ഞു — എസ്. കെ യെയും കെടിയെയും തിക്കോടിയനെയും നോക്കി നാടകീയമായി വണങ്ങിക്കൊണ്ട്.

തിരുവിതാകൂറുകാരൻ തന്നെ! എസ്.കെ. എന്നെ വാത്സല്യ ത്തോടെ ഒന്നു താങ്ങി. എന്നിട്ട് ചോദിച്ചു: ഇവിടെ സ്ഥിരതാമസ മാക്കുന്നോ?

'ചന്ദ്രകാന്തം' വിൽക്കുന്നോ? പോക്കറ്റിലെ ഇരുപത്തിരണ്ടര രൂപ ഞാൻ വച്ചുനീട്ടി. എന്നിട്ട് പറഞ്ഞു. കോഴിക്കോട്ട് കുടിയേറിയ വിദേശികളെ ആരെയും ഇതുവരെ പോയി കണ്ടില്ല. കാണുന്നുമില്ല.

കോഴിക്കോട്ടെ വിദേശികളോ? കെടിക്ക് മനസ്സിലായില്ല.

ഞാൻ പറഞ്ഞു: തലയോലപ്പറമ്പു ബഷീർ, അഴീക്കോട് സുകുമാർ, കൂടല്ലൂർ വാസുദേവൻനായർ, പൊന്നാനി കുട്ടികൃഷ്ണൻ, കൊല്ലം

കരുണാകരൻ—

മതി മതി! തിക്കോടിയൻ ചോദിച്ചു. മാഷ് ഒരു മാഷല്ലേ? നല്ല കുഞ്ഞുങ്ങളെ കൊണ്ടുപോയി ചീത്തയാക്കുന്നത് ശര്യോ?

അതെന്താ? എസ്.കെ മറ്റെന്തോ അശ്ലീലം വിചാരിച്ചെന്ന് തോന്നുന്നു. എനിക്കും മനസ്സിലായില്ല.

തിക്കോടിയൻ ഗുണ്ടുപൊട്ടിക്കുകയാണ്. ശ്രീധരൻ പറഞ്ഞല്ലേ ഞാനറിയുന്നത്, ആ കുഞ്ഞുണ്ണിയേം കൊണ്ട് 'ഏ' പ്പടം കാണാൻപോയി —ക്രൗണിൽ.

എങ്! എന്ന് എസ്.കെയും കെ.ടിയും വ്യാക്ഷേപകശബ്ദങ്ങളുണ്ടാക്കി.

തിക്കോടിയൻ തുടർന്നു: 'ചുംബനം ആലിംഗനം ഒക്കെ കണ്ട് കുഞ്ഞുണ്ണി ദാ പനിച്ചു കിടക്കുന്നു രാമകൃഷ്ണാശ്രമത്തിൽ. മാത്രല്ല, നമ്മടെ വാസൂന്റെ പടത്തിന്റെ ഇറ്റാലിയൻ പതിപ്പാണെന്ന് പറഞ്ഞുകൊടുക്കുകേം ചെയ്തു.'

ഞാൻ കുമ്പസാരിച്ചു. 'ഏ'പ്പടം കാണാൻ ഒട്ടും ഭയം ഇല്ലെന്നു പറഞ്ഞിട്ടാ കുഞ്ഞുണ്ണിമാഷെ 'ഗോൾഡൻസിറ്റി'ക്ക് കൊണ്ടുപോയത്. എം.ടീടെ പടത്തെപ്പറ്റി മിണ്ടീട്ടില്ല, സത്യം.

രാത്രിവണ്ടിക്ക് കോഴിക്കോട് വിടണം! എസ്.കെ യും കെടിയും ഒന്നിച്ചുത്തരവായി. വിദേശചാരൻമാരിവിടെ വേണ്ട.

വാസൂന്റെ പടം കണ്ടല്ല ഇറ്റലിക്കാർ പടം പിടിച്ചതെന്ന് നമുക്കല്ലേ അറിയൂ! തിക്കോടിയൻ പൊട്ടിച്ചിരിച്ചു.

തുടർന്ന് എല്ലാവരും കൂടി എന്നെ അളകാപുരിയിലേക്ക് ചായയ്ക്ക് ക്ഷണിച്ചു. ക്ഷണം ഞാൻ നിഷ്കരുണം നിരസിച്ചു. ഒറ്റയ്ക്ക് ഇംപീരിയൽ ഹോട്ടലിൽ പോയി പൊറോട്ടയും മട്ടൻകുറുമയും കഴിച്ചു. കൈകഴുകി, കാശ് കൊടുത്ത്, റോഡിലേക്കിറങ്ങി.

കണ്ടു—

ഇംപീരിയൽ കെട്ടിടത്തിന്റെ വരാന്തയിൽ, കടത്തിണ്ണയിൽ, ഒരു മനുഷ്യൻ മലർന്നുകിടക്കുന്നു. അബോധാവസ്ഥയിൽ. വൃത്തികെട്ട വൃദ്ധരൂപം. ചവുണ്ടുനാറിയ ഖദറുടുപ്പും മുണ്ടും. കണങ്കാലുകളിൽ ചുറ്റിക്കെട്ടുകൾ. ചലവും ചോരയും ഉണങ്ങിപ്പിടിച്ച്...

കാവൽപോലെ അരികിൽ എൻ.പി മുഹമ്മദ് ഇരിക്കുന്നു.

തൊട്ടടുത്തല്ലാതെ ചുണ്ടത്ത് എരിയുന്ന ബീഡിയുമായി കെ.എ കൊടുങ്ങല്ലൂർ നിൽക്കുന്നു. ഞാൻ അരികിലേക്ക് ചെന്നു.

കൊടുങ്ങല്ലൂരിന്റെ ഈറൻകണ്ണുകളിലെ മൂർച്ച തിളങ്ങി. നിസ്സംഗനായി പറഞ്ഞു: 'സ്വതന്ത്രഭാരതം കിടക്കുന്നത് കൺകുളിരെ കാണുക!'

ഞാൻ അല്പനിമിഷങ്ങൾ മലർന്നുകിടക്കുന്ന മനുഷ്യനെ ചുമ്മാ നോക്കിനിന്നു. എൻ.പി. പറഞ്ഞുതന്നു: സി സി. ഗോപി.സ്വാതന്ത്ര്യസമരഭടൻ. മൊയ്തു മൗലവിയുടെയും കേശവമേനോന്റെയും അബ്ദുൽറഹ്മാൻ സാഹിബിന്റെയും പടയാളി. രാജാജിയുടെ പേഴ്സനൽ സ്റ്റാഫിലെ അംഗം. പട്ടിണി ജാഥയിൽ ആദ്യന്തം എ.കെ.ജി.യുടെ അനുയായി, സഖാവ്.

ആദർശരാഷ്ട്രീയത്തിന്റെ ആൾരൂപം.

ധിക്കാരിയുടെ കാതൽ—

(പില്ക്കാലത്ത്'പഞ്ചാഗ്നി' സിനിമയിൽ തിലകൻ ജീവൻ കൊടുത്ത എം.ടി. കഥാപാത്രം—രാമേട്ടൻ...)

ബാങ്ക് സ്റ്റോപ്പിൽനിന്നും ഞാൻ മീഞ്ചന്തയ്ക്ക് ബസ് കയറി. ടിക്കറ്റെടുത്തു കഴിഞ്ഞപ്പോൾ പോക്കറ്റിൽ സമ്പാദ്യം വട്ടപ്പൂജ്യം! പരമദരിദ്രവാസി! നാളെ ഞായറാഴ്ച മാധവന്റെ ഇല്ലത്തുതന്നെ... മൃഷ്ടാന്നഭോജനം മൂന്നു നേരം...

•

കുത്തബ്ബും താളും തീർത്ത് 'ബാലേണ്ണൻ'

തിരു-കൊച്ചിയുടെ പ്രഥമ മുഖ്യമന്ത്രി പറവൂർ ടി.കെ. നാരായണപിള്ളയെ ഞാൻ നേരിൽ കണ്ടിട്ടില്ല. എങ്കിലും അദ്ദേഹത്തിന്റെ രൂപഭാവങ്ങൾ ഉള്ളിൽ പതിഞ്ഞുകിടപ്പുണ്ട്. ഏഴെട്ട് വയസ്സു മുതൽ കണ്ടുപഴകിയ പത്രം കെ.എൻ.ശങ്കുണ്ണിപ്പിള്ളയുടെ 'ദേശബന്ധു.' കെ.എസ്. പിള്ള വരച്ച കാർട്ടൂൺ ഉണ്ടാവും പത്രത്തിൽ ദിവസവും. കാർട്ടൂണുകളിൽ നിറഞ്ഞുനിന്ന കഥാപാത്രങ്ങൾ പട്ടം എ. താണുപിള്ള, സി. കേശവൻ, ടി.എം. വർഗീസ് എന്ന തിരുവിതാംകൂർ ത്രിമൂർത്തികൾ. ഒപ്പം പറവൂർ ടി.കെ., പനമ്പിള്ളി, എ.ജെ ജോൺ, കുമ്പളത്ത് ശങ്കുപ്പിള്ള, പി.റ്റി. ചാക്കോ പിന്നെ മന്നശങ്കരൻമാരും. ആ ചരിത്ര പുരുഷൻമാരുടെയൊക്കെ മുഖരേഖകൾ കെ.എസ്. പിള്ളയുടെ ചിരിവരയിലൂടെ അതിപരിചിതമായി. തിരു–കൊച്ചി സംയോജനം മുതൽ വിമോചന സമരസമാപനം വരെയുള്ള കേരളചരിത്രം ഞാൻ പഠിച്ചത് 'ദേശബന്ധു'വിലും 'സരസൻ' മാസികയിലും കെ.എസ്. പിള്ള വരച്ച രാഷ്ട്രീയ കാർട്ടൂണുകളിലൂടെയാണ്, നേര്. നല്ല കാർട്ടൂണിസ്റ്റ് നല്ല ചരിത്രാധ്യാപകൻ ആകുന്നു.

(അയൽവാസിയായിരുന്ന കെ.എസ്. പിള്ള. വീടിന്റെ തിണ്ണയിലിരുന്ന് ചാരുകസേരക്കൈകളിൽ പലകവച്ച് പടം വരയുന്ന ആൾ ഓർമ്മയിലെ തെളിഞ്ഞ ദൃശ്യമാണ്. അയലത്തു തന്നെ രണ്ടുമൂന്ന് വരകാരൻമാർകൂടി ഉണ്ടായിരുന്നു: അരവിന്ദനും അനിയൻ ഗോപനും പിന്നെ ശങ്കരൻകുട്ടിയും)

പട്ടം കേശവൻ വർഗീസുമാരുടെയും ചാക്കോ ജോൺ പനമ്പിള്ളി ശങ്കർമാരുടെയും അക്കമ്മയുടെയും പ്രതിമകൾ നിവർന്നുനില്പുണ്ട് അനന്തപുരത്തും കൊല്ലത്തും കോട്ടയത്തും തലയോലപ്പറമ്പിലും ചാലക്കുടിയിലും. ടി.കെ. നാരായണപിള്ളയുടെ പ്രതിമ പറവൂരിൽ

പോലുമില്ല. പക്ഷേ ആ ഉടലും ഉടയാടയും എന്റെ ഉള്ളിലുണ്ട്: ചുരുണ്ട മുടിയും ചതുരൻ മുഖവും കുറുകിയ ദേഹവും; ജൂബ്ബായും മുണ്ടും.

താണുപിള്ളസാറിനു ശേഷം തിരുവിതാംകൂറിലെ രണ്ടാമത്തെ പ്രധാനമന്ത്രി. പിന്നീട് തിരു-കൊച്ചിയിലെ ആദ്യമുഖ്യമന്ത്രി. തുടർന്ന് സി. കേശവൻ മുഖ്യമന്ത്രിയായപ്പോൾ ആളുടെ വെറും മന്ത്രിയും! (ഇന്നങ്ങനൊന്നോർക്കാൻ പറ്റുമോ?)

പനമ്പിള്ളിയുടെയും ചാണ്ടിസാറിന്റെയും മറ്റും പാരവെപ്പിൽ കേശവൻ മന്ത്രിസഭ വീണു. കൊച്ചീന്നും മലബാറീന്നും പത്താം ക്ലാസും ഗുസ്തിയുമായി വന്ന തെമ്മാടിക്കും തെണ്ടിക്കും പറ്റിയ പണിയാണ് രാഷ്ട്രീയമെന്ന കാറ്റ് മാറി വീശിത്തുടങ്ങിയപ്പോഴേ കേശവൻ മയ്യനാട്ടേയ്ക്കും നാരായണപിള്ള പറവൂർക്കും വണ്ടികയറി. ബാങ്ക് അക്കൗണ്ടുകളില്ല; അതുകൊണ്ട് ബാങ്ക് ബാലൻസുമില്ലാതെ സുഖവിശ്രമജീവിതം...

1969 മാർച്ച് 16-ന് പറവൂർ ടി.കെ നാരായണപിള്ള പറവൂരിൽ സ്വന്തം തറവാട്ടിൽ മരിച്ചു. മുൻമുഖ്യമന്ത്രിയോടുള്ള ആദരസൂചകമായി കേരളസർക്കാർ പൊതുഅവധി കൊടുത്തു.

കേരള ഗ്രന്ഥശാലാസംഘത്തിൽ'ഗ്രന്ഥാലോകം' പത്രാധിപ സഹായി—പ്രൂഫ് റീഡർ—പിയൂൺ എന്ന മൂന്നു പോസ്റ്റിൽ ഒറ്റയ്ക്ക് ഉദ്യോഗം ഭരിക്കുകയായിരുന്നല്ലോ ഞാൻ അന്ന്. ഗ്രന്ഥശാലാസംഘത്തിന്റെ ജീവാത്മാവും പരമാത്മാവുമായ പി.എൻ പണിക്കർസാറിന്റെ ശിങ്കിടിമുങ്കൻ!

പാവം പണിക്കർസാറിനെ എന്തെങ്കിലും പറഞ്ഞ് പറ്റിച്ച് രണ്ടുദിവസം കൂടി പൊതു അവധിയുടെ സുഖസ്വാതന്ത്ര്യം നീട്ടിയെടുക്കാൻ ഞാൻ പ്ലാനിട്ടു. പിറ്റേന്ന് രാവിലെതന്നെ ആപ്പീസിൽ ഹാജരായി. പണിക്കർസാറിനോടാരാഞ്ഞു: പറവൂർ ടി.കെ. ഗ്രന്ഥശാലാസംഘത്തിന്റെ പ്രസിഡണ്ട് ആയിരുന്നു അല്ലേ?

സാർ വാചാലനായി: പിന്നെ! പനമ്പിള്ളീം ശങ്കറും ദാമോദരമേനോനും ഒക്കെ പ്രസിഡണ്ടുമാരായിട്ടുണ്ട്. പക്ഷേ, ഗ്രന്ഥശാലാസംഘത്തിന് അംഗീകാരം. ഗ്രാന്റ്, സ്വന്തം ആപ്പീസ് കെട്ടിടം ഒക്കെ തന്നത് പറവൂർ ടി.കെ. സംഘത്തിന് മറക്കാനൊക്കില്ല അദ്ദേഹത്തെ.

എങ്കിൽ നമുക്കൊരനുശോചനയോഗം കൂടണ്ടെ?

വേണം. സ്റ്റാഫിനെ മുഴുവൻ എന്റെ മുറിയിലേക്ക് വിളിക്ക്.

'ആകെ അഞ്ചുപേരാണ് മുഴുത്ത സ്റ്റാഫ്!' ഞാൻ ചിരിച്ചു; 'ആപ്പീസിൽ ഞങ്ങളഞ്ചുപേരോട് പ്രസംഗിച്ചിട്ടെന്തു ഗുണം? അതെന്നും സാർ ചെയ്യുന്നതല്ലേ!'

'പിന്നെന്തുവേണമെന്നാ നീ പറയുന്നെ?'

ഞാൻ പറഞ്ഞു: 'കേരളഗ്രന്ഥശാലാ സംഘത്തിന്റെ ആഭിമുഖ്യത്തിൽ വിജെടി ഹാളിൽ ഗംഭീരയോഗം. അല്ലാതെ വെറുതെ വഴിപാട് നടത്തീട്ട് കാര്യമില്ല.'

മീറ്റിംഗ് നടത്താനൊന്നും കാശില്ലെന്നാണ് പണിക്കർസാറിന്റെ പിടിവാശി ഒടുവിൽ ഒരു തരത്തിൽ മൈക്കിനുമാത്രം ചെലവ് ചെയ്യാമെന്നായി.

'പ്രസംഗിക്കുന്നോർക്ക് ഓരോ സോഡ?' ഞാൻ ചോദിച്ചു.

സാർ മുഖം വീർപ്പിച്ചു.

മുൻമുഖ്യമന്ത്രി പറവൂർ ടി.കെ. നാരായണപിള്ളയുടെ നിര്യാണത്തിൽ അനുശോചനയോഗം ചേരാൻ വിജെടി ഹാൾ സൗജന്യമായി വിട്ടുതരണമെന്ന് ചീഫ് സെക്രട്ടറിക്കുള്ള പി.എൻ പണിക്കരുടെ അപേക്ഷയുമായി ഞാൻ ആപ്പീസിൽനിന്നും ചാടി.

ചീഫ് സെക്രട്ടറിയെ ഉണ്ടോ ഞാനറിയൂ?

വേലുത്തമ്പിയുടെ പ്രതിമച്ചോട്ടിൽ കുറെനേരം നിന്നു. ബുദ്ധി തെളിഞ്ഞപ്പോൾ നേരെ പബ്ലിക്ക് റിലേഷൻസ് വകുപ്പിലേക്ക് ചെന്നു. ജി. വിവേകാനന്ദൻ ആണ് ഡപ്യൂട്ടി ഡയറക്ടർ. 'കള്ളിച്ചെല്ലമ്മ'യുടെ ആളാണെന്നല്ലാതെ വേറെ പരിചയമൊന്നും ഇല്ല. പണിക്കർ സാറിന്റെ കത്ത് ഞാൻ വിവേകാനന്ദൻ സാറിനെ ഏല്പിച്ചു.

കെ.ആർ. രവി, കെ.സി. സെബാസ്റ്റ്യൻ, പി.സി. സുകുമാരൻനായർ എന്ന പത്രപ്രമാണികൾ മുറിയിലുണ്ട്. അവർക്കു മധ്യേ എന്നെ പ്രതിഷ്ഠിച്ചിട്ട് ജി.വി ഇറങ്ങിപ്പോയി. പ്രമാണികളുടെ വായിൽനോക്കി ഞാനങ്ങനെ ഇരുന്നു.

ഒട്ടും താമസിയാതെ വിവേകാനന്ദൻ സാർ തിരിച്ചുവന്നു. ഇരുപതാംതീയതി വൈകിട്ട് അഞ്ചുമുതൽ എട്ടുവരെ വിജെടി ഹാൾ പണിക്കർസാറിന് യഥേഷ്ടം സൗജന്യം ഉപയോഗിക്കാം! ഓർഡർ നാളെ വന്ന് വാങ്ങാം.

വിജയപൂർവ്വം ഞാൻ എൻ.ബി.എസിലും പിന്നെ കോഫീഹൗസിലും പോയി നേരം പോക്കി. മണിയഞ്ചാകാറായപ്പോൾ പണിക്കർസാർ സമക്ഷം ഹാജരായി. അത്യധ്വാനം ചെയ്ത് ഫ്രീയായി ഹാൾ വാങ്ങിയെടുത്തെന്ന് ബോധിപ്പിച്ചു. യോഗത്തിൽ സംസാരിക്കാൻ മുഖ്യമന്ത്രി ഇ.എം.എസിനെയും മന്ത്രിമാരായ എം.എൻ ഗൗരി ടി വി ദിവാകരാദികളേയും ക്ഷണിക്കണമെന്ന് പണിക്കർസാർ പറഞ്ഞു. വേണ്ട, അനുശോചിക്കാൻ നേരമില്ല,

ഇടതും വലതുമായിനിന്ന് സ്വന്തം സർക്കാരിനെ മറിച്ചിടാനുള്ള മഹാ യജ്ഞത്തിലാണ് മൂത്ത സഖാക്കളെന്ന് ഞാൻ രഹസ്യമറിയിച്ചു.

ഒടുവിലൊടുക്കം പറവൂർ ടി കെയുമായി ആത്മബന്ധമുള്ള മൂന്നു പേരുകൾ നറുക്കിട്ടെടുത്തു.

കൈനിക്കര പത്മനാഭപിള്ള
സി. നാരായണപിള്ള
കെ.ബാലകൃഷ്ണൻ

മൂവരെയും പണിക്കർസാറിനങ്ങിഷ്ടമായി. പക്ഷേ, ചെന്നു ക്ഷണിച്ച് സമ്മതം വാങ്ങേണ്ടത് എന്റെ പാട്!

നാളെ ആപ്പീസിലേക്കില്ലെന്നും പറഞ്ഞ് ഞാനിറങ്ങി.

പിറ്റേന്ന് രാവിലെ രണ്ടും കല്പിച്ച് കൈനിക്കരസാറിനെ ഫോണിൽ വിളിച്ചു. നേരിൽ കാണാൻ സമയം ആവശ്യപ്പെട്ടു. അപ്പോൾ കാര്യമെന്തെന്ന് ഏത് ഗാന്ധിയനും ചോദിക്കുമല്ലോ, കൈനിക്കരസാറും ചോദിച്ചു. ദുരന്തദുശ്ശങ്ക ഒന്നും കൂടാതെ ഞാൻ സംഭവം വിശദമാക്കി. കൈനിക്കര സദയം പറഞ്ഞു: അതിനായി ഇങ്ങോട്ടു വരണ്ട! ഇരുപതാം തീയതി കൃത്യസമയത്ത് ഞാൻ വിജെടിയിൽ എത്തിയിരിക്കും. പറവൂർ ടികെയെപ്പറ്റി അനുശോചിച്ചിരിക്കും.

മഹാൻ! ഖദർഷാൾകൊണ്ട് മൂടിപ്പുതയ്ക്കുമെങ്കിലും കാരുണ്യവാൻ! കോട്ടൻഹില്ലിലെ കല്പാദപം...

ഇതേ വേലതന്നെ സി. നാരായണപിള്ളയ്ക്കിട്ടും ഞാൻ വച്ചു. ഏറ്റു. സ്വന്തം കാറിൽ കൃത്യസമയത്ത് എത്തിക്കൊള്ളാമെന്നേറ്റു. ടി.കെ പറവൂരുകാരനും സി. ഇടപ്പള്ളിക്കാരനും അരനൂറ്റാണ്ടുകാലം തോളുരുമ്മിക്കഴിഞ്ഞവരാണെന്നും വെളിപ്പെടുത്തി.

ഞാൻ ഫോൺ മുറിച്ചുകളഞ്ഞു.

ഉച്ചയ്ക്ക് വെയിൽ കത്തിക്കാളുമ്പോൾ പേട്ടയിൽ ഭദ്രദീപിനു മുന്നിലെത്തി നിന്നു. ഗേറ്റിനു മോളിലൂടെ എത്തിനോക്കി.തിണ്ണയിൽ കസേരയിൽ ചാരിയിരിക്കുന്നു സാക്ഷാൽ കെ. ബാലകൃഷ്ണൻ. കത്തുന്ന രണ്ട് കണ്ണുകൾ മാത്രമേ ഞാൻ കണ്ടുള്ളൂ.

കുട്ടിക്കാലം മുതലേ ആരാധിക്കുന്ന ഹീറോ. 'കൗമുദി' ആഴ്ച്ചപ്പതിപ്പിൽ കൈയൊപ്പ് വച്ചും വയ്ക്കാതെയും പേരിലും കള്ളപ്പേരിലും, എഴുതിയതൊക്കെ എത്രയോവട്ടം വായിച്ച് മനഃപാഠമാക്കി. കെ ബാലകൃഷ്ണന്റെ ചെറുകഥകൾ—നിറമില്ലാത്ത മാരിവില്ല്, മഞ്ഞജലം, പടിവാതിക്കൽ റോസാദലങ്ങളുംഅങ്കണത്തിൽ കുഞ്ഞിക്കാലുകളും

— ഏറെ പ്രിയപ്പെട്ടവ. 'പത്രാധിപരോട് സംസാരിക്കുക' എന്ന ചോദ്യോത്തര പംക്തിയിലൂടെയല്ലാതെ നേർക്കുനേർ സംസാരിച്ചിട്ടില്ല. കണ്ടിട്ടുണ്ട്, പ്രസംഗവേദിയിൽ ഇന്ദ്രജാലസൃഷ്ടിയിൽ താജ്മഹലും കുത്തബ്മീനാറും പണിതീരുന്നത്...

ഓർക്കുന്നു—

കൊല്ലം ശ്രീനാരായണ കോളജിലെ ആർട്സ് ക്ലബ്ബ് ഉദ്ഘാടനം. എസ് എൻ-ൽ ഇംഗ്ലീഷ് എം.എ വിദ്യാർത്ഥി ഞാൻ. ഷേക്സ്പിയർ വേലായുധൻനായർ, വാസുദേവയ്യർ, രാജശേഖരൻനായർ, ഗോപിനാഥൻനായർ, രവീന്ദ്രനാഥ് എന്നീ കേമന്മാരുടെ അപ്രിയശിഷൻ. ക്ലാസ്സുകളൊക്കെ കടുകട്ടിയാണന്നത്രെ കേട്ടുകേൾവി. ഞാൻ ക്ലാസിൽ കേറി അനുഭവിച്ചിട്ടില്ലല്ലോ. നാടകം കളി, കഥയെഴുത്ത്, മുദ്രാവാക്യംവിളി, വിപ്ലവ പ്രണയം —എല്ലാത്തിനും കൂടി നേരം കിട്ടുന്നില്ല; അപ്പോഴാ ഷേക്സ്പിയർ!

പ്രെഫസ്സർ ശിവപ്രസാദ് ആണ് നാടക ഡിറക്ടർ. പ്രൊഫസ്സർമാർ രാമകൃഷ്ണൻ, രമാകാന്തൻ, പി.ആർ.ജി പിള്ള എന്നിവർട്യൂട്ടർമാരും. കടവൂർ ചന്ദ്രൻപിള്ള വിരചിച്ച പുതിയ പൈങ്കിളിനാടകമാണ് പാഠം.

ഹീറോ മിസ്റ്റർ ഞാൻ; ഹീറോയിൻ മിസ് കല്ലട വിജയം!സലാം, സത്യൻ, കൊച്ചുചെറുക്കൻ, രമ, ഗിരിജ വെറും എക്സ്ട്രാസ്!

ഉദ്ഘാടനം കഴിഞ്ഞ് ഉടൻ നാടകം. തകൃതിയായി മേക്കപ്പ് നടക്കുന്നു. അതിനിടയിലൂടെ മാതൃുതരകൻ സാറിന്റെ പുറകേ സ്റ്റേജിലേക്ക് ബാലകൃഷ്ണൻ!

'ബാലേണ്ണൻ' എന്ന് ആത്മഗതം പ്രകാശമാക്കി വിജയവും കൊച്ചുചെറുക്കനുമെല്ലാം പാതിമേക്കപ്പിൽ സൈഡ് കർട്ടനിൽ ചെന്ന് നിലയായി.

മാർക്ക് ആന്റണി തോൽക്കുന്ന ഇംഗ്ലീഷ് പ്രസംഗമായിരുന്നു ബാലേട്ടന്റേത്. കോരിപ്പെയ്യു പെരുമഴയുടെ ഈണമാർന്ന ഇരമ്പത്തിൽ കുമാരീകുമാരൻമാർ നിശ്ചയം നിർന്നിമേഷം ലയം കൊണ്ടു.

ഒരു തലമുറയുടെ സ്രഷ്ടാവായിരുന്നു കെ. ബാലകൃഷ്ണൻ.ഞാൻ അത് തൊട്ടറിഞ്ഞത് എസ്.എൻ. മുറ്റത്തു വച്ച്.

അല്പം ഭയത്തോടെ സ്വല്പം ഭക്തിയോടെ ഞാൻ ഭദ്രദീപിലേക്ക് കാലൂന്നി. ഒറ്റശ്വാസത്തിൽ വന്നകാര്യം പറഞ്ഞു. രൂക്ഷമായി നോട്ടവും നീട്ടിമൂളലും മാത്രം മറുപടി. അവസാന വാക്കിനു കാത്തുനിന്ന എന്നോട് വാക്കു പറഞ്ഞു: ഞാൻ വരും!

വന്നു. മൂവരും വന്നു.

വിജെറ്റി ഹാൾ കവിഞ്ഞുള്ളവിയ സദസ്സ്. ആത്മാർത്ഥതയുടെആർ ജ്ജവത്തിന്റെ വാക്കുകൾ അലകളായി ഒഴുകി.

ബാലകൃഷ്ണന്റെ മധുരസ്വരം മുഴങ്ങി.

— ദൈവമില്ലാത്ത എന്റെ ദൈവം ആകുന്നു സി. കേശവൻ. ആ ദൈവം വേഷം കെട്ടി അലങ്കോലമായ നിമിഷം ഓർത്ത് ഞാൻ ആത്മനിന്ദകൊള്ളുന്നു. മന്ത്രിമാരാകാൻ കാൽശരായിയുംഷെർവാണിയും അണിഞ്ഞ് രാജകൊട്ടാരത്തിലേക്കുപോയപട്ടം കേശവൻ വർഗീസുമാരെ ഞാൻ പുച്ഛിക്കുകയാണ്.

— മലയാളവേഷത്തിൽ ഒറ്റമുണ്ടും ജൂബ്ബയുമായി പൊതുജനസമക്ഷം മുഖ്യമന്ത്രിയായി സത്യപ്രതിജ്ഞ ചെയ്ത പറവൂർ ടി.കെ. എനിക്ക് ആരാധ്യനാകുന്നു.

— ആ വിഗ്രഹം എന്നെന്നും എന്റെ ഹൃദയത്തിൽ അനശ്വരമായി പ്രതിഷ്ഠിതം. കെ. ബാലകൃഷ്ണനശേഷം അരമിനിട്ട് ഞാനും പ്രസംഗിച്ചു:കൃതൃജ്ഞത!

യോഗം തീർന്ന് ആൾക്കാർ പിരിയുമ്പോൾ ഞാൻ അടുത്തുചെന്നു ചോദിച്ചു: കാർ വേണോ? വീട്ടിലാക്കണോ?

വേണ്ട. വന്നപോലെ പോകും.

ബാലേണ്ണൻ എന്നെ സൂക്ഷിച്ചുനോക്കി ചോദിച്ചു: 'നിന്റെ പേരെന്താന്നാ പറഞ്ഞത്?'

'ഓമനക്കുട്ടൻ'

വീടെവിടാ?

'കോട്ടയത്ത്.'

നീ എന്റെ പത്രത്തിലെഴുതീട്ടുണ്ടോ?

'മൂന്ന് കഥയും രണ്ട് ലേഖനവും.'

ഉംം. നീ പഠിക്കുകല്ലാരുന്നോ?

എം.എ. കഴിഞ്ഞു.

എന്നിട്ട് ഈ പണിക്കരുടെ കൂട്ടത്തിൽ വന്ന് ജീവിതം കളയാനാണോ ഭാവം! ഉള്ളനേരത്തെ രക്ഷപെട്ടുപോകാൻ നോക്ക്.

ഞാൻ തലകുലുക്കി ചിരിച്ചു. ബാലേണ്ണനും ചിരിച്ചു. കൈനിക്കരയും സി. നാരായണപിള്ളയും ചിരിച്ചു. പണിക്കർസാർ മാത്രം ചിരിച്ചില്ല. വി.ജെ.റ്റി ഹാളിന്റെ സമീപമെത്തുമ്പോൾ എല്ലായ്പ്പോഴും ആ രംഗം ഞാൻ അയവിറക്കാറുണ്ട്.

•

എന്റർ കൊല്ലം സിറ്റി

കൊല്ലത്ത് ഒരു കല്യാണത്തിനു പോയതാണ്. സി. കേശവൻ ഹാളിൽ. വരനും വരിയും കമ്പ്യൂട്ടർ ഇഞ്ചിനീരന്മാർ. അങ്ങ് അറേബ്യയിൽ വച്ച് രണ്ടും പ്രണയബദ്ധരായിപ്പോയി. തന്തതള്ളമാർ വിടുമോ? കെട്ടിക്കാൻ തന്നെ തീരുമാനിച്ചു. കൊല്ലത്തെ കല്യാണമല്ലേ, മാമാങ്കം 70 എം.എം.-ൽ ടെക്നികളറിൽ ഡോൾഫി സൗണ്ട് സിസ്റ്റത്തിൽ... ഹൗസ്ഫുൾ!

വധുവിനെയും വധനെയും വെറുതെ ഒന്നു വാഴ്ത്തിക്കളയാമെന്ന് കരുതി, കഴിഞ്ഞില്ല. പെണ്ണ് പൊന്നിനകത്തും ചെറുക്കൻപട്ടുഷെർവാണിക്കകത്തും പടംപിടുത്തക്കാർക്ക് പോസുകൊടുക്കുകയായിരുന്നുവല്ലോ...

നാൽപത്തൊന്നാണ്ടുകൾശേഷം രണ്ടു രാവും രണ്ടുപകലും കൊല്ലം നഗരിയിൽ തങ്ങുന്നതിതാദ്യം. എവിടെ തലചായിക്കണമെന്ന് വലിയ ചിന്താക്കുഴപ്പത്തിലായി: പഴവിളയിലോ? പട്ടത്തുവിളയിലോ? ഒടുവിൽ പഴവിളയിൽ തന്നെക്കൂടി. 'കാർത്തിക' യെക്കാൾ ഏറെ പഴയതാണല്ലോ. 'റെയിൽവ്യൂ!' പഴക്കമേറിയാൽ ഒരു വേള ഇരുളും മെല്ലെ വെളിച്ചമായി വരുമെന്നല്ലേ വചനം!

രാത്രിയിൽ ഓർമ്മകളെ താലോലിച്ചുകിടന്ന് ഉറങ്ങാൻ ഒത്തിരി വൈകി. എങ്കിലും ഏഴരവെളുപ്പിനേ ഉണർന്നു. മേൽപ്പാലം കേറി ചിന്നക്കടയിലിറങ്ങി ക്ലോക്ക് ടവറിന്റെ കീഴെ ചുമ്മാ നിന്നു. തൊട്ടടുത്ത് പത്രക്കെട്ടുകൾ പൊട്ടിച്ചടുക്കുന്നുണ്ട്. മനോരമ, മാതൃഭൂമി, കൗമുദി, ദേശാഭിമാനി ആദിയായവ. ഞാൻ ചോദിച്ചു: മലയാളരാജ്യം, പ്രഭാതം, ദിനമണി, ജനയുഗം ഒന്നുമില്ലേ?

പത്രവില്പനക്കാരൻ എന്നെ ഒന്നുനോക്കി. രാവിലെ കൊല്ലം പോഴത്തം കേൾക്കണ്ടെന്നു വച്ച് മുസലിയാർ ബിൽഡിങ്ങിന്റെ ഓരം

ചേർന്ന് കിഴക്കോട്ടുനടന്നു. എതിരെ, റസ്റ്റ് ഹൗസിന്റെ മുറ്റത്ത് ആർ. ശങ്കർ പ്രതിമയായി നിവർന്ന് ഞെളിഞ്ഞുനില്ക്കുന്നു.

ശങ്കർസാറിനെ വണങ്ങി ഇടത്തോട്ടു തിരിഞ്ഞ് ഉണിച്ചക്കം വീട്ടു ക്ഷേത്രത്തിലേക്കു നടന്നു.

അമ്പലം തുറന്നിട്ടുണ്ട്. ഭക്തർ ഒഴുകിത്തുടങ്ങി. തുറന്ന അമ്പലത്തി ലേക്ക് ശ്രദ്ധിച്ചില്ല. അടഞ്ഞ'മലയാളരാജ്യം' ആപ്പീസ് വാതിലിൽ കൈകൂപ്പിനിന്നു. ഈ കോവണി ചവുട്ടി മുകളിലേക്ക് പോയിട്ടില്ല. പക്ഷേ, ചിത്രവാരികയിൽ നാലഞ്ച് കഥകളെഴുതിയിട്ടുണ്ട്. പണ്ട്, പണ്ടുപണ്ട്. കഥയൊന്നിന് പത്തുരൂപ മണിയോർഡറായി വരും. ബി.എ.യ്ക്കു പഠിക്കുമ്പോൾ, നാലണയ്ക്ക് മസാലദോശയും കാപ്പിയും കിട്ടുന്ന കാലത്ത്.

'മലയാളരാജ്യ'ത്തിന്റെ പുസ്തകപ്രസാധന വിഭാഗമായിരുന്നു ശ്രീരാമ വിലാസം. ഇന്ന്, തുണിക്കടയോ ചെരുപ്പുകടയോ മറ്റോ ആണ്. എതിർ വശത്ത്, എസ്.റ്റി, റെഡ്യാരുടെ ബോർഡുംകണ്ടു. എസ്.ആർ.വിയുടേയും എസ്.റ്റി. ആറിന്റെയും കിളിപ്പാട്ടുകളും കൃഷ്ണപ്പാട്ടും തുള്ളൽപ്പാട്ടുകളും ആട്ടക്കഥകളുമല്ലേ കൈവശം സൂക്ഷി ച്ചിട്ടുള്ളത്!

ചിന്നക്കടയ്ക്കും മെയിൻ റോഡിനും മാറ്റമില്ല. കൊല്ലം മാർക്സിനെ തിരുത്തി എഴുതിയിരിക്കുന്നു...

മെയിൻ റോഡിലൂടെ വടക്കുനോക്കി നടന്നു. ലക്ഷ്മിനടയിൽ പുണ്യ പുരാതനമായ ക്രൗൺ ബേക്കറി വരെ. തിരിഞ്ഞു പോരുമ്പോൾ, റഹിംസാറിന്റെ'പ്രഭാതം' പത്രമുറ്റത്ത് കുറെനേരം നിന്നു. ഓർമ്മകൾ ഉണ്ട് ഒട്ടേറെ.

'പ്രഭാത'ത്തിന്റെ സായംസന്ധ്യയിൽ ഒരാണ്ടോളം ഇവനും ഇവിടെ പത്രാധിപനായിരുന്നല്ലോ? എസ്.എൻ-ൽ ഇംഗ്ലീഷ് എം.എ .യ്ക്ക് വായിക്കുമ്പോൾ, വായ്നോക്കുമ്പോൾ!

വേഗം പോന്നു. ഫയൽവാൻ ഹോട്ടൽ തുറക്കുന്നു. ആഹ്ലാദ ത്തോടെ കേറിയിരുന്നു. അപ്പവും മുട്ടയും കഴിച്ചു.

ചോദിച്ചു. ആട്ടുകറിയായില്ലേ?

തുറന്നല്ലേയുള്ളൂ. ഉച്ചയാവും.

നാലുപതിറ്റാണ്ടു മുമ്പ് ഫയൽവാനിൽ കഴിച്ച മട്ടൺ ബിരിയാ ണികൾ നാവിൽ തുളുമ്പി. വയർ നിറഞ്ഞുപോയി. ഇനി നടക്കാൻ വയ്യ.

1964-ൽ ആശ്രാമം മൈതാനത്ത് 'ഓടയിൽനിന്ന്'' നിർമ്മിക്കുമ്പോൾത്തന്നെ വലിക്കുന്ന റിക്ഷയില്ലാതായി(പപ്പു ഇല്ലാതായെങ്കിലും ചുടലമുത്തു ധാരാളം—തൊട്ടിയും വണ്ടിയുമായി തെരുവുകളിൽ). ആലപ്പുഴയിൽ നിന്നാണ് അഞ്ചാറു റിക്ഷകൾ സത്യനും എസ്.പി.ക്കും കാലായ്ക്കനും ആന്റോയിക്കുമൊക്കെ വലിക്കാൻ കൊണ്ടുവന്നത്.

സൈക്കിൾ റിക്ഷയും ഇല്ലാതായിരിക്കുന്നിപ്പോൾ. ആദ്യം വന്ന ആട്ടോറിക്ഷയ്ക്കു കൈകാട്ടി പറഞ്ഞു: എസ്.എം.പി.

ആട്ടോക്കാരൻ നല്ലവൻ പറഞ്ഞു: ഇവിടടുത്താണ്.

എത്ര മൈൽ അടുത്ത്?

എനിക്ക് അല്പസ്വല്പം വട്ടാണെന്ന് തോന്നിക്കാണും. ഒന്നും മിണ്ടാതെ ശ്രീമൂലം പിക്ച്ചർ പാലസിലേക്ക് പോയി.

ആട്ടോയിൽ തന്നെയിരുന്നു.

എല്ലാ മൈൽക്കുറ്റികളും പിഴുതുപോയിട്ടില്ല. ജീവിതം അളന്ന മൈൽക്കുറ്റികൾ ഉള്ളിന്റെയുള്ളിൽ പുതഞ്ഞുകിടപ്പുണ്ടല്ലോ! ഇവിടെ ഈ പഴയ സിനിമാ കൊട്ടകയും പിഴുതുപോയില്ല. തിളക്കമില്ലാതെ മുഷിഞ്ഞ് നിലകൊള്ളുന്നു. ഇപ്പോഴും പടം കാണിക്കുന്നുമുണ്ട്. ഈ കൊട്ടകയിലാണ് റേയുടെ അപുത്രയം ആദ്യമായി കണ്ടത്. 1964-ൽ. ആദ്യദിവസം 'പഥേർ പാഞ്ചാലി' കാണാൻ കുമാരീകുമാരന്മാർ ഇരച്ചുകയറി. രണ്ടാം ദിവസം 'അപരാജിതോ' കാണാൻ പത്തിരുന്നൂറുപേരെ ഉണ്ടായുള്ളൂ. മൂന്നാംദിവസം 'അപൂർസൻസാറി'ന് ഞങ്ങൾ ഒരിരുപതുപേർമാത്രം. അക്കൂട്ടത്തിൽ പ്രൊഫസ്സർമാരായ മാതൃുതരകൻ, ശിവപ്രസാദ്, രാമകൃഷ്ണൻ, രമാകാന്തൻ, പി.ആർ.ജി പിള്ളഎന്നിവരും വിദ്യാർത്ഥികളായ കെ.ജി. ശങ്കരപ്പിള്ള, സി.പി. എൻ.ഭട്ടതിരി, ജി. സോമനാഥൻ, ഗംഗാധരക്കുറുപ്പ്, സുഭാഷ് ചന്ദ്രബോസ് എന്നിവരും ഉണ്ടായിരുന്നതായോർക്കുന്നു. മൂന്നുദിവസവും പടം കാണാൻ വന്നവരിൽ കശുവണ്ടിവ്യാപാരി രവി മുതലാളിയും 'മലയാളരാജ്യം' പത്രാധിപസമിതിയംഗം എസ്. ജയചന്ദ്രൻ നായരും ഉണ്ടായിരുന്നെന്ന് തോന്നുന്നു...

ഹിച്കോക്കിന്റെ 'ബേർഡ്സ്'' മൂന്നു രാത്രിയിൽ തുടരെക്കണ്ട് പേടിച്ചു വിറച്ചതും ശ്രീമൂലത്തിൽ. അന്നുമുണ്ടായി ശങ്കരപ്പിള്ള. കറുത്തുമെലിഞ്ഞ് ലക്ഷ്മീകടാക്ഷമില്ലാത്ത ഒരുത്തൻ. പയ്യൻസ് കവിയാകുമെന്നും അവാർഡിതനാകുമെന്നും സർവോപരി എന്റെ വകുപ്പ മേധാവിയാകുമെന്നും ആരു കണ്ടു? കുരങ്ങന്മാരെന്തറിഞ്ഞു, വിഭോ!

ആട്ടോക്കാരൻ ആരാഞ്ഞു, ഇനി?

ഇനി 'ദിനമണി' വഴി 'ജനയുഗ'ത്തിലേക്ക്.

ശങ്കർസാറിന്റെ 'ദിനാമണി' അടുത്തുതന്നെ. ഓടുമേഞ്ഞ വീട് പൂട്ടിക്കിടക്കുന്നു. ഉടൻ ഉടഞ്ഞുവീഴും. ഒരിക്കൽ അവിടെ പോയിട്ടുണ്ട്. ജഗന്നാഥപ്പണിക്കരും കവനാലയം നാണുക്കുട്ടനും ഉണ്ടായിരുന്നന്ന്.

കൊല്ലം ശരിക്കും 'വികസി'ച്ചത് കടപ്പാക്കടയിൽ. ഏറെ മാറ്റം വന്നിരിക്കുന്നു. മാറ്റങ്ങൾക്കു മദ്ധ്യേ, പഴയ 'ജനയുഗം' ആപ്പീസ് കെട്ടിടം. മുടിഞ്ഞതറവാടായി അതങ്ങനെ നിൽക്കുന്നു.'ജനയുഗം' എന്ന മുഴുത്ത ബോർഡ്. ഇരുമ്പു ഗേറ്റ് ചങ്ങലയ്ക്കിട്ടു മുട്ടൻ പൂട്ടിട്ട് ബന്ധിച്ചിരിക്കുന്നു. മാറ്റം നിറയെ കാടും പുല്ലും. ഒരു കാട്ടുവള്ളി ഗേറ്റിലേക്ക് ആർത്തുവളർന്നിരിക്കുന്നു.

മലയാളം എം.എ. വിദ്യാർത്ഥി കിളികൊല്ലൂർ ശിവദാസനാണ് എന്നെ ആദ്യമായി 'ജനയുഗ'ത്തിലേക്ക് കൂട്ടിക്കൊണ്ടുപോയത്. ഡോ. എം. ശിവദാസനാണ് ഇന്ന് അദ്ദേഹം. കാമരാജ് സർവകലാശാലയിൽ മലയാളം പ്രൊഫസ്സറായിരുന്നു. റിട്ടയർ ചെയ്തത് പാതിപ്പാണ്ടിയായി മധുരയിൽ ജീവിക്കുന്നു.

ശിവദാസൻ പഠിക്കുമ്പോഴേ കവിയാണ്. 'ദേവപൂജ' എന്നൊരു കവിതപ്പുസ്തകമിറക്കി. കെ. ചന്ദ്രന്റെ അവതാരികയോടെ. അതിന് ഞാൻ നിരൂപണം എഴുതണം!

ഇംഗ്ലീഷ് എം.എ വിദ്യാർത്ഥിയാകുന്ന ഞാൻ പറഞ്ഞു; മലയാളകവിത എനിക്ക് മനസ്സിലാവില്ല. നിരൂപണം എഴുതാനറിയില്ല. എന്നെ വെറുതെ വിട്.

പിറ്റേന്ന് കവി തന്നെ നിരൂപണവും എഴുതിക്കൊണ്ടുവന്നു. എന്നെക്കൊണ്ട് പകർത്തിച്ചു. എന്റെ പേരും വയ്പിച്ചു.

'ജനയുഗം' പത്രം, വാരിക 'സിനിരമ' എല്ലാം കത്തിനിൽക്കുന്ന കാലം. കാമ്പിശ്ശേരി കരുണാകരൻ തിളങ്ങുന്ന പത്രാധിപർ.

പത്രമാപ്പീസിൽ കേറിയിറങ്ങി ശീലമില്ല. വല്ലാത്ത ചമ്മലോടെയാണ് ശിവദാസന്റെ പിന്നാലെ കാമ്പിശ്ശേരിയുടെ മുന്നിൽ ചെന്നു നിന്നത്.

ദേവപൂജാനിരൂപണം കൈയിൽ വാങ്ങി കാമ്പിശ്ശേരി പതിഞ്ഞ സ്വരത്തിൽ പറഞ്ഞു: ഓമനക്കുട്ടന്റെ നല്ല കയ്യടയാ!

ഞാനങ്ങു ചിരിച്ചുപോയി.

കാമ്പിശ്ശേരി കള്ളച്ചിരിയോടെ ആരാഞ്ഞു: എന്താ ചിരിക്കുന്നെ?

ഞാൻ പറഞ്ഞു: 'ജനയുഗ'ത്തിൽ എന്റെ അഞ്ചു കൊച്ചുകഥകളും 'സിനിരമ'യിൽ മൂന്ന് ലേഖനങ്ങളും പ്രസിദ്ധപ്പെടുത്തിയ പത്രാധിപർ എന്റെ കയ്യട കൊള്ളാമെന്ന് പറയുമ്പോൾ—

കാമ്പിശ്ശേരി വേഗം പുതിയ ലക്കം 'സിനിരമ' എന്റെ നേർക്കു നീട്ടി. അതിൽ ഞാൻ ജനയുഗത്തിനയച്ച കഥ. പത്രാധിപരുടെ കുറിപ്പോടെ. കുറിപ്പിങ്ങനെ:

'സിനിരമ'യിൽ കഥ ചേർക്കാറില്ല. ഈ കഥയുടെ പ്രത്യേകത കൊണ്ട് 'സിനിരമ'യിൽ കൊടുക്കുന്നു. മേലിൽ 'സിനിരമ' യിൽ കഥ ചേർക്കുന്നതുമല്ല.

'കിടപ്പറയിലെ കൊല' എന്ന ആ കഥ മലയാള സിനിമയുടെ അന്നത്തെ അവസ്ഥയെ പരിഹസിക്കുന്നതായിരുന്നു.

കാമ്പിശ്ശേരി കുസൃതിയോടെ എന്ന മട്ടിൽ വീണ്ടും പറഞ്ഞു: കയ്യടകൊള്ളാം. കഥ ഇനീം നന്നാകാനുണ്ട്.

അടഞ്ഞുപൂട്ടിക്കിടക്കുന്ന 'ജനയുഗ'ത്തിലേക്കു നോക്കി ഞാൻ നിശ്ശബ്ദം പറഞ്ഞു: പ്രിയപ്പെട്ട കാമ്പിശ്ശേരീ, കഥ നന്നാക്കാനായില്ല. കയ്യട മോശമാകുകയും ചെയ്തു. മാപ്പ്.

●

ഗോൺ വിത് ദി പാലക്കാടൻ വിൻഡ്

തൃശ്ശിവപേരൂർ, വടക്കാഞ്ചേരി, ചെറുതുരുത്തി, ഒറ്റപ്പാലം ഒന്നും 'ടച്ച്' ചെയ്യാതെ ബൈപാസായി നേരെ കോവൈക്ക് പാഞ്ഞു പോകയാണിപ്പോൾ പതിവ്. കുണ്ടും കുഴിയും കുതിരാൻമലയും ഡയാനാബാറും കടന്ന് ദൈവം സഹായിച്ച് വാളയാറിൽ ജാമും ബട്ടറും ഇല്ലേൽ, ഇരണ്ടുമണിനേരം കൊണ്ട് ട്രിച്ചൂർ സിറ്റി തൊടാതെ പാലക്കാട്ടു പട്ടണവും തൊടാതെ കോവൈമാനകരിയെ പ്രാപിക്കാം.

പഴയ വഴിക്ക് വീതി കുറവ്. യാത്രയ്ക്ക് വേഗവും കുറവ്, പക്ഷേ, മനുഷ്യപ്പറ്റുണ്ടായിരുന്നു.

ഷൊർണ്ണൂർ വിട്ട ഏതോ ചരക്കുവണ്ടി കടന്നുപോകാനായി വടക്കാഞ്ചേരി റയിൽവേ ഗേറ്റിനു മുന്നിലും, ചെറുതുരുത്തിപ്പാലം കയറിപ്പറ്റാനായി പഴയ കലാമണ്ഡലം കവാടത്തിനു മുന്നിലും കാത്തുകിടക്കുന്നത് വലിയ സുഖം തരും. ഒഴുകും നിളയ്ക്കുമേൽ വീശും തെന്നൽ താഴമ്പൂ മണവും തണുപ്പും കൊണ്ടുവരും.

ഒരിക്കൽ ഒറ്റപ്പാലത്ത് ഒത്തിരിനേരം ചായപ്പീടികയിൽ പെട്ടിപ്പാട്ടും കേട്ട് രസിച്ച് ഇരുന്നു. പാലക്കാട്ടേയ്ക്കുള്ള 'മയിൽ വാഹനം' ബസ്സും കാത്ത്. പീടികക്കാരൻ പറഞ്ഞ നേരത്തുതന്നെ മയിൽവാഹനം വന്നു. നല്ല ക്ലീൻ കാക്കിയിൽ ഡ്രൈവറുംകണ്ടക്റ്ററും. സിംപ്ലൻ സഖാക്കൾ. പീടികയിൽ കിടന്ന മൂന്നുനാൾ പഴകിയ 'നവജീവൻ' കുറോടെ പാരായണം ചെയ്തു.

പീടികക്കാരൻ ശുപാർശ പറഞ്ഞു. കാഴ്ചകാണാനും കാറ്റുകൊള്ളാനും പറ്റിയ ഇരിപ്പിടം. എനിക്ക് തരമായി. 'എവിടേക്ക്?' എന്ന് ഒരാൾ ആരാഞ്ഞു. കുറിച്ചെടുത്തു. പിന്നെ ഏറെനേരം കഴിഞ്ഞ് മറ്റൊരാൾ വന്ന് കാശ് വാങ്ങി കീശയിലിട്ടു പോയി. ചീട്ട് തന്നില്ല. ഞാൻ മിഴുക്കസ്യാന്ന് നോക്കി ഇരുന്നു. ഈ സമ്പ്രദായം പരിചയമില്ലല്ലോ

എനിക്ക്.

ഞങ്ങളുടെ 'സ്വരാജ്' മോട്ടോഴ്സിൽ കണ്ടക്ടർ കുട്ടി തുക കൈപ്പറ്റി തോൾതോൽസഞ്ചിയിൽ നിക്ഷേപിച്ചാലുടൻ ടിക്കറ്റ് ബുക്കിൽ കാർബൺവച്ച് 'ഫ്രം' 'റ്റു' കുറിച്ച് ടിക്കറ്റ് മുറിച്ചുതരും. എന്നിട്ടേ 'പോാകാാം' എന്ന് വിസിലൂതൂ...

പണ്ടൊരുനാൾ ഭാരതപ്പുഴ വരെ വന്നു. ചെറുതുരുത്തിയിൽ 'ഓമനക്കുട്ടവധം' ആട്ടക്കഥ അരങ്ങേറാൻ. കേരളകലാമണ്ഡലത്തിൽ പബ്ലിക് റിലേഷൻസ് അസിസ്റ്റന്റ് നിയമനത്തിനുള്ള ഇന്റർവ്യൂ. വെളുപ്പാൻ കാലത്തുതന്നെ വന്ന് വള്ളത്തോൾ സമാധിക്ക് വലം വച്ചു. വൻമരത്തണലുകളിൽ മാറിമാറി വിശ്രമിച്ചു.

ഒടുവിൽ ഉച്ചയോടെ ചൊല്ലിയാട്ടം തുടങ്ങി. മുകുന്ദരാജാ, ഡോ.കെ. എൻ പിഷാരടി, എം.കെ.കെ നായർ, സി.ആർ കേശവൻ വൈദ്യർ എന്നീ (അവരാണെന്നത്രെ ഓർമ്മ. തെറ്റീട്ടില്ലെന്ന് തോന്നുന്നു) ആശാന്മാർ ഗദായുദ്ധത്തിനു തയ്യാറായി ഉരലുകളിൽ ഉപവിഷ്ടരായി.

എന്റെ കവിളൊട്ടിയ മോന്തയും എല്ലൻകോന്തൻ കോലവുംആർക്കും ബോധിച്ചു കാണില്ല. പുണ്യപുരാതനപാരമ്പര്യം ഒട്ടില്ലതാനും.

മുകുന്ദരാജാവാണ് വിചാരണ തുടങ്ങിയത്; 'രാജ്യം തിരുവിതാംകൂർ, അല്ലേ?'

'അതെ. തെക്കുംകൂർ. തെക്കൻ കോട്ടയം.'

രാജാവ് ചോദിച്ചു: 'ഇഷ്ടകവി യാര്?'

'ചത്തതോ ചാകാത്തതോ?'

'രണ്ടും.'

ഞാൻ രഹസ്യമോതി. 'കുമാരു.'

'സ്വന്തം രാജ്യക്കാരനായതുകൊണ്ടോ?' ഡോക്ടർ പിഷാരടി കളിവിളക്കിലെ തിരിനീട്ടി.

'സ്വജാതീമാണ്!' ഞാൻ കേശവൻ വൈദ്യരെ കള്ളക്കണ്ണെറിഞ്ഞു.

നായർ ആവശ്യപ്പെട്ടു: 'മറ്റൊരു മഹാകവിനാമധേയം കൂടി—'

'കുഞ്ചൻ,' ഞാൻ പറഞ്ഞു: 'നാട്ടുകാരനാണ്—തന്തവഴിക്ക്!'

കിടങ്ങൂർ സമീപം രാമപുരത്ത് പിറന്ന വൈദ്യർക്കുപോലും ഗുട്ടൻസ് പിടികിട്ടിയില്ല.

രാജാവ് വീണ്ടും ചോദ്യമിട്ടു: 'വന്നേരി എന്ന് കേട്ടിട്ടുണ്ടോ?'

'കേട്ടിട്ടുണ്ട്.'

'വന്നേരി എന്നാലെന്താ?'

'പഴയ വള്ളുവനാടൻ താലൂക്കിലെ ഒരു പ്രദേശം. കൃത്യമായി എവിടാന്നറിയില്ല.'

'വന്നേരിയുടെ പ്രാധാന്യമെന്ത്?'

ഗോഗ്വാവിളിച്ച് ഞാൻ ഗദ ചുഴറ്റി: 'ആദ്യപെരുമാൾ വന്നുകേറി ഇരുന്ന ഇടം—വന്നേരി.'

ആശാന്മാർ ധരണിയിൽ! 'അയ്യോ ശിവശിവ...'

അല്പസ്വല്പം ബോധം തിരിച്ചുകിട്ടിയപ്പോൾ ഒരാശാൻ ഉവാച: 'അവിടാണ് മഹാകവി വള്ളത്തോൾ അവതരിച്ചത്—'

ഞാൻ മൈന്റു ചെയ്തില്ല.

അറിയുമെങ്കിലും അറിയില്ലെന്ന് അറിയിച്ചു. കലാമണ്ഡലത്തിന് എന്നെ ആവശ്യമില്ലെന്ന് അവരും അറിയിച്ചു. വിജയശ്രീലാളിത നായി ഞാൻ സ്വരാജ്യം പൂകി.

പിന്നീടിന്നുവരെ പലപ്പോഴും പകൽക്കിനാവുകൾ കണ്ട് കോൾമയിർ കൊണ്ടിട്ടുണ്ട്. അന്ന്, കലാമണ്ഡലത്തിൽ ഉദ്യോഗം തരപ്പെട്ടിരുന്നെങ്കിൽ... എങ്കിൽ... ഏതെങ്കിലും ഒരു കലാമണ്ഡലം ഓമനക്കുട്ടിയെ പ്രണയിച്ച് പരിണയിച്ച്, അങ്ങനെ... കലാമണ്ഡല ത്തിന്റെ കളിപ്പെട്ടിയും ചുമന്ന് ലണ്ടനിലും പാരീസിലും ന്യൂയോർക്കി ലും കറങ്ങി, ആശാൻമാർക്കൊപ്പം കോലുകൾ വെട്ടി (വി.കെ.എൻ. രചിച്ച 'ഹനുമാൻ' കഥയിലെ ആദ്യവസാനം ആടി...) അങ്ങനെ ഹാ!

മുഖം പൊള്ളിച്ച ചുടുകാറ്റിൽ ഉറക്കം ഞെട്ടി. പരിഭ്രാന്തനായി കൺമിഴിച്ചുനോക്കി. ആടിത്തകർക്കുന്ന കരിമ്പനകൾ. താഴെ തിര കളൊഴുകുന്ന പച്ചച്ച നെൽപ്പാടങ്ങൾ.

ഭാരതീരാജയ്ക്കും വളരെപ്പണ്ടത്തെ ഏതോ കറുപ്പുവെളുപ്പു തമിഴ് പേശും പടത്തിലെ വെളിപ്പുറക്കാഴ്ചയിലൂടെയാണ് മയിൽവാഹനം പറക്കുന്നത്.

കത്തിക്കാളും വെയിൽ.

ചീറിപ്പായും കാറ്റ്.

കാറ്റിനിലേ വരും ഗീതം.

നിവർന്നിരുന്നു. സിംപ്ലർ കണ്ടക്ടറോട് ഞാൻ ചോദിച്ചു: 'പാല ക്കാടിനിനി എത്ര ദൂരം?'

'പത്തുമിനിട്ട്.'

പാലക്കാടൻ പകലിന് പരിചിതമല്ലാത്ത മണം.

അടഞ്ഞുകിടന്ന റെയിൽവെഗേറ്റിനിപ്പുറം ബസിറങ്ങി.

പളനിക്കുള്ള മീറ്റർഗേജ് പാളങ്ങൾ പട്ടണത്തെ പകുത്തിട്ടിരിക്കുന്നു. പാളം മീറി സുൽത്താൻപേട്ടയ്ക്കു നീങ്ങി. പേട്ടയ്ക്കിപ്പുറമാണത്രെ എൻ.ബി.എസ്. അവിടെ കളരിക്കൽ മോഹൻദാസ് കാത്തിരിക്കും. കോട്ടയം ചങ്ങാതി. രാജ്ശ്രീ ഫിലിംസിന്റെ പാലക്കാട് റീജിയനൽ മാനേജർ. എന്റെ പാലക്കാട്ടുജീവിതം മാനേജു ചെയ്യാൻ പോണത് മോഹൻദാസാകുന്നു.

നിരത്താകെ കഴുതച്ചാണകം. പാലക്കാടൻ ഗന്ധത്തിന്റെ ഉദ്ഭവം അതിൽനിന്ന്. സൗരഭ്യം ആവിപടലങ്ങളായി ഉയരുന്നത് കാണാം.

എവിടുന്നൊക്കെയോ കണ്ണദാസൻപാടലുകൾ ഒഴുകിവരുന്നു. സൗന്ദര രാജനും ഗോവിന്ദരാജനുമൊക്കെയാണ് തൊണ്ടകീറുന്നത്; ഇടയിൽ ചന്ദ്രബാബുവും.

കാരക്കുറിച്ചിയുടെ കുഴലിനോട് ജാനകിയുടെ കുരൽ പോട്ടിയിടുന്നു; ശിങ്കാരവേലനേ, തേവാ—

വഴിയോരത്ത് മക്കൾ തിലകവും നടികൾ തിലകവും കാതൽ മന്നനും കൈവീശി നിൽക്കും വർണ്ണചിത്രങ്ങൾ. ത്രിമൂർത്തികൾ എന്നെ നോക്കി ഊശിയാക്കിച്ചിരിച്ചു.

ഞാനിതെവിടെ? പൂർവജന്മഗ്രാമത്തിൽ വന്നുപെട്ടിരിക്കുന്നോ? ഏത് മധുമതിയാണ്. 'നെഞ്ചം മറപ്പതില്ലൈ..' പാടിയണയാൻ കാത്തുകിടക്കുന്നത്? ജീവിതം കോഞ്ഞാട്ടയാകുമോ?

മോഹൻദാസിന്റൊപ്പം മൂത്താന്തറയ്ക്ക് നടന്നു. ഗൗഡർ പിക്ചർ പാലസിനപ്പുറം, റോഡരികിൽ രണ്ടുനിലയിൽ മോഹൻദാസിന്റെ ആപ്പീസും കിടപ്പുമുറിയും. കിടപ്പുമുറി എനിക്ക് തന്നു. ആപ്പീസ് മുറിയിലിരുന്ന് പാലക്കാടൻ ജോഗ്രഫിയും ഹിസ്റ്ററിയും പഠിപ്പിച്ചുതന്നു...

പിറ്റേന്ന് ജില്ലാ ഇൻഫർമേഷൻ ആപ്പീസിലെത്തി ഉദ്യോഗത്തിൽ പ്രവേശിച്ചു. ഇന്നത്തെ കെ.എസ്.ആർ.ടി.സി. ആപ്പീസിനെതിരെ ഒരു സുന്ദരൻ ബംഗ്ലാവ്. അതിൽ ഒരു ഭാഗത്ത് ഇൻഫർമേഷൻ ആപ്പീസ്.

സീതി സാഹിബിന്റെ ഏകപുത്രൻ സീതി മുഹമ്മദ് ആയിരുന്നു ആപ്പീസർ. ആറുമാസം ഞങ്ങൾ ഒന്നിച്ചുണ്ടായി. പക്ഷേ, ആറുതവണ പോലും സീതി ആപ്പീസിൽ വന്നില്ല. നല്ലവരിൽ നല്ലവൻ, ശുദ്ധരിൽ

ശ്രുദ്ധൻ, ആപ്പീസുകാര്യമാകെ അലങ്കോലം.വല്ല പ്രശ്നവുമുണ്ടായാൽ ബാപ്പയോ സി.എച്ചോ നോക്കിക്കോളുമെന്ന് മറുപടി.

ഞാൻ ചെല്ലുമ്പോഴും ആറുമാസം കഴിഞ്ഞ് പോരുമ്പോഴും സീതിയെ കണ്ടില്ല. ഒരു വർഷമോ മറ്റോ കഴിഞ്ഞ് തിരുവനന്തപുരത്ത് വച്ച് ഞങ്ങൾ കണ്ടു. അദ്ദേഹം ചോദിച്ചു: നമുക്ക് രണ്ടും ഇപ്പോഴും പാലക്കാട്ടാണോ ജോലി?

സീതി അധികനാൾ പിന്നീട് ഉണ്ടായില്ല. (എനിക്ക് മുമ്പ് ശ്രീ ഇ. വാസു ആയിരുന്നു പാലക്കാട്ട്. സീതി മുഹമ്മദിനെയും മറ്റ് ആപ്പീസ് ജീവനക്കാരെയും പാത്രങ്ങളാക്കി ശ്രീ വാസുപിള്ളാലത്ത് ഒരു നല്ല നോവൽ എഴുതി: 'അഭയാക്ഷരങ്ങൾ')

പാലക്കാട് നല്ല ഹോട്ടലും ലോഡ്ജും ഒന്നുമില്ല അന്ന്. സുൽത്താൻകോട്ടപോലെ ബി.ഇ.എം. സ്കൂളും വിക്ടോറിയാ കോളജും മ്യൂസിക് കോളജും തലയെടുത്തു നില്പുണ്ട്. കല്പാത്തി, നൂറണി ഗ്രാമങ്ങളുണ്ട്.

കല്പാത്തിപ്പുഴയിൽ പോയി കുളിച്ചു മൂന്നാല് തവണ. പട്ടത്തിക്കുട്ടികൾ ദാവണിയും പാവാടയും അഴിച്ചുവച്ച് കുളിക്കാൻ വരുമെന്ന് ആരോ പറഞ്ഞു. എന്നാൽ കുളിസീൻ ഒന്നും ഉണ്ടായില്ല. പകരം മലമ്പുഴയ്ക്കു പോയി. യക്ഷിയെ കൺകുളിരെ കണ്ട് സായൂജ്യം കൊണ്ടു.

ഗൗഡറിലും കൃഷ്ണായിലും ബൽക്കീസിലും പോയി ഒത്തിരി തമിഴ്പടങ്ങൾ കണ്ടു. എം.ജിയാർ വരുമ്പോൾ വിസിലടിക്കണമെന്നത് ഒരു ചിട്ടയായിരുന്നു. വായിൽ വിരൽ തള്ളി നാക്ക് വളച്ച് വിസിലടിക്കാൻ ഞാൻ പഠിച്ചു. പിന്നെപ്പിന്നെ വിരലില്ലാണ്ടും വിസിലടിക്കാമെന്നായി.

വിക്ടോറിയാ കോളജിനു പിന്നിൽ വിശാലമായ പാടത്ത് ഒരു പനയോലക്കൊട്ടക ഉണ്ടായിരുന്നു. രാജ് ടാക്കീസ്. പാലക്കാടൻ ചൂടിൽ അഭയസ്ഥാനമായി രാജ്. എസി അനുഭവമായിരുന്നു ഓലക്കൊട്ടകയിൽ. ഒന്നാന്തരം ഇംഗ്ലീഷ് പടങ്ങൾ അവിടെ കണ്ടു. എല്ലാ ദിവസവും രണ്ടാം കളി: ബ്രിഡ്ജ് ഓൺ ദി റിവർ ക്വായി, ഗൺസ് ഓഫ് നവറോൺ, റോമൻ ഹോളിഡേ ഹഞ്ച് ബാക്ക് ഓഫ് നോത്രെ ദാം, ഗോൺ വിത് ദി വിൻഡ്, സൗണ്ട് ഓഫ് മ്യൂസിക്, ടൂ വിമൻ, ബെൻഹർ...

ഗോൺ വിത് ദി പാലക്കാടൻ വിൻഡ്!

●

‘കണ്ടമ്പറയ’നും ‘എസ്തപ്പാ’നും മറ്റും

കോട്ടയം മിഥോളജിയെ വർണ്ണോജ്ജ്വലമാക്കുന്ന ദിവ്യാദ്ഭുത കഥാപുരുഷൻമാരാകുന്നു പ്രഭാകരസിദ്ധയോഗി, കപ്യാര് കൊച്ചുട്ടി, അടിമ, എലിച്ചെറിയാൻ, ബിഷപ്പ് എറിക് മുറിക് എന്നിവർ. പ്രസ്തുത മഹാമനീഷികളെ സംബന്ധിച്ച ഐതിഹ്യങ്ങൾ രേഖപ്പെടുത്തിവയ്ക്കുവാനുള്ള ആയുർദൈർഘ്യം കൊട്ടാരത്തിൽ ശങ്കുണ്ണിസാറിന് പള്ളിപ്പുറത്ത് കാവിലമ്മ കൊടുത്തില്ല. അടിമകപ്യാര്—സിദ്ധയോഗികളുടെ നിറപ്പകിട്ടാർന്ന നിഴൽപ്പാടുകളിൽ പദയാത്രതുടരാൻ ആഞ്ഞുപണിത ജോണബ്രഹാദികളുടെ വേറിട്ട ജീവിതങ്ങൾ ആരചിക്കാൻ കുന്നംകുളം ബലരാമൻ കലപ്പയുമായെത്തിയുമില്ല. പക്ഷേ, ‘കണ്ടമ്പറയൻ’ ‘എസ്തപ്പാൻ’ എന്നീ മിത്തുകളുടെസൃഷ്ടിയിലൂടെ കോട്ടയംകാരായ ബഷീറും അരവിന്ദനും പൈതൃകപാരമ്പര്യങ്ങൾക്ക് അനശ്വരചൈതന്യമേകി! (ബഷീറിനെയും അരവിന്ദനെയും അറിയേണ്ടവർ തലയോലപ്പറമ്പ് ചന്തയിലും നക്കരക്കുന്നും പുറത്തും വന്ന് അലയുവിൻ! അന്വേഷിപ്പിൻ!)

അരവിന്ദന്റെ അച്ഛൻ അഡ്വക്കേറ്റ് എം.എൻ. ഗോവിന്ദൻനായർ ഏറെ തമാശയോടെ പ്രഭാകരസിദ്ധയോഗിയെപ്പറ്റി എഴുതുകയുണ്ടായി. അത് വായിച്ചതേതാണ്ട് ഓർമ്മയിലുണ്ട്. ‘ഹിമമനുഷ്യനും കൊച്ചുരാമനും’ എന്ന കഥാലേഖനം.

എം.എൻ. കാണുമ്പോൾ സിദ്ധയോഗിക്ക് അറുനൂറിലേറെയുണ്ട് പ്രായം. എന്നാണ് സിദ്ധയോഗിയുടെ അവകാശം. മരണത്തെ മാറ്റി നിറുത്തി, എന്നും യുവത്വം നിലനിറുത്തി. വ്യാഴവട്ടങ്ങൾ കാലംകൂട്ടുമ്പോഴാണ് ജാംബവാൻ ഹിമവൽഗുഹയിൽനിന്നും സമതലസ്പർശം ചെയ്യുന്നത്. കോട്ടയത്തും വരും, കുട്ടൻപിള്ളച്ചേട്ടന്റെ നായർ ഹോട്ടൽ ആന്റ് ടീ ഷോപ്പിൽനിന്നും സ്ട്രോങ് ചായ വാങ്ങി കുടിക്കുകയും ചെയ്യും.

പാർട്ടിയാപ്പീസിലെ വർക്കിച്ചായൻ സിദ്ധയോഗിയെ കണ്ടിട്ടുണ്ട്. പാലായിൽ മീനച്ചിലാറിന്റെ തീരത്തുവച്ച്. കടപ്പാട്ടൂരപ്പൻ ഉണ്ടായിട്ടില്ലന്ന്. അപ്പോൾ സിദ്ധയോഗിക്ക് വയസ്സ് മുന്നൂറായിരുന്നത്രെ.

ഹിമാലയത്തിൽ ഹിമമനുഷ്യനെ കണ്ടതായ അത്ഭുതവാർത്ത പ്രഭാകരസിദ്ധയോഗിയോട് വക്കീൽസാർ പറഞ്ഞു. ഹിമകരടിപോലെ ഹിമമനുഷ്യൻ! സിദ്ധയോഗി ചിരിച്ചു രസിച്ചതേ ഉള്ളൂ. എന്നിട്ടോതി: നമ്മുടെ കൊച്ചു രാമനല്ലേ അത്–

പണ്ട് സിദ്ധയോഗിക്ക് കഞ്ഞിവച്ചുകൊടുക്കാൻ ഹിമാലയത്തിലേക്ക് കൂട്ടിക്കൊണ്ടുപോയ കൊച്ചുരാമൻ!

ഏതായാലും പത്തിരുപതുവർഷം മുമ്പ് സിദ്ധയോഗി പന്തളത്തോ പത്തനംതിട്ടയിലോ തറവാട്ടുവീട്ടിലെത്തി ചത്തെന്നാണ് ഒടുവിൽ കിട്ടിയ വാർത്ത. എന്നാലും പ്രഭാകരസിദ്ധയോഗി ജീവിച്ചിരിപ്പുണ്ടെന്നും ഇപ്പോൾ ഒരെണ്ണൂറു വയസ്സെങ്കിലും കാണുമെന്നുമാണ് കുമ്മനം രാജശേഖരനും ഏറ്റുമാന്നൂർ രാധാകൃഷ്ണനും ഒക്കെ വിശ്വസിക്കുന്നത്. ഡോക്ടർ ശാരദക്കുട്ടിയും പ്രിയ, മീര, രേഖ, ഉഷ എന്നീ നേഴ്സുമാരും വിശ്വസിക്കുന്നത്, പക്ഷേ, ഒരു പുരുഷനും അറുപതിനുമേൽ ജീവിച്ചതായി അനുഭവമില്ലെന്നാകുന്നു: സ്ത്രീപക്ഷ രചന കോട്ടയത്ത്!

എന്നാലോ, കാൽവരിയും ഗൗരീശങ്കരവും ഒന്നും കാണാത്ത തനി കോട്ടയംകാരനായിരുന്ന കപ്യാര് കൊച്ചൂട്ടി. തെരുവോരങ്ങളിൽ അതിയാൻ സുവിശേഷം പ്രസംഗിച്ചു. മനുഷ്യ പുത്രന്മാരെ! സർപ്പസന്തതികളെ! കഴുവേർടമക്കളെ! എന്ന് ജനത്തെ സംബോധന ചെയ്തു. സന്ധ്യാനേരത്ത് ചുങ്കം കള്ളുഷാപ്പിലേക്ക് സ്പീഡിലോടിപ്പോയ മനോരമവാരികപ്പത്രാധിപർ. ഇ.വി. കൃഷ്ണപിള്ളയെയും സീയെമ്മെസ് കോളജ് മലയാളംപ്രെഫസ്സർ സി.ഐ രാമൻനായരെയും നോക്കി കപ്യാര് വിളിച്ചുപറഞ്ഞു: ദാ പോണു ഒരു നീർക്കോലിത്താനും ഒരു മാക്രിക്കുട്ടത്തീം! ആരുടെ പോക്കറ്റടിക്കാനാണോ ഈ മരണപ്പാച്ചില്!

ഈവിയുടെയും സിഐയുടെയും ഇഷ്ടതോഴനായി കൊച്ചൂട്ടി അതോടെ. കാലമെത്തിയപ്പോൾ കപ്യാര് കർത്താവിൽ നിദ്രപൂകി...

മുസ്ലീം സന്ന്യാസി ആയിരുന്നു അടിമ. കൈയിൽ ധൂപക്കുറ്റിയും വിശറിയുമായി സൗരഭ്യം പരത്തി. പുറകെ കൂടിയ കുട്ടികളെ ചീത്ത പറഞ്ഞ് ചിതറിച്ചോടിച്ചു. ആൾക്കൂട്ടത്തിന്റെ ഇഷ്ടക്കാരനായി അലകളിളക്കിയൊഴുകിപ്പരന്നു. ആൺപൂച്ചയെശപിച്ച് പെൺപൂച്ചയാക്കി. ('മാന്ത്രികപ്പൂച്ച'യിൽ അടിമയുടെ കാണാക്കാഴ്ച ഉണ്ട് അവിടവിടെ.)

സമകാലീന കവിതയായി മാറിയത് എലിച്ചെറിയാൻ ചരിതം. എലിവിഷം കേറിയതാണെന്ന് പറയുന്ന, ചെറിയാച്ചന്റെ മേലാകെ മണിമണിയായി മാംസ ഗുളികകൾ. അരഞ്ഞാണത്തിൽ കോർത്ത കീറക്കൈലിയാണ് ആകെ കോസ്റ്റ്യൂം. ഇടതു കൈപ്പത്തി വലതുതോളിലും വലതു കൈപ്പത്തി ഇടതു തോളിലുംസ്ഥിരമായി ഫിറ്റു ചെയ്തിരിക്കും. കള്ളുകുടിക്കാൻ മാത്തുക്കുട്ടിച്ചായനോടുപോലും രണ്ടുരൂപ ചോദിക്കും; അപേക്ഷയായിട്ടല്ല അവകാശമായിട്ട്. മൂന്നുരൂപ തികഞ്ഞാൽ അത് പ്രിയസ്നേഹിതൻ ജോൺ എബ്രഹാമിന് സമ്മാനിക്കും.

വർക്കിസാറിനെ വെറും 'വർക്കീ' എന്ന് വിളിക്കുന്ന ഒരേയൊരു കോട്ടയംകാരൻ എലിച്ചെറിയാൻ മാത്രമാകുന്നു.

ചെറിയാച്ചന്റെ ഷഷ്ടിപൂർത്തി മഹാമഹം കോട്ടയം പട്ടണം അതിഗംഭീരമായി കൊണ്ടാടി. ബിഷപ്പ് എറിക് ആണ് അതിന് നേതൃത്വം നൽകിയത്. ചെറിയാച്ചനെ പാന്റും ഷർട്ടും ഓവർകോട്ടുമണിയിച്ചു. കൈകൂപ്പാനറിയാത്ത, ശീലമല്ലാത്ത ചെറിയാച്ചന്റെ കൈകൾ കയറിട്ട് പണിച്ചുകെട്ടി. എന്നിട്ട് കെ.കെ റോഡിലൂടെ വാദ്യഘോഷങ്ങളോടെ എഴുന്നള്ളിച്ചു. ജോണും ഞങ്ങളൊക്കെയും അകമ്പടിക്കാരായി. അരവിന്ദനും രാജൻ കാക്കനാടനും അന്ന് ഞങ്ങളുടെ കൂടെ കൂടിയെന്നാണ് ഓർമ്മ.

മനോരമയാപ്പീസിനടുക്കൽ, സിംഹാസനപ്പള്ളിയുടെ കുരിശുംതൊട്ടിപ്പടിയിൽ, കന്യാമാതാ പ്രതിമയുടെ കാൽച്ചോട്ടിൽ കൊട്ടുക്കെ കുത്തി കിടക്കുന്ന എലിച്ചെറിയാനെ ഞാൻ പിന്നെ കണ്ടത് 'എസ്തപ്പാൻ' സിനിമയിലാണ്.

മരണാനന്തരം എലിച്ചെറിയാനെ'വാഴ്ത്തപ്പെട്ടവൻ' ആയി പ്രഖ്യാപിച്ചു! അതിനും കാർമ്മികത്വം വഹിച്ചത് ബിഷപ്പ് എറിക് മുറിക്—

സ്വന്തം സഭ സ്ഥാപിച്ച് സ്വയം ബിഷപ്പായി അരപ്പട്ട കെട്ടിയതാണ് എറിക് മുറിക്. അപ്പൻ വീട് എറികാട്ടിലും അമ്മവീട് മുറിയാന്നിക്കലും. കുഞ്ഞെന്നാണ് ഓമനപ്പേര്. ഇന്ത്യൻ നേവിയിൽ ഡൈവർ ആയിരുന്നത്രെ. തിരിച്ചുവന്നപ്പോൾ ഒറിജിനൽ കോട്ടയം കാരനായി കളിതുടങ്ങി.

താഴത്തങ്ങാടിയാറ്റിൽ 'പാവപ്പെട്ടവന്റെ' വള്ളംകളി നടത്തിയത് കുഞ്ഞ്. വള്ളം കളി ഉദ്ഘാടനം 'ഉണ്ണിമേരി' എന്ന് നോട്ടീസടിച്ചു. സമയത്തെത്തിയത് കോട്ടയത്തെ പ്രമുഖ ആട്ടോമൊബൈൽ വർക്ക്ഷോപ്പുടമ ഉണ്ണിമേസ്തിരി: ജനം കൂവി. കുഞ്ഞ് അറിയിച്ചു.

നോട്ടീസടിച്ച പ്രസ്സുകാർ വരുത്തിയ അച്ചടിപ്പിശകാണ്. 'സ്ത്രീ' വിട്ടുപോയി. പാവപ്പെട്ടവന്റെ വള്ളം കളിയാണ്, കരയ്ക്കുനിന്ന് ചവുട്ടിമുക്കരുത്!.

തുടർന്ന് 'സഭ'സ്ഥാപിച്ചു. ചുവന്ന വട്ടത്തൊപ്പിയുമണിഞ്ഞു.സിൽക്കുളോഹ. സ്വർണ്ണ അലുക്കുവെച്ച ചുവന്ന അരപ്പട്ട.വലിയ മുക്കുവന്റെ ഷൂസുകൾ.

ബിഷപ്പ് എറിക് മുറിക് ആനപ്പുറത്തെഴുന്നള്ളി. മൈക്കുവച്ച വാഹനം ആഹ്വാനിച്ചു: നിങ്ങളിൽ വസ്ത്രമില്ലാത്തവർ എന്റരികിൽ വരിക, ഞാൻ നിങ്ങൾക്ക് വസ്ത്രം തരും! നിങ്ങളിൽ ഭക്ഷണമില്ലാത്തവർ എന്റരികിൽ വരിക, ഞാൻ കിഴങ്ങ് പുഴുങ്ങിയത് തരും!

ആനക്കഴുത്തിൽ രണ്ടുകുട്ടകളിൽ വിലകുറഞ്ഞ കൈലികളും പുഴുങ്ങിയ കപ്പക്കിഴങ്ങുകളുമുണ്ടായിരുന്നു....

കുഞ്ഞ് നിയമസഭാ തെരഞ്ഞെടുപ്പിൽ സഖാവ് ടി.കെ. രാമകൃഷ്ണനെതിരെ സ്വതന്ത്രനായി മത്സരിച്ചു. കുരുവിയായിരുന്നു ചിഹ്നം. ഒരു കമ്പിൽ കെട്ടിയ കുരുവിയുമായി നടന്ന് വോട്ടുപിടിച്ചു. പാവം, തെരഞ്ഞെടുപ്പിനു മുമ്പെ ഹൃദയാഘാതംമൂലം കാലം ചെയ്തു.

ടി.കെ മന്ത്രിയായിക്കഴിഞ്ഞാണ് പിന്നെ ഇലക്ഷൻ നടന്നത്. കുരുവിയുടെ ദുരന്തം ടി.കെയെയും നൊമ്പരപ്പെടുത്തി.

കോട്ടയത്തിന്റെ സംസ്കാരം റബ്ബറിന്റേതാണെന്ന് കളിയാക്കുന്നവർ കഥയറിയാതെ കളി കാണുന്നവരാണ്. സംസ്കാരത്തിലും സാഹിത്യത്തിലും രാഷ്ട്രീയത്തിലും മതത്തിലുമൊക്കെ നർമ്മത്തിന്റെ കസവുകരയൻ നേര്യത് തോൾമുണ്ടായി ചുറ്റുന്നവർ കോട്ടയത്തുകാർ. രണ്ടാംമുണ്ടുകൾ അദൃശ്യമായെങ്കിലും അതിപ്പോഴുമുണ്ട്—സക്കറിയയുടെ വരെ തോളിൽ.

ആത്മീയതയിൽ കുസൃതി കോട്ടയത്തിന്റെ സ്വന്തം സ്വത്താണ്. റാങ്കോടെ ബിരുദം നേടിയ മങ്കൊമ്പിൽ മാധവൻനായർ ഓടിപ്പോയി രാമകൃഷ്ണമിഷനിൽ ചേർന്നു. സ്വാമി അമർത്യാനന്ദ ആയി. പക്ഷേ, സന്ന്യാസം 'അർദ്ധവിരാമ'ത്തിൽ പൂർണ്ണമാക്കി.പെണ്ണുംകെട്ടി പിള്ളേരുമായി ഹിമാലയസാനുവിൽ കൃഷിചെയ്തു ജീവിച്ചു. പാന്റും സ്ലാക്കുമിട്ട 'സ്വാമി' കോട്ടയത്തെ പുതുതലമുറയോട് കളിതമാശകൾ പറഞ്ഞ് കമ്പനികൂടിയതോർക്കുന്നു.

ബീറ്റാൾ അമ്മാവന്റെ മകൻ രാമചന്ദ്രൻ യൂണിവേഴ്സിറ്റി കോളജിൽ നിന്നും രണ്ട് എം.എ. എടുത്ത്, എസ്. എഫി-ൽ പ്രവർത്തിച്ച്,

നക്സലിലേക്ക് ചാഞ്ഞ് ഹരിദ്വാരിലേക്ക് പോയത്കാവിയിടാൻ! സഖാവ് രാമചന്ദ്രസ്വാമി അർദ്ധവിരാമമോ ആശ്ചര്യചിഹ്നമോ ഇട്ട് എന്ന് പാർട്ടിയാപ്പീസിൽ മടങ്ങിയെത്തുമോ?

എന്റെ ഒരു കോട്ടയം സുഹൃത്ത് അടുത്തനാളിൽ കാവിയിൽക യറി. ഞങ്ങൾ കൂട്ടുകാർ അവന് ഗിരീഷ്തുംഗ എന്ന് നാമകരണം ചെയ്തു. കാവിയുടെ രഹസ്യം പിന്നീടാണ് വെളിപ്പെട്ടത്. മാർക്കറ്റിലെ ഒരു ബ്ലേഡുകാരനോട് പതിനായിരം കടം വാങ്ങി. മാസന്തോറും ആയിരമെന്ന മര്യാദപ്പലിശയ്ക്ക്. പക്ഷേ, മുതലോ പലിശയോ ഒന്നും കൊടുക്കാൻ വയ്യാതായി. ബ്ലേഡ് പറഞ്ഞ തീയതിയൊക്കെ തീർന്നപ്പോൾ ഗുണ്ടകളുമായെത്തി.

ബ്ലേഡും ഗുണ്ടകളും നല്ല പെന്തെക്കോസ്തു മുസ്ലീമിങ്ങൾ. പക്ഷേ സാധുക്കൾ സ്തംഭിച്ചുപോയി. അധമർണ്ണൻ പൂർണ്ണകാവിയിൽ!

ഹിന്ദു-മുസ്ലീം കലാപം ഒഴിവാക്കി ഹിന്ദു സന്ന്യാസിയെ ചുമ്മാവിട്ട് മുസ്ലീം തീവ്രവാദികൾ മടങ്ങിപ്പോയി —ഇവൻ എന്നെങ്കിലും ഇത് ഊരുമല്ലോ എന്ന പ്രത്യേശയോടെ.

സ്വാമി ഗിരീഷ് തുംഗ നേരെ ഹിമാലയത്തിനു വിട്ടു. ഇക്കഴിഞ്ഞ ദിവസം ഭാര്യയ്ക്ക് ഒരു കാർഡ് കിട്ടി: ഇവിടെ വല്യ തണുപ്പാണ്.ഒരു കമ്പിളി വാങ്ങാൻ കാശയച്ചുതരണം. പ്രേമപൂർവ്വം സ്വന്തം.

•

'അസ്തപ്പോവ': സ്വപ്നത്തിൽ ഒരു സിനിമ

ശ്രീ തിലകനും ഞാനും ബന്ധുക്കളാണ്. അല്പസ്വല്പം രക്തബന്ധം. ചേട്ടാനിയൻമാരുടെ ചെറുമക്കൾ. ശകലം ജാതി സ്പിരിറ്റ് കൊണ്ടു തന്നെയാണെന്നുവച്ചോ, കുടുംബത്തിൽ പിറന്നതിൽ ഏഴെട്ടെണ്ണത്തിനെ കൊല്ലം ശ്രീനാരായണാ കോളജിൽ കൊണ്ടുവിട്ടു മേൽപഠിപ്പിന്. സ്പിരിറ്റ്കൂടിയതുകൊണ്ട് രണ്ട് ഗുണശാലികൾക്ക് എസ്സെനിൽ നീണ്ടുവാഴാനായില്ല. ആദ്യം തിലകനെയും പില്ക്കാലത്ത് എന്നെയുംകോളജു മതിലിനു പുറത്താക്കി പ്രിൻസിപ്പൽ രാമയ്യരും പ്രിൻസിപ്പൽ ശ്രീനിവാസനും ഗേറ്റുപൂട്ടി. ഇരുവരും വഴിയാധാരം.

സുരേന്ദ്രനാഥ തിലകൻ എന്ന ആതങ്കവാദിയെ പുറത്താക്കിയത് ന്യായം! ഭീകരൻ. ഹോസ്റ്റലിൽ വെന്ത ചോറിനുള്ളിൽ ചത്ത തേളിനെ പൂഴ്ത്തിവച്ച് അടിപിടി ഉണ്ടാക്കി. ഹോസ്റ്റൽ അടച്ചു. കോളജ് അടച്ചു. മാസങ്ങൾ നീണ്ട സമരം. 'ഇവനെ ഇതിനകത്ത് വച്ചോണ്ട് കോളജ് നടത്തുന്നില്ലെ'ന്ന് ആർ ശങ്കർ പ്രഖ്യാപിച്ചു. പരമന്യായം! പക്ഷേ, പാവം എന്നോടു ചെയ്തത് ശുദ്ധ അന്യായം! ക്ലാസിലൊന്നും കേറിയിട്ടില്ലെന്നും പറഞ്ഞ് ഓമനയായ എന്നെ പരീക്ഷയ്ക്ക് ഇരുത്തിയില്ല. 'ഹാജരില്ലാത്തവന് ഉണ്ടെന്നു പറഞ്ഞ് കള്ള ഒപ്പിടില്ലെ'ന്ന് ശ്രീനിവാസൻ സാർ അരുളിചെയ്തു. 'മോഹൻശങ്കറിനു വേണ്ടിയാണേൽ സാർ രണ്ടൊപ്പിട്ടു'മെന്ന് ഞാൻ മറുപടിയും കൊടുത്തു. പറയരുതായിരുന്നു. പറഞ്ഞുപോയി. ഡോക്ടർ ശ്രീനിവാസന്റെ 'ഗറ്റൗട്ട്' എന്ന ഒറ്റവാക്കിൽ ഞാൻ പീരങ്കിമൈതാനത്തെ തൊട്ടാവാടിക്കൂട്ടത്തിൽ പതിഞ്ഞു, പിടഞ്ഞു.

1956-ൽ എസ്സെൻ കോളജിലെ ബെസ്റ്റ് ആക്ടർ ആയിരുന്നു തിലകൻ. 64-ൽ ഞാനും.

തിലകൻ പട്ടാളത്തിൽ പോയി. ലഡാക്കിൽ ചെന്ന് ചൈനക്കാരെ

വെടിവച്ചു. വെടിവീരനായി തിരിച്ചുവന്ന് നാടകത്തിലും സിനിമയിലും അഭിനയം കൊടുത്തു. ഉഗ്രം, ഉജ്ജ്വലം, ഉദാത്തം. ശബ്ദഗരിമയിലും ഭാവഗാംഭീര്യത്തിലും അയൽക്കാരില്ലാതായി; തിലകൻ മലയാള നടികർതിലകമായി. അകന്നു നിന്ന അടുത്തബന്ധുക്കളും അകമേ അഭിമാനിച്ചു. എന്നും അടുപ്പമുണ്ടായിരുന്ന ഞാൻ ചുമ്മാ അഹങ്കരിച്ചു...

നാല് പതിറ്റാണ്ടായി അവസരം കിട്ടുമ്പോഴൊക്കെ ഞാൻ തിലകന്റെ അടുത്തെത്താറുണ്ട്. എന്തോ ധിക്കാരിക്ക് എന്നോടിഷ്ടമായിരുന്നെപ്പോഴും. ആ സ്വാതന്ത്ര്യത്തിൽ ഞാൻ ചില കൊച്ചുപാരകൾ അങ്ങോട്ടുവയ്ക്കും.

ഒരിക്കൽ ചോദിച്ചു: 'മഹാസിദ്ധിയായി ലഭിച്ച ഈ ശബ്ദം ഒഴിവാക്കി ഒന്നഭിനയിക്കരുതോ?'

'നീയെന്താ പറയുന്നെ? അഭിനയമെന്നുവച്ചാൽ ആംഗികം, ആഹാര്യം, വാചികം, സാത്വികം.'

'അതൊക്കെ എനിക്കറിയാം. ആംഗികാഹാര്യവാചികങ്ങൾ ത്യജിച്ചിട്ട് ശുദ്ധസാത്വികാഭിനയം മതി. 'ചിങ്കക്കുരലോൻ' ശിവജി ഗണേശൻ 'തങ്കമലരഹസ്യ'ത്തിൽ ഊമയായഭിനയിച്ചു. സഞ്ജീവും ജയയും 'കോശിശി'ൽ ഊമകളായി. ചാപ്ലിനും ആഹാര്യഭേദങ്ങൾ വാചികഭംഗികൾ വേണ്ടായിരുന്നു.'

ഹോട്ടൽമുറിയിൽ അടുത്തിരുന്നവരോട് തിലകൻ പറഞ്ഞു: 'എന്റെ ഒരനിയനാ. എനിക്കിട്ട് പാരപണിയാനിറങ്ങിയതാ!'

ഞാനിറങ്ങിപ്പോന്നു...

'പെരിയാർ' 'കോലങ്ങൾ' തുടങ്ങിയ ആദ്യചിത്രങ്ങൾ കഴിഞ്ഞ് 'യവനിക' മുതൽ തിലകൻ മലയാളസിനിമയിലെ മികച്ച അഭിനയപ്രതിഭ ആയി സ്വയം പ്രതിഷ്ഠ നേടിയ കാലം. വല്ലപ്പോഴുമേ കാണാൻ കിട്ടൂ. പഞ്ചാഗ്നി, ചാണക്യൻ, കിരീടം, ചെങ്കോൽ, സദയം, സന്ദേശം, കുട്ടേട്ടൻ, നാടോടിക്കാറ്റ്, മൈഡിയർ മുത്തച്ഛൻ, ഗോഡ്ഫാദർ, നോക്കെത്താദൂരത്ത്, ഉണ്ണികളേഒരു കഥപറയാം, പവിത്രം, കൗരവർ, കണ്ണെഴുതി പൊട്ടുംതൊട്ട്, മതിലുകൾ, സന്മനസ്സുള്ളവർക്ക് സമാധാനം, മൂക്കില്ലാരാജ്യത്ത്, പെരുന്തച്ചൻ, മൂന്നാംപക്കം... വിഭിന്നങ്ങളായ വ്യത്യസ്തങ്ങളായ ഒരു നൂറ് കഥാപാത്രങ്ങൾ. ഒന്നൊന്നിനെക്കാൾ കേമം. ഒരിക്കലും മറക്കാനാവാത്തവ.

'മൂന്നാംപക്കം' കണ്ട് നിറമനസ്സോടെ ഞാൻ തിലകന്റെ അടുത്തുചെന്നു. കൊച്ചുമകനോടുള്ള സ്നേഹത്തിൽ ആത്മാഹുതി ചെയ്യുന്ന

അപ്പൂപ്പന് അമരത്വമേകുമ്പോൾ മനസ്സ് നിറയെ അമ്മയുടെ അച്ഛനായിരുന്നെന്ന് തിലകൻ പറഞ്ഞു. ഞാൻ അത് തിരിച്ചറിഞ്ഞെന്ന് ഞാനും പറഞ്ഞു.

ഏറെ നേരം ഹൃദയം തുറന്ന് സംസാരിച്ചു.

ഇടയ്ക്ക് ഞാൻ പറഞ്ഞു: 'പെരുന്തച്ചൻ ഐതിഹ്യകഥാപാത്രമാണ്. സാഹിത്യത്തിലുമുണ്ട് ചില ഗംഭീരകഥാപാത്രങ്ങൾ. അവയ്ക്കു ജീവൻ നൽകിയാലേ അനശ്വരനടനാകൂ. പോൾമുനി, ലോറൻസ് ഒലിവർ, ആന്തണി ക്വിൻ, ചാൾട്ടൻ ഹേസ്റ്റൻ തുടങ്ങി ശിവാജി ഗണേശൻ വരെ ഉദാഹരണം. മലയാളത്തിൽ കൊട്ടാരക്കര ശ്രീധരൻനായർക്കേ ആ ഭാഗ്യമുണ്ടായിട്ടുള്ളൂ.'

തിലകൻ എന്ന നടന് മാത്രം ചെയ്യാൻ കഴിയുന്ന ഒരു ഉജ്ജ്വല കഥാപാത്രമുണ്ട് നമ്മുടെ സാഹിത്യത്തിൽ. ആദ്യത്തെ ആന്റി ഹീറോ. സി.വി. യുടെ 'ധർമ്മരാജാ' 'രാമരാജബഹദൂർ' നേവൽ ദ്വയത്തിലെ നായകൻ ധർമ്മരാജാവോ രാജാ കേശവദാസനോ അല്ല. കാളി ഉടയാൻ ചന്ത്രക്കാറനാണ് യഥാർത്ഥ നായകൻ.

തിലകപ്രതിഭയ്ക്ക് ഒരു വെല്ലുവിളി ആയിരിക്കും ചന്ത്രക്കാറർതിരുവടികൾ.

എന്റെ വാചകമടി ഏറെ ശാന്തനായിരുന്ന് അദ്ദേഹം സഹിച്ചു. എന്നിട്ട് പറഞ്ഞു: 'നീ ഒരു വൺ ലൈൻ എഴുതി കൊണ്ടുവാ.'

'വൺലൈനും ടെൻലൈനും ഒന്നും എനിക്കറിഞ്ഞുകൂടാ.'

'സിവിയുടെ ആഖ്യായികകൾ ഒന്നുരണ്ടുമൂന്നു തവണ വായിക്ക്. നീ അത് സ്ക്രിപ്റ്റാക്കി കൊണ്ടുവാ.'

തിരക്കഥ എഴുതാനറിയില്ലെന്നറിയിച്ച് ഞാൻ തലയൂരി. പിന്നെ കുറേ കാലത്തേയ്ക്ക് അടുത്തുപോയില്ല. സിനിമ എന്റെ അജണ്ടയിലില്ലല്ലോ.

അങ്ങനെ നിസ്സംഗതയിൽ സുഖിച്ചു കഴിയുമ്പോഴാണ് മഹാരാജാസ് കോളജിലെ നാലഞ്ച് സിനിമാഭ്രാന്തൻമാരായ കുമാരൻമാർ എന്റെടുത്തുവന്നത്. രാജീവ് രവി, അമൽ നീരദ്, അൻവർ റഷീദ്, വിനോദ് വിജയൻ, സുരേഷുമാർ എന്നവൻമാർ. കോളജിലെക്കാൾ തിയേറ്ററുകളിൽ ജീവിക്കുന്നവർ. ഊണിലും ഉറക്കത്തിലും സിനിമ.... സിനിമ മാത്രം.

അവർക്ക് ഒരു ടെലിഫിലിം ചെയ്യണം. അത്യാവശ്യം കാശുമുടക്കാൻ ഒരുത്തനെ ഒപ്പിച്ചിട്ടുണ്ട്. രാപകൽ ചർച്ച ചെയ്തിട്ടും നല്ല ഒരു

സബ്ജക്റ്റ് കിട്ടുന്നില്ല.

ഒന്നല്ല മൂന്നെണ്ണം തരാമെന്ന് ഞാനേറ്റു.

ഒന്നാമത്തേത്, പതിനായിരം മീറ്റർ ഓട്ടം. വലിയൊരുസ്റ്റേഡിയവും നാലു ചുറ്റും ഗാലറിയും ഗാലറി നിറയെ ആൾക്കൂട്ടവും വേണം. പത്ത് ക്യാമറവച്ച് ഷൂട്ട്—

കേട്ടതും പിള്ളേർ അത് കാൻസൽ ചെയ്തു.

രണ്ടാമത്തേത്, ഒരു ബില്യാർഡ്സ് മേശ ആണ് നായകൻ. ക്ലബ്ബ്റൂമിൽ മാത്രം ഷൂട്ട്. രാമവർമ്മയിലോ ലോട്ടസിലോ—

അതും അവൻമാർക്ക് ബോധിച്ചില്ല.

മൂന്നാമത്തേത്, അത്യുഗ്രൻ സാധനമാണ്. റഷ്യയിൽ യാസ്നായാ പോളിയാനായിലും അസ്തപ്പോവ തീവണ്ടിയാപ്പീസിലും പോയി ഷൂട്ടു ചെയ്യണം. 84 കാരൻ വൃദ്ധൻ ഹീറോ, 66 കാരി വൃദ്ധഹീറോയിൻ. വിണ്ണും മണ്ണുമായ ആണും പെണ്ണും. ആദർശവും ജീവിതവും. ഭാരതീയമായ പ്രകൃതിപുരുഷ സങ്കല്പത്തിന്റെ വ്യാഖ്യാനമാക്കണം സിനിമ.

ടോൾസ്റ്റോയിയും ഭാര്യ സോഫിയയും.

ടോൾസ്റ്റോയിയുടെ ഒളിച്ചോട്ടവും അസ്തപ്പോവ തീവണ്ടിയാപ്പീസിൽ കിടന്നുള്ള മരണവും.

പടത്തിന്റെ പേര് 'അസ്തപ്പോവ.'

എന്റെ വാചകമേറ്റു. പിള്ളേർക്ക് കൊള്ളാമെന്ന് തോന്നി. ഉടൻ സ്ക്രിപ്റ്റ് കൊടുക്കണമെന്നു പറഞ്ഞ് അവർ പോയി.

മടിയുടെ രാജാവായ ഞാൻ പെട്ടെന്ന് ഉഷാറായി. കുത്തിയിരുന്ന് തിരക്കഥാരചന തുടങ്ങി. നാലുനാൾ കഴിഞ്ഞ് സിനിമാഭ്രാന്തന്മാർ വന്നപ്പോൾ അവർ വളരെ ആവേശത്തിൽ. റഷ്യയിൽ പോകണ്ട. ലോക്കേഷൻ ഇവിടെത്തന്നെ. യാസ്ന്യാനാ പോളിയാനാ ആയി തൃപ്പൂണിത്തുറ ഹിൽപാലസ്. ടോൾസ്റ്റോയി ദമ്പതികളുടെ കിടപ്പറകളായി മഹാരാജാസിലെ പഴയ ഹോസ്റ്റലിലെ മുറികൾ. അസ്തപ്പോവ തീവണ്ടിയാപ്പീസായി എറണാകുളത്തെ ഓൾഡ് റയിൽവെ സ്റ്റേഷൻ! (ഈ ചരിത്രസ്മാരകം ഹൈക്കോടതിക്കു പിന്നിൽ മംഗളവനത്തിനു മുന്നിൽപൊതുകക്കൂസെന്നവിധം കാത്തു സൂക്ഷിക്കുന്നുണ്ട് ഇന്ത്യൻ റെയിൽവേയും കേരളസർക്കാരും കൊച്ചി കോർപ്പറേഷനും കൂടി.)

ഒത്തിരി ആലോചനയ്ക്കുശേഷം ടോൾസ്റ്റോയി ആയി തിലകനെ തീരുമാനിച്ചു. സോഫിയയെ ടോൾസ്റ്റോയി തന്നെ നിശ്ചയിക്കട്ടെ

എന്നും. തിലകനെ കാണുന്ന നിയോഗം എനിക്കും.

ആലുവ പെരിയാർ ഹോട്ടലിൽ അദ്ദേഹം ഉണ്ടെന്നറിഞ്ഞു. ഞാൻ പോയി.

തിലകന് ഹൃദയശസ്ത്രക്രിയ കഴിഞ്ഞ സമയം. ഒരു ക്ലേശവുമില്ലാതെ വറുത്ത അണ്ടിപ്പരിപ്പും സ്കോച്ച് വിസ്കിയുമായി ഇരിക്കുന്നു. ഒന്നര പെഗ് കഴിച്ചോളാൻ ഡോക്ടർ സമ്മതിച്ചിട്ടുണ്ടെന്ന്. രാവിലെ മുതൽ രാത്രിവരെയുള്ള ഒന്നര പെഗ്ഗുകളുടെ കണക്ക് നിരത്തി. എന്നിട്ട് ചോദിച്ചു: 'എന്താ പുതിയ പാര?'

'ചന്ത്രക്കാറരല്ല,' ഞാനറിയിച്ചു: 'ഇത്തവണ സാക്ഷാൽ ടോൾ സ്റ്റോയി പ്രഭു.'

തുടർന്ന് സംഭവമാകെ വിശദീകരിച്ചു. പ്രതീക്ഷിച്ചതിലുമേറെ ശ്രദ്ധയോടെ കേട്ടു. സംഗതിയങ്ങിഷ്ടപ്പെട്ടെന്ന് തോന്നി.

ഞാൻ ചോദിച്ചു: 'സോഫിയ ആര് വേണം?'

'നിന്റെ മനസ്സിലാരാ?'

ഞാൻ കുറെ പേരുകൾ നിരത്തി: 'നദീര, ശുഭാഖോട്ടെ, സുചിത്രാ സെൻ, മാലാസിൻഹ, ശബാന ആസ്മി, ഷൗകാർ ജാനകി, ദേവിക. ഏതായാലും ഷീലാമ്മയും ജയഭാരതിയമ്മയും ഒന്നും വേണ്ട. പൊന്ന മ്മയും ലളിതാമ്മയും സുകുമാരിയമ്മയും—അവരും വേണ്ട. സാദാ മലയാളമുഖങ്ങൾ.'

'വിദ്യാമ്മ ആയാലോ?' പെട്ടെന്ന് തിലകൻ ആരാഞ്ഞു.

ശ്രീവിദ്യ! ദേവീവിഗ്രഹം തോൽക്കുന്ന ആ മുഖശ്രീ ഞാൻ മറന്ന തെന്ത്? വടിവാർന്ന ഉടൽഭംഗി ഓർക്കാഞ്ഞതെന്ത്?

വേഗം കൈയിൽ കരുതിയിരുന്ന ടോൾസ്റ്റോയിയുടെ ഒരു ജീവ ചരിത്ര ഗ്രന്ഥം തുറന്ന് ചിത്രങ്ങൾ കാട്ടിക്കൊടുത്തു. തിലകൻ ചിത്ര ങ്ങൾ നിർന്നിമേഷം നോക്കിയിരുന്നു. എന്നിട്ട് പറഞ്ഞു: 'വിദ്യാമ്മ കറക്റ്റ്! പക്ഷേ, ടോൾസ്റ്റോയി ആകേണ്ടത് ഗോപിയായിരുന്നു. ആ പൊക്കവും വലുപ്പവും മുൻരേഖകളും നോക്കു. പാവം ഗോപി. സുഖ മില്ലായായിപ്പോയില്ലേ—'

തിലകനോടുള്ള എന്റെ ആദരവ് പതിന്മടങ്ങായി വർദ്ധിച്ചത് ആ സമയത്ത്. ഞാൻ മൗനം പൂണ്ടു.

വിദ്യാമ്മയോട് പറഞ്ഞുറപ്പിക്കണമെന്ന് ആവശ്യപ്പെട്ട് ഞാൻ പോന്നു.

പക്ഷേ, പിന്നീടൊന്നും സംഭവിച്ചില്ല. 'അസ്ത്തപ്പോവ' അലസിപ്പോയി. പടത്തിന് പണം മുടക്കാമെന്ന് ഏറ്റ ആൾ പോയിമറഞ്ഞു. പിള്ളേരുടെ പദ്ധതി പൊളിഞ്ഞു. അവൻമാർ എന്റെ കൺമുമ്പിൽ വരാതെ മാറിനടന്നു.

ആദ്യമായും അവസാനമായും എഴുതിയ തിരക്കഥ ഞാൻ എവിടോ തള്ളി.

'അസ്ത്തപ്പോവ' എന്ന എന്റെ സിനിമ സ്വപ്നങ്ങളിൽ കണ്ട് ഞാൻ രസിച്ചു. തിലകനെയും ശ്രീവിദ്യയെയും അവരൊരിക്കലും അഭിനയിക്കാത്ത വേഷങ്ങളിൽ ഞാൻ ദിവസവും കണ്ടു —പോയ പതിനഞ്ചു വർഷമായി.

തിലകൻ പറഞ്ഞു. 'വിദ്യാമ്മ സോഫിയക്കാര്യം പറഞ്ഞപ്പോഴേ സമ്മതിച്ചു. കാണുമ്പോഴൊക്കെ ചോദിക്കും അതെന്തായി എന്ന്. ഞാനിപ്പോൾ വിദ്യാമ്മയെ ഒഴിവാക്കി നടക്കുന്നു. നീ എനിക്കിട്ടു വച്ച പാര!'

നാല്പതാണ്ടിൽ എണ്ണൂറിലേറെ ചിത്രങ്ങളിൽ ശ്രീവിദ്യ അഭിനയിച്ചു. പക്ഷേ, ആരും അറിയാത്ത കാണാത്ത 'അസ്ത്തപ്പോവ'യിലെ പ്രഭ്വിയായി അവർ എന്റെ മനസ്സിൽ നിറഞ്ഞുനില്ക്കുന്നു. ശ്രീവിദ്യയുടെ വേർപാട് വല്ലാതെ നൊമ്പരപ്പെടുത്തി, ഞാൻ കരഞ്ഞു....

●

കെ.എസ്. ആന്റണിയും എൻ.എൻ. പിള്ളയും (ഞാനും)

വെങ്കലത്തിൽ ശില്പം ചെയ്യണമെന്ന് നിശ്ചയിച്ചിട്ടുള്ള ഒരു യുവശില്പിയോട് സംസാരിച്ചു കഴിഞ്ഞ ദിവസം. തലസ്ഥാനത്ത് സ്റ്റാച്യു ജങ്ഷനിൽ പ്രൗഢഗംഭീരനായി നിൽക്കുന്ന മാധവരായരുടെ പ്രതിമ മാത്രമാണ് ശില്പസൗന്ദര്യം തികഞ്ഞ ഏക കലാസൃഷ്ടി എന്ന് ഞങ്ങൾ ഒരേസ്വരത്തിൽ ഒന്നിച്ചു പറഞ്ഞു.

വേലുത്തമ്പി, അയ്യങ്കാളി, ആശാൻ, ഉള്ളൂർ തുടങ്ങി പട്ടവും കേശവനും അക്കാമ്മയും ഇ.എം.എസും വരെ എത്ര കോലം കെട്ട കോലങ്ങളാണ്! റോയി ചൗധുരി നിർമ്മിച്ച ഗാന്ധിപ്രതിമയുടെ രേമത്തിന്റെ വിലയുണ്ടോ ഈ അപനിർമ്മാണങ്ങൾക്ക്?

ഞാൻ പറഞ്ഞു: റോയി ചൗധുരി ചെയ്ത ഒരു പ്രതിമ എറണാകുളത്ത് രാജേന്ദ്രമൈതാനത്തുണ്ട്. അത് നോക്കിക്കാണുമ്പോഴെല്ലാം ചിന്നക്കടയിലെയും തിരുനക്കരയിലെയും തലയോലപറമ്പിലെയും ചാലക്കുടിയിലെയും മാനാഞ്ചിറയിലെയും പ്രതിമകൾ മനസ്സിൽ തെളിയും. ഗുരുവായൂരിലെ ഗജരാജപ്രതിമയും. അപ്പോഴൊക്കെ ഓക്കാനം തോന്നും.

ശില്പി ചോദിച്ചു: 'ശ്രാവണബൽഗോളോയിൽ പോയിട്ടുണ്ടോ, സാർ?'

'ഉണ്ട്. ഗോമടേശ്വരനെ കണ്ട് കണ്ണുകഴച്ചിട്ടുണ്ട്. അവനാണ് പ്രതിമ, ശില്പം.'

ഞാൻ തുടർന്നു: 'തലശ്ശേരി ജഗന്നാഥക്ഷേത്രത്തിൽ പോയി ഗുരുദേവന്റെ വെങ്കലപ്രതിമയും കണ്ടു. ഗുരു ജീവനോടെ ഉണ്ടായിരുന്നപ്പോൾ ഉണ്ടാക്കിയ പ്രതിമ. കാണാൻ ഗുരുവും പോയി. കണ്ട്

കമന്റടിക്കുകയും ചെയ്തു: തടിമാടനാണല്ലേ; ചോറും ചെല്ലുകേലാ!'

സമാധിക്കുശേഷം കാക്കത്തൊള്ളായിരം പ്രതിമകൾ ഗുരുവിന്റേതെന്നും പറഞ്ഞ് ഇവിടുണ്ടായി. പാവം സ്വാമിക്ക് 'സിമൻറ് നാണ്' എന്നും 'മാനേജർ നാരായണൻ' എന്നും പേരുവീണതല്ലാതെ കലാദേവതയുടെ കാടാക്ഷം കൊണ്ട ഒരു ശില്പമെങ്കിലും ഉണ്ടായോ? ഇല്ല. പ്രതിമാനിർമ്മാണം വ്യവസായമായി, വ്യാപാരമായി വളർന്നു —ആയുർവേദിക് ടോയ്ലറ്റ് സോപ്പ് പോലെ.

(225 ഗുരുദേവപ്രതിമകൾ ഓർഡറനുസരിച്ച് ചെയ്തു കൊടുത്ത ശില്പി വട്ടച്ചിറ രാഘവന്റെ സചിത്രപരസ്യം 'ഗുരുദേവൻ' മാസികയിൽ! (സാംബശിവനോടൊപ്പം കഥാപ്രസംഗകല കഥാവശേഷമായെങ്കിലും, ശ്രീനാരായണചരിത്രം കഥയായിപ്പറയുന്ന പള്ളിക്കര സീനയുടെയും മറ്റും പരസ്യങ്ങൾ 'യോഗനാദ'ത്തിലും!)

യുവശില്പിയോട് അല്പസ്വല്പം ഗൗരവത്തിൽ ഞാൻ ആരാഞ്ഞു: ഉൽപ്രേക്ഷാലങ്കാരത്തിന്റെ ലക്ഷണം അറിയുമോ?

ഗൗരവത്തിൽ ഉത്തരം വന്നു; അതു താനല്ലയോയിതെന്ന ആശങ്ക—

അതെ. ആ ഉൽപ്രേക്ഷാലങ്കാരത്തിന് ഉദാഹരണങ്ങളാകുന്ന കവലതോറും കണ്ണാടിക്കൂട്ടിൽ ഇരുത്തിയിരിക്കുന്ന ഗുരുപ്രതിമകൾ!

ഞാൻ ഒരു തമാശകൂടി പറഞ്ഞു. (അധികതുംഗപദത്തിൽ ശോഭിക്കുന്നവകളെ തറത്തമാശിൽ വീണ പൂവുകളാക്കുക എന്റെ തലേലെഴുത്ത്): എന്റെ ക്രാഫ്റ്റ്സാർ ഒത്തിരി സിമന്റുപ്രതിമകളുണ്ടാക്കി. നാരായണഗുരുവിന്റേതെന്നാണ് വെപ്പ്. കുറെ ചെന്നപ്പോൾ മടുപ്പ് തോന്നീട്ടോ എന്തോ ലെനിന്റെ പ്രതിമ പണിയാൻ തീരുമാനിച്ചു. ആദ്യം സൃഷ്ടിച്ച ലെനിനെ ഞങ്ങളെയൊക്കെ കാണിച്ചുതന്നു.

സന്തോഷംകൊണ്ട് എനിക്ക് സഹിച്ചില്ല. ഞാൻ വിളിച്ചുപറഞ്ഞു. നാരായണഗുരുവിന്റെ തലയ്ക്കു പിന്നിൽ വട്ടത്തിൽ ശകലം മുടിയും മുഖത്ത് മീശയും ഫ്രഞ്ചുതാടിയും ഫിറ്റുചെയ്ത്, ടൈയും കെട്ടി ഓവർകോട്ടുമിടീച്ചാൽ, സഖാവ് ലെനിൽആകുമെന്ന് ഇപ്പഴാ തിരിച്ചറിഞ്ഞെ!

കലാസ്പർശമേശാത്ത, ചൈതന്യം കെട്ട ഈ കെട്ടുകുതിരകൾ പരമബോറാണെന്ന് ആരും പരസ്യമായി പറയാറില്ല. ചുമ്മാ ചിരിച്ചുതള്ളുകയാണ് ശീലം. സൗന്ദര്യശാസ്ത്രവിശാരദന്മാരായ മാന്യൻമാരും മിണ്ടാറില്ല. നാരായണഗുരുവിനെ ഈഴവൻമാരുടെ സ്വകാര്യസ്വത്തായി വിട്ടുകൊടുത്തിട്ട് വിഡ്ഢിവേഷം അഭിനയിക്കുന്ന

കുറുപ്പൻമാരും ഉണ്ണിത്താൻമാരും...

ഗുരുദേവനെ വിറ്റ് കാശാക്കുകയാണ് സകല ക്രാഫ്റ്റ് സാറൻമാരും.

ഗുരുസംബന്ധിയായ രണ്ടായിരം ഗ്രന്ഥങ്ങൾ മലയാളത്തിൽ എഴുതപ്പെട്ടു കഴിഞ്ഞു. അറുന്നൂറോ അതിലധികമോ ജീവചരിത്രങ്ങൾ തന്നെയുണ്ടുപോൽ. എല്ലാം ശേഖരിച്ച് പ്രദർശനം നടത്തുന്നുണ്ട് ശ്രീ ചമ്പാടൻ വിജയൻ. പല പുസ്തകശാലകളിലും ഒരു ഗുരുകോർണർ തന്നെ ഉണ്ടായിക്കഴിഞ്ഞു. നല്ല വില്പനയുമുണ്ട്. ഇരട്ടിക്കിരട്ടി ലാഭം തരുന്ന ബെസ്റ്റ് ചരക്കാണ്ശ്രീനാരായണ ഗുരുദേവൻ, സാഹിത്യത്തിലും സിനിമയിലും സീരിയലിലും.

സഖാവ് ഇ.എൻ. മുരളീധരൻനായരുടെ ഒരു ഗുരു സീരിയൽ ഏതോ ടി.വി ചാനലിൽ കുറെനാൾ കണ്ടു. കൊച്ചുണ്ണിയും അയ്യപ്പനും ഒക്കെ മാർക്കറ്റ് പിടിച്ചപ്പോൾ സ്വാമി അവുട്ട്! ഏതോ ഒരു ചിന്നസ്വാമി ഊട്ടീന്നോ ബാംഗ്ലൂരീന്നോ സീരിയലുമായി ഇറങ്ങാൻ പോണെന്ന് കേൾക്കുന്നു.

'പാദമുദ്ര' എന്ന തരക്കേടില്ലാത്ത പടം പിടിച്ച സുകുമാരൻ കുറെനാളായി നാരായണഗുരുവിനെ പടത്തിലാക്കാൻ ശ്രമം തുടങ്ങിയിട്ട്. മമ്മൂട്ടിയാകുന്നു ഗുരുദേവവേഷം കെട്ടുക— എന്ന് കേട്ടുകേൾവി. (ഗുരുദേവനാകാൻ ഒരു മുഹമ്മദ് കുട്ടി വേണോ? കെടാമംഗലം സദാനന്ദൻ,പറവൂർ ഭരതൻ, തിലകൻ, ദേവൻ, ശ്രീനിവാസൻ, മുകേഷ്, മനോജ്, ഷമ്മി, ഹരിശ്രീ അശോകൻ, സലീം കുമാർ ആരെങ്കിലും പോരേ? എന്ന് വെള്ളാപ്പള്ളി ചോദിച്ചത്രെ. ന്യായം!)

പി.എ. ബക്കർ എടുത്ത ശ്രീനാരായണചിത്രം ഞാൻ കണ്ടിട്ടില്ല. ആരാണോ അതിൽ ഗുരു? ഡോക്ടർ സലിം എന്നയാരോ ഒരുവൻ പിടിച്ച ഗുരുപടം കണ്ടിട്ടുണ്ട്. ഡോക്ടറായാലുംകമ്പൗണ്ടറായാലും ആ പടം പടച്ചവനെ ഓടിച്ചിട്ടു തല്ലണം.

ശ്രീനാരായണീയമായ ഒരു സർഗ്ഗസൃഷ്ടി ആദ്യം നിർവഹിച്ചത്. കെ. എസ്. ആന്റണിയാണ്. 'കാൽപ്പാടുകൾ' എന്ന സിനിമ. പത്തുനാല്പത്തഞ്ച് വർഷം മുമ്പ്.

എറണാകുളം മഞ്ഞുമ്മൽ സ്വദേശിയായിരുന്നു ആന്റണി. ചെറുപ്പത്തിലേ കമ്മ്യൂണിസ്റ്റ് പാർട്ടിയിലെത്തി. ബാലാനന്ദന്റെ നേതൃത്വത്തിൽ ഒളിവു പ്രവർത്തനങ്ങൾക്ക് കൂട്ടാളി. ഏതോ കേസിൽപെട്ട് ഇടപ്പള്ളി പോലീസ് സ്റ്റേഷൻ ആക്രമണ പ്രതികൾക്കൊപ്പം ആലുവ സബ്ജയിലിലായി.

കാൽപ്പാടുകളുടെ കഥയും സംവിധാനവും മറ്റും ആന്റണിയുടേ തായിരുന്നു. ആർ. നമ്പിയത്ത് സംഭാഷണരചനയിൽ സഹായിച്ചു. എലൈറ്റ് ശ്രീനിവാസൻ നിർമ്മാതാവ്. പ്രേംനവാസ്,ശാന്തി, സുകുമാരി തുടങ്ങിയവർ അഭിനയിച്ചു. തൃശ്ശൂർ പോൾ ആയിരുന്നു ഗുരുദേവൻ. നല്ല വേഷച്ചേർച്ച.

എം.ബി. ശ്രീനിവാസൻ പാട്ടുകൾക്ക് ഈണം നൽകി. യേശുദാസ് ആദ്യമായി പാടി: ജാതിഭേദം മതദ്വേഷം ഏതുമില്ലാതെ സർവരും...

പി.എൻ. മേനോൻ ചെയ്ത പരസ്യങ്ങൾക്കും പോസ്റ്ററുകൾക്കും കലയുടെ ഭംഗിയും മിഴിവും. ചിത്രം ഭേദമായിരുന്നു. ശ്രീനാരായണ ഗുരുവിന്റെ കാലവും ദർശനവും സർഗ്ഗാത്മകമായി ദൃശ്യവത്കരിച്ചു ആന്റണി.

കേരളാടൈംസ് പത്രത്തിന്റെ തിരുവനന്തപുരം പ്രതിനിധിയായി ആന്റണി പിന്നീട്. കടവും കഷ്ടപ്പാടും കേസും ജപ്തിയും. ദുരന്തമായി ആ ജീവിതം.

ആന്റണിയുടെ 'കാൽപ്പാടുകൾ' സിനിമയ്ക്കു മുൻപോ പിൻപോ എൻ.എൻ.പിള്ള 'ദേവനോ മനുഷ്യനോ' എഴുതി അരങ്ങേറിയത്? 1956-നടുത്ത് കോട്ടയം ആർട്സ് ക്ലബ്ബ് ഹാളിൽ നാടകം അവതരിപ്പിച്ചു. പിള്ളസാറും പെണ്ണുങ്ങളും ഒക്കെ അഭിനയിച്ചു. സ്വാതിതിരുനാൾ അക്കാദമിയിൽനിന്നും ഗാനഭൂഷണം ജയിച്ചുവന്ന ജയവിജയൻമാർ നടൻമാരായി. ജന്മി നമ്പൂരിക്ക് ഇല്ലത്ത് അന്തർജ്ജനത്തിലും ചെത്തുകാരന്റെ ഭാര്യയിലും ജനിക്കുന്ന കുട്ടികൾ വളർന്ന് വലുതായി പരസ്പരം മാറിപ്പോകുന്നു. തുടർന്നുണ്ടാകുന്ന കോലാഹലങ്ങൾ. നാരായണഗുരുവിന്റെ മുന്നിൽ എല്ലാം പ്രശാന്തസമാപ്തമാകുന്നു.

നമ്പൂരിയായി അഭിനയിച്ചത് എൻ. എൻ.പിള്ള, ചെത്തുകാരനായി. ഗോപാലപിള്ള, ഗുരുവായി പരിപ്പിലോ ചെങ്ങളത്തോ ഉണ്ടായിരുന്ന ഒരു നാരായണപിള്ള: നല്ല വേഷച്ചേർച്ചയായിരുന്നു.

നാടകം രണ്ടാമത് ശിവഗിരിയിൽ കളിച്ചു. കളികണ്ട ഈഴവാസ് പിള്ള സാറിനെ ഉപദേശിച്ചു. സംഗതി കൊള്ളാം. പക്ഷേല്, ഞങ്ങടെ സോമിയെ തട്ടേൽ കേറ്റി കളിക്കേണ്ട. തല്ലുകൊള്ളും!

പാവം പിള്ളസാർ 'ദേവനോ മനുഷ്യനോ' പിന്നെ തൊട്ടിട്ടില്ല. പുസ്തകമാക്കി അച്ചിട്ടുതന്നെ കാൽനൂറ്റാണ്ട് കഴിഞ്ഞ്! തല്ല് വന്നാലോ?

തല്ല് പേടിച്ചോ? എന്തോ മറ്റാരും ഗുരുദേവനെ തൊട്ടുകളിച്ചില്ല. ഗുരുവിനോടുള്ളതിലേറെ ആത്മബന്ധം ലയം കൊച്ചുവാവയോടല്ലേ, അസ്മാദികൾക്ക്...

പ്രബന്ധവും നാടകവുമൊക്കെ കഴിഞ്ഞാണ്. കെ. സുരേന്ദ്രൻ ജീവചരിത്രം രചിച്ചുതുടങ്ങിയത്. പിന്നീട് നോവലിലേക്ക് തിരിഞ്ഞു. മായ, താളം, കാട്ടുകുരങ്ങ്, ജ്വാല, ശക്തി, ഭിക്ഷാംദേഹി, മരണം ദുർബ്ബലം ഒക്കെ വായനക്കാർക്ക് ഇഷ്ടമായി. വർത്തമാനം പറച്ചിൽ വർദ്ധിച്ച് നോവലുകൾ ഊതിവീർത്തു. പതാക, ഗുരു എന്നിവ സുരേന്ദ്രന്റെ പരാജയകൃതികളായി.

എന്തോ. 'ഗുരു' ഒരു നോവലല്ല എന്ന സത്യം പോലും തുറന്നു പറയാനാളില്ല.

ഗുരുസംബന്ധിയായ ഏഴ് നോവലുകൾ എഴുതപ്പെട്ട എന്നാണ്ച മ്പാടൻ വിജയന്റെ കണക്ക്, പരമുമുൻഷി, വിജയാലയം ജയകുമാർ, എൻപി. പുന്തല, പെരുമ്പടവം ശ്രീധരൻ, സി.ആർ, ഓമനക്കുട്ടൻ തുടങ്ങിയവരാകുന്നു നോവലിസ്റ്റുകൾ. യുഗപ്പിറവി.ഗുരുവർഷവും കടന്ന് എന്ന രണ്ടു നോവലുകൾ കൂടി ഉണ്ടെന്ന് ചമ്പാടൻ.

നാല് പതിറ്റാണ്ടത്തെ പരിചയവും സ്നേഹവും ഉണ്ട് പെരുമ്പടവത്തോട് എനിക്ക്. 'അഭയം' മുതൽ 'ഒരു സങ്കീർത്തനംപോലെ' വരെ പെരുമ്പടവം എഴുതിയ നോവലുകൾ വായിച്ചിട്ടുണ്ട്.എന്നാൽ ഗുരുവിനെ കഥാപാത്രമാക്കിയ 'നാരായണം' പെരുമ്പടവത്തിന്റെ തന്നെ മൂന്നാംകിട കൃതിയാണ്.

എന്തോ, ഉള്ളത് പറയാൻ മടിക്കുന്നു സകലരും. എന്നല്ല പച്ചക്കള്ളം പറഞ്ഞുപരത്തുകയും ചെയ്യുന്നു.

'നാരായണ'ത്തിനു നാലഞ്ച് വർഷം മുമ്പ് ഞാൻ 'നാണു' എഴുതി. ഒരു കൊച്ചെഴുത്ത്. ക്രാഫ്റ്റ് സാറൻമാരുടെ സിമന്റു പ്രതിമകളിൽ നിന്നും മാറ്റമുള്ളതാണ് എന്റെ കുഞ്ഞുവെങ്കലശില്പം. തിരിച്ചറിവോടെ ആണത്തത്തോടെയുള്ള ആണയിടലാണിത്.

'കാൽപ്പാടുകൾ' 'ദേവനോ മനുഷ്യനോ' 'നാണു'— കെ.എസ്. ആന്റണിയും എൻ.എൻ.പിള്ളയും ഞാനും!

•

ആത്മസൗന്ദര്യമാണ് നീ...

മാപ്പിളസാറിന്റെ ശിഷ്യനാകുന്നു ഞാൻ. സാക്ഷാൽ പ്രൊഫസർ പി.വി. ഉലഹന്നാൽ മാപ്പിളയുടെ പതിനായിരം ശിഷ്യരിലൊരുത്തൻ. മാപ്പിള സമക്ഷം അഭയം പ്രാപിക്കും മുമ്പ് റവറന്റ് ഡോക്ടർ ബാഗ്ഷോ, ടി.ആർ. സുബ്രഹ്മണ്യയ്യർ, ഷേക്സ്പിയർ വേലായുധൻനായർ, എസ്.എ വാസുദേവവയ്യർ എന്നീ ഉഗ്രൻമാരായിരുന്നു എന്റെ ഗുരുശ്രേഷ്ഠന്മാർ. ആദരണീയരായ ആചാര്യന്മാരുടെ മുടിയനായ ശിഷ്യനായിപ്പോയി ഞാൻ. എല്ലാം കളഞ്ഞു ഉവിപന്നിത്തവിട് തിന്നുന്ന പരുവത്തിലാണ് ഞാൻ മാപ്പിളസാറിന്റെ അടുത്തെത്തിയത്. അദ്ദേഹം ആഘോഷമായി സ്വീകരിച്ചു, ഞാൻ പരമസാധുവായി പറ്റിക്കൂടി.

കോയിത്തമ്പുരാന്റെ 'മണിപ്രവാള ശാകുന്തളം' ആഗംലസംസ്കൃത മലയാളവെങ്കലത്തിൽ മാപ്പിളസാർ പഠിപ്പിച്ചു. ക്ലാസിലിരുന്ന് ഞാൻ 'അഭിനവ ശാകുന്തളം' എന്ന പാരഡി ചമച്ചു.അങ്ങനെ ബഹുരസമായി ശാകുന്തളം ഏഴാമങ്കത്തിലേക്ക് പോകുമ്പോഴാണ് അലപ്പുഴയിൽനിന്ന് 'ശകുന്തള' വരുന്നത് —ചാക്കോച്ചൻ മുതലാളിയുടെ നൃത്തസംഗീതസിനിമ!

വാഴപ്പള്ളി പഞ്ചായത്ത് പ്രസിഡന്റ് കൂടിയാകുന്നു മാപ്പിളസാർ. സിനിമാകൊട്ടകയിൽ ഫ്രീ!

ശകുന്തള സിനിമ സാർ കണ്ടു. ഹരം കൊണ്ടുപോയി. ക്ലാസ്സിൽ വന്ന് ഹൃദയം തുറന്നു: നല്ലൊന്നാന്തരം പടം! സ്റ്റൈലായിട്ടൊണ്ട്!

സ്റ്റൈലായതെങ്ങനെയാണെന്ന് വിശദീകരിച്ചു: അന്തർജ്ജനം ആണ് തിരക്കഥയും സംഭാഷണവും. ക്ഷത്രിയൻ ഗാനങ്ങൾ. സംഗീതം ആശാരിപ്പയ്യന്റേത്. ദുഷ്യന്തൻ ഒരു മേത്തച്ചെറുക്കൻ. നാടാർ ക്രിസ്ത്യാനിയാണ് കാണ്വമഹാമുനി. ഏതോ കോടമ്പാക്കം ഒരുമ്പെട്ടോൾ

ശകുന്തള. ലത്തീൻ കത്തോലിക്കാച്ചെക്കന്റെ പാട്ട്. സർവോപരി റോമൻ കത്തോലിക്കന്റെ നിർമ്മാണവും സംവിധാനവും!

ക്രിസ്ത്യാനിച്ചെക്കൻ പാടിയ 'ശംഖുപുഷ്പം കണ്ണെഴുതുമ്പോഴും' 'സ്വർണ്ണത്താമരയിതളിലെഴുതു'മൊക്കെ ഞങ്ങൾ ശിഷ്യന്മാർ നെഞ്ചത്തറഞ്ഞു പാടി. ഗുരുനാഥന്റെ ചലച്ചിത്രാസ്വാദനം കോൾമയിറേകി...

ഇക്കഴിഞ്ഞ ദിവസങ്ങളിൽ കുഞ്ഞു വെള്ളിത്തിരയിൽ 'നീലക്കുയിൽ, സിനിമ വീണ്ടും വീണ്ടും കണ്ടപ്പോൾ മാപ്പിളസാർ ഓർമ്മയായെത്തി. ശകുന്തളയുടെ ഇരുപതാം ശതകപ്പതിപ്പ് ആണല്ലോ നീലി.

നല്ലൊന്നാന്തരം പടം! സ്റ്റൈൽ!

തിരക്കഥയും സംഭാഷണവും നായരുട്ടി. ഗാനങ്ങൾ മേനോൻ കുഞ്ഞ്. സംഗീതം ധീവര യുവാവ്. നായകൻ നാടാർ ക്രിസ്ത്യാനിയും നായിക റോമൻ കത്തോലിക്കയും. വലയെറിയുന്ന മാപ്പിളയായി മേനോൻ. ചായയടിക്കുന്ന നായരായി ലത്തീൻ ക്രിസ്ത്യാനി. പാടുന്നത് മുസൽമാൻമാരും ക്രിസ്ത്യാനിനായർ പെണ്ണുങ്ങളും!

മുടിയുന്ന നായർ തറവാട്ടിലെ സുന്ദരിയായി സിനമേൽ ആദ്യമായി ഒരു തീയത്തി. (എന്റെ ഒരു ജാതിസ്പിരിറ്റേ!)

പടം പിടിച്ചത് ക്രിസ്ത്യാനി.

പടം പിടിപ്പിച്ചത് നായരീഴവ ഇരട്ട.

പടം പടച്ചത് മുസ്ലീം.

ജാതിഭേദം മതദ്വേഷം ഏതുമില്ലാതെ സർവരും സോദരത്വേന വാഴുന്ന മാതൃകാസിനമ ആകുന്ന നീലക്കുയിൽ. ശ്രീനാരായണധർമ്മ പരിപാലനത്തിനായി 'നമ്മടെ' രാമുവും കൂടെ ഭാസ്കരനും കൂടി ഉണ്ടാക്കിയ തനി മലയാള ചിത്രം. 'മതമേതായാലും മനുഷ്യൻ നന്നായാൽ മതി' എന്ന ഗുരുദേവ സന്ദേശമാണ് നീലക്കുയിൽ നല്കുന്നത്. സന്ദേശവാഹകൻ പോസ്റ്റ്മാൻ ശങ്കരൻനായർ, മാനവമഹത്ത്വത്തിന്റെ ശ്രീനാരായണതത്ത്വത്തിന്റെ ആകാര മിഴിവ് ആകുന്നു....

'മുകളിൽ മദ്ധ്യകേരളത്തിലെ വിശാലമായ നീലാകാശം... താഴെ കണ്ണെത്താതെ നീണ്ടു കിടക്കുന്ന കന്നിവയലുകൾ– അവയ്ക്കിടയിലൂടെ പ്രവഹിച്ചു കൊണ്ടിരിക്കുന്ന കുറെ മനുഷ്യജീവിതങ്ങൾ. വൈവിദ്ധ്യങ്ങളും വൈരുദ്ധ്യങ്ങളും നിറഞ്ഞ അവരുടെ ജീവിതത്തിൽനിന്ന് നെയ്തെടുത്ത കഥയാണ് 'നീലക്കുയിൽ'. നമ്പൂരിയും നായരും മാരാരും പുലയനും മാപ്പിളയും ക്രിസ്ത്യാനിയുമൊക്കെ ജാതിസ്വരൂപങ്ങളായി നിരക്കുന്ന ഉറൂബിന്റെ കഥാപാത്രങ്ങളിൽ

ശ്രീനാരായണസന്ദേശവാഹകനായ പോസ്റ്റുമാനെ ശങ്കരനെ നായരാക്കിയത് എന്തിന്? (എന്റെ ഒരു സ്പിരിറ്റ്, വീണ്ടും!)

നായർ തറവാട്ടിൽ അകത്ത് കയറി രോഗിണിയെ ശുശ്രൂഷിക്കാനും ചരമവേളയിൽ രാമായണം വായിക്കാനും മണ്ഡപമേറിനിന്ന് കല്യാണം നടത്തിക്കൊടുക്കാനും സ്കൂൾ മാസ്റ്ററെയും നാട്ടാരെയും ഉദ്ബോധിപ്പിക്കാനും നായരാവണം ശങ്കരൻ. പോരെങ്കിൽ ഭാസ്കരൻമാഷിന് കേറി അഭിനയിക്കേണ്ടിയും വന്നപ്പോൾ...

ഇരുപത്തേഴുകാരനായ മെലിഞ്ഞുനീണ്ട രാമുവിന് നായകനായി അഭിനയിക്കാൻ മോഹമുണ്ടായിരുന്നത്രെ. എന്തോ, ഭാസ്കരനും വിൻസെന്റും ഉറൂബും ആ മോഹം തല്ലിക്കെടുത്തി—നാല്പത്തിരണ്ടുകാരനായ കറുത്തു കുറുകിയ നാടാരെ പട്ടുകുപ്പായക്കാരനാക്കി.

(ആ മോഹഭംഗം തീർക്കാനാവാം രാമു പിന്നീട് ഡി.എം. പൊറ്റക്കാടിന്റെ 'രമണനി'ൽ ചന്ദ്രികയെ കെട്ടാൻവന്ന മണവാളനായി അഭിനയിച്ചു തകർത്തത്!)

പക്ഷേ, പോസ്റ്റുമാനായി അഭിനയിക്കേണ്ടിയിരുന്നത് പി.ജെ. ആന്റണിയാണ്. ഇപ്പോഴും തോന്നുന്നു, ആ വേഷം ചെയ്യേണ്ടിയിരുന്നത് ആന്റണിയാണ്.

പടം പിടിത്തത്തിന്റെ തലേന്നാൾ ആ നല്ലവൻ കമ്പിയടിച്ചറിയിച്ചു. എനിക്ക് നാടകമുണ്ട്. സിനിമാക്കളിക്കില്ല.

അങ്ങനാണ് പാവം ഭാസ്കരൻ മാഷിന് പോസ്റ്റ്മാന്റെ തലപ്പാവ് കെട്ടേണ്ടിവന്നത്.

പി.ജെ. ആന്റണി അന്ന് പരമസുന്ദരൻ. ചെറുപ്പം. ഇരുപത്തെട്ടുവയസ്സേയുള്ളൂ. ശകലം പൂച്ചക്കണ്ണുണ്ടെന്നൊരു കുറ്റം മാത്രം. ഭാവോജ്ജ്വലമായ മുഖത്ത് ഒരു കാക്കപ്പുള്ളി പോലുമില്ല.('ഭാർഗ്ഗവീനിലയ'ത്തിലെ പൂച്ചക്കണ്ണൻ എം.എൻ. പേടിപ്പിച്ചുകളഞ്ഞില്ലേ?)

സത്യനെക്കാൾ പതിമൂന്ന് വയസ്സിനും തിക്കുറിശ്ശിയെക്കാൾ എട്ടുവയസ്സിനും കൊട്ടാരക്കരയെക്കാൾ നാലുവയസ്സിനും ഇളയവനും പ്രേംസീറിനെക്കാൾ വെറും മൂന്നുവയസ്സിനു മൂത്തവനുമായിരുന്നു പി.ജെ. ആന്റണി.

നീലക്കുയിൽ ആന്റണി അഭിനയിച്ചിരുന്നെങ്കിൽ... എങ്കിൽ അദ്ദേഹത്തിന്റെ ജീവിതവും മലയാള സിനിമയുടെ ചരിത്രവും മറ്റൊന്നാകുമായിരുന്നില്ലേ? മുപ്പത്തിരണ്ട് വയസ്സായപ്പോൾ 'രണ്ടിടങ്ങഴി'യിൽ കോരനാവാനും നാല്പതടുക്കാറായപ്പോൾ 'ഭാർഗ്ഗവീനിലയ'ത്തിൽ

എം.എൻ. ആവാനമല്ലേ തോന്നിയുള്ളൂ.

നാല്പത്തെട്ടാം വയസ്സിൽ 'നിർമ്മാല്യ'ത്തിൽ വെളിച്ചപ്പാടാകും വരെയുള്ള ഏതാണ്ട് പത്തുവർഷമായി ആന്റണിയുടെ യഥാർത്ഥ ചലച്ചിത്രജീവിതം. 79 മാർച്ചിൽ മരിക്കുമ്പോൾ അമ്പത്തിനാല് വയസ്സ് മാത്രം.

(രാമു കാര്യാട്ട് മരിക്കുമ്പോൾ 52 വയസ്സ്. കൊട്ടാരക്കര ശ്രീധരൻനായർ 65 വയസ്സിലും പ്രേംനസീർ 61 വയസ്സിലും സത്യൻ 59 വയസ്സിലും അന്തരിച്ചു.)

ആന്റണിയാശാന്റെ വേർപാടിനുശേഷം ഒരിക്കൽ മറ്റെന്തൊക്കെയോ പറഞ്ഞുരസിക്കുന്നതിനിടയിൽ ശ്രീമതി റോസി തോമസിനോട് ഞാൻ പറഞ്ഞു. 'ഇവൻ എന്റെ പ്രിയ സീജെ' സിനിമയാക്കണമെന്ന് ഞാൻ പലരോടും പറയുന്നുണ്ട്.

റോസിടീച്ചർ പറഞ്ഞു: അതും ക്രൈം നാടകവും സിനിമ പിടിക്കണമെന്നും പറഞ്ഞ് ആ കെ.ജി ജോർജ് വന്നിരുന്നു. എനിക്കൊരു ചെറിയ അഡ്വാൻസും തന്നിട്ട് പോയി. പിന്നെ വിവരമില്ല.

ഞാനറിയിച്ചു: അപ്പനും അമ്മയുമായിട്ട് നസീറും ഷീലയും അഭിനയിക്കട്ടെ. പോൾസാറും മിസ്സിസ്സുമായിട്ട്.

നസീറിനെയും ഷീലയെയും കാൾ സുന്ദരനും സുന്ദരിയുമാണ് എന്റെ അപ്പനും അമ്മച്ചിയും!

ഞാൻ ചിരിച്ചു: റോസിയും സി.ജെയുമായിട്ട് ആരെ വേണം?

റോസി തോമസ് കളിചിരി നിറുത്തി ഗൗരവം കൊണ്ടു: സീജെ ഒരുസുന്ദരക്കുട്ടപ്പനാകരുത്. ആത്മസൗന്ദര്യത്തിന്റെ ഉടമയാണ് സീജെ. ആൻ ഇന്റലക്ച്വൽ കാരക്ടർ. ആദ്യ കാലത്ത് ആന്റണിക്ക് കഴിയുമായിരുന്നു. പി.ജെ. ആന്റണിക്ക്. ഞാൻ ചുമ്മാ അങ്ങനെ വിചാരിച്ചിട്ടുണ്ട്.

ആത്മസൗന്ദര്യം തികഞ്ഞ ഭാവഗാംഭീര്യം നിറഞ്ഞ കഥാപാത്രങ്ങൾക്ക് ജീവൻ പകരാൻ ആന്റണികൾ ഇല്ലാതായല്ലോ നമുക്ക്. 28-ാം ചരമവാർഷികം ആഘോഷിക്കുമ്പോഴും ആ നഷ്ടം ഓർമ്മയിൽ നില്ക്കട്ടെ...

•

നിറം പിടിപ്പിക്കാത്ത നേരുകൾ

ചാണക്യന്റെ 'അർത്ഥശാസ്ത്രം' വ്യാസന്റെ 'മഹാഭാരതം'ടോൾസ്റ്റോയിയുടെ 'യുദ്ധവും സമാധാനവും' മാർക്സിന്റെ 'മൂലധനം' ഡാന്റെയുടെ 'ഡിവൈൻ കോമഡി' ഇവയ്ക്കെല്ലാം പൂർണ്ണപരിഭാഷ ഉണ്ടായ ആദ്യഭാരതീയ ഭാഷയാണ്മലയാളം എന്ന് നമ്മൾ പൊങ്ങച്ചം കൊള്ളാറുണ്ട്. സംഗതി സത്യമാണ്. പരിഭാഷയോട് ഇത്രയും പരാക്രമം കാണിച്ച മറ്റൊരുസമൂഹമുണ്ടാവില്ല. ഇന്നോളം ഭാഷയിലു ണ്ടായ ഗൗരവപ്പെട്ട കൃതികളിൽ പാതിയോളം പരിഭാഷകൾ അല്ലേ? മലയാളിയുടെവായനയെ വളർത്തുകയും മലയാളത്തെ ഉയർത്തുകയും ചെയ്ത പരിഭാഷാകൃതികളെ രണ്ടുകൈയും നീട്ടി കൊള്ളുകയും,പക്ഷേ, പരിഭാഷകരെ രണ്ടാംകിടയിലേക്ക് തള്ളുകയും ചെയ്തു നമ്മൾ.

കുഞ്ഞിക്കുട്ടനെ കേരളവ്യാസനായും നാരായണനെ കേരള വാല്മീകിയായും കേരളവർമ്മയെ കേരള കാളിദാസനായും ചുമ്മാ മുദ്രകുത്തി. കാലം മാറിയപ്പോൾ ആ പേരിടീൽ അങ്ങു നിലച്ചു, ഭാഗ്യം. ഇല്ലെങ്കിൽ എന്തൊരു ബോറായിപ്പോയേനെ. ഇടപ്പള്ളി കരുണാകരമേനോനെ കേരളാടോൾസ്റ്റോയി എന്നും എൻ. കെ. ദാമോദരനെ കേരളാ ദസ്തേവ്സ്കി എന്നും പ്രൊഫ. കിളിമാനൂർ രമാകാന്തനെ കേരളാ ദാന്തെ എന്നും വിളിക്കാൻ തുടങ്ങിയിരുന്നെങ്കിൽ... എവിടെത്തുമായിരുന്നിപ്പോൾ...

എന്നാൽ അന്നുമെന്നും തർജ്ജമക്കാരനെ വെറും കൂലിയെഴുത്തുകാരനായി കണ്ടു സകലരും. പ്രസാധകരും പ്രസിദ്ധീകരണങ്ങളും. ഒപ്പം സർക്കാരുകളും സർക്കാർവക അക്കാദമികളും. താളുകളുടെ എണ്ണം കണക്കാക്കി തച്ച് നിശ്ചയിച്ച് പകർപ്പവകാശം കവർന്നെടുത്തു അവരെല്ലാം.

കേന്ദ്ര-കേരള സാഹിത്യ അക്കാദമികൾ പരിഭാഷയ്ക്കുകൂടി

അവാർഡ് കൊടുക്കുന്നിണ്ടിപ്പോൾ. 'ഞങ്ങളെന്താ കൊച്ചീരാജാവിന്റെ പ്രജകളോ?' എന്ന് തിരുവിതാംകൂറുകാർ ദണ്ഡംകൊണ്ട് ചോദിക്കുമായിരുന്നു പണ്ട്. രണ്ടാംകുടി മക്കളോട് വേറുകൃത്യം കാട്ടുമ്പോലെ ചില പെരുമാറ്റങ്ങൾ ഉണ്ടാകുമ്പോൾ. പരിഭാഷയ്ക്കുള്ള അവാർഡ്—പ്രഖ്യാപനവും 'ദാന'വും പര്യമ്പുറത്തെ സദ്യപോലെ ആകുന്നു. ഒറിജിനൽസാഹിത്യം സൃഷ്ടിക്കുന്നവർ ബ്രാഹ്മണർ. അവർക്കത്രെ ഒന്നാംപന്തിയിൽ വിളമ്പൽ. തൊട്ടുതീണ്ടിക്കൂടാ. പിന്നീട് വിളിച്ചുചൊല്ലും. ചടങ്ങും വെവ്വേറെ. തുകയും കുറെ കുറയും...

എന്നാലും രവിവർമ്മ, നിലീന അബ്രഹാം, പി. മാധവൻപിള്ള, കിളിമാനൂർ രമാകാന്തൻ, പുതുശ്ശേരി രാമചന്ദ്രൻ എന്നിവർക്ക് കേന്ദ്രസാഹിത്യ പുരസ്കാരം കൈവന്നപ്പോൾ എനിക്ക് വലിയ സന്തോഷം തോന്നി. എന്റെ വായനയെ നിറം പിടിപ്പിച്ചവരിൽ അവരും ഉൾപ്പെടുമല്ലോ.

'ഒറിജിനൽ' അല്ലാത്ത ഒത്തിരിപ്പേരുണ്ട് വായനയെ ഹരം പിടിപ്പിച്ചവർ. ഇടയ്ക്ക് അവർ മാത്രമായി ആശ്വാസം. തനിമലയാളകൃതികൾ മാറ്റിവച്ചിട്ട് മലയാളത്തിലൂടെ കിട്ടിയ റഷ്യൻ ഫ്രഞ്ച് ജർമ്മൻ കൃതികൾ തപ്പിപ്പോയി. ഒപ്പം മലയാളഭാഷയിലൂടെ വന്ന ബംഗാളി കന്നട ഹിന്ദികളും.

തർജ്ജമ നന്നല്ല, ശൈലി മോശം. എങ്കിലും ആനി തയ്യിലിന്റെ'മോണ്ടി ക്രിസ്റ്റോ'യും 'മൂന്നു പോരാളികളും' ഉറക്കമിളച്ച് വായിച്ചുപലവട്ടം. പുത്തൻ കാവന്റെ കവിതയല്ല. 'ടാർസൻ' തർജ്ജമ ആണ് എന്നെ രസിപ്പിച്ചത്. അറബിക്കഥകൾ, വിക്രമാദിത്യൻ കഥകൾ, മദനകാമരാജൻ കഥകൾ ഒക്കെ ആര് ഭാഷയാക്കിയതാണോ അന്ന് വായിച്ച് മതിമറന്നത്! എം. അച്യുതനും സി. മാധവൻപിള്ളയും പിന്നീടല്ലേ അതൊക്കെ ആഖ്യാനം ചെയ്തത്? പി.സി. ദേവസ്യ 'കഥാസരിത് സാഗരം' മലയാളത്തിൽ തന്നതും എത്രയോ കഴിഞ്ഞ്.

മലയാളത്തിലെ ആദ്യത്തെ പ്രീ-പബ്ലിക്കേഷൻ വില്പന'യുദ്ധവും സമാധാനവു'മായിരുന്നു. ടോൾസ്റ്റോയിയുടെ ബൃഹത്തോവലിന്റെ പരിഭാഷ. ഇടപ്പള്ളി കരുണാകരമേനോൻ ചെയ്തത്. രണ്ടുവാല്യം മുഖവില 18 രൂപ, സൗജന്യവില 12 രൂപ.

കഥപ്പുസ്തകം കളിതമാശയല്ല എന്ന തിരിച്ചറിവ് തന്നത് 'യുദ്ധവും സമാധാനവും' വായനയാണ്. പതിനെഞ്ചാം വയസ്സിൽ.പിന്നീടാണ് 'പാവങ്ങൾ' കൈയിൽ കിട്ടിയത്. കുത്തിയിരുന്ന് വായിച്ചു. വർഷങ്ങൾ പോകെ ഇടയ്ക്കിടെ വായിച്ചു.

ഇംഗ്ലീഷ് വായിക്കാറായില്ലന്ന്. മലയാളം മാത്രം. ഗോർക്കിയും ദസ്തയെവ്സ്കിയും സോളയും മോപ്പസാങ്ങും ചെഖോവുമൊക്കെ തർജ്ജമകളായി വന്നു. ഏറ്റുമാന്നൂർ ഗോപാലൻനായരും പിന്നീട് എം.എൻ ഗോവിന്ദൻനായരും (കോട്ടയം) പരിഭാഷ ചെയ്ത 'അമ്മ', എൻ.കെ ദാമോദരൻ തന്ന 'നന്ദിതരും പീഡിതരും' 'കാരമസോവ് സഹോദരൻമാർ' 'ഇഡിയറ്റ്' 'മരിച്ചവീട്' 'ഭ്രാതാവിഷ്ടർ'; മാത്യുലൂക്ക് തർജ്ജമ ചെയ്ത 'വുതറിങ് ഹൈറ്റ്സ്' 'ഡോൺ ശാന്തമായൊഴുകുന്നു"കിഴവൻ ഗോറിയോ'; ടി.എൻ. കൃഷ്ണപിള്ള മൊഴിമാറ്റിയ'നാന' 'കളങ്കം'; മുട്ടത്ത് വർക്കി പരിഭാഷപ്പെടുത്തിയ 'ഡോക്ടർ ഷിവാഗോ.'

കോളജുകാലത്ത് അല്പസ്വല്പം ഇംഗ്ലീഷ് വായിച്ചുതുടങ്ങി. പക്ഷേ, തർജ്ജമകൾ ഉപേക്ഷിച്ചില്ല. വാരികകളിൽ തുടരാനായി വന്ന യശ്പാലിന്റെ 'നിറപിടിപ്പിച്ച നുണകൾ' വിമൽമിത്രയുടെ 'വിലയ്ക്കു വാങ്ങാം' 'ബീഗം മേരി വിശ്വാസ്'"പ്രഭുക്കളും ഭൃത്യരും' ആശാപൂർണ്ണാദേവിയുടെ 'പ്രഥമ പ്രതിശ്രുതി' 'സുവർണലത' 'ബകുളിന്റെ കഥ' എന്നീ ബംഗാൾ നോവൽ തർജ്ജമകൾ മനസ്സ് നിറച്ചു. (ജനയുഗം വാരികയിൽ 'വിലയ്ക്കു വാങ്ങാം' വന്നു കൊണ്ടിരുന്നപ്പോൾ, ആർട്ടിസ്റ്റ് ഗോപാലന്റെ ചിത്രീകരണങ്ങൾ വായനക്കാരെ രോമാഞ്ചം കൊള്ളിച്ചു. ഗോപാലൻ വരച്ച ലക്ഷ്മിയേടത്തിയേയും സതിയെയും ചെറുപ്പക്കാർ ഒന്നടങ്കം പ്രേമിച്ചുപോയി. എന്തൊരിഷ്ടത്തോടെയാണ് ഞാൻ ഗോപാലനെ പരിചയപ്പെട്ടത്. ആ സൗഹൃദം മുറിഞ്ഞുപോയി. ഗോപാനെപ്പറ്റി ഒരു വിവരവുമില്ല.)

ബംഗാളി നോവൽ തർജ്ജമകൾ പണ്ടേ ഞാൻ കുടുങ്ങിപ്പോയിരുന്നു. ബങ്കീം ചന്ദ്രനും ശരച്ചന്ദ്രനും രവീന്ദ്രനാഥനുംപൂജാവിഗ്രഹങ്ങൾ. എൽ.എം. തോമസ് തർജ്ജമ ചെയ്ത'ഗീതാഞ്ജലി' കാണാപ്പാഠമായിരുന്നു. വാലത്തിന്റെയും ബഷീറിന്റെയും പൊൻകുന്നം വർക്കിയുടെയും ഗദ്യകവിതകളും തോമസിന്റെ ഗീതാഞ്ജലിയും കൊണ്ട് അന്ത്യാക്ഷരി കളിച്ചു.

ശരച്ചന്ദ്ര തർജ്ജമകളും ശാകുന്തള തർജ്ജമകളും ശേഖരിക്കുന്നതായി ഹോബി...

അഭയദേവ്, ദിവാകരൻപോറ്റി, പി.എ. വാരിയർ, എൻ.കെദാമോദരൻ, മാത്യുലൂക്ക് എന്നിവരോടൊപ്പം കുഞ്ഞികൃഷ്ണമേനോൻ, ഒ.പി. ജോസഫ്, ബാലമോഹൻതമ്പി, എ.എൻ,നമ്പ്യാർ എന്നിവരും എനിക്ക് ആദരണീയരായി. സി.ജെ. തോമസ്,കോവൂർ, ടി.എൻ., രാമചന്ദ്രൻനായർ തുടങ്ങിയ ഇസ്ബൻ പരിഭാഷകരും പ്രിയപ്പെട്ടവർ.

എം.എൻ. സത്യാർത്ഥിയെ ഒരിക്കൽ ഒന്നു കണ്ടിട്ടേയുള്ളൂ.

രവിവർമ്മയെ ഏറെ അടുക്കാനവസരമുണ്ടായി. നന്മയുടെ സത്യരൂപം. ലാളിത്യത്തിന്റെ ഭാവഭംഗി. വർമ്മാജിയുടെ പ്രതിബദ്ധത ഒന്നുകൊണ്ടല്ലേ വിഭൂതിഭൂഷണനും താരാശങ്കറും മണിശങ്കറും സാവിത്രിറോയിയും വനഫൂലും ഗജേന്ദ്രകുമാറും പ്രബോധകുമാറും ഒക്കെ എനിക്ക് ബന്ധുക്കളായത്, ആത്മമിത്രങ്ങളായത്!

പി. മാധവൻപിള്ളയെ പണ്ടേ അറിയാം. എങ്ങനെയോ, അങ്ങിഷ്ടമായി. 'യയാതി' തന്നതിനുമാത്രം തീരാത്ത കടപ്പാട്.

നിലീനയും വി.ഡി.കെയും സഹപ്രവർത്തകരായി വന്നത് യാദൃച്ഛിക നിയോഗം. നിലീന ഞങ്ങൾക്കൊക്കെ ദീദിയായിരുന്നു. നല്ല അധ്യാപിക. അവർ സജീവമാക്കിയ മഹാരാജാസിലെ ബംഗാളിവകുപ്പ് ഇന്ന് മൃതിയടഞ്ഞു. ഔദ്യോഗിക ബഹുമതി ഒന്നും കൂടാതെ ബംഗാളി വകുപ്പിന്റെ സംസ്കാരവുംകഴിഞ്ഞു.

വി.ഡി. കൃഷ്ണൻനമ്പ്യാർ ആയിരത്തിലേറെ കഥകളാണ് മലയാളത്തിലാക്കിയത്. തർജ്ജമയെ സർഗ്ഗക്രിയയാക്കി നമ്പ്യാരും. പ്രിയസ്നേഹിതൻ...

പരിഭാഷകരുടെ ആത്മസമർപ്പണത്തെപ്പറ്റി പലപ്പോഴും ഓർക്കും. ആ നല്ലവർക്ക് നമ്മൾ എന്ത് കൊടുത്തു? അഞ്ഞൂറോ ആയിരമോ കൊടുത്ത് ആ രചനകൾ വിലയ്ക്കെടുത്തു. സംഘം പോലും കരുണാകരമേനോനും എൻ.കെ. ദാമോദരനും ദിവാകരൻ പോറ്റിക്കും അഭയദേവിനും മാത്യൂലൂക്കിനും മറ്റും എന്ത് കൊടുത്തു? വെറും കടലാസു വില! അവരുടെ അധ്വാനഫലം കൂടി കൂട്ടിയെടുത്ത് ഒറിജിനൽ റൈറ്ററന്മാർ മുപ്പത് ശതമാനം റോയൽറ്റി വാങ്ങി!

'സത്യവേദപുസ്തകം' പരിഭാഷപ്പെടുത്തിയത് ആരോ? 'കമ്മ്യൂണിസ്റ്റ് മാനിഫെസ്റ്റോ' യുടെ പരിഭാഷകനും ആരോ? ഗാന്ധിയെയും നെഹ്റുവിനെയും രാജേന്ദ്രപ്രസാദിനെയും മൗലാന ആസാദിനെയും മറ്റും നമുക്ക് തർജ്ജമ ചെയ്തു തന്നതാര്? വാസുനമ്പീശനെയും കുഞ്ഞുപ്പയെയും പാറുക്കുട്ടിയമ്മയെയും 'മാതൃഭൂമി' അടക്കം ചെയ്തു കഴിഞ്ഞിട്ടേറെ നാളായല്ലോ—

വാസുനമ്പീശൻ പരിഭാഷപ്പെടുത്തിയ 'എന്റെ സത്യാന്വേഷണ പരീക്ഷകൾ' കണ്ടുകിട്ടാനില്ല. എന്നാലും ഗാന്ധിജിയുടെ 'ആത്മകഥ' തന്നെ മലയാളത്തിലെ ബെസ്റ്റ് സെല്ലർ. പത്തുവർഷത്തിനുള്ളിൽ 4,70,000 പ്രതിവിറ്റു. തർജ്ജമ ജോർജ് ഇരുമ്പയം.

പരിഭാഷാപ്രിയം നിറഞ്ഞുതുളുമ്പിയതാണ് എന്റെ നാലഞ്ച് കൊച്ചുമൊഴിമാറ്റങ്ങൾ. വായനയിൽ എന്നെ പിടിച്ചെടുത്ത ചില

ചെറിയ കൃതികൾ മലയാളത്തിൽ കൊണ്ടുവരണം എന്ന് തോന്നി. ടോൾസ്റ്റോയിയുടെ 'ഫാദർ സെർജിയസ്'' വായിച്ചു തീർന്ന മുറയ്ക്ക് തർജ്ജമ ചെയ്തു. പിന്നെ ചെയ്തത് ഒരു വാമ്പയർസ്റ്റോറി. ഷെരിഡൻ ലി ഫാനുവിന്റെ 'കാർമില'. രാത്രിയിൽ ഒറ്റയ്ക്കിരുന്നു വായിച്ച് പേടിച്ചു. 'ഡ്രാക്കുള' എഴുതാൻ ബ്രാംസ്റ്റോക്കറെ പ്രചോദിപ്പിച്ച കഥ. ഞാൻ തർജ്ജമ ചെയ്തു. (പിന്നീട് ലുഷന്റെ 'ഭ്രാന്തന്റെ ഡയറി', ശരച്ചന്ദ്രന്റെ 'ദേവദാസ്'', കോമൾസ്വാമിനാഥന്റെ 'തണ്ണീർ തണ്ണീർ' എന്നിവയും ഭാഷയിലാക്കി.)

'കാർമില'യും കൊണ്ട് 'ദീപിക' ആഴ്ചപ്പതിപ്പിന്റെ ആപ്പീസിലെത്തി. ചീഫ് എഡിറ്റർ പി. ഭാസ്കരൻ.

ഭാസ്കരൻ മാഷെ ആദ്യമായി കാണുകയാണ്. നേരിട്ടു പരിചയമില്ല. എങ്കിലും എന്നെ വലിയ വാത്സല്യത്തോടെ സ്വീകരിച്ചു.

'കാർമില' ഭീകരകഥയാണെന്നും മൂന്നാല് പ്രാവശ്യം യൂറോപ്പിൽ സിനിമയിട്ടുണ്ടെന്നും ഞാൻ പറഞ്ഞു. ഭാസ്കരൻമാഷിന് അതറിയാം.

വാമ്പയറുകളെ ഇല്ലാതാക്കുന്നതിൽ കുരിശിന് പ്രധാന പങ്കുണ്ടെന്നും 'കാർമില' ദീപികയ്ക്കു പറ്റിയ കഥയാണെന്നും ഞാൻ വിശദീകരിച്ചു.

ഭാസ്കരൻമാഷ് ചിരിച്ചു. എന്നിട്ട് ചോദിച്ചു: 'പ്രതിഫലം എത്രയാ പ്രതീക്ഷിക്കുന്നെ?'

ഞാനാരാഞ്ഞു: 'ഒരു ചെറുകഥയ്ക്ക് എന്താ കൊടുക്കുന്നെ?'

'നൂറു രൂപ.'

'ഇത് പന്ത്രണ്ട് ലക്കത്തിനുണ്ട്. എനിക്ക് ഇരുനൂറ് രൂപ വച്ചു തരണം.' ഭാസ്കരൻമാഷ്ക്ക് എന്റെ യുക്തി ബോധ്യപ്പെട്ടില്ല.

ഞാൻ പറഞ്ഞു: 'കഥ എഴുതാൻ ഒരു ഭാഷ അറിഞ്ഞാൽ മതി. പരിഭാഷകന് രണ്ടുഭാഷ നന്നായറിയണം. എനിക്ക് ഇരട്ടി പ്രതിഫലം തരണം!'

ഭാസ്കരൻമാഷ് എനിക്ക് രണ്ടായിരത്തി നാന്നൂറ് രൂപയുടെ ചെക്ക് തന്നു!.

പി, ഭാസ്കരന് എന്റെ സ്നേഹം, ആദരവ്...

●

‘കാറ്റാടിത്തണലും... പ്രണയക്കളിരും’

അഞ്ചരയണ. പിന്നീട് അൻപത്തിയഞ്ച് പൈസ. അത് മതിയായിരുന്നു ‘സ്റ്റാറി’ലും ‘രാജ്മഹാളി’ലും മറ്റും കയറിക്കിടന്ന് പുണ്യപുരാതനപടങ്ങൾ കൺകുളിരെ കാണാൻ. വെള്ളിത്തിരയ്ക്ക് തൊട്ടടുത്ത് നല്ല നീളൻ ബെഞ്ച്. അതിനു പുറകിൽ കൈയില്ലാക്കസേര. ഏറ്റവും പുറകിൽ കൈയുള്ള, ചകിരിമെത്തയിട്ട കസേര. കൈയില്ലാക്കസേരകളിൽ കിടന്നു കാണാം രണ്ടാം കളി. ഉറങ്ങാൻ പറ്റില്ല. ഇടയ്ക്കിടെ ചാടിയെണീറ്റ് തറയിൽ കുത്തിയിരുന്ന് തീപ്പെട്ടിയുരയ്ക്കണം. മൂട്ടകളെ ഉയിരോടെ എരിച്ചുകളയുക തീരാപ്പകയോടെയാണ്. മൂട്ടശ്ശവം കത്തുന്ന സൗരഭ്യത്തോടെയത്രെ വിൻസന്റിന്റെയും രാമുവിന്റെയും സേതുമാധവന്റെയും ദൃശ്യസൗന്ദര്യങ്ങളെ കൺനിറയെ ആസ്വദിച്ചു കിടന്നത്. അതന്തക്കാലം...

മുഴുകൗമാരപ്രണയാതുരതയിലാണ് ‘കവിത’യിൽ ‘ക്ലാസ്മേറ്റ്സ്’ കാണാൻ പോയത്. നാലു തവണ പോയി. വൃദ്ധമിഥുനങ്ങളുടെ ആവേശത്തിരക്ക് കണ്ടുഭയന്ന് തിരിഞ്ഞോടി. നാൽപത് രൂപ ടിക്കറ്റ് കരിഞ്ചന്തയിൽ നൂറുരൂപ! സിഡി ലൈബ്രറികളിലെ വ്യാജനെയെല്ലാം ഋഷിരാജസിംഹൻ ചാക്കിൽ കെട്ടി കൊണ്ടുപോകയും ചെയ്തു. അല്ലേൽ പത്തുരൂപയ്ക്ക് കുടുംബ സമേതം കാണാമായിരുന്നു.

ഒരു പടം ഒറ്റയ്ക്കു കാണാൻ തന്നെ ഒരു നൂറുരൂപയിലേറെ വേണം. കൊട്ടകപ്പോക്ക് ഏതാണ്ടില്ലാതായതങ്ങനെ. എന്നാലും വാവിനും ചങ്ക്റാന്തിക്കുമൊക്കെ ഒളിച്ചും പാത്തും ഉച്ചപ്പടങ്ങൾ, അവാർഡു ചിത്രങ്ങൾക്ക് പോകും. കലയുടെ മടുപ്പുമാറ്റാൻ. പിന്നെ അവ്യാജ സിഡികൾ വാടകയ്ക്കെടുത്ത് സൗകര്യം പോലെ വീട്ടിൽ കിടന്ന് സെക്കൻഡ്ഷോയായി കാണും —പൊതിയുന്ന കൊതുകുകളെ

മൂട്ടകളായി സങ്കല്പിച്ച്, ഭൂതകാലം അയവിറക്കിയാനന്ദിച്ച്..

അഞ്ചാം പ്രാവശ്യം 'ക്ലാസ്മേറ്റ്സി'ന് ടിക്കറ്റ് കിട്ടി. ഏലിനേഷൻ തിയറി ഒന്നും അപ്ലൈചെയ്യാതെ മതിമറന്നിരുന്നു കണ്ടു. എയ്ഡ്സിനെക്കാൾ പേടിക്കേണ്ട പകർച്ചവ്യാധിയാണ്നൊസ്റ്റാൾജിയ എന്നനുഭവിച്ചറിഞ്ഞു. 'നല്ല നാളെ'യിലല്ല. 'നല്ല ഇന്നലെ'യിലാണ് കേരളം. ബലികുടീരങ്ങളല്ല, മാവേലിനാടുവാണിടും കാലമാകുന്ന വർത്തമാനകാലത്തിന്റെ അവതരണഗാനം!

'ക്ലാസ്മേറ്റ്സ്'' ആദ്യാവസാനം പടം പിടിച്ചത് എന്റെ കോളജിലാണ്. കോട്ടയം സി.എം.എസ്. കോളജിൽ. ഇത്ര മനോഹരമായ ഒരു കാമ്പസ് ഭൂമി മലയാളത്തിൽ വേറെയില്ല! ആ കാമ്പസാകുന്ന എന്റെ ഓമനത്തത്തിനു മുലയൂട്ടിയത്–

–ഓടക്കുഴലൂതി ഇളകിയാടുന്ന ചൂളമരച്ചില്ലകളിൽ പറന്നു കളിക്കുന്ന പച്ചപ്പനന്തത്തകൾ. നിറഞ്ഞ പുൽത്തകിടിയിൽ പിച്ചവച്ചു നടക്കുന്ന കവളങ്കാളിക്കിളികൾ.

–ദാവണിയിട്ട കൂട്ടുകാരികൾ, സുന്ദരികളുടെ തിളക്കമാർന്ന കണ്ണുകളിൽ തുളുമ്പിനിന്ന സൗഹൃദങ്ങളുടെ നനവുകൾ.

–ചങ്ങാതികൾക്കൊപ്പം കൂവിയാർത്തൊച്ചവച്ച കളിതമാശകളുടെ കോലാഹലം കൊണ്ട കുരുത്തക്കേടുകൾ, ഒരിക്കലും ഒടുങ്ങാത്ത ഓളങ്ങളുടെ ഒഴുക്കുകൾ.

–കോളജ് ചാപ്പലിന്റെ കരിങ്കൽപടവുകളിൽ കൊട്ടുകൈ കുത്തിക്കിടന്നുകണ്ട അക്കര ശ്മശാനമുകളിലെ വെളുത്ത വാവുകൾ.

–പണിതീരാസ്റ്റേഡിയത്തിലെ ഉച്ചമയക്കക്കിനാവുകളിൽ കടന്നുവന്ന ഒരായിരം പ്രണയമുഹൂർത്ത രോമാഞ്ചങ്ങൾ.

എല്ലാമെല്ലാം അതേ പടി രാജീവ് രവിയും സുരേഷും കൂടി ക്യാമറാക്കണ്ണുകളിൽ പകർന്നുതന്നിരിക്കുന്നു. ആൽബർട്ടും ലാൽജോസും കൂടി കരടറ്റ കഥപറച്ചിലിലൂടെ കരൾകോരി നിറച്ചിരിക്കുന്നു. കുട്ടൻ തമ്പുരാന്റെ കുട്ടൻ ശരച്ചന്ദ്രനും പോളാശാന്റെ ഇളയമകൻ അലക്സും കൂടി ശർക്കരപ്പന്തലിൽ തേന്മഴ പെയ്തൊഴുക്കിയിരിക്കുന്നു.

നന്ദിയുണ്ട് എല്ലാവർക്കും, സത്യം.

പക്ഷേ,

തീർത്താൽ തീരാത്ത നന്ദിയും കടപ്പാടും 'ഔതച്ച' നോടാണ്. ഈ കാമ്പസ്, ഈ പ്രിൻസിപ്പൽ ബംഗ്ലാവും കോളജ്ചാപ്പലും

ഗ്രേറ്റ് ഹാളും ക്ലാസ്സുറികളും സുന്ദരവരാന്തകളും,രണ്ടുനൂറ്റാണ്ടായി അതതേപടി ഇങ്ങനെ കാത്തുസൂക്ഷിച്ചതിന്. ഇന്ത്യയിലാദ്യമായി ഇംഗ്ലീഷ് വിദ്യാഭ്യാസം തുടങ്ങിയ 'ഗ്രാമർ സ്കൂൾ' (റൂം നമ്പർ 52) കേടുപാടില്ലാതെ സംരക്ഷിച്ചതിന്. കെ. ആർ. നാരായണൻ, ജോൺമത്തായി, കെ.എം, പണിക്കർ, കെ.പി.എസ്. മേനോൻ, ജോർജ് ജോസഫ് തുടങ്ങിയവരൊക്കെ ഗ്രാമർ സ്കൂളിലാണ് ഇംഗ്ലീഷ് പഠിച്ചത്. കെ.എം. മാത്യുവിന്റെയും ജോർജ് സുദർശന്റെയും കെ.ടി തോമസിന്റെയുംഅധ്യാപകനായിരുന്ന ഔതച്ചൻ. സി.ജെ. തോമസ്, അരവിന്ദൻ,ജോൺ എബ്രഹാം എന്നിവരുടേയും എം.എ. ജോൺ മുതൽ സുരേഷ് കുറുപ്പ് വരെയുള്ള ഞങ്ങൾ പതിനായിരങ്ങളുടെയും പ്രിയ പ്രിൻസിപ്പൽ... പ്രൊഫ. പി.സി. ജോസഫ്.

ജോസഫ് എന്ന ഇംഗ്ലീഷ് നാമത്തെക്കാൾ 'ഔത' എന്ന നാടൻ പേരിനോടായിരുന്നു അദ്ദേഹത്തിന് കൂടുതൽ മമത. കോളജ് വാധ്യാൻമാർ പാന്റുടുക്കുന്നത് അത്ര ഇഷ്ടമല്ലായിരുന്നു. വള്ളിച്ചെരുപ്പും ഒറ്റമുണ്ടും ജുബ്ബായുമായിരുന്ന പ്രിയം. കാൽചട്ട അലക്കിക്കിട്ടാത്തതിനാൽ ആർക്കും കാഷ്വൽ ലീവ് എടുക്കേണ്ടി വന്നില്ലക്കാലം.

കാൽനൂറ്റാണ്ടിലേറെക്കാലം സി എം എസ്. കോളജ് പ്രിൻസിപ്പലായി ഔതച്ചൻ വാണു. 'അപ്പോയിന്റ്' ചെയ്യാനും 'ഡിസപ്പോയിന്റ്' ചെയ്യാനും അധികാരമുള്ള മാനേജരുമായിരുന്നു അദ്ദേഹം. കൊള്ളാവുന്ന 'ആണ്'ങ്ങളെ അധ്യാപകരായി നിയമിച്ചു. പെണ്ണുങ്ങളെ ഈ പണിക്കു കൊള്ളില്ലെന്ന് ഉറപ്പിച്ചു. ജോലികൊടുത്താൽ തുടരെ പ്രസവാവധിയും കൊടുക്കണ്ടേ എന്ന ആശങ്ക.

പുരുഷവാധ്യാൻമാരെ പ്രിൻസിപ്പൽ പിള്ളാർക്ക് ഇട്ടുകൊടുത്തു! ആശാൻമാരെ മെരുക്കിയെടുക്കേണ്ടത് ശിഷ്യരുടെ പാട്. രണ്ടു കൊല്ലംകൊണ്ട് വാധ്യാർ ഇണപ്പെട്ടില്ലേൽ മാർച്ച് മുപ്പത്തൊന്നിനു പിരിച്ചുവിടപ്പെട്ടിരിക്കും തീർച്ച.

നാല്പത്തഞ്ചാണ്ടിനപ്പുറം സീയെമ്മസിലേക്ക് കോളജുകുമാരനായി ഞാൻ കേറിച്ചെല്ലുമ്പോൾ പത്തുറപത്ത് പ്രൊഫസർമാരുണ്ടവിടെ. പാന്റും ഷർട്ടുമണിയുന്നവർ അഞ്ചാറ്മാത്രം. റവ. ഡോ. ബാഗ്ഷോ, ഡോ. ജോർജ് തോമസ്, റവ. കെ.സി. മാത്യു, മേജർ. കെ.സി. ചാക്കോ. പ്രൊഫ. കെ. ഇ. സാമുവൽ, ഡോ. പി.ഇ.തോമസ് എന്നിവർ. 'രാവണൻ', 'ബസാനിയോ', 'കമ്പർ', 'മാൻഡ്രേക്ക്' എന്നെല്ലാം ഓമനപ്പേരിട്ട്കുമാരൻമാർ അവരെ ആദരപൂർവ്വം സ്നേഹിച്ചത് കാച്ചട്ടയിട്ടതുകൊണ്ടല്ല. മുണ്ടൻമാർക്കും നല്ല ഒന്നാന്തരം പ്രേമനാമങ്ങളുണ്ടായി.

വെള്ള ജൂബ്ബയും മുണ്ടും പുളിയിലക്കരയൻ നേര്യതുമായിഅമ്പത് വർഷം ഇംഗ്ലീഷ് പ്രൊഫസർ ആയി തിളങ്ങിയ 'ടി.ആർ' സ്വാമിക്ക് വിളിപ്പേര് വീണില്ല. എന്നാൽ സി.ഐ. രാമൻനായർ, വി.ആർ. പരമേശ്വരൻപിള്ള, അമ്പലപ്പുഴ രാമവർമ്മ തുടങ്ങിയവർക്കെല്ലാം നല്ല പേരുകൾ കിട്ടി. കാലഹരണപ്പെട്ട പഴയ ബൃഷ്ക്കോട്ടും ധരിച്ചുവന്നിരുന്ന ഹിസ്റ്ററി പ്രൊഫസർ 'പരേതൻ' എന്ന് വാഴ്ത്തപ്പെട്ടു. താടിമാഹാത്മ്യത്തിൽ പൊളിറ്റിക്സ് പ്രൊഫസർ 'ക്ലാവറച്ച'നായി വിശുദ്ധനാക്കപ്പെട്ടു.

നാമകരണകലയിൽ വിശിഷ്ട പ്രതിഭകളായിരുന്നു സീയെമ്മസ് സന്തതികളൊക്കെയും. നിഷ്കളങ്കമായ പരിഹാസത്തിന്റെ പൂവരിയലുകൾ പുലർച്ച തോറുമുണ്ടായി. വെണ്ണിലാസുന്ദരി ദീനാമ്മയുടെയും കൃഷ്ണേന്ദു സുന്ദരൻ പീലിപ്പോച്ചന്റെയും മകൾക്ക് കൂട്ടുകാരിട്ട പേര് 'പാൽകാപ്പി' എന്ന്!

കവി ഹൃദയങ്ങളായിരുന്നല്ലോ ഞങ്ങൾക്കെല്ലാം; ശിഷ്യദേവ് ഗുരുദേവുകൾക്കൊക്കെ.

പുതുപുത്തൻസാറൻമാരെ തിരിച്ചറിയുക വളരെ എളുപ്പം.മിന്നുന്ന മോഡേൺ ഷൂസുകളും പോസ്റ്റുമോഡൺ പാന്റ്സുമണിഞ്ഞ് അവർ വരും. (കൊഴുവല്ലൂർ എം.കെ. ചെറിയാൻ എന്ന മലയാളം സാർ ഫുൾസ്ലീവ് ഷർട്ടും ടൈയുമായി വന്നു! പക്ഷേ, ആ ഒരു ദിവസമേ വന്നുള്ളൂ: തിരുവിഴാ ജയശങ്കറിന്റെ പിൻമുറക്കാരല്ലോ ഞങ്ങൾ!) എന്നാൽ, രണ്ടാംവാരത്തിൽ കളിമാറും. കൊല്ലാനും തിന്നാനും അധികാരിയായ ഔതച്ചന്റെ നോട്ടവുംചിരിയും ഏറ്റുവാങ്ങി അവർ ചെരുപ്പും മുണ്ടും വാങ്ങുന്നു. ജി. ശങ്കരനാരായണയ്യരും എൻ. ഗോപാലകൃഷ്ണൻനായരും എസ്. കൃഷ്ണമൂർത്തിയും അങ്ങനെ പരിവർത്തനപ്പെട്ടു. നൈനാൻ കോശിസാർ ആദ്യംതന്നെ മുണ്ടുടുത്താണ് വന്നത്. ചേട്ടൻ ജോർജ് കോശിസാർ അനിയന് സീയെമ്മസ് തനിമ പറഞ്ഞുകൊടുത്തിരിക്കും!

(നാല്പത്തിമൂന്ന് വർഷത്തിനുശേഷം നൈനാൻകോശി സാറിനെ മഹാരാജാസ് ശതാബ്ദി ഹാളിൽ കണ്ട് ഞാൻ നമസ്കരിച്ചു)

ചോംസ്കിയെ കാണാൻ ചെന്നതാണ്. വേദിയിൽ ചോംസ്കിയും ഇടതുവലതുവശങ്ങളിൽ എം.എ. ബേബിയും പി. രാജീവും.

കണ്ണുനിറയെകണ്ട് ഞാനിറങ്ങിപ്പോന്നു.

എന്താ പോകുകാണോ? ആരോ ചോദിച്ചു.

ഞാൻ പറഞ്ഞു: 'അമേരിക്കൻ ചോംസ്കിയെയും കേരളാ ചോംസ്കിയെയും കൊച്ചി ചോംസ്കിയെയും കണ്ടു. തൃപ്തിയായി!'

അപ്പോഴാണ് നൈനാൻ കോശിസാറിനെ കണ്ടത്. ഞാൻ തൊഴുതുപറഞ്ഞു. സാറിന്റെ ആദ്യ വിദ്യാർത്ഥികളിലൊരുത്തൻ.

സാർ എന്റെ തോളിൽ തൊട്ടുപറഞ്ഞു: 'തന്നെ നല്ല ഓർമ്മയുണ്ട്!'

വേഷം കെട്ടലല്ല, നിറഞ്ഞ സ്നേഹവാത്സല്യമാണ് ഗുരുക്കൻമാർക്ക് വേണ്ടതെന്ന് എന്റെ ഓർമ്മയും ഉണർന്നു.

സാറൻമാരുടെ കൂട്ടത്തിൽ നാല് സാറികളുമുണ്ടായിരുന്നു ഞങ്ങളുടെ കാലത്ത്. മിസ് എലിയറ്റ്, മിസിസ് റേച്ചൽ തോമസ്, മിസ് മേരി, കെ.സി ജോർജിന്റെ പെങ്ങൾ അന്നമ്മ ചെറിയാൻ. മദാമ്മ ഫ്രോക്ക് ധരിച്ചു; മറ്റു മൂന്നു പേർ സാരിയും. റേച്ചൽ കൊച്ചമ്മയും മേരിക്കൊച്ചമ്മയും അന്നമ്മക്കൊച്ചമ്മയും ആയിരുന്നു അവർ ഞങ്ങൾക്ക്. 'മാഡം'. 'മിസ്'', 'ടീച്ചർ' പദങ്ങൾ സീയെമ്മസുകാർക്ക് അറിഞ്ഞുകൂടായിരുന്നു. സ്വന്തം കുട്ടികൾ 'കൊച്ചമ്മേ' എന്നു വിളിച്ചു കേൾക്കാൻ അവർ ഇഷ്ടപ്പെട്ടു. അമ്മയുടെ സ്നേഹം പകർന്നു തന്നു...

(ഔതച്ചനുശേഷം ഡോ. ജോർജ് തോമസ് എന്ന 'രാവണൻ' പ്രിൻസിപ്പലായി. ഞാൻ എം.എ ജയിച്ച് അല്പസ്വല്പം ജാഡയിൽ പബ്ലിക് ലൈബ്രറിയിൽ ചെന്നപ്പോൾ സാർ ഉണ്ട് അവിടെ. ഞാൻ തൊഴുതു പറഞ്ഞു: 'എം.എ കഴിഞ്ഞു. ഒന്നാം ക്ലാസ്സുണ്ട്. സീയെമ്മസിൽ എനിക്ക് ജോലി തരുമോ, സാർ?'

അദ്ദേഹം രണ്ടുമിനിട്ട് എന്നെ കൺതുറന്ന് നോക്കിനിന്നു. എന്നിട്ട് വളരെ പ്രശാന്തസുന്ദരമായി ചോദിച്ചു: 'അതിനു താൻ ബി.എ പാസ്സായോ?'

ഞാൻ ആണയിട്ടു പറഞ്ഞിട്ടും സാർ സമ്മതിച്ചില്ല. കോളജിൽ മൂന്നാല് കൊല്ലത്തെ കളി കണ്ടിട്ട്, ബി.എ പാസ്സാകാനിടയില്ല!

...ജോർജ് തോമസ് സാർ രണ്ടുമാസം മുമ്പ് മരിച്ചു. എന്റെ മനസ്സിൽ മരിക്കാത്ത ഓർമ്മ.)

മുണ്ട് മടുത്തുകെട്ടി. കൂവിയാർത്ത്, ചൂളമരച്ചോട്ടുകളിലെ പുൽത്തകിടിയിൽ മാൻകിടാങ്ങളായി തുള്ളിച്ചാടി നടന്ന കാലം. സ്നേഹത്തിന്റെ വാത്സല്യത്തിന്റെ സൗഹൃദത്തിന്റെ പ്രണയത്തിന്റെ കൗമാരവേള, മേള...

പണ്ടത്തെ ചൂളമരങ്ങളിൽ കാറ്റ് പിടിക്കുന്നു, പാട്ട് പിറക്കുന്നു.

•

മലവേടനും പെരുമ്പാമ്പും

ബിരുദ വിദ്യാഭ്യാസം പഞ്ചവത്സര പദ്ധതികളായി ആഘോഷിച്ച രണ്ട് കൊള്ളാവുന്ന മാന്യൻമാരെ എനിക്ക് നേരിട്ടറിയാം. ത്രിവത്സര ബി.എ. കലയും കളിയും കൊണ്ട് അഞ്ചാണ്ട് നീണ്ട കോമഡിയായി അടിപൊളിയാക്കിയ സലിംകുമാർ; ദ്വിവത്സര ബി.എ. കൊടി പിടിച്ചും പടനയിച്ചും അഞ്ചു വർഷത്തെ ദീർഘസമരമായി കൊണ്ടാടിയ എം.എ ജോണും ('പരിപാടിയിലുള്ള പിടിവാശിയാണ് പരിവർത്തനവാദിയുടെ പടവാൾ')

വിഷയസംബന്ധമായ ഒരു വാശിയും ബി.എ.യ്ക്കു ചേരുമ്പോൾ സലിം കുമാറിന് ഉണ്ടായിരുന്നില്ല. ബി.കോം. അല്ലെങ്കിൽ ബി.എസ്.സി. എന്ന അതിമോഹങ്ങളുമുണ്ടായിരുന്നില്ല. മിമിക്രിക്കും മോണോ ആക്റ്റിനുമൊക്കെ കിട്ടിയ ഒരു കെട്ട് സർട്ടിഫിക്കറ്റുകളുമായാണ് മഹാരാജാസ് കോളജ് പ്രിൻസിപ്പൽ കെ.എൻ ഭരതനെ ചെന്നു കണ്ടത്. നാലഞ്ച് എം.എയും എൽ.എൽ.ബിയുമുള്ള നഗ്നപാദ പ്രിൻസിപ്പലാണ് ഭരതൻമാഷ്.ചുരുണ്ടുനീണ്ട മുടി ചീപ്പ് കണ്ടിട്ടില്ല. ഇസ്തിരിയിടാത്ത ചുളുങ്ങിയജുബ്ബായും ഒറ്റമുണ്ടുമാണ് വേഷം. മുണ്ട് അങ്ങേയറ്റം കേറ്റി മടക്കിക്കുത്തും. രണ്ടര മണിക്കൂർ നേരം അലറി പ്രസംഗിക്കും. കുട്ടികൾക്ക് പ്രിയപ്പെട്ടവൻ.

സലിമിന്റെ കറുത്തു പെടച്ച രൂപവും വെളുത്തു തുടുത്ത ചിരിയും ഭരതൻമാഷിന് അങ്ങിഷ്ടമായി. ആർട്ടിസ്റ്റാണെന്ന് കേട്ടപ്പോൾ പടം വരപ്പുകാരനാണെന്ന് കരുതി. സായാഹ്നകോളേജിൽ മലയാളം ബി.എ.യ്ക്ക് ചേർത്തു. ഇങ്ങനൊരുത്തൻ ഭാഷയും സാഹിത്യവും അഭ്യസിക്കാനെത്തിയെന്ന് അറിഞ്ഞിട്ടോഎന്തോ വിദ്യാസചിവൻ മുഹമ്മദ് ബഷീറും വിദ്യാകാര്യദർശി ടി.എൻ. ജയചന്ദ്രനും ചേർന്ന് സായാഹ്നകോളേജുകൾ മുഴുവൻ അടച്ചുപൂട്ടി.

സലീം വലങ്കാൽ കുത്തിക്കേറി രണ്ടാഴ്ച തികയും മുമ്പെ സായാഹ്നകോളേജ് നാമാവശേഷമായി. തുടർന്ന് മഹാരാജാസ് (ഡേ) കോളജിൽ ബി.എ. മലയാളം ക്ലാസിൽ ഇരുന്ന പ്രവേശിച്ചു.പിന്നെ അഞ്ചാണ്ട് അവിടെത്തന്നെ ഇരുന്നുകളഞ്ഞു.

പക്ഷേ, ദോഷം പറയരുതല്ലോ, അപൂർവ്വ വിദ്യാർത്ഥിയായിരുന്നു സലിംകുമാർ. വളരെ അപൂർവമായേ ക്ലാസിൽ വരാറുള്ളൂ. അത് ഒരു വരവാണ്. ക്ലാസ് മുറിയിൽ ചിരിയും അട്ടഹാസവും മുഴങ്ങുമ്പോൾ മുകളിൽ സ്റ്റാഫ് റൂമിലിരുന്ന് കെ.ജി. ശങ്കരപ്പിള്ളയും തുറവൂർ വിശ്വംഭരനും ഒക്കെ പറയും, സലിം വന്നിട്ടുണ്ട്!

ഒരു ദിവസം ക്ലാസ്മുറിയിൽ അമിട്ടുകൾ പൊട്ടിത്തെറിക്കുന്നതുകേട്ട് ഞാൻ ഓടിച്ചെന്നു. മേശപ്പുറത്ത് ശീർഷാസനത്തിൽനിന്ന് 'കള്ളൻ' എന്നകവിത അവതരിപ്പിക്കുകയാണ് സലിംകുമാർ. ഹാസ്യവും കാവ്യവും തലകുത്തിനിന്ന് തകർത്തുവാരുകയാണ്.

ഇലക്ഷൻകാലത്ത് സമരമരച്ചോട്ടിലും നടുമുറ്റത്തും കെ.എസ്.യു വാളന്റിയർ ആയി ഉണ്ട്. എസ്.എഫ്.ഐ.ക്കാരെ ഒന്നു ഞോടാൻ വല്ല ചാൻസുമുണ്ടോ എന്നാണ് നോട്ടം. ഒന്നുരണ്ടു പ്രാവശ്യം ചാൻസൊത്തു എന്നാണ് തോന്നുന്നത്. (ഇന്നത്തെ സിനിമാ വില്ലൻ ബാബുരാജ് ആണ് എസ്.എഫ്.ഐ, ഹീറോകളുടെ അന്നത്തെ വില്ലൻ. മൂന്നാല് നല്ല ഫൈറ്റ് സീനുകളുണ്ടാവും ഒരാണ്ടിൽ...)

യൂത്ത് ഫെസ്റ്റിവലിന് കൊടി കേറിയാൽ സലിംകുമാർ രാപകൽ കോളജിലുണ്ട്. ഊണും ഉറക്കവുമില്ല. എന്തൊരു ഉത്സാഹവും ഉന്മേഷവുമാണ്. ബീഡി വലിച്ച് പൊള്ളിക്കരിവാളിച്ച ചുണ്ടുകളിൽ നിറചിരിയാണെപ്പോഴും.

സലിംകുമാറാണ് താരം.

മിമിക്രിയിൽ ഗൗരിയമ്മയുടെ പ്രസംഗം ഉഗ്രൻ. മോണോ ആക്ടിൽ അയ്യപ്പപ്പണിക്കരുടെ 'കള്ളൻ' ഉഗ്രോഗ്രൻ. 1993-ൽ മഹാത്മാഗാന്ധി സർവ്വകാലശാല യുവജനോത്സവത്തിൽ സലിം എന്ന താരം പിറന്നു. നമ്മുടെ പത്രമാധ്യമങ്ങൾ അത് കണ്ടറിഞ്ഞു.

സലിംകുമാർ കലാഭവനിലും ഹരിശ്രീയിലുമെല്ലാം അംഗമായി സഞ്ചാരം തുടങ്ങി. കോളജിൽ വരാൻ എവിടെ നേരം? പരീക്ഷകൾ നടക്കുമ്പോൾ അമേരിക്കയിലും ഗൾഫിലുമൊക്കെയാണ്.

എങ്കിലും ഫെസ്റ്റിവലിന് ഓടിയെത്തും. ഫെസ്റ്റിവൽ കിരീടം മഹാരാജാസിന്റെയും എസ്.എഫ്.ഐ.യുടെയും പ്രസ്റ്റീജ് പ്രോബ്ലമാണ്. അത് പിടിച്ചെടുക്കാൻ സലീം ഉണ്ടായേ തീരൂ...

ചങ്ങനാശ്ശേരിയിലും തിരുവല്ലയിലും നടന്ന യുവജനോത്സവങ്ങൾ ഞാനോർക്കുന്നു. അമൽ നീരദും അൻവർ റഷീദുംസലിംകുമാറും ഒക്കെക്കൂടി കിരീടം ഉയർത്തിപ്പിടിച്ചുനില്ക്കുന്ന ആഹ്ലാദചിത്രത്തിൽ ടീം മാനേജരായ ഞാനുമുണ്ട്.

എറണാകുളം ഫെസ്റ്റിവലിൽ ഉത്സവകിരീടം വാങ്ങാൻ കോളജ് മുതൽ ടി.ഡി.എം. ഗ്രൗണ്ട് വരെ ഭരതൻമാഷ് കുട്ടികളുടെ തോളിലേറി വന്നു. സലിമിന്റെയും മറ്റും കഴുത്തിൽ കവച്ചിരുന്ന് തുള്ളിക്കുതിച്ച് വന്ന ഭരതനെ കണ്ട് അന്ന് അഴീക്കോട് സാർ അദ്ഭുതം കൂറി: നമ്മുടെ ഭരതനല്ലേ ആ വരുന്നത്! ഭരതനു മാത്രമേ ഇത് കഴിയൂ!

അടുത്ത കൊല്ലങ്ങളിൽ പ്രിൻസിപ്പൽമാരായ ഷെർലി പ്രസാദിനെയും കെ. അരവിന്ദാക്ഷനെയും കുട്ടികൾ ചുമലിലേറ്റി.

മൂന്നാംവർഷം സലീം കുമാർ എന്നോട് പറഞ്ഞു: ഞാനിത് നിറുത്തി, ഈ മിമിക്രീം മോണോ ആക്റ്റും മത്സരം.

അതെന്താ?

എല്ലാ സമ്മാനോം എനിക്കു കിട്ടിയില്ലേ? ഫസ്റ്റും സെക്കന്റും തേർഡും !

അതെങ്ങനെ?

ആദ്യവർഷം ഫസ്റ്റ്, രണ്ടാം വർഷം സെക്കന്റ്, മൂന്നാം വർഷം തേർഡ്! നിറുത്തി മാഷെ നിറുത്തി.

പരീക്ഷാനാളുകളിൽ ഗൾഫ് പരിപാടിയുമായി സലിംകുമാർ പോയി. കോളജ് തുറന്നപ്പോൾ വന്നു. മുഴുചിരിയോടെ പ്രൊഫസർ ശങ്കരപ്പിള്ളയുടെ മുന്നിലെത്തി. വിനീതവിധേയനായി പറഞ്ഞു: മതിയായില്ല മാഷെ.

ശങ്കരപ്പിള്ള ശുപാർശചെയ്ത് ബി.എ. മൂന്നാംവർഷ ക്ലാസ്സിൽ പിന്നെയും ചേർന്നു.

അത്തവണ തൃപ്പൂണിത്തുറയിൽ ആയിരുന്നു യൂത്ത് ഫെസ്റ്റിവൽ. സലിംകുമാറാണ് മഹാരാജാസിനുവേണ്ടി ടാബ്ലോ അവതരിപ്പിക്കുന്നത്.

വൈകുന്നേരമായിട്ടും സലിമില്ല. കുട്ടികൾ അങ്കലാപ്പിൽ. ഞാൻ ചോദിച്ചു. എന്താ സലിം ചെയ്യാമ്പോണത്?

ഒരു മലവേടൻ—

അതിനു പിന്നെ മേക്കപ്പ് വേണ്ടല്ലോ, ഞാൻ ചിരിച്ചു.

മലവേടനും പെരുമ്പാമ്പും! അതിന് പെരുമ്പാമ്പിനെ കൊണ്ടുവരാൻ സലിം രാവിലെ മലയാറ്റൂർക്ക് പോയതാണ്.

ഞാൻ ഭയന്നു. ഏറെനേരം കഴിഞ്ഞ് ഒരു ടാക്സിയിൽ സലിം പാഞ്ഞെത്തി. പെരുമ്പാമ്പിനെ കിട്ടിയില്ലെന്ന്! കൊടുക്കാമെന്നു പറഞ്ഞവൻ കളിപ്പിച്ചു കളഞ്ഞെന്ന്! വന്നപോലെ പാഞ്ഞുപോയി.

പിന്നീട്, അടുത്ത കോളജ് തുറപ്പിന് വീണ്ടും എത്തി: മതിയായില്ല മാഷെ—മതിയാകും മുമ്പെ സലിംകുമാർ സിനിമയിലായി. സലിമായി താരം.

സലിമിന്റെ ചിരി വെള്ളിത്തിര നിറച്ചു. വല്ലപ്പോഴും കണ്ടുമുട്ടുമ്പോൾ വിനീതവിധേയനായി പറയും: മതിയായിട്ടില്ല മാഷെ...

1959-ൽ പ്രി—യൂണിവേഴ്സിറ്റി വിദ്യാർത്ഥി ആയി ഞാൻ കോട്ടയം സി.എം.എസ് കോളജിൽ രംഗപ്രവേശം ചെയ്യുമ്പോൾ കോളജിലെ സൂപ്പർ താരം എം.എ ജോൺ ആകുന്നു.

മുട്ടയിൽനിന്ന് വിരിഞ്ഞ് പപ്പും പൂടയും വയ്ക്കുന്ന പ്രി—യൂണിവേഴ്സിറ്റി നാളുകൾ— ഞങ്ങളുടെ ആരാധനാപാത്രങ്ങൾ ജോണും കൂട്ടാളികളും. ശരിക്കും സീനിയർ സ്റ്റുഡന്റ്സ്.

കൊമ്പൻമീശയും കഷണ്ടിയുമുള്ള അതിരമ്പുഴ അപ്പച്ചനെ പ്രിൻസിപ്പലിനെക്കാൾ ഞങ്ങൾ ആദരിച്ചു. ഒ.ജെ. ജോസഫ് ഇരുത്തം വന്ന പുരുഷൻ. കെ.ടി തോമസും തോമസ് രാജനും കൂടെ ഉണ്ടായിരുന്നോ? നിശ്ചയമില്ല. മുതിർന്നവരിൽനിന്ന് പേടിച്ചകന്ന് കഴിയുകയായിരുന്നല്ലോ. കുട്ടിത്തം വിടാത്ത കുഞ്ഞുമോൻ റ്റി ഓമല്ലൂരാണ് അല്പസ്വല്പം അടുപ്പം കാട്ടിയിരുന്നത്. എം. എ ജോൺ അത്രെ അവർക്കൊക്കെ നേതാവ്. കാരണം അദ്ദേഹം ബി.എ. പൊളിറ്റിക്സ് ക്ലാസിൽ മഹത്തായ നാലാം വർഷമാണ്! ബി.എ.യും ബി.എസ്.സിയുമെല്ലാം അന്ന് രണ്ടുവർഷ കോഴ്സുകളത്രെ.

ഹാജര് തികയ്ക്കാനാണ് ജോൺ വീണ്ടും വീണ്ടും ബി.എ.യ്ക്ക് വായിക്കുന്നത്. കോളജിലും യൂണിവേഴ്സിറ്റിയും ഹാജരു കാര്യത്തിൽ വളരെ സ്ട്രിക്റ്റ്. ജോൺ വല്ലപ്പോഴുമേ ക്ലാസിൽ വരുന്നുള്ളു; വിദ്യാർത്ഥി യൂണിയനുമായി നടക്കുകയാണ്.

ഖദർ ഷർട്ടും മുണ്ടും വേഷം. നല്ല കറുത്ത നീളൻ മുടി. മീശയുണ്ട്. സ്റ്റൈലൻ മീശ. നിഷ്കളങ്കമായ ചിരി ആകർഷകമാണ്.

യുവ കോൺഗ്രസ് നേതാവായി ജോണിനെ പലുക്കെ

തിരിച്ചറിഞ്ഞു. എന്നാൽ സാധാരണ കോൺഗ്രസ്സുകാരെ കാണാത്ത ഇടങ്ങളിൽ ജോണിനെ കണ്ടു. ഇടമറുകിന്റെ യുക്തിവാദയോഗങ്ങളിൽ; മിശ്രവിവാഹസംഘസമ്മേളനങ്ങളിൽ. മിക്കവാറും കളരിക്കൽ ബസാറിലെ എൻബിഎസ് പുസ്തകശാലയിൽ.

അത്ഭുതം: ഈ ഖദർധാരി കെട്ടുകണക്കിന് പുസ്തകങ്ങൾ വാങ്ങുന്നു! വായിക്കാൻ തന്നെ!

1960-ൽ ഞാൻ ബി.എ.യ്ക്ക് ചേരുമ്പോഴും എം.എ. ജോൺ എന്റെ സീനിയർ ആയി. സി.എം.എസിലുണ്ട്. അക്കെല്ലാം പ്രീക്ക്ഉമ്മൻ ചാണ്ടിയും വന്നു ചേർന്നു. ജോൺ ബി.എ. അഞ്ചാം വർഷം! അസ്കിത് ഹോസ്റ്റലിൽ സ്വന്തം മുറി. ജോൺ അങ്ങനെ ഉണ്ടാവില്ല.എറണാകുളത്തുനിന്നും മറ്റും ചില സ്ഥിരം അതിഥികളുണ്ട്. രവി,ആന്റണി, മുഹമ്മദലി എന്നെല്ലാമാണുപോലും പേരുകൾ. മെസ്സിൽ ശാപ്പാടിന് ജോണിന്റെ പറ്റിൽഒന്നുരണ്ടുപേർ ദിവസവുമുണ്ട്. അസ്കിത്തിലെ ബീഫ്റോസ്റ്റ് അതിരുചിപ്രദം!

ഹോസ്റ്റൽ ഫീസ് അമ്പതും അറുപതും ആയ അക്കാലത്ത് ജോണിന് മാസബിൽ ഇരുന്നൂറ്—ഇരുന്നൂറ്റമ്പത്. ജോൺ നല്ല കൃഷിക്കാരനാണെന്നും തനിയെ മണ്ണിൽ പണിയുന്നവനാണെന്നും ഞങ്ങളറിഞ്ഞു.

സാഹിത്യ പ്രവർത്തക സഹകരണ സംഘത്തിൽ അയ്യായിരം രൂപയുടെ ഓഹരിയുടമയായ ജോണിനെ ഞാൻ സ്നേഹിച്ചുതുടങ്ങി.

പക്ഷേ, ഉമ്മൻചാണ്ടിയെ ചെറുവിരലിൽ കൊണ്ടു നടക്കുന്നതും രാഷ്ട്രീയം കണികാണാക്കാമ്പസിൽ കെ.എസ്.യു. നട്ടുപിടിപ്പിക്കുന്നതും കണ്ടപ്പോൾ ഞങ്ങൾ ചുമ്മാവിളിച്ചു.

എം.എ.ജോൺ നേതാവല്ലേ!

ഉമ്മൻചാണ്ടി നേതാവല്ലേ!

ചുമ്മാ ഒരു രസം. കളിതമാശ. അല്ലാതെ ഞങ്ങൾക്ക് സംഘടനയോ രാഷ്ട്രീയമോ ഒന്നുമില്ല. എസ് എഫോ അല്ലേൽ കെ.എസ്.എഫോ സീയെമ്മസിൽ എത്തിനോക്കിയിട്ടില്ല. പിന്നീട് രണ്ടു പതിറ്റാണ്ട് കഴിഞ്ഞ് എസ്. എഫ്. ഐ . അവിടെത്തി— സുരേഷ് കുറുപ്പിന്റെ കാലത്ത്.

ജോൺ ഹാജര് തികച്ചുപോയി. അതോടെ പൊളിറ്റിക്സ് ബി.എ തന്നെ ഇല്ലാതായി. ('ക്ലാവറച്ചൻ' റിട്ടയർ ചെയ്യുകയും ചെയ്തു.)

എം.എ ജോൺ അപ്പോസ്തലന്മാരാൽ മുപ്പത് വെള്ളിക്കാശിന്

ഒറ്റിക്കൊടുക്കപ്പെടുന്നതും കുരിശിലേറ്റപ്പെടുന്നതും ഏറെ ദൂരെനിന്നു കണ്ടു. വളരെ വർഷങ്ങൾക്കുശേഷം സാഹിത്യസംഘത്തിലും യുക്തിവാദയോഗത്തിലും വീണ്ടും കണ്ടപ്പോൾ അദ്ദേഹത്തിന് എന്നെ ഓർമ്മയുണ്ട്. പഴയ ആകർഷണീയമായ ചിരി. ജോൺ ഏതോ പ്രസംഗത്തെപ്പറ്റി ഓർമ്മിപ്പിച്ചപ്പോൾ അദ്ദേഹം പറഞ്ഞു: കേരളത്തിലെ ഏറ്റവും മോശപ്പെട്ട രാഷ്ട്രീയപ്രസംഗകനാണ് ഞാൻ. എന്നെക്കാൾ മോശമായി പ്രസംഗിക്കുന്ന രണ്ടുപേരെയുള്ളു— എ.കെ ആന്റണിയും ഉമ്മൻചാണ്ടിയും.

ഞങ്ങൾ ചിരിച്ചു പിരിഞ്ഞു.

ഇക്കഴിഞ്ഞ ദിവസം മഹാരാജാസ് കോളജിൽ കെ.എസ്.യു— വിന്റെ അമ്പതാം വാർഷികാഘോഷം ഓർമ്മയിലുണർന്നു.

'പാർട്ടി പൂജാവിഗ്രഹമല്ല, പ്രയോഗത്തിനുള്ള ആയുധമാണ്'

'അച്ചടക്കം ആരാധനയല്ല, ലക്ഷ്യത്തിലേക്കുള്ള മാർഗ്ഗമാണ്.'

പി. കൃഷ്ണപിള്ളയുടെയും എ.കെ.ജിയുടെയും ഇ.എം.എസ്സിന്റെയും സി.എച്ച് കണാരന്റെയും ഒക്കെ നാമധേയങ്ങളിൽ പണിഞ്ഞുയർത്തിയിരിക്കുന്ന മണിമന്ദിരങ്ങളിൽ തങ്കലിപികളിൽ എഴുതിവയ്ക്കട്ടെ ഈ വാക്യങ്ങളും — എസ്.എഫ്.ഐ, ഡി.വൈ.എഫ്.ഐ, പുകാസ സഖാക്കൾക്ക് ഉരുവിട്ടു പഠിക്കാൻ!

('എം.എ. ജോൺ നമ്മെ നയിക്കും')

●

രാക്കിളികൾ വളകിലുക്കിയ കാലം

ആരെയും ഭാവഗായകരാക്കുന്ന ആത്മസൗന്ദര്യമായിരുന്നു കോട്ടയം പോലീസ് സ്റ്റേഷൻ മന്ദിരം. പട്ടണത്തിന്റെ ഒത്ത നടുക്ക് പാരമ്പര്യത്തിന് പാറാവുനിന്ന മനോഹരബംഗ്ലാവ്. കലാചാതുരി തികഞ്ഞ വാസ്തു ശില്പം. കുഞ്ഞോടുകൾ പാകിയ കൂമ്പൻ മേൽക്കൂര, ഭീമൻ വാതിലുകൾ, ഘടോൽകചൻ ജനാലകൾ, വിശാലസുന്ദര വരാന്തകൾ.

അങ്കണത്തൈമാവുകൾ.
ഇരുമ്പഴിവേലി മുന്നിൽ.
അകത്താകാൻ ആരും കൊതിച്ചുപോകും!

വൈക്കം മുഹമ്മദ് ബഷീറും പി.ഭാസ്കരനും മറ്റും പല രാപകൽ സുഖവാസമുഭവിച്ചിട്ടുണ്ട് ഇവിടെ. നല്ലമുട്ടം പപ്പുപിള്ള യജമാനൻ പാവം കോട്ടയം ഭാസിയെ ചവുട്ടിത്തിരുമ്മി സുഖചികിത്സ കൊടുത്തതും ഇവിടെ. ഡീസിയെ ഒരു രാത്രി കൊണ്ടിട്ടതുമിവിടെ.

കലയും ചരിത്രവും പറഞ്ഞോണ്ടിരുന്നിട്ട് കാര്യമില്ലല്ലോ. വികസനമല്ലോ ആഗോളവാദം; നാലാംലോകവേദം! പോലീസ് സ്റ്റേഷൻ പൊളിച്ച് ഷോപ്പിംഗ് കോംപ്ലക്സ് ഉയർത്തി മുൻസിപ്പാലിറ്റി. എന്നിട്ട് പണിതു പൊക്കിയ കോൺക്രീറ്റ് പെട്ടകം മുഴുവൻകൂടി ജോസ്കോ പൊന്നുതട്ടാന് ഷോറൂമിനായി വിറ്റു.

ലോക്കപ്പ് അറ്റാച്ഡ് സ്റ്റേഷൻ കൊടൂരാറ്റിലേക്ക് മാറ്റി. കെട്ടിടം പൊളി ഉദ്ഘാടനം കൈയിൽ ഒരോടുമായി നിന്ന ഉൽപലാക്ഷിയുടെ — ഇടതുപക്ഷ കസേരപ്പെൺമണിയുടെ—നിറപ്പകിട്ടാർന്ന പടം ഒന്നാം താളിൽ കൊടുത്ത് അഭിമാനിച്ചു മാർക്സിസ്റ്റ് മനോരമ!

കുളംതോണ്ടിയ പോലീസ് വീടിനെതിരെ ലളിതസുന്ദരമായ ഗവൺമെന്റ് സ്കൂൾ ഒന്നുണ്ടായിരുന്നു പണ്ട്. കാര്യർ നീലകണ്ഠപ്പിള്ള

കുറെക്കാലം വാധ്യാർ പണി ചെയ്ത പള്ളിക്കൂടം. 'സർക്കാരുകറ്റി' എന്ന് ഞങ്ങൾ കുലീനർ കളിയാക്കി രസിച്ച ഇസ്കൂൾ. മുറ്റത്ത് ഏഴെട്ട് തേന്മാവുകൾ പന്തലിച്ചു നിന്നു; ഗ്രാമീണമായ ഹരിത ഭംഗി കുഞ്ഞുങ്ങൾക്ക് കുടപിടിച്ചു നിന്നു.

മാവുകൾ വേരോടെ വെട്ടിമാറ്റി, ആരാണ്ടടെ അമ്മേനെ കത്തിക്കാൻ. പള്ളിക്കൂടം പൊളിച്ചു നീക്കി, കണ്ടവന്റെ വണ്ടികൾ കേറിക്കിടക്കാൻ. പട്ടണമങ്ങ് വികസിച്ചുവീർക്കുകാരുന്നല്ലോ!

പഴയ പള്ളിക്കൂടത്തിനു തൊട്ടുപടിഞ്ഞാറെ ഇരുനിലക്കെട്ടിടം നാലങ്കൽ സാറിന്റേതായിരുന്നു. അതിൽ ആനന്ദമന്ദിരം ഗോപാലപിള്ളച്ചേട്ടൻ ഹോട്ടൽ നടത്തി. ശ്രീനീലകണ്ഠവിലാസം. ചുരുക്കെഴുത്തിൽ പറഞ്ഞാൽ എസ്. എൻ. വി. ഇത് പിന്നീട് മാതൃപേടകത്തിൽ ലയിച്ച് 'ആനന്ദമന്ദിരം' ആയി.

എസ്. എൻ.വി യുടെ മുകളിലെ ചെറിയ മുറി ഏറെക്കാലം രാമപുരം ഗോപിയുടെ ആപ്പീസായി. 'ജനയുഗ'ത്തിന്റെ കോട്ടയംബ്യൂറോ. കമ്മ്യൂണിസ്റ്റ് പാർട്ടി മുഖപത്രമായ ജനയുഗത്തിന്റെ കോട്ടയം ലേഖകനും മനേജരുമൊക്കെയാണ് ഗോപിച്ചേട്ടൻ.പാലാ രാമപുരത്ത് വിദ്യാർത്ഥിരാഷ്ട്രീയത്തിൽ ചാടി വീണ്കമ്മ്യൂണിസ്റ്റായി കോട്ടയത്തെത്തി. 'ജനയുഗം ഗോപി' കൊല്ലത്തുണ്ടുണ്ടെങ്കിൽ കോട്ടയത്ത് 'ജനയുഗം ഗോപി' ഒന്നു മാത്രം. ഈ രാമപുരത്തുകാരൻ. എൻ. മോഹനന്റെ ബാല്യകാലസ്നേഹിതനും സഖാവും. ആത്മബന്ധുക്കൾ.

കോട്ടയം പ്രസ്സ് ക്ലബ്ബ് പണിതീരുന്നതേയുള്ളു. പത്രക്കാർ പലരും എസ്.എൻ.വിയിലാണ് കൂടാറ്: തിരുവാർപ്പ് ബാലൻ(ഭൂഷണം) പി.വി കൃഷ്ണൻനായർ (മനോരമ) കെ.എൻ. പ്രഭാകരൻനായർ(ടൈംസ്) കെ.എൻ. തങ്കച്ചൻ (എക്സ്പ്രസ്)എൻ. ചെല്ലപ്പൻപിള്ള (മാതൃഭൂമി) പി.എം.പി. റാവുത്തർ (ചന്ദ്രിക)എൻ. തങ്കപ്പനും തുടർന്ന് എം. വിശ്വംഭരനും (കൗമുദി) കെ.എ. പണിക്കർ (ദേശാഭിമാനി) വത്സലൻ (തനിനിറം) സകല സ്വ.ലേ.കളും, ഒറ്റയ്ക്കും ഒന്നിച്ചും.

ഞാൻ പഠിച്ചുനടക്കുകാലം മുതലേ, പി.എം.പി. ഒഴികെ, എല്ലാ പത്രക്കാർക്കും എന്നെ നല്ല പരിചയമുണ്ട്. കോട്ടയത്തിന്റെ ഒരു സ്വന്തം പയ്യനല്ലോ ഞാൻ! പയ്യൻ പഠിച്ച് പതം വന്ന് പബ്ലിക്ക് റിലേഷൻസ് വകുപ്പിൽ ശെമ്മാച്ചനായി കോട്ടയത്തുതന്നെ വന്നതിൽ അവർക്കൊക്കെ ബഹുഖുശിയായി.വേണ്ടിവന്നാൽ പ്രസ്സ്ക്ലബ്ബിലും കെ.യു.ഡബ്ല്യു.ജെ.യിലും എന്നെചേർത്തു കളയുമെന്ന തരത്തിൽ വാത്സല്യം...

അഞ്ചുമണിക്ക് ആപ്പീസ് കഴിഞ്ഞാൽ ഞാൻ നേരെ എസ്.എൻ.വി.യിലെത്തും അതാണ് പതിവ്. രാമപുരം ഗോപിയുടെ മുറിയിൽ പതിവായുള്ളത് കോട്ടയം ശ്രീനിയാണ്. കമ്മ്യൂണിസ്റ്റ് തന്നെ. കെ.പി.എ.സി.യുടെ ആദ്യസെക്രട്ടറി. പാർട്ടിക്കുവേണ്ടിയും നാടകസമിതിക്കുവേണ്ടിയും ഒത്തിരി ഉറക്കമിളച്ചു. പട്ടിണികിടന്നു. അന്നത്തെ കമ്മ്യൂണിസ്റ്റുകൾക്ക് വിധിച്ച സമ്പാദ്യം ശ്രീനിക്കും കിട്ടി; ക്ഷയം.

ശ്രീനിച്ചേട്ടൻ കൂടുതൽ സംസാരിക്കാറില്ല. എന്നാലും ചിലപ്പോൾ കെ.പി.എ.സി യുടെ തുടക്കനാളുകളെപ്പറ്റി അല്പസ്വല്പം അറിയാക്കഥകൾ പറഞ്ഞുതരും. വക്കീൽപിള്ളേരായഅയ്യരും കുറുപ്പും നായരും— രാജാമണി, രാജഗോപാലൻനായർ, ജനാർദ്ദനക്കുറുപ്പ്—കൂടി'എന്റെ മകനാണ് ശരി' പത്തിരുപതിടത്ത് കളിച്ചശേഷം ചാപിള്ളയായി കിടന്ന കെ.പി.എ.സിക്ക്പുനർജീവൻ നല്കിയ കഥാഭാഗങ്ങൾ...

അന്ന്,

അഞ്ചുമണിക്കു മുമ്പെ ആപ്പീസിൽ നിന്നും ഇറങ്ങി. ആപ്പീസ് വാനിൽത്തന്നെ പോലീസ് സ്റ്റേഷൻ പരിസരത്തെത്തി. പത്രക്കാരെല്ലാം തന്നെ കറുപ്പുബാഡ്ജ് കുത്തി കാത്തുനില്പുണ്ട്. കുറെ പുഷ്പചക്രങ്ങളും കരുതിയിരിക്കുന്നു.

'ജനയുഗ'ത്തിന്റെ തിരുവനന്തപുരം പ്രതിനിധി സി.ആർ.എൻ.പിഷാരടി നിര്യാതനായി. ആകസ്മികാന്ത്യം. മലയാളപത്ര ലോകത്ത് പിഷാരടി കത്തിനിന്ന നേരം.

കോട്ടയം പുതുപ്പള്ളി വെന്നിമല പിഷാരത്താണ് സി.ആർ.എൻ. ജനിച്ചത്. പുതുപ്പള്ളിച്ചുറ്റുവട്ടത്ത് കമ്മ്യൂണിസ്റ്റ് പാർട്ടി സംഘടിപ്പിച്ച് പ്രവർത്തിച്ചു. തുടർന്ന് കമ്മ്യൂണിസ്റ്റ് പത്രക്കാരനായി.

സി.ആർ.എന്റെ മൃതദേഹം തിരുവനന്തപുരത്തുനിന്നും വെന്നിമലയക്കു കൊണ്ടുവരുന്നു. ഉടൻ കോട്ടയത്തെത്തും. ദുഃഖത്തോടെ എല്ലാരും നിരന്നു നിന്നു.

തെക്കുനിന്ന് കറുത്തകൊടി കെട്ടിയ കാറുകൾ ഓടിയണഞ്ഞു. ഞെട്ടിപ്പോയി, ശരിക്കും അക്ഷരാർത്ഥത്തിൽ ഞെട്ടിത്തരിച്ചുപോയി. രണ്ടാമത്തെ കാറിന്റെ പിൻസീറ്റിൽ പിഷാരടി നീണ്ടുനിവർന്നിരിക്കുന്നു! കസവുനേര്യതു കൊണ്ടു തലേൽ ഒരു വട്ടക്കെട്ടുമായി...

പേടിച്ചുവിരണ്ടു. പിന്നീട് തിരുവാർപ്പ് ബാലൻചേട്ടൻ പറഞ്ഞുതന്നു, പിഷാരടിമാരെ മരിച്ചാലുടൻ പത്മാസനത്തിൽ പിടിച്ചിരുത്തും.

അങ്ങനെതന്നെ കുഴിച്ചിരുത്തും!

മൃതദേഹത്തിന് ഞങ്ങൾ അകമ്പടി പോയി. പബ്ലിക് റിലേഷൻസ് വാനിൽ രാമപുരം ഗോപിയും കോട്ടയം ശ്രീനിയും കയറിപ്പോന്നു.

വെന്നിമലയിൽ പഴയ ഒരു ശ്രീരാമക്ഷേത്രം ഉണ്ട്. ഭരതൻ പ്രതിഷ്ഠിച്ചെന്നോ മറ്റോ ഐതിഹ്യം. അമ്പലത്തിനടുത്താണ് പിഷാരം. വലിയ ആൾക്കൂട്ടമുണ്ടായി. സി.ആർ.എൻ. പിഷാരടിയെ ഇറക്കിയിരുത്തുമ്പോൾ ഗോപിച്ചേട്ടന്റെയും ശ്രീനിച്ചേട്ടന്റെയും ചുവന്ന കണ്ണുകൾ നിറഞ്ഞൊഴുകുന്നത് ഞാൻ കണ്ടു. ചങ്ങാതികൾ. താന്താങ്ങളുടെ ഓർമ്മകളിൽ മൗനം പൂകി.

രാത്രി ഒമ്പതുമണി കഴിഞ്ഞു തിരികെ എസ്.എൻ.വി അരികിലെത്തിയപ്പോൾ. ഹോട്ടൽ അടച്ചു. പടിവാതിൽക്കൽ കാൽമുട്ടുകളിൽ തലചായ്ച്ച് ഒരാൾ കുത്തിയിരിക്കുന്നു. തട്ടിവിളിച്ചു. മുഖമുയർത്തി —സി.ജി. ഗോപിനാഥ്.

സി.ജി. എണീറ്റ് ഗോപിയെയും ശ്രീനിയെയും കെട്ടിപ്പിടിച്ച് കരച്ചിലായി. രാവിലെ കായംകുളത്തുനിന്നും പോന്നതാണ്. വഴിക്ക് പലയിടത്തും തങ്ങി. ഇവിടെത്തിയപ്പോൾ സന്ധ്യ കഴിഞ്ഞു. വെന്നിമല അറിഞ്ഞുകൂടാ. വാ, നമുക്കിപ്പോൾ പോണം. അവനെ കുഴിച്ചിട്ടിരിക്കുന്നത് കാണണം—

കുഴിച്ചിരുത്തുകാ ചെയ്യ്ക, കോട്ടയം ശ്രീനി പറഞ്ഞു. എന്നിട്ട് സി.ജി.യെ രണ്ട് ചീത്ത വിളിച്ചു.

സി.ജി. തെന്നിത്തെറിച്ച് നടന്നുനീങ്ങി. ഗോപിച്ചേട്ടൻ പിന്നാലെ പോയി.

ശ്രീനി ആത്മഗതം വെളിപ്പെടുത്തി: എനിക്കുശേഷം മാധവൻ കെ.പി. എ.സിയുടെ സെക്രട്ടറി. പിന്നെ സി.ജി എല്ലാവരും പുറത്ത്.

ആ സ്വരത്തിൽ ശകലം ഈർപ്പം തോന്നി എനിക്ക്. ഞാൻ മിണ്ടാതെ നിന്നു. വല്ലതും കൂടി അടർന്നു വീണെങ്കിലോ... പക്ഷേ, ശ്രീനി ഒന്നും പറഞ്ഞില്ല.

അല്പം കഴിഞ്ഞപ്പോൾ പോയവർ രണ്ടിനു പകരം നാലായി മടങ്ങിവന്നു.

സി.ജി.ക്കും ഗോപിക്കുമൊപ്പം കെ.ഇ ശ്രീധരനും അനിയൻ ജനാർദ്ദനനും ഗായകനും നടനുമാണ് ശ്രീധരൻ. തബലിസ്റ്റാകുന്നു ജനാർദ്ദനൻ.

വന്ന ക്ഷണത്തിൽ തന്നെ കടത്തിണ്ണയിൽ കുത്തിയിരുന്ന് ഗാനമേള തുടങ്ങി സി.ജി.യും സംഘവും. കേരള തീയറ്റേഴ്സ് ശ്രീധരൻ നയിച്ചിരുന്ന അവതരണഗാനത്തിലാരംഭിച്ചു.

—മാനവധർമ്മം വിളംബരം ചെയ്യുന്ന മാവേലി നാടിൻ മധുരശബ്ദങ്ങളേ പാട്ടിന്നൊട്ടുവിൽ

— ഞങ്ങളീ സംഗീതനൃത്തരംഗങ്ങളിൽ നിങ്ങൾക്കു നേരുന്നു മംഗളാശംസകൾ!

പെട്ടെന്ന് കോട്ടയം ശ്രീനി ഒച്ചയെടുത്തു: 'വിപ്ലവാശംസകൾ'എന്ന് പാടെടാ—

ശ്രീധരൻ ഉടൻ മാറ്റി പാടി.

പാതിരാവേളം ഗാനമേള കൊഴുത്തു. സ്റ്റേഷനിൽനിന്നും ചില പോലീസുകാരും വന്നു. മേളയിൽ അവരും ചേർന്നു. 'ശർക്കരപ്പന്തലും' 'പൂവനങ്ങളും' 'കല്യാണപ്പുടവ' യും 'കുളിരോണനിലാവും' എല്ലാം പെയ്തു നിറഞ്ഞു.

സി.ജി പാടി;

പറന്നു പറന്നു പറന്നു ചെല്ലാൻ
പറ്റാത്ത കാടുകളിൽ
കൂടൊന്നു കൂട്ടി ഞാനൊരു
പൂമരക്കൊമ്പിൽ... ആ
പൂമരക്കൊമ്പിൽ—
ശ്രീധരൻ ഒപ്പം പാടി:
കിലുകിലുങ്ങനെ രാക്കിളികൾ
വളകിലുക്കിയ കാലം
കുനുകുനുന്നനെക്കാട്ടുപൂക്കൾ
തിരി കൊളുത്തിയ കാലം—

കോട്ടയം ശ്രീനി കാരാപ്പുഴയ്ക്കു പോയതെപ്പോഴോ. ശ്രീധരനും ജനാർദ്ദനനും നാട്ടാശ്ശേരിക്കു പോയതും എപ്പോഴോ.തിരുനക്കര അമ്പലത്തിൽ പി. ലീല ഹരിനാമകീർത്തനം പാടിത്തുടങ്ങിയപ്പോൾ ഞാൻ വീട്ടിലേക്ക് പോയി.

സി.ജി. പോയില്ല. ഒരാഴ്ചയിലേറെ ഭാരത് ആശുപത്രിയിൽ കിടന്നു. എന്നിട്ടാണ് കായംകുളത്തിനു പോയത്. ആശുപത്രിയിൽ സി.ജിക്ക് നിറയെ സന്ദർശകർ. ആർട്ടിസ്റ്റ് കേശവനുംമകൻ ആർട്ടിസ്റ്റ് സുജാതനും ശുശ്രൂഷകരായി വന്നു. ശങ്കുണ്ണിയും വന്നു.

കോട്ടയം ശ്രീനിയും രാമപുരം ഗോപിയും ആദ്യവസാനക്കാരായുണ്ട്. മൂന്നാല് ദിവസം കഴിഞ്ഞപ്പോൾ കേശവൻ ചേട്ടനെ ആശുപത്രിയിൽ വരണ്ടെന്ന് വിലക്കി. സ്വന്തം നിലയ്ക്ക് രഹസ്യമരുന്ന് നല്കി രോഗിയെ ചികിത്സിക്കാൻ തുടങ്ങിയത് ശ്രീനി കണ്ടുപിടിച്ചതാണ് കാരണം.

ആരോഗ്യശ്രീമാനായി സി.ജി. ഗോപിനാഥ് കായംകുളത്തിനു പോയി.

'കമ്യൂണിസ്റ്റാക്കി' മുതൽ കെ.പി.എസി നാടകങ്ങൾക്ക് മുഴുവൻ രംഗമൊരുക്കിയത് ആർട്ടിസ്റ്റ് കേശവൻ. പിന്നെ മകൻ സുജാതൻ. എല്ലാ നാടകത്തിലും ശബ്ദവും വെളിച്ചവും നൽകിയത് ശങ്കുണ്ണിയും.

മലയാളനാടകവേദിയുടെ ചരിത്രത്തിൽ രണ്ട് അധ്യായം ആർട്ടിസ്റ്റ് കേശവനും ശങ്കുണ്ണിക്കും മാത്രമുള്ളതാകുന്നു.

കോട്ടയം ശ്രീനി ഒരിക്കൽ പറഞ്ഞു:കേപ്പിയേസിയുടെ ആത്മാവ് ആരെല്ലാമായാലും കൊള്ളാം, ശരീരം ഞങ്ങളാണ്: കോട്ടയം ശ്രീനിയും കേശവനും ശങ്കുണ്ണിയും.

ശ്രീനിച്ചേട്ടൻ മരിച്ചതെന്ന്? ഓർമ്മ ഇല്ല. രോഗിയായി കുറെനാൾ കിടന്നെന്ന് തോന്നുന്നു. ഗോപിച്ചേട്ടൻ ആപ്പീസുമുറിയിൽ തന്നെ ഹൃദയാഘാതം മൂലം കുഴഞ്ഞുവീണു മരിച്ചു. സി.ജി. മരിച്ചത് അതിനു മുൻപോ പിൻപോ?

കേശവൻ ചേട്ടന് മകൻ സുജാതൻ തിരുവാതിക്കൽ നല്ലൊരു സ്മാരകം തീർത്തിട്ടുണ്ട്—ആർട്ടിസ്റ്റ് കേശവൻ ആഡിറ്റോറിയം.

കോട്ടയം ശ്രീനിക്ക് സ്മരകമില്ല. ആരും സ്മരിക്കുന്നില്ല. കെ.പി.എ.സി യുടെ ജൂബിലികൾ ഘോഷിക്കുമ്പോഴും ചരിത്രങ്ങൾ വർണ്ണചിത്രഗ്രന്ഥമാക്കുമ്പോഴും ശ്രീനിയെ ഓർക്കാറില്ല. ഒ.മാധവൻ മാത്രം ആത്മകഥ എഴുതിയപ്പോൾ മറന്നില്ല. മറക്കുന്നതെങ്ങനെ? മാധവന്റെ ജീവിതം വഴിതിരിഞ്ഞൊഴുകിയത് ശ്രീനി കാരണമല്ലേ!

പക്ഷേ,

രാമപുരം ഗോപിക്കുണ്ടായ സ്മാരകമത്രെ ഹൃദയസ്പർശിയായി നിവേദിക്കപ്പെട്ടത്. ആ സ്മൃതിശില്പം ഗോപിച്ചേട്ടനുള്ളതാണെന്ന് ഞാൻ തിരിച്ചറിഞ്ഞത് എത്രയോ നാളുകൾക്കുശേഷം.

എൻ. മോഹനൻ ജീവിതത്തിൽനിന്നും ചീന്തിയെടുത്തുതന്ന, വക്കിൽ ചോര പൊടിയുന്ന, ആ ചെറുകഥ 'പെരുവഴിയിലെ കരിയിലകൾ' അച്ചടിച്ചു വന്നപ്പോഴേ വായിച്ചതാണ്. പലവട്ടം. മോഹനേട്ടൻ

എനിക്ക് പ്രിയപ്പെട്ടവൻകൂടിയാണല്ലോ.

കഥ ടെലിഫിലിമായി. നെടുമുടി വേണുവും നരേന്ദ്രപ്രസാദും അഭിനയിച്ച് ശ്യാമപ്രസാദ് 'കരിയിലകൾ' അവതരിപ്പിച്ചപ്പോഴും രാമപുരം ഗോപിയാണ് കഥാപാത്രമെന്ന് അറിഞ്ഞില്ല. എന്നാൽ, ഏതോ നിമിഷം ഉൾവിളി ഉണ്ടായി.

നരേന്ദ്രപ്രസാദിന്റെ അഭിനയജീവിതത്തിൽ അനശ്വരമായ അഞ്ചോ ആറോ കഥാപാത്രങ്ങളിൽ ആദ്യത്തേത്. ഗോപിച്ചേട്ടനായിരുന്നത്, മോഹനേട്ടന്റെ കളിച്ചങ്ങാതിയും കമ്മ്യൂണിസ്റ്റ് സഖാവുമായിരുന്ന രാമപുരം ഗോപി.

പ്രസാദും പോയി...

ശ്രീധരനും ശങ്കുണ്ണിയും സുജാതനും ഒക്കെ ഇവിടെ ഉണ്ട്. ചില പഴയ പാട്ടുകളിലെ മരണമില്ലാ വരികൾ ഒഴുകിവരുന്നു.

രാക്കിളികൾ വളകിലുക്കിയ കാലം—
കാട്ടുപൂക്കൾ തിരികൊളുത്തിയ കാലം—

●

www.ingramcontent.com/pod-product-compliance
Lightning Source LLC
LaVergne TN
LVHW101234071026
849558LV00054B/73
* 9 7 8 9 3 8 7 3 9 8 0 7 8 *